इक़्तदार
विरुद्ध
निगरानी

दिलीपराज प्रकाशन प्रा. लि.™

२५१ क, शनिवार पेठ, पुणे -४११०३०.

दिलीपराज प्रकाशनाची सर्व पुस्तके आता आपण Online खरेदी करू शकता.
आमच्या Website ला कृपया अवश्य भेट द्या. www.diliprajprakashan.in
दूरध्वनी क्रमांक (फॅक्ससहित) २४४७१७२३, २४४८३९९५, २४४९५३१४

इन्किलाब विरुद्ध जिहाद

(आंतरराष्ट्रीय दहशतवादावरील कादंबरी)

लक्ष्मीकांत देशमुख

दिलीपराज प्रकाशन प्रा. लि.™
२५१ क, शनिवार पेठ, पुणे -४११०३०

इन्किलाब विरुद्ध जिहाद (कादंबरी)
Inqilab Viruddha Jihad

ISBN : 978-93-5117-115-7

प्रकाशक

राजीव दत्तात्रय बर्वे
मॅनेजिंग डायरेक्टर,
दिलीपराज प्रकाशन प्रा. लि.,
२५१ क, शनिवार पेठ, पुणे ४११०३०.
दूरध्वनी क्रमांक (फॅक्ससहित)
२४४७१७२३ । २४४८३९९५ । २४४९५३१४

बी-२, श्री निवास गार्डन, केदारनाथ मंदिराजवळ,
मॉडेल कॉलनी, शिवाजीनगर, पुणे ४११ ०१६.
मोबाईल : ९३२५२९७५०९, ९८२३५३३१२८
ई-मेल : laxmikant05@yahoo.co.in

संपादित लोकावृत्ती : १५ जून २०१६

प्रकाशन क्रमांक : २२६६

अक्षरजुळणी
सौ. मधुमिता राजीव बर्वे
पितृछाया मुद्रणालय,
९०९, रविवार पेठ, पुणे ४११००२.

मुद्रितशोधन : आसित बडवे

मुखपृष्ठ व आतील सजावट : शिरीष घाटे

डॉ. नरेंद्र दाभोलकर...

मराठी समाज विज्ञाननिष्ठ व पुरोगामी बनावा म्हणून अंधश्रद्धा
निर्मूलन समितीमार्फत शांततामय विवेकी लढा आयुष्यभर दिला
आणि त्यासाठी हौतात्म्य पत्करलं!
... आणि

ॲड. गोविंद पानसरे...

आयुष्यभर तुम्ही दलित-कष्टकऱ्यांसाठी लढलात,
धर्मांध शक्तींशी कधी तडजोड केली नाहीत आणि
महाराष्ट्र अधिक पुरोगामी व उदार व्हावा यासाठी
अखेरीस प्राणांचंही मोल दिलंत!

आपला एक वैचारिक सहप्रवासी या नात्याने

कृतज्ञता आणि स्मरण म्हणून
दहशतवादाचा प्रखर निषेध करणारी
माझी ही सुधारित व संपादित कादंबरी
सादर समर्पित!

– लक्ष्मीकांत देशमुख

ऋणनिर्देश

राजन गवस

तुमच्या सूचनेवरून कादंबरीचं संक्षिप्तीकरण केलं आणि तिला
दोन नवी प्रकरणे 'उपोद्घात' आणि 'उपसंहारा'द्वारे
जोडून अद्ययावतीकरण केलं!

भाग्यश्री भागवत

तुम्ही अत्यंत आस्थेने कादंबरीचं संक्षिप्तीकरण आणि संपादन
करून कादंबरीला नेटकं रूप दिलंत!

शैलजा पिसे

तुम्ही मूळ कादंबरीचे टंकलेखन, दुरुस्त्या मनापासून, काम न मानता
साहित्यसेवा म्हणून केलं आणि कादंबरीची
सुवाच्य प्रत तयार केलीत!

व

प्रा. किसन चोपडे (परभणी)

तुमच्या मदतीविना ही कादंबरी शक्य झाली नसती, एवढे तिच्या विषयाशी
समरस होत तुम्ही मला सारे संदर्भग्रंथ मिळवून दिलेत आणि मला
अनमोल अशी मदत केली!

आणि

शंकर सारडा

तुम्ही एक प्रकारे माझे लेखनातले 'गॉड फादर'! तुम्ही सतत पाठीशी लकडा
लावत, 'कादंबरी ग्रेट होतेय!' असं प्रोत्साहन देत माझ्या हातून ही
बृहद् कादंबरी लिहून घेतलीत. तुमची साथ अजोड!

– लक्ष्मीकांत देशमुख

लक्ष्मीकांत देशमुख यांच्या सर्व कथा-कादंबऱ्या महत्त्वाच्या आहेतच; पण 'इन्किलाब विरुद्ध जिहाद' ही बृहद् कादंबरी हे त्यांचे मराठी कादंबरीविश्वाला (आणि म्हणून मराठी साहित्यविश्वाला) दिलेले अत्यंत महत्त्वाचे व मोलाचे योगदान आहे. प्रादेशिकतेच्या मर्यादा ओलांडून श्री. देशमुख यांनी आंतरराष्ट्रीय पातळीवर घडणाऱ्या विषयाचे शिवधनुष्य यशस्वीपणे पेलले आहे.

ही कादंबरी अफगाणिस्तानसारख्या अतिसंवेदनशील राष्ट्राच्या भौगोलिक परिसरातून निर्माण झालेल्या दहशतवादी राजकारणातून निर्माण होते; त्यामागे असलेल्या आंतरराष्ट्रीय राजकारणाचे धागे-दोरे दाखवून देते. व्यक्ती, समाज आणि राष्ट्रजीवनावर इथल्या दहशतवादाचे झालेले विपरीत व उद्ध्वस्त करणारे परिणाम सांगते आणि असे करताना अफगाणिस्तानचा वैशिष्ट्यपूर्ण भूगोल, इतिहास, संस्कृती, कुटुंबव्यवस्था, धर्माचा पगडा, सामाजिक जीवन, परंपरा, राजकारण, अर्थकारण, इथला निसर्ग, वेळोवेळी झालेल्या क्रांत्या, आक्रमण, त्यांचे रक्तरंजित स्वरूप, सत्तांतरे, ती घडवून आणणाऱ्या व्यक्ती, दहशतवादाचा उदय व तो निर्माण करणाऱ्या संघटना, त्यांना मिळालेले छुपे व उघड पाठबळ, दहशतवादाचे हिंस्र स्वरूप आणि एकुणातच एका संपूर्ण राष्ट्राची झालेली शोकांतिका श्री. लक्ष्मीकांत देशमुख यांनी फार फार समर्थपणे व प्रभावीपणे चित्रित केली आहे. त्यासाठी त्यांनी वापरलेला 'रूपबंध' (form) ही नावीन्यपूर्ण आहे. ही कादंबरी नुसती 'फिक्शन' (Fiction) नाही, तर 'फॅक्शन' (Faction) आहे. याचा अर्थ अफगाणिस्तानाशी संबंधित असलेल्या अधिकृत 'फॅक्ट्स' आणि सर्जनशीलतेने निर्माण केलेल्या कल्पितांच्या (fiction) संयोगातून या कादंबरीची निर्मिती झाली आहे, म्हणून ही कादंबरी म्हणजे 'फॅक्शन'. हा एक प्रयोग आहे आणि तो यशस्वी झाला आहे.

अनेक पात्रे, प्रसंग, घडामोडी, उलथापालथी यांची रेलचेल असणारी **ही कादंबरी समकालीन आंतरराष्ट्रीय राजकारणाचे धक्कादायक अंतरंग दाखवणारी मराठीतली एकमेव कादंबरी आहे. कादंबरी या वाङ्मय प्रकाराचा आवाका केवढा मोठा असतो, त्याचे सामर्थ्य आणि सौंदर्य कसे असू शकते याचा एक वस्तुपाठच या कादंबरीने घालून दिला आहे.**

– प्रा. अविनाश सप्रे

'आंतरराष्ट्रीय राजकारणाचा परामर्श घेणारी
मराठीतली पहिलीच कादंबरी!'

अफगाणिस्तानच्या इतिहासातील एका प्रदीर्घ कालखंडातील मुख्य प्रवाहाचे आणि त्या प्रवाहामुळे होणाऱ्या प्रचंड उलथा-पालथींचे चित्रण या कादंबरीत आहे व लेखकाने ते सुयोग्य रीतीने केलेले आहे. अफगाणिस्तानच्या राजकारणातील भीषण हत्याकांडे, त्यात वावरणाऱ्या प्रमुख नेत्यांनी सत्ता मिळविण्यासाठी कम्युनिझम वा इस्लाम यांचा उद्घोष करीत विरोधकांना नेस्तनाबूत करून सत्ता बळकावणे, हा सारा रक्तलांच्छित घटनाक्रम यथातथ्य रीतीने या कादंबरीत दाखविला आहे.

एकीकडे इतिहासाचे फिरणारे हे गतिमान चक्र आणि दुसरीकडे अन्वर, करीमुल्ला, सलमा, तराकी, अमीन, करमाल, जमीला आदींच्या जीवनाची वाटचाल यांची गुंफण लक्ष्मीकांत देशमुख यांनी अत्यंत कुशलतेने व कलात्मकतेने केली आहे. या प्रमुख व्यक्तिरेखांच्या भोवतालच्या साध्यासुध्या पण संवेदनशील स्त्री-पुरुषांच्या भावविश्वातील वादळे आणि त्यांच्या जीवनाच्या प्रवाहाला मिळणारी अनपेक्षित वळणे यांचेही चित्रण या कादंबरीत प्रभावीपणे केले आहे. भाषेचा सुयोग्य वापर आणि वातावरणनिर्मिती हे या कादंबरीचे विशेष गुण. ही कादंबरी लिहिण्यासाठी लक्ष्मीकांत देशमुख यांनी किती गाढा व्यासंग केला आहे आणि राजकारणातील विचारप्रवाहांचे व इस्लामच्या स्वरूपाचे किती अचूक आकलन केले आहे, याचा प्रत्यय कादंबरी वाचताना येतो. 'इन्किलाब विरुद्ध जिहाद'मधील राजकारणाच्या जाणकारीने केलेल्या चित्रणामुळे ती केवळ ऐतिहासिक कादंबरी राहत नाही; तिचे रूप मुख्यत: राजकीय कादंबरी असे आहे. परदेशातील राजकीय घडामोडींचे चित्रण करणारी मराठीतील ही पहिलीच कादंबरी असावी.

– प्रा. ग. प्र. प्रधान

'अपरिचित मुस्लिम जगताचा थक्क करणारा अनुभव'

अफगाणिस्तानची भौगोलिक स्थिती, सामाजिक स्थिती, तिथला निसर्ग, अफगाणी माणसाचे स्वभावदोष अशा सर्व बाजूंनी विचार करून 'इन्किलाब विरुद्ध जिहाद' ही कादंबरी आकारास आली आहे. एक आंतरराष्ट्रीय स्वरूपाचा विषय आणि एका अपरिचित मुस्लिम जगाचा व तेथील माणसांच्या सुख-दु:खांचा संघर्ष व जीवनप्रवाह या कादंबरीतून मराठी भाषेत पहिल्यांदाच प्रकट होतो आहे, हे लेखक म्हणून लक्ष्मीकांत देशमुखांचे महत्त्वपूर्ण साहित्यिक योगदान आहे.

– वि. दा. वासमकर

'अफगाणिस्तानचा पन्नास वर्षांचा रक्तरंजित पण लालित्यपूर्ण इतिहास'

"आपण बंदिस्त व जगाच्या अंतापर्यंत न बदलणाऱ्या धर्माच्या आधारे जगण्याचा व पुढे जाण्याचा प्रयत्न करू; तर आपली गती एवढी मंद राहील की, सारं जग कुठच्या कुठे निघून जाईल. आपण इर्रेलेव्हंट - निरर्थक ठरू."

पुढे अफगाणिस्तानचा राष्ट्राध्यक्ष होणाऱ्या नूरमहंमद तराकीच्या तोंडचे हे शब्द 'इन्किलाब विरुद्ध जिहाद' या लक्ष्मीकांत देशमुखांच्या ९३४ पानांच्या कादंबरीत सुरुवातीसच भेटतात. इस्लामची तरफदारी करणाऱ्या इलियासला पटवून देताना नूरमहंमद तराकी हे बोलून जातो. त्यातून अफगाणिस्तानच्या भविष्याचे भीषण संकेत मिळतात. कादंबरीतला इलियास काल्पनिक आहे, तराकी मात्र ऐतिहासिक आहे.

कल्पना आणि इतिहासाची सरमिसळ असलेली ही कादंबरी म्हणजे, अफगाणिस्तानमधला अपरिवर्तनीय कडवा इस्लाम विरुद्ध पोथीनिष्ठ; साम्राज्यवादी कम्युनिझमची अतिशय अभ्यासपूर्ण, रोचक, डॉक्युमेंटरीच्या अंगानं विकसित होणारी अर्ध्या शतकाची कर्मकहाणी आहे. **आकाराने भव्य असलेली ही कादंबरी अफगाणिस्तानचा गेल्या चाळीस-पन्नास वर्षांचा रक्तरंजित पण लालित्यपूर्ण इतिहास आहे.**
　　　　　　　　　　　　　　　　　　　　　　　　–विश्राम गुप्ते

'आंतरराष्ट्रीय पार्श्वभूमीवरील प्रभावी मानवी शोकांतिका'

'नरेच केला हीन किती नर' याचा प्रत्यय देणाऱ्या या कादंबरीत रशियन आणि अमेरिकन संधिसाधू राजकारणाच्या आंतरराष्ट्रीय पार्श्वभूमीवर अफगाणी जनतेची होणारी परवड, कौटुंबिक जीवनाची झालेली शोकांतिका प्रभावीपणे व्यक्त होते.

मराठी पुस्तकांना खप नाही, अशी प्रकाशकांची तक्रार असतानाच अलीकडे विश्वास पाटील, मधू मंगेश कर्णिक, गंगाधर गाडगीळ, अरुण साधू अशा काही लेखकांची जाडजूड पुस्तके, कादंबऱ्या प्रकाशित होताना दिसतात. त्यात लक्ष्मीकांत देशमुख यांच्या 'इन्किलाब विरुद्ध जिहाद' या महाकादंबरीचा आता समावेश केला पाहिजे. त्यांचे यापूर्वी तीन कथासंग्रह व दोन कादंबऱ्या प्रकाशित झाल्या असल्या, तरी अफगाणिस्तानातील इन्किलाब (क्रांती) आणि 'जिहाद' (धर्मयुद्ध) यावरील कादंबरीनेच यापुढे त्यांची खरी ओळख होईल, यात शंका नाही.
　　　　　　　　　　　　　　　　　　　　　　　– प्रल्हाद वडेर

नऊ

'सर्वार्थनि महाकादंबरी!'

'इन्किलाब विरुद्ध जिहाद' ही महाकादंबरी आहे. महाकादंबरी म्हणजे (पृष्ठसंख्येने) मोठी नव्हे; तिने व्यापलेला अवकाश मोठा आहे. तिने फार मोठा स्पॅन व्यापला आहे, म्हणून ती महा; तिच्यात वाङ्मयीन महात्मतेचा प्रत्यय येतो.

ज्याला अनेक पदर आहेत, पैलू आहेत, अंग-उपांगे आहेत, अनेक स्तर आहेत; अशी ही महाकादंबरी आहे. ती अनेक ठिकाणी वास्तवाला भिडते, परंतु त्यात अडकत नाही. या वास्तवातील रस, कस शोषून ती अधिक पुष्ट व संपन्न बनते.

वैयक्तिक आशयसूत्रात बांधली गेलेली कादंबरी एकारते. तिची वाढ उंचीच्या एकाच एका परिमाणात होते. तिला एकच मिती असते. तसे या कादंबरीचे होत नाही, कारण तिचे आशयसूत्र बहुमितींचे व प्रसरणशील आहे.

भाषेचा बाज, आवश्यक तिथे केलेल्या भाष्यातील नेमकेपणा, संवादलेखन-चातुर्य, आशयसूत्राचे कथानकात केलेले सुरेख रूपांतर, कन्सिव्ह केलेले रसपूर्ण प्रसंग ही अंगेही उत्तम आहेत.

पण यापेक्षा महत्त्वाच्या इतर काही बाबी आहेत; त्यामुळे ही कादंबरी मोठीच नव्हे, तर महत्त्वाची ठरते.

मुंबईत झालेले बॉम्बस्फोट, ९/११ ची घटना, अल् कायदाचे दूरवर पोचणारे हात, जळणारा काश्मीर या स्टिम्युली देशमुखांना आवाहन करीत असतील; परंतु Artist has an ability not to react to immediate stimuli हे तत्त्व देशमुख मानत असावेत. त्यांच्या अंतर्मनात हा विषय मुरत गेला, वाढत राहिला, त्याला निरनिराळ्या मिती मिळत गेल्या आणि जेव्हा या सर्वांचे वजन देशमुखांना असह्य झाले— या ताणातून मुक्त होण्याची निकड त्यांच्या मनाला भासू लागली व लेखन करणे अपरिहार्य झाले; तेव्हाच 'इन्किलाब विरुद्ध जिहाद'कडे ते वळले.

लेखनपूर्व आत्मनिष्ठा त्यांना चिंतनशील बनवते. त्यातून आशयविषयाच्या अपूर्वत्वातून आणि कोणत्याही विचारसरणीची गुलामी न पत्करता कलाकृतीचं शुद्ध रूप जपत तिची देशमुखांकडून निर्मिती झाली आहे, हा मला आजच्या भाषेत म्हणायचं तर युनिक सेलिंग पॉइंट वाटतो.

– प्रा. अनंत मनोहर

'मराठी साहित्यविश्वाला अभिमानास्पद
वाटणारी कादंबरी'

श्री. लक्ष्मीकांत देशमुख यांची 'इन्किलाब विरुद्ध जिहाद' ही कादंबरी मराठीतील वैशिष्ट्यपूर्ण प्रयोग मानावा लागतो. मराठी लेखक सहसा महाराष्ट्राबाहेरील पार्श्वभूमीवर लेखन करीत नाहीत, ही वस्तुस्थिती. आणि त्यातही अशा प्रयोगासाठी अभ्यास व व्यासंग यांची आवश्यकता असेल, तर त्या वाटेला जायची त्यांची तयारीच नसते. अशा **परिस्थितीत देशमुखांनी महत्त्वाच्या आंतरराष्ट्रीय समस्येला केंद्रस्थानी ठेवून तिच्यातील वास्तवाची कोर न सोडता तिच्यावर आधारित कादंबरी लिहावी; ही गोष्ट केवळ लेखकालाच नव्हे, तर एकूणच मराठी साहित्यविश्वाला अभिमानास्पद वाटायला हवी. खरे तर ही कादंबरी देशमुखांनी इंग्रजी भाषेत लिहिली असती तर तिला जागतिक ख्याती मिळाली असती, असे माझे मत आहे.**

अफगाणिस्तान या देशातील शे-पाऊणशे वर्षांमधील घडामोडींवर देशमुखांची कादंबरी आधारित आहे. जवळपास निम्मी पात्रे प्रत्यक्ष होऊन गेलेली आहेत. पण देशमुखांना या पात्रांची ऐतिहासिक हकिगत सांगायची नव्हती; त्यांच्या माध्यमातून त्यांना अफगाणिस्तानातील सर्वसामान्य स्त्री-पुरुष ज्या दिव्यातून भरडून निघाले, त्याचे दर्शन घडवायचे आहे. त्यामुळे त्यांना कादंबरीतील उर्वरित पात्रे कल्पनेने निर्माण करावी लागली. म्हणून तर या प्रसंगात ते स्वत: 'ते Fact आणि Fiction यांचे मिश्रण असल्याने Faction' असे म्हणतात. वाङ्मयाचा हा 'फॉर्म' निवडणे देशमुखांसाठी अपरिहार्यच होते. इतिहासाचे कर्ते कर्तबगार नेतेमंडळी असतात हे खरे असले; तरी इतिहासाचे 'धर्ते' सामान्य माणसेच असतात, हे लक्षात घ्यायला हवे. कार्यकर्त्या मान्यवरांची नावे इतिहासात नोंदवली जातात, पण धर्त्या जनसामान्यांची नावे केव्हाच गहाळ होतात. त्यामुळे त्यांची कल्पनाच करावी लागते. मात्र, ही काल्पनिक पात्रे खऱ्याखुऱ्या पात्रांप्रमाणे विशिष्ट व्यक्तीच असल्या, तर त्याच प्रातिनिधिक असतात. वास्तवातील विशिष्ट व्यक्ती आणि कल्पनेतील प्रातिनिधिक व्यक्ती यांचे प्रस्तुत कादंबरी म्हणजे एक रसायनच होय.

—डॉ. सदानंद मोरे

अकरा

'जाणकारांनी स्तिमित व्हावे व सामान्य वाचकांनी खिळून जावे, अशी महाकादंबरी'

आकाराने प्रचंड असूनही तिला सुसंगत असा आवाका, आशयगर्भता व भव्यता, मानवी व्यवहाराची व सृष्टीच्या गुंतागुंतीची बऱ्यापैकी समज, विस्तृत पटावर सोंगट्यांप्रमाणे विखुरलेल्या पात्रांवर घट्ट पकड, वास्तवता पोटात घेणारी कल्पनारम्यता, राजकारण-तत्त्वविचार-कथात्मक गुंतवणूक यांचे बेमालूम पेड विणण्याचे कौशल्य— अशी गुणसंपन्न व महत्त्वाकांक्षी कादंबरी मराठीत गवसणे, हा दुर्मिळ योग आहे. **लक्ष्मीकांत देशमुख यांची 'इन्किलाब विरुद्ध जिहाद' ही ९०० पानांची घसघशीत कादंबरी त्या दृष्टीने मराठी साहित्यप्रेमींना आशेचे किरण दाखविणारी आहे. विषय, आशय, विस्तार आणि खोली या सर्व गुणविशेषांमध्ये ही कादंबरी मराठीतील पहिल्या रांगेतील कादंबऱ्यांत बसू शकेल, असे म्हणणे पुरेसे नाही; विषय आणि आशय या बाबींमध्ये ती नवी वाट चोखाळणारी कादंबरी आहे.** विषय आहे अफगाणिस्तान; तेथील कोणी बादशाह, नेता, व्यक्ती वा प्रेमीयुगल नव्हे. दुर्दैवाच्या, हिंसेच्या व रक्तपाताच्या फेऱ्यात सापडलेल्या अभागी देशाची ही कहाणी. खरे म्हणजे, सामान्य वाचकांना बिचकावून टाकणारा हा विषय. पण देशमुखांनी मानवी कथेचा, *त्या देशाच्या दुर्दैवाचा, वैचारिक-राजकीय व* **हिंस्र संघर्षाचा असा काही नजारा खुलविला आहे की; जाणकारांनी स्तिमित व्हावे आणि सामान्य वाचकांनीही खिळून जावे.**

कादंबरीकाराने आपल्याच भाषेतील दुसऱ्याच्या कादंबरीचे मन:पूर्वक कौतुक करणे किती अवघड असते, हे मराठी भाषकांना— किमान साहित्यवर्तुळांना— चांगले माहीत असेल; तशी ही देखमुखांची कादंबरी आहे. **मराठी साहित्यविश्वात नवी गुणात्मक भर घालणारी आणि कदाचित नवा पायंडा पाडणारीही.**

– अरुण साधू

बारा

'धगधगत्या रक्तरंजित इतिहासाची कादंबरी!'

'इन्किलाब विरुद्ध जिहाद' ही कादंबरी जरी अफगाणिस्तानचा रक्तरंजित इतिहास अधोरेखित करीत असली तरी; धर्मांधता-हुकूमशाही यामुळे केवळ एक देशच नव्हे, तर संपूर्ण जागतिक व्यवस्था कशी अडचणीत येऊ शकते, याची मांडणी ही कादंबरी करते. मूळच्या मुस्लिम समाजातील उच्च-नीचतेच्या कसोट्या, स्त्रियांचे सर्वांगीण शोषण, अतिधर्मांधता यामुळे दहशतवाद कसा जन्म घेतो याचे अत्यंत सूक्ष्मपणे चित्रण करणारी ही मराठीतली महत्त्वपूर्ण कादंबरी आहे. अफगाण, पाकिस्तान, रशिया, अमेरिका यांच्या संबंधामुळे आणि शीत युद्धामुळे जसे जग धोक्यात आले; तसेच मार्क्स-लेनिनच्या सर्वांगीण क्रांतीतील रक्तरंजितपणामुळे समाजवादही धोक्यात आला. संशय बळावला. राजकारणाने हिडीस रूप घेतले. आंतरराष्ट्रीय पातळीवर दहशतवादाची पाळेमुळे रोवली गेली. या सगळ्यांस कारणीभूत आहे सर्वांगीण विकासाचा अभाव. आणि हा सर्वांगीण विकास फक्त लोकशाही प्रणालीमध्ये अवतरू शकतो. म्हणूनच एका भारतीयाला अफगाणचा विषय हाताळावा वाटणे, यातही देशमुखांचा लोकशाही व्यवस्थेवरचा विश्वास व प्रगल्भ जाण व्यक्त होते. अफगाणमधले चित्रण करताना मार्क्सवादसुद्धा एकांगी कसा राहतो, याचीही चिकित्सा देशमुख करतात. आंतरराष्ट्रीय पातळीवरचा विषय हाताळताना देशमुखांनी अत्यंत तटस्थपणे आणि तितक्याच तीव्र संवेदनशीलतेने हाताळला आहे. पृष्ठसंख्या जास्त असल्यामुळे पुनरुक्ती झाल्यासारखी वाटत असली, तरी अत्यंत सूक्ष्म तपशिलांमधून दहशतवाद व धर्मांधता कशी वाढीस लागते; माणसांचे स्वार्थ आणि अविवेकी, एकांगी विचार त्यांचा विवेक कसा संपवून टाकतात याचे नेमके तपशील ही कादंबरी देते. याही कादंबरीत शासन आणि प्रशासनावरच अधिक प्रकाश आहे. या दोन प्रणालींमुळे संपूर्ण व्यवस्था कशी मोडकळीस येते, याचे प्रत्यंतर ही कादंबरी देते.

– डॉ. महेंद्र कदम

तेरा

'भाषिक सौंदर्याचा एक वेगळा नमुना'

अफगाणिस्तानच्या परिस्थितीची कहाणी देशमुख यांनी अन्वर, त्याचे कुटुंबीय आणि मित्र यांच्या अनुषंगाने सांगितली आहे. ही पात्रे काल्पनिक असली, तरी त्यांची कहाणी खरी आहे. आंतरराष्ट्रीय पातळीवरील धार्मिक आणि दहशतवादाचा विषय कादंबरीतून मांडताना येऊन पडणारी जबाबदारी, त्याचे दडपण देशमुख यांनी लीलया पेलले आहे. या कादंबरीचा विषय हे देशमुख यांनी स्वीकारलेले आव्हान होते. कारण भाषा, प्रदेश, परिस्थिती आणि संस्कृती या सर्वच पातळ्यांवर देशमुखांसमोरील आव्हाने मोठी होती. या आव्हानांचे स्वरूप ही कादंबरी वाचताना लक्षात येते. देशमुखांनी या कादंबरीच्या निवेदनासाठी आणि संवादांसाठी वापरलेली भाषा अफगाणिस्तानच्या सामाजिक व राजकीय पर्यावरणाचा नेमका प्रत्यय देणारी आहे. उर्दू, हिंदी, मराठी आणि इंग्रजी भाषांचे बेमालूमपणे एकजीव केलेले मिश्रण कादंबरीत वापरले आहे. जगातील एक सुंदर प्रदेश जागतिक राजकारणाचा बळी ठरून कसा उद्ध्वस्त होत जातो, हे लेखकाने नेमकेपणाने चित्रित केले आहे. हे वास्तव प्रभावीपणे मांडण्यासाठी त्यासंदर्भातील भाषेचे उपयोजन महत्त्वपूर्ण ठरले आहे. या संदर्भातील हा संवाद पाहा, ''खरंय अन्वर, मी मिलिटरीतील कामानिमित्त अनेक देश पाहिलेत. रूस, अमेरिका, इराण... पण अपने वतन का जवाब नहीं. आणि हा काबुल पगमानचा परिस् माशा अल्ला! उपरवालेने क्या नजारा बक्शा है'' (पृष्ठ १३). ही भाषा या परिसराचे एक चित्र उभे करते. हा शांत परिसर पुढे अशांत आणि उद्ध्वस्त होत जातो. त्याचे चित्र पुढील संवादातून मुखर होते. ''गेले तीन दिवस काबुलवर आपल्या तालिबानी फौजा अंगारांप्रमाणे बरसत आहेत. मुल्ला मुहंमद रब्बानीच्या नेतृत्वाखाली आमचे नौजवां तालिब जान की बाजी लगाके लड रहे है.'' (पृष्ठ ८४६) या संवादांमध्ये येणाऱ्या भाषेत तेथील भाषिक संस्कृतीचे आणि मराठीचे एक अवीट मिश्रण तयार झालेले आहे. हा भाषेचा टोन अफगाणिस्तानची सुमारे पन्नास वर्षांची प्रदीर्घ वाटचाल सांगताना कायम टिकवला आहे. या कादंबरीच्या भाषेमध्ये येणारे दिलो दिमाग पर, महजबी संस्कार, सना पठणाचे स्वर, बेहद खूबसूरत, इरादा, बहू, शादी, काफिर, पगमान, बेशक, सच्चाई, शागीर्द, तशरीफ, इज्जत, मदहोश, अफसोस असे शेकडो उर्दू, हिंदी शब्द मराठी भाषेमध्ये चपखलपणे एकजीव झालेले आहेत.

—डॉ. नंदकुमार मोरे

चौदा

'कोण्या एका देशाची कहाणी नाही, तर जागतिक संदर्भाची गाथा'

'इन्किलाब विरुद्ध जिहाद' ही श्री. लक्ष्मीकांत देशमुख यांची कादंबरी आधुनिक मराठी साहित्यात अनेक अर्थांनी एकमेवाद्वितीय, मराठी साहित्याला नवी वाट दाखविणारी धाडसी कलाकृती आहे, असं म्हटलं तर अतिशयोक्ती होणार नाही. उच्चशिक्षित अक्षरशत्रूंची नवी पिढी वाढत असण्याच्या या काळात सव्वानऊशे पानांची कादंबरी लिहिणं, हेच एक धाडस आहे. त्यातही कादंबरीचा पट अफगाणिस्तानसारख्या देशाच्या आणि तिथल्या गेल्या अर्धशतकाच्या राजकीय, सामाजिक व धार्मिक स्थित्यंतराच्या भव्य पार्श्वभूमीवर बेतणं, हेही एक धाडसच मानलं पाहिजे.

मराठी साहित्याच्या इतिहासात भारताच्या सीमा उल्लंघून हे धाडस करणारे लेखक अपवादानेच आढळतात. त्यात विश्राम बेडेकरांची 'रणांगण' व रमेश मंत्री यांची 'महानगर' यांचा उल्लेख अपरिहार्य आहे. ही कादंबरी म्हणजे अफगाणिस्तानच्या गेल्या अर्धशतकाच्या धगधगत्या राजकीय वाटचालीची, दोन राजकीय विचार-प्रणालींच्या रक्तरंजित संघर्षाची आणि यात भरडल्या गेलेल्या अफगाणी अवामची कहाणी आहे. जागतिक महासत्तांच्या शीत युद्धात एखाद्या प्याद्याप्रमाणे निर्घृणपणे बळी गेलेल्या एका अभागी देशाची ही कहाणी आहे. या साऱ्याला पाश्चात्त्य संस्कृती व इस्लाम यांच्यातील सॅम्युएल हटिंग्टनच्या 'संस्कृती-संघर्षाच्या सिद्धान्ताची'ही पार्श्वभूमी आहे आणि त्याचबरोबर धार्मिक मूलतत्त्ववाद व आंतरराष्ट्रीय दहशतवादाच्या उगमाचा मागोवा घेण्याचाही हा एक प्रयत्न आहे. या साऱ्या संदर्भांचा संबंध आपल्या देशात धर्माच्या जोरावर राजकीय सत्ता बळकावण्याचा प्रयत्न करणाऱ्या 'भगव्या तालिबान्यांशी'ही आहे आणि म्हणूनच 'इन्किलाब विरुद्ध जिहाद' ही कोण्या एका देशाची कहाणी न राहता एक जागतिक संदर्भ बनून येते.

ही संपूर्ण कादंबरी ऐतिहासिक सत्य आणि कल्पनाविलास यांचं बेमिसाल मिश्रण आहे. अफगाणिस्तानच्या इतिहासातील अनेक वास्तव व्यक्तिरेखांच्या बरोबर अनेक काल्पनिक व्यक्तिरेखाही कादंबरीमध्ये इतक्या सहजपणे आणि कथानकाचा अविभाज्य भाग बनून वावरतात की, वास्तवापासून कल्पना वेगळी करणे जाणकारालाही अशक्य वाटावं.

– डॉ. अभिजित वैद्य

पंधरा

'वेगळ्या कथनशैलीची आगळी कादंबरी'

कादंबरी विस्तृत अवकाशात घडत, विकास पावत असते. अनेक केंद्र-आशयांची सजगतेने मांडणी करताना लेखक कथनाच्या विविध पद्धतींचा तारतम्याने उपयोग करत असतो. कादंबरी कथनरूपाचा अन्वयार्थ लावताना हे वेगळेपण विचारात घ्यावे लागते. ''आधुनिक काळातील कादंबरीकडून वास्तव चित्रणाची अपेक्षा असते. वाचकांना खरेखुरे वाटावे असे एक जग कादंबरीत उभे केलेले असते. वास्तव हे अनेक पदरी, अनेक केंद्री असते. स्थळ-काल-घटिते यांच्या साह्याने कादंबरीकार वास्तवाची रचना करतो. बाह्य जगातील व्यक्तींशी, स्थळांशी, घटितांशी साधर्म्य हा वास्तवविषयीचा एक दृष्टिकोन आहे. मन आणि विचार असलेल्या विविध व्यक्तींची समजात गुंतागुंत असते. कादंबरीकार केवळ घटनांचे चित्रण करीत नसतो, तर त्या घटनांमध्ये सामील असलेल्या व्यक्तींच्या मनांचीही क्रिया-प्रतिक्रिया, उलघाल व्यक्त करतो. कादंबरीकार स्वत:शी वास्तवाचे आकलन करून घेतो, त्याचा अर्थ लावतो आणि मग त्याचे चित्रण करतो. हे चित्रण करताना कथनाच्या निवेदनाच्या कोणत्या पद्धती वापरायच्या, हेही ठरवतो. (वसंत डहाके : मराठीतील कथनरूपे, पृ. १२७) हे ठरविणे कादंबरीच्या बाबतीत महत्त्वाचे असते. या निवेदनाच्या कृतीतून हा सगळा व्यवहार अभिव्यक्त होत असतो. कादंबरीतील कथानक, घटना आणि पात्रे कथनातूनच आविष्कृत होतात. त्यांच्या अवतरण्याचे महत्त्वाचे सूत्र हे कादंबरीतील कथनतंत्रामध्ये असते. कादंबरीतील जग कथनातून वाचकापुढे येते. म्हणजे या कथनातून कादंबरीतील कथा आकार घेते. 'इन्किलाब विरुद्ध जिहाद' या बृहत्कादंबरी संरचनेच्या आशयाचा आविष्कार करताना लक्ष्मीकांत देशमुख यांनी कथाबाह्य (तृतीय पुरुषी) कथनपद्धतीचा वापर प्रामुख्याने केला आहे. समूहजीवनाची वाटचाल व्यापक पटावर चित्रित करताना कथनासाठी हा कथाबाह्य निवेदक उपयुक्त ठरतो.

– दत्ता घोलप

सोळा

अनुक्रमणिका

सतरा

विवेचना

'इन्किलाब विरुद्ध जिहाद' ही लक्ष्मीकांत देशमुख यांची ऐतिहासिक दस्तऐवजासमान असणारी कादंबरी इ. स. २००४ मध्ये प्रथम प्रसिद्ध झाली. तिची ही संपादित अशी दुसरी आवृत्ती नऊ-दहा वर्षांच्या कालावधीनंतर प्रकाशित होत आहे.

शिक्षक, प्राध्यापक, डॉक्टर, वृत्तपत्र व्यवसायाशी संबंधित व्यक्ती यांसारख्यांनी आजवर मराठीमध्ये कादंबरीलेखन केलेले दिसते. प्रशासकीय व्यवस्थेतील उच्चपदस्थांनी मराठी कथा-कादंबरी लेखनाकडे वळण्याची प्रथा अगदी अलीकडच्या काळातील आहे आणि ती स्वागताई आहे. भारत सासणे, विश्वास पाटील या श्रेणीत लक्ष्मीकांत देशमुखांचा अंतर्भाव करावा लागेल. प्रशासकीय सेवेत जनसंपर्क विविध प्रकारचा आणि जास्त असतो. या विस्तृत अनुभवविश्वात संवेदनशीलता बोथट होण्याचा जसा धोका असतो तसाच मानवी जीवनाच्या विविध अंगांचे, कधीकधी अकल्पित अशा वास्तवाचे दर्शन घडून ही संवेदनशीलता एका वेगळ्याच रूपात व्यक्त होण्याचा संभवही असतो. १९७८ ते २००३ अशा पंचवीस वर्षांच्या कालावधीतील अफगाण जीवनातील उलथापालथींचा आलेख मांडण्याचा देशमुखांचा प्रयत्न हा एका संवेदनशील मनाचा अनोखा प्रयत्न आहे.

छत्रपती शिवाजी महाराज ते पेशवे या ऐतिहासिक काळावर आणि पौराणिक काळावर मराठीत प्रामुख्याने कादंबरीलेखन झालेले दिसते. त्यानंतर स्वातंत्र्यपूर्व ब्रिटिश काळातील काही व्यक्तींवर चरित्रात्मक कादंबरीलेखन झालेले दिसते. पण सम्यक राजकीय वातावरणाचा वस्तुनिष्ठ आधारावर विचार करून त्याचे व्यक्तीच्या जीवनावर होणारे परिणाम अशा अंगाने कादंबरीलेखन झालेले दिसत नाही. 'इन्किलाब विरुद्ध जिहाद'ही केवळ ऐतिहासिक कादंबरी नाही. ऐतिहासिक घटनांच्या पार्श्वभूमीवर व्यक्तींच्या मनातील वैचारिक आंदोलने रेखाटण्याचे मराठी कादंबरीत अभावानेच होणारे काम देशमुखांनी कौशल्याने केले आहे.

राजेशाही, हुकूमशाही, दोन कम्युनिस्ट राजवटी आणि मग मुजाहिदीन आणि

तालिबान यांनी छेडलेले धर्मयुद्ध अशा अफगाणिस्तानातील स्थित्यंतरांचे ऐतिहासिक व राजकीय अंगाने देशमुख दर्शन घडवतात. त्यासाठी त्यांनी भरपूर अभ्यासही केलेला दिसतो. पहिल्या आवृत्तीमध्ये दिलेली संदर्भसूची पाहिल्यास याचा प्रत्यय येईल. पण 'इन्किलाब विरुद्ध जिहाद' हा अफगाणिस्तानच्या इतिहासावरचा ग्रंथ नाही, की ऐतिहासिक विश्लेषण करणारा ग्रंथ नाही. उदाहरणार्थ, रशियन सैन्य अफगाणिस्तानात आल्यावर काही वृत्तपत्रांनी त्याचे केलेले समर्थन यात येते पण त्याची चर्चा न होता हादीसबाबतचे राम स्वरूपांचे मत या कादंबरीत फक्त मांडले जाते. अवामचे म्हणजे जनतेचे शोषण करणारे मुल्ला-मौलवी व जमिनदार कम्युनिस्टप्रणीत सौरक्रांतीला विरोध करणारे होते असे निवेदन येते; पण त्याचे राजकीय व सामाजिक भान ठेवून केलेले विश्लेषण किंवा त्याचे विविध ऐतिहासिक पदर दाखविले जात नाहीत. इस्लाममधील तत्त्वज्ञानाचा विचार करणारी पुस्तके संदर्भसूचीत आहेत. पण करीमुल्लाच्या व्यक्तिरेखेत त्याचा सर्वांगाने विचार होणे शक्य नाही. म्हणून ही कादंबरी, कादंबरी आहे. वैचारिक इतिहास-विश्लेषण किंवा अफगाणिस्तानाबाबतचे राजकीय विश्लेषण नव्हे.

ही राजकीय स्थित्यंतरांची कादंबरी असल्यामुळे किंवा लेखकाचे उद्दिष्ट राजकीय स्थित्यंतरांचे दर्शन घडविणे हे असल्यामुळे या कादंबरीत नायक किंवा प्रधान व्यक्तिरेखा अशा गोष्टी नाहीत. पण व्यक्तिरेखांकडे लक्ष नसल्यास मनोवास्तवाकडे दुर्लक्ष होण्याचा धोका संभवतो किंवा कादंबरीलेखन म्हणजे बाह्य घटनांचे वृत्तांकन होण्याचाही धोका संभवतो. हे धोके टाळणे म्हणजेच इतिहासलेखनाकडून साहित्यलेखनाकडे वळणे.

अन्वर आणि करीमुल्ला या दोन व्यक्तिरेखा देशमुखांनी प्राधान्याने उभ्या केल्या आहेत. अन्वर हा साम्यवादी प्रणालीने भारावलेला. राजकीय घटनांमधील किंवा राजकीय पटावरचे ते केवळ एक प्यादे नाही. तो एक संवेदनशील माणूस असून, कौटुंबिक आणि मित्रमंडळाच्या संबंधात गुरफटलेला साक्षी-कार्यकर्ता आहे. राजकीय नाट्यातील अमानवी कृत्ये त्याला अस्वस्थ करतात. तत्त्वप्रणाली आणि व्यवहार यातील विसंगती त्याची बुद्धी टिपते. राजकीय नेत्यांमध्ये अभावानेच आढळणारी विरुद्ध बाजू समजून घेण्याची कुवत त्याच्यामध्ये आहे. आप्तेष्टांचा साम्यवादाला असणारा विरोध स्वतःची साम्यवादावरची निष्ठा ढळू न देता तो उदारपणे स्वीकारतो. करीमुल्ला हे इस्लामचे अभ्यासक इस्लामप्रणीत राज्यव्यवस्था असण्याचे स्वप्न बाळगणारे. इस्लामी तत्त्वज्ञानाचा स्वतःच्या बुद्धीला पटेल, असा

पारंपरिक अर्थ लावणारे आणि स्वत:चे वर्तन व स्वत:ची मूल्ये इस्लामविहित मार्गाने जपणारे धर्मतज्ज्ञ. कम्युनिस्टांचा निधर्मवाद जसा त्यांना मान्य नाही तसाच सत्तालोलुप मुजाहिदींचा आणि अफूचा व्यवसाय करणाऱ्या तालिबानी यांचा तत्त्वांना मुरड घालणारा आक्रमक इस्लामी मार्गही त्यांना मान्य नाही.

एक प्रकारे या दोन्ही आदर्शवादी व्यक्तींची राजकीय उद्दिष्टे गाठण्याच्या प्रयत्नांची स्वार्थी व सत्तालोलुप सहकाऱ्यांमुळे झालेली फरफट हा या कादंबरीचा एक महत्त्वाचा भाग आहे. अर्थात, राजकीय घडामोडी या दोन व्यक्तिरेखांना उठाव देण्यासाठी केवळ पार्श्वभूमी म्हणून वापरलेल्या नाहीत. या अर्थाने ही कादंबरी व्यक्तिप्रधान नाही. दोन राजकीय तत्त्वप्रणालींचा संघर्ष हाच या कादंबरीचा गाभा आहे. या संघर्षात अटळपणे होणारी माणसांची अधोगती, त्यांची तडफड, त्यांचा शोकांत, त्यांचे थक्क करणारे नैतिक पतन, त्यांच्या कौटुंबिक समस्या व त्याला सामोरे जाताना त्यांनी केलेली मूल्यहीन तडजोड या गोष्टी अनुषंगानेच दाखविल्या जातात. कादंबरीच्या शीर्षकातूनही तत्त्वप्रणालींचा संघर्ष हा विषय मुख्य असल्याचे प्रतीत होते.

टॉलस्टॉयची 'वॉर ॲण्ड पीस' ही कादंबरी युद्धाचे प्रत्ययकारी चित्रण करते. युद्धामागील राजकीय प्रवाहांचे रूप दाखविते; पण कादंबरीचा मुख्य विषय हा युद्धाचा मानवी जीवनावर होणारा परिणाम, हा आहे. युद्ध, युद्धात होणारी वाताहत या गोष्टी मानवी जीवनातील घडामोडींसाठी पार्श्वभूमी तयार करतात. 'इन्किलाब विरुद्ध जिहाद' या कादंबरीची रचना बरोबर याविरोधी आहे. तत्त्वप्रणालींचा संघर्ष हा प्रमुख विषय असणारी कादंबरी मराठीत नाही; देशमुखांचे लेखन या दृष्टीने लक्षणीय आहे.

अफगाणिस्तानचा भौगोलिक परिसर हा राजकीय घडामोडींच्या संदर्भात मांडला जातो. पगमान, काबूल, कंदाहार, पेशावर; तसेच मास्को, इस्लामाबाद, तेहरान ही स्थाने वेगवान घडामोडींच्या संदर्भात निर्देशित होतात. या स्थळांचा लेखकाचा अभ्यास, त्यांचे तपशील देण्यातील कसब या गोष्टी अभ्यासाविना अशक्य आहेत. स्थळकाळातील काल्पनिकता पूर्णपणे हरवून निखळ वास्तव उभे करण्यामुळे आणि अनेक राजकीय घडामोडींच्या पुराव्यासाठी तपशील देण्यामुळे कादंबरीची वास्तवाबाबतची विश्वासार्हता खूप वाढली आहे. याचा परिणाम अर्थातच वाचनीयतेवर होतो. ज्या औत्सुक्याने वृत्तपत्रातील राजकीय घडामोडी वाचल्या जातात त्याच औत्सुक्याने ही कादंबरीही वाचनीय होते.

कादंबरी अफगाणी घटनांची विश्वासार्हता वाढविण्यासाठी देशमुख अफगाणी भाषेचा वापर करून घटनांचा संदर्भ मजबूत करतात. अफगाणिस्तानात पाश्तो आणि

दारी या भाषा प्रामुख्याने बोलल्या जातात. त्याचबरोबर पठाणेतर टोळीवाले उझबेकी, नुरीस्तानी, पाशायर्या, बलुची यांसारख्या भाषा बोलतात. पण पाश्तो किंवा अफगाणी किंवा पठाणी भाषा जास्त प्रचलित आहे. पाश्तो ही अवेस्तापासून उमजलेली आणि म्हणून पर्शियनशी साधर्म्य असणारी. कादंबरीतील संवादात देशमुखांनी पर्शियन पाश्तो शब्दांचा वापर जाणीवपूर्वक व कौशल्याने केला आहे. कादंबरीतील परकीय भाषांचा वापर हा वातावरणनिर्मितीसाठी केला जातो. त्याचा भाषिक अस्सलपणा हा अपेक्षित असला तरी आवश्यक नसतो. यादृष्टीने या भाषांतील अनेक शब्दांचा वापर मराठी वाचकाला समजेल, अशा रीतीने जागोजागी केला आहे. कादंबरीचे हे वैशिष्ट्य लक्षणीय आहे. भाषेखेरीज इतर सांस्कृतिक रीतीरिवाजांचा-पोशाख, अन्नपदार्थ, शेती, दळणवळण, राग, आदर, भीती, आनंद यांसारख्या मानवी भावनांच्या आविष्कार पद्धती वगैरे मात्र खास वापर लेखकाने केलेला नाही.

२

कादंबरीलेखनात वास्तवाचा खरेपणा ठसविण्यासाठी चांगले लेखक नेहमीच तपशील देतात. कादंबरीतील उभे केलेले वास्तव हे सत्य आहे, असा आभास त्यातून निर्माण होतो. 'रावण ॲण्ड एडी' या कादंबरीत किरण नगरकर मुंबईच्या माझगावमधल्या चाळीचे, तिच्या रचनेचे, तिच्या भोवतालचे, तिच्यातील बऱ्या- वाईट ऐहिक सोयी गैरसोयींचे अनेक तपशील कधी थेटपणे मांडून, तर कधी कथनाच्या आश्रयाने अनेक तपशील देऊन कादंबरीचे वास्तव सच्चे करतात. 'बटाट्याची चाळ' मध्ये पु. ल. देशपांडे कथनाचा रोख विनोदनिर्मिती हा ठेवूनही हेच तपशील देतात. दर्जेदार साहित्यकृतींप्रमाणेच गुप्तहेर कथा, गूढकथा यांसारख्या लोकप्रिय 'थ्रिलर' किंवा सनसनाटी वाङ्मयातही परिणामकारकतेसाठी तपशील काटेकोरपणे दिले जातात. वातावरण उभे करण्यासाठी मोजकेच पण सुसंबद्ध तपशील देण्याची अगाथा ख्रिस्ती यांची हातोटी विलक्षण आहे. वातावरण किंवा संदर्भनिर्मिती हे कार्य कवितेत आवश्यक नसले तरी कथा- कादंबरीत महत्त्वाचे असते. वेगळ्या शब्दांत सांगायचे झाल्यास कथनात्मक साहित्यात संदर्भाचा निर्देश करण्याचे कार्य महत्त्वाचे असते. राजकीय संदर्भाचे निर्देशन प्रभावीपणे करणाऱ्या रंगनाथ पाठारे यांची 'ताम्रपट', अरुण साधूंची 'मुंबई दिनांक' यासारख्या मराठी कादंबऱ्यांच्या श्रेणीत लक्ष्मीकांत देशमुखांची 'इन्किलाब विरुद्ध जिहाद' ही कादंबरी जाऊन बसते.

साहित्याचे साहित्यत्व हे त्यातील काव्यात्मकतेच्या कार्याच्या प्राधान्यावरून ठरते. काव्यात्मकतेची कमी-अधिक मात्रा त्या साहित्याची साहित्यिक गुणवत्ता ठरवते.

बावीस

कथनात्मक साहित्याच्या संदर्भात काव्यात्मकता ही लेखकाच्या त्या साहित्यकृतीतून प्रतीत होणाऱ्या सम्यक दृष्टिकोनातून प्रतीत होते. कथेची ऐतिहासिक चौकट असलेली शेक्सपिअरची हॅम्लेट, मॅक्बेथ, 'अँटनी अँड क्लिओपात्रा', 'रिचर्ड द थर्ड' किंवा अगदी 'ऑथेल्लो', 'किंग लिअर'सारखी नाटके केवळ निर्देशनकार्यावर थबकली असती, तर कालौघात विस्मृतीत गेली असती. 'अॅना करेना'ची जीवनकहाणी केवळ काल्पनिक, दीर्घ चरित्रकथा होऊन लुप्त झाली असती; पण प्रेमाच्या भावनेमागची मानवी जीवनातील गुंतागुंत, मानसिक उलघाल, वासना आणि भावना यांतील संबंध याबाबतच्या सखोल चिंतनातून आकाराणारे दृष्टिकोन अॅना आणि क्लिओपात्रा या व्यक्तिरेखा संस्मरणीय करतात.

देशमुखांच्या 'इन्किलाब विरुद्ध जिहाद' मध्ये अन्वर आणि करीमुल्ला या व्यक्तिरेखांतून कादंबरीकार 'काव्यात्मकते'चे कार्य साधण्याचा प्रयत्न करतो. अन्वर हा प्रशिक्षण आणि श्रद्धा या दोन्ही बाजूंनी साम्यवादी, धर्मवादातील फोलपणा, त्यातून होणारे शोषण, त्याद्वारे लादले जाणारे अज्ञान व तर्कदृष्टता याची त्याला जाण आहे आणि म्हणूनच तो धर्मवादाविरुद्ध आहे. साम्यवादी आहे. सामाजिक जीवनात आमूलाग्र क्रांती अफगाणी व्यक्तीच्या अफगाणी 'अवाम'च्या– जीवनात होण्यासाठी साम्यवादाचा आश्रय हाच एकमेव उपाय म्हणून तो मानतो. पण तराकी किंवा अमीनप्रमाणे साम्यवादाच्या आग्रहात, त्याच्या राजकीय स्थापनेत त्याचा कोणताही वैयक्तिक स्वार्थ नाही, सत्तेची अभिलाषा नाही की राजकीय कारस्थानी प्रेरणा नाही. त्यामुळेच दोन सौरक्रांती होऊनही समाजरचनेत फरक पडला नाही, याची खंत त्याला आहे. अपयशामागे सामान्य माणसाच्या सश्रद्ध मनाचा साम्यवादी वर्तनातून होणारा अधिक्षेप त्याला जाणवतो, त्याला व्यथित करतो. साम्यवादावरील त्याची निष्ठा अढळ आहे; पण कट्टर नाही. राजकीय व्यवस्थेत निर्माण होणाऱ्या विसंगती, उद्दिष्टांतील परस्परविरोध तो समजू शकतो. पण त्याच्याकडे उपाय नाही हेही खरे. हॅम्लेटचे द्वंद्वही याच प्रकारचे. एकीकडे अनीती, अन्यायाने लडबडलेले मानवी रूप तर दुसरीकडे यावर उपाय शोधण्यातून येणारी अगतिकता हा हॅम्लेटचा पेच आहे. पण हॅम्लेट अन्वरसारखा थबकत नाही, भावनिक आणि वैचारिक स्पंदनातील विरोध यातून जाताना मानवी जीवनाची एक वेगळीच जाणीव त्याच्यातून उलगडत जाते. अन्वर हा फक्त तटस्थ, अलिप्त साक्षीदार राहतो. विकसित होत गेलेले अन्वरचे पात्र असे मध्येच कुंठित होते.

करीमुल्ला ही व्यक्तिरेखा इस्लामियतची वैचारिक बाजू मांडणारी आहे. इस्लामचे सर्व आचार न चुकता सश्रद्धेतेने पाळणारी अशी व्यक्तिरेखा आहे. या

तेवीस

आचारामागची, मानवी समूहजीवन सुखावह करण्यामागची इस्लामिक तत्त्वज्ञानाची प्रगल्भ जाण करीमुल्लांना आहे. इस्लाममागील तत्त्वज्ञानाच्या सर्वंकष विचार त्यांच्यातून लेखक मांडू शकत नसला तरी समाजजीवनाला पोषक अशी एक विस्तृत दृष्टी करीमुल्लांच्या व्यक्तिरेखेतून मांडली जाते. साम्यवादाला त्यांचा असणारा विरोध हा भक्कम वैचारिक पायावर आधारलेला नसला, तरी त्याच्या व्यावहारिक अपयशातून ते मांडतात. म्हणजेच करीमुल्लांची व्यक्तिरेखा ही अन्वरइतकीही समृद्ध केली जात नाही पण अन्वरप्रमाणे त्यांना साम्यवादातील – उलट बाजूकडील – चांगल्या गोष्टी दिसत नसल्या, तरी धर्मवादातील मानवी अपुरेपणाने निर्माण होणाऱ्या विसंगती, विरोध त्यांचे मन टिपते. दृष्टिकोनातील औदार्य दोन्ही व्यक्तिरेखांत समान आहे; पण अन्वरप्रमाणेच करीमुल्ला या टप्प्यावर थबकतात. त्यातून वेगळी अशी जीवनविषयक धारणा विकसित होत नाही.

परस्परांच्या विरोधात उभ्या ठाकलेल्या या दोन विचारधारा देशमुखांनी फार कौशल्याने, लेखकाच्या सहाय्याने मांडल्या आहेत. मराठी कादंबरीत सहज सुलभतेने येणारी भावप्रवणता या कादंबरीत नाही. मराठी कादंबरीत अभावानेच आढळणारी वैचारिक प्रौढता यात आहे. पण जीवनविषयक एक वेगळी जाणीव सहजपणे निर्माण करण्याचे काव्यात्मकतेचे जे महत्त्वाचे अंग असते, ते येथे फार क्षीण स्वरूपात येते.

याचे कारण कदाचित तपशील देण्याचे ओझे होणे, हे असावे. देशमुखांनी दिलेली संदर्भसूची पाहिली, तर राजकीय विश्लेषण व राजकीय इतिहास या विषयांवरील ग्रंथांचे प्राबल्य त्यात दिसते. कथनामध्ये अनेक ठिकाणी त्यामुळे वार्तापत्रासारखे निवेदन येते. राजकीय विश्लेषणात ज्या विषयाचे विश्लेषण करायचे किंवा ज्यावर भाष्य करायचे तो विषय वाचकाला माहीत आहे, असे एक गृहीतक असते. पण कादंबरीत ते जसेच्या तसे उद्धृत करताना त्याचा संदर्भ द्यावा लागतो. समान विषयावर परस्परांना छेद देणारी विश्लेषणे वृत्तपत्रात राजकीय विषयावरच्या ग्रंथात संभवतात. पण कादंबरीत संदर्भ न दिल्यास त्यातली विसंगती फक्त दिसते. अन्याय सहन करणारी अवाम आणि बंड करणारी अवाम, धर्मवादाने घुसमट होणारी अवाम आणि धर्मवेडाने साम्यवादाला विरोध करणारी अवाम हे संदर्भ स्पष्ट न झाल्यास, तिचे केवळ उल्लेख हे परस्परविरोधी वाटतात. कादंबरीतले वास्तव चांगला साहित्यिक खूप सावधपणे, सुसंगतपणे आणि अखंडपणे निर्माण करतो. शास्त्रीय ग्रंथांचा वापर करताना, हे भान सुटता कामा नये. देशमुखांच्या कादंबरीतील तपशील हे स्पृहणीय आहेत; पण त्यांची मांडणी ही कादंबरीतील वास्तव अधिक सलगपणे, अधिक सजगपणे निर्माण करण्यासाठी परिश्रमाने करायला हवी.

चोवीस

मुख्य म्हणजे साहित्यात निर्माण केलेले वास्तव आणि त्यातून व्यक्त होणारा जीवनविषयक दृष्टिकोन हे नाण्याच्या दोन बाजूंप्रमाणे अभेद्य असतात. बाह्य जगाचे तपशील हे केवळ तपशील म्हणून आले तर काव्यात्मकता हरवते. काव्यात्मकतेच्या कार्याच्या अनुषंगानेच साहित्यात तपशील यायला हवेत.

'जवळपास दोन तास मनसोक्त भटकल्यानंतर काहीसा दमलेला अन्वर लेनिन टेकडीसमूहातील सर्वांत उंच टेकडीवर एका झाडाखाली बसला होता. त्यानं खिशातून लायटर काढला व तो त्याच्याशी खेळू लागला. त्या गोड वाजणाऱ्या सिग्नेचर ट्यूनमुळे सलमाची याद ताजी झाली. अन्वर डोळे मिटून एकाग्रपणे ऐकू लागला. बंद नजरेसमोर सलमा व शाहीदची आकृती तरळत होती.' (पृ. ५९)

यामध्ये मॉस्को सोडून जायच्या कल्पनेने निर्माण झालेली अन्वरची भावस्थिती, लेनिन टेकड्यांचा नैसर्गिक परिसर, लायटरचा उल्लेख, लायटरवरची धून, त्याच्याशी संबंध असणारी सलमा व शाहीद, अन्वरचे सलमा व शाहीदशी असणारे संबंध अशी वास्तविके आणि मनोवस्था यांचे एक सलग वास्तव निर्माण होते. यात एकही तपशील अनाठायी वाटत नाही. उलट तुरुंगातून सुटून आलेला झाकीर अधाशासारखा जेवतो, या तपशिलानंतर अजूनही जमिलाची झाकीरला घातलेली घट्ट मिठी सुटली नव्हती. (पृ. १८०) हा तपशील किंवा 'तिची तडफडणारी काया बाहू फैलावत शांत झाली, तेव्हा तिचा उजवा हात तिच्या नवऱ्याच्या पायापर्यंत पोचत त्याच्या बुटावर विसावला होता!' (पृ. १७८) यासारखे तपशील हे निरुद्देश आणि म्हणून निरर्थक वाटतात. अनेक पाश्चात्त्य कथा, कादंबरीकार आपला लेखननिर्मितीचा पहिला झपाटा ओसरला की वेगवेगळ्या अंगांनी विचार करत पुन्हा वाचतात. या प्रक्रियेत पुनर्लेखन आणि अनावश्यक तपशिलांची काटछाट हा सुरुवातीला अगदी सहजपणे करता येण्याजोगा टप्पा असतो. सांकल्पनिक पुनर्मांडणी किंवा नवी जोडणी किंवा नवी मूस तयार करणे, हा याच्या पुढचा टप्पा. मूळ कादंबरी दुसऱ्या आवृत्तीसाठी पुनर्संपादित करताना किमान पहिल्या टप्प्यावरचे काम करायला हवे होते, असे वाटते.

३

राजकीय विषयावरच्या साहित्यामध्ये व्यक्तीऐवजी एखादा समाज, सामाजिक विषयावरच्या साहित्यामध्ये एखाद्या समाजाबरोबर एखादा परिसर हे प्रधान केंद्र म्हणून असू शकतात. तसे असेल तर समूहजीवन, परिसर-अंगे यांचे चित्रण कौशल्याने करावे लागते. व्यक्तिचित्रणापेक्षा त्याचे तंत्र व त्याचे कसब वेगळे असते. विश्वास पाटलांची 'झाडाझडती' किंवा आनंद यादवांच्या 'गोतावळा' मध्ये थोड्याफार

पंचवीस

प्रमाणात हे प्रयत्न झालेले आहेत. व्यंकटेश माडगूळकर आपातत: व्यक्तिचित्रे वाटणाऱ्या लेखनातून माणदेशाचा परिसर रचत जातात.

अफगाणिस्तानातील तीस वर्षांतली सत्तांतरे आणि त्यामागची अफगाणिस्तानच्या परिसराची पार्श्वभूमी हा 'इन्किलाब विरुद्ध जिहाद' याच मुख्य विषय मानला, तर काय दिसते? सत्तासंघर्ष आणि वास्तव कसे उभे केले जाते.

सरळ निवेदन हे एक तंत्र देशमुख प्रामुख्याने वापरतात.

'प्रथमच अफगाण पुरुष भीतीच्या छायेखाली वावरू लागला होता. ऐतिहासिक काळापासून अफगाण हा निर्भय व शूर म्हणून जगात मशहूर होता. जगात अफगाणिस्तान हे एकच राष्ट्र साऱ्या जगावर सत्ता गाजवणाऱ्या इंग्रजांना गुलाम करता आलं नव्हतं. तसाच तो झारिस्ट रशियाला व आजची महासत्ता असलेल्या साम्यवादी सोव्हिएत युनियनलाही दबला नव्हता. याचं कारण शूर, निर्भय व धडाडीचा अफगाण समाज, असा पूर्ण देशाचा अभिमान होता! त्याला आता तडा गेला होता. सारा समाज भीतीखाली वावरू लागला होता. (पृ. १४६)

हे लेखन वृत्तपत्रीय थाटाचे आहे. अफगाण जनतेविषयीची प्रतिमा निर्माण करण्यात यामध्ये अंतर्विरोध आहे. संदर्भ आहे कम्युनिस्ट सत्तेचा. आधीच्याच परिच्छेदात कम्युनिस्टांचा रोख दाऊदखान या हुकूमशहाच्या आणि जहीरशाहाशी संबंधित लोकांना नष्ट करण्याकडे होता, असे म्हटले आहे. त्याविषयी लोकांना चीड नव्हती. जमीनदार व मुल्ला-मौलवींविरुद्धही सरकारी यंत्रणा कार्यरत होती. अवामला त्यांच्याबद्दलही प्रेम नव्हतं. पण धर्मगुरू व सर्वसामान्य नोकरदारांवर जेव्हा सत्तेचा अंकुश येऊ लागला तशी अवाम बिथरली. म्हणजे अवाम सोशीकही आहे व सत्तेपुढे नमते घेणारी आहे.' वरील परिच्छेदातील शेवटची ओळही सर्वसामान्यांची भिडस्त वृत्ती दाखविते. मग अफगाणी बंडखोरांची प्रतिमा उभी कशी राहणार? अफगाणी माणसाविषयीचे सर्व गुणवर्णन हे खरे कसे वाटणार? कुठलाही समाज हा एकसंधपणे निर्भय, प्रामाणिक, भ्रष्टाचारी, धार्मिक, विचारशील, राष्ट्रीय वृत्तीचा वगैरे नसतोच. कदाचित लेखकाला हे वास्तव माहीत असावे. सबंध कादंबरीभर अवामच्या उल्लेखात ती एकसंधपणे बोटचेपी, कधी बंडखोर तर कधी धर्मश्रद्ध आहे, असे म्हटले जाते.

तसे म्हणणे त्या त्या वेळेपुरते आवश्यक संदर्भ म्हणूनही येत असेल; पण या वृत्तपत्रीय निवेदनातून कादंबरीसाठी जनसमूहाचे एक सलग वास्तव निर्माण होत नाही. वृत्तपत्रीय निवेदनातल्या वैचारिक त्रुटी याही जाणवतात. वृत्तपत्रीय लेखन म्हणून हे एक 'पोझ' घेणारे लेखन आहे, असे सहजपणे जाणवते. उदाहरणार्थ ब्रिटिशांना अफगाणिस्तानावर पूर्ण सत्ता हवी होती पण अफगाणी जनतेने ब्रिटिशांना

नमवले, हे गृहीतक संशयास्पद वाटते. अफगाणिस्तानचा भौगोलिक दृष्टीने विचार केला, तर तत्कालीन ब्रिटिश सत्तेला त्यातून व्यापार व उद्योगासाठी फार काही मिळालेच नसते. म्हणून ब्रिटिश फारसे अफगाणिस्तानच्या मागे लागले नाहीत. सोव्हिएतचा अफगाणिस्तानावर डोळा होता तो प्रादेशिक सलगता आणि खनिजे यासाठी. वेळ येताच रशियन सत्तेने निर्भय अफगाणी अवामला दडपलेच.

अर्थात, हा प्रश्न ऐतिहासिक सत्याचा नाहीच. कादंबरीत उभे केलेले वास्तव ऐतिहासिक साम्य किंवा योग्य अर्थान्तरणासाठी केलेले नसतेच. 'स्वामी'तील रमा-माधव प्रेम ऐतिहासिक सत्य असण्याची गरज नाही. साहित्य आणि इतिहास यांची गल्लत अज्ञानापोटी होते. इतिहास हा साहित्यासारखा — म्हणजे कथेसारखा — मांडणाऱ्या व्यक्तीला इतिहासकार मानणे हेही अज्ञानजन्य असते.

प्रश्न मांडलेल्या वास्तवाच्या एकसंधपणाचा, विश्वासार्ह अनेकविधतेचा आणि कादंबरीच्या परिणामाला असणाऱ्या पूरकतेचा आहे.

तरानाचा गॉड फादर पीटर. हेर म्हणून आलेली तराना अन्वरच्या प्रेमात पडते. हेरगिरी बाजूला सारते. पीटर तिचा बॉस - के.जी.बी मधला. तिला मुलगी मानून के.जी.बी.मधून सूट देणारा. कठोर राजकीय वास्तवात व्यक्तिनिष्ठ संवेदनांना स्थान नाही, हे दाखविण्यासाठी तरानाची राजकीय भूमिका अन्वरला शेवटी कळवून देशमुख एक चांगली नाट्यमयता साधतात. मानवी मूल्यांचे अवमूल्यन दाखविणे, हा तिचा उद्देश याला पूरक असा पीटरचा मानवी चेहरा आणि त्याचे राजकीय पद यातले संबंध हे या अपेक्षित उद्दिष्टाला पूरक अशा तऱ्हेने आले असते, तर तरानाची घुसमटीची, असाहाय्यतेची भावस्थिती अधिक गहरी झाली असती. पण लेखक कोरडी वास्तविके देऊन ही संधी गमावतो.

'पीटर के.जी.बी.चे क्रमांक दोनचे अधिकारी. करमालनं सत्तेवर आल्यावर आपल्या मॉस्को भेटीत त्यांच्यासाठी शब्द टाकूनही ब्रेझनेव्हनी त्यांना के.जी.बी. प्रमुख केलं नव्हतं. म्हणून आजही ते नंबर दोनच होते. एका परक्या देशाच्या राष्ट्रप्रमुखाकडून वशिला लावण्याचा आणि दडपण आणण्याचा पीटरनं केलेला प्रयत्न पीटरला अंतिमत: महागात पडला असावा. त्यांची कामाबाबतची निष्ठा आजही अढळ होती व आता पुन्हा एकवार गोर्बाचेव्ह युगात गुणवत्तेप्रमाणे ते के.जी.बी. चीफ होण्याची महत्त्वाकांक्षा बाळगून होते.' (पृ. ४)

हे निवेदन उघडपणे निवेदकाच्या दृष्टीने केलेले. ते ऐतिहासिकदृष्ट्या कितपत खरे, ही शंका येणे रास्त आहे; पण त्याहीपेक्षा ते कथनाच्या उद्दिष्टाला पूरक नाही किमान त्याच्याशी संबंध नाही हे दिसते.

सत्तावीस

कादंबरीची पार्श्वभूमी विस्तृत राजकीय पटल असताना काठावरचे राजकीय तपशील हे अपेक्षित परिणामाशी थेटपणे संबद्ध नसण्याची शक्यता असते. अशावेळी केवळ राजकीय वृत्तांकन दोषास्पद होत नाही. इस्लामी परिषदेचे वर्णन (पृ. २५९), कम्युनिझमच्या विरोधातला मोर्चा (पृ. ७०) यांसारखी वृत्तांकने याची उदाहरणे. पण सर्वच वास्तव वृत्तांकनावर सोडल्यास घटनांना तुष्ट करणारे रचित वास्तव क्षीण होते किंवा विस्कळीत होते.

कादंबरीतील निवेदक हा कादंबरीतील वास्तव रचत जातो. निवेदक हा या वास्तवाचा बोलका किंवा भाष्यकार कर्ता असतो. भाष्यकार कर्त्याविनाही कादंबरीलेखन - कथन - होऊ शकते. भाष्यकार कर्त्याचे कार्य अगदी काठावर ठेवून व्यक्तिरेखांकडून किंवा व्यक्तिरेखांच्या दृष्टीने कथन संभवते. या संमिश्र कथनशैलीचा प्रयोगही अनेक कथा-कांदबरीकार करतात. 'इन्किलाब विरुद्ध जिहाद'मध्ये निवेदक भाष्यकार कर्ता आहे. तो क्वचितच पात्रांना निवेदन करू देतो. सर्वसाक्षी निवेदकाचा एक फायदा असा, की स्थल आणि काळ यामध्ये त्याचा अनिर्बंध मुक्त संचार असतो. चित्रपटातील कॅमेऱ्याप्रमाणे तो हवे तसे, हवे तेव्हा आणि हवे तेथे वाचकाला नेऊन टाकतो. पण यात एक धोकाही संभवतो. पर्यटनस्थळांचा गाइड जर जरुरीपुरते किंवा सूचक व माफक बोलला, तर शहाण्या पर्यटकांना स्वत: होऊन पर्यटनस्थळाचे सौंदर्य टिपता येते. पण तो जर फाजिल बडबड करणारा असेल, तर त्याचे लक्ष विचलित तरी होते किंवा त्याचे मन त्रस्त होते. भाष्यकार कर्ताही फारच मध्येमध्ये येऊ लागला, तर वाचकाचे लक्ष विचलित होते किंवा तो त्रस्त होतो. लक्ष्मीकांत देशमुख हा धोका टाळण्यात बऱ्याच अंशी यशस्वी झाले आहेत. अन्वर-तरानाचे दुरावणे, तरानाची आत्महत्या, मरुफची आत्महत्या, तराकीची हत्या, रशियन प्रतिनिधीची रस्त्यावरील हत्या, जमिलाचे शहीद होणे, शाहीदला जन्मरहस्याचा उलगडा झाल्यावर त्याचा होणारा क्षोभ हे प्रसंग देशमुख भाष्यकार कर्त्याकडून खूप संयमाने पेश करतात. प्रसंगोपात्त काळाच्या संदर्भात वाचकाला अनेकदा भूतकाळात नेले जाते. यातून कथनातला सरधोपटपणा कमी होतो. मात्र, प्रत्यक्ष कथनात शैलीतंत्राचा फारसा वापर ते करत नाहीत. यामुळे निवेदनतंत्र प्रासादिक राहाते. हे खरे असले, तरी त्याचे स्वत:चे असे खास वैशिष्ट्य निर्माण होत नाही.

४

ही कादंबरी निव्वळ इतिहासलेखन नाही. ही कादंबरी राजकीय तत्त्वप्रणालींचे वैचारिक विश्लेषण नाही. ही कादंबरी राजकीय उलाढालींच्या पार्श्वभूमीवर रेखाटलेली व्यक्तींच्या जीवनाची सुत्र करणारी कहाणीही नाही. या सर्व गोष्टी कांदबरीलेखनातील

अठ्ठावीस

धोके टाळत कथन काव्यात्मकतेकडे जाऊ शकण्याच्या संभवाच्या आश्वासक खुणा आहेत.

लेखकाला स्वतःचे, वेगळे असे जे सांगायचे असते - किंबहुना साहित्य निर्मिती मागचे जे एक प्रमुख कारण असते – ते कलाकृतीच्या घाटातून, तिच्या लहानसहान वळणातून सहजपणे प्रतीत होत जाणे महत्त्वाचे असते. कलाकृतीची मूस अशी चिरेबंद करणे हे कादंबरीलेखनातले सर्वांत अवघड असे काम आहे.

सामाजिक, धार्मिक क्षेत्रात नव्या विचारांचे मोकळेपणाने स्वागत करणारा दाऊदखान राजकीय क्षेत्रात मात्र कर्मठ होता. त्याला विरोधाचा एकही सूर सहन होत नसे. तो नाममात्रच 'रिपब्लिकन प्रेसिडेंट' होता, खऱ्या अर्थानं तो 'डिक्टेटर'च होता. (पृ.१६)

'सौरक्रांतीचा हा आंधळा, अतिरेकी विरोध किती अवामविरोधी आहे हे समजून आल्यावर अन्वर ठाम झाला होता. क्रांती ही बंदुकीच्या बॅरलमधून जन्माला येते, हे जर खरं असेल तर ती टिकविण्यासाठी त्याच बंदुकीची गोळी शत्रूवर झाडून विरोध मोडून काढला पाहिजे. 'ऑपरेशन पर्जिंग' अपरिहार्यच आहे. त्याची संभ्रमित अवस्था संपली होती.'

'...अशा वेळी माणसाच्या जीवाच्या मोलाची गणिते करीत बसणं निव्वळ खुळेपणा असतो. अन्वर कठोर होत होता व स्वतःच नकळत अमीनच्या कठोर पोलादी व्यक्तिमत्त्वासारखा कणखर व निर्मळ होत होता...' (पृ. १६८, १६९)

'धर्म एवढा प्रभावी संस्कार असतो? तराकीसारखा कट्टर ईहवादीपणा संकटसमयी अल्लाची प्रार्थना करतो? तर मग इथं कम्युनिझम कधीही रुजणं शक्य नाही. कम्युनिझम आणि धर्म विशेषतः इस्लाम एकत्र नांदणं कधीही शक्य नाही. कारण ते परस्परविरोधी आहेत!' (पृ. १९४)

'ज्या गुल व हिज्बे इस्लामचे करीमुल्ला धार्मिक सल्लागार व मार्गदर्शक होते, त्यांच्या कल्पनेतला इस्लाम हा अतिरेकी स्वरूपाचा व मध्ययुगीन परंपरा पाळणारा दकियानुसी धर्म होता. त्याची चुणूक अन्वरला पाहायला मिळाली आणि खाडकन त्याचे डोळे उघडले.' (पृ. २३१)

'सर्वांत अधिक झोंबणारी बाब म्हणजे आपली अफगाणी जनताही हे आक्रमण मानते व त्यांच्या लेखी करमाल हा गद्दार, देशद्रोही ठरला आहे. माझी जमिला बेटी खुद् आमची भूमिका मान्य करीत नाही. मग आवामचं मन जिंकायचं कसं? त्यांच्यात प्रेरणा निर्माण करीत आपली ध्येयधोरणं कशी राबवायची? आपल्या सरकारची सारी शक्ती बंडखोरी मोडण्यातच पुन्हा खर्ची पडणार असेल, त्यासाठी पुनः पुन्हा

एकोणतीस

सोव्हिएत युनियनची लष्करी मदत घ्यावी लागणार असेल तर, आपल्याला आपल्या स्वप्नाचा क्रांतिकारी अफगणिस्तानात साकार करण्यासाठी फुरसतच मिळणार नाही. केवळ सत्ता एके सत्ता राबविण्यात काय अर्थ आहे?' (पृ. २५५)

'ठीक आहे तराना. आता मलाही घट्ट, कठोर, झालं पाहिजे! आजवर नात्यांचा गुंत्यात अडकत राहिलो आणि परेशान होत होतो. आता ते सारं संपलं. हा अन्वर यापुढे कठोर पाषाण होणार आहे!' (पृ. २७२)

'जमिलाचं पी.डी.पी. मध्ये परतणं ही अन्वरसाठी समाधानाची बाब होती. तिला शिक्षणासाठी काबूलला आणल्यापासून तिच्या व्यक्तिमत्त्वविकासाकडे त्यानं काळजीपूर्वक लक्ष दिलं होतं.' (पृ. ३३९)

'अशीपण कौटुंबिक समस्या एखाद्या घरात उद्‌भवू शकते हे अन्वरसाठी कल्पनेपलीकडचं होतं. इथं संघर्ष होता विचारधारेचा आणि स्वत:शी प्रामाणिक असण्याचा व त्यासाठी किंमत मोजण्याचा' (पृ.३५१)

'त्या गर्दीत इलियास व झैनबसोबत आलेल्या अन्वरचे डोळे अविरत पाझरत होते. तो सद्‌गदित होत म्हणाला, 'इलियास भाई, आता आपल्याला हताश होऊन स्वत:ला मद्याच्या नशेत बुडवून घेण्याचा अधिकार उरलेला नाही. ती ज्यासाठी मरणाला सामोरं जातेय, त्या तत्त्वांसाठी थकल्याभागल्या देहात नवा जोष आणून कामाला लागलं पाहिजे.' (पृ. ४५७)

ही सर्व अवतरणे अन्वरच्या व्यक्तिरेखेची चर्चा करण्यासाठी दिलेली नाहीत. अफगाणच्या राजकीय स्थितीवर लेखक मिळेल त्या साधनाद्वारे भाष्य करताना दिसतो. ही वैचारिक भाष्ये कधी व्यक्तिरेखेला जुळतात, तर कधी नाही. अनेकदा त्यातून परस्परविरोधी असे व्यक्तिविशेष दिसतात. व्यक्तिरेखा केवळ साधनाभूत झाल्याने असे होते; पण त्याहीपेक्षा महत्त्वाचे म्हणजे ही वैचारिक आंदोलने तत्कालिक स्वरूपाची असतात.

इस्लामी धर्मवाद असो की सोव्हिएतप्रणीत साम्यवाद असो त्यातून सत्तापिपासू व्यक्तीच पुढे येतात व आम जनतेच्या दु:खात फक्त नव्याने भर घालतात, अशा स्वरूपाचे एक आशयसूत्र या कांदबरीत मांडले जाते, हे या अवतरणांवरून स्पष्ट व्हावे. पण हे आशयसूत्र असे उघडपणे मांडण्यात कादंबरीचा आकृतिबंध हा दूर सारला जातो. हे आशयसूत्र या व्यक्तिरेखांच्या जीवनातून फुलवता आले असते.

अन्वरच्या तोंडातून किंवा विचारातून त्याची मांडणी करणे पुरेसे नाही. उदाहरणार्थ, मंत्रिपद स्वीकारल्यानंतर पृ. २४४ वरील अन्वरच्या मनात घातलेले विचार हे प्रामाणिक वाटत नाहीत.

तीस

कादंबरीचे वास्तव उभे करताना आम जनतेचे चित्रण करून लहान लहान प्रसंगांतून व्यक्तिरेखांना महत्त्व न देताही हे आशयसूत्र मांडता आले असते. रस्त्यावरचे हिंसक प्रसंग देशमुख पाच-सहा वेळा मांडतात. त्यांची मांडणीही परिणामकारक आहे. पण याखेरीजचा जनव्यवहार कुठेच येत नाही. आशयसूत्र देण्यासाठी अशा प्रसंगांचा वापर ते करू शकले असते. अर्थात, यात वास्तवाच्या रचनेत कमालीचे कौशल्य पणास लागले असते.

कादंबरीला असे सुस्पष्ट आशयसूत्र आवश्यकच असते असे मात्र नव्हे. केवळ वास्तवाची आणि वास्तव्याच्या संदर्भात व्यक्तिरेखांचा पट मांडून अर्थान्तरणाचे काम वाचकावर सोपविणाऱ्या कादंबऱ्या लिहिल्या गेल्या आहेत. देशमुखांना ते करणे शक्य होते. उघडपणे मांडलेल्या वैचारिक भूमिका यासाठी पुनर्लेखनात काढता आल्या असात्या.

शेवटी आणखी एक प्रश्न या कादंबरीच्या संदर्भात विचारता येईल. तो विचारता येईल याचे कारण या कादंबरीचा विस्तृत असा पट, हे आहे. या कादंबरीचा जीव मोठा आहे. त्यामधील घटनांची पार्श्वभूमी विशाल आहे. अनेक व्यक्तींच्या बहुपदरी जीवनाचे असंख्य धागेदोरे त्यामध्ये दिसतात. त्यामुळेच या कादंबरीतून जीवनाविषयक दृष्टिकोन वेगळे आणि संपृक्त असे प्रतीत होऊ शकतात.

साम्यवाद आणि इस्लामी धर्मवाद यांच्यातील संघर्ष हा एका अर्थाने खूप प्राथमिक स्वरूपाचा संघर्ष आहे. या संघर्षातून दिसणारे मानवी मन, मानवी मनाच्या सनातन प्रतिक्रिया, व्यक्तिजीवनाच्या कवेत येणारी याहून अस्वस्थ करणारी अशी जीवनमूल्ये यांसारख्या गोष्टींना स्पर्श करता आला असता. जमिलाचे अखेरचे हौतात्म्य हे लेखकाला प्राथमिक संघर्षाला नाट्यमय विराम देण्याचा प्रयत्नाचा भाग आहे. त्याचे वर्णन प्रभावी आहे; कादंबरीलेखनाच्या सर्वसामान्य तंत्राला साजेसे आहे. पण त्याहीपेक्षा वाचकाला मुळापासून हादरवून सोडण्याची संधी लेखकाला घेता आली असती. असे होते तर परिणामाच्या दृष्टीने या कादंबरीची उंची कितीतरी वाढली असती.

– रमेश वा. धोंगडे

'शरण्य', प्लॉट ४७, स्वेदगंगा सोसायटी, वारजे,

पुणे - ४११०५८

- ० -

एकतीस

उपोद्‌घात

१ जानेवारी २०१५
'अन्वर आणि अफगाणिस्तानची पन्नास वर्षें'

स्टेजवर भक्क पांढरा शुभ्र प्रकाश असताना आपल्या नजरेसमोर अंधारल्यासारखं का वाटतंय?

पाच वर्षांपूर्वी व्हीलचेअर आली, तेव्हापासून घराबाहेर पडणं नाही, त्यामुळे सूर्यप्रकाशाची किंवा कोणत्याही झगझगीत प्रकाशाची डोळ्यांना सवय राहिली नाही... मध्यंतरी दोन्ही डोळ्यांच्या मोतीबिंदू व काचबिंदू काढण्यासाठी ऑपरेशन झालं... अमेरिकेतून मागवलेला प्रोगेसिव्ह चष्मा सूट झाला नाहीय अद्याप. पण एकप्रकारे हा नजरेसमोरचा प्रकाशामध्ये जाणवणारा अंधार माझ्या अफगाण देशाच्या नजीकच्या भविष्यात येणारा संभाव्य अंधाराचं प्रतीक तर नाही?

असंच वीस - बावीस वर्षांपूर्वी घडलं होतं. त्या वेळी राष्ट्राध्यक्ष नजीबवरील दुर्दम्य विश्वासामुळे अफगाणिस्तानातून जरी तेव्हाचं सोव्हिएत युनियनचं सैन्य माघारी फिरलं असलं तरी आपली वतन पार्टी व आपलं सैन्य तालिबान्याला परास्त करीत अंतिमत: पराभूत करेल अशी भावना होती. त्या मुळे त्या वेळी भविष्यसूचक तालिबानी अंधाराच्या अक्राळविक्राळ सावलीची जाणीव असूनही भीती वाटत नव्हती... पण... आज...

—अन्वरनं एक दीर्घ सुस्कारा टाकला. तसं त्याच्या मागे त्याची व्हीलचेअर मंदपणे स्टेजवर ढकलत नेणाऱ्या झैनबनं त्याचे खांदे दाबले व त्याला आश्वस्त करायचा प्रयत्न केला... तिचा खांद्यावरचा हात आपल्या हातानं पकडत तो विमनस्क हसला. पण तिनं चपळाईनं जोर लावून आपला हात सोडवून घेतला व त्याला हलकेच म्हणाली, "मत भूलो ये पब्लिक फंक्शन है आणि आपल्या राजवटीचे दिवस केव्हाच इतिहासजमा झाले आहेत... असं सार्वजनिक रीत्या हात हाती घेणं आज इस्लामविरोधी मानलं जातं, हे विसरू नका."

बत्तीस

त्याच्या नजरेसमोर पुन्हा तो अनिष्ट भविष्यसूचक अंधार जाणवू लागला - खुपू लागला. पण पुन्हा मनाला विमनस्कतेचा झटका येण्यापूर्वीच समारंभाचे प्रमुख पाहुणे सरकारचे एक मंत्री शेख अस्लमनी पुढे होत त्याचं स्वागत केलं आणि दोन्ही बाजूंना लावलेल्या खुर्च्यांमधील मोकळ्या जागेत त्यांनी स्वत: अन्वरची व्हीलचेअर आणली. झैनब शांतपणे विंगमध्ये जाऊन बसली.

अन्वर नजरेवर तिरपा हात धरून सभागृहातील प्रेक्षकांकडे पाहू लागला. त्याच्या पी.डी.पी.ए. या कम्युनिस्ट पार्टीचे ऐंशींच्या दशकातले फार थोडे साक्षीदार समारंभाला आले होते. होतेच कुठे शिल्लक म्हणा? मात्र, करीमुल्ला व त्यांची बहू बेनझीरला पहिल्या रांगेत बसलेलं पाहून समाधान वाटलं. अन्वरला इलियासचीपण अपेक्षा होती. पण मागच्याच महिन्यात तालिबान्यांनी त्याच्यावर टीका केल्याबद्दल प्राणघातक हल्ला केला होता व त्याला डावा हात गमवावा लागला होता. तो त्या हल्ल्यातून वाचला हीच अल्लातालाची मेहरबानी म्हणायची. त्यामुळे तो समारंभाला येणं शक्य नव्हतं, हे अन्वरला माहीत होतं. तरीही जमिलाच्या बलिदानानंतर तो, इलियास व करीमुल्ला या अफगाणच्या वैचारिक व सैद्धान्तिक विचारसरणीच्या तीन कोनांनी त्रिकोणात न काम करता एकत्र काम करायचा निर्णय घेतला होता... त्यामुळे इलियासची आजची अनुपस्थिती त्याला उदास करीत होती... अल्ला उसे लंबी उमर दे...

अन्वरला पुन्हा एकदा जाणवलं की, अलीकडे वय वाढल्यामुळे म्हणा, की मरहूम अब्बाजानच्या सतत होणाऱ्या आठवणीनं म्हणा, त्याच्या ओठावर व विचारातही अनेकदा अल्लाचं नाव सहजतेनं यायचं... जेव्हा त्याच्या तरुण वयात इस्लामी त्याला 'काफीर' म्हणायचे, तेव्हा ती शिवी न वाटता, दूषण न वाटता, भूषण वाटायचं. पण त्यानंतर पुलाखालून कितीतरी पाणी वाहून गेलं होतं... आज धर्मचिंतनात थोडीबहुत मन:शांती मिळत होती. तरीही त्यांची कम्युनिस्ट राजवट संपल्यानंतर तालिबान्यांनी पूर्ण देशाचा कब्जा केल्यानंतर जे घडलं, ते पुन्हा आता दहा वर्षांनी अध्यक्ष हमीद करजाईची राजवट संपून लोकशाही मार्गानि सत्तांतर झाल्यानंतर अमेरिकन सैन्य परत जाताना तीच भीती पुन्हा आ वासून समोर उभी आहे... त्यामुळे या उतार वयात अल्लाचीच नावं घ्यावीशी वाटतात. एकूणच काय, तालिबानींच्या कट्टरपंथी इस्लामला आधुनिक लोकशाहीच्या चौकटीत बसवण्याचा प्रयत्न सफल होणार नाही, असं आत्मचरित्र लिहिताना जाणवत होतं. ते धीटपणे समारोपात आलंही होतं!

आणि आज मला पुन्हा एकदा माझ्या आत्मचरित्राच्या प्रकाशनाच्या निमित्तानं

तेहतीस

सभागृहातील उपस्थित सुबुद्ध व अभिजन अफगाणींपुढे परखडपणे सांगितलं पाहिजे... पुन्हा असा मौका मिळणार नाही कदाचित. एक वतन परस्त अफगाणी नागरिक म्हणून सत्तरी पार केलेला, तालिबान्यांनी पेरलेल्या सुरुंगस्फोटात दोन्ही पाय गमावलेला व अलीकडे अंधुक नजर झालेला आणि थकलेला अन्वर एवढंच जरूर करू शकतो...

झैनबनं त्याला समारंभाला येण्यापूर्वी विनवलं होतं, 'जरा इलियास भाई का हश्र याद करो. या वयात तुमच्यावर तसा प्रसंग येऊ नये... म्हणून...'

'झैनब, जमिला बेटीची शहादत आठव. किती शांतपणे व धैर्याने ती मृत्यूला सामोरी गेली... तिला मी एक उत्तम आधुनिक अफगाणी औरत म्हणून घडवलं होतं. त्याला साजेसं ती वागली. तर मग मी या वयात - जेव्हा कधीही मौतचा बुलावा येऊ शकतो- घाबरू? नाही बेगम... मला तालिबान्यांचा हातून शहिदी मौत येणं आवडेल...!'

अन्वरला जाणवत होतं, उतारवयातील हळवेपणामुळे आपण भरकटले जात आहोत- आताशी ही आदतच झाली आहे. पण आजचा सार्वजनिक कार्यक्रम आहे. आपल्या आत्मचरित्राचं प्रकाशन आहे. मला माझ्या या प्रकाशन समारंभात स्थिरबुद्धी असलं - वागलं पाहिजे.

दोन वर्षांपूर्वी अन्वरनं त्याचे आदर्श नूर महंमद तराकीची पुस्तकं व 'अंगार'चे ज्वालाग्रही अग्रलेख पुन्हा एकवार वाचले होते आणि काबूलला शिकायला आल्यापासूनच्या साऱ्या आठवणी जागृत झाल्या होत्या. त्यात त्याला रमायला आवडू लागलं होतं. पुन्हा त्या जवळच्या कुणातरी जिवाभावाच्या माणसांना सांगायचा मोह झाला, तेव्हा अधूनमधून अन्वर झैनब आणि रहिमभाईंना सांगू लागला. एकदा ईदच्या निमित्तानं आले असताना इलियास व करीमुल्लांना पण त्यानं आपल्या जीवनातले काही प्रसंग सांगितले, तेव्हा उस्फूर्तपणे इलियास बोलून गेला, 'अन्वर साब, व्हाय डोंट यू राइट युवर ऑटोबायोग्राफी? नाहीतर तुमच्या पार्टीनं व तुम्ही जी दहा वर्ष देशावर हुकूमत केली त्याचा खरा - तुमचा इतिहास तुमच्यानंतर विस्मरणात जाईल. कारण तराकी, अमीन, करमाल व नजिबुल्लाह हे चारही तुमच्या पार्टीचे राष्ट्राध्यक्ष आज हयात नाहीत. त्यांच्या सोबत तुम्ही होतात - अनेक महत्त्वाच्या प्रसंगांचे, कुदेत्ते-सत्तांतराचे तुम्ही केवळ साक्षीदारच नाही तर भागीदारही होतात.. तुम्ही मनावर घ्या. मी राज्यशास्त्र व इतिहासाचा अभ्यासक म्हणून सांगतो, हे फार महत्त्वाचं काम होईल...' करीमुल्लांनी पण आग्रह केला.

आणि अन्वरच्या मनानं तत्क्षणी कौल दिला, 'होय, हे मीच सांगितलं पाहिजे... नाहीतर उद्या इतिहासात आम्ही केवळ सोव्हिएट युनियनचे पपेट-कळसूत्री

बाहुले होतो, असंच जगाला वाटेल. कारण हा इतिहास व त्यातील सहभागी पी.डी.पी.ए.च्या कार्यकर्त्यांना एक एक करीत मुजाहिदीननी प्रथम व मग तालिबान्यांनी जवळपास संपवलंय... पण सुदैवानं मी जिवंत आहे. अफगाणच्या इतिहासातला आमच्या पीपल्स डेमॉक्रेटिक पार्टी ऑफ अफगाणिस्तान - पी.डी.पी.ए. किंवा 'खल्क' व 'परचम' पार्टींचा १९७९ ते १९९२ पर्यंतचा बारा वर्षांचा इतिहास हा तरक्की पसंद व आधुनिकतेचा आहे हे सत्य आहे. अवामला खरा न्याय व स्वातंत्र्य -समता आम्हींच दिली होती, जी आज २००४ पासून देशात लोकशाही असूनही गेल्या दहा वर्षांत पुन्हा मिळालेली नाहीय... त्या आमच्या पार्टींच्या हुकूमतींच्या इतिहासाचा मीही एक जननायक होतो... मीही रक्त व घाम गाळून आणि बुद्धी व परिश्रम घेऊन काही एक योगदान दिलं होतं. वो बतानाही पडेगा. इलियास भाई, तुमने मानो, मेरे मुहँ की बात छीन ली है। मैं जरूर कोशिश करुँगा।'

अन्वरं झपाट्यांं लिहायला सुरुवात केली. सुरुवातीला थोडंसं अडखळायला झालं, पण मग लिखाणाचा सूर सापडला. आणि मग सलग सहा महिन्यांत त्याचं लिहून पूर्ण झालं. झाकीरनं आपणहून ते प्रसिद्ध करायची तयारी दाखवली. 'सर, पुश्तू जबान में इतनी बढीया ऑटो बायग्राफी आपने लिखी है, की क्या कहने? पुन्हा मला जमिलावर माझ्याकडून जो अन्याय झाला, त्याची थोडी भरपाई करायची आहे.'

झाकीरनंच त्याच्या आत्मचरित्राला इंग्रजी नाव सुचवलं, 'फिफ्टी इयर्स ऑफ माय अँड लाइफ!' अन्वरलापण ते नाव पसंत पडलं. 'झाकीर, मी, तराकी, करमालएवढा मोठा नेता नाही, पण माझ्या वयाच्या विशीपासून पन्नास वर्षांचा माझा जीवनप्रवास म्हणजे प्रातिनिधिक स्वरूपात अफगाणिस्तानचा १९६५ पासून आज २०१५ पर्यंतचा पन्नास वर्षांचा इतिहास म्हणता येईल. कारण या काळातील सर्वच महत्त्वाच्या राजकीय स्थित्यतरांचा मी साक्षीदार होतो - सहभागी कार्यकर्ता होतो...'

आज त्याच्या आत्मचरित्राचा प्रकाशन समारंभ झाकीरनंच घडवून आणला आहे. आजही तो सरकारमध्ये चांगलंच वजन ठेवून आहे. त्यानंच एक वरिष्ठ मंत्री अस्लमना प्रकाशनासाठी बोलावलं आहे.

झाकीरनं आपल्या 'मेनहाज पब्लिशिंग हाऊस'च्या वतीनं प्रास्ताविक करीत अन्वर पगमानीचं आत्मचरित्र हा मागील पन्नास वर्षांचा अफगाणिस्तानचा कम्युनिस्ट नेता म्हणून शब्दबद्ध केलेला इतिहास आहे, असं प्रतिपादन करीत तो पुढं असंही म्हणाला, 'हे आत्मचरित्र म्हणजे सर्व अफगाणींपुढे एक प्रकारचा ठेवलेला आरसा आहे. स्वतःचं व देशाचं अंतरंग व विचार - मानसिकता तपासून पाहण्यासाठी!' मंत्री महोदयांनी अन्वर पगमानींच्या अस्सल पुश्तू शब्दकळेची प्रशंसा केली, पण १९७९

पस्तीस

ते १९९२ हा कम्युनिस्ट सत्तेचा कालखंड हा पुरोगामी स्वातंत्र्य व समता देणारा होता, हे स्पष्ट शब्दांत अमान्य करित त्यांनी पुढे म्हटलं की, 'उलट २००४ पासून देशात अवामच्या इच्छा-आकांक्षा प्रतिबिंबित झालेली लोकशाही नांदते आहे. सप्टेंबर २०१४ मध्ये लोकशाहीच्या मार्गाने जनाब अश्रफ घनी आणि अब्दुल्ला अब्दुल्ला यांचं सरकार आलं आहे व मी त्याचा एक मंत्री म्हणून हिस्सा आहे... म्हणून मला हे स्पष्टपणे सांगितलं पाहिजे की, कम्युनिस्टांनीही अवामवर काही कमी अत्याचार केले नाहीत. दुसरं महत्त्वाचं म्हणजे इस्लामियत सोडून अफगाणी अवाम कोणतीही काफिर हुकूमत स्वीकारू शकत नाही हे पी.डी.पी.ए. राजवटीच्या पतनानं सिद्ध झाले आहे. त्यांनी केलेल्या अत्याचारामुळे तालिबान्यांचा उदय झाला, असंही आज मागे वळून पाहाता म्हणता येईल. याउलट आज इस्लामियत सांभाळून गेले दहा वर्ष आपल्या देशात लोकशाहीचा प्रयोग चालू आहे आणि ताज्या सत्तांतरानं तिची पाळंमुळं घट्टपणे रुजली जात आहेत, असं मी ठामपणे म्हणू शकतो. पण तरीही अन्वर साब ज्याचा भाग होते, त्या कम्युनिस्टांची राजवट हा देशाचा एक कितीही काळा व रक्तरंजित इतिहास असला तरी तो पुसता येत नाही, येणार नाही. पुन्हा आता देशात लोकशाही आहे व त्यांच्या नजरेतून त्या काळी जे घडलं ते कसं होतं या उत्सुकतेनं अन्वर साहेबांचं आत्मचरित्र मी वाचलं आणि प्रकाशनाला यायचं मान्य केलं! त्यांना मी एक जरूर सांगेन, तालिबानी राजवटीत खोट्या आरोपाखाली दगडांनी ठेचून जमिलाला मारलं, तसं यापुढे घडणार नाही. कारण आता देशात २००४ साली तयार केलेली देशाची घटना अस्तित्वात आहे - तिनं औरत व मर्द दोघांना समान दर्जा व अधिकार बहाल केला आहे... तुम्ही आत्मचरित्रात जी जमिला बेटीबाबत भावना व्यक्त केली आहे तिच्याशी मी सहमत आहे. आमची लोकशाही राजवट हे तिचं बलिदानं वाया गेलं, नाही याचा साक्षात पुरावा आहे...!'

जेव्हा अन्वरला दोन शब्द बोलण्याची विनंती झाली, तेव्हा तो क्षणभर रिकामा व बधिरसा झाला. पुन्हा नजरेसमोर भविष्यसूचक अंधार दाटून आल्याची जाणीव होत होती. क्षणभर त्याला स्थळकाळाचा विसर पडल्यासारखा झाला. तरानाच्या मृत्यूपासून अन्वर सोबत सदैव असणाऱ्या झैनबनं त्याची ही हरवल्यागत झालेली अवस्था जाणली आणि ती विंगेतून वेगानं स्टेजवर आली. विंगेत असताना तिनं डोईवरची चादर काढली होती. ती तशीच बोडक्या डोक्यानं मंचावर आली होती. त्याचं तिला भान राहिलं नव्हतं. तिनं अन्वरच्या पाठीमागे येत त्याचे खांदे दाबले व त्याची व्हीलचेअर सरकावीत माइकव्यवस्थेजवळ नेली. अन्वर आता भानावर आला होता आणि त्याची हरवलेली अवस्था संपली होती. त्यानं किंचित मागे

वळून पाहिलं, तिचा खांद्यावरचा हात थोपटला आणि घसा खाकरत बोलण्यासाठी सज्ज झाला. तशी झैनब पुन्हा आता जाऊ लागली. जाताना भान आल्यामुळे डोईवर चादर घेतली व सभागृहातील प्रेक्षकांच्या नजरेआड झाली.

'मेरे अजिज भाई और बहनो, मैं तहेदिलसे हमारे मिनिस्टर साब का शुक्रगुजार हूँ।' त्यांनी आपल्या भाषणात नुकतंच आजची देशातली २००४ च्या घटनेप्रमाणे चालणारी व शांततापूर्ण मतदानानं सत्तांतर झालेली लोकशाही म्हणजे जमिला बेटीची शहादत वाया गेली नाही याची जीतीजागती निशाणी आहे, हे सांगितलं. मुझे ये कबूल है - मंजूर हैं। काही दोष, काही कमतरता असल्या तरी गेली दहा वर्ष आपल्या देशात लोकशाहीचा अपूर्व असा प्रयोग चालू आहे, हे मान्यच केलं पाहिजे. त्याबद्दल मंत्रिमहोदय, नवे निवडून आलेले प्रेसिडेंट अश्रफ घनी साहब आणि सी. ओ. ओ. अब्दुल्ला अब्दुल्ला साहेब बधाईस पात्र आहेत. आमच्या राजवटीत पक्षीय हुकूमशाही होती, हे सत्यच आहे. पण आज मला माझ्या या नुकत्याच प्रकाशित झालेल्या माझ्या आत्मचरित्राच्या निमित्ताने थोडं मुक्त चिंतन करायचं आहे. माझं बोलणं या लोकशाहीचा संकोच करायला व तिचा घास टिपण्यासाठी दबा धरून बसलेल्या तालिबान्यांना कदाचित आवडणार नाही. न आवडू दे. मी काही वर्षांपूर्वी त्यांनी पेरलेल्या सुरुंगस्फोटात दोन्ही पाय गमावून बसलो आहे. और इस वक्त मैं उम्र की ऐसी दहलीज पें हूँ की, वहाँ मौत डराती नही, बल्की हमनवाज लगती हैं। त्यामुळे आज मी स्पष्ट बोलणार आहे आणि आशा आहे की, मिनिस्टर साहब हे माझे विचार प्रेसिडेंट साहेबांपर्यंत पोचवतील.

आपल्या शूर देशात गेल्या शंभर वर्षांत प्रथम राजा अमानुल्ला, मग झहीर शहा व प्रेसिडेंट दाऊदखानांची १९७९ पर्यंत राजेशाही व लष्करशाहीची हुकूमत होती, पण अवामची मुफलिसी कमी होत नव्हती. धर्माच्या नावानं स्त्री शिक्षणाला कट्टर मूलतत्त्ववादी विरोध करीत होते व औरतजातीला कुराणे शरीफमध्ये केवळ 'हया' पाळावी असं असताना पुरुषी वृत्तीच्या मुल्ला-मौलवींनी बुरख्याच्या काळोख्या अंधारात लोटलं होतं. त्यापासून तिची सुटका होत नव्हती. त्यामुळे समता आणि न्यायासाठी आम्ही मार्क्सवाद आणि सोव्हिएट युनियनकडून प्रेरणा घेऊन सौरक्रांती घडवून आणली - अवामची हुकूमशाही प्रस्थापित केली. तिच्या रक्षणासाठी सोव्हिएट युनियनची रेड आर्मी आली आणि पाश्चात्त्य जगानं –खास करून अमेरिकेने हे रशियाचं आक्रमण आहे असा आरडाओरडा केला आणि आम्हाला पराभूत करण्यासाठी प्रथम मुजाहिदीन - ज्यांचे गुलबुदिन हेकमतियार आजही पुन्हा सत्ता मिळवण्यासाठी संधी व वाट पाहत आहेत, मग तालिबानचा राक्षस त्यांनी उभा केला व त्याला बळ

सदतीस

दिलं. आम्हाला वाटलं, रेड आर्मी निघून गेली तरी दहा वर्षे अवामनं जी खुशहाली व अमन उपभोगलं आहे, ती अवाम आम्हास साथ देईल व आम्ही खंबीरपणे तालिबानचा मुकाबला करून त्यांना परास्त करू. त्यांना शिकस्त देऊ... पर आम्ही नाकाम झालो. आणि तालिबान्यांनी सता राबवीत १९९८ ते २००१ या काळात आपल्या देशावर अनन्वित अत्याचार करीत पुन्हा एकदा काळ्या जाहिली कालखंडात आपल्या देशाला लोटायचा प्रयत्न केला. हे सारं आपण सारे जाणताच, भाई और बहनो, मी त्यावर अधिक भाष्य करणार नाही.

पण नऊ अकराच्या आघातामुळे, ज्याद्वारे न्यूयॉर्क शहरातील वर्ल्ड ट्रेड सेंटर्सचे दोन मोठे टॉवर्स आत्मघाती हल्ला करून उद्ध्वस्त केले त्यामुळे अमेरिकेनं 'वॉर ऑन टेरर' सुरू केलं आणि आपल्या देशातील तालिबान्यांचा नि:पात केला... त्यांनी मग आपल्या देशात लोकशाही प्रस्थापित केली. गेली दहा वर्षे त्यांचं सैन्य असल्यामुळे त्यांच्या भरवशावर अफगाणिस्तानच्या अवामला लोकशाही व बऱ्यापैकी स्वातंत्र्य उपभोगायला मिळत आहे... पण म्हणून काही त्यांनी आपल्या देशावर हमला केला व आपणास गुलाम केलं असं कोणी म्हणत नाही. खरं तर आमच्या वेळी अफगाणिस्तानच्या रक्षणासाठी आलेली रूसी सेना व गेली दहा वर्षे ठाण मांडून बसलेली अमेरिकेची सेना यात काय गुणात्मक फरक आहे? खैर, वो जाने दो, मैं उस बहस में जाना नही चाहता।

लेकिन जनाब मिनिस्टर साब, आप फिर एक बडी गलती करने जा रहे हो। तालिबान्यांशी शांतता वार्ता करून समझौता करण्याची. त्यासाठी आता तुम्ही अमेरिका नाही तर पाकिस्तानची मदत घेत आहात. हे अधिक धोकादायक आहे जनाब। तेव्हा रेड आर्मी गेली व तालिबानची सत्ता आली. आता नजीकच्या भविष्यात अमेरिकेचे व नाटोचे सैन्य पूर्णपणे जेव्हा जाईल, तेव्हा पुन्हा दबा धरून बसलेले तालिबानी झडप घालून लोकशाहीचा जीव तर घेणार नाहीत? पुन्हा सत्तेवर तर येणार नाहीत? या वेळी पाकिस्तानच्या पारड्यात प्रेसिडेंट साहेब आंधळ्या विश्वासानं वजन टाकत आहेत, तोच तर तालिबानचा निर्माता आहे आणि तोच अफगाण शांतता वार्तामध्ये अग्रभागी आहे, तो थोडाच विरोध करणार आहे? और मुझे यही बात सताती है। हमे किसी सुरत में तालिबान और पाकिस्तान पे अंधा भरोसा रखना नही चाहिए... क्यों की तवारिख सिर्फ एक बार गलती सुधारने का मौका देती है... वो एक मौका हमे मिल चुका है २००१ के हादसे के कारण... अब फिर ऐसा मौका शायद नहीं मिलेगा। मी तुम्हाला व जमलेल्या सर्वांना अगवाह करीत आहे ... फिर तालिबान आने का मतलब जमुरियत का खात्मा, फिर लिबरल ॲडमिनिस्ट्रेशन को

अडतीस

पीछे ढकेलना, औरत को फिर स्कूल, कॉलेज और ऑफिस से जुदा करना और घर दिवारी की चौखट में और काले बुरखे के काले समंदर मे डुबा देना...हम जैसे अलग सोच रखनेवालों को 'काफीर' ठहराकर तब जैसे जमिला को सरे आम पत्थरसे मारा, वैसा ही कुछ आगे होने का मुझे शक लगता है... मी तुम्हाला त्यापासून सावध करीत आहे. कारण तालिबानी हे कट्टरपंथी मूलतत्त्ववादी आहेत. क्रूर व निघृण आहेत!

माझी आपण सर्वांना गुजारिश आहे, की माझे आत्मचरित्र आपण वाचावे. मी ज्या वैचारिक प्रवाहातून गुजरलो, पन्नास-साठच्या दशकातल्या सुधारणा अनुभवल्या, त्याच वेळी वाढत जाणाऱ्या जिहादी प्रवृत्ती पाहिल्या - त्या साऱ्यांच्या लेखाजोखा इथे मी स्वानुभवातून मांडला आहे. फिर नया बदलाव लानेवाली, इन्किलाब लानेवाली सौर यानी - एप्रिल रिव्होल्युशन हमने लायी... दस साल हमने बेशक अच्छी हुकूमत दी. आम्ही देशात प्रथमच भूमी सुधार लागू केले व शेतकऱ्यांना न्याय दिला. स्त्रीला आझादी व शिक्षण दिले. तिचा बुरखा काढला. एकूणच नेक नियत ठेवीत आम्ही काम केलं. सौरक्रांती त्यासाठी होती. आमचा इन्किलाब त्यासाठी होता. पण या इन्किलाबला तालिबानच्या जिहादनं - जो वाईट व प्रतिगामी होता, त्यानं पराभूत केलं. आम्ही अवामच्या मनात प्रागतिक व इन्किलाबी विचार पेरू शकलो नाहीत... ये हमारी बडी हार थी। आणि त्याची परिणिती आता आपल्या समोर आहे.

आता पुन्हा एकदा आपण इतिहासाच्या एका नाजूक वळणावर उभे आहेत. अमेरिकन सेना पूर्णपणे या भूमीतून गेल्यानंतर लोकशाही व शांतता टिकावी म्हणून तुम्ही नेक इराद्यानं तालिबानला शांतता प्रक्रियेत सामील करून घेत आहात - और ये बडी गलती हो सकती है - मेरे खयाल से किसी भी सुरत में तालिबानसे हात मिलाना ठीक नही. अमरिका जो 'गुड तालिबान' 'बॅड तालिबान' असा भेद करीत आहे, तोपण चुकीचा आहे. ते आपण समजून घ्यावं. देअर इज नो गुड तालिबान. दे आर बॅड तालिबान. दे आर कोल्ड ब्लडेड टेररिस्ट!

एका तालिबान नेत्यानं मला फोनवर काय म्हटलं ते बयां करतो, म्हणजे त्यांचे अंतरंग तुम्हाला नीटपणे जाणवेल. तो मला काही दिवसांपूर्वी फोनवर म्हणाला होता, 'तालिबान ही अशी एकमेव शक्ती आहे, जिनं दोन्ही सुपर पॉवरचा पराभव केलाय. आधी १९९२ साली पराभूत होत सोव्हिएत युनियनची लाल सेना परतली आणि त्या महासत्तेचं विघटन होत पंधरा देश निर्माण झाले आणि आता २००४ पासून आज २०१५ पर्यंत आम्ही अमेरिकन व नाटो सेनेला शहरे व ग्रामीण भागावर निर्विवाद सत्ता - नियंत्रण मिळवू दिलं नाही. आता ही महासत्ता तशी पराभूत होऊन परत जाते आहे, कारण त्यांना कधीच इथे आमच्या विरुद्ध विजय मिळणार

एकोणचाळीस

नाही... आताही आमचीच जीत व या सध्याच्या एकमात्र सुपर पॉवरची हार झाली आहे. उद्या वर्षभरात पुन्हा आमचंच राज्य येणार आहे...' दोस्तो, शायद ऐसा न हो। फिर भी शक जरूर है. कारण उद्या, नजीकच्या भविष्यात तालिबानी अधिक गर्विष्ठ व बलिष्ठ होऊन सत्तेवर आलेले असतील. अधिक निघृण व क्रूरपणे ते त्यांच्या मते योग्य व खरा असलेला इस्लाम व 'निजाम - ए - मुस्तफा' राज्य आणण्याच्या जोशात अवाम खास करून औरत जातीवर पुन्हा ते जुन्या काळचे आजचा आधुनिक काळाशी विसंगत असलेले कायदेकानून आणतील आणि साऱ्या देशाचा एक मोठा तुरुंग करतील. हमे सावधानी बरतनी होगी. पुन्हा आयसीसचा धोकाही समोर आहेच. ते तर तालिबान्यांपेक्षाही अधिक क्रूर, अधिक निघृण आहेत. उद्या तालिबान्यांऐवजी त्यांचं राज्य येईल की काय अशी भीती मला वाटते. असो.

दोस्तों, माझं पन्नास वर्षांचं जीवन व अफगाणिस्तानचा १९६५ ते २०१५ पर्यंतचा इतिहास समांतर आहे... तो मी प्रामाणिकपणे लिहिला आहे व माझं चिंतन मांडलं आहे. एक धर्मगुरूचा - पेशइमामचा इस्लामी रंगात रंगलेला हा बेटा अन्वर पगमानी मार्क्सवादी कसा बनतो, जिहादशी कसा मुकाबला करतो, सौरक्रांतीत कसा भाग घेतो आणि कसा पराभूत होतो - जमिलाची सरेआम कत्ल व तालिबान्यांचा दकियानुसी न्यायाचा कसा अनुभव घेतो... हे सारं मी साफ बयां केलं आहे. हाच पन्नास वर्षांचा अफगाणी स्थानचा व माझा स्वत:चा समांतर इतिहास आहे. माझ्या अनुभवातून, विचारातून आपण काही बोध घ्यावा आणि पुन्हा हा देश कधीच कट्टर मूलतत्त्ववादी तालिबान्यांच्या ताब्यात जाऊ नये यासाठी काम करावं, याच एका खयालनं मी हे माझं आत्मचरित्र लिहिलं व आपणापुढे पुस्तकरूपात मांडलं आहे. आमच्या पिढीनं देशाचं जे काही भलं-बुरं केलं ते इथं प्रत्येक पानावर प्रामाणिकपणे लिहिलं आहे. आमचं आता जगून झालं आहे, पण इथं बसलेल्या नौजवान औरत व मर्दांना खूप काळ जगायचं आहे. त्यांच्या भविष्यात काय वाढून ठेवलं आहे? आजची समाधानकारक लोकशाही की उद्याची संभाव्य तालिबानी राजवट? की आयसीसची हुकूमत? तेव्हा जिहादनं आमचा इन्किलाब पराभूत केला, निदान आता ही जमुरियत - लोकशाही तरी तालिबान्यांविरुद्ध विजयी व्हावी एवढीच अपेक्षा आहे. बस्स, इतनाही कहूँगा. अब तुम्हारे हवाले वतन साथीओं...!

आणि अन्वरनं सर्वांना झुकून सलाम केला. त्याच्या प्रांजळ व मनाच्या गाभाऱ्यातून आलेला अनुभव व विचारांचा एवढा प्रभाव सभागृहातील प्रत्येक श्रोत्यावर पडला होता, की त्यांना टाळ्या वाजवण्याचंपण काही क्षण सुचलं नाही. एक प्रकारची भेदक शांतता सभागृहात पसरली होती. मग करीमुल्ला उभे राहिले.

चाळीस

पाठोपाठ बेनझीर. त्यांनी टाळ्या वाजवायला सुरुवात केली. मग साऱ्यांनी उभे राहून त्याला एकमुखानं टाळ्यांचा कडकडाटात स्टॅंडिंग ओव्हेशन दिलं!

घरी परतल्यावर झैनबनं त्याला न राहवून विचारलं, ''इतना सब कुछ खुलकर बयां करना जरूरी था? उसका नतिजा क्या हो सकता है, सोचा है?''

अन्वर शांतपणे तिचा हात कुरवाळत म्हणाला, ''जमिलाचा मी चाचू आहे. एवढी हिंमत तर मला दाखवायलाच पाहिजे होती. लेकिन बेगम, सच कहूँ यदि ये सब नही बया करता, तो मेरा जमीर मुझे परेशान करता... कदाचित पब्लिकमधलं हे माझं शेवटचं भाषण असेल... इसलिए...''

''माझा विचार नाही आला मनात? तुम्हाला काही झालं तर तुमच्या माघारी मी कसं जगेन?''

''माफ कर झैनब. मी तुला जिंदगीभर परेशानीच दिली आहे. तुला सोडून रुसी तान्याशी, तुझ्या तराना दिदीशी निकाह केला व तुझी मुहोब्बत ठोकरली. मग नंतर तिच्यावर सूड घेण्यासाठी तुझ्याशी दुसरी शादी केली... लेकिन सचमुच मेरा प्यार, मुहोब्बत की झोली तराना पे निछवर करने के बाद खाली हो गयी थी... मैं तुझे अपनाकर भी कुछ दे न सका. हा सल मला मरतानाही सलत, बोचत राहील...''

झैनब डबडबलेल्या डोळ्यांनी अस्फूट हसली व म्हणाली, ''इतना कहा, ये भी बहुत हुआ मेरे लिए मालिक!''

अन्वरची मान खाली गेली होती. त्याच्या डोळ्यांतून झैनबची आपण आयुष्यभर परवड केली या जाणिवेनं विकलपणे अश्रू झरू लागले होते.

झैनब त्याच्याजवळ सरकली व त्याचे डोळे पुसत म्हणाली, ''तुम्हे मेरी कसम! साथ में जमिला बेटी और तराना दिदी की कसम... आप आंसू मत बहाना ... नही तो मुझे जन्नत में भी सुकून मिल नही पायेगा...। बस्स, मेरी खातीर, आंसू पोछ डालो...।''

अन्वर आपले डोळे कोरडे करीत म्हणाला, ''झैनब, हे पहा, आता या डोळ्यांतून पाण्यावाटे सारं काही वाहून गेलं आहे. राहिलं आहे ते तुझं माझं प्रेम-मुहोब्बत. अब बाकी जिंदगी तुझे इतना प्यार दूँगा की, तुझे कोई गिला - शिकवा नही रहेगा...''

ती मनापासून समाधानानं हसली. त्याचे हात हातात घेत शांतपणे कुरवाळीत राहिली...

''बेगम, या आत्मचरित्रात काही भाग लिहिला नाही. आज तुला तो सांगावासा

एक्केचाळीस

वाटतो. तुझ्याबद्दल, तराना-जमिलाबाबत, करीमुल्ला - त्यांची बीवी मरूफ, इलियास भाई व त्यांची बीवी सलमा व त्यांचा साहेबजादा शाहिद... आणि माझे नेते तराकी, हाफीमुल्ला अमिन व त्यांची तेजतर्रार बिनधास्त बेटी झरीना, करमाल साब व अनाहित मॅडम आणि नजिमुल्ला साहब या साऱ्यांबाबत कितीतरी मला सांगायचं आहे...''

"तुम्हाला त्रास होत नसेल तर मला ऐकायला आवडेल मेरे मालिक!''

आणि अन्वर जसं पाट काढताच पाणी कालव्यातून अनिर्बंध वाहतं, तसं तिची परवानगी मिळताच तो बोलत सुटला... त्याच्या नजरेसमोर सर्वांत प्रथम दृश्य आलं ते, तो जेव्हा रशियात उच्च शिक्षणासाठी १९६०च्या आरंभी जाताना पगमानला अब्बाजान- अम्मी यांचा निरोप घेण्यासाठी आला असतानाचं... त्या दृश्य मालिकेत झैनब पण होती - त्याची जवानीच्या दहलीजवरची पहिली आशिकी... तिचं त्यानं धीटाईनं घेतलेलं पहिलं चुंबन - बोसा.

त्यानं तिच्याकडे पाहिलं - वयोमानाप्रमाणे चेहऱ्यावर काहीशा सुरकुत्या पडल्या असल्या तरी झैनबच्या चेहऱ्यावरच तो गोडवा अजूनही कायम होता...

"आठवतं का बेगम, तेव्हा मी पगमानला रूसला जाण्यापूर्वी आलो असताना तुझ्या जवळ कोणी नाही, हे पाहून धीटाईनं तुझा बोसा घेतला होता...''

"जाओ... अब इस उम्र में भी... तुम सममुच बडे वो हो...'' तिनं लाजून चेहरा दोन्ही हातांनी झाकून घेतला. मग काही क्षणांनी हात काढून त्याच्याकडे सलज्ज पाहू लागली.

तिच्या गालावरची लाली पाहून अन्वरला तिच्या चेहऱ्यावरचे तेव्हा सर्वप्रथम चुंबन घेतल्यावरचे लालस लाघव आठवू लागले.

"सुनो बेगम, तबसे शुरू करता हूँ...'' आणि तो आवेगानं सांगू लागला... आणि झैनबही आपल्या हाताच्या तळव्यात हनुवटी रुतवून त्याच्याकडे अनिमिष नेत्रांनी पाहत सारा जीव कानांत आणीत ऐकू लागली.

***

बेचाळीस

नवी आशा, नवी स्वप्ने !

कितीतरी वेळ अन्वर दोन्ही हातांच्या तळव्यांच्या उशीवर डोकं ठेवून अस्तास जाणाऱ्या फिकुटलेल्या चंद्रकोरीकडे पाहत स्वस्थ पडून होता. अंगावर अम्मीनं स्वत:च्या हातानं विणलेली ऊबदार मखमली रजई होती. त्यामुळे पहाटेचा थंडावा सुखदायी वाटत होता. पगमानला आलं की, उन्हाळ्याच्या दिवसांत घराच्या समोरील अंगणात देवदार, पाईन व चिनारच्या झाडांनी सावल्या धरलेल्या मोकळ्या जागेत नवारीचा लाकडी पलंग टाकून झोपायची त्याची जुनी सवय.

अशा वेळी सूर्योदयापूर्वीच्या फज्र नमाजासाठी जवळच्याच मशिदीमधून पेशइमाम असलेल्या अब्बाजानच्या भारदस्त कणखर आवाजात अजान ऐकू यायची, 'अल्लाहू अकबर' 'ह्या अन् सलाती', 'ह्या अल् फलाह' म्हणत 'ला इलाह इल्लल्लाह'ने ती अजान साधारणपणे पाच मिनिटांत संपायची. पगमानला असेपर्यंत अन्वर न चुकता अब्बाजानच्या प्रभावामुळे फज्र अदा करायला जायचा.

परवा रात्री जेवणानंतर बरीच वादावादी होऊन मझले भाईजान मेजर रहीम आणि चाचाजान सुलतानमियाँच्या आग्रहास्तव अन्वरला इंजिनिअरिंगचं उच्च शिक्षण घेण्यासाठी मॉस्को विद्यापीठात चार वर्षे जाण्याची अब्बाजाननी परवानगी दिली होती. रात्री झोपताना आठवणीनं सुलतानमियाँसोबत पगमानला आलेली झैनब आपल्या नावाप्रमाणे जवानीच्या दिलकश खुशबूची आसमंतात पखरण करीत त्याच्यासाठी अम्मीजाननं दिलेली रजई घेऊन आली होती व ती तिनं त्याच्या अंगावर टाकली होती. आपण तिचा हात धरून जवळ ओढलं आणि आसपास कुणी नाही, हे पाहून तिचा पुसटसा बोसा घेतला होता.

मॉस्कोला उच्च तांत्रिक शिक्षणासाठी जाण्याचा आनंद अजूनही ओसरलेला नव्हता. पण कालपासून आपलं घर, आपली माणसं, आपलं गाव पगमान, आपलं

तारुण्य जिथे झैनबच्या संगतीत आणि मित्रांच्या सहवासात फुललं ते काबूल शहर व एकूणच आपला देश अफगाणिस्तान चार वर्षांसाठी आपल्याला अंतरणार, ही भावना हुरहूर लावत होती.

पलंगावर पडल्या पडल्या आपल्या मनाचा वेध घेत असताना अन्वरच्या कानावर मुअज्जीन बनून फज्र नमाजाची सूचना देणारे त्याच्या अब्बाजानचे भरदार सूर कानी पडले- 'अल्लाहू अकबर..'

आपली संभ्रमित अवस्था झटकून अन्वर पांघरूण सारीत उभा राहिला. अंगणातील रांजणातलं पाणी घेऊन तो श्रद्धापूर्वक वजू करू लागला.

त्यांच्या घरापासून अवघ्या पंधरा-वीस पावलांवर मशीद होती. ही मशीद १९१९च्या इंग्रजांविरुद्ध विजयानंतर अफगाणिस्तानच्या अमीर अमानुल्लानं बांधलेली.

अन्वरला आपल्या या जन्मभूमीचं, मादरे-वतनचं रसिक राजानं केलेल वर्णन प्रत्येक वेळी तेवढंच सार्थ व प्रत्ययकारी वाटायचं. या राजानं इथं राजवाडा तसंच एका खेळाचं स्टेडिअम बांधलं होतं. त्या काळी आणि तो स्वत: गायन - वादनाचा शौकीन असल्यामुळे एक सभागृहही बांधलं होतं. पण त्याच्याविरुद्ध बंड यशस्वी झाल्यानंतर धर्मांध लोकांनी तो हॉल जाळून टाकला. अजूनही त्याचे अवशेष आहेत, हे पाहताना अन्वरच्या मनात नेहमीच्या आपल्या इस्लाम धर्माच्या व सुधारणांच्या संदर्भात उत्तर न मिळणारं प्रश्नचिन्ह उभं राहिलं आहे. साध्या पण भव्य अन् पावित्र्यानं भरलेल्या मशिदीमध्ये नमाज अदा करताना अनेकदा त्याचं मन विचलित झालं आहे व काही वेळा त्यासाठी अब्बाजानचे खडे बोलही त्यांनं ऐकले आहेत.

फज्र नमाज पूर्ण झाल्यानंतर पेशइमाम सर्व मुक्तीदींना संबोधित करायचे, हा प्रत्येक जुम्माचा- शुक्रवारचा रिवाज. अब्बाजानंनी धीरगंभीर वाणीनं आपल्या भाष्याला सुरुवात केली.

"मेरे नमाजी दोस्तों, अल्लाताला आपल्या सर्वांचा निगाहबान आहे. तो आजच्या परमपवित्र दिवशी आपल्या मनात इस्लामविषयीची श्रद्धा दृढ करो! मी आपला पेशइमाम, गेली तीस वर्ष आपली सेवा करीत आहे. आपल्याला महजबी कामासाठी मदत करीत आहे. आपणही माझ्यावर, माझ्या खानदानीवर सतत लोभ केला आहे. आज आपल्याला एक खुषखबरी देताना दिल मे खुषी नहीं समाती। मेरा अजीज बेटा, आपका अन्वर शौरवी वतन में -रूस में पढाई के लिये जा रहा है। हमारे मुल्क के अमीर मेहरबान जहीरशहा बाबा ने और वजीरे आजम दाऊद खान साब ने बडे मेहरबाँ होके अन्वर को ये मौका दिया है - बस यही दुवा करो कि, मेरा बेटा अच्छे ढंग से गैर मुल्क में पढे, वापस यहाँ आके मुल्क और अवाम की

खिदमत करे...''

अब्बाजाननी किती हृद्य असा जाहीर निरोप अन्वरला अल्लाच्या पवित्र वास्तूमध्ये दिला होता... ते सदैव महजबी कामात व उरलेल्या वेळात जमिनदाराच्या कामकाजात मग्न असत. घरी मुलाबाळांशी शिळोप्याच्या हलक्याफुलक्या गप्पा मारणं त्यांना कधीच जमलं नाही व तेवढा वेळही त्यांना मिळाला नाही. इस्लाम हे त्यांच्या जीविताचं पहिलं व सर्वोच्च ध्येय होतं.

आजही त्यांनी 'गैर मुल्क में अच्छे ढंग से वो पढे' अशी दुवा करताना त्याला अप्रत्यक्ष इशाराच दिला होता... कारण कॉलेजच्या मागच्या सुट्टीत तो पगमानला आला असता त्याचे शाळेचे उस्ताद हाफीजुल्ला अमीन कितीतरी वर्षांनी भेटले होते. ते अमेरिकेतील कोलंबिया विद्यापीठात शैक्षणिक संघटन व प्रशासन या अभ्यासक्रमासाठी दोन वर्षांपासून होते. त्यांच्या प्रभावामुळे अन्वरचा आताच कुठे मार्क्स आणि त्याच्या तत्त्वज्ञानाशी परिचय झाला होता. अब्बाजानसाठी कम्युनिझम हा विषय वर्ज्य होता. कारण कम्युनिस्ट हे ईश्वर न मानणारे काफिर होते. अमीन गिलझाई टोळीचे होते, ते कधीच राजनिष्ठ नव्हते आणि अब्बाजान तर राजवंशाशी राणीकडून संबंधित. दुर्राणी राजघराण्याचा त्यांना कमालीचा अभिमान.

ज्या वर्षी उच्च माध्यमिक शिक्षणासाठी काबूलच्या प्रतिष्ठित इब्ने सिना शाळेमध्ये अन्वरनं प्रवेश घेतला, त्याच वर्षी हाफिजुल्ला अमीन हे प्राचार्य बनले होते. अवघ्या अठ्ठाविसाव्या वर्षी त्यांना हे पद लाभलं होतं. ते विज्ञानाचे शिक्षक होते. त्यांचं सळसळत व आधुनिक विचारांचं पुरोगामी व्यक्तिमत्त्व लोहचुंबकासारखं पंधरा-सोळा वर्षांच्या कोवळ्या विद्यार्थ्यांना आकर्षित करीत होतं. अन्वर त्यांपैकीच एक होता.

उस्ताद अमीन हे सदैव विद्यार्थ्यांच्या गराड्यात असत. सतत त्यांच्याशी विविध विषयांवर बोलत असत. अभ्यासाखेरीज अवांतर ज्ञानावर त्यांचा भर असायचा. अन्वर त्यामुळे त्यांच्याकडे अधिक ओढला गेला. त्याला वाचनाचा जबर नाद होता. सरांमुळे तो इंग्रजी पुस्तकं प्रयत्नपूर्वक वाचायला शिकला होता.

त्यांनीच त्याला खास अभ्यासपूर्वक वाचण्यासाठी एकदा लेनिनचं चरित्र दिलं होतं. मोठ्या उत्सुकतेनं सारी रात्र जागून त्यानं ते पुस्तक एका दमात वाचून पूर्ण केलं. १९१७ ची ती महान ऑक्टोबर क्रांती, क्रांतिपुरुष लेनिनचा ध्येयवाद व कार्य वाचनताना अन्वरच्या कोवळ्या मनावर जो ठसा उमटला, तो पुढे मार्क्सच्या चरित्रवाचनानं गडद होत गेला. पुन्हा आपल्या घरी व शाळेत - खेळाच्या मैदानावर सर सामान्य कष्टकरी -कामगार-शेतकऱ्यांची उन्नती सोव्हिएत युनियनमध्ये झाली,

हे सांगत. त्या पार्श्वभूमीवर आपला देश हा राजेशाहीमुळे पिचतो आहे व मूठभर जमिनदार, मुल्लामौलवी, ऐशारामात लोळत आहेत, पण सर्वसामान्य अफगाणी जनता मात्र कमालीच्या दारिद्र्यात पिचत आहे, हे सांगत. अन्वर त्यांच्या विचारांनी मंत्रमुग्ध व्हायचा.

पण काबूलला चाचाच्या घरी काय किंवा पगमान या मूळ गावी अब्बाजानकडे काय, घरचं वातावरण कट्टर धार्मिक. घराणं मौलवींचं आणि अब्बाजान हे पेशइमाम. साऱ्या कुटुंबीयांचं जीवन इस्लामी आचरणानं अनुशासित होतं.

त्यामुळे अन्वरची मन:स्थिती सदैव संभ्रमित, द्विधा असायची. तो दिवसेंदिवस अंतर्मुख व गंभीर होत गेला.

मात्र, झैनबला अन्वरच्या स्वभावातलं हे परिवर्तन व्याकूळ करायचं. बालपणापासूनची त्याची ती सवंगडी. नेहमी त्याच्या पुढे पुढे करणारी, त्याची कामं करणारी. कधीतरी गमतीमध्ये अब्बाजान व चाचांच्या बोलण्यात दोघांची शादी करावी असं आलं होतं. तेव्हापासून तिच्या मनानं त्याचा शौहर म्हणून स्वीकार केलेला. चाचांनी तिच्या भावनेला प्रसंगा-प्रसंगानं सहज बोलताना खतपाणी दिलेलं. त्यामुळे त्याचं स्वत:ला आपल्या स्टडीरूममध्ये कोंडून घेणं, तासन्तास स्वस्थपणे काही न करता दूर कुठेतरी शून्यात नजर लावून बसणं तिला बैचेन करायचं. त्याच्या विचारातलं द्वंद्व व होणारा बदल तिच्यासाठी अनाकलीय होता.

अब्बाजानचा इशारा हा आपल्या मार्क्सवादी विचारांकडे झुकलेल्या मनोवृत्तीला तर नाही ना?आपले विचार तर इस्लामचं पालन करताना शंका उपस्थित करतात. पवित्र कुराणात आपल्या देशाचं दैन्य-दारिद्र्य यावर तोडगा सापडत नाही. तो लेनिन -स्टालिनच्या देशानं - रशियानं - महान ऑक्टोबर क्रांतीनंतर कष्टकऱ्यांना अन्न-वस्त्र-निवारा मिळवून देऊन दाखवला आहे. भले ती रक्तरंजित क्रांती असेल, त्यात त्रुटी असतील... पण आज तिथे जेवढी समता आहे, तेवढी जगाच्या पाठीवर कुठे आहे? आपल्या अफगाणमध्ये तर नाहीच नाही. ही राजेशाही अहमदशहाबाबापासून चालणारी. तो राष्ट्रनिर्माता होता. त्यानं आजचं अफगाण वतन निर्माण केलं... पण सध्याचे राजे जहीरशहा काय करतात?विलासात मग्न आहेत, गरिबांच्या-भूमिहीनांच्या अश्रूकडे दुर्लक्ष करीत... खरी सत्ता आहे पंतप्रधानाची, जनरल दाऊदखानाची. तो आहे म्हणून काही प्रगती, सुधारणा आहे. त्याच्या धाकानंच आज अफगाण स्त्री मुक्त वावरू शकते-निदान शहरात तरी'.

आपण खरंच विचारानं कम्युनिस्ट होत आहोत? अन्वरला या प्रश्नाचं पोटात गोळा उठावा एवढं भयं वाटलं!

रहीम सध्या सुट्टी काढून आला होता. त्याच्या मध्यस्थीनंच तर अब्बाजाननी अन्वरला मॉस्कोला जाण्याची परवानगी दिली होती.

मेजर रहीम म्हणजे अंतर्बाह्य सैनिक. त्याच्या अवघ्या जीवनात लष्करी शिस्त व नियमितता ओतप्रोत भरलेली. त्याच्या सवयी साऱ्याच इंग्रजाळलेल्या. मेजावर बसून सुरी-काट्यांनं ब्रेकफास्ट-लंच- डिनर घेणं, इस्लामला मंजूर नसलेलं व अब्बाजानला नापसंद असलेली चिरूट ओढणं- तसंच काबूलला असताना नियमित मद्यपान करणं... अब्बाजानला हे सारं ठाऊक असलं, तरी त्यांनी कधी उघडपणे त्याबद्दल नाराजी व्यक्त केली नव्हती. कारण रहीम तरुण होताच. घरचा व जमीनदारीचा पूर्ण कारभार अब्बाजाननी त्याच्या हातात सोपवून स्वत:ला महजबी कामात झोकून दिलं होतं. कर्त्या पुरुषाला बोलणं, समज देणं, त्यांच्या विचारात बसत नव्हतं. त्यांचा हा समजूतदारपणा त्यामुळे रहीमला त्यांच्यापुढे अधिकच नम्र व आज्ञाधारक करीत होता.

लष्करी जीवनामुळे सवयी वेगळ्या असल्या, तरी तोही सश्रद्ध होता. आपल्या परीनं तोही धर्माचं होईल तेवढं पालन करायचा.

अन्वर येताच पळत येऊन नऊ वर्षांची जमीला त्याला बिलगली. ''चाचू-चाचू, काल रात्री मी एक नज्म लिहिली आहे. चल, ती वाचून दाखवते!''

''अच्छा, हमारी बिटियारानी अच्छी खासी शायरा बन गयी है।'' कौतुकानं अन्वर म्हणाला. ''देखो भाभी'' जमीलाच्या मागोमाग आलेल्या रुकियाला तो कौतुकानं म्हणाला, ''मी नेहमी म्हणतो की, आपली जमीला रूबिया बल्खीप्रमाणे सचमुचही बडी शायरा बनेगी-''

मॉस्कोला जाण्यापूर्वी त्याला पायी हिंडून पगमान गाव नजरेत साठवून घ्यायचं होतं. प्रवासाची आवड असल्यामुळे अन्वरनं बराचसा अफगाण देश हिंडून पाहिला होता. पण आपल्या पगमानएवढं सुंदर गाव जगात नाही, असं त्याचं ठाम मत होतं.

एकदा मेजर रहीमनं लष्करी हेलिकॉप्टरमधून आपलं ठिपक्याप्रमाणे दिसणारं गाव व परिसर दाखवला, तेव्हा तो रोमांचित झाला. एका बाजूला चमकदार निळ्या रंगांचं आकाश तर दुसऱ्या बाजूला चकचकीत सोनेरी पिवळं ऊन. पांढऱ्या शुभ्र बर्फाच्या सोनेरी-रूपेरी शाली पांघरलेले निळे-जांभळे डोंगर. चहूबाजूंनी वर्तुळ केलेल्या प्रशस्त दरीमध्ये काबूल व त्याच्या आसपासचा परिसर. पगमान हे त्यातलं एक गाव. हा सारा परिसर हिंदुकुश पर्वताच्या वळचणीचा. सुमारे सात-आठ हजार फूट उंचीवर वसलेलं काबूल व तेथून अवघ्या अर्ध्या तासाच्या अंतरावर असलेलं

पगमान. डोंगर-माथ्यावर व दरीत चिनार आणि देवनारची उंची देखणी झाडं.

अन्वरचं घराणं दुर्राणी वंशाचं. पठाणांमध्ये दुर्राणी व गिलझाई प्रमुख टोळ्या. मागील दोन शतकांत या टोळ्या मेंढ्या-उंटांसाठी कुरणं शोधत मुलुखगिरी करीत. सुपीक नद्यांच्या खोऱ्यातील ताजिक वंशाच्या शेतकऱ्यांना हुसकावून तिथे स्थायिक होत त्यांनी शेती करायला सुरुवात केली.

तीन पिढ्यांपूर्वी पगमानला काबूलच्या शहानं जमिनदारी दिल्यामुळे अन्वरचे पूर्वज स्थायिक झाले. त्यांचे एक पूर्वज अफगाणिस्तानचा राष्ट्रनिर्माता अहमदशहा अब्दालीच्या परिवारातले व शहाबाबांशी इमान राखून त्यांच्या सोबत तलवार गाजवणारे होते. त्यामुळे आजही जहीरशहाच्या दरबारात त्यांच्या घराण्याचा मोठा दबदबा होता. मेजर रहीम सुरुवातीच्या काळात जहीरशहाच्या वैयक्तिक सुरक्षा तुकडीत होता व त्याच्याशी आपल्या पूर्वजांप्रमाणे इमान ठेवून होता. आज दुर्राणी राजवंशाशी पूर्ण निष्ठा हा रहीमचा एक पीळ होता!

राजघराण्याशी संबंध आणि वारसानं घराण्यातली पेशइमामाची परंपरा यामुळे पगमान व परिसरातील चार गावांमध्ये अन्वरच्या घराण्याची निरंकुश सत्ता होती. पाच हजार जिराब सुपीक जमीन होती. ती ताजिक, युसुफजाई वंशांचे लोक कूळ म्हणून कसत. गहू, कापसाबरोबर त्यांनी फळबागाही वाढवल्या. देशी नैसर्गिक पद्धतीनं मनुका बनविणारे गोडाउनवजा चार कारखाने त्यांनी सुरू केले होते. त्या मनुकांना काबूलमध्ये फार मागणी होती. काबूल नदीच्या पाण्यात काही खुमारी असावी. त्यामुळे इथल्या मनुकाही विशेष असायच्या. जहीरशहाला अन्वरच्या बागेतलाच सुकामेवा लागायचा. या निमित्तानं वर्षातून दोन तीन वेळा अब्बाजान सलाम करायला त्यांच्या अर्ग पॉलेसवर जायचे. एक - दोन दिवस राजवाड्यात राहून शहा व राणीचा पाहुणचार घेऊन यायचे. जुम्मा पडला तर शहा व शाही परिवाराला नमाजानंतर इस्लामवर प्रवचन ऐकवायचे. शहाबाबांना त्यांचा फार आदर असायचा. घराण्यासाठी ही अभिमानाची बाब होती. रहीमची लष्करातील प्रगती ही त्यांचीच कृपा. त्यांच्यामुळेच तो आज मेजर पदावर होता.

फळबागांमध्ये द्राक्षांप्रमाणे डाळिंब, सफरचंद, बदाम, चिलगोजे व जरदाळू ही फळझाडंही होती. सईदचं पहिल्यापासूनच लक्ष नव्हतं, पण शेतीचं ज्ञान अद्भुत. त्याला जमीन, पाणी व वृक्षसंपदेची सखोल जाण होती. त्याचा हातच 'हिरवा' होता. त्यांनं लावलेल्या, जोपासलेल्या फळबागा अशा बहरून येत की पाहणाऱ्यांचं भान हरवून जाई. काबूल नदीकाठच्या फळबागेमध्ये आधुनिक पद्धतीचं फार्महाऊस बांधून तिथे सईद बायकामुलांसह राहत असे.

पाना-फुलांवर व गुराढोरांवर प्रेम करणारा, त्यांची निगा राखणारा, त्यांना जपणारा सईद शेतात राबणाऱ्या कुळांसाठी मात्र अस्सल जमीनदार होता. तो रोज सकाळी नाष्टा करून आपल्या जमिनदारीच्या गावांची आळीपाळीनं पाहणी करायला निघायचा. एक एक शेत, पीक व फळबागा काळजीपूर्वक निरखायचा. पाच हजार जिराब जमिनीवर अनेक शेतमजूर कुटुंबं कामाला असायची. त्यांच्या कामाची माहिती घेणं, कामचुकारांना अस्खलित शिव्या हासडणं, प्रसंगी चाबकानं फोडून काढणं, क्वचित कामावरून काढणं, गावातून हाकलून लावणं... असं त्याचं दुपारपर्यंत काम चालायचं. खांद्यावर रुळणारा चामड्याचा चाबूक, पायात काबूलच्या कोना बाजारातून आणलेले युरोपियन गमबूट, लष्करी धाटणीचा व शेतमळ्यांतून हिंडण्यासाठी उपयुक्त असलेला तंग सुरवार व बंडीचा पोशाख, कमरेला आवळलेला पट्टा, भरघोस गलमिशा असा त्याचा रुबाब पाहिला की कुळांच्या छातीत धडकी भरायची.

मेजर रहीमनं, लष्करानं बाद केलेली एक दणकट रशियन जीप सईदला पडेल भावात मिळवून दिली होती. ती खाचखळगे न जुमानता सुसाट वेगानं स्वत: ड्राइव्ह करणं हा सईदचा शौक. गाडीत मागे नोकर दोन हाऊंड कुत्र्याचे पट्टे हातात धरून बसायचे.

सईदचं रौबदार कटील व्यक्तिमत्त्व, खांद्यावरची एनफील्ड व भरलेला काडतुसांचा जाडजूड पट्टा आणि जोडीला मस्त पोसलेली भीतीदायक हाऊंड्स कुत्री... कुळांवर जरब बसवायला एवढं पुरेसं होतं.

अन्वर सईदच्या घरात डोकावला, तेव्हा त्याला सितारा भाभीसोबत त्याची आत्या झोरापण दिसली. ही सुलतानच्या पाठची अविवाहित राहिलेली त्याची आत्या. सिताराशी तिचं चांगलं जमायचं व त्यामुळेच असेल कदाचित, ती फार्महाऊसवर सईदकडे राहायची. अफगाणमध्ये श्रीमंत खानदानी घराण्याच्या मुलींचं लग्नं होणं कठीण असायचं. कारण इथं मुलीला हुंडा द्यावा लागतो. झोरासाठी तोलामोलाचं व अब्बाजानच्या अपेक्षेप्रमाणे हुंडा देणारं स्थळ आलं नाही म्हणून ती अविवाहितच राहिली. तिला संसाराची व मुलाबाळांची भारी आवड होती. लहानपणी अन्वरला तिनं ममतेनं सांभाळलं. आताही सितारा भाभीची मुलं तिच्याच अंगाखांद्यावर असत.

"ये अन्वर, आत ये बेटा-'' झोरा पाहताच आनंदानं म्हणाली, "तू फार कमी येतोस इकडे, तुझी भेट होत नाही. आता तर काय शौरवी देशात चाललास.''

"मी शेतावर चाललोय. सहज तुम्हाला पाहावं म्हणून आत डोकावलं-'' अन्वर म्हणाला, "तुम्ही सारे घरी दुपारी येत आहातच, तेव्हा बोलू या!''

"मी नाही येत अन्वर घरी, इथूनच तुला निरोप देते!'' झोरा म्हणाली.

'घरची ताजी फळं आहेत, ती घेऊन जा.'' तो मग नाइलाजानं आत आला. झोरा आत्याची इच्छा मोडणं त्याच्या जिवावर आलं होतं!

सईदचा नोकर इस्माइल मात्र दाराच्या बाहेर उभा होता. त्याच्याकडे लक्ष जाताच झोराचा चेहरा उजळल्याचं अन्वरच्या लक्षात आलं. ''इस्माइल, तू सईद भाईसोबत गेला नाहीस वाटतं, ये तूही आत ये.''

''ये क्या झोराबी,'' सितारा चेहरा वेडावाकडा करीत म्हणाली, ''तुम्हें मालूम है, मियाँ ये पसंद नही करते...''

''त्याला काही कळत नाही. हा इस्माइल आहे म्हणून या फळबागा आहेत. किती कष्टाळू व नम्र आहे. सईदला काय कळणार?'' झोराचं बोलणं, तिची भिरभिरती नजर, चेहऱ्यावरची चमक अन्वरला विचित्र वाटलं.

कसल्यातरी अनाम शंकेने तो अस्वस्थ झाला. नेमकं लक्षात येत नव्हतं. तसा इस्माइल त्यालाही प्रिय होता. तो ताजिक आहे, आपल्या शेतावर राबणारा गडी आहे, म्हणून त्याच्याशी मालिक म्हणून वागावं हे त्याला नापसंद होतं. पण झोरा आत्याचं इस्माइलबाबतचं हे अगत्य मात्र खटकत होतं.

इस्माइल बुजतच आत आला. पण आग्रहाला बळी न पडता नम्रपणे कोपऱ्यात उभा राहिला.

झोरानं रसदार डाळिंब निवडून ते आंब्याप्रमाणे मऊ केलं व टोचणानं त्याला मधोमध छिद्र पाडून अन्वरच्या पुढे केलं. ते तोंडाला लावून त्याचा रस तो प्याला. मग त्यानं मक्याचं एक कणीस लिंबू व मसाला लावून खाल्लं.

इस्माइल आत येताच कपाळावर आठ्यांचं जाळं विस्फारीत, पाय आपटीत सितारा भाभी निघून गेली. झोरानं आग्रहानं इस्माइललाही डाळिंब व कणीस खायला दिलं. त्याची नजर खाली झुकलेली होती. मात्र झोरा अन्वरशी बोलताना त्याच्याकडे एकटक पाहत होती.

झोरानं तिशी पार केलेली. किंचित स्थूल झाली असली तरी दुर्राणी वंशाच्या कीर्तीप्रमाणे तीही देखणी, उंचीपुरी, नितळ वर्णाची होती. पाहताक्षणीच कुणाही पुरुषाच्या काळजाचा एकतरी ठोका चुकावा अशी मादकता. अन्वरला प्रथमच तिच्यातला सेक्स अपीलची जाणीव झाली व तो मनोमन शरमिंदा झाला. त्याला अकारण इस्माइलचा राग आला. तो ताडकन उठला व म्हणाला, ''इस्माइल, तू तुझं काम कर. मी एकटाच चाललो!''

''मालिक- मालिक!'' असं ओठातल्या ओठात इस्माइल भेदरल्याप्रमाणे पुटपुटला. अन्वरनं त्याच्याकडे दुर्लक्ष करीत झोराचा निरोप घेतला.

पाय थकून बोलायला लागले तशी अन्वरनं परतीची वाट पकडली. वाटेतच त्याचा काबूलच्या इब्नेसिना शाळेचे प्राचार्य अमीन सरांचं घर होतं. तिथे शासकीय नोकरीतून निवृत्त झालेले त्यांचे वडील हबीबुल्ला राहत असत.

उस्तादांचा ठावठिकाणा विचारावा म्हणून तो त्यांच्या घरात शिरला. नोकर अन्वरला गुलखान्यात घेऊन गेला. हबीबुल्ला जमिनीवर चटई टाकून कुराण पढत होते.

हबीबुल्लांना फुलांचं फार वेड. या गुलखान्यात विविध प्रकारची फुलझाडं त्यांनी मोठ्या हौसेनं वाढवली होती. हबीबुल्लांचं कुराणपठण संपण्याची वाट पाहत अन्वर गुलखाना पाहू लागला तोच तिथे झरीना आली.

नावाप्रमाणेच युरोपीय वळणाचे सोनेरी केस असलेली झरीना ही अमीनसरांची मुलगी, तेरा -चौदा वर्षांची. तिचं बेपर्दा मोकळं वागणं, आपल्या अब्बाजानला पपा असं पुकारणं, अन्वरला सरळ स्टडीरूममध्ये बोलावणं यानं विस्मयचकित होत तो तिच्या पाठोपाठ गेला.

अमीनसरांच्या अमेरिकेतल्या वास्तव्याचं मागचं एक वर्ष झरीना वडिलांसोबत होती. त्याचा आणि त्यांच्या आधुनिक विचारांचा हा परिणाम होता. क्षणभर त्याच्या मनात झरीना व झैनबची तुलना येऊन गेली.

स्टडीरूममध्ये प्रवेश केला तेव्हा त्याची नजर तेथील मार्क्स व लेनिनच्या छायाचित्रांवर थबकली. अफगाणिस्तानमध्ये १९६० च्या दशकात हे धाडस होतं, पण अमीनसरांचा स्वभाव बेडर होता! मार्क्स व लेनिन हे दोन महापुरुष खऱ्या अर्थानं जगातील कामगारांचे, कष्टकऱ्यांचे व शोषितांचे मुक्तिदाते आहेत!' असं ते नेहमी सांगत असत.

भिंतीच्या कपाटांमध्ये पुस्तकं खच्चून भरलेली होती. एका कोपऱ्यात त्यांचं टेबल व खुर्ची, समोर अभ्यागतांना बसण्यासाठी काही खुर्च्या. टेबलावरील पुस्तकांच्या राशीतून दोन पुस्तकं काढून देत झरीना त्याला म्हणाली, "पपांनी खास तुला ही नजर केली आहेत, अन्वर... मी ती वाचली आहेत. बेहद आवडलीत."

"अच्छा, कुणाची आहेत?" पुस्तकं घेत पानं उलटीत त्यानं विचारलं.

"फार मोठे शायर व लेखक आहेत. सबसे बडी बात ये है कि वो लोक से हटकर लिखते हैं. सामान्य अफगाण शेतकरी, कष्टकरी व टोळी जीवनांचं फार वास्तव चित्रण या उपन्यासांमध्ये आहे." झरीना भारावून म्हणाली, "त्यांचं नाव आहे नूर महंमद तराकी... पपांप्रमाणेच मार्क्सवादी. त्यांची ओळख नाही, पण हल्लीच पत्रव्यवहार सुरू केला आहे. मी त्यांची जबरदस्त फॅन झाले आहे, ही पुस्तकं वाचल्यावर...!"

अन्वरनं तराकींचं नाव ऐकलं होतं, त्याच्या बालपणी. विश झलयामन म्हणजे 'जागृत युवक' नावाचा अफगाणिस्तानातील पहिला राजकीय पक्ष. अन्वरचा सगळ्यात मोठा असलेला भाऊ हैदर त्या पक्षाच्या संस्थापक सदस्यांपैकी एक. त्याच्यापेक्षा अन्वर जवळपास पंधरा वर्षांनी लहान. हैदरचं आपल्या धाकट्या भावावर, पितृतुल्य प्रेम होतं. त्या काळात 'विश झलयामन'चा सुशिक्षित पिढीवर प्रभाव पडलेला. हा गट उदारमतवादी व राष्ट्रवादी विचारांचा होता. हैदर त्या वेळी काबूल विद्यापीठात नव्यानंच पार्शियन साहित्याचा प्राध्यापक म्हणून लागला होता. अन्वरला आठवतं, हैदरच्या भोवती 'विश झलयामन' पक्षाच्या तरुणांचा सदैव घोळका असायचा. त्यांच्यात तासन्तास चर्चा झडायच्या, वादविवाद व्हायचे, कडाडून भांडणंही व्हायची. पण ती कोऱ्या चहाच्या कपासोबत नान व पुलावाचा फडशा पाडीत विरून जायची.

आता झरीनानं नाव घेतलं तेव्हा आठवलं की हैदरच्या तोंडी अनेकदा तराकींचं नाव ऐकलंय.

ते तराकी आता अफगाणिस्तानचे एक आघाडीचे लेखक म्हणून मान्यता पावले होते. गणित-विज्ञान घेऊन पदवी शिक्षणात मग्न असलेल्या अन्वरच्या वाचनात मात्र त्यांची पुस्तकं आली नव्हती.

''आता याद आली झरीना, 'विश झलयामन'मध्ये ते प्रमुख नेते होते. या पक्षात परदेशात शिकलेल्या राजनिष्ठ लोकांचा भरणा होता. तराकी गरीब मेंढपाळ घरातले. गिलझाई वंशातल्या तराकी उपजातीचे. या गटात ते पुढे आले केवळ आपल्या गुणांवर आणि लेखणीच्या ताकदीवर...''

''माझ्या पपांचाही त्यांच्याशी कधी संपर्क आला नाही, पण तराकी साहेबांनी दारी-पश्तु भाषेमध्ये जे अंगार नावाचं द्विसाप्ताहिक सुरू केलं, त्याचे सारे अंक आमच्याकडे आहेत. मीही त्यांची असंख्य पारायणं केली आहेत!'' झरीना चांगलीच बोलकी व मोकळी होती. भरभरून मनस्वी लाघवी बोलणं हा तिचा स्वभावविशेष असावा. अमीनसरांनी तिला विचारांनी आधुनिक व कृतीनं धीट बनवलं आहे. खऱ्या अर्थानं ते आधुनिक व प्रगतीवादी आहेत, अन्यथा १९६० च्या दशकातही आधुनिक पोशाख करणारी तरुण अफगाण स्त्री फार दुर्मिळ व तीही काबूल शहरापुरती मर्यादित.स्कर्ट-ब्लाउजमध्ये सहजतेनं वावरणारी व स्टडीरूममध्ये बौद्धिक चर्चा करणारी झरीना हे अन्वरला एक लोभस व विलोभनीय स्वप्न वाटत होतं.

हैदरच्या आठवणीनं उदास झालेलं मन अन्वरचं शरीर जडशीळ करीत होतं.

हैदर ही त्याच्या घरासाठी एक भळभळती जखम होती. अम्मी आजही त्याच्या आठवणीनं रोज डोळ्यांतून पाणी काढत असते. अब्बाजानसाठीही त्याचं अचानक परागंदा होणं म्हणजे जबर धक्का होता. त्यांचा हा पहिला मुलगा. त्याच्या नाहीसं होण्यामुळे त्यांच्यातला वत्सल पिता हा जवळपास संपूनच गेला. रहीम काय वा अन्वर काय, त्यांच्या वाट्याला अब्बाजानचं अलिप्त कोरडं वागणंच आलं.

'विश झलयामन' १९४८ साली तेव्हा तिच्या संस्थापक सदस्यांत हैदर असणं अब्बाजानला आवडलं नव्हतं. कारण या संघटनेनं राजकीय पक्षाचं रूप धारण केलं होतं. 'अंगार' मधून राजघराणं व इस्लामी रितिरिवाजांवर प्रखर टीका यायची, ती राजनिष्ठ व धार्मिक अब्बाजानना रुचत नसे. हैदर काबूल विद्यापीठात प्राध्यापक म्हणून वर्षापूर्वींच लागला होता.

राजा जहीरशहानं पहिल्या संसदेसाठी १९४९ मध्ये प्रथमच निवडणुका घेण्याचं जाहीर केलं. ही पक्षविरहित संसद असणार होती तरी 'विश झलयामन' संघटनेच्या लोकांनी निवडणुका लढवण्याचं ठरवलं होतं. हैदर निवडणुकीच्या रिंगणात उतरला व तो सहजतेनं निवडूनही आला. त्याच्या समवेत 'विश झलयामन'चे जवळपास ४०-४५ लोक संसदेवर निवडून आले. त्यांनी अनेक जहाल मागण्यांचा पुकारा केला. त्यांत जहीरशहानं नियुक्त केलेलं मंत्रिमंडळ हे संसदेला जबाबदार असावं, अशी प्रमुख मागणी होती. ती जहीरशहाला मान्य होणं शक्य नव्हतं. मंत्रिमंडळ पंतप्रधानासह त्यांना जबाबदार होतं व त्या माध्यमातून त्यांची सत्ता कायम होती. मागणी वाढत गेली तेव्हा जहीरशहाच्या मंत्रिमंडळानं त्यांचं 'अंगार' साप्ताहिक बंद केलं. दडपशाहीचा वरवंटा फिरवला, अनेकांना देशत्याग करायला मजबूर केलं. नशिबी तुरुंगवास आला. एके दिवशी सरकारी पोलिस जीप घेऊन घरी आले व हैदरच्या अटकेचा हुकूम दाखवून त्याला धरून नेलं. पुन्हा तो दिसलाच नाही.

अब्बाजाननी जंग जंग पछाडलं, पण हैदरला कुठल्या तुरुंगात ठेवलं हे समजलंच नाही. जहीरशहानं त्यांची भेट नाकारली, तेव्हा अब्बाजानला मनस्वी धक्का बसला. ही शहाची नाराजी म्हणजे हैदरच्या संसदीय कामावरील तीव्र नापसंती होती.

जवळपास दोन वर्षांनी त्यांना सांगण्यात आलं की, हैदरची तुरुंगातून सुटका झालीय. अब्बाजान चक्रावले. कारण दोन आठवड्यांपूर्वींच हैदरची सुटका झाली होती, पण तो घरी परतला नव्हता. त्यांच्या भावी व्याह्यांना, मुरादअलींना देखील हैदरची सुटका झाल्याचं माहीत नव्हतं. तेव्हा त्यांनी त्यांची कन्या व हैदरची वाग्दत्त वधू नज्मला भेटायला बोलावलं. त्यांनी खोदून खोदून तिला हैदर भेटायला आला होता काय, हे विचारलं. प्रथम ती स्तब्ध उभी होती. पण त्यांचा कातर स्वर व

आपल्या वडिलांच्या हमउम्र असलेल्या अब्बाजानच्या डोळ्यांतलं पाणी तिला सहन झालं नाही. हुंदका देत ती म्हणाली, "मुझे उनकी कसम थी, ती तोडून तुम्हाला खरं... खरं सांगते. ते मला भेटायला आले होते, तेव्हा फार निराश व अस्वस्थ होते. त्यांचे तुरुंगात फार हाल हाल झाले होते. त्यांची मानसिक अवस्था खराब होती. माझ्याशी बोलतानाही वे खोये खोये लगते थे! त्यांनी मला एवढंच सांगितलं की, काही काळ ते परदेशी जाणार आहेत... बस् इसके आगे मुझे कुछ मत पूछिये.''

तेव्हापासून हैदरची खबर नव्हती. तो कुठे व कसा आहे, किंबहुना जिवंत आहे की नाही हेही माहीत नव्हतं. अब्बाजानननी त्याचा पत्ता लावण्याची खूप कोशीश केली. पण नज्मला अखेरचं भेटून जाताना त्यानं कसलाही धागा मागे ठेवला नव्हता.

१९५० च्या दशकात अफगाणी लोकांसाठी अमेरिका-इराण-भारत हीच परदेशगमनाची प्रमुख ठिकाणं होती. सोव्हिएत युनियनमध्ये त्या काळी जाणं कठीण होतं. राजद्रोहाला बळी पडलेला, म्हणून तो सोव्हिएत युनियनला जाईल, हे संभवनीय नव्हतं. तरीही अब्बाजानननी या तीनही देशांत विविध संपर्कसूत्रांतून शोध घ्यायचा प्रयत्न केला; पण हैदरचा कोठेच ठावठिकाणा लागला नाही.

मॉस्कोला आपल्याला तो भेटेल का? भेटला तर तो किस हाल में होगा? जाताना का नाही तो घरच्यांना भेटून गेला? नज्म भाभींनाही 'मी काही काळ परदेशी जाणार आहे' असं सांगून मधाचं बोट का लावून गेला हैदरभाई? ती बिचारी एवढी एकनिष्ठ की आठ वर्षं झाली तरी अविवाहित राहून वाट पाहत आहे...! आणि ज्या ध्येयासाठी 'विश झल्यान' स्थापन केला, 'अंगार'मधून जळजळीत लिखाण केलं, संसदेवर निवडून जाऊन निडरपणे टीका केली व तुरुंगवास पत्करला, त्या ध्येयाचं काय? तुरुंगातील हालअपेष्टांनी ध्येय हरवलं? मग घरी राहून चारचौघांप्रमाणे संसार करीत किमानपक्षी अम्मी व नज्मभाभीला सुखीतरी करता आलं असतं. तो असा का परागंदा झाला? कुठे असेल तो? काय करीत असेल?

निरोपाचा क्षण आला. अब्बाजानननी त्याला आपल्या खोलीत बोलवलं. अन्वर त्यांच्यासमोर विनम्रपणे बसला. अब्बाजानच्या हाती दिव्य कुराण होतं. त्यातील काही वचनांचं वाचन करून ते त्याला धर्मपरंपरेप्रमाणे निरोप देणार होते!

निघण्याचा क्षण समीप येत होता तसं अन्वरचं मन व्याकूळ होत होतं. साऱ्यांशी त्याचं पुन्हा पुन्हा निरोपाचं बोलून झालं होतं. आता अब्बाजान व अम्मीचा निरोप घ्यायचा होता.

अम्मीच्या कुशीत शिरला तेव्हा अन्वरला जाणीव झाली की, डोळे मघापासून

पाझरत आहेत. तो पुन्हापुन्हा म्हणत होता, "अम्मी अम्मी...!"

त्याच्या चेहऱ्यावरून हात फिरवीत, त्याचे अश्रू पुशीत अम्मीनं म्हटलं, "जा बेटा, दिल छोटा नहीं करते! एकच सांगते, देवर सुलतानमियाँच्या उस्माननं अमेरिकेला गेल्यावर तिथल्या मुलीशी शादी केली, तसं काही करू नकोस. इथं तुझी आई तुझ्या मस्तकी सेहरा बांधलेला पाहायला डोळ्यांत प्राण आणून वाट पाहतेय हे विसरू नकोस...''

सुलतानची मर्सिडीज गाडी सुरू झाली. अन्वर दूरदूर होणारे आपले लोक अश्रूभरल्या डोळ्यांनी पाहत होता! गाडीनं वळण घेतलं व पगमान गाव मागे पडलं.

पुढे ड्रायव्हरशेजारी सुलतानमियाँ बसला होता तर मागे त्याच्या बाजूला झैनब! गाव मागे पडताच तिनं नकाब मागे सारला व किंचित त्याच्या जवळ सरकत त्याचा हात हाती घेतला. काबूल येईपर्यंत तिच्या हातात त्याचा हात होता.

झैनबच्या रेशमी स्पर्शात अन्वर दिलासा शोधत होता.

काबूल दिसू लागलं तसा अन्वर सावरला होता.

गेली पाच वर्ष तो काबूलमध्येच चाचा सुलतान व झैनबसोबत राहत होता. सायकलवर वेळीअवेळी हिंडत पूर्ण शहर पालथं घालणं हा त्याचा शौक होता. त्याला शहराचा कानाकोपरा माहीत होता.

"अन्वर, काय खुसरफुसर चालली आहे तुम्हा दोघांची, या बुढ्ढ्यालापण कळू द्या की...!' मागे वळत सुलतानमियाँ म्हणाला, तसा सावध होत अन्वर म्हणाला, "हेच चाचा, झैनबला सांगतोय, पुढे शीक म्हणून... कॉलेजला जा म्हणून.'' झैनब चकित होऊन त्याच्याकडे पाहत राहिली - बडा वस्ताद आहे अन्वर.

गेल्या वर्षी मॅट्रिक झाल्यानंतर झैनब घरीच होती. तिचं पूर्वीपासूनच अभ्यासात फारसं लक्ष नव्हतं. बायकी कामांतच रस होता. नटणं, मुरडणं आणि शान शौकीत राहण्याची आवड. त्यामुळे आपणहूनच ती कॉलेजला गेली नव्हती.

"बिल्कुल सही अन्वर... मलाही तसंच वाटतं!'' सुलतानमियाँ म्हणाला.

"ठीक है अब्बाजान, तुम्हा साऱ्यांची इच्छ आहे तर ही सुट्टी संपताच जेव्हा कॉलेज उघडेल, तेव्हा मी दाखला घेईन.'' झैनब म्हणाली, "पण मला रोज कॉलेजला जाण्यायेण्यासाठी वेगळी गाडी घेऊन द्या.''

झैनब ही सुलतानची लाडकी एकुलती एक मुलगी. तिचा प्रत्येक हट्ट पुरवला जायचाच. सुलतानला जमिनदारीचं प्रचंड उत्पन्न व काबूलमधला गालिच्यांचा कारखाना असल्यामुळे पैशाला काही कमी नव्हतं.

गेले काही दिवस झैनबच्याही मनात हा विचार घोळत होता. अन्वर उच्च शिक्षणासाठी मॉस्कोला जातोय. परत आल्यावर त्याला सरकारदरबारी मोठी नोकरी मिळेल किंवा विद्यापीठात प्राध्यापकी. त्याला शोभेसं आपण असावं, हा तिचा अट्टहास होता. तिचं नटणं-मुरडणं व सदैव सुंदर, आकर्षक दिसण्याचा प्रयत्न करणं हा त्याचाच भाग, पण अन्वरला जिंकण्यासाठी एवढं पुरेसं नव्हतं. दोघांना बांधून ठेवायला बौद्धिक साहचर्य हवं, ही जाणीव तिला रुकिया भाभीनं करून दिली, तेव्हाच तिनं कॉलेजला जायचं व अन्वरच्या आवडीच्या पर्शियन काव्य साहित्याच्या प्रांतात पारंगत व्हायचं ठरवलं होतं. तिचा आजचा सहज होकार त्याचा परिपाक होता.

आता काबूल शहरात त्यांची गाडी प्रवेशती झाली. इथं काबूल नदीमुळे शहराचे सरळसरळ दोन भाग झालेले. जुनं आणि 'शहर-ए-नोबा' म्हणजे नवं शहर. त्यांची गाडी नव्या शहरातील गुळगुळीत रस्त्यांवरून जात होती. संध्याकाळची वेळ असल्यामुळे रस्ते स्त्री-पुरुषांनी फुलून गेले होते.

नेहमीचं परिचयाचं दृश्य. मुस्लिम देश असूनही काबूल शहरात फारच कमी स्त्रिया बुरखा वापरतात. अन्वरला आज प्रकर्षानं याची जाणीव झाली. कारण काबूल-हेरत, मजारेशरीफसारखी शहरं सोडली तर देशात सर्वत्र स्त्रिया बुरखा वापरतात. पगमानही त्याला अपवाद नाही. सुलतान मियाँ स्वत: फारसा धार्मिक नव्हता, तो रमजानमध्ये रोजेही धरीत नसे. पण बुरख्याबाबतीत तोही कट्टर. झैनबला बुरखा वापरावा लागे. आताही तिनं चेहरा बेनकाब केला असला तरी अंगात काळा रेशमी बुरखा होताच.

अन्वर म्हणाला, "चाचा एक विचारू? राग करू नका, पण आता झैनू कॉलेजात जाणार आहे. तिच्यावर बुरख्याची सक्ती करू नका बुवा..."

सुलतान गंभीर झाला. भावी जावई व पुतण्या म्हणून अन्वरचं त्याला कोडकौतुक होतं व त्याच्या आणि झैनबच्या तारुण्यसुलभ नैसर्गिक सलगीला आक्षेप नव्हता. पण ही मागणी मात्र त्याला खटकली. त्याच्या मते स्त्रीचं हुस्न हे तिच्या मालकाखेरीज इतर कोणी पाहायचं नसतं!

"अन्वर, कबूल की मी मजहबचे रीतिरिवाज पाळत नाही. पण औरतें हमारी इज्जत है आणि कुराणाचीही आज्ञा आहे" सुलताननं सांगितलं, "मी तुला याबद्दल विशेष काय सांगणार? तुझे अब्बा परमज्ञानी आहेत व तूही कुराण वाचलं आहेस."

काबूल विद्यापीठात असताना अन्वर बबराक करमालच्या नेतृत्वाखाली सक्रिय असणाऱ्या डाव्या विचारांच्या बंडखोर तरुणांच्या गटाकडे आकृष्ट झाला होता. स्त्रियांच्या गोषा पद्धतीवरून त्यांच्यात संतप्त चर्चा होत. अशाच एका चर्चेच्या

वेळी अब्बाजानच्या प्रभावातून अजूनही बाहेर न आलेल्या अन्वरनंच सांगितलं होतं, ''यारों, 'सूरह अल्-अहजाब' मध्ये मुस्लिम स्त्रियांना गोषा करण्याविषयी सांगितलं आहे, त्यामुळे त्यांच्या सत्चरित्रांची कल्पना लोकांना येईल आणि कोणी दुष्ट भीतीमुळे त्यांची छेडछाड करणार नाही.''

''अन्वरभाई, कुराणाचा आधार घेऊन समर्थन केलं की, बातचीतच संपते.'' त्याचा एक मित्र म्हणाला होता, 'आज जग झपाट्यानं बदलत चाललंय. त्याच्या आधुनिकतेशी व प्रगतीशी जुळवून घेत पुढे जायचं की आपण आहोत तसंच मागे राहायचं?''

''मीही त्या आयतीवर बराच गौर केला आहे, तिथं शब्द चादरी हा आहे, गोषा नाही,'' कुराणाचं वाचन करणारा दुसरा मित्र कासीम म्हणाला होता, ''याचा अर्थ डोक्यावरून पदर वा घुँघट म्हणता येईल. पण हा पूर्ण शरीर झाकणारा गोषा वा बुरखा कसा रूढ झाला हे कळत नाही. त्याला कुराणात कुठे आधार नाही.''

''आणि चारित्रयवान, नीतिसंपन्न राहण्याचा ठेका केवळ स्त्रियांचाच आहे का?'' डॉक्टरी करणारी अनाहिता रातेब्जाद अत्यंत आक्रमकपणे म्हणाली होती, ''सारी बंधनं औरतलाच का?'

''खानम, हजरत साहेबांनी मर्द-औरत दोन्ही जमातींवर कुराणाद्वारे सद्‌विचारांची बंधनं घातली आहेत!'' अन्वरनं सांगितलं होतं, '' 'सूरह अल्-नूर' मध्ये अल्लाहनं स्पष्ट फर्मावलं आहे की, हे पैगंबरा, इमानवाल्या पुरुषांना (मुस्लिम पुरुषांना) हे सांगा की त्यांनी आपल्या नजरांची जपणूक केली पाहिजे व आपल्या लज्जास्थानांचं रक्षण केलं पाहिजे. याच्या पुढील आयतीमध्ये स्त्रियांनाही असंच सांगितलं आहे. पण स्त्रियांवर जादा बंधनं आहेत हे खरं; त्यांनी साजसिंगार प्रकट करू नये, त्यांनी पाय आपटीत चालू नये...''

''अन्वरमियाँ, माझं हेच म्हणणं आहे, जगातील सर्वच धर्मांनी स्त्रियांना दुय्यम लेखलं आहे व त्याला आपला मजहबही अपवाद नाही.'' अनाहिता म्हणाली होती, 'मला व्यक्तिशः बुरखा हा स्त्री-गुलामीची निशाणी वाटते...''

चर्चेचा शेवट करताना त्या सर्व तरुणांचा नेता बबराक करमाल म्हणाला होता, ''आपला देश इस्लामी असूनही आज काबूल शहरात फार कमी स्त्रिया बुरखा वापरतात. त्याचं कारण वाढतं शिक्षण व प्रशासनात त्यांच्या नोकऱ्या. पंतप्रधान जनरल दाऊदखान यांनी या बाबतीत बरीच हिंमत दाखवली. पण हे चित्र फसवं आहे, भ्रामक आहे. मोठी शहरं व सुशिक्षित कुटुंबं सोडली तर ग्रामीण भागात बुरखा आम आहे. पंचाण्णव टक्के स्त्रिया निरक्षर आहेत, आपल्या पुरुषांना भोग देत तो

चाहील तेवढी मुलं पैदा करणं यांतच त्यांची चार भिंतींआड जिंदगी बसर होते...
लेनिनचं एक वचन आठवतं- ज्या देशाची अर्धी माणसं म्हणजे औरतजात कोणत्याही
निर्णयप्रक्रियेत सहभागी होत नाहीत, तो देश कधींच पुढे येणार नाही.''

हा अन्वरचा अनाहिताशी पहिलाच परिचय होता. तिचं धीट वागणं, मोकळं
बोलणं आणि विशेष करून तिची बुद्धिमत्ता व डॉक्टर पदवीचं वलय त्याला प्रभावित
करून गेलं. तिची करमालशी सलगी त्याला जाणवत होती व हेही लक्षात आलं होतं
की, ती व करमाल एकमेकांना सहजतेनं 'कॉम्रेड' म्हणतात.

आपली झैनबही अनाहिताप्रमाणे धीट व मुक्त असली पाहिजे, असं त्याला
वाटू लागलं होतं. तो म्हणाला, ''चाचा, आज काबूलमधील रईस, खानदानी
सुशिक्षित व राजनिष्ठ घराणी घ्या. त्यांच्या स्त्रिया आधुनिक युरोपियन पद्धतीचा
पेहराव करतात व आता तर टीव्हीवर स्त्री-निवेदकही आहेत.''

''फिरभी अन्वर, दिल नहीं मानता.''

''चाचा, जरा सोचो, विद्यापीठात बुरख्यामुळे झैनबची किती कुचंबणा होईल...
बाकीच्या मुली गोषाविना आधुनिक कपड्यांत असतील... तिथं झैनब अलग पडेल.''
अन्वर म्हणाला, ''आणि मुख्य म्हणजे चाचा, आताशी मला वाटू लागलं आहे की,
प्रत्येक बाबीसाठी कुराणाकडे वा हादिसकडे पाहणं योग्य ठरणार नाही. पूरी दुनिया
तेज रफ्तार से बदल रही है। विज्ञानयुगामुळे सारं जग जवळ येत चाललंय. आपण
मात्र जुन्या धर्मपरंपरा उराशी कवटाळून बसलो आहोत. त्यामुळे आपला अफगाण
किती अविकसित आहे... याचा विचार आपण सुशिक्षितांनी नाही तर कुणी करायचा
चाचा?''

''अन्वर बेटा,'' सुलतान म्हणाला, ''तेरे ये खयालात तर कम्युनिस्टांप्रमाणे
वाटतात.''

अन्वर म्हणाला, ''माझा जास्त अभ्यास नाही मार्क्स-लेनिनच्या विचारांचा
आणि साम्यवादाच्या सिद्धांताचा, पण असं वाटू लागलंय की, माझ्या मनात
असणाऱ्या आपल्या अवामच्या, आपल्या वतनाच्या संदर्भातील प्रश्नांचा व समस्यांचा
त्यात तोडगा सापडेल.''

''तौबा, तौबा अन्वर मियाँ,'' झैनब मध्येच म्हणाली, ''तू काय जड-जड,
अवजड बोलतो आहेस, मला त्यातलं काही कळत नाही.''

''त्याचं कारण म्हणजे कभी कुछ पढ़ती नहीं है तू,'' अन्वर काहीसा चिडून
म्हणाला, ''तुला मी किती वेळा सांगितलं असेल की पर्शियन लिटरेचर वाचत जा,
दुनियादारी जानने के लिए रेडिओ-टीव्ही की खबरें सुनती-देखती जा... कमसे कम

रोजचा पुश्तू भाषेत निघणारा 'अनिस' पेपर तरी वाचत जा... पण छे...?''

त्याच्या अनपेक्षित रोषयुक्त शब्दांनी झैनब कावरीबावरी झाली. त्याच्यापासून दूर होत ती खिडकीतून बाहेर पाहू लागली.

खरंतर त्याचे प्रगतिशील विचार तिला आवडले होते. बुरखा तिलाही जाचक वाटायचा. घरात तिला पडदा नव्हता. पण बाहेर बुरखा ओढून जाताना तिला नेहमीच वाटायचं की, हा बाई म्हणून आपला अपमान आहे! पण फारशा खोलात जाऊन विचार करण्याचा तिचा स्वभाव नव्हता.

सुलतान मियाँ विचारात मग्न होता, मग अचानक मागे वळून पाहत तो म्हणाला, ''अन्वर, मैंने काफी सोच लिया है, मनाला पटत नाही, पण तुझा आग्रह मोडता येत नाही आणि झैनू यामुळे खूष असेल तर माझी हरकत नाही. बेटी, तू कॉलेजला व बाहेर यापुढे बुरखा न घेता जाऊ शकतेस...''

अन्वर चकित झाला तर झैनब आनंदित झाली. त्याच्या मनात विचारांची गर्दी झाली होती. चार वर्ष आपण मॉस्कोत असू, तोवर ही झैनू आपल्यावर जीव लावून प्रतीक्षा करीत राहणार! ती आपल्याला हवीहवीशी वाटते-त्याचं कारण दोघांचं तारुण्य व जवळीक. पण जेव्हा जेव्हा त्याच्या मनात भावी संसाराविषयीचे खयाल यायचे, त्याच्यापुढे झैनब पत्नी म्हणून कधीच येत नसे, हे असं का व्हावं? तिचं मार्दव, तिचं स्त्रीत्व आणि तिची उत्कट समर्पणशीलता त्याला माहीत होती. तरीही त्याच्या गृहस्थी जीवनाच्या चित्रात झैनबचे रंग त्याला गडदपणे जाणवत नव्हते... अनेक वेळा तिच्याशी मर्यादित सलगीही आपल्या हातून झालेली आहे, तरीही कुठेतरी, काहीतरी कमी आहे...

काबूल शहरातील सर्वांत महत्त्वाच्या पख्तुनिस्तान चौकात रसूलनं गाडी थांबवली होती. चौकामध्ये प्रचंड गर्दी होती आणि गर्दीच्या मध्यभागी जीपच्या टपावर चढून एक वृद्ध व्यक्ती हातात माईक घेऊन अस्खलित पुश्तू भाषेमध्ये बोलत होती.

अन्वरच्या लक्षात आलं की उद्या पख्तुनिस्तान दिवस आहे, जो अफगाणमध्ये राष्ट्रदिवसाप्रमाणे तेवढ्याच भव्य प्रमाणात साजरा केला जातो आणि भाषण करणारी व्यक्ती आहे, खान अब्दुल गफारखान!

जवळजवळ साडेसहा फुटांची नजरेत भरणारी उंची, भव्य धिप्पाड बांधा, गोरापान लालबुंद चेहरा. त्यावर प्रसन्न मृदु भाव... अन्वरचं मन उचंबळून आलं. त्याचे खान अब्दुल गफारखान बालपणापासूनचे आदर्श होते... खुदाई खिदमदगार...!

''चाचा, मी इथं उतरतो व ही सभा ऐकून येतो.'' अन्वरनं म्हटलं.

"ठीक आहे बेटा-" सुलतान म्हणाला.

बादशहाखानांचं भाषण सुरू झालं होतं.

"जलालाबादहून या काबूल शहरात मी तुम्हाला हे सांगण्यासाठी आलो आहे की, सरहद के पार हमारे जो पुश्तू (पठाण) भाईबहना हैं, ते पाकिस्तानमध्ये खुशगवार नाहीत... मी सक्तीनं पहिल्यापासूनच ड्यूरांड रेषेला विरोध केला आहे. जेव्हा ब्रिटिश हुकमत होती, तेव्हा त्यांनी त्यांच्या ताब्यात असलेला अखंड हिंदुस्थान व अफगाणिस्तानमध्ये ही ड्यूरांड रेषा आखली, ती अनैसर्गिक आहे. कारण त्यामुळे आज पठाणांच्या सलग प्रदेशाचं पाक व अफगाणमध्ये विभाजन झालं आहे. आम्हा पठाणांना १९४७ मध्ये भारत-पाकिस्तान फाळणीच्या वेळी न विचारता पाकिस्तानमध्ये सामील केलं, ते तेव्हाही मान्य नव्हतं व आजही! आम्हाला पठाणांचं स्वतंत्र राज्य पाहिजे-पख्तुनिस्तान पाहिजे... या काबूल शहरातील सर्वांत महत्त्वाच्या चौकाला अफगाण हुकमतनं पख्तुनिस्तान चौक हे नाव देऊन आमच्या मागणीला पाठिंबा दिला आहे, त्याबद्दल मी त्यांचा शुक्रगुजार आहे-"

त्याच वेळी त्यांच्यासोबत अन्वरला बबराक करमाल दिसला. पूर्ण युरोपियन सुटा-बुटामधला करमाल हा कमालीचा देखणा व आकर्षक विद्यार्थी नेता होता. प्रभावी वक्तृत्वशैलीमुळे तो लोकप्रिय होता. राजवंशीय दुर्राणी घराण्यातला असूनही बुद्धी व भावनेनं प्रखर मार्क्सवादी होता.

करमालचं अन्वरकडे लक्ष गेलं. त्यानं हाक मारून जवळ बोलावत त्याचा बादशहाखानांशी परिचय करून दिला. अन्वरला काय बोलावं हे कळेना. त्याची ही अवस्था ओळखून बादशहाखानांनीच त्याला बोलतं केलं आणि त्याला तो इंजिनिअरिंगच्या शिक्षणासाठी मॉस्कोला जात असल्याबद्दल शुभेच्छा दिल्या.

"एक विचारावंसं वाटतं, हिंदुस्तानचा बटवारा होऊन पाकिस्तान अलग झाला. आता हे दोनही देश एक होणे असंभव आहे. तसाच पूर्वी पठाण वस्ती असलेल्या भागाचा ड्यूरांड रेषेनं बटवारा झाला. आता पाकिस्तानमधला मुल्क आपल्याला मिळणं व पख्तुनिस्तानचा ख्वाब पूरा होणं आजच्या आंतरराष्ट्रीय परिस्थितीत शक्य वाटतं?" अन्वरनं मनात सतत घोळणारा सवाल विचारला. "अमेरिका पाकला प्रत्येक बाबतीत पाठिंबा देतं व पख्तुनिस्तान प्रश्नावरही अफगाणची भूमिका त्यांना पसंद नाही आणि रूसचाही खास पाठिंबा नाही. अशा परिस्थितीत दरवर्षी आपण शाही इतमामानं पख्तुनिस्तान दिवस साजरा करतो, त्याला काय अर्थ आहे?"

"बडा पेचीदा सवाल उठाया है बेटे तूने." एक दीर्घ सुस्कारा सोडीत

बादशहाखान म्हणाले, "पण हा प्रश्न तर महत्त्वाचा आहे, पुन्हा पठाणांच्या इच्छेचा आहे. सीमेच्या दोन्ही बाजूंना एकाच पद्धतीचं जीवन जगणारे, एकाच धर्म-संस्कृती-विचाराचे लोक. कुणीतरी राजकारणासाठी त्यांचा बटवारा करतात म्हणून ते मान्य करायचं? कभी नहीं... हार-जितीचा सवाल नाहीच आहे हा... वेळेचाही प्रश्न नाही... जोवर पुश्तू वा पठाणांची एकत्र येऊन जगण्याची इच्छा आहे तोवर हा लढा चालू राहील. अल्लाताला मेहरबान आहे, तोच कधीतरी याचा हल करील..."

हॉटेल 'खैबर'!

पख्तुनिस्तान चौकातलं हॉटेल 'खैबर' हे एक चांगल्यापैकी रेस्टॉरंट आहे. तिथे करमाल अन्वरला घेऊन गेला. त्याच्यासोबत तीन-चार विद्यार्थी होते. साऱ्यांना अन्वर बऱ्यापैकी ओळखत होता. अभ्यासगटात अन्वर हिरिरीनं भाग घेई व आपलं मत परखडपणे मांडी. त्यामुळे करमालचं त्याच्याकडे लक्ष गेलं होतं व त्याला तो प्रेमानं व बरोबरीच्या नात्यानं वागवायचा. पण तो 'इब्नेसिना'चा विद्यार्थी होता व त्याचे उस्ताद हाफिजुल्ला अमीन होते, हे समजल्यावर बबराकनं अमीनची केलेली प्रच्छन्न टिंगल अन्वरला खटकली होती. त्यानं स्पष्टपणे तसं बोलूनही दाखवलं होतं. तेव्हापासून तो अमीनचा विषय काढीत नसे. पण अन्वरला मात्र नवल वाटायचं. दोघंही स्वत:ला मार्क्सवादी म्हणवून घेतात, तरीही त्यांच्यात मतभेद असावेत? अमीनचं म्हणणं खरं आहे की काय... अमीन गिलझाई पठाण वंशाचा, तर करमाल हा दुर्राणी राजवंशाचा. दुर्राणींनी गिलझाईंची एकोणिसाव्या शतकातली राजाविरुद्धची बंडखोरी आजही मान्य केलेली नाही. म्हणून त्यांना कटाक्षानं कमी लेखत सत्तास्थानापासून दूर ठेवलं जात आहे. करमालच्या अमीनविषयीच्या तिटकाऱ्याचं हे कारण आहे?

"पंतप्रधान जनरल दाऊदखान हे पख्तुनिस्तानच्या प्रश्नासंबंधी कितीही आग्रही असले तरी अलीकडे जहीरशहाचं वर्तन पाहता त्यांना काही करता येईल, असं वाटत नाही..." करमाल सांगत होता.

पठाण दाऊदखानांचं पख्तुनिस्तान हे स्वप्न होतं. पाकिस्तानातील पठाणांनी १९५३ मध्ये उठाव केला तेव्हा पाकिस्ताननं हिंद महासागराकडे जाणारा अफगाणिस्तानचा मार्ग बंद केला होता. त्या वेळी दाऊदखानच्या प्रयत्नांनीच सोव्हिएत युनियननं सलांग पास बांधून अमुदरियाचा मार्ग खुला करून दिला. इकडे पाश्चात्त्यांनी दाऊद रशियाकडे झुकत असल्याचा ओरडा सुरू केला. बगदाद करारात सामील न होता अलिप्ततावादी चळवळीत सामील होत अफगाणिस्ताननं स्वतंत्र मार्ग स्वीकारला. क्रुश्चेव्हनंही मग पख्तुनिस्तानला पाठिंबा दिला. त्याचा संदर्भ देत करमाल

म्हणाला, ''पण त्यानंतर रूसनं विशेष काही केलं नाही आणि आताशी जहीरशहाच्या हालचाली पाहता ते दाऊदखानांपासून अंतर ठेवीत आहेत असं वाटतं, त्यामुळे दाऊदच्या पदालाच धोका होऊ शकतो!''

''जहीरशहाचं आजवरचं वर्तन पाहिलं तर त्यांना केवळ आपली राजेशाही टिकवण्यात रस आहे.'' कासीम म्हणाला, ''आणि दाऊदखानही सत्ताकांक्षी आहेत, त्यांनाही लोकशाहीशी काही देणंघेणं नाही.''

''पण आजच्या परिस्थितीत ते पंतप्रधान आहेत हे योग्यच म्हटलं पाहिजे,'' करमाल म्हणाला, ''ते आधुनिक विचारांचे आहेत, त्यांनी परकीय मदत मिळवून देशाच्या अर्थकारणाला चालना दिली आहे. मुख्य म्हणजे शिक्षण व आधुनिकतेवर त्यांनी भर दिला आहे.''

''तरीही या देशाचे मूलभूत प्रश्न सुटलेले नाहीत वा सुटायचा मार्ग दिसत नाही.'' अन्वर म्हणाला, ''हे जनरल दाऊदखानचं अपयश म्हटलं पाहिजे.''

आज सोव्हिएत युनियनच्या काबूलमधील वकिलातीमध्ये क्रुश्श्चेव्ह यांच्या जन्मदिवसानिमित्त पार्टी होती, त्याचं रहीमला आमंत्रण होतं.

सायंकाळी रशियन एंबसीमधून पार्टीचं निमंत्रण आलं तेव्हा रहीम म्हणाला, ''तू चल माझ्यासोबत पार्टीला... नेहमी रुकिया असते बरोबर... आज भावासोबत पार्टीला धमाल करू!'' त्याची धमाल म्हणजे बेमुराद व्होडका पिऊन संगीताच्या तालावर नाचणं. त्याला अशा रात्र रंगवणाऱ्या पाट्र्यांची व खास करून मद्यपानाची आवड असल्यामुळे तो त्या सहसा चुकवत नसे!

अन्वरलाही हा पार्टीचा माहौल एकदा पाहायचा होता. शिवाय रशियात त्याला पुढील चार वर्षं इंजिनिअरिंगच्या शिक्षणासाठी काढायची असल्यामुळे त्यालाही रशियन लोकांना जवळून भेटणं व जमेल तेवढं बोलणं हवं होतं!

पंतप्रधान जनरल मोहंमद दाऊदखानांचं एंबसीच्या पार्टीमध्ये आगमन होताच इतका वेळ मनमोकळ्या रीतीनं रंगत चाललेल्या पार्टीला औपचारिक रूप आलं. सारे जण सावरून शिस्तीत बसले. दाऊदखानांनी सर्वत्र फिरून उपस्थितांना अभिवादन केलं, सोव्हिएत राष्ट्राध्यक्ष क्रुश्श्चेव्ह यांच्या नावानं अभीष्टचिंतन केलं. चार शब्द पण औपचारिक ते बोलले, ''अफगाणिस्तान-सोव्हिएत युनियनची मैत्री ही सुमारे पन्नास वर्षांची आहे. आमचा देश ब्रिटिशांच्या जोखडातून मुक्त झाला, तेव्हा अमीर अमानुल्लांच्या राजवटीला सर्वप्रथम मान्यता दिली ती महान नेते लेनिन यांनी. आपल्या दोन देशांतले विविध मैत्री करार हे आपल्या प्रगाढ मैत्रीचे द्योतक आहेत.

आम्ही शेजारी राष्ट्र आहोत व आमच्या या मैत्रीचा अफगाणींना अभिमान वाटतो...''

त्यांच्याभोवती जमलेल्या गटात यासंदर्भात सहज चर्चा सुरू झाली. ते दाऊदखानची स्तुती करू लागले.

त्यांच्यापासून बाजूला होत रहीम म्हणाला, ''अन्वर, एवढा काही जनरल महान नाही. पण या पार्टींतही काही हेर असणार, त्यांच्यामार्फत जनरलपर्यंत हे भाटांचं स्तुतिगान पोचेल...'' अन्वर चकित झाला.

''अंहं, तसं नाही अन्वर. जनरल चांगला प्रशासक निश्चितच आहे,'' रहीम हलक्या स्वरात म्हणाला, ''पण सारी सत्ता त्यानं आपल्या हाती केंद्रित केली आहे. तो जहीरशहालाही फारसा मानत नाही. मुख्य म्हणजे शेती व बेरोजगारी या दोन प्रश्नांकडे त्याचं साफ दुर्लक्ष झालंय म्हणा किंवा ते प्रश्न सोडवायला तो असमर्थ ठरलाय.''

अन्वरला अचानक हैदरभाईची याद आली. जनरल दाऊदनं शिक्षणावर भर दिला आहे, पण तो अपुरा आहे, हे अन्वरचं मत होतं. राज्य आजही इस्लामी राष्ट्रच आहे. पण जनरलनं आधुनिक सैन्य उभारून त्याद्वारे आधुनिकता आणली आहे. निदानपक्षी शहरात तरी धर्मबंधनं काहीशी सैल झाली आहेत. स्त्रिया नोकऱ्या करीत आहेत आणि बुरख्याविना हिंडाय-फिरायला स्वतंत्र आहेत. हा पायंडा जनरलनं स्वत:च सुरू केला. सार्वजनिक समारंभांत तो आपल्या बायका-मुलींना बेपर्दा वावरू द्यायचा. मग त्याचं अनुकरण सरदार-अधिकाऱ्यांत सुरू झालं. त्याच्या विरोधात मौलवी व धार्मिक लोकांनी जबरदस्त बंड उभारलं. पण दाऊदनं अनेक मौलवींना चक्क तुरुंगाचा रस्ता दाखवला व कठोरपणे त्यांचा विरोध मोडून काढला. हैदरला यामुळे दाऊदचं ममत्व वाटायचं.

हैदरच्या पाठोपाठ त्याला याद आली ती सलमाची! सलमा, झैनबची आई, फातिमाच्या नात्यातली. तिच्या निरागस व जाईल तिथं प्रसन्नता पेरणाऱ्या स्वभावामुळे ती अन्वरच्या घराण्यात सर्वांनाच प्रिय होती. तिनं जिद्दीनं हॉस्टेलला राहून पदवीपर्यंतचं शिक्षण घेतलं. ती आधुनिक पेहराव करायची.

तो नुकताच कॉलेजला जाऊ लागला होता, त्या वेळी तिचं पदवी शिक्षण संपलेलं होतं. ती नेहमी फातिमा चाचीकडे यायची, तेव्हा तारुण्याच्या जाणिवेनं मोहरलेला अन्वर तिला पाहून रोमांचित व्हायचा. ती त्याच्याशी सहजतेनं बोलायची, पण त्याच्या तोंडून शब्द फुटायचा नाही.

त्याच वेळी मौलवींनी स्त्री-सुधारणेच्या विरोधात आंदोलन सुरू केलं होतं. त्याला बळी पडली सलमा. ती आपल्या गर्ल्स हॉस्टेलला पायी चालली होती. त्या

वेळी इस्लामी धर्मांध लोकांनी अफगाण स्त्रियांच्या देहप्रदर्शन करणाऱ्या युरोपियन कपड्यांविरुद्ध मोहीम सुरू केली होती. मांड्या उघड्या टाकणाऱ्या, स्कर्ट घालणाऱ्या मुलींच्या पायावर ते ऑसिड टाकू लागले होते. त्यांची पहिली बळी ठरली सलमा.

सलमाच्या मांड्यांवरचे ऑसिडचे व्रण कायमचे राहून गेले. एकदा तिला भेटायला अन्वर गेला असता उमाळ्यासरशी आपल्या आसवांना वाट मोकळी करून देत सलमा त्याच्याशी बोलत राहिली. तेव्हा तिच्या त्या सुंदर मांड्या विद्रूप करणाऱ्या डागांवर मलम लावावं तसे ओल्या हातांनी आपले अश्रू लावत तिच्या देहापेक्षा मनाला बरं करण्याचा अन्वर प्रयत्न करीत राहिला.

जनरल दाऊदखाननी तिचा सारा उपचार सरकारी खर्चानं केला. पण तिच्या मांड्यांवरील तेजाबचे वण व काळी पडलेली चामडी ही प्लॅस्टिक सर्जरीविना जाणं शक्य नव्हतं. त्याची देशात सोय नव्हती. तिला दाऊदखाननी तत्परतेनं काबूल नभोवाणीवर निवेदिकेची नोकरी दिली. ती एक यशस्वी निवेदिका आहे.

टीव्हीवर बातम्यांच्या वेळी सलमाचं प्रसन्न दर्शन झालं की अन्वरला बरं वाटायचं. पण तिचं हे उसनं अवसान होतं. नोकरीव्यतिरिक्त ती घराच्या बाहेर पडत नसे. तिचा विवाह यामुळेच झाला नव्हता. ती मनमोकळी होई ती फक्त अन्वरच्या संगतीत. त्या दिवशी मांडीवरचे व्रण दाखवताना त्यानं लावलेलं आपल्या अश्रूंचं मलम तिला शांतवून गेलं होतं. म्हणूनच तिला त्याचा विश्वास वाटे. तिला शक्य तितक्या लवकर मास्को बोलवून घेऊन तिचे मांड्यावरील विद्रूप व्रण काढण्यासाठी प्लास्टिक सर्जरी करायची असं अन्वरनं मनोमन ठरवून टाकलं होतं!

अन्वरचा हा पहिलाच विमानप्रवास.

आपण का जात आहोत मॉस्कोला? इंजिनिअरिंगची डिग्री तर काबूलला अमेरिकेच्या मदतीनं सुरू झालेल्या टेक्निकल इन्स्टिट्यूटमध्येही मिळाली असतीच की... पण परदेशी पदवीचं अफगाणमध्ये विशेष महत्त्व आहे... केवळ तेच एक कारण आहे?

आपल्या मनाशी विचार करताना अन्वरला जाणवलं की, ते तर आहेच, पण त्याच्या जोडीला साम्यवादाचं आकर्षण... जे प्रश्न आपल्याला काबूल विद्यापीठात प्रवेश घेतल्यापासून संत्रस्त करीत आहेत, त्यांचं उत्तर डाव्या विचारांत सापडेल... मॉस्को त्यासाठी योग्य ठिकाण आहे-

हा प्रभाव अमीन सरांचा आणि विद्यार्थी नेता करमालचा... लेनिनचं चरित्र वाचल्यावर आपण केवढे रोमांचित झालो होतो! त्या महान लेनिनच्या अतिप्रचंड

अशा सोव्हिएत युनियनमध्ये आपल्या प्रश्नांना योग्य उत्तर मिळेल?

आपला अफगाण देश - बंडखोर टोळ्यांचा देश! पर्शियन भाषेत अफगाणचा अर्थच मुळी भांडखोर आहे... हिंदुकुश पर्वतराजीच्या वळचणीतला आपला भूप्रदेश एकीकडे सीमेकडील भागात वाळवंट तर काबूल परिसरात होणारी बर्फवृष्टी. बहुसंख्य भाग डोंगराळ, शेतीयोग्य जमीन अवघी वीस टक्के! आपला देश प्रसिद्ध आहे सुक्या मेव्यासाठी, कारागुल मेंढ्या व लोकरीसाठी आणि त्याहून जादा स्वतंत्र वृत्तीच्या, शूर, धाडसी पण भांडकुदळ, भाऊबंदकी करणाऱ्या पठाणांसाठी.

एकीकडे मूठभर राजे-सरदार-जमीनदारांच्या हाती देशाची सारी संपत्ती तर दुसऱ्या बाजूला बहुसंख्य वेठबिगार-शेतमजुरांचं विपन्नावस्थेतलं खडतर जीणं... प्रगतीची, समृद्धीची आशा नसलेलं. आयुष्यात एकच दिलासा धर्माचा, इस्लामचा...

ही मूठभरांनी स्वतःच्या सुखासाठी, ऐषोआरामासाठी बनवलेली समाजव्यवस्था बहुसंख्यांना गुलामीचं, हलाखीचं जिणं शतकानुशतकं जगायला भाग पाडीत होती. त्यांनी बंड करू नये, पेटून उठू नये म्हणून इस्लाम नावाची अफूची गोळी देऊन सदैव त्यांना गुंगीत ठेवण्याची ही चलाख समाजव्यवस्था...

अन्वर दचकला, हा तर सरळसरळ बंडखोर डावा साम्यवादी विचार झाला... तो विमनस्कपणे हसला. आपण आता त्या देशात जात आहोत... पण त्यापूर्वीच आपले विचार तिकडे झुकत आहेत. अब्बाजानना आपला मुलगा कम्युनिस्ट झालेला आवडेल? या विचारानं अन्वर बावचळला होता अस्वस्थ झाला होता!

❑

प्रकरण : दुसरे

क्षीण प्रवाहाचा प्रवासी

''हमारा मसीहा चल बसा- दूर इटलीला होते गेली तीस वर्षं. त्यांचं नुसतं असणंही आमच्यासारख्या स्त्रियांना आशादायक वाटायचं. आज वो दिया बुझ गया है.''

बी. बी. सी. काबूलच्या प्रतिनिधीनं जलालाबादच्या कब्रस्तानातून बाहेर आल्यावर इलियासला प्रतिक्रिया विचारली असता अट्टहासानं त्याच्यासोबत लंडनहून आलेली त्याची आई खादिजा उत्स्फूर्तपणे व उमाळ्यानं मनमोकळी होत उत्तरली. अफगाणिस्तानवर १९१९ ते १९२९ दरम्यान राज्य केलेल्या अमीर अमानुल्ला या नुकतेच निधन पावलेल्या राजावरच्या कव्हर स्टोरीमध्ये उद्या ते बी. बी. सी. च्या उर्दू-पर्शियन सर्व्हिसच्या कार्यक्रमात ऐकवले जातील, याची तिला अजिबात कल्पना नव्हती.

बी.बी.सी.चा प्रतिनिधी डेनिस हा जातिवंत वार्ताहर होता. म्हणून इलियासला आपलं व्हिजिटिंग कार्ड देत त्याच्या सविस्तर भेटीची इच्छा व्यक्त केली.

''आय ॲम सॉरी डेनिस-जस्ट नाऊ आय ॲम लीव्हिंग जलालाबाद फॉर काबूल... ॲण्ड डे आफ्टर टुमारो काबूल फॉर लंडन...''

''कॅन आय मीट यू ॲट काबूल टुमारो?''

''इट विल बी माय प्लेजर...''

डेनिसनं इलियासचं व्हिजिटिंग कार्ड पाहिलं. डॉ. इलियास सिराजउद्दिन जलालाबादी, व्हिजिटिंग प्रोफेसर ॲट ओरिएंटल कॉलेज, लंडन.'

अंतिम इच्छेप्रमाणे जलालाबादच्या मायभूमीच्या शाही कब्रस्तानामध्ये अमीर अमानुल्लाचं दफन शाही इतमामात अफगाण सरकारच्या आदेशाप्रमाणे करण्यात आलं होतं. शाही खानदानाबरोबर अनेक सामान्य स्त्रिया पुरुषांच्या बरोबरीनं अंत्यविधीला आल्या होत्या. ज्या टोळीवाल्यांनी त्या काळात धडाडीनं सामाजिक सुधारणा राबवणाऱ्या

अमानुल्लाविरुद्ध बंड करून त्याला देश सोडायला भाग पाडलं होतं, त्या सनवारी टोळींचे अनेक मालिक व खान उत्स्फूर्तपणे तेथे जमले होते व त्यांनी शवपेटीला खांदाही दिला होता.

मधल्या तीन दशकांत पुलाखालून बरंच पाणी वाहून गेलं होतं आणि पंतप्रधान जनरल दाऊदखानंनं शांतपणे, गाजावाजा न करता ज्या काही सुधारणा सुरू केल्या होत्या, त्यांनी मूळ धरायला प्रारंभ केला होता. कब्रस्तानामध्ये शोकावेगात अनेक स्त्रियांना बुरखा सरकल्याचे व चेहरा उघडा पडल्याचे भान राहिले नव्हते, पण उपस्थित पुरुषवर्गानं त्याबद्दल आक्षेप घेतला नव्हता... डेनिसला हा बदल लक्षणीय वाटला.

अफगाणिस्तानचे आजचे आघाडीचे कादंबरीकार जनाब नूर महमंद तराकी बंडखोरीसाठी व डाव्या विचारांसाठी प्रसिद्ध होते. त्यांनी अमानुल्लाला भावपूर्ण श्रद्धांजली वाहताना म्हटलं...

''अवामसाठी काही चांगलं करण्याची शहेनशहाची तळमळ असायची. हरून अल् रशीदप्रमाणे ते वेष पालटून बाजारात - शहरात रात्री अपरात्री हिंडायचे व लोकांची दु:खं दूर करायचे. सचमुच वो लोगों के प्यारे अमीर थे. मुख्य म्हणजे मुस्लिम जगामध्ये त्यांनी केमाल पाशानंतर प्रथमच सामाजिक सुधारणा घडवून आणण्याचा प्रयत्न केला. पण असा काळाच्या पुढे असलेला आधुनिक प्रगतिवादी राजा आम्हाला त्या काळी पचला नाही, आजही पचत नाही, हे आमचं दुर्दैव आहे... पण कधी काळी त्याच्या विचारानं चालणारे राज्यकर्ते येतील, तेव्हाच या देशाचा झपाट्यानं विकास होईल...''

नुकतीच डॉक्टर झालेली आणि बबराक करमालसमवेत धडाडीनं राजकीय क्षेत्रात काम करणारी डॉक्टर अनाहिता रातेब्जाद मनापासून बोलली.

''वो औरत जात का सचमुच हमदर्द रहेनुमा था. मानवी संस्कृतीच्या वाटचालीमध्ये लोकसंख्येने अर्धी असलेली स्त्रीजमात जर शिक्षणापासून वंचित ठेवली तर तिच्यासोबत राष्ट्राचंही नुकसान होतं, ते जगाच्या पाठीमागे पडतं, हे जाणणारा व त्यासाठी मुल्ला-मौलवींचा विरोध पत्करूनही स्त्री-शिक्षण सुरू करणारा तो महान राजा होता! १९२८ साली त्यांनी भरवलेल्या 'लोया जिरगा'- एतद्देशीय पार्लमेंटमध्ये पुरुषांनी एकच लग्न केलं पाहिजे, स्त्रियांना बुरखा पाळण्याची सक्ती करता कामा नये व त्यांना मुलांच्या बरोबरीनं शिक्षण द्यावं असा फतवा काढला होता... मुख्य म्हणजे या लोया जिरगामध्ये सामील झालेल्या राणी सोरय्यानं सभेमध्ये उठून नाट्यपूर्ण रीतीनं आपल्या चेहऱ्यावरचा बुरखा काढून टाकला व ग्वाही दिली

की आता स्त्रिया मुक्त आहेत - मर्द जात के बराबर के हैं।... आज मी शिकले, डॉक्टर आहे व बुरख्याविना उजळ माथ्यानं हिंडते, याचं श्रेय या राजाला व जी आज रोममध्ये एकाकी जीणं जगते आहे तिला, त्याच्या बेवा राणीला आहे.

यावीरुद्ध अत्यंत कडवट प्रतिक्रिया काबूलच्या झोर बाजारात राहणाऱ्या 'हजरत' या उपाधीनं ओळखल्या जाणाऱ्या अत्यंत प्रतिष्ठित अशा शाह आगा कुटुंबातल्या उमरखान मौलवींनी व्यक्त केली. त्यांच्या शब्दातला जहरी कडवटपणा डेनिसलाही जाणवला.

"हे ठीक आहे की, अमीर अमानुल्लानं इंग्रजांविरुद्ध लढून वतन आझाद केला... पण नंतर तो काफीर बनत गेला. कारण तो आपली बेगम सोरय्या शहाखानमच्या व तिच्या तथाकथित प्रगतिवादी बाप मोहमद तराजीच्या तालावर नाचत गेला. तो म्हणायचा, पाच वेळा नमाज पढला म्हणजेच कोणी सच्चा मुसलमान होत नाही. त्यापेक्षा लोकांनी जास्त काम करावं, आधुनिक ज्ञान मिळवावं... तोच एकदा स्वत: म्हणून गेला होता - मी क्रांतिकारी व कम्युनिस्ट आहे... याचा अर्थ तो इस्लामचा दुश्मन बनत गेला... हमारे लिये इस्लाम के सिवा और कुराने-शरीफ के आगे जिंदगी नहीं है.. ये उसकी बडी भूल थी... उसे हम मौलवियों ने माफ सिर्फ इसलिये किया और वो भी मौतके बाद कि उसने हमें अंग्रेजों से आझादी दिलायी थी...!"

'वुइथ लव्ह अँड रिगार्ड टु इलियास - माय क्लोज फ्रेंड अँड टू नॅशनॉलिस्ट, हू डेडिकेटेड हिज बेस्ट पार्ट ऑफ यूथफुल लाइफ टू अवेकन अफगानीज फ्रॉम मीडिव्हिअल पीरिएड टू टुडेज मॉडर्न, प्रोग्रेसिव्ह वर्ल्ड!'

वळणदार अक्षरात नूरमहंमद तराकीनं लिहून त्याखाली आपली लफ्फेदार सही केली आणि ते पुस्तक इलियासला देत म्हणाला, "हे माझं नवीनतम पुस्तक - 'पोवेंडा'. माझी पाचवी कादंबरी...!"

इलियासनं पुस्तक चाळलं आणि म्हटलं, "सर, आय ॲम ऑनर्ड - पुस्तक अवश्य वाचीन आणि अभिप्राय कळवीन. काय विषय आहे कादंबरीचा?"

"विसरलास इलियास - तू इथं उपशहरवाल असताना एकदा माझ्याबरोबर खैबर खिंड, कुर्रम, तोर्चा, गोमाल आदी भागांत आला होतास - गझनी कंदाहारी व हजारा प्रांतांतील भटके गिलझाई वंशाचे पुश्तू भाषा बोलणारे पठाण दरवर्षी हिवाळा सुरू झाला की आपली गुरंढोरं आणि उंट घेऊन कुरणाच्या शोधात पाकिस्तानची सीमा ओलांडून नॉर्थ वेस्ट फ्रांटियर प्रांतात (एन.डब्ल्यू.एफ.पी.) आणि

त्यापलीकडे सिंध - पंजाबमध्ये जातात. वसंत ऋतूच्या आगमनाच्या वेळी परततात. हजारो वर्षांपासून हे जीव जगवण्यासाठी आणि गुरंढोरं वाचवण्यासाठी चालू आहे. एक अथक जीवनसंघर्ष, केवळ पोट जाळण्यासाठी. त्यांच्या जीवनात शतकानुशतकं काही बदल झालेला नाही. 'पोवेंडा' म्हणजे भटकी जमात. गावंच्या गावं हिवाळ्यात सीमापार जातात. अशाच एका गावाच्या एका वर्षाचं भटकंतीचं चित्रण आहे या कादंबरीत...''

"यू आर ग्रेट सर... आपल्या पुश्तू, दारी व पर्शियन भाषेत केवळ स्वप्नरंजन व अभिजनवर्गाची भरल्या पोटाची रसिकता तृप्त करण्यासाठी कल्पनारम्य, गुलजार, रंगीत जीवन काव्यादि साहित्य प्रकारात रेखाटलं जातं... त्या पार्श्वभूमीवर जागतिक आधुनिक साहित्यात जे वास्तववादी, अतिवास्तववादी साहित्यप्रवाह विकसित झाले आहेत, ते आपल्या लेखक कवींच्या गावींही नाहीत. तराकी साहेब, हे वास्तव आपल्या कलाकृतींमधून तुम्ही मांडत आला आहात, हे विशेष.''

तराकी हा अफगाणमध्ये हलक्या समजल्या जाणाऱ्या गिलझाई वंशाचा, तर इलियास आईकडून दुर्राणी राजवंशाचा, वडिलांकडून ताजिक. तराकी हा जेमतेम मॅट्रिक झालेला, तर इलियास राज्यशास्त्र व इतिहास असा दुहेरी पदव्युत्तर! शिवाय आज तो उपशहरवाल होता. विद्यापीठात ऑनररी क्लासेस घेत होता, तर तराकी हा भाषांतर व लेखन करून उदरनिर्वाह करणारा. पण त्यांची गाढ मैत्री होती.

तराकी स्पष्टपणे कम्युनिझमकडे झुकलेला होता. १९३२-३३ ला ज्या कंपनीत तो दुभाष्याचं काम करायचा, त्या कंपनीनं तराकीला मुंबईला त्यांच्या परदेशी कार्यालयात पाठवलं. मुंबईची १९३४ ते १९३७ ही तीन वर्ष त्याच्यासाठी वैचारिक मंथनाची ठरली. मुंबईत तेव्हा गिरणी कामगारांच्या माध्यमातून कम्युनिस्टांचा प्रभाव होता. तराकी त्या वेळच्या बहुतांशी प्रमुख नेत्यांच्या संपर्कात आला व त्यानं मार्क्सवादाचे धडे तिथेच नीटपणे अभ्यासवर्गाला जाऊन गिरवले. आपल्या देशाचं मागासलंपण व दारिद्र्य दूर करायचं असेल तर सोव्हियत युनियनसारखी समाजवादी राजवटच हवी, इथपर्यंत त्याची भूमिका ठाम होत आली होती. तिचं त्यानं लिहिलेल्या कादंबऱ्यांत स्पष्टपणे प्रतिबिंब पडलेलं दिसून यायचं. अर्थात तराकीमधला लेखक हा पौर्वात्य अभिजात आणि व्हिक्टोरियन इंग्रजी वाङ्मयावर पोसला गेला असल्यामुळे वर्गविग्रहाचे सिद्धांत कलात्मकतेनं पण वास्तववादाच्या जळजळीत रेखाटनानं येत होते.

"सर, रशियामध्ये वा आज चायनामध्ये कम्युनिझम का रुजला? त्याची काय पार्श्वभूमी आहे, हे तपासूनच मग आपल्या देशात कम्युनिझमचं स्थान निश्चित

केलं पाहिजे, असं मला वाटतं. तुम्हाला हे मान्य केलंच पाहिजे की, टोळीजीवन जगणाऱ्या अफगाणांना एक देश म्हणून बांधून ठेवणारे जे मोजकेच धागे आहेत, त्यामध्ये इस्लाम प्रमुख आहे. हा आपल्यासाठी केवळ धर्म नाही तर जीवनपद्धती आहे.''

"तेच तर मी अफगाणिस्तानचं दुर्दैव समजतो. ज्या देशात ऐंशी टक्के जनता गरीब व दरिद्री आहे, तिला धर्म नावाची अफूची गोळी दिली जाऊन आहे त्या स्थितीत समाधानी राहायला भाग पाडलं जातं!'' तराकी म्हणाला, ''इलियास, तू आपला देश किती पाहिला आहेस हे मला माहीत नाही, पण मी सारे प्रांत तुडवले आहेत. गरीब अफगाणींचं जीवन जवळून पाहिलं आहे. दूरदूरच्या खेडेगावात कुणी व्यक्ती आजारी पडली तर जवळपास वैद्यकीय सेवा वा दवाखानेही उपलब्ध नसतात. सारे दवाखाने शहरात - तिथं यायचंच तर उपचारासाठी एक पैसा नाही, दळणवळणाचा व वाहतूक व्यवस्थेचा अभाव. अशा वेळी पेनकिलर म्हणून आम अफगाणी अफूची गोळी चढवतो व त्या गुंगीत आजारपण सहन करतो. बरं होण्यासाठी सारा भरोसा अल्लातालावर. तसाच अफूसारखाच इस्लाम धर्माचा वापर आपले राज्यकर्ते करतात आणि अवामला दारिद्र्यातही बंड न करता पिचत ठेवतात.''

"तुमचं हे निरीक्षण व उपमा अतिशय सार्थ आहे सर!'' इलियास म्हणाला, ''तुमचं रोगनिदान अचूक आहे, पण त्याला कम्युनिझमचं प्रिस्क्रिप्शन मात्र रोगापेक्षा इलाज भयंकर होईल, अशी माझी भीती आहे.''

"कारण?''

"कारण आपली रुजलेली जीवनपद्धती, जिथं अल्ला व त्याचा धर्म हा आधार आहे. त्याविना अफगाणी जगण्याचे सारे संदर्भ हरवून बसतील!''

"म्हणजे आज इस्लामच्या नावाखाली जे सामाजिक मागासलंपण आलेलं आहे त्याचं तू समर्थन करतोस?''

"मुळीच नाही सर! माझे आई-वडील व नाना-नानींचा इतिहास मी तुम्हाला एकवार कथन केला आहे. माझ्या रक्तात सुधारणेचं बीज अमानुल्लाच्या काळापासूनच आहे. वो सचमुच एक मसीहा था. पण त्याच्याविरुद्ध जनमत का गेलं, याचाही विचार आपण केलाच पाहिजे. तो सामाजिक सुधारणांबाबत अपयशी का ठरला, याचीही निष्पक्षपणे व तटस्थपणे कारणमीमांसा केलीच पाहिजे.'' इलियास क्षणभर थांबून डोळे मिटत म्हणाला, ''अमीर अमानुल्लाचा आदर्श हा त्या काळच्या तुर्कीचा नॅशनल हीरो केमाल पाशा अतातुर्क होता. पण तो हे विसरला की, कडवा क्रांतिकारी सुधारक केमाल पाशा हा जननायक होता. अवामच्या मनावर त्याचं प्रभुत्व होतं, म्हणून त्याच्या सामाजिक सुधारणा कट्टर मुस्लिम असूनही जनतेच्या पचनी पडल्या.

पण आजचं तुर्कीही पुन्हा पूर्वीप्रमाणेच इस्लामी होतंय, याचा अर्थ काय समजायचा सर?''

"तुझं विवेचन अभ्यासपूर्ण आहे. तूच सांग त्याचा अन्वयार्थ."

"माझ्या अल्पस्वल्प अभ्यासाप्रमाणे इस्लाममधील सामाजिक सुधारणांच्या संदर्भात जे समज-गैरसमज वा रुढी असतील, त्यांच्यावर घणाघाती टीका करण्यापेक्षा प्रेमानं शिक्षण, प्रबोधन करून आणि त्यांच्यात मिसळून त्या कमी करण्याचा प्रयत्न केला पाहिजे. आपल्या पंतप्रधानांनी इस्लामचा सांज-सकाळी उदोउदो करीत शिक्षणाचा वेग शांतपणे वाढवला, त्याचा दृश्य परिणाम किती उत्साहवर्धक आहे. आज स्त्री बेपर्दा वावरू शकते, नोकऱ्यांमध्ये त्यांचं प्रमाण वाढत आहे आणि युरोपातल्या सुधारणा हळूहळू येत आहेत. आपल्या स्वयंभू विशिष्ट गतीनं त्याची विरोधात्मक प्रतिक्रिया क्षीण होत आहे..." इलियास म्हणाला, "ही गती किती असावी याबाबत मतभेद असणं स्वाभाविक आहे. पण जनमानसाची नाडी अचूकपणे ओळखणारा नेता त्यानुरूप गती ठेवेल तर अफगाणिस्तान आधुनिकतेच्या रस्त्यावर निश्चितपणे प्रगतिपथावर राहील. म्हणूनच माझा कम्युनिझमला विरोध आहे."

"याचा अर्थ तुला मार्क्सचे विचार पूर्णपणे त्याज्य वाटतात?"

"मुळीच नाही. जोवर गरिबी व विषमता आहे, सामाजिक कल्याणाचा व श्रमप्रतिष्ठेचा प्रश्न आहे, तोवर मार्क्सवाद अमर आहे. सोव्हियत युनियन आणि चीनमध्ये कम्युनिझम रुजला, तो काही शुद्ध मार्क्सिझम नव्हता. तेथील परिस्थितीनुरूप लेनिन-स्टॅलिन व माओनं त्यात बदल केले. हे दोन देश ख्रिश्चन व बौद्ध आहेत. दोन्ही धर्म इस्लामसारखे बंदिस्त नाहीत व त्यांत धर्म न मानणाऱ्यांनाही सामाजिक स्थान आहे, ते इस्लाममध्ये नाही. मुख्य म्हणजे ख्रिश्चन व बौद्ध धर्मांत सुधारणावादी चळवळींचा मोठा इतिहास आहे. त्यामुळे तिथे परमेश्वराविनाही जीवन असू शकतं, या कल्पनेला प्राणपणानं विरोध होत नाही. या बंडखोर विचारांनाही समर्थन मिळू शकतं व समर्थकही. तरीही ते ख्रिश्चन व बौद्ध राहू शकतात. हे धर्म म्हणजे जगण्याची एक श्रेष्ठतर रीत आहे, पण तेच केवळ जीवन नाही. इस्लामला हे मान्य होऊ शकत नाही, म्हणून इस्लामला धरूनच आस्तेकदम सुधारणा करायचा प्रयत्न केला तर आणि तरच सुधारणेला व आधुनिकतेला काही भवितव्य आहे."

"हा तर्कशुद्ध रीतीनं केलेला युक्तिवाद आहे खरा." तराकी म्हणाला, "पण मला पटत नाही. मी जरूर त्यावर आणखी विचार करीन. तुझ्या विचाराच्या मार्गानं जायचं झालं तर या देशाची सुधारणा आणखी एक-दोन शतकं होणार नाही. आज जग काय झपाट्यानं बदलतंय. आधीच पूर्ण आशिया हा युरोप - अमेरिकेच्या मागे शतकभर आहे. हे विसावं शतक तर विज्ञानाचं आहे. आपण बंदिस्त व जगाच्या

अंतापर्यंत न बदलणाऱ्या धर्माच्या आधारे जगण्याचा व पुढे जाण्याचा प्रयत्न करू तर आपली गती एवढी मंद राहील की, सारं जग कुठच्या कुठे निघून जाईल. आपण इररिलिव्हंट - निरर्थक ठरू...'' तराकी गंभीर झाला होता.

''इलियास, रशियामध्ये कम्युनिझम काही लोकेच्छेनं रुजला नाही. लेनिन-स्टॉलिननं पोलादी वरवंटा फिरवून विरोध नष्ट केला, जमिनीचं राष्ट्रीयीकरण केलं व धर्मावर बंदी आणली. चर्चेस निरर्थक ठरवलं. विविध सुधारणा आणि कायदे करताना एकतंत्री कारभार केला. लोकांच्या गळी ते सारं उतरवलं. आजारी माणसाला त्याचा विरोध असला तरी डॉक्टर बळजबरीनं औषध पाजतोच, तसंच असतं सामाजिक सुधारणांचं.''

या चर्चेनंतर इलियास बरेच दिवस अस्वस्थ होता.

रात्रभर इलियास तळमळत होता, अस्वस्थपणे कूस बदलत होता. पण क्षणभरही डोळ्याला डोळा लागत नव्हता. मधूनमधून ते ओले होत होते, पण त्याचंही त्याला भान नव्हतं! त्याच्या नजरेसमोर सलमाची टी.व्ही.वर बातम्या वाचणारी आकृती सतावीत होती. ती रात्र त्याला केवढी तरी प्रदीर्घ वाटत होती.

काल बातम्यांसाठी टी.व्ही. ऑन केला तेव्हा इलियास मूढमुग्ध होत एकटक त्या टी.व्ही.च्या छोट्या पडद्याकडे पाहतच राहिला. एक स्त्री निवेदिका गोड व ओघवत्या आवाजात पुश्तूमध्ये बातम्या वाचीत होती!

ती निवेदिका सलमा होती. त्याची एकेकाळची वाग्दत्त वधू!

त्या क्षणी त्याच्या मनात अफगाणसारख्या देशात टी.व्ही.वर निवेदिका काम करते, डोक्यावर चादर घेऊन उघड्या चेहऱ्यानं, ज्यावर माफक मेकअपही आहे, बेपर्दा अवस्थेत आदाब करीत बातम्या वाचते, या महत्त्वपूर्ण बदलाचा विचार आला नाही. आपण काय गमावलं, या विचारानंच मन विदीर्ण होत होतं आणि कितीही नाही म्हटलं तरी चुकार मन सलमा व नॅन्सीची तुलना करीत होतं. आपण काय व किती गमावलं, या जाणिवेनं ती विदीर्णता व बेचैनी जास्तच धारदार बनत होती!

सलमाचा भाऊ फतेह अली अपघातात जखमी झाला असता त्याला उपशहरवाल असलेल्या इलियासनं तत्परतेनं दवाखान्यात उपचारासाठी नेऊन त्याचा जीव वाचवला होता व त्याच्याकडून पत्ता घेऊन तो सलमाच्या घरी तिला खबर करण्यासाठी व दवाखान्यात नेण्यासाठी गेला असता तिचं सौंदर्य व तिची बुद्धिमत्ता पाहून तो अक्षरश: तिच्या प्रेमात पडला होता. तिची धिटाई व मार्दव त्याला मोहित करून गेलं होतं! फतेह अली जवळपास पंधरा दिवस दवाखान्यात होता, त्या काळात रोज त्याची

प्रकृती पाहण्याच्या निमित्तानं इलियास जमेल तितकी सलमाशी बोलायची संधी घ्यायचा.

त्याच्या प्रेमाला तिनं प्रतिसाद दिला, तेव्हा त्याला अवघं विश्व गवसल्याचा आनंद झाला. फोनवर आई-वडिलांची संमती घेऊन तिच्या बोटात अबूबकर व वाजिदाच्या साक्षीनं अंगठी घालून इंग्लिश पद्धतीनं त्यानं वाङ्निश्चयपण केला.

त्याच काळात जहाल धार्मिक अतिरेकी मौलवी व धर्मपंडितांनी स्त्रीशिक्षण व आधुनिकता याविरुद्ध जोरदार आघाडी उघडली होती. त्यांना दाऊदखाननं आरंभलेल्या सुधारणा पसंद नव्हत्या. त्यांचा सारा रोख नोकर पेशातल्या, बेपर्दा, आधुनिक पोषाखात वावरणाऱ्या अफगाण स्त्रियांवर होता आणि एक दिवस सलमाच्या उघड्या मांड्यांवर भररस्त्यात तेजाब फेकण्यात आलं. त्या दिवशी काबूलमध्ये तिच्याप्रमाणे पाच स्त्रिया बळी पडल्या होत्या...

तिची जळलेली, करपलेली काळीनिळी मांडी इलियासनं पाहिली व तो शहारला. तिच्या खूबसूरत घाटदार मांड्या कमालीच्या विद्रूप झाल्या होत्या. त्याच्या सौंदर्यवादी नजरेला त्या क्षणी सलमा नकोशी झाली!

आजही इलियासला आठवलं, तेव्हा तो सर्वप्रथम शहारला, मन किळसलं आणि कुरूपतेच्या जाणिवेनं घृणा वाटली...

पहिल्यापासून सौंदर्याबाबतची त्याची जाणीव कमालीची चोखंदळ व पराकोटीची होती. त्याला स्वत:ला आई-वडिलांच्या घराण्याकडून मर्दानी सौंदर्याचा वारसा लाभलेला होता व त्याची आई, नानी व नात्यातल्या इतर स्त्रियाही कमालीच्या देखण्या होत्या! त्यामुळेच या प्रसंगानंतर सलमाला भेटला तेव्हा तिच्या पाठीवरून, केसांवरून हात फिरवून सांत्वन करताना आपण कोरडे व तिच्या संदर्भात तटस्थ होत चाललो आहोत ही जाणीव लख्खपणे त्याला जाणवत होती. त्याबद्दल खंत वाटत होती; पण त्याची अपरिहार्यताही प्रखर होती. सलमाला आपण पुन्हा भेटणं केवळ अशक्य आहे, नव्हे, तिचा नुसता विषय निघाला तरी सर्वप्रथम तिच्या त्या विद्रूप, कातडं जळालेल्या मांड्यांची जाणीव होईल आणि केवळ किळस व तिटकाराच वाटेल... तिच्यापासून तो मनानं अलग झाला होता!

तिला तो पुन्हा भेटायला गेला नाही. विविध बहाणे करीत त्यानं तिला टाळलं. तेव्हा तिची एक चिठ्ठी आली.

...“माझी भेट तू का टाळतो आहेस, हे मी आता पुरतं ओळखलं आहे. एका भ्रमात होते मी इलियास की, मला या दुनियेतलं सर्वांत अनमोल असं प्रेम तुझ्या रूपानं मिळालं आहे! किती खुळी, किती भाबडी होते मी... औरत जात आहे ना... ती प्रेमाची सदैव कायल असते. पण तुम्हा मर्दांसाठी प्रेम ही उपभोगाची, दिल

बहलाव्याची एक क्षणिक बाब आहे, हे फार उशिरा माझ्या लक्षात आलं! वाटलं होतं - तू अलग आहेस, तुझ्या रक्तामध्ये तुझ्या ग्रेट नाना-नानी व आई-वडिलांच्या आदर्शांची व स्त्री-पुरुष समानतेची तत्त्वं असतील! पण तू तर फारच सामान्य अफगाणी निघालास इलियास. तेजाबमुळे दाग पडला आणि किती सहजतेनं मला तू झटकून टाकलंस... पण मी तुझी शुक्रगुजार आहे. तू मला दाखवून दिलंस की, लंडनसारख्या उदारमतवादी शहरात राहूनही तू अजूनही खराखुरा अस्सल अफगाण आहेस, ज्याच्या लेखी औरत म्हणजे फक्त खूबसूरत जिस्म बस्!''

ती चिठ्ठी वाचताना प्रत्येक वेळी इलियासला आपण स्वत:च्या नजरेतून खोल घसरत आहोत, याची जाणीव व्हायची. सलमाला पुन्हा भेटावं, माफी मागावी, तिला जवळ करावं असं वाटायचं; पण लगेच तिच्या विद्रूप मांड्या नजरेसमोर आल्या की हे विचार मागे पडायचे व एकच भावना प्रकर्षानं मनोभूमी व्यापून रहायची - किळस व तिटकारा! कमालीची घृणा...

रात्री तळमळताना त्याला पुन्हा पुन्हा प्रश्न पडायचा. आपण का नाही तिला प्लॅस्टिक सर्जरीसाठी लंडनला घेऊन गेलो? तेवढी आर्थिक कुवत आपल्यात निश्चितच होती! त्या वेळी हे का सुचलं नाही? की मनात एवढी किळस दाटून आली होती की दुसरं काही सुचतच नव्हतं?

छट्...! त्याच्या मनानं नि:संदिग्ध कौल या क्षणीही दिला की, आजही तिच्या -विषयी मनात तेवढंच प्रेम आहे... उलट ते नॅन्सीच्या वागण्यानं एकतर्फीच का होईना वाढत आहे. मुख्य म्हणजे देहसौंदर्य म्हणजेच सबकुछ नाही, याची स्पष्ट जाणीवही आता झाली आहे, ती नॅन्सीमुळेच.

नॅन्सी सर्वार्थानं सुंदर आहे. ती लंडनची. त्याच्याशी विवाह होण्यापूर्वी एक यशस्वी मॉडेल व अनेक टॅब्लॉइड व गर्ली मॅगेझिन्सची 'पिनअप' सुंदरी होती! कमालीची 'परफेक्ट फिगर व सेक्सी' असं तिचं जाहिरातीत वर्णन केलं जायचं. तिचे मादक निळे डोळे व सळसळता सोनेरी केशसंभार त्याला प्रियाराधनाच्या काळात पागल करून गेला होता.

पण त्याच्यासाठी नॅन्सी क्षारयुक्त पाण्याचा सागर ठरली होती, जेव्हा त्याला शांत व गोड पाण्याची तहान होती!

त्याची देहतृप्ती नॅन्सीच्या सहवासात होत होती, पण मनाची तहान तशीच राहून जायची. कारण तिच्या लेखी देहभोग हेच सत्य होतं!

पण सलमा मला माफ करील का? प्रयत्न करायला काय हरकत आहे? आपले बदललेले विचार जर रतिनं जाणून घेतले तर, तर न जाणो...

नॅन्सीचं काय? ती आपली पत्नी आहे...

पण मी मुस्लिम आहे. मला दुसरा विवाह करता येईल! इलियास स्वत:वर क्षुब्ध झाला. हा विचार आलाच कसा ? आपण ज्यांना आदर्श मानतो ते अमानुल्ला - सोरय्या, आपले नाना-नानी अबूबकर व वाजिदा आणि आई-वडील अलीमुल्ला व खादिजा यांनी एकपत्निव्रताचा जो आदर्श बहुपत्निकत्व आम असणाऱ्या अफगाणमध्ये स्वत:च्या कृतीनं घालून दिला, त्या परंपरेचे आपण पाईक मानतो स्वत:ला आणि मनात असे विचार आलेच कसे?

उलटसुलट स्वैर विचारांची गर्दी मनोसागरी तुफान उठवीत होती. त्याचा शीण जाणवायला लागला, तेव्हा त्याच्यावर निद्रेचा अंमल चढू लागला.

टेलिफोनच्या रिंगनं त्याला जाग आली.

"हाय - मी नॅन्सी लंडनहून बोलतेय...! आय जस्ट वाँट टू इन्फॉर्म यू दॅट आय ॲम लीव्हिंग यू." हतबुद्ध इलियासला त्याचा अर्थबोध होत नव्हता. "मला सोडून जातेय? म्हणजे माझ्यापासून अलग होतेय?"

"येस इलियास. आपलं मॅरेज ही दोघांसाठी टेरिबल मिस्टेक होती." नॅन्सी म्हणत होती, "हे तू कधी म्हणाला नाहीस. पण तुलाही हे नाकबूल करता येणार नाही. खरंच, कुठलीही पाश्चात्य स्त्री पौर्वात्य पुरुषाशी त्याच्या आउटडेटेड, बूर्ज्वा पारंपरिक संसाराच्या कल्पनेमुळे कधीही ॲडजेस्ट होऊ शकत नाही. हे हार्ड ट्रुथ मी जाणलं आणि तुझ्यापासून अलग व्हायचा निर्णय घेतला. नो ग्रिट्स, कमॉन! लेट अस पार्ट ग्रेसफुली."

"थँक्यू नॅन्सी... यू आर राइट! वुई आर नॉट मेड फॉर इच अदर... आय ब्लेस यू...!"

सायंकाळी चार वाजता सलमाची टी.व्ही. सेंटरला ड्यूटी होती. इलियासनं साडेचारला फोन लावला, तेव्हा ऑपरेटरनं त्याला सांगितलं, "सर, आपला मेसेज सलमा मेमसाहिबला मिळाला आहे. त्यांनी सांगितलं आहे, त्या आपल्याशी बोलू इच्छित नाहीत, कृपया आपण त्यांना डिस्टर्ब करू नये!"

आपलं जड झालेलं डोकं हातात धरून तो कितीवेळ तरी तसाच सुन्नावस्थेत बसून होता.

"हाउ वुड यू सम अप धिस डीकेड - नाइन्टीन फिफ्टी टू सिक्स्टी इन अफगाणिस्थान्स नॅशनल लाइफ ?" डेनिसनं मुलाखतीचा शेवट करताना विचारलं.

इलियास म्हणाला, "टेरिबली गॅल्वनायझिंग - तीव्र संक्रमणाचा हा कालखंड म्हटला पाहिजे. आज शिक्षण, सैन्यदल, केंद्रीभूत सत्ता, परकीय मदतीनं होणारा आर्थिक विकास, जाणीवपूर्वक स्वीकारलेला अलिप्ततावाद, बगदाद पॅक्टमध्ये सामील होण्यास दिलेला नकार आणि सर्वांत महत्त्वाचं म्हणजे सोव्हियत युनियनचा वाढता प्रभाव या बाबी पुढील दशकात कशी वळणं घेतात नि काय प्रभाव पाडतात आणि देशातले नेते कोणत्या दिशेनं जातात, यावर अफगाणिस्तानचं भवितव्य अवलंबून आहे.''

जलालाबादला भेटलेला बी.बी.सी.चा वार्ताहर डेनिस काबूलमध्ये इलियासला भेटला व त्यानं चक्क एका मुलाखतीचा प्रस्ताव ठेवला.

''या दशकाची सुरुवात अफगाणिस्तानच्या राजकीय जीवनात निवडणुका आणि वृत्तपत्र स्वातंत्र्यानं झाली. १९४९मध्ये पक्षविरहित निवडणुका घेण्यात आल्या. निवडून आलेल्या १२० सदस्यांपैकी जवळपास ५० सदस्य हे सुशिक्षित व उदार-मतवादी होते. १९४६ साली स्थापन झालेली राजकीय धोरणे व ध्येयवाद असलेली 'विश - झलयामन' ही निमराजकीय संघटना! तिच्यामध्ये अमेरिका-युरोपमध्ये पाश्चात्त्य शिक्षण घेतलेले बहुसंख्य होते, ते लोकशाहीवादी व उदारमतवादी होते.

''वतन' आणि 'निदा-ए-खल्क' म्हणजे जनतेचा आवाज ही 'अंगार'शिवाय दोन महत्त्वाची वृत्तपत्रं निघत होती. 'वतन'शी मोहंमद हाशिम मैवांडवाल हे संबंधित होते, पण तराकी साहेब हे सिद्धहस्त लेखक व भाषाप्रभू असल्यामुळे 'अंगार'चा प्रभाव जबरदस्त होता. या सर्व वृत्तपत्रांचं खप काबूल आणि काही शहरं यांच्यापुरता मर्यादित असूनही 'ओपिनियन मेकर' अशा सुशिक्षितांच्या भावनांचा त्याद्वारे निचरा होत असल्यामुळे त्यांचं महत्त्व होतं!''

''तुम्ही म्हणालात की, या वृत्तपत्रांतून बोचरी टीका प्रस्थापितांविरुद्ध व्हायची, त्यात धर्महीं सुटला नव्हता, त्याचं एखादं उदाहरण सांगू शकाल?'' डेनिसनं विचारलं.

''ऑफकोर्स. क्याय नॉट?'' इलियास सांगू लागला.

त्याच्या संग्रहात 'अंगार'चा जप्त केलेला तो अंक होता. त्या अंकात तराकीनं एक घणाघाती स्फुट लिहिलं होतं, त्या स्फुटाची ओजस्वी धारदार भाषा त्याच्या आजही स्मरणात होती.

'सरकारी सूत्रांकडून खात्रीलायक कळतं की, जलालाबादजवळ एक नवी मस्जिद बांधण्यात येणार आहे व तेथे धर्मसंस्थापक हजरत पैगंबरांचा तथाकथित

पवित्र 'बाल' ठेवण्यात येणार आहे. प्रशासनाला याची काय गरज भासावी, हा आमचा सवाल आहे. कारण आपल्या देशात इस्लाम हा प्रमुख धर्म असल्यामुळे भरपूर मस्जिदी-ईदगाह आहेत! आज देशापुढे गरिबी व शिक्षणाचा प्रमुख प्रश्न आहे. अजून सुशिक्षितांचं प्रमाण जवळपास नगण्यच आहे, तरीही त्या वर्गाला बेकारीचा प्रश्न भेडसावतोय. मग अशिक्षितांच्या बेकारीचं काही विचारूच नका! त्यासाठी आर्थिक साधनसामग्री कमी पडतेय. अशा वेळी उपलब्ध होणारा प्रत्येक पैसा हा विकासासाठी आणि शिक्षण व आरोग्यसेवेसाठी खर्च केला पाहिजे. ते सोडून राजविलासात मग्न असणारे राज्यकर्ते सामान्य जनतेला बधिर करण्यासाठी धर्माचं गाजर दाखवून त्यांना आहे त्या स्थितीत समाधानी ठेवण्यासाठी अशा काडीचीही गरज नसलेल्या उपक्रमावर पैसा उधळतात, ही अत्यंत निषेधार्ह बाब आहे, असे आम्ही मानतो! हजरत पैगंबरांचा हा पवित्र बाल आलाच कुठून? हा सवाल आमच्या पुढे आहे. त्याचं आजवर उत्तर देण्यात आलेले नाही. म्हणूनच आमचे स्पष्ट मत आहे की, एकूणच हा सारा शुद्ध बनावाचा प्रकार असून, धर्मवाद चेतवून अवामला गुमराह करण्याचा व त्यांच्या पशुवत जिण्याचा विसर पाडण्याचा प्रयत्न आहे. त्याचा साऱ्या प्रगतिवाद्यांनी कडाडून विरोध केला पाहिजे.'

ही आठवण सांगून इलियास मुलाखतीमध्ये म्हणाला, "त्याची तीव्र प्रतिक्रिया धर्म मौलवींकडून अपेक्षेप्रमाणे आली. त्यांनी 'अंगार'च्या प्रती जाहीररीत्या जाळून निषेध व्यक्त केला. राजा जहीरशहांपर्यंत हे चटके पोचले. त्यांनाही पूर्ण वृत्तपत्रस्वातंत्र्य मनापासून कुठं हवं होतं? आणि मुख्य म्हणजे हा काळखंड उदारमतवादी परंपरा मूळ धरायला अनुकूल नव्हता. किंवा असं म्हणता येईल की, शिक्षणाच्या सार्वत्रिकीकरणाच्या अभावी हा प्रयत्न 'प्रीमॅच्युअर' होता. वाढत्या विरोधाचा फायदा घेऊन जहीरशहांनी हा लोकशाही व वृत्तपत्रस्वातंत्र्याचा १९४८ साली सुरू केलेला प्रयोग १९५१ साली पार्लमेंट बरखास्त करून व वृत्तपत्रं बंद करून मोडीत काढला. पण आधुनिकतेची बीजं या असफल प्रयोगातून काही प्रमाणात का होईना रुजली गेली, असं माझं अनुमान आहे."

"असं म्हटलं जातं की, या दशकावर विद्यमान पंतप्रधान जनरल दाऊदखान यांचा सर्वांत ठसठशीत प्रभाव आहे! आपलं काय मत आहे?" डेनिसनं पृच्छा केली.

"अगदी बरोबर! १९५३ साली ते पंतप्रधान बनल्यापासून अफगाणिस्तानमध्ये गेल्या सात-आठ वर्षांत लक्षणीय बदल झाले. खरंतर १९३३ पासून १९५३ पर्यंत वीस वर्षे जहीरशहा हे नामधारी राजेच होते. दाऊदखानांनी या काळात 'इन्फ्रास्ट्रक्चर' विकसित करण्यावर भर दिला, ही त्यांची दूरदृष्टी म्हटली पाहिजे. रस्ते, संदेशवहन,

विमानतळ व वाहतुकीवर त्यांनी लक्ष केंद्रित केलं. रशियन मदतीनं बग्राम, तर अमेरिकन मदतीनं कंदाहार विमानतळ बांधले. सैन्याच्या आधुनिकीकरणावर भर देऊन केंद्रीय सत्ता बळकट केली. सुरुवातीला अफगाण सैन्याचं प्रशिक्षण अमेरिका, जपान आदी देशांत झालं, पण तेथील आधुनिक स्वैर जीवनाला भुलून बरेचसे सेनाधिकारी आर्मी सोडून तेथील मुलींशी विवाह करून परदेशांतच वास्तव्य करू लागल्यामुळे तेथे प्रशिक्षणाला पाठवण्याऐवजी सोव्हियत युनियनमध्ये पाठवण्यास प्रारंभ केला. आज बहुतांशी सेनाधिकारी हे रशियन प्रशिक्षित आहेत.''

'''पण याच काळात अफगाणिस्तान हा अधिकाधिक रशियन मदतीवर विसंबत असून, त्यांचं अर्थकारण हे रशियन मार्केटशी निगडित होत चाललंय. यावर आपली प्रतिक्रिया?'' डेनिसनं शंका विचारली.

''अगेन थँक्स् टू अमेरिकन पॉलिसी ऑन्ड हर क्यू ऑफ एशियन सिक्युरिटी. त्यांना अफगाणिस्तानचं अलिप्त धोरण पसंत नाही आणि 'बगदाद पॅक्ट'मध्ये पाक-इराण-तुर्कीप्रमाणे आम्ही सामील झालो नाही, याचा राग आहे. अमेरिकेनं पाक नाखूष होईल म्हणून आधुनिक शस्त्रं देण्यास नकार दिल्यामुळे जनरलना रशियाकडे वळणं भाग पडलं. ऑन्ड १९५६ वॉज द वॉटरशेड इयर इन अफगाण-रशिया रिलेशन्स. याच वर्षी क्रुश्चेव्ह व बुल्गानिननी काबूलला भेट दिली. शंभर दशलक्ष डॉलर्सचा कर्जपुरवठा मंजूर केला. पाठोपाठ लेनिनच्या काळातल्या मैत्री कराराचं – परस्परांवर हल्ले न करणं व तिसऱ्या देशांनी युद्ध पुकारल्यास मदतीला जाण्याच्या कराराचं – पुनरुज्जीवन करून दहा वर्षांचा करार कायम केला. त्यामुळे आज रशिया अफगाणिस्तानच्या जास्त निकट आहे.'''

''पण अमेरिकन-अफगाण संबंधातील तणावाची अन्य कारणं कोणती आहेत?''

''अनेक! पख्तुनिस्तान हा दाऊदखानसाठी तत्त्वांचा व भावनेचा प्रश्न आहे. ड्युरांड रेषेमुळे एकाच वंश-चालीरीती-धर्माचे पठाण विभागले आहेत. त्यांचं एक राज्य वा कौम क्हावी, ही मागणी स्वत: पठाण असलेल्या दाऊदखानांसाठी महत्त्वाची आहे व त्यात कोणतीही तडजोड त्यांना मान्य नाही. अमेरिकेचा नैसर्गिक मित्र म्हणून पाकिस्तानला आशियाई राजकारणात व शीतयुद्धात त्यांच्या लेखी महत्त्वाचं स्थान असल्यामुळे त्यांनी याबाबतीत पाकची बाजू घेतली आहे, तर १९५६ च्या दौऱ्यापासून रशियानं पख्तुनिस्तान प्रश्नावर अफगाणी भूमिकेला नि:संदिग्ध पाठिंबा जाहीर केल्यामुळे दोन्ही देशांच्या संबंधात तणाव आहेत.''

''आशियामधील चीन व भारत हे मोठे देश सोडले तर बाकी सारी राष्ट्रं या ना त्या महासत्तेशी वा गटांशी संबंधित आहेत. मग अफगाणिस्तानची ही 'बेतर्फी' -

दोन्ही देशापासूनचं समान अंतर का?'' डेनिसच्या या पुढच्या प्रश्नावर इलियासनं उत्तर दिलं, ''त्यासाठी थोडं भूतकाळात डोकवावं लागेल आणि अफगाणी मनाचा विचार करावा लागेल. अहमदशहा अब्दालीनं निर्माण केलेला अफगाण देश एकोणिसाव्या शतकात ब्रिटन-झारिस्ट रशियाच्या परस्परांना शह-काटशह देणाऱ्या साम्राज्यविस्ताराच्या खेळातला मोहरा बनला होता! अफगाणिस्ताननं अमानुल्लाच्या नेतृत्वाखाली तिसरं अँग्लो-अफगाण युद्ध लढून आपलं राजकीय व परराष्ट्र धोरण ठरवण्याचं स्वातंत्र्य मिळवलं होतं. ब्रिटनचं नामधारी मांडलिकत्व झुगारून दिलं होतं. तेव्हापासून जहीरशहांनी जागतिक घडामोडींपासून अलिप्तता स्वीकारली. दुसऱ्या महायुद्धातही ती जपली. आजचं धोरण हा त्याचा परिपाक आहे. दुसरं कारण अफगाणी माणसं.''

''पण व्यवहारात तर आज असं दिसतंय की, अफगाणिस्तान रशियाकडे झुकत चाललाय.'' डेनिस एवढं बोलून प्रश्नार्थक मुद्रेनं थांबला. इलियासला त्याचा प्रश्न समजला.

''ते दुर्दैवानं खरं आहे. कारण विकासासाठी, मूलभूत गरजांसाठी व सैन्याच्या आधुनिकीकरणासाठी परकी चलन व मदत मोठ्या प्रमाणावर आम्हाला हवीय. रशिया आम्हाला 'मोस्ट फेवर्ड नेशन'चा दर्जा देऊन भरीव मदत सातत्यान देतोय व त्याच्या पद्धतीचं आर्थिक सप्तवार्षिक नियोजन आम्ही स्वीकारलंय—''

''मी तुम्हाला थोडंसं इतिहासात घेऊन जाऊन प्रश्न विचारणार आहे.'' डेनिसनं त्याला मध्येच तोडत दुसरा प्रश्न विचारला, ''इतिहास असं सांगतो की, अफगाणिस्तान हा झारिस्ट रशियासाठी एक भक्ष्य राहिलेला आहे. १८८४-८५ मध्ये रशियानं मर्ब प्रांत, मजदेह आणि झुल्फिकार खिंड काबीज केली होती व आज हा भाग सोव्हियत युनियनचा आहे. तो तुम्हाला परत मिळणं केवळ अशक्य आहे. रशियाचं म्हणणं असं होतं की, रशिया-अफगाणची आजची सीमारेषा जी अमुदरिया आहे ती वास्तविक हिंदुकुश पर्वत असायला हवी. म्हणजेच बत्ख प्रांत, बदकशान, शिगनान, मायमाना इ. भाग अफगाणिस्तानचे नाहीत, असा त्याचा अर्थ होतो. ही गतशतकातली ऐतिहासिक विचारसरणी झाली. १९४६ नंतर सीमाकरारानं आज हा वाद संपुष्टात आला आहे; पण रशियाचा हा वाढता प्रभाव पाहता तुम्हाला भविष्यासाठी चिंता नाही वाटत?''

इलियास नकळत बोलून गेला, ''मला कबूल केलं पाहिजे - अशी भीती वाटते. रशियासाठी अफगाणिस्तान हा त्यांच्या 'स्फीअर ऑफ इन्फ्लुएन्स'चा भाग आहे, पण त्याही पलीकडे त्याची नजर पर्शियन गल्फकडे आहे किंवा असावी. ते साध्य करण्याचा पहिला टप्पा अफगाणिस्तान असू शकतो— हे वाढतं सहकार्य,

मैत्री कराराचं पुनरुज्जीवन, सैन्याचं रशियन पद्धतीचं आधुनिकीकरण व सेनाधिकाऱ्यांना रशियात दिलं जाणारं कम्युनिझमच्या रंगात मिसळलेलं प्रशिक्षण व खुल्या झालेल्या सलांग पासमार्गे अमुदरियापर्यंत जाणारा व्यापारी मार्ग माझं मन शंकित करतो. अल्लाह करे, मेरा अंदाज झूठा साबित हो— लेकिन ये जिगरमें रखकरही सियासतदार चले तो ठीक रहेगा!''

काही क्षण बोचक शांतता पसरली. मग इलियासच्या इशाऱ्याप्रमाणे डेनिसनं टेपरेकॉर्डर बंद केला, तसा इलियास म्हणाला, ''तुमचा हा प्रश्न अन् माझं उत्तर ब्रॉडकॉस्ट होणं राष्ट्रहिताचं नाही. मला अडचणीत आणणारं ठरेल. हा भाग डिलीट करा — पुसून टाका!''

''ओके, इट्स अ जंटलमन्स प्रॉमिस!'' डेनिस म्हणाला, ''आपण मुलाखत पुढे चालू ठेवू या.''

''शेवटचा प्रश्न. आज अफगाणिस्तानमध्ये जे विविध प्रवाह वैचारिक स्तरावर आहेत, त्यांचं स्वरूप सांगू शकाल का?''

''जरूर. पण ते राजकीय विचारांपासून अलग नाहीत, हे लक्षात ठेवलं पाहिजे,'' इलियास म्हणाला, ''शिक्षणाचा वेग वाढत आहे व काबूल विद्यापीठात या सर्व प्रवाहांचं प्रतिबिंब पाहायला मिळतं. कारण अफगाणिस्तानचा सारा इंटेलिजन्सिया काबूल विद्यापीठात प्रामुख्यानं केंद्रित झाला आहे. 'विश झलयामन' (जागृत युवक) संघटनेच्या माध्यमातून याची सुरुवात झाली आणि समाज-राष्ट्रजीवनाचा अभ्यास करणारे व भविष्यातला देश कसा असावा, याचा विचार करणारे तीन प्रमुख प्रवाह मला आज दिसतात.''

''पहिला प्रवाह आहे उदारमतवादी लोकशाहीवाद्यांचा. हा सुखवस्तू, सुशिक्षित व राजवंश - अभिजन वर्गाशी संबंधित पाश्चिमात्य शिक्षण घेतलेल्या लोकांचा आहे.''

''दुसरा प्रवाह आहे रशियाच्या प्रभावामुळे, संपर्कामुळे डावीकडे झुकलेल्यांचा. समाजवादी विचारसरणीकडे आकृष्ट झालेला. आज जगभर युवा पिढीमध्ये कम्युनिस्ट असणं ही फॅशन झाली आहे. अफगाणी तरुणही त्याला अपवाद नाहीत. त्यांना राजेशाही व धर्माचं वर्चस्व मान्य नाही. देशाची गरिबी व मागासलेपणावर समाजवाद हाच एकमेव उपाय ते समजतात. हा वर्ग आज केवळ विचारांच्या पातळीवर आहे व त्याला प्रभावी प्रवक्ते लाभले तर तो प्रबळ होऊ शकतो! पण त्याच्या वाढीला मर्यादा आहेत.''

''कोणत्या मर्यादा?''

"पहिली मर्यादा इस्लाम धर्म. हा देश व अवाम आत्यंतिक धर्मवादी आहे. इस्लामसाठी समाजवाद व नास्तिकता ही सर्वथा त्याज्य बाब आहे. शिक्षण व विज्ञानाचा जोवर सार्वत्रिक प्रसार होणार नाही, तोवर बहुसंख्यांसाठी इस्लाम हीच जीवनपद्धती राहील. त्या वर्गाला कम्युनिझम शत्रुवत वाटतो. दुसरी मर्यादा लोकशाहीची. देशात राजेशाही असली तरी अफगाण हा जन्मजात स्वतंत्र बाण्याचा असतो. पठाण व अफगाणी हे कुणाची गुलामी कधीच सहन करीत नाहीत. समाजजीवनाचा आपण बारकाईनं विचार केला तर लक्षात येईल की, त्यांच्यात वैशिष्ट्यपूर्ण अशी अंतर्गत लोकशाही प्रवृत्ती आहे व 'मेलमस्ती' म्हणजे आदरातिथ्य - पाहुण्यांना सर्वोच्च मानून सन्मान देणं या स्थायीभावामुळे त्यांच्यात एक प्रकारचा उदारमतवादीपणा आहे. त्यामुळे पक्ष विचारसरणीपुढे व्यक्ती तुच्छ मानणारी कम्युनिझमची विचारसरणी एका मर्यादेपलीकडे वाढणार नाही."

"तिसरा प्रवाह कोणता?"

"तो आहे इस्लामी मूलतत्त्ववाद्यांचा. काय गंमत आहे पहा, एकीकडे आपण समजतो की, अफगाणिस्तानमध्ये निरक्षरता व गरिबी जास्त आहे म्हणून इस्लामचा प्रभाव अवामवर आहे, पण त्याच वेळी जे सुशिक्षित आहेत, उच्च शिक्षण घेत आहेत, त्यांच्यामध्येही इस्लामी पुनरुज्जीवनाच्या प्रेरणा प्रबळ आहेत."

"हा पॅरडॉक्स आपण कसा एक्स्प्लेन कराल?"

"खरं तर हा पॅरडॉक्स नाहीये! शिक्षणामुळे तर्कशक्ती विकसित होते व समर्पक युक्तिवाद करता येतो, पण तो कशाचा करावा हा पुन्हा निवडीचा - चॉइसचा प्रश्न आला. मूलत: आशियाई माणसं - त्यात अफगाणींचाही समावेश आहे – खोल सश्रद्ध व धार्मिक असतात. धर्मश्रद्धेला जेव्हा शिक्षणाची जोड मिळते आणि जनमानसावर प्रभाव पाडण्यासाठी ते एक समर्थ व सहजप्राप्य शस्त्र आहे याची जाणीव होते, तेव्हा मूलतत्त्ववादी नेते प्रबळ बनतात."

"पुढील कालखंडात या तीन प्रवाहांपैकी कोणते प्रवाह समाज व राष्ट्रजीवनात प्रभावी ठरतील, असं तुम्हाला वाटतं ?"

"धार्मिक मूलतत्त्ववाद्यांचा प्रभाव वाढत जाईल, हे सांगायला भविष्यवेत्त्यांची गरज नाही." इलियास म्हणाला, "त्याचबरोबर समाजवादी विचारांचा आणि कम्युनिस्ट प्रभावाचा गटही महत्त्वाची भूमिका बजावू शकेल. कारण रशियाशी वाढता संपर्क आणि सोव्हियत युनियनचं कम्युनिझमचा विचार देशाबाहेर निर्यात करण्याचं धोरण. क्षीण प्रवाह वाटतो तो उदारमतवादी लोकशाहीवाद्यांचा. हा वाढला तर मूलतत्त्ववादी व समाजवादी या दोन्ही प्रवाहांना संतुलित करणारा फॅक्टर ठरू शकेल! पण तो जर

क्षीण व प्रभावहीन राहिला तर मात्र नजीकच्या भविष्यात या देशाला अनेक संकटांना तोंड द्यावं लागेल, अशी भीती वाटते..''

''आता शेवटचा विषय... सामाजिक सुधारणांमुळे विशेषत: स्त्रीसंदर्भात काय बदल या दशकात घडून आले व पुढील दशकात ते कोणत्या दिशेनं जातील?''

''याचंही उत्तर थोडं तपशिलात जाऊन दिलं पाहिजे डेनिस! कारण अमानुल्लांच्या अयशस्वी सुधारणांनंतर गेल्या तीन दशकांत जहीरशहांनी सामाजिक सुधारणांबद्दल मुल्ला-मौलवींना अनुकूल असंच धोरण ठेवलं होतं! पण जनरल दाऊदखानंनी शिक्षणावर भर दिला, त्याचा परिणाम आशादायक आहे. तसेच स्वेच्छेनं पडदा पद्धती न पाळण्याचं स्वातंत्र्य व नोकऱ्यांत स्त्रियांना प्राधान्य दिल्यामुळे चार भिंतींआड असलेली अफगाण स्त्री आज थोडीशी मुक्त वाटते आहे. अर्थात, ही सुधारणा श्रीमंत व शहरी घरांतच दिसून येते; पण कोणत्याही सुधारणेची सुरुवात ही अभिजन वर्गाकडूनच होत असते व ती झिरपत तळागाळाच्या लोकांपर्यंत पोचत असते, हा अनुभवसिद्ध सिद्धांत आहे, त्यामुळे या सुधारणांचं मी स्वागत करतो!''

इलियासनं मुलाखतीचा शेवट करताना म्हटलं, ''स्त्री ही शक्ती आहे, मानवी जीवनाचा आधार आहे. कम्युनिझमचा सैद्धांतिक विरोधक असूनही लेनिनच्या या मताशी मी पूर्ण सहमत आहे की, ज्या देशाची अर्धी मनुष्यशक्ती म्हणजे स्त्री चार भिंतींआड आयुष्य घालवते, त्या देशाचा कधीही विकास होणार नाही! म्हणून स्त्री मुक्त हवी - सुशिक्षित व सुसंस्कृत हवी. तरच देशाचं भविष्य सुंदर व रम्य असेल. त्यासाठी स्त्रियांनी हिमतीनं पुढं आलं पाहिजे, प्रसंगी त्रास व हाल सहन करूनही ठाम वागलं, बोललं पाहिजे! ज्या स्त्रियांनी मूलतत्त्ववाद्यांचे अत्याचार सहन केले व त्यांच्या दहशतीला जुमानलं नाही, त्यांचं मी जाहीरपणे अभिनंदन करतो. त्यांची हिंमत - त्यांचे बुलंद हौसले इतर स्त्रियांना प्रेरणादायी ठरोत, अशी अपेक्षा व्यक्त करतो. सुशिक्षित अफगाणी पुरुषमंडळी आत्मपरीक्षण करून आपला परंपरागत पुरुषी दृष्टिकोन बदलतील, अशी आशा करतो. किमानपक्षी मी असं आत्मपरीक्षण कठोरपणे केलं आहे व काही प्रमाणात का होईना मी बदललो आहे, हे मला सांगायचं आहे.''

शेवटचा हा नितान्त वैयक्तिक संदर्भ देताना इलियासच्या मनात सलमा होती. ती ही मुलाखत जरूर ऐकेल, अशी त्याला आशा वाटत होती आणि त्यातला सूचक इशारा समजून कदाचित फोनही करील— भेटेल— आपणास माफ करील...

पार्टीला काबूल शहरातला सर्व उच्चभ्रू वर्ग जमा झालेला होता. इलियासचा बऱ्याच जणांशी परिचय व मैत्री होती. हातात व्हिस्कीचा प्याला घेत तो गटागटानं

हिंडत राहिला व फार दिवसांनी आपले एवढे देशबांधव भेटत असल्यामुळे तो फसफसून आलेल्या उत्साहात मनमुराद बोलत राहिला.

सोव्हियत युनियन दूतावासातली टीम मात्र कायम होती. शहरवालीत काबूल शहराच्या मास्टर प्लानच्या कामासाठी आलेला आर्किटेक्ट युरी त्याला तेथे भेटला. आणि करेलही. ती सोव्हियत दूतावासात भाषांतरकार होती. इंग्रजीवर चांगलं प्रभुत्व. मूळची ताश्कंदची असल्यामुळे तिच्या कानावर बालपणापासून पुश्तू-दारी व पर्शियन भाषा पडत होती. करियर करायचं ठरवलं तेव्हा तिनं या भाषांवर अभ्यासपूर्वक प्रभुत्व मिळवलं होतं. त्यामुळेच गेली सहा-सात वर्षं ती अफगाणिस्तानमध्ये होती व युरीसोबत दोस्त म्हणून राहत होती! ते दोघे दिसताच इलियास अस्वस्थ झाला आणि त्याला ते प्रकरण आठवलं.

ज्या काबूल महापालिकेत काही वर्षांपूर्वी इलियास उपशहरवाल होता, तिथे १९५६ साली क्रुश्चेव्ह भेटीनंतर शहराचा विकास व सुशोभीकरणाचा मास्टर प्लान राबविण्यासाठी आर्थिक मदत देण्याचा सोव्हियत युनियन व अफगाणिस्तानमध्ये करार झाला होता. त्या करारान्वये युरी हा आर्किटेक्ट म्हणून आला होता आणि इलियासला वास्तुशास्त्राचं आकर्षण होतं व त्याची या संदर्भात काही ठाम मतं होती. त्यामुळे मास्टर प्लॅन बनविण्याच्या संदर्भात होणाऱ्या चर्चा बैठकींत तो हिरिरीनं भाग घेई, मतं व कल्पना सांगे. युरीनं त्याप्रमाणे बदलही केले. या निमित्तानं दोघे निकट आले होते आणि त्याच्यामार्फत करेलही!

करेलनं पागल झाल्याप्रमाणे इलियासचा पिच्छा पुरवला होता. काही पार्टीजमध्ये त्याच्यासोबत त्याच्या कवेत नृत्याच्या वेळी शरीरविभ्रम दाखवीत मनसोक्त झुलणं, मद्याच्या नशेत त्याच्या अंगावर रेलणं यामुळे त्याचा संयम ढासळत होता. अशाच एका पार्टीत तीही मांड्या उघड्या टाकीत त्याच्या कवेत नाचत असताना त्याला स्वत:ला आवरता आलं नाही. करेल तर आपला देह त्याच्या पौरुषयुक्त तारुण्याखाली मखमली गालिच्याप्रमाणे उलगडायला उत्सुक होतीच.

तिचं त्याला देह देणं हा काही प्रेम-आकर्षण वा सेक्सचा मामला नव्हता, तर त्याला जाळ्यात पकडण्याचा सोव्हियत युनियनच्या कुविख्यात गुप्तहेर संघटना के.जी.बी.चा डाव होता आणि करेलचा तरुण देह आमिष म्हणून टाकलेला मासा.

युरीनं इलियासला मद्यासह गप्पा मारण्यासाठी त्या रात्री घरी बोलावलं होतं. आदरातिथ्य करेल नेहमीच्या उत्साहानं करत होती. मद्याची शरीरात वाढत जाणारी ऊब व अवतीभोवती करेलचं उत्तेजक वावरणं यामुळे इलियास धुंद अवस्थेत असताना युरीनं विचारलं, "आम्हाला मास्टर प्लॅनसाठी पूर्ण शहराचे, प्रत्येक

गल्लीबोळाचे नकाशे हवे आहेत. ते काम करण्यासाठी तुमच्या म्युनिसिपल कॉर्पोरेशनचे सिराजसारखे हुशार आर्किटेक्ट आमच्या मदतीला द्या—''

''पण युरी, काबूल शहरात विकासाला जो काही स्कोप आहे तो 'शहर-ए-नोबा' म्हणजे नव्या काबूलमध्ये आहे. मग पूर्ण शहराचा तपशीलवार नकाशा कशाला हवा आहे?'' इलियासच्या सुप्त मनानं धोक्याचा इशारा त्याला दिला होता. त्याची धुंदी ओसरत होती.

''आमचं सोव्हिएत युनियनचं शास्त्र आहे, त्यानुसार गरज आहे-'' युरीनं मोघम उत्तर दिलं.

''नो युरी- यू आर नॉट स्पेसिफिक-'' ''इलियसनं म्हटलं, तसा किंचित कठोर सुरात युरी म्हणाला, ''ट्राय टू अंडरस्टँड इलियास, जनरल दाऊदखानांची आम्ही परवानगी मिळवली आहे.''

''मी पी. एम. शी बोलेन युरी.'' इलियास म्हणाला, ''मला याची गरज वाटत नाही. किंबहुना, असे नकाशे तुम्हाला देणं राष्ट्रहितासाठी कितपत योग्य आहे याचाही विचार केला पाहिजे—''

''आपल्या दोन महान देशांचा मैत्री करार आहे - लेनिन व अमानुल्लांच्या काळापासून...''

''ते ठीक आहे. पण तरीही...'' इलियासनं अस्वस्थ होत आपलं वाक्य अर्धवट तोडलं आणि समोरच्या चषकातल्या मद्याचा शेवटचा घोट घेत तो उठत म्हणाला, ''ओ.के. निघतो मी.''

''असं कसं मि. इलियास? आपला निर्णय मला अजून कळला नाही.''

''उद्या ऑफिसमध्ये चर्चा करू. आय डोन्ट मिक्स फ्रेंडशिप विथ वर्क.''

''बट वुई डू!'' करेलनं संभाषणात भाग घेत म्हटलं, ''डिअर हँडसम, तुला आजच इथेच निर्णय घ्यावा लागेल. व्हाय डोंट यू अंडरस्टँड?''

''मतलब? मुझे धमका रही हो?''

''नो डिअर!'' करेल त्याच्याजवळ येत म्हणाली, ''मी समजावतेय, पण ठीक आहे. तुला समजेल असं सांगते बघ.''

करेलनं आपल्या स्कर्टमधून एक पाकीट काढलं व त्यातली काही छायाचित्रं इलियाससमोर धरत ती म्हणाली, ''ही पहा आपल्या प्रेमाची खूण!''

इलियासची धुंदी क्षणार्धात उतरली. करेलनं त्याच्यासमोर त्यांच्या प्रणयाच्या नग्नावस्थेतल्या काही तसबिरी धरल्या होत्या.

''दॅट मीन्स - दॅट मीन्स -''

''येस इट्स व्हेरी प्लेन अँड सिंपल!'' करेल धारदार सुरात म्हणाली, 'आम्हाला शहराचे डिटेल्ड मॅप्स हवे आहेत. कळलं ना? बस्स! आम्ही काही ही छायाचित्रं कुठे वापरणार नाही आहोत.''

इलियासनं डोकं गच्च धरत कोचावर बसकण मारली.

रात्रभर इलियास प्रक्षुब्ध अवस्थेत आपल्या बेडरूममध्ये येरझाऱ्या घालत होता. अंतर्बाह्य धुमसत होता.

सकाळ झाली, तेव्हा त्याचा निश्चय झाला होता! त्यानं उपशहरवाल पदाचा राजीनामा देण्याचं ठरवलं होतं आणि प्रत्यक्ष पंतप्रधान दाऊदखान यांना भेटून सारं काही धैर्यानं सांगावं, राजीनामापत्र द्यावं, त्यांनी शहराच्या नकाशासाठी जी परवानगी दिली आहे, ती रद्द करण्याची विनंती करावी, असं त्यानं ठरवलं होतं.

पंतप्रधानांच्या कार्यालयात तो गेला, तेव्हा त्याला थांबण्यासाठी सांगण्यात आलं. स्वीय साहाय्यकाच्या चेंबरमध्ये विमनस्कपणे बसून भेटीसाठी बोलवण्याची वाट पाहत तो बसला.

बऱ्याच वेळानं त्यानं चुळबुळत विचारलं, ''किती वेळ लागेल मियाँ?''

''कुछ अंदाज नहीं कर सकते सर!'' पी. ए म्हणाला, ''कारण आत जनाना आहे. रूस की.''

''अच्छा?'' इलियसची उत्सुकता वाढली होती व त्याची जिज्ञासातृप्ती करायला पी. ए. जणू उत्सुक असल्याप्रमाणे सांगत होता. ''आप तो जानते हैं कि, जनरल साब बडे रंगीन मिजाज हैं और क्यों न हो - वो तो अमीर - शाही खानदान के हैं.'' पी. ए. डोळे मिचकावीत म्हणाला, ''उसका ऐसा है कि—'' त्याचं वाक्य अर्धवट राहिलं. पंतप्रधानांच्या खोलीचं दार उघडून करेल बाहेर येत होती. इलियासकडे न पाहता ती आपले हाय हिल्सचे सँडल्स टॉक टॉक वाजवीत निघून गेली.

''अब आप जा सकते हैं अंदर -''

इलियासला काय वाटलं की, तो शुष्कपणे म्हणाला, ''मियाँ, अचानक मुझे तकलीफ होने लगी है. मैं उन्हें मिल नहीं पाऊंगा, आप उन्हें ये लेटर दे दीजिए - बस..''

आणि तो दाऊदखानांना न भेटताच परतला होता...

''हॅलो, मी टी. व्ही. सेंटरमधून सलमा बोलते आहे. मला जनाब इलियास जलालाबादींशी बातचीत करायची आहे.''

''वो आज सुबह की फ्लाइट से लंडन चले गये हैं-''

''ओ - नो!'' सलमानं हताश होऊन फोन ठेवून दिला.

क्षणार्धात पुन्हा टेलिफोनची घंटी वाजली. तिनं रिसिव्हर घेत म्हटलं, ''हॅलो''

''धिस इज कॉल फ्रॉम मॉस्को— मिस्टर अन्वर इज ऑन लाइन!''

तिच्या कानी अन्वरचे शब्द पडले, ''मी इथं मॉस्कोच्या एका मोठ्या दवाखान्यात तुझ्या प्लॅस्टिक सर्जरीचा इंतजाम केला आहे. मी फ्लाइटचं तिकीट पाठवत आहे. पंधरा दिवसांनी डॉक्टरांची अपॉइंटमेंट आहे. ओ.के., सी यू ॲट मॉस्को एअरपोर्ट!'

इस्लाम विरुद्ध कम्युनिझमचं युद्ध छेडलं जातं!

'सितारा मंझिल' नामक दुमजली बंगल्याच्या पोर्चमध्ये गुलबुदीन हेकमतीयार प्रो. करीमुल्लाची वाट पाहत उभा होता. सरांनी पाचच मिनिटांत येत असल्याचा निरोप दिला होता.

गुलबुदीनला आपलं छोटं गाव आठवत होतं. आपली समृद्ध शेती आणि द्राक्ष-डाळिंबाच्या बागा. भव्य किल्ल्याप्रमाणे असलेल्या वडिलोपार्जित वाड्यातील गुलखाना व मोठ्या हौसेनं जोपासलेली फुलझाडं व त्यांचा दरवळणारा सुगंध तो करीमुल्ला राहत असलेल्या झरगोना पार्क पाहताना कल्पनेनं रंध्रारंध्रांत जाणवत होता. त्यानं एक दीर्घ नि:श्वास सोडला. त्यात देशावरचं मोकळं व निष्पाप बालपण, लोभस किशोरपण हरवल्याची जाणीव होती!

"गुल, कहाँ खोये हो तुम?" पोर्चमध्ये प्रवेश करीत गुलबुदीनच्या पाठीवर थाप मारीत प्रो. करीमुल्लांनी विचारलं, तसा तो भानावर येत किंचित स्मित करीत म्हणाला, "बस् यूँही!"

उंच, धिप्पाड व्यक्तिमत्त्वाचे धनी असलेल्या करीमुल्लांची कोरीव, पण भरघोस दाढी, डोक्यावर जरीकाम केलेली रुपेरी टोपी आणि मोकळा पायघोळ झगा पाहून गुलच्या मनात विचार आला - 'सर, खरे मौलवी वाटतात नखशिखांत! कैरोच्या अल-अझर या जगप्रसिद्ध इस्लामिक विद्या केंद्रातून धर्मशिक्षणाची सर्वोच्च पदवी प्रावीण्यासह संपादन करून आलेले धर्माचार्य व आता काबूल विद्यापीठात इस्लामी धर्मशास्त्राचे विभागप्रमुख व प्राध्यापक!'

आपली इस्लामियत काटेकोरपणे जपणाऱ्या करीमुल्लांच्या व्यक्तिमत्त्वात कर्मठ इस्लामी वागणं, कैरो, ताश्कंद व बुखारा येथे अल-अझरच्या शिक्षणानंतर राहून तेथील मुस्लिम समाजाचा केलेला अभ्यास व त्यामुळे आलेला मोकळेपणा आणि उदारमतवादी दृष्टिकोन यांचा सहज मिलाफ होता! त्याकडे धार्मिक विचारांचा

तरुण विद्यार्थिवर्ग लोहचुंबकाप्रमाणे खेचला जात असे. गुलही त्याला अपवाद नव्हता.

गुलला त्यांच्याशी काबूल विद्यापीठाच्या होस्टेलमधील बैठकीच्या पूर्वी बरंच काही बोलायचं होतं. सर मोकळे व विद्यार्थ्यांत मिसळणारे होते, पण बोलणं मात्र मोजकं अन् मनापासूनचं. त्यातून विद्यार्थ्यांवरील प्रेम व ममत्व जाणवायचं! तरीही एक अंतर असायचं.

करीमुल्ला कालच पाकिस्तानच्या पेशावरहून फ्लाइटनं आले होते. तीन दिवसांच्या मुक्कामात त्यांनी आपल्या धर्मविषयक व्याख्यानांनी व कुराण-हदीस-शरीयतच्या भाष्यांनी पेशावरचे प्रतिष्ठित अभिजन व धार्मिक नेत्यांना आकर्षित केलं होतं. त्यांच्या सभांना तरुण विद्यार्थ्यांचा मोठा प्रतिसाद होता. शुद्ध इस्लामच्या पुनरुज्जीवनाचा त्यांनी ठासून मांडलेला मुद्दा विद्यार्थ्यांनी टाळ्यांच्या प्रचंड प्रतिसादात उचलून धरला होता.

त्या पार्श्वभूमीवर काबूल शहरातली वाढती आधुनिकता, युरोपियन पेहराव - चालीरीतींना येत असलेली प्रतिष्ठा पाहून करीमुल्ला उद्विग्न झाले होते! जनरल दाऊदखानांनी १९२९ च्या अमानुल्लांच्या देशत्यागानंतर बंद पडलेली समाजसुधारणेची चळवळ गुपचूप पुन्हा गतिमान केली होती. इराणचे शहा पहेलवींप्रमाणे धर्म व आधुनिकतेचा संगम घडवून आणण्याकडे त्यांची स्पष्ट वाटचाल करीमुल्लांना जाणवत होती. त्यातच सोव्हियत युनियनची वाढती मैत्री व डावीकडे झुकणाऱ्या विचारांना बुद्धिजीवी वर्गात मिळत जाणारी प्रतिष्ठा, लेनिन, मार्क्स व माओचं वादविवाद - लेख, स्फुटांतून होणारं समर्थन... या साऱ्या बाबी करीमुल्लांसाठी चिंतेच्या होत्या!

"माझ्या अफगाणिस्तानची प्रगती मलापण हवीय - पण ती इस्लाम सोडून नव्हे...! इस्लाम हा केवळ व्यक्तींनी पाळायचा व्यक्तिगत धर्म नाही, तर ती एक जीवनपद्धती आहे, सर्वश्रेष्ठ व कोणत्याही बदलांची आवश्यकता नसलेली... तिच्याविना होणारी प्रगती ही केवळ भौतिक - भोगवादी असेल! त्यात आपण आपला इस्लामी आत्मा गमावून बसू... ती पाळी दुर्दैवानं आली तर अफगाण राहणार नाही- म्हणून पुन्हा एकदा इस्लामी पुनरुज्जीवनाची चळवळ, पॅन-इस्लाम मूव्हमेंट आशियातील इस्लामी देशांत सुरू केली पाहिजे..." पेशावरमधील त्यांच्या या व्याख्यानाचं हे प्रमुख सूत्र होतं!

या पार्श्वभूमीवर काबूल विद्यापीठात पुढील शुक्रवारी होणाऱ्या विद्यार्थी सिनेटच्या निवडणुकीसाठी इस्लामी गटांच्या विद्यार्थ्यांच्या बैठकीस मार्गदर्शन करण्यासाठी

त्यांना गुलबुदीन व इतर विद्यार्थ्यांनी भेटून विनंती केली होती. त्यासाठी आता ते गुलसह तिकडेच निघाले होते.

आज सकाळी करीमुल्लांनी अमीरशहांना त्यांच्या अर्ग पॅलेसमध्ये जाऊन आपल्या पेशावर दौऱ्याचा वृत्तांत दिला होता. दूर पल्ल्याचा विचार करून पाकच्या उपलष्करप्रमुख झिया-उल-हकशी संबंध वाढवावेत, अशी सलाहपण दिली. त्या वेळी पक्तिया प्रांताचे गव्हर्नर जनरल मोहंमद हुसेन खानही मौजूद होते. करीमुल्लांच्या मताशी सहमती दर्शवीत ते म्हणाले होते, ''शहाबाबा, प्रोफेसर रास्त बोलले आहेत! पाकच्या पंतप्रधानांचं भवितव्य डळमळीत दिसतंय. पुन्हा उठाव झाला तर सत्ता लष्कराकडे जाण्याची दाट शक्यता आहे. तेव्हा तरुण व कर्तबगार झिया-उल-हक हा भविष्यातला पाकिस्तानमधील एक बुलंद सितारा ठरेल, असा माझाही होरा आहे...''

मग आग्रहानं जनरल खाननी करीमुल्लांना आपल्या कोठीवर नेलं व चांगली आवभगत केली आणि त्यांना अगवाह करीत इशारा दिला, ''प्रोफेसर, अमीरबाबा पक्के इस्लामी आहेत, पण आज खरी सत्ता जनरल दाऊदखानांकडे आहे. त्यांचा कल सुधारणेकडे आहे. औरतजातीनं बेपर्दा वावरू नये म्हणून जे आंदोलन झालं होतं, ते जनरलनी कसं 'आयर्न हॅण्ड'नं दडपून टाकलं, हे आपण जाणताच. कितीतरी प्रतिष्ठित मौलवींचा त्यांनी तुरुंगात डांबून छळ केला व नामोहरम करून हा विरोध निर्घृणपणे मोडून काढला...''

हा विषय करीमुल्लांसाठी चिरत जाणारी जखम होती. अचानक त्यावर तेजाब टाकावं आणि असह्य वेदनेची असीम लहर उठावी, तसं झालं! हाताच्या मुठी आवळीत संतप्त स्वरात ते म्हणाले, ''होय जनरल साहेब, यासाठी कदाचित अल्लाताला दाऊदखानला माफ करेल, पण मी नाही! समाजाचं व मजहबचं चालचलन याविरुद्ध ती निदर्शनं होती. त्यात पुढाकार होता मौलवी रहेमान साहेबांचा, जे नक्शबंदी पंथाचे जानेमाने बडेही अजीज पीर हैं. त्यांना व त्यांच्या समर्थकांना अटक करावी, जेलमध्ये मारहाण करावी, अर्धमेलं करावं? अफसोस की बात. आणि तरीही आम्ही हा देश इस्लामी देश म्हणवून घेतो!''

''पण प्रोफेसर, त्यांच्या समर्थकांचंही चुकलं नाही का? त्यांनी चार-पाच जनानांच्या उघड्या पोटऱ्या - मांड्यांवर तेजाब फेकलं!''

''हां जनरल, हेच दुर्दैव आहे आपल्या पुनरुज्जीवनवादी चळवळीचं. हमारे चेले थंडे दिमाग से सोचते नहीं - बेकाबू हो जाते हैं.'' करीमुल्ला म्हणाले. ''पण त्याचा बदला असा घ्यावा हुकमतीनं? ज्यानं हे कृत्य केलं, त्याचा मीही निषेध करतो. त्याला शिक्षा ही व्हायलाच हवी! पण त्याच्याबरोबर साऱ्याच निदर्शनं

करणाऱ्या इज्जतदार लोकांना पकडावं? खुद्द मौलवी साहेबांनाही? त्यामध्ये माझा चेचेरा भाईपण होता. तो बाहेर आला तेव्हा त्याची टांग मोडलेली होती.''

त्या शुक्रवारी व पुढील तीन-चार शुक्रवारी मौलाना रहेमान नक्सबंदींच्या नेतृत्वाखाली काही मौलवींनी काबूल शहरातील सर्व मशिदींमध्ये दुपारच्या जुहर नमाजानंतरच्या प्रवचनात मुस्लिम बांधवांनी आपल्या औरतजातीला युरोपियन पद्धतीचे तंग कपडे घालण्यापासून रोखावं, असं सांगितलं. यासाठी कुराण आणि हादिसचे दाखले देत आवाहन करण्यात आलं!

करीमुल्लांनीही रहेमान नक्सबंदींच्या आदरापोटी व स्वतःच्या ठाम मतासाठी काही मशिदींमध्ये जाऊन प्रवचन दिलं आणि सांगितलं, ''आपण सारे धर्मनिष्ठ सच्चे मुस्लिम जाणता की, दिव्य पवित्र कुराणात प्रत्यक्ष प्रेषितांच्या बायकांनीही हिजाब - पडदा पाळावा, असं नमूद केलं आहे. त्यांनी आपल्या स्त्रीत्वाच्या खुणा दर्शविणाऱ्या अवयवांचं परपुरुषापुढे प्रदर्शन करू नये, असं म्हटलं आहे. जी बाब प्रत्यक्ष प्रेषितांच्या पत्नींना, अलम् मुस्लीम जगताच्या मातांना लागू आहे ती सामान्य मुस्लिम स्त्रीलाही लागू नाही का? या नव्या तथाकथित आधुनिक पोषाखांचा हेतू केवळ पुरुषांच्या नजरेतली वासना चाळवणं हाच आहे. प्रेषितांनी मुस्लिम स्त्रीला कुराणाच्या माध्यमातून मानाचं स्थान दिलं आहे, पण ते धर्मचौकटीत. जी आज आपण पाहत आहोत ती सुधारणा नाहीय, तर पाश्चात्त्यांचं अंधानुकरण आहे. शतकानुशतकं हिजाब- पडदा - वा गोषा पाळणारी स्त्री आज उघडी होत आहे व पुरुषांना त्यामुळे वासनांध व्हायला प्रवृत्त करीत आहे. हे फार मोठं धर्मसंकट आहे. ते आपण परतवून लावलं पाहिजे.''

प्रवचनात त्यांनी इराणचे शहा व त्यांची आधुनिक ड्रेसेस घालणारी राणी हिच्यावर कडाडून टीका केली व अखेरीस रहेमान नक्सबंदींच्या चळवळीला साऱ्या सच्च्या मुस्लिम बांधवांनी पाठिंबा दिला पाहिजे व आपल्या घरातील आधुनिक शिक्षणामुळे बेपर्दा होत निर्लज्ज चाळे करणाऱ्या स्त्रीला कुराणप्रणीत पर्दा पद्धती पाळण्यासाठी भाग पाडलं पाहिजे, असं आवाहन केलं!

या चळवळीला जोरदार विरोध केला तो तरुण विद्यार्थिनेता बबराक करमाल व त्यांच्या आघाडीनं. त्यांनी ठिकठिकाणी सभा आणि गेट मीटिंगा घेऊन नक्सबंदींच्या चळवळीविरुद्ध भूमिका घेत स्त्रीसुधारणा व मुक्तीचे विचार जगण्यासाठी व प्रगतीसाठी कसे आवश्यक आहेत, हे प्रभावीपणे सांगायचा प्रयत्न केला. त्यातही करमालच्या जोडीला आघाडीवर होती अनाहिता!

अनाहितानं प्रभावी व तर्कशुद्ध प्रतिपादन करीत करीमुल्लांचं विवेचन कसं चुकीचं आहे, हे पटवून देताना ठासून सांगितलं, ''प्रो. करीमुल्लांनी प्रेषितांच्या पत्नी हिजाब पाळत होत्या, तशी प्रेषितांची आज्ञा होती हे सांगितलं. पण ते सामान्य मुस्लिम स्त्रीला लागू होत नाही, असंही अनेक हनाफी भाष्यकारांनी सांगितलं आहे! प्रेषितांच्या बायकांकडे अनेक मंडळी त्या काळी येत असत. समस्त मुस्लिम जगाच्या माता म्हणून काही उच्च आदर्श व बंधन पाळणं त्यांच्यासाठी आवश्यक होतं! पुन्हा ज्या काळात इस्लाम धर्माची हजरत साहेबांनी दीक्षा दिली, तो कालखंड म्हणजे जाहिलिया कालखंड होता. त्या काळातील इस्लामपूर्व अरेबिक स्त्री-पुरुषांचं वर्तन नैतिकदृष्ट्या कमी दर्जाचं होतं, हे इतिहासाचं वाचन केलं तर स्पष्ट होतं. त्या पार्श्वभूमीवर इस्लामी स्त्रीचं वेगळेपण समाजापुढे यावं यासाठी वागण्याचालण्याचे, पेहरावाचे काही निर्बंध घालणं साहजिक होतं! निर्बंधांचं सर्वकष स्त्री-गुलामीचं प्रतीक बनलेल्या गोषा पद्धतीत रूपांतर झालं. प्रेषितांच्या काळात मशिदीमध्ये जाऊन स्त्रिया नमाज अदा करीत असत. त्या काळात स्त्री-पुरुष समानतेच्या नात्यानं एकमेकांशी संभाषण करीत, मिसळत असत. प्रेषितांनी आपल्या धर्मपत्नींना मानाचं स्थान दिलं. हजरत खादिजा, हजरत आयेशा यांचं सामाजिक स्थान आपण आठवावं. त्या काळात प्रेषितांच्या सच्च्या अनुयायांमधील अनेक स्त्रिया या वैद्यकशास्त्रात व शस्त्रक्रियेत प्रवीण असणाऱ्या सर्जन होत्या. प्रेषितांनी स्त्रियांना धन मिळवण्याचा हक्कही दिला आहे. एका आयतीमध्ये असं म्हटलं आहे की, 'पुरुष आपल्या मिळकतीचा फायदा घेण्यास पात्र आहेत, तशाच स्त्रियाही.' मेरे अजीज मुसलमान भाइयों! ही आयत म्हणजे माझ्या मते स्त्री-पुरुष समानतेचा पाया आहे. इस्लाम हा जगातला पहिला धर्म आहे, ज्यानं क्रांतिकारीपणा दाखवीत पुरोगामी विचारधारा प्रसृत केली आहे. पण प्रेषितांनंतर इस्लामी समाज हा सरंजामी वृत्तीच्या पर्शिया व बायझंटाइन समाजाच्या प्रभावाखाली दुर्दैवानं आला. हे समाज इस्लामपूर्व जाहिलिया काळापासून पुरुषप्रधान समाजरचनेचं अनुकरण करणारे होते आणि मुख्य म्हणजे प्रेषितांप्रमाणे त्यांचे पुरुष अनुयायी क्रांतिकारी आणि पुरोगामी नव्हते. त्यामुळे कुराणाचं भाष्य करताना त्यांनी पुरुषांना झुकतं माप दिलं, त्यांचे मालकी हक्काचे स्थान केवळ अबाधित ठेवलं नाही, तर अधिक मजबूत केलं. स्त्रीसाठी प्रेषितांनी जे दिलं ते चुकीच्या वा तत्कालिक संदर्भात लागू करणारं भाष्य करीत स्त्रीला दुसऱ्या व तिसऱ्या हाजरा शतकात चार भिंतींआड जेरबंद करण्यात हनाफी परंपरेच्या भाष्यकारांना यश मिळालं...!''

कुराणाचे व भाष्यकारांचे अभ्यासपूर्ण दाखले देत अनाहिता पुढे सांगायची, ''सतराव्या-अठराव्या शतकापासून आधुनिक ज्ञानविज्ञानामुळे झपाट्यानं जग बदललंय.

प्रेषितांनी ज्या काळात इस्लाम धर्म दिला, तेव्हा त्यापेक्षा प्रतिगामी व अनेक बाबतींत पुराणमतवादी असणारे धर्म - विशेषत: ख्रिश्चन व ज्यूंनी या नव्या बदलत्या काळाशी धर्माशी आपले महजब न सोडता जुळवून घेतलं. त्यासाठी त्यांच्यातील सुजाण धर्मगुरूंनी पुढाकार घेतला. अवामनी धैर्यानं अनिष्ट रुढी-परंपरेचा त्याग केला. धर्मसत्ता व राजसत्ता अलग केली. धर्माचं प्रयोजन व्यक्तीच्या जीवनात जन्म, विवाह, मृत्यू आणि आध्यात्मिक, पारलौकिक जीवनासाठी आहे - समाजकारण व राज्यकारभारासाठी ते फार तर मार्गदर्शक, तेही नैतिकतेच्या दृष्टीनं असावं, अशा पद्धतीनं त्या धर्मीयांनी स्वत:मध्ये परिवर्तन घडवून आणलं. इस्लाममध्ये असं करू पाहणारे महापुरुष म्हणजे तुर्कीचे केमाल पाशा अतातुर्क व आपले राजे अमानुल्ला व राणी सोरय्या. पण त्यांना आम्ही देशाबाहेर काढलं. आणि आज ज्या सुधारणा शिक्षणामुळे आल्या आहेत, केल्या आहेत, त्याविरुद्ध मूठभर पुनरुज्जीवनवादी मुस्लिमांना वाटतं म्हणून चळवळ उभारायची, ही इस्लामी स्त्रीवर अन्याय करणारी बाब आहे. प्रेषितांनी त्या काळात जो क्रांतिदर्शीपणा व पुरोगामीपणा दाखवला, पुरुषांच्या बरोबरीनं स्त्रियांना समान दर्जा दिला - त्याच्यापुढे आपण आज जायला हवं, किमानपक्षी तेवढं तरी कायम ठेवायला हवं. म्हणून या चळवळीला आमचा विरोध आहे..."

सरकारी अखबारांमधून अनाहिताच्या भाषणांना व्यवस्थित कव्हरेज मिळत होतं, ते वाचून करीमुल्ला अस्वस्थ झाले. एक स्त्री आपल्यासारख्या अल्-अझर इस्लामी केंद्रातून धर्माची सर्वोच्च पदवी शिक्षण घेतलेल्या धर्मपंडिताला तर्कशुद्ध रीतीनं खोडून काढायचा प्रयत्न करते, हे त्यांच्या पुरुषी अहंकाराला झोंबलं होतं! अनाहिता जे सांगत होती, ती भाष्यं अनेक इस्लामी भाष्यकारांनी वेळोवेळी केली होती. पण गेल्या अनेक शतकांपासून ज्या धर्मरुढी वागण्या-चालण्यात दृढ झाल्या होत्या व त्यांना खास असं इस्लामी परंपरेचं रूप मिळालं होतं, ते बदलणं करीमुल्लांना मान्य नव्हतं!

पुरोगामी विद्यार्थ्यांच्या आघाडीमुळे नक्सबंदींच्या आवाहनाला काबूलवासीयांनी, नोकरी, शिक्षणपेशामध्ये वावरणाऱ्या स्त्रियांनी फारसा प्रतिसाद दिला नाही. त्यांचे समाजात, सडकेवर वावरताना स्कर्ट, फ्रॉक वा मिडीसारखे आधुनिक युरोपियन पोषाख कायम राहिले.

आणि एक दिवस करीमुल्लांच्या कानावर भयंकर खबर आली. आज काही जहाल मुस्लिम तरुणांनी उघड्या पायांनी वावरणाऱ्या काही तरुणींवर तेजाब - ॲसिड फेकलं!

करीमुल्ला हे समजताच हतबुद्ध होत आपल्या सहकारी प्राध्यापक मित्रांना म्हणाले, ''ऐसा बर्बर खूंखार सलूक करके हमारे मुसलमानही इस्लाम को दाग लगाते हैं... इस्लाम म्हणजे शांती व भाईचारा हे सांगायची पाळी यावी, हे दुर्दैव. अशा अघोरी मार्गांनी धार्मिकता येणार नाही, हे या युवा पिढीला केव्हा कळणार? औरत जातीला हजरत साहेबांनी कधीही कमी लेखलं नाही - तिच्यावर असे अत्याचार मला मान्य नाहीत...!''

करीमुल्ला घरी आले तेव्हा रात्री उशिरापर्यंत त्यांचा चुलत भाऊ शमसुद्दिन घरी परतलेला नव्हता! टी.व्ही. वरील पुश्तू बातम्यांमध्ये या घटनेनंतर पोलिसांनी तपास करीत काही तरुणांना अटक केल्याचं सांगितलं. तसेच मौलाना रहेमान नक्सबंदी यांनी या निर्घृण कृत्याचं समर्थन केल्याबद्दल व या अघोरी चळवळीचं नेतृत्व केल्याबद्दल त्यांनाही अटक करण्यात आली असल्याचं बातम्यांत सांगितलं होतं!

अटक झालेल्यांत शमसुद्दिन असणार, हे आता त्यांना कोणी वेगळं सांगायची गरज नव्हती!

विद्यापीठातील विद्यार्थ्यांच्या हॉस्टेलसमोर गाडी थांबली, तेव्हा पोर्चमध्ये करीमुल्लांच्या स्वागतासाठी विद्यार्थी उभे होते. त्यांचं अभिवादन स्वीकारीत ते सभागृहात गेले.

औपचारिक स्वागताचा कार्यक्रम आटोपल्यावर गुलबुद्दीन हेकमतीयार प्रास्ताविक करण्यासाठी उभा राहिला.

''माझ्या प्रिय विद्यार्थी मित्रांनो! हमारी खुषकिस्मती है कि आज हमारे जल्से में हमारे सबसे अजीज प्रोफेसर करीमुल्ला जनाब हमारे बीचोंबीच हैं! मी जास्त वेळ न घेता एवढंच म्हणेन की पुढील आठवड्यात होणाऱ्या निवडणुका म्हणजे इस्लाम विरुद्ध कम्युनिझमची जंग आहे...''

गुलचं प्रास्ताविक चालू असताना करीमुल्ला सभागृहातील विद्यार्थ्यांच्या चेहऱ्याकडे व त्यांच्या प्रतिक्रियांकडे काळजीपूर्वक पाहत होते. बहुतांश विद्यार्थी हे ग्रामीण अफगाणिस्तानमधले होते. त्यांचं प्राथमिक शिक्षण मदरशांमध्ये झाल्याचा दाट संभव होता! त्यांनी राखलेली दाढी व डोईवरील जाळीची टोपी म्हणजे इस्लामशी त्यांची असलेली नाळ अद्याप शाबूत असल्याचा संकेत होता. करीमुल्लांनी काबूल विद्यापीठात धर्मशास्त्राचे प्राध्यापक म्हणून आल्यापासून निरीक्षण केलं होतं. १९४९च्या पहिल्या सार्वत्रिक निवडणुकांनंतर अस्तित्वात आलेल्या पार्लमेंटनं १९५१ साली वृत्तपत्र स्वातंत्र्याचा कायदा पास करून वेगवेगळ्या मतप्रवाहांना प्रकट होण्याची मोकळीक

करून दिली. त्यामुळे रातोरात काबूलमध्ये कितीतरी वृत्तपत्रं निघाली होती आणि त्याद्वारे काबूल विद्यापीठाचा परिसर राजकीय व सामाजिक वादविवादानं ढवळून निघाला होता. त्या वेळी करीमुल्ला पदवी परीक्षेसाठी विद्यापीठ हॉस्टेलमध्ये राहत. याच सभागृहात त्यांनी अनेक चर्चा, व्याख्यानं ऐकली होती व त्यांत भागही घेतला होता!

तथापि, सोव्हियत युनियनसोबतच्या १९५४ च्या आर्थिक व सांस्कृतिक करारापासून दोन देशांचे संबंध वाढत गेले व अफगाणी सैन्याचे वरिष्ठ सेनाधिकारी तसेच होतकरू अफगाण तरुण-तरुणी उच्च तांत्रिक व वैद्यकीय शिक्षणासाठी रशियाला मोठ्या प्रमाणात जात होते व परत येताना साम्यवादाचे, मार्क्स आणि लेनिनवादाचे संस्कार घेऊन येत होते. आठ-दहा वर्षांतील या प्रक्रियेमुळे काबूल शहरातील अभिजन वर्गांत डावी विचारसरणी मिरवण्याची फॅशनच झाली होती. काबूल विद्यापीठ तर रशियन प्रशिक्षित प्राध्यापकांमुळे कम्युनिझमचा भला खासा अड्डाच बनलं होतं. 'जो कम्युनिस्ट नाही तो तरुण नाही,' हा वाक्प्रचार विद्यापीठात प्रचलित होता, त्यामुळे तरुणाईला त्याचं रास्त आकर्षण होतं!

अशा वातावरणात पदवी शिक्षण घेताना करीमुल्लांनी आपल्या परीनं विरोध करीत अफगाणिस्तानसाठी कम्युनिझम नाही तर शुद्ध इस्लाम हवा आहे, हा आग्रह धरला; पण त्या काळची सारी वृत्तपत्रं - 'अंगार', 'वतन' आणि 'निदा-इ-खल्क' (जनतेचा आवाज) - प्रस्थापितांविरुद्ध असल्यामुळे ती राजेशाही आणि सरंजामशाहीबरोबर मुल्ला-मौलवींच्या तथाकथित धर्मकारणावर टीकेची झोड उठवीत असत! अमीर शहांना हा विरोध सहन न झाल्यामुळे यथावकाश ती बंदही पडली होती, पण तेव्हापासून विद्यापीठातले विद्यार्थी राजकीय दृष्टीनं जागृत झाले होते व विद्यार्थी सिनेटच्या निवडणुका या राजकीय प्रभावाच्या निदर्शक मानल्या जात!

अलीकडे दोन-तीन वर्षांत एक सूक्ष्म बदल दिसून येत होता. काबूल विद्यापीठात अफगाणिस्तानच्या दूरदूरच्या ग्रामीण भागातले विद्यार्थी शिक्षणासाठी येत होते. कारण सरकारनं त्यांना बऱ्याच आकर्षक शैक्षणिक सवलती दिल्या होत्या, हा विद्यापीठात येणारा, ग्रामीण संस्कार दृढ असलेला विद्यार्थिवर्ग इस्लामी परंपरेत वाढलेला होता. त्यांचं दारिद्र्य आणि त्यांच्यावरील भटक्या-टोळी जीवनाचे संस्कार त्यांना काबूलच्या सरंजामशाही व अभिजन विद्यार्थ्यांत सहजतेनं मिसळायला अवरोध निर्माण करीत होते. याशिवाय अभिजन विद्यार्थ्यांचा ग्रामीण विद्यार्थ्यांबाबतचा तुच्छतावाद व हीन लेखण्याची वृत्ती यामुळे त्यांच्यातलं पठाणी रक्त बंड करीत समधर्मीयांना एकत्र करून या अभिजन वर्गविरुद्ध दंड थोपटायला प्रवृत्त करीत होतं. त्यांना नेतृत्व दिलं प्रथम बऱ्हानुद्दिन रब्बानीनं व आता इंजिनिअरिंगचं शिक्षण घेत असलेल्या प्रथम

वर्षातल्या तरण्याबांड गुलबुदीन हेकमतियारनं. त्यांनी इस्लामच्या नावानं गट स्थापन करून विद्यार्थी सिनेटच्या निवडणुकीत भाग घेण्याचा ऐलान केला. स्वत: तोही उभा राहिला.

पण गुलबुदीन व रब्बानी यांच्यातली सुप्त नेतृत्वस्पर्धा करीमुल्ला जाणून होते. विद्यार्थी सिनेटच्या निवडणुकीत दोघेही आपापल्या वंशाचे व प्रांताचे विद्यार्थी अधिकाधिक कसे उभे राहतील व निवडून येतील, यासाठी प्रयत्नशील होते. गुल हा दक्षिण अफगाणचा-पठाण वंशाचा, तर रब्बानी हा उत्तर प्रांतातला ताजिक. पठाण हे डोंगरदऱ्यांत टोळ्यांनी भटकणारे व खानोबदेशची जिंदगी गुजराण करणारे, तर ताजिक हे शेती व शिक्षणात अग्रेसर, म्हणून ते पठाणांना कमी लेखणारे. पण राजकीय सत्ता पठाणांच्या हाती एकवटलेली असल्यानं व ते बहुसंख्य असल्यानं त्यांना स्वत:ला वरचढ समजत वागण्याची सवय होती.

हे सारे पदर गुल व रब्बानीच्या स्पर्धेला असणार, हे करीमुल्ला तर्कानं जाणून होते! म्हणूनच आपल्या मार्गदर्शनपर भाषणात त्यांनी सांगितलं, ''आपण सारे इस्लामी आहोत. मगच पठाण, ताजिक व हाजरा, हे विसरू नका. एकता कायम ठेवा. आपण सारे विद्यार्थी काबूलला विविध प्रांतांतून आलेले आहोत, आपले वंश भिन्न आहेत, पण आपल्या सर्वांना बांधून ठेवणारं समान सूत्र आहे इस्लाम! आज प्रास्ताविक करताना गुलबुदीन हेकमतीयारनं जे सांगितलं ते खरं आहे. ही निवडणूक नव्हे, तर इस्लामची कम्युनिझमविरुद्धची जंग आहे. तिचं प्रतीक आहे हा गुल आणि रब्बानी. दोघेही सच्चे इस्लामचे बंदे. त्यांच्याविरुद्ध कोण उभं आहे? कोण नेता आहे त्यांचा? ती डॉक्टर झालेली अनाहिता. तिचं चालचलन कसं आहे? ती किती युरोपियन आहे व किती इस्लामी अफगाणी? ती जर निवडून आली तर ती आपल्या मजहबी परंपरेची हार होणार आहे. ती प्रतीक आहे इस्लाम ज्या ज्या गोष्टींना त्याज्य मानतं, त्या आधुनिक, युरोपियन गोष्टींची. ती बेपर्दा वावरते, इस्लामला मान्य नसलेले पेहराव करते आणि कोणताही निर्बंध पाळत नाही. तिचा नेता आहे बबराक करमाल. तो तिचा केवळ नेताच आहे की...'

क्षणभर ते थांबले. आपण सरळसरळ तिच्या वैयक्तिक चारित्र्यावर घसरत आहोत, हे त्यांना जाणवलं. ही आपल्या प्रवृत्तीमध्ये बसणारी बाब नाही. स्वत:ला आपण स्त्रीपूजक म्हणवून घेतो, तरीही आपल्या या बोलण्यानं समोरच्या विद्यार्थ्यांवर काय परिणाम होईल? अनाहिता ही अनैतिक स्त्री आहे, हीच भावना दृढ होईल! काय अधिकार आहे आपल्याला कुणाच्या वैयक्तिक चारित्र्याची उठाठेव करायचा? असे अनेक विचार क्षणार्धात त्यांच्या मनात येऊन गेले.

ही स्तब्धता घालवण्यासाठी ते थोडे खाकरले, आपला चष्मा काढून तो पुसून त्यांनी पुन्हा डोळ्यांवर लावला व पाण्याचा एक घोट घेत स्वत:ला सावरीत ते पुढे म्हणाले, ''खैर - अहम् बात किसी आदमी की या औरत की नहीं है! महत्त्वाची आहे ती विचारधारा. ते आपले दुश्मन नाहीत, पण त्यांना आपण काय करीत आहोत, हे समजत नाही. त्यांच्याकडून कळत नकळत धर्मद्रोह होत आहे.''

पुन्हा एकदा करीमुल्ला बोलता बोलता थांबले. पुन्हा एकदा त्यांच्या तोंडातून 'धर्मद्रोहा'चं वाक्य निघून गेलं होतं, जे त्यांना अभिप्रेत नव्हतं. कम्युनिझमच्या विचारप्रभावाखाली आलेली तरुण पोरंही त्यांच्या दृष्टीनं वाट चुकलेली अज्ञानी लेकरं होती. पण पुन्हा एकदा आपण विद्यार्थ्यांना असे 'जिहादचे', धर्मद्रोहाचे नकारात्मक संकेत का देत आहोत? आपल्याला बुद्धीनं - तर्कानं जे पटतं, ते मनानं - भावनेनं पटत नाही, रुचत नाही म्हणून का भाषणाच्या ओघात आपण, आज असे बोलत आहोत?

पण तीर कमानीतून निसटला होता, माघारी येणं शक्य नव्हतं, तेव्हा त्याची धार कमी करणं एवढंच शक्य होतं. आणि इकडंच तिकडंच धर्मविषयक सांगून आपल्या भाषणाचा समारोप केला.

निकाहच्या वेळी मरूफ अवघी पंधरा वर्षांची होती. मरूफचं चार-पाच वर्ष, ऋतुमती होईपर्यंतचं शिक्षण झालं. जात्याच ती कुशाग्र बुद्धीची होती, म्हणून गिरवलेले धडे व वाचनाच्या वेडानं ती आम अफगाण स्त्रीच्या मानानं बरीच बहुश्रुत झाली होती! घरी येणारी दारी व पुश्तू भाषेची वृत्तपत्रं व पुस्तकं ती अधाशीपणे वाचून काढायची... तिची आई तिला नेहमी टोकायची, ''अगं, एवढं वाचू-लिहू नये... आपल्या पुरुषांना शहाणी बीबी सहन नाही होत!''

पण मरूफचं सुदैव असं की, ज्या करीमुल्लांची ती बीबी बनली ते निकाहच्या वेळी सुट्टी काढून अल्-अझरहून आले होते. तिची बहुश्रुतता जाणवली तेव्हा अल्-अझरला परत जाताना अब्बाजानला कुराणाचे दाखले देत त्यांनी पटवून दिलं होतं की, स्त्रीनंही शिकलं पाहिजे, तिच्या माहेरच्या मशिदीमधल्या काझीला काबूलला बोलवून, त्यांच्या माघारी तिला पूर्ण कुराणाचं ज्ञान आणि इतर विद्याही देण्याची व्यवस्था केली. खरं तर त्यांना तिला शाळेत पाठवायची इच्छा होती, पण विवाहितेनं शाळा-कॉलेजला जायचा रिवाज नव्हता. म्हणून त्यांनी इंग्रजी-पर्शियन शब्दकोश, व्याकरण व इतर काही पुस्तकं तिला आणून दिली व घरी येऊन इंग्रजी शिकवणारी स्त्रीशिक्षिका नियुक्त केली! आज पाच-सहा वर्षांनी मरूफ बऱ्यापैकी इंग्रजी वाचू-समजू शकते...

करीमुल्ला धर्मशास्त्राची सर्वोंच्च पदवी संपादन घरी परतले, तेव्हा डोळ्यांत प्राण आणून पाच वर्षं पतिविरहाचं दु:ख सोसलेली मरूफ स्वागताला आतुर होती, पण मनोमन भयकंपित. ती एका प्रचंड तणावाखाली होती!

दोन महिन्यांपूर्वी स्नानाच्या वेळी हमामखान्यात गरम पाण्याची हंडी उलटली व मरूफचे स्तनांपासून ओटीपोटापर्यंतचं अंग त्या उकळत्या पाण्यानं भाजलं गेलं...! दासीनं तिला कसंबसं बिछान्यावर आणून निजवलं व शमसुद्दिनमार्फत एका फ्रेंच स्त्री डॉक्टरला घरी बोलवून उपचार केला. ती बरी झाली, पण तिच्या नितळ-गौरवर्णी कायेचा स्तन ते ओटीपोटाचा भाग भाजल्यामुळे कायमचा विद्रूप झाला. काळवंडला गेला. करीमुल्ला एकांतात जेव्हा ते पाहतील - काय प्रतिक्रिया होईल त्यांची? त्यांच्या अम्मीजाननं भाजल्यानंतर पाहताच जे म्हटलं, ते तर खरं होणार नाही? "माझ्या करीमनं आता दुसरा निकाह लावला पाहिजे - असा दाग तो बर्दाश्त नाही करणार.."

"या खुदा... ये-ये मेरे - हमारे साथ ही क्यूं...?" ही करीमुल्लांची प्रतिक्रिया होती.

करीमुल्ला आपलं तोंड ओंजळीत झाकून कितीवेळ तरी एक शब्दही न बोलता सुन्न बसून होते!

मरूफसाठी एक एक क्षण प्रदीर्घ जीवघेणा होता! आपला अंदाज तर चुकला नाही ना? पण, पण पर्याय तरी काय होता? पाच वर्षांनंतर मिलनासाठी आतुर पतीला शय्यागृहात टाळता आलं असतं?

भाजलेल्या अवस्थेत हे शब्द ऐकून ती जेवढी भयव्याकूळ झाली होती, तेवढीच आर्त आताही झाली, तिच्या तोंडून अस्फुट आक्रंदन निसटलं, 'नहीं... नहीं...'

करीमुल्लांनी दचकून पाहिलं - मरूफचा चेहरा पांढराफक्क पडला होता आणि तिची अवघी काया थरथरत होती!

"मेरा - मेरा क्या कसूर है इसमें, बताइए... तो अपघात होता हुजूर! त्याची मी सजा भोगते आहेच - पुन्हा मला दूर लोटून - सौतन आणून दुबारा सजा देऊ नका..."

काहीसं विमनस्क हसत करीमुल्ला म्हणाले, "पगली कहीं की, ये किसने कहा तुझे - दूसरे निकाह के बारे में?"

तिनं काही न बोलता मान खाली घातली!

"जरूर अम्मी ने कहा होगा... उसके सिवा वो सोच भी क्या सकती है?" करीमुल्ला दीर्घ श्वास सोडीत म्हणाले, "खैर, मैं मानता हूं कि इसमें तेरा कोई कसूर नहीं... बस् - अल्ला की यही मर्जी होगी..."

आपल्या दाढीतून हात फिरवीत खोल विचारात मग्न होत ते सावकाश बोलत

होते, जणू ते त्यांचं प्रकट स्वगत होतं स्वत:साठी. "एक प्रकारे मी ही ईष्टापत्ती मानतो बेगम! तुझ्या सौंदर्यानं मी पागल झालो होतो. मग पाच वर्षांचा विरह... पण त्या काळातही सारा वेळ मजहबी अभ्यास - चर्चा- संवादात जात असला तरी चुकार मन एकांतवेळी नजरेसमोर तुझं बेमिसाल हुस्न कल्पनेत येऊन पागल - बेचैन व्हायचं.. आणि मग कुराण-हादीस वाचताना मन एकाग्र व्हायचं नाही... एक टोचण वाटायची... आपलं जीवितकार्य आहे इस्लामची सेवा व त्याप्रमाणे आचरण... आपली आध्यात्मिक प्रेरणा संसार व स्त्रीसुखानं कमजोर तर होणार नाही ना? ज्या सौंदर्यानं मला अल्-अझरलाही अनेकदा बेचैन केलं, रात्र रात्र तळमळत ठेवलं... त्यावर हा कुरूपतेचा दाग पडलाय... देख नहीं सकता मैं मरूफ...पण दुसरा विचार केला तर वाटतं, अल्लातालानं मला संसारसुखात वाहवत जाण्यापासून बचावलं मरूफ. इस्लामची सेवा हेच माझं जीवितकार्य आहे... ते कार्य आता मला पूर्ण ताकदीनं करता येईल. त्यात शृंगाराचा, गृहस्थी जीवनाचा अडसर येणार नाही..."

"म्हणजे माझा तुम्ही त्याग करणार?"

"नाही मरूफ... दिव्य कुराणानं तलाक ही 'अबगाज-अल-मुबाहत' म्हणजे परवानगी असलेली, पण सर्वांत वाईट व नापसंद असलेली कृती मानली आहे... ती मी कशी करेन?"

"किती बरं वाटलं ऐकताना हुजूर." कृतज्ञतेनं मरूफच्या ओठांतून शब्द फुटत नव्हते, "सचमुच आप महान हैं - मी जन्मभर आपली बांदी-लौंडी-दासी बनून आपली सेवा करीन!"

"नाही मरूफ, पुन्हा कुराणाचाच हवाला देऊन सांगेन की इस्लामनं स्त्री-पुरुषांच्या नात्याला समानता - बराबरी बक्श केली आहे. एका आयतीत असं म्हटलंय की, स्त्री-पुरुष दोघेही एकाच नफ्स - जिवंत हस्तीपासून बनलेले आहेत, म्हणून एक दुसऱ्यापेक्षा वरचढ नाही! म्हणून मी तुला मरूफ माझी सहचारिणी मानतो, दासी-बांदी नाही... तसं तू स्वत:ला कधीच म्हणून घेऊ नकोस..."

मरूफचा आपल्या कानांवर विश्वास बसत नव्हता... ती मंत्रमुग्ध होऊन ऐकत होती! पुरुष एवढा उदार - सहृदयी असतो इस्लाममध्ये? कुराणात समानता आहे - पण समाजात ती पासंगालाही नाही... ही विसंगती कशी उलगडायची?

धाडस करीत ती म्हणाली, "हुजूर, दिल का बोझ मानो हलका हो गया, पण एक शंका कायम आहे." क्षणभर ती थांबली. बोलावं की बोलू नये, हा संभ्रम व भीती दूर होत नव्हती, पण मानसिक बळ एकवटून म्हणाली, "आप मुझे तलाक नहीं देंगे, ये अच्छी बात है, पण मला अलग नाही ना करणार? ते जीणं तलाकशुदा

जिंदगीपेक्षा बदतर असेल!''

"हीही शंका मनातून काढून टाक मरूफ..." करीमुल्ला म्हणाले, "आपलं सहजीवन - संसार असेल, पण तो वासनारहित - सेक्सलेस. त्यामुळे आपली शृंगारावर वाया जाणारी शक्ती आपण आध्यात्मिक कार्यासाठी वेचू... तुलाही मी कुराणात पारंगत करीन... आणि मग तू आपल्या अनपढ - अंजान बायकांना दिव्य कुराणाचं ज्ञान देऊ शकशील... माझं स्वप्न मला तुझ्या साथीनं साकार करायचं आहे..."

"पण, पण हुजूर - मी निर्लज्ज होऊन विचारते... मला मुला-बाळांची आवड आहे... मुझे माँ बनना है... उससे आप मुझे मरहूम तो नहीं रखेंगे?''

"नहीं मरूफ... मलाही धर्मवीर संतान पाहिजे आहे. मी तुला दूर लोटणार नाही." करीमुल्ला म्हणाले, "कर्तव्यबुद्धीनं शरीरभोग आपण घेऊ... शरीरातल्या वासनेचाही निचरा व्हायला हवा... त्यातून अल्लाने चाहा तो बच्चे पैदा होंगे..."

"मी जे ऐकतो आहे ते खरं आहे भाईजान?"

शमसुद्दिन विचारत होता, तसे वाचत असलेले पुस्तक बाजूस सारून करीमुल्ला किंचित हसत म्हणाले, "हां शम्सू, ते कोणी माझे शत्रू नाहीत, विद्यार्थींच आहेत."

निवडणुकीचे निकाल जाहीर झाल्यापासून शमसूची अवस्था मोठी शोचनीय झाली होती. अनाहिताकडून त्याचा दणदणीत पराभव झाला होता! गुलबुदिन वगळता इस्लामी फ्रंटचे सारे विद्यार्थी पराभूत झाले होते. अनाहिताच्या नेतृत्वाखाली कम्युनिझमला आदर्श मानणारा गट बहुसंख्येनं निवडून आला होता. गुल कसाबसा निवडून आला. पण 'आपण एका स्त्रीच्या नेतृत्वाखाली काम करणार नाही, ते इस्लामविरोधी आहे,' असं कारण देत त्यानं राजीनामा देऊन टाकला होता.

आज सायंकाळी नवनिर्वाचित विद्यार्थी सिनेटर्सचा सत्कार होता व त्याला प्रमुख पाहुणे म्हणून इतर दोन प्राध्यापकांसोबत करीमुल्लांनीही हजर राहण्यास संमती दिली होती, त्याबद्दल न राहवून शमसूनं विचारलं होतं!

करीमुल्लांचं उत्तर त्याला चांगलंच खटकलं. आणि ज्यांनी त्याचा पराभव केला, त्यांच्या चक्क सत्काराला करीमुल्ला जाणार. 'भाईजान - एक हादिस आहे. आठवण करून देतो... तो देश कधीच समृद्ध होत नाही, ज्यावर एक स्त्री राज्य करते... म्हणजेच औरत जातीला खुदानंच सार्वजनिक जीवनात काम करायला, नेतृत्व करायला बंदी घातली आहे...'

"शम्सू, मला तुझा इस्लामचा अभिमान व त्यासाठी कार्य करायची धडपड

आवडते. तसंच मला गुल-रब्बानीची धर्मनिष्ठाही पसंद आहे." करीमुल्ला म्हणाले,
"पण त्याला ज्ञानाची - धर्माच्या अभ्यासाची जोड हवी. भाईजान... आता वेळ नाही,
नाहीतर त्या हादिसबद्दल माझं विश्लेषण सांगितलं असतं... पण त्यामुळेच तर मी
विद्यार्थी सिनेटर्सच्या सत्काराला जात आहे..."

"पण त्यांनी मला, तुमच्या भावाला अन् तुम्हाला गुरू मानणाऱ्या माझ्या
नेत्याला - गुलबुद्दिन हेकमतीयारना पराभूत केलं आहे..." शम्सू म्हणाला, "त्यांनी
- त्या बाईनं - माझ्यावर, आमच्यावर किती जहरी टीका केली होती...!"

"तुम्ही नाही केली?" करीमुल्ला म्हणाले, "अरे, निवडणूक म्हणजे
लढाईच असते... त्यात हार-जीत ही होणारच. पण म्हणून काही असं हताश व्हायला
नको!" क्षणभर थांबून ते पुढे म्हणाले, 'मीही तुमचा इस्लामी ग्रुप निवडून यावा
म्हणून कमी का प्रयत्न केले? मलाही या निकालांनी धक्का बसला आहे! पण तेही
विद्यार्थी आहेत... त्यांच्याशी विचारानं सामना करीत त्यांना जिंकलं पाहिजे, त्यांच्यावर
पुन्हा एकदा इस्लामी संस्कार केले पाहिजेत, या भावनेतून मी सत्कार समारंभाला
जातो आहे..."

"पण आजच आम्ही रब्बानी साहेबांना निरोप देत आहेत. ते उद्याच अल्-
अझरला तुमच्याप्रमाणे धर्माची सर्वोच्च पदवी घेण्यासाठी प्रयाण करीत आहेत.
त्याला नाही येणार?"

"का नाही? मी जरूर येणार... तो रात्री भोजनोत्तर निरोपसमारंभ आहे."

"पण एक आहे भाईजान..." किंचित घुटमळत नि सांगावं की न सांगावं
अशा संभ्रमात शम्सू म्हणाला, "तुम्ही अनाहिता व इतरांच्या सत्काराला गेलेलं
जनाब गुलसाहेबांना आवडणार नाही."

"त्याच्या आवडी-निवडीचा प्रश्न कुठे येतो?" काहीशा विस्मयानं व आपली
नाराजी स्पष्टपणे जाहीर करीत करीमुल्ला म्हणाले, "जसा गुल माझा विद्यार्थी आहे,
तशीच अनाहिताही माझी विद्यार्थिनी आहे... समजलं?"

शम्सू गडबडला, "माफी चाहूंगा भाईजान - बस मैंने यूँही कहा."

स्टेजवर मध्यभागी करीमुल्ला बसले होते, त्यांच्या उजव्या बाजूला करमाल
व डाव्या बाजूला प्रा. नूरानी. आणखी दोन खुर्च्या होत्या - सिनेटच्या नवनिर्वाचित
अध्यक्ष व सचिवासाठी. गुलनं राजीनामा दिल्यामुळे सचिव पद रिक्त होतं, म्हणून
तेथे दुसरा सिनेटर नूरानीच्या बाजूला बसला, तर करमालच्या बाजूला सहजतेनं
अनाहिता बसली!

करीमुल्ला बारकाईनं अनाहितांच्या हालचाली टिपत होते. तिचं करमालच्या बाजूला बसणं त्यांना खटकलं. पण दोघांची जोडी खरंच परस्परपूरक आहे, असंही मनोमन वाटून गेलं. आपल्या या मानसिक कौलाची त्यांनाच काहीशी चीडपण आली.

सत्कारला अनाहितानं मोजक्या शब्दांत उत्तर दिलं. ''आमच्या प्रोग्रेसिव्ह फ्रंटची जीत मी आमच्या प्रतिस्पर्धी इस्लामिक फ्रंटची हार मानीत नाही. त्यांनी येथे मजहब आणायला नको होता. पण त्यांनी हादिसचा दाखला देत स्त्री, नेता होऊ शकत नाही, असा जो प्रचार केला तो मला मान्य नव्हता. ज्या हजरत पैगंबर साहेबांनी दिव्य कुराण हमको बक्शा है, त्यात औरत जात व मर्द जात दोन्हीसाठी बराबरीचे हक दिले आहेत, अशी माझी इल्म व अभ्यास सांगतो! पण या विषयात प्रो. करीमुल्ला हे अधिकारी आहेत - ते यावर गौर करतील असा भरवसा आहे...''

करीमुल्लांनी मनोमन तिच्या उद्गारांना दाद दिली - ते याच सूत्रानं आज बोलणार होते!

''मी नि:संकोचपणे सांगते की आमचा, प्रोग्रेसिव्ह फ्रंट डावीकडे झुकलेला आहे. सोव्हियत युनियनमधील वर्गविरहित आदर्श समाज व समाजवादी राज्यव्यवस्था हे आमचं ध्येय आहे... यात कुठेही इस्लामशी प्रतारणा नाही. माझ्या मते इस्लाम सर्वांत पुरोगामी धर्म आहे! आम्हाला जी सर्वांगीण समानता अभिप्रेत आहे ती धर्मविरोधी मुळीच नाही...!''

करीमुल्लांनी संथ लयीत ठाशीव शब्दांत अध्यक्षीय समारोप केला.

''मी सर्वप्रथम डॉ. अनाहितांचं अभिनंदन करतो. त्या निवडून आल्या म्हणूनच मी आज सभेला यायचं मंजूर केलं! ज्या इस्लामिक फ्रंटला माझा नैतिक पाठिंबा होता त्यांचा हा प्रचार मला कदापि मान्य नव्हता की, स्त्रीचं समाजजीवनात स्थान नाही. त्यांनी हादिसचं एक वाक्य आधारभूत मानून मोहतरमा डॉ. अनाहितांना विरोध केला, ज्या देशाची प्रमुख स्त्री असते तो देश कधीच प्रगती करू शकणार नाही. येथे मी माझ्या इस्लाम धर्माच्या अभ्यासावरून सांगू इच्छितो की, ही हादिस आयसोलेटेड - अलग आहे. मुतावतीर म्हणजे त्याची पुनरुक्ती झालेली नाही. इस्लामिक ज्युरिसप्रूडन्स असं मानतं की, अशी अलग असलेली हादिस बंधनकारक नाही! पुन्हा त्याला विशेष असा ऐतिहासिक संदर्भ आहे - शीबा राणीच्या संदर्भातला... पैगंबर साहेबांचा विरोध होता तो तिच्या राज्यकारभारविषयक धोरणांना! पूर्ण कुराणचं ज्यांचं अभ्यासपूर्ण वाचन व चिंतन आहे, त्यांना हे मान्य असायला हरकत नाही की, इस्लामनं स्त्रीला इतर कोणत्याही धर्मापेक्षा जास्त महत्त्व व समान स्थान दिलं आहे - म्हणून विद्यार्थी सिनेटच्या अध्यक्षपदी एक विद्यार्थिनी निवडून आली, याचा मला

विशेष आनंद आहे..."

"आता मला थोडं स्पष्ट पण कटू बोलायचं आहे. म्हणून मी निवडून आलेल्या सर्व सिनेट सदस्यांना हे सांगू इच्छितो की, आपण ज्या विचारसरणीनं भारावून गेलेले आहात, ती आपल्यासाठी निरर्थक आहे... कारण आपण सारे इस्लामी आहोत आणि इस्लामियत वजा केली तर आपली आखिरतमधील जिंदगीही बेकाम ठरणार आहे. इन्सानियत मीही मानतो... नव्हे, ती इस्लामचं मूलभूत तत्त्व आहे. सब खुशहाल रहे, ये इस्लाम भी चाहता है - त्यासाठी धर्म म्हणजे अफूची गोळी मानणारी परकी विचारसरणी आयात करण्याची गरज नाही! इस्लाम हा आधुनिकतेशी सांधा जोडण्याइतपत क्रांतिकारी व लवचीक आहे - त्या चौकटीत कशी मांडणी करायची हा प्रश्न आहे... माझं तुम्हाला कळकळीचं आवाहन आहे की, आपण पुन्हा एकवार नव्हे, अनेकवार विचार करावा. - मार्क्सवादाचा वर्गविग्रहाचा सिद्धांत अफगाणिस्तानला लागू होत नाही, असं माझं विचारांनी बनलेलं मत आहे. तो माणसाच्या जीवनातलं धर्म आणि नैतिक संकल्पनांचं महत्त्व विचारात घेत नाही - या दोन बाबी मानवी जीवनावर व त्यांच्या चाल-चलनावर केवढ्या प्रभाव गाजवतात, याचं मार्क्सला पुरतं आकलन झालेलं नाहीय... आम अफगाणी हा कमालीचा सश्रद्ध भाविक मुस्लिम आहे. कितीही प्रयत्न केलेत तरी तुम्ही एका मर्यादेपलीकडे त्याला बदलू शकणार नाही आणि त्याच्यावर कम्युनिस्टांची 'क्रांती ही बंदुकीच्या गोळीतून जन्म घेते' ही लाडकी विचारधारा लादण्याचा प्रयत्न कराल तर आमचा पठाण, आमचा ताजिक, आमचा हाजरा - एकूणच अफगाणी जो मूलतः स्वतंत्र विचारांचा व बंडखोर - लढाऊ तेजतर्रार आहे, तो ते कधीही मान्य करणार नाही... अशा परिस्थितीत युद्धाची - जिहादची अवस्था उद्भवेल...ती देशाला परवडणार नाही..."

"मैं ये मानता हूं कि, आज हमारे मुल्क में आम अफगाणी खुशहाल नहीं है - वो हरपल भूख और गरिबी का सामना करता है। त्याची कारणं शोधली पाहिजेत व त्याचे समाजमान्य - धर्मसंमत तोडगे व उपाययोजना निश्चित केली पाहिजे... त्यासाठी कम्युनिस्ट बनण्याची वा धर्माला अडगळीत टाकण्याची आपण चूक करू नका!"

आभार मानण्यासाठी हुसेन उभा राहिला, तेव्हा त्यानं सभेचे संकेत मोडून करीमुल्लांच्या भाषणावर उत्स्फूर्त प्रतिक्रिया दिली.

"प्रो. जनाब करीमुल्लांच्या प्रतिपादनानं मी प्रभावित झालो असं म्हणणं 'अंडर स्टेटमेंट' ठरेल. मी वैचारिकदृष्ट्या खडबडून जागृत झालो व माझी भूमिका तपासून घ्यावी. मी जी डावी विचारधारा आमच्या देशासाठी - तिच्या विकासासाठी–

आवश्यक मानतो ती तपासण्याची कशी गरज आहे, हे प्रोफेसरांनी तर्कशुद्धपणे सांगितलं आहे. त्यासाठी मी तयार आहे. मला त्यांनी चर्चेसाठी वेळ द्यावा! मी येथे माझ्या सर्व विद्यार्थिमित्रांसाठी एकच आशयसूत्र विचारासाठी ठेवतो. मी सच्चा मुस्लिम व कडवा कम्युनिस्ट एकाच वेळी नाही का होऊ शकणार? त्यांची योग्य व्यवहार्य सांगड नाही का घालता येणार? या क्षणी त्याचा विस्तार मला करता येणार नाही. त्यासाठी चिंतनाची गरज आहे. माझा अभ्यास झाल्यावर, आपल्या अभ्यासवर्गात मी केव्हातरी माझी मतं मांडीन!'

प्रो. करीमुल्ला निघून गेल्यावर विद्यार्थ्यांचा गराडा करमालभोवती पडला. हुसेनला जवळ बोलावून घेत तो म्हणाला, ''गेले वर्षभर तू अभ्यासवर्गला येत आहेस - पण अजून तुझा वैचारिक पाया पक्का झालेला दिसत नाहीय हुसेन! तू गोंधळलेला वाटतोस...''

''हां जनाब - ये सही है.'' हुसेन प्रांजळपणे म्हणाला, ''आपण सारे अफगाणी इस्लामधर्मीय आहोत, और वो खून के कतरे-कतरे में समाया हुआ है, उसे नकारना मुश्किल है, नामुमकिन भी है. ही परिस्थिती आणि बुद्धीला - विचारांना पटणारा कम्युनिझम याची सांगड कशी घालावी, हे कळत नाही. मला हा प्रश्न नेहमीच छळत असतो. आज प्रो. करीमुल्लांच्या भाषणानं तो पुन्हा जागृत झाला.''

रब्बानीच्या निरोपसमारंभाला करीमुल्ला वेळेवर हजर झाले. त्यांनी आपल्या मार्गदर्शनपर भाषणात सांगितलं, ''मी आत्ताच सिनेटवर निवडून आलेल्यांचा सत्कार समारंभ आटोपून आलो आहे. खरंतर मी तुमच्या बरोबर होतो व आहे. तुमचा इस्लामिक फ्रंट निवडून यावा म्हणून माझ्या परीनं मी प्रयत्नही केले होते. लेकिन हम जीतने में नाकाम रहे. खैर - मी तेथे का गेलो याचं तुम्हाला आश्चर्य वाटत असेल! ते आवडलं नसेल... पण माझी भूमिका प्रोफेसराची आहे. त्या विद्यार्थ्यांना आज त्या देशघातक डाव्या विचारसरणीनं भारून टाकलंय. त्यांना सही - झूठ समजत नाहीये! म्हणून त्यांना समजावण्याची जादा गरज आहे. ते आपलेच आहेत, पथभ्रष्ट झाले आहेत. त्यांना पुन्हा प्रयत्न करून इस्लामच्या रस्त्यावर आणणं आपलं कर्तव्य आहे!''

आपल्या या स्पष्टीकरणाचा जमलेल्या इस्लामनिष्ठ विद्यार्थ्यांवर काय परिणाम झाला, याचा करीमुल्लांनी क्षणभर थांबून अंदाज घेतला. तो अनुकूल आहे, हे जाणवताच ते पुढे म्हणाले, ''प्रश्न हा आहे की, आपण सारे मुस्लिम असूनही हा इस्लामी फ्रंट युनिव्हर्सिटीच्या बहुसंख्य विद्यार्थ्यांना आपल्याकडे का आकृष्ट करू शकला नाही? आपल्या प्रचारात काय कमी होतं? बराच विचार करून मी या

निष्कर्षाप्रत आलो आहे की, वैचारिकदृष्ट्या आपला प्रचार कमी पडला! आधुनिक शिक्षण घेणाऱ्यांना इस्लाम केवळ भावनेनं नव्हे तर वैचारिक-बौद्धिकदृष्ट्याही आकर्षक वाटला पाहिजे... म्हणजेच प्रभावी व तर्कशुद्ध विचार मांडणारे मुस्लिम इंटलेक्च्युअल्स आपण तयार केले पाहिजेत. त्यासाठी आपणही अभ्यासवर्ग घेतले पाहिजेत व एक-एक विद्यार्थी त्यात पक्का केला पाहिजे... इस्लामचं आधुनिकीकरण या अर्थानं व्हायला हवं की, इस्लाम हा शुद्ध रूपात अलम दुनियेसाठी हर मर्ज की दवा आहे, हे तर्कशुद्ध रीतीनं मांडणी करीत पटवून देता आलं पाहिजे! जगातील प्रत्येक देशासाठी मार्क्सवाद - लेनिनवाद हाच एकमेव उपाय आहे, असं कम्युनिस्ट सांगत असतात व विविध मार्गांनी आपलं म्हणणं गळी उतरवण्याचा प्रयत्न करीत असतात! त्यांची विचारसरणी मला सर्वस्वी त्याज्य वाटते, पण त्यांचं प्रचारतंत्र व त्यांच्या प्रभावी क्लृप्त्या आपण आत्मसात केल्या पाहिजेत... तरच आपण त्यांचा प्रभाव कमी करू शकू! त्यासाठी मी माझा वेळ व माझी शक्ती द्यायला तयार आहे!''

सत्काराला उत्तर देताना रब्बानी म्हणाला, ''मला इस्लाम धर्माचं सर्वोच्च शिक्षण व पदवी घ्यायची आहे. कारण मला कडवा मुसलमान व्हायचं आहे! आपल्या धर्माविरुद्ध आपल्या देशातच प्रचार होतो व त्याला आमची नौजवान, युवा पिढी बळी पडतेय - आणि आम्ही काही करीत नाही! जे जे धर्मद्रोही आहेत ते ते माझ्यासाठी काफीर आहेत - त्यांच्याविरुद्ध 'जिहाद' हा पुकारला पाहिजे!''

करीमुल्लांनी त्यांचा निरोप घेतला तेव्हा ते चांगलेच अस्वस्थ झाले होते. त्याचा एक बिंदू होता करमाल - अनाहिताचा डावा गट, तर दुसरा होता रब्बानी - गुल व शमसूचा गट! उद्याच्या अफगाणिस्तानमध्ये फक्त हेच दोन प्रमुख प्रवाह राहतील का? त्याचा देश - समाजजीवनावर जो परिणाम होईल तो कसा असेल? अशा अनेक प्रश्नांची वादळं त्यांच्या मनात उसळत होती. त्यात त्यांचा वैचारिक समतोलपणा व प्रखर बौद्धिक तर्कशक्ती शीड तुटलेल्या जहाजानं वादळी समुद्रात हताशपणे हेलकावे खावेत, तशी भरकटत होती!

❑

देशांतर आणि धर्मांतर

अन्वरला अवचित जाग आली, तेव्हा आपण कुठे आहोत, हेच त्याला कळेना. आपल्या शरीरावर रेशमी रोमांच देणारा डबलबेड साइजचा लाल गडद कौशिअन रग आहे व त्याच्याखाली आपल्या बाहूत शांतपणे झोपलेली तान्या आहे.

मॉस्को विद्यापीठाच्या आवाराच्या पलीकडे गर्द हिरव्या झाडीत एका टेकडीवर बसलेल्या डाच्या (बंगल्या)मध्ये गेले तीन दिवस व रात्री त्यांचा रंगीन मधुचंद्र रोशन होत होता. मगापासून डोळ्यांपुढे पगमान व मॉस्कोची सरमिसळ होणारी चित्रमालिका आलटून पालटून येत होती. त्यातलंच एक चित्र होत झैनबचं. त्याच्या तारुण्याला जाग आणणाऱ्या किशोरावस्था नि यौवनाच्या दहलीजवरील कालखंडाचं!

पुढील आठवड्यात आपण अफगाणिस्थानला परतू, तेव्हा एअरपोर्टवर चाचा सुलतानसोबत आपल्या स्वागताला निश्चितपणे आपल्या आगमनाकडे चार वर्षांपासून वाट लावून बसलेली झैनब येणार. तान्याला पाहील तेव्हा काय वाटेल तिला?

दूरवर लेनिन टेकडीवरचं लुमुम्बा विद्यापीठ दिमाखात उभं होतं. त्याचं चार वर्षांचं इथलं वास्तव्य पाहता पाहता सरलं होतं. अभियांत्रिकी शाखेची सर्वोच्च पदवी त्यानं मिळवली होती. त्यानंतर एका आठवड्याच्या कालावधीतच त्याचा व तान्याचा विवाह लेनिनग्राडमध्ये एका चर्चमध्ये ख्रिश्चन पद्धतीनं झाला.

आज सकाळी मात्र झैनबच्या आठवणीनं अन्वरचं मन गढूळलं होतं. राहून राहून त्याला एकच प्रश्न सतावत होता. आपण तिला पूर्णपणे विसरून गेलो का? सुरुवातीला इथं आल्यावर नियमित पत्र व फोन चालू होते. मग हळूहळू ते कमी होत गेले. त्याची सुरुवात झाली सलमाच्या आगमनापासून.

सलमा इथं मॉस्कोला आपल्या बोलावण्यावरून आली आणि झैनबची छबी मन:पटलावरून पुसट होत गेली. तान्या जीवनात आल्यावर ती पूर्णपणे मिटली गेली. आता त्याला डाच्यावर थांबणं अशक्य झालं. पुन्हा सारा परिसर रपेट मारून

पाहावा व साऱ्या गोड रम्य आठवणी एकटेपणानं जागवाव्यात, असं वाटलं आणि ऊबदार रग बाजूला सारीत तो तयार झाला.

"तान्या टेक रेस्ट! मी जरा भटकून येतो."

"ओ.के. अन्वर. परत केव्हा येशील?"

"लंचपर्यंत..."

"ठीक आहे. मीही मग माझे अंकल आणि बॉस पीटर यांचा निरोप घेऊन येते. न जाणो पुन्हा त्यांची केव्हा भेट होईल ते?" तान्या म्हणाली. पाहता पाहता तिचे डोळे भरून आले होते.

जवळपास दोन तास मनसोक्त भटकल्यानंतर काहीसा दमलेला अन्वर लेनिन टेकडीसमूहातील सर्वांत उंच टेकडीवर एका झाडाखाली बसला होता. त्यानं खिशातून लायटर काढला व तो त्याच्याशी खेळू लागला. त्या गोड वाजणाऱ्या सिग्नेचर ट्यूनमुळे सलमाची याद ताजी झाली. अन्वर डोळे मिटून एकाग्रपणे ऐकू लागला. बंद नजरेसमोर सलमा व शाहीदची आकृती तरळत होती. ती धून संपली, तसा त्याचा निश्चय झाला होता. सलमाला आज परत काबूलला जाताना भेटलंच पाहिजे. तिची ओढ दाटून आली होती.

त्यानं लेनिन ॲव्हेन्यूला येऊन भूमिगत धावणारी मॉस्को ट्यूब पकडली आणि अवघ्या वीस मिनिटांत तो 'वर्किंग क्लास डिस्ट्रिक्ट'च्या जवळच्या स्थानकावर उतरला. सवयीनं वृत्तपत्र घेण्यासाठी तो न्यूजपेपर कॉर्नरकडे गेला, तेथे ताजा 'प्रावदा' त्यानं दोन कोनिक्स देऊन घेतला. प्रथम पृष्ठावर ठळकपणे अफगाणिस्तानचे बादशहा जहीर शहा व नवे पंतप्रधान डॉ. मोहंमद युसुफ यांची छायाचित्रं झळकत होती व आतील संपादकीय पृष्ठावर सोव्हिएत-अफगाण मैत्रीवर लेख होता.

अन्वरला क्षणभर कसंसंच वाटलं. गेली दहा वर्षं १९५३ ते १९६३ या प्रदीर्घ कालखंडात ज्यांनी आपली गडद प्रतिमा उमटविली होती, ते सरदार दाऊदखान आता विजनवासात गेले आहेत. ३ मार्च १९६३ ला त्यांनी राजीनामा दिला आहे, ही जाणीव त्याला प्रकर्षानं झाली. आपले उस्ताद हफिजुल्ला अमीन व विद्यार्थी नेते बबराक करमालच्या तालमीत तयार झालेल्या अन्वरचं राजकीय ज्ञान सखोल झालं होतं. रशियात आल्यापासून सोव्हिएत मासिक 'इंटरनॅशनल अफेअर्स'मध्ये त्यानं चार-सहा विश्लेषणात्मक लेखसुद्धा लिहिले होते. त्याचा पहिला लेख प्रसिद्ध झाल्यावर त्याला मॉस्को विद्यापीठाचे प्रोफेसर पीटर उस्तिनोव्हनी बोलावून त्याचं खास अभिनंदन केलं होतं. तेव्हापासून तो त्यांचा आवडता परदेशी विद्यार्थी झाला

होता. त्यांच्याकडील एका भेटीतच त्याला तान्या भेटली होती.

गेली दहा वर्षं अवध्या राष्ट्रजीवनाचे व व्यवहाराचे केंद्रबिंदू असलेले सरदार दाऊद केवळ प्रकृती अस्वास्थ्यामुळे त्यागपत्र देतात, हे त्याला पटत नव्हतं. गेल्या तीन-चार वर्षांतल्या राजकीय घडामोडी तपासून त्यांचा अन्वयार्थ लावून त्याला कारणमीमांसा करायची होती. त्यासाठी बराच अभ्यास, संदर्भग्रंथ व वृत्तपत्रांचं वाचन आवश्यक होतं.

वृत्तपत्रात नवे पंतप्रधान डॉ. मोहंमद युसुफचं व त्यांच्या बाजूला जहीरशहाचं अत्याधुनिक पोषाखातलं छायाचित्र. दोन्ही चित्रं पाहताना अन्वरला गतवर्षी ऑगस्ट १९६२ ला मॉस्कोला क्रुश्चेव्ह यांचे व्यक्तिगत अतिथी म्हणून आलेल्या जहीरशहांच्या वास्तव्यातील एक संध्याकाळ आठवली. त्यांनी त्याला राजदूतामार्फत खास निरोप पाठवून भेटीला बोलावलं व रात्री खान्यालाही आग्रहानं ठेवून घेतलं होतं. अन्वरचे अफगाण व आशियाई राजकारणावरचे अभ्यासू विश्लेषक लेख त्यांच्या वाचण्यात आले होते. त्यासाठीच त्यांनी त्याला चर्चेसाठी बोलावलं होतं.

त्या भेटीत पख्तुनिस्तानचा प्रश्न निघाला, तेव्हा बादशहाची भूमिका दाऊदपेक्षा भिन्न वाटली. हा प्रश्न टोकाचा भावनात्मक बनवल्याबद्दल व त्यात अकारण संघर्षाची भूमिका घेतल्याबद्दल त्यांची दाऊदबद्दलची नाराजी त्याला कळली. अन्वरला वाटलं, याचा दाऊदच्या त्यागपत्राशी कुठे संबंध आहे का?

रहीमनं फोनवरून ३ मार्च १९६३ च्या रात्रीच 'हमारा रहनुमा और मिलिट्रीका सरताज हमसे अलग हो गया,' अशा शब्दांत खबर दिली, तेव्हा अन्वरला क्षणमात्र धक्का बसला तरी आश्चर्य वाटलं नाही. कारण गेल्या दोन-चार वर्षांतील पाक-अफगाण संबंध पाहता व सोव्हिएत युनियन - अमेरिकेच्या भूमिका व त्यांच्यातलं मध्य आशियातील प्रभुत्वासाठीचं तप्त बनलेलं शीतयुद्ध पाहता दाऊदची कणखर भूमिका अफगाणिस्तानसाठी अडसर बनून राहिली होती, असा अन्वरचा निष्कर्ष होता. त्यांच्या राजकारणामुळे पख्तूनचा प्रश्न प्राप्त परिस्थितीत तरी नजीकच्या भविष्यात सुटण्याची सुतराम शक्यता नव्हती. केवळ रशियन पाठिंबा त्याला पुरेसा नव्हता, तर अमेरिकेच्या भूमिकेतही बदल होणं आवश्यक होतं. पण पाक हा त्यांचा मित्रदेश होता व त्यांच्या एकूणच जागतिक धोरणात त्यांचा उपग्रह बनून त्यांना उपयुक्त ठरणारी भूमिका सातत्यानं घेत आल्यामुळे निर्माण झालेली त्यांची घट्ट मैत्री आड येत होती. दाऊदनं एका जर्मन संवाददात्याबरोबरच्या वार्तालापात स्पष्टपणे म्हटलं होतं की, 'जेव्हा पाकिस्तान सरकार ड्युरांड रेषेच्या पूर्वेकडील पठाणांना स्वयंनिर्णयाचा अधिकार देईल, तसेच या भागातील आपलं सैन्य मागे घेऊन पठाणी

नेत्यांची कारागृहांतून सुटका करील, पाकमधील पेशावर व क्वेट्टामधील अफगाणिस्तानचा वाणिज्य दूतावास पुन्हा सुरू करून अफगाण व्यापाराची कोंडी फोडील, तेव्हाच पाक-अफगाण वाद संपुष्टात येईल.' दाऊदची पख्तून प्रश्नावरील भूमिका ठाम व सुनिश्चित होती. पाकचे राष्ट्राध्यक्ष अयूबखान याबाबत एवढे ताठर होते की, त्यांच्यासाठी पख्तून प्रश्न अस्तित्वातच नव्हता. पाकची भूमिका अशी की, ड्युरांड रेषेच्या पूर्वेकडील पठाणांनी १९४७ मध्येच आपली पसंती पाकिस्तानच्या बाजूनं दिली असून, ते व त्यांचा भूभाग हा आता पाकिस्तानचा अविभाज्य भाग आहे. स्वयंनिर्णयाचा अधिकार हवा आहे तो अफगाणव्याप्त पठाणांना. म्हणजेच पाकिस्तान या भूभागावर अप्रत्यक्ष दावा सांगत होतं. या प्रश्नावर दोन महासत्ता परस्परविरोधी ठाकलेल्या असल्यानं नजीकच्या भविष्यात हा प्रश्न सुटणं केवळ अशक्य आहे, या निष्कर्षाप्रत अन्वर आला होता. त्याच्याशी बादशहा जहीरशहा सहमत होते.

काबूलला दाऊदची भेट घेऊन त्यांच्याशी बातचीत केली पाहिजे, असं अन्वरनं ठरवून टाकलं. त्यांच्या राजीनाम्याबाबतची आपली कारणमीमांसा त्याला पडताळून पाहायची होती. मात्र, दाऊदची पख्तून प्रश्नाबाबतची ताठर भूमिका, त्यामुळे पाकनं स्वीकारले 'जशास तसं' धोरण व केलेली व्यापारबंदी यामुळे बादशहांनी हस्तक्षेप केला असावा. परिणामी; दाऊदखानला राजीनामा द्यावा लागला असणार.

रहीमभाईला लिहिलेल्या एका पत्रात त्यानं म्हटलं होतं, ''सोव्हियत युनियनचं विकासाचं मॉडेल अफगाणमध्ये त्याला एतद्देशीय वळण देऊन कसं राबवता येईल व देश कसा विकसित होईल, याबाबतच्या माझ्या कल्पना त्यांना पसंद होत्या. आमचे दृष्टिकोन व विचारधारा बऱ्याच बाबतींत मिळतात. टोळ्यांनी पोखरलेल्या वा कबिल्यांशी निष्ठा ठेवणाऱ्या अफगाणिस्तानमध्ये आधुनिक सैन्याच्या मदतीनं बलिष्ठ केंद्रीय सत्ता त्यांनी दृढ करून देशाची मोठ्या प्रमाणात एकसंधता साधली आहे, ती मला महत्त्वाची बाब वाटते. सोव्हियत युनियन हा आपला नैसर्गिक मित्र आहे; पण आपलं परराष्ट्र धोरण अलिप्ततेचं आहे व त्याचे शिल्पकार सरदार दाऊदखानच आहेत. तरीही अलीकडे पख्तून प्रश्नावरील त्यांची झालेली कोंडी, अमेरिकेची विकासासाठी मदतीची उदासीनता व पाकशी तणाव यामुळे ते अधिकाधिक सोव्हियत युनियनकडे झुकत आहेत. ती त्यांची कदाचित राजकीय अपरिहार्यता असू शकेल. पण अमेरिकेच्या विरुद्ध स्पष्ट भूमिका घेणं शहाणपणाचं द्योतक नाही. त्यांच्या मध्य आशिया राजकारणातला मोहरा व मांडलिक पाकिस्तान आहे. ती पाकनं आपखुषीनं स्वहितासाठी व भारताच्या शत्रुत्वापोटी स्वीकारलेली भूमिका आहे. अमेरिका अफगाणिस्तान

घनिष्ठ मित्र कदाचित बनणार नाहीत, पण अफगाणिस्ताननं पूर्णत: सोव्हिएत कॅम्पमध्ये जाणं अमेरिकेला आवडणार नाही. मदतीची पातळी ते वाढवू शकतात. पण त्यासाठी लवचिकता स्वीकारणं भाग आहे. माझ्या मते दाऊदखान म्हणावेत तेवढे लवचिक नाहीत. कदाचित त्यामुळेच त्यांना त्याची अपरिहार्य किंमत एक दिवस चुकवायची पाळी आली, तर मला नवल वाटणार नाही...''

आपलं भाकीत इतक्या लवकर खरं ठरेल, असं वाटलं नव्हतं. अन्वरनं एक दीर्घ सुस्कारा सोडला व तो पुन्हा 'प्रावदा' चाळू लागला. मधल्या पृष्ठांवर आंतरराष्ट्रीय बातम्यांमध्ये अफगाणिस्तानची मोठी बातमी होती. पाक व अफगाण यांच्यामधल्या परिवहन कराराची.

इराणचे राष्ट्राध्यक्ष शहा पहेलवींच्या पुढाकारानं तेहरानमध्ये पाकिस्तानचे परराष्ट्रमंत्री झुल्फिकार अली भुट्टो व अफगाणिस्तानचे सूचना व प्रसारणमंत्री सय्यद कासीम रिश्तिया यांच्यात मे ६३ मध्ये चर्चा झाली आणि एका करारावर स्वाक्षऱ्या झाल्या. पुन्हा एकवार राजनैतिक संबंध दोन्ही देशांनी पुन:स्थापित करण्याचे ठरवले. क्वेट्टा व पेशावर येथील अफगाणिस्तानच्या विदेश व्यापारासाठी स्थापन झालेले वाणिज्य दूतावास पुन्हा सुरू करायचे व जुन्या वाहतूक व दळणवळण कराराप्रमाणे अफगाणिस्तानला पुन्हा पाक भूमी वापरण्यासाठी परवानगी द्यायची, असं या कराराचं स्वरूप होतं.

या बातमीनं त्यानं सुटकेचा नि:श्वास टाकला.

पण या करारात पख्तुनिस्तान प्रश्नावर बोलकं मौन पाळलं गेलं, हे अन्वरच्या लक्षात आलं. हा पाक-अमेरिका धोरणाचा राजनैतिक विजय होता. कारण प्रथमच पाकसोबतच्या चर्चेत व चर्चेअंती निघणाऱ्या संयुक्त पत्रकामध्ये पख्तून प्रश्नाचा उल्लेख टाळण्यात आला. तो अफगाणिस्तानच्या दाऊदोत्तर बदलत्या राजकारणाचा द्योतक होता. पत्रकार परिषदेत जरी अफगाण मंत्री सय्यद कासीम रिश्तियांनी 'अफगाणिस्ताननं कधीही अफगाण-पाकमधील ड्युरांड सीमारेषेला मान्यता दिलेली नाही व पख्तून प्रश्नावर आजही त्यांच्या स्वयंनिर्णयाचा अधिकार उचित मानतो', असं म्हटलं असलं तरी तो अफगाणींसाठी पोकळ दिलासा होता, असं अन्वरला वाटलं. याउलट भुट्टोंनी ठामपणे सांगितलं की, 'या कराराच्या घोषणेनं पख्तुनिस्तानच्या प्रश्नाचा कायमचा निकाल लावण्यात आला आहे,' ते भविष्यसूचक आहे व हा प्रश्न बासनात ठेवून अफगाण राज्यकर्ते अमेरिका-इराणच्या आग्रही भूमिकेला प्रतिकूल नसले तरी अनुकूल होण्याच्या मार्गावर आहेत, हे अधोरेखित झालं आहे, असं अन्वरचं चिकित्सक मन सांगत होतं. कारण नव्या पंतप्रधानांच्या रूपानं निर्विवादपणे

अमेरिकेकडे झुकलेली उदारमतवादी विचारसरणी राजकारणाच्या केंद्रस्थानी आली आहे. दाऊदचं पतन व हा पाक-अफगाण करार या सत्तरीच्या दशकातल्या महत्त्वाच्या घटनांमुळे अफगाणिस्तानच्या अंतर्गत व विदेशी राजनीतीमध्ये नव्या युगाच्या सुरुवातीची संभावना दाटपणे अन्वरला जाणवत होती.

अन्वर भानावर आला तो एका मंजूळ स्वरानं. वळून पाहिलं तो समोर सलमा आणि तिची बोटं धरून मेट्रो स्टेशन स्थानकावर गर्दी पाहत दोन वर्षांचा शाहीद उभा होता. त्याचंच रंगरूप घेऊन आलेला, त्याच्या रक्तामांसाचा... पण सलमानं त्याचा तो अधिकार कधीच नाकारलेला होता. त्याच्याबाबत वाटणाऱ्या कृतज्ञतेपोटी व त्याला मुक्त ठेवण्यासाठी.

"सलमा, खरं सांगू मी तुझ्या भेटीलाच निघालो होतो. उद्या मी काबूलला परततोय, म्हणून भेटावंसं वाटलं..."

"पण तू शाहीदसह कुठे निघालीस?"

"त्याला सर्कस दाखवायची आहे." सलमा म्हणाली.

"बरं ते जाऊ दे - निवांत वेळ काढून आला आहेस ना भेटीसाठी?" सलमानं विचारलं. त्याची होकारार्थी मान हलताच ती पुढे म्हणाली, "तर मग तूही चल... आपण सर्कस पाहू या! मग घरी जाऊ. दुपारचं भोजन करू व मनसोक्त गप्पा मारू. शाहीद सर्कसविना ऐकणार नाही..."

अन्वरला सलमाच्या मिलनाचा पहिला प्रसंग आठवला.

तिला वचन दिल्याप्रमाणे त्यानं आपल्या स्कॉलरशिपचे पैसे साठवून व प्राध्यापक पीटर उस्तिनोव्हच्या प्रयत्नानं मॉस्कोच्या सर्वांत निष्णात प्लॅस्टिक सर्जनची अपॉइंटमेंट घेतली व सलमाला विमानाचं तिकीट पाठवून बोलावून घेतलं. ऑसिडमुळे जळालेल्या तिच्या मांडीवरील डाग काढण्यासाठी करावयाची प्लॅस्टिक सर्जरी सोपी होती. ती पार पडल्यावर तिच्यासाठी भाड्यानं दोन महिन्यांसाठी घेतलेल्या हॉटेलवर तिला भेटायला गेला, तेव्हा तिनं त्याचं प्रेमानं स्वागत केलं. ती म्हणाली, "अन्वर इथंच थांब - मी एक मिनिटात येते. मला तुला सरप्राइज द्यायच आहे.."

मिनिटभरात सलमा आतल्या बेडरूममधून बाहेरच्या खोलीत आली, तेव्हा तिच्या देहावर त्यानं तिला काबूलला भेट दिलेला सॅटिन व्हाइट स्कर्ट होता. गुडघ्याच्या वर दोन इंच. त्यातून तिच्या पुष्ट लोभस मांड्या दिमाखानं झळकत होत्या आणि तिच्या चेहऱ्यावर स्त्रीसुलभ अधीरता, लज्जा व अभिमानाचं मनोहारी मिश्रण

असलेले भाव तरळत होते. सहजतेनं तो पुढे झाला, तिच्यासमोर गुडघे टेकून बसला व त्या उघड्या मांड्यांवरून त्यानं हळुवारपणे हात फिरवला. तो रेशमी स्पर्श तिची विद्रूपता सर्वार्थानं नष्ट झाल्याचं सांगत होता. त्या स्पर्शानं तो रोमांचित झाला व आपण काय करतो आहोत, याचं भान येण्यापूर्वींच त्यानं असोशीनं त्या मांड्यांवर चुंबनाचा वर्षाव करायला प्रारंभ केला. त्याच्या डोळ्यांत आसवांची गर्दी झाली होती. त्याला तिनं उठवलं, आपल्या ओंजळीत त्याचा चेहरा धरला आणि क्षणार्धात बेभान होत त्याच्या गळ्यात आपले बाहू टाकले व त्याच्या ओठांवर ओठ दाबीत म्हणाली, "अन्वर, माझी अशी इज्जत एक स्त्री म्हणून आजवर कुणी कधी केली नाही. ज्याच्याशी सगाई झाली, तो कमअस्सल निघाला. तू अपवाद निघालास. मला जे दिलंस, त्याची कशी उतराई होऊ? ये. माझं जे आहे ते तुझं आहे, तेच तुला अर्पण करते. त्याचा स्वीकार कर.."

देहाच्या माध्यमातून केलेलं ते उत्कट समर्पण! काय नाव द्यायचं त्याला? ती का प्रीती होती?... नाही. तरीही फार खोल सच्ची ओढ व भावना होती...

"नाही राजा, याला कोणत्याही नात्याचं लेबल लावायचं नाही!" सलमा म्हणाली, "या मीलनाची परिणती मातृत्वामध्ये होईल की नाही माहीत नाही. पण ती झाली तर आनंदानं 'सिंगल मदर' हा पर्याय स्वीकारीन."

खास अफगाणी पद्धतीचं तृप्त करणारं भोजन अन्वर फार दिवसांनी जेवला. आणि आळसावत तिच्या रेशमी मिठीत मारलेल्या मन भरून गप्पा. वेळेचं भान उरलं नव्हतं. बोलण्याच्या ओघात त्यानं तान्याशी केलेल्या लग्नाचं सांगितलं.

"तान्याला मुस्लिम करणार आहेस?" सलमानं अचानक विचारलं, "म्हणजे तिथं तुझ्या कट्टर धार्मिक घरी आब्बाजान व अम्मी बहू म्हणून एक ख्रिस्ती रशियन मुलगी स्वीकारतील?"

"तान्या तयार आहे धर्मांतराला." अन्वर अभिमानानं म्हणाला, "मी तिच्या प्रेमाचा स्वीकार केला तेव्हापासून तिनं आपले रीतिरिवाज आत्मसात करायला सुरुवात केली आहेत व आता पुश्तूही बऱ्यापैकी बोलते. रशियन भाषेतून कुराणही तिनं वाचलं आहे. पण सलमा, माझा स्वत:चाच धर्मांवरचा विश्वास पूर्णांशानं उडालाय असं म्हणणार नाही, पण तो खूप कमी झाला आहे. विशेषत:, साम्यवाद पटल्यापासून! म्हणून मलाच तिच्या धर्मांतराची गरज वाटत नाही. पण गंमत म्हणजे तान्या तिच्या आईमुळे काही प्रमाणात धार्मिक आहे. तिच्या आग्रहानं मी सिव्हिल मॅरेज न करता चर्चमध्ये जाऊन ख्रिश्चन पद्धतीनं विवाह लावलाय."

"तुझ्यासारखं मलाही धर्मापासून मुक्त होता आलं असतं, तर किती बरं झालं असतं! यातून बाहेर पडायचं असेल तर मला एखाद्या रशियन युवकाशीच विवाह केला पाहिजे. तो ॲथेइस्ट असेल, तर खरंखुरं मुक्त जीवन जगता येईल. मात्र त्यानं शाहीदला स्वीकारलं पाहिजे.''

"असं होतं तर तेव्हाच तू मला का रोखलंस? मी माझी जबाबदारी कधीच टाळणार नव्हतो.''

"आपलं मिलन लाभलेलं मातृत्व ही माझ्या कृतज्ञतेतून केलेल्या देहदानाची परिणती होती अन्वर.. त्यात प्रेमापेक्षाही वेगळी खोल भावना होती.'' सलमा म्हणाली, "आजही मला तेच वाटतंय. नो रिग्रेट्स! मी तुझ्याहीपेक्षा शाहीदला अधिक चांगला माणूस, स्त्रीचा सन्मान करणारा व समानतेवर विश्वास ठेवणारा करीन. त्याचा तुलाही अभिमान वाटेल!''

"बेटी, प्रेमाखातर तू आपला महान देश सोडून कायमची काबूलला जात आहेस. एवढा मोठा निर्णय तू का घेतलास? कशासाठी घेतलास? मला कळत नाही...''

तान्याचा हात हातात धरून तिची आई तिला कळवळून विचारत होती आणि तान्या आक्रसलेल्या चेहऱ्यानं दगडी शिल्पाप्रमाणे ताठ व निर्जीव होऊन बसली होती. नजरेत व काळजातही दृढमुद्रित झालेली पीटरची आकृती तिला काही बोलायला मजबूर करीत होती.

मामा म्हणाली, "आशियाई देशात लग्न केवळ व्यक्तीशी होत नाही, पूर्ण घराशी ती स्त्री बांधली जाते. पुन्हा देश व धर्म भिन्न असलेल्या घराशी तू आता जोडली गेली आहेस. तिथं तुझं कसं स्वागत होईल? मला थोडी भीती वाटते.''

"मामा, मी नाकबूल नाही करत. ही भीती व शंका मलाही भेडसावते आहे, पण हा विश्वासपण आहे की, अन्वरचं प्रेम मला त्यातूनही तारून नेईल आणि तुला वाईट वाटेल ममी - पण मी इस्लामचा स्वीकार करणार आहे. त्याच्यावर वा धर्मावर माझा विश्वास आहे म्हणून नव्हे, तर त्या घरातील साऱ्या माणसांच्या जवळ जाण्यासाठी!''

तान्या ममाशी बोलताना दवाखान्याच्या सॅनिटोरियममधून बाहेर पाहत होती. तिच्या कानांत पीटर सरांचे शब्द घुमत होते, "तान्या, तुला तेथे बुरखा घालावा लागला वा इस्लामचा स्वीकार करावा लागला, तरी त्यासाठी मागे-पुढे पाहू नकोस. किंबहुना आपणहून त्याच्यापुढे धर्मांतराचा प्रस्ताव ठेव. लक्षात ठेव, हे तू एका महान गोष्टीसाठी करीत आहेस...''

"मामा, तू उगीच माझ्या भवितव्याचा विचार करू नकोस व त्यानं स्वतःला

त्रास करून घेऊ नकोस!'' तान्या म्हणाली, ''एवढंच सांगते, मीही तुझीच मुलगी आहे व धीरानं सारं काही सहन करण्याची माझ्यातही अपार शक्ती आहे. मी परिस्थितीशी नक्कीच झुंज देऊ शकेन!''

पगमानला तान्या अन्वरसोबत त्या प्रचंड वाड्यात तीन दिवस होती; पण तप्त व गंभीर वातावरणात. त्यातून सुटका झाली ती त्याला काबूल विद्यापीठात प्राध्यापक म्हणून नियुक्ती झाल्याचा व तातडीनं रुजू होण्याचा आदेश आला तेव्हा. अन्वर लगेच तान्यासह पगमान सोडून काबूलला आला. बबराक करमालच्या मदतीनं टेकडीच्या वळचणीत असलेला हा सुरेख बंगलाही त्यांना दोन दिवसांतच भाड्यानं मिळाला. तिनं गेले आठ दिवस दररोज तोराबसखान मार्केटला जाऊन मनपसंद वस्तू खरेदी करून घर सजवण्यात घालवले होते आणि आता शांत गप्पा.

''तान्या - मला आता खरंच धर्म ही संकल्पनाच निरर्थक वाटू लागली आहे. मार्क्स म्हणाला ते खोटं नाही. धर्म ही खरंच अफूची गोळी आहे!''

''मी तर साम्यवादी देशात वाढलेली आहे. आमची पूर्ण जीवनपद्धती या सूत्राभोवती गेल्या चाळीस वर्षांत विकसित झाली. 'चर्च हटाव'ची मोहीम स्टॅलिननं राबवली खरी, पण महायुद्धाशी सामना करताना त्यालाही चर्चचा आधार घ्यावा लागला आणि म्हणूनच मला वाटतं, मार्क्सवादी असूनही धार्मिक राहता येतं!'' तान्या म्हणाली, ''अनेक विचारवंत म्हणतात की, धर्माचा मार्क्सने व्यापक अर्थानं विचार केला नव्हता. तो फक्त संस्थात्मक धर्माचा विचार करीत होता. पण याहून उच्च प्रतीची धार्मिक बुद्धी असू शकते, नव्हे आहे, असं माझं मत आहे.''

''तान्या, आजच्या विज्ञानयुगात ईहवादच युगधर्म बनतोय..''

''पण माणसाचं एवढ्यांनं भागत नाही अन्वर. माणसाला विश्वाच्या व मानवी व्यक्तिमत्त्वाच्या समग्र स्वरूपाचं एक चित्र हवं असतं. असं चित्र बनविण्याची त्याची खोल प्रवृत्ती असते आणि या चित्राच्या संदर्भात कशा रीतीनं जगलं असता खरंखुरं साफल्य मिळतं हे त्याला समजून घ्यायचं असतं. ईहवादी विचारसरणीला असं समग्र चित्र बनवता येत नाही. तिची अंगभूत मर्यादा आहे.''

''तान्या, तुझं हे विवेचन ऐकताना मनाचा गोंधळ होतोय.. माझ्या मार्क्सवादी म्हणूनच ईहवादी बनलेल्या मनाच्या तळमळीचं व तिच्या समाधानाचं काय? हा सवाल उरतोच.''

''या उच्च प्रतीच्या बुद्धीला मी धार्मिक न म्हणता नैतिक म्हणेन. जी समतेची स्वप्नं पाहणाऱ्या व ती साकार करण्यासाठी धडपडणाऱ्या माणसांत जरूर असते.

त्या माणसांच्या बुद्धीचं समाधान करण्याचं सामर्थ्य मार्क्सवादात आहे.

"इंटरेस्टिंग..." अन्वर म्हणाला, "पण तुला मी कट्टर मार्क्सवादी म्हणून चर्चपासून कोसो दूर असणारी मानत होतो."

"ही माझ्या मातेची देन आहे अन्वर." ममाच्या आठवणीनं काहीशी कातर होत तान्या म्हणाली, "तिनं दुसरं महायुद्ध पाहिलं आहे. त्या नऊशे दिवसांत हिटलरच्या फॅसिस्ट सेनेविरुद्ध लढताना लेनिनग्राडचं एक एक घर मजबूत किल्ला झालं होतं. असाच एक किल्ला तिनं लढवला होता. डोळ्यांदेखत तिचा नवरा... माझे पपा, दोन भाऊ व आजी मारले गेले, बॉम्बवर्षावात. पण मनात धर्माची ज्योत पेटवून ती सहजतेनं या साऱ्याला सामोरी गेली. तिची ही श्रद्धा मला मार्क्सवादाचा नवा अर्थ सांगून गेली. म्हणूनच मी इतर सोव्हियत लोकांप्रमाणे झापडबंद मार्क्सिस्ट–लेनिनिस्ट झाले नाही. समता हे प्रधानमूल्य असलेलं समाजवादी राज्य निर्माण व्हावं व सर्व उत्पादनसाधनांवर सर्वांची समान मालकी किंवा राज्याची मालकी असावी, असं मलाही वाटतं. तरीही मनुष्यामध्ये उच्च प्रतीची नैतिक-धार्मिक प्रेरणा असू शकते, हा माझा विश्वास आहे."

"ही उच्चतर प्रेरणा धर्मनिरपेक्ष असावी!" विचार करीत अन्वर म्हणाला, "त्याला धर्माची लेबलं नकोत. म्हणून धर्मांतर मला त्याज्य वाटतं. व्यर्थ वाटतं!"

त्याच्या गळ्यात आपले गोंडस बाहू घालीत, गालांना गाल घाशीत ती पुढे म्हणाली, "अरे, मी सर्वस्वानं तुझी झाले आहे. देशांतर केलं आहे, तिथं आता धर्मांतर करायला माझी ना नाही. त्यामुळे अब्बाजान व अम्मी मला स्वीकारणार असतील तर तू उगीच अनमान करू नकोस. मी मनापासून सांगते आहे. मी धर्मांतराला तयार आहे."

चमकदार दीप्तीनं अपूर्व उजळलेल्या तिच्या चेहऱ्याकडे तो पाहत राहिला.

असं प्रेम केवळ स्त्रीच करू शकते. प्रियजनांसाठी आधी देशांतर. मग ही सहजतेनं धर्मांतराला संमती! तीही स्वत:ची खोलवर दृढ जीझसप्रती श्रद्धा असताना! तान्यानं हा त्याग एवढ्या सहजतेनं करावा? इतके का आपण चांगले आहोत?

पगमानला तान्याचं थंड स्वागत तिनं गृहीत धरलं होतं; पण अन्वरचा तिच्यासाठी जीव खालीवर होत होता. प्रथम तो उमाळ्यानं अम्मीशी बोलला, मग अब्बाजानशी. ते त्याच्या प्रेमाच्या कणखरतेनं काहीसे विरघळून म्हणाले, "ठीक आहे बेटा, तिला आम्ही बहू म्हणून स्वीकारू, ते एका अटीवर. तिच्याशी इथं विधिवत निकाह लावला पाहिजेस!"

अब्बाजानची ही सूचना म्हणजे तिच्या धर्मांतराची अट होती. कारण मुस्लिम

पद्धतीच्या विवाहात निकाहनाम्यात वधू-वर दोघांचा धर्म इस्लामच हवा असतो, तसं नसेल तर प्रथम इस्लाम धर्म स्वीकारावा लागतो.

तान्याला ती अट मान्य होती. पुश्तू भाषेत बोलत तिनं अम्मीपुढे कबुली फर्मावली व तिच्याशी गेल्या वर्षभरात केलेल्या दिव्य कुराणाच्या अभ्यासाचे दाखले देत छानपैकी गप्पाही मारल्या.

पण हरकत होती खुद्द अन्वरचीच. मार्क्सवादाचा टिळा लावून पूर्णत: ईहवादी विचारानं भारलेल्या अन्वरला तिच्या धर्मांतराची कल्पना रुचत नव्हती.

"अन्वर, ख्रिश्चॅनिटी व इस्लाम धर्माच्या उत्पत्तीचा व संस्थापनेचा मी मार्क्सवाद गिरवत असताना अभ्यास केला आहे." तान्या त्याला सांगत होती, "हजरत महंमद हे शेवटचे प्रेषित आहेत, अशी समस्त मुस्लिमांची श्रद्धा आहे. इस्लाममधीलही 'खातमुल नबुवत' भूमिका महत्त्वाची आहे. त्यानुसार येशू हा एका परीनं इस्लामचा प्रचारक आहे. तसाच ज्यू धर्माचा मोझेसपण!"

त्याच्या विचारांना हा झणझणीत धक्का होता. क्षणभर तो हतबद्ध होऊन तिच्याकडे पाहत राहिला.

"म्हणूनच एका अर्थानं हे धर्मांतर नाही. तो धर्मविस्तार ठरणार आहे. एका अशुद्ध धर्मातून शुद्ध स्वरूपाच्या प्युअर धर्मात!"

"मला तू काय म्हणतेस ते समजेनासं झालं आहे." अन्वर म्हणाला, "तुला व्होडका तर चढली नाही ना!"

"नो मियाँ!" तान्या.

"तर मला जरा समजावून सांग पाहू."

"अन्वर, माझं हे ॲनॅलिसिस चिकित्सक पाश्चात्त्य विचारवंतांच्या चिंतनाचा परिपाक आहे. मानवजातीच्या उदयापासून परमेश्वरानं जगताच्या कल्याणासाठी वेळोवेळी प्रेषित पाठवले आहेत. परमेश्वर एकच असल्यामुळे या साऱ्या प्रेषितांचा उपदेश एकच होता, असं मुस्लिम ज्युरीसप्रूडन्स पुन्हा पुन्हा सांगतं. पण माणसांची जात कृतघ्न असल्यामुळे पुन्हा पुन्हा नवा प्रेषित परमेश्वराला पाठवावा लागे. प्रेषितांचे संदेश लोक स्वार्थासाठी उलटे-सुलटे करीत. त्यांतील काही भाग गाळीत, काही नवीन भाग जोडून घेत. त्यामुळे त्यांचे संदेश-उपदेश गढूळ होत, विकृत होत. आणि विशेष म्हणजे हे सर्व प्रेषित एकेका देशासाठी, एकेका वंशासाठी होते. शेवटी परमेश्वरानं अलम माणूसजातीसाठी म्हणून शेवटचा एक प्रेषित पाठवला. हे शेवटचे प्रेषित म्हणजे हजरत मोहंमद पैगंबर साहेब! ते शेवटचे प्रेषित असल्यामुळे आपला दिव्य संदेश आता अशुद्ध होऊ नये, याची काळजी परमेश्वरानंच घेतली. पवित्र

कुराणात नवीन काही घातलं जाणार नाही, असलेलं काही गाळलं जाणार नाही. म्हणून कुराण हे निखालसपणे परमेश्वरीय पुस्तक ठरतं. म्हणून कुराणातला प्रत्येक शब्द, प्रत्येक वाक्य ईश्वरी आहे, परिपूर्ण आहे, असं मानलं जातं! ज्यू व ख्रिश्चन धर्म हे इस्लामपूर्व धर्म आणि मोझेस आणि येशू हे त्या धर्मांचे प्रेषित— पण परमेश्वरी संदेशात गढूळता आली म्हणून शेवटी महंमद पैगंबरांना पाठवलं. म्हणून पवित्र कुराण हा परमेश्वराचा शेवटचा संपूर्ण व शुद्ध उपदेश आहे. मुस्लिम पंडित म्हणतात की, ज्यूंच्या, ख्रिश्चनांच्या काही चालीरीती इस्लामनं उचलल्या, ही भूमिकाच बरोबर नाही. खरी गोष्ट अशी की, मोझेस व येशू हे दोघेही इस्लामचाच प्रचार करीत होते. म्हणून ज्या बाबी ज्यू व इस्लाम यांच्यात समान आढळतात, त्या सर्व बाबी परमेश्वरानं जगताच्या आरंभापासून सांगितलेल्या इस्लामचाच भाग आहेत. त्या शुद्ध इस्लाममध्ये सापडतात.''

प्रदीर्घ स्वगतासारखं अखंड अस्खलित तान्या बोलत होती आणि ऐकताना अन्वर थक्क होत होता. आपले अब्बाजान एवढे अभ्यासू इस्लामी आहेत, पण कदाचित त्यांनाही असं सुरेख विवेचन जमणार नाही, असं त्याला वाटत होतं.

एका पवित्र शुक्रवारी अब्बाजाननी तान्याला इस्लामची दीक्षा देऊन अन्वरशी निकाह लावून दिला होता आणि तिचं नाव ठेवलं तराना. मात्र, समारंभात तिनं बुरखा वापरण्यास निक्षून नकार दिला होता, अन्वरनंही तिला साथ दिली होती! अब्बाजान, सुलतान, रहीम व सईद सारे भडकले. मग अम्मीनंच मध्यस्थी केली, ''देखो - ती ज्या शौरवी देशातून आली आहे, तिथं पडदा पद्धत नाही. एकदम सारं कसं ती स्वीकारील? जरा उसका भी सोचो. हमारे अन्वर के लिए उसने मुल्क छोडा, इस्लाम कबूल किया - धीरे धीरे ये सब वो अपनायेगी...''

तिच्याजवळ रहीमची नव्हाळीतली किशोरवयीन कन्या जमिला बसली होती, ती तान्याच्या कानात पुटपुटली, ''नई चाची, मुझे ये सब बहोत अच्छा लगा. तुम कितनी बहादूर हो. काश ऐसीही हमारी अफगाण औरतें होती...!'

जमिला कुठेच दिसत नव्हती. दुपारी बायकांच्या भोजनाच्या वेळीपण ती तरानाला दिसली नाही. इथं आल्यापासून चाची-चाची म्हणून ती तरानाला चिकटली होती. सदैव तिच्या अवतीभोवती रेंगाळत असायची. ती सकाळपासून मात्र दृष्टीस पडली नव्हती. म्हणून कुराणपठणानंतर तिनं रुकियाकडे तिची चौकशी केली, तशी ती म्हणाली, ''उसकी तबीयत ठीक नहीं है.''

"रुकिया, तरानापासून काय लपवायचं? आता तीही या घरची बहू आहे." अम्मीजान तिच्या पाठीवरून हात फिरवत ममतेनं म्हणाली, "इससे क्या छिपाना? तराना बेटी, उसे हैज आया है, उसका सिर मैला हो गया है और वो आज बेनमाजी है—"

तरानाला अर्थबोध झाला नाही, तेव्हा झोरा आपानं खुलासा केला, "तराना, याचा अर्थ आज जमिलाला रजोदर्शन झालं आहे. हैज म्हणजे विटाळ आला आहे."

सितारा म्हणाली, "आज सायंकाळी ओढणी-उडानचा कार्यक्रम ठेवला आहे व नऊ विवाहित स्त्रियांना बोलवलं आहे. आजसे हमारी जमिला बिटिया औरत हो गयी है."

तरीही रुकिया काही न बोलता स्तब्ध बसून राहिली.

जेव्हा अम्मीनं जमिलाला शुभ्र रेशमी बुरखा नजर केला, तेव्हा रुकियाची अस्वस्थता लक्षात आली.

त्या संध्याकाळी ओढणी-उडानचा समारंभ साजरा झाला, त्यात नवी बहू म्हणून तरानाही सामील होती; पण हा विधी पाहताना तराना कमालीची अस्वस्थ झाली होती. यौनप्राप्ती झालेल्या मुलीला अकाली प्रौढ कसं करतात व रीतीरिवाज - धर्म परंपरेच्या पोलादी चौकटीत कसं ठाकून ठोकून बसवतात, हे अनुभवताना तिला तिचा क्षोभ नियंत्रित करणं अवघड जात होतं.

प्रथम जमिलाला नववस्त्रांनी सजवण्यात आलं. त्या खोलीत सितारानं तीन दगड त्रिकोण होईल अशा पद्धतीनं ठेवले आणि त्यावरून जमिलाला उडी मारण्यास लावलं.

"याच्या मागचा अर्थ विटाळ तीन दिवसांपेक्षा अधिक राहू नये हा आहे." झोरा तिला समजावून सांगत होती. तेव्हा तरानाच्या मनात प्रश्न उमटला, 'हा तर निसर्गक्रम आहे. अशी उडी मारली नाही तरी विटाळ हा तीन दिवसांनी जातोच. मग हा विधी कशासाठी? यौनप्राप्ती झालेल्या मुलीला मनोमन भेदरवण्यासाठी? तसं असेल तर हा पुरुषी कावा झाला. स्त्रीला हीन लेखायचा. यात इस्लामी असं काही नाही, तर जगातील सार्वत्रिक पुरुषसत्ताक मनोरचनेप्रमाणे इथंही स्त्री ही दुय्यम आहे व तिच्या भाळी लिहिलेलं प्रत्येक कर्म हे ते दुय्यमत्व अधोरेखित करतं आहे.'

जमलेल्या विवाहित स्त्रियांनी जमिलाच्या अंगाला सुगंधी द्रव्यं लावली व गळ्यात फुलांचे हार घातले, केसांना बोट बोट 'फुलेल का तेल' लावलं आणि साऱ्यांनी कोरसमध्ये पुश्तू भाषेतली पारंपरिक गाणी म्हटली.

समारंभ संपला तेव्हा अम्मीनं तिला आशीर्वाद दिला आणि शुभ्र रेशमी बुरखा तिला नजर करीत म्हटलं, "बिटिया, आता तू बालीग झालीस, खऱ्या अर्थानं

औरत झालीस. हा बुरखा पेहन आणि आम्हाला दाखव. तुझ्या दादाजीनं मागवला आहे खास पाकिस्तानमधील डाक्क्याहून. मलमलचा आहे.''

इतका वेळ स्वतःला सावरून धरलेल्या जमिलला आता आवरलं नाही, ती आवेगानं आपल्या आईच्या - रुकियाच्या गळी पडून स्फुंदू लागली.

''अम्मी-अम्मीऽ, मुझे ये बुरखा नहीं चाहिये— मैं मैं नहीं पहनूंगी.''

रुकियाच्या गालांवरूननही आसू पाझरत होते. ती काही एक न बोलता तिच्या पाठीवरून हात फिरवत होती.

''क्या कहा?'' अम्मीचा संतापी स्वर. ''फिरसे कहना! ये रिवाज है जमिला और मत भूल ये पेशा इमामका घर है. यहाँ हर चीज इस्लामी कायदे कानूनसे चलती है! हम सब औरतों ने हैझ आनेपर बुरखा ओढना शुरू किया था!''

सारा माहौल चिडीचिप्प झाला. फक्त जमिलाचे न आवरले जाणारे हुंदके तेवढे ऐकू येत होते.

''मैं कुछ अर्ज करूँ अम्मी?'' काहीसं धाडस करून तरानानं विचारलं.

''नहीं तराना'' अम्मीचा सूर खणखणीत होता, ''तू आत्ताच या खानदानात शरीक झाली आहेस. हे रीतीरिवाज पाळले गेले पाहिजेत. ही माझी आज्ञा आहे. मला याबाबत बिलकुल बहस नको.''

अखेर अम्मी ही कर्मठ इस्लामनिष्ठ अब्बाजानची बीबी होती. तराना वरमली, तिला अपमानित वाटलं. ती चूप बसून राहिली. आतून मात्र खदखदत होती. रात्रीखेरीज अन्वर तिला भेटणार नव्हता. त्याच्यापुढे मन मोकळं केल्याखेरीज तिला चैन पडणार नव्हतं.

पण पगमनला वावरणारा अन्वर तिला अनोळखी वाटत होता. मॉस्कोला धर्माची निरर्थकता प्रतिपादणारा अन्वर इथे अब्बाजानचा प्रत्येक शब्द बिनचूक पाळत होता. कदाचित आंतरधर्मीय विवाह त्यांच्या पचनी पडावा, म्हणून तो असं आज्ञाधारकपणे वागत असावा.

पण जमिलाच्या प्रश्नावर त्यानं तडजोड करणं तिला पसंत पडणार नव्हतं. तिला शंका सतावत होती. अन्वर तिला साथ देईल का?

जमिलानं तो शुभ्र बुरखा घातला. आता ती नखशिखांत मुस्लिम स्त्री वाटत होती. जाळीच्या पडद्यातून तिचे डोळे तेवढे दिसत होते, ते अविरत पाझरत होते.

दोन दिवसांनी काबूलला परतताना अन्वर व तरानासोबत जमिलाही होती. तरानाला सारं स्वप्नवत वाटत होतं, पण अन्वरनं तिला साथ दिली होती. 'मानो मेरी

मुँह की बात तुमने छीन ली है,' असं म्हणत तिच्या विचारांशी त्यानं सहमती दर्शवली होती.

त्यानं आब्बाजानला व रहीमला सांगितलं, ''मी जमिलाला माझ्यासोबत घेऊन जाणार आहे. मी विद्यापीठात प्राध्यापक आहे. तिला माझ्या नजरेसमोर उत्तम शिक्षण देणार आहे.''

''रहीमभाई, कंदाहारला काबूलसारख्या चांगल्या मुलींच्या शाळा नाहीत. तुम्ही आर्मीच्या कामात मशगूल राहाल. भाभींनाही तिच्या शिक्षणाकडे लक्ष देणं जमणार नाही. पुन्हा तुमचं पोस्टिंग वारंवार दोन-तीन वर्षांनी बदलणार. तिच्या शिक्षणाचा विचका होऊ नये, असं वाटतं.''

''पर अन्वर बेटे, इतना पढलिखके क्या करना है औरत जात के लिये?'' अम्मी म्हणाली.

''नहीं अम्मी! आज दुनिया किती बदलते आहे, हे तुला पगमानला जिंदगी बसर केल्यामुळे कळणार नाही. पण मी काय, रहीमभाईनं काय, जग पाहिलं आहे. तिला पढाई करू दे. चाचाची झैनबही कॉलेजपर्यंत शिकली आहे.''

''लेकिन बेटा''- अम्मी कदाचित तिच्या बुरख्याबद्दल विचारील म्हणून अन्वर घाईघाईनं म्हणाला, ''अब लेकिन बेकिन कुछ नहीं. आखिर मैं जमीला का चाचा हूं. मेरा भी उसपर कुछ हक बनता है. मला तिला रुबिया बल्खीप्रमाणे चांगली शायरा बनवायचं आहे. क्यों भाभी, मैंने ठीक कहा ना?''

कदाचित प्रथमच रुकिया आब्बाजानपुढे येत स्पष्टपणे म्हणाली, ''आप इजाजत दें - जमिला को देवरजी के साथ जाने दो.. मैं अकेलापन सह लूंगी.''

अब्बाजान इस्लामी धर्माचरणाबाबत काटेकोर असले तरी नातेसंबंधात हळुवार आहेत, हे अन्वरला माहीत होतं. ते शांतपणे चर्चा ऐकत होते. जमिलाही आवेगानं पुढे येत त्यांना बिलगली, ''दादाजी, मुझे जाने दो ना! मी तुमची लाडली पोती आहे ना! मग माझा एवढा हट्ट पुरवा...''

तिचं मस्तक थोपटीत आब्बाजान म्हणाले, ''ठीक है बिटिया, तेरे आंसू मैं देख नहीं सकता.''

मोटारीनं पगमान मागे टाकलं, तशी तराना म्हणाली, ''जमिला, आता बुरखा काढ - तुझा हसीन चेहरा दिसू दे.''

जमिलानं बुरखा वर केला व ती खुद्कन हसली. ''चाची, तू किती चांगली आहेस गं–''

''वा हे छान आहे'', अन्वर गमतीनं म्हणाला, ''ही कालपरवा इथं आली.

मी तर तुझ्या जन्मापासूनचा चाचू आहे. त्याला विसरलीस ना?''

''हे रे काय चाचू?'' लटक्या स्वरात जमिला म्हणाली, ''पगमानला सांस घेणंही बोझल झालं असतं. तूने मुझे बचाया चाचू!''

''पुरे जमिला, ये मेरा फर्ज था.'' अन्वर म्हणाला, ''आणि माझी जमीला किती बुद्धिमान व शायराना आहे, हे मी जाणतो. मला तिच्यातून एक नवी आधुनिक अफगाण स्त्री घडवायची आहे.''

''चाचू आमीन! मलाही खूप शिकायचं आहे, एक मुक्त स्त्री म्हणून जगायचं आहे.''

''तुझा हा चाचू तुला त्यासाठी साथ देईल, कुणाशीही टक्कर देईल.'' अन्वर म्हणाला.

''आधी हा बुरखा पूर्णपणे काढून टाक जमिला. तुझ्या एक स्त्री म्हणून असणाऱ्या गुलामीच्या साखळीचं ते प्रतीक वाटतं.''

आणि क्षणार्धात जमिलानं अंगातून बुरखा काढला व तो तरानाकडे दिला.

''थँक्यू अन्वर. मला तुझ्याकडून हीच उम्मीद होती. परवाचा तिचा तो यौनप्राप्तीचा विधी पाहताना एक स्त्री म्हणून मला शर्मिंदगी महसूस होत होती.'' तराना भावनाविवश होत म्हणाली.

''बहोत खूब.'' अन्वर संतोषानं म्हणाला, ''तान्या तो बुरखा दे.'' तिच्या हातून तो बुरखा त्यानं घेतला व मोटारची काच खाली करून तो बाहेर फेकून दिला. ''आता आजपासून जमिला कधीच बुरखा पहेनणार नाही.''

◻

खल्क आणि परचम

"वुई वाँट जस्टिस..."
"हमारी माँगे पूरी करो..."

बुलंद आवाजात नजीब हाताची मूठ उंचावत घोषणा देत होता. तेवढाच उत्स्फूर्त प्रतिसाद पार्लमेंट हाउसच्या समोर अडवलेल्या मोर्चातल्या विद्यार्थ्यांचा मिळत होता.

वोलेसि जिरगाचं (लोकसभा) अधिवेशन चालू होतं आणि आज पार्लमेंटवर मोर्चा घेऊन आलेल्या विद्यार्थ्यांच्या प्रश्नांवर चर्चा घडवून आणण्याची मागणी सभागृह सुरू होताच संसद सदस्य म्हणून नुकतेच निवडून आलेले बबराक करमाल व अन्वर करीत होते. त्यांना प्रथमच स्त्री प्रतिनिधी म्हणून निवडून आलेल्या अनाहिता व सलमा बाकं वाजवून साथ देत होत्या.

१९६५ च्या प्रथमच होणाऱ्या संसदीय पण पक्षविरहित निवडणुकीत निवडून आलेले बहुसंख्य संसद सदस्य हे राजनिष्ठ, कट्टर इस्लामी होते. हाशीम महंमद मैवांडवालसारखे काही उदारमतवादीपण निवडून आले होते, तर डाव्या गटाचे करमाल, अन्वर, अनाहिता व सलमा असे चार जण त्यांच्या पी. डी. पी. ए. (पीपल्स डेमॉक्रेटिक पार्टी ऑफ अफगाणिस्तान) गटामार्फत निवडून आले होते. करमालच्या सूचनेला बहुसंख्यांनी बादशहाची इतराजी होईल म्हणून विरोध नोंदवला, पण मैवांडवाल यांनी करमालला जोरदार पाठिंबा दिला. त्यामुळे संसदेत गदारोळ सुरू झाला होता.

"सर, हा विद्यार्थ्यांचा संसदेवरचा मोर्चा आपल्या पी. डी. पी. ए. नं आयोजित केला आहे. आपण आलंच पाहिजे. कॉम्रेड तराकी नाहीत. निदान तुम्ही

तरी हवे आहात.'' हा हाफिजुल्ला अमीनची अन्वरनं कितीदा तरी विनवणी केली होती, पण तो काही केल्या तयार नव्हता.

वोलेशी जिरगाच्या निवडणुकीत अगदी थोड्या मतानं अमिन पराभूत झाला होता. तो त्याला मनस्वी झोंबला होता. किती दिवस तरी त्या पराभवाच्या निराशेतून तो बाहेर आला नव्हता. आपल्या पराभवात अप्रत्यक्षरीत्या करमालचा हात होता, हा त्याचा संशय होता. किती वेळा तरी त्यानं हा आपला संशय अन्वरपुढे बोलून दाखवला होता.

''तू प्रोफेसर असलास तरी अजून बच्चा आहेस. सरळमार्गी आहेस, म्हणून तुला करमाल मोठा आदर्श वाटतो; पण तो फार धूर्त व कावेबाज आहे. त्याला मी त्याचा पी. डी. पी. ए. मधला प्रतिस्पर्धी वाटतो. म्हणून मला त्याच्या विरोधामुळे आजवर पी.डी.पी.ए. मध्ये साधा सदस्य म्हणूनही घेतलं गेलेलं नाही आणि त्यानंच मला त्याच्या गव्हर्नर असलेल्या वडिलांमार्फत सरकारी नोकराकरवी इलेक्शनमध्ये रिगिंग करून पाडलं.''

अन्वरनं स्वत: आपले सर म्हणून अमीन निवडून येण्यासाठी जोरदार प्रयत्न केला होता. अन्वरही त्यांच्या विजयाबद्दल निश्चित होता. पण निकाल जाहीर झाला तेव्हा तोही दिङ्मूढ झाला होता.

अन्वरला स्वत:च्या विजयाचा आनंद त्यामुळे उपभोगता आला नव्हता. अमीन आणि अवघ्या पी.डी.पी.ए. च्या सदस्यांचं श्रद्धास्थान असलेल्या नूर महंमद तराकी या दोघांचा पराभव आपल्या पक्षाच्या वाढीस खीळ घालणारा आहे, अशीच त्याची भावना होती.

या निवडणुकीत मोठ्या प्रमाणात हेराफेरी झाल्याच्या चर्चा होत्या. बादशहा जहीरशहांनी नवीन घटना लोया जिरगाच्या संमतीनं अमलात आणून १९६५ च्या पक्षविरहित निवडणुका घेतल्या होत्या, पण जे राजनिष्ठ नाहीत अशा उमेदवारांविरुद्ध प्रचाराचा गदारोळ व निवडणुकीच्या दिवशी बोगस मतदान करून त्यांना पाडण्याचा प्रयत्न सरकारी पातळीवर झाल्याची खुलेआम चर्चा होती. पंतप्रधान डॉक्टर मोहंमद युसुफ यांनी बादशहाच्या हातचं खेळणं बनून हा सारा प्रकार घडवून आणल्याचा तराकीनं जाहीर आरोप केला होता.

बादशहांवर टीका करताना त्यानं म्हटलं होतं, ''ही काही पीपल्स डेमॉक्रसी नव्हे. निवडून आलेली वोलेशी जिरगा जनमानसाचं खऱ्या अर्थानं प्रतिनिधित्व करीत नाही. एक तर मतदानाचं प्रमाण ग्रामीण भागात अवघे वीस टक्केच होतं. काबूल शहरातही ते चाळीस टक्के एवढंच होतं. हा लोकशाहीचा फार्स आहे. जगापुढे आपण

लोकशाहीवादी आहोत, हे दाखवण्यासाठी हा सारा खटाटोप आहे. मी व कॉम्रेड अमीन पराभूत झाले म्हणून ही टीका नाही. प्रो. इलियास यांच्यासारखे उदारमतवादी पण पराभूत होतात, ही शोकांतिका आहे. यात लोकांचं मतदान किती कारणीभूत आहे व पोल रिगिंग किती हा वादाचा प्रश्न आहे.''

अमीनच्या व्यक्तिमत्त्वात नाटकी रंग मिसळलेले होते. त्याचं बोलणं अन्वरला अनेकदा अतिशयोक्त वाटायचं. पण तराकी हा समतोल व आदर्शवादी होता. तरीही अमीनच्या पराभवात करमालचा सहभाग होता, हे मात्र त्याचं मन स्वीकारायला तयार नव्हतं.

''मला माहीत आहे, तुला ते पटणार नाही.'' अमीन विमनस्क हसत म्हणाला, ''पण तुझा हा करमाल मला साफ आवडत नाही. म्हणून त्याच्या मोर्चाला मी येणार नाही. मैं बिनबुलाया मेहमान होना कभी पसंद नहीं करता.''

''नाही सर, हा मोर्चा मी, अनाहिता व तुमचाच विद्यार्थी नजीबुल्लाह, असा तिघांनी मिळून आयोजित केला आहे.''

''पण त्याचं नेतृत्व तर तुम्ही करमाललाच दिलंय ना!''

''ते साहजिक नाही का सर? १९५२ पासून ते विद्यार्थिनेते म्हणून काम करीत आहेत व मागची विद्यापीठाच्या सिनेटची निवडणूक मार्क्सवादी गटानं त्यांच्यामुळेच जिंकली, हे विसरता येत नाही.'' अन्वर शांतपणे म्हणाला, ''या काळात आपण अमेरिकेत होतात उच्च शिक्षणासाठी. पण इब्नेसिनाचे प्रिन्सिपॉल म्हणून आपण जे खरंखुरं, ज्याला मी जीवनवादी शिक्षण म्हणतो ते दिलं आहे ते मला फार महत्त्वपूर्ण वाटतं. मी माझं भाग्य समजतो की, तुमच्या इब्नेसिना विद्यालयाच्या प्राचार्यपदाच्या कालखंडात मी तुमचा विद्यार्थी होतो. तुम्हीच मला जाणीव करून दिली की काबूल-पगमानच्या पलीकडे पसरलेला हा आपला अफगाण देश दुनियेच्या तुलनेत किती मागे आहे. त्याच्यासाठी काही केलं पाहिजे, ही प्रेरणा तुम्हीच मला व माझ्यासारख्या अनेकांना दिली आहे. म्हणूनच तुम्ही विद्यार्थ्यांपुढे त्यांच्या आमच्यासारख्या नेत्यांचे नेते म्हणून यावं ही तीव्र मनीषा आहे. आपल्याला उशीर होतोय... प्लीज नाही म्हणू नका!''

पार्लमेंटमध्ये करमालनं विद्यार्थ्यांचा प्रश्न उपस्थित करून चर्चेला प्रारंभ केला आहे, हा संदेश येऊनही अर्धा घंटा झाला होता आणि पार्लमेंट हाउससमोर अडवलेला मोर्चा सांभाळत त्या गर्दीत नजीब उभा होता. मोर्चा अडविल्यानंतर प्रथम त्यानं घणाघाती भाषण करून साऱ्या विद्यार्थ्यांना विद्युत्भारित केलं. मग इतर सिनेट सदस्यांची भाषणं चालू झाली. त्याकडे नजीबचं फारसं लक्ष नव्हतं. तो करमालच्या

इशाऱ्याची वाट पाहत होता. पार्लमेंटमधून बाहेर येऊन नूर अहमदनूर हे आपला रुमाल फडकावून पुढील कृतीसाठी हिरवा सिग्नल देणार होते.

काल रात्री नूरच्या घरी त्या तिघांची गुप्त बैठक झाली होती व त्या वेळचे करमालचे उद्गार नजीबला आठवत होते,

"ही खास एशियन राज्यकर्त्यांची मानसिकता समज. इथं शांततापूर्ण निदर्शनांना काही किंमत नसते. अशा निदर्शनांनी लवकर प्रश्न सुटत नाहीत. ती जेवढी जास्त हिंसक व उग्र, तेवढी त्यांना अधिक प्रसिद्धी मिळते, त्या प्रश्नांबाबत राज्यकर्ते तातडीनं कार्यवाही करतात. म्हणून उद्याचा मोर्चा केवळ भव्य व प्रचंड असून चालणार नाही, तो उग्र व काही प्रमाणात हिंसकसुद्धा हवा."

करमालचं हे धूर्त व विधिनिषेध न मानणारं रूप नजीबला नवीन होतं. क्षणभर तो थक्क होऊन पाहत राहिला. मग त्याच्या डोक्यात प्रकाश पडला. या रहस्य उद्घाटनासाठी त्यानं आपल्याला का निवडलं, त्याचबरोबर त्यानं गेल्या वर्षभरापासून आपल्या पंखाखाली का घेतलं याचाही, त्याला उलगडा झाला.

विद्यार्थिदशेपासून नजीब हा संतापी व हूड म्हणून प्रसिद्ध होता. 'इब्नेसिना' शाळेत असताना एका कट्टर इस्लामी शिक्षकानं अमीनबद्दल 'काफर' म्हणत काही अनुदार शब्द उच्चारले, तेव्हा त्यानं चक्क त्याला मारहाण केली होती व मेडिकल कॉलेजला गेल्या दोन वर्षांत तीन-चार वेळा तरी चाकू दाखवणं, धमकावणं व ज्युनिअर्सना छळाच्या सीमेपर्यंत रॅगिंग करणं यासाठी नजीब कॅम्पसमध्ये मशहूर होता. त्याचा धाक होता. पण त्याच वेळी त्याची बौद्धिक चमक व धर्मनिरपेक्षवृत्तीही आम चर्चेचा विषय होती. करमालच्या कानावर नजीबचं नाव व पराक्रम गेला, तेव्हा त्यानं त्याला आपल्या वर्तुळात ओढून घेतलं आणि पाहता पाहता तो करमालचा एक प्रमुख साथीदार व शिष्य बनला.

साऱ्यांच्या नजरा समोरच्या पार्लमेंटच्या भव्य पण बंद असलेल्या दाराशी खिळल्या होत्या. ते उघडण्याचं, पंतप्रधान व करमाल बाहेर येण्याचं कोणतंच चिन्ह दिसत नव्हतं. साऱ्या मोर्चेकऱ्यांच्या मनात उत्सुकता, कंटाळवाणेपणा व निराशेचं एक अजीबोगरीब मिश्रण झालं होतं...

नजीब काळजीपूर्वक मोर्चेकऱ्यांच्या चेहऱ्यावरच्या प्रतिक्रिया टिपत होता, मनाशी नोंद घेऊन त्यांचं पृथक्करण करीत होता.

लोखंड चांगलंच तापलं आहे. त्यावर घाव घालण्याची वेळ आली होती. त्यासाठी वाट होती ती फक्त आतून येणाऱ्या इशाऱ्याची...

आणि प्रवेशद्वाराशी नूर दिसला, त्यानं रुमाल कोटाच्या खिशातून काढून

त्यानं तोंड पुसलं आणि तो फडकावून पुन्हा खिशात ठेवून दिला. त्याला अंगठा दाखवीत 'डन'चा इशारा नजीबनं दिला.

नूर परत आत पार्लमेंटमध्ये निघून गेला.

नजीबनं इशारा करताच त्यानं शहरातले बोलवलेले जे तीन नामचीन तरुण विद्यार्थी म्हणून मोर्चात सामील झाले होते, त्याच्या भोवती गर्दीतच गोळा झाले. नजीबनं आळीपाळीनं प्रत्येकाला नजरेनं कृती करण्याचा हुकूम दिला.

दोघांच्या हातांत खांद्यावर लटकवलेल्या पिशव्यांतून दगड आले, तिसरा गर्दीपासून थोडासा अलग होत एका उंचीवरील बंद दुकानासमोर गेला आणि त्यानं झोळ्यातून एक वस्तू बाहेर काढली, त्याचं सील दातानं तोडलं. तो गावठी हातबॉम्ब होता.

अचानक विद्यार्थ्यांतून पोलिसांच्या दिशेनं एक दगड येतो, पोलिस काठ्या सज्ज करीत पुढे होतात. समूहाची सुरू झालेली रेटारेटी, पुन्हा काही दगड, दोन पोलिसांची डोकी फुटून रक्ताची वाहू लागलेली धार, लाल झालेले चेहरे, पोलिस इन्स्पेक्टरचा हुकूम 'अॅटॅक', पोलिसांनी सुरू केलेला लाठीहल्ला, घाबरलेल्या विद्यार्थ्यांची सुरू झालेली पळापळ.. चेंगराचेंगरी... पोलिसांचा वाढता उन्माद... अचानक एका मागोमाग दोन तीन गावठी हातबॉम्बचा स्फोट.. काही विद्यार्थी व दोन पोलिसांचं त्यामुळे जखमी होऊन कोसळणं... बेभान जमावाकडून त्यांची होणारी तुडवातुडवी... फायरचा आदेश... गोळीबार... आसमंतात उमटलेल्या करुण किंकाळ्या 'या अल्ला—' पाहता पाहता विद्यार्थिवर्ग विखुरला जाणं... आणि पार्लमेंट हाउससमोर चार मृत विद्यार्थी, त्यांत एक मुलगी— आणि शंभर दीडशे घायाळ, जखमी विद्यार्थी....

चलच्चित्राप्रमाणे अन्वरच्या नजरेसमोरून ही चित्रं पुन्हा पुन्हा फिरत होती.

करमालचं न ऐकता तो तातडीनं पार्लमेंटच्या बाहेर आला होता व पोलिस जीपवर चढून हातात कर्णा घेऊन साऱ्या विद्यार्थ्यांना शांत करायचा प्रयत्न करू लागला. पण फार उशीर झाला होता. फायरिंग थांबत नव्हतं. भीतीनं विद्यार्थिवर्ग सैरावैरा पळत होता. प्रचंड कोलाहलात त्याचे शांततेच्या आवाहनाचे शब्द कुणाला ऐकू जात नव्हते. पोलिसांच्या रोखानं भिरकावलेला एक अणकुचीदार दगड त्याच्याही खांद्याला सपकन लागला व त्याचा पांढरा शर्ट रक्ताळून गेला.

दिवसभर काबूल शहरात पसरलेली स्मशानकळा. विद्यार्थिनेता नजीबही जखमी झालेला. चार मृत विद्यार्थ्यांच्या आई-वडिलांचा आक्रोश. त्यांच्या दफनविधीला जमा झालेला शोकसंतप्त जमाव. त्यांच्यापुढे करमालचं झालेलं भावनापूर्ण, हृदयस्पर्शी

भाषण — त्याच वेळी डॉ. युसुफ मोहंमदनी राजीनामा दिल्याची आलेली बातमी — नवनियुक्त पंतप्रधान हाशीम मोहंमद मैवांडवालची विद्यार्थ्यांच्या सर्व मागण्या मान्य झाल्याची घोषणा .. शोकसभेचं विजयसभेत झालेलं रूपांतर...

अन्वर अस्वस्थ होता. पहिल्याच विद्यार्थी–मोर्चाला यश मिळालं होतं. पण कलंकित चार विद्यार्थ्यांचा बळी घेऊन.

करमाल, नजीब व नूरनं त्या रात्री भरपूर व्होडका पिऊन मिळालेला विजय साजरा केला. मध्यरात्री स्वत:चा होश नसलेल्या करमालनं अनाहिताचं दार ठोठावलं. तिनं मध्यरात्री आल्याबद्दल थोडासा लटका रोष दाखवला, पण लगेच ती त्याच्या मिठीत आवेगानं शिरली.

गोंधळलेला अस्वस्थ अन्वर मात्र दिङ्मूढ झाला होता. त्याला काही सुचत नव्हतं. तराना त्याला शांत करायला असमर्थ होती, तर जमिला त्या अनाम शूर, आंदोलनात बळी पडलेल्या विद्यार्थिनीला श्रद्धांजली वाहणारी कविता रचीत होती. अचानक तिच्या कवितांचं भावविश्व बदललं होतं.

"हाफिजुल्ला अमीन यांना पॉलिट ब्यूरोचं सदस्य करून घ्यावं, असा मी प्रस्ताव मांडीत आहे. जनाब ताहीर बादशाही यांनी पक्षत्याग केला आहे, त्यामुळे पॉलिट ब्यूरोमधील एक पद रिक्त आहे, ते अमीन सरांना द्यावं असा माझा प्रस्ताव आहे.''

बबराक करमालच्या घरी ही गुप्त बैठक भरली होती आणि सुरुवातीच्या चहापानानंतर बैठकीचं काम सुरू करण्याची अध्यक्ष नूरमहंमद तराकींनी सूचना करताच अन्वरनं उभं राहून हा प्रस्ताव मांडला.

१ जानेवारी १९६५ रोजी तराकींच्या घरी झालेल्या बैठकीत मार्क्सवादी विचारांवर आधारित डाव्या विचारसरणीचा एक पक्ष स्थापन करण्याचा औपचारिक निर्णय घेऊन त्याच वेळी 'पीपल्स डेमॉक्रेटिक पार्टी ऑफ अफगाणिस्तान' अर्थात पी.डी.पी.ए. स्थापन झाल्याची घोषणाही करण्यात आली होती. यात सर्व उपस्थित ६७ सदस्यांची पक्षसदस्य म्हणून निवड करण्यात आली होती व त्यांतून सर्वानुमते सात सदस्यांची 'पॉलिट ब्यूरो' म्हणजे कार्यकारी नियामक व सूत्रसंचालन समिती स्थापन करण्यात आली. त्याचे अध्यक्ष म्हणून तराकी, तर उपाध्यक्ष म्हणून करमालची निवड करण्यात आली. त्यावर अन्वरचीही सदस्य म्हणून निवड एकमतानं झाली होती.

बैठकीला हाफीजुल्ला अमीन उपस्थित नव्हता. खरं तर तो आदल्या दिवशीच म्हणजे ३१ डिसेंबरला काबूलला येणार होता; पण नाताळ व वर्षअखेरच्या

आठवड्यामुळे झालेल्या अमेरिकन प्रवाशांच्या गर्दीमुळे अमीनला विमानाचं तिकीट मिळालं नाही, म्हणून त्याची पहिली बैठक हुकली गेली.

अन्वरला त्यानं फोन करून आजच्या ऐवजी पुढील सप्ताहात येणार असल्याचं कळवलं, तेव्हा अन्वरला निराशा लपवता आली नाही. तो हताश स्वरात म्हणाला, "सर, आज आपण यायला हवे होतात. आज आपण गुप्तपणे आपल्या स्वप्नांतला व विचारातला अफगाणिस्तान साकार करण्यासाठी एक पक्ष स्थापन करीत आहोत. गेले सहा महिने जनाब तराकी व बबराक करमाल प्रयत्नशील होते, त्यांच्याबरोबर मी होतो. याची तुम्हाला मी वेळोवेळी कल्पना दिली आहेच, तुमच्याबद्दल तराकी सरांना किती आत्मीयता वाटते म्हणून सांगू. तुमच्या न्यूयॉर्कमधील प्रोग्रेसिव्ह ऑर्गनायझेशनच्या कामाबद्दल त्यांना फार कौतुक आहे सर."

"अन्वर, मजबूरी है." अमीन म्हणाला, "कोई बात नहीं, तू मेरा शागीर्द वहाँ मौजूद है. तराकींनाही मान्य आहे. मला पार्टीत 'इन ॲबसेन्शिया' सामील करून घ्या."

पण बैठकीत करमालनं कडाडून विरोध केला. "मी मानतो की, ते उच्चविद्याविभूषित आहेत व अन्वर म्हणतो तसं त्यांचं प्रोग्रेसिव्ह ऑर्गनायझेशन ऑफ अफगाण स्टुडंट्सचं कामही आहे; पण इन ॲबसेन्शिया त्यांना पार्टीत व पॉलिट ब्यूरोत सामील करून घेणं मला योग्य वाटत नाही. लेट अस वेट. वो यहाँ तश्रीफ लाये, फिर हम सोचेंगे."

बैठकीसाठी जमलेल्या बहुसंख्य सदस्यांना अमीन काही काळ काबूलच्या प्रतिष्ठित 'इब्नेसिना'चे प्राचार्य होते, एवढीच माहिती होती. तरुण विद्यार्थ्यांतील त्यांचं कार्य अन्वरसारखे मूठभर सदस्य सोडले तर इतरांना अज्ञात होतं. त्यामुळे त्यांनी करमालला पाठिंबा दिला. त्यामुळे तराकीचाही नाइलाज झाला. अमीनला पक्षसदस्य व पॉलिट ब्यूरोमध्ये घेण्याची अन्वरची मंशा पूर्ण होऊ शकली नाही.

मॉस्कोला जाण्यापूर्वी दोन-तीनदा अमीनच्या घरी अमेरिकेला दोन वर्षे जाऊन आलेल्या व तेथेच शालांत परीक्षा दिलेल्या झरीनाला अन्वर भेटला होता, पण मधल्या काळात तो तिला विसरून गेला होता. एके संध्याकाळी ती अचानक अन्वरच्या विद्यापीठातल्या क्वार्टरमध्ये येऊन धडकली होती.

क्षणभर अन्वरनं तिला ओळखलंच नाही. पूर्ण उमललेलं लावण्य त्याच्यासमोर उभं होतं. अंगावर अत्याधुनिक तलम पोषाख होता व डोईवरून किंचित खाली घसरलेला स्कार्फ. तो खुळावल्यासारखा पाहतच राहिला क्षणभर.

''लगता है - आपने पहचाना नहीं?'' ते खट्याळ हास्य त्याला परिचित वाटलं. गुलाबी गालावरील खळी पाहिली आणि आठवलं. ये झरीना है. ''उस्ताद अमीन सरांची तू लाडकी बेटी! बरोबर?''

''तुम्हें मुबारक बात देने और हमारी रूसी भाभी को देखने आई हूँ मै.'' झरीनानं बेधडकपणे म्हटलं.

तरानालाही झरीना आवडली. ती खास तरानाशी ओळख करून घ्यायला आली होती. इथे आल्याला तरानाला एक महिना होऊन गेला होता. जमिला सोडली तर बोलायला कोणी नव्हतं. मॉस्कोमध्ये असताना तिला कामात वेळ मिळायचा नाही, इथं आरामच आराम. केवळ गृहिणी म्हणून घरी राहणं ही आपली आता फितरत आहे, हे तिनं जरी मनोमन स्वीकारलं असलं तरी अजून सवय झाली नव्हती.

या पार्श्वभूमीवर झरीनाचं स्वत:हून तिची ओळख करून घेण्यासाठी येणं हवंहवंसं वाटलं. झरीना बहुश्रुत असल्यामुळे त्यांची पहिल्या भेटीतच गट्टी जमली, त्यानंतर ती वारंवार त्यांच्याकडे पीरियड संपले की यायची. जमिलाही तिला 'दीदी-दीदी' म्हणून चिकटायची.

अन्वर स्वत: जमिलाच्या प्रगतीसाठी दक्ष असला, तरी काही बाबतींत तो कमी पडायचा. तरानाही तिच्या परदेशी असण्यामुळे काही बाबतीत अनभिज्ञच होती. म्हणून त्यानं झरीनाला जमिलाकडे लक्ष द्यायला सांगितलं. त्या वेळी तो म्हणाला होता, ''झरीना, तुला जसं अमीन सरांनी वाढवलं, घडवलं आहे, तसंच मला जमिलाला घडवायचं आहे. तिच्यात ती क्षमता आहे व आवडही आहे. परंतु तिच्यापुढे रोल मॉडेल असणं आवश्यक आहे. तशी तू आहेस म्हणून तिच्याशी वैचारिक व बौद्धिक बोलत जा. तिच्या विचारांना आकार द्यायचा प्रयत्न कर. तिच्यात मी उद्याची आदर्श अफगाण स्त्री पाहतोय.''

त्याच्या या स्वप्नानं ती भारावली होती. ''अन्वरभाई, सचमुच आप सबसे अलग, लीक से हटकर मर्द हैं, जे स्त्रीची एवढी कदर करतात. तरानाभाभी व जमिला सचमुच नसीबवाली औरत हैं.

आजही ती अशीच अचानक आली होती. त्यांच्या गप्पा रंगल्या असताना अन्वर तराकीला घेऊन आला. तेव्हा आनंदानं झरीना चित्कारली, ''अन्वरभाई, अलभ्य लाभ. जनाब तराकींची मी केवढी फॅन आहे, हे त्यांना सांगूनही खरं वाटणार नाही. मी तुमची सारी पुस्तकं वाचली आहेत, सर; माझ्या पपांनीही. आणि मुख्य म्हणजे तुमच्या संपादनाखाली निघणाऱ्या 'अंगार' पत्रिकेचे सारे अंक माझ्याकडे आहेत. कित्येक लेखांची तर मी पारायणं केली आहेत.''

तराकी तिच्याकडे आ वासून पाहत राहिला. तिचं धबधब्यासारखं अखंड प्रवाही बोलणं, उन्मुक्तता आणि नि:संकोचता त्याला चकित करून गेली. तिचं उत्फुल्ल, ताजं लावण्य मोहित करून गेलं.

हल्ली आपल्याला असं का होतं, हे तराकीला कळत नव्हतं. कुठलीही लावण्यवती स्त्री दिसली की, सामान्य रंगरूपाची आपली पत्नी का आठवते; मन, डोळे व नजर लावण्याला का अधाशीपणानं शोधते, हे त्यांना कळत नव्हतं. कदाचित हा 'मेल मेनोपॉज'चा कालावधी असावा, असं थट्टेत त्याला त्याच्या एका डॉक्टरमित्रानं म्हटलं होतं. तेव्हा ते फारसं त्यानं मनावर घेतलं नव्हतं. पण विचार करताना त्यात तथ्य जाणवतं होतं. आपण आता चाळिशी ओलांडली आहे, बालवयातील विवाहामुळे शरीरसुखाचा आस्वाद लवकरच मिळाला. पण मधल्या काळात राजकारणामुळे व चळवळीमुळे आपण अधिकाधिक वेळ काबूलला राहत गेलो, तर आपली बीबी सूरकेलाईला गावी. हा काळ कोरडाच गेला. आताशी वर्ष दोन वर्षांपासून पुन्हा पिपासा जाणवते आहे. मध्यंतरी गावी गेलो असताना बायकोशी संग करताना शरीराच्या झिणझिण्या काही प्रमाणात शमल्या जरूर होत्या, पण पिपासा अतृप्तच होती. जी मन व शरीरात ताण निर्माण करते आहे ती अनाम पिपासा कोणती, हे समजत नव्हतं. तरीही वेळोवेळी जेव्हा लावण्यवती अशी सुंदर स्त्री समोर यायची, तेव्हा असोशी जाणवायची. पण भावना मनात सदैव जागृत असल्यामुळे व चारित्र्य जपलं पाहिजे, हा संस्कार असल्यामुळे ती असोशी दडपून टाकायचा तो प्रयत्न करायचा.

आजही झरीनाला पाहताना असंच झालं. तिच्या नजरेत 'हीरो वर्शिप' त्याला जाणवली आणि त्याचा पुरुषार्थ सुखावला गेला.

अन्वरला झोप आली नाही. त्या रात्री तो कमालीचा उत्तेजित झाला होता.

टीचभर इवल्याशा हृदयात आनंदाच्या व भावी अफगाणिस्तानच्या आदर्श समाजवादी स्थितीबद्दलच्या स्वप्नांच्या कल्पनांची कारंजी थुईथुई नाचत होती. त्यामुळे डोळ्यांतील झोप कुठे गेली होती कुणास ठाऊक; पण त्याचा ताण नव्हता, पर्वाही नव्हती.

तराकीच्या घरी झालेल्या बैठकीत 'पीपल्स डेमॉक्रेटिक पार्टी ऑफ अफगाणिस्तान' ची स्थापना झाली होती. देशाच्या नव्या घटनेत पक्षविरहित संसदीय लोकशाही अंतर्भूत होती. त्यामुळे उघडपणे राजकीय पक्ष स्थापता येणे शक्य नव्हते. म्हणून ही पी.डी.पी.ए. गुप्तपणे काम करणार होती. तिचं ध्येय होतं जनतेची खरीखुरी लोकशाही,

जनतेची सत्ता. अंतिम ध्येय सामान्य कष्टकऱ्यांची राजवट हे पहिल्याच बैठकीत ठरवण्यात आलं होतं.

बैठकीत जवळपास सत्तर सदस्य उपस्थित होते, त्यांतून सात सदस्यांचं कार्यकारी मंडळ अर्थात पॉलिट ब्यूरो निवडलं गेलं. त्यात करमाल आणि तराकी दोघांनीही अन्वरला आग्रहपूर्वक घेतलं होतं.

अर्धवट निद्रिस्त अवस्थेतही अन्वरच्या नजरेसमोर व मनात त्या बैठकीची दृश्य तरळत होती व चर्चा आठवत होत्या.

पॉलिट ब्यूरोच्या सदस्य-निवडीची चर्चा सुरू झाली तेव्हा तराकीनं स्वत: प्रस्ताव मांडला.

"दोस्तों, लेनिनचं एक वचन सुप्रसिद्ध आहे. ज्या देशाची निम्मी लोकसंख्या म्हणजे औरत जात ही गुलामीत असते व तिला समाजात योग्य ते स्थान मिळत नाही, तो देश कधीच प्रगतिपथावर येत नाही. माझा स्वत:चा यावर दृढविश्वास आहे. म्हणून पॉलिट ब्यूरोमध्ये किमान एक महिला सदस्याला घ्यावं, अशी माझी सूचना आहे. मात्र, आपण सर्वानुमते जे ठरवाल ते मला मान्य राहील.''

आणि त्यानंतर जो चर्चेचा गदारोळ माजला, त्यात तराकीनं कसलाही हस्तक्षेप केला नाही. तसंच स्त्री-सदस्याला घेऊ नये असं अंतिमत: ठरलं, त्याबाबतही उघडपणे वा कृतीनंही त्यानं नाराजी वा नापसंती व्यक्त केली नाही.

अन्वरनं तराकीला जोरदार पाठिंबा दिला. बैठकीत मोजक्याच सहा-सात महिला उपस्थित होत्या. त्यांत डॉक्टर अनाहिता होती, तशीच सलमाही होती.

करमाल तराकीच्या सूचनेला मान्यता देऊन अनाहिताचं नाव सुचवेल, असं अन्वरला वाटलं होतं. त्यानं तशी सूचना केली असती तर बहुसंख्य लोकांनी मान्यता दिली असती.

करमालचाही प्रस्तावाला विरोध होता. "जनाब तराकींची सूचना रास्त आहे, मीही व्यक्तिश: त्याच मताचा आहे. पण आजचा या देशाचा माहौल औरतजातीच्या राजकारणासाठी केवळ प्रतिकूलच नाही, तर तीव्र विरोध करणारा आहे. तरीही आपल्या पक्षात सात महिला आल्या आहेत, सदस्य बनल्या आहेत. ही चांगली सुरुवात आहे. आज आपणास उघडपणे पक्ष म्हणून वावरता येणार नाही. पुन्हा आपल्याला संसदीय निवडणुकीत आपले काही सदस्य निवडून आणायचे आहेत. अशा वेळी व्यवहाराचं धोरण म्हणून तूर्त आपण महिलांना फार प्रोजेक्ट करणं ठीक होणार नाही. माझं लक्ष अंतिम ध्येयाकडे आहे व त्यामुळे माझा विरोध आहे.''

अनाहिताचा खर्रकन उतरलेला चेहरा अन्वरनं पाहिला. करमाल विरोध

करील, असं तिलाही वाटलं नव्हतं.

अन्वरनं या बाबींचा राजकीय दृष्टीनं कधी विचारच केला नव्हता. अजून संसदीय निवडणुका जाहीर व्हायच्या होत्या. आतापासूनच करमाल किती व्यवहारी दृष्टीनं विचार करीत आहे आणि त्या नादात ध्येय व समानता या तत्त्वांशी किती सहजतेनं तडजोड करीत आहे. त्याला मग खरा मार्क्सवादी का म्हणावं? केव्हा तरी त्याच्याशी स्पष्टपणे बोललं पाहिजे.

''मैं आज सबका शुक्रगुजार हूँ. देर सही दुरुस्त सही.''

फोन येताच अवघ्या दहा मिनिटांत अमीन झरीनासह बैठकीच्या जागी उपस्थित झाला. पॉलिट ब्यूरोचा सदस्य म्हणून त्याला निवडण्यात आल्याबद्दल त्यानं आभार मानताना आपल्या नेहमीच्या तिरकस शैलीनं मनातली खदखद व्यक्त केलीच.

पॉलिट ब्यूरोतील रिक्तपदी सदस्य निवड करण्यासाठी आजची बैठक होती. त्यासाठी करमालला बाजूला ठेवून अन्वरनं तराकीच्या सहमतीनं व्यवस्थित मोर्चेबांधणी सुरू केली होती. बाकीच्या साऱ्या सदस्यांना त्यानं एकेकटं भेटून अमीनची त्या पदी निवड होणं पक्षासाठी कसं आवश्यक आहे, हे पटवून दिलं होतं. सारे जण अमीनची 'इब्नेसिना'ची प्राचार्यपदाची कारकीर्द व त्याचा उच्च शैक्षणिक व अव्वल असा दर्जा जाणून होते. तसेच अमेरिकेत अफगाण विद्यार्थ्यांची संघटना बांधून तेथे गरीब विद्यार्थ्यांना शिक्षणासाठी त्यानं केलेली आर्थिक मदत माहीत होती. काहींच्या मुलांना व नातेवाइकांना त्याचा प्रत्यक्ष फायदा झाला होता.

अन्वरनं प्रस्ताव मांडला, तेव्हा करमाल चकित झाला. पण साऱ्यांचीच या प्रस्तावाला अनुकूलता दिसून आल्यावर त्यानं यत्किंचितही विरोधी सूर काढला नाही.

आभार प्रकट करताना अमीन म्हणाला, ''समाजवाद हे माझ्यासाठी केवळ वैचारिक मूल्य नाही, तो जगण्याचा, जीवनपद्धतीचा भाग आहे. मी काय, आपले प्रेसिडेंट जनाब तराकी काय, भटक्या, गरीब पठाण टोळीचे आहोत, वर्षानुवर्ष आम्ही अपार गरिबी व पशुवत जगणं प्रत्यक्ष अनुभवलं आहे. ते बदलायचं असेल तर मार्क्सप्रणीत खराखुरा समाजवाद येथे आणला पाहिजे, ही जीवनश्रद्धा त्यातून निर्माण झाली आहे.''

त्याचा सूर कमालीचा प्रांजळ असला तरी त्याच्या बोलण्यात करमाल व पठाण, ताजिक, सरदार जे राजनिष्ठ वंशाशी संबंधित पण विचारानं पक्षात सामील झाले होते, त्यांना हा टोमणा होता. करमालच्या भालप्रदेशावर नाराजीची आठी

टरारून फुगली.

अमीनचं भाषण उत्स्फूर्त नव्हतं तर कमालीचं विचारपूर्वक अनेकलक्ष्यी परिणाम साधणारं असं होतं. वारंवार त्याची नजर करमालकडे जात होती. करमालची अस्वस्थता व बेचैनी त्याच्या देहबोलीतून जाणवत होती.

अमीननं मोठ्या धूर्तपणे एकाच दगडात अनेक पक्षी मारायचा प्रयत्न केला होता. तराकींचं गुणगान करण्यात खोटं काही नव्हतं, त्याचबरोबर त्या दोघांच्या टोळीजीवनाचा संदर्भ देऊन त्यांची समाजवादावरील श्रद्धा ही जीवनातून आलेली म्हणून अधिक अस्सल होती, हे साऱ्यांच्या मनावर बिंबवताना राजनिष्ठ कम्युनिस्ट असणाऱ्यांची त्यानं प्रच्छन्न टवाळीच केली होती. आणि प्रथमदर्शनीच आपली छाप पाडून तराकी -करमालसोबत पक्षनेतृत्वाचा आपण तिसरा कोन आहोत, हे बिंबवण्यात यश मिळवलं होतं.

अन्वरला त्याचं समाधान होतं. किंबहुना ही त्रिमूर्तीच आपल्या पक्षाला ध्येयाप्रत नेऊ शकेल, असं वाटत होतं. त्याची आज सुरुवात झाली होती.

पण त्याला एक भीतीपण जाणवत होती. अमीनला करमालबरोबरीचा नेता म्हणून स्वीकारू शकणार नाही, हे जाणवत होतं. अमीनच्या पक्षात येणं व प्रभाव पाडणं करमालला रुचलं नव्हतं. त्याची नाराजी पक्षाला भावी काळात न परवडणारी तर ठरणार नाही ना? त्याचं उत्तर काळच देईल, असं मनाला समजावीत त्यानं सभेकडे एकवार कटाक्ष टाकला. सारे जण अमीनचं भाषण भारावलेल्या स्थितीत ऐकत होते.

"कॉम्रेड्स, येस— मघाशी मी जनाब तराकींसाठी हा शब्द वापरला. तो आपण सारे जण एकमेकांसाठी आजपासून वापरू या. आपण सारे समान एकाच पातळीवरचे आहोत, ही जाणीव 'कॉम्रेड' हे संबोधन सदैव करून देत राहील.''

अमीननं पुन्हा एकदा साऱ्यांच्या भावनेला हात घालीत त्यांना आपलंसं केलं होतं.

"संसदेत आपली ध्येयधोरणं तर प्रभावीपणे कॉम्रेड करमाल, अन्वर, कॉम्रेड नूर आणि या दोन कॉम्रेड स्त्री सहकारी मांडतीलच; पण आम जनतेपर्यंत आपले विचार पोचवायचे असतील तर नव्यानं पास झालेल्या प्रेस ॲक्टचा फायदा घेऊन आपण एक पेपर सुरू करावा. साप्ताहिक पेपर. असं मी सुचवतो. ते काम करण्यासाठी ज्यांनी 'अंगार' गाजवला, त्या कॉम्रेड तराकी सरांपेक्षा अधिक योग्य कोण असेल? त्यांना मदत करण्यासाठी शायर बरक शफी राहतील आणि जनतेसाठी हा पेपर असल्यामुळे त्याचं नावही मला सहज सुचलं, ते पेश करतो. 'खल्क'

म्हणजेच जनता, अवाम. मला वाटतं, आपणा सर्वांना हे नाव पसंत पडेल.''

सर्व सदस्यांनी टाळ्या वाजवून या सूचनेचं स्वागत केलं, पण त्यात करमाल सहभागी नव्हता. त्याच्या चेहऱ्यावरची नाराजी त्याला प्रयत्न करूनही लपवता येत नव्हती.

''कॉम्रेड्स, अमीनसाबने मानो मेरी मुंह की बात छीन ली. यकीनन हम 'खल्क' नामसेही पेपर निकालेंगे आणि आपला पक्षही याच नावानं ओळखला जाईल. 'खल्क' या नावापेक्षा समर्पक व सार्थ असं नाव दुसरं कुठलं असणार नाही. आपल्या सर्वांचं सहकार्य असेल तर एका महिन्यात आपल्या 'खल्क'चा पहिला अंक बाजारात येऊ शकेल.'' तराकींनं जाहीर केलं. त्याला साऱ्यांनी अनुमोदन दिलं व बैठक समाप्त झाली.

घरी परतताना झरीनानं विचारलं, 'पण, मी तुमच्या नव्या साप्ताहिकात काम केलं तर चालेल ना?' तेव्हा अमीननं संमती देत म्हणालं, 'ये भी क्या पूछने की बात हुई?' आनंदानं झरीनानं त्यांच्या गळ्यात लाडानं हात टाकीत म्हणाले, 'पपा — यू आर ग्रेट. आय लव्ह यू!' अमीननं वात्सल्यानं तिचं मस्तक थोपटलं व तो समाधानानं हसला.

''बाले (हॅलो) कोण? अन्वरभाई? मी झरीना.'' रिसिव्हर घेत झरीना म्हणाली, ''बोलो, कैसे याद फर्माया?''

''विसरलीस झरीना? आज तू मला जनाब तराकींचा लेख आपल्या 'खल्क'साठी आणून देणार होतीस! किती वेळ वाट पाहिली प्रेसमध्ये, मग वैतागून घरी आलो. मी दोनदा फोन केला. मम्मी म्हणत होत्या की, तू बाहेर गेली आहेस. जनाब तराकींचा फोनही खराब होता, तिथंही तुला ट्रेस करावं म्हटलं तर!'' अन्वरचा वैताग त्याच्या शब्दाशब्दांतून दिसत होता. ''तुला पेपरची डेडलाइन कळते ना? तो लेख आणायची तुझी जबाबदारी होती. तू आताशी त्यांची लेखनिक झालीस ना-''

क्षणभर झरीनाला काय बोलावं कळेना. ती तासापूर्वींच घरी आली होती तराकीकडून. पण अजूनही मन अंतराळी झुलत होतं. अंत:करणात अपूर्वशा लहरीमधून लहरी उठत होत्या आणि आपलं सर्वांग बहरून आलं आहे, अशा अनोख्या धुंदीत ती अजूनही वावरत होती.

अन्वरभाईंच्या फोननं ती भानावर आली. तिला वास्तवाची जाणीव झाली होती. जनाब तराकींनी आज तो लेख पुरा डिक्टेट केला नव्हता. उद्या पुन्हा त्यांच्याकडे त्यासाठी गेलं पाहिजे. सकाळींच त्या विचारानं ती थरारली. मग काहीशी

बावरलीही. हातात रिसिव्हर होता. तिला वाटलं, आपल्या हृदयाची धडपड फोनमधून कदाचित अन्वरपर्यंत पोचत तर नसेल? ओ नो...

"अन्वरभाई, मी सरांकडेच दुपारी या कामासाठी गेले होते. पण लेख अर्धाच झाला आहे. उद्या पूर्ण करून दुपारच्या आत पाठवून देते. चालेल?"

ठीक आहे.

पुन्हा ती आपल्या बेडरूममध्ये येऊन बेडवर पसरली. अन्वर, कसं सांगू? तराकींनीच फोनचा रिसिव्हर उचलून बाजूला ठेवला होता, व्यत्यय नको म्हणून!

अपूर्व अशा साक्षात्काराची ती दुपार झरीनाला आठवली. साऱ्या शरीरात उष्ण प्रवाह वेगानं संचारत असल्याची जाणीव तिला उत्तेजित करून गेली. उशी छातीशी आवळीत ती पुटपुटली, "अन्वरभाई, मी तुमच्यासाठी सतत बडबड करणारी 'चॅटर बॉक्स' आहे. पण याबाबत मी तुमच्याशी काय, पण कुणाशीच काही बोलणार नाही. कसं सांगायचं कुणाला? आय-आय ॲम इन लव्ह वुइथ तराकी सर! ही इज ग्रेट, ही इज आयडियल फॉर मी. या मनस्वी आकर्षणाला काय नाव द्यायचं प्रेमाखेरीज? खरं तर हा शब्द माझं त्यांच्याप्रती असणारं आकर्षण व्यक्त करायला पुरेसा नाही. पर्यायी शब्द सापडत नाही. कदाचित भाषाप्रभू, अदब के मालिक तराकीच सुचवू शकतील, पण त्यांच्यापुढे माझी याबाबत जबानही खुलणं शक्य नाही."

तराकीला हातानं लिहिण्याचा मनस्वी कंटाळा होता. पण 'खल्क' सुरू झाल्यामुळे वेगानं त्याला लिहिणं भाग होतं, म्हणून त्यानं स्वत:च्या हस्ताक्षरात लेख लिहिला. त्याचं अक्षर बारीक व झरझर वेगानं लिहिल्यामुळे दुर्बोध होतं. ते कंपोझिटरला कंपोज करताना लागत नव्हतं. तेव्हा झरीना तो लेख घेऊन तराकीकडे गेली. कारण तिनं स्वत:हून 'खल्क' साप्ताहिकात काम करण्याची इच्छा जाहीर केली होती व अन्वरकडे त्याच्या छपाई, संकलन व वितरणाची जबाबदारी असल्यामुळे त्यालाही मदतीचा हात हवाच होता. त्यानंच तिला तो लेख तराकीकडून वाचून घेऊन पुन्हा सुवाच्य लिहून काढावा, असं सुचवलं होतं. त्याप्रमाणे तिनं लेख लिहून घेऊन काढला होता. तो वाचताना तराकी सहज म्हणून गेला, "झरीना, तुझं अक्षर फारच छान व टपोरं आहे. पुन्हा माझी तुटक वाक्यंही तू व्यवस्थित जोडून घेतली आहेस. तुझी विषयाची खास करून देशकारण व अर्थकारणाची जाणकारी जाणवते. काश तेरी जैसी रायटर मुझे मिलती जो मेरा डिक्टेशन लेकर लिख डालती—"

"सर, मी आता बाकायदा 'खल्क'च्या कामात अन्वरभाईना मदत करत आहे." झरीना म्हणाली, "तुम्ही मला लेख सुचला की बोलवत जा. मी लिहून

घेईन... या निमित्तानं तुमचे विचार, चिंतनप्रक्रिया मला जाणून घेता येईल. माझ्याही
ज्ञानात भर पडेल...''

लेख सांगताना तो येरझाऱ्या घाली, मध्येच थबके, विचारात गढून जाई.. मग
त्याच्या हुंकाराला शब्द फुटत, विचार प्रकट होत! झरीना खुर्चीवर बसून एकाग्रतेनं
तराकीचे शब्द वेगानं लिहून घ्यायची. तो विचारात गर्क असे. तेव्हा ती अनिमिष
नेत्रांना त्याच्याकडे एकटक पाहायची.

तराकीची नजरही तिच्या देहाकृतीवर खिळलेली असायची.. ती आली की
तिच्या अत्याधुनिक पोषाखावर त्याची नजर रेंगाळायची. त्या नजरेतूनच तिच्या
सौंदर्याला दाद मिळायची. या डिक्टेशनच्या प्रक्रियेत मधून मधून तिच्याजवळ तराकी
यायचा. ''पाहू या मागचं वाक्य काय लिहिलं ते?'' आणि तो वाकून पाहायचा. त्याचा
निकटचा पुरुषी स्पर्श तिला जाणवायचा, त्याच्या वेगळेपणामुळे हवाहवासा वाटायचा.
ही तिच्या तारुण्याची आणि फुलून आलेल्या वयाची अबोधशी असोशी होती. मन
फुलून आल्याचं तिला जाणवायचं! पुढील भेटीपर्यंत मागील भेटीतले असे हृदयावर
अमीटशी छाप सोडणारे प्रसंग झरीनाला पुन्हा पुन्हा आठवत असत. प्रत्येक आठवणीनं
आपण उत्तेजित होत आहोत, हेही तिला उमगायचं आणि मग ती सैरभैर पिसाट
होऊन जायची. भुकेचं भान विसरायची. रात्री उशिरापर्यंत तिला झोप लागायची नाही.
काल तर मध्यरात्रीच तिला जाग आली व पहाटे पहाटेपर्यंत डोळा लागला नाही. पण
या एकांत व निवांत मध्यरात्रीच्या जागेपणातही रोमांचकारी काहीतरी आहे, असं
तिला वाटत होतं!

तराकीनं तिला पाहिलं तेव्हा क्षणभर तो भान हरपून तिच्याकडे पाहत राहिला
आणि झरीनाच्या अंगावर त्या दीदारभऱ्या नजरेतील नि:संकोच दादेनं रोमांच उभे
राहिले. छातीत एक अनाम कळ उठली व तिच्या काळजाला गुदगुदल्या करून गेली
आणि ती खुदकन हसली तसा तराकी आसक्तपणे तिच्याकडे पाहत म्हणाला,

''झरीना, तू कितनी बला की खूबसूरत है, ये तू नहीं जानती. माझ्यासारख्या
बुड्ढ्यालाही पागल करण्याचं सामर्थ्य तुझ्या हुस्नमध्ये आहे.''

''मरे तुम्हारे दुश्मन, जो आपको बुड्ढा कहते.' झरीना उत्फूर्तपणे बोलून
गेली, ''तुम तो अवाम के हीरो हो... तुम्ही स्वत:ला म्हातारे म्हणवून घेऊ नका..
प्लीज.''

आज त्याला लेख सांगताना वेळ लागत होता, वाक्यं पुन्हा पुन्हा तो दुरुस्त
करीत होता. खरं तर त्यानं टिपणंही काढली होती. त्यामुळे त्याचीही सैरभैर अवस्था
झरीनाला नवलाची वाटत होती. त्याचा आपल्याशी संबंध आहे? आज काहीतरी

घडणार आहे; त्याला आपला विरोध असणार नाहीये...

मध्येच तिच्याजवळ तो आला, त्याच्या निकट स्पर्श तिला जाणवला. ''झरीना-'' त्याचा आवाज किती खोल घोगरा होता. त्या आवाजात केवढी प्रबळ ओढ व उत्कटता होती. तिनं चेहरा वर करून पाहिलं. तिच्याजवळ त्याचा चेहरा आला होता. त्यानं तिच्या मासोळीसारखा नेत्रांत नजर मिळवत पाहिलं. तिनं शहारून डोळे मिटले, पण चेहरा झुकवला नाही आणि त्याच्या ओठांचे स्पर्श तिच्या मिटल्या नेत्रांना व थरथरणाऱ्या ओठांना व कंप पावणाऱ्या गालांना झाले. अवघ्या देहात तुफान उठलं व ती त्यात वाहून गेली.

काही क्षणांनी तिनं डोळे उघडले. तेव्हा खिडकीजवळ पाठमोरा तो उभा होता. केवळ पुरुषी ओठांच्या क्षणभरांच्या हळुवार स्पर्शानं देहात एवढं न सामावणारं तुफान उठू शकतं?

''आज इथंच थांबू या झरीना... उद्या लेख पुरा करू या!'' पाठमोरा तराकी काहीशा अस्वस्थ व अपराधी स्वरात म्हणत होता, ''उद्या तू येशील ना?''

त्या स्वरानं आजवर तिच्या मनात कधीच न आलेले अपराधी व शरमेचे भाव जागृत झाले. पण क्षणभरच! छट. तिनं मान झटकली. यात अपराधीपणा कसला? घडलं ते सहजसुंदर व नैसर्गिक होतं! तराकी सर आपलं दैवत, हीरो आहेत... ते माणूस होऊन आज आपल्याला हळुवार कविमनानं स्पर्शून गेले. त्या ओठांच्या स्पर्शात किती हळुवार कोमलता व काव्यात्मकता होती. त्यात वासना, अभिलाषा असेल तर ती अंशमात्रच.

''सर, मी उद्या जरूर येईन!'' झरीना जाण्यासाठी उठली, त्याच्याजवळ गेली, त्याची समजूतदारपणानं परिपक्व सुजाण स्त्री होत तिनं पाठ थोपटली. ''रिलॅक्स, नो गिल्टी फीलिंग, सर...''

''बरं झालं तुम्ही आज भेटलात अन्वरभाई...'' स्टडीरूममध्ये आपला तास संपवून करीमुल्ला प्रवेश करते झाले व त्यांचं लक्ष समोर वाचीत बसलेल्या अन्वरकडं गेलं.

''आइए, तश्रीफ रखिये सर!'' आदरानं अन्वर उभं राहत म्हणाला.

करीमुल्लांबाबत विद्यापीठात साऱ्याच प्राध्यापकांत आदराची भावना होती, त्याला अन्वरही अपवाद नव्हता. कारण त्यांचं व्यक्तिमत्त्व सौम्य व प्रेमळ होतं. ते विचारांत व प्रतिपादनात आग्रही असले तरी वैयक्तिक स्नेहसंबंधात अगत्यशील होते.

''कालच तुमच्या साप्ताहिक 'खल्क'चा तिसरा अंक वाचला, त्यातील जनाब तराकींच्या संपादकीय लेखानं मी काहीसा अस्वस्थ झालो आहे. खरं तर त्यांच्याशीच

याबाबत चर्चा करायला पाहिजे, पण ठीक आहे, तू त्यांचा चेला आहेस, 'खल्क'चं बरंच काम तू पाहत आहेस. म्हणून तुझ्याशी बोललं तरी त्यांच्यापर्यंत पोचेल. वेळ आहे ना?'

"हो सर."

तराकींनं त्या करीमुल्लांनी उल्लेख केलेल्या संपादकीय लेखात अफगाणिस्तानच्या मागासलेपणाचं विश्लेषण करताना देशानं इस्लामपायी विज्ञानाला व वैज्ञानिक दृष्टिकोनाला दिलेला नकार हे प्रमुख कारण आहे, असं प्रतिपादन करीत थेट मुल्ला-मौलवींवर धीट शब्दांत प्रखर हल्ला चढवला होता. इस्लामच्या पलीकडे जगच नाही, या भावनेवर टीका करीत तराकींनं म्हटलं होतं, "अनेक पाश्चात्त्य विचारवंत हे जगातील कोणताही एक ग्रंथ - मग तो धर्मग्रंथही का असेना- अपरिवर्तनीय व त्रिकालाबाधित मानीत नाहीत. म्हणून युरोपनं बायबलला बाजूस सारून परंपरेची बेडी तोडून आधुनिकतेची कास धरली व पाहता पाहता ते आशियाई देशांपेक्षा मागील दोनशे वर्षांत दोन हजार वर्ष पुढे निघून गेले. आज तेथील जनता निश्चितपणे आशियाई जनतेपेक्षा सुखी व समृद्ध आहे. यापासून आपण अफगाणी लोक काही बोध घेणार आहोत की नाही?"

"आजचं शतक हे विज्ञान व तंत्रज्ञानाचं आहे. त्याच्याविना गरिबी व भूक नष्ट होणं केवळ अशक्य आहे. आम्हा अफगाण लोकांना आमच्या अवामची दयनीय, लाचार अवस्था, पशुवत जीणं व भूक यांवर मात करणं नको आहे का? निश्चितच हवं आहे, असंच साऱ्यांचं उत्तर येईल. पण खरा सवाल आहे, हे कसं साध्य करणार? जेथे धर्मपरंपरेच्या नावाखाली आधुनिक तंत्रविज्ञानाचं शिक्षण देण्याऐवजी मदरसा शिक्षणावर भर दिला जातो, तेथे हे कसं शक्य आहे? मदरसा शिक्षण हे प्रतीक व द्योतक आहे, पूर्वपरंपरेच्या ओझ्याचं, जे आम्ही मूठभर मौलवींच्या आझेवरून झुगारून देऊ इच्छित नाही. युरोपातही धर्माचं एक काळी अधिष्ठान होतं, पण कालमानानुसार तेथील सुधारक व खऱ्याखुऱ्या लोकहितकैवारी विचारवंतांनी अशी ठाम भूमिका घ्यायला सुरुवात केली की, सर्व प्राचीन ग्रंथ - धर्मग्रंथांसह - ऐतिहासिक संग्रहालयात सन्मानपूर्वक ठेवून द्यावेत व विज्ञानयुगाची कास धरून प्रगती साधावी. या ग्रंथांचा 'काय काय झालं?' हे सांगण्यापुरताच अधिकार आहे. आज काय योग्य व जनहिताचं हे सांगण्याचा अधिकार आता केवळ प्रत्यक्षनिष्ठ व प्रयोगक्षम विज्ञानाचा! मोठ्या धैर्यानं त्यांनी सांगितलं की, आता धर्मग्रंथावर समाजसंस्था उभारण्याचे दिवस गेले!"

"आमचा हा सवाल आहे की, आपल्या लोकांना हा प्रश्न का पडत नाही?

आमच्या मते, पवित्र दिव्य कुराण हा इतर कोणत्याही धर्मग्रंथापेक्षा अधिक प्रगतिशील व आधुनिक धर्मग्रंथ आहे, तरीही त्यातील प्रतेवा शब्द प्रमाण मानून आजच्या काळात विसंगत रुढीपरंपरा जोपासण्याऐवजी, त्यांतील मथितार्थ जाणून, त्यानुसार आजच्या जमान्याशी सुसंगत गोष्टी करण्यासाठी पुढे येणं, हाच आपल्या प्रगतीचा व समृद्धीचा पाया ठरणार आहे. पण त्याआड कमी बुद्धीचे व सुमार दर्जाचे, केवळ वंशपरंपरेने मौलवी झालेले महाभाग येत आहेत, कारण 'जैसे थे'मध्ये त्यांचा स्वार्थ आहे. त्यांना त्यांची सरंजामशाही व जमीनदारी जपायची आहे. त्यांना गरीब, भुकेल्या व पशुवत जीणं जगणाऱ्या अवामची काहीच काळजी नाही. आम्हाला त्याविरुद्ध आवाज बुलंद करायचा आहे.''

अन्वर करीमुल्लांना चर्चेमध्ये म्हणाला, ''जनाब तराकींनी केवढं धैर्य दाखवलं आहे त्या लेखाद्वारे. मला भीती वाटते. कुठे शाही खपा मर्जी तर होणार नाही? हुकूमत केव्हाही प्रेस ॲक्ट गुंडाळून आमच्या 'खल्क' पेपरवर बंदी आणू शकतं!''

''मी व्यक्तिशः कोणत्याही प्रकारच्या स्वातंत्र्याच्या संकोचाविरुद्ध आहे अन्वर. मला जनाब तराकींचे विचार पसंत नसले तरी त्यांचा पेपर बंद व्हावा असं मला वाटत नाही.'' करीमुल्ला म्हणाले, ''पण आता धर्मग्रंथावर समाजसंस्था उभारण्याचे दिवस गेले, हा त्यांच्या लेखातील मुद्दा मला पटत नाही. आपल्या देशाची प्रगती मलाही जरूर हवी आहे, पण इस्लामियत सोडून नव्हे. मी सश्रद्ध मुस्लिम आहे व 'दीनेकामील'ची भूमिका म्हणजे आपल्या पवित्र धर्मग्रंथात बदल संभवत नाही, हा त्याचा पाया वा गाभा आहे. माझ्यावर 'अल अझर' मध्ये त्याचाच संस्कार झाला आहे व बहुसंख्य अवामचीपण यावर श्रद्धा-निष्ठा आहे. तेव्हा धर्मग्रंथांच्या आधारेच प्रगती घडवून आणली पाहिजे, त्यासाठी शास्त्रार्थ दिला पाहिजे, तरच अवाम तिचा स्वीकार करील..''

''सर, आपण धर्मचिकित्सेला एवढे का घाबरतो? मला खरंच कळत नाही. मला सांगा सर, आज तुम्ही गुलामीची प्रथा मान्य कराल?''

करीमुल्ला स्तब्ध होते. त्यांचा चेहरा संभ्रमित व गोंधळलेला वाटत होता.

''किंवा मुस्लिमांमधील बहुपत्नित्वाची प्रथा घ्या. ज्या काळी हजरत साहेबांनी चार-चार बीबी करायची इजाजत दिली, त्या काळी युद्धामुळे बेवा-विधवांची संख्या वाढली होती व पुरुषजात कमी झाली होती, म्हणून ही प्रथा पडली, हे सारे जण मान्य करतात. मग आज धर्माज्ञा म्हणून तिचं समर्थन का केलं जातं?''

अजूनही करीमुल्ला शांतच होते.

''सर, प्रत्येकाला धर्म हा लागतोच, त्या अर्थानं मीही धार्मिक आहे. मुसलमान

आहे. आपला धर्मग्रंथ अनेक बाबतींत प्रगतिशील आहे, त्यानंच मानवी इतिहासात प्रथमच स्त्रीला मालमत्तेचे अधिकार दिले आहेत. तरीही आज ज्या वेगानं जग बदलत आहे, त्याच्याशी आपण मिळतंजुळतं घेऊ शकत नाही, कारण डोक्यावर धर्मग्रंथांचं ओझं आहे. प्रत्येक बाबीसाठी कुराण-हादिसचा आधार घेण्याचा अट्टहास का? धर्माचं खरं महत्त्व आहे, माणसाची आध्यात्मिक भूक भागवण्यासाठी. पण आधुनिक काळात राजसत्ता व धर्मसत्ता अलग झाली आहे. युरोपात हेच घडलं आहे, तुर्कीमध्ये केमाल पाशानं हाच प्रयत्न केला आहे. आपला शेजारी पाकिस्तान इंग्रजी शिक्षणानं काही प्रमाणात तरी आधुनिक होत आहे. तेथे धर्माचा वापर राजकीय अस्त्र म्हणून वापरला जातो म्हणून तो इस्लामिक देश म्हणायचा एवढंच. जनाब तराकी वा आमचा हाच दृष्टिकोन आहे की, आम्हाला अवामची जिंदगी बेहतर करायची आहे, त्यासाठी प्रत्येक बाबीसाठी कुराणे-शरीफ वा हादिसकडे धाव घेण्याची गरज नाही. धर्माचं स्थान उपासनेसाठी व आध्यात्मिक भुकेच्या पूर्तीसाठी महत्त्वाचं आहे, हे आम्हीही अमान्य करीत नाही.''

''अन्वर, मला तुझ्या तर्कशुद्ध प्रतिपादनाचं कौतुक वाटतं. तुझी अवामच्या स्थितीबाबतची कळकळ मला जाणवते. पण माझी अडचण अशी आहे की, मी धर्मशास्त्राच्या चौकटीतच वावरतो. ती माझी श्रद्धा आहे. म्हणून त्या चौकटीतच मी चर्चा करू शकतो. त्यामुळे मुळातच तुमची भूमिका व विचार धर्माला सोडून वा डावलून असल्यामुळे मला स्वीकाराई नाहीत. माझी धर्मश्रद्धा ते मंजूर करीत नाहीत. अन्वरभाई, मलाही अवामची प्रगती हवी आहे. पण तुझ्या मार्गानं नव्हे, तर इस्लामच्या चौकटीत. मला खात्री वाटते की, ती मुमकिन आहे.''

अन्वर हतबुद्ध झाला. करीमुल्लांसारख्या उदारमतवादी, सामंजस्य व अनाग्रहाचं प्रतीक असलेल्या धर्माचार्यांची साध्या चर्चेची तयारी नाही. त्यांची धर्मश्रद्धा त्यांना एवढी झापडबंद करते? तर मग कमी बुद्धीच्या कर्मठ मौलवींशी साधा संवादही शक्य होणार नाही. अवामला प्रागतिक विचार समजणं सोडा, त्यांच्यापर्यंत आपण पोचूही शकणार नाही.

त्याला उदास वाटू लागलं होतं. तो कसाबसा म्हणाला, ''सर, असं वाटतं की, आम्ही अवामच्या खुशहालीची व प्रगतीची स्वप्नं पाहण्याचा केवळ वेडेपणा व अट्टहास करीत आहोत. ती कधी तुमच्या-आमच्या जीते जी मुमकिन होणार नाहीत.''

करीमुल्ला त्याच्याजवळ आले, त्यांनी त्याची पाठ थोपटली व शांतपणे निघून गेले. अन्वरला वाटलं, तेही आपल्याप्रमाणेच मजबूर आहेत, आपल्याच धर्मश्रद्धेच्या पिंजऱ्यात कैद आहेत. विनाकारण त्यांना त्यांच्या कैदेची आपण जाणीव

तर करून दिली नाही ना? त्यामुळे त्यांची शांतता तर नष्ट होणार नाही ना?

आज ना उद्या आपल्या भेटीसाठी, आपण पी.डी.पी.ए.च्या सदस्यपदाचा राजीनामा का दिला हे विचारण्यासाठी किंवा जाणून घेण्यासाठी अन्वर निश्चित येणार, हे सलमा जाणून होती. म्हणून आज त्याचा फोन आला तेव्हा तिला आश्चर्य वाटलं नाही. तीही त्याच्या येण्याची वाट पाहत होती. त्याला काय व कसं सांगायचं, याचा विचार करीत होती, तिच्या मनाचा संभ्रम अद्यापही संपला नव्हता. त्याला सारं स्पष्टपणे सांगावं की केवळ सूचक इशारा द्यावा, हा तिच्यापुढे पेच होता.

तीन दिवसांच्या मॉस्को भेटीसाठी पी.डी.पी.ए.ची एक पाच सदस्यांची तुकडी तेथील कम्युनिस्ट पार्टीच्या आमंत्रणावरून गेली होती, त्यात बबराक करमाल, अनाहिता, सलमा व इतर दोन पॉलिट ब्यूरो सदस्यांचा समावेश होता. तेथून परतल्यावर दोनच दिवसांत तिनं आपल्या राजीनाम्याचं पत्र नोकरामार्फत पाठवून दिलं होतं.

अन्वरसाठीच नव्हे तर साऱ्याच सदस्यांसाठी हा धक्का होता. मॉस्कोमध्ये काही काळ राहून पदविका घेतलेली व नोकरी केलेली सलमा विचारानं कट्टर कम्युनिस्ट होती व १९६५ च्या निवडणुकीत ज्या चार महिला संसदेवर निवडून आल्या होत्या, त्यांत अनाहिताबरोबर तिचाही समावेश होता. 'पीपल्स डेमॉक्रेटिक पार्टी ऑफ अफगाणिस्तान' स्थापन केला गेला, तेव्हा तीही उपस्थित होती. पक्षात ती सक्रिय सहभागी होती. तिचं वेगळेपण तराकीनं व करमालनं जाणलं होतं व ते दोघेही तिला पक्षाच्या बैठकीत चर्चेत भाग घेण्यासाठी सदैव उत्तेजन देत असत. तिच्या तर्कशुद्ध प्रतिपादनामुळे हळूहळू साऱ्या पक्षसदस्यांनी तिला समतेच्या नात्यानं कॉम्रेड म्हणून स्वीकारलं होतं. तिनंच आग्रहपूर्वक तिला व अनाहितालाही 'कॉम्रेड' म्हणावं, परंपरागत 'बीबी' म्हणू नये, असं सातत्यानं सांगून रुजवलं होतं.

ती सलमा अवघ्या वर्ष-सव्वा वर्षातच पक्षसदस्यत्वाचा त्याग करते व पी. डी. पी. ए. पासून अलग होते, याचा साऱ्यांनाच जबर धक्का बसला होता. अन्वर तर हतबुद्ध झाला होता. तिचं हे परिवर्तन त्याला अतर्क्य वाटत होतं. म्हणून पक्षाच्या वतीनं तिचं यामागचं कारण जाणून घेण्यासाठी, तिला भेटण्यासाठी अन्वरला पाठवायचं ठरलं. त्याप्रमाणे तो आज तिला भेटायला येत होता.

सलमा त्याची वाटच पाहत होती. अन्वरचं हृदय एकाएकी अबोध भावनांनी

उचंबळून आलं. आवेगानं तिचे हात हाती घेत तो भावविवश होत म्हणाला, "सलमा, आता तुझं दर्शनही दुर्लभ होणार. अगं, पक्षबैठकीत तुझ्या नुसत्या अस्तित्वानंही मी भरून यायचो. ते आता सारं काही संपलं म्हणायचं."

"अन्वर, शांत हो. जो निर्णय आपण दोघांनी विचारपूर्वक घेतला आहे व आता दोघेही दुसऱ्या कोणाचे तरी झालो आहोत, अशा परिस्थितीत अशा भावनांना बेकाबू सोडणं ठीक नाही." त्याचा हात सोडवून घेत ती शांतपणे म्हणाली, "तो कालखंड एक मीठी याद बनके जहन में बस गया है. उसे कभी कभार याद करके कभी खुष होना, कभी उदास होना यही इसका अंजाम है. ये मैंने कबूल किया है दिल से! बेहतर होगा - तुमभी इसे कबूल कर लो तो!"

तिच्या तशा समजावणीनं हळूहळू तोही शांत होत गेला आणि त्याला वाटलं, खरंच, औरत किती कणखर असते. तिनं किती सहजतेनं या साऱ्याचा स्वीकार केला आहे, त्यात किती सहजसुंदर नितळ, पारदर्शीपणा आहे!

तिच्या पक्षसदस्याच्या राजीनाम्याचा विषय निघाला, तेव्हा ती ठामपणे म्हणाली, "मी बऱ्याच विचारांती निर्णय घेतला आहे. त्याचं कारण सोव्हिएत युनियनचं विस्तारवादी धोरण व दीर्घकालीन आखलेली नीती आहे. आपल्या देशाचा सोव्हिएतबरोबर असलेला मैत्रीकरार हा भविष्यात आपल्याला त्यांच्या वर्चस्वाखाली व गुलामीखाली घेऊन जाणार आहे. आजही मार्क्सवाद मला मान्य आहे; पण त्यासाठी रशियन मैत्री परवडणारी नाही. आपला पक्ष तर प्रत्येक बाबीसाठी तिकडेच नजर लावून बसलेला आहे."

"पण असं काय घडलं की तुला एकाएकी रशियन धोरणात देशहिताच्या दृष्टीनं धोका दिसू लागला?"

सलमा क्षणभर स्तब्ध त्याच्याकडे एकटक पाहत राहिली. तिच्या मनात आलं 'अजूनही तू तसाच भाबडा आदर्शवादी आहेस अन्वर! तुला कधीच तान्यानं तुझ्याशी का विवाह केला, हे समजून येणार नाही. तू तिच्या प्रेमात एवढा गुरफटला आहेस की, तुला मी काहीही सांगितलं तरी पटणार नाही.'

ती स्वत:ला सावरत म्हणाली, "सोव्हियत युनियनचं भविष्यकालीन लक्ष आहे, गल्फ कंट्रीज व तेथील खनिज तेलावर. त्यासाठीचा मार्ग अफगाणिस्तानमधून जातो. म्हणून आज त्यांच्याशी मैत्री करणं, तो देश आपल्या 'नॅचरल स्फिअर ऑफ इन्फ्लुअन्स'खाली आहे असं समजणं व पद्धतशीरपणे त्यासाठी आपला या देशात जम बसवणं चालू आहे. याची मला जाणीव करून दिली इलियासनं. करेल प्रकरण हे एक घटना म्हणून सोडण्यासारखं नाही. मार्क्सवाद जर रशियन गुलामी व मिंधेपणा आणणार असेल तर मला ते चालणार नाही. म्हणूनच मी त्यागपत्र दिलं.

माझा निर्णय ठाम आहे. त्यात बदल होणार नाही. प्लीज अन्वर, मला समजून घे. मी पक्षत्याग केला असला तरी जनाब तराकी व करमाल मला आजही आदरणीय आहेत. आपण वेळोवेळी भेटत जाऊ. आपल्या स्नेहसंबंधात खंड पडणार नाही.''

अन्वरला जाणवलं. तिची समजूत काढणं शक्य नाही. खरं तर त्याला म्हणायचं होतं, करेल प्रकरणावरून एवढा मोठा निष्कर्ष काढणं योग्य नाही. हेरगिरी प्रत्येक राष्ट्र करीत असतंच, त्यात काही नवल नाही. पण सोव्हिएत युनियन असं काही धोरण आखत असेल की ज्यामुळे अफगाणिस्तान त्यांच्या युनियनचा सोळावा प्रांत बनेल, हे त्याला असंभव वाटत होतं. आजची जागतिक परिस्थिती व शीतयुद्धानं कृत्रिम रीतीनं का होईना साधला गेलेला जागतिक सत्तासमतोल पाहता असं वेडं साहस रशिया करील, हे तर्कापलीकडचं होतं. पुन्हा अफगाणिस्तान हा कधीच गुलाम राष्ट्र नव्हता, इंग्रजही येथे राज्य करू शकले नाहीत. तेथे आजच्या काळात रशियन लोक असं काही करायचं स्वप्न पाहत असतील आणि दीर्घकालीन नियोजन करीत असतील, हा सलमाचा तर्क त्याला निव्वळ खुळेपणाचा वाटत होता.

“ठीक आहे सलमा, आता याबाबत अधिक काही बोलणं फिजूल आहे.'' तो काहीशा खिन्न स्वरात म्हणाला, “आता तुझं दर्शन, भेटही घेणं कठीण होणार.'

“नाही अन्वर, मलाही तू हवा आहेस. पण एक कौटुंबिक मित्र म्हणून.'' सलमा म्हणाली, “मी व इलियास दोघंही असं चाहतो की, तू व तान्या आमच्या कौटुंबिक मित्रांत सामील व्हावंत. मैत्री कौटुंबिक असावी. केवळ दोन मित्रांची नको तर त्यांच्या कुटुंबांची सपत्नीक हवी. म्हणून तुला आजच आमंत्रण देते. पुढील जुम्मेरातीला तुम्ही दोघं आमच्याकडे खान्याला या. इलियासला तुझ्या बायकोला पाहायचं आहे.''

“शमसू - मेरे भाई! तुम - तुम ठीक तो हो ना?''

जुन्या काबूल शहरातील देहमसांग कारागृहात गजांआड कैद्याच्या वेषात शमसुद्दिनला पाहताच करीमुल्लांना आपल्या भावना आवरता आल्या नाहीत. क्षणभर ते काही न बोलता त्याच्या खंगलेल्या देहयष्टीकडे पाहत राहिले. मग आपला चष्मा काढून त्यांनी तो रुमालानं पुसला आणि पुन्हा डोळ्यांवर चढवला.

शमसूचा हा दुसरा कारावास होता, पण किती भिन्न परिस्थितीत. तीन वर्षापूर्वी ‘ॲसिड’ आंदोलनात त्याला अटक झाली होती व पोलिसी छळात डावा पाय फ्रॅक्चर झाला होता. आजही चालताना तो किंचित लंगडतो. त्या वेळी त्याची कृती जरी निषेधार्ह असली तरी भावना इस्लामप्रेमाची होती. पण आज?

करीमुल्ला त्याच्याकडे एकटक पाहत होते. शमसूला त्यांच्याबद्दल कमालीचा आदरभाव असल्यामुळे तो किंचित अधोमुख होता. आपणहून काही सफाई द्यावी याचं त्याला साहस होत नव्हतं! त्यांच्या प्रयत्नानंच तर तो हेरतच्या जेलमधून काबूलच्या देहमसांग कारागृहात आला होता!

काल-परवापर्यंत आपल्या मागेपुढे करणारा व ॲसिड आंदोलनानंतर मनापासून इस्लामचा अभ्यास करणारा व जवळपास पंचनमाजी बनलेला शमसू या वर्षभरात आपल्या हातून निसटून कसा गेला? हेरतच्या पुश्तैनी जमिनीत बेकायदेशीर अफूची लागवड करून इराणच्या तेहरान मार्केटमध्ये त्याची विक्री करून चिक्कार पैसे मिळवणारा हा आपला चचेरा भाई शमसूच आहे? का तो या मार्गाकडे वळला?

अफगाणी ग्रामीण भागात आरोग्यसेवा जवळपास उपलब्ध नाही. आज काबूल शहरात केवळ अडीच-तीनशे डॉक्टर्स आहेत, हॉस्पिटलं कमीच. कारण प्रशिक्षित नर्स अभावानंच मिळते. म्हणून सारा भर कन्सल्टिंगवर. ग्रामीण भागात ना दवाखाने ना औषधी दुकानं. दळणवळणाचे रस्तेपण नाहीत. उपचारासाठी शहरात येणंही आम अफगाणीला न परवडणारं. असा सारा अडचणीचा मामला. म्हणून या देशात 'हर मर्ज की एकही दवा' उपलब्ध असते - अफू. एक चिलीम वा गुडगुडी ओढायची व सारं दु:ख-दर्द विसरून जायचं आणि निपचित पडायचं! अंगात प्रतिकारशक्ती असेल तर काही दिवसांनी बरं व्हायचं, नाही तर अल्लाला प्यारं होणं ठरलेलं! दहा मुलांत जेमतेम एखाद-दुसरं मूल जगायचं, ते मात्र काटक राहायचं!

करीमुल्लांना देशात मोठ्या प्रमाणात अफूची शेती केली जाते, हे ठाऊक होतं. काबूलला 'सितारा मंझिल'च्या बगिच्यातही त्यांनी चार-दोन अफूची झुडपं पाहिली होती. तिला येणारी देखणी, मोठी, पांढरी-जांभळी वा लालसर फुलं त्यांची नजर बांधून ठेवायची. अफूच्या कच्च्या फळांची भाजी त्यांना आवडायची.

अफगाण हा सुकामेव्याचा देश म्हणून प्रसिद्ध. जोडीनं इथं खसखससही खूप पिकते. अफूच्या तीन-चार फुटी झुडपाला लहान लहान डाळिंबाच्या आकाराची फळं येतात. त्या फळाच्या आतील बी म्हणजे खसखस. करीमुल्लांना अफूबाबत एवढंच प्राथमिक ज्ञान होतं!

पण शमसूनं अफूची शेती काही खसखशीच्या उत्पादनासाठी केली नव्हती, तर तो त्यापासून नशा देणारी अफू काढत होता. ती तेहरानच्या आंतरराष्ट्रीय बाजारात विकत होता आणि डॉलर्समध्ये पैसे कमवीत होता. अफूची चोरटी वाहतूक करतानाच त्याला पकडण्यात आलं होतं.

"बोल शमसू, तूने ये सब क्यों किया? पैसों के लिए?" करीमुल्लांनी शांत

पण भेदक स्वरात विचारलं, "आपली जमीन-जायदाद काही कमी नाही. मग हा मार्ग का पत्करलास भैया?" त्यांच्या शब्दाशब्दांतून गहिरी वेदना व्यक्त होत होती.

"भाईसाब, मैं आपसे झूठ नहीं बोलूंगा! सारं मी करतोय ते इस्लामसाठी!"

"इस्लामसाठी?"

"हां भाईसाब! आपल्या जागिरीच्या पाचही गावांत मी गेल्या दोन वर्षांत मशिदी बांधल्या आहेत व तेथे इस्लामी शिक्षण देणारे मदरसे सुरू केले आहेत. त्यांतून मला 'तालिबान' (धर्मविद्यार्थी) निर्माण करायचे आहेत. 'मुजाहिदिन' (धर्मरक्षक) निर्माण करायचे आहेत. ते कम्युनिस्ट विचारांना रोखू शकतील, पार नेस्तनाबूत करू शकतील!"

"तुझे हे विचार बेशक चांगले आहेत भैया, पण हा मार्ग?" करीमुल्लांनी विचारलं, "तो इस्लामसंमत आहे?"

शमसू त्यांची नजर चुकवत वर आढ्याकडे पाहत राहिला!

"भाईजान, माझा अफूच्या चोरट्या व्यापाराशी संबंध नाही.' अजूनही शमसू त्यांच्या नजरेस नजर देत नव्हता, आपल्या आदर्श बंधूशी खोटं बोलताना त्याला अपराधीपणा वाटत होता. त्यामुळे त्यांच्यापुढे गुन्ह्याचा कबुलीजबाब देणं त्याला शक्यच नव्हतं. करीमुल्लांनी त्याचं जन्मात कधी पुन्हा तोंड पाहिलं नसतं. त्याच्या इखवान-उल-मुसलमान गटासाठी त्यांचं मार्गदर्शक धार्मिक नेतृत्व हवं होतं. करीमुल्लांच्या असण्यानं त्याला प्रतिष्ठा होती व धार्मिक मान्यताही होती! त्यामुळे शमसूला खोटं बोलणं भाग होतं.

"मी आख्खं शेत फुलात असताना तेहरानच्या ठेकेदाराला एकवट बोलीनं दिलं होतं भाईजान. पुढची देखभाल तेच करतात. अफूची फळं - तुरके कोकजार बोंडात असताना ते त्याला खालून वर किंवा आडव्या चिरा पाडतात. त्यातून जो पांढरा चीक गळतो तो वाळल्यानंतर काळा पडतो, तो ते घेऊन जातात. पुढचं मला माहीत नाही."

"बस... बस्... शमसू... बहोत हो गया! मी तुला अफू कशी बनवली जाते याची प्रक्रिया विचारली नव्हती!" करीमुल्लांचा आवाज तापला, "तुला मी दिलेले कुराण - हादिसचे पाठ विसरलास वाटतं? हजरतसाहेबांनी कोणत्याही मादक पदार्थ व पेयास निषिद्ध ठरवलं आहे. त्यांनी यासंबंधी दहा प्रकारच्या कामाशी संबंधित असणाऱ्या माणसांना शाप दिला आहे. मादक पदार्थ वा पेय प्रत्यक्ष वा अप्रत्यक्षपणे तयार करणं, त्या क्रियेत भाग घेणं, त्याचा वापर करणं, खरेदी-विक्री करणं वगैरे क्रिया करणारी माणसं कुराणच्या दृष्टीनं गैरइस्लामी आहेत. शमसू, ही आयत मी

तुझ्याकडून अनेकवार गिखून घेतली आहे आणि तू त्याला स्पर्शही न करण्याची शपथ घेतली होतीस.''

"भाईजान, ती कसम मी आजवर कधी मोडली नाही. मुझपे यकीन करो.'' शमसू खरंच बोलत होता. त्यानं अफूला हातही कधी लावला नव्हता. केवळ पैसा मिळवण्यासाठी तो वापर करीत होता. त्याला मशीद-मदरशासाठी पैसा तर हवाच होता, पण त्याहून जादा तो शस्त्रांच्या खरेदीसाठी हवा होता. लष्करी पद्धतीनं संघटना बांधायची होती. जिहादसाठी शस्त्रं, बंदुका व गोळ्या लागतात व ती आंतरराष्ट्रीय बाजारात सहज उपलब्ध असतात. पण त्यासाठी डॉलर्समध्ये रोख पैसे मोजावे लागतात. त्यासाठी अफू हे सर्वांत प्रभावी माध्यम. पाहता पाहता त्याच्या हाती डॉलर्सच्या करकरीत नोटा अफूच्या व्यापारानं खेळू लागल्या होत्या. त्याची संघटना आकार घेत होती. त्याच्यावर निष्ठा ठेवून प्राण देण्यासही सज्ज असणाऱ्या तरुणांचा गट सज्ज होता. या तरुणांना शमसू दोन नशा देत होता. एक म्हणजे इस्लामची व दुसरी अफूची. त्या अमलाखाली प्राणाचं भय कमी होतं व माणसं इतर वेळी सहजासहजी जे काम करणार नाहीत, ते जिवावर उदार होऊन करतात. शमसूला आपल्या संघटनेचा अभिमान होता. डोळ्यांसमोर उज्ज्वल भविष्याची स्वप्नं खुणावत होती.

"भाईजान, मी केवळ ठेक्याचे पैसे घेताना पकडला गेलो संशयावरून. कारण त्या ठेकेदाराचा तेहरानच्या मादक पदार्थांची तस्करी करणाऱ्या एका नामचीन टोळीशी संबंध होता. मैं बेकसूर हूँ... आप फिक्र मत करो! मैं बहोत जल्दही छूट जाऊंगा!''

कालच शमसूला पीर सय्यद जिलानी भेटून गेले होते. जिलानींचा शहाबाबाकडे खासा चांगला प्रभाव होता. कारण त्यांची बीबी ही शहाबाबांच्या वंशातली होती. त्यांच्या प्रयत्नानं तो सुटणार होता; पण त्यासाठी त्यांची एकच अट होती. त्यांनाही या अफूच्या शेतीत भागीदारी हवी होती. त्या भागातील आणखी दहा-पंधरा गावांत ते सर्व शेतकऱ्यांना गव्हाच्या ऐवजी अफूची शेती करण्यास प्रवृत्त करणार होते. या सर्व अफूच्या शेतीवर देखरेख ठेवणं व त्याची सीमेपार विक्री करणं शमसूनं करायचं व जिलानीला त्याबदली पंचवीस टक्के रक्कम द्यायची. शमसूला त्यांच्या मध्यस्थीनं यापुढे शाही संरक्षण मिळणार होतं. सौदा चांगला होता.

"कैसे छूट जाओगे?'' करीमुल्लांच्या भाबड्या प्रश्नानं त्याला हसू आलं. पण ते दाबत त्यानं उत्तर दिलं, "त्यांना माझं निर्दोषत्व पटवून दिलं आहे. त्यांनी स्वतंत्र चौकशीपण केली आहे.''

करीमुल्लांना वाटलं, शमसू आपल्यापासून काहीतरी लपवत आहे; पण

भेटीची वेळ संपत आली होती व सरळमार्गी करीमुल्लांना शमसूबद्दल भाऊ म्हणून ममत्व व सच्चा इस्लामी होण्याची धडपड करणारा म्हणून अभिमानही होता. त्यामुळे त्यांनी स्वत:चं समाधान करून घेत पुढे काही विचारलं नाही!

करीमुल्ला निघून गेल्यानंतर शमसूचा उजवा हात असलेला गफूर त्याला भेटायला आला, तेव्हा शमसूनं त्याला हुकूम दिला, "त्या ठेकेदाराला उडवायचं. आणि मी सुटल्यानंतर आठच दिवसांत मला पकडलेल्या पोलिस अधिकाऱ्यालापण."

"ये हो जायेगा मेरे आका।' मान लवून गफूर म्हणाला. "लेकिन एक नया हत्यार, बहोतही जोरदार किस्मका आया है. एके-४७ रायफल. कीमती है, लेकिन निशाना चूकना नामुमकिन है. मुझे इस काम के लिए चाहिए..."

गफूर त्याच्या वैयक्तिक संरक्षण दलात होता. शमसूनं गुलप्रमाणेच स्वत:साठी कडव्या आठ जवानांना भरपूर पगार देऊन नोकरीवर ठेवलं होतं. गफूर त्या सर्वांत शमसूचा आवडता व विश्वासू होता. एक तर तो त्याचा गाववाला व फारसं डोकं न वापरणारा. त्याला शमसूनं मदरशात पाठवून 'इस्लाम' व 'जिहाद'चं पक्कं डोक्यात बसवलेलं होतं! त्याचे दोनच शौक होते. व्यायामानं शरीर तंदुरुस्त ठेवणं व नशा करीत पडून राहणं. त्याला बंदुकीचंही भारी वेड होतं. हरतऱ्हेच्या बंदुका त्यानं वर्षभरात शमसूकडून प्रत्येक कामगिरीच्या वेळी हक्कानं मागून घेतल्या होत्या. पण तो दिलेली प्रत्येक कामगिरी फत्ते करायचा. अफूच्या चोरट्या व्यवहारात अमाप पैसा होता. तो एका बाजूनं मस्जिद-मदरशावर तर दुसऱ्या बाजूनं शस्त्रास्त्र व दारूगोळ्यावर खर्च करणं हे दोनच मार्ग शमसूला माहीत होते!

"ठीक है. तेहरान के अकौंटसे पैसा निकालो और वो ले लो. इतनी अच्छी बंदूक है तो दो और ले लो. एक मेरे लिए और दूसरी मैं गुलसाब को तोहफा देना चाहता हूँ."

त्या दोघांचं हलक्या स्वरात संभाषण चाललं होतं. त्याकडे पहाऱ्यावरचे पोलिस दुर्लक्ष करीत होते. कारण त्यांचे हात गफूरनं चांगलेच ओले केले होते. मुख्य पहारेकऱ्यास उंची चिलीम व बरेच दिवस पुरेल एवढा दर्जेदार अफूचा साठा दिला होता.

शमसूचा निरोप घेऊन गफूर जायच्या बेतात होता, तोच तिथे जेलर आले ते शमसूच्या सुटकेचा खलिता घेऊन. "बधाई हो जनाब!"

मोठ्या रुबाबात शमसू आपले उंची तलम कपडे घालून गफूरसोबत कारागृहाच्या बाहेर आला, तेव्हा त्याला निरोप द्यायला जेलरही आले होते. ते पक्के चिलीमबाज होते!

"आपको जब भी कभी जरूरत होगी, मुझे याद करना. मैं झटके से बंदोबस्त करूंगा!"

शमसूच्या या भरघोस आश्वासनानं त्या अफिमी जेलरचे नशेनं सदैव लालसर असणारे डोळे लुकलुकले. शमसू जाताच गफूरमियांनं दिलेली चिलीम भरपूर अफू घालून मनसोक्तपणे ओढायची त्यांना घाई झाली होती!

टॅक्सीतून आपल्या कोठीकडे जाताना शमसू म्हणाला, ''दुनिया झुकती है, बस् झुकानेवाला चाहिए। हात में बंदूक, जेब में डॉलर्स और अफीम की खेती - और क्या चाहिए? इन्शा अल्ला - हम इस्लामिक रिव्होल्यूशन जरूर लायेंगे!''

''मैंने क्या कहा था तराना? मुझे परेशान मत करो. मेरे सर में दर्द हो रह है।''

विलक्षण त्रासिक चेहऱ्यांनं अन्वरनं दार उघडलं. तेव्हा तान्यासोबत इलियास व सलमा पाहून तो क्षणभर अवाक झाला. आणि जादू व्हावी तसा परिणाम होत त्याच्या चेहऱ्यावरील बैचेनी झटक्यात प्रसन्नतेत परावर्तित झाली. रुंद हास्य करीत तो म्हणाला, ''आइये... आइये...''

त्याच्या खराब मूडचं कारण होतं - करमालनं 'खल्क' पक्षातून बाहेर पडून 'परचम' पक्षाची स्थापना केल्याची घोषणा. गेले आठ दिवस अन्वर करमाल व तराकी - अमीन यांच्याकडे हेलपाटे मारून दमला होता, हताश झाला होता. पण दोन्ही गटांची माघार घेण्याची तयारी नव्हती. आज करमालनं अधिकृतपणे 'परचम'च्या स्थापनेची घोषणा केली होती.

अवघ्या अडीच वर्षांत 'खल्क' फुटला होता. आजवर पी.डी.पी.ए. हा 'खल्क' पक्ष म्हणून ओळखला जायचा. हे नाव तराकीनं आपल्या अफगाण जनतेच्या ठायी असलेल्या निष्ठेतून दिलेलं. 'खल्क' म्हणजे 'जनता' या अर्थानं पक्षनामाची समर्पकता अन्वरला आवडली होती. त्या 'खल्क'मधून करमाल व त्याचे सहकारी, डॉ. अनाहिता रातेब्जाद, नूर महंमद नूर, मीर अकबर खैबरी, सुलेमान लायक, बरीक शफी, दस्तगिरी पंजशिर, शापुर व केश्तमांड हे बाहेर पडले होते. 'खल्क'मध्ये तराकी - अमीन सोबत शहा वली, अब्दुल करीम, महंमद सुमा इ. राहिले होते. सरळसरळ पठाण व इतर अशी ही फूट होती. सारे पठाण 'खल्क'मध्ये राहिले होते, 'परचम'मध्ये ताजिक, हाजरा व उज्बेकी. त्यांचा नेता करमाल फक्त पठाण होता, पण त्याला अमीन खासगीत 'कमअस्सल पठाण' म्हणायचा! पक्षाची ही वांशिक फाळणी अन्वरला मरणप्राय वेदना देत होती व ज्या माक्स्रच्या नावानं आणि त्याच्या विचारांवर आधारित पक्ष बांधायची हे लोक घोषणा करतात, तेच वर्गविग्रहाचं तत्त्वज्ञान मात्र आपल्या कृतीनं नाकारत होते.

अन्वर दोन्हीकडे सामील व्हायचं नाकारून एकाकी पडला होता!

'मी मूळच्या पीपल्स डेमॉक्रेटिक पार्टी ऑफ अफगाणिस्तानचा सदस्य कार्यकर्ता आजही आहे. मात्र आजच्या 'खल्क'मध्ये मी नाही, आणि फुटून अलग पडलेल्या 'परचम'मध्ये तर नाहीच नाही. तुमच्या लेखी हा पक्ष संपला आहे, पण मी एक-सदस्यीय पक्ष आहे. आणि भविष्यात जेव्हा तुम्हाला या फुटीचे परिणाम समजतील तेव्हा पुन्हा तुम्ही एक व्हाल. माझ्या एकसदस्यीय पी.डी.पी.ए. खाली...!''

अन्वरनं तराकी - अमीन आणि करमाल - अनाहिताला पत्रं लिहून आपली भूमिका स्पष्ट केली होती!

तरीही पक्ष फुटल्याची विदारक जाणीव त्याला खिन्न व उदास करीत होती! त्यामुळेच त्याचं डोकं दुखत होतं. अलीकडे त्याला याचा वारंवार त्रास होत होता.

केव्हापासून? या प्रश्नाचं उत्तरही त्याला माहीत होतं!

तराकीच्या सूचनेप्रमाणे त्यानं विद्यापीठातून सहा महिने रजा घेऊन हेरात प्रांतात शेतकरी व शेतमजुरांना संघटित करण्यासाठी स्वतःचं सर्वस्व झोकून दिलं होतं. त्या वेळी खेडोपाडी अक्षरशः तापत्या उन्हात पायी हिंडताना आणि गावकऱ्यांचं अज्ञान आणि झापडबंद कुंठित झालेली बुद्धी पाहून त्याचं डोकं चढायचं आणि रात्ररात्र ते ठणकायचं!

आपली अवाम किती अज्ञानी व दरिद्री आहे, हे त्याला त्या सहा महिन्यांत समजलं होतं. टीचभर पोटाची खळगी भरण्यासाठी अवघ्या जिंदगानीचा संघर्ष. यापेक्षा भयानक - बद्तर जिणं असूच शकणार नाही. मूठभरांच्या प्रचंड जमिनीवर अल्प पैशात मजुरी करीत घाम गाळायचा व कसंबसं पोट भरायचं! शिक्षण नाही, कारण शाळा नाहीत. ज्या मोजक्या होत्या, त्या मदरसा स्वरूपाच्या, धार्मिक शिक्षण देणाऱ्या. तिथे मुलींना स्थान नव्हतं! जगात काय चाललं आहे, आपलं हे पशुवत जीणं कशामुळे आहे, याची जाणीव कुणालाच नव्हती. कारण जगण्याच्या संघर्षात मेंदू हा डोक्यात असतो व त्यानं विचार करून प्रश्न व उत्तरं शोधायची असतात, ही जाणीवच नव्हती! कारण उरस्फोटी श्रमानंतर वेळ असा उरतच नसे. जो काही मिळे, त्या वेळेवर हक्क होता धर्मप्रवचनांचा. शुक्रवारी सुट्टीच्या दिवशी दुपारच्या नमाजानंतर जे प्रवचन मौलवी - पेशइमाम द्यायचे, त्यानं त्यांचं आत्मिक व आध्यात्मिक समाधान व्हायचं - अल्लावर गाढ श्रद्धा ही जगण्याची एकमेव अट होती, ती त्यांना मंजूर होती! यातूनही वेळ मिळालाच तर मनात प्रश्न न उठण्याची - विचार न करण्याची परंपरागत व्यवस्थापण होती. चिलीमची धून पेटवून अफूची नशा करून निपचीत पडून राहायचं म्हणजे विनातक्रार जिंदगी बसर होते! त्यामुळे

आहे त्या जगण्यात बदलाची - परिवर्तनाची गरज वाटत नाही. पुन्हा साऱ्या प्रश्नांची उत्तरं 'कुराणा'त आहेत व मौलवी जे सांगतात तसं चाललं-वागलं की झालं.

जीवन हे एवढं विदारक, भगभगतं करडं वास्तव आहे, हे प्रथमच समजत होतं. त्या पार्श्वभूमीवर स्वतःचं सुखासीन - मखमली जीवन हे आम जनतेच्या पिळवणुकीवर आधारित आहे, या सत्यदर्शनानं अन्वरला स्वतःचा तिरस्कार, घृणाही वाटत होती.

याच अवामच्या बेहतर जिंदगीसाठी तर समाजवाद आणायचा आहे; त्यांना शिक्षण - आरोग्य सुविधा द्यायच्या आहेत. त्यांना त्यांच्या गुलामीची, हलाखीची जाणीव करून देत त्यांच्यात वर्गसंघर्षाची बीजं पेरायची आहेत. हेच तर आपल्या पक्षाचं इतिहासदत्त कार्य आहे व त्याचे आपण निष्ठावान सैनिक आहोत. ही भावना हत्तीभर बळ देत होती व कामाचे डोंगर उपसायला प्रवृत्तही करीत होती!

तरीही एक उदासवाणा विचार मन काळवंडून टाकायचा. हे या जन्मी, आपल्या आयुष्यात शक्य होणार आहे का ?

मार्क्स 'धर्म ही अफूची गोळी आहे,' असं का म्हणाला होता, याचा काहीसा अंदाज या सहा महिन्यांत त्याला येत होता. धर्म व मुल्ला-मौलवींच्या अपार श्रद्धेनं लोकांची मनं नुसती पंगू झालेली होती. असं का, का म्हणून स्वतःच्या पशुवत जिण्याबद्दल प्रश्नच उठत नव्हते. अन्वरनं घसा कोरडा करीत पुन्हा पुन्हा सांगितलं तरी त्यांच्या डोक्यात ते शिरत नसे. यांना मग कसं सन्मुख करायचं, परिवर्तनाला?

एकच उपाय दिसत होता - शिक्षणाचा. शासन त्याबाबतीत उदासीन होतं. मदरशांची संख्या वाढत होती. त्याला शासनाबरोबर धर्मसंस्थेचं सक्रिय प्रोत्साहन होतं.

शासनयंत्रणेवर रेटा वाढवून, शिक्षणाचा सार्वत्रिक प्रसार करणं व मग या नवशिक्षितांना क्रांतिप्रवण करणं, हा मार्ग केवढा दीर्घ पल्ल्याचा व कित्येक पिढ्यांचा आहे. एवढा वेळ आपणाकडे आहे?

गेल्या सहा महिन्यांत दर महिन्याला एकदा तरी अन्वर सूरकेलाईला दोन दिवसांसाठी तराकीकडे जायचा. त्याच्याशी चर्चा करायला, आपले विचार स्पष्ट करून घ्यायला. एकदा अमीनही तिथे झरीनाला भेटण्यासाठी आला होता. तेव्हा परतताना दोघे हेरतपर्यंत बरोबर होते.

या प्रवासात बोलताना अमीन म्हणाला, "नेमक्या याच थिंकिंग प्रोसेसमधून मीही गेलो आहे. या मार्गानी क्रांती घडवायला शतकं लागतील. शिवाय शिक्षणानं मन 'नवनवोन्मेषशाली' बनतंच असं नाही! तुझे ते प्रोफेसर करीमुल्ला घे - एवढे विद्वान,

पण पक्के धार्मिक. म्हणून आपल्या क्रांतीसाठी अडसर. खरंच या धर्मांधतेच्या सीमेवर पोचलेल्या कट्टर इस्लामिक बांधवांमध्ये क्रांतीची बीजं रोवणं फार कठीण... जवळपास अशक्यप्राय आहे. पुन्हा आज त्यांच्यात असंतोष नाही; अशा परिस्थितीत त्यांना संघटित करणं, त्यांना वर्गविग्रहाची जाणीव करून देणं अवघड आहे. आपल्या जन्मी ते साध्य होणं नाही. म्हणून मी व जनाब तराकी वेगळा मार्ग चोखाळत आहोत. तो यशस्वी झाला तर भविष्यात इतर राष्ट्रं बोल्शेव्हिक किंवा चायनाच्या क्रांतीपेक्षा आपला मार्ग चोखळतील; पण तुझ्या त्या नाच्या करमालच्या बथ्थड डोक्यात हे शिरेल तर कप्पाळ!''

त्यांचा वेगळा मार्ग कोणता आहे, हे जाणून घेण्यास तो उत्सुक होता!

''अन्वर, लष्करी अधिकारी व विद्यार्थी - खास करून कॉलेज व युनिव्हर्सिटीमधील विद्यार्थी हे आम्ही टार्गेट ठरवलं आहे. त्यांच्यात क्रांतीचा स्फुलिंग पेटवला की त्यांच्या माध्यमातून लष्करी क्रांती होऊ शकते; पण तिची विचारधारा मात्र मार्क्सवादी असेल. या चार महिन्यांत मी जवळपास दोन-अडीचशे प्रमुख लष्करी अधिकाऱ्यांना भेटलो आहे व त्यांना मार्क्सवादाची दीक्षा दिली आहे. मुख्य म्हणजे कर्नल अब्दुल कादिर हे गुप्तपणे आपल्या 'खल्क'मध्ये सामील झाले आहेत. आज हेच सांगण्यासाठी मी सूरकेलाईला आलो होतो. तू पाहत रहा अन्वर, पुढील दशकातच आपण क्रांती करू. इन्शा अल्ला.''

अन्वरला वाटलं, क्रांतिप्रवण 'खल्क' पक्षाचं राज्य लष्करी क्रांतीनं आलं तर काय बिघडलं ? अपने जीते जी ये सपना साकार हो सकता है! आपलं राज्य आल्यावर सक्तीचं शिक्षण करू व काही वर्षांतच साक्षरता आणून सारी अवाम पुरोगामी - क्रांतिदर्शी करून टाकू...

आज अचानक आलेल्या सलमा व इलियासला पाहून त्याला एकदम ताजंतवानं वाटू लागलं. अलीकडे त्यांचे घनिष्ट असे कौटुंबिक संबंध जडले होते. सलमाची तान्याशी चांगलीच गट्टी जमली होती!

''खरं सांगू का, आज मी तुझ्या काळजीनंच साहेबांना आणलंय.'' सलमा सुकामेवा तोंडात टाकीत चहाचे घुटके घेत म्हणाली, ''मुझे पहलेसेही अंदेशा था, वो आज सच साबित हुवा, लेकिन तूने क्या सोचा है? किस के साथ जायेगा तू?''

''तोच तर सवाल आहे सलमा.'' अन्वरलाही मन मोकळं करायचं होतं. तान्यापेक्षा आपली मन:स्थिती सलमा बेहतर समजू शकते, असं त्याला वाटायचं. ''एकीकडे तराकी व अमीन सर, दुसरीकडे करमाल व अनाहिता. मीच काय

सारे कार्यकर्ते जनाब तराकींना सर्वोच्च नेते मानतात. त्यांच्या जोडीला आहेत हफिजुल्ला अमीन, माझे उस्ताद. त्यांनीच तर माझ्यावर मार्क्सवादाचे संस्कार केले आहेत. त्या दोघांना सोडता येत नाही...'' क्षणभर थांबून एक दीर्घ सुस्कारा टाकीत तो पुढे म्हणाला, ''आणि इकडं करमाल साहेब आहेत. लोकप्रिय करिस्मॅटिक विद्यार्थी नेते. त्यांचा उदारमतवाद, सर्वसमावेशक दृष्टिकोन व पुरोगामित्व मला मोह घालतं. पण अफसोस की बात कि, ये दोनों अलग अलग हो गये हैं. मुझे दोनों चाहिए. जानेवारी ६५ मधला एकसंध पक्ष मला हवा आहे. मैं एक को छोडके दुसरे गुट में शामिल नहीं हो सकता.''

''पण ती आता वस्तुस्थिती आहे अन्वरभाई. ये सच्चाई कबूल करना चाहिये.'' इलियास म्हणाला.

''मला कळत नाही, एवढी विचारी व सुज्ञ असणारी अशी नेते मंडळी का खुळ्यासारखी वागतात?'' अन्वरच्या शब्दाशब्दात हताशा व तीव्र निराशा होती. 'त्यांना ही साधी बाब कळत नाही का की, मुळातच पक्षाची ताकत कमी होत आहे. या फुटीमुळे चळवळ कमजोरच होणार ना?''

''रिलॅक्स अन्वर, रिलॅक्स!'' इलियास त्याची पाठ थोपटत म्हणाला, ''मी ओरिएंटल हिस्ट्री अभ्यासताना समाजशास्त्र अन् मानसशास्त्रही अभ्यासलं आहे. या तिन्ही विद्याशाखांच्या तौलनिक अभ्यासाच्या आधारे सांगू शकतो की ही फूट अटळ होती.''

''ती कशी काय सर?''

''तराकी अन् अमीन हे दोघेही अफगाणिस्तानच्या समाजरचनेत हलक्या वंशाचे समजले जातात. तराकी हे भटक्या गिलझाई टोळीचे, तर अमीन खरोटी वंशाचे पुश्तून आहेत. याउलट करमाल हा राजवंशीय, गव्हर्नरचा साहेबजादा. तुम्ही त्याला चेष्टेनं 'रॉयल कम्युनिस्ट' म्हणताच की. तिघेही पठाण असले तरी तराकी - अमीनची समान पार्श्वभूमी असल्यामुळे ते परस्परांच्या संगतीत मनमोकळे असतात आणि राजवंशीय पठाणांच्या रक्तात भिनलेली श्रेष्ठत्वाची भावना करमालसारख्यांना त्यांच्यात मिसळायला अडचण निर्माण करते. तो बुद्धिजीवी ताजिकांत जास्त लोकप्रिय असण्याचं हे कारण आहे. तराकी नेहमीच आपला करिश्मा वाढवण्यासाठी आपल्या गरिबी, शिक्षण व संस्काराच्या बौद्धिक परंपरा नसलेल्या गिलझाई टोळीच्या पार्श्वभूमीचा उल्लेख करतात. त्यांचा उद्देश आपण असामान्य कर्तृत्ववान असून आपण सेल्फमेड आहोत, हे ठसवण्याचा असतो...''

इलियासचं तर्कशुद्ध विवेचन अन्वरला पटत होतं!

"याउलट आहे करमालचं! तो श्रीमंत, सरदार घराण्यातला गव्हर्नरचा बेटा. रूप, बुद्धी व जन्मजात अधिकाराचं वरदान मिळालेला, तोंडात चांदीचा चमचा घेऊन जन्मास आलेला असूनही गरिबांच्या, अवामच्या कळकळीनं समतावादी कम्युनिस्ट बनतो व त्यांच्यासाठी लढे लढतो, ही त्याची प्रतिमा आहे, ती वास्तवच आहे. अवामला असे श्रीमंती, शाही वातावरणातून आलेले व त्यांच्यासाठी लढणारे नेते आवडतात. हे त्याच्या लोकप्रियतेचं रहस्य आहे.''

"म्हणजे या दोघांच्या जनाधाराचे, लोकप्रियतेचे मूलाधार भिन्न भिन्न आहेत...''

"केवळ भिन्नभिन्नच नाही, ते परस्परविरोधी आहेत, एकमेकांच्या हितसंबंधांना काट मारणारे आहेत. ते दोघे एकत्र असणं म्हणजे सर्व समाज एकत्र असण्यासारखं आहे. कारण त्यांच्या माध्यमातून गरीब-श्रीमंत व भिन्नभिन्न वंशीय जनता एक होऊ शकते! पण ते एकत्र राहणं कठीण आहे. कारण दोघांनाही निरंकुश सत्ता, स्वत:चा निर्विवाद प्रभाव हवा आहे. दोघेही महत्त्वाकांक्षी आहेत. त्यांच्यात नेहमीच 'लव्ह-हेट' रिलेशनशिप राहणार आहे!''

"त्या दोघांना हे कदाचित मनोमन नक्कीच माहीत असेल.'' सलमा म्हणाली, "ते दोघे महत्त्वाकांक्षेच्या सापळ्यातून राष्ट्रहितासाठी मुक्त झाले, त्यांनी परस्परांना सांभाळून घेतलं तरच पक्ष मोठा होईल, अन्यथा नाही.''

"या साऱ्या विवेचनात तुम्ही अमीन सरांना विसरत आहात.'' तान्या म्हणाली, "मला वाटतं, लोकप्रियतेत ते कमी असले तरी ते तेवढेच महत्त्वाचे घटक आहेत.''

"यू आर राइट तान्या.'' इलियास म्हणाला, "अमीनही महत्त्वाकांक्षी, तसाच धूर्त, पाताळयंत्री आहे. मुख्य म्हणजे त्याची विचारसरणी स्पष्ट आकलन असलेली आहे आणि त्याचा सर्वांत मोठा प्लस पॉइंट आहे, त्याचं संघटनकौशल्य. त्याबाबतीत कदाचित तो करमालपेक्षाही सरस आहे; पण त्याच्यात अशा काही मोठ्या निगेटिव्ह बाबी आहेत की, ज्या तुलनेनं तराकी व करमालमध्ये अत्यंत कमी आहेत!''

अमीन हा अन्वरचा शिक्षक असल्यामुळे त्याच्याबद्दल तो तटस्थपणे वस्तुनिष्ठ विचार कधीच करू शकत नसे. त्यामुळे त्याच्या वागण्यातल्या अनेक विसंगती नजरेस पडूनही त्याबाबत त्यानं कधी चिकित्सक विचार केला नव्हता. आज तटस्थपणे इलियास त्याचं व करमाल-तराकीच्या स्वभाव, गुणदोषांचे मार्मिक विवेचन करीत होता. त्यातली यथार्थता त्याला पटत होती!

"अमीन माणसं वापरणारा व ती वापरून त्यांना फेकून देणारा वाटतो. तो आज स्वत:ला तराकीचा शिष्य व कनिष्ठ सहकारी म्हणवून घेत असला तरी तो त्याच्या डावपेचाचा भाग आहे - त्याची इतरांना प्रभावित करण्याची कला विलक्षण

आहे. अवघ्या दोन वर्षांतच तो तराकीचा उजवा हात झाला. मला शंका आहे, पक्ष फुटण्यात त्याचा मोठा हात असावा. त्यानंच पद्धतशीरपणे व एकेकाला प्रभावित करीत पठाण-पठाणेतर वंशभेद फुलवला असणार. तसं करण्यानं आज जो 'खल्क' राहिला आहे, त्यात त्याचं स्थान तराकीच्या खालोखाल असणार आणि त्याचं संघटनकौशल्य पाहता तराकींना नामधारी अध्यक्ष करून तो पूर्ण पक्ष हां हां म्हणता ताब्यात घेईल. ही इज मास्टर ऑफ हिज ओन अँड डिसायपल ऑफ नन्. लक्षात ठेव.''

गडद अंधारातून एकदम लख्ख प्रकाशात यावं आणि डोळे दिपून जावेत, तसं अन्वरचं झालं होतं. अमीनच्या व्यक्तिमत्त्वाचं हे विश्लेषण क्लेशदायी पण संभ्रम मिटवणारं होतं!

''खल्क' फुटीचं आणखी एक कारण असावं, अन्वर!'' सलमा म्हणाली, ''मी तुमच्या पक्षापासून आज अलग झाले असले तरी आजही संसद सदस्य आहे आणि जनाब करमाल साहेबांची संसदीय कारकीर्द जवळून पाहते आहे, तराकी व अमीननाही मी ओळखते...''

अन्वर तिच्याकडे शांतपणे पण उत्सुकतेनं. ती आता इलियासपेक्षा वेगळी अशी कोणती कारणमीमांसा पक्षफुटीच्या संदर्भात करते हे ऐकू लागला.

तिच्या कारणमीमांसेनं अन्वरला नव्या जाणिवांचा साक्षात्कार झाल्यासारख वाटलं.

''अमीन व तराकी ६५ च्या लोया जिरगाच्या निवडणुकीत पराभूत झाले, तेव्हाच त्यांचं पठाणात असलेलं निर्विवाद स्थान आणि पठाणेतरांतील नगण्य स्थान अधोरेखित झालं होतं! मतांच्या गणितात ते पराभूत झाले होते. निवडणुकीत सर्व वंशांचा पाठिंबा आवश्यक होता, तो अमीनला मिळणं शक्य नव्हतं. इतर वंशीय तराकीकडे त्याची हलकी टोळी, भटकी जमात आणि पक्षून प्रश्नावरची जाज्वल्य निष्ठा यामुळे संशयानं पाहत होते व हातचं राखून पाठिंबा देत होते, हे निवडणुकीतील पराजयानं स्पष्ट झालं होतं! आणि अन्वर, हाच तराकीच्या धोरणात्मक बदलाचा पाया आहे असं मला वाटतं.'' सलमा म्हणत होती. ''आजवर ते 'राष्ट्रीय लोकशाही'चा पुरस्कार करीत होते. पण संसदीय खेळीत ते कधीच पुढे येऊ शकणार नाहीत. कारण ते राजकारणी नाहीत, स्टेट्समन - मुत्सद्दी आहेत. तत्त्वांच्या बाबतीत आग्रही, सडेतोड आहेत! अमीनची बात अलग आहे. तो लोकप्रिय नेता कधीच बनू शकणार नाही, कारण तो मुळातच हुकूमशाही वृत्तीचा आहे! अवामला आकर्षित करणारं त्याचं नेतृत्व नाही. ही इज ए मॅन ऑफ ऑर्गनायझेशन - नॉट मासेस. त्यामुळे त्याच्यासाठी संसदीय मार्गाचा अवलंब करणारी नॅशनल डेमॉक्रसी कुचकामी

आहे. त्यांनं हे तराकींना पटवून दिलं असणार."

"पण त्यांनी तरी ते का मानावं ?"

"राजकारण, अन्वरमियाँ, राजकारण! प्युअर, सिंपल बट रूथलेस पॉलिटिक्स!" सलमाचा स्वर कडवट झाला होता, "एका म्यानात दोन तलवारी मावू शकत नाहीत. ज्या मार्गानं करमाल लोकप्रिय होईल, त्या मार्गानं तराकी कधीच जाणार नाहीत. कारण त्यांच्यातही एक अट्टल राजकारणी दडलेला आहे. आजच्या घडीला अमीन जास्त उपयोगी आहे, म्हणून करमालचा पक्षत्याग ते रोखणार नाहीत, त्यांची तशी मन्शाही असणार नाही!"

"हेच करमाललाही लागू होतं!" इलियास म्हणाला, "त्याचं सामर्थ्य आहे राजवंशाच्या शिक्क्यामुळे. पठाणेतरांनाही मान्य होणारं नेतृत्व आणि करिश्म्यामुळे लाभलेली सर्व स्तरांतील लोकप्रियता. त्यातून त्याला पक्ष अधिक बलवान करता येतो, आपली पकड अधिक मजबूत करता येते!"

"पण यापुढे त्याला पठाणांचा आजच्यासारखा पाठिंबा राहील का?" अन्वर म्हणाला, "आय ॲम रादर डाउटफुल. कारण यापुढील काळात अमीन सर व जनाब तराकी पठाणांची वंशश्रेष्ठत्वाची भावना आपलं स्थान कायम राखण्यासाठी फुलवत नेतील. त्यांना दुसरा चारा नाही. या फुटीमुळे दोघांचीही ताकद फार वाढणार नाही, फक्त आपली प्रभावपेढी ते वाढवतील. पण ती आम्ही जी क्रांतीची स्वप्नं पाहत आहोत त्यासाठी फारशी मददगार साबित होणार नाही!"

"यू आर राइट अन्वर! समअप करायचं झालं तर मी असं म्हणेन की, तिघांनाही इतिहासात आपल्या कामानं नायकत्वाची मुद्रा उमटवायची आहे व त्यातूनच तिघांत भविष्यात संघर्ष होणार आहे."

दिवाणखान्यात बोचक शांतता पसरली होती! अन्वरच्या शंका मिटल्या होत्या, पण आकलनामुळे सुन्न बधिरता जाणवत होती. तान्या किचनमध्ये जेवणाचं पाहायला निघून गेली होती, तर इलियास मेजावरील पुस्तकं चाळत होता. अन्वर व सलमा समोरासमोर मुग्ध बसून होते.

बादशाही खतम! दाऊदखान सत्तेवर

''बाले... बाले... हॅलो... हॅलो...''

पलीकडून बोलणाऱ्या व्यक्तीचा आवाज रिसिव्हरमधून घरंगळत होता. तो करीमुल्लांच्या हातून केव्हाच गळून पडला होता! पायातलं बळ सरलं होतं व ते बाजूच्या कोचावर कोलमडले होते.

त्यांच्या डोळ्यांसमोरून मेनहाजुद्दिनचा हसरा व प्रसन्न चेहरा जात नव्हता.

आता मेनहाजुद्दिन गाझीजच्या रूपानं दररोज अवतरणारी प्रभात संपली होती. आज पहाटे वृत्तपत्र कचेरीतून काम आटोपून घरी जाताना मेनहाजची त्याच्या पुतण्यासह दोन अज्ञात मारेकऱ्यांनी गोळ्या घालून हत्या केली होती. दुसरा पुतण्या मात्र थोडक्यात वाचला. त्याच्या फक्त खांद्याला जखम झाली होती. ही खबर शमसूनं फोनवर करीमुल्लांना दिली होती.

काल रात्री बारापर्यंत प्रोफेसर बहरुद्दिन रब्बानीच्या मेजवानीला मेनहाज उपस्थित होता. त्याच्या तेथे करीमुल्लांशी दिलखुलास गप्पा झाल्या होत्या. मेनहाजसोबत त्याचे पुतणे जहीर व झाकिरही होते. झाकिर अमेरिकेत आर्किटेक्चरचं शिक्षण घेत होता व सध्या सुट्टीवर काबूलला आला होता. तो करीमुल्लांना चांगलाच प्रभावित करून गेला होता. त्याचं मुख्य कारण म्हणजे त्याची देशप्रीती. तो म्हणाला होता, ''सर, मी काही तिथं सेटल होणार नाही. आपले बरेच अफगाणी तिथल्या फ्री लाइफ स्टाइलला भुलतात. पण माझ्यावर चाचा मेनहाजुद्दिनचे संस्कार आहेत, मुख्य म्हणजे मी राजा अमानुल्ला व हबीबुद्दिनच्या वंशातला आहे, त्यांचा वारस आहे. मला राजकारणात रस नाही, पण उत्तम वास्तुशास्त्रज्ञ बनून मला देशाचं ऋण फेडायचं आहे.''

रब्बानीच्या मेजवानीनंतर करीमुल्ला त्यांना सोडण्यासाठी आपली गाडी

घेऊन गेले होते! सोबतीला शमसुद्दिन होता. 'सर,' मेनहाज म्हणाला, ''मला अखबारखान्यात जायचं आहे. आपल्या 'इस्लाम' मासिकाचा पुढील महिन्याचा मजकूर पूर्ण कंपोज झाला आहे, तो वाचून दुरुस्त करायचा आहे. कारण उद्या छपाई सुरू केलीच पाहिजे... नाहीतरी रात्री मला उशिरापर्यंत झोप येतच नाही.'

मेनहाज हा १९६८ पासून 'गाझीज' नावाचं साप्ताहिक चालवत होता. करीमुल्ला त्याच्या संपर्कात आले, तेव्हा त्यानं त्यांच्यापुढे 'इस्लाम' या मासिक पत्रिकेची कल्पना मांडली. पुश्तू भाषेतून वृत्तपत्राच्या माध्यमातून इस्लामचा प्रचार व प्रसार करणं आणि इस्लामविरुद्धच्या टीका-टिप्पणीला उत्तर देऊन इस्लामी जीवनदृष्टी आजही प्रचलित आधुनिक जीवनात कशी उपयुक्त व टिकाऊ आहे, हे मांडणं हा मेनहाजचा उद्देश होता. तो करीमुल्लांना पसंद पडला. म्हणून ते 'इस्लाम'मध्ये दरमहा लिहू लागले होते.

'गाझीज' व 'इस्लाम' ही पत्रं मेनहाजचं जीवन होतं. सारा वेळ या पत्रांच्या कामासाठी व लेखनासाठी तो खर्चायचा. 'अखबारखाना' असं त्याच्या कार्यालयाचं नाव करीमुल्लांनीच सुचवलं होतं.

''तू शैतान का बच्चा है मेनहाज,'' करीमुल्ला हसत हसत म्हणाले होते, ''ही काय वेळ आहे अखबारखान्यात जायची?''

''नाही सर, मला घरी झोप येणार नाही.'' मेनहाज म्हणाला, ''सोबत झाकिर आहे. त्यालाही या वेळी तिथं अमेरिकेत दिवस असल्यामुळे झोप येत नाही.''

''हां सर, माझ्या झोपेचं वेळापत्रकच बिघडलं आहे.'' झाकिर हसत म्हणाला, ''म्हणून आज चाचांना जरा मदत करतो. यू नो सर. तिथं मी 'प्रोग्रेसिव्ह ऑर्गनायझेशन ऑफ अफगाणिस्तान' या संस्थेचं मुखपत्र एडिट करीत असतो.''

''ही तीच संस्था आहे भाईजान.'' शमसू मध्येच म्हणाला, ''त्या काफिर हाफीजुल्ला अमीननं स्थापन केलेली.''

''सच कहा तुमने शमसू भाई.'' हसत झाकीर म्हणाला, ''पण आपल्याच माणसाला 'काफिर' का म्हणायचं? आपला इस्लाम भाईचारा आणि माणसांवर प्रेम करायला शिकवतो... अमीन सरांचा मी विद्यार्थी आहे. त्यांची डावी विचारसरणी मलाही साफ नापसंत आहे. त्यांच्या मार्गानं आपला देश पुढे येणार नाही... पण असं नावं ठेवून का त्यांचा मुकाबला होणार आहे?''

''बिल्कुल दुरुस्त कहा तुमने झाकिर.'' करीमुल्ला म्हणाले, ''माझा तोच आग्रह आहे. आमच्या नौजवान सुशिक्षित तरुणांना इस्लामचा खरा अर्थ सांगून इस्लामिक जीवनपद्धत आणि जीवनमूल्यांना प्रतिष्ठा प्राप्त करून दिली पाहिजे.''

''या मार्गावर आम्ही बरेच पुढे आलो आहेत झाकिर.'' शमसू म्हणाला, ''नुकतीच झालेली सिनेटची निवडणूक - काबूल विद्यापीठात प्रथमच या वर्षी १९७२ साली आमची 'जवानन-ए-मुसलमान' (मुसलमान युवक संघटन) विद्यार्थिसंसदेवर बहुमतानं निवडून आली आहे. तुझ्या भाषेत सांगायचं झालं तर, इट इज ए टोटल अँड क्लीन स्वीप...''

''याचं बरंचसं श्रेय झाकिर, मी तुझ्या चाचाला, मेनहाजला देईन. त्याच्या 'गाझीज' व 'इस्लाम' पेपरनी तरुण विद्यार्थ्यांत जागृती घडवून आणली. कम्युनिस्ट वृत्तपत्रांचा प्रभाव आम्ही या माध्यमातून निश्चितच कमी केला आहे.'' करीमुल्ला म्हणाले.

''माफ करा सर, मी अमेरिकेत असलो तरी नियमितपणे ही दोन्ही पत्रं वाचतो. तुम्ही अफगाणी नौजवानांना खऱ्या इस्लामबाबत बुद्धिनिष्ठ - तर्कनिष्ठ सांगून प्रबोधन करीत नाहीत, तर भडकपणे अँटिइस्लामिक बोगी दाखवून, त्यांना धर्मांध बनवीत आहात! तुमच्यापुढे जो तरुण आहे तो मदरसा शिक्षण घेऊन कट्टर पंथवादी बनलेला असा आहे, त्याला बहकावणं सोपं आहे. मेनहाज चाचांशी याबाबत मी भांडणंही केली आहेत.''

''हे मात्र खरं बरं का जनाब करीमुल्ला साब.'' हसत मेनहाजनं कबुली दिली. ''हा माझा पुतण्या भारी कुशाग्र आहे. प्रत्येक गोष्ट तर्काच्या कसोटीवर घासून पाहत असतो. त्याला मी तरी पटवून देऊ शकलो नाही की धर्म हा तर्काच्या पलीकडे दिल का अहसास है.''

''हां झाकिर बेटे - इस्लामी असणं म्हणजे त्या अल्लातालाच्या चरणी संपूर्ण मनोभावे लीन होऊन शरणागती पत्करणं, त्याचा दूत हजरत मोहंमद पैगंबरांना अखेरचा प्रेषित मानणं आणि कुराण हा ईश्वराचा अंतिम शब्द मानून त्याप्रमाणे वागणं. हे तर इस्लामियतचं सार आहे. ते सोडलं तर आपली इस्लामिक आयडेंटिटी राहणार कशी?'' करीमुल्ला म्हणाले.

गंभीर होत झाकिर म्हणाला, ''सर, इथंच तर माझा मतभेद आहे. ही आपली 'दीने कामील'ची भूमिका मला नाही पटत! जगात अपरिवर्तनीय असं काही असूच शकत नाही. कुराण विशद करणारी माणसंच आहेत ना! दिव्य कुराणाच्या विश्लेषणात एवढे मतभेद, एवढी तफावत का दिसून येते? मी काही कम्युनिस्टांप्रमाणे निरीश्वरवादी भूमिका घेत नाही. पण आजही आपण वागताना प्रत्येक वेळी कुठं इस्लामची कसोटी लावतो? अफगाण माणसं दारू पित नाहीत की अफू-हशीशची नशा करीत नाहीत? स्त्रियांसाठी केवळ चादर असताना पूर्ण बुरखा का आणला आपण? हजरत साहेबांनी

त्या वेळी औरत जातीला जे अधिकार दिले, ते आज आपण त्यांना देत आहोत का?''

अस्वस्थ होत करीमुल्ला म्हणाले, ''तुला नेमकं काय सांगायचं आहे झाकिर?''

''एवढंच की, आजच्या जमान्याबरोबर आपणही काही आधुनिक मूल्यं स्वीकारली पाहिजेत. विज्ञानाचा स्वीकार, उदारमतवाद आणि लोकशाही राज्यव्यवस्था ही तत्त्वं जगभर प्रचलित झाली आहेत. ती स्वीकारूनही आपण इस्लामिक राहू शकू...'' झाकिर सडेतोडपणे म्हणाला, ''सर, तुमच्या इस्लामी पुनरुज्जीवनवादाच्या मार्गानं हा देश फार प्रगती करील, असं मला वाटत नाही. आणि कम्युनिस्टांचा मार्गही या देशाला परवडणारा नाहीये! आजची 'जैसे थे' स्थितीही मला योग्य वाटत नाही. उदारमतवादी गटाची शक्ती क्षीण आहे. त्यांचा आज प्रभाव अत्यंत कमी आहे. तुमचा बुद्धिमंत मुस्लिमांचा गट व हा पाश्चात्य शिक्षण घेतलेला उदारमतवादी गट एक झाला तरच एक सशक्त प्रवाह निर्माण होईल व तोच या देशाचं रूप बदलू शकेल... मैवांडमाल व तुमचा गट एकत्र यावा, असं मला वाटतं. मी सहा महिन्यांनी डिग्री घेऊन परत येईन, तेव्हा मी तुमच्या दोघांतला दूत म्हणून, पूल म्हणून अवश्य काम करीन.''

''तुझ्या या दलिलवर मी जरूर गौर करेन बेटा...'' झाकिरची पाठ थोपटीत करीमुल्ला म्हणाले. आणि त्या दोघांना अखबारखान्यात सोडून घरी परतले. आणि पहाटे ही खबर शमसूनं दिली. ते अस्वस्थ होत किती वेळ ''या अल्ला... या अल्ला'' असं पुटपुटत राहिले.

मेनहाजच्या दफनविधीनंतर झालेल्या शोकसभेमध्ये संसद सदस्य लतीफ, गुल, रब्बानी, पीर सय्यद जिलानी आणि करीमुल्ला हजर होते. इलियास व सलमाची उपस्थिती अकल्पित होती. इलियासचं येणं आश्चर्यकारक होतं, तर सलमाचं खटकणारं. इस्लामी रिवाजामध्ये दफनविधीला स्त्रिया येत नाहीत. आणि हा दफनविधी इस्लामनिष्ठ मेनहाज गाझीजचा होता! साऱ्या उपस्थितांच्या नजरेत संतापाची छटा दिसून येताच सलमा चूपचाप दूर कारमध्ये जाऊन बसली. आणि साऱ्या माहौलची नजर निवळून गेली.

शमसूचा बोलताना स्वर वरच्या पट्टीतला व टिपेचा होता.

''सचमुच आज इस्लाम खतरे में है... या महान शहाबाबांच्या इस्लामिक देशात इससे बडी शर्मनाक और अफसोस की बात दूसरी होही नहीं सकती. मरहूम मेनहाजचा अपराध तरी काय होता? कुणाला त्यांच्यापासून खतरा होता? अवामला?

धर्मनिष्ठ पीर - मौलवी - मुजाहिदीनांना ? मुळीच नाही. तो होता आपण सारे जण ज्यांना सैतान - काफिर मानतो, त्या देव न मानणाऱ्या कम्युनिस्टांना. मेनहाज साहेबांनी त्याला कडाडून विरोध केला होता, तसेच सोव्हिएत युनियनमध्ये मुस्लिमांवर कसे अत्याचार होतात हेही दाखवून दिलं होतं! त्यांची गुप्तचर संघटना के. जी. बी. ही कम्युनिझमचा जगभर प्रसार व्हावा म्हणून काम करते आणि त्यांचे मार्गही हिंस्र व कपटी असतात, हे सत्य मेनहाज साहेबांनी सडेतोड शब्दांत बयां केलं होतं. ते माणसांना किंमत न देणाऱ्या सोव्हिएत डिक्टेटरशिपला सहन झालं नाही. मी हा जाहीर आरोप करतो की, ज्या सहा अज्ञात मारेकऱ्यांनी ही हत्या घडवून आणली, ते के.जी.बी.चे भाडोत्री गुंड होते व त्यामागे काबूलला असणारे रूसचे राजदूत सर्जी किटकेव्ह हे आहेत. बादशहांनी त्यांची ताबडतोब हकालपट्टी करावी.''

मेनहाजचा वृत्तपत्रांतला इस्लामप्रसार भावनेला प्राधान्य देणारा, अंधश्रद्धाळू, भाविक स्वरूपाचा असायचा. देशामध्ये सोव्हिएत युनियनचा वाढता राजकीय व सांस्कृतिक प्रभाव आणि मिळणाऱ्या रशियन भरघोस मदतीमुळे येणारा मिंधेपणा पाहता मेनहाजचं प्रतिपादन फार मोठ्या वर्गाला पटायचं की, देशाला पुढील भविष्यात रूस व त्याच्या कम्युनिझमचा धोका आहे. शमसूच्या उघड व धीट आरोपांना त्यामुळे महत्त्व होतं. ते खरं वाटत होतं!

करीमुल्लांना शमसूच्या धारिष्ट्याचं मनोमन कौतुक वाटलं आणि भीतीही. बादशहा व पंतप्रधान हा आरोप किती गंभीरतेनं घेतील? हा दोन देशांतील राजनैतिक संबंधांचा प्रश्न होता. इथं उपस्थित असणारा तो बी.बी.सी.चा वार्ताहर डेनिस उद्याच्या त्याच्या 'काबूल डिस्पॅच'मध्ये हे ठळकपणे मांडेल. तेव्हा सोव्हिएत युनियनची प्रतिक्रिया केवढी तीव्र असेल?

दुसऱ्याच दिवशी शमसूला अटक करण्यात आली!

गुल रब्बानींनी त्याच्या अटकेच्या निषेधार्थ काबूलमध्ये आजवरचा सर्वांत मोठा जुलूस काढला. प्रतिसाद उत्स्फूर्त होता. करीमुल्लांना वाटलं, आपल्या शेकडो धार्मिक प्रवचनांनी जे काम आजवर झालं नाही, ते शमसूच्या एका घणाघाती आरोपानं व अटकेनं एका दिवसात घडून आलं आहे. आपल्या इस्लामिक अफगाणिस्तानमध्ये दाऊदच्या जमान्यापासून पद्धतशीरपणे इस्लामियत कमी कमी करणं व डाव्या विचारांना प्रतिष्ठा देणं चाललं होतं, त्याला या मोर्चामुळे खीळ बसणार होती. आणि पुन्हा एकदा धर्माचा नारा व रीतीरिवाज, चाल-चलन बुलंद होणार होतं. विशेषत: मोर्चाला लाभलेल्या अपूर्व प्रतिसादाची हुकमतीला गांभीर्यानं

दखल घ्यावी लागेल.

करीमुल्लांचं हे निदान अचूक ठरलं.

तीनच दिवसांत बादशहा जहीरशहानं हस्तक्षेप करून पंतप्रधानांचा निर्णय फिरवीत शमसुद्दिनला मुक्त केलं आणि सोव्हिएत युनियनला त्यांचा राजदूत सर्जी किटकेव्हला परत बोलवावं, असं लेखी पत्र पाठवण्यात आलं...

डेनिसनं आपल्या बी.बी.सी.वरील एका डिस्पॅचमध्ये म्हटलं होतं,

''सहाव्या दशकाचा उत्तरार्ध व सातव्या दशकाचा प्रारंभ हा अफगाणिस्तान - खास करून काबूल शहरासाठी धार्मिक, आर्थिक, इस्लामिक पुनरुज्जीवनाच्या चळवळीनं व्यापलेला आहे. वाढत्या कम्युनिझमला विरोध म्हणून तेवढ्याच तीव्रतेनं धार्मिक निदर्शनं व चळवळी सातत्यानं होत आहेत. यामागे शोर बाजारचे हजरतसाहेब, नक्शबंदी संप्रदायाचे जनाब मीर अली व पीर सय्यद जिलानींसारखे परंपरेतून पुढे आलेले नेते आहेत, तसेच प्रोफेसर करीमुल्लांसारखे धार्मिक बुद्धिवादी नेतेही आहेत व संसद सदस्य लतीफसारखे लोकप्रतिनिधीही आहेत. सर्वांत महत्त्वाचं योगदान आहे ते मात्र गुल, रब्बानी, शमसू या त्रयीचं. पुढील काळात ही त्रिमूर्ती आणि सोव्हिएत युनियनवादी तराकी, करमाल आणि अमीन ही त्रिमूर्ती यांचा दिलचस्प व तीव्र संघर्ष होण्याची बीजं या सातव्या दशकात पेरली गेली आहेत! एकूणच हा कालखंड अस्वस्थ खदखदीचा व वैचारिक संघर्षाचा आहे. तो उभारणारे व पुढे नेणारे नेते कसे वागतात व परिस्थिती काय कलाटणी घेते, यावर उद्याचा अफगाणिस्तान कसा असेल, हे ठरणार आहे. तो डावीकडे झुकलेला असेल की धार्मिक पुनरुज्जीवनाच्या चळवळीनं प्रेरित होऊन अधिक इस्लामिक होईल, हे आज सांगणं कठीण आहे. पण दोन्हीही शक्यता तेवढ्याच वास्तव वाटतात.''

इस्माइल हे एक प्रश्नचिन्ह होतं. राजकीय व सामाजिक प्रश्नचिन्ह. १९७२ साली अफगाणिस्तानमध्ये विस्तृत प्रदेशात दुष्काळ पडला होता. गहू-कापूस ही पिकं बुडाली होती. शेतकऱ्यांच्या वैभवाची खूण समजल्या जाणाऱ्या कारागुल जातीच्या मेंढ्याही कसला तरी अज्ञात रोग पडून प्रचंड प्रमाणात मरण पावल्या. हा दुहेरी फटका शेतकऱ्यांना हताश व कर्जबाजारी बनवून गेला!

अन्वरच्या शेतीचंही अमाप नुकसान झालं होतं, पण सईदनं फळबागा व काबूल नदीवरून पाइपलाइनद्वारे सिंचन करून गहू-कापसाचं पीक बऱ्याच प्रमाणात वाचवलं होतं. त्याचं अन्वरला कौतुक होतं!

पण त्याच वेळी सईदनं अनेक शेतमजुरांना कामावरून काढून टाकलं होतं,

तर इस्माइलची मजुरी निम्म्यानं कमी केली होती. त्याला निम्मी मजुरी धान्य - सुकामेव्याच्या रूपात मिळायची तर निम्मी पैशाच्या रूपात. तीसुद्धा हप्त्याहप्त्यांनं तोंड वेंगाडल्यावर, चार चारदा हातापाया पडल्यावर. त्या पैशात पोट भरणं कठीण. कारण देशात गव्हाचे भाव कडाडले होते.

"जनाब - कैसे बताऊँ हमारा हाल? हप्ते में दो-तीन बार रात को बस् पानी पीकरही सो जाते हैं।" इस्माइल सांगत होता. "इस बार का रोजा तो मेरे चार साल के बेटे जाफ्री ने भी पूरा महीना रखा था..."

अन्वरनं भुवया विस्फारीत प्रश्नार्थक नजरेनं इस्माइलकडे पाहिलं. मध्येच त्यानं जाफ्रीच्या रोजाचं का काढलं?

"साब, मैं कोई बडा मजहबी आदमी नहीं हूँ. आठ-दस सालसे रोजा रखता हूँ. कधी मुलाबाळांना त्याची सक्ती केली नाही. पण यंदा घरातील झाडून साऱ्यांना रोजा पाळणं भाग पडलं. क्योंकि खाने के फाके थे. रोजा छोडते वक्त खजूर भी मांगकर लाता था मालिकसे - कभी कभार आपके अब्बाजान से. नान के सिवा कुछ खाना-पीना बसकी बात नहीं थी. दो अफगाणी में मिलनेवाला बडा नान अवाम भूल गयी है। आज उसकी कीमत बीस-पच्चीस अफगाणी है और नान भी हमारी जैसे सूखे से सिकुड गयी है."

इस्माइल आता बांध फुटलेल्या प्रवाहाप्रमाणे आवेगानं बोलत होता आणि ऐकताना अन्वर क्षुब्ध होत होता.

"हा, हा तुझ्यावर अन्याय आहे इस्माइल!"

"मुझे क्या पता... न्याय, अन्याय... मी एवढंच जाणतो की, मी पूर्वीसारखंच काम करतो. यंदाच्या दुष्काळात तर पीक तगवण्यासाठी अधिक मेहनत केली. माझ्या पूर्ण कुटुंबानं. पेट में बच्चा होते हुए भी बीबी ने काम में कसर नहीं छोडी थी - शायद इसी वजह हमारा बेटा पैदा होते ही अल्ला को प्यारा हो गया. तरीही खायला पोटभर नाहीच? का मालिकनं मजुरी निम्मी करावी, काहींना कामावरून का काढून टाकावं? या गावात दुसरा कोण शेतावर ठेवेल त्यांना? सारी जमीन-जायदाद आपलीच तर आहे, जनाब. माझे हे हाल आहेत, ज्यांना कामावरून काढून टाकलं त्यांचे काय असतील?"

अन्वरनं त्याच्या हातावर बायकोच्या इलाजाला लागणाऱ्या पैशाव्यतिरिक्त खिशात जेवढे पैसे होते तेही दिले.

जाता जाता इस्माइल थबकला, वळून तो पुन्हा अन्वरकडे आला व म्हणाला, "एक विचारायचं राह्यलं. जनरल दाऊदखान सध्या कोठे आहेत? काय

करतात?''

अन्वर चकित झाला होता. नऊ वर्षांपूर्वी १९६३ मध्ये पंतप्रधान दाऊदखान यांनी पदत्याग करून विजनवास पत्करला होता. एक सामान्य मजूर त्यांची हालहवाल विचारीत होता.

''क्यों? किसलिये?''

''त्यांच्या हुकूमतीमध्ये नानच्या किमती ठरावीक होत्या. दोन अफगाणीला एक नऊ इंची जाडजूड नान...'' इस्माइल म्हणाला. ''ते याबाबत फार कडक होते म्हणे. आज ते पुन्हा मुल्कला हवेत हुजूर. वे हम गरीबों का दर्द-दुखडा जानते थे। बाकी सियासती बातें मैं जानता नहीं, लेकिन उनके जमाने में कम से कम खानेपीने की चीजों की कमी कभी महसूस नहीं हुई. और महंगाई का सामना नहीं हुआ. अब तो सारा बेहाल है हुजूर.''

दाऊदखानला देशातील प्रत्येक स्तरावरचे लोक प्रसंगाप्रसंगानं असंच याद करीत होते!

अन्वरला काबूल विद्यापीठाच्या स्टाफरूममधील प्राध्यापकांची चर्चा आठवली. निमित्त होतं, वृत्तपत्रातील एका बातमीचं. बातमीत म्हटलं होतं की, प्रशासन गव्हाचा काळा बाजार व साठेबाजी करणाऱ्यांविरुद्ध कडक कारवाई करील! अमेरिका व इतर देश व 'फाओ' मार्फत मदत म्हणून पाठवलेला गहू हा सामान्य अफगाणांपर्यंत पोचत नव्हता. भ्रष्ट सरकारी नोकर आणि व्यापारी परस्पर गहू मिळवून काळ्या बाजारात विकत होते. काबूल, मजारेशरीफ, कंदाहार, बामियान वगैरे शहरांत प्रचंड क्षोभ होता. अवाम उत्स्फूर्त निदर्शनं करीत होती, दुकानं लुटीत होती, त्यांना आगी लावत होती. हा जनतेचा सार्वत्रिक असंतोष पाहूनच प्रशासनानं हा इशारा दिला होता. अद्याप कार्यवाही दूरच होती!

''हुकूमत हत्तीप्रमाणे सुस्त व बेगुमान चालते ती अशी.'' एक तरुण प्राध्यापक 'अनीस'चा अंक फडकावीत आवेशानं म्हणाला. ''त्यांना आत्ता कुठे जाग आली आहे. यंदाचा दुष्काळ कमरतोड आहे, याची या मूठभर जमीनदार, नोकरशहा व राजवंशाला खबर तरी आहे की नाही? प्रश्न पडतो आणि संताप येतो.''

''बिल्कुल दुरुस्त फरमाया आपने जनाब.'' दुसरा. ''खेती की पूरी की पूरी पैदावार खत्म हो गयी. अवाम के पास कुछ नहीं - वो दो वक्त की रोटी जुटाने के भी काबिल नहीं रही.''

''माझा तर अंदाज आहे, सरकारी आकडे फक्त शेकड्यात आहेत. निदान

पन्नास हजार लोक तरी भूकबळी पडले असावेत.''

अन्वरच्याही कानी भूकबळीच्या वार्ता येत होत्या. त्याचे अनेक गरीब विद्यार्थी काबूल सोडून गावी जात होते. कारण तेथे त्यांच्या घरची माणसं जगण्याच्या लढाईला भिडली होती...

झाकिरनं 'गाझीज'मध्ये गेल्या पाच-सहा आठवड्यांपासून दुष्काळ व अन्नधान्य टंचाईवर सचित्र 'ऑन द स्पॉट रिपोर्ट' प्रसिद्ध करायला सुरुवात केली होती. ती चित्रं व त्या घटनाच एवढ्या बोलक्या व जिवंत होत्या की, अधिक काही लिहिण्याची गरजच भासत नव्हती. त्या चित्रांतून दिसत होती दूर-दराजमध्ये अफगाण भागातील हाजरा, शिनदाद, गझनी प्रांतांत म्हणजेच हिंदुकुश पर्वतराजीच्या दोन्ही बाजूंच्या भागांत पूर्णत: करपून गेलेली शेतं, उजाड माळरानं व डोंगरमाथे, आटलेल्या नद्या-विहिरी आणि भूक-दुष्काळानं काळवंडलेल्या, सुरकुतलेल्या चेहऱ्यांचे अकाली वृद्ध झालेले शेतकरी–शेतमजूर, त्यांच्या सुन्नपणे जग पाहणाऱ्या बुरखाधारी महिला आणि हातापायांची चिपाडं झालेली मुलं. जणू आफ्रो-आशियाई देशांतील दुष्काळाचं चित्र या शतकात प्रथमच अफगाणिस्तानमध्येही लहरी व क्रूर निसर्गानं काळ्या गडद रंगानं रेखाटलं होतं.

अफगाणिस्तान पूर्वीही गरीब-अविकसित असेल, पण तिथे गरिबातल्या गरिबालाही पोटभर सकस अन्न मिळत असे, सुकामेवाही मुबलक असे. आज ते अफगाण भुकेनं काळवंडलेले होते!

मेनहाजच्या हत्येनंतर 'गाझीज'ची सगळी जबाबदारी झाकिरनं उचलली आणि त्या पत्राला धारदार रूप दिलं होतं. धर्मासोबत सामाजिक व आर्थिक परिस्थितीचे लेखही प्रसिद्ध करून त्याला 'अवाम की आवाज' असं रूप देण्याचा प्रयत्न केला. त्यात त्यानं जमीलाची एक कविता छापली, मेनहाजच्या हत्येच्या निमित्तानं हिंसेचा धिक्कार करणारी आणि अभिव्यक्ति-स्वातंत्र्याचा पुरस्कार करणारी. त्या निमित्तानं अन्वर आणि झाकिर एकमेकांच्या जवळ आले. जमीलाची दुसरी एक दुष्काळावरील नज्मही 'गाझीज'मध्ये आली. विदारक परिस्थितीच्या धगीची वाचकांना चटके देणारी. पुतणीची ती जळजळती कविता वाचून अन्वरही प्रभावित झाला.

अन्वरनं तिला हाक मारीत विचारलं, ''बेटी, केव्हा कविता लिहिलीस? मला माहीतपण नाही... आणि ती 'गाझीज'मध्ये केव्हा पाठवलीस?''

''त्याचं असं झालं चाचू...'' जमीला सांगू लागली.

मुलींच्या शाळेतली शिक्षिका शबनमच्या सोबत दोन दिवसांच्या सुट्टीत ती शिनदाद प्रांतातील गावी गेली होती! जमीला ही शबनमची आवडती विद्यार्थिनी.

तिच्या कविता वाचून शबनम तिला मार्गदर्शनही करीत असे. नवीन पिढी घडवण्याच्या ध्येयानं झपाटलेली ती शिक्षिका होती. बहुश्रुत, सुसंस्कृत आणि तेजस्वी पठाण स्त्री. ती कधी बुरखा ओढायची, तर कधी डोईवर किंचित मागे सरकलेली चादर वापरायची. तिचा नवरा सैन्यात सुभेदाराच्या पदावर होता व सध्या त्याचं पोस्टिंग सोव्हिएत युनियनबरोबरच्या सीमेवर अमुदरियाच्या तळावर होते. त्यामुळे शबनम बरीच मोकळी होती. आणि झिनदादला जाताना प्रत्येक वेळी ती काही मुली बरोबर घेऊन जायची - खास करून राजवंशाशी निगडित, जमिनदार, श्रीमंत घरातील मुलींना. हेतू हा होता की, त्यांना खरा देश कळावा, देशातील गरिबीची आणि सामान्य अफगाणींच्या संघर्षपूर्ण जीवनाची ओळख व्हावी.

"चाचू, त्या दोन दिवसांत मॅडमनं त्यांचं पुश्तैनी गाव दाखवलं. यंदा तिथे भयंकर अकाल पडला आहे. काही माणसं भुकेनं मरण पावली आहेत. मॅडमनी इथून आम्हा मुलींमार्फत बरीच मदत धान्याच्या रूपात नेली होती. तिचं मीही वाटप केलं. पण खरं सांगते चाचू, तेव्हापासून मला स्वतःला पोटभर दोन्ही वेळा जेवणं, सुकामेवा खाणं, कोरा चहा दाण्यासह पिणं कसंतरीच वाटतं. हे असं का? हा प्रश्न पडतो. ही पराकोटीची विषमता मला छळते!"

"परसों की बात है चाचू." जमीला म्हणाली, "मी दुपारी शाळेतून आल्यावर जेवण करून 'गाझीज' वाचीत होते. त्यातले अकालाचे 'ऑन द स्पॉट रिपोर्ट' वाचीत होते. डोळ्यांसमोर मागच्याच आठवड्यात शिनदादमध्ये प्रत्यक्ष पाहिलेली दृश्यं पुन्हा पुन्हा येत होती... बस्स्... मी कविता सरळ कागदावर उतरवीत गेले.''

स्टाफरूममध्येही दुष्काळाच्या संदर्भात चर्चा दररोज दुपारच्या सुट्टीमध्ये तावातावानं व्हायच्या.

" 'सरकार माहिती देत नाही. दाबून टाकतं किंवा त्यांनाही खबर नसेल अन्वरभाई, पण कमीतकमी पंधरा-वीस हजार भूकबळी या वर्षी पडले असणार. माझ्याच गझनी प्रांतातील गावात दहा बळी गेले आहेत. त्यावरून प्रांतातील इतर गावांची संख्या व इतर प्रांतांतील गावांचा ढोबळ हिशोब मांडून सुखाग्रस्त इलाक्याचा नकाशा नजरेसमोर आणला तर माझा हा आकडा कमीच वाटेल असा आहे.''

"आणि उंट, शेळ्या व खास करून कारगुल मेंढ्या. त्यांचं झालेलं नुकसान तर विचारू नका जनाब. या दुष्काळात निम्मं पशुधन नष्ट झालं असणार हे नक्की!''

"यामुळे अफगाणी अर्थव्यवस्था, खास करून ग्रामीण अर्थव्यवस्था पार मोडीत निघाली आहे.''

"म्हणूनच मला वाटतं," एक वयोवृद्ध प्राध्यापक म्हणाले, "फिर जनरल

दाऊदखान वापस आना चाहिए. वे ही इस नाजूक वक्त में अच्छी तरह से हुकूमत चला सकते हैं. यदि वे प्राइम मिनिस्टर रहते इस समय, तो क्या मजाल थी किसीकी इस तरह जमाखोरी और कालाबाजार करने की?''

आणि चर्चेत कधीच एकमत न होणाऱ्या साऱ्या प्राध्यापकांचं यावर मात्र एकमत झालं होतं!

अन्वर स्वत:शीच नि:शब्द हसला होता.

त्याला अलीकडच्या काळात तीन-चार वेळा जनरल दाऊदखान भेटले होते, करमालसोबत!

गेलं वर्षभर दाऊद व बबराक करमालच्या गुप्तपणे गाठीभेटी चालूच होत्या. मार्चमध्ये करमालसोबत संसद सदस्यांचं जे एक शिष्टमंडळ मॉस्कोला नियोजन व विकासप्रक्रिया कशी असते, हे पाहण्यासाठी गेलं होतं, त्यात जसे हाफीजुल्ला अमीनही होते, तसाच अन्वरही होता! करमालनं त्याला पाहणी दौरा संपल्यावर थांबायला सांगितलं होतं!

अन्वरही आठ वर्षांनी मॉस्कोला आला होता. पाहणी दौऱ्यात त्याला निवांत फुरसत मिळाली नव्हती. करमालची सूचना त्यामुळेच त्याच्या पथ्यावर पडली. पुन्हा एकवार त्यानं विद्यापीठात चक्कर टाकली. त्या परिसरात तो चार वर्ष अभियांत्रिकी शिक्षणासाठी राहिला होता. तो परिसर त्यानं पुन्हा एकदा रोमारोमांत साठवून घेतला.

भटकंतीत पीटर उस्तिनोव्ह भेटले. त्याचे व तान्याचे गुरू - प्रोफेसर. त्यांनी अन्वरला भोजनाचं निमंत्रण दिलं. भोजनोत्तर गप्पागोष्टींत त्यांनी त्याला सांगितलं.

''तान्या माझी मानसकन्या आहे. ती तुझ्या संसारात, तुझ्या देशात सुखी - समाधानी आहे याचा मला आनंद आहे! तुझ्या देशात सध्या सोव्हिएतविरोधी नारे बुलंद होत आहेत. धर्मवादी - पुनरुज्जीवनवादी लोक व संघटना साऱ्या रशियन माणसांकडे संशयानं पाहताहेत, जणू प्रत्येक जण के.जी.बी.चा एजंटच आहे. तुझ्या कानी तान्याबद्दल काही आलं तर त्यावर आंधळेपणानं विश्वास ठेवू नकोस!'

त्याला पीटरच्या बोलण्याचं नवल वाटलं आणि आश्चर्यही. त्यांच्या या इशाऱ्याचं प्रयोजन त्याच्या लक्षात येत नव्हतं! आणि मुख्य म्हणजे तान्या त्याच्याशी एवढी एकरूप झाली होती की, तिच्याबद्दल कसला संशय या घडीपर्यंत त्याच्या मनाला शिवलाही नव्हता. आताही पीटरच्या बोलण्याचं काहीसं हसूच येत होतं!

''सर, तान्या मेरी जिंदगी का अटूट हिस्सा है. तिनं माझ्या प्रेमाखातर देश व धर्म सोडला, त्याचं मोल मी कसं विसरेन? उद्या तुम्ही जरी मला म्हणालात की,

तान्या ही रशियन हेर आहे आणि मी के.जी.बी.चा एजंट आहे, तरीही विश्वास ठेवणार नाही, मग तर झालं?''

तो कठोर पहाडासारखा कणखर पुरुष क्षणभर विरघळल्यासारखा वाटला अन्वरला. त्यांच्या चेहऱ्यावरचं अलिप्ततेचं कवच का खरवडलं गेलं? त्यांचे डोळे का धुरकटले? का तो आपल्या मनाचा भास होता?

पीटरनं फक्त त्याचे खांदे काही क्षण घट्ट दाबले होते!

मॉस्कोपासून दूर ग्रामीण भागात एका निवांत जागी दाट झाडीमध्ये लपलेल्या एका बंगल्यात अन्वर करमालसह पोचला, तेव्हा तिथे काही क्षण आधीच पोचलेला हाफिजुल्ला अमीनही होता. आणि बंगल्याच्या आतील भागातून जनरल दाऊदखान व सर्जी किटकेव्ह बाहेर आले, तेव्हा अन्वरच्या मनानं इशारा दिला, काहीतरी मोठा घाट घातला जात आहे.

जनरल दाऊदखान प्रकृतिअस्वास्थ्याच्या कारणावरून मॉस्कोला महिन्यापूर्वी आला होता, हे अन्वरला माहीत होतं! पण त्याच्यासोबत सर्जी किटकेव्ह कसा?

हा सर्जी काबूलला गतवर्षी सोव्हिएत युनियनचा राजदूत होता व मेनहाज हत्या प्रकरणात त्याला बादशहानं संशयावरून परत पाठवलं होतं. तो आता के.जी.बी.चा एक अधिकारी म्हणून त्यांच्या समोर आला होता.

म्हणजे तेव्हा शमसुद्दिननं केलेला आरोप खरा होता? रूसविरोधी अंगार ओकणारी मेहनाजची लेखणी बंद करण्यासाठी व आवाज दाबण्यासाठी के.जी.बी.नं निर्घृणपणे त्याचा खून केला? भाडोत्री गुंडाकरवी?

संवेदनाक्षम मनाचा अन्वर काहीसा उत्तेजित झाला होता. ''माफ करना जनरलसाब, पण हे, हे सर्जी...''

त्याचा करमालनं खांदा दाबला आणि त्याच्या कानाशी लागत तो म्हणाला, ''अन्वर, मला ध्यानात आलंय तुला काय म्हणायचं ते! शमसू के इल्जामात पे यकीन करना अकलमंदी की बात नहीं है. यहाँ हम खास मक्सद से आये हैं, तेव्हा शांत राहा.''

''लगता है, मेरा चेला अभी भी कमसिन, नादान, निहायत शरीफ और भोला भाला है.'' गडगडाटी हसत अमीननं टाळीसाठी हात पुढे केला, तेव्हा खुशीखुशी करमालनं आपला हात प्रतिसादासाठी पुढे केला.

अन्वरला ते त्या क्षणी मनस्वी अपमानास्पद वाटलं होतं! त्याचे दोन ज्येष्ठ सहकारी नेते त्याची प्रच्छन्न टिंगल करीत होते!

त्याला नेहमीच प्रश्न पडायचा. राजकारणात का संवेदनाक्षम मन घेऊन

वावरूच नये? सत्ता, सत्तेच्या खेळी व राजकीय डावपेच निर्घृणतेनं, कोणतीही साधनशुचिता न पाळताच खेळायचे असतात? आपला पी.डी.पी.ए. हा पक्ष लेनिन-मार्क्सप्रणीत समाजवादी राज्याच्या स्थापनेसाठी स्थापन केला आहे. आपला सर्वोच्च नेता तराकी कवी आहे, पण सत्तेच्या राजकीय खेळीत तेही तो विसरून जातो आणि करमाल व अमीनला साथ देतो. मग ध्येयवाद केवळ बोलण्याचा व सामान्य जनतेला भुलवण्याचा विषय आहे?

"होय अन्वर... हे जनाब सर्जी किटकेव्ह आहेत. के.जी.बी. गुप्तचर यंत्रणेचे आशियाई प्रमुख! ते आपले सच्चे दोस्त आहेत." दाऊदखाननं परिचय करून देत म्हटलं. "तूने इन्हें ठीक पहचाना? गये सालतक वे अपने काबूल में ॲम्बेसेडर थे!"

आणि मग हलकंफुलकं संभाषण सुरू झालं. तसा अस्वस्थ होत अमीन म्हणाला, "चला, मुद्द्यावर येऊ या! आजची बैठक काही हवापाण्यावर गप्पा मारण्यासाठी बोलावलेली नाही."

"हमें और दोस्तोंका इंतजार है अमीनसाब." किंचित हसत दाऊद म्हणाला. त्याचं हे हास्य ओढूनताणून आणलेलं होतं. दहा वर्षं विजनवासात गेली असली तरी त्याचा तोरा पूर्वीप्रमाणेच - पंतप्रधान असताना होता, तसाच होता. त्याला अमीनचं बोलणं खटकलं होतं. पण आज त्याला अमीन आणि करमालच्या सहकार्याची गरज होती, म्हणून स्वभावाविरुद्ध मनाला मुरड घालून किंचित हसत तो पुढे म्हणाला, "ये देखो - आ गये हमारे दोस्त." तेथे प्रवेश करणाऱ्या दोन व्यक्तींकडे अंगुलिनिर्देश करीत दाऊद म्हणाला. "आइये खैबरीसाब - आवो रहीमभाई."

अन्वर चकितच झाला.

पी.डी.पी.ए.शी संबंधित असलेले करमालचे उस्तादवजा ज्येष्ठ मित्र मीर अकबर खैबरी आणि रहीमभाई! विद्यार्थिनेता असलेला करमाल प्रथम जेव्हा तुरुंगात गेला, तिथंच बादशाहीची इतराजी होऊन आलेला खैबरी होता. तिथेच दोघांच्या तारा जुळल्या.

सोबत मेजर रहीमभाईला पाहून अन्वरला आश्चर्याचा धक्काच बसला. तो कधीच त्याच्या पी.डी.पी.ए.च्या संपर्कात नव्हता. म्हणजेच तो दाऊदच्या बाजूनं आला असणार. अन्वर मॉस्कोला शिक्षणासाठी असताना रहीम त्याच्या बराच निकट गेला होता व दहा वर्षांच्या विजनवासात असतानाही त्याच्याशी निष्ठापूर्वक संपर्क ठेवून होता.

रहीमचीही अन्वरला पाहून तशीच अवस्था झाली होती!

सर्जी किटकेव्हनं संभाषणाला सुरुवात केली. "आमचा देश हा जगातील

कोणत्याही देशात डावी चळवळ असो, तिला पाठिंबा देणारा आहे. सारं जग समाजवादी कम्युनिस्ट बनवावं, हे आमचं ध्येय-धोरण कॉम्रेड लेनिनच्या जमान्यापासूनचं आहे व आजही ते कायम आहे. जनरल दाऊद हे सोव्हिएत युनियनचे मित्र आहेत. ते स्वत: कम्युनिस्ट नसले तरी त्यांचे विचार व कृती आमच्याकडे झुकलेल्या आहेत. म्हणून ते आमच्यासाठी महत्त्वपूर्ण आहेत.''

''अफगाणिस्तानमध्ये दोन वर्षं पडलेल्या भीषण दुष्काळामुळे बद्तर झालेल्या अवस्थेतून देश बाहेर काढण्यासाठी बादशहा जहीरशहा किंवा आताचे आमचे पंतप्रधान हे नाकाम आहेत.'' मीर अकबर खैबरीनं चर्चेची सारी सूत्रं आपल्या हाती घेतली. ''त्यांच्या जागी जनरल दाऊदखानला आणावं, असा प्रस्ताव आहे. त्यासाठी आर्मीमधील बहुसंख्य तरुण अधिकारी तयार आहेत.''

''होय, लष्करी उठावाला आम्ही पूर्णपणे सज्ज आहोत. तो स्विफ्ट अँड ब्लडलेस व्हावा यासाठी प्लॅनही केला आहे.'' रहीमनं म्हटलं.

''तो फिर इन्शाअल्ला हम जरूर कामयाब होंगे.'' करमाल खुषीत म्हणाला, त्याला पुष्टी देत सर्जीं महणाला, ''तख्ता पलटताच दाऊदखानच्या राजवटीस सोव्हिएत युनियन सर्वप्रथम पाठिंबा देईल!''

''ये सब ठीक है, लेकिन इससे हम लेफ्टिस्ट लोगों को क्या फायदा होगा?'' अमीननं रोखठोक विचारलं!

काहीसा अस्वस्थ होत दाऊद म्हणाला, ''ओ- कर्मॉन अमीनसाब! आप हमारे दोस्त हैं. मी सत्तेवर येणार आहे तो आपल्या आणि रूसच्या पाठिंब्यानं! सरकारी धोरण ठरविण्यात आपला सहभाग राहील. पक्ष म्हणून कार्य करायला पूर्ण मुभा राहील. आपण ठरवाल त्यांना मंत्रिपद दिलं जाईल.''

''सर, याहीपेक्षा महत्त्वाचं आहे ते काही धोरणात्मक निर्णय घेण्याचं अभिवचन देण्याचं!'' अन्वर म्हणाला, ''अन्यथा सत्तांतराला आमच्या लेखी काही अर्थ उरणार नाही.''

''हां जनरलसाब! भूमीसुधार कायदा लागू करणं, शिक्षणाचं आधुनिकीकरण आणि स्त्रीविषयक पुरोगामी धोरण ही आमची त्रिसूत्री आहे.'' करमाल म्हणाला.

''देखिये. मी बोलण्यापेक्षा प्रत्यक्ष कृती करून दाखवण्यावर विश्वास ठेवणारा माणूस आहे.'' दाऊदनं स्पष्टपणे सांगितलं, ''माझ्या १९५३ ते १९६३ या दहा वर्षांच्या पंतप्रधानपदाच्या कालखंडात मी काय केलं, हे आपण जाणता व अवामही जाणते. मी शंभर टक्के कम्युनिस्ट नसलो तरी, माझी मतं तुमच्यासारखीच आहेत, पण अवामला रुचेल या गतीनं मी ती अमलात आणीन. प्रत्येक बाबीसाठी मला

बांधून घेतलेलं चालणार नाही. मी तुमचा मित्र जरूर आहे, राहीन, पण कठपुतळी बनून वावरणार नाही. हे मान्य असेल तर मिळून काही करू या, अन्यथा मी माझ्या सामर्थ्यावर जमेल ते करीन. नाहीतर जशी ही दहा वर्षं मी विजनवासात काढली, तशी बाकी जिंदगी भी बसर करना कुछ बडी बात नहीं..''

अन्वरला त्याची स्पष्टोक्ती आवडली होती, पण करमाल व अमीन दोघेही काहीसे चकित होऊन दाऊदकडे पाहत राहिले. त्यांचा अंदाज होता की, दाऊद या प्रस्तावानं व आपल्या पुढाकारामुळे भारावून जाऊन आपल्या सर्व अटी मान्य करील व त्याच्या सत्तेच्या मदतीनं आपला पक्ष व गट अधिक प्रभावी करता येईल आणि एक दिवस सत्ता आपल्याला घेता येईल. पण एका मर्यादेपलीकडे दाऊद तडजोडीला तयार नव्हता.

मग करमाल व अमीननं विचार करून दाऊद हा पर्याय अधिक हिताचा असल्यामुळे दाऊदच्या म्हणण्याला मान्यता देत पूर्ण पाठिंब्याचं 'परचम' व 'खल्क'च्या वतीनं आश्वासन दिलं!

१६ जुलै १९७३ ला बादशहा रोमला नेत्रविकाराच्या उपचारासाठी गेला आणि १७ जुलैला रक्तहीन राज्यक्रांती होऊन जनरल दाऊदखान हा सत्तेवर आला होता.

अर्ग पॅलेस बादशहाचं निवासस्थान व राजमहाल. सत्तेचं प्रतीक. तिथं केवळ अब्दुलवलीच्या तुकडीनं प्राणपणानं प्रतिकार केला, पण अर्ग पॅलेसला मेजर रहीमच्या प्लॅटूननं वेढा घालून नमवलं! बगरामचा विमानतळ अब्दुल कादिरच्या नियंत्रणाखाली होता. त्यानं अर्ग पॅलेस ताब्यात आल्याचा संदेश मिळताच सत्तांतराची घोषणा केली व तातडीनं संदेश पाठवीत काबूल रेडिओ व टी.व्ही. केंद्र आणि बँक एमिलीवर ताबा मिळवला आणि रणगाड्यांवरून काबूलच्या राजरस्त्यावर मिरवत दाऊदला त्याच्या निवासस्थानापासून अर्ग पॅलेसमध्ये नेण्यात आलं. त्यानं तेथे उपस्थित रहीमच्या लष्करी तुकडीची सलामी घेतली व अर्ग पॅलेसचा ताबा घेतला...

त्याच संध्याकाळी काबूल रेडिओ व टीव्हीवर भाषण करून दाऊदनं अफगाणिस्तान आता 'रिपब्लिक' झाल्याचं जाहीर करीत बादशाही संपुष्टात आल्याचं निवेदन केलं व स्वत:ला राष्ट्राध्यक्ष घोषित केलं.

राष्ट्राध्यक्ष म्हणून रहीमला दाऊदनं पहिली आज्ञा केली, ''उद्या सकाळी जनरल अब्दुल वलीला खतम करा! त्याच्याशी इमान ठेवून असणारे सर्व सैनिक व अधिकाऱ्यांचा शोध घ्या व त्यांनाही प्रथम कैद करून मग संपवून टाका. मला

लष्कराचं पूर्ण इमान व निष्ठा हवीय. विरोधक मला चालणार नाहीत. देशातील सर्व प्रांतांच्या गव्हर्नर्सना संदेशा द्या. त्यांनी नव्या राजवटीशी इमान ठेवण्याची कसम खात पाठिंबा जाहीर करावा! तसंच सर्व सीमावर्ती भागांतील टोळीप्रमुखांनाही मी राष्ट्राध्यक्ष बनल्याची खबर द्या. त्यांना पूर्वीप्रमाणेच स्वातंत्र्य व पैसा मिळेल. मात्र, त्यांनी मला जाहीर पाठिंबा द्यावा. काबूलला येऊन मला सलाम करावा. अवामला हे दिसलं पाहिजे की, दाऊदखानची पूर्ण सत्ता प्रस्थापित झाली आहे. याच्या आड येणाऱ्या व विरोधी सूर काढणाऱ्या एकालाही सोडू नका. दया न दाखवता त्यांना चिरडून टाका. संपवून टाका!''

रात्रभर तुरुंगात अब्दुल वली जागा होता. उद्या सकाळीच आपला शेवट होणार का, हे त्याला माहीत नव्हतं! तरीही आपण वाचणार, जगणार नाही, याची लख्ख जाणीव होती.

काबूल रेडिओवरील खबरी करीमुल्ला व शमसू ऐकत होते. तेव्हा शमसुद्दिन म्हणाला, ''भाईजान, माझ्या एका बलुची मित्रानं यावर फार बोलकी प्रतिक्रिया व्यक्त केली आहे. जेव्हा बादशहा जातो, तेव्हा लवकरच काफिर कम्युनिस्ट येतात.'

एक दीर्घ नि:श्वास टाकीत चिंताक्रांत करीमुल्ला म्हणाले, ''ऐसा न हो. ये सच साबित न हो. पर उसके पूरे आसार नजर आते हैं. करमालच्या परचमी गटाचे फैज मोहंमद गृहमंत्री बनतात व अन्वर भूमिसुधारमंत्री, याचा अर्थ उघड व स्पष्ट आहे. हा डाव्यांच्या पाठिंब्यानं झालेला उठाव आहे. दाऊदखान हा त्यांच्या व रूसच्या तालावर नाचणार आहे. या दहा वर्षांत वाढलेल्या व शक्तिमान झालेल्या आपल्या धार्मिक पुनरुज्जीवनवादी चळवळीला खीळ बसणार आहे. मुझे उसके बारे में चिंता लगती है!''

''मुझपे यकीन करो मेरे दोस्त! हा निव्वळ हादसा होता. एक योगायोग होता. माझा त्यात काही हात नव्हता.''

अन्वर दाऊदखानकडे एकटक नजर रोखून पाहत होता. त्याचा चेहरा निर्विकार व शांत होता. तो खरंच का सत्य सांगत होता?

आणि त्याच्या मागे उभा असलेला त्याचा सुरक्षाप्रमुख म्हणून पदोन्नत झालेला आपला भाऊ ब्रिगेडीयर रहीम का मंदपणे ओठात हसत आहे? का आपल्याला तसा भास होत आहे?

पण कुणी काहीही म्हटलं तरी मोहंमद हाशीम मैवांडवाल आता या दुनियेत

नाहीत. पुलचरखीच्या तुरुंगाच्या कोठडीत ते २० ऑक्टोबर १९७३ ला अल्लला प्यारे झालेत, हे मात्र ढळढळीत सत्य आहे.

सरकारी प्रसिद्धिपत्रकात त्यांचा मृत्यू हृदयविकाराच्या अचानक आलेल्या तीव्र झटक्यानं झाला असल्याचं जाहीर केलं होतं. त्यांना आवश्यक ती तातडीची वैद्यकीय मदत देण्यात आली होती, पण तिचा उपयोग झाला नाही. काबूलच्या सरकारी इस्पितळाचे डॉक्टर नजिबुल्ला हे स्वत: तातडीनं पुलचरखीला त्यासाठी गेले होते.

मैवांडवालचा मित्र व त्यांच्या 'मुस्सवत' (समानता) या नावानं ओळखल्या जाणाऱ्या गटाचा प्रमुख नेता इलियासनं मात्र उघडउघड आरोप केला होता की, तुरुंगात त्यांच्याविरुद्ध थर्ड डिग्रीचा वापर केला गेला व तो असह्य होऊन यापूर्वी एकदा हृदयविकाराचा झटका येऊन गेलेल्या मैवांडवालना पुन्हा तीव्र झटका आला व त्यात त्यांचा अंत झाला. या त्यांच्या मृत्यूस हुकूमत व खास करून पोलिस खातं जबाबदार असलं तरी गृहमंत्री फैज महंमद जबाबदारीतून अलग राहू शकत नाहीत.

अन्वरनं दोनच दिवसांपूर्वी राष्ट्राध्यक्ष दाऊदखानची भेट घेऊन मैवांडवालची सुटका करावी, अशी विनंती केली होती. त्याच्या सोबत इलियास व मुस्सवत गटाशी संबंधित काही संसद सदस्य व कार्यकर्ते होते. तो स्वत: दाऊदखानच्या मंत्रिमंडळात भूमिसुधारखात्याचा मंत्री होता, तरीही त्यानं या शिष्टमंडळाचं नेतृत्व केलं होतं!

"सर, आपल्या पोलिसांनी जेव्हा सप्टेंबर १९७३ ला जनाब हाझीम मोहंमद मैवांडवालला एका मोठ्या गटासह, राष्ट्राध्यक्षाविरुद्ध कट करून राजसत्ता उलथून टाकण्याच्या आरोपाखाली पकडलं होतं, तेव्हाच मी म्हटलं होतं की, मैवांडवाल यात सामील असणं शक्य नाही. त्यांची वृत्ती व विचार पाहता ते सत्तापालटासाठी कट-कारस्थान करतील, असं वाटत नाही. आपल्या हेरखात्याची काहीतरी चूक झाली असावी. इतरांबाबत मला काही सांगायचं नाही, पण जनाब मैवांडवाल हे तसे नाहीत!" अन्वरनंच बातचितीला प्रारंभ करीत स्पष्टपणे आपले विचार दाऊदखानपुढे ठेवले!

त्याला पुष्टी देत इलियास म्हणाला, "मी जनाब मैवांडवालचा सहकारी आहे. मुस्सवतचा कार्यकर्ता आहे. सर, तुम्ही मला पूर्वीपासून ओळखता. तुम्हीच मला काबूल शहराचा उपमहापौर केलं होतं. १९६०-६१ या दोन वर्षांत. मैं आपसे ये अर्जी करना चाहता हूँ कि, जनाब मैवांडवाल ऐसा कर ही नहीं सकते. जेव्हा आपण राष्ट्राध्यक्ष बनला होता, तेव्हा ते व मी दोघेही लंडनला एक शिष्टमंडळ घेऊन सरकारी दौऱ्यावर पंतप्रधान मुसा शफीक साबच्या हुकमानं गेलो होते. तेथेच मैवांडवालनी जाहीर पत्रक काढून आपल्याला पाठिंबा दिला होता व बादशाही संपून

आपला देश हा आता रिपब्लिक झाला आहे, या बाबींचं स्वागत केलं होतं.''

''सर, माझ्याजवळ त्या ब्रॉडकास्टची टेपही आहे. ती मी हवी असेल तर पेश करीन.'' इलियास पुढे म्हणाला, ''ती त्या वेळची आमची उत्स्फूर्त म्हणूनच सच्ची विश्वासू प्रतिक्रिया होती. म्हणूनच मैवांडवाल साहेबांची अटक चुकीची आहे. आपण पुन्हा ही बाब तपासून घ्यावी, अशी आमची नम्र अर्जी आहे. पेशकश आहे.''

दाऊदखान सत्तेवर येऊन एक महिनाच झाला होता आणि सरकारी 'अनिस'मध्ये २१ सप्टेंबर १९७३ ला ठळकपणे पहिल्या पानावर 'सरकारविरोधी कट उधळला गेला! माजी पंतप्रधानांसह चाळीस जणांना अटक!!' अशी बातमी प्रसिद्ध झाली होती.

इलियासची देशातील सत्तांतर व दाऊदचं राष्ट्राध्यक्ष होणं याबाबतची पहिली प्रतिक्रिया प्रतिकूल होती, पण लंडनला त्याच्या घरी भोजनोत्तर गप्पांमध्ये मैवांडवाल त्याला म्हणाले होते, ''इलियास, तुला जशी देशावरील वाढत्या सोव्हिएत युनियनच्या प्रभावाची व भविष्यकालीन संभाव्य परिणामांची भीती वाटते, तशीच मलाही वाटते! तरीही आजच्या परिस्थितीत हा देश सावरण्याचं सामर्थ्य व प्रशासकीय कौशल्य फक्त दाऊदखानमध्येच आहे. म्हणून मला त्याचं स्वागत करावंसं वाटतं. उद्या आपण एक प्रसिद्धिपत्रक काढू या, बी.बी.सी.नं एका ब्रॉडकास्टसाठी आमंत्रण दिलं आहे, तिथंही मी हेच सांगणार आहे.''

इलियास म्हणाला होता, ''पण हे सत्तांतर उत्स्फूर्त नाही. त्यात मला मॉस्कोची सक्रियता दिसते! कारण त्याच्या मंत्रिमंडळात गृहमंत्री म्हणून फैज मोहंमद व भूमिसुधारमंत्री म्हणून अन्वर सामील होणं दाऊद हे रूसकडे पूर्णपणे झुकले आहेत, याचे स्पष्ट संकेत देतात. केवळ एवढंच असेल तरी मला फारशी खंत वाटली नसती. कारण आपला मुस्सवत गटही डावीकडे कललेला मध्यममार्गी पक्ष आहे. समाजवादाला आपलं समर्थन आहे. पण दाऊद रशियन हस्तक आहे, तो के. जी. बी. चा एजंट आहे, असं मला वाटतं. त्यामुळे हे सत्तांतर आपल्याला भविष्यकाळात फार महाग पडेल असं वाटतं.''

''मित्रा, मला असं वाटत नाही. दाऊदखान हा केवढा इगोइस्ट आहे, हे मला माहीत आहे. अशा व्यक्ती कुणाचं बाहुलं बनू शकत नाहीत. त्यानं कदाचित मॉस्कोचा पाठिंबा घेतलाही असेल, पण तरीही त्याची राजवट ही कम्युनिस्टांची असणार नाही की प्रो-मॉस्को लाइन तो सातत्यानं पत्करील, असंही होणार नाही. तो फार धोरणी व धूर्त राजकारणी आहे. मॉस्को आज त्याला मदत करून पुढे आपल्या तालावर नाचवू, असं मानत असेल तर त्यांना आपली चूक यथावकाश कळून येईल.''

''तसं असेल तर चांगलं म्हणायला हवं!'' इलियासच्या मनातली साशंकता

व अस्वस्थता अजूनही कमी झाली नव्हती. ''मला त्यांचा भरवसा वाटत नाही. का, ते मात्र सांगू शकत नाही सर.''

या पार्श्वभूमीवर 'मुस्सवतानं जाहीर पाठिंबा दिला असतानाही सरकारविरोधी कट केला म्हणून मैवांडवालला अटक झाली होती. त्याच्या सुटकेसाठी दाऊदखानकडे एक शिष्टमंडळ घेऊन अन्वरनं जावं, अशी इलियासनंच त्याला विनंती केली होती. त्यानुसार आज ते दाऊदखानच्या भेटला आले होते व पुन्हा पुन्हा मैवांडवाल हा बेकसूर आहे, हे इलियास सांगत होते.

दाऊदखाननं शांतपणे त्याचं व इतरांचं म्हणणं कोणतीही प्रतिक्रिया न देता ऐकून घेतलं.

त्या शिष्टमंडळाचा निरोप घेताना दाऊदखाननं आश्वासन दिलं, ''मी या बाबी जरूर तपासून पाहेन!''

आपल्या कलात्मक रीतीनं सजवलेल्या भूमिसुधार मंत्रालयाच्या कार्यालयात आल्यावर शिपायास कोऱ्या चहाचा आदेश देत गुबगुबीत खुर्चीवर विसावत अन्वरनं कोट काढला व टायची गाठ सैल करीत समोरच्या खुर्चीत अजूनही गंभीर चेहऱ्यानं बसलेल्या इलियासला म्हटलं, ''जनाब, आप बिल्कुल फिक्र न करें. मी म्हटल्यानंतर प्रेसिडेंटसाहेब जरूर गौर करतील आणि लवकरच जनाब मैवांडवाल रिहा होतील.''

''खरं सांगू अन्वर, मला मुळातच या तथाकथित बंडाच्या वृत्तपत्रात व रेडिओ - टी. व्ही. वर आलेल्या बातम्यांविषयी शंका वाटते.''

''मैं समझा नहीं. कहना क्या चाहते हो?''

''ज्या चाळीस जणांना हुकूमतनं बंड केल्याच्या आरोपावरून गिरफ्तार केलं आहे व त्याचा कट प्रो-अमेरिकनांनी केल्याच्या वार्ता छापून आणत त्याचे सूत्रधार जनाब मैवांडवालना ठरवलं आहे. तो सारा मला बनाव वाटतो दोस्त! दाऊदखानला आपल्या विरोधकांचा काटा काढायचा होता व तो हेतू साध्य झाला आहे. बस, यही मेरा अंदेशा है-''

अन्वरला त्याच्या बोलण्याची संगती लागत होती. दाऊदखाननं मैवांडवालच्या पाश्चात्त्य प्रतिमेचा मोठ्या कौशल्यानं वापर करून डावे विरुद्ध उजवे असा संघर्षाला रंग देत, कम्युनिस्टप्रणीत भाषा वापरीत त्यांच्यावर प्रतिगामी बूर्झ्वा असे शिक्के मारीत कटाची व तख्ता पलटण्यासाठी केलेल्या तथाकथित बंडाच्या उठावाची बातमी पद्धतशीरपणे मीडियामध्ये पेरली होती.

''अन्वर, मी तुला पुन्हा पुन्हा कळवळून सांगतो. आज तू सत्तेवर आहेस,

मंत्री आहेस. केवळ तूच त्यांचा प्राण वाचवू शकतोस.'' इलियासचा आवाज कातर बनला होता. ''त्वरा कर माझ्या दोस्ता! नाही तर...''

मूकपणे त्याचे हात घट्ट दाबीत अन्वरनं त्याला आश्वासन दिलं. काही वेळांं इलियास निघून गेला. अन्वरच्या मनात विचार आला, खरंच आपण मैवांडवालना सोडवू शकू?

आपल्या मनातल्या या साशंकतेचं कारण प्रेसिडेंट दाऊदखान आहेत व त्यांचं एकतंत्री बुलडोझरी पद्धतीचं वागणं व कारभार आहे. जिथं ते करमालच्या बोलण्याकडे पद्धतशीरपणे दुर्लक्ष करतात, तिथं माझं काय? आज आपण मुस्सवतचं शिष्टमंडळ घेऊन त्यांना भेटलोत खरे, पण मैवांडवाल रिहा होतील?

सुमारे तीन वर्षं मैवांडवाल हे अमेरिकेत अफगाणिस्तानचे राजदूत होते व त्यांनी दाऊदखानच्या कारकिर्दीत रशियाकडे देशाचा झुकलेला लंबक बराचसा मुत्सद्देगिरीनं सावरला होता. त्यामुळे त्यांच्या पंतप्रधानपदी नियुक्तीबाबत अमेरिका, ब्रिटन व युरोपियन देशाच्या वृत्तपत्रांत स्वागत झालं होतं. आणि त्यामुळेच त्यांच्यावर 'प्रो-अमेरिकन' हा शिक्का बसला होता. 'प्रावदा' व इतर रशियन वृत्तपत्रांतून आणि देशांतर्गत करमाल-अमीनच्या भाषणांतून त्यांना 'भांडवलशाहीचे बगलबच्चे', 'प्रतिगामी उजवे बूर्झ्वा' अशा शेलक्या विशेषणांनी संबोधलं जायचं.

पण वस्तुस्थिती तशी नव्हती. त्यांचा पक्ष 'मुस्सवत' या नावाप्रमाणे सातत्यानं उच्च स्वरात समतेचा पुरस्कार करीत होता. 'आम्हालाही देशात समाजवाद हवा आहे. पण तो अफगाणी जनजीवनाशी व रीतीपरंपरेशी सुसंगत व एतद्देशीय स्वरूपाचा' हे त्यांच्या विचाराचं एक प्रमुख सूत्र होतं. इलियासच्या मते त्यांचा पक्ष 'डावीकडे झुकलेला मध्यममार्गी पक्ष' होता. तो कधीही प्रो-अमेरिकन नव्हता.

तरीही त्यांच्यावर बसलेला अमेरिकाधार्जिणेपणाचा शिक्का, जो 'परचम'नं गडद केला होता, तो कधीच पुसला गेला नाही.

दाऊदला निरंकुश सत्ता हवी होती. देशात जे डावे, उजवे आणि मध्यमवर्गी नेते मधल्या दहा वर्षांत पुढे आले आहेत व अवाममध्ये आपलं स्थान कमावीत आहेत, ते त्या मार्गातले अडथळे आहेत, अशी त्याची भावना होती. आज तो डाव्यांच्या प्रोमॉस्को लाइन पकडणाऱ्यांच्या मदतीनं सत्तेवर आला होता, म्हणून तूर्त त्याची वक्रदृष्टी ही उजवे पुनरुज्जीवनवादी व मध्यममार्गी नेते यांच्याकडे वळली होती. पहिले सोपे व 'सॉफ्ट टार्गेट' म्हणून जनाब मैवांडवाल यांची त्यानं निवड केली होती.

''उनके जान को सचमुच खतरा है.'' इलियासचं ते वाक्य पुन्हा पुन्हा अन्वरच्या मन:पटलावर निनादत होतं आणि जसे दिवस जात होते, तसा त्याला

त्यात सत्यांशही दिसत होता.

मैवांडवालना अटक होऊन पूर्ण महिना झाला होता; पण अन्वरनं शिष्टाई करूनही त्यांची सुटका झाली नव्हती.

२१ ऑक्टोबर १९७३ हा दिवस उजाडला. अन्वरसाठी मरगळलेल्या विमनस्कतेचा. काल त्याला किती वेळ तरी झोप आली नव्हती. तो व तराना रहीमभाईच्या घरून आले होते, तेव्हा मध्यरात्र झाली होती. तो संतप्त व क्षुब्ध होता.

''तराना, बड़ेपनका लिहाज था, इसलिए जादा बातें करना मुनासिब नहीं समझा.'' अन्वर अस्वस्थतेनं बेडरूममध्ये जवळ आलेल्या तरानाला मिठी मारून स्वत:ला शांत करण्याचा प्रयत्न करीत म्हणाला.

त्यानं रहीमला सरळ विचारलं होतं, ''भाईसाब, मैं आपसे ये जानना चाहता हूँ. क्या सचमुच वो प्रो-अमेरिकन क्रू था और उसमें जनाब मैवांडवाल शामिल थे?''

''अन्वर, मुझे ताज्जुब होता है'' रहीम म्हणाला, ''तू आज एक होनहार मिनिस्टर आहेस. तुला एवढंही कळू नये की, नॅशनल सिक्युरिटीच्या बाबी या कानाच्या त्या कानाला सांगायच्या नसतात.''

''मी मंत्री आहे. उस रिश्ते मैं हुकूमत का हिस्सा हूँ, इसलिए मुझे ये जानना निहायत जरुरी है.''

''आखिर तू मेरा भाई है. इसलिए मैं राज की बातों का इजहार कर रहा हूं.''

आणि त्या बंद कमऱ्यामध्ये रहीमनं जे सांगितलं, त्यानं अन्वर हादरून गेला. विश्वास बसू नये, असाच रहीमनं गौप्यस्फोट केला होता आणि त्या कारस्थानात रहीम प्रमुख भूमिका निभावीत होता.

''होय, प्रेसिडेंट साहेबांना देशात एकही विरोधी सूर नकोय. तुम्ही पी.डी.पी.ए. वाले खल्की व परचमी, सोशलिस्ट म्हणून नॅचरल फ्रेंड्स आहात. त्यामुळे त्यांचे जाती दुश्मन आहेत हे सेंट्रिस्ट पार्टीवाले व धार्मिक पुनरुज्जीवनवादी.'' रहीम रोखठोक शब्दांत सांगत होता, ''त्यांना संपवल्याखेरीज जनरल साहेबांची सत्ता निर्धोक होणार नाही. म्हणून हा कट त्यांच्या आज्ञेवरून मीच रचला आणि झपाट्यानं लोकप्रिय होणारे उदारमतवादी मैवांडवाल आणि अजूनही बादशाहीशी निष्ठा ठेवून असणाऱ्या व ते पुन्हा परतावेत म्हणून प्रयत्नशील असणाऱ्या आर्मी ऑफिसर्सना या कटात गोवून पकडलंय.''

''या अल्ला ये मैं क्या सुन रहा हूँ?''

''अन्वर, खरंच तुला काय म्हणावं? खुळा का बच्चा? मॉस्कोला चार वर्ष

राहिलास. मार्क्सवादाचे धडे गिरवलेस, तरीही त्यांचं ॲडॉप्ट केलेलं दाऊदखानचं तत्त्वज्ञान तुला समजू नये? आपला विरोधक तो देशाचा विरोधक! त्याला संपवलंच पाहिजे. लेनिन, स्टालिन आणि माओनं तरी यापेक्षा वेगळं काय केलंय?''

''यानी इसका मतलब... मतलब ये हुआ कि...''

''मी मंत्रिपदाचा राजीनामा देऊ इच्छितो सर, मला परवानगी द्यावी.'' अन्वरनं बबराक करमाललला सांगितलं तसा तो म्हणाला, ''बी प्रॅक्टिकल अन्वर. हादसे तो होते रहते हैं! यात कुणाचा दोष नसतो. कटकारस्थानाचा पर्दाफाश करण्यासाठी व कबुलीजबाब घेण्यासाठी जगभर थर्ड डिग्री मेथड वापरली जाते. मुझे जनाब मैवांडवाल के बारे में कुछ कहने का नहीं है! पोलिटिकल रायव्हल्सी असल्यामुळे कदाचित जनरल साहेबांनी हे केलं असावं. त्यात ते वा तुझा बंधू मेजर रहीम दोषी असतील असं मी मानत नाही!'' करमाल नेहमीच स्पष्ट बोलत असे.

''याद रखो अन्वर. विचारधारा, आयडॉलॉजी महत्त्वाची. आपण कम्युनिझम मानणारे आहोत. तिच्या स्थापनेसाठी उजवी व मध्यममार्गी विचारधारा पराभूत व्हायला हवी. ती पुरस्कारणारे नेते - व्यक्ती निष्प्रभ व्हायला हवेत. त्यासाठी त्यांना संपवणं हा सन्माननीय अपवाद वगळता उत्तम मार्ग आहे. मैवांडवालचा लोकशाही समाजवाद व उदारमतवाद, समन्वयवादी कार्यशैली सामान्यत: शांतपणे जीवन जगणाऱ्या अवामला अधिक आवडते. कारण त्यात क्रांतीचं दाहकत्व नसतं, हालअपेष्टा नसतात. ती रुजणं व वाढणं म्हणजे आपल्या कम्युनिझमच्या विकासाला खीळ बसण्यासारखं आहे, हे समजून घे. कुणामार्फत का होईना, तो संपला. व्यक्ती म्हणून जनाब मैवांडवाल चांगले होते, हे खरंच. पण लक्षात ठेव, कम्युनिस्ट विचारधारेत माणसं दुय्यम असतात. विचार व कृती महत्त्वाची असते. वाईट वाटून घेऊ नकोस.''

''पण आपली सारी धडपड ही तर अवामच्या कल्याणासाठी आहे अन् तरीही माणसाचं काही मोल नाही, असं तुम्ही कसं म्हणू शकता?''

''तुझ्या विचारांची गल्लत होतेय अन्वर. तू जनाबसाहेबांच्या संदर्भात एक माणूस म्हणून विचार करतोयस. म्हणूनच त्यांना दोषी मानतो आहेस. पण एक कम्युनिस्ट म्हणून विश्लेषण मी असं करतो. स्पष्टच बोलायचं झालं तर मला त्यांच्या मृत्यूचा खेद नाही. आय वॉंट पोलरायझेशन बिटविन लेफ्ट अँड राइट. मध्यममार्गी व सेंट्रिस्ट पार्टीज या मूलत: स्थितिवादी असतात, फारतर उत्क्रांतिवादी असतात. आपल्याला झटपट बदल हवा आहे, अपने जीते जी रिव्होल्यूशन लाना है. अशा

वेळी हे मधले आपले प्रथम क्रमांकाचे शत्रू ठरतात. त्यातला सर्वांत मोठा माणूस व नेता आज संपला आहे. त्याची खरं म्हटलं तर मला खुशी आहे. खेद मुळीच नाही.''

अन्वरचं चाचपणारं मन हळूहळू वस्तुनिष्ठ होत गेलं आणि तो शांत होत गेला.

करमालच्या विश्लेषणात धिटाई आणि तर्कशुद्ध पृथक्करण होतं. अन्वरला ते जसंजसं पटत गेलं, तसं तसं आपल्या बौद्धिक कच्चेपणाबदलचं तीव्र असमाधान दाटून आलं.

राजीनाम्याचा विचार केव्हाच गळून पडला होता.

इलियास सलमाला यासंदर्भात म्हणाला होता, ''अन्वर वैचारिक बाबतीत हॉम्लेट आहे खरं. पण त्याचबरोबर त्याला सत्तेची ऊब सोडवत नाही व त्यासाठी तो सहजतेनं तडजोड करण्यास चटकन प्रवृत्त होतो, हे या प्रकरणातून जाणवलं. तरीही दगडापेक्षा वीट मऊ या मुहावऱ्याप्रमाणे त्याचं नितळ माणूसपण जे स्टालिन मेथड प्रमाण मानतात, त्या खल्की-परचमींमध्ये उठून दिसतं. त्यामुळे त्यांना ह्यूमन फेस व टच मिळतो आहे, हे काय कमी आहे?''

'परचम' व 'खल्की'च्या मदतीनं व मॉस्कोच्या सक्रिय पाठिंब्यानं १९७३ साली सत्तेवर आल्यावर दाऊदखानंनं पूर्वीप्रमाणेच धडाक्यानं सामाजिक सुधारणांचा कार्यक्रम हाती घेतला होता. पण मधल्या दहा-बारा वर्षांच्या कालखंडात सुशिक्षित मुस्लिमांनी इस्लामिक पुनरुज्जीवन मोठ्या प्रमाणात केलं होतं. त्यामुळे त्याला वाढत्या विरोधाला तोंड द्यावं लगत होतं. 'इखवान-उल्-मुसलमान' व 'जमाते इस्लामी' या दोन संघटनांनी चांगलंच मूळ या कालखंडात धरलं होतं आणि 'देशाच्या भल्यासाठी शुद्ध इस्लाम हवा', हा नारा या दोन संघटनांचा मूलमंत्र बनला होता. विद्यार्थिवर्गाची काबूल व मजारे शरीफ येथील विद्यापीठांतील वाढती संख्या व देशाच्या विविध प्रांतांत व प्रमुख शहरांतील शाळा - महाविद्यालये यांची भरभराट याला अनुकूल ठरली. सौदी अरेबिया, इराण व इतर आखाती देशांतील वाढता मुस्लिम मूलतत्त्ववाद व पेट्रोडॉलर्सच्या मदतीनं त्याची इतर इस्लामी देशांत निर्यात करायचे धोरण आणि उच्च शिक्षण घेऊनही इस्लाम जीवनशैली ही कशी योग्य आहे, याचं तर्कशुद्ध रीतीनं विवेचन करणाऱ्या इंग्रजी व इतर भाषांतील पुस्तकांमुळे काबूल-कंदाहार व मजारे-शरीफही प्रभावित झाली होती. त्याचं दृश्य रूप म्हणजे १९७३ साली प्रथमच डाव्या कम्युनिस्टांचा दणदणीत पराभव करून विद्यार्थी सिनेट गुलबुदिन हिकमतीयार, बऱ्हानुद्दिन रब्बानी आणि शमसुद्दिन जलालाबादी यांच्या

नेतृत्वाखाली 'इखवान-उल्-मुसलमीन' संघटनेशी संलग्न विद्यार्थ्यांनी जिंकली होती. 'नव्यानंच प्रेसिडेंट बनलेल्या जनरल दाऊदखान यांना हा आमचा सलामीचा तोहफा आहे. त्यांनी इस्लामी जीवनशैलीशी विसंगत असलेल्या धार्मिक व सामाजिक सुधारणा राबवू नयेत, असं आम्ही निक्षून सांगत आहोत. अन्यथा पूर्वी चिरडलं गेलेलं ॲसिड आंदोलन पुन्हा छेडण्यात येईल,' असा इशारा विजयी सभेत शमसुद्दिननं दिला होता. त्याच वेळी पाकिस्तानमधील नॉर्थ वेस्ट फ्रॉंटियर प्रांतात राजनैतिक आश्रय घेऊन राहिलेला गुलबुद्दीन हिकमतीयार भुट्टोंच्या रदबदलीनं मायदेशी परतला. त्यामुळे इस्लामिक गटांची शक्ती कितीतरी पटींनं वाढली होती.

दाऊदखान सत्तेवर स्थिरस्थावर होताच समाजजीवनात साचलेला बंदिस्तपणा गळून पडला आणि स्त्रिया पुन्हा निर्भयतेनं रस्त्यांवर, दुकानांत व नोकरी धंद्यांत दिसू लागल्या. बुरख्यांनी एकेकाळी सारा रस्ता व बाजार व्यापलेला दिसायचा. अन्वर त्याचं 'गुलामीचा काळा समुद्र' असं उद्वेगानं वर्णन करायचा. तो आता स्वच्छ निर्मळ झाला होता आणि देखण्या चेहऱ्यांच्या तरुणींनी बाजार-रस्ते उजळले होते. कोनाबाजारमध्ये युरोपियन फॅशनचे कपडे, पादत्राणं व अलंकारांची रेलचेल पुन्हा दिसू लागली. विद्यापीठात त्यांची संख्या अनेक पटींनी वाढली. युरोपियन स्कर्ट आणि उंच टाचांची पादत्राणं घातलेल्या ललना सहजतेनं हिंडताना दिसू लागल्या.

शमसुद्दिनचा विजयी सभेतला इशारा यासंदर्भात होता!

पण दाऊद हा पूर्वीसारखाच कठोर-पोलादी प्रशासक होता. पुन्हा सुरू होणारं ॲसिड आंदोलन त्यानं मुळातच चिरडून टाकलं! एवढंच नव्हे तर त्याचे गुप्तचर उजव्या, पुनरुज्जीवनवादी धार्मिक गटांच्या नेत्यांच्या हालचालींवर डोळ्यांत तेल घालून नजर ठेवू लागले.

सामाजिक-धार्मिक क्षेत्रात नव्या विचारांचं मोकळेपणानं स्वागत करणारा दाऊदखान राजकीय क्षेत्रात मात्र कर्मठ होता. त्याला विरोधाचा एकही सूर सहन होत नसे. तो नाममात्रच 'रिपब्लिकन प्रेसिडेंट' होता, खऱ्या अर्थानं तो डिक्टेटरच होता!

त्यानं १९६९ साली चार वर्षांसाठी निवडून आलेली लोया जिरगा कालावधी संपता संपताच संपुष्टात आणली आणि प्रचलित राज्यघटना तहकूब करीत नवीन घटना लागू करण्याचं जाहीर केलं! पण नव्या निवडणुकांची घोषणा केली नाही. किंबहुना ती जाहीर करायला लागू नये, म्हणूनच घटना तहकूब करायचा मार्ग त्यानं स्वीकारला होता!

संसदेचं व्यासपीठ गेल्यानं डाव्या-उजव्या दोन्ही बाजूंच्या पक्षांची पंचाईत झाली. त्यात भर म्हणून दाऊदनं साऱ्या वृत्तपत्रांना टाळी ठोकली. सुरुवातीला

दाऊदचं प्रशासन-कौशल्य, सामाजिक सुधारणा यांचं डाव्या वृत्तपत्रांतून कौतुक होत होतं. पण नंतर बेकारी, दारिद्र्य, दुष्काळ या जमिनीवरच्या समस्या सोडवण्याच्या बाबतीत टीका होऊ लागली, तसा दाऊद अस्वस्थ झाला. शिवाय आधीच डाव्या आघाडीत असलेला म्हणून उजवे व अमेरिकन त्याला छुपा कम्युनिस्ट समजायचे. त्यात दाऊदची बांधिलकी अलिप्ततावादी चळवळीशी. त्याला नेहरू-नासेर-टिटो यांच्याबरोबर मिरवणं आवडे. म्हणून उजवे अधिकच नाराज. उजवे धार्मिक गट तर त्याला उघडपणे 'काफिर कम्युनिस्ट' असं संबोधत.

'इखवान-उल्-मुसलमान'च्या कारवाया वाढू लागल्या, शुद्ध इस्लामी, कुराण व शरियतवर आधारित राज्य आणण्यासाठी लष्करी क्रांतीची कारस्थानं रचली जाऊ लागली, तेव्हा दाऊदनं अकस्मात धाडी घालून जून १९७४ मध्ये २८० इखवानी नेते व कित्येक सेनाधिकाऱ्यांना पकडून तुरुंगात डांबलं.

पण पुन्हा एकदा निसटून जाण्यात गुल यशस्वी झाला. त्याच्या सोबत रब्बानीपण पेशावरला पोचला. भुट्टो शासनानं त्यांना अगत्यानं पुन्हा आश्रय दिला! मात्र शमसुद्दिनला अटक झाली.

आजवर काबूल सरकारनं, विशेषत्वानं पख्तुनिस्तानची निर्मिती हे जीवनध्येय मानलेल्या दाऊदखानानं, ड्युरांड रेषेपलीकडील नॉर्थ वेस्ट फ्रॉंटियर प्रांतातील पठाण व बलुचींना सक्रिय मदत केली होती. पैसा व शस्त्र पुरवणं व त्यांच्या स्वतंत्र पख्तून देशाच्या भूमिकेला राजनैतिक पाठिंबा उघडपणे देणं, या दाऊदच्या धोरणामुळे पाक सरकारला अनेक उठावांना तोंड द्यावं लागलं होतं. आधीच १९७१ साली स्वतंत्र बांगलादेशाची निर्मिती झाल्यापासून तो देश अपमानित होता. पाकिस्तानी पठाण स्वतंत्र पख्तून देश स्थापन करतील वा अफगाणिस्तानमध्ये सामील होतील, ही भीती होती. म्हणून पाशवी अत्याचार करीत क्रूरपणे पठाण व बलुचींना त्यांनी चिरडलं होतं!

आता त्यांना इखवानींचा उठाव फसल्यामुळे पलायन करून आलेले व दाऊदच्या सामाजिक व धार्मिक धोरणाचे कट्टर विरोधक गुल व रब्बानीसारखे खंदे नेते येऊन मिळाले. त्यामुळे आता भुट्टो सरकारनं दाऊदला धडा शिकवण्याची योजना आखली! योजना यशस्वी होण्याची अपेक्षा फारशी नव्हती. तरी त्यामुळे हादरा बसेल, पाक व दाऊदखानचा अंतर्गत हस्तक्षेप थांबेल, एवढं साध्य झालं तरी भुट्टी सरकारला ते पुरेसं असणार होतं !

इखवानी मात्र पाकच्या मदतीनं दाऊदला पदच्युत करून शुद्ध इस्लामी राज्य स्थापन करण्याच्या गोड स्वप्नरंजनात होते. त्यांना अजूनही दाऊदच्या सोव्हिएत युनियनच्या मदतीनं उभारलेल्या प्रशिक्षित सैन्याच्या सामर्थ्याची पुरेशी कल्पना

नव्हती! कडव्या पठाणांनी जिहादच्या भावनेनं पख्तिया, निंग्रहर, लागमान व बदकशान प्रांतात जबरदस्त उठाव केला. तसेच रब्बानीमुळे काबूलच्या उत्तरेस पंजशिर खोऱ्यात ताजिक जनमत खवळून उठलं, पण कमांडर अब्दुल कादीरच्या मदतीनं दाऊदनं पायदळ व विमानदळाच्या मदतीनं जबरदस्त प्रहार करीत बंडखोरांचा पुरता नि:पात केला. शरण आलेल्या, पकडण्यात आलेल्या व जखमी झालेल्यांना गोळ्या घालून ठार मारलं! अवामवर जबर दहशत बसली आणि हा उठाव चिरडून टाकला गेला.

"अन्वर..." करमालनं त्याच्याशी मसलत करताना आपले भविष्यकालीन डावपेच समजावीत त्याला म्हटलं, "एक प्रकारे ही ईष्टापत्ती आहे आपल्यासाठी. या निमित्तानं उजव्या - प्रतिगामी बूर्ज्वा धार्मिक नेत्यांचा मोठ्या प्रमाणात सफाया झाला व बाकीचे नेते पळून गेले. आता रान आपल्यासाठी मोकळं आहे. आपण अधिक मेहनत घेऊन विद्यार्थी, सैनिक, बुद्धिजीवी, प्रबळ टोळीप्रमुख यांना आपल्या डाव्या विचारांच्या सूत्रात गोवून एक केलं तर इन्शाल्ला हमारे जीते जी - बहुतही कम अर्सें में हमारा रिव्होल्यूशन का ख्वाब कामयाब होगा..."

"हां सर... पण आधी 'परचम' व 'खल्क'देखील एक होत नाहीत... मग..."

"ये सही है..." प्रथमच कबुली देत करमाल म्हणाला, "आम्ही बाहेर पडलो, ती मजबूरी होती. लेकिन आज भी मुझे लगता है - हम सही थे! आस्ते कदम हे धोरण व टप्प्याटप्प्यानं कदम-बा-कदम पुढे जाणं याखेरीज पर्याय नव्हता. पण तराकी व अमीनला इन्किलाबची घाई झाली होती, असो पण मला सांग, तराकी व तुझे उस्ताद अमीन हे पीपल्स डेमॉक्रसीच्या लंब्याचवड्या बाता करतात, ते तरी माझ्या 'परचम'पेक्षा वेगळं काय करतात? अमीनला माझं नेतृत्व मान्य नाहीच, शिवाय तराकींच्या जोडीनं मला सारे मानतात, हेही त्याला खटकतं. त्यानंच पक्षात पठाण-नॉन पठाण अशी फूट पाडली व मला नॉन-पठाण नेता ठरवून स्वत:ची 'हॅव नॉट'साठी लढणारा अशी इमेज बनवली... त्यामुळे तेव्हा फूट अटळच होती..."

"पण सर, आता पुलाखालून बरंच पाणी वाहून गेलं आहे." अन्वर म्हणाला, "जशी माझी तुमच्याशी बातचीत होते, तशीच जनाब तराकी, अमीनसर व इतर 'खल्की' नेत्यांशीपण होत असते. त्यांनाही हे समजून चुकलं आहे. दोघांनी समजुतीनं घेतलं तर पुन्हा पक्ष एक होणं अवघड नाही सर. ते झालं पाहिजे, नव्हे ती काळाची गरज आहे. त्याविना आपली क्रांती साकार होणार नाही..."

करमालही मोकळा होत म्हणाला, "अन्वर, मलाही मॉस्को भेटीत हाच मंत्र मिळाला आहे. जनरल दाऊद बदलत आहेत. त्यांनी स्वत:ला नॅशनलिस्ट म्हणवून घ्यायला सुरुवात केली आहे व रूसपासून ते अंतर ठेवताहेत. पाक व इराणशी जुळवून घेताहेत. पख्तून प्रश्नावरची त्यांची भूमिकाही बदलते आहे. इथल्या अमेरिकन राजदूतांच्या भेटीगाठी व अर्ग पॅलेसमधील त्यांच्या हालचाली डोळ्यांत भरण्याइतपत जाणवत आहेत. सेंट्रिस्ट पार्टीचा अन् उजव्या गटांचा सफाया केल्यानंतर त्याची वक्रदृष्टी आता आपल्याकडे वळू शकते. तू किंवा फैज महंमद अजूनही सत्तेत आहात आमच्या वतीनं. तुम्ही फार सावधपणे वागलं पाहिजे. कान व डोळे उघडे ठेवून पाहिलं पाहिजे. तुम्हीच आमचे कान डोळे..."

अन्वर चकित होऊन करमालकडे पाहत राहिला. हा खरा नेता, ज्याची एक नजर भविष्याकडे असते व जो राजकीय घडामोडींचा वेग व दिशा अचूक आगाऊ जाणू शकतो. अशा तऱ्हेचं आकलन आपल्याला मनस्वी स्वभाववृत्तीमुळे व जगाकडे व माणसाकडे सरळ नजरेनं पाहण्याच्या स्वभावामुळे चटकन होत नाही! दुसऱ्या फळीच्या नेत्यांत आपल्या स्पर्धेत अनाहिता आहे, तसाच डॉ. नजिबुल्ला आहे. अमीन - करमालची जशी व्यक्तिगत पातळीवर उतरलेली स्पर्धा आहे, तशी स्पर्धा करणं आपल्याला जमणार नाही. पण आपली पोझिशन आजच्या घडीला युनिक आहे. आपण दोन्ही पक्षांना 'परचम' व 'खल्क'ला समान जवळचे आहोत व ते दोन्ही एक होण्याचे आसार नजर येत आहेत. तेव्हा आपलं महत्त्व अधोरेखित होईल! मी पक्षाचा नैतिक आवाज आहे व तरुण आशा-आकांक्षांचं प्रतीक.

जनरल दाऊदखान हा राष्ट्राध्यक्ष व पंतप्रधान दोन्ही असल्यामुळे मंत्रिमंडळाची बैठक नियमित न घेता जेव्हा त्याला गरज वाटे तेव्हाच घेत असे. त्यामुळे जेव्हा तातडीनं अर्ग पॅलेसमध्ये त्यानं मंत्रिमंडळाची बैठक बोलवली तेव्हा अन्वरला नवल वाटलं!

"आजच्या बैठकीला प्रारंभ करण्यापूर्वी मी आपले गृहमंत्री फैज महंमद साहेबांना सर्वांच्या वतीनं बधाई देऊ इच्छितो! त्यांनी उजवा प्रतिगामी धर्मांध गट चिरडून टाकला, याबद्दल त्यांच्या बधाईचा ठराव सर्वसंमतीनं पारीत करू या!"

साऱ्यांनी आपली टेबलं वाजवून एकमुखी संमती दिली. बधाईचा स्वीकार करीत उभं राहत किंचित झुकून आदाब करीत फैज महंमद म्हणाला, "मैं इस तारीफ के काबिल कहाँ? जनाब प्रेसिडेंटसाहब की इनायत है और आप सबका साथ. प्रेसिडेंटसाहेबांच्या नेतृत्वाखाली अंतर्गत सुरक्षा राखणं हे माझं काम आहे, ते भविष्यातही भलीभाँती निभावता यावं, ही इच्छ आहे!"

रीतसर बैठकीला प्रारंभ करीत दाऊदखान म्हणाला, ''मेरे साथियों, आपण साऱ्यांनी मिळून इखवानींचं बंड मोडून काढलं. पक्तिया, निंग्रहर, लागन व बदकशान प्रांतांतील व पंजशिर व्हॅलीतील उठाव नाकामयाब केला. या साऱ्या घडामोडींमागे पाकिस्तान व त्यांना राजनैतिक शरण गेलेले इखवानी व जमाते इस्लामीचे काही भुरटे नेते, गुल-रब्बानी हे आहेत, हे मी आपणास सांगावं असं नाही! आजवर आपण पाकच्या पठाण व बलुचींना पैसा व शस्त्रं दिली, पख्तुनिस्तानच्या प्रश्नाच्या सोडवणुकीसाठी. ब्रिटिश गेल्यानंतर १९४७ पासून आपला व पाकचा सीमासंघर्ष याच एका प्रश्नावरून सातत्यानं होत आहे. पण आपली शक्ती, अर्थव्यवस्था व सैन्यबळ पाहता आपण पाकवर निर्णायक जय कधीच मिळवू शकत नाही. कारण त्यांना अमेरिकेचा भक्कम पाठिंबा आहे. आर्थिक मदत व शस्त्रपुरवठा सातत्यानं वाढत्या श्रेणीत होतो आहे. आपण सेंटोमध्ये सामील न होता अलिप्ततावादी चळवळीत आहोत. पहिल्या व द्वितीय महायुद्धातही आपण तटस्थ होतो. ही आपली राष्ट्रीय नीती देशासाठी योग्य आहे; पण त्यामुळे आपण पाकपेक्षा कमी ताकदवान राहिलो आहोत, हेपण वास्तव आहे. गेले काही दिवस या उठावाच्या निमित्तानं मी विचार करतोय. खरंच पख्तुनिस्तानचं आपलं स्वप्न कधी साकार होऊ शकेल? हा काळखंड आहे शीतयुद्धाचा. त्यात अमेरिकन गटात पाक आहे व आपण सोव्हिएत गटाकडे झुकलेलो आहोत; परिस्थिती व भूगोलामुळे. हे अमान्य करणं म्हणजे वास्तवतेकडे डोळेझाक करणं आहे. सोव्हिएत युनियनचा आपल्याला पख्तून प्रश्नांवर पाठिंबा जरूर आहे, पण तो केवळ नैतिक व राजकीय. उद्या आपल्यासाठी ते पाक - अमेरिकेशी संघर्षाची भूमिका घेतील का? माझ्या मते ते शक्य नाही... मग आपला लढा व संघर्षाचं भवितव्य काय?''

दाऊदखानंनं समस्येची समग्र मांडणी चांगली केली. अन्वरला वाटलं, आपल्या मनातील शंका व विचारच जणू दाऊद बोलत आहे. पख्तुनिस्तान साकार होणं असंभव आहे, हे सत्य आजवर मान्य करण्याचं कोणीच कसं धाडस दाखवलं नाही? आज दाऊदखान तरी ते का करीत आहे? त्यामागे प्रांजळपणा व देशहित आहे की अन्य काही?

''प्रत्येक संघर्षाच्या वेळी आपला पाक हद्दीतून जाणारा ट्रेड रूट त्यांनी बंद केला आहे. १९५५ साली केवढा हाहाकार माजला होता. तेव्हा रशियानं एअरलिफ्ट करून आयात व निर्यात दोन्ही नियमित करून दिली व आता सलांग पासच्या रूपानं अमुदरियापर्यंत बारमाही रस्ता उपलब्ध आहे. पण तेथूनही सागरकिनारा दूरच आहे. कराची बंदर हेच सर्वांत जवळचं, त्यामुळे पख्तून प्रश्नाच्या पलीकडे जाऊन रीजनल

सिक्युरिटीचा विचार आपण केव्हा करणार? मला तरी वाटतं की आज पाकशी मैत्रीपूर्ण संबंध स्थापित करणं ही काळाची गरज आहे...''

"पण सर, ते आपल्या देशातील फुटीर व बंडखोर नेत्यांना आश्रय देतात, शस्त्रं व पैसा देतात - त्याचं काय?''

''त्यांच्या रेडिओवरून विखारी प्रचार सातत्यानं चालू असतो. त्यांची पुश्तू व दारी भाषांतली सेवा अनेक वर्षांपासून सुरू आहे. ती देशविघातक प्रचार करते. झालंच तर क्वेट्टाहून हाजरा जमातीसाठी सेवा सुरू आहे.'' फैज महंमद म्हणाला, ''पाकचा हा आपल्या देशाविरुद्धचा प्रचारही बंद होणं आवश्यक आहे.''

''चर्चेमध्ये हा प्रश्न आपण जरूर धसास लावू.'' दाऊद म्हणाला, ''आपणही काबूल रेडिओवरून पाक सीमेतील पठाण व बलुचींसाठी ब्रॉडकॉस्ट करतोच की. जहीरशहाच्या जमान्यापासून आपण 'हेवद' वृत्तपत्र काढून ते पाक सीमेत सर्क्युलेट करतो. आजही दहा हजार प्रती दररोज तेथे वाटल्या जातात.''

''पाकिस्तानला आपल्याशी मैत्री हवी असेल तर चांगली गोष्ट आहे.'' अन्वर आपलं मत नोंदवत म्हणाला, ''शेजारी देशाशी सुरळीत संबंध व व्यापारी संपर्क असणं हे आवश्यकच आहे. त्यांच्या राजवटीचा रंग कोणत्या विचारांचा आहे, हे एक सार्वभौम राष्ट्र म्हणून ठरवण्याचा अधिकार त्यांना आहे. आज भुट्टो राजवट लोकशाहीवादी व पाश्चात्त्यांकडे झुकलेली आहे. पण अफगाणिस्तानला दुर्बल करण्यासाठी व त्रास देण्यासाठी धर्माचा वापर करून आपल्या कट्टर मूलतत्त्ववादी धार्मिक इखवानी व जमाती नेत्यांना त्यांनी आश्रय देणं प्रोत्साहन - मदत देणं, बंद केलं पाहिजे...''

''अन्वर - तूने पते की बात कही है. मी हा अहम मुद्दा मान्य करतो.'' दाऊद म्हणाला. ''तर माझी अशी मन्शा आहे की, पाकचे प्राइम मिनिस्टर जनाब झुल्फिकार अली भुट्टो यांना काबूल भेटीचा न्योता द्यावा. त्यामुळे मैत्रीसंबंध प्रस्थापित होतील!''

''सर... मैं बडी देर तक गौर से आपकी बातें सुन रहा था.'' फैज महंमद म्हणाला, ''पण पाकिस्तान हा भरोसेमंद मित्र कधीच होऊ शकणार नाही, असं माझं मत आहे! कारण त्याला स्वतंत्र भूमिका नाही. स्पष्ट सांगायचं झालं तर पाक अमेरिकेचं प्यादं आहे आणि आपण रूसचे मित्र आहोत. त्यांनी व्यापार व इतर सर्वच क्षेत्रांत आपल्याला 'मोस्ट फेवर्ड नेशन'चा दर्जा दिला आहे. त्यांचा विचार आपण केला आहे जनाब? रूसला याची कल्पना दिली आहे?''

आणि फैज महंमदला थांबवत दाऊद कडाडला, ''तुम भूल रहे हो जनाब, हम आझाद, सॉवरिन नेशन हैं - हमारी पालिसी बेतरफी याने की दोनों को समान दूरी रखने की है. हम हमारे फैसले खुद कर सकते हैं. हमारे दोस्त कौन हो, ये तय

करने के लिए सोव्हिएत युनियन की सलाह लेने की क्या जरूरत?''

त्याच्याशी तत्काळ सहमती दर्शवीत अन्वर म्हणाला, ''तुम्ही योग्य बोलता आहात प्रेसिडेंट साहेब. जरी रूस आपला जवळचा मित्र असला तरी पाकशी मैत्री जोडण्यात आपलं देशहित असेल तर ती जरूर जोडावी, त्यासाठी रूसला काय वाटेल याचा विचार करण्याची काही जरुरी नाही...!''

''फैज साहब...'' दाऊद अन्वरच्या पाठिंब्यानं अधिकच स्पष्ट बोलता झाला, ''आप परचमी हैं, कम्युनिस्ट हैं. पण मी कम्युनिस्ट नाही, तर कट्टर राष्ट्रवादी आहे व अजूनही आपला देश 'इस्लामिक रिपब्लिक' आहे, हे विसरू नका! माझं धोरण सोव्हिएत युनियनच्या विरुद्ध मुळीच नाही, पण राष्ट्रहितासाठी काही अप्रिय निर्णय त्यांना आवडत नसले तरी घेण्याची पूर्ण मुभा आपल्याला सार्वभौम राष्ट्र म्हणून असणं जरूर आहे. आखिर वतन कम्युनिझम से जादा मायने रखता है!''

त्यानंतर झालेल्या भेटीत अन्वरला अमीन व करमाल दोघांनीही धारेवर धरलं. फैज महंमदनं त्या दोघांनाही मंत्रिमंडळ बैठकीतली हकिकत सांगितली असणार.

''अन्वर, तू म्हणतोस त्याप्रमाणे एक सार्वभौम देश म्हणून आपल्याला स्वतंत्रपणे मित्र ठरवायचे व संबंध जोडण्याचे जरूर अधिकार आहेत! उद्या आपण राज्यकर्ते बनलो तर हेच आपले धोरण राहील.'' करमाल म्हणाला, ''पण आज आपल्या पक्षासाठी अशी भूमिका दाऊदनं घेणं योग्य नाही. कारण आज सोव्हिएत युनियन केवळ आपल्यामुळे दाऊदला मदत करीत आहे, हे लक्षात ठेवलं पाहिजे! त्यांना दाऊदचा भरवसा नाही, आपले दोन मंत्री - तू आणि फैज महंमद मंत्रिमंडळात आहेत म्हणून ते निश्चिंत आहेत! पाक मैत्री ही केवळ पाक या देशाशी मैत्री नाही. त्या निमित्तानं अमेरिका अफगाणिस्तानला प्रभावित करण्याचा व अंकित करण्याचा प्रयत्न पुन्हा सुरू करील. बेतर्फीच्या गोंडस नावाखाली आजच दाऊद त्यांना चुचकारतो आहे, त्यांच्याकडून आर्थिक मदत मिळवतो आहे. त्यांचा प्रभाव वाढणं म्हणजे मध्यमवर्ग व उजव्यांचं महत्त्व वाढणं होय. ते आपल्याला घातक आहे.''

तो करमालकडे नि:शब्द, अनोळखी पाहुण्याप्रमाणे पाहत राहिला. हा आपला नेता आहे? त्याला देशापेक्षा पक्षहित महत्त्वाचं वाटतं?

आपल्या मनातले हे प्रश्न अमीनपुढे अन्वरनं नेहमीच्या सवयीनं उपस्थित केले, तेव्हा त्याची पाठ थोपटीत अमीन म्हणाला, ''कधी नव्हे ते तो रॉयल कम्युनिस्ट करमाल माझ्या थिंकिंग लाइनशी मिळतं जुळतं बोलला बघ! अन्वरमियाँ, आपल्यासाठी आजच्या घडीला पक्षहितच महत्त्वाचं आहे. कारण आपल्याला उद्या या देशात क्रांती घडवून आणून साम्यवाद प्रस्थापित करायचा आहे. तो सोव्हिएत

युनियनच्या मदतीविना केवळ अशक्य आहे. म्हणून तो देश आपल्या देशाशी नेहमी इतरांपेक्षा अधिक जवळ हवा. आणि याच कारणासाठी पाक व त्या माध्यमातून अमेरिकेशी मैत्री नको आहे. यात तत्कालिक तोटा आहे, पण उद्या आपण सत्तेवर येऊ तेव्हा खुशाल पाक-अमेरिकेशी मैत्री जोडू. आज त्यापासून दाऊदला परावृत्त करण्याचा फैज महंमदनं प्रयत्न केला असता त्याला तू पाठिंबा न देता दाऊदला दिलास- ये ठीक नहीं हुआ अन्वर. आखिर हम सबको पार्टी लाइन का ख्याल करना चाहिए।''

अन्वरच्या मनात पुन्हा तोच प्रश्न. राजकारणाचं का स्वतंत्र असं अनैतिक तत्त्वज्ञान असतं? त्यात केवळ सत्ता आणि पक्ष हाच केंद्रबिंदू असतो? देश व व्यापक समाजहित त्या वर्तुळाबाहेर सोईस्करपणे ठेवायची असतात? अगदी गांधीबाबांच्या हिंदुस्थानमध्येही इंदिराबीबींनं नाही का स्वत:ची सत्ता टिकवण्यासाठी आणीबाणी नुकतीच लागू केली? गांधीबाबांचं लाडकं तत्त्वज्ञान - राजकारणाचं आध्यात्मीकरण पुढे हद्दपार झालं त्यांच्याच देशातून. असाच का राजकारणाचा व सत्तेचा खेळ असतो?

एकदा करीमुल्लांची अचानक भेट झाली तेव्हा अन्वरनं हे प्रश्न त्यांच्यासमोर ठेवले

''अन्वरमियाँ, तुला त्यांच्या सोबत राहूनही असे प्रश्न पडतात, हे पाहून बरं वाटलं!'' करीमुल्लांनी न राहवून सहजतेनं टोला मारला, ''कम्युनिस्ट राजवटीत माणूस व त्याच्या आध्यात्मिक जाणिवांना काही स्थान नाही, म्हणून त्यांना असे प्रश्न कधीच पडत नाहीत! तुला ते पडतात, म्हणून मला आशा वाटते की, एक ना एक दिवस तुला त्या साम्यवादी तत्त्वज्ञानातला फोलपणा, माणसांची गळचेपी व त्यांचं यांत्रिकीकरण समजून येईल व तुझा भ्रमनिरास होईल. त्या वेळी कदाचित तुला आता मी जे सांगणार आहे ते पटेल.''

काही क्षण विचारमग्न अवस्थेत करीमुल्ला आपल्या दाढीवरून हात फिरवत राहिले. मग अन्वरच्या नजरेत खोल पाहत म्हणाले, ''आम्ही इस्लामला परिपूर्ण धर्म का मानतो हे तुला मी वेळोवेळी सांगितलं आहे. इस्लामनं केवळ माणसाच्या पारलौकिक व आध्यात्मिक जाणिवेचा, भुकेचा विचार केला नाही, तर ईहलोकाचा व माणसाच्या सर्व अंगांनी व्यापलेल्या जीवनाचा विचार केला आहे. इस्लामी राजवटीचा आम्ही ध्येय म्हणून अंगीकार केला आहे. कारण त्यात माणसाच्या सर्वांगीण प्रगतीला वाव आहे. तो जसा अस्सल ईहवादी, भौतिकतेचं महत्त्व जाणणारा व्यवहारी धर्म आहे, तसाच त्यानं संपूर्णपणे माणसाच्या आध्यात्मिक जाणिवेचा व त्याच्या कमतरतेचा विचार करून जे तत्त्वज्ञान आचरणासाठी दिलं आहे, ते अंगीकारलं तर राजकारण व सत्तेचा पाया शांती व माणुसकी हाच राहातो आहे, हे तुझ्या लक्षात

येईल! आज आपली दीन-हीन अवस्था त्याचं योग्य आकलन न झाल्यामुळे आहे. म्हणून मी इस्लामी मूलतत्त्ववादी नाही तर इस्लामी पुनरुज्जीवनवादी आहे.''

''नये जमाने के नगमे।''

डायसच्या मागे भिंतीवर लाल अक्षरांत लिहिलेलं आपल्या पहिल्यावहिल्या पुश्तू भाषेतील काव्यसंग्रहाचं नाव जमिला पुन्हा पुन्हा पाहत होती. त्याखाली तिचं नाव पाहताना तिचा ऊर अभिमानानं दाटून येत होता आणि साशंकतेनं काळजाचे ठोके चुकत होते. अवाम व अदबी दुनियेचे जाणकार कसं स्वागत करतात, या लीक से हटकर असलेल्या बोली भाषेतील वास्तववादी कवितांचं? आपण घाई तर केली नाही ना काव्यसंग्रहाच्या प्रकाशनाची? या प्रश्नांनी ती संत्रस्त झाली होती.

जमिलानं सलवारच्या दुपट्ट्यानं घाम पुशीत विरुद्ध दिशेला शेवटच्या खुर्चीवर बसलेल्या झाकिरकडे निसटता कटाक्ष टाकला. त्यानं तो नेमका झेलला आणि आश्वासक स्मित करीत तिला दिलासा देण्याचा प्रयत्न केला.

झाकीरची हा पुस्तक प्रकाशन सोहळा नेटका व्हावा यासाठी सतत धावपळ चालली होती.

त्याच्या 'मेनहाज पब्लिशिंग हाउस'तर्फे हे काव्याचं पहिलं पुस्तक जनाब तराकींच्या हस्ते प्रकाशित होत होतं. प्रो. करीमुल्ला प्रमुख पाहुणे.

गेली तीन वर्षें जमिला 'गाहिज'ची नियमित लेखिका होती. प्रत्येक अंकात तिच्या एक-दोन कविता झाकीर छापायचा. त्याची सुरुवात तिच्या दुष्काळावरील कवितेनं झाली होती. तिनं आपल्या वृत्तपत्र व मासिकासाठी नियमित लिहावं यासाठी एकदा झाकीर अन्वरला त्याच्या घरी भेटायला आला होता.

''सर, 'गाहिज' हा चाचा मेनहाजनी इस्लामच्या प्रचारासाठी काढला होता. पण मी हळूहळू याचं स्वरूप बदलणार आहे. धर्मापेक्षा संस्कृती व संस्काराच्या बाबींवर भर देत मी इस्लामच्या चौकटीत ज्ञान-विज्ञान आणि आधुनिकतेचा प्रसार करू इच्छितो. त्यासाठी साहित्यावर मी जोर देणार आहे. तुमच्या भतिजीसाठी आमचा पेपर सदैव सज्ज राहील. यही बताने मैं आया हूँ।'' आणि त्यानं तिच्याकडे कटाक्ष टाकीत विचारलं, ''क्यों? हमारे लिये लिखोगी?''

''जरूर!'' तिच्या वतीनं अन्वरनं आश्वासन देऊन टाकलं.

दाऊदनं वृत्तपत्रांची गळचेपी केली, त्यात 'गाहिज'चा समावेश होता. तेव्हा प्रेस रिकामा ठेवून कामगारांना घरबसल्या पगार देण्याऐवजी झाकीरनं काकाच्या नावे 'मेनहाज पब्लिशिंग हाउस' स्थापून पुस्तक-प्रकाशनाचा व आपला आर्किटेक्टचा

व्यवसाय सुरू केला.

आपलं पहिलं प्रकाशन म्हणून अवघ्या अठरा वर्षांच्या जमिलाच्या निवडक एक्काावन्न कवितांचा 'नये जमाने के नगमे' हा संग्रह त्यानं काढत होता.

जमिलाला कोडं पडायचं, झाकीर एवढं आपल्यासाठी का करीत आहे? त्यानं आपल्या प्रकाशनसंस्थेचा प्रारंभ आपल्यासारख्या नवोदित कवयित्रीच्या काव्यसंग्रहापासून करावा, एवढी का आपली प्रतिभा चमकदार आहे?

तिला वाटायचं, हे कारण असेलही. पण याहीपेक्षा वेगळं काही असावं. अशा वेळी तिचं काळीज अनाम संवेदनेनं थरथरायचं.

जमिलाला त्याची मर्यादशील संकोची सलज्जता दुर्मिळ म्हणूनच अद्भुत वाटायची. काबूलमध्ये अलीकडे बेपर्दा स्त्रियांचं प्रमाण बरंच वाढलं होतं, पण त्याची अफगाण पुरुषांना अजूनही सवय होत नव्हती. ग्रामीण भागातले तर विद्यार्थी अशा मुलींकडे डोळे फाडफाडून पहायचे. या पार्श्वभूमीवर झाकीरची नितळ नजर व त्यातली सलज्जता तिला विशेष वाटायची. जेव्हा जेव्हा त्यांची नजरानजर व्हायची, त्यात संकोचाबरोबर थोडी धिटाई व गहिरेपणा, जाणवायचा. पण तो निकोप व निरोगी असायचा. त्यानं जमिला मोहरून जायची.

कवितासंग्रहाची पहिली प्रत तयार होताच तिला घरी झाकीरनं आणून दिली होती. त्या वेळी तिला तो एवढंच म्हणाला, "तेरे नगमे तुझकोही नजर करता हूँ. ज्या भावना या ओळीत नाहीत, पण बिटविन द लाइन्स वाचता येतात, त्या मी जाणतो, असं म्हटलं तर? तो मुझे जान जाओगी?"

त्या गूढ सूचक बोलण्याचे जमिला वेगवेगळे अर्थ लावायचा प्रयत्न करीत होती.

पुस्तक प्रकाशित करताना तराकी म्हणाले, "या 'नये जमाने के नग्मे' या काव्यसंग्रहाची विशेष बाब कोणती, असं विचारलं तर मी म्हणेन की, तिची कवयित्री - हमारी जमिला बेटी! आमचा पी.डी.पी.ए. पक्ष स्त्री-पुरुष समतेवर आधारित शोषणरहित समाज निर्माण करण्यासाठी कार्य करतो आहे. जमिला आमच्या या स्वप्नाचं प्रतीक आहे. इन्शाअल्ला, अशाच युवक-युवतींचा आदर्श अफगाणिस्तान आपणास साकार करायचा आहे आणि त्यासाठीच आम्ही दहा वर्षांनी पुन्हा डाव्या चळवळीची हानी होऊ नये म्हणून 'खल्क' व 'परचमी' एक झालो आहोत! या काव्यसंग्रहात जे आझाद खयाल ज्या पद्धतीनं बोली पुश्तू भाषेत मांडले आहेत, ते सराहनीय आहेत!"

करीमुल्लांनी आशीर्वादपर भाषण केलं, "मी इस्लमियत जीवनशैली आदर्श

मानीत असलो तरी नि:संकोचपणे कबूल करतो की मला जमिला बेटींच्या या कविता मनापासून आवडल्या. कारण जनाब तराकी म्हणतात ते नाही, तर स्त्री-पुरुष समानता ही अल्लाला प्यारी आहे व दिव्य कुराणानं तिचा स्पष्टपणे उच्चार केला आहे म्हणून अल्लाह की नजर में सब बराबर हैं. इसलिए हर मर्द औरत के साथ बराबरी का सलूक करे, ये कुरान का संदेश है. म्हणूनच माझं म्हणणं आहे की, तुम्ही स्त्री-पुरुष समतेसाठी मार्क्सवादाकडे पाहण्याची गरज नाही. आपला धर्म सर्वांत पुरोगामी व प्रगतिवादी आहे. जगात इस्लामनंच प्रथम औरत जातीला संपत्तीमध्ये हिस्सा दिला आहे व उंच दर्जाही. इस्लाम का सही मतलब न समझकर चलने से औरत को आज कुचला जा रहा है. त्यामुळे मैं सही मायने में इस्लाम के रिव्हायवल के पक्ष में हूँ. यदी वो हो सका तो हमारी औरतों का दर्जा बढ जायेगा.''

एव्हाना दाऊदची सत्ता स्थिर झाली होती. पहिल्या काही महिन्यांतच किमतींवर नियंत्रण ठेवून काळाबाजार, साठेबाजी रोखण्यात आली होती. अफगाणिस्तानच्या इतिहासात प्रथमच डाव्या विचारधारेला अनुकूल असा मजुरांच्या कल्याणाचा कायदा व त्यांच्यासाठी पेन्शन योजना सुरू केली. गरीब वर्गासाठी मोफत औषध योजना सुरू केली. सत्तांतरापूर्वी झालेल्या समझोत्याप्रमाणे देशात भूमिसुधार कायदा लागू केला व अंमलबजावणीसाठी स्वतंत्र मंत्री म्हणून अन्वरला तराकीच्या सांगण्यावरून नियुक्त केलं.

अन्वरनं अभ्यासपूर्वक भूमिसुधार व कूळकायदा योजना तयार केली. दाऊदला ती फारच क्रांतिकारी वाटली. ''अन्वर, समाजाला वेगानं होणारे बदल सहन होत नाहीत. बदलाची विशिष्ट अशी गती असते, ती हेरूनच नेत्यानं काळजीपूर्वक, कमीत कमी त्रास व उलथापालथ होईल अशा पद्धतीनं बदल करायचे असतात. तुझी योजना अत्यंत चांगली आहे, पण जमीनमर्यादा एकाएकी एवढी कमी करणं शक्य नाही. समाजजीवनावर घट्ट पकड टिकवून धरीत आलेले जमीनदार जे बहुतेक धर्मगुरू, मुल्ला, पेशइमाम आहेत, ते मान्य करणार नाहीत. त्यांना फारसं न दुखावता ही योजना राबवू!''

दाऊदनं नवं भूमिसुधार धोरण जाहीर करतानाच अंमलबजावणीचं वेळापत्रकही मुक्रर केलं! त्यानुसार जमीनधारणेची कमाल मर्यादा अनुक्रमे २० व ४० हेक्टर बागायत व जिरायत जमिनीची ठरवण्यात आली. त्यावरील जमीन सरकारजमा करून भूमिहीनांना वाटणं व तिची किंमत मूळ जमीनदारांना पंचवीस वर्षांत दोन टक्के व्याजदरानं नवभूधारकांनी उत्पन्नातून द्यावयाची होती. याच्या पूर्वतयारीसाठी एक

वर्षांचा अवधी देण्यात आला होता.

नेमकी मेख इथंच होती. घोषणा होताच ज्या धावपळीनं जमिनधारकांनी आपल्या जवळच्या अतिरिक्त जमिनी नात्यातील लोकांना वाटून दिल्या, त्यावरून त्याला फोलपणा जाणवत गेला.

"मला माहीत आहे अन्वर, तू माझ्यावर सक्त नाराज आहेस. या एक वर्षामुळेच जवळपास ६०-७० टक्के जमीन वाचणार आहे. मलाही तेच हवं आहे. कारण तुझ्या योजनेप्रमाणे केवळ मूठभर १० टक्के जमीनदारांकडे आज जी ऐंशी टक्के शेतजमीन आहे, ती कमी होऊन फक्त २० ते २५ टक्के उरली असती. शतकानुशतकं अफाट जमिनीच्या उत्पन्नावर जगत आलेल्या जमीनदारांना हा फटका सहन होणं शक्य नाही. त्यांनी प्राणपणानं प्रतिकार केला असता. त्याला धर्माचा रंग देत माझ्या तथाकथित डाव्या पुरोगामी राजवटीविरुद्ध जिहाद पुकारला असता. मला तो धोका या घडीला पत्करता येणं शक्य नाही. पण किमान ३० टक्के जमीन तरी याच्या अंमलबजावणीनं भूमिहीनांना मिळेल. त्यालाही विरोध होईलच, पण तो सीमित असेल आणि म्हणून मला तो नियंत्रित ठेवणं कठीण जाणार नाही."

दाऊदच्या या पातळ केलेल्या भूमिसुधार योजनेचं करमालनं आडवळणानं का होईना समर्थनही केलं होतं. "मित्रा! ही आपल्या पाठिंब्यावर आलेली राजवट आहे, पण ती आपली नाही, हे विसरू नकोस. एक पाऊल पुढे पडलं आहे, ते कमी महत्त्वाचं नाही!"

अमिननं त्याच्या नेहमीच्या परखड शैलीत दाऊदला अस्सल पठाणी शिव्या हासडत भूमिसुधार कार्यक्रमांची वासलात लावत म्हटलं, "'आय गिव्ह टू हूट्स टु दॅट रास्कल दाऊद. १९७३ मध्ये आपली तयारी नव्हती, म्हणून त्याला साथ देणं भाग पडलं! त्याच्या राजवटीकडे मी स्टॉप-गॅप स्वरूपाची अरेंजमेंट म्हणून पाहतोय. त्याला एक दिवस हटवून आपल्याला क्रांती घडवून आणायची आहे. त्यामुळे त्याच्या धोरणाबद्दल मला काही म्हणायचं नाही!"

तराकीनं सर्वोच्च नेत्याप्रमाणे करमाल व अमीन दोघांचंही समर्थन करीत म्हटलं, "शॉर्ट टर्म स्ट्रॅटेजी म्हणून पक्षहित सांभाळण्यासाठी व प्रभाव वाढवण्यासाठी करमालची लाइन मला मान्य आहे. आपली सत्ता येईल तेव्हा कशा प्रकारे हे धोरण राबवता येईल, याचा अभ्यास या निमित्तानं होतो आहे, असं मी समजतो. त्याच्या अंमलबजावणीतील दोष, अडचणी व जमीनदारांची प्रतिक्रिया समजेल. पण अमीनचं प्रतिपादन हे आपल्या पी.डी.पी.ए.चं अंतिम ध्येय आहे. दाऊद इज ए स्टेपिंग स्टोन. संधी मिळताच नजीकच्या भविष्यात आपल्याला क्रांतीसाठी सत्ता बळकवायची आहे,

हे तुम्ही नीट ध्यानात ठेवा.''

अन्वरनं मग आपली नाराजी विसरून पातळ केलेले का होईना दाऊदसंमत भूमिसुधार कार्यक्रम लागू करण्यासाठी प्रामाणिक प्रयत्न सुरू केले.

दाऊदबद्दलचं जनमतही बदलत चाललं. लोकांचा झपाट्यानं भ्रमनिरास होत गेला. परकी मदत पुरेशी मिळत नसल्यानं पुन्हा महागाई व टंचाई वाढत होती. असंतोषाच्या ठिणग्या निमित्तानिमित्तानं पेटत होत्या. वृत्तपत्रं बंद पडल्यामुळे असंतोषाला वाचा फुटत नव्हती. पण धग जरूर जाणवत होती. त्यामुळे सुशिक्षित वर्ग झपाट्यानं पी.डी.पी.ए.कडे वळत होता. रशियाप्रमाणे समानता व समाजवाद देशात येईल व सर्वांना अन्न-वस्त्र-निवारा पुरेशा प्रमाणात मिळेल, बेकारीचं समूळ उच्चाटन होईल, या त्यांच्या भाषणांमुळे दाखवल्या जाणाऱ्या स्वप्नाकडे अवाम आकृष्ट होत होती! तर ग्रामीण जनता धार्मिक नेत्यांच्या पेशावरला स्थलांतरामुळे निर्नायकी बनून अधिकाधिक मुल्ला-मौलवींच्या कह्यात जात होती.

दाऊद हा समाजमनाची नाडी ओळखणारा मुत्सद्दी राजनीतिज्ञ होता. त्याला हे मरगळलेलं व हताश समाजचित्र अस्वस्थ करीत होतं!

सोव्हिएत युनियनच्या मदतीनं त्यानं विकासाची गती वाढविण्याच्या अनेक योजना आखल्या असल्या तरी ढासळलेल्या अर्थव्यवस्थेला त्या पुऱ्या पडत नव्हत्या. दाऊद मदतीसाठी पूर्णपणे रशियावर अवलंबून होता. अधिक मदत घेणं म्हणजे अधिक परावलंबी होणं असल्यामुळे तो पेचात पडला होता. पाक-इराण-कुवेत आदी मुस्लिम राष्ट्रं त्यानं देशाला सोव्हिएत युनियनचा सोळावा भाग केल्याची टीकाही करीत होती. दाऊद अलिप्ततावादी चळवळीतील आपलं स्थान कमी होत असल्याच्या जाणिवेनं बेचैन होता.

ही कोंडी फोडण्यासाठी व सोव्हिएत युनियनवरील अवलंबित्व कमी करण्यासाठी सर्वप्रथम दाऊदनं पाक व इराणशी संबंध जोडायचं ठरवलं.

इराणचा शहा पहलवी पुरोगामी सामाजिक विचारांमुळे कट्टर अमेरिकावादी असूनही दाऊदला जवळचा वाटत असे. शहा पहलवीनंही पाक-अफगाणच्या १९७५ च्या चकमकीनंतर आपला प्रभाव दाऊद आणि भुट्टोंवर वाढवायला सुरुवात करून सीमाभाग शांत करण्यासाठी महत्त्वाची भूमिका बजावली. त्यामुळे कराची बंदराचा मार्ग खुला झाला!

दाऊद व ज्याच्यावर अलीकडे तो अधिकाधिक विसंबून राहू लागला होता, तो त्याचा भाऊ नईमची खलबतं अन्वरला कळत होती. कारण करमालनं विचारपूर्वक

१९७३ पासूनच बहुभाषी पत्रकार रहीम राफतला दाऊदचा सहायक नेमलं होतं. त्याचं रशियन भाषेवर प्रभुत्व असल्यामुळे तो दाऊदसाठी रशियन दौऱ्यावर भाषांतरकार तर इतर वेळी रशियन भाषेत गोपनीय पत्रव्यवहाराचं काम करीत असे. त्यानं दाऊद व नईमचा संपूर्ण विश्वास संपादला होता. म्हणून दाऊद-नईमची गुप्त खलबतं अन्वरला कळत. ती माहिती तो करमाल व तराकींना पोचती करायचा.

दाऊदनं पाक व इराणशी मैत्रीपूर्ण संबंध प्रस्थापित करीत अलिखित का होईना पण 'विभागीय सुरक्षा करार' केला. इराण-पाक-तुर्की व अफगाणिस्तानमध्ये अमेरिकाकेंद्री धोरण राबवण्यासाठी पद्धतशीरपणे शहा पहलवींच्या नेतृत्वाखाली पावलं उचलायला सुरुवात केली, तेव्हा अन्वरची करमाल-तराकी-अमीनशी बरीच चर्चा झाली. अतिशय बारकाईनं दाऊदच्या हालचालींवर लक्ष ठेवून तूर्त तरी 'वेट अँड वॉच' धोरण स्वीकारण्याचं त्यांनी ठरवलं.

भुट्टोंची अफगाण भेट ही महत्त्वाची ठरली. दाऊदचा दृष्टिकोन पख्तून प्रश्नावर प्रथमच मवाळ झालेला दिसून आला आणि आजवरचं शत्रुत्वाचं धोरण संपवण्यासाठी अफगाण सरकारच्या रेडिओ, टी.व्ही. व वृत्तपत्र माध्यमांतून होणारा पाकविरोधी प्रचारही दाऊदनं थांबवला.

भुट्टो व दाऊदची एकांतात भेट झाली, त्या वेळी फक्त नईम हजर होता. या भेटीत ठरलेल्या बाबी नईमच्या बढाईखोर स्वभावामुळे रहीम राफतला समजल्या. त्याचं आंतरराष्ट्रीय घडामोडींचं ज्ञान सखोल होतं. त्यानं लगेचच अन्वरची भेट घेऊन त्याला सांगितलं,

"सर, हो सकता है ये पूरा सही नहीं हो. पण जेवढ्या खबरा झिरपत व नईमच्या बातचितीमधून मला आकळल्या आहेत, त्यानुसार भुट्टो व दाऊदनी पख्तून प्रश्न कायमचा गाडून टाकायचं ठरवलं आहे."

"तो कोणत्या अर्थानं रहीम?"

"जनाब भुट्टोनं पाक सीमेतील पख्तून प्रांतात प्लेबिसाइट घेण्यास मान्यता दिली आहे."

"असं ठरलं असेल तर चांगलंच आहे आपल्यासाठी!" अन्वर म्हणाला, "जनरल दाऊदसाठी ती फार मोठी राजनैतिक जीत होईल."

"नाही हुजूर, कूट राजनीती म्हणतात ती यापुढेच आहे. मला खात्रीलायकपणे समजलं आहे की, प्रत्यक्षात भुट्टोनं सरकारी यंत्रणा वापरून हा प्लेबिसाइट 'रिग' करायचा व पठाण अफगाणिस्तानमध्ये सामील व्हायला तयार नाहीत, असा जनमताचा कौल जगाला दर्शवून तो प्रश्न संपल्याचे जाहीर करायचं. हे सार्वमत जनतेचा कौल

म्हणून मग दाऊदखान मान्य करतील.''

ही बातमी नि:संशय स्फोटक होती. अन्वर स्वत: पठाण असल्यामुळे पाकमधील पख्तून व बलुची प्रांत अफगाणिस्तानच्या विशाल पख्तुनिस्तानमध्ये सामील व्हावेत या विचारांचा होता. पण राजकीय गरज म्हणून या प्रश्नांवर सपशेल पाणी सोडणारा निर्णय दाऊद घेईल, हे मात्र अविश्वसनीय होतं. त्यामुळे रहीमची ही खबर गंभीरपणे विचारात घेतली पाहिजे, असं त्याचं मत झालं.

तशातच सत्तेवर येण्यापूर्वी ७२ मध्ये ज्या अफगाण-इराण हेलमंड नदीच्या पाणीवाटप कराराला दाऊदनं तो देशहिताविरुद्धचा आहे म्हणून कडाडून विरोध केला होता, तोच करार आता त्यानं मान्य केला. त्यातून दोन हजार दशलक्ष डॉलर्स आर्थिक मदतीचा मार्ग खुला झाला. याखेरीज शहा पहलवींनं आणखी एक हजार दशलक्ष डॉलर्स मदतीचं आश्वासनही दिलं. मुख्य म्हणजे दोन्ही देशांत काबूल ते इराणमधील अब्बास बंदरापर्यंत रेल्वे लाइन टाकण्याचा करारही झाला. त्यामुळे दळणवळणाचा कराची बंदराला पर्याय निर्माण होणार होता. रशियानं बांधलेल्या अमुदरियापर्यंतच्या सलांग पासवरचं अवलंबित्व कमी होणार होतं.

पण दाऊदला ते पूर्णपणे शक्य होईल असं वाटत नव्हतं. काही झालं तरी आपल्या देशाच्या सीमा सोव्हिएत युनियनला भिडलेल्या आहेत व अमेरिकन संरक्षणछत्र, जे सेंटो करारानं पाक-इराणना उपलब्ध होतं, ते नसताना उघडपणे रशियाविरोधी भूमिका केवळ आर्थिक मदतीसाठी घेणं आत्मघातकीपणाचं होतं, हे जाणण्याइतपत दाऊद प्रगल्भ होता. त्याला एकतर्फी रशियन प्रभुत्व नको होतं एवढंच.

त्यानं यासाठी आपली बेतर्फीची समान अंतराची नीती वापरण्याचं ठरवलं. ''आमचा देश हा अलिप्त देश आहे, तो 'नाम' चळवळीचा एक सूत्रधार आहे. सोव्हिएत युनियन हा आमचा नैसर्गिक व जवळचा सीमावर्ती मित्र देश आहे, पण आम्हाला साऱ्याच राष्ट्रांशी समानतेच्या नात्यानं मैत्री हवी आहे!'' असं पुन्हा एकवार त्याचं हे धोरण ठसठशीतपणे विविध प्रसिद्धिमाध्यमांतून येऊ लागलं.

या पार्श्वभूमीवर दाऊदनं नईमला अमेरिकेत पाठवलं व त्यानं चर्चेत अफगाणिस्तानच्या विकासकामात मदत करण्यासाठी तंत्रज्ञ, इंजिनिअर्स व आर्थिक सल्लागार पाठवावेत, अशी मागणी केली. ती अमेरिकेनं मान्य केली व हेलमंड प्रकल्पपूर्ततेसाठी अधिक जलद मदत देण्याची ग्वाही दिली.

एप्रिल १९७७ मध्ये दाऊदनं सामाजिक व आर्थिक विकासाची सप्तवार्षिक योजना जाहीर केली, ती सोव्हिएत युनियनची भरीव मदत गृहीत धरून. त्या वेळी

पत्रकार परिषदेमध्ये दाऊदनं स्वच्छपणे सोव्हिएत युनियनचा योजनाबद्ध आर्थिक व सामाजिक विकास व त्यामुळे जनतेला मिळालेली रोटी, कपडा व मकानची हमी, जीवनावश्यक वस्तूंच्या स्थिर किमती आणि स्त्री-पुरुष समानता यांचा गौरव करीत या सप्तवार्षिक योजनेद्वारे ते इथंही साकारण्याचे हे पहिलं महत्त्वाचं पाऊल आहे, असं सांगून टाकलं.

सामाजिक व आर्थिक विकासाची सप्तवार्षिक योजना जाहीर केल्यानंतर काही महिन्यांतच दाऊदचा सोव्हिएत युनियनचा दोन आठवड्यांचा दौरा ठरला. त्याच्यासोबत काही मंत्री होते व 'परचमी'चा प्रतिनिधी म्हणून अन्वरचा समावेश त्यात झाला.

वाटाघाटींच्या पहिल्या दोन फेऱ्या सौहार्दपूर्ण वातावरणात पार पडल्या. काही सांस्कृतिक व आर्थिक करार झाले. त्यानंतर तिसऱ्या दिवशी दाऊद-ब्रेझनेव्ह यांची शिखर परिषद इतर कोणी मंत्री वा अधिकारी यांच्याविना पूर्वनियोजित कार्यक्रम-पत्रिकेप्रमाणे होती. त्याच्या आदल्या रात्री अन्वर व रहीम राफतची भेट झाली.

सकाळी अकरा ते एक अशी दाऊद-ब्रेझनेव्ह यांच्या भेटीची वेळ होती. काही काम वा एंगेजमेंट नसल्यामुळे अन्वर आपल्या हॉटेलच्या सूटमध्ये बसून जुन्या मित्रांना फोन लावीत होता. त्याच्यासोबत तराना होती व येत्या रविवारी तिच्या आईला भेटण्यासाठी लेनिनग्राडला जाण्याचं त्यांनी ठरवलं होतं.

साडेअकरा वाजता त्याला रहीमचा फोन आला. "'सर, मोठा गहजब झाला आहे. जनाब दाऊद शिखरभेट अर्धवट सोडून परत हॉटेलवर आले आहेत. पुढील सर्व कार्यक्रम रद्द करून अफगाणिस्तानला परतत आहेत. मलाही त्यांनी परतण्याचा हुकूम दिला आहे. बहुधा ते तुम्हाला बोलावतीलच. त्यांच्या माघारी तुम्ही बाकीची बोलणी व राहिलेले दोन मदतविषयक करार उरकावेत, असं त्यांनी ठरवलंय.'"

"पण असं काय घडलं शिखर भेटीत?"

"सर, प्रास्ताविक बातचितीनंतर ब्रेझनेव्ह साहेबांनी सरळ विचारलं प्रेसिडेंट साहेबांना की, तुम्ही अमेरिकेला तंत्रज्ञ, इंजिनिअर्स व आर्थिक सल्लागारांची टीम पाठवण्याची विनंती केली आहे, हे खरं आहे काय? मी या सवालाचा तर्जुमा पुश्तूमध्ये सांगितला, तसे ते संतप्त होऊन उभे राहत गरजले, 'इतिहासात कधीच कुणाचा गुलाम न झालेल्या एका स्वतंत्र व सार्वभौम देशाचा मी राष्ट्राध्यक्ष आहे. कुणालाही असा सवाल करायचा अधिकार नाही. शुक्रिया. आपली भेट थांबवू या. मला यापुढे काही चर्चा करायची नाही.' असं सुनावत ते ताडताड पावलं टाकीत बाहेर आले. पत्रकारांशी एक शब्दही न बोलता मोटारमध्ये बसून इथं हॉटेलमध्ये निघून आले."

''सचमुच ये बडे गजब की बात है.'' अन्वर म्हणाला, ''त्यांनी स्पष्टपणे सुनावलं, इथंपर्यंत ठीक होतं. पण शिखरवार्ता अर्धवट सोडणं ठीक नव्हतं. एनी वे, ब्रेझनेव्ह साहेबांची यावर काय रिअॅक्शन झाली?''

''मला त्यांनी निरोप द्यायला सांगितलाय की, दाऊदसाहेबांनी त्यांचं विचारणं मनावर घेऊ नये. त्यांना अफगाण–रूसची मैत्री हवी आहे. मी हा संदेश दाऊदना सांगितला, तसे ते तडकले व म्हणाले, 'ही साखरपेरणी फार झाली, रूस की दोस्ती से औरों की दुश्मनी भली है.' ''

दुपारी खास विमानानं दाऊद काबूलला परतला. विमानतळावर त्याला निरोप द्यायला अन्वर हजर होता, त्याला अलग घेत तो म्हणाला, ''अन्वर एक पत्रक माझ्या वतीनं जारी कर. प्रकृती बिघडल्यामुळे मी दौरा कमी करून जात आहे, पण माझ्या वतीनं तू तो पूर्ण कर. दोन्ही आर्थिक करारांचा मसुदा मी मान्य केला आहे, त्यावर माझ्या वतीनं तू औपचारिक स्वाक्षऱ्या कर आणि पूर्वनियोजित कार्यक्रम पार पाडून तू ये.''

अनपेक्षितपणे ब्रेझनेव्ह विमानतळावर दाऊदला निरोप द्यायला आले. पण दाऊदचा मूड अजूनही ठीक नव्हता. केवळ पाच मिनिटांची ती सदिच्छा भेट ठरली.

त्या रात्री अन्वर करमाल, अमीन व तराकींशी स्वतंत्रपणे सविस्तर या घटनेबाबत बोलला. त्या वेळी करमाल चिंतित स्वरात म्हणाला, ''मुझे लगता है कि, अब दाऊद हमारे पीछे लगेगा.. दाऊदचं हे शिखर वार्ता अर्धवट सोडणं, शिवाय महासत्ता असलेल्या ब्रेझनेव्हला खडे बोल सुनावणं, ही त्याची उत्स्फूर्त प्रतिक्रिया असल्याचा संभव कमी आहे. त्याचा हा पाक-इराण-अमेरिका यांना हिरवा कंदील आहे. पुढील आठवड्यात इराणच्या 'सावक' या कुप्रसिद्ध गुप्तचर यंत्रणेचे दोन वरिष्ठ अधिकारी आपल्या गुप्तचर यंत्रणेशी सहकार्यासाठी देवाणघेवाण कराराअंतर्गत येत आहेत. मला तरी हे लक्षण ठीक वाटत नाही. 'सावक' व शहा पहलवीची कम्युनिस्ट अॅलर्जी तुम्ही तो जानते हो.''

तराकींच्या घरी अमीन सापडला. दोघांशी एकाच वेळी त्याचं टेलिफोनवर बोलणं झालं.

''अन्वर'', अमीननं सांगितलं, ''आता तू तिथं अधिकृतपणे दोन आठवडे पूर्ण राहाणार आहेसच. या काळात तू सर्जी किटकेव्हना भेट. तसंच कम्युनिस्ट पक्षाचे आशियाई राष्ट्राचे प्रमुख प्रतोद लुईस डग्लस यांच्याशीही चर्चा कर. मला वाटतं, आता आपल्या पक्षाच्या दृष्टीनं दाऊदची उपयुक्तता संपत आलीय. कधीतरी त्याला बाजूला करावंच लागेल...''

तराकी म्हणाला, ''अब हमें एक होना पडेगा. आपली फूट या बदलत्या परिस्थितीत क्रांतीच्या ध्येयाला महागाची ठरेल. तू मला विचारलेला प्रश्न आठवतो. का म्हणून पी.डी.पी.ए. मध्ये फूट पडली? त्यात वैचारिक मतभेद कमी व वैयक्तिक पर्सनॅलिटी क्लॅशेस जादा होते, हे आज मी मान्य करतो. बघू या काय होतं ते, तू जनाब अमीनंनी सुचवल्याप्रमाणे सर्जी व डग्लसची भेट घे. पण कमालीच्या सावधपणे. कारण इतरही काही मंत्री व दाऊदशी एकनिष्ठ अधिकारी तुमच्या प्रतिनिधी मंडळात आहेतच.''

मॉस्कोला त्याच्या आणि सर्जी किटकेव्ह व लुई डग्लसच्या भेटीच्या दोन फेऱ्या घडल्या. त्या दोघांनी एकच सल्ला दिला. 'खल्क' व 'परचमीं'नी एक व्हायला पाहिजे. अन्यथा नजीकच्या भविष्यात येणाऱ्या सुवर्णसंधीचा फायदा घेता येणार नाही.

अन्वर मॉस्कोहून परतल्यावर त्याच्या 'खल्की' व 'परचमी' नेत्यांशी अनेकवार चर्चा झाल्या. दोन्ही गटांना एकत्र आणूनही चर्चा केली. तत्वत: दोन्ही पक्षांना विलीनीकरणाचा प्रस्ताव मान्य होता. तरीही दहा वर्षं जोपासलेला अलगतावाद व परस्परांचा वंशभेदामुळे असलेला अविश्वास त्यांना रोखत होता.

ती वेळ व संधी नाट्यमय रीतीनं आली ती फैज अहमदच्या मंत्रिमंडळातील बडतर्फीनं! त्यामागे 'सावक'चा हात होता. फैजनं करमाललला मागील काही महिन्यांचा घटनाक्रम उलगडून दाखवला.

''जनाब, सरकारच्या गुप्तचर यंत्रणेत आपण दूरदृष्टीनं डॉ. नजिबुल्लाला मेजरच्या हुद्द्यावर बसवलं होतं. म्हणून कार्यकारणभावाचा छडा लावता येतोय. इराणच्या शहाचा समझौता हा केवळ आर्थिक मदतीपुरता मर्यादित नव्हता, तर त्याच्या डोक्यात पूर्वीपासून घोळणाऱ्या 'आर्यन एम्पायर'च्या दिशेनं जाण्यासाठी 'रीजनल कोऑपरेशन फॉर डेव्हलपमेंट' स्थापन करण्याकडे होता. इराणच्या 'सावक'नं दोन बडे अधिकारी सल्लागार म्हणून नियुक्त केले, तेव्हाच मला हा अंदाज आला. आपल्या दोन्ही गटांच्या अगदी सामान्य कार्यकर्त्यांच्या हालचालींवरसुद्धा नजर ठेवली गेली. मुख्य म्हणजे प्रशासन व सैन्यातील डाव्या विचारांच्या, सोव्हिएत युनियनमधून शिकून आलेल्या, महत्त्वाच्या ठिकाणी काम करणाऱ्या अधिकाऱ्यांवर पाळत ठेवून त्यांना बडतर्फ करणं, कमी महत्त्वाच्या जागी बदल्या करणं असे प्रकार होऊ लागले. दाऊदखानशी चर्चा करणं शक्य नव्हतं. कारण तो एककल्ली व संपूर्णत: डिक्टेटर आहे. म्हणून मी माझ्या अधिकारात अशा काही बदल्यांना रोखलं, त्यांना पुन्हा मूळ पदावर आणलं, तेव्हा काल अचानक मला नईमकरवी

संदेशा देऊन बडतर्फ केलं.''

अन्वर काळजीपूर्वक फैज अहंमदचं निवेदन ऐकत होता.

''अन्वर'', करमाल विचारतंद्रीतून बाहेर येत म्हणाला, ''मला वाटतं, आता मलाच पहल केली पाहिजे. तू आताच तुझी माझी जनाब तराकी व अमीनशी गुफ्तगू ठरव. मीच 'खल्क'मधून तेव्हा बाहेर पडलो होतो, म्हणून मलाच 'परचम'चं अस्तित्व संपवून 'खल्क'मध्ये सामील व्हायला पाहिजे. तुझ्या पी.डी.पी.ए. चा पुनर्जन्म व्हायला पाहिजे.''

त्या चौघांच्या त्याच्या घरी झालेल्या आणि मध्यरात्रीपर्यंत चाललेल्या गुफ्तगूमध्ये विलीनीकरणाचा निर्णय घेण्यात आला.

आणि सौरक्रांती झाली !

"माझ्या प्रिय अफगाणवासीयांनो, शहाबाबांच्या या परमपवित्र अफगाण देशामध्ये अनेक शतकांनंतर हा भाग्याचा क्षण अफगाणी अवामसाठी आला आहे. वो खुषखबरी ऐलान सुनने के लिये दिल थाम के बैठो..."

"दोस्तों, जो ऐलान अफगाण तवारिख में सुनहरी लफ्जों में लिखा जाएगा, वो आपके सामने हमारे दो बहादुर सिपाही फौजी अफसर मेजर अब्दुल कादर और मेजर मोहमद अस्लम वतनजार करेंगे! मैं इतना कहते हुए कि एक नया इन्कलाब हम लाये हैं, अवाम की रिव्होल्यूशन लाये हैं, उसका इजहार ये दोन हरदिल अजीज सिपाही सालाकार पुश्तु और दारी जबान में बारीबारी से करेंगे, उनको आपके सामने पेश करता हूं!"

अमीन मायक्रोफोनपासून बाजूला होताच त्यासमोर कादर आला व हातातील कागद नजरेसमोर धरीत आपल्या कमावलेल्या खर्जातल्या खणखणीत आवाजात बोलू लागला, "माझ्या शूर देशवासीयांनो!

"आज प्रथमच अफगाणिस्तानच्या इतिहासातील अवामला छळणाऱ्या जुलमी अत्याचारी नादिरखानच्या राजवंशाच्या अंतिम खुणा नाहीशा होऊन या देशाची संपूर्ण सत्ता अफगाणी जनतेच्या हाती आली आहे. एका नव्या युगाचा प्रारंभ झाला आहे. जुलमी सरदार दाऊदखानचा सफाया होऊन अवामच्या वतीनं देशाची सार्वभौम सत्ता सैनिकांच्या क्रांतिकारी मंडळाकडे आली आहे...

"मित्रहो, तुमच्या आवडत्या व प्रिय परम पवित्र देशाचे तुमचे प्रतिनिधी असलेल्या क्रांतिकारी मंडळाचं रिव्होल्यूशनरी कौन्सिलचं सरकार तुम्हास सूचित करीत आहे की, जी क्रांतिविरोधी तत्त्वं या क्रांतिकारी मंडळाच्या आज्ञा व सूचना पाळणार नाहीत किंवा त्या धुडकावण्याचा प्रयत्न करतील, त्यांना रिव्होल्यूशनरी

कौन्सिलच्या मिलिटरी केंद्रावर हजर केलं जाईल!

आपण ज्यांना या लाल क्रांतीचे अग्रदूत मानले, त्यांपैकी अमीन इथं आहे, पण सर्वोच्च नेता तराकी व करमाल कुठे आहेत? खरं तर हे ऐलान त्यांनी करायला हवं होतं. त्याऐवजी कादर व वतनजार का करताहेत? अन्वरला प्रश्न पडले होते.

गृहमंत्रालयाच्या तळघरातून नुकतीच सुटका होऊन त्या प्रशस्त कार्यालयात तराकी, अमीन, करमाल आणि अन्वर धूम्रपान करीत विसावले होते. एखाददुसरा शब्द वगळता त्या कार्यालयाचा माहौल शांत होता.

एकसंध पी.डी.पी.ए.च्या नवनिर्वाचित सात सदस्यांच्या पॉलिट ब्यूरोमध्ये अमीनचा समावेश नक्ता. त्यासाठी झालेल्या पक्षाच्या बैठकीत केवढी चर्चा झाली होती. करमालचा आक्षेप होता. तो म्हणाला होता, ''पक्षात अमीन साबचं काम व कर्तृत्व मलाही माहीत आहे, पण त्यांच्याहीपेक्षा ज्येष्ठ पक्षसदस्य आहेत. पुन्हा युनायटेड पी.डी.पी.ए.च्या पॉलिट ब्यूरोमध्ये आमच्या 'परचमी'चे चार तर 'खल्क'चे तीन प्रतिनिधी घ्यायचे आहेत. १९६५ च्या पॉलिट ब्यूरोमधील सदस्य आपण कायम ठेवले आहेत. तेव्हा अमीनसाब कुठे होते? अमेरिकेत पीएच.डी. करीत होते.''

करमालचा विरोध अन्वरला पटला नाही. आपली भूमिका स्पष्ट करीत त्यानं म्हटलं, ''नाही सर! आज आपण क्रांतीच्या उंबरठ्यावर आहोत, पक्षाच्या विस्तारात अमीनसरांनी केवढं काम केलं आहे, हे साऱ्यांना माहीत आहे. मी ते जवळून पाहिलं आहे. त्यांनी सैन्यात व शिक्षक वर्गात पक्षाची सदस्यसंख्या केवढी प्रचंड वाढवली आहे, हे मी तुम्हाला आकडेवारीनं सांगू शकतो. त्यांना त्यामुळे पॉलिट ब्यूरोमध्ये घेणं आवश्यक आहे.''

चर्चेला अनपेक्षित वळण लागू नये म्हणून तराकीनं सूत्रं हाती घेत म्हटलं, ''कॉम्रेड्स, चर्चा पुरेशी झाली आहे. खरं तर मला पॉलिट ब्यूरोमध्ये अमीन व खैबरी दोघांनाही घेणं आवडलं असतं. पण खैबरीसाब आता कुठे दोन वर्षांपूर्वी बारा वर्षांच्या सक्तीच्या सेवेतून निवृत्त होऊन पक्षात सामील झाले आहेत, त्यांची वैचारिक व बौद्धिक क्षमता बडेही उंचे दर्जे की है, पण पक्षात प्रत्यक्ष काम करणाऱ्यांना स्थान अधिक द्यावं लागतं, त्यामुळे त्यांना घेता येणार नाही. अमीन साबसाठी माझ्या मनात वेगळ्या कल्पना आहेत. त्यांना मी पॉलिट ब्यूरोमध्ये न घेता 'सुप्रीम पार्टी ऑर्गनायझर' हे नवं पद निर्माण करून पक्षबांधणी व विस्ताराचं महत्त्वाचं काम देत आहे. त्यांनी व अन्वरनंही त्यांना पॉलिट ब्यूरोमध्ये सामील करण्याचा आग्रह धरू नये.''

''शुक्रिया जनाब,'' अमीननं महत्प्रयासानं चंद्रबळ आणलं होतं, तरी

त्याच्या आवाजातली घोर निराशा व मनस्वी दुखावलेपण लपत नव्हतं. "आपका हुक्म सर आखों पर! मी पक्षात आलो व काम करतोय ते इन्किलाबच्या स्वप्नासाठी, त्यासाठी मला कुठल्या पदाची अपेक्षा नाही. आपण जे काम द्याल ते मी मनापासून करीन. सुप्रीम पार्टी ऑर्गनायझरचं पद मला मंजूर आहे. मैं अब जाने की इजाजत चाहूंगा."

"अमीन साब, बस मेरी एक बात सुनो, समझो और दिल में रखो" तराकी म्हणाला, "हा निर्णय घेण्यात माझा फार वेगळा - तुमच्या हिताचा व कदाचित त्यामुळे पार्टी हिताचा विचार आहे. तो आज मी उघड करीत नाही, पण योग्य वेळी जरूर सांगेन. तेव्हा तुम्हाला जरूर पटेल की, मी जे केलं ते तुमच्या व पक्षहितासाठी आणि त्याहून जादा इन्किलाबसाठी!"

आणि आज क्रांतीच्या रात्री बाहेर बंदुकांचे व रणगाड्यांचे आवाज येत होते.

तराकी अमीनजवळ गेला व त्याचे खांदे थोपटीत म्हणाला, "अमीनसाब, तेव्हा मी काय म्हणालो होतो आठवतं? तुम्हाला पॉलिट ब्यूरोमध्ये न घेण्यामागे तुमचं व पक्षहितच माझ्या मनात आहे व ते इन्किलाब क्रांतीसाठी महत्त्वाचं ठरेल, ते आज काळानं सिद्ध केलं आहे."

करमाल चक्रावून गेला होता, तर तराकी काय तर्क देतात हे ऐकायला अमीन उत्सुक होता.

"परवा रात्री पंचवीस एप्रिल १९७९ च्या मध्यरात्री मला, करमालला पकडून इथं दाऊदनं स्थानबद्ध करून ठेवलं. पॉलिट ब्यूरोचे सर्वच्या सर्व सात सदस्यपण त्यांनी पकडले, पण तुम्हाला त्यांनी केवळ घरातच स्थानबद्ध करून ठेवलं. फक्त एक गार्ड ठेवला पहाऱ्याला. त्याचा उपयोग करून आपण साऱ्यांनी मिळून सिद्ध केलेल्या क्रांतीच्या ब्ल्यूप्रिंटप्रमाणे तुम्हाला या दहा-बारा तासांच्या अवधीत सर्व कार्यकर्ते व पक्षनिष्ठ सेनाधिकाऱ्यांना झरीना व अब्दुल्लामार्फत संदेशा पाठवता आला. म्हणूनच आज सकाळी आठ वाजल्यापासून उठाव सुरू झाला. मला नेमकं हेच हवं होतं. त्या वेळी तुम्हाला मी पॉलिट ब्यूरोमध्ये घेतलं असतं तर तुम्हालाही सरकारनं पकडलं असतं, आमच्याप्रमाणेच तुम्हीही कैदेत असता तर मग क्रांतीचा उठाव निर्नायकी झाला असता. तुम्ही पक्षाच्या अंतस्थ वर्तुळातले नाहीत, असं भासविण्यासाठी तुम्हाला पॉलिट ब्यूरोमध्ये त्या वेळी घेतलं नव्हतं. नाही तर काय झालं असतं? आपल्या तिघांनाही करमालसह अटक झाली असती. मी पक्षाचा अध्यक्ष व राजकारणात व वोलेसी जिरगात संसद सदस्य असल्यामुळे करमाल यांना आपल्या पक्षावर घाव घालताना सर्वांत प्रथम पकडण्याचा धोका होता. तुमची बाब वेगळी होती. यू आर ए मॅन ऑफ ऑर्गनायझेशन. तुम्हाला मी वारंवार 'लो की

ऑप्रोच' ठेवावा, असंच सुचवीत होतो. त्यामागे हुकूमतीचं तुमच्याकडे सर्वांत उशिरा लक्ष जावं, हा हेतू होता. अमीनसाब, मला वाटतं, मी सारे पत्त्याचे डाव तुमच्यापुढे उघडे केले आहेत.'

अमीन एकदम भावनाविवश होत तराकींचा हात हाती घेत अफगाण पद्धतीनं त्याच्या डाव्या गालाचा मुका घेत म्हणाला, ''सर, थँक्यू, थँक्यू व्हेरी मच'' आणि करमालकडे जात त्याला मिठी मारीत म्हणाला, ''भूल जाइये सब कुछ करमाल साब. या क्रांतीच्या क्षणी आपण सारी कडवाहट विसरून जाऊ या! आइये मिलकर इन्क्लाब की अगवाई करे...''

किंचित उदास होत अन्वर पुन्हा खिडकीतून अंधारात विरघळलेल्या व मधूनच फायरिंगच्या व त्यामुळे कुठेकुठे लागलेल्या आगीमुळे व जेट फायटर विमानातून होणाऱ्या बॉम्बिंगच्या प्रकाशामुळे उजळणाऱ्या अर्ग पॅलेसकडे पाहत होता.

गृहमंत्रालयाच्या सचिव वॉकीटॉकीवर येणाऱ्या सूचना त्यांच्याकडे तत्परतेनं देत होता.

बग्राम विमानतळ अब्दुल कादरनं काबीज केला होता व काही फायटर विमानं अर्ग पॅलेसकडे उड्डाण करीत दाऊदखानच्या व त्याच्या बंधूच्या नईमखानच्या महालावर बॉम्ब टाकीत वतनझारच्या रणगाडा दळाला आगेकूच करण्यासाठी कव्हर देत होती.

''पण अर्ग पॅलेसमध्ये चारही दिशांनी अँटी एअरक्राफ्ट व अँटी टँकगन नेहमी सज्ज असतात.'' अमीननं विचारलं, तसा तो सचिव म्हणाला, ''आपली माहिती बरोबर आहे, पण मघापासून त्या एकदाही चालल्या नाहीत असं दिसतं.''

''त्याच्या अर्थ, टँक बटालियन कमांडर शफईनं आपली कामगिरी अचूक बजावलेली दिसतेय. त्यानं महालात पेरलेल्या आमच्या 'परचमी' सदस्यानं त्या अँटी एअरक्राफ्ट व अँटी टँक गनची इलेक्ट्रॉनिक यंत्रणा नादुरुस्त करून ठेवली असणार. खैबरी जनाबच्या ब्लूप्रिंटमध्ये ही बाब होती व नूर महमदनूर हे खैबरीच्या जनाजानंतर त्याच रात्री भूमिगत झाले होते. त्यांची व महंमदशफईची ही कामगिरी दिसतेय!''करमाल म्हणाला.

पी.डी.पी.ए एकसंध झाला, आता क्रांतीच्या ज्वाला भडकताहेत, तरी 'परचम' व 'खल्क' गटाचं अस्तित्व व वेगळेपण सदस्य तर विसरत नव्हतेच, पण करमालही विसरत नव्हता. अमीनचा तर प्रश्नच नव्हता. त्यानं गुप्तपणे 'खल्क' गटाचं काम पक्षापलीकडेही अस्तित्व रूपानं का होईना ठेवलं होतंच.

क्रांतीचा उठाव तरी एकमुखी असावा, ही अपेक्षाही खैबरीच्या जनाजाच्या रात्री झालेल्या बैठकीत पुरी झाली नव्हती. त्या बैठकीला नूरमहंमद नूर आलेच

नव्हते. क्रांतीच्या ब्लूप्रिंटप्रमाणे अमीन व नूरनं एकत्र राहून कमांड सांभाळायची होती. पण त्याच न येणं वेगळंच सूचित करीत होतं. तो अटकेच्या भीतीनं भूमिगत झाला आहे, हे करमालाचं स्पष्टीकरण पटण्यासारखं नव्हतं. कारण त्या क्षणापर्यंत तरी दाऊदनं त्यांच्यावर घावा घालण्याचं ठरवलं नव्हतं. अन्वर व नूर त्याच्या मंत्रिमंडळात त्या दिवसापर्यंत होते. त्यामुळे दाऊद हा त्यांना स्वत:च्या निरंकुश सत्तेच्या मदात खिजगणतीतही धरीत नव्हता व पी.डी.पी.ए पासून त्याच्या स्थानाला काही धोका आहे, असं त्याला स्वप्नातही वाटत नव्हतं. हे अन्वरला माहीत होतं.

पण त्याच्या पायाखालची वाळू झपाट्यानं घसरत होती, याची स्वत:च्या ताकदीच्या व लोकप्रियतेच्या प्रेमात पडून नार्सिसिस झालेल्या दाऊदला कल्पनाच नव्हती. दाऊद आपली आजवरची वैचारिक बांधिलकी व अलिप्तता देशांच्या 'नाम' चळवळीपासून जोपासलेली परराष्ट्रनीती बाजूस सारून नव्यानं पेट्रोडॉलरमुळे समृद्ध बनलेल्या इस्लामी इराण- कुवेत - सौदी अरेबियाशी जमवून घेत थेट अमेरिकेला जाऊन काही सैनिक करार करायच्या मन:स्थितीत आला होता. त्यामुळेच तो निश्चितपणे म्हणू शकत होता, "मैं अवाम को मना लूँगा, वो मेरे बच्चे हैं!"

शिवाय त्याला करमालसारखे तथाकथित मार्क्सवादी 'परचमी' नेते आपले राजवंशीय वाटत. "उसे कुछ अखबारवाले रॉयल कम्युनिस्ट कहते है, वो सही है. वो हमाराही आदमी है! उसने तो हमें फिर सता लेने में मद् की है"

त्याच्या मते मॉस्कोशी चांगले संबंध राखण्यात करमाल व तराकी मदतगार साबीत होतात, म्हणून त्यांना जवळ बाळगणं, त्यांची काही काम करणं यात काही विशेष वावगं नव्हतं.

तो त्यांच्या क्रांतीच्या कल्पनेची प्रच्छन्न टिंगल करायचा. "अन्वर, तुमचे हे शायराना अंदाजवाले नेते व त्यांचं इन्किलाबचं स्वप्न उपन्यास - शायरीत छान वाटतं. ते रूसप्रमाणेच इथं अफगाणिस्तानमध्ये क्रांती आणू पाहतात. कभी ये मुमकिन है? ये उन्होंने सोचा है? एकतर हा टोळ्याटोळ्यांत वाटला गेलेला देश आहे, पुन्हा तो सखोल धार्मिक आहे. त्यांना आधीची राजेशाही व त्याचं आताचं विस्तारित रूप राष्ट्राध्यक्षीय हुकूमशाहीच योग्य आहे. पुन्हा 'परचमी'चा काफराना, अल्ला न मानणारा खयाल त्यांना कधीच रास येणार नाही.

त्यामुळे गेल्या एक-दीड वर्षात पी.डी.पी.ए. एकसंध झाल्यानंतर त्यांनी संभाव्य डाव्या लाला क्रांतीची ब्लूप्रिंट बनवून ती शक्यतेच्या उंबरठ्यावर आणली आहे, या वेगवान पण गुप्त बदलाची जाणीवच नव्हती. तो रशियन पद्धतीनं सप्तवार्षिक नियोजन करीत त्याच्या अंमलबजावणीसाठी इस्लामी देशांकडून मदत घेत होता.

एकाच वेळी डाव्या - उजव्या अशा दोन भिन्न टोकांच्या डगरीवर दोन पाय ठेवीत अनाकलीय पद्धतीची कसरत तो करीत होता. दोन्हीकडे त्याचे पाय कापले जात होते.

नोव्हेंबर १९७७ मध्ये दाऊदच्या मंत्रिमंडळात असलेल्या धार्मिक इस्लामी गटाचं प्रतिनिधित्व करणाऱ्या नियोजनमंत्री अहमदअली खुर्रमचा भरदिवसा पख्तुनिस्तान चौकात खून झाला. त्याचा सूत्रधार होता मोहंमद मर्जान. कडव्या इस्लामी विचारधारेच्या मर्जानच्या गटानं खुर्रमशी संधान बांधून त्याच्या मदतीनं अर्ग पॉलेसमध्ये सशस्त्र प्रवेश करून सरळ दाऊदखानला मारून टाकायचं व इस्लामी क्रांती घडवून आणायची, अशी योजना आखली होती. पण दोन वेळा संधी मिळूनही खुर्रमनं भयापोटी कच खाल्ली. त्यामुळे तो मर्जान गटासाठी निरुपयोगी आणि त्याच वेळी प्लॅन माहीत असल्यामुळे धोक्याचा झाला होता. त्यानं दाऊदला काही सांगू नये म्हणून व त्यांच्या गटाच्या सुरक्षिततेसाठी तो संपणं महत्त्वाचं होतं. पुढे तपास करताना मर्जान हाती आला व त्याला बोलतं करून कटाचे धागेदोरे जुळवण्यात आले. त्यावरून त्याचा केंद्रबिंदू पार पेशावरपर्यंत पोचला आहे, हे कळून आलं. मंत्रिमंडळाचा सदस्य म्हणून अन्वरला हे सारं माहीत झालं होतं. पेशावरला जसे गुल, रब्बानी होते, तसेच त्याचे सईदभाईपण होते.

''सर'' अन्वर तराकीला ही हकिकत बयान करताना म्हणाला होता, ''खुर्रम हे पटावरचं फार छोटं प्यादं होतं. सर, त्याला बाहेरून रिमोट कंट्रोलद्वारे नाचवणारे कडवे इस्लामी आहेत. त्यांच्याही संभाव्य योजना व हालचाली आपण आता गांभीर्यानं घ्यायला हव्यात. त्यांचं बळ वाढण्यापूर्वी आपण स्ट्राइक करायला हवा. त्यासाठी 'खल्क -परचम'ची एकी खरोखर पक्की करायला हवी.

काही महिने आधीच 'खल्क' व 'परचम' गटांचं मूळच्या पी.डी.पी.ए. मध्ये विलीनीकरण झालं होतं. पण दोन्ही गट आपलं अस्तित्व विसरत नव्हते. म्हणून आताही करमाल नूर व महमद शफईच काम सांगताना 'परमच'चा उल्लेख अभिमानानं करीत होता. समोर अमीन होता व त्यानंच काल रात्रभर झरीना, अब्दुलमार्फत अन्वर व कादर- वतनजारशी संपर्क साधून स्पष्टपणे सविस्तर सूचना दिल्या होत्या. कुणी, कुठे व केव्हा उठाव करायचा या दोन दिवसांत. नूरही विविध ठिकाणी भूमिगत राहून संपर्क साधत होता, हे अन्वरला पार्टी वर्कर्सकडून कळत होतं, पण तो जर अमीनसोबत असता तर विस्कळीतपणा टाळता आला असता. त्याला कदाचित करमालनंच तर अलग भूमिगत राहून कार्य करण्याचा सल्ला दिला नसेल ना? अन्वरच्या मनात शंका चमकून गेली.

इतर अनेक देशांत क्रांतीनंतर वा स्वातंत्र्यप्राप्तीनंतर काही वर्षांनी सत्ताधारी

पक्षात वैचारिक मतभेद व व्यक्तिगत महत्त्वाकांक्षेमुळे फूट पडल्याचं अन्वरला माहीत होतं. पण आपला पी.डी.पी.ए. गुप्तपणे स्थापन झाल्यानंतर दोन वर्षांत १९६७ पासून फुटीर अवस्थेत आहे. एकसंध पक्षातही दोन गट सरळ सरळ विभाजित झालेल्या अवस्थेत पूर्ण कंगोऱ्यानिशी लख्ख आहेत. जिथं करमाल व अमीनसारखे परस्परांचा पराकोटीचा अविश्वास बाळगणारे व एकमेकांना तुच्छ लेखणारे दोन बलदंड नेते आहेत, तिथे फूट व विनाश ही काळ्या दगडाची रेघ तर नाही?

आपल्या या हताश विचारानं अन्वर बावरला.

पण ही वेळ अशा विमनस्क विचारात गुरफटण्याची नव्हती. क्रांतीची लाल ठिणगी पडली होती. तिचं लसलसत्या ज्वालेत रूपांतर होऊन दाऊद राजवट भस्मसात झाल्याची वार्ता कोणत्याही क्षणी कानावर येणार होती. निराश भविष्याचा विचार करण्याची ही वेळ नव्हती. आता या तिघांचं मनोमिलन हेच सत्य होतं, वास्तव होतं. आणि अर्ग पॅलेसकडून एकाच वेळी असंख्य मशीन गन्सच्या सलग फैरीचे आवाज आले. क्षणभर अन्वरला बोध झाला नाही. भान येताच त्याचा चेहरा फुलून आला व आत येत तो आनंदानं चित्कारला.

"बधाई हो सर! इन्किलाब हो गया है! अर्ग पॅलेस कब्जे मे आ गया है!"

"सच"?

"बिलकूल! तुम्ही नीट ऐका. सलग आकाशात झडणाऱ्या फैरीचे आवाज... सर... तुम तीनों को बधाई हो! आपल्या स्वप्नातली क्रांती, जहनमें का इन्किलाब सचमुच सच हुआ है!'

त्याच वेळी गृहसचिव तिथं धापा टाकीत आला "सर"... तराकीला संबोधून तो म्हणाला, "वॉकीटॉकी पे आपसे मेजर कादरसाब बात करना चाहते हैं!"

ते चौघे वॉकीटॉकीच्या रूममध्ये धावले. तिथं एक पोलिस ते यंत्र अदबीनं घेऊन उभा होता. तराकीनं त्यातून अभिवादन करीत म्हटलं, "बोले हॅलो"

"बाले जनाब! मैं अब्दुल कादर आपको ये खुशखबरी देना चाहता हूँ कि, दाऊद का सफाया हो गया है! हम जीत गयें है. मैं अर्ग पॅलेस से बात कर रहा हूँ. मेरे साथ अस्लामभाई है - हम वहाँ आपके पास पहुँच रहे हैं!"

तराकीनं बाहू फैलावत एकाच वेळी अन्वर, अमीन व करमालला कवेत घेत गदगदून म्हटलं, "मुबारक हो - आप सबको ये जीत मुबारक हो!"

चोवीस तास. जेमतेम चोवीस तास. अन्वरच्या मनात विचारलहरी विद्युतवेगानं उसळत होत्या. या एवढ्या अल्पावधीत खरंच क्रांती घडून आली? आपली एतद्देशीय,

डावी कम्युनिस्टप्रणीत क्रांती? एका इस्लामी, मागास टोळीनं विभाजित, अल्लाच्या भरोसे जगणाऱ्या देशात डाव्या विचारांची सरशी झाली? ही - ही जनतेची, अवामची क्रांती आहे का डाव्या विचारांशी इमान राखून वाटचाल करणाऱ्या मूठभर लोकांची लष्करी क्रांती आहे? काबूलच्या पलीकडे आपला विचार कुठे अद्याप पसरला आहे? हे सत्तांतर आहे व ते पुढील काळात योग्य खेळी खेळत अवामच्या क्रांतीत बदलता येईल. नाहीतरी कुठलाही नवा विचार हा प्रथम एकाच्या, फार तर मूठभरांच्या मनात येतो. दिव्यानं दिवा पेटत जातो आणि शुद्ध विचारांच्या लखलखीत प्रकाशात क्रांतीची दिशा व वाट दिसू लागते आणि सोबत लोक येत जातात.

अमीन धुराच्या वर्तुळाकडे एकटक पाहत विचार करीत होता. 'आता कोणत्याही क्षणी कादर व वतनजार येतील. आता नभोवाणी व टी.व्ही. वर 'कूदेत्ते' ची (सत्तापलटीची) घोषणा केली पाहिजे. त्यासाठी मी रणगाड्यातून नभोवाणी केंद्रावर जाईन. ही घोषणा करण्याचा मान मलाच मिळायला हवा. क्रांतीची ब्ल्यूप्रिंट मीच सिद्ध केली आहे. कूदेतेचं सूत्रसंचालन व सूचना मीच दिल्या आहेत. त्यानुरूप सारं घडलं आहे. भले तराकीचं स्वप्न व करमालनं पक्ष व्यापकता आणि करिश्मा दिला असेल यासाठी, पण ठोस, मूलभूत, प्रत्यक्ष संघटनात्मक कार्य मीच केलं आहे. उशिरा पक्षात प्रवेश करूनही व आजवर सतत महत्त्वाच्या पदांवरून डावललं जाऊनही मी करमालला गाठलं आहे. सशाबरोबर कासवानंही जय मिळवला आहे. तराकीनंतर क्रमांक दोनवर संयुक्तपणे आम्ही दोघे असू. नव्हे, मी तो हक्क सोडणार नाही. या क्रांतियुद्धामध्ये तराकी लेनिनप्रमाणे सर्वोच्च नेता असेल तर मी स्टालिन आहे. कामानं, वृत्तीनं व कृतीनंही. ट्रॉट्स्कीला जसं स्टॅलिननं गुंडाळून बाजूला सारलं, तसं मीही उद्या भविष्यात या करमालला निष्प्रभ करीन. इतिहासाचा नायक व्हायची संधी आयुष्यात एकदाच येते; ती मी इतरांशी नाही शेअर करणार. अफगाणिस्तानच्या भावी इतिहासात या हाफिजुल्ला अमीनचं नाव ठळकपणे मुद्रांकित व्हायला हवं. येस!इट इज माय डेस्टिनी. माझा नियतीशी तसा करार आहे.

अमीनचं लक्ष नव्हतं. तो आपल्याच विचारात स्वत:ला विसरलेला वाटत होता. पण करमाल डनहिलच्या अधाशी झुरक्यांनी छाती जाळून घेत अमीनच्या कठोर व निर्मम चेहऱ्यावरचे बदलते सूक्ष्म भावतरंग टिपायचा प्रयत्न करीत होता. 'येस -मला त्याचा चेहरा व मन वाचायचं आहे. त्याचं अंतरंग व या क्षणाचे मनातले विचार मला जाणून घ्यायचे आहेत. ही इज ए मॅन टु बी वॉच्ड इन फ्यूचर. आतापर्यंत मी वेळोवेळी त्याला बायपास केलं, यशस्वीपणे. पक्ष व संघटनेत वरंच पद मिळवू दिलं नाही. पण आय मस्ट अॅडमिट. ही इज ए ग्रेट ऑर्गनायझर. त्याची पक्षावर

जबरदस्त पकड आहे. कदाचित माझ्यापेक्षाही जास्त. भले मी लोकप्रिय असेन. पण तराकीचं सार्वत्रिक मानलं गेलेलं सर्वोच्च नेतृत्व माझं नाही. तसंच पक्षसदस्यांत व कार्यकर्त्यांमध्ये व बुद्धिजीवी अवाममध्ये भले मी सर्वांत प्रभावी व प्रिय असेन, पण संघटनेत अधिक मजबूत आहे.

करमाल स्वत:च्या या कठोर नग्न विश्लेषणानं मनस्वी अस्वस्थ झाला होता. ते सत्यदर्शन पेलवत नव्हतं! 'होय, मी या दोन कसोट्यांवर अधांतरी मधोमध लटकतो आहे. हे अप्रिय व स्वत:बद्दल स्वत:लाच साशंक करणारं कटू सत्य स्वीकारून यापुढे, नव्हे, आता या क्षणापासून वाटचाल केली पाहिजे. आपलं पहिलं व एकमात्र लक्ष्य असलं पाहिजे - अमीन. त्याला कोणत्याही परिस्थितीत आपल्यापुढे जाऊ देता कामा नये. त्यासाठी 'परचम' गटाची पुरी ताकद पणाला भले तर लावता येईल, पण आज यशस्वी झालेल्या क्रांतीसाठी सर्वाधिक योगदान माझं आहे. माझ्या आठ वर्षांच्या संसदीय कारकिर्दीत व दाऊदच्या या चार वर्षांच्या काळात मी परचमींना मंत्री बनवून, महत्त्वाच्या पदांवर नेमून डावा विचार व कार्यक्रम जोमान पुढं रेटला, त्यामुळेच डाव्या क्रांतीला, लाल क्रांतीला अनुकूल माहौल पैदा झाला. तो लोकप्रिय केला, त्याची स्वीकाराहीता व्यापक केली. मी खऱ्या अर्थानं या रिव्होल्यूशनचा हीरो आहे. नायक आहे. जनाब तराकी यांना वडीलकीमुळे 'फादर ऑफ रिव्होल्यूशन' म्हणता येईल. कारण १९४९ पासून वीश झलयामन (जागृत युवक संघटनेच्या) काळापासून ते मार्क्सचा विचार मांडीत आहेत. पण हा फाटका अमीन हलक्या खरोटी टोळीचा, क्लर्कचा मुलगा. भांडवलशाही अमेरिकेत राहिलेला, त्याला मी श्रेय घेऊ देणार नाही!'

तराकीचं मन भरून आलं होतं आणि डोळे पाझरत होते. वयाच्या अठराव्या वर्षी जगण्यासाठी भारतात मुंबईला गेल्यावर १९३५-३६ च्या कालखंडात तेथील प्रखर कम्युनिस्ट नेते डांगे यांच्याकडून मार्क्सवादाचा व विचारांचा बाप्तिस्मा घेतला आणि आजवर अखंडपणे चाळीस वर्षं एकच स्वप्न पाहिलं. त्या एका स्वप्नासाठी बादशाहीची इतराजी झेलली. इस्लामी संस्कारामुळे क्रांती अवामला स्वीकारता येत नाही; म्हणून मुल्ला मौलवींवर टीकेचे आसूड लेखणीद्वारे ओढले व काफिरपणाचा शिक्का स्वत:वर मारून घेतला. आज तो स्वप्नपूर्तीचा क्षण आला आहे. पण महान ऑक्टोबर क्रांतीप्रमाणे ही जनक्रांती किंवा अवामची क्रांती नाही. त्यातील मूठभरांची पण अवामसाठी असलेली. ती आता अवामपर्यंत समाजवादी मार्गानं पोचवायची आहे. त्यासाठी पुन्हा अखंड काम केलं पाहिजे, माणसं पारखून घेतली पाहिजेत, त्यांच्यावर नियंत्रण ठेवलं पाहिजे. त्यांच्यातल्या व्यक्तिगत महत्त्वाकांक्षेवर लक्ष ठेवून

त्यांना हाताळलं पाहिजे. त्यांच्या व्यक्तिगत संघर्षामुळे क्रांतीची हानी होता कामा नये.

क्रांती आपली पिल्लं खाते असं म्हटलं जातं, ते या अर्थानं. ते आपल्याला परवडणारं नाही. पण सहकाऱ्यांच्या वाढत्या महत्त्वाकांक्षा आणि अहंकार यांना आपण योग्य वळण लावू शकू का?''

रणगाड्यांच्या कर्कश्य आवाजानं तराकी भानावर आला, त्यानं चमकून गृहसचिवाकडे पाहिलं, तसं तो म्हणाला, ''सर, मला वाटतं, रणगाड्यातून जन. कादरसाब व वतनजार आले असावेत.''

''रणगाड्यातून?''

''होय, त्यातून येणं जास्त सेफ आहे. रस्त्यावर अजूनही धुमश्चक्री चालू आहे!''

तराकीच्या मनात सर्रकन एका शंका चमकून गेली. 'कादर महत्त्वाकांक्षी सेनानी आहे. मागच्या वेळी ७३ ला त्याच्याचमुळे लष्करी उठाव करून दाऊद राष्ट्राध्यक्ष बनला. तेव्हा हा छोट्या हुद्द्यावर होता, आता तो बराच मोठा झाला आहे. या वेळी त्याच्या महत्त्वाकांक्षेला पालवी फुटलेली तर असणार नाही? तो व वतनजार एक झाले व त्यांनी ठरवलं तर ते सत्ता हाती घेऊ शकतात. विचार क्रांतीचा असला तरी उठाव लष्करी आहे. त्यांचा डावीकडे स्वाभाविक कल असला तरी ते दोघे लष्करी गडी आहेत. वैचारिक शुद्ध मार्क्सवाद व समाजवाद त्यांना पुरता माहीत नाही. त्यांच्या हाती सत्ता जाणं म्हणजे क्रांती भरकटणं. ते कोणता पवित्रा घेतील?'

हीच शंका अन्वरची मनातही होती. पण जेव्हा रूबाबदारपणे तराकीसमोर उभं राहून कादर व वतनजारनी कडक सॅल्यूट ठोकला, तेव्हा क्षणार्धात तराकीच्या मनावरचं शंकेचं सावट ओसरलं. ''जनाब, आपके प्लॅन के मुताबिक हमने कामयाबी हासिल की है! अब आपही बताये, आगे क्या करना होगा हमें?

कादर व वतनजारशी हस्तांदोलन करीत तराकी म्हणाला, ''मुबारक हो आप दोनों को. इटस अ ग्रेट रिव्होल्यूशन''

''थँक्यू सर.''

आपल्या लष्करी गणवेशाचा अभिन्न भाग असलेली टोपी काढून कादर व वतनजार समोरच्या खुर्च्यांवर ताठ बसून तराकीच्या पुढील सूचनांची वाट पाहत राहिले. अन्वरचा जीव भांड्यात पडला होता. त्या दोन्ही सेनाधिकाऱ्यांचं तराकीशी वर्तन हेच जणू सूचित करीत होतं की, सत्तेच हस्तांतर होऊन ती तराकीकडे आली आहे. तोच भावी राष्ट्राध्यक्ष आहे. वास्तविक वतनजारचा ओढा तो प्रथमपासून 'परचमी' गटात सामील असल्यामुळे करमालकडे होता, पण कादर सर्वांशी समान स्नेहाचे संबंध राखून त्याचीही मानसिकता ज्ञात होती म्हणून त्याचं आजचं वर्तन,

तराकीनं सर्वोच्च समजून संबोधणं, सुखावून गेलं.

"मेजर कादर व मेजर वतनजार - आता क्रांतीचं, दाऊदचा सफाया होऊन आपल्या रिव्होल्यूशनरी कौन्सिलच्या हाती सता आल्याचं ऐलान रेडिओवरून करणं आवश्यक आहे." तराकीनं सूचना केली.

"सर, हे ऐलान करण्याचा बहुमान मला मिळावा." अमीननं खणखणीत सुरात आपली मंशा जाहीर केली, "या क्रांतीची ब्ल्यूप्रिंट व एक एक तपशील व सूचना मी केल्या आहेत, हे आपण सर्व जण जाणता!"

"अमीबसाब मुझे माफ करे. पण हे ऐलान तराकी सरांनी करणं औचित्यपूर्ण होईल! कारण ते सर्वांत ज्येष्ठ व श्रेष्ठ नेते आहेत." कादर म्हणाला. त्याला पुस्ती देत वतनजार म्हणाला,

"जनाब तराकी सर पुश्तूमध्ये ऐलान करतील आणि त्याच्या जोडीनं जनाब करमाल हे दारी भाषेमध्ये ऐलान करतील. असा माझा सुझाव राहील!"

अमीनचा चेहरा खर्रकन उतरला आणि मनात एक घट्ट पीळ कादरच्या नावे बसला गेला. काही क्षण तराकी-करमालच्या प्रतिक्रिया आजमाव्यात व मगच पुढचं बोलावं, असं ठरवून तो चूप राहिला. आपल्या निर्मम व शुष्क चेहऱ्यानिशी.

त्याची प्रतिक्रिया जशी अन्वरनं अचूक टिपली, तशीच तराकीनंही. मघाशी मनात आपण सहकाऱ्यांना योग्य प्रकारे हाताळू शकू की नाही, अशी जी शंका आली होती, तिचा प्रत्यय इतक्या ताबडतोबीनं येईल, असं मात्र त्याला वाटलं नव्हतं. अमीनची महत्त्वाकांक्षा जबरदस्त आहे, मुख्य म्हणजे ती अविवेकी व आंधळी आहे, हे तराकीच्या कविमनानं टिपलेलं होतंच, पण त्याचे गुण व संघटनकौशल्य आणि मुख्य म्हणजे क्रांतीबाबतची अव्यभिचारी निष्ठा त्याहीपेक्षा मोठी मानून तराकी या बाबींकडे दुर्लक्ष करीत होता आजवर. पण आता जबाबदारीचं भान आलं होतं आणि माणसाच्या गुणवत्तेप्रमाणे त्याला स्थान देणं, दाखवणं, सर्वोच्च नेता व उद्याचा राष्ट्राध्यक्ष म्हणून कर्तव्य होतं. त्या दृष्टीनं करमाल हा अमीनपेक्षा महत्त्वपूर्ण होता, हे स्पष्ट सांगायची कदाचित वेळ आली होती.

काही क्षण तराकी संभ्रमित अवस्थेत बोलण्यासाठी शब्दांची जुळवाजुळव करीत स्तब्ध होता.

"आप दोनों को ये ऐलान करने के लिये रेडिओ काबूल और टी.व्ही. पे जाना पडेगा!" कादरनं सूचित केलं.

"पण सर, अजूनही रस्त्यावर चकमकी चालू आहेत" गृहसचिव म्हणाला, "पुन्हा कंदाहार विमानतळावरून उड्डाण केलेली विमानं घिरट्या घालत आहेत.

त्यातील वैमानिक हे दाऊदशी एकनिष्ठ आहेत. कदाचित त्यांना सरदाराचा सफाया झाल्याचं कळलं नसावं. कारण कादर साहेबांनी उठावासाठी संपर्क व्यवस्था विस्कळीत केली होती. त्या विमानातून बॉम्बिंग होऊ शकतं. अजूनही रस्त्यावर दाऊदचे सैनिक व आपल्या सैनिकांत लढाई चालू आहे.

अशा वेळी कर्नल साहेब, सरांनी बाहेर जाण्याचा धोका पत्करणं कितपत योग्य राहील?''

''हो जनाब!'' करमाल म्हणाला, ''सेक्रेटरीची सूचना मला योग्य वाटते. केवळ ऐलान करण्यासाठी तुम्ही व मी दोघांनी हा धोका पत्करणं योग्य नाही.''

करमालच्या व्यक्तिमत्त्वाला भित्रेपणाचा पैलू आजवर अज्ञात होता, तो आज प्रत्ययास येताच अन्वरला नवल वाटलं. तो १९५३-५४ च्या सालात विद्यार्थी नेता म्हणून जोशात असताना सरकारविरोधी विधानं केल्याबद्दल व जहीरशहावर टीका केल्याबद्दल दीड वर्ष जेलची सजा झाली होती. त्यानंतर तो पुन्हा कधीच तुरुंगात गेला नाही.

एकदा अवेळी बर्फ पडल्यामुळे लाटेनं पिकांचं खूप नुकसान झालं होतं. त्याकडे सरकारचं लक्ष वेधून शेतकऱ्यांना नुकसानभरपाई द्यावी, यासाठी करमाल मोर्चाचं आयोजन केलं होतं. बादशहानं कडक भूमिका हा मोर्चा बेकायदेशीर घोषित केला. मोर्चा निघालाच असता तर करमालला अटक होणं निश्चित होतं. त्यानंही वीरश्रीपूर्ण भाषण करून वातावरण तापवलं होतं.

अचानक आदल्या दिवशी त्यानं शासनानं नुकसानभरपाईबाबत सहानुभूतीनं विचार करून त्वरित निर्णय घेण्याचं आश्वासन दिलं म्हणून मोर्चा तहकूब केला. त्यानंतर शेतकऱ्यांना काहीही मदत जाहीर झाली नाही, हे अन्वरला माहीत होतं.

त्या वेळी हलक्या स्वरात 'परचम' व 'खल्क' मध्ये चर्चा होती, 'जनाब करमाल हे जेलला भितात... ऐन प्रसंगी ते गर्भगळीत होतात!' त्या वेळी अन्वरला ही टीका अनुदार वाटली होती. पण आज अन्वरला त्या शेतकरी मोर्चाची याद आली आणि मनात सवाल उठला - आपल्या लाल क्रांतीचा नेता एवढा कातडीबचावू, सावध, धोका न पत्करणारा आहे?

''तर मग जनाब अमीनला ऐलान करू द्यावं, आपल्या सोबत सर!'' अन्वर धीटाईनं म्हणाला. तसा कादर म्हणाला, ''पण त्यांनाही तोच धोका आहे, अन्वरमियाँ!''

''मला पर्वा नाही मेजर कादर! मी तुमच्यासोबत रणगाड्यात बसून रेडिओ व टी.व्ही. केंद्रावर यायला तयार आहे.'' अमीन म्हणाला.

"पण जनाब तराकींनी हा धोका पत्करू नये अशी माझी नेक राय आहे.''
वतनजार म्हणाला, "ते आपले सर्वोच्च नेते आहेत. त्यांची सुरक्षा सर्वांत महत्त्वाची.

"नाही अस्लमभाई - मला त्याची पर्वा नाही.'' तराकी विचार करीत संथपणे
ठाम निर्णायक स्वरात म्हणाल, "मी वेगळाच विचार करतो आहे. क्रांती झाली असं
आपण म्हणतो ते अर्धसत्य आहे. फक्त दाऊदखानचा सफाया झाला आहे व अर्ग
पॅलेस पडला आहे. अजूनही बँक ए मिली, इतर कार्यालयं व केंद्र - जिथं दाऊदचं
सैन्य पहाऱ्याला आहे त्यांच्यावर ताबा मिळवायचा आहे. कंदाहार विमानतळ काबीज
क्हायचा आहे. हे तुम्ही बहादूरी सेनानी करालच. पण अवामच्या दृष्टीनं विचार करता
मला असं वाटतं की, त्यांना साम्यवादी लाल क्रांती झाल्याची वार्ता एकदम पचनी
पडणार नाही, स्वीकाराई होणार नाही. त्यांना लष्करी क्रांतीची, कूदेत्ते (सत्तापलटाची)
सवय आहे. म्हणून मेजर कादर व कर्नलची वतनजारनी सतापलट होऊन रिव्होल्यूशनरी
कौन्सिलच्या ताब्यात सत्तेची सूत्रं गेली आहेत, असं ऐलान केलं तर अवामची
प्रतिकूल वा विरोधी प्रतिक्रिया फारशी होणार नाही. तुम्ही दोघांनी बारीबारी पुश्तू व
दारी भाषेत याचं ऐलान करावं. जनाब अमीन साबनी क्रांतीची ब्ल्यूप्रिंट व तिचा एक
तपशील एवढ्या अचूकपणे सिद्ध केला होता की, त्याच्या केवळ ६० टक्के बाबींचा
अंमल होऊनही क्रांती चोवीस तासांच्या आता सफल झाली आहे. म्हणून त्यांनी तुम्हा
दोघांना इंट्रोड्यूस करावं आणि मग तुम्ही ऐलान करावं म्हणजे तूर्त लगेच अवामकडून
प्रतिकार होणार नाही.''

अवाक होऊन अन्वर तराकीचं बोलणं ऐकत राहिला. खरं आहे. तराकी
पक्षाचा सर्वोच्च नेता व क्रांतीचा अध्वर्यू आहे, दूरदृष्टीचा तत्त्वज्ञ, विचारवंत आहे.
आणि मुख्य म्हणजे महत्त्वाच्या प्रसंगी तो तातडीनं योग्य निर्णय घेऊ शकतो.
करमालच्या सुरक्षेच्या दृष्टीनं नकार समजताचं त्यानं ज्या तऱ्हेनं एकाच फटक्यात
अमीन व दोन्ही सेनाधिकाऱ्यांना बहुमान देत आपलंसं केलं, तो मानवी व्यवस्थापनाचा
आदर्श नमुना होता.

"आणि हेपण ऐलान करा की, आज रात्री आठपासून परवा सकाळी
आठपर्यंत कर्प्यू जारी केला आहे. उद्या जुम्मे का दिन आहे, म्हणून दुपारच्या
नमाजाच्या वेळी कर्प्यूत दोन तास ढील द्या. परवा सकाळपर्यंत सारं काही सुरळीत
होईल.''

"अवामला कूदेत्तेनंतर पी.डी.पी.ए. चा अंमल सुरू झालाय, हे नाही ऐलान
करायचं?''

"नाही. अवामला तूर्त लष्करी क्रांती झाली, असंच वाटू द्या. ऐलान रिव्होल्यूशनरी

कौन्सिलच्या नावे तुम्ही दोघे करणार आहात. अमीनसाबही साथीला आहेत, त्यामुळे राजनैतिक वर्तुळात ते कळेलच. पण पूर्ण सत्तासूत्रं आपल्या हाती आल्याखेरीज नव्या सत्तेचं ऐलान नको!'' तराकी एक एक बाबीचा स्पष्ट व संगतवार खुलासा करीत आदेश देत होता. केवळ अन्वर नाही तर करमाल व अमीनही थक्का होऊन आदरानं पाहत होते.

आणि रणगाड्यांचा काफिला रेडिओ काबूलच्या दिशेन कूच करू लागला. ''नव्या राजवटीचा प्रमुख म्हणून मी तुम्हाला आजपासून मेजर जनरल करीत आहे. तुम्हा दोघांना माझा एकच हुकूम राहील. आज व उद्या दोन दिवसांत पूर्ण काबूल शहर, देशातील सर्व विमानतळ व लष्करी केंद्रांवर ताबा मिळवा. अजूनही जे दाऊदनिष्ठ सैन्य आहे, त्याला स्थानबद्ध करा. अँड गुड लक.''

कादर व वतनजार पुन्हा उठून उभे राहिले व त्यांनी परत तराकीला कडक सॅल्यूट ठोकला. अन्वरला भरून आलं होतं. जे सेनानी कालपर्यंत दाऊदचे अधिकारी होते, ते आज लाला क्रांतीचे सेनापती म्हणून आपल्या नेत्याला सलाम करीत होते, त्याच्याकडून हुकूम घेत होते.

''जनाब अमीन सर, आप हमारे साथ रेडिओ काबूल और टी.व्ही. स्टेशन तशरीफ ले चलेंगे? वतनजारनं विचारलं, तसा कोचातून उठत व हातातली जळती सिगरेट बुटाखाली चिरडत अमीन म्हणाला, ''चलिये मैं तयार हूँ! अन्वर मियाँ, तूही या ऐतिहासिक क्षणी आमच्या समवेत असावंस असं मला वाटतं!''

गृहमंत्रालयासमोर आठ रणगाडे सज्ज अवस्थेत उभे होते. त्यावर चढताना अन्वरला थ्रिल जाणवत होतं. त्याच्या पाठोपाठ अमीनही चढला. त्यांच्यासमोरच्या रणगाड्यात कादर व वतनजार सवार झाले होते आणि प्रचंड कर्कश्श आवाज करीत लोखंडी पट्ट्यांनं लपेटलेली ती राक्षसी चाकं वेगानं फिरत रणगाड्याला गती देती झाली आणि रणगाड्यांचा काफिला रेडिओ काबूलच्या दिशेने कूच करू लागला.

पेशावर!
कँटोन्मेंटच्या नजीक असलेली आलिशान 'सईदा' मंझिल सरत्या संध्याकाळी दिव्यांनी उजळून निघाली होती. दीड पुरुष उंचीच्या अजस्र दगडी भिंतींआड दडलेल्या त्या कोठीसमोर सुरेखपणे विकसित केलेल्या बगिच्यात लुसलुशीत हिरव्यांकंच हिरवळीवर गार्डन चेअर टाकून सईदभाई विसावले होते. समोर टीपॉयवर अर्धवट संपलेली चिवास रिगलची बाटली व ओठांत जळता चिरूट. त्यात अंशमात्रानं हेरॉईन मिसळलेलं. त्याची उत्तेजित करणारी सुखद धुंदी.

सईदनं पाक सरहद्दीजवळ अफगाणिस्तानच्या निमरोज व हेलमंड प्रांतांत ठेक्यानं जमिनी घेऊन अफूची प्रचंड प्रमाणावर शेती करून तेहरान मार्केटमध्ये ती विकून मिळणारा अमाप पैसा जसा इस्लामी चळवळीसाठी, मदरसा आणि मस्जिद बांधण्यासाठी सढळ हातानं दिला होता, तसाच तो स्वत:च्या कुटुंबीयांच्या भवितव्यासाठी काबूल-कंदाहारमध्ये जमीन-जुमल्यातही गुंतवला होता. गेली दोन वर्षं अटकेतून सुटल्यानंतर पगमानला न परतता सईदनं गुलबुद्दिन हिकमतयार व ब्र्हानुद्दिन रब्बानीच्या सलाहप्रमाणे पेशावरला स्थलांतर करून तिथं नवा संसार थाटला होता. त्यांचं खानदान व शहाबाबाच्या वंशाशी नातं पाहून पेशावरस्थित इमाम तय्यब अलींनी आपली बेटी सईदा त्याला दिली होती. पगमानला मागे सितारा व मुलंबाळं सोडून आलेला सईद अकेलापन महसूस करीत होता. बाजारू औरतें व घरकाम करणाऱ्या बायका वासनातृप्तीला ठीक असल्या तरी घरेलू माहौल नव्हता. फार्महाऊसवर राहणाऱ्या सईदला अवतीभोवती बीबी-बालबच्चे असण्याची सवय होती, इथं पेशावरला त्याला उदास व एकाकी वाटायचं. त्यामुळे सईदाशी त्यानं आनंदानं निकाह केला. त्यात सिताराशी प्रतारणा करण्याचा प्रश्नच नव्हता. इस्लामी मर्द चार निकाह करू शकतो. त्याचा तर हा दुसराच निकाह. तोही पेशावरला एकटा असल्यामुळे.

त्याला प्रतीक्षा होती गुल व रब्बानीची. परवा सायंकाळी रेडिओ काबूलवरील बातम्या ऐकताच त्यानं गुलला टेलिफोन केला. पण तो आणि रब्बानी इस्लामाबादला पाकिस्तानच्या लष्करप्रमुखांकडे काही मसलतीसाठी गेले होते. त्याला थोडासा विषादही वाटला. अजूनही त्याला आय.एस.आय. आणि पाकिस्तानी लष्कर गुल-रब्बानीइतका महत्त्वाचा समजत नव्हतं. वास्तविक पेशावरला निर्वासित म्हणून आलेल्या मुजाहिदीनांना पैसा व शस्त्र-दारूगोळ्याची सर्वाधिक मदत तोच करत होता. तसंच पाकिस्तानच्या बड्या अंमलदारांची व फौजी अधिकाऱ्यांची उत्तम बडदास्तही तोच राखायचा. पेशावरचं 'सईदा मंझिल' हे संध्याकाळपासून वाढल्या रंगतीनं फुलणाऱ्या रंगीनमिजाज पार्ट्यांचं केंद्र झालं होतं, तरीही त्याला इस्लामाबादला बोलावलं नव्हतं!

गुल-रब्बानी तातडीनं इस्लामबादला का गेले, याची सईदला कल्पना होती. काही वेळापूर्वीच ते लष्करी हेलिकॉप्टरनं पेशावरला परतले होते. आता थोड्या वेळात मसलतीसाठी ते त्याच्याकडे येणार होते.

रेडिओ काबूलवर कादर व वतनजार यांनी कूदेत्ते होऊन रिव्होल्युशनरी कौन्सिलकडे सत्ता आल्याचं जाहीर करताना हा देश यापुढे 'इस्लामिक रिपब्लिक ऑफ अफगाणिस्तान' असेल, असंही जाहीर केलं, तेव्हा सईदला हायसं वाटलं होतं! निदान देशाच्या नावापुढे 'इस्लामिक' शब्द अजून कायम आहे. पण त्यांची

हाफिजुल्ला अमीननंच ओळख करून देत पेश का केलं? त्यांच्या पी.डी.पी.ए.चा यात किती सहभाग आहे? हा कूदेत्ते म्हणजे त्यांची कम्युनिस्ट क्रांती तर नाही ना? तीन दिवस झाले तरी नवा राष्ट्राध्यक्ष कोण, याचा ऐलान झाला नव्हता. आज सायंकाळच्या आठच्या बातम्यांत कदाचित कळू शकेल, म्हणून त्यानं ट्रांझिस्टर आणून ठेवला होता.

आज संध्याकाळपासून तो बैचेन होता. दवाखान्यात सईदा बाळंत वेदनेनं तळमळत होती. कालपासून तिला जोरदार कळा येत होत्या. पेशावरची मशहूर दाई त्यानं तैनात केली होती. पण सारी रात्र तशीच गेली. सईदाच्या वेदना वाढत होत्या, पण कळा येऊनही ती प्रसूत होत नव्हती. दाईनं मामला गंभीर, हाताबाहेर जाणारा असल्याचं सांगितलं. त्याची इच्छा नसूनही तिला दवाखान्यात भरती करावं लागलं होतं. तेथील डॉक्टरणीनं तपासून काही प्रतीक्षेनंतर सुलभ प्रसूती होणार नसेल तर सिझेरियन करावं लागेल, असं सांगितलं. सईद प्रथम चांगलाच भडकला. "हमारे पूरे खानदान में कभी कोई औरत अस्पताल बच्चा जनम देने गई नहीं थी. और फिर पेट फाडना पडेगा, कैची - छुरी का इस्तमाल करना पडेगा..." आणि रागानं सासऱ्याकडे वळून तो म्हणाला, "तुम्ही मला फसवलं इमामसाब. मला अशक्त व नैसर्गिक प्रसूत होऊ न शकणारी बायको दिली. आमच्या अफगाण बायका कशा धडधाकट व सशक्त असतात!"

डॉक्टरणीनं त्याला समजावून सांगण्याचा प्रयत्न केला. पण तो ऐकण्याच्या मन:स्थितीत नव्हता. मदरसा शिक्षणावर पोसलेल्या सईदला दवाखान्यात व तेही सिझेरियननं प्रसूती होणं गैरइस्लामी वाटत होतं. पुन्हा तो दवाखाना मिशनरी ख्रिश्चनांचा. डॉक्टरीण आता जरी पायघोळ झग्यात व एप्रन घातलेली असली तरी काल घरी तपासायला आली तेव्हा स्कर्टमध्ये होती व तिच्या उघड्या मांड्या पाहून तो क्षुब्ध झाला होता. त्याच्या भडकलेल्या मनानं घेतलं की, हा अपशकुन आहे! सईदा त्याला बेटा देईल, ही आशा संपत आली होती. सईदाला दिवस गेल्यापासून ती आपल्याला बेटा देईल, जो इस्लामी धर्मासाठी मुजाहिदीन होऊन लढेल, असं त्यानं स्वप्न रंगवलं होतं! त्याला तो लाडानं 'गाझी' (धर्मरक्षक) म्हणून संबोधणार होता. तो आपल्या खानदानाचा तगडा, सशक्त देहयष्टीचा वारसा घेऊन पैदा होईल. सिझेरियन करून मुलास जन्म देण्याची कल्पनाच चरे पाडीत होती, म्हणून त्याचा भडका उडाला होता. आणि त्या तिरीमिरीतच तो हॉस्पिटल सोडून निघून आला.

घरी दिवसभर बेचैन अवस्थेत तो व्हिस्की ढोसत होता. दुपारी त्याला गिलझाई टोळीसोबत पेशावरला आलेला गालिच्याचा व्यापारी इंजमाम नूरानी यानं

बरोबर आणलेली तरुण उफाड्याची नोकराणी मेहेर हिनं आग्रहानं जेवू घातलं व देहाचा भोग देऊन झोपवलं. त्यामुळे सायंकाळी तो जागा झाला, तेव्हा तरोताजा वाटत होतं!

सईद किंचित हसला. आपल्याला नेमकं काय सलतंय, हेच त्याला नीटसं उमगत नव्हतं. त्यानं मद्याचा चषक उचलून तो घाईनं घशात रीता केला. खारावलेल्या काजूचे तुकडे तोंडात टाकले.

आठ वाजत आले होते. त्यानं ट्रांझिस्टर सुरू करून रेडिओ काबूल लावलं.

बातम्या सुरू होताच त्यानं कान टवकारले. "डेमॉक्रेटिक रिपब्लिक अफगाणिस्तानचे राष्ट्राध्यक्ष म्हणून जनाब नूर महंमद तराकी, तर उपाध्यक्ष तथा उपपंतप्रधान म्हणून बबराक करमाल यांनी सूत्रं हाती घेतली आहेत."

शंका खरी ठरली. ही कम्युनिस्ट क्रांतीच. सत्ता त्यांच्या ताब्यात गेली होती. काफिराना कम्युनिस्ट क्रांती होऊन अफगाणिस्तान 'इस्लामिक रिपब्लिक' ऐवजी 'डेमॉक्रेटिक रिपब्लिक' झालं होतं! देशाच्या नावातून 'इस्लामिक' शब्द गाळणं नव्या काफिर - अल्ला न मानणाऱ्या कम्युनिस्टांच्या ध्येयधोरणाशी सुसंगतच होतं. जे लोक लेनिनला महंमद पैगंबरासाठी वापरायचं 'दोराऊद' हे विशेषण लावतात, त्यांना देशाच्या नावात 'इस्लाम' चालणार नाही, हे उघड होतं.

"प्रेसिडेंट तराकींनी आणखी दोन उपपंतप्रधान नेमले असून त्यात हाफिजुल्ला अमीन व मेजर मोहंमद अस्लम वतनजार आहेत, त्यांना अनुक्रमे परराष्ट्र खातं व दळणवळण खातं देण्यात आलं आहे. या एप्रिल म्हणजेच सौरक्रांतीचे आणखी एक नायक मेजर अब्दुल कादिर यांना संरक्षण खातं देण्यात आलं आहे."

बातम्या ऐकता सईद ताठरला. संताप व चिडीची तीव्र तिडीक त्याच्या मस्तकात उठली.

अमीन - त्याच्या प्रतिस्पर्धी, ज्यानं सईदला अन्वरमियाँच्या सक्रिय मदतीनं १९६९ मध्ये लोया जिरगाच्या निवडणुकीत खरोटी वंशाच्या मतदारांच्या मदतीनं पराभूत केलं होतं, तो आता उपपंतप्रधान. आणि ज्या दोनी फौजी अधिकाऱ्यांनी दाऊदखानचा सफाया केला त्यांनाही महत्त्वाची पदं.

बातम्यानंतर इतर मंत्र्यांची नावं होती. त्यातील एका नावानं पुन्हा सईद क्रुद्ध होऊन उठला. डॉ. अनाहिता रेब्तेजाद. अफगाणच्या इतिहासात प्रथमच महिलेला मंत्रिपद देण्यात आलं होतं. तिनं विद्यार्थी सिनेटच्या निवडणुकीत गुलबदिनला पराभूत केलं होतं. तिचा उल्लेख झाला की, तो खवळून उठत तिच्याबद्दल बीभत्स बोलायचा.

सर्वांत शेवटी ऐलान झालं ते त्याचा भाऊ अन्वरच्या नावाचं. त्याला

बिनखात्याचा मंत्री करण्यात आलं होतं. ही काय भानगड आहे, हे त्याला उमगलं नाही. पण दोन भावांतील फारकतीची प्रक्रिया यामुळे पूर्ण झाली. रहीम बेटा तिकडंच असणार. कारण त्याला स्वत:च डोकं नाही. अन्वर म्हणेल तसंच तो वागतो. आपली बेटी जमीलाला त्याच्याकडे शिकायला ठेवलं आहे म्हणे. त्यासाठी तिला तो शिकायला रूस किंवा लंडनला पाठवू इच्छितो. काफिर साला! खानदानची इज्जत बहुबेटींनी गोषा पाळण्यात व घराच्या दहलीजच्या आत सुरक्षित असते, हे तो रूसी शिक्षणानं पार विसरलेला दिसतो. पुन्हा त्याचे कान भरायला त्याची रूसी बेगम आहेच. ती कितीही इस्लामी पद्धतीचा पेहराव करीत असली व कुराण वाचायला शिकली असली तरी तो रूसी ख्रिश्चनच ना! ती अन्वरच्या जोडीनं जमीलाला त्या निर्लज्ज अनइस्लामिक पद्धतीनं आधुनिक बनवणार हे नक्की!

बातम्या संपल्या व वाद्यसंगीत सुरू झालं. पण सईदचं त्याकडे लक्षच नव्हतं. तो आपल्या मनातल्या भरकटलेल्या विचारांना आवर घालण्यास असमर्थ होता...!

"कहा खोये हो सईदभाई?"

भानावर येत डोळे उघडून पाहिलं. तो समोर गुल व रब्बानी, सोबत शमसुद्दिन, त्याचा गर्द व्यापारातला भागीदार व साथी!

औपचारिक अभिवादनानंतर चौघे मध घेत बोलू लागले. डाचणाऱ्या विचारांना वाचा फोडावी म्हणून सईद म्हणाला, "अखेर तराकी, अमीन व करमालचं राज्य सुरू झालंच."

"ही आपल्या इस्लामी देशासाठी सर्वांत काळीकुट्ट अशी शरमेची घटना आहे. मुझे बर्दाश्त नहीं होता." आवेशानं आपल्या मुठी टीपॉयवर आपटीत गुल म्हणाला.

"हमें उसी दिन खबर हो गयी थी!" रब्बानी म्हणाला, "पाक गुप्तचरांनी तेव्हाच आम्हाला ही काफिर पी.डी.पी.ए. वाल्यांची क्रांती आहे, हे सांगितलं होतं!"

"तिला ते आता सौर (एप्रिल) क्रांतीबरोबर शौरवी (रशियन) क्रांती म्हणत आहेत." शमसूनं मद्याचा घोट घेत म्हटलं, "त्यामुळे तिचं स्वरूप नागडंउघडं झालं आहे!"

"कुछ तो करना पडेगा यारों..." सईदनं म्हटलं, "आपली मूव्हमेंट कमजोर पडली, कमी पडली.

"ये असली बात नहीं है दोस्तों!" आपली दाढी कुरवाळीत शांतपणे रब्बानी म्हणाले, "वो है कि, १९५३ पासून दाऊदखानची पहिली दहा वर्षांची पंतप्रधानपदाची कारकीर्द आणि आताची ही पाच वर्षांची राष्ट्राध्यक्षपदाची कारकीर्द याला कारण आहे.

याच काळात सोव्हिएत युनियनशी संबंध वाढले, कम्युनिस्टाचं एक वैशिष्ट्य

मानलंच पाहिजे, ते कम्युनिझमच्या तत्त्वज्ञानाच्या निर्यातीवर विश्वास ठेवतात व त्यासाठी अथक प्रयत्न करतात! दाऊदचा स्वत:चा कल सुधारणावादी कम डावा होता, म्हणून काबूल विद्यापीठ, लष्कर आणि अभिजात बुद्धिजीवी वर्गात कम्युनिझमचा प्रभाव पाडून गेला.

ते मोक्याच्या जागी असल्यामुळे त्यांच्या विचारांना प्रतिष्ठा मिळत गेली. आपल्या इस्लामची आधुनिक मांडणी शमसूचे भाईजान, आमचे उस्ताद प्रो. करीमुल्ला सोडले तर कोण करीत होतं? आपल्या चळवळीत बहुसंख्य मदरसा प्रशिक्षित, विचारापेक्षा आंधळी श्रद्धा बाळगणारे. त्यामुळे विद्यार्थी व बुद्धिमंत आपल्या इस्लामिक रिव्हायवलच्या मूव्हमेंटमध्ये हवे तेवढे आले नाहीत!"

"और एक गलती शायद हम लोगों ने की है." सईद विचारपूर्वक बोलत होता "आपण सारे या ना त्या कारणानं दाऊदच्या इतराजीला बळी पडून काबूल सोडून इथं पेशावरला पनाह घेतली. तिथं काबूलला - केंद्रस्थानी आपल्यापैकी कोणी नव्हतं, ही फार मोठी स्ट्रॅटेजिक ब्लंडर होती."

गुल त्या तिघांचं बोलणं शांतपणे ऐकत होता. ते संपल्यावर डोळे उघडीत व एक दीर्घ श्वास घेत म्हणाला, "दोस्तों - आपनें जो कहा वो सही है. लेकिन जो हो चुका, सो हो चुका. अब आगे का सोचना पडेगा..."

सईद त्याच्याकडे एक टक पाहत होता. तो काय सांगणार, याची त्यांना उस्तुकता होती.

"आजवर असं कधी घडलं नव्हतं. सर्वांत कट्टर इस्लामी देश असूनही आपल्या शहाबाबाच्या अफगाण देशात ते घडलं आहे! जगात आता पस्तीस - चाळीस इस्लामी देश आहेत, साऱ्यांच्या नावात 'इस्लाम' आहे व सर्वांचा राष्ट्रीय धर्म इस्लाम आहे.

थोड्या फार फरकानं ते इराण, इराक व तुर्की सोडून कुराण - हादिसवर आधरित कायद्याप्रमाणे राज्यकारभार करीत आहेत. या साऱ्या देशांना व अवामला कम्युनिस्ट म्हणजे सैतान की औलाद वाटतात - काफिर वाटतात. अल्ला न मानणाऱ्यांना सच्चा मुसलमान कधीच बर्दाश्त करीत नसतो... म्हणून हे आक्रीत कसं घडलं? त्या सैतानांना एवढा प्रचंड पाठिंबा कसा मिळाला? याचा उलगडा होत नाही. त्याचं विश्लेषण बाजूला ठेवलं तरी सवाल उरतोच - प्रथमच एका इस्लामी देशात डावी क्रांती - कम्युनिस्ट बंड घडून आलं आहे. ते मी, तुम्ही, सर्व सच्चा गाझी मुसलमानांनी बर्दाश्त करता कामा नये..."

गाझीचा संदर्भ येताच सईदला कसंनुसं झालं, एक सूक्ष्म काळजीची कळ

मनात उठली. कशी असेल सईदा? दवाखान्यातून कोणी आलं नव्हतं, संदेशाही नव्हता. म्हणजे अजून काही ती बाळंत झाली नसावी.

ती ख्रिश्चन, स्कर्ट घालणारी युरोपियन मिशनरी डॉक्टर नीटपणे सईदाचं सिझेरियन ऑपरेशन करेल ना?

समोर मित्र- मंडळी होती, मन भरकटायला सवड नव्हती!

"याबाबत मी पाकिस्तानच्या वरिष्ठ लष्करी अधिकाऱ्यांशी चर्चा करून आजच इस्लामबादहून परतलो आहे. सोबत रब्बानीसाबही होते. थोडा वेळ प्रेसिडेंट झिया साहबांचीपण मुलाकात झाली. ते सारे या सत्तांतरानं चिंतित आहेत. कारण पाक व इराणमध्ये आपल्या देशाप्रमाणे उच्चशिक्षित बुद्धिमंत आहेत, तेथेही इस्लामी राजसत्तेविरूद्ध आधीच जागृत असलेला असंतोष भडकू शकतो व त्याची परिणती तेथेही कम्युनिस्ट क्रांती होण्यात होऊ शकते.

"आंतरराष्ट्रीय संदर्भात विचार केला तर" रब्बानीनं गुलच्या विवेचनाचा धागा पुढे नेता म्हटलं, "दोन सुपर पॉवर्समधील सत्तासमतोल यामुळे पार ढासळला आहे. त्यांच्या पाकमधील राजदूताशी इस्लामबादेत भेट झाली, चर्चाही झाली. सोव्हिएत युनियन हा विस्तारवादी देश आहे. त्याचा डोळा गल्फवर आहे, वॉर्म वॉटर आणि ऑइलफील्डवर आहे.

त्याला अफगाणिस्तानबरोबर पाकही हवा असेल तर नवल नाही. नेमकं या अमेरिका-पाक-इराणच्या धास्तीचा आपण फायदा करून घेतला पाहिजे. ही राजवट आपण बर्दाश्त करू शकणार नाही, पण एवढ्या सहजपणे उलथून टाकणंही शक्य नाही.

त्यासाठी दीर्घकालीन अवामचा लढा उभारला पाहिजे. मुजाहिदीनांची फौज उभारली पाहिजे. कडव्या लष्करी शिस्तीत आणि पाक - अमेरिकेकडून आधुनिक शस्त्र मिळवून गनिमी काव्यानं अफगाणिस्तानमध्ये घुसून अचानक छापे घालणं, लुटालूट करणं, संपर्क यंत्रणा खंडित करणं असं केलं पाहिजे आणि त्याहीपेक्षा महत्त्वाचं म्हणजे मुल्ला-मौलवी पेशइमामांना जागृत केलं पाहिजे.

प्रत्येक जुम्म्याला मशिदीत दुपारच्या नमाजानंतर त्यांनी शौरवी क्रांतीविरुद्ध **आणि सौरक्रांती झाली! / २१६**आवाज उठवीत जिहाद पुकारला पाहिजे. येस... या तथाकथित डाव्या इन्किलाबी क्रांतीचा पाडाव आपण जिहादच्या शस्त्रानं व इस्लामच्या तलवारीनं केला पाहिजे. इन्किलाब विरुद्ध जिहाद! विजय जिहादचा होईल, कारण हे गाझींचं धर्मयुद्ध असणार आहे...

गुलचे शब्द ऐकताना सईदला वाटलं, पगमानला आपल्या कमावलेल्या आवाजात कुराणपठण करताना जसे अब्बाजान वातावरण भारून टाकतात, तसाच

अनुभव गुलच्या संभाषणात येतो आहे. जिहाद पुकारण्याचं त्याचं स्वप्न त्याचं एकट्याचं नाही, माझंही आहे, माझ्या आज होणाऱ्या गाझी पुत्राचंही असू शकेल 'आमीन'. तो पुटपुटला.

रात्र चढत होती, साकी बनून मेहेर त्याला खास इराणी पद्धतीच्या चषकात जुने उंची मद्य देत होती व त्याच्या देहाशी धुंद लगट करीत होती! एका निसरड्या क्षणी तिला मिठीत गोळा करून तो झोंबू लागला तशी त्याच्यापासून चपळाईनं अलग होत मेहेर म्हणाली, ''ना हुजूर! अशी दंगामस्ती या लौंडीला सहन होत नाही.''

''मतलब?'' त्यानं किंचित गुरकावीत विचारलं.

''सीधा है हुजूर.'' त्याचा हात आपल्या वाढलेल्या पोटाजवळ नेत व तेथे ठेवीत ती म्हणाली, अब मतलब पहचानो. माझ्या पोटात तुमचा अंकुर आहे. साहेबजादा आहे.

पगमानलाही त्याला शेतमजूर इस्माइलच्या बहिणीपासून झालेली एक दासीकन्या होती. रईस जमिनदारांसाठी अनौरस दासी पुत्र-कन्या एक मामुली बात. इथंही त्याला खंत होतीच- दासीपण बेटीच देत होती!

''चल, चल लडकीच असेल!''

''यकीन करो. मैं तुम्हें गाझी बेटाही दूंगी''

''ऐसा? ये नही हुआ और बेटी जन्मी तो?''

''हम दोनों का गल घोट देना.'' आवेगानं थरथरत मेहेर म्हणाली, ''तब मैं जी के भी क्या करूंगी? पण माझ्या म्हणण्याप्रमाणे मुलगा झाला तर?''

''तर मी तुझ्याशी निकाह लावेन, आणि तुला सितारा-सईदाप्रमाणे मानान वागवेन...''

मेहेरला हुंदका फुटला. नोकराणी असल्यामुळे असं बांदी-लौंडीचं जीणं जगावं लागत होतं. मालिकची शेज बायको नसताना वा तिचा उपभोग घेऊन कंटाळा आला की सजवावी लागायची.

आज सईदनं तिला, बेटा दिला तर निकाहचं वचन दिलं होतं, तो ते पाळणार, यात शंका नव्हती. त्याचं पुत्रवेड तिला माहीत होतं! सईदा तिच्यापुढे गर्भावस्थेत हीच शंका बोलवून दाखवायची. ती आता दवाखान्यात बाळंत व्हायच्या मार्गावर आहे. तिनं मुलाला जन्म दिला तर?

तर? मेहेर मनोमन दचकली होती! पण तरीही सईद तिला पत्नीपदाचा दर्जा देईल. पण तिला एकटीला मुलगा झाला तर जो मानसन्मान - कौतुक तिच्या

वाट्याला येईल... 'या अल्ला! बेगम को बेटी दे. मेरी खातिर.

ती मनोमन लज्जित झाली. मालकिणीचा आपल्यावर किती विश्वास व प्रेम! मालिक तिच्या अशक्त देहापेक्षा आपल्या धडधाकट देहावर जादा आसक्त आहेत व तिच्या हक्काच्या रात्रीची मोठी वाटेकरीण आपण होऊनही मला रागावत नाही. तिच्याबद्दल मी वाईट चिंतिते आहे. आखिरतमध्ये यासाठी कोणती सजा मिळेल?

"मेहेर, मेर साथ तू भी चल. अस्पताल जायेंगे. पता नहीं, क्यों नहीं अबतक कोई संदेशा आया?" सईद म्हणाला, तशी ती भानावर आली. क्षणार्धात खुशी खुशी फुलून आली. त्याच्या बाजूला आलिशान फोर्ड गाडीत बसून जाण्यात एक वेगळीच मजा होती...!

दवाखान्यातला स्पेशल रूममधला माहौल गंभीर होता. सईदला बदशगुनीचा अहेसास डंख मारून गेला. घायाळ होण्याऐवजी तो उफाळून उठला, "क्या हुआ? सईदा मर तो नहीं गयी?"

सासरा मान खाली घालीत म्हणाला, "वाईट झालं बेटा! पोटातच गर्भ मेला. पण बेटी सलामत आहे."

"गर्भ मुलाचा होता? माझ्या गाझी बेट्याचा?"

"नहीं मियाँ. तो मुलीचा गर्भ होता!"

सईद चवताळून सईदाच्या बेडकडे धावला. आणि सिझेरियनमुळे निस्त्राण झालेल्या फिकुटलेल्या बायकोला गदागदा हलवीत म्हणाला, "तुझे मालूम था. ऐसाही होना था. तू मुझे कभी बेटा नहीं दे सकती. मला आता तुझी जरूरत नाही. मी तुला याक्षणी तलाक देत आहे...!"

"नही" जिवाच्या कराराने सईदा किंचाळली.

"तलाक" त्यानं पहिल्यांदा उच्चार केला!

"बेटा, जरा होश से काम लो..." सासऱ्याची अजीजी त्याच्या कानी पडत नव्हती!

"तलाक-दुसऱ्यांदा उच्चार.

"मैने मजारे शरीफ दर्गा से मन्नत मांगी है. मुझे यकीन है. अगली बार हमें वो दीनो करम जरूर बेटा देगा." तशा अवस्थेतही सईदानं त्याच्या पायांवर लोळणं घेत विनवणी केली. "एक मौका देना हुजूर."

तिला लाथेनं ठोकरत उन्माद झाल्याप्रमाणे तो किंचाळला, "तलाक!"

सईद पिळवटून टाकणारी किंकाळी फोडीत निपचीत झाली. सासऱ्यानं या अल्ला म्हणत खिडकीतून दूरवर दिसणाऱ्या मशिदीकडे पाहिलं आणि आपला भावनावेगानं गदगदला देह शांत करण्यासाठी तो त्या अल्लाची मनोमन करुणा भाकू लागला.

''उसे तुम्हारे घर ले जाओ...'' सईदचा स्वर अद्यापही तेवढाच जहरभरला कडवट होता. ''चल मेहेर.''

इतका वेळ मूढमुग्ध अवस्थेत जमिनीला पाय खिळवून उभी असलेली मेहेर भानावर आली. ''जी हुजूर...''

त्याला त्या क्षणी काय वाटलं की, तो तिच्याजवळ गेला व तिच्या वाढलेल्या पोटावरून हात फिरवीत सासऱ्याला ऐकू जाईल असा ओरडला, ''ये मुझे बेटा देगी-यकीनन देगी. मै उससे कलही निकाह करूंगा. उसे बीबी बनाऊंगा.

मेहेरचा आपल्या कानांवर विश्वास बसेना. स्वप्न वास्तवात उतरत होतं. पण ते सईदाचा बळी देऊन. 'मी हलक्या खरोटी वंशात जन्मले, हा का माझा दोष? नाही - आम्ही खरोटी छोटी नाही. मी आता एका प्रतिष्ठित जमीनदार पेशइमाम खानदानाची बहू बनणार आहे.

आमच्या वंशाला चांगले दिवस आले आहेत. तो पगमानचा अमीनसाब बडा मिनिस्टर बनला आहे. तो नात्यानं दूरचा चाचा पडतो. आपण यकीनन छोटे नाही.''

त्याच्या बरोबरीनं हातात हात घालून ती दवाखान्याबाहेर आली. ''हुजूर, आपने मुझे बडी इज्जत दी है. आपको गाझी बेटाही मैं दूँगी. एक नहीं, मन चाहे-आठ-दस. मी धडधाकट, सशक्त आहे. आम्हा तेरा भावंडांना जन्म देणाऱ्या आईची मी तशीच फुलणारी कूस घेऊन आले आहे. तुम देखते रहना, देखते रहना...''

त्या रात्री तिच्याशी रत न होता, धसमुसळेपणा न करता सईद तिला हळूवारपणे कुरवाळीत होता. आणि ती तृप्त शांत झोपली होती!

अचानक डोळा लागत असताना टेलिफोनची घंटी वाजली. त्यानं त्रासिक मुद्रेनं रिसिक्हर हाती घेतला, ''हॅलो...''

''मी शमसुद्दिन बोलतोय सईद भाई! एक बुरी खबर आहे. या सैतानांनी आज माझ्या बडे भय्याला नव्या राजवटीवर टीका केल्याबद्दल अटक केली आहे.''

''प्रो. करीमुल्लांना?''

''हां भाई, उनके जैसे सच्चे इस्लाम के बंदे को जेल भेजकर उन्होंने आफत मोल ली है.''

''अब कलसे हमारा जिहाद शुरू होगा. उन्हे हम मिट्टी में मिलायेंगे या रूस को भगा देंगे...''

''इन्शाअल्ला... ऐसाही होगा.'' सईद म्हणाला, ''मै आपके साथ हूँ दिलोदिमाग, तनबदन, और पैसों के साथ - शमसू भाई, हम जरूर कामयाब होंगे...''

❑

प्रकरण : आठवे

सौरक्रांतीची रक्तरंजित वाटचाल

''कंबख्त कम्युनिस्ट कभी किसीके दोस्त होते है?''

प्रो. करीमुल्लांना भेटून आल्यापासून अन्वर अस्वस्थ बैचेनीत आपल्या दिवाणखान्यात फेऱ्या घालीत होता. रात्रीचा खानाही त्यानं घेतला नव्हता. रात्री करमालकडे एक अनौपचारिक मीटिंग होती. तिथेही तो गेला नव्हता. मनात तुफान उठलं होतं व ते प्रयत्न करूनही शमत नव्हतं!

एप्रिल महिन्यात क्रांती झाली म्हणून साऱ्या परदेशी वृत्तपत्रांनी आणि रेडिओंनी त्यांच्या समाजवादी क्रांतीला 'सौरक्रांती' म्हणायला सुरुवात केली आणि ते नाव पाहता पाहता सर्वांच्या तोंडी बसलं गेलं! त्या सौरक्रांतीवर कडक शब्दांत एका मशिदीमध्ये शुक्रवारच्या दुपारच्या नमाजानंतर करीमुल्लांनी टीका केली, म्हणून गृहमंत्री नूर महंमद नूर यांनी त्यांना अटक केली होती! त्यांना कुप्रसिद्ध पुल-ए-चराखी तुरुंगात पाठवलं होतं!

ही खबर आली, तेव्हा अन्वर हतबुद्ध झाला. म्हणून तो सरळ अपॉइंटमेंट न घेता तराकीच्या कार्यालयात शिरला.

तराकीनं त्याचं कामात व्यत्यय आणीत येणं मनावर न घेता वत्सल स्मित करीत स्वागत केलं, ''ये, अन्वर ये!'' तेव्हा अन्वर म्हणाला, ''फक्त एकच विचारायला आलोय की, आपणास खबर आहे ना जनाब प्रो. करीमुल्लांना अटक झाल्याची?''

''होय अन्वर. मला नूरनं खबर दिली आहे!''

''तुमच्या संमतीनं वा आदेशानं ही अटक झाली?''

''ऑफकोर्स! अँड व्हाय नॉट? टेल मी व्हाय नॉट?'' किंचित आवेशानं टेबलावर पुढे झुकत तराकी म्हणाला, ''अजून सौरक्रांतीला फार दिवस झाले नाहीत. आपण अजूनही नव्या राज्य कारभाराची घडी बसवतो आहोत. एकही नवा निर्णय घेतलेला नाही, तरी हे तुझे प्रो. करीमुल्ला ही सैतानाची कारकीर्द कशी म्हणतात?

आपण सोव्हिएत युनियनचे बगलबच्चे आहोत, हे कशाच्या आधारे म्हणतात?''

''आपण सारे कम्युनिस्ट विचारसरणीचे आहोत. अल्ला न मानणारे काफिर असतात व त्यांच्या संस्था, पक्ष सैतानाची औलाद असतात, हा त्यांच्या धर्मश्रद्धेचा भाग आहे सर! तो आंधळा, अविवेकी आहे, पण तरीही त्यांना केवळ मस्जिदीमध्ये नमाजानंतर प्रवचनात टीका केली म्हणून अटक करणं चुकीचं वाटतं. माफ करा सर. मी छोटा असूनही विरोध करतोय. पण करीमुल्ला हे आम, अशिक्षित व परंपरागत मौलवी - पेशइमामप्रमाणे नाहीत. ते उच्चशिक्षित व सर्वदूर ख्याती व प्रतिष्ठाप्राप्त धर्मशास्त्री आहेत. आपली राजवट अद्यापही स्थिरस्थावर होते आहे. अशा वेळी अवाममध्ये ज्यांच्याबद्दल गाढा आदर व श्रद्धाभाव आहे, त्यांना अशी अटक करणं भारी नुकसानीचं ठरेल.'' तराकी शांतपणे त्याचं ऐकत होता.

''आपण मान्य केलं पाहिजे, आपला इन्किलाब हा लष्कर व बुद्धिमंत असलेल्या मूठभरांच्या मदतीनं झाला आहे. ती अवामची सर्वमान्य क्रांती नाही. त्यासाठी कदम बे कदम उत्क्रांतिस्वरूप चळवळीची गरज आहे. अशा वेळी एका सर्वमान्य आदरणीय व्यक्तीला अटक करणं स्ट्रॅटेजिकली पण चूक आहे, तसंच ते अवामलाही क्रोधित करणारं आहे. मुख्य म्हणजे अनावश्यक आहे, असं माझं मत आहे.''

''अन्वर मला नाही तसं वाटत! कुठल्याही नव्या राजवटीतले पहिले शंभर दिवस महत्त्वाचे मानले जातात. या काळात जनतेला, अवामला राइट सिग्नल द्यावा लागतो. त्यावरून त्यांना नवं धोरण आणि त्याची दिशा कळू शकते. त्या दृष्टीनं मी करीमुल्लाच्या अटकेकडे पाहतो आहे!''

''तुम्हाला असं तर म्हणायचं नाही ना सर की, अवामला आदरणीय असणाऱ्या करीमुल्लांना अटक करणं म्हणजे त्यांच्या आंधळ्या परंपरागत धर्मश्रद्धेवर घाव घालणं आहे व त्याद्वारे सेक्युलर राजवटीचा सिग्नल देणं आहे?''

''यू आर राइट अन्वर! आपण इन्किलाबचं स्वप्न का पाहिलं? आपणा सर्वांना या देशातली सरंजामशाही व मुल्ला-मौलवींच्या अनिष्ट प्रभावाची जीवघेणी पकड खटकत होती. तिच्यामुळे अवाम गरीब राहते, तिला केवळ जगण्यासाठी अथक परिश्रम करावे लागतात. तरीही पशुतुल्य, लाचारीचं व गुलामीचं जीणं जगावं लागतं! करीमुल्लांची अटक ही त्या धर्मपरंपरेच्या ओझ्यानं वाकलेल्या, दबलेल्या जनतेसाठी सिग्नल आहे की, तो तुम्ही झुगारून द्या. नव्या राजवटीत त्याला स्थान नाही, ही सेक्युलर आधुनिक समाजवादी राजवट आहे.''

अन्वर तराकीच्या तर्कशुद्ध विश्लेषणानं प्रभावित झाला. पण तरी अजूनही करीमुल्लाची अटक त्याला वाजवी अन् समर्थनीय वाटत नव्हती. तो म्हणाला,

"सर, क्रांती, इन्किलाब जर अवामसाठी असेल तर तिला दुखवून कसं चालेल? एकाएकी शतकानुशतकांचं धर्म-परंपरेचं ओझं ती कसं झुगारून देऊ शकेल ?"

"अन्वर, तू इतिहास शिकला आहेस. तरीही हा सवाल पुसतोस? आपणही क्रांतिपूर्व काळात हा विचार केला होताच की. जनतेला संघटित करून, तिचं प्रबोधन करीत तिला कम्युनिझमची दीक्षा देत तिच्या ताकदीवर क्रांती घडवून आणावी, असं आपलंही स्वप्न होतं! पण आजच्या स्थितीत लोकांना संघटित करायला कदाचित शतकाचा काळही अपुरा पडेल. १९७३ च्या कूदेत्तेनंतर आपण कार्यकर्त्यांना खेडोपाडी काम करायला पाठवलं तेव्हा ही जाणीव आपणा सर्वांना झाली. म्हणून माझं अनुभवसिद्ध मत आहे की, त्यासाठी पोलादी वरवंटा फिरवून हवं ते घडवून आणण्याची स्टालिनची पद्धतच आपल्या देशात यशस्वी होऊ शकेल."

"करीमुल्लांच्या अटकेचा निर्णय मला सोपा नाही गेला. कारण एक माणूस म्हणून ते केवढे आदरणीय व सर्वमान्य आहेत, हे मला माहीत आहे. पण मी करीमुल्लांच्या अटकेनं हा संदेश अवामपर्यंत पोचवू इच्छितो की, यापुढे आपल्या धर्म राजवटीत आणि राजकारण अलग असेल! यापुढे आधुनिक जगात ईहवादी मूल्यं असावीत. धर्म ही संकल्पना जीवनव्यवहारात क्रमश: कमी होत जावी." त्यासाठी आपण काम केलं पाहिजे.

"ठीक आहे सर!"

"नाही मित्रा, एक धक्का देऊन अवामला विचाराला लावण्याचं काम झालं आहे. यापुढे त्यांना अधिक काळ तुरुंगात ठेवणं बरं नाही. मी आजच त्यांच्या सुटकेचा आदेश देत आहे. तेही यापुढे राजवटीवर जबाबदारीनं बोलतील, अशी अपेक्षा आहे."

"थँक्यू सर. मी त्यांना भेटायला, बोलायला हरकत नाही ना?"

"नो - नो अन्वर! अरे, तू जबाबदार मंत्री आहेस. तुझ्या कोणत्याही कृतीला माझी हरकत असणार नाहीय!" तराकी म्हणाला.

"पण मला तुम्ही बिनखात्याचं मंत्री केलं आहे. मी नेमकं काय काम करावं, हेच समजत नाहीय!"

"यू विल बी माय इअर्स अँड आइज! अवाम व राज्यामधला दुवा म्हणून तू वावरत जा व मला ब्रीफिंग करीत जा. सर्व मंत्र्यांशी तुझे चांगले संबंध आहेत. त्यांच्याशी संपर्क ठेवत राहा." मला अवामच्या भल्यासाठी नव्या नव्या कल्पना व कार्यक्रम अभ्यास करून सुचवत जा."

करीमुल्ला पुन्हा आर्मचेअरवर विसावले. दुपारी शुक्रवारच्या नमाजाला पुल-

ए-खिश्ती मशिदीला जाऊन आल्यापासून जाणवणारी तुसतुस आता पुन्हा जाणवू लागली.

नमाजानंतर तेथील मौलवी जनाब सिकंदर अलीमियाँनी प्रवचनात चक्क तराकी राजवटीचं गुणगान गायलं होतं! तिथे हुकूमतीचे पोलिस होते व ते अलीमियाँ काय म्हणत होते, ते टिपून घेत होते. ते अहवाल त्यांना पोलिसप्रमुख म्हणून इस्लामी जनांसाठी अप्रिय असलेल्या डॉ. नजीबुल्लांना सादर करायचे होते!

नजीबनं अलीमियाँना त्याच्या कार्यालयात मागील दोन महिन्यांत तीन-चार वेळा पोलिस पाठवून बोलवून घेतलं होतं, अशी चर्चा करीमुल्लांच्या कानावर आली होती. पण आजवर त्यांनी त्याकडे कानाडोळा केला होता. पण आज त्यांनी ज्या तऱ्हेनं, ज्या भाषेत तराकी हुकूमतीचं समर्थन केलं, ते करीमुल्लांना धक्कादायक वाटलं होतं. सच्च्या मुस्लिमांनी नव्या राजवटीला पाठिंबा द्यावा व त्याविरुद्ध जे बोलत आहेत, ते भरकटलेले, बुद्धिभ्रष्ट असून त्यांना खरी इस्लमियत कळत नसल्यामुळे त्यांच्या बोलण्याकडे लक्ष देऊ नये, असंही आवाहन अलीमियांनी केलं, तेव्हा जे ऐकलं होतं, कानी पडलं होतं त्यात सत्यांश आहे, याची करीमुल्लांना खात्री पटली.

एका परदेशी वृत्तसंस्थेच्या मुलाखतीत तराकीनं आपण सेक्युलर असल्यामुळे नावातील महंमदचा त्याग करित असून नावामागे 'कॉम्रेड' हे समानतेचं मैत्रीपूर्ण संबोधन लावणार आहोत, असं सांगितलं होतं. अफगाणिस्तानमध्ये व काबूल शहरात त्याची तीव्र प्रतिक्रिया उमटली तेव्हा तराकीनं मुलाखतीचा इन्कार केला होता खरा. पण त्यानंतरही त्याचं नाव सरकारी माध्यमात 'कॉम्रेड नूर तराकी' असंच छापलं जायचं!

देशाच्या अधिकृत नावात 'इस्लॉमिक' ऐवजी 'डेमॉक्रेटिक' शब्द वापरणं, समारंभस्थळी महिलांना बेपर्दा वावरण्यासाठी केवळ परवानगीच नव्हे तर प्रोत्साहन देत शासकीय बळ त्यामागे उभं करणं या गोष्टी लोकांना खटकत होत्या. सर्वांत महत्त्वाचं म्हणजे तराकीनं जाहीर केलेलं शिक्षण धोरण व त्यासाठी पास केलेली डिक्री, त्यात मुलींच्या आधुनिक पाश्चात्त्य शिक्षणाला दिलेलं आणि संपूर्ण साक्षरतेचं अधोरेखित केलेलं महत्त्व. त्यासाठी सर्वत्र साक्षरता केंद्रं सुरू करणं व तिथे सर्व प्रौढ स्त्री-पुरुषांना शिक्षणासाठी प्रथम विनंती – आवाहनानं, मग दडपणानं व सरतेशेवटी बळजबरीनं आणणं सुरू झालं. त्यामागे उद्देश, अवामवर विद्येचे संस्कार करित आधुनिक विचारधारा - त्यातही प्रामुख्यानं मार्क्सवाद खुबीनं शिकवणं हा होता. त्यामुळे करीमुल्ला अस्वस्थ झाले आणि त्याविरुद्ध त्यांनी टीकेची झोड उठवली. त्याची परिणिती त्यांच्या अटकेत झाली होती!

सौरक्रांती होऊन आता तीन महिने होत आले होते व नवी राजवट डिक्री वा

हुकूमांच्या आधारे क्रांतिकारी मंत्रिमंडळामार्फत कारभार करीत होती. त्यांची नुकतीच जारी केलेली डिक्री ही स्त्री-पुरुष-संबंध व समानतेच्या संदर्भातली होती. ती एवढी क्रांतिकारी होती की त्यामुळे पूर्ण अफगाण जीवनशैली आमूलाग्र बदलण्याची शक्यता होती. सरळसरळ प्रचलित विवाहप्रथेवरच या डिक्रीनं घाला घातला होता. लग्नात वधूपित्याला मुलीसाठी हुंडा घ्यावा लागत असे. त्याद्वारे वरपक्षाची हैसियत व रुतबा प्रकट होत असे. नव्या हुकूमतीनं या प्रथेवर नियंत्रण ठेवीत ही हुंड्याची रक्कम नाममात्र करीत यातील अनिष्ट पैशाची स्पर्धा व प्रदर्शन बंद करण्याचा हुकूम जारी केला होता.

करीमुल्लांनी जेव्हा हा हुकूमनामा 'अनिस'मध्ये वाचला तेव्हा त्यांची प्रतिक्रिया संमिश्र व दोलायमान होती. अनेक उपवर मुलींची या प्रचलित रुढीमुळे लग्नं होत नाहीत. मुलीच्या बापाला वराकडून भरमसाट पैसा हवा असतो व त्यासाठी आपल्या बरोबरीचे वा वरचढ खानदानाचे मुलगे हवे असतात. यामुळे एकीकडे मुलींना वय वाढलं तरी कुंवारं राहावं लागतं, तर दुसरीकडे मुलांनाही योग्य वधू मिळत नाही. त्यामुळे हा हुकूमनामा योग्य आहे, अशी त्यांची पहिली प्रतिक्रिया होती!

पण आमच्या वैयक्तिक जीवनात - खास करून विवाह व जनानाच्या नितांत खासगी बाबीत ढवळाढवळ करायचा सरकारला कोणी अधिकार दिला? हा त्यांच्या मनात उठलेला सवाल! कम्युनिस्ट राजवटीकडून हे घडतंय, म्हणून विरोध करावा हा त्यांच्या धार्मिक मनाचा कौल होता.

हे - हे थांबवलं पाहिजे! करीमुल्लांच्या विचारांची नौका पुन्हा पुन्हा याच एका कृतिप्रवण विचारांच्या बंदरात येऊन थबकत होती!

चाकरानं करीमुल्लांना चुलतभाऊ शमसुद्दिन एका पाहुण्यासह आल्याची खबर दिली अन् ते भानावर आले.

किती दिवसांनी नव्हे वर्षांनी शमसू त्यांना भेटत होता. पाकिस्तानमधील पेशावरला जाऊनही त्याला दोन वर्ष होत आली होती. शमसूबरोबर आलेल्या गुलबुदीन हिकमतियारला पाहून करीमुल्लांना बरं वाटलं.

ख्यालीखुशालीचं विचारून होताच शमसूनं विचारलं, "भाईजान, मला पेशावरलाच तुमच्या अटकेचं समजलं होतं, तेव्हा मी फार परेशान होतो, पण लवकरच तुमची सुटका झाली, अल्लाची बडी मेहरबानीच म्हटली पाहिजे!"

"आपल्याला जेलमध्ये काही तकलीफ तर झाली नाही?" शमसूनं विचारलं. शमसूच्या प्रश्नानं न राहवून ते भावनावश झाले व आपणावर झालेल्या शारीरिक

अत्याचाराबाबत कुणापुढेही बोलायचं नाही, हा मनाशी केलेला निश्चय विसरून आवेगानं बोलत त्यांनी सारी कहाणी सांगून टाकली.

गुलचे काळेशार मोठाले डोळे रक्तवर्णी झाले होते, जणू सारा त्वेष डोळ्यांत उतरला होता. तो टीपॉयवर मूठ आपटीत क्रुद्ध होत म्हणाला, ''साले शैतान की औलाद - उन्हें तो जहन्नुम से भी बदतर जिंदगी आखिरत में हासिल होगी.'

''बिल्कुल दुरुस्त फर्माया आपने गुलसाब!'' शमसूही संतप्त झाला होता.

''मित्रांनो, सवाल माझा नाही. माझ्यावरच्या अत्याचारांचाही नाही.'' करीमुल्ला म्हणाले, ''तो आहे इस्लामियतचा. नवी राजवट ही मार्क्सवादी कम्युनिस्ट वळणाची आहे. त्यामध्ये धर्माला स्थान नाही. आणि स्त्री-पुरुष असा भेद नाही! तसलं जीवन आपल्या देश-धर्म व परंपरेशी विसंगत आहे.

''म्हणूनच हे थांबवलं पाहिजे. सर, आपल्याला माहीतच आहे आम्ही देशांतर का केलं ते. मी अन् माझ्या साथीदारांनी पेशावरला गेल्यापासून हिब्जेइस्लामी संघटना स्थापून काम करायला प्रारंभ केला आहे. खरं म्हणजे आम्हालाच दाऊदला संपवून सत्ता घ्यायची होती. पण त्यापूर्वीच काफिरांनी कूदेत्ते केलं. पण १९५३ पासूनच्या सुधारामुळे व विद्यापीठात परदेशी प्रोफेसरांच्या होणाऱ्या नियुक्त्यांमुळे तसंच आधुनिक शिक्षणाच्या अट्टहासामुळे सुशिक्षित वर्ग हा धर्मापासून दूर जाऊ लागला होता. आपल्याला संघटित होणं अवघड जात होतं. त्यामुळे आमची संघटना ताकदवर झाली नाही आणि काफिरांनी डाव साधला असो. पण आता त्यांची राजवट स्थिर कधीही होणार नाही हे आपण पाहिलं पाहिजे. सध्या मी आणि शमसूभाई 'हिब्जे इस्लामी'च्या माध्यमातून तेच करतो आहोत. सीमावर्ती भागात अवामचा असंतोष संघटित करायचा प्रयत्न सुरू केला आहे. आपल्याला पाकिस्तान, सौदी अरेबिया 'पॅन इस्लामिक मूव्हमेंटशी' धागा जोडल्यामुळे सढळ मदत करीत आहेत!''

''हे फार चांगलं सांगितलंस माझ्या मित्रा!'' त्याचा खांदा प्रेमानं थोपटीत करीमुल्ला म्हणाले, ''पण अफगाणमध्ये हुकूमतीचं प्रतीक आहे काबूल-कंदाहार व मजारे शरीफ ही शहरं. येथेच शाळा-कॉलेजेस व युनिव्हर्सिटीज् आहेत. इथेच लष्करी कॅम्प्स व छोटे-मोठे उद्योगधंदे, व्यापारी पेठा आहेत. इथंच नव्या हुकूमतीनं वर्चस्व गाजवायला सुरुवात केली आहे. इथे आपण कार्य केलं पाहिजे. त्याखेरीज मुस्लिम ओपिनियन बदलणार नाही.''

''हां गुलसाब-भाईजान सही कहते है'' शमसू म्हणाला, ''यहाँ का एक उठाया कदम पूरे देश में हादसा पैदा करता है. काबूल तो दिल है अफगाण का...!''

''त्यासाठी गुल-शमसू, तुम्ही आता इथं राहून काम केलं पाहिजे!''

''पण सर, आम्हाला अटक झाली तर काम थंड पडायचं.'' गुलनं शंका उपस्थित केली. ''मला स्वतःला जेलचं, मरणाचं मुळीच भय नाही. पण हे काम एकट्याचं नाही. त्यासाठी फार सावधानतेनं पद्धतशीर काम केलं पाहिजे. अवामला अधिकाधिक संघटित केलं पाहिजे! त्यासाठी मला मुक्त राहिलं पाहिजे!''

''ते खरं आहे गुल. तरीही तूर्त काही महिने तुम्ही इथे गुप्तपणे का होईना राहावं, काम करावं, असं मला वाटतं.'' करीमुल्ला विचार करीत शांतपणे बोलत होते. ''कारण तू एक विद्यार्थिप्रिय नेता आहेस. मधल्या काळात इथे नसल्यामुळे तुझे संपर्क तुटले असणार. ते पुन्हा जोडावेस व इथे काबूलला व कंदाहार-मजारेशरीफ, हेरतसारख्या प्रमुख शहरांत विद्यार्थी, नोकरशहा व लष्करातील इस्लामी तत्त्वं हेरून त्यांना जागृत व संघटित करावंस! धोका वाटेल, तेव्हा तू पेशावरला जाऊ शकतोस. पण हा धोका तुला पत्करला पाहिजे, असं मला वाटतं. अर्थात, सावधगिरी बाळगावी लागेलच.''

गुल विचारमग्न होता. करीमुल्लाही प्रतिसाद काय येतो याची प्रतीक्षा करू लागले.

''सर-'' गुल ठाम स्वरात म्हणाला, 'आपकी सलाह दुरुस्त है! मी व शमसूभाई इथं काही काळ राहून तुमच्या मार्गदर्शनाप्रमाणे अवामचा असंतोष संघटित करू. तूर्त पेशावर केंद्राची चिंता करायचं कारण नाही.''

''एक विचारायचं आहे गुल.'' करीमुल्ला म्हणाले, ''आपल्या सोबत ब-हानुद्दिन रब्बानी नाही आला? क्या बात है?''

गुलची नजर खाली गेली. त्यानं काहीच उत्तर दिलं नाही, तेव्हा करीमुल्लांनी प्रश्नार्थक नजरेनं शमसूकडे पाहिलं. त्यानं हलकेच खुलासा केला.

''अब हम अलग हैं भाईजान! उनका अपना जमाते इस्लामी ग्रुप है - हम हिब्ज इस्लामी ग्रुप चला रहे है।''

करीमुल्ला काहीसे संतापून व काहीसे हताश होत म्हणाले, ''ये बडे अफसोस की बात है! ये वक्त बांका है. हमें एक रहकर लडना है. अशा वेळी ही फूट आपली इस्लामिक मूव्हमेंट कमजोर करणारी ठरेल! मेरी समझ में नहीं आता - ऐसा क्यों? क्या वजह है आखिर तुम्हारे अलग होने की?''

गुलचा चेहरा ताठरला. त्याला या प्रश्नाचं उत्तर द्यायचं नव्हतं आणि करीमुल्लांच्या मतांचा अधिक्षेपही करायचा नव्हता. तेव्हा पुन्हा करीमुल्लांनी शमसूकडे खुलाशासाठी पाहिलं. शमसूनं नुसती नजर वळवली व तो गप्प राहिला.

संध्याकाळच्या नमाजानंतर त्यांना ब-हानुद्दिन रब्बानी आल्याची खबर नोकरानं

दिली.

"सर, मी पुढल्या आठवड्यापासून युनिव्हर्सिटी जॉइन करतोय-तुमचा कलीग म्हणून, थिऑलॉजीचा प्रोफेसर म्हणून!"

"अच्छा, मुझे ये खबर नहीं थी!" करीमुल्ला आनंदानं त्याचे हात दाबीत म्हणाले. "फार आनंद वाटला मित्रा! पण तुला नव्या हुकूमतीनं कसं काय नियुक्त केलं? गेली दीड वर्ष तू पेशावरला होतास आणि तुझे कट्टर इस्लामी विचार त्यांना माहीत आहेत!"

"मलाही नेमकं कारण माहीत नाही सर!" बऱ्हानुद्दिन रब्बानी म्हणाला. "सध्या त्यांना राजवट स्थिर करायची आहे व मजहबव्यतिरिक्तही अनेक महत्त्वाचे विषय त्यांच्या अजेंड्यावर आहेत. त्यासाठी पाठिंबा वा किमानपक्षी विरोध नको, असं त्यांचं धोरण दिसतंय. कदाचित त्यामुळे आपला युनिव्हर्सिटीमधला थिऑलॉजीचा विभाग बंद न करता रिक्त पदं भरली असावीत. त्यात मीही निवडला गेलो. यापेक्षा वेगळं स्पष्टीकरण देता येणार नाही."

करीमुल्ला एकाएकी गंभीर होत म्हणाले, "एक खरंखुरं सांग मला रब्बानी -तू व गुल अलग का झालात? सुनकर बडा अफसोस हुआ!"

"सर, मी तुमच्यापासून काही लपवणार नाही. पण तुम्ही बर्दाश्त करू शकाल? मी तुमच्या नक्शे कदमपर चालणारा माणूस आहे सर. इस्लामला निषिद्ध म्हणून मी चरस-अफीमपासून दूर आहे. मध्यंतरी मी बहकलो होतो, पण आता यापुढे क्षणनक्षण इस्लामच्या सेवेत व हे राष्ट्र पुन्हा कम्युनिस्टांपासून मुक्त करीत इस्लामी करण्यासाठी वेचायचा, असं ठरवलं आहे!

"सर, गुलशमसू भाई और वो पगमान के सईदभाई तुम्हारे दोस्त अन्वर के भाई वा तीनों काम तो शायद इस्लाम का ही करते हैं-लेकिन उनका रास्ता नाजायज है - अनइस्लामिक है. वे सारे अफीम की खेती करते हैं, उस से पैसा जुटाते हैं. और खुद भी नशा करते है, साथ में अपने साथी-वफादारों को भी छूट देते हैं नशे की. ऐसे लोग क्या इस्लाम देश में वापस लायेंगे? मला अलग होणं भाग पडलं, नाहीतर त्यांनी अलग केलं असतं!"

करीमुल्ला चांगलेच गंभीर झाले. शमसू एकदा याच कारणावरून जेलमध्ये गेला होता. पण तो व गुल आता त्यात फार पुढे गेले होते. इस्लामसाठी म्हणून कार्य करायचं, पण मार्ग मात्र इस्लामविरोधी! कशी सांगड घालायची?

"इसके बारे में मैं गहराई से सोचूँगा दोस्त-!" दीर्घ सुस्कारा सोडीत ते म्हणाले, "खैर, अब तू मेरे साथ है तो जरा सोचेंगे, हमें अब आगे क्या करना है?"

आणि दोघे चर्चेत गढून गेले. रात्र चढत होती.

अन्वरनं ओव्हरकोट घातला व तो जायला बाहेर पडला. तेव्हा जमीला सहज त्याला गेट बंद करताना म्हणाली, ''गेले चार दिवस झाकिरची भेट नाही की पता नाही. तो मला न सांगता बाहेरगावी जाणार नाही. कळत नाही, क्या माजरा है?''

अन्वर थबकला. क्षणभर त्याच्या पायांतलं बळ गेल्यासारखं वाटलं. चार दिवस झाकिरचा पता नाही-खबर नाही? ती आपल्याच नादात पुढे म्हणत होती, ''आज शनिचर है. हम हर हफ्ते इसी दिन शामको मिलते हैं. आज वो यकीनन मिलेगा. फिर पूछूँगी.''

तो मंत्री होता व देशात-काबूलमध्ये सौरक्रांतीनंतर एप्रिलपासून या अडीच-तीन महिन्यांत जे विलक्षण बदल होत होते ते त्याला माहीत होते. हुकुमतीनं क्रांतीविरोधी आवाज दाबण्यासाठी शुद्धीकरण मोहीम सुरू केली होती. ती मोहीम त्याला साफ नापसंत होती. पण सर्व परचमींचा, खुद्द करमालचा विरोध असूनही मोहीम थांबवता येत नव्हती.

'झाकिर या शुद्धीकरण मोहिमेतला बळी तर नाही ना?' अन्वर मनात आलेल्या शंकेनं थरकापला. त्या थंडगार हवेतही त्याला गरम वाटू लागलं होतं!

अन्वरचे विचार मग परवा झालेल्या परचमी बैठकीकडे वळले.

'परचमी' गटाच्या बैठकीत अन्वरनं 'ऑपरेशन पर्जिंग' ऊर्फ शुद्धीकरण मोहिमेला कडाडून विरोध केला होता. तो सर्वांनाच पसंत पडला होता. जणू तो त्यांच्याच भावना बोलून दाखवत होता. कारण या मोहिमेचा रोख केवळ जुन्या राजनिष्ठ व दाऊदप्रेमी अधिकारी, सैनिक व बुद्धिमंतांपुरता मर्यादित नव्हता, तर तो त्याचबरोबर काही प्रमाणात 'परचमी'विरुद्ध असल्याचंही हळूहळू जाणवत होतं!

असदुल्ला सरवारी व दाऊद तरून यांनी ज्या पद्धतीनं ती मोहीम राबवायला सुरुवात केली, ती अवामला भयचकित व संतप्त करणारी होती!

दाऊदखानच्या वंशाची सर्व माणसं व त्यांच्याशी मंत्री-अधिकारी या नात्यानं काम करीत जोडली गेलेली माणसं, तसंच बादशहा जाहिरशहाशी संबंधित माणसं व आप्तजन यांना पकडणं, मारणं वा तुरुंगात टाकणं, अफगाणी अवाम समजू शकत होती. कारण प्रत्येक सत्तांतर तीच मळलेली वाट चोखाळते, हे त्यांना अनुभवांती माहीत होतं. पण प्रशासनात व लष्करात केवळ चाकऱ्या करणारे, ध्येयधोरणं राबवणाऱ्यांकडे जेव्हा शुद्धीकरण मोहिमेचं दमनचक्र वळलं आणि जेव्हा

शिक्षक, छोट्यामोठ्या पदांवरचे कारकून, व्यापारी व सैनिकही त्याला बळी पडू लागले, तेव्हा अवामचा मूड बदलला. सौरक्रांती ही अवामसाठी आहे की मूठभर मार्क्सवाद्यांसाठी, असे सवाल जागोजागी आपसात पुसले जाऊ लागले. या दमनचक्राचा रोख सर्वांत अधिक होता जमीनदार व मुल्ला-मौलवीविरुद्ध. अवामला मौलवीबाबत त्यांच्याबद्दल प्रेम फारसं नसलं, तरी ते त्यांचे परंपरेनं धर्मगुरू होते. गरिबीमध्ये दु:खदैन्यावर मात करीत धीरानं जगण्यासाठी धर्म बळ देत होता. त्याचं प्रतीक मौलवी, इमाम होते. त्यामुळे जनतेची नाराजी वाढत होती.

प्रथमच अफगाण पुरुष भीतीच्या छायेखाली वावरू लागला होता. ऐतिहासिक काळ्यापासून अफगाण हा निर्भय व शूर म्हणून जगात मशहूर होता. जगात अफगाणिस्तान हे एकच राष्ट्र साऱ्या जगावर सत्ता गाजवणाऱ्या इंग्रजांना गुलाम करता आलं नव्हतं. तसाच तो झारिस्ट रशियाला व आजची महासत्ता असलेल्या साम्यवादी सोव्हिएत युनियनलाही दबला नव्हता. याचं कारण शूर, निर्भय व धडाडीचा अफगाण समाज, असा पूर्ण देशाचा अभिमान होता! त्याला आता तडा गेला होता. सारा समाज भीतीखाली वावरू लागला होता.

तराकीचा संरक्षणमंत्री असलेल्या अब्दुल कादरवर फारसा विश्वास नव्हता. कारण तो प्रखर राष्ट्रवादी होता. पण सौरक्रांती ही प्रामुख्यानं सैन्याच्या मदतीनं यशस्वी झाली होती. त्यामुळे अमीननं सैन्यदलासाठी पगार व पदोन्नतीबाबत अभ्यास करून योग्य त्या शिफारशी कराव्यात, असा तराकीनं आदेश दिला. अमीननं त्याच्या नेहमीच्या धडाकेबाज पद्धतीनं कादर व वतनजारला विश्वासात न घेता, सर्व सैनिकांच्या पात्रतेचा विचार न करता, दोन रँकवरची पदोन्नती सुचवली व पगारात दीडपट वाढही प्रस्तावित केली. तराकीनंही ती मान्य करून ताबडतोब हुकूम काढला. कादरचा सरसकट पदोन्नतीला विरोध होता. पण सैन्यदलात या निर्णयानं उसळलेली आनंदाची भरती पाहता त्याला खुलेपणानं आपल्या शंका मांडणं शक्य नव्हतं.

अमीननं पाठोपाठ सैन्यदलात फार मोठे फेरबदल व बदल्या घडवून आणल्या. या बदलांमुळे सैन्यात 'खल्की' गटाचं वर्चस्व राहील व 'परचमीं'चा प्रभाव कमी होईल हे अतिशय हुशारीनं अमीननं साधलं होतं. दोन-अडीच महिन्यांत जुन्या 'परचमीं'मध्ये अमीन चीड यावी इतपत अप्रिय झाला होता.

सलमा काबूल महानगरपालिकेमध्ये शिक्षण विभागात उपशिक्षण अधिकारी म्हणून नोकरी करीत होती. काल विभागाच्या नव्या प्रेसिडेंटचा परिचय करून घेण्यासाठी मीटिंग झाली.

प्रेसिडेंटनी स्वत:ची ओळख करून दिली. "मी पी.डी.पी.ए. चा १९६५ पासूनचा

कार्यकर्ता आहे. आजपासून ऑफिस प्रेसिडेंट म्हणून माझी इथे बदली झाली आहे.''

साऱ्या उपस्थित अधिकाऱ्यांना त्या रहस्योद्घाटनानं जराही धक्का बसल्याचं जाणवलं नाही. कारण सौरक्रांतीनंतर बदल्यांचे, नियुक्त्यांचे लेखी आदेश न काढताही प्रशासकीय बदलाची पद्धत रूढ झाली होती!

बैठक सुरू झाली. प्रत्येक विभागाच्या अधिकाऱ्यांनी आपापल्या कामाची माहिती द्यायला सुरू केली. सलमानं सौरक्रांतीनंतर काढलेल्या डिक्रीनुसार मुलींच्या शिक्षणासाठी प्रयत्नपूर्वक केलेली शंभर टक्के पटनोंदणी व सुरू केलेले सायंकालीन प्रौढ साक्षरतेचे वर्ग यासंबंधी माहिती व आकडेवारी द्यायला सुरुवात केली. पण काही क्षणांतच तिच्या लक्षात आलं की प्रेसिडेंटला कळत नाहीय. तिनं आपलं ब्रीफिंग आटोपतं घेतलं!

माहिती देऊन झाल्यावर प्रेसिडेंटनं केवळ एवढं बोलून समारोप केला की, आता साऱ्यांनी जोरानं कामाला लागावं, सौरक्रांती यशस्वी करावी. त्याचं बोलणं, शब्दोच्चार ऐकताना सलमाला वाटलं, हा पी. डी. पी. ए. चा एवढा वरिष्ठ कार्यकर्ता असणं शक्य नाही. सलमानं प्रशासकीय अधिकाऱ्यापुढे आपली शंका बोलून दाखवली, तेव्हा त्यानं शंका नको म्हणून सरळ मेयरला फोन लावला व भीतभीत ''नवे प्रेसिडेंट आलेत जनाब-आम्ही त्यांना कामाचं ब्रीफिंग केलंय!'' असं सांगितलं तेव्हा मेयर म्हणाला, ''हे कसं शक्य आहे? प्रेसिडेंट तर माझ्या समोर बसलाय तुमच्या विभागाचा. आणि मी काही तो बदलला नाही.'' क्षणभर विचार करून मेयर म्हणाला, ''ठीक आहे. मी अर्ध्या तासात कार्यालयात येतो आणि पाहतो हा कोण प्रेसिडेंट आहे?''

मेयर कार्यालयात आला, तेव्हा प्रेसिडेंट अक्षरश: हादरला. त्यानं कबूल केलं की, तो स्वत: पी. डी. पी. ए. चा कार्यकर्ता वगैरे कुणी नाही, तर एका कार्यकर्त्याकडे खानसामा आहे. तिथे त्यानं ऐकलं की, नव्या राजवटीत सारे अधिकारी-पदाधिकारी बदलले आहेत व मेयरही बदलले आहेत. ते 'ऑपरेशन शुद्धीकरण' मोहिमेत बेपत्ता केले गेले आहेत, त्यामुळे इथं कुणाला काही कळणार नाही व त्याची बतावणी खपून जाईल. मेयर संतापला. त्यानं हुकूम देताच साऱ्यांनी त्याला बदडून काढलं अन् हाकलून दिलं.

सलमानं अन्वरला सांगितलं, ''हा सारा प्रकार मला विनोदी वाटतो, तसाच विदारकही. तुमच्या राजवटीत हे काय सुरू आहे? असं प्रशासन करायचं असतं? दुसरं म्हणजे तुम्ही साऱ्या अवामला केवढ्या प्रचंड भयाखाली ठेवलं आहे! पोलिसांना लोक घाबरत नाहीत, पण पी. डी. पी. ए. च्या कुठल्याही ऊठसूट कार्यकर्त्याला लोक घाबरून असतात. न जाणो, हा माणूस क्रांतिविरोधी आहे असं म्हणून ते त्याचा

सफाया करतील, अशी भीती जनमानसात भिनली आहे मियाँ! कोणता माणूस केव्हा नोकरीतून काढला जाईल, तुरुंगात डांबला जाईल, याचा भरवसा राहिला नाही. त्यामुळे कोणत्याही ऑफिसमध्ये आज काम होत नाही, कोणी मनापासून कुठलं काम करीत नाही...''

तो ऐकताना सुन्न झाला होता! ऑपरेशन शुद्धीकरण मोहिमेचा असा विपरित परिणाम होतो आहे, हे त्याच्या कल्पनेपलीकडचं होतं!

''सौरक्रांतीच्या वाटचालीत बूर्झ्वा लोकशाहीला काही स्थान नाही. आपलं ध्येय व वाटचाल पीपल्स डेमॉक्रसीच्या मार्गानं होणार आहे. ते मान्य नसेल अन् बूर्झ्वा विचारांच्या नॅशनल डेमॉक्रसीवर विश्वास असेल तर अशांनी या मंत्रिमंडळात राहण्याला काय अर्थ आहे?''

अमीनच्या या थेट प्रतिपादनानं बबराक करमाल मुळीच चकित झाला नाही. त्याला कदाचित याची अस्पष्ट कल्पना असावी.

पण तराकीची प्रतिक्रिया आश्चर्यकारक होती. तो डोळे मिटून शांत होता. जणू त्या क्षणी मनानं बैठकीत नव्हताच.

अन्वरला उदास व निरर्थक वाटू लागलं. सौरक्रांती, मार्क्सवादी विचारधारा व पीपल्स डेमॉक्रसी-सारं निरर्थक शब्दांचं मायाजाल आहे. खरी बात आहे निर्घृण सत्तास्पर्धा-निरंकुश नेतृत्व. त्यात खांद्याला खांदा लावून लढणारा सहकारीही नकोसा होतो.

करमालनं काही क्षणांत तराकीला संबोधून म्हटलं, ''सर, आपण पॉलिट ब्यूरोच्या बैठकीचे अध्यक्ष आहात व मी तुम्हाला सर्वोच्च नेता मानतो. तुम्हीच सांगा, मी काय करावं? तुमची काय सलाह आहे?''

तराकीनं तरीही डोळे उघडले नाहीत. जणू त्याच्या कानावर करमालचे बोल आलेच नव्हते.

एक दीर्घ सुस्कारा टाकीत करमाल उदास स्वरात म्हणाला, ''ठीक आहे सर. मी समजलो, काय समजायचं आहे ते! मी व माझे सहकारी आम्ही मंत्रिपदाचा राजीनामा द्यायला तयार आहोत. कारण मला पक्षात फूट नको आहे, सौरक्रांतीला धोका नको आहे. तुमच्या ध्येयाबद्दल मला तिळमात्रही शंका नाही, पण ज्या तऱ्हेनं त्याची अंमलबजावणी होते आहे, झापडबंद व आंधळी पोथीनिष्ठ कार्यवाही होते आहे, त्याला माझा विरोध आहे. पण अंतिम निर्णय अध्यक्ष म्हणून तुमचाच आहे व तो मला समजला आहे. ठीक आहे. तो मी शांतपणे मान्य करतो अन् तुमच्या रस्त्यातून बाजूला होतो!''

सौरक्रांतीची रक्तरंजित वाटचाल / २३१

हा पॉलिट ब्यूरो सदस्यांवर बॉम्बगोळा होता. अन्वर अवाक होऊन पाहत राहिला!

"सर, आम्ही अलग झाल्यावर का होईना आपण शांतपणे विचार करावा. माझं नॅशनल डेमॉक्रसीचं धोरण हे अंतिमत: पक्षहिताचं व त्याहून जादा देशहिताचं आहे! ज्या अवामसाठी आपण हे सारं करीत आहोत, तिची मानसिकताही आपण ध्यानात घ्यायला नको का? ती कट्टर धार्मिक आहे, तिच्या भावनेवर एकदम आघात न करता तिच्या भौतिक उन्नतीचे कार्यक्रम राबवून तिची भूमिका सौरक्रांतीला अनुकूल करणं हे आपलं धोरण असायला हवं!"

काही क्षण सभास्थानी शांतता होती. तराकीनं काही वेळानं डोळे उघडीत शुष्क स्वरात म्हटलं, "करमाल साहब मला अजीज आहेत, तरीही जड मनानं मी त्यांचा निर्णय मान्य करतो. कारण सौरक्रांतीच्या भावी वाटचालीबाबत मूलभूत शंका त्यांनी मांडल्या आहेत, त्यांच्याशी मी मुळीच सहमत नाही. खैर, करमाल व त्यांचे 'परचमी' सहकारी मला प्रिय आहेत व त्यांचंही योगदान मला पुढील काळात हवं आहे. म्हणून मी त्या साऱ्यांना विविध देशांत राजदूत म्हणून पाठवू इच्छितो. तेथे ते नव्या हुकूमतीसाठी त्या त्या देशाची आर्थिक मदत व राजनैतिक पाठिंबा मिळवण्यासाठी मतदगार साबित होतील!"

करमाल सावकाश उठला व सभास्थान सोडीत म्हणाला, "अलविदा सर! अलविदा कॉम्रेड्स! आता आम्ही इजाजत चाहतो."

गाडी पोर्चमध्ये लावून अन्वर आणि तराना दोघं घरात शिरले तशी 'चाचू-' असा मोठ्यानं टाहो फोडीत जमीला त्याच्या गळी पडली व रडत रडत आवेगात सांगू लागली, "चाचू, झाकिर नाहीसा झाला आहे. मला फार भीती वाटते चाचू..."

"क-क-काय?" अन्वर हतबुद्ध होत म्हणाला, "या अल्ला ये सब क्या हो रहा है?"

"शांत हो जमीला, शांत हो. मी आहे ना!" तिच्या पाठीवरून हात फिरवीत, तिचे डोळे पुसत तिला तो धीर देत म्हणाला, "मी त्याचा शोध घेईन. त्याला काही होणार नाही बेटी. वो जहाँ भी होगा ठीकठाक होगा! मैं उसे ढूंढके निकालूंगा."

ती हळूहळू शांत होत गेली, पण अन्वरला स्वतःच्या शब्दांचा भरवसा वाटत नव्हता.

❑

नवा राष्ट्रध्वज आणि परिवर्तनाचे वारे

'देशद्रोही कादरचा स्वच्छ कबुलीजवाब!'

'अनिस'च्या ताज्या अंकात सहा कॉलमची ठळक हेडलाइन होती व त्याखाली पुन्हा सबहेडलाइन होती, 'होय, मी तख्ता पालटणार होतो! मी सी. आय. ए. चा एजंट होतो!'

ज्या पुल-ए-चराखी तुरुंगाचं बांधकाम ज्याच्या निगराणीखाली झालं होतं व जिथे दाऊदच्या जमान्यात सैन्याच्या नियंत्रणात असलेल्या गुप्तचर यंत्रणेमार्फत विरोधकांना पकडून डांबलं जायचं आणि केवळ थर्ड डिग्री मेथडच नव्हे तर त्या पलीकडे जाऊन, पकडलेल्या कैद्यांचे हवे तसे कबुलीजवाब घेऊन त्यांना मारून टाकलं जायचं, त्याच तुरुंगात त्याच गुप्तचर यंत्रणेनं देशाच्या संरक्षणमंत्र्याला पकडून डांबलं होतं व त्याच पद्धतीनं त्याचा कबुलीजवाब घेतला होता.

कादर खिन्न हसला. असं काही आपल्या वाट्याला येईल, असं त्याला कधी स्वप्नातही वाटलं नव्हतं!

दाऊद तरूननं आज सकाळीच पुल-ए-चराखी तुरुंगाला भेट दिली होती व त्याच्याकडे एक तुच्छ कटाक्ष टाकीत हवालदाराला सांगितलं होतं, "त्यांना आजचा 'अनिस' पेपर दे..."

हातातील पेपरवर विमनस्कपणे अब्दुल कादर नजर फिरवत होता. त्यात त्याचं तथाकथित 'कन्फेशन' छापलं होतं, जे त्यानं अन्न्वित शारीरिक अत्याचार सहन करण्याची ताकद संपुष्टात आल्यावर दिलं होतं.

तराकी व अमीनविरुद्ध आपण कसा कट रचला, त्याला पाकिस्तान व अमेरिकेच्या आय. एस. आय. व सी. आय. ए. चा कसा पाठिंबा व मदत होती, सैन्य व 'परचमी' गटाच्या मदतीनं कूदेत्ते करून तो स्वत: कशी सत्ता बळकावणार होता,

याचं अतिरंजित वर्णन त्या बातमीत होतं.

'कूदेत्ते... कूदेत्ते...'

तो शब्द कानात काट्याप्रमाणे सलत होता. 'क्या अजीब बात है-' त्याच्या मनात आलं, 'यापूर्वी दोन्ही वेळा नमकहरामी करीत सत्तापालट आपण घडवून आणला व त्यात कामयाब झालो होतो. ज्या शहाबाबानं मला, एका अनाथ मुलाला वाढवलं, शिक्षण दिलं व सैन्यात चाकरीही दिली, तो परदेशी डोळ्यांच्या ऑपरेशनसाठी गेला, तेव्हा त्याच्याशी गद्दारी करणाऱ्या दाऊदला साथ दिली व कामयाब झालो. सौरक्रांतीतही भाग घेत ज्यानं मला सेनाधिकारी केलं, त्या दाऊदचा सफाया केला. या दोन्ही गद्दारींचं मला बक्षीस, प्रथम सैन्यात बढती मिळून व नंतर संरक्षणमंत्रिपद प्राप्त होऊन मिळालं! हा तिसरा कूदेत्ते मी आखला, रचला तो वतनफरोशीसाठी, देशाच्या हितासाठी आणि या वेळी मात्र अपयश आलं. हा तुरुंगवास व जवळपास निश्चित झालेला मृत्यू.

त्याच्या मनात सत्तांतर घडवून आणण्याचा विचार सर्वांत प्रथम केव्हा आला, हे आजही आठवलं. कारण त्यामुळे त्याच्यातली वतनफरोशी दुखावली गेली होती व वाढता रशियन प्रभाव हा सीमारेषा ओलांडून आक्रमक रीतीनं सर्वत्र लाल रंग फैलावीत आहे, असं त्या वेळी त्याला वाटलं!

सौरक्रांतीनंतर एका महिन्याच्या आत तराकीनं नव्या सरकारचं ध्येयधोरण जाहीर करीत तीस कलमी कार्यक्रम आखला होता. त्यात हे स्पष्ट नमूद केलं होतं की, प्रशासनातून क्रांतिविरोधी तत्त्वं हुडकून काढायची व तिथे नव्या क्रांतिकारी विचारसरणीची माणसं नेमायची. त्यानुसार प्रत्येक कार्यालय व मंत्रालयात प्रमुख जागी पी.डी.पी.ए. चे कार्यकर्ते नेमले गेले.

अखत्यारीत येणाऱ्या आस्थापना शाखेत नजमा नावाची तरुण कार्यकर्ती मुदीर म्हणून नेमली गेली.

मुदीर म्हणून सूत्रं हाती घेताच प्रथम तिनं पहिल्या दिवशी कार्यालयातील दाऊदचं चित्र काढून तिथे तराकीचं छायाचित्र लावलं आणि सर्वत्र भिंतीवर क्रांतीची घाईघाईत छापलेली पोस्टर्स व प्रचारपत्रिका.

एके दिवशी कादरनं आस्थापना शाखेला भेट दिली, तेव्हा तो चकित झाला. कार्यालयाची इमारत नखशिखांत लाल भडक रंगानं रंगवली होती. पूर्वीचा हिरवा पोपटी रंग कसा डोळ्यांना प्रसन्न ताजगी द्यायचा. कादरला नेहमी इस्लामचा रंग हिरवा का, असा प्रश्न पडायचा. आज ती डोळ्यांना खुपणारी लाल रंगात रंगलेली

इमारत पाहून उत्तर मिळालं. लाल रंगापेक्षा हिरवा रंग हा प्रसन्न व उत्साहित करणारा आहे. त्याला कुणा मौलवीचे शब्द आठवले, "अरबस्थान में इस्लाम पैदा हुआ, वहाँ डेझर्ट है. मैलन्‌मैल वाळूच वाळू. झाडं कमीच. जिथे कुठे, ओयॉसिसमध्ये पाणथळीच्या जागेत हिरवे वृक्ष-गवत दिसतं, तेव्हा डोळे निवून जातात! त्यामुळे हजरत साहेबांनी डोळ्यांना शांत प्रसन्न करणारा हा रंग निवडला असावा इस्लामचं प्रतीक म्हणून!"

नखशिखांत लाल झालेली ती शाखेची इमारत पाहताच त्यानं रागानं 'कुणाचं हे काम?' असं आपल्या पी. ए. ला विचारलं, तेव्हा समोरून येणारी नजमा किंचित हसून म्हणाली, "सरकारी हुकूम आहे सर! सारं काबूल लाल करायचं आहे, त्याचाच हा भाग आहे सर!"

"लेकिन क्यूँ? क्या वजह है इसकी?"

"त्यामागे नव्या राजवटीचं एक तत्त्वज्ञान आहे सर! लाल रंग हा जसा रक्ताचा आहे, तसाच तो क्रांतीचा ऊर्जस्वल रंग आहे. म्हणून सारा माहौल लाल रंगमय करण्याची ही कल्पना आहे."

कादरच्या नजरेसमोरून मॉस्कोच्या लाल इमारती, त्यांचा लाल रंगाचा ध्वज क्षणार्धात तरळून गेला. तो कडवटपणे म्हणाला, "नजमा, आणखी एक सांगायला विसरलीस तू. जसा लाल रंग हा क्रांतीचा आहे, तसा तो सोव्हिएत युनियनचा आहे आणि आपला देश आता आपला राहिलाय कुठे? त्यामुळे तो लाल रंगात न्हाऊन निघणं साहजिक आहे!" नजमाला त्याचा उपहास लक्षात आता नव्हता. कादरनं मग विचारलं,

"आता नवीन काय नजमा? मार्क्सवाद वगैरे शिकवला की नाही कर्मचाऱ्यांना?"

"होय सर!" तिनं सरळपणे उत्तर दिलं, "दोन आठवड्यांपासून संध्याकाळी अभ्यासवर्ग सुरू केले आहेत. सौरक्रांतीचं तत्त्वज्ञान समजावून सांगण्यासाठी. पार्श्वभूमी म्हणून मार्क्सवाद, ग्रेट ऑक्टोबर क्रांती आणि लेनिनचे विचार शिकवण्याचं नियोजन आहे. त्याच्या उद्घाटनाला पंतप्रधान अमीन साहब आले होते."

कादर प्रक्षुब्ध होऊन आपल्या कार्यालयात परतला. बेल वाजवून बहादुरला त्यानं बोलावून घेतलं.

"एक कशमकश में उलझे हैं." आणि कादरनं त्याला मनातला क्षोभ बोलून दाखवला. तसा बहादुरही गंभीर होत म्हणाला, "तुमची उलझन सही है सर! या साऱ्यांचं मूळ कारण जनाब हाफिजुल्ला अमीन आहेत, असं तुम्हाला नाही वाटत?"

त्यानं कादरच्या ठसठसत्या नाडीवर अचूक बोट ठेवलं होतं. अमीननं कादरला डावलून सेनादलात भारी फेरबदल घडवून आणले होते, त्यामुळे कादरला अमीन कुसळाप्रमाणे रुतत होता. बहादुरनं धिटाईनं सरळ मुळावरच घाव घातला.

तीर अचूक लागला होता, एरवी कादरनं पी. ए. ला एवढी ढील दिली नसती.

"होय बहादुर, मला या लोकांचा मार्क्सवाद तसा कधीच पसंत नव्हता. पण त्यामुळे अवामची जिंदगानी बेहतर होईल म्हणून मी त्यांना साथ दिली, पण ते एवढ्या लाल रंगात न्हाऊन निघतील अन् स्वत:वर रशियाच्या मांडलिकत्वाचा शिक्का मारून घेतील, हे मात्र माहीत नव्हतं. बडी अफसोस की बात है बहादुर. मैं स्टाँच नॅशनॉलिस्ट हूं, शायद बहोत देर ये बर्दाश्त नहीं कर पाऊंगा."

आता लोखंड चांगलंच तापलं होतं, त्यावर घाव घालण्याची व दोन तुकडे करण्याची हीच अनुकूल वेळ होती. बहादुर म्हणाला, "सर! कूदेत्तेनंतर तुम्ही अन् जनरल वतनजार साहेबांनी इन्किलाबची रेडिओवर घोषणा केली. त्यानंतर दोन दिवस प्रेसिडेंट कुणी व्हायचं ते ठरत नव्हतं. तेव्हा मी आणि अनेक सेनाधिकाऱ्यांनी आपणच सूत्रं हाती घ्यावीत अन् राष्ट्राध्यक्ष व्हावं, असं सुचवलं होतं. तेव्हा आपण त्यावर गौर केला नाही हुजूर; पण सौरक्रांती ही लष्कराची क्रांती होती. पी.डी.पी.ए.चा हातभार केवळ नाममात्र होता!"

बहादुरचे बोल कादरला बरे वाटले. हा विचार अलीकडे कादरच्या मनात अस्पष्ट तरळतो आहे, रेंगाळतो आहे.

आता पुन्हा एकदा बहादूरच्या बोलण्यानं ते लख्खपणे जाणवलं. खरंच तेव्हा आपण अफगाणिस्तानची सूत्रं हाती घेतली असती तर? ---- अजूनही वेळ गेली नाहीय. मला ते सहज शक्य आहे.

मन स्वच्छ झालं होतं, विचारांना नेमकी दिशा मिळाली होती.

अमीनला हटवलं पाहिजे, प्रसंगी तराकीला बाजूस सारावं लागलं तरी हरकत नाही. 'ये कदम वतन को बचाने के लिये, उसे रूस के लाल रंग से बाहर लाने के लिये निहायत जरुरी है...' तो स्वत:शीच पुटपुटला.

दोन्ही सत्तांतरांत आपण निर्णायक भूमिका बजावली, तरीही स्वत:कडे दुय्यमत्व घेतलं! आपण का नाही राष्ट्राध्यक्ष होऊ शकत? दाऊदचं ठीक होतं, तो राजघराण्यातला होता. पण तराकी काय, अमीन काय हे गरीब, भटक्या जमातीचे आहेत. आपल्यासारखेच. त्यांच्या तुलनेत आपण कुठे कमी आहोत?

जन. अब्दुल कादर या विचारांनी झपाटून गेला.

"जरा करमाल साहेबांकडे फोन लाव आणि रात्रीची अपॉइंटमेंट घे. त्यांच्याशी मला सलाहमशवरा करायचा आहे. तूही माझ्यासोबत चल."

बहादुरचे डोळे लकाकले. आपले फासे मनासारखे पडले आहेत, हे दिसत होते.

सायंकाळी सातच्या सुमारास करमालच्या घरी जाताना कादर बहादुरशी चर्चा

करित होता. करमालपुढे सारे पत्ते खोलावेत की फक्त अमीनला हटवण्याबाबत बोलावं?

बहादुर म्हणाला, "सर, करमालसाब पण मार्क्सवादी आहेत, तराकींना जवळ आहेत. पण त्यांचं अन् अमीनचं पटत नाही, हे सर्वश्रुतच आहे. अलीकडे त्यांनी जे कदम उचलले आहेत, ते करमालना पसंत नाहीत. त्यामुळे अमीनला हटविण्यात ते तुम्हाला साथ देऊ शकतात. आपला बेत तूर्त मनात ठेवावा व योग्य वेळी तो कृतीत आणावा, असं मला वाटतं सर!"

करमालपुढे नुसतं अमीनचं नाव काढताच, एक शिवी हासडत किती वेळ तरी तो अमीनच्या आततायी वागण्याबद्दल आणि 'ऑपरेशन पर्जिंग' मोहिमेच्या नावाखाली करीत असलेल्या कारवायांबद्दल सांगत राहिला.

कादर शांतपणे ऐकत होता. करमालचं बोलणं संपलं, तेव्हा तो तितक्याच सहजपणे म्हणाला, "तो फिर अमीन को क्यों न हम रास्ते से हटाये?"

करमाल अवाक होऊन क्षणभर कादरकडे पाहत राहिला. त्या शब्दांचा अर्थबोध होताच तो आपल्या मनातलं बोलत आहे व आपल्या अस्तित्वासाठी, 'परचमी' गटाच्या रक्षणासाठी अमीनला हटवणं हाच एक उपाय आहे, याचा फैसला मनात काही क्षणांतच पक्का झाला.

"तुम यदि हमारे साथ हो तो, ये मुमकिन है!"

"मी पी.डी.पी.ए. वाला नसलो तरी तुमच्या 'परचम'चा पहिल्यापासून हितचिंतक आहे जनाब! मी तुमच्या सोबत आहे. आपण एक झालो तर अमीनला हटवणं काही अवघड नाही."

त्या रात्री त्यांनी शिजवलेला बेत कसा फुटला, अमीनपर्यंत ही वार्ता कशी गेली, काही कळलं नाही. त्यानं तराकीला "हा कट माझ्याविरुद्ध नाही तर तुमच्याविरुद्ध आहे' असं सांगून त्यांचं मन करमालविरुद्धच्या जहरानं भरून टाकलं. करमाल आपला संभाव्य प्रतिस्पर्धी आहे आणि त्यालाही राष्ट्राध्यक्ष व्हायची आकांक्षा आहे, याची तराकीला जाणीव होती. पॉलिट ब्यूरोच्या बैठकीत आक्रमक पवित्रे घेत करमाल व त्याच्या साथीदारांना परदेशात राजदूत म्हणून पाठविण्याचा निर्णय घेत करमालवर बाजी कशी अमीननं उलटवली, हे कादरला कळलंच नाही. काही हालचाल करण्यापूर्वीच तडकाफडकी करमालला झेकोस्लोव्हाकियाला राजदूत म्हणून हाकललं गेलं. "सर, तराकीसाब थे इसलिये उन्हें जेल नही भेजा गया आणि मॉस्कोचीही सख्त कारवाईला इजाजत नव्हती, म्हणून ते वाचले. राजदूत म्हणून का होईना परदेशी सुखरूप गेले..." बहादुरनं कादरला सांगितलं. अमीनला आपल्या बेताचा सुगावा लागला तर नाही ना? तो आपल्यालाही असाच सत्ताविहीन करणार तर नाही ना,

या शंकेनं कादर भयभीत झाला!

बहादुर त्याच्याहीं पुढे दोन पावलं होता. त्यानं बदलतं वारं हेरलं आणि तो चक्क अमीनकडे गेला आणि कादरची सुप्त महत्त्वाकांक्षा, अमीन व तराकींना पदच्युत करून स्वत: राष्ट्रप्रमुख होण्याचा रचत असलेला कट हे सांगून टाकलं. ''केवळ तुमचा विद्यार्थी असल्यामुळे त्या कादरशी नमकहरामी करीत आहे सर,'' असं म्हणत अमिनचा त्यानं विश्वास हासिल केला. ''सर, आप तो मेरे उस्ताद हैं. मी इब्नेसिनाचा तुम्ही प्राचार्य असताना विद्यार्थी होतो सर. मी आपल्याशी प्रतारणा करू शकत नाही. पण कादर साब सौरक्रांतीला धोकादायक आहेत. त्यांना ती मुळातच पसंत नाही. त्यांना मार्क्सवाद मान्य नाही.''

पुढील दोन महिने बहादुर कादरचाच पी.ए. म्हणून काम करीत होता, पण दररोज त्याची बित्तंबातमी तो अमीनला देत राहिला.

या काळात अमीननं झपाट्यानं पावलं उचलीत कादरला मंत्रिमंडळात व सैन्यातही पद्धतशीरपणे अलग पाडलं. केवळ कादरवर कारवाई केली तर अवामला ती पटणार नाही व सैन्यातही असंतोष माजेल म्हणून त्याला व्यापक देशविरोधी व सौरक्रांतिविरोधी स्वरूप देत कादरबरोबर सरसेनापती लेफ्ट. जनरल शहापूर, काबूल जम्मुरियत हॉस्पिटलचे डॉक्टर मीर अली अकबर आणि करमालचे दोन 'परचमी' मंत्री सुलतान अली केश्तमंड व बराक शफई यांना १७ ऑगस्ट १९७८ ला पहाटे अटक करण्यात आली. थर्ड डिग्री मेथड वापरीत जबरदस्तीनं कादरकडून कबुलीजबाबावर सही घेण्यात आली. आजच्या 'अनिस'च्या अंकात ती बातमी ठळकपणे प्रसिद्ध करण्यात आली होती. 'देशद्रोही कादरचा स्वच्छ कबुलीजबाब.' 'होय! मी तख्ता पलटणार होतो. मी सी.आय.ए. चा एजंट होतो!'

'अनिस' वाचताना कादर उद्विग्न हसला आणि खिन्नपणे त्यानं तो अंक बाजूस सारला.

प्रागमध्ये सक्तीची विश्रांती घेणाऱ्या करमालच्या संपर्कात बहादुर होता. त्यानंच कादरच्या कैदेची व 'परचमी' मंत्र्यालाही अटक झाल्याची बातमी देत म्हटलं, ''जनाब, या कटाचा पर्दाफाश करण्याची संधी साधून अमीननं तुमच्या 'परचमी' गटाचं पर्जिंग सुरू केलं आहे. या एका महिन्यात जवळपास तीन हजार 'परचमी' कार्यकर्त्यांना पकडलंय. तसंच शहरातील प्रतिष्ठित नागरिक, डॉक्टर, प्रोफेसर आणि मौलवी पेश इमाम यांनाही तुरुंगात डांबलं आहे. आता पी.डी.पी.ए. 'खल्क' व परचम'चा मिळून राहिला नाही. तो केवळ 'खल्क' पक्ष बनला आहे. सर्व

'परचमी' अलग झाले आहेत आणि अमीन मोकाट सुटला आहे सर! वो तराकी साबको भी निगल सकता है. आप सुन रहे हैं ना मैं क्या कह रहा हूँ?''

करमाल प्रागला असला तरी अधूनमधून त्याचा टेलिफोनवर तराकीशी संपर्क होता. त्याला अजूनही तराकी त्याच्या संदर्भात पूर्णत: दोषी वाटत नव्हता. बहादुरकडून बातमी समजताच त्यानं फोन लावला, तेव्हा झरीनानं त्याला स्पष्ट सांगितलं, ''सर आपसे बात नहीं करता चाहते. आप फिजूल कोशिश न करें!''

त्या कठोर संदेशानं करमाल अपमानित झाला व क्रोधाच्या भरात तो सरळ मॉस्कोला आला.

तिथं तो अजूनही लोकप्रिय होता. मॉस्को त्याला चाहत होती व भविष्यासाठी तो त्यांच्या हातातला एक्का बादशहा आहे, असं मानीत होती. म्हणून मॉस्कोच्या सक्त इशाऱ्यामुळेच त्याला व त्याच्या सहकाऱ्यांना अमीनचा आग्रह असूनही तराकीनं तुरुंगात पाठवलं नव्हतं. म्हणून तराकी करमालचे फोन घ्यायचा व बातचीत करायचा. पण या मधल्या काळात अमीननं चलाखीनं त्याच्या विरुद्ध तराकीच्या मनात जहर पेरलं असणार, म्हणून आज त्यानं करमालचा फोन घेतला नव्हता.

अफगाण विषय हाताळणाऱ्या सर्जी किटकेव्हनं त्याला भेट दिली, तेव्हा त्यानं 'परचमी''ना पूर्णपणे पक्ष व प्रशासनातून अलग कसं केलं आहे हे सांगत म्हटलं, ''हे विसरू नका की, अमीनला सत्तेपुढे मार्क्सवाद कधीच महत्त्वाचा वाटला नाही. तो अमेरिकेत बरीच वर्ष होता, तिथे त्यानं स्थापन केलेल्या 'अफगाण स्टुडंट्स असोसिएशनला भरपूर अमेरिकी पैसा मिळत होता. तो कदाचित त्या काळी सी.आय.ए.च्या पेरोलवरपण असेल. तुम्ही पता करा आणि मुख्य म्हणजे जनाब तराकींना सलाह द्या. आमचे 'परचमी' असे संपून गेले तर उद्या ही राजवट अँटी कम्युनिस्ट बनली तर मला काही करता येणार नाही आणि तुम्हालाही!''

''तुमचं म्हणणं खरं आहे. सोव्हिएत युनियनही अफगाणिस्तानमध्ये सध्या जे चाललं आहे, त्यामुळे चिंतित आहे. पण-'' किंचित हसत सर्जी म्हणाला, ''तुमचे तराकी सौरक्रांतीनंतर आमच्यापेक्षाही अधिक कट्टर मार्क्सवादी झाले आहेत. एकाच वेळी सर्व आघाड्यांवर लढू नका, आस्ते कदम सुधारणा लागू करा, असा सल्ला आम्ही दिला तर ते आम्हालाच मार्क्सवादाची लेक्चरस देतात. लेनिनचे विचार अन् त्याची कार्यपद्धती यावर सुनावतात. आता बोला!''

करमाललाही मग हसू आवरलं नाही.

गेला पंधरवडा काबूल शहरात व सर्व प्रांतांच्या राजधान्यांत ज्या अभूतपूर्व

अशा समारंभाची तयारी सरकारी आणि पक्षपातळीवर चालली होती, तो 'रोज-ए-बैराग' म्हणजे नवा ध्वजदिन कार्यक्रमाचा दिवस उजाडला आणि जे काबूलवासी प्रत्यक्ष मिरवणुकीमध्ये व ध्वजारोहणाच्या कार्यक्रमात सहभागी होऊ शकणार नव्हते, ते आपल्या घरच्या टेलिव्हिजन सेटवर तो कार्यक्रम 'लाइव्ह' पाहण्यासाठी बसले होते. कट्टर 'खल्की' सोडले तर बाकीच्या घरातील प्रेक्षकांची उत्स्फूर्त प्रतिक्रिया होती, "ही हुकूमत आता खरोखरच 'कुमनिस्ट' झाली आहे. अल्ला न मानणारी - काफिर!" ('कुम' म्हणजे देव आणि 'निस्ट' म्हणजे नाही.)

करीमुल्ला आपल्या घरी दिवाणखान्यात बसून टी.व्ही.वर प्रक्षेपण पाहत होते. ते सुरू होताच आजवर कटाक्षाने अल्लाचं नाव घेत 'बिस्मिल्ला हिर रहमनिर रहीम' ही आयत म्हणत कार्यक्रमाची सुरुवात व्हायची, तिला फाटा देण्यात आल्याचं पाहताच ते दचकले.

"नव्या राष्ट्रध्वजाबरोबर नव्या गोष्टींना सुरुवात करून हे खल्की आता खरोखरच इस्लामी जीवनशैली आमूलाग्र बदलण्याचा प्रयत्न करीत आहेत. या अल्ला, ऐसेभी दिन देखने को मिलेंगे, ये कभी ख्वाब में भी सोचा नहीं था."

काल रात्री भोजनाच्या वेळी करीमुल्ला व मरूफ बोलत असताना यंदा आठवीला असलेल्या त्यांच्या मुलानं हाफिजुल्लानं म्हटलं, "अब्बाजान, उद्या मला सकाळी लवकर शाळेत जायचं आहे. मॅडमनी सहा वाजता बोलावलं आहे. परेड करीत मिरवणुकीनं खल्क पॅलेसवर जायचं आहे."

"उद्या काय विशेष आहे बेटा?" मरूफनं त्याला विचारलं. "अम्मी, तुला माहीत नाही? अग, उद्या 'रोज-ए-बैराग' आहे. नवा राष्ट्रध्वज उद्या तिथे 'मुन्शी ओर्मोमीन, वा रईस-ए-शोरोए अली दफा-ए-वतनदार (राष्ट्राचं संरक्षण करणाऱ्या मोठ्या कमिटीचे मुख्य) कॉम्रेड तराकी फडकवणार आहेत."

निष्पाप हाफिजुल्लाचं ते बोलणं ऐकत असताना करीमुल्लांचा घास घशाखाली उतरत नव्हता. नवी राजवट शिक्षणावर भर देत आपलं तत्त्वज्ञान कोवळ्या पिढीच्या मनावर रुजवण्यात किती सहजतेनं यशस्वी होत होती! तराकीच्या नावापुढे रूढ केलेलं लांबलचक विशेषण हाफिजुल्ला कसा सहज वापरत होता.

हाफिजुल्लावर ते घरी कटाक्षानं इस्लामी संस्कार करीत होते. तोही एकपाठी असल्यामुळे बरंचसं कुराण त्याला मुखोद्ग झालं होतं. शाळेत पाजल्या जाणाऱ्या माक्सर्वादाच्या डोसामुळे त्याच्या बोलण्यात 'सौरक्रांती', 'ग्रेट ऑक्टोबर क्रांती' 'मार्क्स-लेनिन' हेही सहजतेनं येत होते!

"अब्बाजान, आमची शाळा किनई आम्ही मुलांनी उस्तादच्या मदतीनं

श्रमदान करीत आखखी भिंत लाल रंगानं रंगवून काढली, उद्याच्या 'रोज-ए-बैराग' कार्यक्रमासाठी! उस्ताद म्हणतात, लाल रंग हा सगळ्यात चांगला रंग आहे. कारण तो क्रांतीचा रंग आहे. शेतकऱ्याचा घाम व कष्टाचं ते प्रतीक आहे. म्हणून महान नेते, राष्ट्रपिता व महान शिक्षक कॉम्रेड तराकींनी तीन रंगांचा जुना राष्ट्रध्वज बदलला आणि नवा लाल रंगाचा, अवामच्या आशा-आकांक्षांचं प्रतीक असणारा ध्वज तयार केला आहे, तो उद्या ते खल्क पॅलेसवर फडकावणार आहेत.''

हाफिजुल्ला पुढे उत्साहानं सांगतच होता, ''आणि आज किनई आमच्या शाळेत सर्वांना नवे गणवेश वाटले. लाल चड्डी, गुलाबी शर्ट..! आणि काळपट लाल चामड्याचा बेल्ट. उद्याच्या 'रोज-ए-बैराग' समारंभासाठी.''

''आणि लाल बूट आणि मोजेपण दिले असतील.'' करीमुल्लांच्या खोचक प्रश्नात ओतप्रोत उपहास भरला होता. हाफिजुल्ला चकित होत म्हणाला, ''अब्बाजान, तुम्हाला कसं कळलं ते!''

''सरांनी सर्व मुलांना किनई अब्बाजान, राष्ट्रध्वज हातात घेऊन मिरवत जायच्या पताकापण वाटल्या आहेत. दाखवू?''

आणि त्यांच्या होकाराची वाट न पाहता तो जेवण संपवून उठला अन् आपल्या खोलीकडे पळाला.

''आप परेशानसे हो उसकी नयी तालीम से?'' मरूफनं हलकेच विचारलं, तसा सुस्कारा टाकीत करीमुल्ला म्हणाले, ''हां बेगम, त्याच्यावर नवे संस्कार किती झपाट्यानं चढत आहेत. ते इस्लामविरोधी आहेत म्हणून मला मान्य नाहीत. काय करावं, हा सवाल सतावतोय!''

''मग त्याला या काफिरानी इल्म देणाऱ्या स्कूलमधून काढून मदरशामध्ये का घालीत नाही?''

अंगावर पाल पडावी तसे ते दचकले. त्यांना हाफिजुल्लाला आधुनिक शिक्षण द्यायचं होतं, पण इस्लामी वळण न सोडता. नाही तर वेगानं बदलणाऱ्या दुनियेत त्याचा निभाव लागणार नाही, तरुण झाल्यावर तोच आपल्याला दूषण देईल! याउलट मदरशामध्ये शिकवणारे बहुसंख्य मौलवी अर्धशिक्षित, सुमार बुद्धिमत्तेचे.

पण तरीही मरूफचा हा प्रस्ताव त्यांना विचार करण्याजोगा वाटला. वर्ष सहा महिन्यांतच हाफिजुल्ला किती सहजतेनं पोपटासारखा 'सौरक्रांती तसंच 'मार्क्सवाद' बोलू लागलाय. त्याच्या मनावर पक्का लाल रंग चढला की, इस्लामियतचा पवित्र हिरवा रंग काळवंडणार. गेली काही दशकं तरुण आणि कम्युनिस्ट हे समानार्थी शब्द झाले आहेत. काबूल विद्यापीठातील प्रत्येक फॅकल्टीत, अगदी मेडिकल व इंजिनिअरिंगलाही

सक्तीच्या धर्मशास्त्राच्या तासाला दांडी मारणाऱ्याचं प्रमाण खूप वाढत चाललं होतं. उद्या तरुणपणी हाफिजुल्ला असाच होणार नाही कशावरून?

"मेरा गाझी बेटा कम्युनिस्ट हो, ये मैं सह नहीं पाऊंगा!" करीमुल्ला भानावर येत ठाम स्वरात म्हणाले, "तुझं म्हणणं बरोबर आहे. त्याला त्या नव्या शाळेतून काढलं पाहिजे."

"पण तो तयार होईल?" मरूफनं विचारलं, "किती उत्साहानं तो इंग्रजी, रशियन भाषा शिकतोय. किती ओढ आहे त्याला शाळेची!"

"हां, तो प्रश्न आहेच बेगम!" करीमुल्ला आपल्या दाढीवरून हात फिरवत डोळ्यांवरील चष्मा काढीत म्हणाले, "उसे पूछ तो लेंगे."

"आज नको. उद्याचा 'रोज-ए-बैराग' कार्यक्रम होऊ द्या. मग बोला त्याच्याशी." मरूफ हळुवारपणे म्हणाली.

"अब्बाजान हा पाहा नवा राष्ट्रध्वज!" हाफिजुल्ला आपल्या खोलीतून पळत आला आणि छोटासा कापडी राष्ट्रध्वज दाखवत म्हणाला.

ध्वज पूर्णपणे लाल भडक रंगाचा. मध्यभागी धान्याच्या कणसाचं चक्र आणि त्यामध्ये 'खल्क' (जनता) असं सोनेरी अक्षरांनं लिहिलं होतं! 'नशीब, आपल्या माथी तराकीनं रशियन राष्ट्रध्वजात असलेला विळा-कोयता मारला नाही.' त्यांच्या मनात विचार आला, 'यूनोमध्ये प्रत्येक राष्ट्राचे ध्वज फडकत असतात. आता हा नवा ध्वज जेव्हा फडकला जाईल, तेव्हा नवखा माणूस विचारेल, एकाच देशाचे दोन ध्वज का? त्याला, वस्तुस्थिती कळल्यावर असं वाटू शकेल की अफगाणिस्तान आता सोव्हिएत युनियनचा सोळावा प्रांत तर झाला नाही? एवढं साम्य दोन्ही राष्ट्रध्वजांत जाणवतंय!'

"अब्बाजान, आमच्या टीचर मॅडम म्हणतात की, हा नवा राष्ट्रध्वज म्हणजे अवामनं शेतकरी, कष्टकरी, शूर सैनिक व शिक्षक विद्यार्थ्यांनी साकार केलेल्या नव्या ऊर्जस्वल क्रांतीचं प्रतीक आहे. क्रांतीचा रंग हा लाल असतो, ती रक्त सांडून मिळवली जाते. म्हणून झेंड्याचा रंग लाल आहे. समृद्धीचं - धनधान्याच्या संपन्नतेचं प्रतीक आहे मध्यभागी असलेल्या धान्याच्या कणसाचं चक्र! आणि सोनेरी अक्षरात 'खल्क' लिहिलं आहे, त्याचा अर्थ नवी हुकूमत जनतेला राज्यकारभार व प्रशासनाच्या केंद्रस्थानी मानते व तिच्या जीवनात सोनेरी सुखसमृद्धीचे दिवस आणणं हे ध्येय या ध्वजानं प्रतीत होतं! आपल्या राष्ट्रजीवनात आजच्या 'रोज-ए-बैराग' समारंभानं नव्या युगाला आरंभ झाला आहे. शतकानुशतकं अफगाणी अवाम ही सरंजामशाहीत पिचत होती, तिची आता त्या जोखडातून सुटका झाली आहे. अशा महान क्रांतिकारी

राजवटीच्या आणि अवामच्या स्वप्नांची पूर्ती करणाऱ्या ध्वजाला माझा सलाम असो!''

हाफिजुल्ला भाषण करावं तसा घडाघडा बोलत होता व उजव्या हातात तो कापडी ध्वज उंच धरून होता!

''हे काय बेटा? काहीबाही काय बोलतोयस?''

''हे माझं भाषण आहे अम्मीजान! मला टीचरनी लिहून दिलं ते मी पाठ केलंय. उद्या शाळेत ध्वजारोहणानंतर मी बोलणार आहे. वक्तृत्व स्पर्धेत चारशे मुलांतून माझी निवड झाली आहे.'' करीमुल्लांना कपाळावर हात मारून घ्यावा असं वाटत होतं.

सोव्हिएत युनियनचा राजदूत अलेक्झांडर पुशनॉव्क पुन्हा पुन्हा आपल्या घड्याळाकडे नजर टाकत होता व अस्वस्थ होत होता. ध्वजारोहणाच्या निमंत्रण-पत्रिकेत सात वाजता खल्क पॅलेसला उपस्थित राहावं, अशी सूचना होती. आता काटा नवाकडे झुकत होता व मिरवणुकीनं प्रांतोप्रांतीचे घोळके व काबूल शहरातील विविध शाळांचे विद्यार्थी-विद्यार्थिनी येत होत्या. मघाशी अब्दुल्ला सरवारी सलाम करण्यासाठी आला असताना अलेक्झांडरनं किंचित वैतागून विचारलं होतं, ''अजून किती वेळ आहे?''

''दहा वाजता ध्वजारोहण होईल सर!''

तराकी हा जसा पट्टीचा वक्ता होता तसा हाडाचा लेखकही होता. आजवर उत्स्फूर्त भाषणाची त्याला सवय होती. पण राष्ट्राध्यक्ष बनल्यापासून धोरणात्मक बोलण्यासाठी त्याचे सचिव भाषणाचा प्राथमिक मसुदा करीत व मग तराकी त्याआधारे भावनात्मक डूब देत आपलं भाषण बनवी. पण त्यापूर्वी किमान दोन-तीनदा मसुदा बदलला जायचा. त्यात नव्या दुरुस्त्या होत राहायच्या.

काल रात्री अलेक्झांडर व मास्कोहून उपसचिव वसिली त्याला भेटण्यासाठी गेले होते.

तराकीनं मागील महिन्यात दोनदा दूत पाठवून अमीनच्या वाढत्या उपद्रवाबद्दल सोव्हिएत युनियनला कळवून त्याला व्यवस्थित समज द्यावी, असं विनवलं होतं. शिवाय अधिक लष्करी तांत्रिक रशियन सल्लागार पाठवावेत, अशीही मागणी केली होती. दुसरी मागणी मॉस्कोनं लगेच मान्य केली. या सहा महिन्यांत सल्लागारांची संख्या तीन हजारांवर गेली होती व तेच प्रत्यक्षात सैन्य, शिक्षण, प्रसारमाध्यमं नियंत्रित करू लागले होते. त्यांच्या राजवटीला होणारा मुल्ला-मौल्लवी व इस्लामिक

ग्रुपचा विरोध कसा मोडून काढावा वा नियंत्रित करावा, यासाठी हस्तक्षेपही करीत होते! मॉस्कोच्या सूचना घेऊन खास या समारंभाच्या निमित्तानं वसिली आला होता व तराकीला भेटण्यापूर्वी त्यानं अलेक्झांडरशी बोलून सविस्तर आढावा घेतला होता.

"मला सेक्रेटरी जनरलचं एकच ब्रीफ आहे, प्रेसिडेंट तराकीसाठी. गो स्लो ऑन रिफॉर्म अँड कंटेन इस्लामिक क्लर्जी...!"

"माझंपण प्रत्यक्ष निरीक्षणाअंती तेच मत झालं आहे. एक चिंतेची बाब आपल्यासाठीही आहे की, जनमत सोव्हिएतविरोधी पण वेगानं होत आहे," अलेक्झांडर म्हणाला, "त्यांना रशिया हा ऐतिहासिक काळापासून आक्रमक देश वाटतोय. एकेकाळी समरकंद, ताश्कंद, अझरबैजान हे त्यांचे भाग होते, ते आज सोव्हिएत युनियनमध्ये आहेत म्हणून ते रशियनांचा द्वेष करतात."

"पण ती आता वस्तुस्थिती आहे. त्यांना ती कशी बदलता येईल? जिथं त्यांना पाकिस्तानकडून सो कॉल्ड पख्तुनिस्तानचा भाग मिळवता येत नाही, तिथं समरकंद, ताश्कंदचं स्वप्न पाहणं निव्वळ वेडेपणा आहे. आपण अखेर जागतिक महासत्ता आहोत." वसिलीच्या स्वरात अभिमान व श्रेष्ठत्वाची भावना टिपकत होती.

"ते खरं आहे मि. वसिली. पण त्यामुळे वस्तुस्थिती लपत नाही. अफगाण रशियनांकडे संशयानं पाहातात अन् त्यांचा मनोमन द्वेष करतात. सौरक्रांतीपासून आपल्या सल्लागारांची संख्या बऱ्यापैकी वाढली आहे अन् इतर देशांची इंडिया, जर्मनी, अमेरिकेची कमी झालीय, हे अफगाणींच्या लक्षात येतंय. त्याचा दृश्य परिणाम म्हणजे रिअॅक्शनरी इस्लामिक क्लर्जीज, आपल्या वाढत्या वर्चस्वाबद्दल तिखटमीठ लावून अतिशयोक्त सांगत असतात लोकांना. लोक होस्टाइल होत आहेत. मागील दोन महिन्यांत तीन-चार गुरिला अॅटॅकमध्ये आपलीही काही माणसं मारली गेली...''

"हां, त्याबाबत आपलं सरकार चिंतित आहे. म्हणून आज मी प्रेसिडेंटना सोव्हिएत युनियनची मुस्लिम पॉलिसी कशी आहे, हे सांगून इस्लामिक एलिमेंट्सना कसं हाताळावं व नियंत्रणात ठेवावं, याच्या टिप्स देणार आहे!" वसिलीनं आपल्या अफगाणिस्तानमध्ये येण्याचं प्रयोजन स्पष्ट केलं. "अमीनलाही नियंत्रणात कसं ठेवावं, हे ठरवावं लागणार आहे. या साऱ्या असंतोषाचा मूळ तोच आहे. ही इज गोइंग टू फास्ट वुइथ सोशल रिफॉर्म्स."

"अमीनबद्दलचं मॉस्कोचं निरीक्षण अचूक आहे, वसिली, पण प्रेसिडेंटही तेवढेच झीलस व कमिटेड आहेत, या सुधारणांबाबत. त्यामुळे त्यांनाही याबाबत स्पष्ट समज देणं आवश्यक आहे." अलेक्झांडर म्हणाला, "ही स्टिल इज ओपन

टू सजेशन. पण अमीन म्हणजे हार्ड नट टू क्रॅक.''

किंचित हसत वसिली म्हणाला, ''माहीत आहे, तो स्वतःला स्टालिन समजतो आणि तराकीला लेनिन म्हणतो. पण आपले महान जननायक असलेले नेते कुठे अन् हे दोघं कुठे?'' काही क्षण थांबून तो म्हणाला, ''आपले एक विचारवंत मागच्या महिन्यात एका बैठकीच्या वेळी काय म्हणाले, माहीत आहे? आजच्या घडीला जर कोणत्या विकसनशील व अविकसित देशात मार्क्स-लेनिनप्रणीत शास्त्रीय समाजवादाचा प्रयोग व्हायला नको होता तर तो अफगाणिस्तानमध्ये. पण तिथेच ही सौरक्रांती झाली. ते आपल्या ऑक्टोबर क्रांतीची प्रेरणा मानतात, मार्क्सवाद व समाजवाद ही विचारधारा प्रमाण समजतात. म्हणून त्यांना साथ देणं, मदत देणं आपलं कर्तव्य आहे.''

''आणि मुख्य म्हणजे इथं तो पराभूत होऊन इस्लामी शक्ती बळावणं व सत्तेवर येणं सोव्हिएत युनियनसाठी अनिष्ट आहे.'' अलेक्झांडर म्हणाला, ''कारण आज पाकिस्तानमध्ये जनरल झिया उल् हकची सत्ता आहे. तो एका मौलवीचा मुलगा असून आपली लष्करी राजवट स्थिर करण्यासाठी इस्लामचा सहारा घेत आहे. ही वॉंट्स टू एस्टॅब्लिश दि 'निझाम-ए-मुस्तफा' -प्रॉफेट्स ऑर्डर इन पाकिस्तान! इस्लामी मूलतत्त्ववादीपणाचा हा त्याचा बुरखा आहे, स्वतःची सत्ता जनमानसात रुजविण्यासाठी! तसंच सध्या इराणमध्ये शहा पहलवी, ज्यांना आपण अमेरिकन एजंट मानतो, त्यांची सत्ता अस्थिर झाली आहे. फ्रान्समध्ये राहूनही आयातुल्ला खोमेनी इस्लामच्या पुनःस्थापनेसाठी जो लढा देत आहेत, त्याला आम इराणी जनतेची साथ आहे. तिथं आपल्याला काही करता येत नाही. शहाला आपण साथ देऊ शकत नाही. कारण तो पक्का साम्राज्यवादी आहे. आणि खोमेनी इस्लामी फंडामेंटॅलिझमचं मूर्तिमंत प्रतीक. शहाचा आज ना उद्या पराभव होणार हे माझं अनुमान आहे आणि असं घडलं तर पाक-इराणच्या इस्लामीकरणामुळे इथल्या अफगाणी मुल्ला-मौलवींना बळ मिळेल आणि त्या प्रमाणात तराकीचा व नव्या राजवटीचा विरोध वाढणार. त्याचे पडसाद आपल्या अझरबैजान, तुर्कमेनिस्तान आदी मुस्लिमबहुल प्रदेशांतही उमटण्याची शक्यता आहे.''

त्यांची चर्चा बरीच रंगली होती. त्या दोघांचं एकमत होतं की, तराकी हा ध्येयवादी पण सरळमार्गी आहे. त्याला प्रशासनाची कला माहीत नाही व बारीकसारीक तपशील, खाचाखोचा यांत त्याला रस नाही. त्यामुळे अमीनचं फावलं आहे व मोठ्या धूर्तपणे आणि दूरदृष्टीनं तो सत्ता आपल्या हाती एकवटत आहे. त्याच्याबाबत मॉस्कोनं गंभीरपणे विचार करण्याची वेळ आली आहे. ''खरं तर बबराक करमालला

त्यांनी पदच्युत करून झेकला राजदूत म्हणून पाठवलं, तेव्हाच आपण हस्तक्षेप करून ते रोखायला हवं होतं. वसिली, ती आपली चूक अफगणिस्तानबरोबर आपल्यालाही महाग पडेल, असं वाटतं.''

''पण त्या वेळी करमालं ठेवलेला चॉइस बरोबर नव्हता. त्याला कादरच्या मदतीनं व आपल्या पाठिंब्यानं अमीन अन् तराकी दोघांनाही हटवून प्रेसिडेंट व्हायचं होतं! जनरल दाऊदच्या पतनानंतर लगेच दोन महिन्यांत बदल? तराकीची जनमानसातली प्रतिमा उजळ होती. मॉस्कोच्या मदतीनं करमाल राष्ट्राध्यक्ष झाला असता, तर ही मॉस्को एक्स्पोर्टेड क्रांती आहे, असं सारं जग समजलं असतं आणि करमाल कधीच स्थिर होऊ शकला नसता...''

''ते खरं आहे, तरीही या दोघांपेक्षा तो प्रशासनासाठी अधिक योग्य आहे, हे मानलंच पाहिजे. तो स्थिर प्रशासन देऊ शकला असता व त्यामुळे हळूहळू सौरक्रांती रुजत दृढ झाली असती. आज मात्र तिची मुळं रुजण्यापूर्वींच कापली जाण्याचा धोका उत्पन्न झाला आहे. क्लर्जी व काही प्रमाणात सामान्य माणसं, जी ऑपरेशन शुद्धीकरणाची बळी आहेत, यांच्या विरोधानं तराकीची सत्ता आताच अप्रिय झाली आहे. म्हणून चिंता वाटते.''

तराकीनं त्या दोघांचं गर्मजोशीनं स्वागत केलं आणि व्होडकाचे चषक हाती दिले. तो स्वत: रशियन माणसांपेक्षा जास्त वेगानं व्होडका पोटात रिचवत होता. त्यामुळे त्याचा काही क्षणांतच सावधपणा गळून पडला, हलकेफुलके मनमोकळे होत तो बोलू लागला, ''कॉम्रेड, मी लेखक आहे, कवी आहे, म्हणून माणूस जाणून घेणं, माणसामाणसांतले नातेसंबंध समजून घेणं हा माझा छंद आहे. तरीही अजूनही मी अमीनला पुरता ओळखला आहे, असं वाटत नाही आणि त्याचे-माझे संबंधही मला नीटसे समजत नाहीत. आय लव्ह हिम समटाइम, अदरवाइज आय हेट हिम मोस्ट ऑफ दि टाइम! तो मला माझ्यासारखा गरीब, हलक्या टोळीचा आहे म्हणून ममत्व वाटतं, आपलेपणा वाटतो, पण त्याचा कठोर स्वभाव, पोलादी व्यक्तिमत्त्व आणि सैन्यावरची त्याची पकड पाहिली की भीती वाटते. त्याच्या मनात मला बाजूला सारून प्रेसिडेंट बनायची सुप्त इच्छा तर नाही ना? या प्रश्नानं मी अस्वस्थ होतो! पण तरीही मला तो हवासा वाटतो...''

वसिली म्हणाला, ''तुम्ही गल्लत करीत आहात. तुम्ही प्रेसिडेंट आहात व तुमच्या सत्तेला अमीन खरोखरच धोका आहे. तो तुमचा साथीदार आहे, तुमच्या बरोबरीनं सौरक्रांतीसाठी लढला आहे, हे खरं असलं तरी तो कमालीचा महत्त्वाकांक्षी,

कावेबाज अन् पाताळयंत्री आहे! मुख्य म्हणजे त्याच्या 'ऑपरेशन पार्जिंग' मोहिमेमुळे जनमानस तुमच्याविरुद्ध चाललंय. इस्लामी मूलतत्त्ववाद्यांना बळ मिळतंय. तो केवळ तुम्हाला नव्हे तर सौरक्रांतीलाही धोका आहे...''

तराकीनं चषकातला शेवटचा पेग घशाखाली रिचवला. नवी बाटली फोडून तिघांचे चषक नि:शब्दपणे भरू लागले. त्याच्या काना-मनात वसिलीचे अमीनबद्दलचं निरीक्षण बाणाप्रमाणे खोलवर घुसलं होतं. मग एक घोट घशात रिचवत तो म्हणाला, ''आप सही फर्माते हैं जनाब! मी मित्र व सहकारी म्हणून त्याच्याकडे आपलेपणानं आजवर पाहत होतो. अमीनच्याही मनाला महत्त्वाकांक्षेचे पंख फुटले आहेत आणि त्याचा स्वभाव पाहता तो मला सहजतेनं दूर करू शकेल, ही शक्यता मी कबूल करीत नव्हतो. आता मात्र वाटतं की, तो अडसर झाला आहे सौरक्रांतीला. आपही बताये क्या करें हम?''

''हेपण आम्ही सांगायला हवं सर?'' वसिलीच्या मर्यादशील हास्यात हा किती कच्चा आहे प्रशासन व व्यवहारात, अशा आशयाचा आविर्भाव होता, हे अलेक्झांडरला जाणवलं. वसिलीला लेखक, कवी ही मंडळी स्वप्नाळू म्हणून कुचकामी वाटत. तराकी लेखक-कवी असूनही नेतृत्व करतो व प्रेसिडेंट होतो, याचं त्याला नेहमी कोडं वाटायचं. अलेक्झांडरला हे माहीत होतं, म्हणून त्याच्या हास्यातला कुत्सितपणा त्याला जाणवला. पण तराकी खरंच सरळमार्गी आहे. आपल्या सेक्रेटरी जनरलना कुणाची किंचित भिवई चढली तरी खपत नाही व त्या व्यक्तीला न परवडणारी इतराजी झेलावी लागते, हे वसिली कसा विसरला? दुसऱ्या देशाच्या राष्ट्राध्यक्षांशी बोलताना असा सूर तो कसा लावू शकतो? हा आपल्या रशियन वर्चस्वाचा परिपाक तर नाही? अफगाणींना त्यामुळेच आपली चीड येते. सौरक्रांती रुजवायची असेल व आपली हानी टाळायची असेल तर किमान दृश्य रूपात तरी आपला प्रभाव, आपलं अस्तित्व व हा वर्चस्वाचा अहंकारी दर्प कमी केला पाहिजे!

''ओ.के. सर! प्रथम त्याचे पंख कापून त्याला शक्तिहीन करा'' वसिली म्हणाला, ''त्याचं संरक्षणमंत्रिपद काढून घ्या. त्याचं बळ त्याच्या सैन्यातील प्रभावात आहे.''

''कुछ दिनों से मेरे दिल में एक नायाब खयाल बारबार आता है!'' तराकी म्हणाला, ''अमीनसाबला न दुखावता, त्याला नाराज न करता, त्याचं महत्त्व कमी करण्यासाठी मला एक कल्पना सुचलीय. त्यामुळे अंतर्गत व बाह्य संरक्षण तर साधलं जाईलच, शिवाय अमीन न दुखावता दुबळा होईल. ती कल्पना आहे, होमलँड हायर डिफेन्स कौन्सिल स्थापन करण्याची. त्याच्याकडे गृह व संरक्षण

विभागाचे सर्व अधिकार वर्ग करायचे. त्याचा अध्यक्ष मी राहीन व हे कौन्सिल देशांतर्गत व देशाबाहेरच्या शत्रूंशी सामना करील. अमीनला मी त्याचा सेक्रेटरी जनरल करीन, पण अंतिम अधिकार माझा राहील व प्रत्येक बैठक मीच प्रिसाइड करीन!''

''ब्रिलियन्ट कल्पना.'' वसिली म्हणाला, ''जवळपास मी अशीच कल्पना घेऊन आलोय.''

''या कौन्सिलमध्ये तुमच्याशी एकनिष्ठ असलेले बहुसंख्य असतील, तसेच अमीनवर खार खाऊन असलेले काही जण असतील, याची काळजी घ्या सर. त्यामुळे अमीनवर तुम्हाला क्लोज वॉच ठेवता येईल.''

''यापुढे आपण अमीनच्या प्रत्येक हालचालीवर लक्ष ठेवा, त्याच्यावर मुळीच विसंबून राहू नका. तो जितका कट्टर मार्क्सवादी आहे, त्याहीपेक्षा तो अधिक सत्तालोभी आहे. त्यासाठी तो विचारांना सोडायला मागेपुढे पाहणार नाही.''

''आताच जून १९७८ मध्ये इथं अमेरिकन राजदूत म्हणून आलेल्या ॲडॉल्फ डबशी अमीनच्या भेटीगाठी वाढल्या आहेत, हे माहीत आहे काय? डब सी.आय.ए. चा प्रतिनिधी आहे. काही वर्षे तो मध्य व पूर्व आशिया विभागाचा सहायक उपसचिव होता, तसेच तो दोनदा पेशावरला गेला होता. इस्लामी गटाच्या इथून पळून गेलेल्या नेत्यांना तिथं तो भेटला असल्याची आमची माहिती आहे. अमेरिकेला सौरक्रांती रुचलेली नाही म्हणून, तिचं डबमार्फत व पाककमधील राजदूतामार्फत मुजाहिदीनांना गुप्त मार्गानं शस्त्रं व पैसे देणं चालू झालं आहे. अशा डबशी अमीनच्या भेटीगाठी होतात, यामागे त्याचा काय उद्देश आहे हे आपण शोधलं पाहिजे व अमीनपासून सावध राहिलं पाहिजे, सर.'' अलेक्झांडरनं दिलेली माहिती ऐकून तराकी तर चक्रावून गेला.

कारण तो अमीनच्या घट्ट अशा जाहीर निष्ठाप्रदर्शनानं प्रभावित झाला होता. 'दि ग्रेट लीडर', 'दि लेनिन ऑफ अफगाणिस्तान', 'दि फादर ऑफ नेशन अँड ग्रेट टीचर' ही विशेषणं अवाममध्ये प्रचलित करून 'तराकी कल्ट' एका उंचीवर त्यानंच तर नेला होता. 'मैं आपका हमसफर हमसाथी से जादा वफादार स्टुडंट हूँ— आप हमारे टीचर हैं! आप छोटे बडे सियासी काम मुझपे छोड दे. आप अहम फैसले करें, उसपे अमल कैसा करना ये मुझपे छोड दे!' असं म्हणत अमीननं त्याला पुरतं घेरलं होतं! एका पॉलिट ब्युरोच्या बैठकीत सर्व सदस्यांनी एकमुखी ठराव करून 'यापुढे पंतप्रधान अमीननं केवळ कॉम्रेड तराकींना रिपोर्ट करावा व त्यांच्यापासून सूचना घेऊन त्याप्रमाणे काम करावं', असा अधिकार देत अमीनला अधिकच

शक्तिशाली केलं होतं. प्रशासकीय कामाची नावड असलेल्या तराकीला एका परीनं ही व्यवस्था बरी वाटत होती. पण त्यामुळे केवढा अनर्थ झाला आहे, हे आता कळत होतं. पण फार उशीर होण्यापूर्वी आपल्याला सावध करण्यात आलं, याचं समाधान होतं. पण तेरा वर्षं सहकारी म्हणून वावरणारा अमीन सत्तेसाठी आपल्याला बाजूस सारण्याची आकांक्षा ठेवतो आहे, याचा विषादही वाटत होता!

पण आता तराकीही सत्तेला चटावला होता. त्यानं क्षणभर स्वतःला सत्ताविहीन व अमीनला सर्वोच्च सत्ताधारी झालेलं कल्पून पाहिलं. नुसती ती कल्पनापण त्याला असह्य वाटली होती! आता मात्र सत्ता पूर्णपणे आपल्या हाती एकवटत ती निरंकुश करण्याची लालसा लख्खपणे मनात रुजली होती.

तरीही तराकीच्या मनात अमीनला जिवानिशी संपवायचं नव्हतं. त्याला करमालप्रमाणे कुठल्यातरी दूरच्या देशाला राजदूत म्हणून पाठवून राजकीय पेन्शनीत काढायचं होतं. पण त्याच वेळी हे भानही स्पष्ट होतं की, खेळी उलटली तर आपला शेवट अटळ आहे. अमीनसाठी माणसं मारणं हा हातचा खेळ आहे. आपण व अन्वर मध्ये पडलो नसतो, तर अमीननं करीमुल्लांसारख्या आदरणीय पण राजकीयदृष्ट्या प्रभावहीन असलेल्या इस्लामी नेत्यालाही संपवायला मागेपुढे पाहिलं नसतं. ही याद होताच तराकीचं मन पूर्णपणे अमीनप्रती विटून गेलं. या क्षणापासून अमीनशी मैत्री संपली होती.

मग वसिलीनं त्याला मुस्लिमांबाबतचं रशियन धोरण समजावून सांगितलं आणि म्हटलं, "आमचे फक्त चार प्रांत मुस्लिमबहुल आहेत. तसंच मॉस्को, लेनिनग्राडला मुस्लिमांची बऱ्यापैकी संख्या आहे. तरीही आम्ही त्यांच्या वरकरणी तुष्टीकरणाचं धोरण सातत्यानं ठेवलं आहे. तुमचा देश तर पूर्णपणे इस्लामी आहे, म्हणून सौरक्रांती व साम्यवाद न सोडता तो इस्लामला कसा पूरक आहे, हे सतत प्रचारानं सामान्य माणसाच्या मनावर बिंबवलं पाहिजे. त्यासाठी रेडिओ व टी.व्ही. चं माध्यम कौशल्यानं वापरलं पाहिजे. आम्ही काही चांगले रायटर – प्रोड्यूसर पाठवू. आमच्या देशातील उफा, ताश्कंद, बाकू आणि बुईनाक येथील सोव्हिएत मुस्लिम कौन्सिलचे मुफ्ती आणि इतर इस्लाम धर्म अभ्यासकांना पाठवून त्यांच्यामार्फत इस्लाम व कम्युनिझम यांचा सोव्हिएत युनियनमध्ये कसा सुरेख मिलाफ झाला आहे, हे पटवून देण्याचा प्रयत्न करू. तुमचे काही मौलवी, पेशइमाम, मुफ्ती, सूफी पीर यांनाही आपल्या बाजूनं वळवता येईल. तुम्ही जे करता, ती प्रत्येक गोष्ट इस्लामला अनुसरून आहे, असं तुम्ही प्रत्येक सभेत, प्रत्येक भाषणात म्हटलं पाहिजे. इस्लामी

रीतीरिवाज जनतेच्या नजरेत भरतील, अशा रीतीनं पाळले पाहिजेत. ईद, मोहरमला, अधूनमधून शुक्रवारच्या दुपारच्या नमाजाला तुम्ही, इतर मंत्री आणि पक्ष कार्यकर्त्यांनी मशिदीमध्ये गेलं पाहिजे व ते टी.व्ही. वर ठळकपणे दाखवलं पाहिजे. तुमची राजवट अनइस्लामिक नाही हे अवामच्या मनावर ठसवणं अत्यंत आवश्यक बाब आहे, सर!''

''राजकारणातलं एक सार्वकालिक सूत्र आहे. फोडा व राज्य करा! डिव्हाइड अँड रूल — तुमच्या देशात अनेक वंश आहेत. पठाण, ताजिक, हाजरा, उज्बेकी, नूरिस्तानी, बलुची... ते कधी इस्लामच्या परचमखाली एक होणार नाहीत, याची काळजी घ्या. त्यासाठी आम्ही एक योजना आणली आहे, ती स्वीकारली तर तुमची सत्ता निर्धोक होईल..''

त्या दोघांनी तराकीला जे सांगितलं, ते ऐकून तराकी अवाक झाला. खोल मनात गाडलेली शंका उफाळून आली. खरंच रशिया आपला परममित्र अन् सच्चा हितचिंतक आहे? की त्याचा हेतू विस्तारवादी आहे? त्यांना आपला देश त्यांचा सोळावा प्रांत करण्याची आकांक्षा तर नाही?

''उद्या 'रोज-ए-बैराग'च्या वेळी ध्वजारोहणानंतर मी देशाला उद्देशून बोलणार आहे. तेव्हा ही घोषणा मी करीन.'' त्यांनं सांगितलं.

''मी नास्तिक नसलो तरी आस्तिकही नाही, वसिली. इस्लामनं आमच्या अवामला काय दिलं?'' तराकी आवेशानं म्हणाला, ''भटक्या पोवेंडाचं जीणं. त्यांनी आमची भूक नाही मिटवली, सारी जमीन जायदाद त्यांनी धर्माच्या नावानं आपल्या हाती एकवटली. स्त्रियांना बुरख्याच्या अंधेर्‍या विश्वात लोटलं. धर्माच्या नावानं चालणाऱ्या अनिष्ट परंपरा म्हणजेच मजहब मानीत मुल्लामौलवी जेव्हा सौरक्रांतीनंतर 'इस्लाम खतरे में है' म्हणत 'जिहाद'ची बांग देतात, तेव्हा मला त्यांची चीडच नाही तर कीवसुद्धा येते! त्या तथाकथित धर्मापासून मी दूर आहे..''

''पण सर, आमचा प्रतिपादनाचा हेतू...''

''आय अंडरस्टँड इट. अँड इट हॅज सम मेरिट!'' तराकी म्हणाला, ''तुमची सोव्हिएत युनियनची मुस्लिम पॉलिसी मी नव्यानं अभ्यासतो आणि काही बदल जरूर करतो. अवामच्या धर्मश्रद्धेवर सरळ आघात न करता प्रथम त्यांना रोटी, कपडा व मकान देण्यासाठी काही काम केलं पाहिजे व त्याद्वारे त्यांना जिंकलं पाहिजे, मग त्यांच्या मनावरील धर्माचा पगडा कमी करण्यासाठी प्रयत्न केला पाहिजे, असंच ना?''

''राइट सर!''

वसिली भाषणाची वाट पाहत होता. हवा कोरडी होती, लख्ख सूर्यप्रकाश

होता. त्यामुळे वसिलीच्या अंगाची लाही होत होती.

तीच अवस्था ॲडॉल्फ डबचीपण होती.

सकाळी त्याला ऑटॉचीनं एक परिपत्रक आणून दिलं. ते पेशावरहून सी.आय.ए. एजंटनं पाठवलं होतं. ते त्यानं पेशावरस्थित हिब्जे इस्लामीच्या कार्यालयातून मिळवलं होतं. गुलबदिन हिकमतयारच्या नावानं निघालेलं. त्यात त्यानं खुली बक्षीसं जाहीर केली होती. अफगाणी काफर सैन्यदलातील प्रत्येक जवानाला ठार मारण्याचं बक्षीस होतं– पाच ते सात हजार अफगाणी रुपये; तर पी.डी.पी.ए. व खास करून खल्की कार्यकर्त्यासाठी दहा ते पंधरा हजार अफगाणी. लष्करी अधिकाऱ्यांना मारण्याचं मोल होतं. तीस हजार अफगाणी आणि जर सैन्यदलाचा, रशियन बनावटीचा रणगाडा सुरुंग लावून उडवला तर एक लाखापर्यंत बक्षीस या पत्रकात गुलनं जाहीर केलं होतं!

उद्देश सरळ होता. देशभर, गावोगावी, जिथं जमेल तिथं गनिमी काव्यानं हल्ले चढवून राजवट खिळखिळी करायची. जनमानसाला भीतीनं भारून टाकायचं, जेणे करून त्यांची नव्या राजवटीबद्दलची असेल ती आस्था कमी व्हावी.

"गुड - व्हेरी गुड!" डब खूष होत पुटपुटला. सी.आय.ए.साठी या घडीला सारेच मुजाहिदीन इस्लामी नेते प्रिय होते. त्यांना सक्रिय पाठिंबा देत त्यातून कोण प्रभावीपणे भविष्यात कम्युनिस्ट राजवटीला विरोध करीत पुढे येईल, हे पाहायचं होतं. मग त्याच्यामागे सारं बळ उभं करीत अफगाणिस्तान नामक प्याद्यामार्फत रशियन हत्तीला शह देत त्याला तिथेच खिळवून ठेवीत आंतरराष्ट्रीय पातळीवर बदनाम करायची अतिशय दूरदृष्टीचा विचार करून आखलेली ती रणनीती होती.

राजशिष्टाचारासाठी काल डब जसा तराकीला भेटला, तसा पंतप्रधान अमीनलाही. तराकीकडे दहा मिनिटं औपचारिक बातचीत झाली, तर अमीनकडे दीड तास भोजनाच्या टेबलावर झाली!

आपल्या साप्ताहिक राजकीय डिस्पॅचमध्ये डबनं इथे रुजू झाल्यावर दोन भेटींनंतर मध्य आशियाशी संबंधित अमेरिकन परराष्ट्र विभागाच्या उपसचिवांना कळवलं होतं, "तराकी व अमीन दोघेही कट्टर मार्क्सवादी असले तरी आपल्यासाठी अमीन हा महत्त्वाचा दुवा ठरू शकेल."

डबनं मोठ्या कौशल्यानं अमेरिकन एम्बसीत रशियाच्या वतीनं हेरगिरी करणाऱ्या अफगाण टायपिस्टला आपल्या बाजूनं वळवून त्याला डबलक्रॉस करायला भाग पाडलं होतं. अमीन व तराकीमधील दरी वाढवण्यासाठी अमीनला तराकीचा सर्वोच्च पदासाठी काटा काढायचा आहे, अशा बातम्या पेरायच्या व त्या अलेक्झांडरपर्यंत

पोचतील व त्याच्याकडून तराकीला, हे पाहायचं.

डबच्या आनंदात भर पडली, ती न्यूयॉर्कहून 'स्टुडंट्स कौन्सिल ऑफ अफगाणिस्तान'मध्ये काम करणाऱ्या व सी.आय.ए.चा एजंट असलेल्या नासिर या अफगाणी विद्यार्थ्यानं फोनवर दिलेल्या बातमीनं.

''जनाब, काम तमाम हो गया है! उस्मान को सीधे जन्नत या जहन्नुम पता नहीं, पहुंचा दिया है. मेरी मेमसाबला जेव्हा मी पी.एम. अमीनसाहबचं आधीच तयार केलेलं सांत्वनाचं पत्र दिलं. तेव्हा ते वाचताना ती रडत पुन्हा पुन्हा म्हणत होती, इफ आय हॅवंट डिस्कार्डेड हिम डॅट टाइम...''

''नासिर, यू हॅव डन ए स्प्लेंडिड जॉब! मी हे बॉसना कळवीन. ठरल्याप्रमाणे तुला राहायला मॅनहटनवर फ्लॅट मिळेल अन् चांगल्या सॉलिसिटर फर्ममध्ये जॉब.''

''सो काइंड ऑफ यू सर!''

अमेरिकेत पी.एच.डी करीत असताना अमिन त्याच्या अर्थशास्त्र विभागात त्याला गाईड करणाऱ्या प्रोफेसरच्या हाताखाली संशोधन करणाऱ्या अमेरिकन मेरीवर आशक झाला. तिचं ब्लाँड व उन्मुक्त अमेरिकन सौंदर्य आणि वागण्यातला मोकळेपणा अमीनला बेभान करून गेला होता. पण तिनं त्या वेळी त्याच्याऐवजी उस्मानची निवड केली. उस्मान काबूलचाच गालिच्यांचा कारखाना असलेल्या श्रीमंत बापाचा. शाही घराण्याशी संबंधित. त्याचं मर्दानी देखणेपण व अफाट श्रीमंती मेरीला पसंत होती.

प्रेम व अपेक्षाभंगाच्या दु:खानं विदीर्ण झालेला अमीन जवळपास संपत आलेला संशोधन पूर्ण न करताच अफगाणिस्तानला परतला होता. तेव्हा १९६५च्या लोया जिरगीची संसद निवडणुकीची धामधूम सुरू झाली होती आणि दूरदेशी फुललेलं व मेरीच्या नकाराचं कोमजलेलं प्रीतीचं फूल त्यानं मनातून स्वत:ला अधिक कठोर करीत राजकारणात झोकून दिलं होतं. तिला तो जवळपास विसरला होता.

पण यूनोच्या मीटिंगच्या निमित्तानं अमीन परराष्ट्रमंत्री या नात्यानं जूनमध्ये गेला असता तिथं त्याच्या सन्मानाप्रीत्यर्थ अमेरिकन परराष्ट्रव्यवहार उपसचिवानं दिलेल्या पार्टीत मेरी-उस्मानशी भेट झाली. पूर्वस्मृती जागृत झाल्या. जाणवलं की, आपण अजूनही मेरीला विसरलो नाही. तिची ओढ बारा - तेरा वर्षांनंतरही व तिची चाळिशी उलटली असूनही कायम आहे. शिष्टाचार म्हणून तिच्याबरोबर नृत्य करताना अमीन पुन्हा पुन्हा प्रश्न विचारीत होता, ''का मला तेव्हा नकार दिलास मेरी? माझ्यात काय कमी होतं? आज मी कुठे व तो कुठे आहे? मला आजही तू आवडतेस. तेवढीच प्रिय वाटतेस. मेरी, यू आर माइन, स्टिल माइन!''

त्याच्या नृत्यमिठीतून अलग होताना तिला किती सायास पडले; पण त्याच्या

प्रेमातील सच्च्या उमाळ्याच्या आविष्कारानं ती भारावली. मनोमन खंतावली. का आपण त्याला नकार दिला? तो आपल्याला तेव्हा आवडला होताच. पण आपलं स्वप्नं पौर्वात्य देशातील सरदार किंवा शाही घराण्यात जाण्याचं व आलिशान जीवन जगण्याचं होतं.

पण आज तो देशाचा पंतप्रधान झाला आहे तरीही, आपलं तारुण्य झपाट्यानं ओसरत असलं तरीही, त्याला अजूनही आपण चित्ताकर्षक वाटतो. त्यानं घेतलेलं गालाच पुसटसं चुंबन देहात वीज पेरून गेलं.

यू.नो.ची मीटिंग आटोपून अमीन मायदेशी परतल्यावर मेरी अस्वस्थ ठसठसत्या मनानं उस्मानचा संसार करीत राहिली. अचानक मागच्या पंधरवड्यात ऑफिसमधून परतताना त्याला निग्रो वस्तीतील कोपऱ्यात अज्ञात मारेकऱ्यांनी गोळ्या घालून ठार केलं. पोलिसांच्या हाती एकही धागादोरा लागला नव्हता.

तिला नासिरनं अमीनचं आधीच तयार करून ठेवलेलं पत्र दिलं, तेव्हा ते वाचून ती हमसाहमशी रडू लागली.

"माय डिअर मेरी, उस्मानच्या खुनाचं ऐकून तीव्र दु:ख झालं. तेही तुझ्यावर झालेल्या आघाताच्या जाणिवेनं आणि तुझ्या विधवा होण्यानं! तेव्हा तू माझ्याऐवजी उस्मानची निवड केली नसतीस तर खैर, या नाजूक प्रसंगी मी एकच सांगतो. तू स्वत:ला एकटी समजू नकोस. मी तुझ्या दु:खात सदैव तुझ्याजवळ आहे. केव्हाही हाक मार, मी धावत येईन. अगदी पंतप्रधानपदाची कामंही बाजूस सारून येईन! उस्मानच्या तीन मुलांना जन्म देऊनही अजूनही तू मला आवडतेस. माझी आता तरी होशील राणी? या फैलावलेल्या बाहुपाशात येशील? तुझ्या प्रतीक्षेत मी सदैव आहे, असेन हे विसरू नकोस!"

मेरीनं दुसऱ्याच दिवशी अमीनला केबल पाठवली. "मी तुझी व्हायला तयार आहे.

प्लीज कम अँड टेक मी व्हेअरेव्हर यू वाँट!" ती केबल अर्थातच अमीनकडे अमेरिकन कम्युनिकेशन विभागानं न पाठवता वरून आलेल्या निर्देशाप्रमाणे काबूलला डबकडे पोलिटिकल डिस्पॅचमधून गेली.

तीच केबल डबच्या खिशात होती. 'रोज-ए-बैराग'च्या कार्यक्रमानंतर अमीनसोबत त्याच्या कार्यालयात गेल्यावर ती त्याला देऊन डब सांगणार होता, "आम्ही आमचं काम केलंय. कोणतीही शंका न येता मेरी तुम्हाला मिळवून दिली आहे! नाऊ इट्स यूवर टर्न टू रेसिप्रोकेट! यू.एस.ए. व खास करून सी.आय.ए. चं सारं सामर्थ्य आता तुमच्यासाठी मी उभं करीन.''

'रोज-ए-बैराग' कार्यक्रमासाठी तराकीला सन्मानानं घेऊन जाण्यासाठी अन्वर खल्क पॅलेसमधील अभ्यागत कक्षामध्ये तराकीच्या येण्याची वाट पाहत बसला होता. त्याच्या जोडीला मेजर जनरल वतनजार आणि पोलिसप्रमुख दाऊद तरूनही तराकीच्या प्रतीक्षेत होते!

अन्वरं गेले दोन महिने परिश्रम करून शेतकऱ्यांच्या व भूमिहीन शेतमजुरांच्या कल्याणासाठी व जीवनस्तर उंचावण्यासाठी एक अहवाल तयार करून तो कसा लागू करावा, हेही सादर केलं होतं. आणि तराकीनं तो अभ्यासल्यानंतर त्याला आनंदानं मिठी मारीत म्हटलं होतं, ''अन्वर मुझे तुमपर नाज है! तुझा हा अहवाल ऐतिहासिक साबित होईल. त्यामुळे अवामच्या जिंदगानीमध्ये आमूलाग्र बदल होईल. मैं इसपर जल्द से जल्द अमल करना चाहता हूँ!''

अन्वरला आशा होती की, आज ध्वजारोहणानंतरच्या भाषणात तराकी जमीन सुधारणांचं ऐलान करील.

या सोत्कंठ प्रतीक्षेत असताना अन्वरला एक काटेरी बोचही होती. गुलचं ते पत्रक त्याच्याकडे पण पोस्टानं आलं होतं अन् ते वाचताना त्याचा भडका उडाला होता.

सौक्रांतीनंतर सहा महिन्यांच्या राज्यकारभारात नव्या हुकूमतीनं आम आदमीसाठी अनेक महत्त्वपूर्ण, क्रांतिकारी निर्णय घेतले होते. शिक्षणमंत्री दस्तगीर पंचशीरच्या मदतीनं अन्वरनं प्राथमिक व प्रौढ शिक्षण तसंच नव्या पिढीच्या पुरोगामी संस्कार शिक्षण याबाबत डिक्री पास करवून घेतली होती. स्वत: तराकी स्त्री-पुरुष समतेचा पुरस्कर्ता असल्यामुळे विवाहात वधूपित्यास द्याव्या लागणाऱ्या हुंड्याची रक्कम कमी करीत तिच्यावर मर्यादा घातली होती. बुरखा पद्धतीला फाटा देत औरतजातीला अंधकारातून उजेडात आणण्याचे प्रयत्न त्यानं चालवले होते. विवाहाचं वय वाढवून बालविवाहाला व अकाली प्राप्त होणाऱ्या मातृत्वाला संपवण्याचा वटहुकूम जारी केला होता.

''पण चाचू, हे सारं योग्य असलं तरी ही 'ऑपरेशन पर्जिंग' मोहीम कितपत योग्य आहे? त्यात किती अतिरेक होतो आहे?'' जमीलनं एकदा विचारलं होतं, ''किती निष्पाप व सरळमार्गी माणसांना त्रास होतो आहे, त्याची काही सीमा? तीन महिने झाले, माझ्या झाकिरचा पता नाही. त्याची अम्मीजान सदमा सहन न झाल्यामुळे दिल के दौरे से अल्ला को प्यारी हो गयी. न जाने किस वक्त किसको ये हुकूमत उठा ले जायेगी और फिर उसका नामोनिशाँ तक नहीं मालूम पडेगा. ये सच्चाई क्या सौर इन्किलाब कामयाब करेगी?'' ती पुढे म्हणाली,

''एका जमीलाचा प्रश्न कदाचित सुटेलही. कारण तिच्यामागे मंत्री असलेला

तिचा चाचा आहे. पण इतरांचं काय?''

खरं म्हणजे अन्वर ज्या प्रश्नांनी अस्वस्थ व्हायचा, तेच प्रश्न जमीला विचारीत होती. पण आता अमीन व तराकी यांच्याशी विस्तृत चर्चा करून अन्वरचे विचार साफ झाले होते. त्यामुळे आता तो जमीलाला समजावत होता...

''बोलघेवड्या बूर्झ्वा लोकांचं पर्जिंग करणं तत्त्वत: साम्यवादासाठी ईष्टच आहे. त्यात काही निष्पाप बळी पडले असतील, पण त्यामुळे मूळ तत्त्व का चूक ठरतं? जरा शांतपणे झाकिरचा संदर्भ न आणता विचार कर. कारण तू स्त्रीसाठी, तिच्या मुक्तीसाठी मार्क्सवाद हा सर्वांत प्रभावी व महत्त्वाचा विचार आहे, हे मानतेस ना?...''

''तू सही है चाचू. पण मला झाकिरची चिंता आहे. तो नाहीसा झाल्यापासून माझी त्याच्यावर किती गहिरी मोहब्बत जडली होती, ये महसूस होता है. वो वापस नहीं आया तो शायद मैं-मैं...'' पुढं तिला बोलवेनासं झालं. तान्याच्या मिठीत कोसळत ती स्फुंदत राहिली होती!

पण अन्वर शांत होता. तटस्थ व काहीसा कठोरही. आपल्यातला हा बदल का व केव्हापासून होत आहे? तो ईष्ट की अनिष्ट?

सौरक्रांतीनंतर एका रात्रीतून पावसानंतर भुईछत्र्या उगवाव्यात, तशा पेशावरला तथाकथित मुजाहिदीनांच्या इस्लामच्या नावाखाली अनेक संघटना वेगानं स्थापन झाल्या होत्या. त्यांना परक्या शक्तींचा पाठिंबा असल्याशिवाय त्या अल्पावधीत उभ्याच राहू शकल्या नसत्या. पण सौरक्रांतीच्या विरोधात पाकिस्तान-इराण-अमेरिका असा ॲक्सिस सक्रिय झाला होता व त्यांच्या पाठिंब्यानं सीमावर्ती प्रांतात बंडाळी व क्रांतिविरोधी कृत्यं आंधळेपणानं पहिल्या दिवसापासून सुरू झाली होती. त्यांची धग आता काबूलपर्यंत पोचली होती! मशिदीमशिदींमधून आक्रस्ताळा प्रचार करीत 'इस्लाम खतरे में है' अशी बांग दिली जात होती आणि जुन्या काबूलमध्ये 'हिब्जे इस्लामी'चा गट संघटित होत, हिंसक कारवाया करू लागला होता. रात्री-अपरात्री गस्त घालणाऱ्या पोलिसांना व सैनिकांना गाठून मारणं, भरवस्तीमध्ये क्रूड बॉम्बचा स्फोट घडवून आणणं, शस्त्रास्त्रं-दारूगोळा लुटणं वगैरे प्रकार सुरू झाले होते. त्यानंतर 'खल्की' कार्यकर्त्यांच्या हालचालींवर पाळत ठेवून त्यांना गोळ्या घालून ठार मारणंही सुरू झालं होतं. आणि त्याहून कडी करीत त्यांनी गेल्याच आठवड्यात दोन रशियन सल्लागारांना उडवलं होतं.

सौरक्रांतीचा हा आंधळा, अतिरेकी विरोध किती अवामविरोधी आहे, हे समजून आल्यावर अन्वर ठाम झाला होता. क्रांती ही बंदुकीच्या बॅरलमधून जन्माला

येते, हे जर खरं असेल तर ती टिकवण्यासाठी त्याच बंदुकीची गोळी शत्रूवर झाडून विरोध मोडून काढला पाहिजे. त्यासाठी 'ऑपरेशन पर्जिंग' अपरिहार्यच आहे. या विचारबिंदूवर आल्यावर त्याची संभ्रमित अवस्था संपली होती.

त्यात झाकिरसारखी निष्पाप माणसं भरडली जातात हे खरं. पण ती क्रांतीची किंमत आहे. ती देण्याची त्याची पूर्ण मानसिक तयारी झाली होती आणि झाकिर हा जमिलाचा मेहबूब आहे, हेही त्याला त्यापुढे महत्त्वाचं वाटत नव्हतं!

उद्या भूमिवाटपाचा आणि कर्जमुक्तीचा कायदा लागू झाला तर हा अविवेकी इस्मामिक विरोध किती वाढेल, याचा तो अंदाज करू शकत होता.

अशा वेळी आपणही ठाम असलं पाहिजे. आपलं धोरण व कृती आम आदमीच्या खुशहालीसाठी आहे. त्याला होणारा विरोध मुळातच चिरडून टाकायला हवा वा त्याचा डटकर मुकाबला करायला हवा. लोकशाहीप्रणीत लोकेच्छा प्रमाण मानायचं ठरवलं, तर हे कधीच संभव होणार नाही. तराकी म्हणतो तशी 'पीपल्स डेमोक्रॅटिक डिक्टेटरशिप'च हवी, ती राबवण्यासाठी सामर्थ्य हवं आणि विरोधकांना दयामाया न दाखवता संपवायला हवं, तरच सौर इन्किलाब यशस्वी होईल...

काल पोस्टानं आलेलं गुलचं परिपत्रक वाचताना अन्वरच्या मनात हे सारं येऊन गेलं होतं आणि त्याला अमीनचं पोलादी हातांनी चिरडणं हे उत्तर पूर्णपणे पटलं होतं! आता मुजाहिदीन म्हणतात तसा जिहाद सुरू झाला होता. युद्धात हिंसा अपरिहार्य असते. अशा वेळी माणसाच्या जिवाच्या मोलाची गणितं करीत बसणं निव्वळ खुळेपणा असतो. अन्वर कठोर होत होता व स्वत:च्या नकळत अमीनच्या कठोर पोलादी व्यक्तिमत्त्वासारखा कणखर व निर्मम होत होता...

अम्मीला भेटण्यासाठी सवड होती म्हणून एक दिवस अन्वर पगमानला गेला होता, पण तेथे पोचता पोचताच काबूलहून फोन आला. पलीकडे शिक्षणमंत्री दस्तगीर पंजाशीर होता.

"अन्वरभाई, आप जल्दसे जल्द वापस आ जाओ. आज दुपारी पंतप्रधान अमीनसाबनी अचानक तडकाफडकी जनाब वतनजार, गुलाबजाई व मजदूरयार या तिन्ही मंत्र्यांना मंत्रिमंडळातून काढून टाकलं आहे. पण तराकी साहेबांनी त्याला राष्ट्राध्यक्ष म्हणून मंजुरी दिली नाही. आज रात्रीतून काहीतरी विपरित होण्याचा अंदेशा आहे. आप वापस आइये —"

प्रकरणाचं गांभीर्य अन्वरच्या लगेच ध्यानात आलं. क्षणभरही वेळ दवडणं शक्य नव्हतं.

''मैं अभी निकलता हूं. आप मेरे मकान पर आइयेगा. वहाँ तय करेंगे आगे की!''

त्यानं रहीमला अलग बोलावून कल्पना दिली. ''भाईसाब, आप यहीं रुक जाइये. ये सियासी मामला है. फौजी लगता नहीं.''

तो सुलतानच्या टोयाटोनं काबूलला जाणार होता. सुलताननं त्याला झैनबला सोबत घेऊन जाण्याची सूचना केली.

''ठीक आहे चाचा. मी तिला घरी सुखरूप पोचवतो व चाचींची काळजी घेतो.''

गाडी काबूलच्या दिशेनं अंधार कापीत वेगानं जात होती. तो व झैनब बाहेर पाहत होते. अचानक झैनब म्हणाली. ''तराना भाभीनं मला कितीदा तरी विचारलं आहे, पण मला तुझा गुस्सा होता. आज मात्र तुझं अनोख रूप पाहिलं आणि मी विरघळले तुम और मर्दों से हटकर हो. तुम्हारा दिल मोम जैसा भी है और पत्थर जैसा भी! तुला जवळून पाहिलं अन् मी माझा सारा राग विसरले अन्वर. अजून मी कुंवारी आहे. तुझ्यावर तेवढंच आजही प्रेम करते. और मुझे दुसरी बीबी बनना मंजूर है. तराना को कभी तंग नही करूंगी!''

तो ताठरला होता. अचानक घाव पडताच माणूस जसा सटपटतो, हतबुद्ध होतो, तशी त्याची अवस्था झाली होती.

''अब अकेले जिया नही जाता अन्वर. और कितना इंतजार करू मै तुम्हारा? जवानी ढलती जा रही है. देर न करो, नही तो मै भी तुम्हे बच्चे नहीं दे पाऊंगी!''

''झैनब...!''

''तुमसे ये सब बाते करनेका यह मुनसिब मौका नही हैं. पण पुन्हा असा मौका व असा एकांत नसीब होण्यास मिळणार नाही म्हणून...'' क्षणभर ती थांबली, मग कोपऱ्या स्वरात म्हणाली, ''मुझे अपना लो अन्वर, नही तो मैं मर जाऊंगी!''

काबूल येईपर्यंत एक शब्दही न बोलता तिचा हात हातात घेऊन तो कुरवाळीत होता. त्याला त्यातून काय व्यक्त करायचं आहे, हे तिला समजलं नव्हतं, पण अन्वर दुरावलेला नाही, एवढी खात्री त्या स्पर्शातून तिला पटत होती, दिलासा देत होती.

''ठहरो!''

काबूल शहरात टोयाटो शिरली, तसा अन्वरनं झैनबचा हात सोडला. इतका वेळ तो नाजूक, खूबसूरत हात धरून होता. मन एवढं भावनावेगानं क्षुब्ध होतं की,

काही बोलावतं नव्हतं. मुख्य म्हणजे झैनबबाबत आपल्या मनात अजूनही ते सुप्त आकर्षण आहे, त्याचं स्वरूप काय आहे, हे त्याला समजत नव्हतं.

वास्तविक तात्व्यानं त्याला तिला मूल होत नाही म्हणून दुसरा निकाह करावा, असं एकदोनदा सुचवलं होतं आणि झैनबची याद दिली होती! आता त्याच्याकडे अम्मी काबूलला राहायला येणार होती. तिला झैनबनं घरी बहू म्हणून वावरणं खचितचं आवडलं असतं! पण -

त्याचं मन इतस्त: स्वैर विचारांनी भरकटत होतं.

तिच्याशी नजरानजर झाली. तिचे ते काळेभोर मोठे डोळे त्याला आवाहन करीत होती!

त्यानं नजर चुकवली आणि खिडकीची काच उघडली. गार वारा सपकन आत आला. काबूल शहराचा तो परिचित गंध जाणवला. गाडी आता नव्या शहरातून झैनबच्या घराच्या दिशेनं धावत होती!

''ठहरो''

एक हुकुमी पोलिसी स्वर, ड्रायव्हरनं गाडी थांबवली होती. एक पोलिस अधिकारी मोटारजवळ आला. त्यानं अन्वरला ओळखलं असावं. ''आदाब सर!''

तो परवेझ होता. काबूलचा डी.आय.जी. पोलीस. नवनियुक्त सुरक्षा पोलिसप्रमुख नबाब मलिकचा उजवा हात!

''क्या बात है डी. आय.जी साब?''

''शहर मे रातभर कर्फ्यू लगा दिया है सर!'' परवेज म्हणाला, ''प्रत्येक वाहन चेक केल जातंय व आमच्या बंदोबस्तात पाठवलं जातंय. तुम्ही खासगी गाडीत आहात, म्हणून गाडी थांबवली हुजूर.''

''कर्फ्यू? ऐसी क्या वजह है?''

''वो मैं नही जानता हुजूर!''

''या यूँ कहो, कहने की बताने की इजाजत नहीं है!'' अन्वर काहीशा घुश्श्यात म्हणाला. मग लक्षात आलं, आपला हा संताप अनाठायी आहे. ''ठीक है, अब मै चलूँ परवेज भाई?''

''सर, हमारी जीप साथ में रहेगी.'' परवेज म्हणाला, ''तुम्हाला त्रास होऊ नये म्हणून...''

ठीक है. एक संदेश वॉकीटॉकीवरून घ्या. माझ्या बंगल्यावर पंजशीर साहब येणार होते, ते आलेत का बघा.''

''सर, कर्फ्यू की वजह से कोई मिनिस्टर शाम से घरके बाहर नही पडा है.

पंजशीर साहब का आपकें यहां आना नामुमकिन है.'

त्याच्या शब्दांतला ठामपणा पाहून खात्रीच पटली, काहीतरी खास घडतंय!
कूदेत्ते? अमीनचा तराकीविरुद्ध?

"ओ-नो!" तो स्वत:शीच पुटपुटला. मनातून ती शंका निपटून टाकण्याचा त्यानं प्रयत्न करूनही ती जात नव्हती.

झैनबचं घर आलं. ती म्हणाली, "आज सकाळपासून तू काही खाल्लेलं नाहीस. वर ये ना! मी खाना बनवते. प्लीज, नाही म्हणू नकोस! किती दिवसांत तुला स्वत: बनवून खिलाया - पिलाया नही..."

कूदेत्तेच्या आशंकेनं त्याचं मन अस्वस्थ होतं, तरीही तिच्या निकराच्या विनवणीला नकार द्यावासा वाटत नव्हता आणि आपल्याला भयंकर भूक लागली आहे, याचीही तिच्या आग्रहानं जाणीव झाली होती. घरी जाऊन फ्रीजमधलं काहीतरी थंडगार खाण्यापेक्षा तिच्या हातचं गरमागरम जेवणं केलेलं काय वाईट?

आणि परवेजनं घरी वॉकीटॉकीवरून पंजशीर आल्याबाबतची खबर घेण्याचं टाळलं, त्याचा अर्थ आपलाही टेलिफोन कापला गेला की काय? "ओ माय गॉड!" याचा अर्थ सर्वच महत्त्वाच्या व्यक्तींची संपर्कयंत्रणा कापली असणार.

सुलतान हा व्यापारी असल्यामुळे व कुणाच्या अध्यातमध्यात नसल्यानं त्याचा फोन कदाचित चालू असेल!

"ठीक है झैनब, तेरा हुक्म सर आंखो पर! बहुत भूख लगी है. बहुत जादा पकाना पडेगा!"

ती खुदकन हसली. "पहा हं अन्वरमियाँ - मैं पीछे नही हटूंगी. पण तुम्ही पण माघार घ्यायची नाही. पकवलेलं शिल्लक ठेवायचं नाही. सांगून ठेवते."

तिच्या घरचा फोन चालू होता. अन्वर एकामागून एक नंबर फिरवू लागला. एकही फोन लागत नव्हता!

त्याची अस्वस्थता वाढत होती. कूदेत्तेची भीती एव्हाना फोफावली होती. त्याचा अनुभवच सांगत होता.

तीन दिवसांपूर्वीच्या मंत्रिमंडळाच्या बैठकीत तराकी आणि अमीनचे मतभेद पूर्ण कंगोऱ्यांनिशी पुढे आले होते. कधी नव्हे तो तराकी भडकून म्हणाला होता, "अमीनसाब मत भूलो. मैं प्रेसिडेंट हूँ. मैं तुम्हारे बर्खास्त कर सकता हूं!" त्या वेळी संतापानं लाल जर्द झालेला अमीनचा उग्र चेहरा अन्वरला विनाशी भविष्याचे संकेत देऊन गेला होता.

आजच्या मंत्रिमंडळाच्या बैठकीत त्याचं तराकीशी इमान असणाऱ्या तीन

मंत्र्यांना बडतर्फ करणं काय दर्शवतं? त्यांना निश्चितच मॉस्कोमधील तराकी-ग्रोमिकोच्या गुप्त मुलाखतीची खबर कळली असणार. त्याचीच ही रिॲक्शन तर नाही?

कर्फ्यू असल्यामुळे व सरकारी गाडी नसल्यामुळे बाहेर पडणं शक्य नव्हतं व धोक्याचं होतं, शहाणपणाचं तर मुळीच नव्हतं! पण मन तगमगत होतं. काय घडलंय, काय घडतंय, हे जाणून घेण्यासाठी बेचैन होतं.

अन्वरला अचानक बी.बी.सी.चा वार्ताहर डेनिसची आठवण झाली. इलियासमुळे त्याच्याशी जुनी दोस्ती होती. त्याचा एक अनलिस्टेड फोननंबर त्याच्याजवळ होता. त्यानं तो फिरवला. क्षणार्धात तो लागला. पलीकडे फोनवर डेनिसच होता, हे अन्वरनं आवाजावरून ओळखलं.

"यू आर राइट. कुदेत्ते झाला असल्याची माझी माहिती आहे. अमीन हॅज टेकन ओव्हर अँड आय डोंट नो अबाउट तराकी. ही माइट बी डेड."

अन्वरच्या हातातला रिसिव्हर गळून पडला.

"काय झालं अन्वर?" त्याचा विदीर्ण चेहरा पाहून घाबरून झैनबनं विचारलं.

"कल मैने अब्बाजान को गंवाया. आज पोलिटिकल मेंटर अँड फादर - तराकी साब को! मै लूट चुका हूँ झैनब, लूट चुका हूँ!"

त्याच्या नकळत तो तिच्या कुशीत कोकरावाणी आधार शोधीत शिरला होता. तिच्या स्पर्शाची व देहाची ऊब त्याला दिलासा देत होती. तो बेभान होत पुन्हा पुन्हा म्हणत होता, "आज मी अनाथ झालो आहे. सचमुच!"

आणि त्याला मागील महिन्याभराच्या तराकीच्या संदर्भातल्या घडामोडी आठवू लागल्या.

तराकीला संपवून अमीन सत्तेवर!

मॉस्को विमानतळावर निरोप देण्यासाठी सरचिटणीस ब्रेझनेव्ह व परराष्ट्रमंत्री आंद्रे ग्रोमिको आले होते व मिठी मारून त्यांनी तराकीला 'गुडबाय' म्हटलं होतं! त्या क्षणांच्या आठवणी परतीच्या विमानात आपल्या खास डिलक्स जागेत बसून तो चाळवीत होता.

तीन दिवसांपूर्वी संपन्न झालेल्या हवानाच्या 'नाम' बैठकीतून परतताना मॉस्कोला एक दिवस थांबायचं होतं. सौरक्रांतीला सव्वा वर्ष झालं, तरीही तराकीला आपली राजवट स्थिर करता आली नव्हती. देशात व देशाबाहेरच्या वाढत्या क्रांतिविरोधी कारवाया, कमकुवत अर्थव्यवस्था, सामाजिक सुधारणांना होणारा आम अफगाणींचा वाढता विरोध आणि सोव्हिएत युनियनची होणारी मदत हे जसे चर्चेचे विषय होते, तसाच अमीनचा वाढता आक्रमकपणा व त्यानं कृतीनं तराकीच्या नेतृत्वाला दिलेलं आव्हान याबाबतही चर्चा करायची होती. महासत्ता अमेरिका व इराण-पाक-सौदी अरेबियाची जिहादच्या नावाखाली पेशावरस्थित अफगाण मुजाहिदीनांना होणारी पैसा व शस्त्रांची मदत वाढत होती, त्या प्रमाणात अंतर्गत बंडाळी, अशांतता व अस्थिरता वाढत होती. त्याला सत्तेवर आल्यापासून एक दिवसही स्वस्थता नव्हती. त्यामुळे 'नाम' बैठकीनंतर मॉस्कोला जाताना त्यानं सोबत अन्वरला घेतलं होतं. त्याच्याशी तराकीला सविस्तर चर्चा करायची होती.

आता ते दोघे मॉस्कोच्या वाटेवर होते. अन्वरच्या अंदाजाप्रमाणे उद्या तराकी व सोव्हिएत युनियनचे प्रमुख ब्रेझनेव्ह यांची निर्णायक बैठक होणार होती.

"अन्वर, सौरक्रांतीनंतर आज या आठवड्यात शांतपणे विचार करावा असा निवांतपणा लाभला आहे. मी याचा फायदा घेऊन पुन्हा पुन्हा स्वत:ला तपासतो आहे, स्वत:लाच विचारतो आहे. आपली ही सौरक्रांती, हा इन्किलाब हे केवळ मिथ तर नाही?"

''सर—''

''प्लीज, लिसन टू मी! डोंट इंटरप्ट. आज मला तुझ्या साथीनं मुक्त चिंतन करायचं आहे. का कोण जाणे, हे मला तुझ्याखेरीज कुणालाही सांगता येईल असं वाटत नाही.'' तराकीच्या स्वरात प्रांजळता होती. ''खरं तर मी शायर - लेखक! पण मला खरी माणसं ओळखता येत नाहीत, जाणता येत नाहीत, असं वाटतं! लिहिताना त्यांचं नेमकं माणूसपण मी शब्दांत पकडतो. पण प्रत्यक्षात मी माणसाच्या शब्दांवर, त्यांच्या चांगुलपणावर व माझ्यापुढे पेश होणाऱ्या रूपावर विश्वास ठेवतो. कदाचित माझा पाहण्याचा चष्मा सरळमार्गी, पॉझिटिव्ह आहे. मला माणसातली काळी बाजू, त्याची निर्घृणता व पशुत्व पटदिशी जाणवत नाही, हेच खरं. त्यामुळे अनेकदा माझी फसगत होते.'' तराकीचा रोख अमीनकडे आहे, असं ऐकताना अन्वरला जाणवलं.

''बिलकुल सही कहा है आपने अपने बारे में सर! मलाही असंच वाटतं तुमच्याबद्दल सर...''

पण पुन्हा एकदा तराकीच्या विचारांनी वेगळी दिशा धरली.

''अन्वर, मी प्रत्यक्ष जगण्यातून मार्क्सवाद शिकलो आहे. तुझ्यासारखं वा जनाब करमालप्रमाणे बुद्धी व विचारानं नव्हे! त्यामुळे मी कधीच परंपरा व रुढीला मानलं नाही. पण अवामच्या दिलोदिमागवर धर्माचा केवढा गहरा असर असतो व बदलला ते किती अनुत्सुक असतात, हे मात्र मी ध्यानात घेतलंच नाही आणि मुख्य म्हणजे सामाजिक सुधारणा, बदल यासाठी टप्प्याटप्प्यानं होणाऱ्या दशकांच्या, नव्हे शतकांच्या उत्क्रांतीवर माझा विश्वास नाहीय! मला तेवढा वेळ नाहीय, आताच मी साठी पार केलीय व मेरे जीते जी मैं वो सारा इन्किलाब और बदलाव देखना चाहता हूँ!''

''आमीन!''

''पण छे! अन्वर, हे... हे संभवत नाही. म्हणूनच मी मघाशी शंका बोलून दाखवली. आपली ही सौरक्रांती हे एक मिथ तर नाही? आपणच कल्पनेनं विणलेलं मायाजाल, जे वास्तवामध्ये विरून जातं!''

''नो सर, असं प्लीज म्हणू नका. आपण आपल्या जीवनध्येयापुढे प्रश्नचिन्ह उभं केलं तर जगायचं कसं?''

''पण वास्तवता ही केव्हातरी थंडे दिमाग से स्वीकारली पाहिजेच ना! मी हवानाला निघाल्यापासून हाच विचार करीत आहे आणि सच्चाई ही आहे की, अवामनं अजूनही आपली सौरक्रांती स्वीकारलेली नाहीये. पाकिस्तानच्या भूमीवरून

मुल्ला-मौलवी व जमीनदारांतून निर्माण झालेल्या तथाकथित मुजाहिदीनांच्या 'जिहाद'चं मला फारसं भय नाही. अन्वर हम उनका डट के मुकाबला करेंगे. पण आपल्या अवामचं काय? देशांतर्गत जी 'सिव्हिल वॉर'ची स्थिती आहे तिचं काय? आपली प्रत्येक सामाजिक सुधारणा अवामला आपल्याविरुद्ध करीत आहे.''

तराकीनं डोळे मिटून एक दीर्घ थरथरता सुस्कारा सोडला आणि पुन्हा आपलं मुक्त चिंतन पुढे सुरू केलं. ''आठव मार्च ७९ चा हेरातचा भयंकर दंगा; ऑगस्टची बालहिस्सारची सैन्यातली बंडाळी... या अस्वस्थ करणाऱ्या गोष्टी आहेत. आपली पार्टी कमिटेड आहे, कार्यकर्ते मजबूत आहेत. पण सैन्यातला एक गट क्रांतिविरोधी होतोय; हे लक्षण धोक्याचं आहे, असं नाही वाटत तुला?...''

तराकी स्वत:शीच संवाद करीत असल्याप्रमाणे अस्फुटसा बोलत होता. नजर विमानाच्या खिडकीच्या काचेतून दूरवर कोठे तरी लागलेली. अजून सोव्हिएत युनियनच्या अवकाशातच विमान असणार. तराकीच्या या आत्मचिंतनानं अन्वरही अस्वस्थ होत होता. हेरात, बालहिस्सार... दोन्ही ठिकाणच्या रक्तरंजित बंडाळ्यांचा तो साक्षीदार होता.

अन्वरच्या नजरेसमोर लष्करी कारवाईनंतरचं स्मशानवत हेरात शहर उभं राहिलं. निर्मनुष्य बाजारपेठ, कार्यालयं, दुकानं, हॉटेलं बंद.

रस्त्यांवर, चौकांत पावलोपावली रणगाडे उभे. त्यात संगिनी रोखलेले रशियन व अफगाण जवान. बंद मिलिटरी जीप्स चोवीस तास पेट्रोलिंग करताहेत. घरांची दारं बंद. मधूनच खिडक्या उघडून माणसं बाहेर डोकावून पाहत होती व पुन्हा बंद करीत होती!

प्रत्येक अफगाण पुरुषाच्या चेहऱ्यावर भय आणि तिरस्कार.

सुमारे दोन तास हिंडून अन्वरनं जे पाहिलं, ऐकलं व अनुभवलं होतं, ते सारं सुन्न करणारं होतं. तो त्यामुळे शरीरापेक्षा मनानं जास्त थकून गेला. एका स्थानिक कार्यकर्त्यानं त्याचा थकवा पाहून विचारलं, ''सर, समोर एक रेस्टॉरंट खुलं आहे. तिथं थोडं थांबू या. तुम्हाला चहाची आवश्यकता आहे!''

अन्वरनं प्रश्नार्थक नजरेनं पाहिलं, तसं तो म्हणाला, ''आम्ही ते सक्तीनं उघडं ठेवायला मालकाला बजावलं आहे. आम्हालाही पोटापाण्याला काही हवं ना, सर!''

हेरातमधला एकही माणूस सैन्याला साधा चहाही आपणहून देत नव्हता. त्यासाठी सक्ती करावी लागत होती.

बंडाचा पूर्ण बीमोड होऊन शहर परत सरकारच्या ताब्यात आल्यानंतर कर्प्यू उठून पाच दिवस झाले, तरीही लोक बाहेर येत नव्हते. केवळ सकाळी घंटा-दोन घंटे घरगृहस्थीच्या चिजा व सामग्री खरेदी करण्यासाठी बाहेर पडत होते व परत दार बंद करून घेत होते. लोकांची ही कृती म्हणजे आठवड्यापूर्वी जे घडलं त्याचा निषेध होता, भीती होती व तीव्र रोष होता.

आठवड्यापूर्वी जे घडलं ते भयंकर होतं. अन्वरनंच सुरू केलेला साक्षरता कार्यक्रम सुरुंगावरच्या पडलेल्या ठिणगीसारखा भडका उडवणारा ठरला. सुरुंगाचं रसायन बनवणारे अनेक घटक होते. वेगानं होणाऱ्या बदलांमुळे दिङ्मूढ झालेला समाज... बदलांचं स्वरूप मजहबच्या परंपरांच्या विरोधात असल्याची मुल्ला-मौलवी, पेश इमाम, जमीनदार यांची हाकाटी... सैन्यातील कम्युनिस्टविरोध आणि पाकिस्तान, अमेरिका, सौदी अरेबिया या देशांकडून जहरी प्रचाराला घातलं जाणारं खतपाणी... गुलबुदीन, रब्बानी यांच्या इस्लामी मूलतत्त्ववादी संघटनांना अद्याप पुरवले जाणारे पैसे व दारूगोळा... त्यांनी या प्रकाराला वेगळीच विखारी व रक्तरंजित धार आणली होती.

ठिणगी पडली १९ मार्चला. साक्षरता प्रसाराच्या वर्गतिच. तराकी, अमीन, अन्वर आणि करमालही साक्षरता हा कळीचा कार्यक्रम मानत होते. स्त्री-पुरुष शिकले की, त्यांना मुल्ला-मौलवी आपल्याला फसवतात, हे कळून येईल. त्यामुळे साक्षरता वर्ग सक्तीचे होते. अनेक ठिकाणी अत्युत्साही 'खल्की' कार्यकर्ते या सक्तीचा अतिरेक करीत. वर्गाला न येणाऱ्या स्त्री-पुरुषांना धाक घालून कधी ओढत, कधी फरफटत आणीत. जुलमानं शिकायला बसवीत.

१९ मार्चला असंच झालं. हेरतच्या एका साक्षरता वर्गामध्ये पोलिसांनी एका स्त्रीला तिच्या नकाराला न जुमानता अक्षरश: ओढत, फरफटत आणलं.

तिला ओढत आणत असताना तिचा बुरखा फाटला होता. ती ओरडत, शिव्या देत होती. रडत होती. त्या साक्षरता वर्गात जमलेले सारे त्यामुळे स्तंभित झाले. आपसात चर्चा, कुजबूज करू लागले. पुरुष मंडळी चांगलीच संतप्त झाली. स्त्रियाही बिथरल्या.

त्या स्फोटक वातावरणात कृषिसाक्षरतेच्या वर्गासाठी रशियन शिक्षक लायकाचं आगमन झालं. तिचा तोरा विजेत्या राज्यकर्त्यासारखा, स्वत:ला मोठं समजत वर्गात जमलेल्या प्रौढ स्त्री-पुरुषांना हीन लेखण्याचा होता. तिला इथं आल्यापासून अफगाण देश व माणसं कधीच आवडली नव्हती. पण सौरक्रांतीनंतर त्यांना मार्क्सवादाची दीक्षा देऊन सुधारता येईल, अशी तिला आशा वाटत होती. त्यासाठी सडेतोड

बोलून त्यांच्या मनात बंडखोरी पेरावी, असा तिचा प्रयत्न असायचा. आजही जेव्हा तिनं त्या रडणाऱ्या, फरफटत आणल्या गेलेल्या अफगाण स्त्रीकडे पाहिलं, तेव्हा लायका तिच्या नेहमीच्या स्वभावाला अनुसरून फटकन म्हणाली, "मला तुमची दया येते बायांनो! सौरक्रांतीनंतर नव्या राजवटीनं आमच्या सहकार्यानं आमचं अनुकरण करीत तुम्हाला बुरख्यापासून मुक्त केलं, ते तुम्हाला आवडत नाही? तुम्हाला गुलामीची सवय लागली आहे. ती सोडून द्या व मुक्त व्हा!"

वर्गात जमलेले अफगाण पुरुष आधीच संतप्त झालेले होते. लायकानं त्यांच्या या 'झन' (स्त्री) बिंदूवर केलेला प्रहार त्यांना अधिकच क्रोधित करून गेला. आणि एक पुरुष उसळत म्हणाला, "वा, छान! बुरखा सोडून आमच्या स्त्रियांनी तुझ्यासारखं का उघडं, मांड्या व थानं दाखवणारं व्हायचं? शेम! शेम!"

"हा त्यांचा डाव आहे रहेमान भाई, आम्हा पुरुषांना बहकावत काफिराना बनवण्याचा!" दुसऱ्यानं पुस्ती जोडली व इतर साऱ्यांनी त्याला दुजोरा दिला.

रहेमान नामक तो अफगाण पुरुष आता अधिकच चेकाळला होता. किती तरी दिवसांपासून त्याच्या डोळ्यांत लायकाचं स्कर्टमधील उघडं चेतवणारं तारुण्य खुपत होतं. आता त्याला इस्लामी विचारांचं पाठबळ मिळत होतं व आपल्या स्त्रीबद्दल असलेल्या मानबिंदूच्या विटंबनेनं प्रत्याघात करण्यासाठी त्याला स्फुरण चढलं होतं.

"मेरे तमाम भाइयों, ये हम होने नहीं देंगे!" तो गरजला. "इस लोमडी को निचोड के रखेंगे और उसके नामर्द शोहर को ठिकाने लगा देंगे. फार सहन केलं आजवर हुकूमतीचं. आजचा हा शेवटचा वर्ग. चलो, आगे बढो!"

आणि तो उठला, त्याच्या पाठोपाठ अनेक पुरुष उभे राहिले! रहेमानचे डोळे गुंजांसारखे लाल झाले होते आणि लायका भेदरून जागच्या जागी कापत होती. तिचा नवरा आर्थर मॉस्कोचा कृषितज्ज्ञ हाही कृषिशिक्षणासाठीच आला होता. तो बावचळला. त्यांच्या सोबतचा शाळा अफगाणी मास्तर अवाक होऊन पाहत राहिला होता.

आणि एक उडी घेत रहेमान प्लॅटफॉर्मवर लायका उभी होती, तिथं आला. त्यानं तिचा हात धरीत जवळ ओढलं व आर्थरकडे पाहत तो पिसाटाप्रमाणे उन्मादानं किंचाळला, "ओ नामर्द के बच्चे! तेरे सामने तेरी बीबी को नंगा करता हूँ. देखूँ, क्या करता है तू?"

ते सारे अफगाण पुरुष एका थरारक अनुभूतीनं उन्मादित झाले होते. त्यांना साक्षरतेच्या नावाखाली होणाऱ्या बळजोरीला प्रभावी विरोध करण्याचा मार्ग सापडला होता. अफगाण समूहमानसात झारच्या काळापासून घर करून राहिलेल्या, बुखारा-समरकंद बळकावीत आपली साम्राज्यवादी भूक भागवणाऱ्या रशियनांविषयी शतकांपासून

रक्तामध्ये दबा धरून बसलेल्या द्वेषभावनेचा अचानक स्फोट झाला. जेत्याचा माज असलेली गौरवर्णी लायका तर साम्राज्यवादी काफिर रशियाचं प्रतीक... तिला तिच्या नवऱ्यासमोर भोगून रशियन वर्चस्वाचा नागफडा त्यांना ठेचायचा होता!

आणि त्या वर्गातच आपल्याच स्त्रियांसमोर रहेमान व इतर काही अफगाणी पुरुषांनी लायकावर पाळीपाळीनं तिच्या नवऱ्यासमोर जनावर होत बलात्कार केला. आर्थरला बांधलेल्या असाह्य अवस्थेत तडफताना पाहून अफगाण स्त्रियाही खुसूखुसू करीत होत्या! आपल्यासारखीच एक स्त्री पुरुषांच्या लैंगिक अत्याचारांना बळी पडत आहे, याचं त्यांना भान नव्हतं.

ज्या स्त्रीला फरफटत आणलं गेलं होतं, ती लायकाच्या चोळामोळा झालेल्या नग्न शरीरावर थुंकत तुच्छतेनं म्हणाली, "तुम शौरवी को यही सजा ठीक है!"

एका अफगाणी पुरुषाकडे तलवार होती, ती हिसकावून घेऊन रहेमान आवेगानं ऑर्थरवर घाव घालू लागला. चार-सहा घावांतच तो गारद झाला. मग रहेमाननं ती ऑर्थरच्या रंगानं रंगलेली तलवार साक्षरता वर्गाच्या शाळा मास्तरावर रोखली. तो लटपटत होता व पुटपुटत होता, "रहेम, मुझपर रहेम करो! मैं भी तुम्हारे जैसा मुसलमान हूं!"

"अब याद आया तुझे मजहब बेटे! काफिर कहीं का!" रहेमान खदाखदा हसत किंचाळला. "तुझे इस्लाम की सीख पसंद नहीं ना, तुला मार्क्सवाद प्यारा वाटतो ना! जा, त्या रशियन डुकरासोबत तूही त्याच्या जहन्नुममध्ये जा...!"

आणि त्यानं एका फटक्यात त्या शाळामास्तराचं मुंडकं धडावेगळं केलं! ते सारे पुरुष उन्मादानं किंचाळत होते.

आता त्या लायकावर थुंकणाऱ्या अफगाण स्त्रीची पाळी होती. ती रहेमानला म्हणाली, "भाईजान, मुझे वो तलवार दो. मैं इस औरत को उसी जहन्नुम में पहुंचाना चाहती हूं!"

तिनं व इतर स्त्रियांनी मिळून लायकाला पायदळी तुडवीत त्या अवजड, न पेलणाऱ्या तलवारीचे घाव घालीत ठार मारलं.

आणि तो पिसाळलेला संतप्त जमाव तलवारी, बंदुका घेऊन शहरभर रात्रभर थैमान घालीत राहिला. त्यांच्या डोळ्यांत रक्त उतरलं होतं, तर अंगात खून संचारला होता. त्यांनी जवळपास पंचवीस रशियन स्त्री-पुरुषांना हुडकून काढलं, रस्त्यावर फरफटत आणलं आणि हजारो लोकांच्या साक्षीनं त्यांना मारलं, त्यांचे तुकडे तुकडे केले व तलवारीच्या टोकावर ते घेत भर रस्त्यावर उत्तान नृत्य करू लागले! सारा समुदाय ठेका देत त्यांना साथ देता झाला!

सगळ्या हेरात शहरातील लोकांचा रशियन लोकांविरुद्धच्या, तराकी सरकारच्या इस्लामविरोधी सुधारणा व कानूनविरुद्धच्या संतापाचा ज्वालामुखीप्रमाणे उद्रेक झाला होता. सुडाची, प्रत्याघाताची व बदलाची ज्वाळा उफाळली होती. त्या लसलसत्या धगीत कितीतरी रशियन अधिकारी, नव्या हुकूमतीचे समर्थक व 'खल्की' कार्यकर्ते भस्मसात होत होते!

जवळच्या लष्करी कॅम्पवरून दंगल काबूत आणण्यासाठी एक तुकडी पाठवण्यात आली. पण घडलं ते विपरितच. त्यातले नव्वद टक्के जवान 'अल्ला हो अकबर'चे नारे देत सरळ दंगेखोरांना सामील झाले. शस्त्रं व दारूगोळ्यांसह आणि लायकावर बलात्कार केलेला रहेमान त्यांचा नेता बनला.

परिस्थिती अशी हाताबाहेर जात असल्याचं पाहून तराकीनं हेरातला जॉर्ज ग्रोमिकोच्या नेतृत्वाखाली रशियन लष्कराच्या तुकड्या पाठविल्या. त्यांनी अफगाणी जवानांच्या मदतीनं हेरातला संपूर्ण वेढा घालून शहर सील केलं. रशियन विमानांनी दोन दिवस घनघोर बॉबिंग करून बंडाची नांगी मोडली. शहरातील दहा-बारा टक्के घरं जमीनदोस्त झाली. त्या भयंकर अग्निवर्षावात आणि पडझडीत किती माणसं मेली, याची गणतीच नव्हती. उरलासुरला प्रतिकार मोडून काढण्यासाठी बंद लष्करी जीप्समधून गोळ्या झाडत रस्तोरस्ती सैनिक फिरत होते. खिडक्या, काचा, दरवाजे, भिंती यांची चाळणी होत होती. हजारोंनी लोक मेले. मेले ते सुटले. पण जे जिवंत राहिले, त्यांचे हाल कुत्रा खाईना.

त्यानंतर लगेच तपासासाठी व मदतकार्यासाठी अन्वरला हेरातला पाठविण्यात आले होते.

पण झालेल्या नरसंहारानं शहरवासीयांत जशी भीती होती, त्याहीपेक्षा अधिक राजवटीबद्दल व खास करून सोव्हिएत युनियनबद्दल तिटकारा व संताप होता. जखमी झालेले, रक्त वाहून सुकलेले व त्यामुळे शक्तिपात झालेले अफगाण पुरुष वेदना सहन करीत जिवंत होते, पण त्यांना सरकारी डॉक्टरांकडून उपचार नको होता. डॉक्टर ॲम्ब्युलन्स घेऊन घरोघरी प्राथमिक उपचारासाठी जात. पण दहापैकी आठ घरं त्यांना पाहताच आपली दारं बंद करून घेत होते. उपचाराला नकार देत होते.

हेरातचा तो भयंकर अनुभव अन्वरला अंतर्मुख करून गेला. अवामच्या हितासाठीच प्रत्येक विरोधी सूर दडपून टाकण्यासाठी गेले वर्षभर असाच कठोरपणे स्टालिनी वरवंटा फिरवला जात होता. त्याचा प्रत्यक्ष हेरातवरचा अनुभव अन्वरनं घेतला होता. तो त्याला भयचकित करून गेला होता.

ही लढाई नुसतीच मुल्ला-मौलवी-जमीनदारांशी नव्हती तर स्थितिवादी इस्लामशी, त्यांनं शतकानुशतकं केलेल्या संस्कारांशी होती. धर्मभावनेशी लढाई ही किती अवघड, गुंतागुंतीची व बहुआयामी आहे, हे आता कुठे अन्वरच्या लक्षात येत होतं.

आणि तिकडे शीतयुद्धाच्या ज्वरानं पेटलेली अमेरिका अफगाणिस्तानवरील सोव्हिएत युनियनचं वर्चस्व खत्म करण्यासाठी वाटेल ते करायला तयार होती. पाकिस्तानात झियानं भुट्टोला एप्रिलमध्ये फासावर लटकावलं होतं आणि इस्लामी राज्याचा नारा दिला होता. अफगाणिस्तानातली कम्युनिस्टप्रेरित राजवट झियालाही खुपत होती. तेथून पळून आलेल्या मुल्ला-मौलवी-जमीनदारांना पाकिस्तानात उदार आश्रय तो देत होता.

त्यांच्यामार्फत अमेरिकेच्या सक्रिय मदतीनं गनिमी हल्ले चढवणं, दहशतवाद माजवणं आणि हिंसेचा अनिर्बंध वापर करीत नव्या हुकूमतीला उसंत न मिळू देणं, असे प्रकार चढत्या श्रेणीनं इस्लामिक बंडखोरांनी सुरू केले होते. अफगाणिस्तानमध्ये 'इस्लाम खतरे में है'च्या मुजाहिदीनांच्या बांगेला प्रतिसाद देत एक इस्लामी रिपब्लिक म्हणून पाकिस्ताननं उघडपणे नैतिक व छुप्या रीतीनं सक्रिय पाठिंबा व शस्त्रं-पैशाची मदत सुरू केली होती!

देशांतर्गत बाबींत तराकी-अमीननं जे नवे क्रांतिकारी निर्णय घेतले होते, त्यांची परिणती प्रस्थापित सत्तेच्या ठेकेदारांचं महत्त्व कमी होण्यात व त्यांचं शिखरस्थान नष्ट झाल्यामुळे त्यांच्या वाढत्या विरोधात होत होती. क्रांतीमध्येच प्रतिक्रांतीची बीजं असतात, या न्यायानं त्यांचा उठाव व विरोध अनपेक्षित नव्हता. पण त्याला चढलेल्या इस्लामच्या रंगामुळे अवाम तिच्या कल्याणासाठी काम करणारी नवी राजवट असूनही तिच्या विरोधात उभं राहत होती. वैचारिक लढा सोपा असतो. पण इथं लढा होता तो श्रद्धेशी, इस्लामच्या 'दीने कामील'च्या भूमिकेशी. इस्लामच्या पलीकडे जग नाही व कुराणाच्या पलीकडे जाऊन कोणत्याही सुधारणेची आणि बदलाची गरज नाही, या दृढ, खोलवर रुजलेल्या श्रद्धेशी कोणत्या शस्त्रानं लढायचं? त्यांच्याजवळ मार्क्सवादी विचारधारेचं शस्त्र होतं. पण ते किती अपुरं आहे, हे आज पुन्हा एकवार हेरातच्या बंडाळीनं अन्वरला तेथे निर्मनुष्य रस्त्यावरून लष्करी जीपनं हिंडताना जाणवत होतं आणि त्याला ती जलालाबादची भयंकर घटना आठवली.

जलालाबादला बाजारातून एक रशियान तंत्रज्ञाचं जोडपं बाजारहाट करीत

हिंडत असताना त्यांची काही मुस्लिम तरुणांनी हेटाळणी करायचा प्रयत्न केला, तेव्हा त्या रशियन माणसानं सरळ खिशात ठेवलेलं रिव्हॉल्व्हर काढलं, हवेत फैरी झाडल्या व ते त्या चार तरुणांच्या दिशेनं रोखून तो रशियन भाषेत पुटपुटला, ''डुकरांची औलाद. भ्याड साले!''

ती शिवी त्यांपैकी एकाला समजली. तो खवळून आपल्या मित्रांना म्हणाला, ''आप समझे? वो काफिर-कुमनिस्ट हमें सुव्वर की औलाद कहते हुए गाली दे रहा है!''

दारूगोळ्याच्या भांडारात ठिणगी पडून स्फोट व्हावा, तसा त्यांच्या नसानसांत साचलेल्या रशियन विद्वेषाच्या ठासून भरलेल्या सुप्तशा ज्वालाग्राही अंतरंगात मुस्लिमांना सर्वथा निषिद्ध असलेल्या डुकराच्या नावानं दिलेल्या शिव्यांचा पेटता पलिताच फेकला गेला आणि भडका उडवून गेला!

आणि ते चार तरुण पठाण कसलाही विचार न करता, मरणाची तमा न बाळगता, रोखलेल्या रिव्हॉल्वरची पर्वा न करता त्या जोडप्यावर वेगानं चाल करून गेले. रशियन तंत्रज्ञाचा हात तो उद्रेक पाहून भयानं थरकापत होता. त्याचा ट्रिगरवरील अंगठा दाबला गेला आणि एक गोळी त्या चौघांतील एकाच्या छातीचा वेध घेऊन गेली. 'या अल्ला' किंकाळी मारीत तो पळता पळता मध्येच रस्त्यावर कोसळला. बाकीचे तिघे क्षणभर स्तंभित होऊन आपल्या मरणाच्या साथीदाराकडे पाहत राहिले. मग अधिक त्वेषानं ते पुढे सरकले. एकानं तर सुसाट लांब उडी मारून त्या रशियन तंत्रज्ञावर स्वत:चं वेगवान शरीर झोकून दिलं. दोघे थाडकन जमिनीवर आदळले. रशियन माणसाच्या हातातलं रिव्हॉल्व्हर दूर कुठेतरी जाऊन पडलं.

माणसांनी फुलून आलेला बाजार तो नजारा विस्फारल्या डोळ्यांनी पाहत होता. त्यांपैकी एकानं भानावर येत ते रिव्हॉल्व्हर उचललं आणि नेम धरून त्या रशियन तंत्रज्ञावर त्यानं सटासट दोन गोळ्या झाडल्या. क्षणार्धात तो रशियन माणूस ऐकणाऱ्याच्या काळजाचं पाणीपाणी व्हावं असा आवाज करीत कोसळला आणि काही मिनिटांतच त्याचा तडफडणारा देह शांत झाला! आक्रोश करीत त्याची बायको त्याच्या कलेवराकडे धावली. पण त्याच्याजवळ पोचण्यापूर्वींच तिलाही त्या तरुणाच्या रिव्हॉल्व्हरमधील गोळी लागून ती मध्येच कोलमडली. आणि तिची तडफडणारी काया बाहू फैलावत शांत झाली, तेव्हा तिचा उजवा हात तिच्या नवऱ्याच्या पायापर्यंत पोचत त्याच्या बुटावर विसावला होता!

आजूबाजूला मोठा जमाव जमला होता. ते मृत्यू पाहून उन्माद चढलेला तो जमाव घोषणा देऊ लागला. रशियाविरोधी कम्युनिस्ट काफरांविरोधी उन्मत्त समुदायानं मग आगी लावायला, सरकारी कचेऱ्यांवर हल्ले करायला सुरुवात केली.

काही वेळानं तिथं चार-सहा मिलिटरी जीप्स सायरन वाजवीत आल्या. जमावाला रोखण्यासाठी सैनिकांनी प्रथम हवेत गोळीबार केला. पण समूहमन निर्भय व बंडखोर झालं होतं. डोळ्यांत खून व रक्तात 'काफिर' सरकार व हुकूमतीच्या तिरस्काराचं जहर उतरल्यामुळे ते बेभान व स्वैर झाले होते. त्यामुळे त्यांना पांगवण्यासाठी त्यांच्या छातीचा व पायांचा वेध घेऊन गोळीबार सुरू झाला. चार सहा जण जखमी-मृत होत पडले, तेव्हा कुठे जमावाचा उन्माद कमी झाला आणि चार तासांनी पूर्ण शांतता प्रस्थापित झाली!

डेनिसचं वार्तापत्र बी. बी. सी. लंडनवरून प्रसारित झालं, तेव्हा याबाबत त्यानं मार्मिक टिपणी केली होती.

घरी आल्यावर अन्वरचा उतरलेला चेहरा पाहून जमीलानं विचारलं होतं, "चाचू, कुछ परेशानसे हो? क्या बात है?"

त्यानं जलालबादची घटना व डेनिसशी झालेलं संभाषण कथन केलं, तेव्हा काहीशी विचारमग्न होत जमीला म्हणाली, "चाचू, मला त्याची प्रत्येक बात पसंत आहे असं नाही, पण त्यात तथ्यच नाही असं समजणंही बरोबर नाही. मला तुम्ही नक्कीच माफ कराल, पण तुमची प्रतिक्रिया टिपिकल कर्मठ कम्युनिस्टाप्रमाणे वाटली. तुम्ही अवामला कट्टर मुस्लिम पोथीनिष्ठ म्हणता, तुम्ही मार्क्सिस्ट तरी वेगळे काय आहात? त्यांच्यासाठी कुराणाचा शब्द अंतिम आहे, तुमच्यासाठी मार्क्सचा. तुमच्या विचारांत तरी कुठे विकासाला, कालानुरूप बदलांना व व्यक्ती, मतभेदस्वातंत्र्याला वाव आहे? तुमचे विरोधक तुमच्यासाठी जनतेचे शत्रू ठरतात."

क्षणभर तो तिच्याकडे पाहत राहिला. चकित होऊन. हीच का आपली कालपरवापर्यंत चिमुरडी वाटणारी जमीला आहे? तिच्यावर आपण जाणीवपूर्वक ज्या मार्क्सवादाचे संस्कार केले, त्याबद्दल तिनं धीटपणे विचारपूर्वक प्रश्न उपस्थित केला आहे.

"चाचू, मी किती बदलले आहे, असंच तुला वाटतंय ना?" जमीलानं पुस्तक वाचावं, तसं त्याचं अंतरंग व त्यावर उठलेलं प्रश्नचिन्ह जणू स्वच्छपणे वाचलं होतं. "येस, माझ्या विचारांत काही प्रमाणात निश्चितच बदल झाला आहे. त्याचं कारणही सुरुवातीला नितांत वैयक्तिक व भावनात्मक होतं. तुमच्या 'ऑपरेशन पर्जिंग' मोहिमेचा बळी जेव्हा माझा झाकिर ठरला आणि अचानक नाहीसा झाला, तेव्हापासून मी विचार करू लागले. मला तुमच्या तत्त्वज्ञानातील व त्याहून जादा त्याच्या अंमलबजावणीतली काळी-उणी बाजू जाणवू लागली..."

जमीला आवेगानं बोलत होती आणि अन्वर अंतर्मुख होत विचार करीत होता!

जवळपास पाच महिन्यांनी झाकिर परत आला होता. तो पुल-ए-चराखी तुरुंगातच या काळात खितपत पडला होता. तुरुंग अधिकाऱ्याजवळ तिथे किती कैदी आहेत, याची यादीसुद्धा नव्हती. स्वत: अन्वरनं भेट दिल्यावरसुद्धा त्याला तिथे झाकिर आहे की नाही, हे कळू शकलं नव्हतं!

''चाचू, शहाबाबाच्या राजवटीतही अन्यायानं निरपराध व्यक्तींना तसंच राजकीय विरोधकांना पकडलं जायचं, पण त्यांचा ठावठिकाणा तरी घरच्यांना माहीत असायचा. कारण त्यांच्या जेवणाची सोय घरच्यांना करावी लागत असे. किमान त्या निमित्तानं आपल्या माणसांची भेट तरी व्हायची. मला झाकिर पुल-ए-चराखीला आहे असं माहीत असतं व घरच्यांनी डबा द्यायची पद्धत सुरू असती तर रोज मी पायी दौडत त्याच्यासाठी भोजनाचा डबा घेऊन गेले असते.. पण...''

तुरुंगातून सुटल्यानंतर झाकिर अत्यंत कोलमडलेल्या अवस्थेत अन्वरच्या घरी आला होता. जमीलाला भेटण्यासाठी. त्याची पार गेलेली शरीरयष्टी पाहताना अन्वरला अपराधीपणा वाटत होता. ज्या हुकूमतीनं विरोधी स्वर दडपून टाकण्यासाठी एक एक माणूस वेचून 'शुद्धीकरण मोहिमे'मध्ये तुरुंगात डांबला होता, त्याचा तो एक मंत्री म्हणून भाग होता. पाच महिने जहन्नुम तरी बरा म्हणावा एवढा खराब व खडतर तुरुंगवास व हालअपेष्टा झाकिरनं सोसल्या होत्या. कशासाठी? सामाजिक सुधारणा लागू करताना सक्ती व दडपशाही न करता मानवी स्पर्श असलेल्या संवेदनशीलतेनं त्या राबवाव्यात, असे लेख लिहिले म्हणून त्याला पकडण्यात आलं होतं. अमीनचं आपल्या शुद्धीकरण मोहिमेचं केलेलं तात्त्विक समर्थन किती फोल आहे, हे त्या क्षणी झाकिरला पाहताना अन्वरला जाणवत होतं!

''जमीला, मैंने तुझे शनिचर को मिलने का वादा किया था. वो आज निभा रहा हूँ!'' झाकिर हसून म्हणाला होता, पण त्या हास्यात किती कडवटपणा व विखार होता.

त्या पाच महिन्यांत सलगपणे एक रात्रही जमीला धड झोपली नव्हती.

आपला चाचा अन्वर व तान्या समोर आहेत आणि खानदानी मुस्लिम परिवारात अजून शकराना विधीपण झाला नसताना परक्या तरुणाच्या गळी पडणं परंपरासंमत नाही, याचं भान विसरून जमीला झाकिरच्या जवळ आवेगानं गेली व त्याला तिनं घट्ट मिठी घातली. एक तीव्र हुंदका व दाबून ठेवलेले अश्रू ओघळले. ''झाकिर, झाकिर...'' किती वेळ तरी ती केवळ त्याचं नावच घेत राहिली, तिला

त्यापुढे एक शब्दही बोलता येत नव्हता.

"मुझे बहोत भूख लगी है - जमीला, तराना भाभी, खाना मिलेगा?" त्याच्या या प्रश्नानं त्या दोघी भानावर आल्या. त्यांनी शक्य तितकं लवकर भोजन बनवलं. त्यावर तो किती अधाशीपणे तुटून पडला होता. अमेरिकेत वास्तुशास्त्राचं शिक्षण घेतलेला झाकिर मॅनर्स व एटीकेट्सबद्दल केवढा दक्ष असायचा, पण आज?

"मुझे माफ करना सर!" किमान दोघा-तिघांचं तरी जेवण तो आज एकटाच जेवला होता व तोही राक्षस मागे लागावा तसा जलद गतीनं. "मला आजवर भुकेलं निजणं काय असतं, हे माहीत नव्हतं! भूक आतड्यांना कशी कुरतडते, हा अनुभव केवढा जीवघेणा, विदारक असतो, हे या तुरुंगवासामुळे मला समजलं सर. मी वैयक्तिक स्वच्छता, आरोग्याबाबत पक्का अमेरिकन होतो. पाच महिने बराकीत मला किमान डझनभर लोकांसह डांबलं होतं, तिथे टॉयलेटला नेलं जात नव्हतं. त्या बारा बाय पंधराच्या बराकीतच आम्ही विधी करायचो. आम्हीच तो जमा करून तोही तीन चार दिवसांनी बाहेर खड्ड्यात पुरायचो. तो घाणेरडा वास मेरे जहन से अब जीते जी कभी नहीं जायेगा..."

शरीरभर आणि मनावरही विंचवानं जहरी डंख मारावा, तशा वेदना उमटत होत्या, पण अन्वरला विव्हळताही येत नव्हतं. कारण तो एक मंत्री होता व त्याच्या राजवटीनंच हे केलं होतं. ज्या पुल-ए-चराखी तुरुंगात केवळ दोन हजार कैदी राहाण्याची सोय होती, तिथे त्याच्या पाचपट कैदी ठेवण्यात आले होते.

"जमीला, जरा सोचो." झाकिर म्हणत होता, "मेरी होकर रहना तेरे लिये कठिन होगा. आता मी जन्मभर व्यवस्थित, काटेकोरपणे दररोज दाढी-स्नान-ब्रश करू शकेन की नाही भरवसा नाही! उद्या मी रस्त्यावर आम अफगाणीप्रमाणे वेळप्रसंगी विधीला बसलो तर नवल वाटून घेऊ नकोस. तिरस्कार नाही ना करणार माझा?" आणि तो खो-खो हसत सुटला. ते हसू किती करुण व कडवटलेलं होतं! त्यापेक्षा झाकिरनं आपल्या अंगावर धावून येत, दात-ओठ खात, खानोबदेश पठाण स्वच्छपणे रागाच्या भरात जशा शिव्या देतात, तशा शिव्या दिल्या असत्या तरी चाललं असतं, असं अन्वरला वाटलं!

"नहीं मेरे हमदम, मेरे आका! हर हाल में मैंने तेरे साथ रहने की कसम खायी है! वो मैं मरने के बाद भी निभाऊंगी!" अजूनही जमीलाची झाकिरला घातलेली घट्ट मिठी सुटली नव्हती. ती बेभान झाली होती व अन्वर–तान्याला त्यात काही गैर वाटत नव्हतं.

या आठवणींनंही अन्वर अस्वस्थ झाला. हेरात, जलालाबाद येथील भयंकर

आसुरी घटनांनंतर पाठोपाठ झाकिर-जमीलाचा हा वैयक्तिक असा हृदयद्रावक प्रसंग का आठवावा? त्यालाही काही अर्थ आहे? आपली विचारांवरील निष्ठा तर कमी होत नाही ना? छे! असं मुक्त चिंतन म्हणजे विचारद्रोह नव्हे. तराकीदेखील विमान-प्रवासात तेच करीत आहे'...

विमानप्रवासात काबूल येईपर्यंत तराकी अन्वरशी मन मोकळं करीत मध्येच आठवणीत रमत होता.

"मित्रा, मॉस्कोशी झालेली चर्चा अतिशय फ्रँक आणि उपयुक्त ठरलीय. तू अमीनचा विद्यार्थी असलास तरी माझा निष्ठावान सहकारी आहेस. मी वर्तमान आहे तर तू भविष्य आहेस, ही माझी भावना आहे, म्हणून काही गुपितंही तुझ्याशी मी शेअर करणार आहे. मला तू दगा तर देणार नाहीस ना?'

"असं का विचारता सर! माझं इमान, माझी निष्ठा सच्ची व सोन्याप्रमाणे बावनकशी आहे. माझ्या स्वप्नातही तुमची साथ सोडण्याची कल्पना येणार नाही.

आणि कुजबुजीच्या स्वरात तराकीनं जे सांगितलं, ते ऐकून त्याची नजर विस्फारली गेली. तराकीच्या मनात असं काही असेल, असं चुकूनही वाटलं नव्हतं. ते केवळ स्टेट्समन, नाहीत तर अट्टल राजकारणी व सत्ताधीश आहेत, याचा प्रथमच एवढ्या लख्खपणे प्रत्यय येत होता.

"मी माझे पत्ते तुझ्यापुढे उघडे केले आहेत. हा प्लॅन रचताना मॉस्कोचं मार्गदर्शन होतं. ते पटलं म्हणूनच स्वीकारलं. आमच्या गुप्त मसलतीत तुझे अजीज करमालही होते. येस, ये मैं दिल पे भारी बोझ रखकर करने जा रहा हूं. पण त्यामागे देशहित आहे. याबद्दल तुला काही शंका नाही ना?"

काही क्षण अन्वर काही बोलला नाही. त्याच्या मनात विचारांचं चक्रीवादळ उठलं होतं. पण हळूहळू ते शांत होत गेलं. त्याला जाणीव झाली की, याखेरीज दुसरा बेहतर पर्याय नाही.

"सर आप सही लगते हैं. बस यही इल्तिजा है की उन्हें कुछ आच न आये!"

"हाफिजुल्ला अमीन अफगाणिस्तानचे नवे राष्ट्राध्यक्ष! जनाब नूर महंमद तराकी यांचा प्रकृतिस्वास्थ्याअभावी राष्ट्राध्यक्षपदाचा राजीनामा!"
काबूल टी. व्ही. ही बातमी दिवसभर सतत दाखवली जात होती.
'दि. १६ सप्टेंबर १९७९ रोजी अफगाणिस्तानचे नवे राष्ट्राध्यक्ष म्हणून

तराकीला संपवून अमीन सत्तेवर! / २७३

जनाब हाफिजुल्ला अमीन यांनी सूत्रं हाती घेतली असून, त्यांची तत्पूर्वी एकमतानं पी.डी.पी.ए. च्या मीटिंगमध्ये सेक्रेटरी जनरल म्हणून निवड झाली आहे. सौरक्रांतीनंतरचे पहिले राष्ट्राध्यक्ष जनाब नूरमहंमद तराकी यांनी प्रकृतिस्वास्थ्याअभावी राजीनामा दिला असून, तो पार्टीच्या बैठकीत त्यांच्या कार्याचा व देशसेवेचा गौरव करीत मंजूर करण्यात आला आहे.'

समाधानानं हसत अमीननं टी. व्ही. बंद केला, त्याच्या सूचनेप्रमाणे बहादुरनं योग्य रीतीनं बातमी संक्षिप्त रूपात तयार करून प्रसारित केली होती.

अमीनला आत्ताच तराकीच्या मृत्यूची व त्याचे तीन एकनिष्ठ मंत्री अस्लम वतनजार, शेरजान, मजदुरीयार व सय्यद महोमद गुलाबजाई यांची पक्ष व मंत्रि-परिषदेमधून हकालपट्टी केल्याची बातमी जनतेला द्यायची नव्हती. पक्ष, प्रशासन, लष्कर व देशावर पूर्ण नियंत्रण मिळवल्याची शंभर टक्के खात्री झाल्याविना त्याला स्वस्थता व सुरक्षितता वाटणार नव्हती.

''सर, आता कूदेत्ते पूर्ण झाला आहे. पक्ष व सरकार दोन्हीवर आपलं पूर्ण नियंत्रण प्रस्थापित झालं आहे.'' निवडक सहकाऱ्यांच्या बैठकीत आढावा घेताना बहादुरनं सांगितलं. मेजर जनरल अब्दुल कादरच्या संभाव्य कटाची कल्पना देऊन तो उधळून लावण्यात मदत केल्यापासून हा अमीनच्या जवळ आला होता. चार दिवसांपूर्वीच्या कूदेत्तेमध्ये त्यानं मोलाची कामगिरी बजावली होती. खल्क पॅलेसमध्ये १४ सप्टेंबर १९७९ च्या रात्री तराकीच्या भेटीस जाताना अमीनसोबत बहादुर होता आणि त्यानं स्वत: अमीनच्या आदेशावरून जिवाची पर्वा न करता तराकीला सामोरं जात त्याला गोळी घातली होती.

त्या चौदा सप्टेंबरच्या रात्री उलटंही होऊ शकलं असतं. पण नशिबाची साथ, पूर्वनियोजन व घटनास्थळी नावाप्रमाणेच बहादुरी दाखवीत बहादुरनं दाखवलेलं धैर्य व चपलता त्यामुळे हरणारी बाजी जिंकून अमीन सिकंदर नशिबाचा बाजीगर झाला. आज सकाळी त्यानं राष्ट्राध्यक्षपदाची सूत्रं हाती अधिकृतपणे घेतली होती!

आज शुक्रवार होता. अमीननं सूत्रं हाती घेतल्यानंतर पक्ष व कार्यालयीन बैठकीत सर्व सहकाऱ्यांना आवाहन केलं.

''आज जुम्मे का दिन है. हर मुसलमान के लिए पाक दिन है. हम सब शाही मस्जिद जाकर नमाज अदा करें और अवाम को संदेश दें कि, हमारी हुकूमत काफिर नहीं है. जो काफिर थे, जिन्होंने अपने नाम से मुहंमद हटाकर हजरत साबकी तौहीन की थी, वे इस हुकूमत में नहीं है, ये अवाम अच्छी तरह से जान लें.''

त्याच्या या आश्चर्यकारक परिवर्तनानं बैठकीनंतर बाहेर कार्यालयात जमा

असणारे पाश्चात्त्य, मुस्लिम अरब देशांतील पत्रकार अवाक् झाले.

अमीन स्वत:शीच मंदपणे हसला. त्याला जो धक्कादायक परिणाम साधायचा होता, तो साध्य झाल्याच्या समाधानाचं ते हसू होतं. उद्या-परवा आपल्या सहकाऱ्यांना दुपारची नमाज अदा करण्यासाठी चलण्याचं आवाहन व मशिदीमध्ये विनम्र माथा टेकलेली त्याची सश्रद्ध छबी आंतरराष्ट्रीय टी. व्ही. वर व वृत्तपत्रांच्या छायाचित्रांत झळकणार होती. त्याचा आम अफगाण आदमीवर नाही म्हटलं तरी थोडाफार का होईना, अनुकूल प्रभाव पडणार होता!

त्याला मार्क्सवादावर इस्लामचं रोपण करायचं होतं, त्यासाठी ही पहिली चाल होती!

शाही मस्जिदीमध्ये अमीननं नमाज पढळ्यानंतर मुख्य मुफ्तीसमोर आदरानं गुडघे टेकवीत त्याच्या हाताचं कॅमेऱ्याच्या फ्लॅशच्या लखलखाटात चुंबन घेऊन आदर व्यक्त केला. अनेक बुजुर्ग नमाजींशी हस्तांदोलन केलं, तर छोट्या मुलांना कडेवर घेऊन त्यांच्या केसांतून हात फिरवला. हे सारं काबूल टी. व्ही. वर तपशिलानं मघाशी संपलेल्या बातम्यांत दाखवलं गेलं होतं.

ताणतणाव व नव्या मन्वंतराचा एक प्रदीर्घ दिवस संपला होता. आता अमीन मोकळं महसूस करीत क्होडकाच्या संगतीनं विसावला होता. बोटात आवडता उंच तंबाखू असलेला चिरूट जळत होता व त्याच्या सुगंधी दर्पानं घ्राणेंद्रिय सुखावत होत आणि बाहुत मेरी होती.

"परवापासून झरीना बेटी दिसत नाही?" त्याच्यापासून अलग होत आपल्या गाउनचे खांद्यावरील बंद बांधीत व केस सावरीत मेरी म्हणाली.

तो तृप्त ग्लानीत बिछान्यावर लोळत विसावला होता. अचानक ध्यानीमनी नसताना कुणीतरी थप्पड लगवावी, तसा त्या प्रश्नाचा चाबूक आपल्या सर्वांगावर कोरडे ओढून गेल्याचं त्याला वाटलं! ती तृप्त ग्लानी क्षणार्धात विरून गेली. तो तिरमिरीत येत किंचाळला, "वो वो मर गयी!"

"क - क - काय म्हणालास डार्लिंग?"

"तुमने ठीक सुना मेरी. वो मर गयी है - मैनेही उसे... पॅलेस में गोली मार दी है और तराकी के साथ उसेभी जहन्नुम भेज दिया है!"

"क्यों? ऐसा क्यों? किसलिये?"

"ती त्याच्यापासून प्रेग्नंट होती," त्याच्या डोळ्यांत जसं रक्तं साकळून आलं होतं, तसेच अश्रूही. "शी वॉझ कॅरिंग, अंडरस्टँड, अंडरस्टँड?"

मध्यरात्र सरत होती, तरीही अमीन लखख जागा होता. बेडरूममध्ये अंधारात डोळे लखख उघडे ठेवून खिडकीच्या काचेवर थबकलेल्या चंद्राचा दुधी-पिवळा प्रकाश विमनस्कपणे पाहत होता.

त्याला नजरेसमोर झरीना बेटी व तराकींचे मृतदेह पुन्हा पुन्हा येत होते. आणि तीन दिवसांपूर्वीच म्हणजे चौदा सप्टेंबर १९७९ ची ती निर्णायक रात्र आणि त्याआधी परतताना मॉस्कोला तराकी थांबल्यापासूनचा घटनाक्रम आठवत होता.

क्यूबामधील हवाना येथे सहावी 'नाम' परिषद सप्टेंबर १९७९ च्या पहिल्या आठवड्यात होती. पंतप्रधान म्हणून अमीन परिषदेला जायला उत्सुक होता. ती राष्ट्रप्रमुखांची बैठक होती व तिला राष्ट्रप्रमुखानं वा कार्यकारी मुख्याधिकाऱ्यांं (पंतप्रधानानं) हजर राहावं, असा संकेत होता! स्वत: तराकीही जायला फारसा उत्सुक नव्हता, पण त्यामुळे देशात व जगभर वेगळेच संकेत गेले असते. अमीन खरा कार्यकारी मुख्याधिकारी आहे व भारताप्रमाणे तराकी केवळ घटनात्मक प्रमुख आहे, हे चित्र दृढ होऊ नये म्हणून सहकाऱ्यांशी सल्लामसलत करून त्यानं जायचा निर्णय घेतला होता.

हवानाला अमीनला पाकिस्तानचे राष्ट्राध्यक्ष व चीफ मार्शल लॉ प्रशासक जनरल झिया उल हक व इतर काही मुस्लिम देशांचे राष्ट्रप्रमुख भेटले असते. गतवर्षीच्या यूनो बैठकीत अमीनला प्रथमच आंतरराष्ट्रीय 'एक्सपोझर' मिळालं होतं व आपल्या भविष्यकालीन राजकीय कारकिर्दीसाठी त्यानं त्याचा कौशल्यानं उपयोग करीत बराच संपर्क साधला होता. हवानाच्या 'नाम' बैठकीला तराकी आपल्यालाच पाठवेल असं त्याला वाटलं होतं. पण तराकीनं अमीनच्या बेतावर पाणी फिरवलं.

अमीनला दुसरा धक्का नऊ सप्टेंबर रोजी बसला, जेव्हा शहावलीनं फोननं खबर दिली, "काबूलला परतण्यापूर्वी तराकी दोन दिवस नऊ व दहा सप्टेंबरला मॉस्कोला थांबणार आहेत."

"वली साब, तुम्ही परराष्ट्र व्यवहारमंत्री आहात व मॉस्कोला जनाब तराकींच्या सर्व भेटी-गाठी, चर्चेत तुम्ही सहभागी असलं पाहिजे. मला सतत कळवत जा, मला वेगळाच अंदेशा वाटतोय!"

"हां सर, मुझेभी ऐसाही कुछ महसूस होता है." शहावली त्याचा विश्वासू व त्याच्या आग्रहानं मंत्री बनला होता. त्यानं खाल्ल्या मिठाला जागून मॉस्कोला लँड होताच पहिल्या संधीत फोन करून खबर केली होती. "ही भेट ब्रेझनेव्ह साहेबांच्या सूचनेवरून ठरली आहे. काल सोव्हिएत युनियनचे क्यूबामधील राजदूत जनाब

तराकींना भेटले व आज आम्ही इथं मॉस्कोला आलो आहेत!"

अमीन या खबरेनं कमालीचा अस्वस्थ झाला. तराकीच्या मनात काय आहे व त्याहून जादा मॉस्कोला काय हवंय, याचा अंदाज येत नव्हता.

मॉस्कोमध्ये झेकोस्लोव्हाकियामधले अफगाणिस्तानचे राजदूत करमाल अनाहितासह आले होते व त्यांची परराष्ट्रमंत्री ग्रोमिकोंसोबत दोनदा प्रदीर्घ मुलाखत मागच्या आठवड्यात झाली होती, ही दुसऱ्या टेलिफोननं वलीनं अमीनला खबर दिली. आता त्याला तराकीच्या मॉस्को भेटीचं रहस्य उलगडू लागलं होतं.

अफगाणिस्तानमध्ये कम्युनिस्ट साम्यवादी क्रांती व्हायची काहीच कारणमीमांसा करता येत नाही, असं मॉस्कोचं मत आहे आणि सौरक्रांतीनंतर आपण वेगानं करीत असलेल्या सामाजिक सुधारणांबद्दल व त्यामुळे उद्भवलेल्या असंतोषाच्या संदर्भात त्यांचा सबुरीचा सल्ला आपण मानला नाही म्हणून ते आपल्यावर नाराज आहेत, हे अमीनला माहीत होतं. आपण अमेरिकेत शिकलेले कम्युनिस्ट. म्हणून त्यांचा आपणावर तराकी-करमालसारखा पूर्ण विश्वास प्रथमपासूनच नाही, हेही त्याला चांगलंच माहीत होतं. मुख्य म्हणजे सौरक्रांतीनंतर काही महिन्यांतच सुरेख राजकीय खेळी करून आपण करमालला सत्ताविहीन करून झेकला राजदूत म्हणून पाठवलं, तेही त्यांना मंजूर नव्हतं.

करमाल झेकोस्लोव्हाकियाला राजदूत म्हणून हजर झाला, पण तो वारंवार मॉस्कोला जातो, हे अमीनपासून थोडंच लपून राहणार होतं? एकवार त्यानं पंतप्रधान व परराष्ट्रमंत्री या नात्यानं त्याला सूचनाही पाठवली होती. काबूलच्या परवानगीविना झेक सोडू नये व सरकारला खबर न करता मॉस्कोला भेटू नये. पण करमालनं त्या सूचना धुडकावून लावल्या. तो अधूनमधून मॉस्कोला जात होता व इतर देशांत जेव्हा सोव्हिएत युनियनचे पक्षाचे सेक्रेटरी जनरल ब्रेझनेव्ह वा परराष्ट्रव्यवहार मंत्री ग्रोमिको जायचे, तिथे करमाल गेल्याच्या बातम्या होत्या!

करमालच्या वाढत्या मॉस्को भेटी व त्यानं नियमाप्रमाणे अहवाल न पाठवणं याचा अर्थ अमीनला कळत होता. त्यामुळे त्यानं अधिक वेळ न गमावता आपल्या अधिकारात करमालला झेकहून, डॉ.अनाहिता रेतेब्जादला युगोस्लाव्हियाहून, डॉ. नजीबला इराणहून तर नूर महंमद नूरला अमेरिकेतून परत बोलावण्याचा व त्यांनी राजदूतपदाचा पदभार दुसऱ्या सचिवाला देऊन कार्यमुक्त व्हावं आणि काबूलला परत यावं, असा आदेश काढला होता. तराकीकडे तो माहितीस्तव पाठवून दिला होता. त्यामुळे त्याला चूप बसणं भाग होतं. आदेश मिळताच करमाल, अनाहिता, नजिब, नूर हे पदभार देऊन मुक्त झाले; पण अफगाणिस्तानला परतले नाहीत. त्या

साऱ्यांनी राजदूत म्हणून नियुक्त केलेल्या देशात सोव्हिएत युनियनच्या दूतावासात राजनैतिक आश्रय घेतला. याबाबत मात्र तराकीनं सोव्हिएत युनियनला तीव्र नाराजी व्यक्त करणारा व त्यांना परत पाठवून देण्याची सूचना करणारा निषेधाचा खलिता अमीनला पाठवू दिला नाही.

करमाल तराकीच्या नियमित संपर्कात होता, याचीही माहिती अमीनला होती. पण त्याच्या सहकाऱ्यांच्या उचलबांगडीनंतर गेले सहा महिने त्याच्याकडून कसलीच धोकादायक वा संशयास्पद हालचाल न झाल्यानं अमीन काहीसा निर्धास्त झाला होता. पण आजची शहावलीची करमालच्या संदर्भातली खबर चिंताजनक होती.

"सर," दुसऱ्या दिवशी पुन्हा शहावलीनं खबर दिली, "अभी इसी वक्त जनाब तराकी साब की ब्रेझनेव्ह के साथ मुलाकात हो रही है. त्यांनी आम्हा कुणा मंत्र्यांना वा अधिकाऱ्यांना सोबत घेतलं नाही. मी सौम्य शब्दांत नाराजी व्यक्त करीत मलाही बैठकीला हजर राहू द्यावं, असं सुचवलं होतं, पण त्यांनी मान्य केलं नाही."

"ठीक है. पण आपला दुभाष्या-सिराजुल उपस्थित आहे ना?"

"हां जनाब! तराकींना रशियन भाषाही येत नाही, हे आपलं नशीब म्हटलं पाहिजे."

"मीटिंग संपताच मला बैठकीत काय बातचीत झाली याची खबर द्या."

अमीन कार्यालयात सचिंत बसून होता. अधूनमधून बहादुर, पोलिसप्रमुख नवाब व सहकारी मंत्री सुलतान अली खेश्तमंड, निजामुद्दीन तहजिब आणि प्रो. महंमद सुमा यांच्याशी चर्चा करीत होता.

"सर, हमको थोडा इंतजार करना होगा अगली खबर आने तक." बहादुर म्हणाला. "तिथे जनाब शहावलीसोबत, मेजर जनरल तरुन व काटवाजी आहेत. ते सारे आपल्याशी इमान राखून आहेत. आपणास नक्की काय ते थोड्याच वेळात कळेल."

दीडच्या सुमारास शहावलीचा पुन्हा फोन आला, "सर, आत्ताच बैठक संपली आहे. पण तराकी सिराजुल्लला एकटं सोडत नाहीयेत. त्याला सोबत घेऊन ते भोजनासाठी ग्रोमिकोंच्या घरी गेले आहेत व इथं पार्टी ऑफिसमध्ये आम्हाला कम्युनिस्ट पार्टीचे व्हाइस चेअरमन अलेक्झांड्रोव्ह भोजन देत आहेत. मुझे डर है कि जनाब तराकी सिराजुल्ला को अलग न छोडे, हमें मिलने न दें."

"ओ शिट! कैसे भी करो, सिराजुल्ला को संदेशा दो. वो हमसे बात करेगा." अमीन संतापानं धगधगून उठला होता. "हे तुम्ही करू शकत नसाल तर काबूलला परत येऊ नका. इथे तुमची गरज नाही. आणि तुम्ही परराष्ट्र व्यवहारमंत्री उद्यापासून

असणार नाहीत.'' आणि त्यानं तो रिसिव्हर फोनवर आदळला!

त्या सक्त शब्दांचा अपेक्षित परिणाम झाला. अध्य्रा तासात सिराजुल्लांचा फोन आला.

''सर, मी सतत प्रयत्न करतोय, पण यू नो सर! मी भोजन लवकर आटोपून बाहेर आलो आहे. वक्त बहोत कम है, कोई सुन सकता है, प्लीज जस्ट लिसन टू मी सर.'' घाईघाईनं सिराजुल्ला बोलत होता व अमीन हुंकार देत ऐकत होता.

''या बैठकीला जनाब करमाल हजर होते. ये तय हुआ है कि,आपकी जगह करमाल साबको पी. एम. बना दिया जाये और आपको बर्खास्त!''

हा फोन येण्यापूर्वी अमीनच्या मनात जे चित्र तयार झालं होतं, त्याला पुष्टी मिळाली. त्यानं शांतपणे म्हटलं, ''ठीक है और कोई खबर हो तो मुझे फोन करते रहना!''

''जनाब,'' अमीननं फोन लावीत शहावलीला सूचना दिली, ''आप आजही मेजर तरून को भेज दो वापस काबूल को. त्यासाठी तराकीची इजाजत घेण्याची गरज नाही. तो विमानात बसल्यावर मग खबर द्या. शाम सात बजे मुझे तरून यहाँ चाहिये!''

आणि सायंकाळी सात वाजता तरून खल्क पॅलेसवर सरळ एअरपोर्टवरून पोचला, तेव्हा अमीननं अध्य्रा घंट्यात त्याच्याकडून मॉस्कोतील घडामोडींचा व त्यांच्या संभाव्य परिणामांचा आढावा घेतला आणि हुकूम दिला.

''मेजर तरून और आय. जी. मलिक, तुम दोनों मेरी दो आंखें, दो हाथ हो. तुम फौज और पुलीस कंट्रोल करते हो! काबूल, जलालाबाद, बग्राम एअर पोर्ट, बाला- हिस्सार फोर्ट, कॅम्प एरिया, करघा कॅम्प और मजारे शरीफ-कंदाहार इन सब जगहोंपर एरिया कमांडर्सको अपना प्लॅनिंग बता दो! सब तय्यार रहना. हर हाल में हम ये नहीं होने देंगे! करमाल इथं येणार नाही. मी आता भारताप्रमाणे खरी सत्ता असणारा पंतप्रधान बनेन व जनाब तराकी नामधारी राष्ट्राध्यक्ष म्हणून राहतील!''

अकरा सप्टेंबरला तराकी काबूलला परतला, तेव्हा शिष्टाचाराप्रमाणे अमीननं त्याचं पंतप्रधान म्हणून स्वागत केलं. तराकीनं मग ताबडतोब मंत्रिपरिषद बोलावून हवाना भेटीचा वृत्तांत दिला. तसंच मॉस्को भेटीचाही तपशील कथन केला.

''सर आप ये बताये, आप अकेलेही क्यों मिलें ब्रेझनेव्ह साब से!'' अमीननं स्पष्टपणे विचारलं, ''आपल्या सोबत परराष्ट्र व्यवहारमंत्री शहावली, मेजर तरून व काटवाजी होते. जर ही भेट दोन देशांची मैत्री-सदिच्छा भेट होती, तर ही गोपनीयता

का?''

त्या धिटाईनं तराकीला आपल्या राष्ट्राध्यक्षपदाचा अधिक्षेप होतोय असं वाटलं आणि त्याचा संताप अनावर झाला, ''अमीनसाब, हे विसरू नका की, मी राष्ट्रप्रमुख आहे व तुम्ही मी नियुक्त केलेले पंतप्रधान. जसे मला नियुक्तीचे अधिकार आहेत, तसेच तुम्हाला पदच्युत करण्याचेपण आहेत, हे लक्षात ठेवा!''

जाणीवपूर्वक अमीन मग शांत राहिला. पण त्याच्या प्रश्नावर तराकीचं संतापानं त्याला पदच्युत करण्याची उघड धमकी देणं यामुळे त्याच्या निष्कर्षाला पुष्टी मिळाली होती. आता त्याला पुढली खेळी खेळायची होती!

या बैठकीत वतनजारनं हवाना भेटीत यशस्वी रीतीनं अफगाणिस्तानचं प्रतिनिधित्व केल्याबद्दल अभिनंदनाचा ठराव मांडला, त्याला मजदूरयार व गुलाबजाईंं अनुमोदन दिलं. बाकी सारे मंत्री चूप होते. तशी अमीनची शहावलीमार्फत साऱ्यांना सूचना होती. जो कोणी बैठकीत उघडपणे तराकीची बाजू घेईल, तो अमीनचा शत्रू होईल, हा इशारा मंत्र्यांना गंभीरपणे घेणं भाग होतं. कारण लष्कर व पोलिसांवर त्याचं पूर्ण नियंत्रण होतं.

चौदा सप्टेंबरला अमीननं पहिला जाणीवपूर्वक वार केला. तराकीला सूचना न देता मंत्रिपरिषदेची बैठक बोलावली. अमीनवर नियंत्रण राहावं म्हणून मंत्रिपरिषदेच्या बैठकीला तराकी स्वत: अध्यक्ष म्हणून उपस्थित राहत असे. त्यानुसार आजही बैठकीत तो असेल व त्यानंच ती बोलावली असणार, या उपस्थितांच्या समजुतीस अमीनला बैठकीच्या अध्यक्षस्थानी पाहून धक्काच बसला.

बैठकीत प्राथमिक सोपस्कार पार पडताच अमीननं बॉम्बगोळा टाकला. करमाल, अनाहिता व नजीबच्या हकालपट्टीमुळे झेकोस्लोव्हाकिया, युगोस्लाव्हिया आणि इराणच्या राजदूतपदी अनुभवी व देशाची बाजू प्रभावीपणे मांडण्यासाठी म्हणून तीन मंत्री वतनजार, शहरयार व गुलाबजाई यांना मंत्रिपरिषदेतून वगळून राजदूतपदी नियुक्ती करण्यात येईल, असा निर्णय जाहीर केला व ते तिघे या क्षणापासून मंत्री नाहीत, असंही स्पष्ट केलं.

तिघेही ताडकन उठले व बैठक सोडून चालते झाले. अमीन शांतपणे पाहत राहिला. त्यानं कसलीही प्रतिक्रिया दिली नाही. त्याला ते अपेक्षित होतं.

काही वेळानं त्यानं बैठक संपल्याचं जाहीर केलं. ''अब आप जा सकते हैं. मेरी राय है कि, पुढील दोन-तीन दिवस आपण सारे मंत्री घरीच शांत बसून राहा. कोणतीही हालचाल करू नका. जे याप्रमाणे वागतील, ते वफादार समजून मी त्यांना मंत्री म्हणून बरकरार ठेवीन. नाहीतर...'' वाक्य अध्यार्वर सोडीत क्षणभर तो

थांबला. पण त्याचा अपेक्षित परिणाम झाला होता. मग तो पुढे म्हणाला, ''पुन्हा मी जेव्हा बोलवेन, तेव्हाच तुम्ही घराबाहेर पडा व बैठकीला या. खुदा हाफिज!''

सारे मंत्री निघून गेले तरी पत्नी व झरीनामुळे कौटुंबिक संबंध असलेले मंत्री डॉ. ताहेरा बेगम रेंगाळत होती. ते लक्षात येताच अमीनंन विचारलं, ''एनिथिंग स्पेशल?

''सर, मी आपणाला एकांती काही सांगू इच्छिते.'' ताहेरा म्हणाली, ''बातमी झरीनाच्या संदर्भात आहे. तुम्ही ऐकू इच्छित असाल तर मी सांगेन. खुदा वास्ते खुद को संभालो और गुस्सा मत करो.''

त्याच्या अंतर्मनातून एक वेदनेची लहर त्याला पुन्हा त्याच हताशेचा व हतबलतेचा अनुभवे देऊन गेली.

तराकीची राजकीय सचिव म्हणून अधिकृतपणे नियुक्ती झाल्यावर ती राजरोसपणे अर्ग पॅलेसमध्ये राहायला गेली होती, तेव्हा तिला रागानं विचारलं होतं, ''क्या रिश्ता है तुम्हारा? मेरे इज्जत का जराभी लिहाज नहीं?''

''ते माझे आदर्श आहेत पपा. हे माझं भाग्य म्हटलं पाहिजे की, मी त्यांची पोलिटिकल सेक्रेटरी कम लेखनिक कम स्पीच रायटर आहे.''

''मला तर काही 'कम' वाटत नाही बेटी.'' त्याच्या स्वरातला उपहास व विखार लपत नव्हता. ''सारं काही जादा वाटतं. काय ते एकदा मला सांगून टाक.''

''पपा, तुमच्या वडीलकीचा मुलाहिजा आहे, म्हणून आजवर बोलले नाही.'' झरीना निर्भयपणे थेट त्यांच्या नजरेला नजर देत स्पष्टपणे म्हणाली, ''आय लव्ह हिम सो मच! तुमच्या मानमर्यादेचा खयाल नसता तर कदाचित शादीही केली असती... पण...''

त्यानं ते एकताच बेभान होत तिच्या गालावर आपल्या हाताचे पंजे उमटवीत संतापानं म्हटलं, ''नालायक कार्टी! एका बुड्ढ्याशी दुसरी शादी करतेस? काही लाज शरम नाही तुला? आणि त्या थेरड्यालाही?''

''का? तुम्ही नाही मेरीशी शादी केलीत? तुम्ही स्वत:ला तरुण समजता? आणि उस्मानभाई कसे मेले, हे मला माहीत आहे पपा!''

आयुष्यात प्रथमच त्यानं तिच्यावर हात उगारला होता, हेही मनोमन त्याला कुठेतरी सलत होतं. तिच्यावर त्याचं निरतिशयं प्रेम होतं. मुस्लिम रीतिरिवाजांना धुडकावत तिला त्यानं आधुनिक शिक्षण दिलं होतं. वागण्या-बोलण्याचं पूर्ण स्वातंत्र्य दिलं होतं! तिला पीएच.डी. साठी अमेरिकेला पाठवलं होतं आणि परत आल्यावर

आपली प्रतिष्ठा पणाला लावून पक्षात महत्त्वाचं पद दिलं होतं. तिच्या अर्थशास्त्राच्या ज्ञानावर विसंबून राहून सरकारचं आर्थिक धोरण आखलं होतं, महिला - कल्याण व शिक्षक - आरोग्यासाठी प्रथम वर्षी भरीव तरतूद करवून घेतली होती. अनेक योजना धडाक्यात सुरू केल्या होत्या आणि झरीनांचं वाढतं काम, वाढती लोकप्रियता पाहून त्याच्यातला पिता तृप्त होत होता!

त्याला तराकीनं तिची केलेली राजकीय सचिवपदी नियुक्तीही फारशी खटकली नव्हती आणि त्यांची वाढती सलगी हा तिच्या नव्या नव्हाळीच्या वयातील 'हीरोवर्शिप'चा फार तर 'कॉललव्ह' चा भाग आहे, असं मानून त्यांच्या संदर्भातील कुजबुजणीकडे कानाडोळा केला होता. 'त्या दोघांचं नातं केवढं मोकळं आणि लोभस आहे, अफगाण समाजात अभावानंच असणारं.. अशी त्याची ठाम समजूत होती.

पण त्याला जणू दृष्ट लागली होती. ती चक्क कामाच्या निमित्तानं सोयीसाठी अर्ग पॅलेसमध्येच अमीनच्या विरोधाची पर्वा न करता राहायला जात होती. तो एकदा निर्वाणीचं बोलला होता, "जा बेटी, तुझे रोकना मुमकिन नहीं. जर दुसरं कोणी असतं तर दाराबाहेर पाऊल टाकण्यापूर्वींच गोळी घातली असती. मला तुझा किती अभिमान होता! अन्वर मियाँ तुला आदर्श आधुनिक, मुक्त पण जबाबदार स्त्री समजायचा. मीही त्याच भ्रमात होतो बेटी. मला स्त्री स्वातंत्र्य हवं आहे, पण ते असं व एवढं खचितचं नको आहे.''

झरीनाची वळणारी पावलं थबकली होती. आपला हुंदका आवरत ती त्याच्याजवळ येत मिठीत शिरली होती. पण त्यानं तिला झिडकारल्यासारखं करीत अखेरचा घाव घातला.

"अब मै पत्थरसा हो गया हूँ तेरे लिए झरीना. जा आणि पुन्हा कधी येऊ नकोस मला, भेटू - बोलू नकोस. आजपासून तू माझी दुश्मन झालीस. माझ्यासाठी मेलीस आणि त्या थेरड्या तराकीला मी कधी यासाठी माफ करणार नाही...''

आज किती तरी दिवसांनी ताहेरानं त्याला तिची याद दिली होती.

त्यानं खुणेनंच 'सांग' असा इशारा केला, तशी ती चाचरत म्हणाली,

''कसं सांगावं, सांगावं की सांगू नये, हा प्रश्न आहे माझ्यापुढे सर! परवा हवाना सफरीवरून प्रेसिडेंटसाहेब आले. आप जानते होंगे शायद, झरीना पण त्यांच्यासोबत परदेश दौऱ्यावर गेली होती. आल्यानंतर झरीनाचा मला फोन आला म्हणून तिला पाहायला गेले. खरं तर आता मी मंत्री असल्यामुळे मेडिकल प्रॅक्टिस करीत नाही. पण तिचा निरोप होता, मीच तिला तपासावं. तिची नेहमीची लेडी डॉक्टर गावाला गेली होती, म्हणून बोलावलं होतं!''

तिची ही लांबलचक प्रस्तावना ऐकताना अमीनच्या मनात अनिष्ट विचारांचे तरंग उमटत होते.

"ताहेरा! झटसे बोल दो. क्या बात है? वो जिंदा है ना? मरी तो नहीं?"

"सर, असं बोलू नका. मरे उसके दुश्मन!"

"ताहेरा, तू आमच्या खानोबदेश वंशाची-खरोटी टोळीची. पुन्हा झरीनाची नात्यानं दूरची का होईना मावशी लागतेस." अमीन काहीसा हळवा होत म्हणाला. "तुझसे कोई बात छुपी नहीं है. वो जबसे खल्क पॅलेस रहने गयी है, मैने उससे रिश्ता तोड दिया है-"

"हा सर, मुझे सब मालूम है! इसलिए तो कहने की हिंमत नहीं हो रही है!" ताहेरा दीर्घ सुस्कारा टाकीत म्हणाली, "तरीही हे तिच्या सांगण्यावरून बयां करीत आहे. तिला अम्मीला भेटायचं आहे. वो बीमार है सर, उसे मिलने की इजाजत दो."

"ठीक आहे ताहेरा. मी जेव्हा घरी असणार नाही, तेव्हा तिनं येऊन तिच्या अम्मीला भेटून जावं. मी मात्र तिचा चेहरा पाहू इच्छित नाही."

तसं नाही सर. मला तिनं अम्मीला घेऊन यायला सांगितलं आहे. खल्क पॅलेसहून ती येऊ शकत नाही."

"क्यों, वों सचमुच इस कदर सख्त बीमार है?" एकदम त्यानं आपला राग विसरून काळजीच्या स्वरात विचारलं

"नो सर ना. वो कैसे बताऊँ सर? ती सात महिन्यांची गर्भार आहे व प्रवासानं ब्लीडिंग होत आहे. त्यामुळे कमजोरी महसूस करतेय. मन हलकं झालंय, सारखं 'अम्मी - अम्मी' करीत आहे म्हणून -"

"ओ मॉय गॉड!" आपला पांढराफेक पडलेला चेहरा ताहेराच्या नजरेस पडू नये म्हणून ओंजळीत झाकत तो पाठमोरा झाला. काही क्षण ताहेरा त्या धिप्पाड पुरुषाचा गदगदणारा पाठमोरा देह पाहत राहिली.

"ताहेरा, वो नहीं जायेगी झरीना को मिलने! वो जिये या मरे, हमें उससे कोई लेना देना नहीं!"

"सर..."

"बस ताहेरा, कुछ मत कहना. मै खुदको कंट्रोल नही कर पाऊंगा!"

ताहेरा क्षणभर घुटमळली, मग शांतपणे निघून गेली. तिच्या पादत्राणांचा आवाज थांबल्यानंतर काही मिनिटांनी तो वळला.

तेथे बहादूर उभा होता.

"सर, बाहर मेजर तरून और आय.जी. नवाब साहब आपका इंतजार कर

रहे है."

"मै आता हूँ कुछ लम्हों में..."

तो बाथरूमकडे वळला, थंड पाण्याचे सपकारे त्यानं आपल्या चेहऱ्यावर मारले. टॉवेलनं चेहरा खसाखसा पुसला आणि कंगवा करीत स्वत:चा काहीसा चुरगळलेला ड्रेस नीट केला. पुन्हा एकदा कोचावर बसून चिरूटचे दोन दमदार झुरके मारले व क्होडकाची बाटली सरळ तोंडाला लावून ती पोटात रिचवली.

घशातील जळजळ निवेपर्यंत तो तिथेच रेंगाळला. मग घ्राणेंद्रियात साठलेली उंची तंबाखूचा सुगंधी दर्प आणि रंध्रात पसरू लागलेल्या मद्याच्या संमिश्र परिमाणानं त्याला थोडं ताणमुक्त वाटू लागलं. त्यानं आता झरीनाचा विषय मनाआड केला होता आणि बाहेर येण्यापूर्वी कार्यवाहीसाठी स्वत:ला सजग करीत होता. तरी मनाशी एक निश्चय झाला होता.

आता तराकीला पूर्ण संपवायचं आणि झरीनालाही!

उद्या राष्ट्राध्यक्षपदाची सूत्रं हाती घेताना हे कुसळ मनात रुतून बसलेलं त्याला नको होतं. आज- उद्या संधी मिळताच ते उपटून फेकून द्यायचं, नष्ट करायचं.

तो कार्यालयीन कामकाजाच्या खोलीत आला. राउंड टेबलवर, त्याच्यासमोर खुच्यांमध्ये तरून, नबाब, शहावली, मुसा व ताजुद्दिन बसले होते. त्याच्या खास खुर्चीत जाऊन तो बसला.

"सर, खल्क पॉलेस व शहरातील सर्व मिनिस्ट्रीजच्या समोर स्ट्रॅटेजिक पॉइंट्सना टँक्स आणून फायरिंग रेंजमध्ये सुसज्ज ठेवले आहेत. बग्राम, हेलमंड व कंदाहार एअरपोर्ट सील केले आहेत. बालाहिस्सार व करघा कॅम्पची संपर्क यंत्रणा ऑफ केली आहे. वुइ आर रेडी फॉर एनी इव्हेंच्युऑलिटी!

तरूननं त्याच्याकडे सोपवलेल्या कामाचा आढावा दिला, तसं 'बहोत खूब' म्हणत अमीननं त्याची तारीफ केली.

"सर, आपण बडतर्फ केलेले तिन्ही मंत्री वतनजार, मजदूरयार, गुलाबजई आणि तुमच्यापासून अलग झालेला असहुल्ला सरवरी हे खल्क पॉलेसला जनाब तराकींसोबत आहेत. त्यांच्या बरोबर दुपारी सोव्हिएत राजदूत अलेक्झांडर पुझनोव्क होते." शहावलीनं माहिती दिली.

"यात नवल ते काय जनाब वली?" अमीनं आढ्यतेनं म्हणाला, "ते तिघेच तर तराकींसोबत आहेत, बाकी सारे आपल्या बाजूनं नसले तरी त्यांच्या बाजूनं नाहीत. फौज व पोलिस माझ्या नियंत्रणात आहे. ठीक कहा ना मैंने?" त्याचा

शेवटचा प्रश्न हा तरून व नबाबना होता. त्यांनी तत्परेतनं 'जी हुजूर' म्हणून उत्तर दिलं.

चाकरानं चहा व साखरफुटाणे आणले होते. त्याचा सारे उपस्थित आस्वाद घेऊ लागले. अमीननं स्वत:साठी मघाशी व्होडकाची आख्खी बाटली रिचवली असल्यामुळे हँगओव्हर येऊ नये म्हणून कडक ब्लॅक कॉफी सांगितली. ती घेत असतानाच फोनची रिंग वाजली.

"हॅलो अमीनसाब? मै तराकी प्रेसिडेंट!"

"जी सर!"

"परवा" मंत्रिपरिषदेच्या बैठकीत मी घुश्शात तुम्हाला डिसमिस करायचं बोललो, मुझे उसका बेहद अफसोस है. पण तुम्ही आज आपल्या तीन मंत्र्यांना बडतर्फ केलंत, मला न विचारता ये ठीक नहीं."

"त्याच असं आहे सर"

"वो सब आमने सामने बैठकर डिस्कस करेंगे. अमीन साब, तुम्ही आता माझ्याकडे या. बातचीतसे हर मुश्किल सुलझायेंगे."

"ओ नो सर!" अमीन कोरड्या पण तप्त सुरात म्हणाला, "मला तुम्ही बुद्दू समजता? मी येणार नाही."

क्षणभर फोनवर काही आवाज आला नाही. मग वेगळा स्वर आला.

"सर मी अलेक्झांडर पुझनॉव्ह बोलतोय. मी सोव्हिएत युनियनचा राजदूत, तुम्हा सर्व अफगाणींचा मित्र व साथीदार! मी तुम्हाला तुमच्या वैयक्तिक सुरक्षेची खात्री देतो. तुमचा बालही बाका होणार नाही. तुमच्यातले व जनाब तराकींतले मतभेद दूर व्हावेत व तुम्ही एकोप्यांनं एकदिलानं राज्य करावं, अशी मॉस्कोची इच्छा आहे. अधिक स्पष्ट सांगायचं तर तसा त्यांचा आदेश आहे. प्लीज कम, ट्रस्ट मी सर!"

आता अमीनला नाही म्हणणं शक्य नव्हतं. क्षणभर त्यांनं विचार केला व मग बोलला, "ठीक आहे अलेक्झांडर. मी तुमच्यावर विश्वास ठेवून येतो. तरीही माझ्यासोबत माझे सिक्युरिटी गार्ड्स असतील. मी ठीक आठ वाजता येतो." आणि त्यानं रिसिव्हर ठेवून दिला!

ते संभाषण सारे उपस्थित कानात प्राण गोळा करून ऐकत होते. अमीनशी प्रथम तराकी, मग सोव्हिएत राजदूत बोलला, हे त्यांच्या लक्षात आलं होतं.

"नाऊ टाइम हॅज कम टू स्ट्राइक डिसिसिव्हली!" अमीननं आपली ब्लूप्रिंट त्यांना तपशिलानं सविस्तर सांगायला सुरुवात केली. जवळपास चाळीस मिनिटं तो समजावून सांगत होता व सारे जण एकाग्रतेनं ऐकत होते.

"आता जे सांगितलं, त्याची शब्दश: तामिली झाली पाहिजे. जो कसूर करील, त्याला सजा मिळेल. कूदेत्तेच्या प्रसंगी चूक चालत नाही व झालेली चूक माफही केली जात नाही. गुड लक टू ऑल!"

तो उठून उभा राहिला व घड्याळाकडे पाहत म्हणाला, "आता आठला पंधरा मिनिटं कमी आहेत. तरून व नबाब तुम्ही दोघे व आपल्या मागे-पुढे चारचारच्या तुकडीत आठ नेहमीचे कमांडोज असतील. लेट अस मेक ए मूव्ह!"

अर्ग पॅलेस - आताचा खल्क पॅलेस!

मुख्य दरवाजातून मोटार आत शिरत असताना अमीनच्या शरीरावर रोमांच उभे राहिले. मनात एक सुखद भावना तरळत होती. उद्या मी याच ठिकाणी तराकीच्या जागी राष्ट्राध्यक्ष असणार आहे. त्याबाबत तो नि:संदेह होता. सौरक्रांती कशी घडवून आणावी, याची ब्ल्यूप्रिंट त्यानंच तपशीलवार बनवली होती व ती अमलातही आणली होती. आजही त्यानं नव्या सत्तांतराची तशीच ब्ल्यूप्रिंट बनवली होती व तीही तंतोतंत अमलात येईल, याचा त्याला पूर्ण आत्मविश्वास होता. त्यामुळे तराकीच्या भेटीला नबाब व तरूनसह जाताना तो शांत व स्थिरचित्त होता.

'खल्क पॅलेसपेक्षा – जनता महालपेक्षा – मूळचं अर्ग पॅलेस राजमहाल – नाव किती चांगलं आहे!' त्याच्या मनात हा विचार तरळून गेला आणि तो स्वत:शीच मंदपणे हंसला.

दुपारी चारपासून तराकीकडे असदुल्ला सरदारी व बडतर्फ केलेले तीन मंत्री होते. दुपारी बराच वेळ त्यांच्या सोबत खलबत करून गेलेला सोव्हिएत युनियनचा राजदूत अलेक्झांडर पुझनॉव्ह आता परत आला होता व त्याच्या आश्वासनानंतर अमीननं तिथं तराकीशी चर्चेसाठी रात्री आठ वाजता येण्याचं मान्य केलं होतं! त्यासाठी अलेक्झांडरनं अमीनला त्याच्या सुरक्षेची हमी दिली होती. तराकीचाही बेत त्याला तिथे बोलावून कैद करण्याचा व पंतप्रधानपदावरून बडतर्फ करण्याचा होता. त्याला अमीनला संपवणं मान्य नव्हतं.

असदुल्ला सरदारीनं नजरेनं वतनजारला खूण केली आणि ते दोघे काही क्षणांनी बैठकीतून उठून बाहेर आले. हराम सराईच्या त्या दालनात वेगळ्या खोलीत ते शिरले. तिथं काही प्रशासकीय अधिकारी व पोलिस होते, त्यांना त्यांनी बाहेर पाठवलं.

"किंग काँग..." वतनजार असदुल्लला त्याच्या प्रचलित असलेल्या टोपणनावानं

पुकारीत म्हणाला.

"जनाब तराकी इतके सरळ व सीधेसाधे आहेत की..." वतनजार म्हणाला. "त्यांना काय म्हणावं कळत नाही यार. पण गोष्टी या थराला पोचल्यानंतरही त्याला फक्त पदच्युत करायचं बोलतात..."

"मॉस्को भेटीचं त्याला समजल्यानंतर व त्याच्यासोबत तरून, मलिक असताना आज त्याला जिवंत माघारी जाऊ देणं हे जसं जनाब प्रेसिडेंट साहेबांसाठी धोक्याचं आहे, तसंच ते तुम्हा-आम्हालाही, हे आपण लक्षात ठेवलं पाहिजे सर!"

"माझंही असंच मत आहे!"

"म्हणून तर तुम्हाला खुणेनं इशारा करीत बाहेर बोलावलं सर!" असदुल्ला म्हणाला, "आपको यदि मंजूर हो तो मैंने अमीनको यहाँ आतेही खत्म करने का प्लॅन बनाया है. ये मुमकिन है जनाब—!"

आणि असदुल्लांनं खल्क पॅलेसच्या सुरक्षा अधिकाऱ्यांना बोलवून सक्त सूचना दिल्या. मग ते दोघे पुन्हा बैठकीत सामील झाले. साऱ्यांना आठ वाजण्याची प्रतीक्षा होती, अमीन येण्याची राह होती!

आठला दहा कमी असताना असदुल्ला उठला व नम्रपणे तराकीला म्हणाला, "सर, मी बाहेर जनाब अमीनसाबच्या आगवानीसाठी थांबतो!"

"आणि तुमच्या वतीनं मी त्यांचं स्वागत करायला किंगकाँगच्या सोबत राहातो." वतनजारनं इजाजत मागितली. तराकीनं ती देताच ते दोघे बाहेर आले.

असदुल्लानं सूचना देऊन हरामसराईच्या रस्त्यावरचे दिवे मंद केले. "ध्यान से सुनो, जैसेही अमीनसाब कार से बाहर आयेंगे और हराम सराई की सीढ़ियाँ चढने लगेंगे, बत्ती बुझा देना और अंधेरा करना..."

तो सैनिक हात जोडून व मान खाली घालून ऐकत होता. "जी हुजूर!"

"अंधेरा होतेही पहली गोली मेजर तरून और दूसरी गोली नवाब को मारना!"

"बाकी आप सब उसके बाद क्या करना है ये जानते हैं! मैंने जो हुकूम दिया है, वैसाही होना चाहिये. उन ग्यारह में से एक भी बच नहीं जाना चाहिये, नहीं तो तुम बच नहीं पाओगे."

हरामसराईला जाणाऱ्या रस्त्यावर नेहमीसारखा लख्ख प्रकाश नाही, दोन्ही बाजूचे दिवे मंद वाटताहेत, हे अमीनच्या नजरेनं टिपलं. काहीसा अस्वस्थ होत तो तरूनला म्हणाला, "पता नहीं, क्या बात है? पण तुम्ही सावध व सज्ज आहात ना?"

"हे काय विचारणं झालं हुजूर?"

"आय नो - आय नो. तरीही पुन्हा एकवार सूचना देतो. डोंट टेक एनी चान्स. माझ्यापुढे होत तुम्ही आत शिरा अन् सरळ गोळ्या घाला. अगदी तो अलेक्झांडर मेला शूटआउटमध्ये तरी हरकत नाही. वाचला तर मी त्याला परत पाठवणार!"

हरामसराईच्या पायऱ्यांजवळ अमीनची कार व मागची कमांडोजची कार थांबली.

प्रथम मागच्या कारमधून आठ शस्त्रसज्ज कमांडोज बाहेर आले व चार चारच्या गटात मध्ये अंतर ठेवीत दक्ष उभे राहिले. मग दुसऱ्या कारमधून प्रथम नबाब, मग तरून बाहेर आले. ते दोन कमांडोजच्या मधल्या जागेत दोन बाजूंना ताठ उभे राहिले. सर्वांत शेवटी अमीन बाहेर आला तो तरून व नबाबच्या मध्ये उभा राहिला.

असदुल्ला व वतनजार ते बारकाईनं पाहत होते. अमीनच्या दोन्ही बाजूंना तरून व नबाब होते, पुढे चार व मागे चार असे कमांडोज होते. असा तो अकराचा काफिला पायऱ्या चढून येण्यासाठी चालू लागला.

आणि हरामसराईच्या परिसरातले सारे दिवे विझले गेले. फक्त तराकी ज्या दालनात बसला होता तेथे एक दिवा, तोही मंदपणे जळत राहिला. तो वगळता सारा परिसर अंधारात बुडून गेला.

अमीनला धोक्याची जाणीव झाली. त्यानं आपल्या दोन्ही हातांनी तरून व नबाबचे हात दाबीत इशारा दिला!

आणि फायरिंगचा प्रथम प्रकाश दिसला व मग आवाज ऐकू आला. ही आपल्या कमांडोजची कामगिरी असणार.

पण हे काय? समोरचे दोन कमांडोज भीषण आवाज करीत का कोसळले? ही - ही फायरिंग हरामसराईतून तर होत नाही ना? पायऱ्या जिथं संपतात, तिथं तो नमकहराम किंगकाँग व वजनजार उभे आहेत वरकरणी आपल्या स्वागताला, त्यांचा तर हा डाव नाही?

अमीनच्या खिशातही रिव्हॉल्व्हर होतं. पण त्याच्या ब्लूप्रिंटमध्ये त्यानं स्वत: फायरिंग करणं अभिप्रेत नव्हतं. त्यामुळे त्याचा क्षणभर गोंधळ उडाला आणि भीतीनं अंगावर सरसरून काटे उभे राहिले! पण स्वत:ला सावरत त्यानं खणखणीत आवाजात हुकूम दिला, "फायर..."

पुन्हा एकवार फायरिंगचा प्रकाश व आवाज!

"या अल्लाह!" तरूनचा हा किंचाळण्याचा आवाज! त्याला गोळी लागली? आणि हा नबाबही खाली कोसळला?

त्याच्या दोन्ही बाजूंचे त्याचे मजबूत आधारस्तंभ जखमी होत, अंगात गोळ्या घुसल्यामुळे रक्तबंबाळ होत कोसळताना अमीननं पाहिलं, तसा तो विद्युत्वेगानं कारकडे धावला आणि ड्रायव्हरला म्हणाला, ''कार रिव्हर्समध्ये घे, डिफेन्स मिनिस्ट्रीकडे चल!''

ड्रायव्हरनं कमालीच्या वेगानं गाडी मागे घेत वळवली आणि सुसाट गतीनं ती खल्क पॅलेसच्या बाहेर काढली!

स्तंभित होत असदुल्ला पाहतच राहिला, ''सर, उस कार से अमीन तो भागा नहीं?''

''हां किंगकाँग, आपला प्लॅन फसला. अमीन जिवंत पळाला. तो परत स्ट्राइक करायला आजच येईल!'' हताश स्वरात वतनजार म्हणाला, ''चलो, अंदर चलो. तराकी साबको सबकुछ बताना पडेगा. और आगे की स्ट्रॅटेजी वर्कआउट करनी पडेगी!''

आत सचिंत मुद्रेनं बसलेल्या तराकीला असदुल्लानं आपल्या सोईप्रमाणे सांगितलं, ''सर, कारमधून उतरल्या उतरल्या त्यांच्या कमांडोजनी गोळीबार सुरू केला, तेव्हा आम्ही लाइट्स ऑफ केले व प्रतिकारासाठी फायरिंग केली. बाकीचे सारे मेले, पण अमीन आश्चर्यकारक रीतीनं वाचला अन् कारमधून पळाला सर...''

''यू आर डॅम फूल!'' तराकीला आपला संताप आवरता आला नाही. तो कडाडला, 'किंगकाँग, तू माझ्यापासून काहीतरी लपवतो आहेस. ते उतरल्या उतरल्या फायरिंग कशाला करतील? त्यांच्या फायरिंगनं आपला एकही माणूस कसा मेला किंवा जखमी झाला नाही? त्यांचे मात्र सारे कमांडोज, तरून व नबाब मारले गेले, हे कसं शक्य आहे?''

असदुल्ला आपला फुलप्रूफ आखलेला बेत फसलेला पाहून आधीच स्वत:वर नाराज होता. आता तराकीलाही आपण अर्धवट सांगूनही सारं काही समजलेलं उघड झालं होतं, त्यामुळे निरुत्तर होत तो मान खाली करून स्तब्ध उभा राहिला.

''सर, अब बहस का वक्त नहीं!'' अलेक्झांडर म्हणाला, ''अमीन वाचणं, परत जाणं हे फार डेंजरस आहे. तो स्वस्थ बसणार नाही, हे उघड आहे. त्यानंही काही प्लॅनिंग केलं असेल तर काही वेळातच ते त्याच्या प्रतिहल्ल्यानं दिसून येईल.''

''जरा डिफेन्स मिनिस्ट्रीशी संपर्क करा व त्यांना अमीनबाबत आगाह करा.'' तराकीनं परिस्थितीवर नियंत्रण ठेवण्यासाठी चर्चेची सारी सूत्रं हाती घेत भराभर सूचना द्यायला सुरुवात केली, ''करघा व बालहिस्सार फोर्ट कॅम्पवरून दोन-दोन डिव्हिजन्सना खल्क पॅलेसला येण्याचा हुकूम द्या. क्विक. डोंट लूझ टाइम!''

सारे अधिकारी, असदुल्ला व वतनजार तराकीच्या सूचनेप्रमाणे दालनाबाहेर

हरामसराईच्या संपर्क यंत्रणा खोलीत धावले, तिथे टेलिफोन, वायरलेस व वॉकी टॉकी यंत्रणा होत्या.

"पागल - ठार वेडा निघाला हा किंगकाँग." न राहवून तराकी अलेक्झांडरला म्हणाले, "माझ्यावर निष्ठा दाखवण्यासाठी त्यानं हे असं आंधळं साहस करायला नको होतं!"

"या चकमकीत अमीन मेला असता तर तुम्हीच त्यांचा सन्मान केला असता सर!" अलेक्झांडर म्हणाला, "त्याचं नशीब बलवत्तर होतं म्हणून तो वाचला इतकंच."

आणि ते दोघे स्तब्ध झाले. एक एक क्षण प्रदीर्घ, न संपणारा वाटत होता. तराकी डोळे मिटून सचिंतपणे विचार करीत होता. मन अस्थिर झालं होतं, साशंक भवितव्यानं भयभीत झालं होतं. त्यामुळे नीट सूत्रबद्ध विचार करता येत नव्हता.

"सर," त्यानं डोळे उघडून पाहिलं. समोर असदुल्ला खालमानेनं उभा होता. "डिफेन्स मिनिस्ट्रीशी फोन वा वायरलेस लागत नाही."

"तीच बाब करघा व बालाहिस्सार फोर्ट कँप्ची आहे!" हा वतनजार होता.

"याचा अर्थ अमीननं साऱ्या संपर्क यंत्रणा इथं येण्यापूर्वींच खंडित केल्या आहेत." तराकीचा आवाज तापला होता. "येस-येस! अमीननं पूर्ण प्लॅनिंग केलं असणार. किंग काँग, आता काही वेळात तो रणगाड्यासह खल्क पॅलेसवर हल्ला करणार हे निश्चित! जा, सारा पॅलेस प्रतिकाराला सज्ज करा. अँटीटँक व अँटीएअरक्राफ्ट गन्सची यंत्रणा कार्यान्वित करा. एकही टँक आत घुसता कामा नये."

काही अवधीतच परत येऊन असदुल्लानं संभाव्य लढ्यासाठी खल्क पॅलेस सज्ज असल्याचं सूचित केलं, तसा दीर्घ श्वास टाकीत तराकी म्हणाला, "ठीक आहे. उद्या सकाळपर्यंत खल्क पॅलेस लढवत ठेवा. आता एकच विचार, एकच लक्ष्य - ऑपरेशन अमीन! उसे अब खतमही करना पडेगा. नहीं तो हम... खैर, त्याचा विचार नको. आता फक्त लढायचं, प्राणपणानं लढायचं!"

आणि वतनजार व इतर मंत्र्यांकडे वळून तो म्हणाला, "मेरे दिल में कभीभी अमीन को खत्म करने का नहीं था - मेरा दिल साफ था! ये वो उपरवाला अच्छी तरहसे जानता है. वही हमें बचायेगा..." तराकीच्या नकळत उत्स्फूर्तपणे त्याचे दोन्ही हात दुवा मागण्यासाठी सच्च्या इस्लामी नमाजीप्रमाणे जुळले गेले व तो गुडघ्यांवर बसला आणि अल्लातालाची प्रार्थना करू लागला.

सारे जण अविश्वासानं आश्चर्यचकित होत तराकीच्या त्या प्रार्थनेकडे पाहत राहिले. हाच का तो तराकी ज्यानं मार्क्सवादी विचारधारा स्वीकारल्यावर आपण धर्मातीत आहोत असं जाहीर केलं होतं आणि आपल्या नावातलासुद्धा 'महंमद' हा

शब्द गाळला होता?

वतनजार प्रथम या आश्चर्याच्या धक्क्यातून सावरला. त्याला लख्खपणे जाणवलं की, सारं काही संपलं आहे. लढाई आपण हरलो आहोत, हे तराकीला स्पष्टपणे जाणवलं असणारच. म्हणून तो अल्लाकडे वळला असणार दुव्यासाठी - प्रार्थनेसाठी. अगदी सहज उत्स्फूर्तपणे. ज्या धर्मात जन्माला आलोत व जो धर्म जीवनाचं प्रत्येक अंग व्यापतो, तो असा सहजासहजी सुटत नाही. तराकीलाही सुटला नाही, मग आपण सारे बोलून चालून त्याचे अनुयायी. त्याच्याइतके प्रखर मार्क्सवादी म्हणून ईहवादी कधीच नव्हतो, नाहीत. मग आपणही का नाही दुवा मागावी अल्लाकडे? आता या क्षणी दुसरा कोणता सहारा आहे? असदुल्लानं कितीही दावा केला तरी फार काळ खल्क पॅलेस लढवता येणार नाही, ही काळ्या दगडावरची पांढरी रेघ आहे.

आणि तोही तराकीच्या नमाजात सामील झाला. पाहता पाहता सारे उपस्थितही सहभागी झाले. त्या साऱ्यांचा सामुदायिक मानस जिवाच्या भीतीनं सुरक्षेची अल्लतालाकडे दुवा मागत होता, कदाचित काफिराना कृत्यांची माफी चाहत होता!

अलेक्झांडर पुझ्नॉव्ह तो सारा नजारा चकित होत पाहत राहिला होता. तीन पिढ्यांपासून त्याचं घराणं कट्टर मार्क्सवादी कम्युनिस्ट होतं. त्याच्यासाठी चर्च ही अडगळीची वस्तू होती. त्याच्या पूर्वजांनी मॉस्कोमध्ये बांधलेल्या चर्चचं त्याच्या वडिलांनी धान्य गोदामात रूपांतर केलं होतं! शहरात आजही काही चर्चेंस चालू होती. पण अलेक्झांडर चुकून कधीही तिकडे फिरकला नव्हता. त्याच्यासाठी धर्म अस्तित्वातच नव्हता.

पण समोरच्या आस्तिक्याच्या अकस्मात दर्शनानं तो जसा चकित झाला होता, तसा विचारातही पडला होता.

धर्म एवढा प्रभावी संस्कार असतो? तराकीसारखा कट्टर ईहवादीपण संकटसमयी अल्लाची प्रार्थना करतो? तर मग इथं कम्युनिझम कधीही रुजणं शक्य नाही. कम्युनिझम आणि धर्म-विशेषत: इस्लाम एकत्र नांदणं कधीही शक्य नाही, कारण ते परस्परविरोधी आहेत!

तर मग आपल्या देशाच्या 'पॅन कम्युनिझमच्या' उदात्त स्वप्नाचं काय? तो केवळ आपल्या सोव्हिएत ब्लॉक देशांपुरताच मर्यादित राहणार? अफगाणिस्तानच्या सौरक्रांतीमुळे सत्तरच्या दशकात त्या दिशेनं एक महत्त्वपूर्ण पाऊल उचललं गेलं, अशीच आपल्या पक्षाची भावना होती. ही सौरक्रांती यशस्वी होणं व त्यासाठी तराकीची राजवट स्थिर व मजबूत होणं, हा सोव्हिएत युनियनचा आता जिव्हाळ्याचा

भावनिक तसाच सैद्धांतिक प्रश्न झाला होता. त्याचं उत्तर शेवटी शून्य तर येणार नाही? या क्षणी या दालनात सारे मार्क्सवादी कम्युनिस्ट म्हणवून घेणारे अफगाण नेते एक सुरात सामुदायिकपणे रात्रीची नमाज पढत आहेत, हे कशाचं द्योतक आहे? आपला या देशातला वाढता रस व हस्तक्षेप फोल तर ठरणार नाही?

अलेक्झांडरला उदास वाटत होतं!

रात्रीची शेवटची ती नमाज संपली आणि सावकाशपणे उठत तराकी म्हणाले, ''वतनजार, आज मला कदाचित फार उशिरा जाणीव झाली आहे की, आपण विचारानं कितीही मार्क्सवादी असलो तरी इस्लामधर्मीय आहोत, मुसलमान आहोत. धर्म असा सहजासहजी वा कमालीच्या प्रयत्नांनंही टाकता येत नाही, मनाआड करता येत नाही. गेल्या चाळीस वर्षांत मी कधी नमाज अदा केली नाही. मध्ये टी.व्ही.च्या कॅमेऱ्यांसमोर समाजमनाला चुचकारण्यासाठी म्हटलेली नमाज हा अभिनय होता; पण आज ओठांवर सहजतेनं अंत:करणापासून पवित्र कुराणाचे शब्द आले आणि मन शांत झालं.''

''हां सर, हम भी यही महसूस कर रहे हैं.''

''या क्रायसिसमधून जगलो वाचलो तर मी पुन्हा एकवार सखोल चिंतन करीन व मार्क्सवाद न सोडता इस्लामचं पुनरुज्जीवन करता येईल का, याचा विचार करीन. इन्शा-अल्ला, ये मौका शायद हमें मिले!''

''आमीन!''

क्षणभर वातावरणात उदात्त शांतता पसरली गेली. मग हलकेच तिचा भंग करीत तराकी निर्वाणीच्या सुरात म्हणाला, ''आता सारे जण शांत चित्तानं व दृढ निर्धारानं कामाला लागा. बाकीचं आपण सारं अल्लातालावर सोडून देऊ या. मी जर काही चांगलं अवामसाठी केलं असेल तर आपण निश्चित विजयी होऊ!''

त्याच्या त्या शब्दांनी सारे मंत्री, अधिकारी व सैनिक-पोलिसांना शतपटींनी बळ मिळालं होतं. आपला हा सर्वोच्च नेता आयुष्यभर अवामच्या भल्यासाठी झटला आहे व आता त्यानं श्रद्धापूर्वक अल्लाची प्रार्थना केली आहे. यकीनन तो असीम मेहरबान आपणास फतेह देईल, हा विश्वास त्यांच्या मनात रुजला गेला. आता ते परिणामांची पर्वा न करता जिवावर उदार होऊन लढणार होते!

आता दालनात तराकी व अलेक्झांडर दोघेच उरले. त्यांच्या चेहऱ्यावरील प्रश्नचिन्हांचं भेंडोळं पाहून तराकी म्हणाला, ''मला तुझे प्रश्न माहीत आहेत मित्रा! त्यांचं उत्तर मी तुला आज नाही, पण जगलो वाचलो तर भविष्यात कधीतरी देईन!''

''आपण असं का म्हणता सर?' अलेक्झांडरनं विचारलं. ''तुमच्या शब्दांनी

सारे जण भारलेले आहेत. ते प्राणपणानं लढतील.''

''मला माहीत आहे. मी त्यासाठीच मधाचं बोललो.'' तराकी विमनस्कपणे हसत म्हणाला, ''पण मी स्वत: साशंक आहे. आय ॲम नॉट शुअर. इफ वुइ फाइट वेल-देन वुई हॅव सम होप्स!''

''हां सर- उद्या सकाळपर्यंत मॉस्कोला ही खबर आमचे शहरातील कोणी ना कोणी जरूर करतील आणि मग त्यांचा हस्तक्षेप अमीनसाबला रोखेल आणि...''

''मी अमीनला फार जवळून जाणतो मित्रा! स्ट्रॅटेजिक प्लॅनिंग व त्याचं प्रिसाईज एक्झिक्युशन हा त्याचा गुण आहे, त्याचं सामर्थ्य आहे. आणि आता तो जखमी वाघाप्रमाणे चवताळलेला असणार'', तराकी म्हणाला, ''ओ.के. लेट अस गिव्ह फुलस्टॉप टू धिस डिस्कशन! तुम्ही एकच करा, इथून तुमच्या काही सल्लागारांशी वा मॉस्कोशी संपर्क होतो का ते पाहा. मला मरायची भीती वाटत नाही, पण मला जगायचं आहे. जगलं पाहिजे – आम्ही अंगीकारलेल्या ध्येयासाठी, त्याच्या पूर्तीसाठी. माझ्या माघारी अमीन सौरक्रांती उधळून लावेल, ही भीती वाटते. कारण तो अमेरिकन कम्युनिस्ट आहे. आणि अमेरिकेत काही काळ का होईना राहिलेला ख-या अर्थानं कधीच कम्युनिस्ट होऊ शकत नाही. राक्षसी पण मायावी असलेल्या भांडवलशाहीच्या बाहुपाशांतून सुटणं फार अवघड आहे. अमेरिकेत राहून आल्यावर तिथलं चंगळवादी उपभोगी जीवन व जीवनशैली पाहिल्यावर...म्हणून मला जगलं पाहिजे अन् अमीननं संपलं पाहिजे!''

''मला विश्वास आहे, असंच होईल.''

''पण मला का कोण जाणे, त्याबद्दल विश्वास वाटत नाही. आय डाउट- आय फीअर. आय मे नॉट सी टुमारो!''

तराकी जनानखान्यात गेल्यावर तिथं एकटा असलेल्या अलेक्झांडर पुझनॉव्हनं वतनजारला बोलावून घेतलं. ''कुछ खबर?'' या त्याच्या प्रश्नाला मानेनं नकारार्थी उत्तर दिल्यावर अलेक्झांडर म्हणाला, ''मी आता माझ्या एम्बसीत जातो आणि माझी सलाह आहे की, तुम्ही व इतर मंत्र्यांनीही चलावं माझ्या सोबत. अमीनचा हल्ला होण्यापूर्वी आपण आमच्यासाठी वेगळ्या असलेल्या वाटेनं निसटलेलं बरं! एम्बसीमधून पुढील सूत्रं हलवू...!''

''बहोत खूब. मैं भी ऐसाही कुछ सोच रहा था।''

खल्क पॅलेसवर मोर्चा सांभाळणाऱ्या असदुल्लाला वतनजार व इतर मंत्री का येत नाहीत, याचं कोडं वाटत होतं. पण ते केव्हाच अलेक्झांडरसोबत वेगळ्या

रस्त्यानं एव्हाना रशियन एम्बसीत सुखरूप पोचले होते. अमीनलाही तिथं चढाई करण्याचं धाडस होणं शक्य नव्हतं.

अमीनची कार संरक्षण मंत्रालयाच्या कार्यालयात पोचली व तो आत शिरला, तेव्हा त्याला हायसं वाटलं. त्याचा फुलून आलेला श्वास पंख्याच्या वाऱ्यानं शांत झाला.

"बहादुर, मार्च टू खल्क पॅलेस वुइथ टँक डिव्हिजन अँड किल इच अँड एव्हरीवन. वुइ हॅव टू कॅप्चर इट विदिन टू अवर्स!"

"सर - सर!" बहादूर म्हणाला.

"शहावली साब, आप टेलिफोन सेंटर में जाओ. सर्व रूसी तंत्रज्ञ व सल्लागारांचे फोन कट करा. कुणीही मॉस्को वा देशाबाहेर फोन करता कामा नये. जोवर मी सर्व सूत्रं हाती घेणार नाही तोवर कुणालाही, निदान मॉस्कोला खबर कळता कामा नये!"

आख्खी रणगाड्यांची फलटण घेऊन खल्क पॅलेसवर हल्ला करणाऱ्या बहादुरला फारशा प्रतिकाराचा सामना करावा लागला नाही. उलटपक्षी त्यांनं आपल्या जवानांना अखंड बेधुंद गोळीबाराचा आदेश दिला असल्यामुळे काही मरून पडले, तर काही जखमी झाले. उरलेल्यांनी पांढरा परचम फडकावीत शरणागती पत्करली.

धोका फक्त असदुल्ला सरदारीकडून होता. अमीन सोडून तो तराकीच्या बाजूनं गेला असला, तरी त्याचं इमान तराकींठायी पण तेवढंच अव्वल वादातीत होतं. म्हणून त्याचा मोर्चा फतेह करणं जरुरी होतं.

त्यांच्या गोळीबाराला होणारा प्रतिकार हळूहळू थंड होत गेला. मुख्य म्हणजे आधीच निकामी करून ठेवलेल्या यंत्रणेमुळे अँटीटँकगन चाललीच नाही व एकही रणगाडा उद्ध्वस्त झाला नाही. त्यामुळे उलट गोळीबार पूर्णपणे थांबला, तेव्हा बहादुरनं हिमतीनं खल्क पॅलेसमध्ये शिरण्याचा निर्णय घेतला.

तो सरळ थेटपणे हराम सराईच्या कार्यालयात पोचला. त्याला तराकीचे काही वैयक्तिक सुरक्षा सैनिक आडवे आले. पण त्यांनी सरळ शस्त्रं खाली टाकून शरणागती पत्करली. एकदोघांनी बंदुका उचलून फायरिंगचा असफल प्रयत्न केला. पण बहादुरसोबतच्या जवानांनी मशीन गनच्या सलग फैरी झाडून त्यांची चाळणी करून टाकली आणि त्यातच असदुल्ला सरदारीपण होता. त्याचा धिप्पाड देह रक्ताच्या थारोळ्यात पडलेला बहादुरनं स्वतःच्या डोळ्यांनी पाहिला, तेव्हाच त्याला विश्वास वाटला की, आता आपली फतेह निश्चितच होणार!

बहादुरनं लाथेनं दार उघडत आत प्रवेश केला, तिथं कोचावर एकटा बसलेला तराकी त्याला दिसला. त्यांनं आपली मशीन गन रोखीत म्हटलं, "मैं मौत

बनके आया हूँ - चाहे तो आखिर एकबार अल्ला का नाम लो. शायद वो तुम्हे वहाँ
बक्शे...''

तराकीनं कसलाही प्रतिकार केला नाही आणि त्यात काही अर्थही नव्हता.
त्याचं मन शांत व स्थिर होतं. तो मृत्यूला सामोरं जाण्याला सज्ज होता. ज्या दिवशी
कूदेत्ते करून त्यानं सत्ता हस्तगत केली, तेव्हापासूनच मृत्यू आपल्या आसपास दबा
धरून बसला आहे, याची त्याला जाणीव होती व तो बंदुकीच्या रूपानं आज आला
होता.

तो फक्त हसला आणि त्यानं डोळे मिटले.

त्या बंद नजरेसमोर त्या क्षणी मार्क्स व लेनिनचा चेहरा तरळून गेला आणि
दुसऱ्या क्षणी अब्बाजानचा. ते त्याला अल्लाचे प्रतिरूप वाटले..

बहादुरला मनोमन तराकीच्या धैर्याचं व शांतपणाचं नवल वाटलं; पण मन
कठोर केलं आणि त्यानं ट्रिगर ओढून सोडला.

ठो-ठो-ठो! तीन गोळ्यांनी तराकीच्या कपाळाचा, मानेचा व छातीचा वेध
घेतला. आपले दोन्ही ओठ घट्ट दाबीत आवाज न करता तो कोसळला.

बहादुरनं आपली बंदूक उलटी केली व कॅप काढून त्या धीरोदात्त मरणाला
सलामी दिली आणि वॉकीटॉकीवरून अमीनला खबर दिली.

पाचच मिनिटांत तो तिथं आला. समोर मृतावस्थेतला तराकीचा देह पाहून
त्याला एकाच वेळी विजयाचं समाधान वाटलं व आपल्या नेत्याच्या, आपल्या डाव्या
विचारातला हमसफर ज्येष्ठ साथीदाराच्या संपण्याचं अपार दु:खही झालं!

''सर-एक एक आदमी चुनके भूना है। पूरा पॉलेस अब हमारे काबू में है।''
बहादुरनं त्याला माहिती देत म्हटलं, ''अब सिर्फ जनानखाना बचा है. उसके बारे
में क्या हुक्म है?''

क्षणाचाही विचार न करता अमीन म्हणाला, ''उन सबको भून डालो।''

''पण सर, तिथं...''

''मला माहीत आहे. किसीको भी बक्शना नहीं, समझे?''

तो 'या अली,' करीत जनानखान्यात शिरला. आणि पुढील दहा-पंधरा
मिनिटं अनेक जनाना व बालकांच्या किंकाळ्या उठत राहिल्या. निर्विकारपणे अमीन
खिडकीतून बाहेर पाहत शांत उभा होता.

''सब काम तमाम हुआ सर!'' बहादुरनं त्याच्याजवळ येत त्याच्या हुकमाप्रमाणे
सर्व काही केल्याचं सांगितलं.

''ठीक है. शहर में पेट्रोलिंग करो और सब जगा सिक्युरिटी टाइट करो. ठीक

तराकीला संपवून अमीन सत्तेवर ! / २९५

सुबह आठ बजे यहाँ आके मुझे रिपोर्ट करो.''

"जी हुजूर.''

डॉ. ताहेरा गेल्यावर अमीन जनानखान्याकडे वळला. एक स्फुट किंकाळी त्याच्या कर्णपटलावर आघात करित गेली. हा आवाज झरीनाचा तर नाही?

तो जलदगतीनं आवाजाच्या दिशेनं गेला. त्याची शंका खरी होती. झरीना तिथं पलंगावर रक्तबंबाळ अवस्थेत तडफडत होती. तिच्या पोटाचा भाग अक्षरश: रक्तवर्णी झाला होता. तिच्या पोटावरही गोळी लागली असावी. गर्भपात झाला की पोटातच मूल मेलं? आधीच आठवड्यापासून रक्तस्राव होत होता व या गोळीबारानं ती नखशिखांत रक्तात न्हाऊन निघाली होती.

तिच्याजवळ जात बसकण मारीत तिचं मुख आपल्या मांडीवर घेत अमीन गदगदून म्हणाला, "बेटी - बेटी -''

"आय हेट यू पपा - यू हॅव किल्ड तराकी. माय हीरो - माय बिलव्हेड.''

"कसं सांगू? तो मेला नसता तर मी तुला जिवंत दिसलो नसतो-''

"हां पपा - ये भी शायद सही है, जाताना तुम्ही भेटलात - बरं वाटलं.''

"झरीना बेटी, मीच तुला मारलं, मला त्याचा बिलकुल पश्चात्ताप होत नाही. तरी का कोण जाणे, मला रडू येतंय. आयुष्यात प्रथमच डोळे वाहताहेत...''

"मी तुमचं एका आदर्श आधुनिक स्त्रीचं स्वप्न साकार करू शकले नाही.'' झरीना असह्य होणाऱ्या वेदना जिवाच्या करारानं दाबीत बोलीत होती!

"हां - ती वेदना, खंत जरूर आहे बेटी. मला तुला राजकारणात पुढे आलेलं पाहायचं होतं. पण तुम्ही जनाना प्रेमाला नको तेवढं महत्त्व देता व स्वत:ला एका पुरुषाशी बांधून घेता. ती डॉ. अनाहिता घे. तिनं करमालवर बेभानं वेडं प्रेम केलं आणि स्वत:ला फरफटत नेलं. तूही त्याच जातीची वेडी खुळी. तराकी माझाही नेता होता बेटी. पण त्याच्याशी तू स्वत:ला का बद्ध केलंस? प्रेमच का सर्व काही आहे तुम्हा स्त्रियांना? तुम्हाला आमच्यासारखं केवळ ध्येयाला वाहिलेलं जगायला, राजकारणात सर्वस्वानं झोकून देऊन जगायला जमत नाही?''

"जाऊ दे पपा, बोलायला पण ताकद उरली नाही.'' झरीना पुटपुटली. "अम्मीला पाहायचं, भेटायचं राहून गेलं. खैर - एक मागते मरताना. द्याल?''

"बोल, बेटी बोल!''

"मला माहीत नाही. आपल्या धर्मात स्त्री-पुरुषांना एकत्र दफन करतात की नाही ते. पण मी काय वा तराकी सरांनी काय, धर्माचं कधी काय पाळलं आहे? तेव्हा

त्याचा विचार न करता मला व सरांना एकत्र दफन करा. प्लीज, आजकी रात इस खल्क पॅलेस मे कोई नहीं है! आप मेरी ये मन्शा पूरी करो. मै आपको उस शर्त पर माफ करती हूँ.''

आणि तिचा हात त्याच्या हातांतून गळून पडला.

त्याचं झरीना नामक पाहिलेलं, जोपासलेलं, पण भंगलेल स्वप्न आज संपल होतं.

खल्क पॅलेसमध्ये एकट्यांं त्या मध्यरात्री कुदळीनं खणत अमीननं दोन प्रेतं मावतील एवढा खड्डा खणला आणि प्रथम आपल्या खांद्यावर त्यांं तराकीचं प्रेत घेतलं व खड्ड्यात हळुवारपणे ठेवलं. ''आप मरके भी जीत गये सर. झरीना को तुम्हारे साथ सारे रस्मोरिवाज ठुकराके दफना रहा हूँ. आप केवलं मेरी नहीं, झरीना के नहीं, बहोत सारो के हीरो थे - आयडॉलॉग थे.''

पुन्हा तो जनानखान्यात आला. त्यांं झरीनाचं प्रेत खांद्यावर हळुवारपणे घेत तिचं थंड पडत चाललेलं मस्तक थोपटलं. तिच्या बालपणी तिला झोपवताना असंच येरझारा घालीत तिला तो थोपटत असे. आज ती पुन्हा कधीच जागी न होण्यासाठी झोपी गेली होती.

त्या खड्ड्यात तराकीच्या बाजूला त्यांं तिचं प्रेत ठेवलं व हातात मूठभर माती घेऊन टाकली. मग भराभर फावड्यांं तो माती लोटू लागला. ते दोन जीव मातीशी पाहता पाहता एकरूप होऊन गेले.

आणि अमीन कोलमडून पडल्याप्रमाणे अनावर अश्रू ढाळू लागला. किती वेळ तो त्या बेभान अवस्थेत होता, कुणास ठाऊक.

तो उठून उभा राहिला आणि पुटपुटला, ''खुदा हाफिज.''

खल्क पॅलेसमध्ये शहावली त्याच्या प्रतीक्षेत होता.

''बधाई हो सर. नव्या राष्ट्राध्यक्षाला सर्वप्रथम सलाम करण्याचा सन्मान मला मिळतो आहे.''

''शुक्रिया. ये सब आप साथियों की बदौलत मुमकिन हुआ.'' त्यांं अभिवादनाचा स्वीकार करीत म्हटलं.

''सर, एक विचारायचं आहे. अन्वरमियाँ पगमानहून संध्याकाळीच काबूलला परतले आहेत व सध्या ते त्यांचे चाचा सुलतान मियाँकडे त्यांच्या बेटीसोबत आहेत. त्याचं काय करायचं?

''ये भी क्या पूछने की बात हुई? वो तराकी के साथ था, उससे भी वही सलूक करना चाहिये.'' बहादुरानं आपलं मत नोंदवलं. तसा अमीन म्हणाला,

"नहीं, त्याला हाउस अँरेस्टमध्ये ठेवा. उद्या सकाळी त्याला त्याच्या घरी जीपनं पहाऱ्यात पोचवा व घरावर पहारा ठेवा. त्याला घराबाहेर पडण्याची व टेलिफोन करण्याची इजाजत देऊ नका. समझे?"

"जी हुजूर"

❏

मार्क्सवादावर इस्लामाच्या रोपणाचा निष्फळ प्रयत्न

आज जवळपास तीन महिन्यांनंतर जमीला घराबाहेर पडली होती.

तराकीला मारून सत्तेवर आलेल्या हाफिजुल्ला अमीननं बहुतेक सर्व तराकीनिष्ठ मंत्री, कार्यकर्ते व अधिकाऱ्यांचा एकतर 'शुद्धीकरण' मोहिमेअंतर्गत सफाया केला होता किंवा त्यांना तुरुंगात टाकलं होतं. काही जण वेळीच देशाबाहेर पळाले होते. मात्र, अन्वरला घरीच अटक करून चोवीस घंटे खडा पहारा ठेवला होता. त्याला व घरच्या सर्वांना घराबाहेर पडायची बंदी होती. त्याचा टेलिफोनही सुरक्षा व्यवस्थेच्या निगराणीत होता व दूरध्वनी करणाऱ्याची पूर्ण माहिती घेऊन, त्याच्या रजिस्टरला नोंदी करून मगच तो फोन अन्वर वा त्याच्या कुटुंबीयांना दिला जायचा. त्यामुळे पहिल्या आठ दिवसांनंतर फोन येणं जवळपास बंदच झालं होतं. कारण कुणालाही सत्ताधारी राजवटीच्या नजरेत यायचं नव्हतं. अमीनची खफामर्जी झालेल्या अन्वरशी संबंध ठेवणं याचा अर्थ नवी हुकूमत कसा लावेल व केव्हा कोणाच्या दारावर अकस्मात रात्री-अपरात्री थाप पडेल, दार उघडताच समोर 'खाद' नावानं आता कुपरिचित झालेले गुप्तचर यंत्रणेचे पोलिस समोर दिसतील व पकडून नेतील, याचा भरवसा नव्हता. पुन्हा त्या माणसाचा ठावठिकाणा मिळायचा नाही. केवळ काबूल व इतर मुख्य शहरांतच नव्हे, तर दूरदराज पसरलेल्या गावांत, कडेकपारीतही 'खाद'चे पोलिस साध्या संशयावरून कसलीही शहानिशा न करता अमीन राजवटीच्या सर्व संभाव्य शत्रूंना अटक करायचे. 'खाद'च्या गुप्तचर पोलिस यंत्रणेची माहिती, संशय वा वरिष्ठांचा हुकूम कुणालाही अटक करण्यासाठी पुरेसा होता. समस्त अफगाण माणसांत जबरदस्त भीती व्यापून राहिली होती. त्यामुळे अन्वरच्या घरी फोन येणं जवळपास बंद झालं होतं.

पण दोन दिवसांपूर्वी रशियन सेनाधिकारी निकाताचा तरानाला फोन काय

आला व कालपासून त्यांच्या घरावरील पहारे काय उठवले गेले आणि अमिनचे मंत्रिपरिषदेमधील मंत्री व वरिष्ठ अधिकारी भेटायला काय आले... सारंच अनाकलनीय होतं.

"हा माझा बालमित्र निकाता आता बडा रशियन सेनाधिकारी झाला आहे बघ. तो सोव्हिएत युनियनच्या अफगाणिस्तानमधील नवे राजदूत फिक्रत-ए-ताबीवसमवेत सल्लागार म्हणून आला आहे. त्यानंच बहुधा सारी चक्रं फिरवली असणार." तरानानं आपला तर्क सांगितला. तो पटण्यासारखा होता. "आज त्याला मी म्हणूनच घरी डिनरला बोलवलं आहे. तो आला म्हणजे खुलासा होईल."

"म्हणजे हे सरळ सरळ परक्यांच्या ओंजळीनं पाणी पिणं झालं ना चाची." जमीला आवेशानं म्हणाली, "तराकी सरांपेक्षा या तीन महिन्यांत हुकूमतीचं रशियन अवलंबित्व वाढत चाललंय, हे साधं टी. व्ही. – रेडिओवरील बातम्या ऐकल्या तरी जाणवतं. आज आपल्या अनुभवानं त्याचा ढळढळीत पुरावा मिळाला..."

"काही का असेना, पण कामधाम न करता तुझ्या चाचाचं हे सक्तीचं घरी बसणं तरी संपेल." बाजूला कोचावर बसलेल्या व मघापासून त्यांचं संभाषण लक्षपूर्वक ऐकत त्यात सहभागी नसणाऱ्या अन्वरचा हात हाती घेत तराना तो किंचित थोपटत म्हणाली, "तुम्ही काही बोला ना?"

"मैं क्या बोलूँ?" अन्वर मंद स्वरात पुटपुटला अन् विषण्ण हसला. आपली वाढलेली दाढी व केसातून हात फिरवीत दूर शून्यात कुठेतरी तो नजर लावून बसला.

अन्वरला घरातच स्थानबद्ध केल्यापासून तो कमालीचा अबोल झाला होता. सुरुवातीला किती दिवस तरी तराकीच्या मृत्यूचा धक्का व त्याला कायमचं गमावल्याचा शोक त्याला आवरत नव्हता. तो वेळी-अवेळी 'सर-सर' पुटपुटायचा. डोळ्यांतून घळघळा अश्रू वाहायचे. आपल्या जीवित आदर्शाचा असा मृत्यू त्याला सहन होण्यापलीकडे होता. कम्युनिस्टांच्या माणसाला महत्त्व न देणाऱ्या राजकारणात राहूनही त्याला त्यातली अपरिहार्यता समजत नव्हती की सहन होत नव्हती, हे जमीलाला समजत नव्हतं. आपला चाचा एवढा सरळमार्गी, अंतर्बाह्य निर्मळ कसा राहू शकतो? पी.डी.पी.ए. विशेषत: 'खल्की' कार्यकर्ते, नेत्यांनी नाही का तराकीला विसरून अमिनशी जुळवून घेतलं? मग आपल्या चाचाला का नाही ते जमत? आज तर अमिनचाही रोष निवळल्याचा संकेत मिळाला होता. त्याचा पुतण्या असदुल्ला दोनदा आला होता, अमिनला भेटण्याचा निरोप घेऊन. त्या दोन्ही वेळेस कठोर, तटस्थ चेहरा करून अन्वर असदुल्लाचं अघळपघळ बोलणं ऐकत होता. पण पूर्ण संभाषणात त्यानं एक शब्दही उच्चारला नाही. तेव्हा काहीसा वैतागून असदुल्ला त्याला म्हणाला होता, 'कुछ तो कहो जनाब! मैं क्या बताऊँ सर को - आप उनसे

कब मिलने आओगे?''

तेव्हा अन्वर शांतपणे पण कठोर शब्दांत उत्तरला होता, ''मैं नहीं आऊंगा. चाहे तो इसकी सजा मुझे मारकर दे सकते हो.''

त्या उत्तरानं असदुल्ला चांगलाच सटपटला होता. मग त्याचा राग उफाळून आला. ''आप कभी मेरे उस्ताद थे, पढाते थे, इसलिये मैं चूप हूँ, नहीं तो...''

''नहीं तो क्या?'' अन्वर पुन्हा तेवढ्याच स्पष्टपणे म्हणाला, ''मैंने खुद कहा है, मुझे मौत की सजा आप या सर बेशक दे सकते हैं. मैं तय्यार हूँ!''

आपला संताप, आपला उद्रेक इतरत्र सर्वत्र धाक व भीती पैदा करतो, हे असदुल्लाला चांगलंच माहीत होतं. आपला शब्द, आपला हुकूम हा राष्ट्राध्यक्ष अमीनचा शब्द व हुकूम असतो. साऱ्या देशाला याचा अनेकदा प्रत्यय आला होता. त्यामुळे असदुल्लाची मानसिकता अशी बनली होती की, समोरच्यानं आपल्या नजरेला नजर न देता खालमानेनं व झुकत्या नजरेनं आदरपूर्वक बोलावं. त्याच्या हाती कुणालाही कोणत्याही कारणास्तव किंवा कारणाविना अटक करायच्या परवान्याचं हुकमी शस्त्र होतं, ते तो दिवसाकाठी चार-दोन वेळा तरी लहरीप्रमाणे, मनात येईल तेव्हा वापरायचा आणि अटक झालेला त्यानंतर जणू हवेत विरून जायचा. त्यामुळे असदुल्ला दिसणं, भेटणं वा त्याचं बोलावणं येणं म्हणजे मृत्यूची चाहूल असंच काबूलवासीयांना वाटायचं; पण आज प्रथमच त्याला कठोर, निर्भीड उत्तर मिळत होतं.

तसा तो अन्वर व त्याचं पक्षातील आजवरचं स्थान ओळखून होता. खुद्द अमीनचाही तो आजवर विश्वासपात्र होता. त्याचा आवडता विद्यार्थी होता. त्यामुळे त्याच्याकडून असदुल्लाला लाचारीची व शरणागतीची अपेक्षा अर्थातच नव्हती. खुद्द अमीनलाच त्याला भेटायचं होतं, म्हणजेच अजूनही तो त्याच्या विश्वासातून पूर्णत: उतरलेला नव्हता. तरीही त्याचं हे बेडर उत्तर व स्पष्ट नकार असदुल्लाला अनपेक्षित होता. त्यामुळे त्यानं प्रयत्नपूर्वक आपल्या संतापाला मुरड घालीत म्हटलं, ''सर, आपण हे काय बोलताहात? प्रेसिडेंट साहेबांचं मन आपणाबद्दल साफ आहे. म्हणूनच तर त्यांनी तुम्हाला भेटीला बोलावलं आहे आणि तुम्ही येत नाही म्हणता? तो भी ठीक आहे. पण मुझे इस तौहीन के लिए मौत की सजा दो, ये कहना? तौबा - तौबा! तुम्ही 'खल्क'साठी आजही तेवढेच अहम आहात, एवढंच मी सांगतो आणि आपली इजाजत घेतो. तुम्ही शांतपणे विचार करा. मी पुन्हा येतो भेटायला...''

तो गेल्यावर आपल्या अंतरंगात गेले तीन महिने साठलेल्या व आत धुमसणाऱ्या संतापाला वाट देत मुठी मेजावर आदळीत अन्वर म्हणाला, ''मी हे

विसरू शकत नाही की अमीनसरांनी माझ्या आदर्शांचा खून केला आहे. कोल्ड ब्लडेड मर्डर. त्यांच्याशी मी नाही जुळवून घेऊ शकत.''

तो उद्रेक शब्दांतून प्रकट झाल्यावर पुन्हा तो अबोल झाला. आपल्या कोशात कासवाप्रमाणे स्वत:ला आकुंचित करित दडून गेला.

दोन दिवसांपासून त्याच्यावर घातलेले निर्बंध उठवण्यात आले होते आणि बंगलीवरचा पहारा काढून घेण्यात आला होता. आता तो बाहेर जायला, बोलायला-फिरायला मोकळा होता.

तरीही अन्वर मागील तीन महिन्यांप्रमाणे घरातच पडून होता. बेडरूमच्या बाहेर क्वचितच यायचा. टी.व्ही.च्या बातम्या पाहण्यासाठी वा भोजनगृहात जेवायला जाण्यासाठी. बेडरूममध्येही तो आढ्याला नजर लावून तासन्तास निस्तब्ध असायचा. तरानाच्या प्रश्नांनाही 'हो', 'नाही' असं तुटक, कमीत कमी शब्दांत उत्तर द्यायचा. त्यामुळे कितीही प्रयत्न केला तरी संभाषण सुरू व्हायचं नाही. तो मधूनमधून वाचन करायचा. तेवढाच त्याचा वेळ बरा जायचा. पण वृत्तपत्रांतून किंवा टी.व्ही. वर अमीनची छबी झळकली की, त्याच्या चेहऱ्याचे स्नायू ताठर व्हायचे, रक्त डोळ्यांत साकाळून यायचं. 'सर-सर' एवढंच तो अस्फुट पुटपुटायचा. तो तराकी व अमीन दोघांनाही 'सर' म्हणायचा, म्हणून त्याचा रोख कुणावर आहे? हा प्रश्न तराना व जमीलाला पडायचा.

तेव्हा जमीलानंच यातून तो सावरून बाहेर यावा म्हणून सलमाला फोन लावला, ''भाभी, आता आमचे निर्बंध संपले आहेत. मीही आता माझं मेडिकल कॉलेज जॉइन केलं आहे. तरी एक टर्म जवळपास बुडाली बघा. उरलेल्या दिवसांत ती कशी भरून काढावी हा प्रश्न आहे. खैर वो जाने दो. आप दोनों और शाहीद घर आओ ना!''

''बरं झालं तू फोननं खबर केलीस ते!'' सलमा म्हणाली. ''कारण जेव्हा जेव्हा फोन झाला तेव्हा पोलिसांच्या चौकशीला सामोरं जावं लागलं. त्याची आम्हाला पर्वा नाही. पण दोनदा दारावरून पोलिसांनी अन्वरला भेटायची परवानगी नाही, असं सांगून परत पाठवलं होतं.''

''चाचा गेले तीन महिने गुमसुम आहेत. या काळात क्वचितच ते आमच्याशी सलग दोन शब्द आपणहून बोलले असतील. उन्हें गहरा सदमा पहुंचा है तराकी सर की मौत का और उस पर ये हाउस अँरेस्ट. अभीतक वो ये हकिकत ऑक्सेप्ट नहीं कर पा रहे हैं शायद!''

''ठीक है जमीला!'' सलमा म्हणाली, ''येत्या चार-पाच दिवसांत आम्ही

येऊ.''

''ओ. के. भाभी.'' जमिला म्हणाली, ''शाहीद कसा आहे? बऱ्याच दिवसांत त्याची भेट नाही. त्याला पाठवून द्या ना.''

''आज शाळा सुटल्यावर 'इब्ने सिना'वरून परस्पर त्याला तुमच्याकडे यायला सांगते.''

''थँक्यू भाभी! तो आला म्हणजे चाचा बोलतील तरी.''

जुन्या काबूल शहरातील बदाम मार्केटकडे जाताना नव्या शहरातील हायवेवरून जमिलाला जावं लागलं होतं. या दुपारच्या निवांत भटकंतीच्या वेळी ती घरातील स्थानबद्धतेमुळे तीन महिने न दिसलेलं काबूल शहर व त्याची आबोहवा चहूबाजूंनी पाहत अंतरंगात भरून घेत होती. पण काबूल मधल्या काळात किती बदललं होतं.

अलीकडे प्रत्येक मुस्लिम सणाच्या वेळी, ईद असो वा रमजान, मशिदीमध्ये जाळीची रेशमी शुभ्र टोपी घालून अमीनला नमाज अदा करताना टी.व्ही. वर दाखवलं जायचं. त्याच्या जाहीर भाषणांतही प्रथम तो 'या तय्यबे' कलमांनंतर कलमा शहादतही न चुकता म्हणायचा. अमीन अवामला कोणता संदेश देऊ इच्छित आहे? जमिलाच्या माहितीनुसार अमीन हा अस्सल ईहवादी होता, प्रखर मार्क्सवादी होता. आता राष्ट्राध्यक्ष बनल्यापासूनचं त्याचं हे परिवर्तन म्हणूनच तिला अविश्वसनीय वाटत होतं.

पुढल्या चौकात डाव्या दिशेला शाही मस्जिद होती. तिनं कात टाकून नवं रूप धारण केलं होतं. अमीननं सरकारी तिजोरीतून खर्च करून त्या पुरातन पवित्र मशिदीची आवश्यक ती डागडुजी व रंगरंगोटी केली होती. त्याचाही समारंभ टी. व्ही. वर 'लाइव्ह' दाखवला होता. अमीनचं भाषण ऐकताना जमिलाला प्रश्न पडला, हा राष्ट्राध्यक्ष आहे की मौलवी? कारण भाषणात दर चार वाक्यांमागे कुराणाची एखादी आयत तो उद्धृत करीत होता.

बदाम बाजारात नेहमीचा गर्दीचा माहौल होता. हे खरं काबूल शहर. अरुंद आणि गलिच्छ गल्ल्या, खच्चून भरलेला व उघड्यावर ठेवलेला माल-सुकामेवा, भाज्या-फळं, गालिचे आणि कार्पेट्स. पत्र्याच्या व प्लॅस्टिकच्या बादल्यांपासून परदेशांतून येणारा सर्व गृहोपयोगी माल. बुरख्यांतल्या तसंच अद्ययावत वेशभूषा केलेल्या अफगाणी स्त्रिया दुपारी प्रचंड संख्येनं बदाम बाजारात तसेच जादे मेवांड बाजारात दिसायच्या.

जमिला एका दुकानात गेली. दुकान मालक तिला यादीप्रमाणे वाणसामान

देऊ लागला. त्याचा दहा-बारा वर्षांचा वाटणारा मुलगा मदत करीत होता. स्टुलावर बसून बाहेरचा गर्दीचा माहौल जमिला बालसदृश कुतूहलानं न्याहाळत होती.

त्या गर्दीचा एक भाग झालेल्या, पण गर्द हिरव्या रंगाची पागोटी विशिष्ट पद्धतीनं बांधलेल्या आठ-दहा धिप्पाड अफगाणींचा एक गट जमिलाच्या नजरेस पडला. ते संथपणे जात होते.

आणि दुकानदाराचा तो मुलगा उत्तेजित झाल्याप्रमाणे आवेगानं म्हणाला, ''ते इखवानी आहेत. आता शहरातही आले आहेत. काफिरांना मारण्यासाठी.''

''चुप-चुप. कुछ बको मत. कोई सुन लेगा.'' दुकानदारानं मुलाला चूप करण्यासाठी दाटलं.

''चाचा, क्यों गुस्सा करते हो बच्चे पर? त्याला काय समजतं? तो जे ऐकतो-पाहतो, कानी पडतं तेच बोलतो.'' जमिला म्हणाली.

''वो ठीक है बेटी, पण या नव्या हुकूमतीच्या 'खाद'चे पोलिस सर्वत्र आहेत. गलती से पण कोणी काही नव्या राजवटीबद्दल बोललं, अगदी सहज, तरी त्याला शत्रू समजून-इखवानी समजून पकडून नेतात हे काफिर.'' हलक्या आवाजात गंभीरपणे पण उद्वेगानं तो दुकानदार जमिलाला सांगू लागला.

''मागच्याच महिन्यातील एक हकिकत बयां करतो बेटी. आमचे एक पडोसी त्यांच्या मुलासह नव्या शहरातल्या तोराबसखान मार्केटमध्ये गेले होते. तिथं एका पार्टी वर्करचं दुकान आहे. त्या दुकानात काफिर प्रेसिडेंट अमीनची काचेची तसबीर फ्रेम करून लावली आहे. ती या माझ्या पडोसीच्या मुलाच्या हातानं विकत घेतलेल्या बॅट-बॉलनं तिथंच खेळताना चेंडू लागून फुटली. तिथं हरामी 'खाद'चे पोलिस होते. त्यांनी त्या छोट्या मुलाला पकडून नेलं आणि गोळ्या घालून ठार मारलं म्हणे. त्याच्या बापाला दफन करायला त्याचं प्रेतही दिलं नाही, त्याची परस्पर कुठेतरी बेवारशाप्रमाणे विल्हेवाट लावली गेली. माझा हा पडोसी सतत रडत असतो आणि अमीनला बद्दुआ देत असतो! तो जवळपास ठार पागल झाला आहे बिटिया.''

क्रांतीनंतर जे शेकडो लोक तुरुंगात टाकले होते, त्यांतील काही कैद्यांना सोडायचा अमीननं सत्तेवर आल्यानंतर निर्णय घेतला आणि मोठा गाजावाजा करीत, हे सारं अपकृत्य जुलमी तराकीचं होतं, असं दर्शवीत त्यांना सोडण्याची मोठी प्रसिद्धी मोहीम आखली. त्यांना तुरुंगातून सोडलं, त्याचा 'आंखों देखा हाल' खास टीम पुल-ए-चरखीला पाठवून टी. व्ही. वर दाखवला गेला.

दुकानदारानं दिलेल्या बद्दुव्यानं त्याची जमिलाला पुन्हा याद आली आणि

याद आली झाकिरची.

झाकिरही पुल-ए-चराखीतून दुसऱ्यांदा सुटला होता. जमीलनं टी. व्ही. वरील लाइव्ह प्रक्षेपणात सुटून आलेल्या कैद्यांत तोही असल्याचं पाहिलं होतं. त्याच्यावर कॅमेरा जास्त वेळ फोकस केला गेला होता. कदाचित तो एकटा होता व त्याला घेण्यासाठी कोणी नातेवाईक आला नव्हता, म्हणून असेल. तो शांत चेहऱ्यानं एक एक पाऊल टाकीत येत होता आणि शांतपणे कॅमेऱ्यातून आउट ऑफ फोकस झाला होता.

त्या वेळी जमीललाला तीव्रतेनं वाटलं, आपण तिथे जायला पाहिजे होतं! त्या यातनागृहात त्यानं कसे दिवस काढले असतील? पहिल्या अटकेच्या वेळी चाचा मंत्री असून जंग जंग पछाडूनही त्याचा ठावठिकाणा लागला नव्हता. आता केवळ वाट पाहणं एवढंच हाती होतं! तिच्या ईहवादी संस्कारांमुळे त्याच्या खुशहालीसाठी कुराणपठण करून अल्लाकडे दुवा मागावी, असंही तिला वाटत नसे. पण तिच्यासाठी तान्या अस्खलित मुसलमान स्त्रीप्रमाणे डोईवर चादर घेऊन गुडघ्यावर बसून कुराण वाचायची.

झाकिरला पुन्हा आपण पाहू शकू की नाही, ही भीती मनात खोलवर घर करून होती. त्यामुळे अवचित टी.व्ही. वर तुरुंगातून सुटताना त्या अफाट गर्दीतही तो तिला दिसला, ओळखू आला, याचं अकल्पित धक्कादायी आनंदासह समाधान होतं. आणि त्या वेळी घरातील स्थानबद्धतेमुळे त्याला घ्यायला जाता येत नाही, याची तीव्र निराशा होती. आणि तोही भेटायला आला नाही.

त्यालाही दीड महिना झाला होता आणि आज त्या इखवानीचा गट जाताना पाहून तिला त्याची याद आली. कारण तोही मधूनमधून खास सणासमारंभाला हिरव्या रंगाचं पागोटं घालायचा. मघाशी आपल्या समोरून बदाम बाजारातून गेलेल्या इखवानींच्या गटात तो असेल का?

हा प्रश्न आपल्या मनात का आला? तिचं मनच उसळी घेत तिला म्हणालं, 'का शक्य नाही ते? पहिल्यापासून तो कम्युनिझमचा विरोधी होता. सौरक्रांतीनंतर नव्या हुकूमतीच्या जुलमाला तो बळी पडला आहे, एकदा नाही दोनदा. पुल-ए-चराखी तुरुंगात त्याच्यावर किती अत्याचार झाले असतील. तुरुंगातून बाहेर आलेला कट्टर विरोधी बनणं सहज स्वाभाविक आहे. झाकिरनं तोच मार्ग चोखाळला असेल तर?' त्यामुळे कदाचित सुटकेनंतर त्यानं आपल्याला भेटायला यायचं टाळलं असावं!

आपण त्याच्या 'मेनहाज पब्लिशिंग हाउस'च्या कार्यालय कम घरी जावं का?

तिनं घड्याळात पाहिलं. आत्ताशी चार वाजले होते, सहापर्यंत घरी गेलं तरी चालण्यासारखं होतं! तिनं मनाशी निश्चय केला, नव्हे त्याच्या भेटीचा, त्याला प्रत्यक्षात जवळून पाहण्याची ओढ मनात एवढी तीव्रतेनं दाटून आली की, तिची पावलं आपण होऊन त्याच्या पब्लिशिंग हाउसकडे वळली!

एक हिरवं पागोटं व पठाणी ड्रेस घातलेला पुरुष पाठलाग करतो आहे व झपाझपा चालत आपल्याला गाठायचा प्रयत्न करतो आहे, असं तिला वाटलं आणि त्या जाणिवेनं अवघ्या शरीराला भीतीचा कंप सुटला!

तिची पावलं वेगानं पडू लागली आणि समोर 'मेनहाज पब्लिशिंग हाउस'ची पुश्तू भाषेतली पाटी दिसली आणि ती वेगानं पुढे झाली. पण बंद दार व भलंमोठं कुलूप पाहून हताश झाली. काही न सुचून हतबुद्ध होत तिनं तिथेच बसकण मारली आणि गुडघ्यांत डोकं खुपसून निराशा व भीतीला हुंदक्याद्वारे वाट करून देऊ लागली!

"जमीला,"

हा कुणाचा आवाज कानी पडतोय? झाकिरचा? न जाणो तोच पाठलाग करणारा इखवानी...

"जमीला," पुन्हा तोच स्वर.

ओळख पटली. स्वरांची खात्री नव्हती, पण स्पर्श खात्रीचा होता.

"वेडे, कितीदा हाक मारायची?"

त्यानं चावी लावून कुलुप उघडलं आणि दार काढलं. दार बंद होताच आवेगानं जमीला त्याच्या मिठीत शिरली आणि त्याची छाती अनिर्बंध वाहणाऱ्या आसवांनी भिजवू लागली.

"तुझी सुटका होऊन दीड महिना झाला, पण एकदाही भेटायला आला नाहीस. का? झाकिर किसलिये?" जमीलानं विचारलं.

"जमीला, हा दुसरा तुरुंगवास मला कठोर बनवून गेला आहे. माझा मोहब्बतीसारख्या कोमल, नाजूक मानवी भावनांवरचा विश्वासच उडून गेलाय. ते सारं बेमतलबी वाटत होतं. आणि माझ्यात झालेला बदलाव मला इखवानी गटात घेऊन गेला. त्यांच्यात राहून मी मला माझी वाट सापडेल का, हे पाहत होतो."

घरी तिच्या प्रतीक्षेत सचिंत झालेल्या तरानानं तिच्या सोबत झाकिरला पाहिलं आणि आपला राग विसरून ती आनंदानं चीत्कारली, "ओ, झाकिर मियाँ! तुम्ही?

रिहाई केव्हा झाली? तब्येत ठीक आहे ना? तुम्ही पाहिलंच असेल जमीला बेटी काळजीनं किती रोडावलीय ती. आता तुम्ही थांबा. रात्रीचा खानाच खाऊन जा!''

''नहीं खानम्, फिर कभी खाना खाऊंगा. आज आपसे और सर से बस मिलने आया हूँ.'' अदबीनं झाकिर म्हणाला.

''सरसे जरूर मिलो, पण जेवलंच पाहिजे!'' तराना म्हणाली, ''मी तुमचं काही एक ऐकणार नाही. जमीला, तूच त्यांना आग्रह कर. माझं नाही तर तुझं तरी ते खास ऐकतील.''

आणि ती आत जात म्हणाली, ''तुम्ही सरांना भेटा झाकिर मियाँ. मी आता आत जाते. रात्रीच्या भोजनाची तयारी करायची आहे. तुम्ही थांबून माझ्या हातच्या पदार्थांची चव पाहा आणि सांगा, मी अफगाणिस्तानमध्ये पक्की मुरले आहे की नाही! जमीला, तू त्यांना चाचाकडे घेऊन जा आज शाहीद पण आला आहे, तो चाचाशी बोलतो आहे. मुख्य म्हणजे तेही आपलं मौन सोडून त्याच्याशी बोलत आहेत!''

जमीला झाकिरसह अन्वरच्या बेडरूमवजा स्टडीरूममध्ये पोचली, तेव्हा अन्वर शाहीदची पाठ थोपटीत म्हणत होता, ''बेटा, तुझ्या वयाचा असताना मीही असाच मार्क्सवादानं भारावून गेलो होतो. घरी सलमाजीसारखी माँ असताना तू तसा होणं काही नवलाचं नाही.''

''हां चाचा, पपांच्या उदार लोकशाहीवादी विचारांपेक्षा मला मम्मीमुळे मार्क्सवाद-समाजवाद जास्त अपीलिंग वाटतो. आता कॉलेजमध्ये मी पक्षाच्या स्टडी सर्कलमध्ये नियमित जात आहे अभ्यासासाठी.'' शाहीद म्हणाला.

''बहोत खूब बेटे, बहोत खूब!''

''चाचाऽ'' आवाजाच्या दिशेनं अन्वरनं पाहिलं.

''ओ माय गॉड, व्हॉट ए सरप्राइज!'' तो उठून आवेगानं पुढे झाला व त्यानं झाकिरला कडकडून मिठी मारली. ''तुला पाहून किती बरं वाटलं म्हणून सांगू!''

''तुमच्या हुकूमतीच्या पर्जिंगचा मी बळी होतो सर. केवळ वैचारिक पातळीवर मार्क्सवाद व कम्युनिझमला विरोध केला, म्हणून तुरुंगवास? एका वर्षात दोन वेळा?'' झाकिरच्या स्वरात पुन्हा कडवटपणा उतरला होता.

''झाकिर, अरे, आत्ताच तू आला आहेस घरी. जरा निवांत गप्पा मारायचं सोडून हे काय?'' जमीलानं मध्येच हस्तक्षेप करीत म्हटलं.

''नाही बेटी, त्याला बोलू दे. त्यानं ते सारं भोगलं आहे.'' शुष्क स्वरात अन्वर म्हणाला, ''मला केवळ हाउस अरेस्ट झाली, स्वातंत्र्याचा संकोच झाला व हालचालींवर निर्बंध आले तरी केवढा त्रास झाला. तू शाहीदला घेऊन जा किंवा

चाचीला मदत कर. आम्ही बोलतो. तू माझी फिकीर करू नकोस, आता मी हुशारी महसूस करतोय. क्रेडिट फॉर दॅट गोज् टू शाहीद. त्याच्याशी गप्पा मारल्या आणि मनातल्या साऱ्या कुंठित भावनांचा निचरा झाला.''

''झाकिर, एक इन्सान म्हणून तुझ्या वेदना मी समजतो, पण आमची पर्जिंगची मोहीम ही आवश्यक होती. नाहीतर सौरक्रांतीचा पाया भुसभुशीत झाला असता. विरोधी विचारांनी अवामचा बुद्धिभ्रम होणं आम्हाला परवडणारं नाही. आम्ही काही वेस्टर्न नेशनप्रमाणे लोकशाही व व्यक्तिस्वातंत्र्य मानीत नाही. कारण ते परवडणारं नाही आणि मुख्य म्हणजे ते अवामसाठी हिताचं नाही.''

''यू मीन दॅट जनतेच्या कल्याणाबाबतचं तुमचं मत व धोरण अंतिम असंच समजायचं?''

''माझं साफ व प्रामाणिक उत्तर आहे, हो! मुसलमानांची इस्लामवर जेवढी निष्ठा आहे, तेवढीच किंबहुना त्यापेक्षा जास्त निष्ठा व श्रद्धाही आमची मार्क्सवादावर आहे.'' अन्वर म्हणाला, ''एकदा तू सोव्हिएत युनियनमध्ये जा आणि पाहा. खरी सामाजिक व लिंगविषयक समता तिथे आहे. तो आमचा आदर्श आहे.''

''तर मग चर्चाच खुंटली म्हणायची.'' झाकिर म्हणाला, ''हे तर आपल्या देशातील व एकूण इस्लामी देशांतील कट्टर मुस्लिमांप्रमाणे झालं. तुम्ही धर्म न मानणारे मार्क्सवाद अंतिम व अपरिवर्तनीय मानून त्यालाही पोथीबद्ध करीत आहात. काय फरक राहिला त्यांच्यात व तुम्हा मार्क्सवाद्यांत?''

अन्वर झाकिरच्या प्रश्नानं निरुत्तर झाला.

''ला इलाह इल्लल्लाह...''

आपलाच ध्वनिमुद्रित केलेला आवाज रेडिओवरून ऐकताना करीमुल्लांना समाधान वाटत होतं.

पेशावरच्या आग्नेय अफगाण सीमेनजीकच्या पण पाकिस्तानच्या हद्दीत असलेल्या दारा आदम खेलच्या एतद्देशीय क्रूड स्वरूपाच्या बंदुकींच्या कारखान्याच्या आउट- हाउसमध्ये करीमुल्ला विसावले होते.

रेडिओवर चित्रविचित्र आवाज व खरखर येत होती. करीमुल्लांनी प्रश्नार्थक नजरेनं पाहिलं, तेव्हा शमसू खुलासा करीत म्हणाला, ''अजून सात वाजायला एखाद्या मिनिटाचा अवकाश आहे भाईजान! म्हणून हा आवाज येतोय. बाकी इथूनही बरोबर फ्रिक्वेन्सी पकडली आहे. तुम देखो, बडा पॉवरफुल रेडिओ सेंटर हमने शुरू किया है. गझनी, झबूल, पक्तिया, कंदाहार, हेल्मंड और निमरोज सुबों में सुना जा

सकता है और पेशावर, क्वेट्टा और नॉर्थवेस्ट फ्रंटियर प्रोविन्स में भी.''

"हे आपल्या हाती फार मोठं शस्त्र आलं आहे शमसू. मुझे तुमपर नाज है...'' करीमुल्ला म्हणाले, ''काफिर कम्युनिस्टांच्या खोट्या व अवाममध्ये गोंधळ पैदा करणाऱ्या प्रचाराला यामुळे परिणामकारक उत्तर देता येणार आहे आपल्याला.''

आणि रेडिओ केंद्र सुरू झालं, 'ला इलाह इल्लल्लाह'चे सूर कानी पडले. त्यापाठोपाठ निवेदकाचे शब्द आले. 'हे हिज्बइस्लामीचं रेडिओ केंद्र आहे. आता ताज्या बातम्या ऐका.'

'हमें ये ऐलान करने में खुशी होती है कि, वतन के बयालीस सूबों में सें करीबन तीस सूबे आज तक आझाद हो चुके हैं. बस, कुछ गिने-चुने शहरों में काफिर खल्की की हुकूमत, वो भी रूसी टँकों और फौज की बला पर बची है. बाकी या प्रांतातला ग्रामीण भाग हा पूर्णपणे मुजाहिदीनांच्या ताब्यात आहे. प्रत्येक प्रांतात कारभारासाठी 'जब नजत ए मिली' म्हणजेच 'दि नॅशनल रेस्क्यू फ्रंट'चं प्रशासकीय मंडळ स्थापन करण्यात आलं आहे. अवामनं त्यांनाच कर द्यावा व त्यांनी जारी केलेल्या चलनी नोटा वापराव्यात. जो हे आदेश पाळणार नाही, तो काफिर घोषित केला जाईल, याची अवामनं नोंद घ्यावी.'

करीमुल्ला डोळे मिटून बातम्या ऐकत होते. त्या निश्चितच अतिशयोक्त व अतिरंजित होत्या. पण मोठी शहरं व राजरस्ते, विमानतळ व सैनिक तळाचा परिसर सोडला तर इतरत्र प्रत्येक प्रांतात शेकडो गावी अवाम स्वयंस्फूर्तीनं, असंघटित विस्कळीत का होईना खल्की हुकूमतीशी आणि त्यांच्या कार्यकर्त्यांच्या अत्याचाराविरुद्ध लढत होती. दिवसा जरी सरकारचं राज्य व नियंत्रण असलं, तरी अंधार पडताच मुजाहिदीनांचा अंमल सुरू व्हायचा.

हे सारं करीमुल्लांनी मागील महिन्यात पंधरा दिवसांच्या दौऱ्यात अनुभवलं होतं. ते, शमसू व गुल पेशावरहून गुप्त मार्गानं अफगाण सीमा ओलांडून पक्तिया ते निमरोज या पाक-अफगाण सीमेलगतच्या पाच प्रांतांमध्ये विविध गावी स्थानिक लोकांना संघटित करण्यासाठी व प्रतिकाराच्या एका समान सूत्रात गोवण्यासाठी सतत पंधरा दिवस हिंडत होते, लोकांशी बोलत होते, त्यांचा आजवरचा संघर्ष जाणून घेत होते आणि संघटितपणे प्रतिकार कसा करता येईल व त्यासाठी शस्त्रास्त्रं कशी पुरवली जातील, याचं मार्गदर्शन करीत होते.

प्रथम तराकी व आता अमिनच्या कारकिर्दीत, शिक्षण व वैयक्तिक कायद्यात बदल केल्यामुळे परंपरागत पुश्तुनवाली जीवनशैलीला बसलेला हादरा पठाण व बलुचींच्या पचनी पडला नव्हता. त्यातच 'खल्की' कार्यकर्ते, सैन्य व रशियन तंत्रज्ञ,

सल्लगार यांच्या अत्याचारामुळे जनमानस क्षुब्ध होतं. स्थानिक मौलवी मदरसा व मशिदींमधून त्यांचा हा क्षोभ इस्लामच्या परचमखाली संघटित करीत होते. त्यातून देशभर परस्परांना माहीत नसतानाही समान पद्धतीनं गनिमी प्रतिकार सत्र सुरू झालं होतं.

प्रत्येक गावात अत्याचारानं पेटून उठलेल्या युवकांचा एक गट सर्वसंमत वडीलधाऱ्या मौलवींच्या नेतृत्वाखाली कार्य करीत होता. या गटाला सैनिकी हल्ला - प्रतिहल्ला व लढाईचं मार्गदर्शन बहुधा सेवानिवृत्त वा सैन्य सोडून मुजाहिदीनांना मिळालेले सैनिक अधिकारी करीत होते. ते एकट्यादुकट्या 'खल्की' सैनिकांना अवचित गाठून त्यांच्यावर हल्ला करीत, ठार मारून वा जखमी करून त्यांच्या जवळील शस्त्रं, बंदुका व दारूगोळा लुटीत. तसंच सैन्याला अडथळा व्हावा म्हणून छोटेमोठे पूल उडवून देणं, सरकारी कार्यालयं, आस्थापनांवर अवचित धावा बोलून जमेल तेवढी लूट करून पलायन करणं, नवा मार्क्सवादी वळणाचा अभ्यासक्रम शिकवणाऱ्या शाळा उद्ध्वस्त करणं, शिक्षक-शिक्षिकांना धमकावीत शिकवण्यापासून परावृत्त करणं व मुला-मुलींना शाळेत जाऊ नये म्हणून धाक दाखवणं अशी कामंही मुजाहिदीनांची टोळी गावोगावी करीत असे.

"पूरे अफगानिस्तान में वतनपरस्ती की जो लहर उठी है, वो अवाम का इस्लाम के मुखातिब जस्बे का काबिले तारीफ नमुना है. ये हमारा हिज्ब इस्लामी का रेडिओ सेंटर वो जुनून, वो मजहबी जुनून का जस्बा जिहाद में बदलना चाहता है!"

पहिल्यापासून शमसूनं रेडिओ केंद्राचं धोरण बातम्या आणि भावोत्कट विचार याचं बेमालूम मिश्रण असं ठेवलं होतं. प्रत्येक छोट्या-मोठ्या बातमीसोबत भाष्य व जिहादची फोडणी.

करीमुल्ला बातम्या ऐकत होते आणि काहीसे अस्वस्थ होत होते. खरंच का आपली अवाम जिहादच्या नावाखाली धार्मिक युद्ध खेळत आहे? त्यांचा प्रतिकार म्हणजे 'खल्की' राजवटीला वाढता विरोध, हा त्याचा भाग किती आहे? त्यांच्या पुश्तुनवाली जीवनशैलीला धक्का बसल्यामुळे व ती नव्या सुधारणांमुळे आमूलाग्र बदलण्याची शक्यता असल्यामुळे होणारा प्रतिकार किती आहे?

पंधरा दिवसांच्या दौऱ्यात बी.बी.सी.चा वार्ताहर डेनिस व त्याचा नव्यानं रुजू झालेला सहकारी विल्यम चार दिवस सहभागी होते. पेशावरला त्यांची व करीमुल्लांची भेट झाली होती. डेनिस हा पेशावर येथे निर्वासित म्हणून आलेल्या अफगाण स्त्री-पुरुषांच्या मुलाखती घेत होता.

दौरा संपल्यावर डेनिसनं विचारलं, "हा आपला लढा आपण म्हणता, प्रचार

करता तसा इस्लामी कितपत आहे? आणि स्थानिक परंपरा, जीवनशैलीच्या विरोधातील सामाजिक सुधारणेच्या निषेधार्थ कितपत आहे?''

उत्तर देण्यापूर्वी करीमुल्ला काही क्षण स्तब्ध होते. तेव्हा विल्यम म्हणाला, ''सर, आपण उत्तर देण्यापूर्वी माझं निरीक्षणही विचारात घ्यावं. तुमच्या देशातील लोकशाही उदारमतवादी आहेतच कुठे, हा उपहासात्मक प्रश्न खरा असला तरी क्षीण स्वरूपात का होईना ते आहेत अन् त्यांचा प्रतिनिधी म्हणून माजी संसद सदस्य इलियासचं नाव मी तुम्हाला सांगू इच्छितो. त्यांच्या मते आजची राजवट जशी राष्ट्रवादी नाही, तशाच तुमच्या प्रतिकार करणाऱ्या संघटनाही.''

''मैं समझा नहीं इलियास साब क्या फर्माना चाहते हैं?'' काहीशा तप्त सुरात करीमुल्ला म्हणाले. काही वर्षांपूर्वी मेहनाजच्या दफनविधीला तो भेटल्याचं त्यांना स्मरत होतं.

''आय विल एक्सप्लेन सर!'' विल्यम म्हणाला, ''ही पी.डी.पी.ए. ची डावीकडे झुकलेली राजवट आंतरराष्ट्रीय समाजवादी म्हणजेच कम्युनिस्ट मूव्हमेंटशी स्वतःचा धागा जोडून घेते. त्या अर्थानं देशापलीकडे एक आंतरराष्ट्रीय समाजजीवन रचनेचे आपण भाग आहोत, हा विचार त्यातून प्रतिबिंबित होतो. अगदी तसंच तुम्ही जेव्हा जिहादची भाषा करीत पॅन इस्लामिक ब्रदरहूडची आठवण मुसलमानांना देता, तेव्हा तुमच्याही विचारात जागतिक स्तरावरील इस्लामी जगताचा विचार असतो. त्या अर्थानं तुम्हीही राष्ट्रवादी नाहीत. तुमचेही इंटरेस्ट हे क्रॉसबॉर्डर इस्लामी देशांशी संलग्न आहेत.''

''इलियास भाई हे इतिहासाचे अभ्यासक प्राध्यापक आहेत, हे मला माहीत होतं.'' करीमुल्ला आपल्या ठाशीव स्वरात संथपणे म्हणाले, ''पण ते किती विकृत बुद्धिवादी आहेत, हे प्रथमच जाणवलं. त्यांचं हे निरीक्षण तद्दन गैरलागू व विपर्यस्त आहे. किमानपक्षी ते आमच्या संघटनांना लागू होत नाही.''

संभाषणाच्या ओघात डेनिसनं त्याचा टेप चालू केला आहे व तो आपलं बोलणं ध्वनिमुद्रित करीत आहे, हे करीमुल्लांच्या लक्षात आलं नाही. ते सविस्तर खुलासा करताना म्हणाले,

''इस्लाम हा अफगाणिस्तानपुरता मर्यादित नाही, हे खरं आहे आणि आमच्यासाठी देश व धर्म हा अलग नाही, हेही तेवढंच खरं आहे. तुम्हा पाश्चात्त्यांचा देश व धर्म अलगत्वाच्या संकल्पनांना आमच्या जीवनशैलीत स्थान नाही, हे कधीतरी तुम्ही स्वच्छ मनानं समजून घ्यायचा प्रयत्न केला पाहिजे! देशावर परकी अंमल आला तरच प्रतिकार करायचा, हाच केवळ राष्ट्रवाद नाही, तर परकी अनइस्लामिक

विचारधारेची एतद्देशीय हुकूमतही आम्हाला तेवढीच परकी व गैर वाटते. कारण आमची जीवनशैली ही इस्लामी जीवनशैली आहे व तिच्यावर आघात म्हणजे राष्ट्रजीवनावर आघात, असं आम्ही मानतो. त्या अर्थानं ही आमची चळवळ, प्रतिकार राष्ट्रवादीच आहे. त्याला जागतिक पातळीवर इस्लामी देशाकडून पाठिंबा मिळतोय, म्हणून तो आंतरराष्ट्रीय म्हणायचा असेल तर माझी हरकत नाही. पण तो आधी राष्ट्रीय उठाव आहे व मग आंतरराष्ट्रीय. हे आमचं मत आहे...''

विल्यम मंदपणे हसला. त्याचं करीमुल्लांच्या उत्तरानं समाधान झालं नव्हतं. पण त्यानं प्रतिवाद न करता तो वार्तालाप संपवला होता, कारण त्याला व डेनिसला डिस्पॅचपुरता पुरेसा मसाला मिळाला होता!

करीमुल्लांना बातम्या ऐकताना इलियासच्या त्या मताची आठवण झाली. तेव्हा उत्तर दिल्यानंतर व संभाषण संपल्यानंतरही करीमुल्लांना वाटत होतं की, आपलं हे उत्तर अपुरं, सावरासावरीचं व गोंधळलेल्या विचारांचं होतं. इलियासचं ते निरीक्षण अगदीच काही अवास्तव व चुकीचं नव्हतं, असं त्यांचं मन त्यांना टोचत होतं व आत्मपरीक्षणाला प्रवृत्त करीत होतं.

त्यांना पंधरा दिवसांच्या भटकंतीमधला तो प्रसंग आठवला.

गझनी-कंदाहार ते हेरात या राष्ट्रीय महामार्गापासून दोन किलोमीटर आत असलेलं कुनार नावाचं ते छोटं गाव. तिथं त्या दिवशी त्यांचा मुक्काम पडला होता!

त्या पूर्णपणे उद्ध्वस्त झालेल्या गावात सायंकाळी गुल व शमसूसह करीमुल्ला पोचले, तेव्हा तेथील स्मशानकळा पाहून त्यांच्या अंगावर काटा आला होता!

''सर'', कुनारचा एक तरुण अब्बास सांगत होता, ''हे आमचं पुश्तैनी गाव. तीनदा मागील या दीड वर्षात काफिरांनी बेतहाशा बॉम्बिंग करीत उद्ध्वस्त केलं! आता या गावात आम्हा नौजवाँ मुजाहिदीनाच्या लष्करी टोळीखेरीज कोणी गाववाले राहात नाहीत, ते इथून वीस पंचवीस किलोमीटर अंतरावरच्या जंगल, दरीडोंगरात विखुरलेल्या अवस्थेत कच्च्या- पक्क्या झोपड्यांत राहत आहेत. कधी काळी-नव्हे सर, अवघ्या दोन वर्षापूर्वीचीच गोष्ट आहे. हेल्मंड नदीवरील धरणाच्या लाभक्षेत्रात आमचं गाव व जमिनी येतात. त्यामुळे गहू व द्राक्षबागांच्या शेतीमुळे आमच्या कुनारमध्ये खुशहाली व संपन्नता होती! पण जमिनीच्या फेरवाटपाला तीव्र प्रतिकार केला म्हणून जहन्नुमला गेलेल्या त्या काफिर तराकीनं आधी फौज पाठवली, तेव्हा मी स्वत: प्रतिकाराला पुढे झालो. डटके मुकाबला किया. कामयाबी नहीं मिलने पर उनकी फौज वापस गयी आणि दोनच दिवसांनी या गावावर बेतहाशा बॉम्बिंग झालं.

यूनोचा कायदा सांगतो की, दुनिया में कहीं भी सिक्विलियन कॅम्पपे फायरिंग न हो, बॉम्बिंग न हो... पण या राक्षसांना त्याची पर्वा कुठे होती? त्या हवाई हल्ल्यात जवळपास सत्तर टक्के घरं नष्ट झाली.''

अब्बास हा त्या गावच्या मौलवीचा मुलगा. त्याचं गावात एक मदरसा केंद्र होतं. आता ते त्यानं जंगलात नेलं होतं. त्याचे वृद्ध वडील तिथे आजही शिकवतात, असं त्यानं अभिमानानं सांगितलं. त्याची पाठ थोपटीत करीमुल्ला म्हणाले, ''कल हो सके, हम उन्हें मिलेंगे. वे इस्लाम के सच्चे बंदे हैं।''

''हाँ जनाब, मैं उन्हींका वारीस हूँ!'' अब्बासच्या शब्दाशब्दांत वडिलांचा तसाच धर्माचा अभिमान पाझरत होता.

चार लष्करी टेंट व तीन वेळा बॉम्बिंगनंतरही बऱ्यापैकी शाबूत असलेल्या दोन घरांचा तो परिसर. अंधार पडू लागला तसा भेसूर व स्मशानकळेची अनुभूती देणारा वाटू लागला.

केरोसीनच्या काजळी धरलेल्या दिव्यांच्या मंद उदास प्रकाशात एका वाड्यात काही माणसं त्या मुजाहिदीनांच्या टोळीसाठी व आलेल्या पाहुण्यांसाठी स्वयंपाक करीत होती. नवारीच्या खाटांवर करीमुल्ला, गुल व शमसू बसले होते. त्यांच्या समोर अब्बास व त्याचे चार साथीदार अदबीनं उभे होते. बाकीचे वीस पंचवीस तरुण तंबूत व वाड्यात विखुरले होते.

''सर, त्या शौरवीच्या विकृत राक्षसी डोक्यातून ही सर्फिंगची कल्पना आली असणार. पूरे वतन में दूर दराज के इलाके में, छोटे मोटे गांवों में आज ये हालत है कि, कोई 'खल्की' पार्टी वर्कर या आला अफसर फौजी जीप के बिना आ नहीं सकते. रात्र होता होता ते परत शहरात जातात. शहर आणि लष्करी कॅम्प असलेले भाग सोडले तर बाकी कुठेही या तीन-चार प्रांतांमध्ये सरकारी प्रशासन नाहीये जनाब! इथे आमचा अंमल आहे, आमचं प्रशासन आहे. आम्ही शौरवी व पाश्चात्त्य शिक्षण देणाऱ्या साऱ्या शाळा बंद केल्या आहेत. त्या इमारतीतही आम्ही मदरसा शिक्षण सुरू केलं आहे. आम्ही शुद्ध इस्लामप्रमाणे वागतो, जगतो आहोत. आमच्या या नियंत्रणाखाली असलेल्या सुब्यामध्ये एकही जनाना बुरख्याविना नाही. स्कर्टसारखं शरीर दाखवणाऱ्या कपड्यातील बायका इथं दिसणार नाहीत. तुमच्या काबूलमध्ये दाऊदखानच्या काळाप्रमाणे स्त्रियांना धाक बसविणारं ॲसिड आंदोलन आम्ही इथं घेतलं होतं जनाब! चार-पाच जनानांना ॲसिडनं विद्रूप करून अद्दल घडवली. त्याचा योग्य तो परिणाम झाला. आता या सूब्यामध्ये सारा जनाना पडदानशीन आहे.''

''और सर, हमारे अब्बास भाई ने उनकी चचेरी बहन को, जो कंदाहार में कॉलेज में पढ़ी थी और यहाँ टीचर थी, उसेभी नहीं बक्शा, क्योंकि वो कम्युनिस्ट पार्टी वर्कर थी और स्कर्ट पहनती थी. वो मानती नहीं थी, उसके पांव भी हमने जलाये,'' अब्बासचा साथीदार फुशारकीनं सांगत होता.

''इस्लामपुढे मला नातेसंबंध कः पदार्थ आहेत सरऽ.'' अब्बास नम्रपणे म्हणत होता.

शमसू व गुलनं त्याला 'बहोत खूब' म्हणत बधाई दिली. करीमुल्लांचे ओठ औपचारिक हलले, पण बधाईचे शब्द उमटले नाहीत. इस्लामच्या नावाखाली कमजोर औरत जातीवर असे घृणास्पद पुरुषी अत्याचार त्यांना तेव्हा साफ नापसंत होते. आजही त्यांना ते खटकत होते. तरीही पूर्णपणे बुरख्याचा अंमल त्यांना संतोष देणारा होता.

''तर मी जनाब सांगत होतो, काफिर खल्की व शौरवींच्या नापाक कारनाम्यांच्या बाबत.'' अब्बासनं सांगायला सुरुवात केली, ''हुकूमतीनं सर्व शहरं लष्कराच्या ताब्यात देऊन आपली पकड ठेवली आहे. याखेरीज देशभरातील सर्व प्रमुख राष्ट्रीय रस्ते लष्कराच्या हालचाली व व्यापारी दळणवळणासाठी सुरक्षित व निर्धोक राहावेत म्हणून या रस्त्याच्या दोन्ही बाजूंना दोन किलोमीटरपर्यंत असणाऱ्या टापूतील एकूण एक गावं निर्मनुष्य केली आहेत. जिथं हुकूम देऊन गावं खाली झाली नाहीत, तिथं त्यांनी टँक्स पाठवून घरंच्या घरं जमीनदोस्त केली. पण त्याचा आमच्या शूर मुजाहिदीनांनी प्राणपणानं प्रतिकार केला. त्यानं त्यांचं खूप नुकसान व्हायचं. म्हणून मग त्यांनी सरळ हवाई हल्ले सुरू केले. हजारो माणसं मारली. बूढे-बच्चे, जनाना-मर्द कुछ देखा नहीं. मकानों के साथ खेती बर्बाद हो गयी, पाण्याचे पाट-कालवे, तळी नष्ट झाली.''

आता अब्बासचा आवाज संतापानं व भावनोद्रेकानं थरथरत होता. ''आपलीच माणसं पाहता पाहता एवढी परकी - शत्रू कशी होतात? एका वेगळ्या विचारानं एवढी आंधळी व क्रूर होतात? त्यांना देशात कोणी कोणी स्वीकारत नाही. त्यांचा समाजवाद अवामला मुळीच पसंत नाही. त्यांच्या प्रगतीचं व आधुनिकतेचं स्वप्न आम्हाला नको आहे. मग का ते अट्टहासानं आमच्यावर लादताहेत? आमच्या इच्छेविरुद्ध, आमच्या श्रद्धा-भावनेच्या विरुद्ध? त्यासाठी एवढं क्रूर, बर्बर ते का होतात? त्यांना सत्ता हवीच असेल तर ती मिळेल की, पण इस्लामच्या चौकटीत! पण त्याविरुद्ध जाऊन परक्यांच्या ओंजळीनं ते का पाणी पीत आहेत? का नाही ते समजून घेत की, आम्ही शौरवीचा द्वेष करतो, त्यांचा आम्हाला कधी भरवसा वाटत

नाही. एकेकाळचा इस्लामी ताश्कंद, समरकंद, जो आमचा होता, तो जसा कम्युनिस्ट, देव-अल्ला न मानणारा झाला आहे, तसा आमचा अफगाणिस्तान आम्हाला होऊ द्यायचा नाही. कितीही किंमत मोजावी लागली, कितीही रक्त सांडावं लागलं तरी बेहतर. आम्ही त्यांचा शौर्वी इन्किलाब यशस्वी होऊ देणार नाही, कधीच नाही...''

त्याला मिठीत घेत गुल शांत करीत म्हणाला, ''मेरे भाई, मेरे हमसफर, गाझी दोस्त! हमारे, तुम्हारे जस्बे एक हैं- मंझिल एक है और अल्लाह हमारे साथ है. हम यकीनन कामयाब होंगे.''

''आमीन!'' करीमुल्ला पुटपुटले, ''गुल, आता मला खरंच यकीन आला आहे, आपण कामयाब होणार! आता हा अब्बास जे बोलला, तो साऱ्या देशाचा, अवघ्या अवामचा आवाज होता, भावना होती, जज्बा होता. वो कितना बेझिझक निडर होके सामने आया है!''

अब्बासची तक्रार वा खंत एकच होती, ''आम्ही देशात राहून लढतो, पण आम्हाला हत्यारं कमी पडतात, दारूगोळा कमी पडतो! माझी फक्त पन्नासची तुकडी आहे गुलसाब. आणखी शंभर जवान येतील माझ्यामागे, पण तेवढी शस्त्रं नाहीत. मग त्यातूनही आम्ही मार्ग काढला आहे. दर पंधरा दिवसांना आम्ही पंचवीस जणांची तुकडी बदलतो, नवे पंचवीस येतात. हे परत जंगलात गेलेल्या आमच्या गावी जातात आणि शेतीची कामं करतात. आम्ही सारे जण दिवसा शेतीची कामं करताना गावाचं संरक्षण करतो, पहारा देतो. या 'खल्की' राजवटीला अवामनं शेती केलेलीपण चालत नाही. आम्ही त्यांचे दुश्मन. आम्ही पिकवलेला गहूही त्यांना इस्लामी म्हणून निषिद्ध वाटतो की काय कळत नाही.'' आणि तो खो खो हसला. त्याच्या त्या हास्यात जसा विखार होता, तशी वेदनाही.

''तुम्हाला आगे तुमच्या गरजेप्रमाणे शस्त्रं-बंदुका मिळतील.'' गुल म्हणाला, ''आम्ही त्यासाठीच हा दौरा करीत आहोत. यापुढे नियमितपणे शस्त्रं व दारूगोळा मिळत जाईल. तुम्ही आता या सूब्यामध्ये हिज्बे-इस्लामीच्या वतीनं राज्य करा.''

''माफ करना गुलसाब. ये माजरा क्या है, मैं समझ नहीं पा रहा हूँ!'' अब्बासनं स्पष्टपणे सवाल पुसला. ''असाच संदेशा जमाते इस्लामीच्या रब्बानी साहेबांचा, नॅशनल फ्रंटच्या मुजादादींचा आला होता! तुम्ही सारे अलग अलग का? तुमचा एक नॅशनल रेस्क्यू फ्रंट-जब् नजत ए मिली-तराकीच्या कूदेत्तेनंतर गतवर्षी पेशावरला स्थापन झाल्याचा ऐलान झाला होता. त्याचं काय झालं? तुम्ही अलग अलग का लढत आहात? आम्ही गाव पातळीवर सारे एक आहोत. या काफिर राजवटीविरुद्ध लढत आहोत. तुम्ही सारे जण आमचे मोठे नेते आहात. खुदा के

वास्ते, आप सब एक हो और आपस में न लड़ें! हम आप सब लीडर्स से बस् यही चाहते हैं!''

करीमुल्ला अब्बासकडे थक्क होऊन पाहत राहिले. मनोमन त्यांनी त्याच्या बेझिझक व उत्स्फूर्त प्रतिक्रियेला दाद दिली. पेशावरला ते गुल, रब्बानी, मुजादादी व जिलानी इत्यादींना सातत्यानं हेच सांगत होते, 'वैयक्तिक महत्त्वाकांक्षा बाजूस ठेवा. ही ती वेळ नाही-' पण आजवर तरी त्यांना त्यात यश आलं नव्हतं. सारे जण त्यांचा मान ठेवीत. प्रसंगी त्यांचे परखड बोल अदबीनं ऐकून घेत व कधीमधी त्याप्रमाणे आचरणही करीत. तरीही त्यांची ती खंत कायम होती, इस्लाम खतरे में असताना जिहादच्या वेळी वैयक्तिक महत्त्वाकांक्षांवर अंकुश ठेवायला हवा.

गुल शांत होता, पण त्याच्या मनात एक खूणगाठ बसली होती. हा अब्बास तडफदार आहे, पण आपल्या कामाचा नाही. त्याला आपल्या हिज्ब-इस्लामीमार्फत जुजबी मदत द्यायची. केवळ विरुद्ध जाऊ नये व आपणावर पक्षपाताचा आरोप होऊ नये म्हणून. त्याला आपण व रब्बानी, मुजादादी आणि जिलानी बरोबरीचे मोठे नेते वाटतात हे खटकलं होतं! अब्बासला त्याच्या या सूब्यापलीकडचं विश्व माहीत नव्हतं. पेशावरला साठ टक्के निर्वासित अफगाण आपल्या हिज्बे-इस्लामीच्या गटात आहेत व अमेरिका-सौदी अरेबियाची तीन चतुर्थांश शस्त्रं व पैशाची मदत आपणामार्फत मुजाहिदीनांना जाते, हे अब्बासला माहीत नसणार. अन्यथा त्यानं आपलं नेतृत्व मान्य केलं असतं. तो पढालिखा आहे, स्वतंत्र विचारांचा आहे. नेतृत्वाला प्रश्न विचारू शकतो. असा आदमी, असा योद्धा आपल्या कामाचा नाही. मला निष्ठावान, प्रश्न न विचारता आज्ञा पाळणारे अनुयायी हवे आहेत. हा जिहाद यकीनन कामयाब होणार आहे. मग त्याचा सेहरा माझ्या मस्तकी हवा. त्यासाठी केवळ मला मानणारे अनुयायी हवे आहेत, अब्बास तसा नाही. वो मेरे काम का नहीं है!''

गुलचा तिथला रस संपला होता! वाट सकाळ होण्याची होती. पण तिथे रात्री थांबणं भाग होतं!

अचानक दूरवर कुठल्या तरी वाहनाचे दिवे चमकले व विझले. पुन्हा दोनदा असंच झालं. अब्बासनं बंदूक हाती घेतली व आकाशाकडे उंचावीत दोन फैरी झाडल्या, तसे त्या वाहनाचे दिवे लागले व ती वाहने त्यांच्या राहुटी कॅम्पकडे येऊ लागले.

"हमारीही जीप है जनाब! काफिर की बदौलत मिली है." अब्बासनं खुलासा केला. "एका चकमकीत आम्ही अनेक काफिरांना ठार केलं, तेव्हा जीपचा ड्रायव्हर

पांढरा परचम फडकावीत शरण आला. त्यानं जीप आम्हाला देऊन टाकली आणि आमच्यात तो सामील झाला. तो आणि चार जवान टेहळणीसाठी दुपारीच गेले होते. ते परत येत आहेत. हा आमचा सांकेतिक इशारा होता.''

जीप जवळ येऊन थांबली आणि उडी मारून एक युवक अब्बासजवळ येत त्याला आदाब करीत म्हणाला, ''अब्बास भाई, कल सुबह इस रास्ते से दो टँक के साथ फौज के पाँच ट्रक्स हत्यार गोले लेकर कंदाहार जा रहे हैं. आज ते मागच्या कॅम्पवर विश्रामाला थांबले आहेत.''

आणि अब्बासचे डोकं लकाकलं. क्षणभरानं तो करीमुल्लांकडे वळून म्हणाला, ''मैं आपसे गुजारिश करूँगा. आप कल यहीं ठहर जाइये दोपहरतक. हम आपको उनका पकडा हुआ टँक तोहफा देंगे. आप वो पेशावर बेशक ले जाइये और बताइये पूरी दुनिया के रिपोर्टर्स को कि शौरवी है, इसलिये वे हुकूमत में काबूल में है, वरना कभी की हमारी जीत हो जाती!''

''पण अब्बास, तुमच्याकडे शस्त्रास्त्रं कमी आहेत व दारूगोळ्याही पुरेसा नाही.'' करीमुल्ला चिंतेनं म्हणाले, ''तो शस्त्रसज्ज काफिला आहे.''

''तो क्या हुआ सर?'' आत्मविश्वासानं अब्बास म्हणाला, ''माझ्याजवळ माझा अल्ला - खुदा आहे व आज माझ्यासमोर त्याचे बंदे-आपण, शमसूभाई, आमचे नेते गुलसाहब आहेत! तुम्ही पेशावरहून सूत्रं हलवीत लढत आहात, इथं आम्ही ग्रामीण, विखुरलेल्या खेड्यांत तुटपुंज्या सामग्रीनिशी पण दिलेरीनं कसं लढत आहोत, हे पाहाच!''

त्याचा आग्रह मोडणं करीमुल्लांना शक्य नव्हतं. त्यांनी संमती दिली, तसा गुलचाही नाइलाज झाला!

रात्रभर त्या राहुटी कॅम्पवर धामधूम चालू होती. दोन-तीनदा जीप आली, गेली. जवळपास शंभर युवक जमा झाले. करीमुल्ला जागेच होते व कौतुकानं पाहत होते. त्यांच्यापैकी २०-२५ जणांजवळच बंदुका होत्या. अब्बास व एकाकडे एके-४७ होती. खांद्यांवरून मारा करणारे दोन रॉकेट लाँचर्स होते व एक अँटीटँक गन होती. बाकी साऱ्या ३०३च्या वा एनफील्डच्या बंदुका. जुन्या, बहुधा दारा-आदम खेल फॅक्टरीत बनवलेल्या ओबडधोबड व अवजडशा. तुटपुंजी शस्त्रसामग्री, पण दोन टँक्सनिशी जाणारा अस्त्रसंपन्न सैनिकी काफिला लुटण्याची दुर्दम्य मनिषा होती.

''सर, आम्ही आमच्या मकसदमध्ये यशस्वी झालो. यकीनन हम होंगे, तर आमची किमान तीन-चार महिन्यांची दारूगोळ्याची ददात मिटून जाईल. या काफिल्यात हँडग्रेनेड्स व रॉकेट लाँचर्सही खूप आहेत, अशी खबर आहे. ती आमच्या हाती

पडली तर हा पूर्ण कंदाहार प्रांत नियंत्रणाखाली आणणं कठीण नाही. मी तुम्हाला आमचं इस्लामी प्रशासन सुरू करताना बिसमिल्लह करण्यासाठी बोलवेन. ये मेरा वादा है.''

अब्बाससोबत सावलीसारखा एक तरुण सायंकाळपासून करीमुल्ला पाहत होते. तो सैन्यातला जवान आहे, हे हालचालीवरून जाणवत होतं. ''हां, तो माझा मित्र, माझा यार आहे. उमर नाव आहे. फौज में था. पण जेव्हा काफिर तराकीचं राज्य आलं, तेव्हा त्यानं बंडखोरी केली आणि आपल्या तुकडीसह करघा कॅम्प सोडून तो इथं आपल्या गावी आला. त्याचं अन् माझं ध्येय समान होतं. आमची गाठभेट झाली अन् आम्ही एक झालो! तो मोठा धार्मिक आणि पाक इन्सान आहे. अगदी तुमचीच छोटी प्रतिकृती सर. पण तो लढवय्या आहे. त्याचा नेम कधी चुकत नाही, अशी त्याची ख्याती आहे.''

मागील महिन्यात एका आर्मी कोअर ग्रुपशी समोरासमोर अवचितपणे झालेल्या चकमकीचं वर्णन करीत अब्बास म्हणाला, ''मामला मोठा कठीण होता. पण उमरची दिलेरी, जिगर आणि सैन्यातलं प्रशिक्षण कामी आलं! विषम संख्येचा सामना असूनही आम्ही जवळपास तीस जणांना कंठस्नान घातलं. बाकीचे पळून गेले, तर काही शरण आले. त्यांच्याकडून आम्ही कॅम्पची खाना पकवणं, पाणी आणणं राहुटीची व्यवस्था पाहाणं अशी कामं करून घेत असतो, गुलाम म्हणून! त्या चकमकीतल्या विजयाचं फळ ही लष्करी जीप आहे सर. त्यामुळे आमची मोबिलिटी वाढली आहे. तसाच दराराही!''

उमर काही न बोलता मंदपणे हसत होता!

सूर्योदयापूर्वींच्या फज्र नमाजाच्या वेळी जंगे मैदान गाजवण्यासाठी जाणारी ती पन्नास जणांची तुकडी सज्ज झाली! करीमुल्लांच्या नेतृत्वाखाली त्या साऱ्यांनी श्रद्धापूर्वक नमाज अदा केली. त्यात शमसूपणा सामील झाला.

''जा, विजयी होऊन या! तुम्ही येईपर्यंत मी तुमच्या यशासाठी अखंड कुराणपाठ करणार आहे.'' अब्बास व उमरची पाठ थोपटीत त्यांना करीमुल्लांनी आशीर्वाद दिले.

''भाईजान, मुझेभी आज दुवाकी जरूरत है!'' त्यांच्यापुढे शमसू नतमस्तक होत म्हणाला. ''आज मीही प्रथमच अब्बासभाईंच्या नेतृत्वाखाली एक सिपाही म्हणून या जंगमध्ये भाग घेणार आहे. या मधल्या काळात मी कसून नेमबाजीचा सरावही केला आहे. आज मीही जिवावर उदार होऊन लढणार आहे...''

करीमुल्ला चकित झाले, पण प्रसन्नपणे त्यांनी त्यालाही त्याच्या डोक्यावर

थोपटीत दुवा दिली. ''मैं तुमपे फक्र महसूस करता हूँ मेरे भाई! काश मुझमें भी जंग के हुनर होते! मैं जो ठहरा उस्ताद आदमी!''

''आपको क्या जरूरत सर, जंगे मैदान जाने की?'' अब्बास संकोचून म्हणाला. ''आपकी हमपर सरपरस्ती बरकरार रहे, यही बहुत है!''

त्यांना निरोप दिल्यापासून कुराणे शरीफ अखंड वाचणाऱ्या करीमुल्लांच्या कानावर दुपारी दीड वाजता 'अल्ला हो अकबर'चा बुलंद गगनभेदी जल्लोश पडला आणि आपले बहादुर सिपाही फतेह हासील करून आल्याची जाणीव झाली. त्यांनी हात आकाशाकडे फैलावत म्हटलं, ''या अल्लाह! तेरा लाख लाख शुकर है, इस जिहाद में ऐसीही निगाहें करम बरकरार रखना!''

उमरचा चेहरा रक्तानं साकळला होता व डाव्या डोळ्यावर पट्टी बांधलेली दिसत होती. तरीही तो रशियन बनावटीचा एक रणगाडा चालवीत येत होता. त्याच्या बाजूला अब्बास व शमसू होते, तेही रक्ताळले होते. पण बुलंद आवाजात 'अल्ला हो अकबर'चा नारा देत होते.

त्या तिघांना करीमुल्लांनी एकामागून एक मिठीत घेतलं, पाठ थोपटली. ''बहोत खूब - बहोत खूब!'' करीत त्यांची प्रशंसा केली. त्यांचे शुभ्र कपडे तिघांच्या रक्तानं माखले जात होते, पण त्यांना त्याची पर्वा नव्हती!

''भाईजान, बडा मजा आया! दुश्मनची संख्या आमच्या दुप्पट होती, दोन टँक्स व पाच ट्रक्ससह शेकडो बंदुका अन् दारूगोळा घेऊन त्यांचा काफिला जात असताना आम्ही दबा धरून त्यांच्यावर धावा बोललो. किती घमासान लढाई झाली म्हणून सांगू! उमर साहेबांच्या बहादुरीची कमाल बयां करायला माझ्याजवळ शब्द नाहीत. अब्बास भाईपण काय लढले! बेमिसाल नेतृत्वगुण त्यांच्यात आहेत. मीही भाईजान, तुमच्या सदिच्छेनं नेटानं डटकर लढलो. तीन जणांना टिपलं. त्यात एक शौरवीपण होता, ही खुशीची बात आहे!''

''तुम्ही सारे सहीसलामत आहात ना?''

''जंगमध्ये प्राणांचा बळी द्यावाच लागले सर! आमचे सात जण शहीद झाले, पण आम्ही किमान तीस जणांना कापलं. शमसूभाईना मामुली चोट आली आहे, तर माझ्या खांद्यात गोळी घुसली आहे. मला त्याची फिकीर नाही, पण लगता है उमरभाई की दायी आंख में गहरी चोट आई है. मुझे डर है कहीं वो आंख गंवा न बैठे!''

''ये जिहाद के लिए बहोत कम है सर!'' उमरच्या स्वरात ओज होता, असीम वेदना होत असूनही आवाज ठाम व कणखर होता. ''ये मेरा गहना होगा - और मैं इसी कारण कल तवारीख में (इतिहासात) मशहूर हो जाऊंगा!''

''आमीन!''

''आम्ही दुश्मनांचे दोन्ही रणगाडे पकडले आहेत. पण त्यांपैकी एक नष्ट झाला घमासान लढाईत. दुसरा मी चालवत आणला आहे. तो मी तुम्हाला नजर करतो.''

''अरे, तो मी घेऊन काय करू?'' करीमुल्ला म्हणाले.

''तो तुम्ही पेशावरला पाक हद्दीत घेऊन जा. अलम दुनियेला कळवा, आम्ही मुजाहिदीन कसा जिहाद लढत आहोत ते!'' अब्बास म्हणाला.

''ठीक आहे अब्बास. त्यांच्या वतीनं मी त्याचा स्वीकार करतो.'' मागून गुल पुढे येत म्हणाला. ''आप सबको इस शानदार जीत की बधाई!''

''पण गुल, पाक सरकार टँक अलाऊ करेल?...''

''चिंता नको सर. मी सारं सांभाळून घेईन.'' गुल म्हणाला. ''आपल्या गाझी तरुणांची मन्शा आहे. आपण इन्कार करणं बरं नाही.''

गुलनं शमसूला बाजूस घेऊन काही वेळ गुफ्तगू केलं. मग शमसू करीमुल्लांजवळ येत म्हणाला, ''भाईजान, आपल्या परतीचा इंतजाम झाला आहे. अब्बासचा एक फौजी सिपाही आपणास जीपनं सीमेपर्यंत सोडणार आहे. गुलसाहब यही ठहरेंगे.''

करीमुल्लांना त्या दोघांत एवढं काय गुफ्तगू झालं, हे कळेना.

पण दोन दिवसांनी जेव्हा डझनभर आंतरराष्ट्रीय पत्रकार, टी.व्ही., कॅमेरामन यांच्या साक्षीनं अब्बासनं करीमुल्लांसाठी नजर केलेल्या रणगाड्यातून गुल अफगाण भूमीतून पाक सीमेवर कॅमेऱ्यांच्या फ्लॅशच्या लखलखाटात प्रवेश करता झाला, तेव्हा सारा उलगडा झाला,

करीमुल्लांनी पाक टी.व्ही. वरील बातम्यांमध्ये त्याबाबत पुन्हा पुन्हा पाहिलं व ऐकलं. गुलची ती कृती मोठी नाट्यपूर्ण होती. त्याहून जादा त्याचा ऐलान. ''हमारा जिहाद कामयाबी की तरफ बढ रहा है. ये पकडा हुवा टँक हमारे हिज्बे-इस्लामी के ताकद का बेमिसाल नमुना है. आमचा एक एक गाझी मुजाहिदीन दहा दहा शौरवींना भारी ठरला आहे. त्यांचे पालतू कुत्ते आमचेच अफगाणी, पण काफर झालेले खल्की निव्वळ बाजारबुणगे आहेत. वो दिन अब दूर नहीं, जब हम उनको नेस्तनाबूद करेंगे!''

शमसूची भेट झाली तेव्हा करीमुल्ला म्हणाले, ''गुलनं अब्बास-उमरच्या साहसाचा व जीजानसे बाजी लगाकर किये हुए जंगका उल्लेख केला नाही, हे मात्र मला खटकलं.''

''भाईजान, हा सारा सियासी मामला आहे.'' शमसूच्या स्वरात आपल्या

विद्वान धर्मशास्त्री भावाला एवढी साधी बाब कशी समजत नाही, असा आविर्भाव होता व स्वत:च्या राजकारण धुरंधरत्वाची घमेंड होती. ''गुलसाब हे खल्की सरकार व रूसशी लढणाऱ्या सर्वांत महत्त्वाच्या हिज्बे-इस्लामी संघटनेचे नेते आहेत व त्यांनाच तर पाक, अमेरिका, सौदी अरेबिया हे देश शस्त्र-पैशाची मदत करतात व आता आपण दौरा करून पक्तिया, हेल्मंड, कंदाहार, निमरोज आदी प्रांतांतील लढणाऱ्या विविध गटांना किती व कशी मदत करायची हे नक्की केलं आहे. इतर गटांना अजून याची जाण तरी आहे का? म्हणून सारा फोकस हिज्बे-इस्लामीवर असावा, अशी गुलसाबची धारणा होती आणि या नाट्यपूर्ण कृतीनं आंतरराष्ट्रीय प्रसिद्धीचा सारा झोत त्यांच्यावर पडावा व त्यांना अधिकाधिक मदत मिळावी, देशांतर्गत गट त्यांच्याकडेच वळावेत, हा आमचा हेतू यामुळे साध्य झाला असंच म्हटलं पाहिजे.''

शमसूचं एक होतं, तो करीमुल्लांपासून काही लपवून ठेवत नसे. त्याचा ओढा गुलकडे होता व गुल-रब्बानी अलग झाल्यापासून हिज्बे-इस्लामी गटात शमसूचं गुलखालोखाल स्थान होतं. अन्वर पगमानीचा मोठा भाऊ सईदही त्याचा महत्त्वपूर्ण नेता बनला होता.

पण करीमुल्लांनी स्वत:ला पेशावरच्या कुठल्याही एका गटाशी बांधून घेतलं नव्हतं. ते साऱ्यांशी संपर्क ठेवून होते व साऱ्यांनाच धार्मिक, वैचारिक मार्गदर्शन करीत होते. त्यांना एकदा सईद गमतीनं म्हणाला, ''सर, आप और मेरे भाई अन्वर बहुत तरहसे एक जैसे हो.''

'''ते कसं काय सईदभाई?''

''तुम्ही दोघेही विचारधारा महत्त्वाची मानता. पक्ष वा गट दुय्यम.'' सईदनं स्पष्टीकरण दिलं. 'अन्वर काफर कम्युनिस्ट आहे. पण तो कधीही 'खल्क' किंवा 'परचम' गटाला बांधला गेला नाही. साऱ्याच नेत्यांना एकाच वेळी जवळचा वाटतो. पण कदाचित त्यामुळेच कुणाच्याही अंतस्थ वर्तुळात नाही. तुम्हीपण सर तसेच आहात. ना, ना! माझी काही तक्रार नाही. बस मैं हकिकत बयां कर रहा हूँ. इथं पेशावरला प्रमुख सहा गट व नेते एकाच ध्येयानं पण अलग काम करतात, त्या साऱ्यांमध्ये तुम्ही आहात, पण कुणा एकाचे नाहीत.''

''आप सही फर्माते हैं सईदभाई.'' गंभीर होत करीमुल्ला म्हणाले. ''उसकी एक वजह है. मला मजहब व जिहाद महत्त्वाचा वाटतो. पण कार्यवाहीच्या पातळीवर विविध गटांत असलेले मतभेद व वैयक्तिक महत्त्वाकांक्षा मला पटत नाही. म्हणून ती फूट कमी व्हावी, तुम्हा सर्व गटांमध्ये एकजूट व्हावी, हा माझा प्रयत्न असतो.

त्यामुळे कुणा एका गटाशी मी बांधून घेऊ शकत नाही. त्यात माझा कदाचित भविष्यात तोटाही असेल, पण हे जिहादचं काम मी अल्लाची सेवा म्हणून करतो. फायद्यातोट्याचा विचार करून नाही.''

पुढच्या आठ दिवसांत करीमुल्लांनी टी.व्ही. व रेडिओवर विविध बातम्या ऐकल्या.

'पाक सरकारचा निषेध. हिज्बे-इस्लामीकडून अफगाणिस्तान हुकूमतचा आणलेला रणगाडा जप्त करून तो परत पाठविण्याचा सरकारचा निर्णय!'

'हिज्बे इस्लामी व इतर संघटनांनी पाक भूमीवरून अफगाण सरकारविरोधी कोणतीही कृती करू नये – पाक परराष्ट्रमंत्र्यांचा सक्त इशारा.'

'रणगाड्यानं अफगाण सीमेत प्रवेश केल्यावर कंदाहार-गझनी राजरस्त्यावर दिन दहाडे अफगाण मुजाहिदीनांचा हल्ला व तो घेऊन जाणारे पाक जवान जायबंदी व बेपत्ता. त्यांना पकडून बंदिवान केल्याचा संशय!'

काही दिवसांनी गुल भेटल्यावर करीमुल्लांनी विचारलं, तेव्हा गुल हसून म्हणाला, ''सर, या साऱ्या बातम्या आम्हीच तयार करून दिल्या. एका दगडात दोन पक्षी. पाकिस्तान विरुद्ध अफगाण सियासतला व सोव्हिएत युनियनला तक्रार करायची संधी नाही. कारण पाकिस्ताननं ताबडतोब तो रणगाडा जप्त केला अन् परत पाठवला आणि दुसरी गोष्ट म्हणजे रणगाडा परत अब्बासकडेच गेला. कारण तो घेऊन जाणारे पाक सैनिक नव्हते, ते आमचेच जवान होते. हल्ला, जायबंदी हा सारा प्रपोगंडा आहे. त्यामुळे आपल्या जिहादला अधिकच प्रसिद्धी मिळाली, हीच यामागची गोळाबेरीज!''

त्याच्याकडे करीमुल्ला अवाक होत पाहत राहिले. ''गुल, मला खरंच सियासी बातें कळत नाहीत. मात्र, तुझी दूरंदेशी प्रशंसनीय आहे. या साऱ्या प्रकारात जिहादला जी आंतरराष्ट्रीय प्रसिद्धी मिळाली आहे, त्यामुळे आपलं बळ शतपटींनी वाढलं आहे, हे निश्चित!''

गुल त्यांच्या प्रशंसेचा स्वीकार करीत मंदपणे हसत आपली भरघोस दाढी शांतपणे कुरवाळीत राहिला.

''हे अब्बास व उमर मोठे बहादुर व जिहादी जस्ब्याचे आहेत. त्यांना आपण डेव्हलप केलं पाहिजे.''

''नाही सर, आपल्यासमोर त्यांचं जे रूप आलंय ते एकांगी, अपुरं आहे. ते आहेत भटक्या टोळीचे पठाण. लढणं त्यांचा पेशा आहे. त्यांना इस्लामपेक्षा आपली टोळी अधिक महत्त्वाची वाटते. ते आपल्या, कुराणप्रणीत इस्लामच्या चौकटीत

बसत नाहीत.'' गुल म्हणाला, ''त्यांना शस्त्र लुटणं, हायवे रॉबरी करून लूट करणं आणि कर गोळा करण्यात जादा रस आहे. त्यांचं स्थानिक प्रशासन हे टोळी परंपरा खानोबदेशी जीवनशैलीचंच आहे, त्यात इस्लामचे रंग आहेत, पण पुरेसे नाहीत सर.''

''पण त्यांची वतनपरस्ती तरी काबीलेतारिफ म्हटली पाहिजे.''

''त्यांच्यासाठी त्यांची टोळी, त्यांचा सूबा व त्यांचा खेळ हाच वतन असतो सर! गुल म्हणाला, ''मी सारा देश पालथा घातला आहे. अभ्यासाअंती असं माझं मत बनलंय की, अजूनही आजच्या आधुनिक अर्थानं अवामला राष्ट्र-वतन ही संकल्पना पुरेशा प्रमाणात माहीत झाली नाहीय. कारण त्यांचं भटकं, टोळ्य ांचं जीवन व विविध वंशांत वाटलं गेलेलं समाजजीवन! त्यांना एकत्र आणण्यासाठी इस्लाम व देश या दोन भावनांचा, विचारांचा संगम करीत त्यांना एका सूत्रात बांधलं पाहिजे. त्यासाठी हिज्बे- इस्लामी आज जिहाद करते आहे, इस्लामच्या संरक्षणासाठी व त्याचा संदर्भ राष्ट्रभावनेशी आहे. आम्हाला रूसच्या अंकित क्हायचं नाही, म्हणून 'खल्की' ज्याला प्रमाण मानतात, त्या कम्युनिझमला आमचा विरोध आहे. पुन्हा ते देव न मानणारे काफिर. एक इस्लामी राष्ट्र म्हणून आम्हाला ते त्याज्य व निषिद्ध आहेत.''

गुलच्या त्या अन्वयार्थानं करीमुल्लांच्या विचारांना एक नवा आयाम लाभला होता! त्या पार्श्वभूमीवर रब्बानीची धर्माबाबतची नेमस्त भूमिका व राष्ट्रवादावरचा भर तपासताना गुलची विचारधारा त्यांना अधिक जवळची वाटली आणि त्यांच्या मनाचा लंबक काही अंशानं का होईना रब्बानीकडून गुलकडे झुकला.

करीमुल्लाचा निरोप घेऊन शमसू गेला आणि ते पुन्हा खाटेवर विसावले.

मनात मात्र शमसू आणि इतर मुजाहिदीनांबद्दलचे विचार होते. त्यांना आपण सच्चे कृतिशील मुसलमान म्हणतो. पण, पण त्यांच्या अफूच्या शेती व गर्दच्या व्यापाराबाबत जे कानी येतं, त्याकडे आपण कानाडोळा करतो. शमसूच नव्हे तर पेशावरचे अनेक नेते गर्दशी संबंधित आहेत, त्याबाबत वृत्तपत्रांत अधूनमधून बातम्या येतात. त्याकडे आपलं दुर्लक्ष हे बुद्ध्याच आहे की अजाणता?की ती अपरिहार्यता आहे लढ्याची? युद्धासाठी मदत मिळत असली तरी ती कमीच आहे. शस्त्रांसाठी डॉलर्स रोख मोजावे लागतात. त्याचा एक मार्ग हा आहे हे खरं, पण ते अन-इस्लामिक आहे आणि तरीही जिहाद आज त्यावरच जिवंत, हे वास्तव आहे. उद्याची बैठक शस्त्रपुरवठा आणि त्यांचं ग्रामीण भागात वितरण यासाठीच आहे.

दारा आदमखेलच्या कारखान्याचा मालक फुकट बंदुका व दारूगोळा देणार

नाही. त्याच्याकडून वाढत्या प्रमाणात बंदुका व दारूगोळा हवा असेल, तर आगाऊ पैसे दिले पाहिजेत.

हा आपण आपद्धर्म म्हणून स्वीकारला आहे. आपण त्या बातम्या नजरेआड व विचाराआड करतो ते बुद्ध्याच म्हटलं पाहिजे...!

डोळ्यांत सलणारं कुसळ निघताच बरं वाटतं, तसं करीमुल्लांना वाटलं होतं! तरीही ते आपल्या इस्लामी आचार-विचारांविरुद्ध आहे, ही बोच जात नव्हती. त्यासाठी मनोमन ते अल्लातालाकडे अर्ज करीत होते 'बेकसपे करम कीजिये, सरकारे मदिना!'

या मनोगतेंतून बाहेर येण्यासाठी त्यांनी काबूलला घरी मरूफला फोन लावायचं ठरवलं. सुमारे दीड तासांच्या खटपटीनं तो लागला. तिचा आवाज कानी पडताच तिच्या विरहाची वेदना अधिक तरल होऊन उठली, ''मरूफ, कैसी हो? बहोत याद आ रही है!''

''अच्छा हुआ आपने फोन किया मेरे मालिक!'' मरूफ म्हणाली, ''मी परेशान आहे हाफिजुल्लासाठी. 'इब्जेसिना' शाळेत शिकत तो काफिराना विचारांचा होत चाललाय! मला भीती वाटते त्याच्या बहकण्याची. तुम्ही त्याला तिथं बोलावून घ्या हुजूर. मैंने सुना है पेशावर में भी, मॉडर्न तकनिकी के स्कूल हैं, कालेज हैं. आप साथ रहे तो बेटा ठीक रहेगा!''

''ठीक आहे बेगम! या मार्चमध्ये परीक्षा संपताच मी तुम्हाला पेशावरला आणेन!''

''मार्च म्हणजे अजून चार महिने हुजूर-'' मरूफ म्हणाली ''ठीक है. मैं इंतजार करूंगी!''

''अच्छा, काय करतोय माझा गाझी बेटा?'' करीमुल्ला म्हणाले, ''त्याला फोन दे.''

''उसे डाटिएगा मत. नहीं तो बाद में मुझे उसे मनाना मुश्किल होगा!'' मरूफ म्हणाली, ''मैंने जो कहा था, याद है ना! आज कल वो जादाही काफिराना हरकतें कर रहा है. उस लिहाज से बातें करो!''

करीमुल्ला सचिंत झाले होते. ते हाफिजुल्लाच्या फोनवर येण्याची वाट पाहत होते.

''हैलो अब्बाजान, कॉम्रेड हाफिजुल्ला हिअर! हाऊ आर यू माय फादर?'' त्यांच्या हातातला रिसिव्हर गळून पडला होता!

"आजची प्रेस कॉन्फरन्स म्हणजे इंटरनॅशनल प्रेस कॉन्फरन्सेसच्या इतिहासातील सर्वांत अजीबोगरीब प्रेस कॉन्फरन्स म्हटली पाहिजे.'' विल्यम घड्याळाकडे पाहत आपल्या वरिष्ठ सहकाऱ्याला, डेनिसला म्हणाला.

पत्रकार परिषद होती ती प्रत्यक्ष 'दारा-आदम खेल'च्या बंदुकीच्या कारखान्यात. वार्ताहरांची भरगच्च गर्दी होती. त्याचबरोबर आणखी काही लोक दिसत होते. सी.आय.ए., आय.एस.आय. यांचे एजंट आणि सौदी अरेबिया, इराण व 'ओआयसी' देशांचे प्रतिनिधी ठळकपणे उपस्थित होते. ही पत्रकार परिषद शमसूनं बोलावली होती आणि त्याच्यामागे गुलबुदिन व इतर मुजाहिदीन नेते होते. मात्र, ती संबोधित करणार होते प्रो. करीमुल्ला. आज सकाळी कारखान्यात पाकिस्तानातून लढणाऱ्या सगळ्या अफगाण मुजाहिदीन गटांची बैठक झाली होती. 'ऑफ द रेकॉर्ड' असं मिस्कीलपणे सांगून पत्रकारांना बैठकीची व इतरही पुरेशी मसालेदार माहिती दिली जात होती. प्रत्यक्ष प्रेस कॉन्फरन्समध्ये काय सांगावं यासंबंधी गुल, रब्बानी, मुजादादी, जिलानी यांची चर्चा अद्याप सुरूच होती.

या बंदुकीच्या कारखान्यात इंटरनॅशनल प्रेस कॉन्फरन्स घेण्याची व तीही या बैठकीच्या निमित्तानं - ही अफलातून कल्पना गुलची होती! मागील महिन्यात मुजाहिदीनांनी पकडलेला सोव्हिएत रणगाडा घेऊन गुलच्या पेशावरला नाट्यपूर्ण प्रवेशाला खूपच प्रसिद्धी मिळाली होती. त्यामुळे त्याचं व त्याच्या हिज्बे इस्लामीचं बळ वाढलं होतं. आजची प्रेस कॉन्फरन्स आपल्या गटाच्या वतीनं आयोजित करून त्यानं आणखी एक पाऊल पुढे टाकलं होतं. तरीही इतरांच्या इतराजीचा विचार करता करीमुल्लांनी ती संबोधित करावी, असा बिनतोड मार्ग त्यानंच मघाच्या बैठकीत काढला होता.

गुलनं एका दगडात दोन नव्हे, अनेक पक्षी मारले होते. शमसूनं प्रेस कॉन्फरन्ससाठी पेशावरहून सर्वांना आणण्याची जिम्मेदारी घेतली होती. तो हिज्बे इस्लामीचा संघटनप्रमुख आणि कार्यवाह असल्यामुळे त्याच्या संघटनेच्या लेटरहेडवरच पत्रकारांना निमंत्रण होतं. शिवाय सुरुवातीचं प्रास्ताविक साहजिकच शमसू करणार, म्हणजे इतर गटांपेक्षा त्यांना अधिक प्रसिद्धी मिळणार होती. सगळ्या पत्रकारांना त्यांनी संबोधित केलं असतं तर रब्बानी व मुजादादी बाजी मारून गेले असते. कारण त्यांना सर्व प्रमुख युरोपियन भाषा येत होत्या. दोघे बोलण्यात पटाईत. त्यांच्यापुढे गुलचा प्रभाव पडला नसता. सर्व गटांच्या संयुक्त समितीचं प्रवक्तेपद करीमुल्लांना बहाल केल्यानं ते आपणाकडे अधिक झुकतील, हाही हिशोब होताच. करीमुल्ला शमसूचे बंधू आहेत, हे सर्व पत्रकारांना समजून ते हिज्बे इस्लामी गटाला अधिक

निकट आहेत, असा संदेश आपसूकच पत्रकारांना मिळत होता!

तिसरा संदेश अधिक महत्त्वाचा. तो नीटपणे अफगाणिस्तानचे 'खल्क' राज्यकर्ते व सोव्हिएत युनियनपर्यंत पुरेशा गांभीर्यानं जाणं महत्त्वाचं होतं. मुजाहिदीनांच्या जिहादला इस्लामी देशांचा सक्रिय पाठिंबा आहे, तसाच तो अमेरिकेचाही आहे, हेही पत्रकारांनी अधिकृतपणे न सांगताही टिपणं महत्त्वाचं होतं!

पाकिस्तानच्या आय. एस. आय. तर्फे तरुण कॅप्टन सर्फराज एकेका पत्रकाराला अलग गाठून अनौपचारिकपणे बोलत होता. आय. एस. आय. तर्फे मुजाहिदीनांना लष्करी प्रशिक्षण कसं दिलं जातंय, तसंच त्यांच्यामार्फत कसं शस्त्रास्त्रांचं वितरण होतंय, हे तो खुबीनं सांगत होता.

दुपारी लंचनंतर विश्रांती घेताना डेनिस विल्यमला म्हणाला, ''आय. एस. आय. आणि हा अफगाणी सो कॉल्ड जिहाद यांच्या परस्पर संबंधांवर स्टोरी केली पाहिजे!''

''व्हेरी गुड डेनिस!'' विल्यम म्हणाला. ''माझ्या खिशातल्या टेपमध्ये मी सर्फराजचं संभाषण पकडलं आहे. पण तो आपली आयडेंटिटी डिसक्लोज करीत नाहीय.''

''ती आय. एस. आय. ची डेलिबरेट मूव्ह दिसते मित्रा.'' डेनिस ५५५ सिगारेट ओढीत आपल्या स्टोरीचे मुद्दे विल्यमपुढे मांडीत होता.

''पख्तून प्रश्नी अफगाणिस्तानला कंटेन करण्याचं पाकिस्तानचं जुनं धोरण आहे. त्यामुळे इथं बंडखोराला व देश सोडून आलेल्यांना उदार आश्रय व मदत मिळते. गुलबुदीन हिकमतीयार, प्रो. बऱ्हानुद्दिन रब्बानी यांना दाऊदच्या काळापासून पेशावरला वारंवार आश्रयास यावं लागलं आहे. पाकचं परराष्ट्रीय आणि आंतरराष्ट्रीय धोरण ठरवण्यात आय. एस. आय. चा सहभाग महत्त्वाचा असतो. शौरवी क्रांतीनंतर काबूलमध्ये डावी राजवट स्थिर व यशस्वी होणं पाकसाठी धोक्याचं आहे. म्हणून 'खल्की' सरकारच्या अत्याचाराला विटून आलेल्या निर्वासितांना अन् इस्लामी नेत्यांना हाताशी धरून या जिहादचं सारं धोरण, अंमलबजावणी अन् ऑपरेशन आय. एस. आय. नं हाती घेतलेलं दिसतंय. हाच त्या कॅप्टनच्या बोलण्याचा मागचा अर्थ आहे.''

गप्पांत सामील होत 'न्यूयॉर्क टाइम्स'चा वार्ताहर मार्टिन म्हणाला, ''तुम्ही दोघं काबूल आणि इस्लामाबादच्या अमेरिकन एम्बसीशी संबंधित असलेल्या लुई डुप्री व रॉबर्ट लिझार्डला भेटलात का?''

''ऑफकोर्स! लुई तर माझा जुना दोस्त आहे. त्याचा अफगाणिस्तानचा

अभ्यास चांगला आहे. अनेकदा मी संदर्भांसाठी, आकलनासाठी त्याच्याकडे जात असतो. ही इज ए लव्हेबल रास्कल!''

''यू आर राइट. त्याच्याबद्दल एक स्पेशल सनसनाटी न्यूज आहे. यू नो... लुई त्या दीर्घकालीन प्लॅनिंगचा एक छोटा पण महत्त्वपूर्ण दुवा आहे-''

आता विल्यम व डेनिस दोघांची उत्सुकता ताणली गेली होती. ''यू माइट बी नोइंग. लुईला तराकी सरकारनं अटक करून नंतर नोव्हेंबर १९७८ ला हकालपट्टी केली होती. तेव्हापासून तो इथे पेशावरला आहे.'' मार्टिननं सांगितलं.

''त्याला सी. आय. ए. चा एजंट असल्याच्या संशयावरून व आरोपावरून अटक केल्याचं माहीत आहे.'' डेनिस म्हणाला, ''पण ते खोटं होतं, हेही मला माहीत आहे.''

''तुझी माहिती गतवर्षीपर्यंत बरोबर होती,'' मार्टिन म्हणाला, ''पण अफगाणिस्तानमधून हकालपट्टी झाल्यानंतर तो पेशावरला खरंच सी. आय. ए. ला जॉइन झाला आहे. अफगाणिस्तान सरकारविरुद्ध अमेरिकेचंही पाकप्रमाणेच धोरण आहे. 'खल्कीं'ची कम्युनिस्ट राजवट कधीच स्थिर व लोकप्रिय होऊ नये, यासाठी या जिहादला व मुजाहिदीनांना सक्रिय मदत करण्यासाठी पेशावरला सी. आय. ए. नं एक ऑपरेशन ग्रुप स्थापन केला आहे. त्याचा लुई एक प्रमुख अधिकारी म्हणून काम करतो.''

''असं? तरीच... आता त्याच्या अन् त्या आय. एस. आय. च्या कॅप्टनच्या उपस्थितीची संगती लावता येते.'' डेनिस म्हणाला. ''पाकिस्तानची भूमिका तर पहिल्यापासून स्पष्ट आहे. पण 'सौरक्रांतीनंतर हा देश आता सोव्हिएत युनियनचा तळ झाला आहे अन् त्याचं पुढील लक्ष्य असणार आहे मिडल ईस्टमधील खनिज तेलाचं क्षेत्र व पर्शियन गल्फ,' असा गतवर्षी जून १९७८ मध्येच निष्कर्ष काढून अमेरिकेनंही कार्यवाही सुरू केली होती. तेव्हा इफ आय अॅम नॉट राँग, तूच 'न्यूयॉर्क टाइम्स'मध्ये 'ब्रॉडली अॅप्रूव्हड स्ट्रॅटेजी टू मॅच दि ग्लोबल सोव्हिएत पॉवर इन इअर्स टू कम' असा लेखही लिहिला होतास.''

''बरोबर.'' मार्टिन म्हणाला, ''पाकिस्तानला तर ही सुवर्णसंधीच आहे, सोव्हिएतचा बागूलबुवा दाखवीत अधिक मदत मिळवण्याची.''

''पाहा ना, लोकशाहीचा गळा घोटणाऱ्या हुकूमशाह जनरल झियाशी सहकार्य करीत अमेरिकेनं त्याला अधिकृत मान्यता दिली आहे.'' विल्यम म्हणाला, ''खरंच इस्रायलप्रमाणे पाकिस्तानही लकी आहे. त्याला सतत अमेरिकेची भरीव आर्थिक व लष्करी मदत मिळते आहे. आधी अलिप्ततावादी चळवळीमुळे भारताला नियंत्रित

करण्यासाठी आणि आता सोव्हिएत युनियनच्या अफगाण व एकूणच मध्य आशियातील प्रभावाला पायबंद बसावा म्हणून अमेरिका पाकमध्ये पैसा व शस्त्रं ओतणार, हे निश्चित!''

''मार्टिन, उद्या खरंच सोव्हिएत युनियननं अफगाणिस्तानवर कब्जा केला तर यात किती प्रचंड वाढ होईल आणि त्याचे या भागाच्या शांती व विकासावर केवढे विपरित परिणाम होतील?''

''हू केअर्स?'' उपरोधिक स्वरात मार्टिन म्हणाला, ''आम्ही अमेरिकन्सनी स्वत:कडे जागतिक नेतृत्वाचा ठेका घेतला आहे ना! वर्ल्ड ऑर्डर कशी असावी हे ठरवायचा अधिकार आमचा, तो दुनिया मानीत असो वा नसो. त्यात कम्युनिझम असू नये, हे आमचं ठाम मत! अगदी सोव्हिएत युनियनमध्येही तो जनतेला हवा असला व मान्य असला तरी आम्हाला अमान्य आहे. आमची लोकशाही ही फक्त गोऱ्या अमेरिकनांसाठी. बाकी जगात आम्हाला डिक्टेटर्स, भ्रष्ट व जुलमी नेते अधिक जवळचे वाटतात. लोकशाहीवादी इंडियापेक्षा डिक्टेक्टर पाक व जनरल झिया अधिक प्रिय...''

''बाय द वे, मघाशी तुझा हा ज्युनिअर विल्यम जे म्हणाला, त्याची दाट शक्यता आहे, असं मला वाटतं!'' मार्टिन म्हणाला, ''सोव्हिएत युनियनला सौरक्रांती कोणत्याही परिस्थितीत अयशस्वी झालेली परवडणार नाही. त्यासाठी ते कोणत्याही थराला जाऊ शकतात.''

डेनिसच्या पत्रकारितेच्या तीक्ष्ण घ्राणेंद्रियांनी पक्का मुद्दा नमूद केला.

प्रेस कॉन्फरन्सच्या डायसवर करीमुल्ला आले व स्थानापन्न झाले. कॅमेऱ्याच्या व व्हिडिओच्या लाइटच्या फ्लॅशमध्ये त्यांची धीरगंभीर रुबाबदार देहाकृती उजळून निघत होती.

शमसू माईकपुढे येत म्हणाला, ''मी या आंतरराष्ट्रीय स्वरूपाच्या प्रेस कॉन्फरन्समध्ये तुम्हा सर्वांचं हिज्बेइस्लामीचा प्रमुख संघटक कार्यवाह या नात्यानं व जिहादमध्ये सामील असणाऱ्या सर्व गट व गटनेत्यांच्या वतीनं स्वागत करतो. या सर्वांचा मक्सद एकच आहे, जिहाद. खल्की राजवटीविरुद्ध जिहाद. आम्हाला त्यांचा कारोबार, त्यांची अनइस्लामिक धोरणं मंजूर नाहीत. त्यांचे अत्याचार हद के बाहर हो गये हैं. उसके खिलाफ हम सब जंग लड रहे हैं. जबजब इस्लाम खतरे में आता है, हम जिहाद छेडते आ रहे हैं. आजचा जिहाद शौरवी क्रांती झाल्यापासून सुरू आहे व आता तो व्यापक रूप धारण करतो आहे. त्याबाबत आमचे अधिकृत प्रवक्ते प्रा.

करीमुल्ला साब आप सबको मुखातिब होके बयां करेंगे और उसके बारे में आपके हर सवालात का जवाब देंगे.''

शामसूच्या प्रास्तविकानंतर करीमुल्लांनी प्रेस कॉन्फरन्सला सुरुवात केली.

''आज दिवसभर आपण सर्व जगभरातील वृत्तपत्रं, रेडिओ व टी. व्ही. चे वार्ताहर आमच्या नेत्यांशी, बहादुर आला अफसर आणि मुजाहिदीनांशी प्रत्यक्ष बोलला-भेटला आहात. त्यावरून अनइस्लमिक व काफिर असलेल्या आमच्या अफगाण देशाच्या 'खल्की' हुकूमतीविरुद्धचा आमचा हा जिहाद किती बुलंद आणि व्यापक आहे, आम जनतेचा झाला आहे, हे आपल्या ध्यानात आलं असेलच! पण मुकाबला कठीण आहे. कारण 'खल्की'च्या मागे जागतिक महासत्ता असलेल्या सोव्हिएत युनियनचं बळ आणि अफाट-असीमित अशी शस्त्र व अस्त्रसंपदा आहे. दिलेरी, बहादुरी आणि वतन व इस्लामसाठी प्राण देण्याची तयारी असणारे आमचे नौजवान भाऊ-बहिणी निडर व निर्भीड आहेत. हे आपण आमच्या जिहादी लढ्यावरून नक्कीचं जाणलं— महसूस केलं असणार. या शौरवी क्रांतीचे परिणाम जगाच्या दृष्टीनं चिंताजनक आहेत, हे मी बयां करायची गरज नाही. खास करून सर्व इस्लामी देशांना-विशेषत: पाक व इराणलाही–कम्युनिझमचा धोका आहे. त्यासाठी या सर्व देशांनी इस्लामी संकल्पनेप्रमाणे आम्हाला मदत केली पाहिजे. अमेरिका ही महासत्ता आहे, या सौरक्रांतीमुळे दक्षिण-मध्य आशियातला ढासळलेला सत्तासमतोल सावरण्याची व त्यासाठी समर्थ मुकाबला करण्याची त्यांची नैतिक जबाबदारी आहे. आम्ही अफगाण लढण्यास व मरण्यास तयार आहोत. फक्त दुनियेकडून आमच्या हक्कांसाठी आमच्याच पसंदीच्या इस्लामी राजवटीसाठी आम्हाला मदत हवी आहे, हेच मला आपल्या माध्यमातून साऱ्या दुनियेला सांगायचं आहे!''

यानंतर जवळपास अर्धा तास प्रश्नोत्तरं झाली.

पेशावरला परतताना करीमुल्ला थकलेले पण तृप्त होते. त्या मुजादादीच्या आलिशान वातानुकूलित कारमध्ये त्यांचा डोळा लागला होता!

पेशावर विमानतळावरून थेट प्रा. करीमुल्लांच्या निवासस्थानी कारनं जाताना अन्वरला एकच प्रश्न पुन्हा पुन्हा छळत होता. हे आजचं आपलं मिशन देशासाठी योग्य आहे काय? आपल्या ध्येयाशी प्रतारणा तर नाही?

काल अमीनचा त्याला एकाएकी फोन आला होता.

''हां अन्वर, मीच बोलतोय! तुझ्याकडे दुपारचा खाना खायला येतोय. तरानाच्या पाककौशल्याची बरीच तारिफ ऐकलीय.'' अमीन मोकळंढाकळं, जुन्या

संबंधाप्रमाणे व मधलं काही घडलंच नाही अशा पद्धतीनं बोलत होता. ''तेरा गुस्सा जायज है!'' अमीन चक्क कबुली देत होता. ''माझा गैरसमज झाला होता. पण आता खात्री पटली आहे की, तू कधीही तराकीच्या त्या मला मारण्याच्या कटात सामील नव्हतास.

फोन ठेवल्यावर स्वतःवर बेहद् खूष होत अमीननं आपली आवडती सिगार पेटवली. 'वा, अमीन वा! ड्रामेबाजी तो कोई तुझसे सीखे.'

आता बहादुर व अमेरिकन राजदूत आर्चर ब्लडमार्फत सारा बेत जुळवून आणल्यावर प्रत्यक्ष वाटाघाटींसाठी पेशावरला कुणाला पाठवावं, हा प्रश्न अमीनपुढे होता.

त्याला अन्वरची आठवण झाली. ''येस-येस. वही एक सही आदमी है. भरोसेमंद है.''

कारमध्ये अंग मोकळं करीत अमीन सैलसर विसावला. डोळे मिटून आत्मपरीक्षणाच्या मूडमध्ये गेला. सप्टेंबर १९७९ मध्ये राष्ट्राध्यक्ष झाल्यापासून आज पंधरा डिसेंबर या जेमतेम तीन महिन्यांच्या आपल्या राजवटीत आपण काय साध्य केलं, याचा वेध घेऊ लागला.

''बस्-सिफर! (शून्य!)'' अंतर्मनातील त्या निस्संदिग्ध प्रखर उत्तरानं चाबकाचे फटकारे पाठीवर पडताच वेदनेचा जाळ पायापासून मस्तकापर्यंत क्षणार्धात पोचावा, तसं अमीनला वाटलं!

पण होय, हे खरं आहे. या तीन महिन्यांत आपण फारसं काही करू शकलो नाही. सारा वेळ व शक्ती बंडखोरांशी सामना करण्यात, त्यांची ठिकठिकाणची छोटीमोठी बंडं चिरडण्यातच गेली. त्यामुळे आपली सुरक्षा, कायदा आणि न्यायाची घोषणा नुसती कागदावरच राहिली.

आपल्या मनाचं हे बेझिझक पोस्टमॉर्टेम त्याला तीव्र वेदना देत, आत्मग्लानी आणीत होतं. पण त्याचं व्यवहारी व वास्तववादी मन त्याला बजावत होतं, हे पोस्टमॉर्टेम तुझ्या विचारांच्या स्पष्टतेसाठी व भावी रणनीतीसाठी आवश्यक आहे. त्याचा धीटपणे सामना कर आणि सत्याला सामोरं जा.

गेले दोन-तीन आठवडे तो अशाच प्रकारे मनातील विचारांशी तुंबळ लढत होता. स्वतःच्या अहंकाराला घट्ट पीळ बसत असतानाही त्याला सामोरं जात होता. त्यांचीच परिणती त्याच्या जीवनाच्या कदाचित सर्वाधिक महत्त्वाच्या ठरणाऱ्या निर्णयात होत होती. त्यासाठीच तो अन्वरकडे स्वतःहून आज निघाला होता. त्याला आपला

विशेष राजनैतिक दूत म्हणून पेशावरला पाठवून अंतिम फैसला घेण्यासाठी.

तरीही शंका होतीच. फियास्को तर होणार नाही? पण ती शक्यता कमीच होती. कारण गुलबुदिन धूर्त व महत्त्वाकांक्षी आणि आपल्यासारखाच 'रूथलेस मॅनिप्युलेटर' आहे. त्यानं पेशावरला जवळपास इतर सर्व नेत्यांना निष्प्रभ करीत आणलं आहे. पाक व अमेरिकेनं आपलं बळ त्याच्या मागे उभं केलं आहे. तो व मी एकत्र काम करणं म्हणजे एका म्यानात दोन तलवारी? पण दुसरा पर्याय तरी काय आहे आपल्यापुढे?

अधिकाधिक सोव्हिएत युनियनवर अवलंबून राहणं. त्यांचे अधिकाधिक लष्करी सल्लागार व तंत्रज्ञ आयात करणं. त्यांच्या मदतीनं या वर्षभरात जसं निर्घृणतेनं एक एक बंड व उठाव चिरडले, तसंच पुढेही करणं...! ते आपण या तीन महिन्यांत का कमी केलं आहे? पण त्यामुळे किती वेळ, किती शक्ती खर्च होते! आपली ध्येयधोरणं व कार्यक्रम राबवायला वेळ कुठे मिळतो? केवळ सत्तेवर राहणं आपलं हेच का ध्येय आणि साध्य होतं?

नाही! मला अफगाण देशाच्या इतिहासाचं जननायक व्हायचं आहे. नव्हे, एकमेव महानायक व्हायचं आहे! लेनिननंतर सोव्हिएत युनियनमध्ये स्टालिननं जसं दीर्घकाळ राज्य केलं व आपल्या नावाची लखलखती मुद्रा इतिहासाच्या पृष्ठांवर ठसठशीतपणे उमटवली, तसंच मला दीर्घकाळ राज्य करीत, देश बदलीत अवामची जिंदगी बेहतर बनवायची आहे. मी ते करू शकतो आणि करणार आहे.''

पुन्हा एकवार अमीनचं मन आत्मविश्वासानं ओतप्रोत भरून आलं. मनातल्या साऱ्या शंका मागे पडल्या.

त्यानं सोव्हिएत युनियनचं 'मुस्लिम धोरण' काबूल विद्यापीठातला इतिहासाचा प्राध्यापक प्रा. नूरानीला सोव्हिएत युनियनमध्ये खास पाठवून त्याच्यामार्फत समजून घेतलं होतं. तिथे सोव्हिएतनं चार मुस्लिम कौन्सिल्स स्थापन करून मुफ्ती नियुक्त केले होते. एकदा त्यांनी मुस्लिमांची जागतिक धर्मपरिषदही भरवली होती.

नूरानी त्याला म्हणाला होता, ''सर, आपल्या सीमेवरील अझरबैझान, तुर्कमेनिस्तान आदी चार मुस्लिमबहुल सोव्हिएत प्रांतांतले मुस्लिम स्वत:ला 'कम्युनिस्ट मुस्लिम' म्हणवून घेतात. ताश्कंदचा मुख्य मुफ्ती जनाब गौस गेली पन्नास-पंचावन वर्ष मुफ्ती आहे. आज त्यानं नव्वदी पार केली असून, ग्रेट ऑक्टोबर क्रांतीही पाहिली-अनुभवली आहे. त्याचं ठाम मत आहे की, इस्लाममध्ये समतेचं व स्त्रीस्वातंत्र्याचं तत्त्व असल्यामुळे मुस्लिम हा अल्लावर श्रद्धा ठेवीत कम्युनिस्ट राहू शकतो. ते राज्यकारभारात धर्म आणीत नाहीत, पण वैयक्तिक उपासनेचं स्वातंत्र्य कम्युनिस्टांनी

कधीच अमान्य केलं नाही. त्यामुळे आपली मार्क्सवाद व इस्लाम यांच्या मिलाफाची कल्पना व प्रयोग संभव आहे. नव्हे, तो राबवला तर अवामचा रोष कमी होईल, अशी माझी राय आहे.''

अमीनला जनतेच्या नाराजीची व असंतोषाची चिंता वाटत होती. मुजाहिदीनांनी कितीही गनिमी हल्ले चढवले तरी जोवर सैन्यबळ अभंग व एकनिष्ठ आहे आणि सोव्हिएत युनियनचं बळ पाठीशी आहे, त्यांना चिरडून टाकणं कठीण नाही, असा ठाम विश्वासपण होता.

पण त्याला अलीकडे प्रखर प्रतिकाराच्या घटनांनी तडे जाऊ लागले होते. मागच्या महिन्यातला रिश्कोर व अगदी काबूलच्या नजदीकच्या करघा कॅम्पवरील बंडखोरीचा हल्ला मोठ्या स्वरूपाचा होता. तो अमीनच्या 'खल्की' सैन्यानं चिरडून टाकला होता. त्याचं जीवितहानी आणि शस्त्र-अस्त्रांच्या हानीच्या रूपात बरंच महागडं मोल द्यावं लागलं होतं! त्यानं अमीन सचिंत झाला होता.

त्याला त्याही पेक्षा पख्तियाचा उठाव हादरवून गेला होता. तेथील स्थानिक बंडखोर मुजाहिदीनांनी, सीमापार हिज्बे इस्लामी गटाच्या प्रशिक्षित सैनिकांना, जे अफगाण निर्वासित होते, साथ देत आधुनिक शस्त्रं व दारूगोळ्याच्या मदतीनं लष्करी छावणीवर धाडसी हल्ला चढवला होता. अगदी तुंबळ घनघोर संग्राम झाला होता. बंडखोरांनी एक मेकॅनाइज्ड ब्रिगेड नष्ट केली होती. जवळपास पाच हजार अफगाणी सैनिक या युद्धात कामी आले होते. हा हल्ला सुनियोजित व दमदार तयारीचा सुसज्ज व शस्त्रसिद्ध होता! अमीनला सर्वांत झोंबणारी बाब ही होती की, त्याच्या सैनिकांनी फारसा प्रतिकारच केला नाही व उर्वरित सैन्यानं शरणागती पत्करली, ते त्यांना जाऊन मिळालं. पेशावरला त्यांच्या सोबत शस्त्र-अस्त्राचं अफाट भांडार घेऊन गेले. नंतर रशियन लष्करी अधिकाऱ्यांच्या मार्गदर्शनाखाली तुफानी हवाई बॉम्बिंग करीत व रणगाड्यांच्या दोन तुकड्या पाठवीत पुन्हा तो भाग ताब्यात घेतला होता आणि सापडलेल्या मुजाहिदीनांची दयामाया न दाखवता कत्तल करून दहशत पैदा केली होती. यामुळे अमीन आत्मपरीक्षणाला प्रवृत्त झाला होता.

कारमधून अन्वरकडे जाताना अमीनच्या या चिंतनानं त्याचं मन आता शांत व स्थिर झालं होतं. आपण जे करतो आहोत, ते प्राप्त परिस्थितीत देशाच्या हिताचं आहे. तडजोड करावी लागत असली तरी पी. डी. पी. ए. ची ध्येयधोरणं त्यामुळे अमलात येण्यास मदतच होणार आहे. आपली संभाव्य राजवट ही ताश्कंदची जशी 'मुस्लिम कम्युनिस्ट' राजवट आहे तशी जरी शक्य नसली तरी ती 'मुस्लिम समाजवादी' असू शकेल. नव्हे, तसा आपण चर्चेत आग्रह धरून गुलला ते मान्य

करायला मजबूर करायचं. या शब्दप्रयोगानं सोव्हिएत युनियनला फार काही आक्षेपार्ह
वाटणार नाही.

अन्वरनं अमीनचं अगदी कोरडं, औपचारिक स्वागत केलं, पण अमीननं
आपले राष्ट्राध्यक्षपदाचे राजशिष्टाचार बाजूस ठेवीत त्याला पठाणी शैलीत घट्ट मिठी
मारली. त्याच्या गालाचं चुंबन घेत म्हटलं, ''मेरे दोस्त, मेरे यार! अब भी नाराज
हो? अपने उस्ताद को, अपने टीचर को माफ नहीं करोगे?''

आणि अन्वर विरघळत गेला. ''सर, आप मुल्क के प्रेसिडेंट हैं-आप ऐसा
न कहो...''

''तो या तीन महिन्यांत आहे. त्यापूर्वी तेरा वर्षं आपण एकत्र काम केलं आहे,
खांद्याला खांदा लावून. माझ्यासाठी तू काय व किती केलंस हे मी कसा विसरू?''
अमीन म्हणाला, ''तुझ जैसे पाकदामन, सीधे साधे दोस्त पे शक करना मेरी नादानी
थी... लेकिन वो भूल जाओ!''

त्याचा हात हाती घेऊन आपल्या डोईवर ठेवीत अन्वर म्हणाला, ''नाही
सर... काही झालं तरी मी तुमचा विद्यार्थी आहे. आपण माझे गुरू आहात-तुम्ही माफी
मागून मला लाजवू नका...''

ढग निवळले. गप्पा व भोजनही झालं. मग गंभीर गोष्टी.

''अन्वर मियाँ! हा धाडसी, परस्परविरोधी वाटणारा पण प्राप्त परिस्थितीत
कदाचित इतिहासाला कलाटणी देणारा निर्णय ठरेल. तुझी काय राय आहे?''

थोडा विचार करून अन्वर म्हणाला, ''माझं घराणं मौलवीचं, पेशइमामाचं
असलं तरी मी धर्माचे बंध केव्हाच तोडले आहेत. आज मी बराचसा नास्तिक आहे
व पक्का मार्क्सवादी. त्यामुळे इस्लाम व कम्युनिझमची सांगड मला अशक्यप्राय बाब
वाटते! तुम्ही रूसच्या 'मुस्लिम पॉलिसी'चं सांगितलं, त्याबाबत माझी प्रा. करीमुल्लांशी
एकदा बातचीत झाली होती. प्रा. नुरानी आणि मुस्सवतचे इलियास भाईशीपण चर्चा
झाली होती. मला तरी वाटतं की, सोव्हिएत युनियनमध्ये महासत्तेच्या बळावर
झालेला तो अशास्त्रीय संकर आहे. आपल्या देशात ते कठीण आहे.''

अमीनला वाटलं होतं, अन्वर आपल्या कल्पनेला साथ देईल. क्षणभर कसा
प्रतिसाद द्यावा हे त्याला समजेना. मग अचानक काहींसं आठवल्यागत तो म्हणाला,
''अन्वर, माझं जाऊ दे. अमेरिकेत शिक्षण झाल्यामुळे मला रूसवाले पक्का
कम्युनिस्ट समजत नाहीत. पण तुला आदर्श असणाऱ्या तुझ्या ऑयडियालॉग जनाब
तराकींबाबत संशय घ्यायला जागा नाही. त्यांची ही खरीखुरी दास्ताँ बयाँ करतो.
मरणापूर्वी त्यांनी मंत्रिमंडळातील सहकाऱ्यांसह खल्क पॉलेसच्या हरामसराईमध्ये

नमाज पढली होती. अंतिम समयी अल्लाची करुणा भाकली होती. त्याला सोव्हिएत दूत पुझनोव्ह साक्षीदार होते. त्यांनीच मला हे सांगितलं होतं. तू त्यांच्याशी बोलून खात्री करू शकतोस.''

''क-क-क्या-ये, ये सही है?'' अन्वरला आश्चर्याचा धक्का बसला. ''सर, विश्वास बसत नाही, पण हे मानलं तर मला कबूल केलं पाहिजे की, तुमच्या या तडजोडीत काही दम आहे, तथ्य आहे. मैं कुछ समय सोचना चाहता हूँ, गौर करना चाहता हूँ!''

''ठीक आहे मित्रा, फार वेळ नाहीये. उद्या मला सकाळी तुझा निर्णय कळव!'' आश्वस्त होत अमीननं त्यांनं निरोप घेतला.

अन्वरनं मग वेळ न घालवता प्रथम डेनिस, मग इलियास यांच्याशी फोनवरच चर्चा केली. आणि मग तराना व जमीलासमोर हा विषय काढला.

जमीला शांतपणे म्हणाली, ''चाचू, झाकिर मियां जिंदगीमध्ये आल्यापासून मी झापडबंद मार्क्सिस्ट उरले नाही. मार्क्सवादामुळे धर्मग्रंथांची अपरिवर्तनीयता मी मानत नाही आणि इस्लाम व कुराणाच्या संदर्भात 'दीने कामील'ची भूमिकाही जशी माझ्या तर्काला पटत नाही, तसा मार्क्सवादही मी शब्दश: स्वीकारू शकत नाही. तो रशियात लेनिननं बदलूनच अमलात आणला, त्याला चीनमध्ये माओनं नवं परिमाण दिलं आणि भारतात त्याचा लोकशाहीशी यशस्वी मिलाफ करीत दोन प्रांतांत कम्युनिस्ट सातत्यानं निवडून येत आहेत व सत्ता राबवत आहेत. हे सारं तुला माहीत आहे. तरीही सांगते चाचू... मला अमीनसरांच्या या कल्पनेत तथ्य वाटतं! इस्लामचं स्थान या योजनेत केवळ वैयक्तिक उपासनेपुरतं नियंत्रित राहणार असेल आणि राज्य कारभारात आधुनिक मूल्यं असतील तर काय हरकत आहे?''

''जमीला, मला वाटतं, प्रेमात तू एवढी आंधळी झाली आहेस की झाकिरची मतं तुला आपली मतं वाटतात!''

''नाही चाचू, माझं प्रेम डोळस आहे व त्यालाही प्रसंगी मी त्याच्या अतिरेकी धर्म-प्रेमाबद्दल टोकत असते!' जमीला त्याची नजर चुकवीत काहीशी लज्जित होत म्हणाली, ''असं म्हणेन की, आम्ही दोघेही बदलत आहोत. आय टेल यू चाचू, धिस इज ए चेंज फॉर बेटर! आणि धर्माचं बोलशील तर इतर धर्मापिक्षा इस्लामनं त्या काळात तुलनेनं जास्त स्वातंत्र्य व हक्क दिले आहेत. तेव्हा एक स्त्री म्हणून हा मिलाफ मला पसंत आहे. अर्थात तो यशस्वी होईल की नाही, याबाबत शंका आहे. तरीही इट शुड बी गिव्हन ए फेअर ट्रायल!''

केव्हा तरी फोनची घंटी वाजली आणि भानावर येत अन्वरनं रिसिक्हर उचलला. पलीकडे फोनवर काबूलहून अमीन बोलत होता. ''हॅलो अन्वरमियाँ, कबसे फोन का इंतजार कर रहा हूँ. बोलो, क्या बात है? क्या नतीजा निकला?''

अन्वर ओशाळवाणा झाला. त्यानं दिवसभरात करीमुल्लांशी दोनदा व गुलबुदीनशी एकदा सविस्तर वाटाघाटी केल्या होत्या. त्याचा वृत्तांत अमीनला भोजनानंतर द्यायचा होता, पण त्यापूर्वीच अमीनचा फोन आला होता. विचारानं मन बधिरलं होतं. अमीनला फोन करायचा राहून गेला.

''एकदम सक्सेसफुल सर!'' अन्वर म्हणाला, ''गुलसाब राजी है प्राइम मिनिस्टर पद संभालने को, उन्हें आपके प्रेसिडेंट रहने से कोई इतराज नहीं. बस् उनकी एकही शर्त है. बाकी मुजाहिदीन गुटके किसीको न लिया जाय-''

अन्वर व गुलच्या चर्चेत 'हार्ड बार्गेन' होत शेवटी तोडगा निघाला होता. अवामच्या हितासाठी व देशातील नागरी युद्ध संपुष्टात येऊन शांतता स्थापित व्हावी यासाठी अमीन मार्क्सवादाची कास सोडणार होता तर गुलचा हिज्बे इस्लामी गट मध्ययुगीन शरियाप्रणीत राजवटीचा व इस्लामी रिपब्लिकच्या स्थापनेचा आग्रह पातळ करणार होता. त्यासाठी एकत्र येऊन 'इस्लामिक सोशालिस्ट रिपब्लिक' स्थापन करण्याला त्यानं मान्यता दिली होती. पॅकेज डीलप्रमाणे पंतप्रधान म्हणून गुल राहणार होता व त्याच्याकडे बरीच विस्तृत अशी कार्यकारी स्वरूपाची सत्ता येणार होती. पंतप्रधानपदाची सूत्रं हाती घेताच तो जिहाद थांबवणार होता. पाक-अमेरिकेला हे मान्य होतं. बाकी गटांना पुढील काळात टप्प्याटप्प्यानं सत्तेत सामावून घेण्यासाठी पाक सरकार मदत करणार होतं! नव्या अमीन-हिकमतीयार सरकारसाठी पाक-अमेरिका संयुक्तपणे जबाबदारी घेणार होते. अर्थातच मग अमीननं सर्व रशियन तंत्रज्ञ व सल्लागार सैनिकांची हकालपट्टी करून त्यांचा प्रभाव संपुष्टात आणायचा होता!

२१ डिसेंबरला पाकिस्तानचे परराष्ट्र व्यवहारमंत्री आगाशाही अमीनच्या आमंत्रणावरून झियाचे खास प्रतिनिधी म्हणून काबूलला प्रश्नावर चर्चा करण्याच्या निमित्तानं येणार होते. त्यांच्या सोबत विमानात गुल असणार होता. त्याच दिवशी सायंकाळी गुलनं पंतप्रधानपदाची सूत्रं हाती घ्यायची होती. त्याचा ऐलान सायंकाळी सातच्या बातम्यांत करायचं ठरलं होतं!

हे सारं फोनवर अन्वरनं अमीनला सांगितलं, तसा तो खूष होत म्हणाला, ''तू बडी कमाल की चीज है अन्वरमियाँ. मुझे तुमपर फक्र है!''

पण अन्वरला एक प्रश्न क्षुब्ध करू लागला होता. हे योग्य आहे देशासाठी? इस्लाम व कम्युनिझमचं हे क्रॉसब्रीडिंग मूळ धरेल की अल्पजीवी साबित होईल?

या दीड वर्षात ज्या सुधारणा केल्या त्या आत्ता कुठे गती पकडत आहेत. या कलाटणीमुळे त्या कुंठित तर होणार नाहीत इस्लामच्या नावानं?

राजवटीच्या नावात 'इस्लाम' असावा, याबाबत गुल आग्रही होता. अन्वरनं सारं कौशल्य पणाला लावून केलेल्या मनधरणीला यश येऊन गुलनं अनिच्छेनंच त्यात 'समाजवादी' शब्द जोडायला संमती दिली होती. त्यामुळे अवाम व जगाला कोणता संदेश जाणार होता? नव्या हुकूमतीत इस्लाम वरचढ ठरणार की समाजवाद?

आपल्या देशातील सौरक्रांतीचे आपण केवळ साक्षीदारच नव्हे तर एक शिल्पकारही होतो. आताच्या या येऊ घातलेल्या 'इस्लामिक सोशालिस्ट रिपब्लिकचेही' आपण काही प्रमाणात का होईना जनक ठरणार आहोत. ही आपल्या प्रखर मार्क्सवादाशी प्रतारणा नव्हे? की हा कालानुरूप बदलत होणारा मिलाफ म्हणायचा?

उद्या इतिहासात आपल्या नावाची नोंद कशी होईल? संधिसाधू का युगप्रवर्तक-नव्या धोरणाचा शिल्पकार? गद्दार की धर्मविरोधी? प्रवाहपतित सियासतदार की भरकटलेला कृतिशून्य विचारवंत?

तो डोकं गच्च धरून होता. त्याचं मन नियंत्रणात ठेवणं त्याला जड जात होतं!

पाकिस्तानचे परराष्ट्र व्यवहारमंत्री आगाशाहींना गुलसह काबूलला घेऊन येणारं विमान दाट धुक्यामुळे अर्धा तास काबूल शहरावर चकरा मारूनही उतरवता येणं शक्य नसल्याचं जेव्हा निश्चित झालं, तेव्हा वैमानिकानं विमान परत नेण्याची वा इतरत्र कुठे लँडिंग करण्याची परवानगी मागितली. अमीनची इच्छा कंदाहारला आगाशाहींनी उतरावं व कारनं काबूलला यावं, अशी होती. गुलचीपण त्यासाठी तयारी होती. पण सुरक्षिततेच्या कारणास्तव कोणताही धोका नको, म्हणून आगाशाहींनी परत इस्लामाबादला विमान वळवणं पसंत केलं.

आगाशाहींना पुन्हा ३१ डिसेंबरला पाठवायचं झियांनी मान्य केलं आणि तो इतिहासाला कदाचित कलाटणी देण्याची क्षमता असणारा दिवस काही न होता संपून गेला.

अन्वरला वाटलं, एका अवघड धर्मसंकटातून नशिबानं आपली सुटका झाली. गुल व अमीनची संभाव्य भेट टळली, हा शुभसंकेत वाटत होता.

ज्या गुल व हिज्बे इस्लामीचे करीमुल्ला धार्मिक सल्लागार व मार्गदर्शक होते, त्यांच्या कल्पनेतला इस्लाम हा अतिरेकी स्वरूपाचा व मध्ययुगीन परंपरा पाळणारा दकियानुसी धर्म होता. त्याची चुणूक अन्वरला पाहायला मिळाली आणि

खाडकन त्याचे डोळे उघडले.

करीमुल्लांशी त्याची आज पुन्हा भेट व बातचीत झाली होती. करीमुल्ला सांगत होते, ''अन्वरमियाँ, अजून तू बाप बनला नाहीस म्हणून कदाचित तुला या बापाची व्यथा कळणार नाही. पुत्र कशासाठी हवा असतो? अपना खानदान आगे बढे, अपना नाम रोशन हो इसलिये ना? मी अल्लाला बेटा मागितला होता इस्लामच्या नावानं; तुमची शौरवी क्रांती त्याच्या जन्माच्या वेळी दृष्टिक्षेपातही नव्हती, तरी खास करून काबूल शहरात डावी विचारधारा जोरात होती. औरत जातीचं वागणं बेझिझक, बेपर्दा म्हणूनच अनइस्लामिक होत होतं. तेव्हा, त्यांच्या प्रतिकारासाठी गुल, रब्बानी, माझा भाऊ शमसू व तुझे सय्यद भाई उभे राहिले. त्यांच्यामागे मी माझा अभ्यास व बुद्धी उभी केली. तेव्हाच ठरवलं होतं की, आपला बेटा गाझी होईल. खराखुरा इस्लामी सैनिक होईल. मुजाहिदीन होईल. त्याऐवजी आता मॉस्कोला शिक्षण घेऊन तो कम्युनिस्ट बनणार असेल, तर मला ते कदापि चालणार नाही, त्याला मला परत आणलं पाहिजे.''

अन्वरनं हाफिजुल्लाला अगदी लहान असताना पाहिलं होतं. करीमुल्ला बोलत असताना त्याला मरहूम अब्बाजान आठवत होते. आपलीच कहाणी पुन्हा दोहरली जातेय, असं त्याला वाटलं. त्यामुळे तोही काही प्रमाणात हळुवार झाला होता.

''इथं पेशावरला 'दीने तालीम'साठी (धर्मशिक्षणासाठी) आम्ही किती तरी मदरसे सुरू केले आहेत. तिथे मुलांना व नौजवानांना मजहबी इल्मसोबत सैनिकी प्रशिक्षण देत आहोत.''

अन्वरनं इच्छा प्रदर्शित केली म्हणून करीमुल्लांनी त्याला दिवसभर फिरून निर्वासितांच्या वसाहतीचा परिसर व मदरसे दाखवले. त्यांचे मिलिटरी कॉम्पही दाखवले. करीमुल्लांना अन्वर आता नव्या गुल-अमीन संयुक्त राजवटीचा शिल्पकार वाटत असल्यामुळे ते मोकळेपणानं बोलत सारं सांगत होते. तो विस्फारल्या नेत्रानं मुजाहिदीनांची प्रचंड स्वरूपाची दीर्घकालीन लढ्यासाठी म्हणून चालू असलेली तयारी पाहत होता.

सारं वातावरण जिहादमय होतं. एक एक निर्वासित म्हणजे इस्लामी रंगात पक्का रंगलेला अफगाणी होता. त्याचं एकच लक्ष्य होतं. काफिर 'खल्की' राजवटीचा सफाया करणं! त्यापैकी मुल्ला मौलवी व जमीनदारांची नाराजी अन्वर समजू शकत होता. भूमिहीन शेतमजुरांना पाच हेक्टर जमीन मिळाली होती, त्यांचं खासगी सावकाराचं कर्ज माफ झालं होतं, तेही 'इस्लाम खतरे में है'च्या बहकाव्यात आलेले होते. स्त्री-शिक्षण, स्त्रियांचा आत्मसन्मान यांसाठी तराकी-अमीन आग्रही होते. त्याचं इथे निर्वासित म्हणून आलेल्या स्त्रियांना काहीच देणंघेणं नव्हतं. बुरख्याआडचं

आपलं काळोखं जीवन त्यांनी इस्लामच्या नावानं विनातक्रार स्वीकारलं होतं. तरुण स्त्रियातर जिहादमध्येही सामील होत्या!

"हमारी बरसों की मेहनत दिनी इल्मकी बदौलत रंग लायी है!" करीमुल्ला सांगत होते, "आमची कित्येक वर्ष लढण्याची तयारी होती. पण तुम्हारा उस्ताद अमीन भी जान गया की, मजहब की ताकद सबसे बडी ताकद होती है. उसे मिटाना नामुमकिन है."

"ही सरांची हार नाही, तर देशहितासाठी सन्मानजनक तडजोड आहे, जनाब. तुम्हीही दोन पावलं मागे घेतली आहेतच की. आपली नवी हुकूमत इस्लामिक सोशालिस्ट राहाणार आहे की."

करीमुल्ला विचित्रसे मोठ्यानं हसले. अन्वर बुचकळ्यात पडला. त्यांना त्यातून काय सूचित करायचं आहे?

"अन्वरमियाँ, यात तडजोड आमच्या बाजूनं कुठे आहे? इस्लाममध्ये समतेचं तत्त्व आहेच, असं मी मानतो. धर्म चौकटीत स्त्री-पुरुष समानता मलाही मंजूर आहे, पण इस्लामी प्रतीकं नव्या राजवटीची एतद्देशीय चिन्हं असतील...!"

जणू झटका बसून अन्वर भानावर आला. अमीनकडून क्रांतीच्या तत्त्वांना व विचारांना तीलांजली दिली जाते आहे केवळ सत्ता टिकवण्यासाठी, असं त्याला जाणवलं...

"अमेरिकेत जो कोणी काही काळ का होईना राहून आलेला असतो, तो कधीच खराखुरा अंतर्बाह्य कम्युनिस्ट होऊ शकत नाही." तराकी एकदा अन्वरला म्हणाल्याचं आठवलं. "म्हणूनच मला अमीन कधीच पूर्णत: विश्वासपात्र वाटत नाही." अन्वरला अमीनची गुलसोबतची ही संभाव्य तडजोड मार्क्सवादाला पूर्णपणे तीलांजली देणारी तर ठरणार नाही ना? असं वाटू लागलं होतं. पुन्हा त्याचा संभ्रम व गोंधळलेल्या मन:स्थिती त्याला संत्रस्त करीत होती.

दारा आदमखेलच्या शस्त्रास्त्राच्या कारखान्यात झालेल्या आंतरराष्ट्रीय पत्रकार परिषदेच्या निमित्तानं मार्टिन व विल्यम-डेनिस चांगलेच मित्र झाले होते. डेनिसनं बातमीचा स्रोत सांगताना म्हणाल, "व्हेरी सिंपल! या समझौत्यापासून गुलनं इतर इस्लामी बंडखोर गटांना खड्ड्यासारखं वगळलं होतं. कारण त्याला मुजाहिदीनींचा एकमेव सर्वोच्च नेता व्हायचं आहे. त्यामुळे तो इतरांपासून फटकून वागतो. त्यामुळे इतरांनी ही बातमी माझ्यापर्यंत पोचवली!" डेनिसनं पटणारा हवाला दिला. त्याला त्याची अन्वरशी झालेली गुफ्तगू सांगायची नव्हती.

''पण अमेरिकेच्या या धोरणाचा या समझौत्यानं केवढा मोठा विजय झाला असता. तो आता या गौप्यस्फोटानं फिस्कटणार नाही?''

''हू केअर्स?'' खांदे उडवित बेफिकीरीनं डेनिस म्हणाला, ''मी पत्रकार आहे. बातमी पवित्र मानतो. ती कोणत्याही परिस्थितीत दिलीच पाहिजे, हा पत्रकार म्हणून माझा धर्म आहे. त्याचा काय परिणाम होईल याच्याशी माझं काय देणं घेणं?''

''पण त्यामुळे तू सौरक्रांतीला मदत केली आहेस अप्रत्यक्षपणे. माझ्या अंदाजानुसार सोव्हियत युनियन आता स्वस्थ बसणार नाही.''

''यू आर राइट!' डेनिस किंचित हसत म्हणाला, ''आता उद्याची बातमी आजच सांगतो, ऐक. ऑलरेडी अमुदारिया सीमेवर रशियानं प्रचंड सैन्याची जमवाजमव सुरू केली आहे आणि इन ऑल प्रॉबेबिलिटी बबराक करमाल गुप्तपणे काबूलला येऊन दाखल झाला आहे व रशियन एम्बसीमध्ये तळ ठोकून आहे – पुन्हा एकदा पुश्तू भाषेचा शब्द वापरून सांगायचं झालं तर नजीकच्या भविष्यात कूदेते – सत्तांतराची चिन्हं दिसत आहेत!'

अन्वर भानावर आला होता. अमीनचा समझौत्याचा प्रस्ताव हिब्जे इस्लामीची धार्मिक कट्टरता कमी करणार नाही, उलट डाव्या विचारांना पातळ करीत समाजवादाला नुसतं नामधारी महत्त्व राहील. त्याचा अर्थ सौरक्रांतीचा गळा घोटणं. आपण या मिशनवर येताना केवळ देशामधली अस्थिरता, कुंठित अर्थव्यवस्था, आम आदमीची बदतर जिंदगी आणि यादवी युद्धाची परिस्थिती विचारात घेतली होती. त्यामुळे इस्लाम आणि कम्युनिझमच्या मिलाफाची कल्पना आकर्षक आणि व्यवहार्य वाटली होती. पण मुजाहिदीन 'खल्की'पेक्षा अधिक कडवे, ताठ व स्थितिवादी आहेत. अनेक शतकांची परंपरा असल्यामुळे इस्लामचा सर्वस्वांनं त्याग करणं कम्युनिस्ट 'खल्की'-'परचमीं'नापण जड जातं. तिथं मूळचे मुस्लिम असलेले हे मुजाहिदीन पॅन इस्लामिक चळवळींशी सांधा जोडून घेत पाक-अमेरिका गटाच्या पाठिंब्यानं अधिक मूलतत्त्ववादी कट्टर बनलेले इस्लामशी विसंगत समाजवाद कसा स्वीकारतील? त्यामुळे आपण एका न मिळणाऱ्या मृगजळाचा पाठलाग करीत होतो, हेच खरं!

काल दाट धुक्यामुळे आगाशाहीचं गुलला सोबत घेऊन जाणारं विमान काबूलला पोचू शकलं नाही. हे ठीक झालं, पण...

आपण सारासार विचार न करता एकाच पैलूनं प्रभावित होऊन अमीनच्या मिशनचं काम स्वीकारलं, ही केवढी चूक होती. ती चूक दुरुस्त करता येईल?

पण हे आज तात्पुरतं ३१ डिसेंबर १९७९ पर्यंत पुढे ढकललं गेलेलं

मिशन आता सफल होता कामा नये. ते रोखलं पाहिजे, विफल केलं पाहिजे...

अन्वरला विचार करकरून मेंदूला रग लागली तरी मार्ग दिसत नव्हता.

तो थकून थोपी गेला असता मध्यरात्री दचकून जाग आली. त्याला मंत्री असताना मिळालेल्या ट्रान्समीटरचा बीप् बीप् असा आवाज येत होता. तो ताडकन उठला व येणारा संदेश ग्रहण करू लागला.

पाकिस्तानमधील सोव्हिएत युनियनच्या एम्बसीमधून राजदूतांचा निरोप होता. एका फ्रिक्वेन्सी नंबरवर संपर्क जुळवून अन्वरनं एका महत्त्वाच्या व्यक्तीशी ताडबडतोब बोलावं, असा तो निरोप होता.

हा फ्रिक्वेन्सी क्रमांक तर काबूलस्थित अफगाणिस्तानमधील राजदूत फिकरत ए. ताबीव्हचा होता.

अन्वरनं फ्रिक्वेन्सी जुळवली आणि त्याच्या कानी पर्शियन भाषेतले शब्द पडले. "सर, मैं फिकरत बात कर रहा हूँ. आपको भरी रात नींद से जगाने के लिये माफी चाहता हूँ!"

"इट्स ओ. के. फिकरत साब. बताइये, किसलिये जगाया?"

"मेरे साथ एक अहम हस्ती है. मैं मायक्रोफोन उन्हें देता हूँ. आप सीधे उनसेही पूछिये."

"बाले-अन्वर मियाँ!" पलीकडे बबराक करमाल होता. "त्या क्रांतिविरोधी कट्टर मूलतत्त्ववादी गुलबुदिनच्या गळ्यात गळा घालायला अक्करमाशा अमीन आतुर आहे, हे मी समजू शकतो. कारण त्याला येनकेन प्रकारे सत्ता टिकवायची आहे. पण त्याच्या त्या नापाक सौऱक्रांतिविरोधी मिशनमध्ये तू सामील होशील, ये तो मैंने कभी सपने में भी सोचा नहीं था."

"सर, मला माझ्या चुकीची जाणीव झाली आहे व कालपासून मी पश्चात्तापदग्ध, परेशान आहे. मुझे रास्ता नहीं सूझ रहा था. अच्छा हुआ, आपने याद किया!" अन्वरचा स्वर ओशाळवाणा व शर्मिंदा होता.

"मला माझी चूक दुरुस्त करायची आहे सर. बोला, मी काय करू?" त्यानं प्रांजळपणे विचारलं, "पण आपण काबूलला कसे? काय इरादा आहे?"

मानवी चेहऱ्यावरची दुसरी सौरक्रांती

२५ डिसेंबर १९७९...

सारं जग उत्साहात ख्रिसमस साजरा करित होतं. रात्रीच्या पार्ट्यांना रंग भरला होता. या डिसेंबरच्या सप्ताहात जगभरच्या ख्रिश्चनांचा, विशेषत: अमेरिकन व युरोपियनांचा 'हॉलिडे मूड' असतो. कारण त्यानंतर वर्षअखेरच्या दिवसाचे - ३१ डिसेंबरचे वेध सुरू होतात. या वर्षी अमेरिकेचे राष्ट्राध्यक्ष खुद्द जिमी कार्टर हे कॅम्प डेव्हिडला ख्रिसमस आणि वर्षअखेर साजरा करण्यासाठी सुट्टीवर होते. त्यामुळे जागतिक महासत्ता असणाऱ्या एका ध्रुवानं जणू सप्ताहासाठी आंतरराष्ट्रीय राजकारणापासून सुटी घेतली होती!

मात्र, जागतिक महासत्तेचा तोल सांभाळणाऱ्या दुसऱ्या ध्रुवाला ख्रिसमसचं फारसं कौतुक नव्हतं! सोव्हिएत युनियनमध्ये पूर्ण सुट्टीचा मूड नव्हता. त्यामुळे सारा देश मध्यरात्रीनंतर झोपी गेला होता.

पण मॉस्कोमधील के.जी.बी. या गुप्तचर संघटनेच्या कार्यालयीन आणि संरक्षण मंत्रालयाच्या इमारतीत मध्यरात्रीही चिरूट व व्होडकाच्या संगतीत अधिकारी खलबतं करीत होते. फोनच्या घंटा सतत वाजत होत्या आणि माहिती, संदेशांची देवाणघेवाण होत होती. आदेश, सूचना दिल्या-घेतल्या जात होत्या!

दोन झेरहिन्स्की स्क्वेअर हे ज्याचं अधिकृत नाव आहे ते मॉस्को सेंटर म्हणजे, के. जी. बी. चं मुख्यालय. तेथील चार डायरेक्टोरेट्सपैकी पहिल्याचं काम परदेशातील घडामोडींवर लक्ष ठेवणं व सरकार आणि पॉलिट ब्यूरोच्या आदेशाप्रमाणे कृती करणं हे असतं. तेथील दक्षिण-मध्य आशियाचं काम पाहणारा व अफगणिस्तानचा विशेषज्ञ म्हणून गेली सात वर्षं काम करणारा पीटर उस्तिनोव्ह त्या ख्रिसमसच्या मध्यरात्री अखंडपणे चिरूट ओढीत फायली चाळीत होता व नकाशे तपासत होता. काबूल शहराच्या अगदी गल्लीबोळांचेही तपशीलवार विस्तृत नकाशे काबूल

शहरवालीमध्ये काही वर्षं आर्किटेक्ट म्हणून काम पाहणाऱ्या युरीनं व त्याच्या चमूनं अचूकपणे बनवले होते. त्याबाबतचा निर्वाळा खुद्द पायदळाचे कमांडर इन चीफ जनरल पावलोवस्की यांनंच दिला होता. तो मागच्याच महिन्यात प्रदीर्घ अफगाण भेटीनंतर परतला होता. त्यांनं पीटरला बोलावून घेत त्याची नकाशाची फाईल परत करीत म्हटलं होतं, "एक्सलन्ट! मी काबूल शहर पूर्णपणे नजरेखालून घातलं आहे. जेव्हा केव्हा सरकार व पॉलिट ब्यूरोचा आदेश मिळेल, तेव्हा इंटरव्हेन्शनसाठी त्याचा उपयोग होणार आहे. आपलं ऑपरेशन सक्सेसफुल झाल्यानंतर मी तुझी व युरीची शिफारस करणार आहे."

सध्या चारपैकी एक डायरेक्टर असलेला पीटर के. जी. बी. चा चेअरमन होणं शक्य नसलं तरी प्रथम उपसभापती (फर्स्ट डेप्युटी चेअरमन) होण्याची महत्त्वाकांक्षा बाळगून होता. त्या पदावरचा डेप्युटी चेअरमन जिम फिल्सी हा पुढील ऑक्टोबर १९८० मध्ये सेवानिवृत्त होणार होता. बाकी तिघांकडे जे देश व विभाग सोपवलेले होते, तेथे नजीकच्या भविष्यात फार काही घडण्याची शक्यता नव्हती. पण पीटरच्या आधिपत्याखाली असणारा दक्षिण-मध्य आशिया सध्या विलक्षण तणावाचा होता. गेल्या दोन-तीन वर्षांत जगाचं लक्ष वेधून घेणाऱ्या व शीतयुद्धाचा संघर्ष वाढविणाऱ्या घटना या विभागात घडल्या होत्या व आणखी घडण्याचा भविष्यात संभव होता!

पाकिस्तानचं लोकनियुक्त सरकार पाडून मार्शल लॉ लागू करीत सत्तेवर आलेल्या जनरल झियानं प्रथम झुल्फिकार अली भुट्टोला फासावर लटकावीत आणि मग इस्लामचा नारा देत आपली सत्तेवरील पकड मजबूत केली होती.

इराणमध्ये अमेरिकन बगलबच्चा म्हणून कुप्रसिद्ध असणाऱ्या शहा पहलवीच्या राजवटीविरुद्ध आयतोल्ला खोमेनी यांचा प्रदीर्घ लढा यशस्वी होऊन तेथे या वर्षींच इस्लामी क्रांती झाली होती. आता इस्लामी इराणच्या दृष्टीनं भांडवलदार अमेरिका जसा दुश्मन होता, तसाच किंबहुना त्याहून जादा ईश्वर न मानणारा आणि कम्युनिस्ट राजवट असणारा सोव्हिएत युनियनही होता!

या पार्श्वभूमीवर गेली दीड वर्षं अफगाणिस्तानमध्ये डावी विचारधारा व मार्क्सवाद प्रमाण मानणारं सरकार जनतेची नाराजी व बंडखोरीचा सामना करीत आपल्या अस्तित्वासाठी झगडत होतं. त्याच्या रक्षणाची जबाबदारी अधिकाधिक सोव्हिएत युनियनवर येऊन पडली होती. त्याचं सूत्रसंचालन के.जी.बी. चा संचालक म्हणून पीटर करीत होता. त्यामुळे या काळात वरिष्ठांशी इतर तीन संचालकांपेक्षा त्याचा अधिक संपर्क होता. अशातच जनरल पावलोवस्कीनं त्याच्या कामाची तारिफ

केली होती. त्याच्या महत्त्वाकांक्षेला अधिकच पंख फुटले होते!

हा डिसेंबर महिना पीटरसाठी रात्रीचा दिवस करीत काम करण्याचा व अखंड धावपळीचा होता!

काल चोवीस डिसेंबरच्या मध्यरात्रीपासून दर तीन मिनिटाला ए. एन. एन. २२ टर्बोइंजिन जेट इल्युशिन जातीचं विमान काबूलला पाठवीत काल-आज व उद्या तीन दिवसांत पाच हजार सैनिक व अधिकारी, अन्नसामग्री व शस्त्रांच्या सह पाठवण्याचा योजनेची कार्यवाही सुरू झाली होती!

मिशन सरळ होतं. अमीनला राष्ट्राध्यक्षपदावरून हटवून तेथे अधिक लोकप्रिय व मध्यममार्गी नेमस्त बबराक करमाल याला बसवणं. देशभरातील बंडखोरी व पी. डी. पी. ए. आणि विशेषत्वानं सोव्हिएत युनियनविरुद्धचा अवाममधील वाढता असंतोष दूर करण्यास तो सक्षम होता!

सोव्हिएत युनियनचा सर्वोच्च नेता ब्रेझनेव्ह यांनी वेळोवेळी घेतलेल्या उच्चस्तरीय बैठकांत अफगाणिस्तानची जबाबदारी असणारा के. जी. बी. चा संचालक म्हणून पीटर सतत हेच सांगत होता.

"हेरातची घटना व तेथील आपल्या रूसी तंत्रज्ञाला समुदायानं ठार मारणं, त्याच्या पत्नीवर सामुदायिक बलात्कार करीत तिचीही क्रूर हत्या करणं ही बाब आपल्यासाठी डोळ्यांत अंजन घालणारी आहे सर! अफगाणिस्तानचं सरकार, प्रेसिडेंट तराकी व पी. एम. अमीनअंतर्गत बंडाळी व यादवी युद्धसदृश परिस्थिती हाताळण्यास व त्यावर नियंत्रण मिळवण्यास असमर्थ ठरले आहेत. एकतर ते हार्डकोअर मार्क्सवादी आहेत, ते सामाजिक सुधारणा निर्घृण अमानुष पद्धतीनं राबवीत आहेत. जनमानसाला पुरेसं नीटपणे न ओळखण्याचं त्यांचं घोर अज्ञान आणि आंधळी सुधारणा करण्याची अतिरेकी निष्ठा यामुळे त्यांना अवामचा विरोध मोठ्या प्रमाणात होतोय. माझ्या मते हा देश कट्टर इस्लामी मुजाहिदीनांच्या हाती जाऊ द्यायचा नसेल, तर लष्करी हस्तक्षेपाविना व या दोघांपेक्षा अधिक लोकप्रिय व व्यवहारी असणाऱ्या करमालला अध्यक्षपदी बसविल्याविना तरणोपाय नाही.''

पॉलिट ब्यूरोमध्ये पीटरनं सूचित केलेल्या उपाययोजनेबाबत सरळ दोन गट पडले होते. काहींना त्याचा तोडगा पसंत होता, तर काहींना त्यामुळे होणारी संभाव्य आंतरराष्ट्रीय 'जिओ-पोलिटिकल' गुंतागुंत व शीतसंघर्षात पडणारी भर पाहता तो अव्यवहार्य आणि खर्चिक वाटत होता.

ब्रेझनेव्ह व कार्टर यांच्यात काही महिन्यांपूर्वी झालेला शस्त्रकपातीचा – सॉल्ट-टू (स्ट्रॅटेजिक आर्म्स लिमिटेड ट्रीटी-२) करार अमेरिकन सिनेटपुढे मान्यतेसाठी

(रॅटिफिकेशनसाठी) येणार होता. ब्रेझनेव्हला एक जागतिक शांततावादी नेता म्हणून आपली प्रतिमा तयार करण्यासाठी व त्याहीपेक्षा जागतिक सत्तेचा समतोल राखण्यासाठी सॉल्ट- टू शस्त्रसंधी कार्यान्वित होणं महत्त्वाचं वाटत होतं. अफगाणिस्तानमध्ये लष्करी हस्तक्षेप या बाबींवर पाणी फिरवणारा ठरला असता.

जिमी कार्टरचा 'कार्टर सिद्धांत' (कार्टर डॉक्ट्रिन) म्हणून या वर्षभरात मूळ धरू पाहणाऱ्या सिद्धांताकडे सोव्हिएत युनियनला गांभीर्यानं पाहणं भाग होतं! 'पर्शियन गल्फवर नियंत्रण मिळवण्याच्या कोणत्याही प्रयत्नाची परिणती युद्धात होऊ शकते; असा प्रयत्न हा अमेरिकेच्या महत्त्वाच्या हितावर घाला आहे, असं समजलं जाईल. आणि तो पूर्ण निष्प्रभ करण्यासाठी लष्करी-सामरिक बळासह सर्व उपाययोजना करण्यासाठी अमेरिका मुक्त व स्वतंत्र असेल,' हा कार्टर सिद्धांत सोव्हिएत युनियननं अफगाणिस्तानमध्ये थेट हस्तक्षेप करण्याआड येत होता.

पण जनरल पावलोवस्कीनं अफगाण भेटीनंतर जो अहवाल सादर केला, त्यामुळे परिणामकारक कृती करण्याची गरज जाणवली. जानेवारी १९७९ मध्ये इराणच्या खोमेनीप्रणीत इस्लामी क्रांतीनंतर दक्षिण-मध्य आशियात इस्लामी मूलतत्त्ववाद्यांना जे बळ मिळालं, त्यातून अफगाणिस्तानमध्ये 'खल्क' राजवटीविरुद्ध धर्माच्या नावानं चालणाऱ्या संघर्षाला अधिक धार आली होती. सोव्हिएत युनियनच्या अफगाण-इराणला लागून असणाऱ्या मुस्लिमबहुल प्रांतांमध्ये याचा परिणाम सूक्ष्म प्रमाणात असला तरी जाणवायला सुरुवात झाली होती.

अफगाणिस्तानमार्गे सोव्हिएत युनियनच्या साम्यवादाचा अश्व दक्षिण-मध्य आशिया पादाक्रांत करणार की पाक-इराण व्हाया अफगाण अशी इस्लामी क्रांती ('क्रांती कसली, प्रतिक्रांती ती!' इति ब्रेझनेव्ह) सोव्हिएत युनियनच्या सीमावर्ती मुस्लिमबहुल चार प्रांतांत आयात होणार, हा कळीचा प्रश्न होता.

सोव्हिएत युनियनसमोरचा विकल्प अपरिहार्य होता. तराकीला मारून जेव्हा अमीन सत्तेवर आला, तेव्हाच ब्रेझनेव्हनं निर्णय घेतला होता. पुढील चार ते सहा महिन्यांत केव्हातरी योग्य वेळी लष्करी कारवाई करायची निर्णायक वेळ आली आहे, या निष्कर्षाप्रत येत त्यानं लष्कराला पूर्वतयारीसाठी आदेश दिला. वाढता असंतोष, सैन्यदलाला लागलेली गळती व चढ्या प्रमाणात सैनिकांचं शस्त्रास्त्रांसह मुजाहिदीनांना जाऊन मिळणं यामुळे अधिक असुरक्षितता महसूस करणाऱ्या अमीननं अधिकाधिक मदतीसाठी सोव्हिएत युनियनला विनंती केली, लष्करी सल्लागार व तंत्रज्ञानाची मागणी केली. आपण घेतलेल्या निर्णयासाठी आपोआपच अनुकूल पार्श्वभूमी तयार होते आहे, म्हणून ब्रेझनेव्हनं तराकीप्रमाणेच अमीनला मनापासून स्वीकारलं आहे,

असे संदेश देत सढळ मदत सुरू केली!

पाच डिसेंबर १९७९ ला अमीन गुप्तपणे मॉस्कोला येऊन गेला होता, तेव्हा त्याचं उत्तम स्वागत करीत व 'कॉम्रेड' म्हणून संबोधित स्वत: ब्रेझनेव्हनं त्याच्या दोन्ही गालांचा मुका घेत आवभगत केली, तेव्हा त्याला रशियानं मनापासून स्वीकारलं आहे की नाही, ही अमीनच्या मनातली शंका दूर झाली होती. या भेटीत मुजाहिदीनांचा सामना प्रभावीपणे करण्यासाठी आधुनिक शस्त्रं व तंत्रकुशल सेनाधिकारी पाठवण्याचा सहमतीनं निर्णय घेण्यात आला. त्यामुळे आपली ही गुप्त मॉस्को भेट यशस्वी झाली, असं मानीत अमीन निश्चिंत होत परतला होता. या चर्चेत ब्रेझनेव्हनं एकदाही त्याच्या पाक व अमेरिकेशी वाढत्या मैत्रीच्या संदर्भात विचारलं नव्हतं. अमीननंच सफाई दिली तेव्हा ब्रेझनेव्ह म्हणाला, ''एक स्वतंत्र अलिप्ततावादी राष्ट्र म्हणून आपल्या देशानं इतर देशांशी सलोख्याचे संबंध ठेवण्याचे प्रयत्न केले तर ते आमच्या दृष्टीनं स्वागताई आहेत. सॉल्ट टू‍द्वारे जागतिक शांततेसाठी आम्हीही प्रयत्नशील आहोत. त्याला तुमच्या मैत्री व शांतिपूर्ण सहअस्तित्वासाठी इतर देशांशी संबंध सुधारण्याच्या या धोरणानं बळ मिळणार आहे.''

दुसरा अधिक ठळक पण, सूचक संदेश म्हणजे पाच डिसेंबर १९७९ या सोव्हिएत-अफगाण मैत्री कराराच्या पहिल्या वर्धापनदिनानिमित्त 'प्रावदा'मध्ये प्रथम पानावर ठळकपणे दणदणीत हेडलाइनसह व अमीन-ब्रेझनेव्हच्या छायाचित्रासह दिलेली दोन्ही देशांच्या मैत्रीपूर्ण सहअस्तित्वाची ठाशीव बातमी प्रसिद्ध झाली. 'प्रावदा' हे अधिकृत सरकारी मुखपत्र. त्यातली प्रत्येक बातमी व तीमधील शब्दयोजना काळजीपूर्वक केलेली असते. त्यातून सोव्हिएत युनियनचं धोरण, कल आणि भविष्यातील हालचालींचा मागोवा अभ्यासकांना घेता येतो. अनेकदा महत्त्वाच्या प्रसंगी, ज्यांच्या संदर्भात कृती करायची असते वा धोरण आखायचं असतं त्यांना अंधारात व बेसावध ठेवण्यासाठीसुद्धा 'प्रावदा'चा वापर केला जातो. ही बातमी अशीच जाणीवपूर्वक पेरलेली होती.

नोव्हेंबर १९७९ मध्ये इराणच्या काही युवकांनी तेहरानमधील अमेरिकन राजदूतावासाचा ताबा घेऊन तेथील सर्व अमेरिकन कर्मचाऱ्यांना ओलीस ठेवलं. त्याचा मुकाबला करण्यासाठी अमेरिकेनं ताबडतोब पर्शियन गल्फ व अरबी समुद्रातील त्यांच्या तळावर सहा युद्धनौका पाठवल्या आणि इराणची कोंडी करण्यासाठी सैन्याची जमवाजमव सुरू केली. त्याचा परिणाम विपरित झाला. इराण व पाकमध्ये अमेरिकन विरोधाची प्रचंड लहर उसळून आली. इस्लामाबादमध्ये तर संतप्त इस्लामी मूलतत्त्ववाद्यांनी अमेरिकेचा दूतावास जाळून टाकला आणि त्यामुळे आपले ओलीस

असलेले अमेरिकन नागरिक सोडवण्यासाठी अकस्मात धाडसी कारवाई अमेरिका करील, असं वातावरण निर्माण झालं. पूर्ण मध्य आशिया तणावग्रस्त झाला होता. अमेरिकेच्या हालचालींमध्ये लष्करी कृतीची संभाव्यता सोव्हिएत युनियनला जाणवली. त्यांनी त्याविरुद्ध काही करू नये, असा इशारा देण्यासाठी नाटोमार्फत अमेरिकेनं मध्यम पल्ल्याची क्रूज आणि पर्शिंग-दोन नावाची क्षेपणास्त्रं पश्चिम युरोपीय देशांत तैनात केली. सोव्हिएत युनियननं याचा असा अर्थ काढला की, अमेरिकेला इराण व अफगाणिस्तानमधील प्रतिकूल बदलांचा विपरित परिणाम त्यांच्या आंतरराष्ट्रीय हितसंबंधावर होऊ नये म्हणून मान्य केलेला शस्त्रसंधी करार अमलात आणायचा नाही. सोव्हिएत युनियननं सॉल्ट टू करारानुसार प्रथम पुढाकार घेत रणगाडे व इतर शस्त्रं काढून घेतली होती. त्याला अमेरिकेनं कोणताही पूरक संवादी प्रतिसाद शस्त्र व सैन्यकपाती करून या पाच महिन्यांत दिला नव्हता. तिची ही प्रवृत्ती संशयास्पद होती व तिचा शस्त्रसंधीचा हेतू प्रामाणिक नाही, या निष्कर्षाप्रत सोविएत युनियन आलं होतं.

पीटर उस्तिनोव्ह व के. जी. बी. ची एकूण यंत्रणा एक एक बातमी, एक एक सूचक कृती, हालचालीचा काळजीपूर्वक मागोवा घेत त्याचं पृथक्करण करीत अन्वयार्थ लावीत होती. त्यांचे निष्कर्ष पीटर नियमित होणाऱ्या बैठकीत प्रस्तुत करीत होता.

काल २४ डिसेंबर १९७९ च्या भल्या पहाटे पीटर घरी जाण्यासाठी आवराआवर करीत असताना जनरल पावलोवस्कीचा फोन आला. त्यांं पीटरला अफगाणिस्तानमध्ये निर्णायक कृतीसाठी सैन्य व शस्त्रसामग्री पाठविण्याचं काम आज दुपारपर्यंत पूर्ण होईल, असं सूचित करून पुढील कामाच्या सूचना दिल्या.

पीटरनं ताबडतोब काबूलस्थित रशियन एम्बसीत फोन लावला व फिकरतला तेथे मागील महिन्यात गुप्तपणे आलेल्या करमालला फोन देण्यास सांगितलं. करमाल फोनवर आला, तेव्हा पीटर म्हणाला, "तुम्ही देशद्रोही व क्रांति-विरोधक अमीनला पदच्युत करून राष्ट्राध्यक्षपद ग्रहण करून नवं सरकार स्थापन झाल्याचं ऐलान तुमच्या आवाजात टेप करून कॉम्रेड फिकरतना द्या. ती टेप अमुदरियाजवळच्या टरमेज रेडिओ स्टेशनला पाठवण्याची व्यवस्था केली आहे. तेथून तुमचा हा ध्वनिमुद्रित ऐलान २७ डिसेंबरला सत्तांतरानंतर प्रसारित केला जाईल. त्याची व काबूलची रेडिओ फ्रिक्वेन्सी मिळतीजुळती असल्यामुळे पब्लिकला ती घोषणा रेडिओ काबूलवरूनच केली आहे, असं वाटेल. हे यासाठी की, आज-उद्याच्या धुमश्चक्रीत कदाचित तुमचा रेडिओ व टी. व्ही. बंद पडेल. किमानपक्षी रेडिओ बंद पडल्याचं लोकांना कळू नये म्हणून ही दक्षता घेण्याचे मला हुकूम आहेत. आपण सहकार्य करावं."

आपण जे सोव्हिएत युनियनच्या साहाय्यानं करीत आहोत, ते देश व अवामच्या हिताचं आहे, याबाबत नि:शंक असलेला करमाल 'उद्या आपण राष्ट्राध्यक्ष होणार,' या जाणिवेनं मोहरून आला होता.

"सर, सर्वप्रथम उद्याचे राष्ट्राध्यक्ष म्हणून मी आपलं अभिनंदन करण्याची संधी घेतो आहे." पीटर म्हणाला, "एक विनंतीही करीन की, माझी कामगिरी व सेवा लक्षात घेऊन माझी आपण ब्रेझनेव्ह साहेबांना फर्स्ट डेप्युटी चेअरमन पदासाठी शिफारस करावी. आपल्या शब्दांं माझं काम होणार, अशी माझी भावना आहे."

"जरूर कॉम्रेड पीटर. आजसे मेरे दोस्तों में तुम्हारी गिनती शुरू हो गयी समझो." करमालची इतरांना उपकृत करण्याची राजवंशी रक्ताची सवय उसळी मारत होती. त्या भरात त्यानं भरघोस आश्वासन देऊन टाकलं, "मैं तुम्हें के. जी. बी. का चेअरमन बनाके रहूंगा एक दिन!"

आत्तापर्यंत फर्स्ट डेप्युटी चेअरमनच्या पदोन्नतीचं स्वप्न पाहणाऱ्या पीटरला त्याचं आश्वासन क्षणभर अवास्तव वाटलं. पण सध्याचा के. जी. बी. चा चेअरमन दोन वर्षांनी सेवानिवृत्त होणार आहे, तेव्हा आता आपण फर्स्ट डेप्युटी चेअरमन झालो तर दोन वर्षांनी आपला चेअरमन पदावर रास्त हक्क राहील व तेव्हापर्यंत करमाल टिकला तर तो नक्कीच मदत करील. ब्रेझनेव्हनंतर पॉडगॉर्नी सेक्रेटरी जनरल झाले, तर ते आपले गाववाले असल्यामुळे व करमालच्या शिफारशीमुळे कदाचित चेअरमन जरूर करतील. ती काही अगदीच असंभव बात नाही!

फोनवर बोलताना तिकडे करमाल उद्यापासून आपण अफगाणिस्तानचे राष्ट्राध्यक्ष होणार या जाणिवेनं रोमांचित होत होता, तर इकडं पीटर चेअरमनपदाच्या स्वप्नानं उत्तेजित झाला होता. त्याच्या गुप्तहेराच्या पेशाला न शोभणाऱ्या भावनाप्रधानतेनं न्हाऊन निघत होता.

फोनवरील संभाषण संपेपर्यंत फिकरतनं बबराक करमालचं भाषण टेप करण्याची सर्व तयारी केली होती. करमालनंही वेळ न दवडता छोटा माईक हाती घेत उत्तेजित पण खणखणीत स्वरात अफगाण जनतेसाठी संदेश द्यायला सुरुवात केली, "आज सी. आय. ए. या साम्राज्यवादी अमेरिकन गुप्तचर संघटनेचा एजंट असलेल्या 'दुश्मनाने खल्क' क्रांतिविरोधी हाफिजुल्ला अमीनचा सफाया झाला असून समस्त अवामच्या वतीनं तुमचा आपला साथीदार व खराखुरा तारणहार बबराक करमाल आता रईस-ए-जमूरियत-अध्यक्ष झाला आहे. आज मी आपल्या सौरक्रांती घडवणाऱ्या पी. डी. पी. ए. च्या वतीनं अर्थात 'खल्क' व 'परचम' दोन्ही गटांच्या वतीनं राष्ट्राध्यक्ष म्हणून सूत्रं हाती घेतली आहेत आणि अमीन नावाचं

दमनयंत्र त्याच्या साथीदारांसह, आता नष्ट करण्यात आलं आहे. ज्यानं हजारो नव्हे लाखो लोकांचे हलालाप्रमाणे हालहाल करित खाटिकाच्या निर्दयतेनं मुडदे पाडले होते, तो हा रक्तपिपासू राक्षस त्याच्या रक्ताचं मोल देऊन जहन्नुममध्ये कायमचा गाडला गेला आहे. मेरे अजीज देसवासियों, आता या देशात शांती व खुशहालीचं राज्य प्रस्थापित होईल. तुम्ही मला त्यासाठी साथ द्या. आज दुसरी सौरक्रांती झाली आहे, पण ती मानवी चेहरा घेऊन आलेली आहे, याचा मी तुम्हाला पक्का भरोसा देतो. मैं तुम्हें इस मौके पे बहोत सारी मुबारक बात देता हूँ. अल्ला हम सब पर अपनी निगाहे करम एक बार फिरसे करें और उसकी दुवा से हमें बरकत मिले. आमीन!''

"कोण? पीटर उस्तिनोव्ह अंकल?'' तान्या रिसिव्हर उचलत म्हणाली. त्याच क्षणी बेडरूममध्ये पेशावरहून परतलेल्या अन्वरनं तिचं बोलणं, अवचितपणे ध्यानीमनी नसताना चोरी पकडल्याप्रमाणे दचकणं टिपलं होतं. पीटर हा सध्या के. जी. बी. मध्ये फर्स्ट डेप्युटी चेअरमन आहे व त्याच्या सल्ल्यानुसार गुप्तपणे मागील महिन्यापासून करमाल काबूलला येऊन सोव्हिएत युनियनच्या एम्बसीमध्ये राहत आहे, हे करमालनंच त्याला पेशावरला फोनवर संभाषण करताना सांगितलं होतं. तो तान्याला मुलीप्रमाणे मानतो, हे अन्वरला माहीत होतं. तो आज भल्या पहाटे तिला का फोन करीत आहे, या शंकेनं तो अस्वस्थ झाला!

तरानालाही निकाताकडून काल पीटर-करमालसंदर्भात कळलं होतं. हा नवा कूदेत्ते आपल्या वैयक्तिक संसारात वादळं तर निर्माण करणार नाही ना, या शंकेनं ती काल रात्रभर परेशान होती. अन्वरपासून आपलं जिवापाड जपलेलं गुपित प्रकट तर होणार नाही ना, ही भीती गेल्या पंधरा वर्षांत तिला अधूनमधून त्रस्त करायची. आताही बेडरूममध्ये अन्वर प्रवेश करीत असताना, तिच्या तोंडून पीटरचं नाव निघाल्यामुळे त्याची बदलणारी संशयग्रस्त नजर तिनं पाहिली. क्षणार्धात मॉस्कोमध्ये घेतलेल्या प्रशिक्षणामुळे स्वत:वर नियंत्रण मिळवीत ती म्हणाली, "हां अंकल, अन्वर मियां आहेत ना. त्यांना मी फोन देते.'' आणि रिसिव्हर बाजूला करीत तराना अन्वरला म्हणाली, "पीटर अंकलचा फोन आहे. त्यांना तुमच्याशी बातचीत करायची आहे.''

अन्वरनं आपली अस्वस्थता व बेचैनी मनाआड करीत रिसिव्हर कानाला लावला, "हॅलो अंकल,''

"सर, गुड मॉर्निंग!''

"मला सर काय म्हणता अंकल? पूर्वीसारखं अन्वर म्हणा ना!''

"नो सर! आता तुम्ही मोठे उच्चपदस्थ आहात आणि उद्याच्या करमाल साहेबांच्या मंत्रिमंडळातले महत्त्वाचे मंत्री आहात. मी करमाल साहेबांना मघाशीच सर्वप्रथम बधाई दिली आहे. तशी आता तुम्हालाही सर्वप्रथम बधाई देण्याचा मला बहुमान मिळतो आहे. काँग्रॅट्स सर. गुडबाय'

अन्वरनं रिसिव्हर ठेवला, "तराना, ऐकलंस ना! तुझे पीटर अंकल काय म्हणत होते?"

"हो, ऐकलं मेरे आका. पण त्यांचा या साऱ्या प्रकरणाशी काय व कसा संबंध येतो?"

"अग वेडे, आता पीटर अंकल प्रोफेसर राहिले नाहीत. ते के. जी. बी.चे फर्स्ट डेप्युटी चेअरमन आहेत." अन्वर म्हणाला.

"माय गॉड! मला तर हे आक्रीतच वाटतंय. पीटर अंकल के. जी. बी.चे अधिकारी?" तराना आश्चर्यचकित होत असल्याचा बेमालूम अभिनय करते आहे, याचा अन्वरला जराही संशय आला नाही. "ते मला मुलीसारखी मानतात, तरीही मला आज तुमच्याकडून कळतंय!"

"तराना, वेडी का खुळी तू? गुप्तचर यंत्रणेत काम करणारे कुणाकुणाला आपली आयडेंटिटी सांगत नाहीत." अन्वर हसून म्हणाला, "कूदेत्तेच्या संदर्भात बोलल्यामुळे मलाही करमाल साहेबांकडून आजच समजलं!"

"ठीक आहे. तुम्ही प्रवासानं दमलेले दिसता. मी कडक चहा आणते, तो घ्या व आराम करा!"

"थकलो आहे, शिणलो आहे तो प्रवासानं नाही. तराना, शिणलोय तो एका विचारानं. आम्ही जे करायला जात आहोत, ते बरोबर आहे ना? वो वतनसे गद्दारी तो नहीं होगी? तवारिख हमें क्या नाम देगी? इन्किलाब के रखवाले या वतन के दुश्मन? कुछ समझ नहीं पा रहा हूं. इसलिये परेशानसा हूँ. मैं क्या करूँ तराना, क्या करूँ?"

तरानाचा चेहरा भविष्यातील संकेतानं विदीर्ण झाला होता आणि मनात अनाम भीती दाटून आली होती. त्याच्या सवालाचं जसं तिच्याजवळ उत्तर नव्हतं, तसंच तिच्या स्वतःच्या भीतीचं, अस्वस्थतेचंही!

२७ डिसेंबर १९७९.

तीन दिवसांपूर्वींच या वर्षाची पहिली हिमवृष्टी सुरू झाली होती. सारे जण थंड, गारठलेल्या हवामानात आपापल्या घरी बुखारी पेटवून शरीराला ऊब देत

विसावले होते. रेडिओ लावून खबरें ऐकत होते. पण एक-दोन ताज्या पण फुटकळ, तद्दन सरकारी कामकाजाच्या रुक्ष बातम्या सोडल्या तर जुन्याच बातम्या आजही प्रक्षेपित होत होत्या.

कंटाळून झाकिरनं टी.व्ही. बंद केला व आळस देत समोर खुर्चीत बसलेल्या जमीलाला म्हणाला, ''काही कळत नाही. या बातम्यांमध्ये काही दम नाही!''

''हां मियाँ, मुझेभी ऐसाही महसूस होता है.'' ती उठून खिडकीजवळ गेली व बाहेरचा नजारा पाहण्यासाठी खिडकीची तावदानं तिनं उघडली.

''मैं भी परेशानसा हूँ!'' झाकिर म्हणाला, ''एक तर कुनार प्रांताच्या आसदाबादशी संपर्क होत नाही. मोहंमद अन्वर अमीन साबनी ट्रान्समीटर बंद करून ठेवला असावा किंवा तो बिघडला असावा. ते लोगटरमध्ये आल्यावर मला संदेश देणार होते. पण आठ दिवस झाले, उनका पताही नहीं. कोई संदेशा नहीं या आदमी भी भेजा नहीं.''

जमीला रोषानं म्हणाली, ''अरे, हे तथाकथित बंडखोर म्हणजे निव्वळ दकियानुसी, पुराणपंथी फॅनॅटिक मूलतत्त्ववादी आहेत. त्यांना मुजाहिदीन संबोधणंही मला विपर्यास वाटतो. त्यांच्या सोबत तू अजून आहेस?''

''प्लीज ट्राय टू अंडरस्टँड जमीला!'' तिच्यासमोर येत तो म्हणाला, 'हे मोहंमद अन्वर अमीन खरेखुरे राष्ट्रवादी मुस्लिम नेते आहेत. त्यांनी नूरस्तान व कुनार प्रांतांत हुकूमतीच्या दडपशाहीविरुद्ध जनमत संघटित करीत 'सेल्फ होम रूल' स्थापन केला आहे. त्यांचा लढा हा जुलूम-जबरदस्तीशी आहे, मुख्य म्हणजे परक्यांच्या ओंजळीनं पाणी पिणाऱ्या एतद्देशीय सरकारविरुद्ध आहे. ज्यांची मानसिक गुलामी पत्करली आहे त्या रूसविरुद्ध आहे. त्यांच्या वाढत्या हस्तक्षेपाविरुद्ध आहे.''

भावनावेगानं त्याचा आवाज टिपेला गेला होता. क्षणभर तो थांबला, मग दीर्घ नि:श्वास टाकीत म्हणाला, ''तुला नाही समजणार हुकूमतीची निर्घृणता आणि अत्याचाराची परिसीमा किंवा परक्यांच्या ओंजळीनं पाणी पिण्याची मानसिक गुलामी! वो मैंने खुद अपने तजुरबे से महसूस की है, जानी, देखी है.''

''शांत हो झाकिर. मला तुला दुखवायचं नव्हतं,'' जमीला त्याचे हात हातात घेत म्हणाली, ''तू तर माझा भावी नवरा आणि हमसफर आहेस. पण तरीही स्पष्टपणे सांगावंसं वाटतं. तुझं एकदा नव्हे दोनदा जेलमध्ये जाणं व सोसणं तुझ्याइतकंच मी भोगलं आहे, घरी चाचाकडे ऐशोआरामामध्ये राहत असतानाही, मनानं, तुझ्या काळजीनं विदीर्ण होत. तू तरी असं म्हणू नकोस.''

''सॉरी जमीला! आय डिडंट मीन इट!''

"मला माहीत आहे ते मियाँ. पण तुझ्या वैयक्तिक अनुभवांनं राजवटीविरुद्ध जे कडवट मत बनवलं आहेस, ते रॅशनल नाही. त्यांना जो नवा अफगाण घडवायचा आहे त्याला होणारा विरोध मोडून काढण्यासाठी त्यांनी स्टालिनचं तंत्र वापरलं, हे मलाही योग्य वाटत नाही. त्यामध्ये अनेक निरपराध्यांना खूप त्रासही झाला आहे, हे तुझ्यावरूनच दिसून येतं. तरीही एकूण विचार करता त्यांची धोरणं पटतात, अंमलबजावणीमागची तळमळ व निष्ठा जाणवते. मरहूम तराकीसाबची घोषणा, 'रोटी, कपडा और मकान' किंवा अमीन सरांची 'सामाजिक न्याय, कायदा व समता' घे. या साऱ्यासाठी ही खल्क हुकूमत प्रामाणिकपणे काम करीत आहे, असं नाही वाटत.''

"...इथेच ...इथेच आपले मूलभूत मतभेद आहेत, जमीला...'' झाकिर पुन्हा क्षुब्ध होत म्हणाला. ''हिटलरचं क्रौर्य आणि स्टालिनचे जुलूमही क्रूरकर्मी अमीनच्या कारवायांपेक्षा सुखद वाटतील.''

चर्चा नेहमीप्रमाणे वादळी रूप घेणार, एवढ्यात प्रचंड कानठळ्या बसवणाऱ्या आवाजानं ती दोघं दचकली. एक रॉकेट आवाज करीत आकाशातून जाताना दिसलं आणि कानाचे पडदे फाडणारा स्फोट करीत कोठेतरी आदळलं. सारी इमारत हादरली.

ज्या इमारतीवर ते रॉकेट येऊन आदळलं होतं, तिथून एक पिवळी ज्योत पेटली आणि पाहता पाहता काही क्षणांतच त्या इमारतीवर पांढऱ्या शुभ्र धुराची छत्रीच्या आकाराची आकृती दिसू लागली.

"या अल्लाह... केवढं भीषण सुंदर दृश्य आहे! क्या हो रहा है...''

"इफ आय ॲम नॉट राँग जमीला, ही इमारत टी. व्ही./रेडिओची असली पाहिजे.'' झाकिर म्हणाला, ''याचा अर्थ टी.व्ही. बंद पडला असणार.'' कोपऱ्यात ठेवलेला टी.व्ही. त्यानं सुरू केला, निळा पांढरा कोरा स्क्रीन. ''जमीला, टी. व्ही. बंद पडलाय.''

त्यानं मग टीपॉयवरचा ट्रांझिस्टर उचलून त्याचं बटण घाईघाईनं पिरगाळलं, पण त्यातून नुसती खरखर येत होती. बटणं मागेपुढे कितीवेळा फिरवली, पण जे काबूल स्टेशन पटदिशी लागायचं, ते वगळता बाकीची स्टेशन्स लागत होती. ''तुम सही हो.'' जमीला म्हणाली, ''त्या रॉकेटच्या माऱ्यानंच टी.व्ही., रेडिओ केंद्र बंद पडलेलं दिसतंय.''

"किती वाजले जमीला?''

"आठ दहा.'' ती घड्याळाकडे पाहत गडबडून म्हणाली, ''या अल्ला!

चाची राह देखती होगी. मुझे जाना पडेगा.''

अणि त्याच वेळी दूर कुठून तरी गोळीबाराचा आवाज कानी पडला. तसेच रणगाड्यांची पलटण एका विशिष्ट गतीनं चालताना येतो तसा रोंरावणारा घनदाट सुन्न करणारा आवाजही येऊ लागला. झाकिरनं खिडकीतून डोकावून पाहिलं. तो आश्चर्य व अविश्वासाच्या स्वरात म्हणाला, ''अंधुक तारकांच्या प्रकाशात रस्ता आणि त्यातील खाचखळगे दिसावेत इतपत बॅटरीच्या उघडझाप करणाऱ्या प्रकाशाच्या झोतात वाहनं मुख्य रस्त्यावरून जाताना दिसतात. माझा अंदाज जर खोटा नसेल तर ही टँक्सची पलटण असावी.''

''इसका मतलब फिरसे कूदेत्ते? सत्तांतर?''

''हां जमीला, तशीच चिन्हं दिसतात.'' झाकिर अस्वस्थपणे म्हणाला, ''पण तो कोणाचा?''

जेवणानंतर जमीलाला डुलकी लागली. मध्ये ती जागी झाली आणि तिला जाणीव झाली की, विमानाचे आवाज बंद झाले आहेत. तिनं खिडकीतून बाहेर डोकावून पाहिलं. दहा-पंधरा मिनिटांत एकही विमान आलं नाही. रस्त्यावर हळहळू लोकांची वर्दळ वाढत होती.

मनाशी निश्चय करून ती उठली. काळजीपूर्वक प्रसाधन केलं. त्याला आवडणारा चमकदार पोपटी रंगाचा सलवार कुडता घातला, त्यावर शोभणारा विरुद्ध रंगाचा लाल भडक दुपट्टा. डोळ्यात सुरमा घातला. त्यानं आपले पाणीदार डोळे अधिक खुलतात. झाकिर त्यात खोलवर नजर रोखून अनिमिष पाहत राहतो. तिनं लिपस्टिकची कांडी उघडली आणि फिकटपणे ओठांवर लावली.

तराना बेडरूममध्ये वाचत पलंगावर पहुडली होती. ''चाची, मी जरा बाहेर जाऊन येते. झाकिरचा फोन लागत नाहीय.''

''अगं, पण.''

''आता विमानांचा आवाज येत नाहीय आणि रस्त्यावर गर्दी वाढलीय. मी फार वेळ नाही करणार.''

''ठीक आहे बेटी.'' तराना म्हणाली, ''पण आज विशेष सिंगार केलेला दिसतोय. हा पोपटी ड्रेस तुला फारसा आवडत नव्हता.''

किंचित लाजत जमीला म्हणाली, ''झाकिरला आवडतो, म्हणून घातलाय. त्याला हिरव्या रंगाची कुठलीही छटा असलेले कपडे आवडतात. पक्का मुसलमान आहे.''

"मग हा लालभडक दुपट्टा कशासाठी? छान दिसतोय!"

"माझ्यासाठी. तो जसा पक्का मुसलमान, तशी मीही कट्टर कम्युनिस्ट नाही का?" आणि ती खुदकन हसली. "हे मी झाकिरला सांगितलं तर जाम चिडेल माझ्यावर."

तराना गंभीर होत म्हणाली, "जमीला, अजून तुझा बचपना गेला नाही म्हणायचा. धर्मश्रद्धा हा थट्टेचा विषय होऊ शकत नाही. झाकिरमियाँ उदार असले तरी अशी थट्टा त्यांना कदाचित रुचणार नाही."

"तोही मला मार्क्सवादाबद्दल येताजाता टोमणे मारीत असतोच की. मग मी त्याची थट्टा केली जराशी तर काय बिघडलं? बाकी काही असो, मला स्त्रीपुरुष समतेच्या संदर्भात जराही तडजोड करता येणार नाही. मलाही त्याची थट्टा करायचा अधिकार आहे..."

"जमीला, साधी ड्रेसच्या रंगाची बाब ती काय आणि तू समतेपर्यंत आलीस!" तराना म्हणाली, "अगं, निसर्गानंच दोघांत भेद निर्माण केला आहे. शारीरिक तसा मानसिक. आणि पहिल्यापासून हे पुरुषांचंच जग आहे. आमच्या सोव्हिएत युनियनमध्ये आजवर एकतरी राष्ट्राध्यक्ष वा कम्युनिस्ट पक्षाचा सेक्रेटरी जनरल स्त्री झाली आहे? अमेरिकेतही आजवर कधीही महिला राष्ट्रप्रमुख बनली नाहीय. तेव्हा एका मर्यादेतच समतेच्या गोष्टी घ्याव्यात बेटी. नाही तर पदोपदी अपेक्षाभंग होईल."

क्षणभर जमीला तरानाकडे अवाक होत पाहत राहिली. तिच्या स्वरात आत्मवेदना आहे का?

तरानाला तिची शोधक नजर सहन झाली नाही. तिनं ती टाळण्यासाठी हातातलं पुस्तक चाळायला सुरुवात केली. मनोमन ती म्हणत होती, 'बेटी, तुला कसं सांगायचं स्त्रीचं कसं अन् किती प्रकारे मर्दांच्या दुनियेत शोषण होत असते ते! मी के.जी.बी.च्या शब्दात 'स्वॅलो' होते– सेक्सस्पाय, गुप्तहेर! ते माझं लग्नापूर्वींचं लैंगिक शोषणच होतं - पुरुषासाठी, पुरुषाकडून! फक्त त्याला देशसेवेचं नाव दिलं गेलं! मला धाडसी गुप्तहेर होऊन देशासाठी काहीतरी करायचं होतं, पण वाट्याला आलं ते काम. त्या अनिर्बंध जीवनात तेव्हा मनावर देशप्रीतीची झिंग चढल्यामुळे काही वाटत नव्हतं; पण आता वाटतं, त्यामुळेच मूल होत नाही की काय? मी अन्वरच्या मुलाची आई होऊ शकत नाही, हे मात्र सत्य आहे...'

तिच्या हातात एक रशियन पुस्तक होतं. द्वितीय महायुद्धानंतर सोव्हिएत युनियनच्या चौफेर प्रगतीचा इतिहास तो होता. सैन्यावरील एका प्रकरणात के. जी. बी. ची माहिती होती. ती वाचताना तिला आपलं पूर्वायुष्य आठवत होतं. सोव्हिएत

युनियनच्या दीर्घकालीन अफगाण नीतीचा एक भाग म्हणून तिच्यासारख्या अनेक रशियन स्त्री गुप्तहेरांनी अफगाण पुरुषांना, जाळ्यात पकडून त्यांना गटवायचं; जमलं तर त्यांच्याशी विवाह करून अफगाणिस्तानमध्ये स्थायिक व्हायचं, असे आदेश होते.

केवळ पीटर अंकल तिच्यात त्यांची अपघातात मरण पावलेली मुलगी पाहत असल्यामुळे त्यांनी तिला काबूलला आल्यापासून जवळपास मुक्त केलं होतं. पण या वर्षी त्यांनी जेव्हा संपर्क साधला तेव्हा तिला जाणवलं की, आपला भूतकाळ पूर्णत: पुसला कधीच जाणार नाही. त्याची उद्या-परवा भविष्यात केव्हातरी किंमत चुकती करावीच लागणार. आपण अन्वरला गमावून तर बसणार नाही ना?

आपल्या स्त्रीत्वाचा तिला विलक्षण राग यायचा. आपली गुप्तहेरपदी निवड झाली, ती आपल्यातले गुण पाहून नव्हे तर स्त्रीत्व आणि पुरुषांना पागल करणारं सौंदर्य पाहून. अन्वरही प्रथमदर्शनीच आपल्या प्रेमात पडला तो खूबसूरतीमुळे. आपल्यालाही प्रथमच एक पुरुष आवडला होता. पीटर अंकल तेव्हा म्हणाले होते, "माय डॉटर, आमच्या अफगाण नीतीचा भाग व तुझं अन्वरवरचं प्रेम आणि त्यासाठी त्याच्याशी लग्न करून काबूलला जाण्याचा निर्णय यांचा सुदैवानं मेळ बसतोय... जा, माझे ब्लेसिंग्ज तुला आहेत. मी या खात्यात आहे तोवर तुला कसली कामं शक्यतो करावी लागणार नाहीत. तू कधीकाळी के. जी. बी. मध्ये होतीस, हे विसरून जा आणि मलाही माफ कर. मला तुझ्या नजरेला नजर देताना शरम वाटते. माझ्या मुलीलाच जणू मी वाममार्गाला लावलं..."

त्या दिवशी पीटर अंकलचा पहाटे फोन आला होता. त्याच वेळी अन्वर पेशावरहून परतला होता. त्याच्या पेशावर मिशनची खबर मीच पीटरला दिली, हे त्याला समजेल, तेव्हा त्याला काय वाटेल? तो मला माफ करणार नाही....

"चाची!" तरानाचं मान खाली घालीत पुस्तक चाळीत अस्वस्थ होणं काही क्षण जमिला पाहत होती. तिच्या मनात शंका चमकून गेली. तराना व अन्वरचं काही बिनसलं तर नाही ना? जमिलानं तिला असं भेदरलेलं, अस्वस्थ व विदीर्ण आजवर कधी पाहिलं नव्हतं! ती या क्षणी किती असाह्य व केविलवाणी वाटत होती. जमिलानं तिचे खांदे हलवीत हाक मारली.

तराना दचकून भानावर आली. "माफ करना बेटी. मैं बस् यूही."

"चाची, काय झालं? मला नाही सांगणार?"

जमिला म्हणाली, "चाचाशी काही भांडण वगैरे?"

जमिलानं हा प्रश्न विचारून तरानाची एक प्रकारे सुटकाच केली. तरानाला

खुदकन् हसू फुटलं. "तुम्ही दोघे जसे नेहमी भांडत असता, चुकले बाई, वैचारिक वाद घालीत असता, तसं आम्ही करत नाही. मी साधीसुधी संसारी बाई आहे आणि तुझा चाचा एवढा ग्रेट आहे की, त्याला मी माझा मालिक, माझा खुदा मानते... त्याच्याशी भांडणं शक्य नाही."

"पुरे, पुरे हं!" जमीला म्हणाली, "माझा चाचा स्त्रीजातीचा रहेनुमा आहे, ग्रेट आहेच, पण एवढा नाही की तू त्याला खुदा, मालिकचा दर्जा द्यावास..."

रस्त्यावर तुरळक गर्दी होती. सरत्या दुपारी नव्या काबूलच्या त्या मुख्य रस्त्यावर कदाचित ती एकटीच स्त्री असावी. वातावरणात स्फोटक अस्वस्थता ठासून भरलेली जाणवत होती.

जमीलाची पावलं अडखळली. एक अनाम भीती मनात उफाळून आली. रस्ता ओलांडला की कर्पितखान भाग. त्याच्या पलीकडे करघा लष्करी छावणी आणि छोट्या बसक्या टेकडीवर काबूल इंटरनॅशनल हे पंचतारांकित हॉटेल. हा सारा भाग जमीलाला तिचे वडील रहीम तिथे पूर्वी असल्यामुळे परिचित होता. इथे लष्कराची चहलपहल होती! अनेक मिलिटरी जीप्स् जात-येत होत्या. रस्त्यावर ठिकठिकाणी सैनिक शस्त्रसज्ज उभे होते.

परत घरी जावं की? पण झाकिरला भेटायची एवढी आतुरता होती की, पावलं माघारी वळत नव्हती.

लष्करी जवानांसोबत हिंडणारी माणसं ही पी.डी.पी.ए. ची कार्यकर्ती मंडळी वाटत होती. खास करून 'परचमी' गटाची ती असावीत. अन्वरसोबत बऱ्याच सार्वजनिक कार्यक्रमांना गेल्यामुळे जमीलाचा अनेक कार्यकर्त्यांशी संपर्क आला होता. त्यापैकीच हे असावेत, असं तिला वाटून गेलं!

'मेनहाज पब्लिशिंग'ची पाटी नजरेच्या टप्प्यात आली, तशी तिच्या पावलांना गती आली. हृदयाचे ठोके वाढले.

दार उघडलं, तेव्हा समोर जमीला पाहून झाकिरचा चेहरा आनंदानं फुलून आला. "ये जमीला, ये. मीच तुला भेटायला यायचा विचार करीत होतो."

"झूठे कहीके!" जमीला फुरंगटून म्हणाली, "उगीच तोंडदेखलं बोलतो आहेस. सारी दुपार मी वाट पाहत होते. सतत तुझा फोन फिरवत होते. पण छे, तो लागतच नाही."

"तो चोवीस डिसेंबरपासून बंद पडला आहे बघ." झाकिर म्हणाला, "म्हणजे ज्या दिवशी विमानांची घरघर अखंडपणे सुरू झाली तेव्हापासून."

''झाकिर, आता लक्षात येतंय शहरातले, देशभरातले फोन बंद केले असावेत. काही मोजके फोन वगळता!'' जमीलानं शंका व्यक्त केली, ''हे सतत विमान येणं आणि फोन बंद होणं यांचा काहीतरी संबंध असला पाहिजे.''

''हां जमीला, कुछ तो अनहोनी होने जा रही है.'' गंभीर होत झाकिर म्हणाला.

''ते जाऊ दे मियॉं. आपण प्रत्येक भेटीत सियासी बाबींवर जादा बोलतो. आणि वेळ संपला म्हणून निरोप घेतल्यावर मग हळहळत राहतो. आपण आपलं काही बोललोच नाही.'' जमीला म्हणाली, 'आज मी ते बोलायला अशा अजीबोगरीब तणावाच्या माहौलमध्ये खचितच आले नाही.''

''मग?'' त्यानं मिस्कीलपणे तिला न्याहाळीत विचारलं.

''मला ते तुझं ड्रीम हाऊसचं डिझाइन पाहायचं आहे. ते माझ्यासाठीच आहे ना? मग का लपवून ठेवलंस?'' तिनं आवेगानं विचारलं.

''अच्छा, चाचीनं कसम तोडून तुला सांगितलेलं दिसतंय...''

''प्लीज, तिला रागवू नकोस.'' जमीला म्हणाली, ''अरे, मी तुझ्या भावना समजू शकते. पण जे उद्या आपल्या सहजीवनाचं सुखनिधान होणार आहे त्यात मलाही माझे रंग भरू दे, माझ्या कल्पनेचे.

त्यानं उलगडलेलं ड्रॉइंग पेपरवरील डिझाईन पाहताना ती उचंबळून आली. तिचा रोमरोम पुलकित झाला होता. झाकिरवरील तिचं प्रेम शतपटींनी वाढलं होतं. ते तिच्या टीचभर इवल्याशा हृदयात मावत नव्हतं, थरथरणाऱ्या देहातून ते वाट काढीत प्रकट होत होतं. त्यानं तिला मिठीत घेतलं तेव्हा ते त्याला जाणवलं! एखाद्या टीप-कादानं पाणी शोषावं, तसं झाकिर हळुवारपणे तिच्या देहलतेचे कंप टिपत होता. म्हणत होता, म्हणत होता, ''मेरी मलिका, ये सिर्फ महज नाम नहीं है तुझे पुकारने का. तू सचमुच मेरी जिंदगी की मलिका है. त्यासाठी माझं सारं आर्किटेक्चरचं कसब पणास लावून हे डिझाईन बनवलं आहे. वेळोवेळी त्यात नवेनवे रंग भरत असतो, बदल करीत असतो. आता यापुढे जेव्हा जेव्हा तू इथं येशील, तेव्हा आपण जोडीनं त्यावर काम करू, तू तुझ्या कल्पना सांग. त्या साऱ्यांना मी रंगरूप देईन. देखते रहना! आपलं ड्रीम हाऊस तयार होईल, तेव्हा अवघ्या काबूल शहराचं ते आकर्षण केंद्र होईल!''

त्या संध्याकाळी त्या दोघांनी साऱ्या जगाचं भान विसरून, लौकिक जीवनाचे नीतिनियम धुडकावून एकमेकांच्या मनाचा देहाच्या माध्यमातून शोध घेत पहिला शृंगार साजरा केला!

''नो गिल्टी फीलिंग यार!'' त्याच्या कुशीत पुन्हा एकवार शिरत ती म्हणाली. ''कारण हा फार सच्चा, आतून आलेला प्रतिसाद होता प्रेमाचा. फार पाक, फार नेक असा!''

''हा अद्भुत असा अवचितपणे आलेला मिलनाचा अपूर्व क्षण मी कधीही विसणार नाही जमीला. मी तुझा फार कृतज्ञ आहे. मला तू फार सुख दिलंस!''

''प्रेमात देण्याघेण्याचा हिशोब मांडायचा नसतो. देताना त्यापेक्षा कितीतरी अधिक पटींनी सुख मिळत असतं. हे गणितच न्यारं आहे.'' जमीला म्हणाली, ''पण मला अंतर देणार नाहीस ना? माझं सर्वस्व आज तुला दिलं आहे. तुझ्याविना माझी आता जिंदगी नाही. तू अंतर दिलंस ना तर मैं जीते जी मर जाऊंगी.''

आणि ती रडू लागली.

झाकिर मूढमुग्ध होत तिच्याकडे पाहत होता.

औरतचं मन इंद्रधनुष्याप्रमाणे केवळ सप्तरंगी नाही तर सहस्ररंगी असतं. त्याचे या सरत्या संध्याकाळी कितीतरी रंग त्यानं पाहिले, अनुभवले.

''नो जमीला नो! तू असं कधी स्वप्नातही आणू नकोस वेडे. मी तुला वचन देतो.'' झाकिर म्हणाला, ''आपल्यात कितीही वैचारिक मतभेद असले तरी तू माझी सर्वस्व आहेस! तुला मी कधी दुखावू शकणार नाही. खूप बौद्धिक वाद घालू. पण केवळ मी म्हणतो म्हणून. पुरुष, तुझा जीवनसाथी म्हणतो म्हणून तू माझं ऐकलं पाहिजेस, असं मी कधीच अपेक्षणार नाही. तू स्वतंत्र असशील आपल्या सहजीवनात! तुझं स्वतंत्र व्यक्तिमत्त्व-विचार जपण्यासाठी, मी माझं स्वातंत्र्य प्रसंगी संकुचित करीन, पण तुझ्या स्वातंत्र्यावर कधीही आच येणार नाही, हे ध्यानात ठेव. मला एखादी गोष्ट पटली नाही तर मी स्पष्टपणे सांगेन, पण तरीही ती तुला करायचा पूर्ण अधिकार असेल.''

जमीलाला वाटत होतं, 'मी खरोखरच नशीबवान आहे. चाचाप्रमाणेच हाही स्त्रीपूजक असा अफगाणिस्तानमध्ये दुर्मिळ पुरुष आहे. तो माझा आहे, ही त्या अल्लातालाची मेहरबानी म्हटली पाहिजे!'

ती दचकली. किती सहजतेनं अल्लाची मेहरबानी याद आली. ही झाकिरच्या सहवासाची किमया म्हणायची की आपलेच विचार बदलताहेत? ये मोहब्बत भी बडी अजीब चीज है.

''कहाँ खोयी हो तुम जमीला?''

तिचे खांदे दाबीत झाकिर म्हणाला, तशी ती भानावर आली.

"या अल्ला! नऊ वाजले झाकिर मियाँ" जमीला घड्याळाकडे पाहत किंचाळली. "आता मला गेलंच पाहिजे. चल, मला घरी सोड. चाची परेशान झाली असेल वाट पाहून."

दोघं बाहेर आली. झाकिरनं मोटारसायकलला किक मारून सुरू केली. जमीला मागे बसली. क्षणार्धात त्यांची बाइक काबूलच्या मुख्य रस्त्यावर आली. वेग कमी करीत तो म्हणाला, "जमीला, तूने गौर किया है? रास्ते में कुछ जादाही फौजी जवान तैनात हुए है!"

त्या सरत्या संध्याकाळी ती दोघं आपल्याच धुंदीत जग विसरली होती. भानावर आल्यानंतर बातम्या ऐकण्यासाठी टी.व्ही. लावला तो जोरदार धमाका झाला. तो बंद पडला. मग गोळीबार व रणगाडा जात असल्याचे आवाज.

दहा-दहा फुटांवर दुतर्फा चार-चारच्या संख्येने हेल्मेट्स घातलेले सैनिक उभे होते आणि शंभर फुटांवर दोन-दोन अजस्त्र रणगाड्यांची धुडं. त्यांच्या तोफा चौफेर रोखलेल्या. गुळगुळीत उत्तम निगा राखलेल्या रस्त्यांची पार वाट लावीत ठिकठिकाणी खड्डे करीत, त्यात मशीनगन्स पोझिशन घेऊन ठेवल्या होत्या!

ते सारे रशियन सैनिक होते, हे जमीलाच्या लक्षात आलं.

रस्त्यावर ती दोघं वगळता कुणीही नागरिक दिसत नव्हते! त्याच्या बाइकसमोर एक टॅक्सी होती, ती त्या सैनिकांनी अडवली होती. एक जवान काहीतरी रशियन भाषेत बोलत होता, त्यावर मान हलवीत तो ड्रायव्हर पुश्तू भाषेत त्याचं बोलणं समजत नाही, असं सांगत होता.

झाकिरनं बाइक संथ केली. ती बंद होताना झालेल्या आवाजानं त्या रशियन सैनिकाचं लक्ष वेधलं गेलं होतं! तो त्याच्या जवळ आला व पुन्हा रशियन भाषेत काहीतरी विचारू लागला.

जमीला रशियन भाषा बोलू व समजू शकत होती. तो रशियन सैनिक म्हणत होता, "कर्फ्यू लागला आहे. गल्लीबोळानं घरी जा. मुख्य रस्ता फौजेनं ताब्यात घेतला आहे." जमीलानं रशियन भाषेत विचारलं. "तुम्ही शौरवी कॅम्प सोडून रस्त्यावर कसे? आमचे अफगाण सैनिक का नाहीत?"

"ते आम्हाला माहीत नाही." तो खांदे उडवीत म्हणाला. "पण तुम्ही मला हा प्रश्न विचारणारे कोण? आपली हिंमत कशी झाली?" त्याच्या स्वरातून उद्धटपणा व श्रेष्ठत्वचा अहंकार टपकत होता.

एकाएकी जमीला उसळली. "तुम्ही इथं आमचे पाहुणे आहात, तसेच राहा मैत्रीपूर्ण. मालिक बनायचा प्रयत्न करू नका."

एक अफगाण स्त्री रशियन बोलताना पाहून सैनिक गडबडला. ''मी, आम्ही असं काय केलं?''

''काय केलं म्हणून मलाच विचारता? तुमची हिंमत कशी झाली प्रश्न विचारायची? तुम्ही आमच्या देशात आहात, एका स्वतंत्र सार्वभौम अलिप्ततावादी देशात. इथं आमची हुकूमत आहे. तुम्ही आमच्या विनंतीवरून इथं आला आहात सल्लागार म्हणून.''

''तुमचा देश धोक्यात आहे, त्याला साम्राज्यवादी अमेरिका नामशेष करणार आहे. तुमच्या इस्लाम धर्मावर घाला घालणार आहे. म्हणून तुमचे प्रेसिडेंट करमाल साबच्या हुकमावरून आम्ही काबूलचं रक्षण करीत आहोत, शत्रूच्या संभाव्य हल्ल्यापासनू. नागरिकांना त्रास होऊ नये म्हणून कर्फ्यू लावला आहे. मी तेच त्या टॅक्सी ड्रायव्हरला अन् तुम्हाला सागायचा प्रयत्न करतो आहे.''

जमीलाचा आपल्या कानांवर विश्वास बसत नव्हता. जनाब करमाल प्रेसिडेंट? त्याचा हुकूम म्हणून हे रशियन सैन्य पहारा देत आहे, रक्षण करत आहे? कूदेत्ते झाला? अमीनच्या जागी करमाल आला? मग चाचा अन्वरच्या पेशावर मिशनचं काय झालं? आणि सर्वांत अहम सवाल म्हणजे रस्त्यावर अफगाणी सैनिकांच्या ऐवजी रशियन सैनिक कसे? ते कुठून आले? तीन दिवस अखंडपणे विमानं येत होती, त्यातून की बी.बी.सी.च्या बातम्यांत सांगितल्याप्रमाणे अमुदरियावरून सलांग पासमार्गे आले? त्यांचा हेतू काय आहे? आक्रमण, ऑक्युपेशन (ताबा) की निव्वळ मदत?

स्वत:च्या मनावर नियंत्रण, ठेवीत जमीला रशियन भाषेत म्हणाली, ''स्पासीबा, दस्विदानिया (थँक्यू अँड गुडबाय!)'' आणि झाकिरकडे वळून म्हणाली, 'चल,'

त्यानं काही न बोलता बाइकला किक मारली. तशी ती पुन्हा म्हणाली, ''पुढे मुख्य रस्त्यावर अशीच गर्दी असणार रूसी फौजेची! पुन्हा कर्फ्यू लावला आहे.''

''मग परत जायचं? पण घरी फोन डेड आहे.''

''हा पेचीदा सवाल आहे.'' जमीला म्हणाली, ''एक करता येईल. समोरच्या चौकातून डावीकडे वळलं की इलियास अंकलचं घर लागतं. त्यांचा फोन चालू असेल तर घरून अन्वरचाचाची ऑफिसची गाडी मागवून घेता येईल.''

पंधरा मिनिटांत दोघं इलियासच्या कोठीवर पोचली!

रात्री त्या दोघांना दारात पाहून इलियास चकितच झाला. मग सुटकेचा नि:श्वास टाकीत म्हणाला, ''बरं झालं. तुम्ही इथं सुखरूप आलात ते.''

''म्हणजे सर?'' झाकिरनं विचारलं.

"तू तुझ्या कर्पितखान भागातील प्रेसमधून तिला तिच्या घरी सोडण्यासाठी जात होतास ना? पण रस्त्यावर कर्फ्यू आहे; रूसी सैनिकांनी हटकलं म्हणून इकडं आलास. राइट?"

"हां चाचा." जमीला म्हणाली, "आम्हाला एका रूसी जवानानं हटकलं होतं! तो मला काय म्हणाला, माहीत आहे? ते रूसी फौजी प्रेसिडेंट करमाल साहेबांच्या विनंतीवरून अमेरिकेपासून देश वाचवण्यासाठी आले आहेत, इस्लामच्या रक्षणासाठी आले आहेत!"

झाकिरला आता त्या रूसी जवानाशी हुज्जत घालताना तिच्या चेहऱ्यावरील सचिंत व चिंताक्रांत भावांचा उलगडा होत होता. "या अल्ला... कूदेत्ते झाला तर! पण तो रूसी फौजेच्या मदतीनं त्यांचं अंकित होत झाला?"

"हां जमीला-झाकिर... तुम्ही जे ऐकलं ते खरं आहे." एक दीर्घ नि:श्वास टाकीत इलियास म्हणाला, "आता पुन्हा टी.व्ही. सुरू झाला आहे. त्यात मघाशीच करमाल राष्ट्राध्यक्ष बनल्याची बातमी फोटोसह दिली होती."

बेडरूममधून सलमा संभाषणाच्या चाहुलीनं बाहेर आली. तिनं इलियासकडे प्रश्नार्थक मुद्रेनं पाहिलं, तसा त्यानं खुलासा केला.

"तुम्ही दोघे इथं आलात ते बरं केलं! पण आमचाही फोन बंद आहे जमीला!' सलमा म्हणाली, "तेव्हा रात्र इथंच काढा. सकाळी बघू."

चौघे दिवाणखान्यात विसावले. टी.व्ही. वर लोकसंगीताचा कार्यक्रम चालू होता.

बरोबर दहा वाजता लोकसंगीताचा कार्यक्रम थांबवून 'खास ऐलान' शीर्षकाखाली निवेदक बातमी देऊ लागला.

"अवामचा दुश्मन, साम्राज्यवादी अमेरिकेच्या कुप्रसिद्ध सी.आय.ए.चा एजंट हाफिजुल्ला अमीनचा सफाया करून लोकांचा आवडता, खरा तारणहार जनाब बबराक करमाल यांनी रईस-ए-जमूरियत राष्ट्राध्यक्षपदाची सूत्रं हाती घेतली आहेत. अमीननं सुरुंग लावलेली सौरक्रांती पुन्हा नव्यानं झाली आहे आणि त्यांचं लाखो लोकांना मारणारं दमनयंत्र नष्ट झालं आहे.

बातमी वाचली जाताना बबराक करमालचं छायाचित्र दाखवलं जात होतं!

खास ऐलान संपताच पुन्हा संगीताचा कार्यक्रम सुरू झाला.

हे कूदेत्ते सोव्हिएत युनियनच्या लष्करानं घडवून आणलेलं दिसतंय. "करमालने ये बडी भूल की है." इलियास विचार करीत म्हणाला.

"नाही चाचा, एवढ्या लवकर निष्कर्ष काढू नका हा." जमीला म्हणाली,

"काबूलच्या रस्त्यावर रशियन सैन्य ही नवी बाब नाही. या वेळी त्यांचं प्रमाण जास्त वाटतंय एवढंच."

"बी रॅशनल जमीला! दि रायटिंग ऑन द वॉल इज क्लीअर." झाकिर म्हणाला, "मला सरांचं प्रतिपादन पटतं!"

"नाही झाकिर, कारण कसं सांगू तुम्हाला?" जमीला काहीशी घुटमळत म्हणाली, "अन्वरचाचा पेशावरला काही दिवसांपूर्वी गेले होते एका खास मिशनवर."

"आय नो इट." इलियास म्हणाला, "तुला त्यापुढची बातमी सांगतो. २१ डिसेंबरला पाकचे परराष्ट्र व्यवहारमंत्री आगाशाही गुलसह काबूलला येणार होते, पण दाट धुक्यामुळे त्यांचं विमान परत गेलं आणि त्याच वेळी काय झालं, मला माहीत नाही. पण अन्वरनं स्वतःला या मिशनपासून अलग केलं अन् तो करमालला सामील झाला!"

थक्क होऊन जमीला व झाकिर तो गौप्यस्फोट वेड्यासारखं ऐकत राहिली. "हे-हे मानणं कठीण वाटतंय. पण तुम्ही का झूठ बोलाल माझ्याशी?"

"हां जमीला, आणखी एक सांगतो. तुझा चाचा गेले तीन-चार दिवस घरी नाही, राइट?" इलियास म्हणाला, "माझी माहिती खरी असेल तर सोव्हिएत युनियनच्या एम्बसीमध्ये करमालसोबत तो आहे. करमाल इथं गुप्तपणे महिन्यापासून आला आहे, तथाकथित सौरक्रांतीचा टप्पा दोन घडवून आणण्यासाठी. आज तो सफल झाला आहे..." इलियास कडवट हसला!

"हा सरळ सरळ देशद्रोह झाला सर!" संतप्त स्वरात झाकिर म्हणाला, "करमाल साब हे रशियन एजंट बनून त्यांच्या रणगाड्यांवर स्वार होऊन खल्क पॅलेसला जाऊन राष्ट्राध्यक्ष बनले असतील तर ते नामधारी, कळसूत्री राष्ट्राध्यक्ष राहतील. खरी सूत्रं रशियनांच्या हातात राहतील... ही तर गुलामी झाली सर!"

"हां झाकिर, ज्यांच्या साम्राज्यावर एकेकाळी सूर्य मावळत नव्हता अशा ब्रिटिशांना आपण दाद दिली नाही, कधीही परतंत्र झालो नाही. ते आज आपण गुलाम झालो आहोत."

"जमीला, तुला समजून येईल, काही दिवसांतच. इलियास सही है. हे वास्तव आहे." सलमा उदास स्वरात म्हणाली, "आपला बहादूर अफगाणिस्तान आता सचमुच गुलाम झाला आहे."

"कसलं बहादूर अफगाणिस्तान चाची? इमरोज अफगाणिस्तान मुर्दा शुद! (मेलं!) आता हे शौरवीस्तान झालं आहे." किंचाळल्यासारखा हातवारे करीत झाकिर बोलत होता.

"आम्ही अफगाण कधीच शत्रूला शरण जात नाही की पारतंत्र्य स्वीकारत नाही. आमच्या मानबिंदूसाठी लढण्याची, मरण्याची तसेच मारण्याची आमची परंपरा आहे. आता राष्ट्रीय भावनेनं आमचा जिहाद अधिक प्रखर होईल. आम्ही एकेका रशियनाला ठेचून मारू. देशातून हाकलून लावू. अमू दरियापार पिटाळून लावू. अगदी आमचं समरकंद, ताश्कंद परत घेऊ. एक वर्ष, दहा वर्ष, शंभर वर्ष लागली तरी हरकत नाही, आम्ही लढू. एक तर विजयी होऊ वा सारेच्या सारे लढत मरून जाऊ!"

तो बोलता बोलता थांबला आणि पटदिशी कोचावर बसला. त्याच्या उच्च टिपेच्या धगधगत्या स्वराचे निनाद दिवाणखान्यात घुमत राहिल्याचा भास होत होता. इलियास पुटपुटला, 'आमीन!'

सलमानं साथ दिली, 'आमीन!'

जमीला चूप होती. हतबुद्ध होती. तिचं मन बधिरलं होतं.

सारी रात्र ती जागी होती.

कूस बदलत पलंगावर तळमळत होती. तिला सकाळची प्रतीक्षा होती. घरी जाऊन अन्वरचाचाला प्रश्न विचारायचा होता, "तुम्हीसुद्धा चाचा?"

दुसऱ्या दिवशी सकाळी सातच्या सुमारास जमीला झाकिरसह अन्वरच्या घरी पोचली तेव्हा अन्वरनं त्यांचं 'आइये, मैं कबसे तुम्हारा इंतजार कर रहा था,'' म्हणत स्वागत केलं.

त्याला पाहताच जमीलाचं मन कडवटून आलं. आयुष्यात प्रथमच त्याचा अधिक्षेप करीत कडू स्वरात ती म्हणाली, "बधाई हो चाचा! रूसी फौजेच्या मदतीनं कूदेत्ते करून या देशाला त्यांच्या दावणीला त्यांचा सोळावा प्रांत म्हणून बांधीत करमाल साबला राष्ट्राध्यक्ष केल्याबद्दल!''

"बेटी, हे काय बोलते आहेस बहकल्याप्रमाणे?" अन्वरला म्हणाला, "पेशावर मिशन ही एक फार मोठी भूल ठरली असती, त्यानं सौरक्रांती खत्म झाली असती. मला त्याचा जेव्हा अहसास झाला, तेव्हा मी त्यापासून अलग झालो.''

"आणि करमाल साबना साथ देत चक्क रशियन लष्कराच्या मदतीनं सत्तांतर घडवून आणलंत. वा, सर, वा!'' झाकिरलाही स्वतःला आवरणं कठीण जात होतं, "करमाल सत्ताधारी बनला नाही तर निव्वळ कळसूत्री बाहुलं बनलाय. त्याचा वापर करून इथं आलेलं रशियन सैन्य आता माघारी जाणार नाही.''

"हा तुझा रशियन द्वेष बोलतो आणि झाकिर." अन्वर कळवळून म्हणाला,

''अरे, ते आपले नैसर्गिक मित्र आहेत.''

''नाही सर, तुम्ही इतिहासाचे अभ्यासक असूनही विसरलेले दिसता. आपले गेल्या शतकातील राजे अब्दुर रहमान काय म्हणाले होते?'' झाकिर म्हणाला, ''त्यांची (रशियनांची) पुढे जाण्याची पद्धत हत्तीसारखी असते. हत्ती आपलं बळकट पाऊल पुढे टाकण्यापूर्वी जिथली भूमी पादाक्रांत करायची असते, ती जागा संपूर्णपणे तपासतो व मगच पाऊल पुढे टाकतो. आणि मग तिथून माघारी जात नाही. जोवर पहिल्या पावलाखालच्या जमिनीची निरंकुश प्रभुता मिळत नाही, तोवर दुसरं पाऊल टाकायची घाई करीत नाही.''

जमीला, तराना आणि अन्वर तिघेही, त्याच्या उद्रेकाकडे विस्फारल्या डोळ्यांनी पाहत होते.

''रशियन हे आजचे मस्तवाल हत्ती आहेत सर. त्यांनी अफगाणिस्तानमध्ये पहिलं पाऊल टाकलं आहे. ते सहजतेनं माघारी जाणार नाहीत. त्यासाठी तुम्ही व करमाल साबनी पंचमस्तंभीयांची भूमिका निभावली आहे. तुम्ही देशद्रोह केला आहे. मी तुम्हाला कधीच माफ करणार नाही. आणि प्रसंग पडला तर तर तुम्हाला जिहादमध्ये गोळी घालून मारायलापण माझे हात थरकापणार नाहीत. दुवाँ करो सर कि फिर कभी हमारा सामना न हो. क्यों कि वो आपले जिंदगी का आखरी दिन होगा. खुदको मुझसे बचाओ!''

ताडताड पावलं टाकीत तो निघू गेला.

तरानाला हुंदका आवरला नाही. अन्वर मान खाली घालून उभा होता. जमीलाला तो परका, अनोळखी वाटत होता.

◻

जिहादी लढ्याला राष्ट्रवादाचे कलम

परवा बी. बी. सी. वरून प्रसारित झालेला विल्यमचा 'काबूल डिस्पॅच' करमाल रशियन सेनेच्या मदतीनं राष्ट्राध्यक्ष झाल्याच्या घटनेवर आधारित होता. पंचेचाळीस मिनिटांच्या या वार्तापत्रात सोव्हिएत युनियनच्या ब्रिटनमधील राजदूताची पंतप्रधान मागरिट थॅचरसमवेत झालेली भेट व तिची टिपिकल बोचरी प्रतिक्रिया तिच्या शब्दांत त्यानं दिली होती. सोव्हिएत राजदूत ब्रीफिंगप्रमाणे थॅचरला बाजू सांगत होता. "अधिकृत अफगाण सरकारच्या विनंतीवरून व १९७८ साली झालेल्या अफगाणिस्तान व सोव्हिएत युनियनच्या मैत्री कराराच्या कलमानुसार कायदेशीर सरकारच्या बाह्य जगातील धोक्यापासूनच्या संरक्षणासाठी केलेली कृती ही सोव्हिएत युनियनचं आक्रमण नव्हे, तर खऱ्या मित्राप्रमाणे संकटातील मित्राच्या मदतीला धावून जाणं आहे."

त्यावर थॅचर म्हणाली होती, "डोंट बी चाइल्डिश! हे तद्दन पोरकट व न पटणारं स्पष्टीकरण आहे. ब्रिटन ही आपली कृती म्हणजे उघड आक्रमण मानते. पाच जानेवारी १९८० ला यूनोच्या सुरक्षा समितीतल्या आमच्या ठरावानुसार येत्या १५ जानेवारी १९८० ला होणाऱ्या यूनोच्या आपातकालीन सर्वसाधारण सभेच्या वेळी चर्चा होईल, तेव्हा आमची भूमिका मांडली जाईलच; पण जगात तुमचा सोशालिस्ट ब्लॉक सोडला तर कुणीही तुमच्या कृतीचं समर्थन करणार नाही. बिकॉज यू हॅव वेज्ड ए नेकेड ॲग्रेशन, ए ब्रूटल वॉर ऑन अफगाणिस्तान! आय सिंपली कांट ॲक्सेप्ट युवर एक्सप्लनेशन!"

मागरिट थॅचरची ही प्रतिक्रिया एक घाव की दोन तुकडे अशा स्वरूपाची होती. त्यात गोलमाल राजनैतिक शर्करावगुंठित शब्दप्रयोगांना थारा नव्हता. जवळपास अशीच जागतिक प्रतिक्रिया होती. स्पष्ट निषेधाची. सारं जग सोव्हिएत युनियननं

अफगाणिस्तानवर आक्रमण करून तिथे आपल्या तालावर नाचणारा कळसूत्री बाहुला बबराक करमाल याला राष्ट्राध्यक्षपदी बसवलं, असंच मानत होतं!

याचं बरंचसं श्रेय मार्टिनच्या मते अमेरिकन मीडियाला होतं. तो विल्यम व अलीकडेच मित्र झालेल्या भारतीय पत्रकार आनंदाशी चर्चा करीत होता.

"घटना गंभीर निश्चितच आहे. पण जसं सोव्हिएत युनियनंनं हंगेरी अन् झेकोस्लोवाकियामध्ये सैन्य घुसवलं होतं, तसंच अमेरिकेनंही व्हिएतनाममध्ये सैनिकी कारवाई केली होती. तीही घटना अशाच स्वरूपाची होती. आताच ती द्वितीय महायुद्धानंतरची सर्वाधिक गंभीर वगैरे वाटते, यामागे अमेरिकेचा वेगळा डाव आहे, राजकारण आहे, अर्थकारण आहे.

"शांतपणे विचार केला तर असं वाटतं की, अमेरिका व इतर देशांची प्रतिक्रिया जरा जादाच अतिरेकी वाटते. प्रेसिडेंट जिमी कार्टरची प्रतिमा मवाळ अन् कणाहीन अशी आहे. या निमित्तानं राष्ट्राध्यक्षपदाच्या अंतिम टप्प्यात जाता जाता जमली तर ती पुसून टाकावी म्हणून हे कडक इशारे आणि दोन-तीन आठवड्यांतील हालचाली. अफगाणिस्तानचा प्रश्न म्हणजे त्यांना जागतिक मत त्यांच्या बाजूनं व सोव्हिएत युनियनच्या विरुद्ध एकवटण्याची सुवर्णसंधी वाटते." विल्यम तर्कशुद्धपणे एकेक मुद्दा मांडीत होता, "जागतिक सत्ता-समतोलाच्या संदर्भात पाश्चात्य जग विशेषत: युरोप त्यांच्या बाजूनं आहे, पण या निमित्तानं अलिप्ततावादी चळवळीतील राष्ट्रं व मुस्लिम देश यांनाही रशियापासून अलग कसं पाडता येईल, यासाठी त्यांचा सारा प्रयत्न चाललेला दिसतो."

"त्याचं काय आहे की, अमेरिकेची झालीय फजिती इराणच्या ओलीस प्रकरणामुळे..." आनंद म्हणाला, "आपली इमेज सावरायला त्यांना काहीतरी केलं पाहिजे... सोव्हिएत युनियनची अफगाण चढाई अमेरिकेच्या पथ्यावरच पडतेय. आतापर्यंत इस्लामी देशांसाठी अमेरिका शत्रूच होती. आता या अफगाण प्रकरणामुळे सोव्हिएत युनियन इस्लामचा अधिक मोठा शत्रू झालाय. त्यामुळे त्यांची अमेरिकेबाबतची भूमिका मवाळ होऊ शकते. अरब देशांतील तेलाच्या खाणी पाहता अमेरिकेलाही हेच हवं आहे... पण माझा सवाल वेगळाच आहे, मित्रांनो..." आनंद पुढे म्हणाला. "हे खरंच आक्रमण वाटतं तुम्हाला? अफगाणिस्ताननं सार्वभौमत्व गमावलं हे आपण कसं म्हणू शकतो? इथे यूनोच्या सर्वसाधारण सभेच्या निमित्तानं करमालचा खास दूत म्हणून अन्वर पगमानी आलाय. मी बोललोय त्याच्याशी. जरा विचार करा... पी.डी.पी.ए. पुढे दोनच पर्याय होते. अतिरेकी इस्लामी मुजाहिदीनांच्या हाती सत्ता जाऊ देणं किंवा त्यांचा सामना करीत आपली डावी क्रांतिकारी राजवट पुढे नेणं,

त्यासाठी रशियाची मदत घेणं. त्यांनी दुसरा पर्याय स्वीकारला व तो मानवी स्वातंत्र्याच्या संदर्भात अधिक महत्त्वपूर्ण आणि कल्याणकारी आहे. हे स्वच्छपणे झापडं न लावता स्वीकारण्याची वेळ आली आहे.''

आपलं तर्कशुद्ध स्पष्टीकरण देताना चर्चेच्या ओघात आनंद पुढे म्हणाला,

''मला तुम्ही दोघं सांगा, रशियाचा मागास, दरिद्री आणि मुस्लिम अफगाणिस्तानमध्ये काय रस आहे, जेणे करून त्यांनं आक्रमण करावं? माझ्या मते, सोव्हिएत युनियनचा सैन्य पाठविण्याचा आणि करमालला राष्ट्राध्यक्षपदी बसविण्याचा निर्णय हा बचावात्मक-डिफेन्सिव्ह असा आहे. त्यांना आपले अफगाण सीमेनजीकचे चार मुस्लिमबहुल प्रांत वाचवायचे आहेत, इस्लामी पुनरुज्जीवनवादी चळवळीपासून, जिला इराणच्या खोमेनीप्रणीत इस्लामी क्रांतीनं नवं बळ मिळालं आहे. त्यामुळे आपली दक्षिण सीमा सुरक्षित राहावी व पाक-इराणमध्ये दृढ झालेला धार्मिक उन्माद आणि मूलतत्त्ववाद अफगाणिस्तानमध्ये पसरून तोही त्या मार्गानं जाऊ नये, आपले चार सीमावर्ती प्रांतही त्यांनं प्रभावित होऊ नयेत, म्हणून ही कृती रशियानं केली आहे!''

''वा आनंद वा! तू तर सोव्हिएत युनियनपेक्षाही प्रथमदर्शनी तर्कशुद्ध वाटणाऱ्या पद्धतीनं आक्रमण हे आक्रमणच कसं नाही, हे पटवून देत आहेस.'' आता विल्यमलाही वादाची खुमखुमी चढली होती. ''मी ब्रिटिश आहे - पक्का इंग्रज. आणि तेवढाच कडवा लोकशाहीवादी. लोकशाही व व्यक्तिस्वातंत्र्य ही मूल्यं आजच्या सुसंस्कृत जगाची मूलभूत अट आहे. त्याची कसोटी लावली तर दिसतं की रशियाच्या या क्रांतीनं अफगाणी जनतेच्या स्वातंत्र्याचा संकोच झाला आहे. त्यांना जी विचारधारा भले ती कितीही प्रगतिवादी, आदर्श व मानवी हिताची असेल, ती नाकारण्याचा अधिकार आहे. मूठभर पुरोगामी जनतेच्या हिताचा ठेका घेऊन करमाल व त्याच्या साथीदारांच्या मते जे योग्य वाटतं ते करण्यासाठी त्यांच्यावर आपली विचारधारा थोपत असतील व त्यासाठी बळाचा व परकी सैन्याचा वापर करीत असतील, तर ते आक्रमणच म्हटलं पाहिजे...''

''आनंद, २७ डिसेंबरला करमालची ही दुसरी सौरक्रांती झाली, त्यानंतरच्या या पंधरा दिवसांच्या घटना पाहा.'' मार्टिन म्हणाला. ''अफगाणी जनतेला हे आक्रमणच वाटतं. एक जानेवारी १९८० ला म्हणजे तथाकथित सौरक्रांती टप्पा दोननंतर तीनच दिवसांत हेरात व कंदाहारला घडलेल्या घटना आठव. जनतेचा उत्स्फूर्त उठाव, अनेक सेनाधिकारी व जवानांनी सैन्य सोडून मुजाहिदीनांना जाऊन मिळणं या पुरेशा बोलक्या घटना आहेत. कालचीच बातमी घे. बदकशान प्रांतात

सरकार व मुजाहिदीनांमध्ये तुंबळ संग्राम चाललाय व सोव्हिएत युनियननं त्यांच्या तीन मेकनाइज्ड आर्मर्ड डिव्हिजन अफगाण सैन्याच्या मदतीला पाठवल्या आहेत."

"ठीक आहे, वादासाठी मानू या की रशियन सैन्य पी.डी.पी.ए.च्या मदतीसाठी आलं. हेही मानू की अमीन-तराकी राजवटीच्या सुधारणा जनहिताच्या होत्या. पण त्या ज्या पद्धतीनं राबवल्या, त्यामुळे जनतेनं त्या साफ नाकारल्यात ना. मूळची उदार मोकळी अफगाणी जनता कट्टर इस्लामी झाली. त्यांनी इस्लामच्या नावानं जिहाद पुकारीत प्रतिकार केला. आज ९० टक्के भाग स्वतंत्र आहे, शहर व मोठे भूभाग सोडले तर...! आता रशियन सैन्य उघडपणे एवढ्या प्रचंड प्रमाणात आलं आहे! त्यामुळे देश परतंत्र झाला आहे, असंच लोक मानत आहेत. त्यांच्या जिहादी धार्मिक लढ्याला आता राष्ट्रवादाचं परिमाण मिळालं आहे."

आजची यूनोची असाधारण आपातकालीन सभा ही १५ जानेवारी १९८० रोजी झालेल्या स्थायी सुरक्षा समितीच्या बैठकीतील ग्रेट ब्रिटननं मांडलेल्या सूचनेची परिणती होती. २७ डिसेंबर १९७९ रोजी सोव्हिएत युनियननं सैन्य घुसवून अमीनला ठार मारून राष्ट्राध्यक्षपदी बबराक करमाल याची केलेली नियुक्ती व आपलं सैन्य देशभर विविध महत्त्वाच्या ठिकाणी शस्त्रसज्ज ठेवून घट्ट केलेली अफगाण प्रशासनावरील आपली पकड आणि त्यामुळे उद्भवलेल्या परिस्थितीच्या संदर्भात ही बैठक होती.

अमेरिका व एकूणच पाश्चात्त्य देशांतील मीडियानं केलेला हंगामा व त्याचा जागतिक मतावर होणारा प्रभाव वजा केला तरी जगभरातील बहुतांश देशांना सोव्हिएत युनियनची अफगाणिस्तानमधील लष्करी कारवाई चिंतेची व साम्राज्यवादी- विस्तारवादी धोरणाची द्योतक वाटत होती! सर्वांत तीव्र प्रतिक्रिया मुस्लिम देशांच्या होत्या. त्यांचा एक मुस्लिम देश दीड वर्षापूर्वी घडलेल्या सौरक्रांतीनं पथभ्रष्ट होत अनइस्लामिक काफिर कम्युनिस्ट झाल्याची खंत त्यांच्या मनात होतीच. ती आता सोव्हिएत युनियनच्या उघड व प्रत्यक्ष सैनिकी आक्रमणापुढे अधिकच तीव्र झाली होती!

तीच बाब अलिप्ततावादी राष्ट्रांची होती. भारतासारखा देश सोडला तर बहुसंख्य सदस्य देशांना सोव्हिएत युनियनची ही कृती साफ नापसंत होती आणि त्यामुळे सोव्हिएत युनियनचा निषेध करणारा ठराव सर्वसाधारण सभेत संमत होणार, याबाबत कुणाच्याही मनात शंका नव्हती. फक्त कोणत्या राष्ट्रांनी विरोध केला, कोणी मतदान केलं नाही व कोण अनुपस्थित राहिलं याची उत्सुकता होती. त्यावरून त्या

राष्ट्रांचा कल व विचारप्रणाली स्पष्ट होणार होती. पण मतदानाच्या या आकड्यांच्या खेळात प्रेक्षक गॅलरीत असणाऱ्या अन्वरला रस उरला नव्हता. मतदान होतानाच तो आपल्या हॉटेलच्या सूटमध्ये परतला होता. दिवे विझवून अंधार करीत ए. सी. लावून तो तोंडावर उशया घेऊन पडला होता. एक पराभूत भावना त्याला बधिरून टाकीत होती.

त्याच्या मनातला संभ्रमित विचारवंत पुन्हा जागा झाला होता आणि एकामागून एक जीवघेणे सवाल करीत त्याला छळत होता.

पेशावरहून काबूलला २३ डिसेंबर १९७९ ला परतल्यानंतर राष्ट्राध्यक्ष अमीनची भेट घेऊन त्याला सविस्तर अहवाल दिल्यानंतर अन्वर त्याच सायंकाळी सोव्हिएत युनियनच्या एम्बसीत गेला. आणि मग तो घरी परतला तो करमालनं राष्ट्राध्यक्षपदाची २७ डिसेंबरला सूत्रं हाती घेतल्यानंतरच्या दुसऱ्या दिवशी सकाळी. तेव्हा झाकिरनं त्याला तोंडावर देशद्रोही संबोधित आपली धगधगती प्रतिक्रिया दिली होती. आणि त्याच दिवशी त्यानं काबूल सोडलं होतं. तो नूरिस्तानी नेता महंमद अन्वर अमीनकडे गेला असणार, हे उघड होतं. जमीलनंही त्याची पुष्टी केली होती. हा महंमद मूळचा लष्करी अधिकारी. पण सौरक्रांतीची धोरणं न पटल्यामुळे आपली इस्लामियत जपण्यासाठी त्यानं नूरिस्तान प्रांतात व त्यानंतर कुनार प्रांतात बंडखोरी चालवली होती. जवळपास हे दोन्ही प्रांत काही शहरं व लष्करी तळ असलेली गावं वगळता त्याच्या नियंत्रणाखाली आली होती. त्याला झाकिर सामील होता. कारण महंमदचा बंडखोरीचा उद्देश इस्लामप्रेमापेक्षाही कम्युनिझमविरोध अधिक होता. त्याला तो राष्ट्रवादी चळवळ म्हणायचा. जमीलाला झाकिरनं हे किती वेळा तरी सांगितलं होतं व अन्वरलाही सरकारी स्रोतातून ज्ञात होतं. तो पुन्हा आता अन्वरला उघडपणे त्याच्या तोंडावर देशद्रोही म्हणत निघून गेला होता!

तेव्हापासून अन्वर अस्वस्थ होता. पण जे घडलं, ते अपरिहार्य होतं आणि अफगाणिस्तानच्या हिताचं होतं, असंच त्याचं ठाम मत होतं.

ही जाणीव करीमुल्लांच्या बोलण्यातून आणि मदरसा प्रशिक्षित निर्वासित तरुण आणि आम अफगाण स्त्री-पुरुषांच्या बोलण्यातून प्रखरतेनं अन्वरला झाली. इस्लाम-कम्युनिझमचा संयोग हा शुद्ध भ्रम आहे, तो कदापिही सफल होणार नाही, याचं स्पष्टपणे त्याला भान आलं. त्याच वेळी करमालनं त्याच्याशी संपर्क साधला आणि...

तो दचकून जागा झाला तो टेलिफोनच्या घंटीनं. हा टेलिफोन काबूलहून

करमालचा असणार. यापूर्वी दोनदा त्याचा फोन आला होता, हे टेलिफोन ऑपरेटरनं सांगितलं होतं. आता या बैचेन व काहीशा पराभूत मानसिक स्थितीत अन्वरला करमालशी बोलावं, असं वाटत नव्हतं. ते काम त्यानं अफगाणिस्तानचा यूनोमधील स्थायी प्रतिनिधी अहमद नियाझीवर सोपवलं होतं! नियाझीनं ठरावाबाबत माहिती दिली होती, तरीही करमाल अन्वरशी बोलू इच्छित होता.

काही क्षणांनी टेलिफोनची रिंग बंद झाली. त्याला हायसं वाटलं. पुन्हा त्यानं कूस बदलली व डोळे मिटले. पुन्हा स्वतःला त्या कृत्रिम काळोखात विरघळवून टाकण्याचा त्याचा प्रयत्न होता!

बबराक करमालनं आणि सोव्हिएत युनियननंही फार आधीपासून नियोजनबद्ध रीतीनं आखणी केली होती. अमीन राष्ट्राध्यक्ष होणं हे जसं करमालला पसंत नव्हतं, तसंच रशियालाही. ''एक तर अमीन युगोस्लाव्हियाच्या मार्शल टिटोप्रमाणे सोव्हिएत सोशालिस्ट ब्लॉकपासून स्वतंत्र होत तरीही कम्युनिस्ट राहण्याचं स्वप्न पाहत आहे. किंवा चक्क सौरक्रांतीच्या तत्त्वांशी द्रोह करीत हिकमतियारशी हातमिळवणी करीत आणि त्याला सत्तेत भागीदारी देत रूसपासून अलग होत पाक-इराण-अमेरिकेच्या कॅम्पमध्ये जात आहे. अमीनच्या राजनैतिक हालचालींचा हाच अन्वयार्थ आहे.''

करमालचं हे विश्लेषण सोव्हिएत युनियनच्या निष्कर्षांशी मिळतंजुळतं होतं. एकूण सर्व बाबींचा विचार करता सोव्हिएत युनियनसाठी निर्णायक कृतीची वेळ आली होती. त्यासाठी त्यांच्या हाती करमालसारखं राजारूपी प्यादं होतं. त्यामुळे त्यांनी झपाट्यानं जगाला आश्चर्यचकित करीत आपलं सैन्य तीन दिवसांत शेकडो विमानं तैनात करून अफगाणमध्ये पुऱ्या ताकदीनं व तयारीनं पाठवलं. पूर्वतयारीसाठी, करमालला गुप्तपणे आधी पाठवीत त्याच्यामार्फत नव्या सत्तांतरासाठी नियोजन करण्यात आलं!

अमीनकडून फारसा प्रतिकार अपेक्षित नव्हता. कारण आलेलं रशियन सैन्य हे आपल्या पाच डिसेंबरच्या ब्रेझनेव्हच्या भेटीत ठरल्याप्रमाणे आपल्या रक्षणासाठी व बंडखोरी मोडून काढण्यासाठी आलं आहे, असंच तो समजत होता. कोणताही धोका पत्करायचा नाही, म्हणून अमीनवर २७ डिसेंबरला दुपारच्या भोजनाद्वारे विषप्रयोग करण्यात आला होता आणि त्याला अर्थातच वैद्यकीय मदतही मिळू दिली नव्हती. अवघ्या काही तासांतच फारसं रक्त न सांडता नवं सत्तांतर झालं होतं!

त्या चार दिवसांत अन्वर करमाल, अनाहिता, नजिबुल्लाह व तराकीच्या वेळी अमीननं पदच्युत केलेले वतनजार, गुलाबजाई व शहरयार या प्रमुख नेत्यांसोबत सोव्हिएत युनियनच्या एम्बसीत होता. त्यांपैकी कुणालाही या सत्तांतरासाठी रशियन

सैन्याची प्रत्यक्ष मदत घेणं यात देशद्रोह आहे, असं वाटलं नव्हतं. आणि पेशावरहून परतलेल्या अन्वरनंही तेथील जिहादी सौक्रांतीविरोधी वातावरण पाहिल्यामुळे त्यांना खुशी खुशी साथ दिली होती.

पण झाकिरची धगधगती प्रतिक्रिया अन्वरला तीव्रतेनं बोचत होती. त्याची 'देशद्रोही' ही शिवी सहन होत नव्हती!

''नाही अन्वरमियाँ, झाकिरनं आपली कृती व रशियाची मदत घेणं म्हणजे देशद्रोह आहे, असं म्हणणं त्याच्या आंतरराष्ट्रीय राजकीय परिस्थितीच्या आकलनातील अज्ञानाचं द्योतक आहे. आणि त्याहीपेक्षा तो कट्टर इस्लामी असल्यामुळे, ज्यात कम्युनिस्टांचा आंधळा अविवेकी राग अंतर्भूत असतोच, त्यानं त्या भरात म्हटलं असावं!'' करमाल त्याची समजूत काढीत करीत म्हणाला, ''तूच मला निर्वासित अफगाणी जनांचं जिहादी झपाटलेपण आणि हिकमतियार वा अन्य बंडखोर मुजाहिदीन नेते, यांच्या विचारातल्या इस्लामी राजवटीचा देश, याबाबत सांगितलं आहेस. त्याला विरोध न करता ते होईल तसं होऊ देणं म्हणजे देशप्रेम म्हणायचं? त्याविरुद्ध आपण कृती करणं आणि पुरेसे सक्षम, प्रबळ अफगाणी सैन्य नसल्यामुळे नैसर्गिक व समाजवादी आणि सच्चा मित्र असणाऱ्या रशियाच्या सैन्याची मदत घेणं व त्यांचा आजच्या आधुनिक काळात जनहिताचा नसलेला इस्लामीकरणाचा डाव उधळून लावणं म्हणजे देशद्रोह? फार ढोबळ व सवंग विचार झाला हा अन्वर. पण मी कधीच कुणाचं प्यादं होणार नाही, हे तू जाणतोस मित्रा! रशियन सैन्य काही इथ कायमचं आपल्यावर हुकूमत गाजवायला आलेलं नाहीय. ते तात्पुरतं आपल्या मदतीसाठी आलं आहे. मी राष्ट्राध्यक्ष असताना स्वतंत्रपणे देशहिताच्या दृष्टीनंच काम करणार आहे व मला त्यापासून रूस रोखू शकणार नाही, याचा भरवसा बाळगा.''

अन्वरच्या मनातली डाचणारी रुखरुख बरीच कमी झाली होती. पण जमीलानं घर सोडून युनिव्हर्सिटी हॉस्टेलला राहायला जाण्याच्या धक्क्यातून मात्र तो अजूनही सावरला नव्हता.

तरानाला आता अपत्य होणं शक्य नाही, हे अन्वरला माहीत होतं. त्यामुळे तो सारी माया, सारं वात्सल्य जमीलावर उधळीत होता. जमीला त्याच्यासाठी जीव की प्राण होती. तिला पंधरा वर्षांपूर्वी पगमानहून काबूलला आणल्यापासून त्याच्याकडेच ती राहात होती. ती त्याच्या किती सवयीची झाली होती. त्याच्या जीवनाचा अतूट हिस्सा झाली होती. मुख्य म्हणजे तीही झाकिरप्रमाणे त्याच्या व करमालच्या कृतीचा निषेध भीडभाड न बाळगता स्पष्ट शब्दांत करीत घर सोडून चालली होती.

''चाचा, मला आता तुमच्या समवेत एका छताखाली राहणं केवळ अशक्य

आहे. नाही! मी तुम्हाला झाकिरप्रमाणे देशद्रोही म्हणणार नाही. कारण तुमचं देश व अवामबाबतचं प्रेम व कळकळ बालपणापासून पाहत आले आहे. तुमच्या व तराकी-अमीन-करमालच्या डाव्या समतावादी स्त्रीमुक्तीच्या स्वप्नानं भारलेल्या असंख्य कार्यकर्त्यांपैकी मीही एक आहे. तरीही तुमची रूसी सैन्याला बोलावण्याची कृती तुम्हाला वाटत नसली, तरी देशद्रोहाचीच आहे असं मला वाटतं चाचू! तुम्ही ध्येयाच्या धुंदीत काय अनर्थ करून बसला आहात, हे तुम्हाला आज कळत नाहीय. पण एक आम आदमी म्हणून, मला जाणवतंय. ते हे, आपला देश गुलाम झाला आहे सोव्हियत युनियनचा. परिस्थिती निवळताच त्यांचं हे सैन्य परत जाईल, हा तुमचा भ्रम आहे चाचा. तुम्ही इतिहासाचे एवढे डोळस अभ्यासक असताना तुम्हाला कसं कळत नाही की, रशिया हा हत्तीसारखा आहे, तो एकदा पुढे टाकलेलं पाऊल व त्याखाली आलेली भूमी कदापि सोडत नाही.''

त्याच्या तेवढ्याच तर्कशुद्ध प्रतिपादनाचा तसेच चाचा म्हणून वत्सल विनवणीचा आणि तरानाच्या डोळ्यांतील वाहणाऱ्या अश्रूंचा काही उपयोग झाला नाही. त्याच दिवशी जमीला त्यांना सोडून युनिव्हर्सिटी होस्टेलमध्ये राहायला निघून गेली.

''ओ जमीला!''

पुन्हा एकदा अन्वरला अर्धवट ग्लानीतून जाग आली होती. त्यानं धडपडून उठत दिवा लावला आणि ग्लासातलं पाणी प्याला. ते त्यानं डोळ्यांनाही लावलं. थोडी हुशारी वाटू लागली!

त्याला मघाशी पडलेलं स्वप्न आठवत होतं. स्वप्नातही तो तिच्या होस्टेलवर जाऊन तिला परत घरी येण्याची विनवणी करीत होता. पण ती ठाम होती, स्पष्टपणे तिनं परत यायला नकार दिला होता!

त्यानं उदासपणे एक दीर्घ नि:श्वास सोडला! 'जमीला बेटी, तू अपने खुद के आझाद ढंग से सोच सकती है, ये मेरे परवरिश की जीत है. मला अभिमान आहे पोरी. लेकिन तुम्हारी सोच में बुनियादी खोट है. आमची आजची कृती चूक आहे, असं मानलं व उद्या आम्ही विफल झालो तर देशात कोणत्या विचारांची हुकूमत येणार आहे? कट्टर, फॅनॅटिक इस्लामी मूलतत्त्ववाद्यांची-ते आधी स्त्रीला परत बुरख्यात कोंबतील, घरदिवारी आणि दहलीजच्या आत बंदिस्त करतील. ये क्यों नहीं समझ सकती तू? गरिबी, मुफलिसी मिटाना अहम है या मजहब? आम्ही पहिला पर्याय स्वीकारला आहे, पण दुर्दैवानं तू आमच्या विचारांची असूनही आंधळ्या राष्ट्रवादाच्या नावानं दुसऱ्या कॅम्पमध्ये कळत न कळत सामील झाली आहेस!'

तो काबूलला परतल्यावर तिला पुन्हा भेटून हे सारं सांगणार होता, 'बेटी!

स्त्री व आम आदमीला आहे तसाच पिचत ठेवणारा कट्टर धर्माधिष्ठित राष्ट्रवाद हवा का रूसप्रणीत प्रगतिशील, समाजवादी विचारांची आणि स्त्रीला प्रतिष्ठा देणारी, आम आदमीला रोटी, कपडा व मकान देणारी परतंत्र राजवट? ती तशी नाहीये! तरीही वादासाठी क्षणभर हे दोन पर्याय दिले तर बेशक दुसरा पर्याय मी स्वीकारीन. धर्माची, मुल्लामौलवींची आणि जमीनदारांची गुलामी ही जादा बदतर आहे, कारण ती रोटीसाठी उरस्फोडी करायला, ढोरासारखी मेहनत करायला मजबूर करते. तरीही सन्मानाची रोटी नसीब होत नाही. असा राष्ट्रवाद काय कामाचा आहे आम आदमीसाठी?'

बातम्यांची वेळ झाली. अन्वरनं टी. व्ही. ऑन केला.

'यूनोच्या आजच्या विशेष बोलावलेल्या जनरल असेंब्लीच्या वादळी बैठकीत बहुमतानं अफगाणिस्तानवरील आक्रमणाबद्दल सोव्हिएत युनियनचा निषेध करणारा ठराव आठ तासांच्या प्रदीर्घ चर्चेनंतर १०४ मतांनी संमत झाला आहे. केवळ १८ मतं ठरावाच्या विरोधात पडली, ती सोव्हिएत ब्लॉक सदस्य देशांची केवळ होती. तसंच १८ सदस्यांनी मतदानात भाग घेतला नाही, ११ सदस्य अनुपस्थित होते.

'या जनरल असेंब्लीच्या ठरावात असं म्हटलं आहे की, प्रत्येक देशाचं सार्वभौमत्व, राजकीय स्वातंत्र्य आणि देशाच्या सीमारेषांचं पावित्र्य ही यूनोच्या सनदेप्रमाणे मूलभूत तत्त्वं असून त्यांचं उल्लंघन कोणत्याही कारणास्तव झालं, तरी ते यूनोच्या ध्येयधोरणांशी विसंगत आहे. म्हणून डिसेंबर १९७९ मध्ये अफगाणिस्तानमध्ये झालेला सशस्त्र हस्तक्षेप निषेधार्ह आहे. म्हणून ही जनरल असेंब्ली असं आवाहन करते की, अफगाणिस्तानच्या भूमीवरून ताबडतोब बिनशर्त सर्व परकी सैन्य मागे घेतलं जावं आणि अफगाणी जनतेला तिच्या इच्छेनुसार स्वत:चं सरकार निवडण्याची व राजकीय, सामाजिक व आर्थिक व्यवस्थाबाह्य हस्तक्षेपाविना अंगीकारण्याची आणि आपले मूलभूत अधिकार निर्भयपणे वापरण्याची व्यवस्था निर्माण करावी.'

या बातमीनंतर वृत्तविश्लेषणपर चर्चेत एका अमेरिकन राजविशेषज्ञानं असं प्रतिपादन केलं की, "हा ठराव म्हणजे सोव्हिएत युनियनच्या प्रचाराचा व त्यातील फोलपणाचा पर्दाफाश आहे. करमालच्या विनंतीवरून मर्यादित सैन्य मदतीसाठी पाठवलं, ही तद्दन खोटी बाब आहे. कारण सैन्य आधी आलं व त्यानं लष्करी कारवाई करीत अमीनला हटवून राष्ट्राध्यक्षपदी करमालला बसवलं. तो सत्तेवर नसताना मदतीची विनंती कशी करू शकेल?"

आशियाई राजकारणाच्या दुसऱ्या विश्लेषकानं आपलं मत मांडताना म्हटलं की, "ज्या इस्लामी पुनरुज्जीवनवादाच्या शंकेनं रशियानं ही कारवाई केली, त्याला त्यामुळे प्रतिबंध तर बसणं शक्य नाही. उलट इस्लामी जगताच्या तीव्र प्रतिक्रियेमुळे

त्याला अधिक बळ मात्र प्राप्त होणार आहे. मुख्य म्हणजे आजवर सौरक्रांतीनंतरच्या राजवटीला केवळ धार्मिक नेत्यांचा व अत्याचाराला बळी पडलेल्या लोकांचा विरोध होता. आता आम अफगाणीही या रशियन आक्रमणामुळे देशप्रेमाने पेटून उठला असून, तो या मुजाहिदीनांच्या बाजूनं झाला आहे वा होत आहे. त्यामुळे त्यांचा हेतू सफल होणार नाही, असं माझं मत आहे.''

अन्वरला याचीच तर खंत वाटत होती. जवळपास सर्वच देशांना रशिया व अफगाणिस्तानच्या करमाल सरकारची बाजू पटलेली नव्हती. साऱ्यांनी हे रशियाचं उघड आक्रमण आहे, असंच मानलं होतं! ते करमालला कळसूत्री राष्ट्राध्यक्ष समजत होते व त्याच्या आडून रशिया कारभार करीत आहे, असंच ते मानत होते. ते किती चुकीचं आहे, हे पुन्हा मंत्रिपद स्वीकारलेला अन्वर जाणत होता. पण गेल्या चार-सहा दिवसांत अनेक राष्ट्रांच्या प्रतिनिधींशी भेटून आपली बाजू स्पष्ट करायचा त्यानं प्रयत्न केला होता. पण तो अंतिमत: फोलच ठरला. जनरल असेंब्लीमध्ये जवळपास नव्वद टक्के बहुमतानं ठराव संमत झाला होता.

सर्वांत अधिक झोंबणारी बाब म्हणजे आपली अफगाणी जनताही हे आक्रमण मानते व त्यांच्या लेखी करमाल हा गद्दार, देशद्रोही ठरला आहे. माझी जमीला बेटीही खुद्द आमची भूमिका मान्य करीत नाही. मग अवामचं मन जिंकायचं कसं? त्यांच्यात प्रेरणा निर्माण करीत आपली ध्येयधोरणं कशी राबवायची? आपल्या सरकारची सारी शक्ती बंडखोरी मोडण्यातच पुन्हा खर्ची पडणार असेल, त्यासाठी पुन्हा पुन्हा सोव्हिएत युनियनची लष्करी मदत घ्यावी लागणार असेल तर आपल्याला आपल्या स्वप्नाचा क्रांतिकारी अफगाणिस्तान साकार करण्यासाठी फुरसतच मिळणार नाही. केवळ सत्ता एके सत्ता राबवण्यात काय अर्थ आहे? अमिननं सत्ता वाचवण्यासाठी तो समझोता करायचा विचार केला, अंतिमत: जो आपण अमान्य केला. करमाल जर अधिकाधिक रशियावर पदासाठी व हुकूमतीसाठी विसंबून राहणार असेल तर त्याच्यात व अमीनमध्ये त्यात गुणात्मक असा काय फरक उरणार आहे?

''नाही मित्रा, तुझ्या शंका या रास्त असल्या तरी फोल आहेत. मला फक्त एक वर्षाचा अवधी हवा आहे. मी अवामचं मन निश्चितच जिंकेन व त्यांना आपल्या क्रांतीच्या स्वप्नात व ते साकारण्याच्या प्रयत्नात मी धाग्यामध्ये जशी फुलं गुंफतात तसा गुंफून घेईन. मला तेवढा वेळ दे. आणि मनापासून साथ दे!'' करमाल अन्वरला म्हणाला होता.

अन्वर करमालला साथ देण्यासाठी सदैव त्याच्या सोबत होता. म्हणून तर सत्ताग्रहणानंतर आठच दिवसांत तो न्यूयॉर्कला करमालच्या सूचनेवरून आला होता.

तीव्र जागतिक प्रतिक्रियेची धार बोथट करण्यासाठी, कमी करण्यासाठी त्यांनं आपलं सारं संभाषणकौशल्य आणि तर्कशास्त्र पणास लावत प्रयत्नांची पराकाष्ठा केली होती. पण भारत सोडला तर एकाही इस्लामी व अलिप्ततावादी राष्ट्रानं साथ दिली नाही. या दोन गटांतील राष्ट्रांचा विरोध अन्वरला चिंताजनक वाटत होता.

रियाध ते तेहरान व्हाया इस्लामाबाद.

करीमुल्ला विमानाच्या गोलाकार खिडकीतून वेगानं मागे पडणारा भूप्रदेश पाहत होते. काही वेळातच तेहरान येणार होतं. त्यांना इस्लामाबादच्या विमानतळावर इराणच्या पररा‍ष्ट्रमंत्र्यांसोबत तेहरानला जाण्यासाठी विमानात प्रवेश करण्यापूर्वी लाउंजमध्ये जमलेल्या पत्रकारांपैकी एकानं 'सोव्हिएत युनियनच्या अफगाणिस्तानवरील आक्रमणानंतर मुजाहिदीनांनी काय केलं,' अशा आशयाचा प्रश्न विचारला तेव्हा करीमुल्ला म्हणाले होते, ''रियाध ते तेहरान व्हाया इस्लामाबाद असा आमच्या प्रतिकाराचा सारांश आहे. या एका महिन्यात आमच्या प्रयत्नानं जगाच्या लेखी सोव्हिएत युनियन खलनायक ठरला आहे. साऱ्या दुनियेचं नैतिक बळ आम्हा मुजाहिदीनांच्या मागे उभं ठाकलं आहे. आता आमचा लढा केवळ जिहाद नव्हे, तर ती स्वातंत्र्य चळवळ झाली आहे. इन्शाअल्ला, हम जरूर कामयाब होंगे.''

मुस्लिम जगतात व्यासंग, विद्वत्ता आणि धर्मज्ञानामुळे तसेच ते पेशावरला वर्षभरापूर्वी आल्यापासून केलेल्या कार्यामुळे करीमुल्लांचा प्रभाव वाढला होता. पेशावरस्थित मुजाहिदीन गटांना बांधून ठेवणारे ते एकमेव संपर्कस्रोत होते. त्यामुळेच अनेक महत्त्वाच्या प्रसंगी त्यांना मुजाहिदीनांचे प्रवक्ते म्हणून पत्रकारांशी बोलावं लागायचं. त्यामुळे सौदी अरेबियाचे राजे तसेच इराणचे सर्वोच्च नेते, आयातुल्ला खोमेनींच्या ते बरेच निकट गेले होते. गतवर्षी दोनदा रियाधला व एकदा इराणला त्यांचे पाहुणे म्हणून गेले होते. खुद्द खोमेनींपुढेही करीमुल्लांनी शुक्रवारच्या दुपारच्या नमाजानंतर धार्मिक प्रवचन दिलं होतं, ते त्यांना पसंत पडलं होतं!

आताही ते इराणच्या पररा‍ष्ट्रमंत्र्यांच्या खास विमानातून तेहरानला जात होते. इस्लामाबादमध्ये २७ व २८ जानेवारी १९८० या दोन दिवसांची इस्लामी देशांच्या 'ओ. आय. सी.' संघटनेची बैठक कालच संपली होती. ती यशस्वी होण्यासाठी पडद्यामागून करीमुल्लांनी मुजादादी, युनुस खलिस अशा प्रमुख बंडखोर मुजाहिदीन नेत्यांच्या बरोबरीनं शमसू व सय्यदभाईसह कूटनैतिक प्रयत्न केले होते. इस्लामी परिषद यशस्वी झाली होती. त्यामुळे करीमुल्ला समाधानी होते!

इस्लामाबादेतच करीमुल्लांना इराणच्या पररा‍ष्ट्रमंत्र्यांच्या खासगी सचिवानं त्यांनी

तेहरानला एका आठवड्यासाठी खोमेनींचे पाहुणे म्हणून यावं, असा न्योता दिला होता. त्यांनी ताबडतोब त्याला मान्यता दिली. त्यांना स्वत:ला तेहरानला उद्या-परवा जायचंच होतं. ते आता आदरणीय धर्मनेते खोमेनींचा पाहुणचार घेण्यासाठी जात होते.

तेथे त्यांना त्यांचा हाफिजुल्ला भेटणार होता. एक वर्षाच्या प्रदीर्घ कालावधीनंतर चार महिन्यांपूर्वी शिष्यवृत्तीवर तो मॉस्कोला कॉलेज शिक्षणासाठी त्यांच्या व मरूफच्या मर्जीविरुद्ध गेला होता. तो आता राजी होऊन चार दिवसांपूर्वींच मॉस्को सोडून तेहरानला शिक्षणासाठी आला होता. त्यानं काबूलला राहून शिकावं, असं करीमुल्लांना मुळीच वाटत नव्हतं. त्यामुळे पाकिस्तानचं कराची-लाहोर किंवा इराणचं तेहरान हेच दोन पर्याय होते. इस्लामी क्रांतीमुळे इराण हे करीमुल्लांच्या स्वप्नाप्रमाणे आदर्श राज्य बनलं होतं. त्या वातावरणात हाफिजुल्ला राहिला तर तो इस्लामी संस्कार सहजतेनं ग्रहण करील. आणि आपलं गाजी जंगबहादुर बेट्याचं स्वप्न निश्चितपणे तो साकार करील. या भेटीत त्याला एकवार धर्मनेते आयातुल्ला खोमेनींकडे घेऊन जायचं व त्यांच्या पाक दामन हाताची हाफिजुल्लावर सरपरस्ती ठेवायची, म्हणजे तो योग्य वळणावर येईल...

हाफिजुल्लाचं मॉस्कोला जाणं हा करीमुल्लांसाठी खोल घाव होता. पेशावरला रात्रीच्या इशा नमाजानंतर अंथरुणावर पडले की, मनात आर्त पुकार असायची, "परवरदिगार, ये कैसा इम्तिहान है? मैं यहाँ जिहाद के पाक इरादे से लड रहा हूँ और वहाँ मेरा बेटा 'कुमनिस्ट' होने जा रहा है? उसे रोशनी दे अल्ला, ताकि वो फिर सही रास्ते पे आये!''

करीमुल्लांची आर्त विनवणी अल्लानं ऐकली आणि आता हाफिजुल्लानं तेहरानला कॉलेजमध्ये प्रवेश घेतला होता.

करमालचं राष्ट्राध्यक्ष होणं पेशावरच्या सर्वच मुजाहिदीन गटांना जबर धक्का होता. विशेषत: गुलला दारुण निराशेनं घेरलं होतं! कारण ३१ डिसेंबरला आगाशाहीसोबत काबूलला त्यानं जायचं आणि पंतप्रधानपदाची सूत्रं हाती घ्यायची, हे पक्कं ठरलं होतं. पण मध्यस्थी करणारा अन्वरच माघार घेत त्या सुव्वर करमालला जाऊन मिळेल आणि तथाकथित सौरक्रांती टप्पा-दोन घडवून आणत करमालला राष्ट्राध्यक्ष होण्यास मदत करील, हे कल्पनेतही अपेक्षिलं नव्हतं.

पुन्हा एका प्रदीर्घ संघर्षासाठी उभं राहायचं होतं – चिकाटीनं, हिमतीनं आणि अधिक ताकद एकवटत. कारण आता मादरेवतनवर प्रत्यक्ष लाल रूसींचा कब्जा होता. एक शस्त्रसज्ज असलेली महासत्ता! गुल एक दारुण हतबलता व खोल

निराशा महसूस करीत होता.

गुलसारखीच इतर बंडखोर नेत्यांची मन:स्थिती होती. तेव्हा करीमुल्लांनी त्यांना एकत्र बोलावून दीर्घ स्वरूपाचं प्रवचन दिलं. दिलासा व हुरूप दिला. कुराण व हादिसचे दाखले देत त्यांच्यातील जिहादचे निखारे पुन्हा पेटवले.

या साऱ्या नेत्यांची करीमुल्लांसह पाकिस्तानचे राष्ट्राध्यक्ष जनरल झियाउल हकशी सविस्तर गुफ्तगू झाली. तेव्हा करीमुल्लांनी आंतरराष्ट्रीय मुस्लिम मन अफगाणिस्तानवरील आक्रमणाच्या संदर्भात जिहाद पुकारलेल्या मुजाहिदीनांच्या बाजूनं भक्कमपणे उभं करण्यासाठी इस्लामी संघटनांची – तकवाहची (मिशनरी संस्था) – बैठक बोलावण्याची कल्पना मांडली. तिला पाठिंबा देत झियांनी ती आयोजित करण्याची जबाबदारी करीमुल्लांवर टाकली. त्यासाठी सर्व साहाय्य करण्याचं अभिवचन दिलं.

त्यानुसार करीमुल्लांनी तकवाहची आंतरराष्ट्रीय परिषद तातडीनं आठवड्याच्या आत ११ जानेवारीला भरवून सर्व मुस्लिम विचारवंतांमार्फत सोव्हिएत युनियनचा कडक निषेध नोंदवला आणि आंतरराष्ट्रीय समुदायाला ठराव करीत आवाहन केलं की, कोण्याही देशानं करमालच्या कळसूत्री सरकारला पाठिंबा आणि राजनैतिक मान्यता देऊ नये.

सौदी अरेबियाचे सर्वेसर्वा शेख या बाबतीत करीमुल्लांशी सविस्तर बोलले. हा हल्ला फक्त अफगाणिस्तानवर नसून कम्युनिस्टांनी समस्त मुस्लिम जगतावर हल्ला केला आहे. हा केवळ तुमचा जिहाद नसून सर्व मुस्लिमांचा आहे. सौदी राजवट सर्व तऱ्हेची मदत करील, असं आश्वासनही त्यांनी दिलं.

त्याप्रमाणे काल-परवाच इस्लामाबादमध्ये ३७ इस्लामी देशांची परिषद भरली होती.

रियाध व इस्लामाबादचा सारा खटाटोप सर्व मुस्लिम देशांचं बळ अफगाणिस्तानच्या बंडखोर मुजाहिदीनांमागे उभं करायचं आणि जागतिक स्तरावर मॉस्कोला अलग पाडायचं, यासाठी होता. पण या परिषदेत जशा रशियाच्या विस्तारवादी धोरणाविरुद्ध तीव्र प्रतिक्रिया उठल्या, तशाच त्या अमेरिकेनं इजिप्त व इस्रायलमध्ये मध्यस्थी करून घडवून आणलेल्या 'कॅम्प डेव्हिड' कराराच्या विरुद्धही नोंदल्या गेल्या. इस्रायलची निर्मिती व अरब जगताच्या मधोमध टिच्चून दिमाखात उभं असलेलं ज्यूंचं अस्तित्व ही न भरून येणारी जखम होती. त्यावर कॅम्प डेव्हिड करारानं व इजिप्तद्वारा इस्रायलच्या अस्तित्वाच्या मान्यतेनं जणू जखमेवर मीठ चोळलं गेलं. मुस्लिमांच्या लेखी इजिप्त गद्दार ठरला. म्हणून लिबिया, इराक,

अल्जेरिया आणि पी. एल. ओ. यांनी अमेरिकेविरुद्ध इस्रायल हे अरब जगतावर लादण्याचा प्रयत्न केल्याबद्दल तसेच इराणविरुद्ध आर्थिक प्रतिबंध लागू करण्याची धमकी दिल्याबद्दल निषेध नोंदवावा, असा आग्रह केला. ठरावात जरी त्याचा अंतर्भाव झाला नसला तरी मुस्लिम जगाचा अमेरिकेविरुद्धचा रोष अजूनही तसाच कायम होता, हे दिसून आलं. झियांसाठी ही नि:संशय वाईट बातमी होती. तशीच ती करीमुल्लांसाठी होती.

करीमुल्लांनाही अमेरिकेचं सातत्यानं मुस्लिमांचा मानभंग करीत इस्रायलला पाठिंबा देणं तीव्रतेनं सलायचं. एकूणच अमेरिका इस्लामविरोधी आहे, असं त्यांचं मत होतं. तरीही आज अफगाणिस्तानवरील संकटाच्या काळात अमेरिका मुस्लिम जगाच्या बाजूनं असणं आवश्यक होतं. तिच्या मदतीविना त्यांचा मुक्तिलढा यशस्वी होणं कदापि शक्य नव्हतं! अमेरिकेनं सी. आय. ए. मार्फत मुजाहिदीनांना शस्त्रं व पैसा पुरवण्यास आधीच सुरुवात केली होती. त्यामुळे आज शीतयुद्धामुळे का होईना, अमेरिका व मुस्लिम जग एकाच बाजूला होतं. अशा परिस्थितीत त्यांचा निषेध करून काय साधणार होतं? इस्रायल हा आज निर्माण झालेला प्रश्न नव्हता आणि त्याचं अस्तित्व सलत असलं तरी ते कायम राहणार आहे, ही जाणीव मुस्लिमांना मनोमन होती. आणि इराणविरुद्धच्या आर्थिक निर्बंधांची धमकी ही तेहरानच्या काही अतिरेकी विद्यार्थ्यांनी अमेरिकन एम्बसीला घेरून अमेरिकन नागरिक ओलीस ठेवण्याच्या घटनेची परिणती होती!

इकडे सोव्हियत युनियनचा काबूलमध्ये दीर्घकाळ सैन्य ठेवण्याचा इरादा आहे व त्यांची तशी तयारी आहे, असं जाणवत होतं. या महिन्याभरात जगभरच्या निषेधाचा त्यांच्यावर काही परिणाम झाला नव्हता. उलटपक्षी त्यांचा निर्धार अधिकच पक्का झाला. 'आम्ही आक्रमक वा विस्तारवादी नाही. अफगाण सरकारच्या विनंतीनुसार त्यांच्या मदतीसाठी आम्ही मर्यादित साह्य पाठवलं आहे. तेथील सरकार हा आमचा नैसर्गिक मित्र आहे. बाह्य हस्तक्षेपाचा प्रभावी मुकाबला करण्यासाठी त्यांनी मदत मागितली, ती आम्ही दिली. हा सारा अमेरिकेचा प्रोपगंडा आहे. त्यांना सॉल्ट-टू चा करार मान्य नाही वा सिनेटमध्ये तिचं रॅटिफिकेशन करून घ्यायचं नाही. कारण मनापासून त्यांना शीतयुद्धाची तीव्रता कमी करणं मान्य नाही. अन्यथा त्यांचे शस्त्रांचे कारखाने ओस पडतील, शस्त्रविक्रीतून होणारा फायदा संपुष्टात येईल. आज जगात खरंखुरं आक्रमक युद्धखोर राष्ट्र जर कोणतं असेल, तर ते अमेरिका आहे,' अशी त्यांची भूमिका होती.

करमाल राष्ट्राध्यक्ष झाला, तेव्हा असलेलं पंधरा हजारांचं रशियन सैन्य

महिन्याभरात एक लाखावर गेलं. अत्याधुनिक विमानं, हेलिकॉप्टर्स, रणगाडे व प्रचंड युद्धसामग्री अफगाणिस्तानमध्ये आणली होती. करमालच्या राजवटीला पूर्ण संरक्षण देत ते व अफगाण सैन्य अवामच्या देशांतर्गत सुरू असलेल्या संघर्षात पाशवी बळाचा वापर करीत बंड चिरडून टाकीत होतं.

कंदाहारला मुल्ला मोहंमद उमर स्थानिक प्रतिकार करणाऱ्या जनतेचा प्रमुख नेता झाला होता. त्याच्या सोबत हिंडताना सारी अवाम सोव्हियत युनियनच्या आक्रमणानं अस्वस्थ आहे, पेटून उठली आहे, हे करीमुल्लांना जाणवत होतं! पण ते सामान्य नागरिक होते, सैनिक नव्हे. त्यांच्याजवळ बंदुकांखेरीज शस्त्रं नव्हती, दारूगोळ्यासाठी पैसा नव्हता! तरीही ते लढत होते. त्यांना बाहेरून शस्त्रं व पैसा पुरवणं, विविध प्रांतांतील चळवळींमध्ये सुसूत्रता आणणं आणि त्याच वेळी आंतरराष्ट्रीय दडपण आणीत सोव्हियत युनियनला माघार घेण्यासाठी मजबूर करणं ही मुजाहिदीनांची रणनीती होती. तिचा तपशील ठरवीत तिला अंतिम रूपही पाक सरकार, आय. एस. आय. व अमेरिकन सी. आय. ए. नं दिलं होतं!

म्हणूनच आजच्या घडीला इस्लामी परिषदेमध्ये अमेरिकेच्या कॅम्प डेव्हिड कराराबाबत निषेधाचा ठराव आणून काही फायदा नव्हता. करीमुल्ला व इतर काही इस्लामी राष्ट्रप्रमुखांच्या पडद्यामागील मध्यस्थी व समजावणीनं पी. एल. ओ. व लिबियासारख्या देशांची समजूत काढली गेली.

बहुसंख्य मुस्लिम देश यापलीकडे फारसं काही करणार नाहीत, हे दिसत होतं. कारण कुणीही रशियाशी उघड वैर घ्यायला तयार नव्हतं. रशिया हा लगतचा देश, पुन्हा आजवर तो त्यांना मदत करीत आलेला आणि सर्वसाधारणपणे आजवर तो इस्लामचा मित्र राहिला आहे. त्यामुळे काही मुस्लिम देशांनी खासगीत का होईना, रशियाची सैन्य पाठवायची कारणं सुरक्षात्मक आहेत, असा युक्तिवाद मांडायला प्रारंभ केला होता.

तरीही पाकिस्तान, सौदी अरेबिया आणि इराण ही तीन प्रमुख मुस्लिम राष्ट्रं मुजाहिदीनांच्या बाजूनं उघड व ठामपणे उभी ठाकली होती.

त्यामुळेच इराणच्या परराष्ट्रमंत्र्यांच्या पत्रकार परिषदेनंतर वार्ताहारांनी करीमुल्लांना प्रश्न विचारले तेव्हा ते स्पष्ट शब्दांत म्हणाले, "यापूर्वी तराकी व अमीनच्या हुकूमतीमध्ये आम्ही जिहाद पुकारला होता. कारण इस्लाम व अल्लाला न मानणारे कम्युनिस्ट आणि त्यांची डावी नास्तिक व भौतिकवादी विचारधारा आम्हाला मुळीच मान्य नाही. पण निदान त्यांच्या काळात देश परतंत्र नव्हता, तो फक्त डावीकडे झुकलेला होता. पण आता रूसनं प्रत्यक्ष सैन्य पाठवीत देशावर कब्जा केल्यामुळे या

युद्धाला स्वातंत्र्यलढ्याचं स्वरूप आलं आहे. आजवर कधीही अफगाणिस्तान कुणाचा गुलाम झालेला नाही. आता आमची प्रतिकाराची चळवळ एवढी सर्वव्यापी आहे की, देशभर काही शहरं व लष्करी तळ सोडले तर आमचंच नियंत्रण आहे. या शहरांतही त्यांचं राज्य केवळ दिवसा असतं, रात्री आम्हीच राजे असतो. सोव्हिएत युनियनच्या लाखावरच्या सैन्यामुळे व आधुनिक शस्त्रांमुळे त्यांचं संहाराचं सामर्थ्य अधिक आहे, पण इतिहासाचा दाखला आहे की, जेव्हा मनामनात स्वातंत्र्याची ज्योत पेटते, तेव्हा जगातली कोणतीही सत्ता लोकांना गुलाम ठेवू शकत नाही. आमची बात तर औरच आहे. आम्ही स्वतःला कधी गुलाम कल्पूच शकत नाही. तेव्हा आमचा प्रतिकार आजच एका महिन्यात देशाच्या कानाकोपऱ्यात पसरला आहे. इन्शाअल्ला, हम कामयाब तो होकेही रहेंगे!’’

आर्चरचं एक वाक्य करीमुल्लांना आश्वस्त करीत होतं, ‘‘काबूल हे सोव्हिएत युनियनसाठी व्हॉटर्लू ठरणार आहे.’’

‘‘लेट सोविएत युनियन ब्लीड इन अफगाणिस्तान जस्ट लाइक वुई ब्लीडेड इन व्हिएतनाम. आमची आर्थिक ताकद मोठी होती, त्यामुळे आम्हाला व्हिएतनाम प्रकरण महाग पडलं तरी ते सोसता आलं. पण सोव्हिएत युनियनचा जी. डी. पी. च्या एक तृतीयांश खर्च हा संरक्षणावर, आपलं महासत्तेचं स्थान टिकवण्यासाठी अमेरिकेशी स्पर्धा करण्यावर होतो. त्यामुळे दीर्घकाळ ते अफगाणिस्तानमध्ये गुंतून पडले, तर त्यांना हा खर्च परवडणार नाही. पुढील दहा वर्षांत त्यांची अर्थव्यवस्था एवढी खिळखिळी होईल की विचारू नका. त्यासाठी आम्ही अफगाणी मुजाहिदीनांना लढण्यासाठी व रूसी सैन्याला जेरीस आणण्यासाठी सर्व मदत करू. ऑफ कोर्स, त्यामुळे त्यांचा पराभव होणार नाही. पण सैन्यबळ, शस्त्रं आणि आर्थिक नुकसानीच्या रूपात त्यांना जी जबर किंमत मोजावी लागेल, ती निमूट मानहानिकारक माघारीपेक्षा अधिक असेल. पण आम्ही सोव्हिएत युनियनचं मन जाणतो. ते माघार घेणार नाहीत एवढ्यात... आम्हालाही ते हवं आहे. त्यांची सारी आर्थिक व सामरिक ताकद इथं खर्ची पडून ते कंगाल व्हावेत, अशी आमची मनीषा आहे. अर्थात, त्यांनी ही आपणहून ओढवून घेतलेली आपत्ती आहे. आम्ही त्या संधीचा फक्त फायदा उठवणार आहोत! पुन्हा यात तुम्हा मुस्लिम देशांचा फायदा आहे. या जिहादची व्याप्ती जशी वाढत जाईल, तसे त्याचे चटके सोव्हिएत युनियनमधील मुस्लिमबहुल अझर बैजान, तुर्कमेनिस्तान, कझागीस्तान व किर्गीस्तान प्रांतात बसतील. उद्या हे चार प्रांत स्वतंत्र मुस्लिम देश झाले तर नवल वाटायला नको. यू. एस. ए. आणि

इस्लामी देशांनी एकत्रित राहिलं व काम केलं तर उद्या नजीकच्या भविष्यात, एखाद्ददुसऱ्या दशकात सोव्हिएत युनियन महासत्ता राहणार नाही, कदाचित तिचं विघटनही होईल...''

२७ एप्रिल १९८०. सौरक्रांतीचा दुसरा वर्धापनदिन.
स्थळ : काबूल शहराचं प्रसिद्ध जशन मैदान.

अनाहितानं अन्वरच्या मदतीनं जशन मैदान कलात्मक रीतीनं शृंगारलं होतं. पूर्ण काबूल शहर राष्ट्रध्वज व पार्टीध्वजांनी सजवलं होतं. शाळा-कॉलेजांमधून प्रभात फेऱ्या काढून शाळकरी व महाविद्यालयीन विद्यार्थी हातांत छोटे राष्ट्रध्वज घेऊन आणि 'सौरक्रांती झिंदाबाद', 'लाँग लिव्ह रिव्होल्यूशन', 'आमचा नेता-बबराक करमाल' अशा घोषणा देत फलकांसह मैदानावर जमा होत होते. त्यासाठी प्रत्येक शाळा-कॉलेजात एक परचमी कार्यकर्ता व दोन पोलिस गेले आठ दिवस जात होते. मुख्य राष्ट्रीय कार्यक्रमाआधी आपापल्या शाळा-कॉलेजमध्येही वक्तृत्व स्पर्धा, निबंध स्पर्धा आणि विविध खेळांचे आयोजन करण्यात शिक्षक व प्राध्यापकांचा सहभाग होता. 'सौरक्रांतीचा टप्पा-दोन हा राष्ट्रहितासाठी कसा आवश्यक होता', 'सौरक्रांती आणि इस्लाम कसे संवादी आहेत'...अशा विषयांवर त्या वक्तृत्व व निबंध स्पर्धा होत्या. त्यासाठी प्रसिद्धी विभागानं तयार केलेलं प्रचारी साहित्य शाळा-कॉलेजमध्ये वाटण्यात आलं होतं. सौरक्रांती टप्पा-दोन हा देशहिताचा, क्रांतिकारी स्वरूपाचा आहे व करमाल हे देशाचे खरे तारणहार आहेत, इस्लामचे सच्चे बंदे आहेत, हे कोवळ्या तरुण मनांवर पक्कं बिंबलं जावं, हा सौरक्रांतीच्या दुसऱ्या वर्धापनदिनानिमित्त भव्य प्रमाणातील समारंभामागचा प्रमुख उद्देश होता.

दुसरा उद्देश होता अफगाणिस्तानमध्ये आता परिस्थिती पूर्ववत झाली आहे, हे जगाला दाखवण्याचा. पाश्चात्त्य मीडियामध्ये देशातील संघर्षाचं आणि यादवीयुद्ध परिस्थितीचं येणारं चित्रण कसं अतिरंजित व चुकीचं आहे, तो अमेरिकन प्रोपोगंडा आहे, हे दाखवण्यासाठी आजचं निमित्त निवडण्यात आलं होतं.

या समारंभासाठी करमाल सरकारनं साऱ्या अलिप्त राष्ट्रांना व पूर्व युरोपीय देशांना निमंत्रण दिलं होतं! सोव्हिएत युनियनसह सर्व सोव्हिएत ब्लॉक देशांचे मंत्रिस्तरीय प्रतिनिधी उपस्थित होते. मात्र, अलिप्ततावादी देशांमधून फक्त लिबियाचे प्रतिनिधी आले होते.

राष्ट्राध्यक्ष करमाल दहा वाजता राष्ट्रध्वज फडकावणार होता आणि सैन्याचा 'गार्ड ऑफ ऑनर' स्वीकारणार होता! त्यानंतर तो राष्ट्राला उद्देशून संदेश देणार होता.

खास स्टेजवर सर्व मंत्री व पक्षाच्या पॉलिट ब्यूरोचे सदस्य बसले होते. अनाहिता व अन्वर जवळजवळ बसले होते. त्यांच्यापासून काही अंतरावर 'खाद'चा प्रमुख नजिबुल्ला उभा होता. त्याला अनाहिता मधूनमधून बोलवत शहरातील परिस्थितीची माहिती घेत होती. तो तिला म्हणत होता, "मोहतरमा, पूर्ण बंदोबस्त लावला आहे आणि परिस्थिती नियंत्रणात आहे. आपण काही चिंता करू नका. काही अघटित घडलं तर त्याचा मुकाबला करण्यासाठी आपले पोलिस व सैनिक सज्ज आहेत."

"शुक्रिया. मुझे तुमपर पूरा भरोसा है नजीबभाई." अनाहिता हसून म्हणाली, "आजका ये जश्न कामयाब हो और पूरी दुनिया को पता चले कि, यहाँ सब ठीक है, ये मैं चाहती हूँ."

अन्वर गेले आठ दिवस तिची धडपड पाहत होता. दुसऱ्या सौरक्रांतीच्या सत्तांतरानंतर अफगाणिस्तानमध्ये परिस्थिती निवळली आहे व आम जनतेचा नव्या सरकारला पाठिंबा आहे, हा संदेश जगापुढे जावा, या ठरवलेल्या रणनीतीनुसार त्याला अंजाम देण्याची जबाबदारी करमालनं अनाहिताच्या जोडीनं अन्वरवर टाकली होती.

"देखो, ये बडी अहम बात है. हम प्रोपोगंडा वॉर में कमजोर न पडे."

"सर, पण वेस्टर्न मीडियाची पहुंच किती जबरदस्त आहे, हे मी सांगायला नको. त्या मानानं आपले रेडिओ, टी. व्ही. कमी पडतात."

"मला त्यात अप्रेडेशन करायचं आहे." करमाल म्हणाला, "रूसी तंत्रज्ञांच्या मदतीनं हा समारंभ आपण लाइव्ह दाखवणार आहोत आणि त्याच्या प्रती जगात सर्वांच्या टी. व्ही. एजन्सीजना पाठवण्याची व्यवस्थाही करायची आहे. त्यांच्या खोट्या प्रचाराला मूँहतोड जवाब दिला पाहिजे..."

पण करमाल किती तणावाखाली आहे, हे अन्वर जाणून होता. त्यानंच तर बैठकीच्या वेळी ते गुप्तपणे प्रसारित झालेलं 'फलह' नामक पत्रक करमालला दाखवलं होतं.

"सर, माझी पक्की खबर आहे व या 'फलह' पत्रकामुळे त्याचा पक्का सबूत मिळाला आहे की, विद्यापीठात प्रचंड असंतोष आहे व विद्यार्थी जशन समारंभाच्या वेळी निषेध मोर्चा काढणार आहेत. तसं घडलं तर या समारंभाला गालबोट लागेल. यासाठी तुम्हालाच प्रयत्न केला पाहिजे. कारण पहिल्यापासून आपण व मोहतरमा अनाहिता मॅडम विद्यार्थिप्रिय नेते आहात."

क्षणभर करमाल काही बोलला नाही. त्याच्या हातात 'फलह' वार्तापत्र होतं. त्यात त्याला 'देशद्रोही, गद्दार, कुत्तरडा आणि सुव्वर' अशा दूषणांनी संबोधत २७ एप्रिलचा जशन म्हणजे देशासाठी काळा दिवस आहे, त्या दिवशी गरम रक्त असणाऱ्या देशप्रेमी विद्यार्थ्यांनी निषेध नोंदवावा, असं आवेशपूर्ण, भावनाप्रधान भाषेत आवाहन करण्यात आलं होतं.

पत्रकं चाळताना करमालची अनाहिताशी नजरानजर झाली. ती विमनस्क हसली.

कालच रात्री तो अनाहितासह विद्यापीठात अचानक गेला होता. अजूनही तेथील विद्यार्थी सिनेट त्याच्या पक्षाची होती.

पण त्यांना काल तिथे जावं लागलं, ते कडेकोट बंदोबस्तात.

"सर, आपण इथं कशाला आलात? इथलं वातावरण तापलं आहे. मलाच पोलिसांचं संरक्षण घेत हिंडावं लागतंय.'' तो पोरसवदा वाटणारा अध्यक्ष वकार म्हणत होता.

त्याची पाठ थोपटत करमाल म्हणाला, "वकार मित्रा, मांजरीला आपल्या पिलांची नखं टोचत नाहीत, तशी मला माझ्या राजकारणाचा पाया असलेल्या विद्यार्थ्यांची नाराजी, रोष अस्वस्थ करीत नाही. ते आपल्या विरोधकांच्या बहकाव्याखाली आले आहेत. पण तुम्ही शांतपणे नेटानं आपली बाजू सांगत राहा. त्यांना त्यातला फोलपणा समजला की, ते ताळ्यावर येतील.''

"आपण असं करायचं का कॉम्रेड?'' अनाहितानं करमालला विचारलं, "त्या असंतुष्ट गटाच्या दोन-चार प्रमुख नेत्यांना बोलावून चर्चा केली तर? येस्, वकार मियाँ ते कॉम्रेडसमोर आले ना, तर त्याच्या जादुई करिश्म्यात लोक सारा विरोध विसरून जातील.''

क्षणभर करमाल संभ्रमात पडला.

पण हा धोका पत्करणं आता भाग होतं. करमाल मनाशी विचार करीत होता. या निमित्तानं त्याच्या विरुद्ध असलेल्या असंतोषाची तीव्रता प्रत्यक्ष जाणण्याची संधी मिळणार होती. आपला आजवरचा करिश्मा व लोकप्रियता यांच्या बळावर त्यांचं मन वळवता येईल, ती कसोटी लावून पाहायचं ठरवत त्यानं असंतुष्ट गटाच्या चार-पाच जणांना बोलावून आणायला होकार दिला.

"सर, आम्ही भरकस कोशिश करीत आहोत. आजही पन्नास टक्के विद्यार्थी आपल्या विचारांचे व पक्षाचे आहेत.'' वकार माहिती देत होता. "आपण मुन्शी-ओ- मोमीन झाल्यापासून आम्ही 'परचम'चा परचम विद्यापीठात बुलंद ठेवला आहे. पण...'' वकारला राष्ट्राध्यक्षाशी एवढ्या जवळून बोलण्याची प्रथमच संधी मिळत होती.

हातात गरमागरम कोऱ्या चहाचा मग होता. त्याचा घुटका घेत करमाल म्हणाला, ''पण काय वकारभाई? बेझिझक बात कहो.''

''सर, पण-पण...'' वकार अजूनही घुटमळत होता. ''ये कहना मेरे लिये छोटा मुँह और बडी बात होगी. फिरभी आपको सही हकिकत बयाँ करना मेरा फर्ज है. आपने पोलिटिकल ऑक्टिव्हिटी की जो छूट दे रखी है, उसका कुछ लोग गलत इस्तेमाल कर रहे हैं. और हमारे स्टुडंट्स को बहका रहे हैं. यह बढता हुआ अनरेस्ट उसीका नतीजा है.''

''ते लोक कोण आहेत वकार?''

''मेहनाज पब्लिशिंगचे झाकिर मियाँ, तसेच मरहूम प्राइम मिनिस्टर मैवांडवाल के साहबजादे अख्तर मियां प्रमुख आहेत. आणि माजी संसद सदस्य सलमा इलियास जलालाबादी आणि रबिया वल्खीच्या टीचर शबनम मॅडम यासुद्धा सक्रिय आहेत.'

''आय सी, आय सी.'' करमालपर्यंत ही खबर आली नव्हती. भेट होताच डॉ. नजिबुल्लाहची चांगली खरडपट्टी काढायची. पण लगेच लक्षात आलं की, आपणच 'खाद'नं व खुद्द नजिबनं विद्यापीठापासून दूरच राहावं, असे आदेश दिले होते. इथे हडेलहप्पी नको. नजिबमुळे परिस्थिती जादा बिघडायची. पण गुप्तपणे ज्यांना विद्यापीठात विद्यार्थी म्हणून काही कोर्सेसना प्रवेश देऊन नेमलं होतं, त्यांच्याकडूनही खबर नव्हती. झाकिरची तडफ माहिती होती, मात्र अख्तर मैवांडवालची फारशी माहिती नव्हती. सलमा व शबनम टीचरचं त्याच्या राजवटीच्या विरोधात सक्रिय होणं ही गंभीर बाब होती. त्याचा कसा मुकाबला करायचा, याचा विचार करायला हवा. करमालनं मनोमन नोंद घेतली.

''पण तुम्ही सिनेटचे सदस्य, म्हणजे विद्यापीठातील विद्यार्थ्यांचे लोकप्रिय निवडून आलेले नेते आहात. तुम्ही काय करता?''

''सर, मी तर माझं सर्वस्व पणाला लावून काम करतोय. यंदा तर परीक्षापण देत नाहीय सिनेटच्या कामकाजासाठी.'' वकार करमालच्या नजरेला नजर देण्याचं टाळत पण ठामपणे म्हणत होता, ''येत्या २७ एप्रिलच्या सौर दिनाच्या जश्नसाठी आम्ही सिनेट मेंबर्सनी इथं विद्यापीठ परिसरात अनेक कार्यक्रम आयोजित केले आहेत. पण का कोण जाणे, विद्यार्थी उदासीन आहेत. विविध सांस्कृतिक स्पर्धा व खेळांसाठी फार कमी नावं आली आहेत. ती बहुतेक आमच्या ग्रुपच्या विद्यार्थ्यांचीच आहेत, हे कबूल केलं पाहिजे.''

''त्याचा अर्थ नव्या हुकूमतीविरुद्ध असंतोष माझ्या अपेक्षेपेक्षा व माहितीपेक्षा अधिक तीव्र आहे, असं म्हटलं पाहिजे.''

"सर, ये हकिकत है." वकार प्रांजळपणे म्हणाला, "उसका कारण आज उन्हें झाकिर और जमीला जैसी जोडी मिल गयी है, कुछ साल पहले जैसे आप और मोहतरमा अनाहिता थी."

वकारचं प्रांजळ निवेदन ऐकताना करमाल ताठरला होता. आपली कुणाशी तरी तुलना होतेय, हे त्याला खटकत होतं. मनाला एक घट्ट पीळ बसत होता. वकार पुरेसा प्रभावी नाही, काही काळानं विद्यापीठात दुसरा नेता पुढे आणला पाहिजे, याची त्यानं नोंद घेतली.

मनात एक बोचरा विचार येऊन गेला. आपण किती ठिकाणी असे बदल घडवून आणणार आहोत? त्यासाठी पर्याय तरी उपलब्ध आहेत काय? जिथं आकाशच फाटलंय, तिथं कुठे कुठे ठिगळं लावत बसणार आहोत? या विद्यापीठात वकारपेक्षा जादा वकूबाचा कोण आहे? वकार निदान प्रामाणिक व पक्षाशी, व्यक्तिश: आपल्याशी एकनिष्ठ तरी आहे....

करमालला एक विषण्ण उदासीनता स्पर्शून गेली. आपल्या करिश्म्याला व लोकप्रियतेला ग्रहण लागलंय...! जनतेला मी ताठ कणा असलेला त्यांचा अफगाणी राष्ट्राध्यक्ष वाटत नाहीय, रशियाचा गुलाम, कळसूत्री नामधारी सत्ताधीश वाटतोय... फार मोठी मानसिक लढाई पुढील काळात लढायची आहे. उद्याचा जश्न त्याची सुरुवात आहे. तो यशस्वी झाला पाहिजे. काय वाटेल ते झालं तरी. कितीही मोठी किमत चुकवावी लागली तरी. एक सुस्कारा सोडीत करमाल म्हणाला, "अच्छा, उन्हें बुलावा भेजा है ना?"

"हां सर." दुसरा एक विद्यार्थी. "वे आ रहे हैं."

आणि त्याच वेळी त्या खोलीमध्ये चार-पाच जण प्रवेश करते झाले. करमालनं जमीलाला ताबडतोब ओळखलं, तसंच झाकिरलाही. एका कोवळ्या तरुणाकडे बोट दाखवत वकार म्हणाला, "सर हे आहेत अख्तर मैवांडवाल, मरहूम पी. एम. महंमद हाशिम मैवांडवालचे साहेबजादे"

"अख्तर, मी तुझ्या घरी त्या वेळी सांत्वनाला आलो होतो..." करमाल त्याच्याशी हस्तांदोलन करीत सलगीच्या स्वरात आपल्या नित्याच्या पद्धतीनं प्रभावाचं जाळं फेकीत म्हणाला, "आपकी अम्मीजान कैसी है? आणि तुझी ती तेजतर्रार छोटी बहन-तीपण पढाई करीत असेल नाही?"

क्षणभर अख्तर त्याच्या आपुलकीच्या, कौटुंबिक स्पर्श असलेल्या बोलण्यानं भुलला. करमालची ती खासियत होती. एखादा माणूस समोर आला की, त्याच्या

प्रखर मेंदूतून नेमकी त्याची व त्याच्याशी संबंधित व्यक्तीची, परिसराची माहिती बाहेर यायची. तिच्या योग्य उपयोगानं समोरच्यावर भुरळ पाडून आपलंसं करायची करमालची हातोटी विलक्षण होती. क्षणभर अख्तरची अवस्थाही अशीच झाली. पण त्याचे पिताजी दाऊदच्या जमान्यात पर्जिंगमध्ये गेले. तेव्हापासून कम्युनिस्ट ॲलर्जी त्याच्या रक्तात एवढी खोलवर भिनली होती की, तो क्षणभराचा प्रभावही त्याला आपल्या विचारांशी द्रोह वाटला. तो काहीशा कडवट स्वरात म्हणाला, ''शुक्रिया सर! आपको बडी जल्दी हमारी अम्मीजान की याद आयी... वो अल्लताला की मेहरबानी से ठीक दुरुस्त है.'' क्षणभर थांबून तो म्हणाला, ''माझं हे बोलणं तुम्हाला तुमच्या अधिकाराचा अधिक्षेप वाटत असेल तर नाइलाज आहे सर, आपण मला हवी ती सजा फर्मावू शकता...''

''ओ, नो माय यंग फ्रेंड!'' करमाल त्याची पाठ थोपटत म्हणाला, ''कभी मैं भी तुम्हारे जैसा गर्म खून मिजाजवाला यहाँ का स्टुडंट लीडर था...! खैर, वो जाने दो. आता मी सत्तेवर आल्या आल्या राजकीय हालचालींना पूर्ण स्वातंत्र्य दिलं आहे, छूट दिली आहे. म्हणून तुमच्या हुकूमतीविरुद्धच्या कारवाया चालू आहेत. ते काय दर्शवते अख्तर मियाँ?'' त्याच्या वरवरच्या सरळ बोलण्यात गर्भित धमकी आहे, हे अनुभवहीन अख्तरच्या नेतृत्वाच्या लक्षात आलं नाही, पण अन्वरच्या सहवासात वाढलेल्या जमीलाच्या ते ध्यानात आलं. ती पुढे होत आदाब करीत म्हणाली, ''सर, आपण आम्हाला कशाला बोलावलं आहे? बुलावा आला तेव्हा नुकतीच आमची बैठक संपली होती. त्यात आम्ही २७ एप्रिल हा दिवस काळा दिवस म्हणून पाळायचा ठरवलं आहे. त्या दिवशी आम्ही जुलूसही काढणार आहोत. आपण जसा त्या काळी काढत होतात, कुणाच्याही विरोधाला न जुमानता...''

तिच्या आवेशपूर्ण बोलण्यानं आपला मनसुबा बेकाम ठरला आहे, हे करमालच्या ध्यानात आलं. तरीही प्रयत्न न सोडता तो हसत म्हणाला, ''हो-हो, जमीला बेटी...अगं, आत्ता कुठे आपल्या गुप्तगूचा आगाज होतोय, तोच तू त्याला अंजाम देतेयस. चर्चा तर करू की ती तुम्हांला नकोय? आम्ही तर कम्युनिस्ट. आम्हाला चर्चा नको असते, असं समजा. पण तुमच्या इस्लामिक डेमॉक्रसीमध्येही हे बसत नाही का? बाय द वे, झाकिर मियाँ, ही काय भानगड आहे, इस्लामिक डेमॉक्रसीची? इस्लाम आणि लोकशाही? इस्लाम पैदा झाला, तेव्हा हा शब्द तरी अस्तित्वात होता का?''

करमालनं झाकिरला इस्लमच्या नावानं थोडंसं डिवचलं.

''इस्लामिक डेमॉक्रसी पे फिर कभी बहस करेंगे, आप हमें याद करों, हम

जिहादी लढ्याला राष्ट्रवादाचे कलम / ३८५

हाजिर रहेंगे.'' झाकिर शांतपणे म्हणाला, ''आज तुम्ही आम्हाला त्यासाठी तरी खचितच बोलावले नाही.''

''बिलकुल दुरुस्त!'' अनाहिता म्हणाली, ''तुमचा हा निषेध दिवस पाळणं आम्हाला बरोबर वाटत नाही. आम आदमीचं जाऊ दे, ते मुल्लामौलवींच्या मगरमिठीतून अद्यापही मुक्त नाहीत. पण तुम्ही सारे सुशिक्षित नौजवान, तरीही असे पुराणे, दकियानूसी खयाल बाळगता? मुझे ताज्जुब होता है.''

''लेकिन मुझे नहीं होता मोहतरमा.'' झाकिर म्हणाला, ''आपण कम्युनिस्ट, नेहमीच इस्लामकडे अशा कलर्ड चष्म्यातून बघता. पण आमचा नव्हे आपला, इस्लाम हा किती पुरोगामी व आधुनिक धर्म आहे, आजच्या जगातही तो किती रिलिव्हंट आहे हे आमच्या 'इस्लाम' मासिकाचे चार-दोन अंक चाळले तरी समजून येईल. पण त्यासाठी मन साफ हवं.''

''झाकिर,'' त्याचा हात दाबीत जमीला म्हणाली, ''ही बहस नको.'' तो भानावर आला. तिचा भावार्थ त्याच्या लक्षात आला. तिला त्याचं इस्लामच्या पुरोगामित्वाचं प्रतिपादन कधी पटलं नव्हतं, त्यांच्यातील वादाचा हा कळीचा मुद्दा होता. पण त्यांचं प्रेम त्याहून बळकट व खोल होतं. ती अन्वरचं घर सोडून होस्टेलला राहायला आल्यापासून त्यांच्यातली जवळीक वाढली होती.

करमालच्या बोलण्यानं ती भानावर आली. ''दोस्तों, तुमचा निर्णय कळल्यामुळेच मी इथं आलोय. तुम्ही समजून घ्यावं, अशी अपेक्षा आहे...''

जवळपास अर्धा तास तो आपलं सारं कसब पणाला लावून सौरक्रांतीच्या दुसऱ्या टप्प्याबद्दल सांगत होता. ''ही सारी पार्श्वभूमी आपण जाणून घेतली पाहिजे. आंतरराष्ट्रीय परिस्थिती, विशेषतः शीतयुद्ध आणि पुनरुज्जीवनवादाचा धोका आपण लक्षात घेतला पाहिजे.'

''अन्वर चाचा मला हे वारंवार सांगत असतात, ते क्षणभर वादासाठी मान्य केलं आणि तुमच्या म्हणण्यानुसार आता देश पूर्ण नियंत्रणाखाली असेल तर...'' जमीला बेडरपणे त्याच्या नजरेला नजर देत म्हणाली, ''मग हे रूसी सैन्य परत का पाठवीत नाही? तुम्ही ते केलंत, तर तुमच्या मते होणाऱ्या क्रॉसबॉर्डर टेररिझमचा आणि बंडखोरीचा सामना करण्यासाठी तुमच्या जोडीनं ही युवाशक्ती पुढे येईल. मी तुम्हाला ते आश्वासन देऊ शकते.''

एक पाऊल पुढे टाकत अख्तर म्हणाला, ''२७ एप्रिलला जश्न मैदानावर आम्ही जुलूस घेऊन येणार आहोत. आपण हा ऐलान त्या वेळी केलात, तर त्याचं रूपांतर विजयी मेळाव्यात करण्याचं आम्ही इथंच सांगतो सर!''

त्यांची ती धिटाई व गर्मजोशी करमालला राहून राहून आपल्या साठ व सत्तरच्या दशकांतली विद्यार्थी नेतेपदाची याद देत होती. त्यांचं मनोमन कौतुक वाटत होतं, पण आज भूमिका बदलल्या होत्या. तेव्हा सामना जहीरशहा व जनरल दाऊदखानशी होता, आजचे हे विद्यार्थी आपल्याशी झगडत आहेत. तेव्हा आपण कुंपणाच्या त्या बाजूला होतो-एस्टॅब्लिशमेंटशी लढण्यासाठी. आज पात्रं बदलली आहेत. पण तेव्हा व आजच्यात काहीच गुणात्मक फरक नाही?

"तुम्ही विद्यार्थी नेते आहात जमीला, अख्तर, पण तुमचा बौद्धिक व सैद्धांतिक अभ्यास पुरेसा आहे? तेव्हा मी विद्यार्थ्यांसाठी 'स्टडी सर्कल' घ्यायचो. तराकीसारख्या महान नेत्याच्या बौद्धिकांमुळे तुझ्या अन्वरचाचासारखे आजच्या धडाडीच्या नेत्यांचे विचार घडत गेले. तुम्ही मात्र केवळ भावनाशील व भरकटलेले वाटता. सारी चर्चा तुम्ही कॉलेजच्या डिबेटिंग लेव्हलवर आणून ठेवली आहे.''

जमीलला वाटलं, करमालनं नेमकं आपल्या दुखण्यावर व कमतरतेवर बोट ठेवलं आहे. आपला विरोध जायज आहे, तो कुणाविरुद्ध आहे, हेही स्पष्ट आहे; पण त्याचा पर्याय काय? पुढे काय साध्य करायचं आहे? कोणत्या पद्धतीनं हुकूमत आणायची व राबवायची आहे? हे प्रश्न तिला अस्वस्थ करीत. अख्तरचं उत्तर उतावळं असायचं. "स्वातंत्र्य हे सर्वोच्च मूल्य आहे आणि स्वातंत्र्यलढ्याच्या वेळी हे प्रश्न फिजूल आहेत. स्वतंत्र झाल्यावर अवामच ठरवेल, आपली दिशा व आपले राज्यकर्ते.'' तर झाकिरनं अलीकडे 'इस्लामी लोकशाही'ची संकल्पना मांडायला सुरुवात केली होती, पण त्याचा तपशील झाकिरजवळ नव्हता. जमीलला त्यामुळे दोघांच्या विचारांत कमतरता वाटत होती. क्षणभर करमालच्या निरीक्षणानं ती अंतर्मुख झाली.

"आय ॲम सॉरी टू स्टेट, पण आपण स्वतः इथं येऊन आपली बाजू मांडली म्हणून वस्तुस्थिती व दृष्टिकोनात फरक पडत नाही.'' झाकिर म्हणाला, "आपल्या विचारांत मूलभूत फरक आहे, तो एका चर्चेनं कमी होणार नाही. मुख्य म्हणजे तुमच्या विवेचनातही अनेक मूलभूत विसंगती आहेत, खैर.''

"मला तर असं वाटतं की, आपण परवाच्या जशनच्या भाषणाची आमच्यापुढे रंगीत तालीमच करीत आहात'' अख्तरच्या बोलण्यात उपहास ओतप्रोत भरलेला होता. "ए क्लेव्हर ॲंड आय मस्ट से, इंटेलिजंट मिक्स्चर ऑफ मेनी हाफ ट्रुथ्स... ॲंड गोबेल्स टाइप प्रोपोगंडा. नो सर, आम्हाला तुमचं हे प्रतिपादन मुळीच पटत नाही. तुम्ही देशाची प्रतारणा केली आहे, हे सत्य त्यामुळे लपत नाही. रूसी फौजेचं कोपऱ्याकोपऱ्यावरील अस्तित्व हे आम्हाला सतत जाणीव करून देतं की, आम्ही

आता गुलाम झालो आहोत, परतंत्र झालो आहोत. आणि त्यासाठी तुम्ही जबाबदार आहात सर... तुम्हाला इथली अवाम कधीच ॲक्सेप्ट करणार नाही, हे लक्षात ठेवा सर!'

आणि ताडताड पावलं टाकीत अख्तर निघून गेला. पुतळ्याप्रमाणे निर्जीवपणे करमाल काही क्षण तो गेलेल्या दिशेनं पाहत राहिला.

जमीला झाकिरसह उठत म्हणाली, ''आम्हाला परवानगी द्या सर.''

''ठीक आहे जमीला बेटी'', करमाल म्हणाला, ''एकच जाताना सांगतो, रूसी सैन्य इथं काही कायमचं राहिला व आपल्यावर सत्ता गाजवायला आलेलं नाहीय. ते परत निश्चित जाणार आहे, पण तूर्त ते इथं मला हवं आहे. तुमच्या मते असलेल्या देशविघातक तत्त्वांसाठी लढायला पुढे येण्यापूर्वी तुम्ही साकल्यानं विचार करा, तुमची कृती कितपत देशहिताची आहे? बायबाय, झाकिर मियाँ खुदा हाफिज!''

करमाल त्यानंतर सिनेटच्या सर्व विद्यार्थी प्रतिनिधींशी सविस्तर बोलला. ''मोर्चा निघूच नये, असं माझं मत नाही. असंतोषाची वाफ दाबण्याऐवजी तिला वाट करून देत ती जिरवलेली ठीक असते, असा माझा सिद्धांत आहे. पण तो मोर्चा लहान असावा, याची दक्षता घ्या. त्यासाठी सारे उपाय करा. उद्या सकाळी 'खाद'चे चीफ डॉ. नजिबुल्लह तुम्हाला सूचना देतील, तसं करा. हा छोटा मोर्चा आपल्यासाठी प्रभावी ठरेल व अवामलाही कळेल की, हुकूमतीविरुद्ध केवळ मूठभरच आहेत.''

याखेरीज त्यानं वकार व इतर दोन-तीन निवडक नेत्यांना वेगळं कानात सांगितलं. विरोधकांत कशी फूट पाडावी, त्यांना बदनाम कसं करावं आणि आपण बरं की आपला अभ्यास बरा, असं मानणाऱ्या बहुसंख्य विद्यार्थ्यांना भीती वाटून ते होस्टेलच्या वा घराच्या बाहेर पडणार नाहीत, असं दहशतीचं वातावरण कसं निर्माण करावं, याच्या काही टिप्स त्यानं दिल्या. ''सर, आपण निश्चिंत असावं. आपल्या आदेशाप्रमाणे सर्व काही होईल!''

परतताना कारमध्ये करमाल व अनाहिताच्या बोलण्याचा हाच विषय होता. ''बबरू, हे तिघे मोठे नेते होण्याचा संभव आहे. म्हणूनच ते धोकादायक आहेत.''

''यू आर राइट ॲनी.'' तिच्या बॉब केलेल्या केसांवरून हात फिरवीत करमाल म्हणाला.

''मग काय विचार आहे?'' तिनं विचारलं, 'त्यांना त्यांच्या कामासाठी मुक्त ठेवणं महागात पडेल. मला तर वाटतं की, पुन्हा एकवार आपली ती मोहीम...''

''नाही ॲनी! मागच्या दोन वर्षांत त्या सुव्वर अमीननं एवढं पर्जिंग केलं आहे की, अवाम पी. डी. पी. ए. ची नफरत करते. तशातच आपण असाधारण रीतीनं

सत्तेवर आलो आहोत. अवामची नाराजी व पारतंत्र्याची भावना हलक्या हातांनी कमी करणं महत्त्वाचं आहे. पर्जिंगचा विपरित परिणाम होईल.''

''पण आय फिअर बबरू. आपण अवामसाठी थरली डिस्क्रेडिटेड् झालो आहोत. त्यांचा विश्वास जिंकणं कठीण वाटतं.'' तिचा आवाज थरथरत होता. ''न जाणो, उद्या हे फॅनॅटिक इस्लामी सत्तेवर आले, तर तुला सरळ फासावर लटकावतील आणि मला व्यभिचारी ठरवीत शरियाप्रणीत एजओल्ड कानूनप्रमाणे दगडांनी ठेचून मारायला कमी करणार नाहीत. कारण तुझ्याजवळ मी निकाहविना राहते... वेस्टर्न मीडियामध्ये माझा उल्लेख एक स्वयंभू स्त्री नेता असा येत नाही, तर तुझी मिस्ट्रेस व एक्स्ट्रॉ-कॉन्स्टिट्यूशनल पॉवर सेंटर असा येतो... वो-वो मैं बर्दाश्त कर नहीं पाती-नहीं पाती...''

तिचा हा अचानक उद्रेक करमाल थक्क होऊन पाहत राहिला. पण त्याच वेळी हेही जाणवलं की, आपण तिला याबाबत दिलासा द्यायला असमर्थ आहोत.

''शांत हो ॲनी, असं काही होणार नाही. तुझी ही भीती काल्पनिक आहे आणि मेरे जीते जी त्यांचं राज्य येणार नाही.'' करमाल म्हणाला, ''बिलीव्ह मी, त्यासाठी मी वाटेल ती किंमत मोजायला तयार आहे. जोवर सोव्हिएत युनियन आपल्या पाठीशी आहे, इथं लाखभर रूसी फौज आहे, आपल्याला काही चिंता नाही.''

''हां बबरू. परतीचे सारे मार्ग बाद आहेत.'' अनाहिता म्हणाली, ''आपण हा निर्णय घेण्यापूर्वी दिवस-रात्र चर्चा केली आहे. राइट ऑर राँग, जे केलं ते केलं, ते निभावलं पाहिजे.''

''मुख्य म्हणजे त्यावर पूर्ण विश्वास ठेवला पाहिजे. कारण ते योग्य होतं व आहे.'' करमाल म्हणाला.

''हां बबरू, क्षणभर मी बेभान झाले होते.' अनाहिता आता बरीच सावरली होती... ''आता याच मार्गानं जायचं आहे पुढे. आपण कठोर व्हायला हवं. तू नेहमी म्हणतोस ना, विरोध चिरडायला स्टालिन तंत्रच योग्य आहे.'

''येस, पण तरीही पर्जिंग नको.''

''मग पर्याय काय?''

''आहे ना!'' करमाल मंद स्वरात गूढ हास्य करीत पुटपुटला. ''सिलेक्टिव्ह लिक्विडेशन...''

अनाहिता विस्फारित नेत्रानं तो तिच्या कानांत सांगत होता, ते ऐकत होती!

डॉ. नजिबुल्लाहनं मघाशीच खबर दिली होती की, सकाळी सात वाजताच

विद्यापीठ कॉर्नरपासून चार हजार विद्यार्थ्यांचा मोर्चा निघाला आहे. विद्यापीठात गेल्या दोन वर्षांत पाच हजारांपेक्षा जास्त विद्यार्थी संख्या नव्हती. अनाहिताला क्षणभर जमीलाच्या हिमतीला दाद द्यावीशी वाटली. तिच्या व झाकिरच्या विरुद्ध वैयक्तिक चारित्र्यहनन करणारी पोस्टर्स लावूनही त्यांचा विद्यापीठातील विद्यार्थ्यांवर काही परिणाम झाला नव्हता. कारण जमीला व झाकिरनं त्याला बिनतोड जबाब दिला होता. त्यांनी येणाऱ्या ईदच्या पवित्र दिवशी निकाह करण्याचा काल ऐलान केला होता. ही माहिती देत काहीशा कौतुकानं अन्वर तिला म्हणाला होता, "मॅडम, तिचं कौतुक करावं तेवढं थोडंच आहे. दुसरी एखादी स्त्री असती तर कुढत, झुरत बसली असती..."

अनाहिताला वाटलं, आपल्याकडे तर त्याच्या बोलण्याचा रोख नाही? इतकी वर्ष झाली तरी आपला व करमालचा विषय निघाला की, मनावर ताण येतो. आपण कुढतो, चिडतो... त्यामुळेच व्होडकाचं व्यसन लागलं. ते हल्ली वाढतच चाललंय. रात्री कांपोजच्या गोळीविना झोप येत नाही. आपल्यात जमीलासारखी धिटाई का नाही?

आपल्या या प्रश्नाला तिच्याच मनानं जे उत्तर दिलं, त्यामुळे मनोमन तीच पुन्हा घायाळ झाली. जमीलाचा प्रियकर झाकिर आहे, कुंवारा आहे व तिच्याशी तो निकाह करणार आहे. आपला करमाल हा आधीपासून शादीशुदा होता, मी त्याला जरूर हवी आहे. पण बीबीला तलाक देणं राजकीय नेत्याला परवडणारं नाही, म्हणून त्यानं आपल्याला तशीच चक्क ठेवली आहे... हे मी नाही, जग म्हणतंय. अगदी मुक्त जीवन असणाऱ्या अमेरिकेतील मीडियाही मला 'करमालची मिस्ट्रेस' म्हणतो... धिटाई काय दाखवणार?

रशियाच्या लाल सेनेचं नुसतं अस्तित्वही अफगाण माणसांना भयंकर खटकायचं. त्या अस्वस्थतेचा उद्रेक एवढ्या तीव्रतेनं होत होता की, 'खल्की' व 'परचमी' कार्यकर्ते असुरक्षितता महसूस करू लागले होते. त्यांच्या मागणीवरून व पार्टीची दहशत व जरब बसावी म्हणून करमालनं त्यांना अत्याधुनिक एके-४७ सारख्या बंदुका दिल्या होत्या. त्यांना अनुभवी रशियन सेनाधिकाऱ्यांनी प्रशिक्षण दिलं होतं. बंडखोरांना आता सेनेबरोबर पार्टी वर्कर्ससोबतही लढावं लागत होतं!

हे सारं मोर्चेकऱ्यांना ठाऊक होतं, तरीही त्यांचा हौसला बुलंद होता. जमीलाला ते जाणवत होतं! आपले अफगाणी देशबांधव हे किती शूर, निर्भय व निधड्या छातीचे आहेत, याची पुन्हा एकवार प्रचिती येत होती.

काबूल विद्यापीठापासून शहरभर सर्वत्र पोलिस बंदोबस्त होता. चौकात आणि हमरस्त्यावर प्रत्येक शंभर मीटर्सवर दुतर्फा रशियन रणगाडे व त्यावर बंदुका रोखलेले अफगाण व रशियन सैनिक... याखेरीज घोळक्याघोळक्यांनं 'परचमी' व 'खल्क' कार्यकर्ते एके-४७ बंदुका खांद्यावर टांगून उभे होते!

तरीही मोर्चा जमीला-झाकिरच्या अपेक्षेपेक्षा भव्य होता. जवळपास ऐंशी टक्के युवक-युवती जिवावर उदार होऊन सामील झाल्या होत्या. हातानं मुठी वळवीत ते सारे जण दोनच घोषणा देत होते, ''अल्ला हो अकबर!'', ''गो बॅक-गो बॅक! रशियन आर्मी गो बॅक!''

आजचा जशन उत्साहात साजरा व्हावा, अशी राज्यकर्त्यांची मनस्वी इच्छा होती. दुकानं शृंगारावीत, घरोघर राष्ट्रध्वज व पी. डी. पी. ए. चे लाल झेंडे लावावेत, असं आवाहन सरकारतर्फे रेडिओ/टी. व्ही. वर आणि शहरात लाउड स्पीकर लावून जीप्स् फिरवून केलं जात होतं.

पण आम आदमीचा मूड निषेधाचा होता. मोर्चाच्या रस्त्यावर एकही दुकान उघडं नव्हतं. अनेक दुकानमालक बंद दुकानासमोर उभं राहून हात उंच करीत 'अल्ला हो अकबर'चा घोष करीत त्यांच्यात सामील होत होते. निम्मं अंतर मोर्चानं पार केलं, तेव्हा तो मोर्चा केवळ विद्यार्थ्यांचा राहिला नव्हता, तो समस्त काबूलवासीयांचा झाला होता!

सामान्यजनांच्या मनावरचा ताण व भीती कमी झाली होती. मोर्चात सामील न होता जे नुसते आपल्या दारासमोर उभं राहून पाहत होते, त्यांना एक विलक्षण विलोभनीय दृश्य दिसत होतं.

काबूलवासीयांनी नवी हुकूमत नामंजूर केली होती. ते शौरवी सैन्याचं देशातलं अस्तित्व नाकारत होते.

दुसऱ्या दिवशी जमीलाला झाकिरची चिट्ठी मिळाली.

'मी जिहादसाठी काबूल सोडून जात आहे. इथं काबूलला माझ्या जिवाला धोका आहे आणि दिवसेंदिवस उघडपणे इथं वावरणं, काम करणं कठीण होत आहे. तेव्हा महंमद अन्वर अमीन साहेबांसोबत मी कुनार प्रांती काम करण्यासाठी जात आहे. तिथं आमच्या सोबत अफगाणी औरत खांद्याला खांदा लावून लढत आहेत. तू तिथं आलीस तर मी समजेन की, आपली मोहब्बत सच्ची आहे. तुला माझी व्हायचं असेल तर इस्लमियत स्वीकारावी लागेल. हे पूर्वीही अनेकवार सांगितलं आहे, आज पुन्हा निर्वाणीचं सांगत आहे. अगदी पूरब-पश्चिमप्रमाणे परस्परविरोधी आपले विचार असतील, तर

मोहब्बत फार काळ आपणास एकत्र बांधून ठेवील, असं वाटत नाही. जमीला, मैं तुम्हें चाहता हूँ, लेकिन इस्लाम छोडके नहीं. यदि तुम्हें मेरे साथ जीना है, तो इस्लाम को अपनाना पडेगा. फैसला मैं तुमपर छोडता हूँ! यदि पंधरा दिनों में तुम कुनार आ गयी, तो मैं समझूंगा कि तुम्हें मैं और मेरा इस्लाम कुबूल है. नहीं तो-'

किती वेळ तरी हातात झाकिरचं ते निर्वाणीचं पत्र धरून जमीला बधिर मनानं बसली होती. मनात विचारांचं तुफान उठलं होतं.

अंधार पडला तरी दिवा न लावता जमीला तिच्या खोलीत काय करते आहे, हे पाहण्यासाठी अन्वर दार लोटून आत आला. पलंगावर शून्यात नजर लावून बसलेली जमीला पाहताच तो चरकला. त्यानं दिवा लावला. प्रकाशात त्यानं पाहिलं, तिचा चेहरा किती उतरला होता.

"काय झालं बेटी?"

तिनं काही न बोलता झाकिरचं पत्र त्याच्या हाती दिलं. त्यानं वाचलं, तेव्हा त्याच्या लक्षात तिच्या विदीर्ण अवस्थेचं कारण आलं.

"तो क्या सोचा है बेटी?"

ती विमनस्क हसली. त्याच्या हातातलं पत्र तिनं घेतलं व एकही शब्द न बोलता ते तिनं शांतपणे फाडायला सुरुवात केली. पत्राच्या एकच्या दोन, चार, सोळा चिंध्या सावकाशपणे केल्या आणि खिडकीतून बाहेर फेकून दिल्या. वाऱ्याच्या झोतासोबत त्या पत्राच्या चिंध्या हवेत विखुरल्या गेल्या. ती आता बावरली नाही की चकित झाली नाही. आपल्या या मनाच्या नि:संदिग्ध कौलाचं तिला नवल मात्र वाटत होतं!

"ये तेरा फैसला ठीक सा है, जमीला बेटी." अन्वर म्हणाला, "याचा मी असा अर्थ समजू का, तू पुन्हा आमच्यात आली आहेस. आता इथंच राहणार ना बेटी?"

"नहीं चाचू... ये निजी फैसला था. त्याचा माझ्या भूमिकेशी काही संबंध नाही." शांतपणे जमीला म्हणाली, "चार दिवस राहायला आले होते. पण - खैर! आता मला गेलं पाहिजे. परत माझ्या होस्टेलवर."

"बेटी, तुझ्या जिवाला खतरा आहे. प्लीज, विचार कर. आणि इथंच राहा."

"नाही चाचू, ते शक्य नाही." जमीला ठामपणे म्हणाली, "माझ्या जिवाला खतरा आहे. तो तुमच्या हुकूमतीमुळेच ना...!

अन्वरच्या पाठोपाठ आलेली तराना म्हणाली, "जमीला, हे फार होतंय... तू आमची बेटी आहेस, म्हणून तुझ्या काळजीनं अन्वर बोलला. पण ठीक आहे... असा

इल्जाम तुला लावायचा असेल तर जा बेटी, पण जपून राहा. काही झालं, तरी ही तुझी चाची पलपल तुझ्या आठवणीनं झुरत राहील, काळजीनं तडफडत राहील...''

जमीला तरानाच्या जवळ गेली, तिचे खांदे न बोलता तिनं दाबले आणि अन्वरकडे क्षणभर पाहून तिथून शांतपणे निघून गेली.

अन्वर म्हणाला, ''आता जमीला बेटी आपली राहिली नाही.''

त्याच्या केसांतून हात फिरवत तराना त्याला शांत करायचा प्रयत्न करीत होती.

मग तोच शांत होत गेला. ''ठीक आहे तराना, आता मलाही घट्ट, कठोर झालं पाहिजे! आजवर नात्यांच्या गुंत्यात अडकत राहिलो आणि परेशान होत होतो. आता ते सारं संपलं. हा अन्वर यापुढे कठोर पाषाण होणार आहे. सर्वस्वानं झोकून देऊन सौरक्रांतीचा दुसरा टप्पा करमाल साहेबाच्या संगतीनं यशस्वी करणार आहे. त्यासाठी रक्त, हिंसा, युद्ध अपरिहार्य असलं तरी हरकत नाही. क्रांती मांजरीप्रमाणे स्वत:ची पिल्लं खाते, हे सत्य असेल, तर मलाही तसंच वागलं पाहिजे. आता मी सारे परतीचे दोर कापून टाकले आहेत. यापुढे मी नातेसंबंधात कधीच गुंतून पडणार नाही! अगदी तुझाही अपवाद करणार नाही.''

तराना त्याच्याकडे अचंबित होऊन पाहत होती. हा आपला अन्वरच आहे? किती विकृत, अपरिचित चेहरा आहे त्याचा... एका अनोळखी अन्वरचा आज जणू जन्म झाला आहे. या अन्वरशी आपण कसं निभावू शकू?

जिहादची आंतरराष्ट्रीय राजनैतिक लढाई

"हुजूर, मला माफ करा. माझी औकात ती काय? आपल्या वाघाशी माझा बछडा काय मुकाबला करणार?"

नईम अन्सारीनं आपल्या हाऊंड कुत्र्याचा पट्टा हाती घेत त्यासह हात जोडून मान झुकवून समोर आपल्या मर्सिडीज कारला टेकून उभ्या असलेल्या फील्डमार्शल जनरल इस्मतुल्लाह 'मुस्लीम' याला अदबीनं म्हटलं.

"क्या रे छोकरे, तू हमें इन्कार करता है?" आपल्या भारदस्त आवाजात गडगडाटी हास्यासह इस्मतुल्लाह गुरकावत म्हणाला.

"नहीं हुजूर! ऐसी तौहीन मैं भला कैसे कर सकता हूँ?"

"तो ठीक है. हमारा हुक्म है, आज तेरे कुत्ते से मेरा शेरू लडेगा..." आपल्या सोबत आणलेल्या वाघासारख्या दिसणाऱ्या आणि खास कुत्र्यांच्या झुंजीसाठी विशेष प्रशिक्षण देऊन आणि खाऊनपिऊन धष्टपुष्ट बनवलेल्या दोन कुत्र्यांपैकी एकाकडे अंगुलिनिर्देश करीत इस्मतुल्लाह म्हणाला, "तेरा कुत्ता जीता, तो मैं पाँच हजार अफगानी रुपया दूंगा."

त्याचा गूंगा-बहिरा असलेला सेवक दोन कुत्र्यांचे पट्टे धरून होता. इस्मतुल्लाहच्या इशाऱ्यांनं त्यानं 'शेरू' चा पट्टा सोडताच तो आपल्या मालकाकडे आला. इस्मतुल्लाहनं प्रेमानं शेरूला थोपटलं व तो म्हणाला, "मेरा सबसे प्यारा दोस्त है ये, मेरा शेरू. बडा वफादार है. सच कहूँ गूंगेमियाँ, मुझे आदमी से जादा कुत्तेसे प्यार है."

तो गूंगेमियाँ ओठ वाचून 'ऐकत' असे. गूंगेमियाँ हसला. त्यात असहाय्य दुबळी चीड होती, कारण मालकाला त्याच्याहून जादा किंमत व काळजी शेरू व सिंगूची होती. इस्मतुल्लाहला वाघ व सिंहाचं भारी आकर्षण होतं, म्हणून त्यानं आपल्या दोन कुत्र्यांची नावं शेरू आणि सिंगू ठेवली होती!

इस्मतुल्लाहनं वाकून शेरूच्या पाठीवरून हात फिरवला. त्याच्या तोंडाच्या वरच्या भागाचा प्रेमानं मुका घेतला आणि त्याची शेपटी पिरगाळून झेप घेण्याचा इशारा दिला.

नईम अन्सारीनंही आपल्या हातातल्या कुत्र्याचा पट्टा सोडीत त्याला मोकळं केलं आणि तो मागे सरकला.

दोन्ही कुत्रे क्षणार्धात झेप घेत एकमेकांना भिडले. काबूल शहराच्या बाहेर असलेल्या त्या मैदानातील तीन-चारशेच्या जमावानं एकच आवाज केला. आणि एकमेकांना मागे सारत व स्वत: पुढे व्हायचा प्रयत्न करीत दोन बहादुर कुत्र्यांची झुंज ते पाहू लागले आणि आरडाओरडा करू लागले.

आज त्या गर्दीला या झुंजीमध्ये विशेष होता! कारण एक कुत्रा सरकारच्या मोठ्या सेनाधिकाऱ्याचा व रिव्होल्यूशनरी कौन्सिलच्या सदस्याचा होता. बऱ्याच दिवसांनी इस्मतुल्लाह झुंज लढवायला आला होता!

नईम स्थानिक असल्यामुळे जनसमुदायाला परिचित होता. त्याचा कुत्रा परिसरात अजिंक्य म्हणून प्रसिद्ध होता. या वर्षभरात एकाही शुक्रवारच्या साप्ताहिक सुट्टीच्या झुंजीत तो हरला नव्हता. प्रत्येक वेळी त्यानं बक्षिसाची रक्कम तर जिंकली होती, अनेक शौकीन अफगाणीही खूष होत त्याला बक्षीस द्यायचे. या कमाईवर तर त्याचा प्रपंच चालायचा. त्यासाठी तो आपल्या एकुलत्या एक कुत्र्याची निगा कसोशीनं ठेवायचा. त्याला मटण खाऊ घालायचा व रोज त्याच्याकडून अशा झुंजीसाठी आवश्यक तो व्यायाम करून घ्यायचा. त्याचा कुत्रा सतत होणाऱ्या झुंजीनं चांगलाच तयार झाला होता.

म्हणूनच नईम झुंजीला भीत होता. कारण इस्मतुल्लाहचा शेरू दिसायला कितीही तगडा असला, तरी आपला 'मंगल' त्याला भारी पडून जीत आपलीच होणार, याची त्याला पूर्ण खात्री होती. आणि तेच त्याच्या भीतीचं कारण होतं.

कारण स्वत:ला फील्डमार्शल म्हणवून घेणाऱ्या इस्मतुल्लाहशी गाठ होती. त्याचं विक्षिप्त वागणं व वाऱ्याच्या वेगानं फिरणाऱ्या चंचल लहरींचे किस्से काबूल ते कंदाहारपर्यंत मशहूर होते. मूळचा सैन्यदलातला हा कॅप्टन सौरक्रांतीनंतर मुजाहिदीनांना जाऊन मिळाला होता. पण मागच्या वर्षी १९८५ मध्ये तो परत पी. डी. पी. ए. ला मिळाला होता व आज कंदाहार प्रांतात मुल्ला मोहंमद ओमरच्या मुजाहिदीनांशी लढत होता. त्याला करमालनं रिव्होल्यूशनरी कौन्सिलचा सदस्यही केलं होतं. शुक्रवारी काबूलला असला की हमखास या झुंजीसाठी प्रसिद्ध असलेल्या या मैदानात यायचा व झुंजी लावायचा.

कुत्र्यांच्या झुंजी हा अफगाणींचा करमणुकीचा खेळ. हाऊंड जातीची कुत्री त्यासाठीच पोसली व तयार केली जायची. उंच व लांबडे असलेले हे कुत्रे वाघाच्या पिल्लाप्रमाणे वाटत. दोन दोन माणसांनी कातडी पट्ट्यांनी धरूनही ते आवरत नसत! ते जेव्हा झुंजीसाठी भिडून एकमेकांचे लचके तोडत, रक्तबंबाळ होत, तेव्हा पाहणारे अफगाणी थरारून जात. पैजा लावीत मोठमोठ्यानं ओरडत, आपल्या कुत्र्याला प्रोत्साहन देत!

आजची झुंज अतिशय थरारक होणार असल्याची चिन्हं असली तरी सारा समुदाय दबलेला होता. हलक्या स्वरात कुजबुज होती. इस्मतुल्लाह मात्र मोठमोठ्यानं ओरडत शेरूला प्रोत्साहन देत होता. त्याच्या बरोबरचे अंगरक्षक व सरकारी 'खल्क'-'परचम'चे कार्यकर्तेही त्याला साथ देत होते.

मंगलनं शेरूच्या कानाचा लचका तोडून त्याला लोळवलं, तेव्हा मात्र नईमला राहवलं नाही. त्यानं उत्स्फूर्त विजयाचा चित्कार काढला. आणि मोकळ्या आवाजात तो मंगलला प्रोत्साहन देऊ लागला. "देख मंगलू, या मोसमात तू अजिंक्य राहिला आहेस. आज शेवटची झुंज आहे. तेव्हा तुला जिंकलंच पाहिजे. तुझ्या या मोठ्या भावाची तुला कसम आहे, लढ, सर्वस्वानं लढ!"

इस्मतुल्लाह आपला शेरू मंगलच्या झेपीनं लोळताना पाहून लाल होत संतापानं गरजला, "शेरू, तू फील्डमार्शल का कुत्ता नहीं, शेर है. मैं जो खुद खाता हूँ, वही तुझे खिलाया है. वो जीत के लिये, हार के लिये नहीं."

'खल्क' 'परचमी' पार्टी वर्कर्स इस्मतुल्लाह त्यांचा बॉस असल्यामुळे त्याच्या बाजूनं 'हुर्रा! हुर्रा!' करीत शेरूला प्रोत्साहन देऊ लागले.

त्या 'हुर्रा' घोषणेनं पाहता पाहता जनसमुदायाचं मानस पालटत गेलं. 'हुर्रा' ही कम्युनिस्टांची रशियन घोषणा देणारे ते मूठभर पार्टी वर्कर्स होते. बहुसंख्य जमाव मात्र हा मनानं मुजाहिदीन-बंडखोरांच्या बाजूनं होता. गेली सहा वर्ष लाखभर रशियन सैनिकांच्या बळावर राज्य करणाऱ्या बबराक करमाल व त्याहून जादा या परक्या शौर्याविरुद्ध जनमानसात त्वेष ठासून भरला होता, त्याला त्या परक्या 'हुर्रा! हुर्रा!' या घोषणेनं पुन्हा जाग आणली. आणि त्या आवेशात एकाच वेळी त्या तीनचारशेच्या जमावानं अगदी ठरवल्यासारखी पण उत्स्फूर्तपणे गगनभेदी आरोळी ठोकली, "अल्ला हो अकबर!"

इस्मतुल्लाह व खल्की-परचमी कार्यकर्ते थक्क होऊन तो जयघोष ऐकतच राहिले.

इस्मतुल्लाहसोबत त्याचा कमांडो म्हणून आलेला जावेदही अवाक होऊन

'अल्ला हो अकबर'चा आकाश व्यापून सोडणारा जयघोष ऐकत जनसमुदायाचा आता पूर्णपणे निर्भय झालेला चेहरा पाहत राहिला. त्याला त्यामागचं अंतरंग कळत होतं, मनात पुन्हा तोच प्रश्न उभा राहत होता, हे शौरवी लोक परत कधीच का जाणार नाहीत? त्यांचा आम्हा सामान्य 'परचमी' कार्यकर्त्यांनाही राग येतो. जनाब करमाल साहेबांना हे कसं कळत नाही? का नाही ते त्यांना परत पाठवीत? ते व सोव्हिएत युनियनचे नेते नुसती पोकळ आश्वासनं देत असतात.

करमाल १९८० मध्ये राष्ट्राध्यक्ष झाला, तेव्हा शौरवी सैन्य सौरक्रांतीच्या रक्षणासाठी आलं आहे, यावर एक 'परचमी' कार्यकर्ता म्हणून आपला ठाम विश्वास होता. सौरक्रांतीला विरोध करणारे जे मुल्ला-मौलवी व जमीनदार होते, जे अवामचं शतकानुशतकं शोषण करीत होते, त्यांनी जिहादचा नारा देत बंड पुकारलं होतं. ते जावेदसारख्या सुशिक्षित अफगाणींना अमान्य होतं. म्हणून तो 'परचम'चा समर्थक होता.

पण आज सहा वर्षांनंतर काय दिसतं? तात्पुरतं म्हणून आलेलं सोव्हिएत सैन्य अजूनही या भूमीवर आहे, नव्हे तेच सर्व काही नियंत्रित करीत आहे. आज वाटतं, खरंच करमाल त्यांचा कळसूत्री बाहुला आहे, त्यांच्या इशाऱ्यावर नाचणारा. आज देशात, काबूल व इतर शहरांतही रशियनांचं वर्चस्व पदोपदी जाणवत आहे. ते केवळ आपली साधनसंपत्ती लुटत नाहीत, आपल्या बायकाही लुटत आहेत. आपल्या घरापासून, देशापासून दूर आलेले रशियन फौजी जवान वासनातृप्तीसाठी अफगाण स्त्रियांवर केवढे लैंगिक अत्याचार करीत आहेत. आपली हुस्ना-तिला सक्तीनं एका रशियन कर्नलशी मैत्री ठेवावी लागत आहे व त्याला जेव्हा गरज असेल तेव्हा भेटावं लागत आहे. एकेकाळी पंतप्रधान राहिलेल्या पण आज सामान्य प्रतीचं जीवन जगणाऱ्या कुटुंबातील हुस्नाला सरकारी हुकूमानं परक्यांची शेज सजवावी लागत आहे. ही सक्तीची मैत्री नव्हे, सरळ बलात्कार आहे. हुस्ना सांगत होती, तिच्यावर भुकेला रशियन कर्नल तुटून पडायचा व भोग घेऊन तृप्त व्हायचा, तेव्हा आरोळी ठोकायचा, 'हुर्रा'

आणि आमचेच पार्टी वर्कर्स आज किती सहजतेनं 'हुर्रा' म्हणत आहेत. रशियन विष किती खोलवर भिनलं आहे, आम्हा खल्की व परचमी कार्यकर्त्यांच्या रक्तामध्ये...

या पाच-सहा वर्षांत किमान दहा-बारा हजार कार्यकर्ते विविध प्रशिक्षणासाठी, अनेकविध कार्यक्रमांच्या नावाखाली, मॉस्को-ताश्कंद-लेनिनग्राडला जाऊन आले होते. तेथे मार्क्सवाद व समाजवादाचं प्रशिक्षण दिलं जायचं, तसंच रशियन मुलींशी

मैत्री करायला प्रोत्साहन दिलं जायचं. जावेदला स्वत:ला दोन्ही मॉस्को भेटीत रशियन युवर्तींचा निकट सहवास व लैंगिक भोग मिळाला होता... हा सारा प्रकार म्हणजे दीर्घकालीन विचारपूर्वक आखलेल्या धोरणाचा भाग असावा. अफगाण भूमीवरून कधीच माघार न घेण्याची सोव्हिएत युनियनची भूमिका तर नसेल? त्यांच्या विशाल युनियनचा अफगाणीस्तान सोळावा प्रांत करण्याचा डाव तर नसावा?

हे सारे प्रश्न जावेदला या वर्ष-दीड वर्षापासून छळत होते. त्यांचं समाधानकारक उत्तर सापडत नव्हतं.

तो मॉस्कोमध्ये आत्मसात केलेल्या व त्यावर श्रद्धापूर्वक विश्वास ठेवणाऱ्या 'ब्रेझनेव्ह सिद्धांता'प्रमाणे अफगाण कम्युनिस्ट चळवळीच्या रक्षणासाठी त्यांचं सैन्य आलं आहे, असं आजवर मानत आला होता.

'प्रत्येक समाजवादी राष्ट्रातील जनतेला आपल्या विकासाचा स्वतंत्र मार्ग चोखाळण्याची मुभा आहे. पण त्यांचा कुठलाही निर्णय वा धोरण हे त्यांच्या व इतर देशांतील आणि एकूणच आंतरराष्ट्रीय समाजवादी चळवळीला हानिकारक असता कामा नये आणि त्यामुळे जागतिक समाजवादी संघर्षाला खीळ बसू नये. याचा अर्थ असा आहे की, प्रत्येक कम्युनिस्ट पार्टी ही त्यांच्या देशातील जनतेप्रतीच केवळ तेवढीच जबाबदार नाही तर ती इतर समाजवादी देशांच्या जनतेप्रती व एकूणच समाजवादी चळवळीलाही जबाबदार आहे, असते. जो हे विसरतो आणि आपल्यापुरतं स्वातंत्र्य व स्वायत्तता मागतो, तो आपल्या आंतरराष्ट्रीय समाजवादी चळवळीच्या व विचारांच्या जबाबदारीपासून पळ काढतो, असंच म्हटलं पाहिजे....'

जावेदप्रमाणे असंख्य अफगाणींना हे पढवण्यात आलं होतं. जावेदला वाटलं, आपल्यासारखे 'खल्की' व 'परचमी' कार्यकर्ते व काही सेनाधिकारी व सैनिक सोडले तर आम आदमी हा मनानं, विचारानं व भावनेनं मुजाहिदीनांच्या मागे आहे... आजची ही कुत्र्यांची झुंज त्याचा उत्स्फूर्त आविष्कार आहे. त्यांना मंगलू जिंकलेला हवा आहे... कारण तो अवामचा प्रतिनिधी आहे. त्याची जीत ही त्यांना चीड आणणाऱ्या हुकूमतीची हार.

आपण कुणाच्या बाजूनं आहोत? शेरू की मंगलू? मघाशी सवयीनं आपणही 'हुर्रा' म्हटलं, पण मनापासून वाटतं की, आपल्या नावापुढे 'मुस्लिम' लावणाऱ्या इस्मतुल्लाहची, हार व्हावी-कारण तो सच्चा पाक इस्लामी बंदा नाही आणि इन्कलाबी क्रांतिकारीपण नाही. आज तो मुजाहिदीनांना सोडून आपल्यात सामील झाला व कंदाहार प्रांतात मुजाहिदीनांना त्यानं पार नेस्तनाबूद केलं आहे. म्हणून सरकारनं सोव्हिएत युनियनच्या 'स्पेटस्नॅझ' कमांडोंच्या धर्तीवर तयार केलेल्या अफगाण

कमांडोंमधून सहा जणांना त्याच्या रक्षणासाठी नियुक्त केलं आहे, त्यात जावेदही होता.

गेल्या सहा महिन्यांपासून तो इस्मतुल्लाहला जवळून पाहत होता. म्हणूनच त्याला वाटत होतं, आता सौरक्रांतीचं ध्येय मागे पडलं आहे. आता केवळ खुर्चीला चिकटून राहणं व सैन्याच्या बळावर मुजाहिदीनांना चिरडून टाकणं, एवढंच सरकार करीत आहे. तराकी-अमिननं धडाक्यात भूमिसुधारणा कार्यक्रम लागू केला व लाखो भूमिहीन शेतमजुरांना जमिनी वाटल्या. त्यानंतर करमालनं फारसं काही केलं नाही. आता तर तो कार्यक्रम ठप्प झाला आहे. तीच बाब आहे साक्षरतेची. करमालनं ती 'ऐच्छिक' केली आणि जवळपास सर्वच साक्षरता केंद्रं ओस पडली.

जावेद प्रथमपासून ज्या कारणासाठी कट्टर 'परचमी' होता, त्या सौरक्रांतीचा स्त्रीमुक्तीचा व लिंगसमानतेचा कार्यक्रम करमालनं जणू गुंडाळून ठेवला होता! त्याचं सर्वांत मोठं उदाहरण म्हणजे दोनेक वर्षांतच त्यानं अनाहिताला मंत्रिमंडळातून वगळलं. कारण अफगाण इतिहासात प्रथमच एक स्त्री मंत्री बनून हुकूमत करीत होती. मुजाहिदीनांच्या डोळ्यांत तिचं सार्वजनिक बेपर्दा वावरणं कुसळाप्रमाणे सलत होतं. तिच्यावर तीन वेळा जानलेवा हल्लेही झाले होते. जावेदसारख्या स्त्रीपूजक अफगाणी पुरुषाला व समानता मानणाऱ्याला तिचं मंत्रिमंडळातून वगळणं धक्का देऊन गेलं होतं. त्याचे उस्ताद असलेल्या अन्वरला त्याबाबत विचारलं, तेव्हा त्याचं उत्तर किती पोकळ होतं.

"हां जावेदमियां, ये बिल्कुल सही नहीं हुआ है. पण जनाब करमालचा फैसलापण अपने जगा दुरुस्त लगता है. एकतर तिच्या जिवाला असलेला सततचा धोका, त्यामुळे मोहतरमा निर्भयपणे सार्वजनिक काम करू शकत नव्हत्या. आणि दुसरं कारण - मी त्याला अपरिहार्य तडजोड समजतो, अवामच्या मनातला रोष दूर करणं होय. त्यांना त्या इस्लामप्रमाणे पसंत नव्हत्या..."

"म्हणजे सर, तुम्ही त्याच शीबाराणीच्या परंपरेला बढावा देत आहात." जावेद आवेशानं बोलत होता. "तुम्ही आठवा सर, पंधरा वर्षांपूर्वी आपण विद्यार्थी सिनेटची निवडणूक रब्बानीला पराभूत करून जिंकली व आपल्या वतीनं मोहतरमा अनाहिता अध्यक्ष झाल्या. तेव्हा तुम्हीसुद्धा शीबाराणीच्या परंपरेचं किती आक्रमकपणे खंडन करीत होतात. तेव्हापासून मी तुमचा अनुयायी आहे. मग करमाल साहेबांचा... अफसोस, माझ्या दैवताचे पायही मातीचे निघाले. तेही प्रसंग पडताच तत्त्वांना तिलांजली देतात."

त्याला हुस्ना म्हणालीपण होती, "जावेद, अनाहिता आम्हा अफगाण औरतसाठी

मुक्तीचं प्रतीक होती. आम्हा स्त्रियांसाठी अभिमानाची बाब होती! पण तुमची हुकूमतही स्त्रीला कःपदार्थ मानते व प्रसंग येताच त्यांना पायदळी तुडवते, हे त्यानं सिद्ध होतं. आजवर तुला कधी सांगितलं नाही, पण मलाही सरकारी हुकुमानं एका रशियन कर्नलची मैत्रीण व्हावं लागलं आहे, त्याची शेज सजवायला...''

हा गौप्यस्फोट जावेदला समूळ हादरवून सोडणारा ठरला होता!

''आता कदाचित तू मला भेटणार नाहीस... प्रेमानं जवळ घेणार नाहीस. कारण आता मला कुणाही पुरुषाचा भरवसा वाटत नाही. आम्हा मुस्लिम – खास करून अफगाण स्त्रीला कधीच समानता व मुक्ती नसीब असणार नाही.''

ती त्याच्याकडे अश्रूभरल्या नेत्रांनं पाहत होती. तिची अपेक्षा होती, तो तिला जवळ घेत तिचं सांत्वन करील व दिलासा देत म्हणेल, 'नाही हुस्ना... मी तरी तसा नाही. हे कळूनही तुझ्यावरील प्रेम तिळमात्रही कमी झालेलं नाहीय. जे झालं त्यात तुझा दोष काय? मी-मी त्या कर्नलला गोळीनं उडवीन...'

पण तो ठार बधिर होता. हुस्ना त्याला प्रथमच दूरस्थ वाटत होती. त्याचं मन त्याला फटकारीत होतं... वा, जावेद वा... तूही अखेर पुरुषच निघालास...

तिला जवळ घ्यावं, अशी मनोमन ओढही होती. पण त्याच वेळी मनात विचार येत होते. हा देह त्या न पाहिलेल्या रशियन कर्नलनं किती वेळा चुरगळला आहे. तो मी कसा जवळ करू? माझ्यातला मर्द हे सहन करू शकत नाही, हुस्ना उष्ठावली आहे...

''जावेद, तू चूप का? बोलत का नाहीस?''

''हुस्ना, ते सारं सहन करण्यापेक्षा तू...'' वाक्य अध्यार्वर तोडीत जावेदनं जीभ चावली.

''मरून का गेली नाहीस? असंच म्हणायचं होतं ना! मग थांबलास का? तेही म्हणून टाक...''

ती खरंच मनकवडी होती. ''नाही हुस्ना, काहीतरीच बोलू नकोस. मला विचारायचं होतं. हे मला आधी सांगितलं असतंस तर...''

''तर त्या कर्नलचा खून केला असतास तू?'' चाबकाच्या फटकाऱ्याप्रमाणे तिचे शब्द त्याच्यावर बरसले. ''अजूनही वेळ गेली नाही.'' आणि ती कडवट जहरी हसली. त्या हास्यानं जावेद पांढराफेक पडला होता. ''मला त्याचं नाव-पत्ता विचारणार नाहीस?''

जावेदनं तिला त्याचं नाव-पत्ता त्या वेळी विचारला नाही. कारण ते आपल्याला शक्य नाही, असं वाटत होतं!

पण आता इस्मतुल्लहच्या संगतीत कमांडो म्हणून सतत त्याच्या सावलीसारखं वावरताना मन चाहेल ती स्त्री पाशवी निर्दयतेनं भोगण्याची त्याची कृती पाहून जावेदची बधिरलेली संवेदना जागृत होत होती आणि त्याला आव्हान देत होती. तू याचा बदला घेणार नाहीस? केवळ हुस्नाच नाही तर समस्त अफगाण औरत लुटली जातेय, नागवली जातेय. अवघ्या देशावर रेप होतोय, या शौरवी व त्यांच्या संगतीनं बहकलेल्या आपल्या लोकांमार्फत...!

मागच्या आठवड्यातच काबूलमध्ये 'लोया जिरगा'च्या अधिवेशनासाठी आलेला इस्मतुल्लह त्यानंतर नवरोज उत्सव साजरा करण्यासाठी मजारे शरीफला गेला होता आणि नवरोजच्या पूर्वसंध्येला तेथील तारांकित हॉटेलमध्ये एक शानदार पार्टी त्यानं आयोजित केली होती. पहाटे पाचपर्यंत तेथे मुजरा होत होता आणि नृत्यांगनांसोबत इस्मतुल्लह सर्वांसमक्ष लाजकाज न बाळगता निर्लज्ज चाळे करीत होता. त्याचं एकानं वर्णन केलं, 'इस्मतुल्लह मुस्लिमला कुत्रे, व्होडका, हशीश आणि बायका बेहद्द प्रिय आहेत! तो जेव्हा युद्धभूमीवर नसतो, त्याचा पराक्रम बिछान्यात होत असतो. त्यासाठी कुठलीही अफगाण स्त्री तो उचलून आणायचा. त्याची याबाबतची कुकीर्ती ऐकलेल्या स्त्रिया त्याच्या पुढ्यात येता येता गर्भगळीत व्हायच्या. त्याला त्याचं काही वाटत नसे. त्याला केवळ देह हवा असायचा. त्याकडून साद-प्रतिसादाची अपेक्षा नसायची.'

आपल्या देशापासून दूर आलेले, मुजाहिदीनांच्या वाढत्या प्रतिकारानं सदैव मृत्यूच्या छायेत वावरणारे रशियन सैनिकही अलीकडे वाढत्या प्रमाणात लैंगिक अत्याचार करीत होते आणि सरकार त्याकडे कानाडोळा करीत होतं. नव्हे, उलटपक्षी बड्या शौरवी अधिकाऱ्यांना खूष ठेवण्यासाठी त्यांच्याशी मैत्री ठेवण्याची सक्ती हुस्नासारख्या देखण्या उफाड्याच्या अफगाण स्त्रियांवर करीत होतं. तर सामान्य रशियन जवान रस्त्यावर हिंडताना कुठलीही स्त्री हेरून उचलत व आपली वासना तृप्त करीत असत.

अवाम या अत्याचारानं संतप्त होत होती. अल्ला न मानणारे कम्युनिस्ट त्यांना 'काफिर' वाटत होतेच. 'झन, झर व जमीन' प्राणपणानं जपणारे पठाण व इतर वंशीय अफगाण मुजाहिदीन होत होते. देशातील प्रत्येक शहर व गावामध्ये गनिमी काव्यानं लढा चालू झाला होता.

जावेदनं कमांडो प्रशिक्षणाच्या वेळी सैन्याचा जागतिक इतिहास अभ्यासला होता. जेत्या राष्ट्राचे सैनिक जित देशाच्या स्त्रिया भोगतात, तो सूडाचा प्रकार असतो. पराभूत राष्ट्राला अधिकच हतबल करण्याचा जाणीवपूर्वक प्रयत्न असतो. त्यांची

मानसिक प्रतिकारशक्ती ढासळून पडावी व त्यांनी मनानंही शरणागती पत्करावी, यासाठी हा खटाटोप असतो. सैन्यातील नोकरीमुळे आणि विजयाच्या धुंदीमुळे पुरुषत्व अधिक प्रखरतेनं स्त्रीभोगाला वखवखलेलं असतं. आणि परदेश असल्यामुळे स्वदेशात वाटणारी नीतिनियमांची लाज नसते...

जावेदला संताप होता. पण त्याहून जादा खंत होती ती आपल्याच देशबांधवांची. सरकारी अधिकारी, सैनिक व पार्टी वर्कर्स यांनाही आपल्याच स्त्रियांवर अत्याचार करण्यात काही शरम वाटत नव्हती. तरुण स्त्रिया शुद्धीकरण मोहिमेत तुरुंगात डांबल्या गेल्या होत्या. त्यांपैकी अनेक जण लैंगिक अत्याचाराच्या शिकार झालेल्या होत्या. बाहेर आल्या तेव्हा काही गर्भारही होत्या. अनेक गरीब अफगाण तरुणांनी, ज्यांची हुंडा देण्याची ऐपत नसल्यामुळे लग्नं होत नव्हती, त्यांनी अशा गर्भार स्त्रियांशी निकाह केले होते. दु:खात चंदेरी कड तेवढीच होती. सबंध देश हा बलात्कारित होत होता, याचं भान हुकूमतीला उरलं नाही, हे अवामला जाणवत होतं.

तसंच जावेदसारख्या अजूनही संवेदनाक्षम असणाऱ्या पार्टीवर्करलाही...

इस्मतुल्लाहच्या सुरक्षा पथकात दाखल झाल्यापासून जावेदची अस्वस्थता वाढत होती. कारण त्याच्यासोबत वावरताना आजवर न जाणवलेली दुनिया तिच्या नग्न भयावह रूपासह सामोरी येत होती. ती होती, करमाल राजवटीची काळी बाजू दाखवणारी. आता इन्किलाब, क्रांती आणि त्याची उदात्त स्वप्नं, ध्येयधोरणं केवळ बोलण्यापुरतीच उरली होती. 'खाद' या के. जी. बी. च्या धर्तीवर बांधलेल्या गुप्त पोलिस यंत्रणेमार्फत सत्तेच्या विरोधात बोलणाऱ्यांचा आवाज दडपण्यासाठी अटकसत्र व दमनचक्राचा जो अतिरेकी उच्छाद नजिबुल्लाहनं मांडला होता त्यामुळे मुजाहिदीनांची इस्लामी राज्याची कल्पना पसंत नसणारी राष्ट्रवादी मंडळीही आता दुसरा पर्याय नसल्यामुळे तिकडे वळली होती. रशियन सेनाबळावर काबूल, कंदाहार, मजारे शरीफ, हेरात आदी शहरं, दळणवळण यंत्रणा आणि प्रमुख राज्य मार्गांवर कसाबसा ताबा होता, पण बाकी ग्रामीण भाग हा नियंत्रणातून सुटला होता. तिथं मुजाहिदीनांच्या स्थानिक नेत्यांचं व स्वघोषित कमांडर्सचं राज्य होतं. दररोज कुठेना कुठे गनिमी पद्धतीनं सैन्यावर, पार्टी वर्कर्सवर हल्ले होत. विद्युतगतीनं चढाई करून माणसं मारायची, जखमी करायची आणि जमेल तेवढी शस्त्रं व दारूगोळा लुटून परत आपल्या ग्रामीण छावणीवर यायचं, हा त्यांचा प्रतिकाराचा मार्ग होता. त्याला सरकारचं उत्तरही तेवढंच निर्घृण-पाशवी होतं. ज्या भागात बंडखोर हल्ला करून परत गेलेले असायचे, त्या भागात विमान व हेलिकॉप्टरनं बेतहाशा 'कार्पेट बॉम्बिंग' करायचं व त्याच्या कव्हरमध्ये रणगाडा पलटणीनं त्या क्षेत्रात शिरून बंदुकांनी स्वैर

अंदाधुंद गोळीबार करायचा. त्यात मुजाहिदीनांपेक्षा नागरिक जास्त बळी पडायचे.

गावंच्या गावं उजाड पडली होती! सुशिक्षित, नोकर पेशातले व बऱ्यापैकी श्रीमंत लोक अमेरिका, युरोप वा भारताकडे स्थलांतरित होत होते, तर गरीब, मध्यम दर्जाचे आणि मदरसा शिक्षण घेतलेले म्हणूनच काफिर हुकूमतीचा द्वेष करणारे इस्लाम-रक्षणासाठी म्हणून पेशावर, क्वेट्टा या पाकिस्तानी क्षेत्रात जात. त्यांपैकी काही जण मुजाहिदीन बनत, तर बाकीचे निर्वासितांचं कठीण जीणं जगत. ज्यांना हेही जमायचं नाही, ते सतत होणारे हवाई हल्ले, बॉम्बिंग आणि गोळीबारीनं जीव वाचवण्यासाठी आणि त्याहीपेक्षा पोट भरण्यासाठी म्हणून काबूल-कंदाहारसारख्या मोठ्या शहरांत स्थलांतरित होत. एकट्या काबूलची जनसंख्या या वर्षभरात दुपटीनं वाढली. येथे किमान जिवाच्या सुरक्षिततेची हमी तरी होती आणि कष्ट करून पोटात दोन नानच्या रोट्या तरी जात होत्या.

सरकारमध्ये मोठ्या हुद्द्यावर असलेले अधिकारी, नोकरशहा, बडे सेनाधिकारी, मंत्री व महत्त्वाचे पार्टीवर्कर्स हे हळूहळू भ्रष्टाचार, उपभोग व भाई-भतीजावादाचे शिकार झालेले! वातावरण एवढं दिशाहीन होतं, सरकारी यंत्रणा एवढी कमकुवत व खिळखिळी झाली होती की, कशाचीच कुणाला शाश्वती वाटत नव्हती. १९६५ ते सौरक्रांतीपर्यंतची ध्येयभारली धुंदी आणि तराकीच्या काळातली आपली ध्येयधोरणं साकार करण्यासाठी अंमलबजावणीच्या बेहोषीचा आता मागमूसही राहिला नव्हता. ज्या करमालनं सारं तारुण्य समाजवादी कम्युनिस्ट चळवळीसाठी वेचलं होतं, तो आता खुर्चीसाठी धडपडत होता. त्यासाठी रशियन प्रभुत्व त्यानं स्वीकारलं होतं. स्वत:बरोबर देशाला गुलाम केलं होतं!

त्याच्या मागे आंधळेपणानं जाणारे आपल्यासारखे 'परचमी' कार्यकर्ते कुत्र्याच्या झुंजीतही एकनिष्ठा दर्शवीत सरकारी माणसाचा कुत्रा जिंकावा म्हणून 'हुर्रा! हुर्रा!' ओरडत होते. जावेद स्वत:शीच विमनस्क हसला!

शेरू व मंगलूची झुंज आता अंतिम टप्प्यात पोचली होती. मंगलू शेरूला नि:संशय भारी पडत होता. त्याच्यावर पुन्हा ताकदीनं झेप घेत त्याच्या शरीराचे लचके तोडत होता, चावे घेत रक्त काढीत होता. शेरूची ताकद त्याच्यापुढे कमी पडत चालली होती.

इस्मतुल्लाह एका यत्किंचित सामान्य माणसाच्या कुत्र्याकडून आपल्या मस्त खाऊनपिऊन पोसलेल्या कुत्र्याचा पराभव होताना पाहून संतापानं धुमसत होता. मुख्य म्हणजे सारा जमाव आता मंगलूला 'अल्ला हो अकबर'चे नारे देत साथ देत होता. त्याच वेळी शेरूबद्दल टीकाटिप्पणीही करीत होता. इस्मतुल्लाहला तो अपमान वाटत

होता.

पंचांनं मंगलू जिंकल्याचं जाहीर केलं आणि दोन्ही कुत्रे अलग केले. गूंगेमियाँ पराभूत शेरूचा पट्टा सावरीत त्याच्या जवळ येताच इस्मतुल्लाह गरजला, ''आज तूने मेरी शान मिट्टी में मिला दी... तुझे जिंदा रहने का अधिकार नहीं...'' आणि त्यानं छोटं रिव्हॉल्व्हर काढलं व तीन-चार गोळ्या शेरूवर झाडल्या. तो तडफडत जमिनीवर कोसळला आणि गतप्राण झाला. ''जैसा शेरू, वैसाही सिंगू. बस् - खा खा के चरबी बढ गयी है.'' असं पुटपुटत त्यालाही मारून टाकलं. ''गूंगेमियाँ - दोनों को रास्ते में फेक दो... यापुढे कुत्र्याची शर्यत मी कधीच खेळणार नाही. मला पराभव सहन होत नाही.''

आपल्या विजयी मंगलूला थोपटत नईम मैदानाच्या कडेनं पडलेल्या बर्फाचा चुरा प्रेमानं त्याच्या जखमांवर लावीत होता. त्यामुळे त्वरित जखमा भरून यायच्या. साऱ्या जखमांवर बर्फाचा लेप लावून झाल्यानंतर तो इस्मतुल्लाहजवळ येत अदबीनं म्हणाला, ''हुजूर, मेरे शर्त के पैसे.''

''बहोत नाज है ना तुझे अपने कुत्ते पे?''

''हां हुजूर. या मोसमात साऱ्या शर्यती त्यानं जिंकल्या आहेत. आजची तुम्ही पाहिली आहे. माझ्यासारख्या छोट्या माणसाच्या कुत्र्यानं शेरूला हरवलं, याचा भारी अभिमान वाटतो...''

''अच्छा, मंगलू को जरा सामने तो ला. मला पाहायचं आहे त्याला जवळून.''

नईमनं मंगलूला त्याच्या समोर आणलं. क्षणभर इस्मतुल्लाह नजर रोखून पाहत होता. अद्याप त्याच्या हातात मघाशी शेरू व सिंगूला मारण्यासाठी काढलेलं रिव्हॉल्व्हर होतं. ते त्यानं अचानक मंगलूवर नेम धरून रोखलं आणि ट्रिगर दाबला. नईम व सारा जनसमुदाय अविश्वासानं आणि स्तंभित होत त्याचं ते अमानुष कृत्य पाहत राहिला. दोन-चार आचके देत शेरू-सिंगूच्या बाजूला नईमच्या रोजी-रोटीचं एकमेव साधन असलेला मंगलू कुत्राही गतप्राण होत पडला.

त्या अकस्मात कृत्यानं नईम काहीक्षण हतबुद्ध झाला. त्यातून भानावर येताच तो संतापानं उसळला. क्रुद्ध होत डोळे मोठे करीत पुढे होत म्हणाला, ''हुजूर, तुम्ही माझा कुत्रा नाही, माझी रोजीरोटीच छिनून घेतली आहे. का? का असं केलं? मला त्याची नुकसानभरपाई दिली पाहिजे तुम्ही आणि ठरलेली पैजेची रक्कम पूर्ण पाच हजार अफगाणी रुपये.''

''मुझसे आँख और जबान लडाता है?'' इस्मतुल्लाह भेसूर भीतिप्रद आवाजात चिरकला ''ठीक है, ये ले तेरा इनाम...''

आणि त्याच्या रिव्हॉल्व्हरच्या शेवटच्या शिल्लक गोळीनं नईमच्या छातीचा वेध घेतला. तो तडफडत होता, पण आता मरणाचं भय उरलं नव्हतं. ते तर निश्चितच होतं. त्यामुळे सारं बळ एकवटत तो उभा राहिला व आवेशानं गरजू लागला... "म - म - मेरे साथियों... हे - हे सैतान - काफिर आहेत - त्यांना मारा - ठोका - जिहाद - जिहाद कामयाब करा... अल्ला हो अकबर!"

आणि त्यानं मुसंडी मारत इस्मतुल्लाहला गाठत त्याला धडक देत खाली पाडलं. इस्मतुल्लाह बेसावध होता. त्याला नईम असं काही करील, याची सुतराम कल्पना नव्हती. अफगाण सैन्यात सत्तरच्या दशकात सामील झाल्यापासून व प्रामुख्यानं मुजाहिदीनांच्या बाजूनं लढताना किमान ७२ वेळा जखमी झालेल्या त्याच्या देहाला थंड हवा सहन व्हायची नाही. आज मौसम गारठलेला होता. काल रात्रभर बर्फ पडून मैदानाच्या चारी बाजूंना जमा झाला होता. त्यामुळे थंड हवा वाहत होती. त्याचा दर्द त्याला त्रास देत होता.

नईमनं सुव्वरसारखी मुसंडी मारून जमिनीवर लोळवलं होतं. त्याचं डोकं थाडकन जमिनीवर आपटलं होतं. त्याचे नकली दात बसवलेली कवळी बाहेर पडली. त्यामुळे तोंडाचं बोळकं झालं. इस्मतुल्लाहला ते कधीच रुचायचं नाही. रात्री झोपतानाही तो दाताची कवळी काढायला नाराज असायचा. जमिनीवर धाडकन आपटल्यामुळे जराजर्जर देह अधिकच वेदना देत ठणकू लागला. संतापानं बेभान होत त्यानं हुकूम सोडला,

"गूंगेमियाँ - क्या देखते हो... बंदूक काय दाखवायची चीज आहे?' गूंगेमियाँनं हुकुमाप्रमाणे बंदुकीनं नईमच्या देहाची चाळणीचाळणी करून सोडली. जेव्हा नईमच्या तडपत्या देहाची हालचाल थांबली, तेव्हाच त्याची बंदूक शांत झाली!

जावेद खांबासारखा जड होत एकाच जागी ताठरला होता.

सारा जनसमुदाय धुमसत नईमचा मृत्यू पाहत होता. प्रत्येक जण आतून पेटून उठला होता, पण राख जमलेल्या निखाऱ्यावर कुणीतरी फुंकर मारणं जरुरी होतं. ते काम नईमचा शेजारी असणाऱ्या व आवडीनं कुत्र्याच्या झुंजी पाहण्यासाठी आलेल्या मूसाचाचांनं केलं. तो पुढे होत म्हणाला, "तुम्ही काय नामर्दाचे बच्चे आहात? ते मूठभर आहेत, पुढे व्हा आणि त्यांना भिडा - अल्ला तुमच्या पाठीशी आहे..."

मूसाचाचा स्वत: आपली डगमगणारी जीर्ण कुडी घेऊन सरळ गूंगेमियाँला भिडला आणि त्याची बंदूक हिसकावून घेण्याचा प्रयत्न करू लागला. तो अर्थातच सफल होणं केवळ अशक्य होतं! परिणामत: आणखी एक बळी जनसमुदायानं पाहिला.

मूसाचाचाच्या बलिदानानं दारूगोळ्याच्या कोठारात जणू पेटती काडी टाकण्याचं

काम केलं. सारा जनसमुदाय चवताळून उठला, पेटून उठला आणि परिणामांची पर्वा न करता इस्मतुल्लहच्या कमांडोजना भिडला...

जावेद वगळता इतर पाच कमांडोज, गूंगेमियाँ आणि काही एकनिष्ठ पार्टी वर्कर्स – ज्यांच्याकडे एके-४७ बंदुका होत्या ते – प्रतिकारासाठी सज्ज झाले. त्यांच्या बंदुका आग ओकू लागल्या आणि अध्र्या घंटयानं तो जनसमुदायाचा आवेगी नि:शस्त्र प्रतिकार संपुष्टात आला तेव्हा पंचवीस मेले होते व बाकीचे बहुतेक जखमी. काही गंभीर.

आपल्या मर्सिडीज कारच्या बंद काचेतून ती धुमशचक्री इस्मतुल्लह पाहत त्याची मजा लुटत होता. परत जाताना गूंगेमियाँला म्हणालाही, "बडा मजा आया. कुत्र्यांच्या झुंजीपेक्षा ही झुंज जास्त थरारक होती. फार दिवसांनी इतका रक्तपात व इतके मुडदे पाहिले... तेरा क्या स्कोअर रहा गूंगेमियाँ?"

गूंगेमियाँनं दोन्ही हातांची दहा बोटं दाखवली!

"बहोत खूब - ये मेरा लॉकेट इनाम के तौर में रख ले..." त्यानं आपल्या गळ्यातलं सोन्याचं लॉकेट काढून त्याच्याकडे भिरकावलं. ते त्यानं अल्लद झेललं व मान झुकवून हातांनं सलाम केला.

त्या कारमध्ये सहापैकी एक कमांडो नव्हता, हे त्याच्या लक्षात नव्हतं. जावेद मागे राहिला होता. स्वत:ला गर्दीपासून अलग करीत तो सारा निर्घृण कत्लेआम पाहत होता. स्वत:च्या मूढतेला, भीरूतेला धूत्कारत होता!

'जावेद, भ्याड आहेस तू. तुझा धिक्कार असो. तू सचमुच नामर्द आहेस.'

त्याच्या नकळत त्याचा आवाज चढला होता. तो पराभूत जखमी जनसमुदाय त्या आवाजानं आकर्षित झाला होता.

'नाही, माझ्या मनात द्वंद्व उभं होतं. काय करावं, काय करू नये, याचा निर्णय होत नव्हता... पण आता तो झाला आहे... आजपासून मी मुजाहिदीन झालो आहे...'

आणि त्यानं आकाशात आपली बंदूक रोखून तीन फैरी झाडल्या आणि मोठ्यानं आरोळी ठोकली, "अल्ला हो अकबर।"

तो जनसमुदाय हेलावून गेला होता.

"मेरे परवरदिगार, मुझे माफ करना. मैं भटक गया था, शौरवी के साथ काफराना हो गया था. पण आज माझे डोळे उघडले आहेत, मी याच भूमीत राहून इथल्या अवामची फौज उभारीन, त्यांना प्रशिक्षित करीन आणि हा पगमान प्रांत आझाद करीन. या क्षणापासून माझा जिहाद सुरू झाला आहे - मुझ पे निगाहे करम

रखना हमेशा... मैं अपनी भूल का, अपने भटकने का हिसाब खून से चुकाऊंगा...
मुझे अपना ले मेरे खुदा.''

''आमीन.''

जावेदनं मान वर करून पाहिलं, तो जनसमुदाय त्याच्या जवळ येत होता.
त्यांनी त्याला खांद्यावर उचलून घेतलं. आणि पुन्हा एकवार गगनभेदी घोष झाला,

''अल्ला हो अकबर...''

वॉशिंग्टनमधील त्या प्रशस्त वातानुकूलित दालनात प्रा. बरहनुद्दिन रब्बानीनं
बोलावलेल्या प्रेस कॉन्फरन्ससाठी मोठ्या प्रमाणात विविध वृत्तपत्रांचे वार्ताहिर, रेडिओ
व टी.व्ही.चे प्रतिनिधी आले होते. त्यासाठी मार्टिननं बरेच परिश्रम घेतले होते.

पेशावरमध्ये राहून अफगाण सरकारविरुद्ध लढणाऱ्या सात मुजाहिदीन
गटांची आघाडी गतवर्षी १९८५ मध्ये झाली होती आणि देशाअंतर्गत प्रतिकार
सुसूत्रतेनं करावा आणि आंतरराष्ट्रीय पातळीवर आपली बाजू अधिक प्रभावीपणे
मांडावी, प्रसिद्धीच्या विविध तंत्रांचा वापर करावा, यासाठी मिळून काम करायचं
साऱ्या गटांनी मान्य केलं होतं. सर्व गटांच्या आघाडीचा एकच प्रवक्ता असावा व दर
तीन महिन्यांनी आलटून-पालटून प्रत्येक गटाकडे ते प्रवक्तेपद जावं, असाही निर्णय
झाला होता. सध्या हे प्रवक्तेपद रब्बानीकडे तीन महिन्यांसाठी होतं. प्रवक्तेपदाच्या
अधिकारानं तो एका शिष्टमंडळासह सध्या अमेरिकन दौऱ्यावर होता. सौदी अरेबिया
आणि फ्रान्सच्या यशस्वी दौऱ्यानंतर तो इथं गेल्या तीन दिवसांपासून होता.

रब्बानीसमवेत आघाडीच्या 'नॅशनल फ्रंट'चे सबघतुल्लाह मुजादादी, 'हरकते
इस्लामी'चे मौलवी मोहंमद नबी मोहमदी व 'नॅशनल फ्रंट फॉर इस्लामिक रिव्होल्यूशन'चे
सय्यद अहमद जिलानी होते. तसेच रब्बानीनं आग्रहानं प्रा. करीमुल्लांना आणलं
होतं. शिवाय अफगाणिस्तानमध्ये राहून प्रत्यक्ष लढणारे काही युद्धनेतेही होते.
त्यामध्ये पगमानला दोन वर्षांपासून आपल्या घरी राहून लढणारा सईदभाई व त्याचा
सरदार जावेद जसे होते, तसेच रब्बानीचं नेतृत्व मानणारा त्याच्या ताजिक वंशाचा
पंजशीर व्हॅलीमध्ये आपलं प्रभुत्व संपादन करीत स्थानिक प्रशासन सांभाळणाऱ्या
अहमदशहा मसूद या सेनानीचा प्रतिनिधी झाकिर आणि युनूस खलिसच्या गटाचा
काबूल परिसरातील कमांडर अब्दुल हकच्या वतीनं अख्तर मैवावामल हेही शिष्टमंडळात
सामील होते. अमेरिकन पत्रकार मार्टिनही त्यांच्या सोबत होता.

तो गेल्या पाच वर्षांपासून 'व्हॉइस ऑफ अमेरिका' आणि 'वॉशिंग्टन पोस्ट'साठी
अफगाणवार्ता नियमितपणे पुरवीत होता. तसेच युद्ध, गनिमी हल्ला व दहशतवादाच्या

दर्शन घडवणाऱ्या चित्रफितीही आपल्या ३५ मि.मी. कॅमेऱ्यांनं व आताशा व्हिडिओ कॅमेऱ्यांनं 'ऑन द स्पॉट' जाऊन चित्रित करून त्या विविध अमेरिकन व युरोपियन चॅनेल्सना विकत होता. त्याच्या लेखणी व कॅमेऱ्याच्या प्रभावानं अमेरिकन व पाश्चात्त्य जनमत हे अफगाणी मुजाहिदीनांच्या बाजूनं बरंचसं झुकलं होतं. त्याला रब्बानीनं आपल्या सोबत चलण्याचं आणि वार्ताहर परिषदेमध्ये अलीकडे नव्यानं चित्रित केलेल्या चित्रफिती त्या वेळी दाखवण्याचं निमंत्रण दिलं होतं.

मार्टिननं रब्बानीचा हा प्रस्ताव स्वीकारला, कारण त्याला त्यासाठी भरपूर मानधन मिळणार होतं. शिवाय त्या चित्रफिती नंतर त्याला अमेरिकन टी.व्ही. चॅनेल्सना चांगल्या किमतीला विकता येणार होत्या. त्यापेक्षा महत्त्वाची गोष्ट म्हणजे या पाच वर्षांत जो अफगाण जिहाद व पी.डी.पी.ए.ची हुकूमत त्यानं पाहिली होती. त्यामुळे हा संघर्ष लवकरात लवकर संपावा, असं त्याला मनापासून वाटत होतं. त्यासाठी तो सतत लिहीत होता. मुजाहिदीनांचा प्रतिकार कितीही शौर्यपूर्ण असला व बहुसंख्य अफगाणी जनता ही करमाल राजवटीविरुद्ध असली तरी रशियन सैन्याला म्हणजेच काबूल हुकूमतीला पराजित करू शकणार नाही, म्हणून जिनिव्हा बोलणी यशस्वी होऊन रशियन सैन्य परत जाईल, यासाठी तोडगा काढला पाहिजे, त्याची प्रामुख्यानं अमेरिका व पाकिस्तानवर जबाबदारी आहे, असं त्याच्या लिखाणाचं सूत्र होतं.

रब्बानी त्याच्या या प्रतिपादनाशी सहमत होता. यूनोमार्फत होणाऱ्या जिनिव्हा वार्ता सफल व्हाव्यात, असंही त्याला वाटत होतं. पण त्यासाठी आपला जिहाद वाढत्या प्रमाणात तापता ठेवला पाहिजे. म्हणजे रशियन नेत्यांना ते कधीही अफगाणिस्तानवर नियंत्रण मिळवू शकणार नाहीत व करमाल राजवट जनतेला कधीही मान्य होणार नाही, याची जाणीव होत जाईल. वाढतं आंतरराष्ट्रीय दडपण, युद्धामध्ये होणारी रशियन सैनिकांची वाढती हानी आणि दरवर्षी युद्ध व अफगाण सरकारवर मदतरूपी करावी लागणारी गुंतवणूक याचं रशियन नेते थंडपणे गणित मांडून जमा-खर्च तपासतील तेव्हा त्यांना त्यांच्या अफगाण हस्तक्षेपाची व्यर्थता ध्यानात येईल आणि तेव्हा जिनिव्हा वार्ता सफल होऊन त्यांचं सैन्य माघारी जाईल...

आजच्या पत्रकार परिषदेच्या वातावरणनिर्मितीसाठी गेले दोन दिवस मार्टिन प्रयत्नशील होता. त्याचं फळ म्हणून आज भरगच्च उपस्थिती होती.

हॉल धूम्रवलयांनी भरून गेला. विविध स्वादांच्या तंबाखूचा दर्प श्वासात मिसळला जाऊन करीमुल्लांना ठसका लागला. मार्टिननं आतिथ्यशीलता दाखवीत

त्यांना थंडगार पाण्याचा ग्लास दिला. करीमुल्ला दोन घोट घेत ठसका कमी झाल्यावर म्हणाले, "तुम्ही अमेरिकन फार सिगारेटी ओढता बुबा आणि त्यात बायकाही मागे नाहीत.''

"व्यसन - मग ते कोणतंही असो, वाईटच आहे, असतं.'' मार्टिननं शांतपणे उत्तर दिलं, "मात्र ते करावं की नाही, हा व्यक्तिगत प्रश्न आहे, पण व्यसन ही मानवी दुर्बलता नाही का सर? तुमच्या अफगाणिस्तानमध्ये चिलिमीमधून - हुक्क्यामधून तुमचे लोकही तंबाखूसेवन करतात आणि अफूचं व्यसन किती आम आहे तुमच्या देशामध्ये. या काही वर्षांत तुमच्याकडे अफूची लागवड किती झपाट्यानं वाढते आहे, त्यांच्यात तुमचे काही मुजाहिदीन नेते व वॉरलॉर्ड्स, सेनानीपण आहेत - त्यांचं काय?''

करीमुल्ला निरुत्तर झाले होते. वाढती अफूची शेती व मुजाहिदीनांचा संबंध याबाबत त्यांनाही चिंता होती! गुलशी त्यांचे मतभेद झाले. त्यामागे गुलचा पैसा उभारण्यासाठी अफूचा व्यापार हे महत्त्वाचं कारण होतं! रब्बानी करीमुल्लांप्रमाणे अल्-अझरला धर्मशिक्षण घेतलेला धर्मनिष्ठ. तो त्यापासून अलिप्त होता. म्हणूनच करीमुल्लांना त्याचं ममत्व वाटायचं. तो विचारानं आणि बऱ्याच अंशी कृतीनं त्यांच्यासारखा सच्चा इस्लामी बंदा वाटायचा आणि हुकूमतीविरुद्धच्या लढ्याला त्यानं केवळ धार्मिक न मानता त्यावर राष्ट्रवादाचंही कलम केलं होतं. गुल जास्त कडवा अतिरेकी स्वरूपाचा धार्मिक होता. पण त्याच्या काही धार्मिक कल्पना इस्लामपेक्षाही तत्कालीन अरबी संस्कारांतून आलेल्या होत्या. त्यांत स्त्रीनं पडदा पाळणं, घरी चार दिवारीतच राहणं हे अभिप्रेत होतं. गुलच्या नियंत्रणाखाली असलेल्या भागात त्यानं मुलींच्या शाळा व एकूणच शिक्षण बंद केलं होतं. त्यांच्या शिक्षिका, डॉक्टर, नर्स, कार्यालयीन लिपिक आदी नोकऱ्या संपुष्टात आणून त्यांना घरी बसवलं होतं. स्त्रीनं गोषाची मर्यादा पाळून शिक्षण व नोकरी पेशा करायला हरकत नाही, असं करीमुल्लांचं प्रतिपादन रब्बानी वगळता इतर नेत्यांना पसंत नक्तं! एक वेळ त्यांनी हेही मानलं असतं, पण या नेत्यांचं स्वैर वागणं, अफूची शेती व व्यापार आणि वैयक्तिक स्वार्थ-भ्रष्टाचार करीमुल्लांना गैरइस्लामी वाटायचं.

मागील वर्षापर्यंत मुजाहिदीनांच्या वतीनं लढणारा इस्मतुल्लाह 'मुस्लिम'. त्याला आज डॉ. नजिबुल्लाहनं टोळीवादाची अस्मिता व चक्क भारीभक्कम रकमेचा मलिदा चारून आपल्याकडे ओढलं होतं. तो किती लंपट आणि व्यसनी होता. त्याच्या बिछान्यातल्या पराक्रमाचे किस्से करीमुल्लांच्या कानापर्यंत पोचले होते. तो आज तशाच गलिच्छ लैंगिक भाषेत त्यांना व पाक सरकारला नावं ठेवीत होता,

'पाकिस्तानी आणि मुजाहिदीन एकाच बिछान्यात एकमेकांकडे पाठ करीत झोपलेल्या दोन समलैंगिक माणसांप्रमाणे आहेत.' त्याचे हे उद्गार पत्रकारांनी ठळकपणे छापलेले वाचल्यावर करीमुल्ला संतप्त झाले होते.

इस्मतुल्लाह हा टोळी जीवनशैलीतील टोळीप्रमुख. वैयक्तिक स्वार्थ, निरंकुश सत्ता आणि स्वैराचार तसेच पैशाची लालसा यामुळे तो सैन्य सोडून मुजाहिदीनांना पाच वर्षांपूर्वी मिळाला. आता पुन्हा सरकारी पक्षात. त्याचा इस्लाम हा तोंडदेखला होता. त्यामुळेच तो अशा निर्लज्ज लैंगिक भाषेत मुजाहिदीनांना दूषणं देत होता. पण सुदैवानं त्याच्या प्रभावाच्या कंदाहार प्रांतात प्रखर इस्लामी जीवन जगणारा आणि जिहाद लढणारा मोहंमद ओमर त्याचा प्रतिकार करीत होता. त्याला इस्मतुल्लहच्या धर्मद्रोहानं अधिक धार आली होती!

करीमुल्ला विचारातून भानावर आले ते टाळ्यांच्या कडकडाटानं - रब्बानी व मुजादादी प्रेक्षागृहातून डायसवर येत होते. पत्रकार टाळ्या वाजवून त्यांचं स्वागत करीत होते!

"सर, आपही बिसमिल्लाह करे." रब्बानीनं स्थानापत्र होताच करीमुल्लांना प्रेस कॉन्फरन्सचं प्रास्ताविक करण्याची सूचना केली.

करीमुल्ला पोडियमजवळ आले आणि धीरगंभीर स्वरात इस्लामी परंपरेप्रमाणे कलमा तय्यब आणि कलमा शहादत मंत्रभारल्या स्वरात म्हणायला त्यांनी सुरुवात केली.

"ला इलाह इल्ललाह महम्मदुर रसुल्ललाह"... (पूजनीय असा एकच ईश्वर आहे व महंमद हा त्यानं पाठवलेला प्रेषित आहे. मी पुनरुच्चार करतो की ईश्वर एकच आहे आणि हजरत महंमद हे त्याचे प्रेषित आहेत.)

"मेरे अजीज दोस्तों, आमचे नेते व मुजाहिदीनांच्या 'ऑलायन्स फॉर इस्लमिक रिव्होल्यूशन'चे प्रवक्ते जनाब प्रा. रब्बानी आपल्याला सविस्तर संबोधित करणार आहेतच. त्यापूर्वी पार्श्वभूमी म्हणून मी प्रास्ताविक निवेदन करणार आहे."

आपल्या कमावलेल्या आवाजात करीमुल्लांनी अफगाणिस्तानातील वस्तुस्थिती सांगितली. त्यांचा भर होता अफगाण लढा हा स्वातंत्र्याचा लढा कसा आहे, हे सांगण्यावर. अमेरिकन पत्रकारांची नाडी ते जाणत होते.

करीमुल्ला म्हणाले, "मी तर याही पुढे जाऊन नम्रपणे असं म्हणेन की, हा व्यापक अर्थानं मानवमुक्तीचा लढा आहे. आमच्या अफगाण जनतेला साम्यवादी विचारधारा व नास्तिकता पसंत नाही, म्हणून त्यांच्यावर हिटलरला लाजवील असे

निर्घृण अत्याचार होत आहेत, म्हणून हा मानवमुक्ती व स्वातंत्र्याचा लढा आहे...’’

अणि त्यांनी थोडक्यात मुजाहिदीनांच्या लढ्याचा आढावा घेतला.

‘‘आता प्रा. रब्बानी आपल्याशी मुखातिब होण्यापूर्वी इथं डायसवर तीन नौजवान, प्रत्यक्ष लढणारे होली वॉरियर्स - मुजाहिदीन बसलेले आहेत. ते आपणाशी रूबरू होत त्यांच्या लढ्याची माहिती देतील.’’

सय्यदभाईंनं जावेदला सांगितलं, ‘‘मला सभेमध्ये बोलायची सवय नाही. तू माझ्या वतीनं बोल.’’

‘‘वास्तविक पगमान प्रांताच्या मुजाहिदीनांच्या जिहादबद्दल बोलण्याचा अधिकार सय्यदभाईंना आहे, पण त्यांचा घसा बसल्यामुळे त्यांच्या वतीनं मी त्यांचा सरदार जावेद बोलत आहे.’’ जावेदनं सुरुवात केली. ‘‘ती माझी पात्रता नाही, कारण मी वर्षापूर्वींच जिहादमध्ये सामील झालो आहे. त्यापूर्वी १९७० पासून मी ‘परचम’ पक्षाचा कार्यकर्ता होतो, हे स्पष्टपणे सांगितलं पाहिजे. मी मग सैन्यात सामील झालो - जिहादचा मुकाबला करण्यासाठी. जिहादमध्ये सामील होण्यापूर्वी मी इस्मतुल्लाह ‘मुस्लिम’चा कमांडो होतो...’’

जावेदनंतर अनुभव कथन करायची पाळी झाकिरची होती.

‘‘दोस्तों, आपमें से कुछ जर्नलिस्ट मुझे यकीनन जानते होंगे. कारण मी इथंच आर्किटेक्चरची पदवी घेतली आहे व काही काळ कामही केलं आहे. काबूलच्या उत्तरेला असलेल्या पंजशिर व्हॅली व त्या भोवतालच्या सहा सुभ्यांमध्ये प्रत्यक्ष सत्ता असणाऱ्या खऱ्या-खुऱ्या सिंहाचा - ज्याच्यात पाच सिंहांचं बळ पंजशिरा आहे, अशा जनरल अहमदशहा मसूदचा - मी प्रतिनिधी आहे. आमचे नेते प्रा. रब्बानी आहेत. मला जनरल मसूद मोहब्बतीनं ‘कमांडर’ म्हणतात, पण मी केवळ आपद्धर्म म्हणून लेखणी सोडून बंदूक हाती घेतली आहे. भले काबूलवर रूसचं - त्यांच्या रेड आर्मीचं - नियंत्रण असेल, पण पंजशिर व्हॅली व त्याच्या उत्तरेकडचा अमुदरियापर्यंतचा भाग, सलांगपास आमच्या ताब्यात आहे, तो कधीही गुलाम झाला नाही. जनरल मसूद साहेबांनी पद्धतशीरपणे लढाऊ सैन्यदल उभारलं आहे. त्यात प्रशिक्षित ५००० जवान आहेत, तर त्याच्या दुप्पट माझ्यासारखे जिहादी भावना असलेले अफगाणी तरुण आहेत. गतवर्षीपासून आम्हाला सॅम-७ ही क्षेपणास्त्रं मिळाली असल्यामुळे रूसी हवाई दलाची आकाशातील निरंकुशता आम्ही धोक्यात आणली आहे. आमच्या शूर जवानांनी त्यांची कित्येक विमानं व हेलिकॉप्टर्स सॅम-७नं निशाणा धरून पाडली आहेत. एक तर मीही प्रशिक्षित सैनिक नसताना पाडलं आहे.

जिहादची आंतरराष्ट्रीय राजनैतिक लढाई / ४११

त्याची छायाचित्रं मी आणली आहेत. या वर्षभरात ब्रिगेडियर अब्दुल वदूत यांच्या नेतृत्वाखाली आणि ऑफ कोर्स जनरल मसूदच्या मार्गदर्शनाखाली उत्तर तखार प्रांतातील फरखार पोस्टवर सहा युनिट्ससह हल्ला करून तो जिंकला. भयंकर अशा घमासान लढाईनंतर प्रचंड मनुष्य आणि शस्त्रहानीनंतर काबूल राजवटीला हा प्रांत गमवावा लागला. त्यानंतर तीन महिन्यांनी बाघलान प्रांतावरही चढाई करून तो आम्ही जिंकला. जनरल मसूदच्या नियंत्रणात आता सहा प्रांत आहेत. तेथे आमचं शुद्ध इस्लामी प्रशासन सुरळीतपणे चालू आहे. उर्वरित अफगाणिस्तानमध्ये आमचं नियंत्रण प्रस्थापित होईल व ही रेड आर्मी काळी पडत नामुष्कीची माघार घेत परत जाईल.''

अमेरिकन पत्रकारांमध्ये अहमद शहा मसूदबद्दल प्रचंड कुतूहल होतं. कारण अफगाणिस्तानमध्ये राहून लढणारा व हिंदुकुश पर्वताच्या उत्तरेकडील भागात प्रत्यक्ष नियंत्रण मिळवणारा सेनानी म्हणून तो मशहूर झाला होता. तो एका कर्नलचा मुलगा होता आणि त्यानं तराकी राजवट आल्यापासून प्रतिकार सुरू केला होता. आता गेली सात वर्षं तो सोव्हिएत युनियनच्या लाल सैन्याशी प्रभावीपणे लढत होता व पंजशिर व्हॅलीच्या उत्तरेचा पूर्ण भाग त्यानं आपल्या नियंत्रणाखाली आणला होता. तेथे त्यानं परंपरा व आधुनिकतेची सांगड घालीत स्थानिक प्रशासनव्यवस्थाही सुरू केली होती. अनेक पत्रकारांनी मसूदबद्दल प्रश्न विचारले. त्यांची सविस्तर उत्तरं झाकिरनं दिली.

रब्बानीला मसूदबाबत ऐकताना समाधान वाटत होतं. कारण दोघे ताजिक. शिवाय मसूदनं आपलं वजन रब्बानीच्या 'जमाते इस्लामी' गटाच्या पारड्यात टाकलं होतं व तो त्याला आपला नेता मानत होता. त्यामुळे रब्बानीचं मुजाहिदीन आघाडीमधील महत्त्व वाढलं होतं आणि हिकमतियारच्या वर्चस्वाला हादरा बसला होता. कारण त्याच्या 'हिज्ब-ए-इस्लामी' गटाला अमेरिका व सौदी अरेबियाची सर्वाधिक मदत आणि पाकिस्तानचं - विशेष करून त्यांची गुप्तचर यंत्रणा आय.एस.आय.चं – समर्थन असूनही प्रत्यक्ष युद्धात त्याच्या सैन्याला फारसं लक्षणीय यश मिळालं नव्हतं. केवळ हेल्मंड व झाबुल परिसरातील क्षेत्र त्याच्या नियंत्रणाखाली होतं, तेही अफूच्या शेतीमुळे. अफूच्या हेरॉईनमध्ये रूपांतरित करावयाच्या प्रयोगशाळा पाक-अफगाण सीमेवर पावसाळी छत्र्यांप्रमाणे गुलनं ठिकठिकाणी उभारल्या होत्या. शिवाय आंतरराष्ट्रीय बाजारात हेरॉईनच्या विक्री-व्यापारासाठी गुल मध्यस्थाची भूमिका बजावीत असल्यामुळे त्याचं नेतृत्व अफूच्या व्यापारातील आर्थिक फायद्यासाठी होतं. त्याला रब्बानीचा पहिल्यापासून ते धर्मविरोधी कृत्य असल्यामुळे विरोध होता. पण पंजशिर व्हॅली आणि कंदाहार प्रांतातील त्याचं नेतृत्व मानणाऱ्या जनरल मसूद व मुल्ला मोहंमद

ओमरमुळे रब्बानीचं प्रभावक्षेत्र जवळपास देशव्यापी झालं होतं. तो ताजिक वंशीय असल्यामुळे पठाण वंशाचं वर्चस्व न मानणारे हाजरा, उज्बेकी, नूरीस्थानी व शियापंथीय गट त्याच्याकडे झुकले होते. एवढंच नव्हे तर करमाल सरकारच्या सैन्यात उच्चपदस्थ सेनाधिकारी म्हणून काम करणारा अब्दुल रशीद दोस्तम हा उज्बेकी जनरल त्याच्याशी गुप्तपणे समान मध्यस्थांमार्फत संपर्कात होता!

या साऱ्याचा दृश्य परिणाम रब्बानीला सौदी अरेबियाच्या दौऱ्यात मागील आठवड्यात जाणवला आणि ती आपल्या सर्वोच्च पदाला अनुकूल असे शुभसंकेत देणारी सुरुवात वाटली. त्याला राजे फहद यांनी भेट दिली व सविस्तर राजकीय चर्चा केली होती. यापुढे सौदी अरेबियाच्या आर्थिक मदतीतला वाढता वाटा रब्बानीच्या 'जमाते इस्लामी'ला मिळेल, असं आश्वासन दिलं होतं. त्यासाठी 'नॅशनल फ्रंट'चे नेते सबघतुल्लाह मुजादादी जसे कारणीभूत ठरले होते, तसंच जनरल मसूदनं पाठवलेल्या झाकिरनंही चर्चेत भाग घेऊन उत्तर अफगाणमधील 'शूरा नजर'ची माहिती देताना आपलं अमोघ असं वक्तृत्व, इस्लामचं ज्ञान आणि अमेरिकेत उच्च शिक्षण घेऊनही जपलेली इस्लामियत दर्शवीत राजे फहदना प्रभावित केलं होतं.

झाकिरनं 'इस्लाम' मासिकाचे काही अंक राजांना नजर केले. त्यात शेवटच्या पृष्ठावर सुरुवातीपासून सातत्यानं 'आखरी कलाम' नावानं धर्मविचार मांडणाऱ्या करीमुल्लांचे लेख होते, तेही राजांना पसंद पडले होते!

आताही त्यानं प्रभावी शब्दांचा वापर करीत अस्खलित इंग्रजीमध्ये पंजशिर व्हॅलीचा लढा व एकूण जिहादची संकल्पना प्रभावीपणे मांडली होती. त्यामुळे रब्बानी तसेच करीमुल्लांनाही त्याचं कौतुक वाटत होतं.

आता प्रेसला समोर जाण्याची बारी होती, अख्तर मैवांडवालची. 'हिज्बे इस्लामी'पासून फुटून 'हिज्बे इस्लाम ऑफ अफगाणिस्तान' या नावानं मौलवी मोहमद युनुस खलिसनं वेगळा गट स्थापन केला होता. त्याचा काबूल परिसरात लढणारा व गनिमी युद्धात तरबेज असलेला कमांडर अब्दुल हकचा अख्तर १९८०-८१ पासून उजवा हात होता आणि त्यांच्या प्रसिद्धी विभागाचा प्रमुख होता. पण तो उदारमतवादी लोकशाही राजवटीचा पुरस्कर्ता होता. आपद्धर्म म्हणून कट्टर इस्लामी असलेल्या 'हिज्बे इस्लाम ऑफ अफगाणिस्तान'च्या खलीसच्या गटात सामील झाला होता. कारण त्याला काबूल परिसरात राहून काम करायचं होतं. तो प्रत्यक्षात कमांडर अब्दुल हकबरोबर काम करीत होता. आजच्या परिस्थितीत अख्तरच्या मते जिहाद व देशाची गुलामी नष्ट करण्याचा स्वातंत्र्यलढा हा एकाच

ध्येयाकडे जाणारा रस्ता होता.

"जसे पंजशिर व्हॅलीचे जनरल मसूदसाहब हे डोंगरदऱ्यांतील लढाईचे अद्भुत जाणकार व निष्णात सेनानी आहेत, तशीच आमच्या 'हिज्ब इस्लामी ऑफ अफगाणिस्तान'चे प्रमुख नेते आदरणीय जनाब मौलवी मोहमद युनुस खलीस साहब आज सभागृहात डायसवर उपस्थित आहेत. त्यांचे प्रत्यक्ष लढणारे कमांडर अब्दुल हक यांनी गनिमी युद्धतंत्रात पारंगतता हासिल केली आहे. आमच्या देशाची राजधानी - काबूल, जिथं हुकूमतची आणि रूसींच्या लाल फौजेची सर्वाधिक ताकद एकवटलेली आहे, तोही भाग सुरक्षित व शांत नाही, हे आम्ही सिद्ध केलंय..." अशी सुरुवात करीत अख्तरनं त्यांच्या गटाच्या शूर सैनिकांनी १२२ मि.मि. रॉकेटच्या साहाय्यानं हुकूमतीला व रूसी फौजेला कसं हैराण करून सोडलं आहे, ते सांगितलं. पोलिश सरकारचा दूतावास, सोव्हिएत कल्चरल सेंटरची इमारत यांवरील रॉकेट मारा यांची माहिती दिली, तसंच २६ आणि २७ ऑगस्टच्या मध्यरात्री अब्दुल हक यांनी कल्पकतेनं नियोजन करून काबूल शहराजवळच्या आठव्या डिव्हिजनच्या दारूगोळा डेपोवर मारा केला. त्या लढाईत दारूगोळ्याचं भांडार जळून भस्मसात झालं आणि पन्नास पंचावन्न रूसी सैनिकांसह सुमारे सव्वाशे 'खल्की' सैनिक मारले गेले. या लढ्याचं मार्टिननं प्रत्यक्ष तेथे जाऊन शूटिंग केलं होतं व त्यातून २५ मिनिटांचा एक प्रभावी व बोलका युद्धपट तयार केला होता.

आपल्या जोशपूर्ण निवेदनानंतर अख्तरनं मार्टिनला फिल्म दाखवण्याची विनंती केली. सभागृहातले दिवे मालवण्यात आले. सुमारे २५ मिनिटं सारे पत्रकार श्वास रोखून प्रत्यक्ष लढ्याची व विध्वंसाची थरारक दृश्यं पाहत होते. मार्टिननं मोठ्या कौशल्यानं त्यांची तीव्रता आणि विध्वंसाची व्यापकता टिपली होती!

जावेद, झाकिर आणि अख्तरनी लढ्याबाबत जी माहिती पत्रकारांना दिली, ती या फिल्ममुळे किती सच्ची आहे, याची पडताळणी होत होती. प्रथमच जागतिक माध्यमास अफगाणी जिहाद हा किती व्यापक, प्रभावी बनला आहे आणि तो यशस्वी होण्याची किती दाट शक्यता आहे, हे प्रकर्षानं जाणवलं. आजवर अमेरिकेला व सामान्य अमेरिकन माणसालाही सोव्हिएत युनियन ही त्यांच्या तोडीस तोड असणारी महासत्ता म्हणून ज्ञात होती. त्याचं सव्वा लाख सैन्य अफगाण भूमीवर पाय रोवून उभं होतं. त्यामुळे मुजाहिदीन कितीही शूर व जिवावर उदार होत धर्माच्या नावानं जिहादची घोषणा देत लढत असले तरी जागतिक महासत्ता असणाऱ्या सोव्हिएत युनियनला पराभूत करतील वा जेरीस आणून माघारी पाठवू शकतील, असं वाटत नव्हतं. पण आजच्या पत्रकार परिषदेचं एवढ्या कुशलतेनं आयोजन केलं गेलं होतं

की, जागतिक मीडिया व पत्रकारांनादेखील जिहादच्या विजयाची शक्यता महसूस होत होती. जर व्हिएतनामसारखा छोटा देश अमेरिकेला दाती तृण घेऊन नामुष्कीची सपशेल माघार घ्यायला मजबूर करू शकतो, तर अफगाणिस्तानही सोव्हिएत युनियनला निश्चितच नामोहरम करू शकेल. पुन्हा त्यांच्या स्वातंत्र्यलढ्याला जिहादचा भक्कम व धार्मिक भावनेचा पाया आहे. आणि अफगाणी माणूस हा जात्याच लढाऊ आहे. त्याच्यात असीम शारीरिक त्रास सहन करण्याची अमानुष म्हणता येईल एवढी ताकद त्याच्या भटक्या जीवनशैलीतून आली आहे. प्रत्येक अफगाण हा बंदूक बाळगतो व मरणं-मारणं त्याला सहज नैसर्गिक मानवी वृत्ती वाटते. या साऱ्याचं 'डेडली कॉम्बिनेशन' या जिहाद–कम–स्वातंत्र्यलढ्यात झालं आहे. त्यामुळे त्यांच्या विजयाचा दिवस दूर नाही.

प्रा. रब्बानी माइकसमोर आला आणि सभागृहात पुन्हा शांतता पसरली.

अतिशय भावनोत्कट, प्रभावी शब्दांची समर्पक निवड करून रब्बानीनं प्रारंभीच साऱ्या पत्रकारांना संमोहित करून टाकलं. त्यानं दौऱ्याच्या आरंभापासूनच ठरवलं होतं की, या मिळालेल्या संधीचं सोनं करीत जगापुढे अफगाणी लढ्याचा सर्वांत प्रभावी, जनमान्य एकमेव नेता म्हणून आपली प्रतिमा बनवायची. यापूर्वी ऑक्टोबर १९८५ मध्ये गुलबुद्दिन हिकमतियार आणि मार्च ८६ मध्ये पीर सय्यद अहमद जिलानी यांचा आघाडीचे प्रवक्ते म्हणून झालेल्या दौऱ्याचा प्रभाव पुसून टाकीत, आघाडीतील सात मुजाहिदीन गटांपैकी आपला गट व गटनेते म्हणून आपणच महत्त्वाची भूमिका अदा करीत आहोत, हे ठळकपणे जागतिक मीडियात अधोरेखित करण्यामध्ये आजची पत्रकार परिषद बहुतांशी सफल झाली होती. आता आपल्याला त्याचा अधिक परिणामकारक शेवट करायचा आहे. याची रब्बानीला जाणीव होती. त्यासाठी त्यानं बरीच पूर्वतयारी केली होती. आपली वक्तृत्वकला आणि शब्दभांडार त्यानं तलवारीच्या पात्याप्रमाणे धार लावून ठेवलं होतं!

गुलबुद्दिनच्या ऑक्टोबर ८५ च्या अमेरिकन भेटीच्या वेळी यूनोच्या जनरल असेंब्लीनं पुन्हा एकवार 'अफगाण भूमीतून सर्व परक्या देशांनी सैन्य काढून घ्यावं व हस्तक्षेप थांबववावा,' असा आवाहनवजा ठराव बहुमतानं पारित केला होता. पण १९८० पासून हे एक प्रकारचं कर्मकांडच होऊन बसलं होतं. ते खचितच गुलचं यश नव्हतं! त्याला यूनोच्या परिसरातही प्रवेश मिळाला नव्हता आणि वारंवार विनंती करूनही यूनोच्या सेक्रेटरी जनरल, महासचिव वा अफगाणिस्तान प्रश्न हाताळणारा वैयक्तिक प्रतिनिधी दिएगो कोर्डोवेझ यांची भेट मिळू शकली नव्हती. त्याच्या भेटीला

वृत्तपत्रांनीही आतील पानावर छोटंसंच स्थान दिलं होतं. पण इस्लामी देशांच्या यूनोमधील स्थायी सदस्यांच्या भेटी घेऊन त्या त्या देशांच्या राष्ट्रीय पत्रात त्यानं बातम्या छापून आणल्या होत्या. आणि आपला दौरा प्रचंड यशस्वी झाल्याची पेशावरला परतल्यावर पिपाणी वाजवली होती. पाक सरकारला, विशेष करून जनरल झिया-उल-हकला त्याच्या कडव्या अतिरेकी इस्लामी मतांविषयी आस्था असल्यामुळे तो जवळचा होता. सबब त्यांच्या सरकारी पत्रात गुलच्या दौऱ्याचे प्रथम पृष्ठांवर छायाचित्रांसह वृत्तांत छापले गेले होते. त्यामुळे तो आपल्या अयशस्वी दौऱ्यावर पांघरूण घालण्यात यशस्वी ठरला होता.

रब्बानी जरी नेमस्त मानला जात असला तरी त्याच्यातही देशाचं नेतृत्व करण्याची तीव्र महत्त्वाकांक्षा दडून होती. जिहादच्या रूपानं मिळालेल्या संधीचा फायदा उठवीत त्याला जननायक, राष्ट्रनायक होत देशाला पुन्हा शुद्ध इस्लामी तरीही प्रगतिवादी, आधुनिकतेशी आवश्यक तेवढी नाळ जोडणारं आणि तुलनेनं स्त्रीला मुक्तता देत राज्य करण्याचं त्याचं स्वप्न होतं. त्यासाठी प्रतिस्पर्धी मुजाहिदीन नेते जितके निष्प्रभ वा अप्रिय होतील, तेवढं त्याच्या फायद्याचं होतं. त्याचबरोबर आपला प्रभाव वाढवणं, जिहादी युद्धात जास्तीत जास्त प्रत्यक्ष लढणारे युद्धनेते आपल्या कक्षेत आणणं आणि आंतरराष्ट्रीय पातळीवर आपली सर्वाधिक मान्य असणारा नेमस्त मुस्लिम नेता अशी प्रतिमा करणं या त्रिसूत्रीनुसार तो काम करीत होता!

आजची जागतिक स्वरूपाची पत्रकार परिषद त्या दृष्टीनं कल्पनातीत यशस्वी झाली होती. आता त्याला यावर आपल्या संबोधनानं आणि पत्रकारांनी विचारलेल्या प्रश्नांना उत्तरं देऊन सुवर्णकळस चढवून आपली आंतरराष्ट्रीय प्रतिमा ठसठशीत करायची होती.

त्यासाठी त्याचं प्रभावी अस्त्र होतं नुकतीच झालेली रीगन यांच्याबरोबरची भेट. आजवर कुणाही मुजाहिदीन नेत्याला अमेरिकन राष्ट्राध्यक्षांची भेट मिळाली नव्हती. ती मिळवण्यात व सुमारे ४० मिनिटं चर्चा करण्यात रब्बानीला यश मिळालं होतं. ही भेटही त्याच्या अपेक्षेपेक्षा अधिक फलदायी ठरली होती. त्याला अमेरिकन राष्ट्राध्यक्ष रोनाल्ड रीगननी पुढील काळात अधिक मदतीचं पक्कं आश्वासन दिलं होतं. पुढील तीन महिन्यांत इजिप्तमार्फत प्रामुख्यानं त्याच्या गटाला व एकूणच मुजाहिदीन लढ्याला पुरेशा प्रमाणात विमानं व हेलिकॉप्टर्सचा भेद करणारी सॅम-७ क्षेपणास्त्रं देण्याचं मान्य केलं होतं. त्यासाठी मसूद व इतर नेत्यांच्या निवडक शंभर सैनिकांना इजिप्तमध्ये प्रशिक्षण देण्याचंही ठरवण्यात आलं होतं. त्याहीपेक्षा महत्त्वाचं म्हणजे अमेरिकन दृष्टिकोनात लक्षणीय बदलाचे संकेत मिळाले होते. त्यांच्यासाठी

गुल आता महत्त्वाचा नेता राहिला नव्हता. त्याच्या तुलनेत रब्बानीच्या 'जमाते इस्लामी' गटाच्या नियंत्रणातला भाग अधिक होता व सर्व वंशांतील उज्बेकी, हाजरा, नूरीस्तानी आणि काही पठाणी नेतेसुद्धा त्याच्या बाजूनं झुकलेले असल्याची सी.आय.ए.नं. नोंद घेतली असल्यामुळे त्याचं भरघोस स्वागत झालं होतं. पुढील काळात गुलच्या 'हिज्ब-ए-इस्लामी' गटाला होणारी अमेरिकन मदत कमी होत, त्याच्या तुलनेत कितीतरी अधिक पट मदत रब्बानीच्या गटाला देण्याचं स्पष्ट शब्दांतलं आश्वासन रीगन यांनी दिलं होतं. तशा सूचना त्यांनी चर्चेस उपस्थित असणाऱ्या अमेरिकेच्या पाकिस्तानातल्या राजदूतास दिल्या होत्या.

चर्चेच्या शेवटी रीगन त्याला म्हणाले होते, ''तुमच्या ऑलायन्सला विजनवासातील सरकार म्हणून मान्यता देण्याची विनंती मला विचार करण्याजोगी वाटते. पण त्याचा नेता कोण असेल, याचा तुम्हाला फैसला करावा लागेल. आमच्या लोकशाहीवादी मुक्त जीवनात कडव्या धर्मांधतेला अमेरिकन समाज मान्य करणार नाही. आम्हाला मवाळ, नेमस्त व काहीसा उदारमतवादी मुस्लिम नेता मान्य होईल. हा मेसेज मी इतर गटांनाही कळवण्याची व्यवस्था इथं उपस्थित असलेल्या पाकिस्तानातल्या आमच्या राजदूतामार्फत करीत आहे. पण त्यासाठी तुम्हाला आपसातले मतभेद मिटवावे लागतील आणि युद्धात अधिक यश मिळवावं लागेल! तशी वेळ आली की तुमच्या या विनंतीचा अमेरिका सकारात्मक विचार जरूर करील.''

रब्बानीनं चर्चेत रीगन यांना पी.एल.ओ.प्रमाणे विजनवासातलं सरकार अशी मान्यता द्यावी, असं सुचवलं होतं. त्यामागे त्याचा हेतू हा होता की, ही सूचना मान्य झाली तर तिचा जनक म्हणून त्याला श्रेय मिळेल. दुसरी बाब म्हणजे सर्व इस्लामी देश व अमेरिका-युरोपियन देश त्यांच्या या सरकारला मान्यता देतील. पेशावरला अधिकृत कार्यालय थाटता येईल आणि भरघोस मदतीचा ओघ सुरू होईल. देशात लढणाऱ्या मुजाहिदीनांना अधिक शक्ती व प्रेरणा मिळेल. काबूलच्या करमाल सरकारचं मानसिक खच्चीकरण होईल आणि मॉस्को सरकारच्या नजरेतून करमालचं महत्त्व कमी होईल. एकदा तो सत्तेवरून दूर झाला की, ते सरकार ताबडतोब जरी कोसळणार नसलं तरी त्याच्या पतनाचा तो आरंभबिंदू ठरेल आणि त्याचा अंजाम आपण निर्धारानं, जिहाद अधिक तीव्र करीत जवळ आणू. सोव्हिएत युनियनचे नवे राष्ट्रप्रमुख मिखाइल गोर्बाचेव्ह यांनी अलीकडे पॉलिट ब्यूरोमध्ये केलेल्या भाषणाचे वृत्तपत्रीय वृत्त खरं असेल तर मॉस्को अफगाण नीतीचा नव्यानं विचार करीत असल्याचं दिसत होतं. मिखाइल गोर्बाचेव्ह त्या बैठकीत म्हणाले होते की, 'अफगाणिस्तानचं तथाकथित कम्युनिस्ट सरकार वाचवण्यासाठी सैन्य पाठवणं ही

आपली फार मोठी चूक ठरली आहे. त्याचे विपरित स्वरूपाचे आंतरराष्ट्रीय राजकीय परिणाम देश भोगत आहे. तसेच लष्करी आणि आर्थिक किंमतही दिवसेंदिवस असह्यतेच्या सीमेकडे जात आहे. आपल्या राष्ट्रीय उत्पन्नाच्या तुलनेत आधीच लष्करावरील खर्च आर्थिक मापदंडाच्या निकषावर अधिक होताच, तो यामुळे १९८० पासून या सहा वर्षांत किमान पाच टक्क्यांनी वाढला आहे. त्यामुळे आर्थिक निकष, देश आणि देशवासीयांचं हित केंद्रस्थानी ठेवून, प्रसंगी आंतरराष्ट्रीय समाजवादी चळवळीचा सिद्धांत बाजूस ठेवून शांतपणे विचार करायची वेळ आली आहे.'

रब्बानीनं गोर्बाचेव्हच्या या मताचा नेमका अर्थ काढला होता. सध्या सोव्हिएत युनियनला अंतर्गत आर्थिक संकटाला तोंड द्यावं लगत आहे. त्या पार्श्वभूमीवर अफगाणिस्तानमध्ये सैन्य व शस्त्रं, दारूगोळा आणि प्रमाणाबाहेरची आर्थिक मदत न परवडण्याजोगी झाली आहे. त्यामुळे गोर्बाचेव्ह धोरणात बदल करण्याच्या मन:स्थितीत आहेत. हा बदल येत्या वर्ष-दोन वर्षांत होऊ शकतो. त्यासाठी आपले हल्ले अधिक प्रखर केले पाहिजेत. रशियन सैन्याचं अधिक जास्त प्रमाणात नुकसान केलं पाहिजे. तरच गोर्बाचेव्ह जलदगतीनं बदल करू शकतील. या दौऱ्यापूर्वी झालेल्या गुप्त बैठकीत अहमदशहा मसूद तसेच इतर काही सेनाधिकाऱ्यांनी त्यांना सॅम-७ सारखी विमानभेदी क्षेपणास्त्रं पुरवावीत, अशी मागणी केली होती. कारण रूसी सैन्य हे या वर्षभरात जमिनीवरील हल्ल्यापेक्षा अवकाशात सर्वंकष प्रभुत्व असल्यामुळे मुजाहिदीन बंडखोरांच्या ठिकाणावर हवाई मार्गानं बॉम्बिंग करीत होतं. त्यांचा मुकाबला करण्यासाठी विमानभेदी क्षेपणास्त्रांची नितांत गरज होती, त्यांच्या अभावी आज मुजाहिदीनांचे आणि त्यांच्या जोडीला निष्पाप नागरिकांचे बळी मोठ्या प्रमाणावर पडत होते. त्यामुळे कोणत्याही परिस्थितीत सोव्हिएत सैन्याच्या आकाशातील प्रभुत्वाला पायबंद घालणं जरुरी होतं. मसूद रब्बानीला म्हणाला होता, ''सर, आप हमें सॅम-७ जैसी मिसाइलें मुहय्या करवाईएगा. फिर देखना, मैं हर रोज काफिर शौरवीका एक हवाई जहाज मारके गिराऊंगा और सौ गिराकर जश्न करूंगा.''

रब्बानीला मसूदच्या सामर्थ्याबद्दल व क्षमतेबद्दल पूर्ण विश्वास होता. त्यामुळे रीगनचं सॅम-७ क्षेपणास्त्रं पुरवण्याचं नि:संदिग्ध आश्वासन आणि शंभर सैनिकांना त्याचं प्रशिक्षण इजिप्तमध्ये देण्याची व्यवस्था ही भेटीची सर्वांत मोठी फलश्रुती ठरणार होती!

मसूदं त्यांच्या गुप्त बैठकीनंतर रब्बानीशी एकांतात बोलताना आपली आजवर प्रकट न केलेली भावना बोलून दाखवताना म्हटलं होतं, ''सर, जब हमारी इस्लामी हुकूमत आयेगी, मैं आपको प्रेसिडेंट की कुर्सी में देखना चाहता हूँ. आपण

तीनशे वर्ष पठाणांच्या वर्चस्वाखाली जगलो, आता पठाणेतरांचं, विशेषत: आपलं ताजिकांचं राज्य आलं पाहिजे..''

रब्बानी त्याच्याकडे भारावल्याप्रमाणे काही काळ पाहत राहिला. आपली महत्त्वाकांक्षा व राष्ट्रनायक व्हायचं स्वप्न जणू मसूदनं बोलून दाखवलं होतं! तो पाहता पाहता उचंबळून आला. मसूदला घट्ट मिठी मारीत तो म्हणाला, ''मसूदभाई - मैं सदा के लिए तुम्हारा एहसानमंद रहूँगा! मी तुला कधीच अंतर देणार नाही. आपली अभेद्य मैत्री हेच आपलं बळ आहे. तू माझा संरक्षणमंत्री व सरसेनापती राहशील आणि माझ्या अधिकारात तुला शंभर गुन्हे माफ राहतील!''

रीगनची भेट आटोपून येताना कारमध्ये व आता बोलण्याच्या प्रारंभी टाळ्यांच्या कडकडाटात मिळणाऱ्या प्रतिसादामुळे काहीक्षण रब्बानी थांबला होता. तेवढ्या वेळात मोजूनमापून कसं बोलायचं, हे तो योजत होता.

''दोस्त हो, प्रेस कॉन्फरन्स उशिरा सुरू झाल्याबद्दल मी तुमची तहे दिल से माफी मागतो; पण माझा नाइलाज होता. आपल्या महान देशाचे जागतिक नेते जनाब रीगन साहेबांसोबत चर्चेची चौकट इतकी विस्तृत होती आणि प्रेसिडेंटसाहेब इतक्या आस्थेनं प्रत्येक मुद्द्यावर चर्चा करीत होते की, त्यामुळे ठरलेल्या अर्ध्या तासापेक्षा सुमारे पंचवीस मिनिटं चर्चा लांबत गेली. मी त्यांचा मेहमान होतो. त्यांच्या इजाजतीविना ती मला थांबवता येत नव्हती.''

रब्बानी याद्वारे आपली प्रतिमा आणि रीगन-भेटीला असणारं युद्धाच्या संदर्भाचं महत्त्व खुबीनं पत्रकारांच्या मनात बिंबवू पाहत होता. ते मुजादादीच्या लक्षात आलं आणि त्यामुळे तो अस्वस्थ झाला होता.

रीगनबरोबरच्या चर्चेत रब्बानीनं त्याला फारसं बोलू दिलं नव्हतं आणि रीगननंही त्याला विशेष महत्त्व दिलं नव्हतं. त्याचं दुर्लक्ष मुजादादीच्या मानी स्वभावाला चांगलंच झोंबलं होतं. आपला नेमस्त स्वभाव आणि संघर्ष टाळण्याकडे असलेला कल यामुळे सत्ता व नेतृत्व स्पर्धेत आपण मागे पडत आहोत, आपण यासाठी काहीतरी केलं पाहिजे... पण आजतरी रब्बानीनं बाजी मारली आहे.

''आमची भेट व चर्चा अत्यंत यशस्वी झाली, हे सांगताना मला आनंद होत आहे. त्यांनी अमेरिकेच्या वतीनं भरघोस मदतीचं आश्वासन दिलं आहे, त्यामुळे आम्हाला हजार हत्तींचं बळ प्राप्त होणार आहे. एवढं कथन केलं तरी पुरेसं आहे. तपशिलात जाण्यात मतलब नाही आणि उचितही नाही. पण मी जाहीरपणे त्यांचे व स्वातंत्र्यप्रेमी अमेरिकन जनतेचे आभार प्रकट करतो!''

प्रेस कॉन्फरन्सनंतर भोजनाच्या वेळी झाकिर व जावेदनं फिरून सर्व पत्रकारांना 'ऑफ द रेकॉर्ड' मदतीचा तपशील द्यावा, अशी व्यवस्था रब्बानीनं केली होती. त्यांनं रीगनकडून काय मिळवलं, हे अफगाणी अवाम व मुजाहिदीनांना कळणार होतं. त्याविना त्याचं महत्त्व व प्रभाव कसा वाढला असता त्यांच्या नजरेत?

आणखी थोडं प्रास्ताविक बोलून रब्बानीनं मुद्द्याला हात घातला. सोव्हिएत युनियनमध्ये जनाब मिखाइल गोर्बाचेव्ह आल्यापासून आणि त्यांच्या 'ग्लासनोस्त' (पारदर्शकता) आणि 'पेरेस्त्रोयका (पुनर्रचना) या धोरणामुळे त्यांच्या ब्रेझनेव्ह ते चेर्नेन्कोच्या झापडबंद अफगाण नीतीची ते नव्यानी समीक्षा करतील, असं वाटतं! त्यासाठी प्रेसिडेंट रीगन साहेब व इतर देशांचे नेते त्यांच्याशी द्विपक्षीय व आंतरराष्ट्रीय चर्चेत मघाशी सांगितल्याप्रमाणे त्यांच्या सैन्यमाघारीच्या प्रश्नाशी सांगड घालणं बंद करण्याबाबत आग्रह धरतील आणि त्यामागची अफगाणी जनतेची रास्त इच्छा उलगडून सांगतील, अशी पेशकश मी तुमच्या माध्यमातून आंतरराष्ट्रीय नेत्यांना जाहीरपणे करीत आहे. सोव्हिएत युनियनची भूमिका ही करमाल सरकारच्या मदतीसाठी सैन्य पाठविण्याची आहे. त्यामुळे ते या देशात अनिश्चित काळ राहणार नाहीत. तरी त्याला आता सात वर्षं झाली आहेत. त्यांनी सन्मानपूर्वक माघारी जाणं श्रेयस्कर आहे. ती वेळ नजदीक आली आहे. त्यांनी ताठरपणा सोडून आंतरराष्ट्रीय समुदायापुढे मान्य केल्याप्रमाणे व इतर बाह्य हस्तक्षेप बंद होण्याच्या प्रश्नाशी आणि सध्याचं सरकार नंतरही राहावं, या अटीशी सांगड घालणं बंद करून रूसी सैन्याच्या माघारीचं वेळापत्रक ठरवावं. अफगाण जनतेला त्यांचे प्रतिनिधी ठरविण्याचा अधिकार आहे. त्यामुळे त्यात कुणीही काही अटी घालणं म्हणजे अफगाण जनतेच्या इच्छेचा अनादर होईल. मी सोव्हिएत युनियनला त्यांनी नव्यानं त्यांच्या अफगाण नीतीची समीक्षा करावी, असं आवाहन करतो.''

उपस्थित पत्रकारांपुढे एक नवा नेमस्त व जगाला मान्य होईल असा भावी नेता रब्बानी उभा होता. आंतरराष्ट्रीय राजकारणाचं, शीतयुद्धाच्या गुंतागुंतीचं भान ठेवून भावी धोरणाचं दिशादिग्दर्शन तो करीत होता! सोव्हिएत युनियनमध्ये गोर्बाचेव्हच्या पदार्पणानंतर सुरू झालेलं नवं वारं व त्याची दिशा रब्बानीनं अचूकपणे ताडली होती आणि पुढील जिनिव्हा वार्तासाठी चर्चेची संभाव्य चौकट सर्व मध्यस्थांपुढे अफगाण जनतेच्या वतीनं ठेवली होती!

निवेदनाचा शेवट करताना रब्बानीनं पत्रकारांना अफगाणिस्तान पूर्णपणे समजून घेताना तेथला भूगोल, हवामान, इतिहास यासंदर्भात अफगाणींची जीवनशैली, संस्कृती व जीवनातील धर्माचं स्थान यांचा विचार करण्याचं आवाहन केलं, ते खूपच

प्रांजल व प्रभावी ठरलं.

पत्रकार परिषदेनंतर करीमुल्ला रब्बानीला म्हणाले, ''मुझे नाज है कि, तू मेरा चेला है! आजवर मी सर्व मुजाहिदीन गटांत समेट घडवून यावा, म्हणून निष्फळ धडपडत होतो. पण आता मी माझं सारं नैतिक वजन तुझ्या पारड्यात टाकीत आहे. कारण आज मला आपल्या देशाच्या नव्या इस्लामी हुकूमतीचा नेता - राष्ट्राध्यक्ष सापडला आहे!''

संध्याकाळी रब्बानीला अख्तर मैवांडवाल भेटून म्हणाला, ''सर, आज जागतिक पत्रकार परिषदेमध्ये जे आपलं एक समर्थ नेता व मुत्सद्दी - स्टेट्स्मन म्हणून दर्शन घडलं, त्यामुळे मी खरंच फार प्रभावित झालो आहे. मी जिहादी नाही, पण आझादी- परस्त आहे. आज मला तुमच्या रूपानं माझा नेता सापडला आहे. मी तुमच्या गटात सामील होऊ इच्छितो. केवळ मीच नव्हे तर अब्दुल हक साहेबांनाही मनवायचा प्रयत्न करीन. बस - आप मुझे अपना ले...''

रब्बानी प्रसन्न झाला. हा जनाब मोहंमद हाशीम मैवांडवालचा साहेबजादा आहे, जे एकेकाळी अफगाणिस्तानचे अमेरिकेत राजदूत होते व पंतप्रधान असताना त्यांनी जाणीवपूर्वक अमेरिकेशी संबंध वाढवले होते. त्याची त्यांना फार मोठी किंमतही चुकवावी लागली होती. या अख्तरचा निश्चित आपल्याला पुढे फायदा होऊ शकतो. अमेरिकन सिनेटर्स व सत्ताधीशांशी तो आपला संपर्कस्रोत होऊ शकतो. काही काळ अमेरिकेत शिकलेला आहे व उत्तम इंग्रजी बोलतो. झाकिरप्रमाणे तोही आपला चेला म्हणून वावरू लागला, तर या दोन नौजवान नेत्यांमुळे आपलंही महत्त्व अधिक वाढू शकतं...

''माझ्या तरुण मित्रा, आजपासून तू माझ्या 'जमाते इस्लामी'चा झाला आहेस. माझा राजकीय सल्लागार म्हणून तू मला मदत करशील. मुख्य म्हणजे यूनो व अमेरिकेशी माझा दूत म्हणून संपर्क ठेवण्याचं काम प्रामुख्यानं तुला करावं लागेल!''

''आपका हुक्म सर आंखों पर जनाब!''

❑

अध्यार्वरती डाव मोडला—

"वा चाचा बहोत खूब! एकीकडे तिला खुदकुशीला मजबूर करायचं आणि दुसरीकडे तिच्या इच्छेचा आदर म्हणून आम्हा स्त्रियांना कब्रस्तानात यायला मना करायचं..!" जमीलाच्या कडवट स्वरात उपहास भरला होता. "माझा स्त्रीजातीचा मसीहा असणारा चाचा, लगता है, बरसों पहले खो गया है!"

गुलखान्यात आपल्या मांडीवर तरानाचा मृतदेह घेऊन अन्वर बसला होता. त्याची नजर तरानाच्या डोळे मिटलेल्या आणि मृत्यूनंतर बारा तास लोटून गेले तरी दीप्तिमान व तजेलदार वाटणाऱ्या मुद्रेवरून हटत नव्हती! त्या गुलखान्यात चारी दिशांना पाचपन्नास कुंड्यांत विविध प्रकारांची फुलझाडं तरानानं मोठ्या हौसेनं लावून जोपासली होती. त्यांच्या संमिश्र खुषबूच्या माहौलमध्ये जमीलाला वाटलं, आपली चाची झोपली आहे.

तिनं जेव्हा गुलखान्यात प्रवेश केला व 'चाचा' अशी पुढे होत आर्त हाक मारली, त्यानं नजर वर करून दाराकडे पाहिलं! त्याचा अनावर शोक तिला अधिकच भावनावश करून गेला. तरानाच्या आत्महत्येच्या बातमीनं जमीला चाचाबाबत सख्त नाराज आणि क्षुब्ध झाली होती. त्याला पाहताच, त्याच्या चेहऱ्यावरची खोल उदासी आणि नजरेतली व्याकूळता पाहाताच ती सारं विसरली. त्याच्या गळी पडत ती स्फुंदत म्हणाली, "चाचा, हे काय झालं रे? माझी तिची शेवटची भेटही झाली नाही..."

गुलखान्यात तरानाचा मृतदेह आज सकाळी दिसून आला, तेव्हापासून अन्वर तिचं डोकं मांडीवर घेऊन बसला होता. तिच्या केसांतून, चेहऱ्यावरून हात फिरवीत होता. एक शब्दही तो कुणाशी बोलत नव्हता, अश्रू ढाळत नव्हता की हुंदका काढत नव्हता! अंतर्बाह्य धक्का बसून पार कोलमडून जावं, तसा त्याचा

चेहरा विदीर्ण झाला होता. आणि नजरेत एक प्रकारची शून्यता. तो जणू आतून बाहेरून मिटून गेला होता!

झैनब पुन्हा पुन्हा नज्म भाभीला म्हणत होती, ''ये सारा मेरा कसूर है भाभी! लगता है मैंने फिर एकबार अन्वरमियाँ को खो दिया है... तो माझा झाला, हा भ्रम होता.. तो तराना दीदीचाच होता, आहे व राहील जबतक जिंदा है. मुझे उसने क्यों अपनाया यकायक, पता नहीं... पण दीदी मरूनही मला पराभूत करून गेली...''

नज्म तिच्या पाठीवरून हात फिरवीत ''शांत हो झैनब, सारं काही ठीक होईल,'' असं म्हणत धीर देत होती.

ती त्याच्या नजरेस पडताच अन्वर हैदरभाईंना म्हणाला होता, ''उसे कहो, मेरे सामने मत आये. कमसे कम आज दफन होने तक. मुझे बडी तकलीफ होती है...'' त्याचे ते तुटक शब्द तिच्यावर विजेचा लोळ पडावेत तसे पडले होते. ती करपून कोळसा झाली होती मनोमन!

दर शुक्रवारी पहाटे तीन ते चारदरम्यान तरानाला मॉस्कोहून वा काबूलमधील सोव्हिएत युनियनच्या एम्बसीमधून संदेश यायचे. तिनं आपल्या वॉर्डरोब असलेल्या कपाटाच्या सेफ बॉक्समध्ये मायक्रोफोन बसवला होता. तिला बेडवर उशाखाली ठेवलेल्या कार्यक्षम माईकवर हलकेच आवाज यायचा. प्रशिक्षण घेतलेल्या तरानाला तो सूक्ष्म आवाज गाढ झोपेतही ऐकू यायचा. ती बरोबर जागी व्हायची आणि वॉर्डरोब उघडून संदेश ग्रहण करायची.

विवाहानंतर सतत वीस-बावीस वर्ष हा संदेशग्रहणाचा कार्यक्रम अव्याहत चालू असून अन्वरला त्याचा मागमूसही नव्हता.

पण त्या पहाटे आवाज येताच जागी होऊन तराना वॉर्डरोबच्या कपाटाजवळ गेली, दार उघडलं आणि सेफ बॉक्स खोलून कानावर माईक ठेवून ती संदेश ऐकू लागली. अन्वर या वेळी गाढ झोपलेला असतो, या कित्येक वर्षांच्या अनुभवानं निर्धास्त असलेली तराना आज पहाटे तो जागा आहे, पहाटेपर्यंत तो बेडलॅम्प लावून वाचीत होता आणि अंधार असला तरी अजून त्याचा डोळा लागला नाही, हे तिच्या गावीही नव्हतं. त्यामुळे तिच्या खांद्यावर त्याचा बळकट हात पडला, तेव्हा ती केवढी दचकली... पांढरीफेक पडली.

त्यानं बेडरूममधले दिवे लावले. तराना नेहमीच्या पुश्तूमध्ये न बोलता रशियन भाषा बोलते आहे, हे लक्षात येताच तो हादरला. मग संतप्त होत म्हणाला, ''तराना, हे काय आहे? आखिर ये माजरा क्या है?''

तिची अवस्था मोठी शोचनीय झाली होती. आपलं आजवर जपलेलं गुपित अवचितपणे उघडं झालं होतं. विवाहपूर्वीचा आपला हा काळा भूतकाळ कधी ना कधी उघडकीस येईल आणि त्याचा अन्वरपुढे रहस्यभेद होईल, ही कायम भीती घर करून असायची. प्रचंड भीती आणि वैवाहिक सहजीवनावर लागणारं प्रश्नचिन्ह यामुळे ती विदीर्ण झाली होती, तशीच ताठरली होती.

"म-म-मी... मी..." शब्द फुटत नव्हते. "हा - हा देवरभैय्या-र-र- हीम भाईचा कबर्ड आहे. क - क - कदाचित त्यांचा - त्यांचा मायक्रोफोन असेल..."

"वा, बहोत खूब तराना. तू तो अच्छा खासा झूठ भी बोल लेती हो." अन्वर पुन्हा गरजला. "तेरा उससे क्या वास्ता है? तुझे ये पता कैसे था? और रूसी जुबान में बात करने का मतलब? बोल, चूप का? तू तू मॉस्कोची हेर आहेस? के. जी. बी. एजंट?"

तिनं होकारार्थी मूक कबुलीदर्शक मान हालवताच अन्वरचा तोल ढासळला. दोन्ही हातांनी तिचे केस घट्ट पकडून तिचा चेहरा मागे खेचत तो दात-ओठ खात म्हणाला, "यू... यू बीच. तू मला फसवलंस? माझी प्रतारणा केलीस?"

"प्लीज, फॉर गॉड्स सेक... असं म्हणू नकोस." काहीसा धीर गोळा करीत तराना हलक्या थरथरत्या स्वरात म्हणाली, "हे खरं असलं, तरी मी तुझी प्रतारणा केली नाही रे... बिलीव्ह मी!"

"हाऊ कॅन आय? टेल मी हाऊ कॅन आय?" त्यानं क्रुद्ध चिरक्या आवाजात ओरडत विचारलं. "माझी बीबी के. जी. बी. ची गुप्तचर होती - आहे... धिस इज शॉकिंग... मी मूर्ख - खुळा - वेडा होतो."

तरानाची मान झुकलेली होती. तिला खूप काही बोलायचं होतं, पण तोंड नव्हतं. तिचा अपराधीपणा तिला जणू मूक करून गेला होता!

"कसं सांगू तुला अन्वर?" आता चूप बसणं अधिक अनर्थकारी ठरेल, त्याला सारं सांगणं हेच ठीक राहिल. मग जे व्हायचं ते होऊ दे, ते स्वीकारलं पाहिजे, असा विचार करून ती धीर गोळा करीत म्हणाली, "होय, मी के. जी. बी. ची हेर होते आणि मॉस्कोमधील आपली भेट एका सुनियोजित डावाप्रमाणे पीटर उस्तिनोव्ह - माझे सर, माझे गॉडफादर - ते के. जी. बी. चे बडे अधिकारी आहेत - यांनी घडवून आणली होती. तुझ्या प्रेमात पडायचा मला हुकूम होता."

"इट्स इनफ! इसके आगे और मैं कुछ सुनना नहीं चाहता..." अन्वर खोल पराभूत स्वरात म्हणाला, "माझ्यात तेवढी हिंमत नाही."

"असं पुन्हा पुन्हा म्हणू नकोस अन्वर..." ती त्याच्याजवळ येत म्हणाली,

"तुझ्या प्रेमात ठरवून पडले, हे जितकं खरं, तेवढंच मी तुझ्यात माझ्या नकळत केव्हा व कशी विरघळून गेले, मला समजलंच नाही. मग मी खरीखुरी मोहब्बत करु लागले तुझ्याशी.''

"पण यामागचं सत्य हेच उरतं की, हे सारं तू तुझ्या कामाचा भाग म्हणून करीत आलीस.'' अन्वर उसळून म्हणाला, "तुझं प्रेम, सहजीवनातली निष्ठा हा देखावा होता. माझी प्रतारणा तर केलीसच, पण माझ्या देशाचीपण अपराधी आहेस.''

"नाही अन्वर, हा आता माझा देश आहे... माझ्या शौहरचा देश म्हणून आता माझा देश आहे,'' तराना म्हणाली, "मला इथं येतानाच पीटर सरांनी आझाद केलं होतं. पण के. जी. बी. पासून मृत्यूशिवाय कुणाची सुटका नसते, म्हणून देखाव्यासाठी माझ्याकडे मायक्रोफोन होता. पण मी केवळ अफगाणी रितिरिवाज, परंपरा आणि समाजजीवनाची माहितीच पुरवीत होते. आणि जी ही समाजशास्त्रीय माहिती उघड आहे, ती मी देत होते, ते केवळ के. जी. बी. ला अंधारात ठेवण्यासाठी. पीटर सरांची मी मानसकन्या होते. माझा यकीन कर... आणि मला माफ कर.''

"अन्वर खरंच सांगते, आपल्या सहजीवनात प्रेम, समर्पण आणि निष्ठेत माझ्याकडून यत्किंचितही खोट नव्हती. मला तुला फसवायचं नव्हतं रे आणि गमवायचंपण नव्हतं.

"पण तरी आजच्या नंतर मला कसलीही सफाई द्यायची नाही. त्याच्या बळावर टिकतं ते प्रेम नसतं. आणि ते मला नको आहे. पण मी हे खरंखुरं मनापासून सांगते, मी तुझी प्रतारणा केली नाही की देशाची गद्दारी केली नाही. तू बडा मंत्री आहेस. तू माहिती काढू शकतोस, हवी असेल तर. तुला मला जी सजा द्यायची आहे, ती दे! मी ती खुषीखुषी स्वीकारीन...''

पण त्यानं पंधरा दिवसांच्या आत झैनबशी दुसरा विवाह करून दिलेली सजा तिनं विचाराच्या अतर्क्य शक्यतेतही गृहीत धरली नव्हती. ती त्याला एवढंच म्हणाली, "झैनबला मी बहिणीप्रमाणे वागवेन. तुम्हा दोघांची बांदी बनून उर्वरित आयुष्य सेवेत घालवीन. पण ही मला नाही, तुला स्वत:ला सजा आहे.. अरे, तुला सलमा भाभी काय, अनाहिता मॅडम काय किंवा आपली जमीला बेटी काय.. सारे तुला औरत जातीचा मसीहा समजतात.. तसा तू खरोखरच आहेस. पण आज तू तुझ्या विचारांशी द्रोह केला आहेस. मला हे करण्याआधी तलाक दिला असतास, तरी योग्य झालं असतं. यातही एक बरं झालं. करमालप्रमाणे नुसताच तिच्याशी संबंध

ठेवला नाहीस. दुसरा का होईना निकाह केलास. एक औरत म्हणून मला त्यातल्या त्यात ही समाधानाची बाब वाटली.''

तिच्या त्या शांत, समजूतदार शब्दांनी तो अधिकच घायाळ झाला होता!

तराना ही के.जी.बी.ची एजंट होती आणि रशियाच्या अफगाण धोरणाचा भाग म्हणून तिला आपल्या प्रेमात पडण्याची आणि विवाहाची जवळपास सक्ती करण्यात आली होती, या जाणिवेनं त्याचा भडका उडाला होता. एका क्षणार्धात त्या गौप्यस्फोटानं त्याचं मानस गढूळलं होतं. तो मनस्वी दुखावला गेला होता. आपण तिला प्रेमात जिंकलं आहे हा त्याचा भ्रम होता, ही जाणीव वेदनाकारी डंख मारीत होती!

एका रशियन गुप्तचर स्त्रीशी विवाह म्हणजे देशद्रोह, असंही त्याच्या मनानं घेतलं. तिनं आपल्या सान्निध्यात राहून देशाची काय काय गुपितं रशियाला पुरवली असतील... खुदा जाने!

त्या पहाटेच्या गौप्यस्फोटानंतर सकाळी तिनं त्याला चहा आणून दिला, तेव्हाच अन्वरला जाणवलं.. ती समोर असणं असह्य वाटतंय. तिच्या हातचा चहा वेगळा, बेचव वाटतोय. तिचं सुस्नात तजेलदार खूबसूरत असं सकाळचं दर्शन आज दिवसाची अपशकुनी सुरुवात वाटली!

दिवसभर दाढीसाठी गरम पाणी देताना, नाष्टा वाढताना, ऑफिसला जाताना त्याची बॅग देत दारापर्यंत जाताना, दुपारी जेवणासाठी समोरासमोर डायनिंग टेबलवर बसताना, सायंकाळी त्याचं स्वागत करताना आणि रात्री नेहमीचा मद्यपानाचा इंतजाम करताना ती त्याच्यासमोर असणं, आसपास वावरणं त्याला नकोसं वाटत होतं. तो तिच्याशी एक शब्दही बोलत नव्हता की तिच्या बोलण्याला, संभाषणाला प्रतिसाद देत नव्हता. ती पुन्हा पुन्हा त्याचा विदीर्ण, पांढरा फक्क पडलेला चेहरा आणि लाल जर्द झालेले व खोल गेलेले डोळे पाहून म्हणाली होती, ''आप खुदको इस तरह परेशान मत करो. चाहे तो मुझे सजा दो. मेरा गला घोट दो... खुदको सजा क्यों दे रहे हो? वो मेरा हक है - मैं जो कुसुरवार ठहरी.''

त्यानं थंड, निर्जीव नजरेनं तिच्याकडे क्षणभर पाहिलं आणि काही न बोलता मान वळवली. त्या रात्री अख्खी बाटली रिचवूनही त्याला कितीतरी वेळ झोप आली नाही.

दुसऱ्या दिवशी ऑफिसमधून काही कामानिमित्त तो सुलतान चाचांकडे गेला तेव्हा ते घरी नव्हते. गालिच्यांच्या व्यापारानिमित्तानं तेहरानला गेले होते. त्याच्यासमोर संध्याकाळी झैनब आली होती!

तिला पाहताच त्याचा सारा क्षोभ, वेदना आणि वंचनेची खदखद मनाच्या

तळातून वर आली. त्याला एक पदर होता. आपण तरानाच्या प्रेमात झैनबला विसरून तिची वंचना केली, तिचं प्रेम विसरलो. अम्मीला दिलेली मॉस्कोहून परत आल्यावर झैनबशी निकाहची मौन संमती वाऱ्यावर सोडून दिली. पण ती आपल्याशी एकनिष्ठ राहून अद्यापही अविवाहित आहे. आपल्याला वेळोवेळी 'मुझे अपना ले...' अशी विनवत असते. आपण कधी तिच्या एकनिष्ठ प्रेमाची कदर केली नाही की तरानाच्या मोहब्बतीत जन्नत मानीत भ्रमात जगताना त्यामागची निष्ठा आणि समर्पण जाणवलं नाही. आपण कुठले स्त्री जातीचे मसीहा? झैनबवर किती अन्याय केला आहे.

"झैनब, मैं बरबाद हो चुका हूँ... मेरी दुनिया लुट गयी है..."

त्याच्या डोळ्यांत पाणी आलं. तो किती असाहाय्य - केविलवाणा वाटत होता, झैनबला नवल वाटलं, तशीच काळजीही. काय झालं असावं? हा कणखर पुरुष आपल्यात सहारा शोधतोय. त्याला आपल्या मदतीची, आधाराची गरज आहे. एक स्त्री म्हणून उपजत जाणिवेनं तिनं त्याची ही मनोवस्था जाणली होती. आणि क्षणाचाही वेळ न लावता सहजतेनं त्याला कुशीत घेऊन ती त्याचं सांत्वन करू लागली. आपल्या स्पर्शानं, आपल्या ओठानं त्याचे अश्रू टिपून घेत. "अन्वर, मेरे हमदम! ना, ऐसे रोते नहीं. मैं हूँ ना, मुझे बता क्या हुआ?"

"काय आणि कसं सांगू, कळत नाही झैनब! पण मनात ते साचून दडवून ठेवणंही कठीण आहे." अन्वर म्हणाला, "बस, तूही तो याद आयी इस नाजूक वक्त - जिसके सामने सब कुछ कह सकूं और खुदको संभाल सकूं..."

आणि त्यानं तरानाबाबतचं सारं काही सांगितलं. "अन्वर, तिच्या बोलण्यावर तू यकीन का करत नाहीस? तिला मी या वीस-बावीस वर्षांत जवळून पाहिलं आहे. तिची मोहब्बत मी तरी झूठ समजत नाही. अरे, तिनं तुझ्यासाठी इस्लाम स्वीकारला - आत्मसात केला व त्याप्रमाणे ती आचरणही करते आहे..."

"तू बडी भोली है झैनब. अग, हेर म्हणून काम करताना सारं काही करावं लागतं... हा त्याचाच भाग असणार नाही कशावरून?" अन्वर म्हणाला, "नाही झैनब, तिनं मला फसवलं! मी नादान, ठार पागल होतो म्हणून तुझी सच्ची मोहब्बत, जाणू शकलो नाही, सचमुच, मैं तेरा बडा गुनाहगार हूँ...

"मेरे नसीब में तू नहीं था - और क्या?"

"नही झैनब, हा रूसी डाव होता मला मोहात पाडण्याचा." अन्वर म्हणाला, "आता माझे डोळे साफ उघडले आहेत... या वीस-पंचवीस वर्षांत मी तुला खूप छळलं आहे, तुझ्याकडे पाठ फिरवून, तुझी मोहब्बत नजरअंदाज करून..."

''जाऊ दे अन्वर... कशाला त्या जुन्या जखमा पुन्हा ताज्या हज्याभज्या करायच्या?'' दीर्घ नि:श्वास सोडीत उदास स्वरात झैनब म्हणाली, ''आता मी थकले रे, अकाली बूढी झाले... मला मनच्या या वेदना नाही सहन होत आताशी... खुदा के वास्ते, हम कुछ और बातें करेंगे.''

''ठीक है झैनब.'' तोही मग गप्प झाला. काही क्षण असेच शांततेत गेले. त्याची नजर जणू अंतर्मुख झाली होती. आणि मग अचानक तिच्या जवळ येत, हाताच्या ओंजळीत तिचा चेहरा घेत तिच्या नजरेत पाहत तो म्हणाला, ''मी प्रायश्चित्त करू इच्छितो झैनब, मला मौका मिळेल?''

''मी नाही समजले, तुला काय म्हणायचं आहे ते?''

''मी... मी तुझ्याशी निकाह करू इच्छितो... तुझ्यावर मी खूप अन्याय केला आहे, उर्वरित आयुष्यात बेपनाह मोहब्बत करून त्याची भरपाई करू इच्छितो.''

कानांवर विश्वास बसला नाही, तरी ती नकळत मोहरून आली. ज्या क्षणाच्या प्रतीक्षेत ती जगत आली होती व अधाशी झाली होती, तो क्षण असा अवचित येईल आणि आपलं सारं अंतरंग त्याला प्रतिसाद द्यायला, होकार द्यायला असं उजळून निघेल... झैनब स्वत:च्या मनोदर्शनानं चकित झाली.

''मी या क्षणाच्या इंतजारमध्ये होते अन्वर. मी ना म्हणू शकणार नाही.'' झैनब म्हणाली, ''पण पण...''

''पण काय झैनब?''

''तुला खरंच माझ्याबद्दल प्रेम वाटतंय? की तरानाला शिक्षा देण्यासाठी म्हणून माझ्याकडे आला आहेस?''

''फार पेचीदा सवाल पुसलास, मी प्रामाणिक उत्तर देतो'' ...अन्वर नि:संकोच हिमतीनं बोलत होता. ''दोन्ही खरं आहे, माझ्या मनाचा एक कोपरा सदैव तुझ्या प्रेमानं सुगंधित होता. पण तरानाशी विवाह केल्यावर ते जायज नाही, असं मानण्याचा अट्टहास मी करीत होतो... मला तिची खरंच प्रतारणा करायची नव्हती.'' त्याच्या प्रांजळपणानं ती भारावून गेली.

''झैनब, मी सदैव स्त्री-पुरुष समानतेचा पुरस्कर्ता राहिलो आहे. हे मला माझ्या मार्क्सवादानं शिकवलं. सहजीवनाचा पाया प्रेम असावा - परस्पर विश्वास असावा.. तो तरानानं तिच्या गौप्यस्फोटानं गमावला आहे... म्हणून तुझ्याशी निकाह करताना तिच्यावर अन्याय करीत नाही. तुला कबूल असेल तर तिला मी विश्वासघातासाठी तलाक देईन.''

''बिल्कुल नाही.'' झैनब आवेगानं म्हणाली, ''अब इस ढलती उम्र में वो

कहाँ जायेगी? नको अन्वर, तिच्याप्रती एवढा निष्ठुर होऊ नकोस. आपल्या इस्लाममध्ये बहुविवाह मान्य आहेत. मी दुसरी बीबी खुशीखुशी बनायला तयार आहे. आता तिला बडी दीदी म्हणेन, तिचीही तुझ्या सोबत सेवा करीन... आणि तुलाही एक दिवस तिला माफ करायला लावेन...''

''अशक्य झैनब...!'' अन्वर म्हणाला, ''बाकी मैं कुछ भी बर्दाश्त कर सकता हूँ - लेकिन झूठ नहीं. मैं उसकी वजह बाईस साल एक झूठ के साथ जिया.. अब उसका पता चलने के बाद उसे माफ करना नामुमकिन है...''

तीन दिवसांच्या आत त्यानं झैनबशी निकाह लावून तिला घरी आणलं.

तरानानं मन घट्ट करीत चेहऱ्यावर प्रयत्नपूर्वक खुशी आणीत स्वागत केलं. त्यांच्या सुहाग रात्रीसाठी ती व अन्वर बावीस वर्ष वापरीत असलेली बेडरूम फुलांनी आपल्या हातांनी शृंगारून दिली.

हे आपलं प्रायश्चित्त आहे. शिक्षा आहे. ती विनातक्रार भोगली पाहिजे. अपराध मोठा आहे, अक्षम्य आहे. तरीही त्यानं तलाक दिला नाही, घराबाहेर काढलं नाही, ही मेहरबानी समज!

झैनबला शृंगारून, नटवून थटवून कालपर्यंत आपल्या असणाऱ्या हक्काच्या बेडरूममध्ये पाठवलं आणि दार ओढून घेतलं, तसं इतका वेळ ओढून ताणून आणलेलं चंद्रबळ सरलं. आपल्या नव्या छोट्या खोलीत अंधार करून तोंडात बोळे खुपसून आवाज येणार नाही, याची दक्षता घेत किती वेळ तरी ती रडत राहिली. त्या बेभान अवस्थेत कधी तरी जाणीव झाली की, तिचा तो मायक्रोफोन वाजतोय... अंगात मुरलेल्या सवयीनं अभावितपणे पुढं होत तिनं माईक कानाला लावला.

पलीकडे मॉस्कोला पीटर उस्तिनोव्ह होते!

''अंकल, मी बरबाद झाले... तुम्हाला म्हणत होते, मला पूर्ण मुक्त करा. या दिवसाची मला आशंका होती आणि तसंच झालं! आधी मला जे काम करावं लागत होतं, त्यामुळेच कदाचित मी आई होऊ शकले नाही. अवघी जिंदगी तरसत राहिले, स्वत:ला कोसत राहिले! आता पुरती बरबाद झाले आहे. काय करू? कसं वागू?''

''बेटी, मी खरंच तुझा अपराधी आहे. पण तू कधीही माझ्याकडे परत येऊ शकतेस...''

''ओ नो, अंकल! मी याच देशात, याच घरात मरून दाखवून देईन की, मी खरंच अन्वरवर बेपनाह मोहब्बत केली आहे आणि तो दिवस फार दूर नाही...''

फोनवरही तिच्या हास्यात जीवघेणी गूढता पीटरला जाणवली.

''आता मी हा मायक्रोफोन फोडून टाकीत आहे. यापुढे माझ्याशी कधीही संपर्क साधू नका! मी अखेरचा गुडबाय करते... मी तुमची आभारी आहे. मला अशी जिंदगी बहाल केल्याबद्दल...''

तराना हल्ली घरातल्या घरात दिसतही नव्हती. तिनं आपली हक्काची, मोठ्या कलात्मकतेनं सजवलेली बेडरूम तो जेव्हा झैनबशी निकाह लावून आला, तेव्हा त्यांच्या सुहागरातीसाठी खाली करून दिली होती, तेव्हापासून तिनं गेस्ट रूममध्ये राहायला आरंभ केला होता. आपला चेहराही त्याच्या दृष्टीस पडणार नाही, याची ती दक्षता घेत होती.

''ही माझी शिक्षा आहे झैनब, मी त्याची घोर अपराधी आहे ना.'' हा तिचा खुलासा झैनबनं त्याच्यापर्यंत एकदा पोचवला, तेव्हा उदास होत तो म्हणाला, ''पता नहीं, ये मेरा भी कसूर हो सकता है! पण मला तिनं फसवलं, ती के.जी.बी. ची हेर होती, हे विसरता येत नाही. कितीही प्रयत्न केला तरी...''

विवाहानंतर केवळ देखाव्यासाठी ती निरुपद्रवी सांस्कृतिक खबरा पुरवीत होती, हा तरानानं केलेला खुलासा पडताळण्याची संधी पीटर सरांच्या काबूल आगमनानं मिळाली. ते आले होते अफगाणिस्तानच्या गुप्तचर पोलिसयंत्रणेची – 'खाद' ची - के.जी.बी.च्या धर्तीवर पुनर्रचना करण्यासाठी. आल्यापासून अन्वरला ते अनेकदा भेटले होते. दोनदा प्रदीर्घ चर्चा झाली होती. त्या वेळी एक सवाल पुसला होता. त्यामुळे त्यांच्या भेटीला दुसराही उद्देश असणार, असा त्याला संशय आला होता.

''अन्वरमियाँ, तू मला आपला वाटतोस. कारण तान्या माझी मानसकन्या आहे, हे तुला माहीत आहे. माझी अपघातात तरुण वयात गेलेली मुलगी लायका तिच्या रूपात अजून जिवंत आहे, असं तान्याला पाहिलं की मला नेहमी वाटतं. त्या नात्यानं तू माझा जावई लागतोस. म्हणून तुझ्याशी मनमोकळं बोलायला हरकत नाही...''

पीटर के.जी.बी.चे क्रमांक दोनचे अधिकारी. करमालनं सत्तेवर आल्यावर आपल्या मॉस्को भेटीत त्यांच्यासाठी शब्द टाकूनही ब्रेझनेव्हनी त्यांना के.जी.बी. प्रमुख केलं नव्हतं. म्हणून आजही ते नंबर दोनच होते. एका परक्या देशाच्या राष्ट्रप्रमुखाकडून वशिला लावण्याचा आणि दडपण आणण्याचा पीटरनं केलेला प्रयत्न पीटरला अंतिमत: महाग पडला असावा. त्यांची कामाबाबतची निष्ठा आजही अढळ होती व आता पुन्हा एकवार गोर्बाचेव्ह युगात गुणवत्तेप्रमाणे ते के.जी.बी. चीफ

होण्याची महत्त्वाकांक्षा बाळगून होते. ते पीटर सर आज आपल्याशी बोलताना एवढी प्रस्तावना का करीत आहेत व त्यांना काय विचारायचं आहे, याचा अंदाज अन्वरला येत नव्हता.

"बोला पीटर अंकल, मीही तुम्हाला नेहमी आपलं मानलं आहे." अन्वरच्या जिभेवर महाप्रयासानं हे शब्द येत होते. यापूर्वी दोनदा ते काबूलला आले होते, अन्वर तर मॉस्कोला कैक वेळा गेला होता. त्या साऱ्या वेळी अन्वर पीटरशी आत्मीय जिव्हाळ्यानं वागायचा. प्रत्येक वेळी एकदा तरी म्हणायचा, "तुमच्यामुळे मला तराना मिळाली आणि माझ्या जीवनाचं सार्थक झालं."

आताही तो तेच म्हणाला होता, "तुम्हाला मी आपलं मानलं आहे पहिल्यापासून, कारण तुमच्यामुळेच मला तराना मिळाली आहे."

हे बोलताना तो तरानाकडे पाहत होता. त्याच्या शब्दातलं व्यंग आणि नजरेतला विखार तिला झोंबत होता. समोर तिचे पीटर अंकल होते. त्यांना अन्वरनं भोजनाला बोलवलं होतं. तेव्हा तिला निरोप देऊन त्यानं बोलावलं होतं. ती त्याला जवळपास पाच महिन्यांनी हाताच्या अंतरावर असलेली निकट दिसत होती. क्षणभर तो मधला कडवट कालखंड विसरला होता. तिची खंगत गेलेली देहाकृती पाहून काळजीनं आतून हेलावला होता. पण ज्या कारणासाठी तिला बोलावलं, ते आठवताच तो पुन्हा कडवट झाला होता. तिला कोरडेपणानं म्हणाला होता, "तो बुड्ढा, तुझा पीटर अंकल फारच मागे लागला आहे. म्हणत होता, मला तान्याच्या हातचं रशियन जेवण जेवून फार वर्ष लोटली आहेत. म्हणून त्याला मी रात्री जेवायला बोलवलं आहे. तेव्हा तू समोर हवीस. आपलं त्याला काही कळू नये, अशी माझी इच्छा आहे."

"आपण म्हणाल तसंच होईल सरकार." तराना त्याची नजर टाळीत म्हणाली. तिचे तुटक, आदरार्थी पण परके शब्द त्याला बोचत होते. गेल्या वीस वर्षांतली तिच्या एकेरी संबोधनाची सवय. ती आता कटाक्षानं आदरार्थी संबोधित होती. "हेच काम होतं ना? आता मला जायची इजाजत मिळेल?"

"ठीक आहे. तू जाऊ शकतेस." अन्वर कोरड्या स्वरात म्हणाला, "पण त्या बुड्ढ्यापुढे असं तुटक वागणं नको..."

"प्लीज! त्यांना पुन्हा पुन्हा बुड्ढा म्हणू नकोस अन्वर..." एकदम न राहवून ती तीव्रतेनं म्हणाली, "ते माझे अंकल आहेत, पित्यासमान आहेत.." क्षणभरानं भान आल्यावर पुन्हा तशाच तुटक स्वरात म्हणाली, "माफ करना. भूलसे आपको 'तुम' कहा - सॉरी..."

रात्री भोजनाला पीटर आल्यावर व्होडका पीत भोजनापूर्वी तासभर तो दोघांशी बोलत होता. त्याच्यासमोर दोघांनाही पूर्वीसारखंच आपलं सहजीवन आहे, हे दाखवण्यासाठी किती क्लेश पडत होते.

तरानाची मन:स्थिती अन्वर समजू शकत होता. पण तिच्या त्या मजबूर परेशानीचा मी का विचार करू? ती माझी घोर अपराधी आहे, खरं तर त्याला तिच्यासमोर पीटरना विचारून तिनं दिलेल्या सफाईची सत्यता जाणवून घ्यायची होती. पण मग वाटत होतं, 'आता काय उपयोग? ती मुदलात के.जी.बी.ची हेर होती, हुकमावरून प्रेमात पडली होती व आपल्याशी विवाह केला होता. या तथ्यात काय फरक पडणार आहे?'

त्याला करमालनं सांगितलं होतं, 'पीटर उस्तिनोव्ह तान्याचा मानसपिता आहे, हे मी जाणतो. त्याचा तू माझ्यासाठी प्लीज उपयोग करून घे. मॉस्कोचं माझ्याबद्दल काय मत आहे, हे जाणून घे. नवे प्रेसिडेंट गोर्बाचेव्हशी काही पर्सनल रॅपो जुळत नाहीय. त्यांच्या भेटीची इच्छा व्यक्त करूनही त्यांनी काही रिस्पॉन्स दिला नाही. त्यांच्या काबूल नीतीची दिशा बदलत असेल, तर आपल्यालाही नव्यानं मॉस्को संबंधांची समीक्षा करावी लागेल अन्वर... त्यामुळे पीटरशी बोलून काही अंदाज बांधता येतो का, काही क्लयू मिळतो का ते तू पाहा...'

"आता बेटी तू जा, जेवून घे व आराम कर! आम्ही राजनैतिक बोलतो जरा." पीटरनं सूचना केली. तिला हायसं वाटलं. "ठीक आहे अंकल." त्यांच्या गळ्यात किंचित मिठी घालून त्यांना प्रेमानं चुंबन देत ती आत निघून गेली.

"अन्वर, तुला काय वाटतं या सहा वर्षांच्या अनुभवानं? जनाब करमाललला अवामनं स्वीकारलं आहे?"

पीटरचा तो सहजतेनं विचारलेला प्रश्न अन्वरच्या अंगावर चाल करून आला.

"मी नाही समजलो अंकल!"

"ओ कर्मॉन अन्वर मियाँ, आपण अगदी इन्फॉर्मल बोलत आहोत. मी या क्षणी के.जी.बी.चा उपप्रमुख नाही की तू सरकारी मंत्री नाहीस. तू मला अंकल म्हणतोस ना तान्याप्रमाणे? तर मग झालं."

"हां अंकल." पीटरनं पुन्हा स्मरण करून दिलं, तसं मन पुन्हा एकवार कडवटून आलं "तुम्ही तान्याचे मानसपिता आहात व तुमच्यामुळेच तर ती मला मिळाली, हे मी कसं विसरेन?"

"ओ.के. ओ.के. ते मला पुन्हा सांगायची गरज नाही," ग्लासातल्या व्होडकाचा एक सिप घेत पीटर हसून म्हणाला. त्याला अन्वरची जिव्हारी रुतलेली वेदना माहित

नव्हती. "माझ्या प्रश्नाचं उत्तर दिलं नाहीस अन्वर?"

अन्वर भानावर आला होता. पीटरचा प्रश्न ऐकताच त्याला काही दिवसांपूर्वी करमालनं सांगितलेलं काम आठवलं. आज त्याला जेवायला घरी बोलवायचं तेच खरं कारण होतं. पीटरच्या प्रश्नानं काम सोपं झालं होतं.

१९८० ते ८६ या सहा वर्षांत प्रयत्नांची शिकस्त करूनही बबराक करमालला अवामनं स्वीकारलं नव्हतं, हे उघड सत्य होतं. ते पीटर पुन्हा का विचारीत आहे? सारे आंतरराष्ट्रीय राजकारणाचे विश्लेषक हेच सांगत होते की, रशियन सैन्याच्या मदतीनं करमालचं राष्ट्राध्यक्ष होणं जनतेला साफ नापसंत होतं. जिहादी लढ्यानं या काळात स्वातंत्र्यलढ्याचं आझादी की जंगचं स्वरूप धारण केलं होतं. त्यांची ही भावना पूर्णपणे खरी नाही, बरीचशी धार्मिक नेत्यांनी त्यांच्या स्वार्थासाठी आणि आंतरराष्ट्रीय वेस्टर्न ओरिएंटेड मीडियानं बनवली होती, हे तटस्थ आणि सोशॅलिस्ट ब्लॉकमधले विचारवंत सांगत असले तरी ते अल्पमतात होते, त्यांचा आवाज क्षीण होता.

अन्वरला स्वतःला करमालची मजबूरी समजत होती, तशी देशासाठी व समाजवादी बदलासाठी त्याची अपरिहार्यता मान्य होती.

पण या सहा वर्षांत पुलाखालून बरंच पाणी वाहून गेलं होतं!

१९८० व ८१ ही दोन वर्ष करमालनं अन्वर-अनाहितासारख्या सहकाऱ्यांच्या बळावर तराकीचा क्रांतिकारी कार्यक्रम धूमधडाक्यात राबवायला प्रारंभ केला होता खरा, पण याच काळात अमेरिका-पाक युतीनं अभद्र रूप धारण करीत मुजाहिदीनांना शस्त्रं व पैशाची हवी तेवढी मदत करीत जे आव्हान आंतरराष्ट्रीय पातळीवर रशिया - अफगाणिस्तानपुढे आणि करमाल राजवटीपुढे उभं केलं होतं, त्याचा सामना करण्यातच सारी शक्ती खर्ची पडत होती. देशभर सुशिक्षित पण इस्लामकडे झुकलेले व जिहादी जुनूननं भारावलेले युवक रशियन सैन्याचं देशातलं अस्तित्व म्हणजे देशाची गुलामी समजत लढत होते. व मशिदी-मशिदींतून दररोज मुल्ला-मौलवी जे कम्युनिस्ट राजवटीविरुद्ध आणि विशेषत्वानं करमालविरुद्ध जहर ओकीत होते, त्यामुळे बहुसंख्य अवामही करमालच्या व त्याच्या राजवटीच्या विरुद्ध गेली होती, हे अन्वरलाही मान्य होतं.

त्याचा आपण इन्कार केला व काही तरी बोलून वेळ मारून नेली, तरी पीटरना व मॉस्कोला ते माहीत आहे. त्यामुळे विषण्ण मनानं त्यानं कबुली देत म्हटलं, "हां, दुर्दैवानं ते सत्य आहे अंकल. पण अवामला जे भावनिकदृष्ट्या वाटतं ते

काही प्रत्येक वेळी खरं असतंच, असं नाही. हा जिहाद व तथाकथित आझादीची जंग यानं अवाम भारून गेली आहे व पेटून उठत प्रतिकार करीत आहे, हे वास्तव असलं, तरी ते देशहिताचं खचितच नाही, हे त्यांना सांगायची, पटवून द्यायची गरज आहे. पण आम्ही सारे त्यांच्या लेखी 'काफिर' असल्यामुळे 'थरली डिस्क्रेडिटेड' आहोत.. आमच्या बोलण्यातली सच्चाई त्यांना त्यामुळे समजत नाही...''

"मलाही तेच म्हणायचं आहे, अन्वर. करमाल हा अफगाणींसाठी विश्वासघाताचं प्रतीक बनला आहे. त्याचा पूर्वींचा विद्यार्थिनेता म्हणून असलेला करिष्मा आता कुठे उरला आहे? त्यानं या सहा वर्षांत जे शर्थींचे प्रयत्न केले व आजही तुमचा देश थोड्याफार स्थिर स्थितीत आहे, त्याचं सारं श्रेय त्यालाच दिलं पाहिजे...'' पीटर एक एक शब्द विचारपूर्वक बोलत होते, ''पण तरीही भविष्याचा दीर्घकालीन विचार करणं आवश्यक वाटत नाही तुला अन्वर?''

पुन्हा एकदा प्रश्नाची गुगली पीटरनी टाकली होती. अन्वरला जाणवलं, पीटर काही विशिष्ट उद्देशानं काबूलला आले आहेत. कदाचित मॉस्कोच्या दृष्टीनं करमालची उपयुक्तता संपली तर नसेल? करमालला कोण रिप्लेस करू शकेल, याची तर पीटरमार्फत चाचपणी होत नाही ना...? या शंकेनं तो थरारला, मनोमन क्षुब्धही झाला.

तो काही न बोलता पीटरकडे प्रश्नार्थक मुद्रेनं पाहत राहिला. काही न कळल्याचा आविर्भाव करीत. कारण त्याला विचारासाठी वेळ हवा होता!

"अन्वर, मी जरा स्पष्टच बोलतो. असं समज की, आमचं मॉस्कोचं थिंकिंग विशद करतोय.. अर्थात हे फार प्रीमॅच्युअर आहे. आज केवळ विचारांच्या पातळीवर आहे. कदाचित तसं होईल असंही नाही. पण ती शक्यता गृहीत धरायला काय हरकत आहे?'' पीटर अधिक नेमकंपणानं बोलत होते, ''आज ना उद्या काही वर्षांनी का होईना ती वेळ येणार आहेच. त्याचा विचार आताच का नको?''

"तुम्ही करमाल साहेबांनंतर कोण असं विचारता आहात?'' अन्वरनं विचारलं, ''पण फार आधी, अवेळी तुम्ही विचारत आहात, असं नाही तुम्हाला वाटत? अजून त्यांनी साठीपण गाठलेली नाही. आणि तुमच्या देशाची परंपरा पाहता, ज्याला आत्ताचे गोर्बाचेव्ह साहेब सन्माननीय अपवाद आहेत, नेतृत्व खरं तर म्हातारपणीच विकसित होतं, असं म्हटलं पाहिजे...''

"पण किती कठीण, असाधारण परिस्थितीत गेली सहा वर्ष करमाल राज्य करताहेत. ते थकून गेले आहेत, त्यांची क्रांतिकारी उमेद संपली, कमी झाली असं नाही वाटत?''

पीटरनं अन्वरच्या नेमक्या वेदनेवर बोट ठेवलं होतं. तो काहीसा विव्हळत म्हणाला, ''आप सही फर्माते हैं अंकल. माझा आदर्श असलेला चॅरिश्मॅटिक नेता कुठे तरी हरवला आहे. या दोन-चार वर्षांत तर आम्ही राज्य करतो आहोत म्हणजे काय? केवळ तुमच्या रेड आर्मीच्या मदतीनं सत्ता टिकवून आहोत व काबूल ताब्यात ठेवून आहोत, बस. कोणताही क्रांतिकारी समाजवादी कार्यक्रम आम्ही या काळात नव्यानं सुरू केला नाही की तराकींच्या काळातले यादवी युद्धसदृश परिस्थितीमुळे बंद पडलेले कार्यक्रम पुन्हा सुरू केले नाहीत... केवळ सत्तेत राहण्यासाठी आम्हाला डाव्या विचारसरणीचं समाजवादी राज्य नको होतं. यासाठी आम्ही सौरक्रांती खचितच घडवून आणली नव्हती.''

''अगदी बरोबर अन्वर. तुमची सौरक्रांती ही आंतरराष्ट्रीय समाजवादी चळवळीचे प्रणेते म्हणून सोव्हिएत युनियनलाही महत्त्वाची वाटते. म्हणून इतकी मनुष्यहानी सोसूनही आम्ही त्यासाठी इथं आहोत. कारण आमची बांधिलकी जिथं जिथं समाजवादी राजवट आहे, तिच्या रक्षणाशी आहे व तिच्याविरुद्ध भांडवलशाही देशांच्या प्रतिकारासाठी आहे. पण ते उद्देश आज साध्य होत नाहीत, ही वस्तुस्थिती मॉस्को समजून घेत आहे आणि असं वाटतं की, आता करमाल देशाच्या राष्ट्राध्यक्षपदी असणं हा जिनिव्हा शांतता वार्ता सफल होण्यातला सर्वांत मोठा अडसर बनून राहिला आहे. ती वार्ता सफल होईपर्यंत आम्हाला रेड आर्मी मागेही घेता येत नाही आणि त्याची किंमत तुम्हाला मोजावी लागत आहे...''

''नाही अंकल, केवळ करमाल साहब नाही तर आमची पूर्ण राजवट अडसर आहे, तसं म्हणायला गेलं तर!'' अन्वरच्याही पोटात चार पेग गेल्यामुळे तोही सैलावला होता. सद्य:स्थितीबाबत असं विश्लेषणात्मक बोलण्यासाठी इलियासखेरीज दुसरा सच्चा मित्र नव्हता, जो निर्भीडपणे आपलं मत स्पष्ट सांगेल. आज पीटरसारखा सोव्हिएत युनियनचा अफगाण नीती राबविणारा एक महत्त्वाचा माणूस सोविएत युनियनची अधिकृत म्हणता येईल अशी बाजू मांडत होता! ती विचारात घेण्यासारखी होती, नव्हे तिच्यामुळे संभाव्य परिणामांची दिशा समजून घेणं महत्त्वाचं होतं. कारण आज तरी त्यांच्या पाठिंब्यावर पी.डी.पी.ए.चं सरकार व करमालचं अस्तित्व अवलंबून होतं. पीटर नको तेवढं स्पष्ट बोलत होता, राजनैतिक शिष्टाचार बाजूस सारून.

''तरीही आज करमाल हे विश्वासघाताचं प्रतीक झालं आहे, हे तरी मान्य करशील की नाही अन्वर?''

''दुर्दैवानं ते स्वीकारताना मला दुःख होत असलं तरी सत्य आहे!''

''त्यामुळेच तो जेवढा सत्तेवर टिकून राहण्याचा प्रयत्न करील, तेवढा त्याच्या

विरुद्धचा असंतोष वाढत जाईल आणि त्याचे चटके अधिक तीव्र प्रमाणात आम्हास बसतील! आजही अपार शस्त्रं व मनुष्यबळ हानी आम्ही केवळ आंतरराष्ट्रीय समाजवादी चळवळीच्या बांधिलकीनं सोसत आहोत. म्हणून का आम्ही त्याचा पुनर्विचार नाही करायचा?'' क्षणभर थांबून पीटर पुढे म्हणाले, ''जनरल सेक्रेटरी गोर्बाचेव्ह साहेबांनी अफगाण नीतीची नव्यानं समीक्षा सुरू केली आहे व आमच्या अनेक बैठका झाल्या आहेत. संभाव्य नीतीची तीन सूत्रं असणार आहेत, एक म्हणजे पी.डी.पी.ए.चं राज्य राहिलं पाहिजे, न की करमालचं... दुसरं सूत्र जिनिव्हा वार्ता सफल होण्यासाठी चांगलं वातावरण निर्माण करायचं आणि अंतिम तिसरं सूत्र म्हणजे आमची रेड आर्मी परत माघारी बोलवायची, पण योग्य पर्यायी व्यवस्था करून. इथं समाजवादी धोरणांना प्रमुख स्थान असेल व कोणत्याही परिस्थितीत सोव्हिएत युनियनच्या हिताला बाधा येईल असं मूलतत्त्ववादी फॅनेटिक सरकार नको.. या नीतीची कदाचित कधीच जाहीरपणे वाच्यता होणार नाही. पण पुढील काळात याच धोरणानं आम्ही वागू, हे लक्षात ठेव. आजवर मी कधी कुणाशी बोललो नाही, पण तुझ्यापुढे नि:संकोच बोललो आहे. लक्षात ठेव, यातलं या कानाचं त्या कानाला कळता उपयोगी नाही...''

अन्वर विचार करीत होता. पीटर बरंच क्रेमलिनच्या त्या पोलादी पडद्याआडचं त्याच्यापुढे खुलं करीत होते. ही अर्थात विचारपूर्वक सर्वोच्च स्थानाच्या सहमतीनं हुशारीनं खेळलेली खेळी असणार, हे निश्चित. त्यांचा हेतू साफ दिसतोय. आता त्यांना करमाल नकोसा झाला आहे. त्याची उपयुक्तता सोव्हिएत युनियनच्या दृष्टीनं संपली आहे. आता प्रश्न उरतो... त्याच्यानंतर कोण? त्यासाठी पीटर इथं आले असणार, यात आता तिळमात्रही शंका उरली नव्हती!

तराकी पदच्युत झाला, तेव्हा अन्वर मुळापासून हादरून गेला होता. त्याच्या खालोखाल तो अमीन व करमालला मानत होता. पण त्यांचं जवळून झालेलं दर्शन त्याला बरंच व्यवहारी बनवून गेलं होतं. त्यामुळे आज करमालच्या पदच्युतीच्या शक्यतेनं त्याला धक्का बसला असला, तरी त्याला अलीकडच्या काळात त्याच्या संभाव्यतेची जाणीव झाली होती. तो रूसी फौजेविना एक क्षणही टिकू शकत नव्हता. तो मागच्या महिन्यात भेटीस आलेल्या रशियन तुकडीपुढे म्हणाला होता, ''अजून जादा सैन्य व शस्त्रं तुम्ही आमच्या मदतीला पाठवली पाहिजेत. आज तुम्ही मागणीप्रमाणे दहा-वीस हजार सैन्य नाही पाठवलं, तर उद्या कदाचित दहा-वीस लाख सैन्य पाठवावं लगेल. नाहीतर हा देश तुमच्यासाठी मित्र राहणार नाही.''

तेव्हा अन्वर प्रथमच करमालच्या करिश्म्याच्या प्रभावातून बाहेर आला. आता

हा पूर्वींचा करमाल नव्हता. त्याचा पाश्चिमात्य मीडिया 'कळसूत्री बाहुला' असा जो उल्लेख करायचा, तो आज खरा वाटला होता.

कदाचित करमालचं हे वाक्य रशियाच्या अफगाणनीतीची समीक्षा करायला व जलदगतीनं त्यात परिवर्तन करायला संप्रेरक ठरलं असणार.

अन्वरची कार पोर्चमध्ये थांबताच ड्रायव्हरनं दार उघडायची वाट न पाहता त्यानं स्वत:च पटदिशी दार उघडलं आणि बाहेर येत त्याच आवेगात मागे लोटलं! दार बंद होताना मोठा आवाज झाला. पण त्याकडे दुर्लक्ष करीत तो लगबगीनं पायऱ्या चढू लागला.

त्याला दारातच सामोरी आली ती झैनब व नज्म भाभी. दोघींचे चेहरे गंभीर, उदास. त्याच्या पोटात धप्पकन काही तरी हलल्याचा भास झाला. अंगावर भीतीचा एक काटा सरसरून आला.

पण त्याला काही विचारायची हिंमत होत नव्हती आणि त्या दोघींना सांगायची. त्यांनी नजरेनं व हाताच्या इशाऱ्यांनी गुलखान्याकडे निर्देश केला. तो जड पावलांनी पुढे झाला...

गुलखान्यात पलंगावर तराना शांतपणे मिटल्या नजरेनं पहुडलेली दिसून येत होती! त्याच्या काळजाचा एक ठोका चुकला. ही निद्रा नाही नेहमीची. ही तर चिरनिद्रा वाटतेय...

'तराना... तराना...'

तिच्या हाताचा, चेहऱ्याचा थंड स्पर्श अन्वरला जाणवला आणि त्याला स्वत:ला आवरणं कठीण झालं!

झैनब व नज्मभाभी अवाक होऊन पाहत राहिल्या. एखादा मर्द आपल्या मेलेल्या बीबीसाठी एवढं भावनाविवश होत मोठ्यानं जनानाप्रमाणे रडू शकतो?

अन्वरनं तिला आपल्या मांडीवर घेतलं होतं आणि साऱ्या सुख-दु:ख-चेतनेच्या पलीकडे पोचलेल्या तरानाला तो पुन्हा पुन्हा विचारत होता. डोळ्यांतील अविरत सरींना खंड नव्हता.

"तराना, हे काय केलंस तू? मी रागात खूप काही बोलत होतो. या दोन-चार महिन्यांत ... पण मी एवढा वाईट नव्हतो गं. एका क्रूर आंधळ्या संतापानं बेभान झालो होतो. पण म्हणून का एवढी कठोर सजा मला दिलीस?"

त्याच्याजवळ जात त्याच्या केसांतून प्रेमळपणे हात फिरवत नज्म भाभी म्हणाली, "शांत हो अन्वर. शोक आवर.."

''नाही भाभी, तिच्या खुदकुशीला मी जबाबदार आहे. आता जिंदगीभर मी स्वत:ला माफ करू शकणार नाही...''

''सर, मी आपणाकडे केव्हा येऊ? आपल्याशी मला अहम मुद्द्यांवर बोलायचं आहे.''

पलीकडून फोनवर हसत करमाल म्हणाला, ''केव्हाही ये, मी आता अगदी निवांत आहे..''

''तर मग आता येऊ सर?''

''नो प्रॉब्लेम.'' करमाल म्हणाला, ''पण अर्ग पॅलेसवर - आय मीन खल्क पॅलेसवर नाही, अनाहिताच्या घरी ये...''

''ओ.के.सर!''

अवघ्या पंधरा मिनिटांत अन्वर अनाहिताच्या बंगल्यावर पोचला.

''अन्वर, या पंधरा दिवसांत काय घडलंय, याची तुला कल्पना दिसत नाहीय...'' किंचित खिन्न स्मित करीत करमाल त्याची पाठ थोपटीत म्हणाला, ''तुझी ही सलाह मी आधीच मानायला हवी होती, पण आता फार उशीर झाला आहे. मियाँ कालच पॉलिट ब्यूरोची बैठक झाली असून त्यात डॉ. नजिबुल्लाह याची पार्टीचा जनरल सेक्रेटरी व देशाचा पंतप्रधान म्हणून निवड करण्यात आली आहे! मी आता नामधारी राष्ट्राध्यक्ष राहिलो आहे. आपली पी.डी.पी.ए.ची सत्तांतराची परंपरा पाहता मी जिवंत आहे, नामधारी का होईना राष्ट्राध्यक्ष राहणार आहे, हे काय कमी आहे?''

''असो. पण आता नजिब सर्वेसर्वा झाला आहे, ही वस्तुस्थिती आहे. ती मी समंजसपणानं कबूल केली आहे. त्याची घडी बसेपर्यंत आणखी चार-सहा महिने मी या नामधारी पदावर मॉस्कोच्या विनंतीप्रमाणे राहाणार आहे. मग मी ते सारं सोडून देईन.''

''हां अन्वर, आम्ही दोघांनी नोव्हेंबर-डिसेंबरमध्ये राष्ट्राध्यक्षपद सोडल्यानंतर मॉस्कोमध्ये शांत निवृत्त जीवन जगायचं ठरवलं आहे.'' अनाहिता म्हणाली.

''वुई हॅव फ्लेड अवर इनिंग्ज.'' करमाल म्हणाला, ''आता एकच करायचं आहे ऑनीसोबत उरलेलं आयुष्य शांतपणे घालवायचं. मी जे काही केलं, त्याचा आता या टप्प्यावर खेद नाही की खंत नाही.''

''पण सर—''

आणि त्याच वेळी टेलिफोनची घंटी वाजली. अनाहितानं रिसिव्हर उचलला आणि म्हटलं, ''बाले...''

क्षणभरानं रिसिव्हरवर हात ठेवून तिनं करमाल व अन्वरला सांगितलं, ''नजिब बोलतोय.'' मग ती पुन्हा रिसिव्हरमधून ऐकत बोलू लागली.,

''सर, आपको बधाई हो. आपने इस पंधरा दिनों में बखुबी सियासती बागडौर संभाली है. मला आता यकीन वाटतो, तुम्ही कामयाब होणार. हां, सरांना फोन देते.''

करमालनं फोन घेत म्हटलं, ''बोल नजिब, काही विशेष?''

''एक दरखास्त पेश करायची आहे सर.'' अजूनही नजिबच्या स्वरात करमालशी बोलताना तीच आदब कायम होती. करमालला त्यामुळे सूक्ष्मसा दिलासा वाटत होता. पण तो पोकळ आहे, हेही माहीत होतं. तरीही आजच्या बदलत्या परिस्थितीत तेही खूप होतं!

''नो नीड टू बी सो पोलाइट नजिब. बोल, काय पेशकश आहे?'

''सर, आपणाकडे आत्ता अन्वरमियाँ पगमानी आले आहेत. त्यांच्याशी मी संपर्क करायचा प्रयत्न करीत होतो. पण वे बीबी गुजरने से गम में डूबे थे इस दौरान.. आज ते बाहेर पडले ते तुमच्या भेटीला. म्हणून मी तुम्हाला फोन लावला.'' नजिब म्हणाला, ''एका परीनं ते बरंही झालं सर! माझ्या वतीनं तुम्हीच बोला. त्याला मनवा. तो मला माझ्या बाजूनं आमच्या सोबत सत्तेत हवा आहे.. तो खल्की व परचमी दोहोंना आपला जवळचा वाटतो. ही इज ए रॉलिंग पॉइंट फॉर पार्टी वर्कर्स... तो साथीला असणं पक्षासाठी जरुरी आहे..''

''यकीनन. अन्वर हा ॲसेट आहे पार्टी व नेत्यांसाठी.'' करमाल अन्वरकडे पाहत म्हणाला, ''प्रथम तू त्याच्याशी बोल. मग मी पाहतो.'' आणि फोन अन्वरकडे देत म्हणाला, ''तुझ्याशी नजिबला काही बोलायचं आहे.''

''सर, आपको बधाई हो. मैं अपने में इतना डूबा था कि, बहोत देरसे पता चला. उसके लिये माफी चाहता हूं...''

''नहीं अन्वर साब, तुम्ही मला शरमिंदा करू नका.'' त्याच्या स्वरातली प्रांजळता अन्वरलाही रिसिव्हरमधून जाणवत होती. खरं तर त्या क्षणी नजिबला थेट अन्वरशी बोलायचं नव्हतं. पण करमालनं त्याला फोन दिला होता.

अन्वर हा नजिबचा ज्येष्ठ सहकारी कम नेता होता. १९७० पासून तो त्याला पाहत आला होता. कालपरवापर्यंत तो मंत्री असल्यामुळे अन्वरकडून आज्ञा घेत होता. आज तो 'खाद'च्या प्रमुख पदावरून थेट पंतप्रधान व पार्टीचा सेक्रेटरी जनरल झाला होता. बाकीच्या ज्येष्ठ नेत्यांबद्दल त्याला काही वाटत नव्हतं. कारण त्यांचा वकूब तेवढाच होता. पण अन्वरची बात निराळी होती. तो राष्ट्राध्यक्ष व्हायच्या

क्षमतेचा होता!

पण अन्वरनं त्याचं कधी स्वप्न पाहिलं नसावं. त्यादृष्टीनं त्यानं कधी प्रयत्नच केला नाही. नाही तर दोन चार वर्षं आधीच तो राष्ट्राध्यक्ष होऊ शकला असता. आणि त्याच्यानंतरच आपण ते पद सांभाळणं अधिक योग्य राहिलं असतं. आज जे अवघड, अशक्यप्राय काम आपणापुढे आहे, ते अन्वरमुळे बरंच आटोक्यात राहिलं असतं. कारण आपल्या पक्षापैकी अवामपुढे सर्वांत जास्त विश्वासार्ह केवळ तोच उरला आहे... त्यामुळे तो मला हवा आहे, पक्षाला हवा आहे. त्याला अलग ठेवून मला जे पुढील दोन वर्षांत साध्य करायचं आहे, तें शक्य होणार नाही.' नजिब विचार करीत होता.

''अन्वर साब -'' नजिब नेहमीच्या सवयीनं त्याला 'सर' म्हणणार होता. पण आता आपण पंतप्रधान आहोत व तो कोणीच नाही, ही जाणीव लख्ख होती. त्यामुळे क्षणभर थांबून तो म्हणाला, ''अन्वरसाब, मुझे ठीक लगा कि आप संभल गये हैं, कुछ हदतक. वैसी तो भाभीजान की कमी कभी पूरी नहीं होगी, लेकिन आपको खुदको संभालना पडेगा वतन के लिये, पार्टी के लिये और हमारे सौर इन्किलाब के लिये...''

नजिबचा मधामध्ये भिजलेला आर्जवी स्वर अन्वरच्या कानांना बरा वाटत होता. पण हे फसवं चित्र आहे. नजिबची ही खासियत आहे. त्याची कृती व कारस्थानं जेवढी कुटिल आहेत, तेवढंच त्याचं वागणं बोलणं, सौम्य, मधुर आहे. हा विरोधाभास अन्वरनं किती वेळा तरी टिपला होता!

''मी ठीक आहे सर. बोला, काय हुकूम आहे माझ्यासाठी?''

''हुकूम नाही, विनंती म्हणा - आग्रह म्हणा.'' नजिबचा तोच मधाळ स्वर कायम होता. ''तुम्ही पुन्हा सरकारमध्ये सामील व्हावं, अशी इल्तजा आहे.''

अन्वरला त्याच्या हाताखाली मंत्री म्हणून काम करण्याची कल्पना कशीशीच वाटली. आजवर त्यानं कधीही नजिबला आपल्यापेक्षा मोठं, आपल्या नेत्याच्या स्वरूपात पाहिलं नव्हतं! तो ताडकन म्हणाला, ''मला माफ करा सर. पण हे शक्य होणार नाही. मैं दिलो दिल इतना टूट चूका हूँ कि, मैं शायद फिरसे पब्लिक वर्क कर नहीं पाऊंगा.''

''नाही अन्वरसाब, आपण असं म्हणू नका. आपण कणखर आहात, स्वतःला तुम्ही जरूर सांभाळाल. आणि माझी दरखास्त ही वैयक्तिक तर जरूर आहे, पण पार्टीमध्ये आम राय आहे. साऱ्यांना तुम्ही हवे आहात. तुम्ही नाही म्हणू नका, विचार करा. हवा तर काही वेळ घ्या. मी तुमच्याशी पुन्हा संपर्क करीन. तुमच्या

घरी उद्या-परवा येतो.'' नजिब म्हणाला, ''परदेस से शबाना बेटी आयी है. तिला तुम्हाला, जमिला बेटीला भेटायचं आहे. आम्ही दोघे येतो, तेव्हा मला तुमचा फैसला सांगा...''

अन्वर संभाषण चालू असताना आतल्या आत खदखदत होता. करमाल त्याच्याकडे पाहत होता. अन्वरचा नजिबबाबतचा सारा संताप उफाळून आला होता. त्याच्या डावपेच - कटकारस्थानामुळेच तर आपलं सर्वोच्च पद हुकलं! आणि करमालनंही त्याला सदैव प्रोत्साहन दिलं, आपल्या बरोबरीनं महत्त्वाचं स्थान दिलं. त्याचा फायदा घेत तो प्रबळ होत गेला. नाहीतर...

त्यानं रिसिव्हर ठेवून दिला आणि एकाएकी थिजून गेला. 'काय उपयोग आहे आता बोलण्याचा? मघाशी तोच नाही का म्हणाला, सर्वोच्च पदासाठी रूथलेस - कठोर असावं लागतं. ते आपल्याला कधीच जमलं नाही, तो आपला स्वभाव नाही. आता पन्नाशी गाठताना त्यात बदल कसा शक्य आहे? आपले तिन्ही नेते - तराकी, अमीन व करमाल... त्यांच्याशी ध्येयवादाबाबत आपण तोडीस तोड होतो - पण अविचल, अव्यभिचारी निष्ठेमुळे आपण अनुयायी, कार्यकर्ते ठरलो आणि असीम महत्त्वाकांक्षा व सर्वोच्च स्थानाच्या अभिलाषेनं ते नेते ठरले, राष्ट्राध्यक्ष झाले. मुख्य म्हणजे तेही रूथलेस होते, निष्ठुर होते. राजकारणाची खेळी खेळताना हे सत्य आपण कधी जाणून घेतलंच नाही... आता काय अर्थ आहे आपल्या मागून पुढे गेलेल्या नजिबवर राग करण्यात? आणि त्यासाठी करमालला जाब विचारण्यात?

अन्वर स्वत:शीच हसला. आपल्या मनातील या विचारानं त्याला आज एक जाणीव ठळकपणे करून दिली होती की, त्याला कधीच टोकाचं होता येत नाही. तो हाडाचा समन्वयवादी आहे. प्रत्येक गोष्टीतली दुसरी बाजू तो पाहू शकतो. सत्याचं दुसरं, विरुद्ध रूप समजून घेऊ शकतो.

'इसीलिए तो अन्वर मियाँ, तुम मार खाते हो' त्याचं तार्किक मन त्याला रोखठोकपणे बजावीत होतं. 'तुझ्यात कदाचित सर्वोच्च नेत्यांचे सारे गुण आहेत, पण त्यांचा एक विशेष नक्कीच नाही. ते नेहमी स्वत:ला प्रथम पाहतात, स्वत:चा आधी विचार करतात, मग पार्टी, देश, ध्येय...! पराकोटीची महत्त्वाकांक्षा आणि त्या आड येणाऱ्यांना कठोरपणे बाजूस सारणं, त्यासाठी सर्व काही सफाईनं करणं हेच तर राजकारण असतं अन्वरमियाँ. अगदी ध्येयवादी, कवी असणाऱ्या तराकीनंही ते केलं, त्यानं सदैव करमाल व अमीन दोघांत वितुष्ट लावून देत आपलं सर्वोच्च स्थान अबाधित ठेवलं. दुर्दैवानं तू असा नाहीस, हे समजून घे. आणि तसा नाहीस तर जे हुकलं त्याबाबत इतरांना का दोषी धरायचं?'

अर्ध्यावरती डाव मोडला– / ४४१

अन्वरचं मस्तक ठणकू लागलं होतं. त्यानं अनाहिताला म्हणालं, "मॅडम, मला तुमची कडक काळी कॉफी मिळेल? डोकं भणभणलंय."

ती आत किचनमध्ये कॉफी आणण्यासाठी निघून गेली, तसं आपुलकीनं करमालनं विचारलं, "काय झालं अन्वर?"

"तो हरामजादा - बास्टर्ड मला मंत्रिपदाची ऑफर देतोय." एकाएकी अन्वर उसळला. मनोमन वास्तवाची जाणीव झाली होती, तरीही संताप, हताशता आणि घुसमट मनाआड करणं जमत नव्हतं. त्याचीच परिणती होत तो आवेगानं थरथरत म्हणाला, "हाऊ डेअर ही? उसकी हिंमत कैसी हुई?"

"मग? मग तुला मंत्रिपद नकोय मित्रा?" शांतपणे खालच्या आवाजात करमालनं त्याच्या नजरेचा वेध घेत म्हटलं, "ठीक आहे. तू त्याची ऑफर नाकारू शकतोस... पण मग काय करणार आहेस? पुन्हा काबूल विद्यापीठात प्राध्यापकी? ती तर तू पंधरा वर्षांपूर्वीच सोडली आहेस!"

बेभान माणसाला थप्पड लगावताच जसा तो भानावर येतो, तसंच अन्वरचं झालं. करमालचा तो प्रश्नच एवढा मर्मभेदक उपहासी होता की, त्याचा सारा उद्रेक फुग्याला टाचणी लावल्यासारखा विरून गेला. आणि त्याच्या मनानं नि:संदिग्ध कौल दिला, "नाही, हे शक्य नाही. आपण कितीही म्हटलं, तरी पुन्हा प्राध्यापकी करू शकणार नाही - नो, नेव्हर... इट इज इम्पॉसिबल!"

त्याचे खांदे दाबीत करमाल त्याच्याजवळ येत म्हणाला, "मीच नजिबला ही सूचना केली होती! पुन्हा सांगतो मनापासून अन्वर की, माझ्या जागी तू बसलेलं मला खचितच आवडलं असतं. पण ते झालं नाही. खैर! नेक्स्ट बेस्ट ऑप्शन म्हणून तू मंत्रिमंडळात राहावंस असं मला वाटतं... राजकारणात केव्हा कशी संधी मिळेल, हे सांगता येत नाही. इन पॉलिटिक्स, यू आर स्टिल यंग. यू आर नॉट इव्हन फिफ्टी, माय फ्रेंड.. त्यामुळे तू मंत्रिमंडळात असणं मला महत्त्वाचं वाटतं! कदाचित नजिबनंतर तूच..."

"नाही सर... आता मला त्या भ्रमात जगायचं नाही." अन्वर म्हणाला, "मला आतून पटलंय - आय ॲम नॉट ऑफ दॅट टाइप... पण हेही खरं की, मला पुन्हा युनिव्हर्सिटीमध्ये जाणं शक्य नाही. आणखी एक जाणीव झाली आहे की, दारूप्रमाणे राजकारणाचंही एकदा व्यसन जडलं की, ते सुटत नाही.. मी दुसरं काही करू शकत नाही आता."

"मग हा पर्याय काय वाईट आहे अन्वर?"

"नाही सर, जो माझ्या हाताखाली आजवर वावरत होता, माझे हुकूम घेत

होता, त्याच्या हाताखाली काम करणं मला शक्य नाही.''

''तुझं म्हणणं खरं आहे मित्रा.'' करमालही आता विचारात पडला होता. ''मॉस्कोतही तुझं स्टॅंडिंग मोठं आहे. आणि मुख्य म्हणजे नजिबपेक्षा अवामसाठी तू जास्त विश्वासार्ह आहेस. त्याचा पार्टी व इन्किलाबसाठी उपयोग हा झालाच पाहिजे. यू कांट बी लेफ्ट आउट. लेट मी थिंक क्वॉट रोल यू कॅन प्ले नाऊ!''

बराच वेळ करमाल आपल्या हलणाऱ्या आर्मचेअरवर बंद डोळ्यांनी विचार करीत झुलत होता. अनाहितानं आणलेली कडक कॉफी अन्वरनं घुटक्याघुटक्यानं सावकाश घेतली व ती संपूनही किती तरी वेळ झाला होता.

''एक नवी जबाबदारी तुला निश्चित पेलता येईल अन्वर.'' मंदपणे झुलणारी त्याची खुर्ची थांबली होती. तो उठून त्याच्या जवळ येत म्हणाला, ''जिनिव्हा वार्तांसाठी अफगाणिस्तानचा खास राजकीय प्रतिनिधी व विशेष अधिकारी म्हणून तुला जबाबदारी देता येईल. हे काम तुला समर्थपणे करता येईल. येस् - येस्.. अन्वर.. कदाचित तुझ्या नशिबात हे लिहिलं असावं. मघा तू बोलून दाखवलंस ना, रूसी सैन्य परत गेलं पाहिजे लवकरात लवकर. त्यासाठी जिनिव्हा वार्ता सफल होणं गरजेचं आहे. हे काम तुझ्यानं व्हावं, अशीच कदाचित नियतीची इच्छा दिसते...''

''नजिबला हे मंजूर होईल?''

''अन्वर, मी सुचवलेलं पद व काम तू स्वीकारलंस आणि तुझ्या प्रयत्नानं जिनिव्हा वार्ता सफल होऊन रूसी सैन्य परत गेलं, तर मला समाधान वाटेल! माझी चूक माझ्या विद्यार्थ्यानं दुरुस्त केली, तर त्यापरता आनंद नाही... माझ्या सर्वार्थानं विफल ठरलेल्या जीवनाच्या अंती तो एक मोठा दिलासा ठरणार आहे.''

''सर...'' करमालचे हात घट्ट दाबीत अन्वर म्हणाला, ''मी तयार आहे. आणि तुम्ही फार लवकर पाहाल सर... ये होके रहेगा...''

❑

जिनिव्हा करार आणि लाल सेनेची माघार

ऑर्नेट हॉल.

जिनिव्हा येथील यूनोच्या भव्य कार्यालयीन इमारतीचा कॉन्फरन्स हॉल. आलिशान, वास्तुशास्त्राचा एक अजोड नमुना. वातानुकूलित आणि वॉल टू वॉल पसरलेल्या अर्धा इंच जाडीच्या गुबगुबीत कार्पेटनं तो कमालीचा आरामदायी वाटायचा. दीर्घकाळ चालणाऱ्या व मेंदू शिणवणाऱ्या चर्चेसाठी आदर्श असा तो हॉल होता.

आत्ता या क्षणी त्या ऑर्नेट हॉलमध्ये अन्वर एकटाच डोळे मिटून शांतपणे खुर्चीवर बसून होता. काही कार्यालयीन कर्मचारी वगळले तर काही क्षणांपूर्वी भरगच्च भरलेला तो हॉल आता निर्मनुष्य झाला होता आणि शांतही. अन्वरला काही काळ अशा वातावरणाची गरज होती. एकांत रिकामेपणाची. ती गरज ऑर्नेट हॉल भागवत होता. म्हणून तो अफगाणिस्तानचे परराष्ट्र व्यवहारमंत्री अब्दुल वकील यांच्या वार्ताहर परिषदेला न जाता तिथंच बसून राहिला. स्वत:शीच आढावा घेत. मागील दोन वर्षांतील घटनांचा, ज्यांची परिणती आज १४ एप्रिल १९८८ रोजी जिनिव्हा शांती समझोत्यामध्ये झाली होती. अफगाणिस्तान, पाकिस्तान, अमेरिका आणि सोव्हिएत युनियन यांनी करारावर स्वाक्ष्या केल्या होत्या. त्या होण्यामध्ये अफगाणिस्तानचा विशेष कार्यकारी अधिकारी म्हणून त्याचाही फार मोठा प्रयत्न आणि सहभाग होता.

या करारान्वये सोव्हिएत युनियननं हे मान्य केलं होतं की, १५मे पासून दहा महिन्यांत पूर्ण रूसी सैन्य अफगाणिस्तानमधून माघारी जाईल आणि तेही यूनोच्या निरीक्षणाखाली. त्यापैकी निम्मं म्हणजे पंचावन्न ते साठ हजार सैन्य पहिल्या तीन महिन्यांतच परत जाईल.

अफगाण जनमानसावरील गुलामीची भळभळती व दीर्घकाळमुळे चरत जाणारी जखम यामुळे निश्चितपणे भरून येणार होती. मुजाहिदीनांच्या तथाकथित

'आजादी की जंग'ला आता काही तात्त्विक आधार उरणार नव्हता. त्यामुळे त्यांचा अतिरेकी स्वरूपाचा आणि अवामवर अत्याचार करणाऱ्या जिहादशी अधिक समर्थपणे मुकाबला करणं नजिबला शक्य होणार होतं. त्याचा तसा आत्मविश्वास होता. तसा तो अन्वरला त्यांच्या सातत्यानं होणाऱ्या राजनैतिक मसलतींमधील एका चर्चेत म्हणालाही होता.

"अन्वर मियाँ, सोव्हिएत युनियन आपला मित्र आहे आणि आंतरराष्ट्रीय समाजवादी बांधिलकीमुळे तो आणीबाणीच्या प्रसंगी आपल्या मदतीला सच्च्या मित्राप्रमाणे धावून आला. जनाब करमालनं अमीन-हिकमतीयारचं कारस्थान हाणून पाडण्यासाठी रेड आर्मीची मदत घेतली, हे योग्यच होतं. पण त्यांच्या सैन्याचं आपल्या भूमीवर असणं ही गुलामी आहे, ही अवामची सार्वत्रिक भावना लक्षात ठेवून मी सत्तेवर आल्यापासून काम करीत आहे. ती भावना मिटवण्याचा एकच मार्ग आहे. जिनिव्हा वार्ता सफल होणं आणि सोविएत युनियनला सन्मानजनक रीतीनं सैन्य मागे घेता येणं. त्या परिस्थितीत जिहादविरुद्ध आपल्यालाही जिहादच लढायचा आहे. बहोत मुश्किल काम है, मगर कोई दूसरा चारा भी नहीं है, वो करना है और जीत हासिल करनी है - बस जीतेंगे या फिर हारेंगे, नाकामयाब हुए तो मर जायेंगे..."

सोव्हिएत युनियनचं सैन्य परत गेल्यानंतर दोन-तीन वर्ष मुजाहिदीनांना न हरता झुंजवता आलं पाहिजे, यासाठी १९८६ साली सत्तेवर आल्यापासून नजिब प्रयत्नशील होता. अधिकाधिक सैन्याला मॉस्कोला प्रशिक्षणाला पाठवणं व त्यांच्यावर समाजवादी संस्कार करणं, तसंच त्यांच्या मनावर रशियाच्या ग्रेट ऑक्टोबर क्रांतीनंतर जगाला कलाटणी देणारी सौव्रक्रांतीच आहे आणि ती जपणं हे सैन्याचं प्रधान कर्तव्य आहे, त्यासाठी जिवाची बाजी लावली पाहिजे, हे बिंबवण्यासाठी तो अनेक उपाययोजना करीत होता.

त्याच्या या 'सिंगलमाइंडेड' प्रयत्नानं सरकार व पी.डी.पी.ए. पक्ष अधिक समर्थ होताना, एकजुटीनं पराभूत मानसिकता झटकून टाकताना आणि विपरित परिस्थितीचा मुकाबला करताना अन्वर पाहत होता आणि होणारा बदल महसूस करीत होता.

त्याला आजच्या जिनिव्हा शांतता समझौता वा करारानं मोठं बळ मिळणार होतं.

आता अन्वरचंही मत बनलं होतं की, यापुढे सोव्हिएत युनियनवर आंधळा विश्वास टाकणं योग्य होणार नाही. त्याचं सैन्य परत गेलं पाहिजे. त्याने सरकारचा

'विशेष राजनैतिक कार्य अधिकारी' असं लांबलचक पदनाम असलेलं पद स्वीकारलं होतं आणि यूनोचे अफगाण समस्येसाठी खास नियुक्त केलेले व १९८२ पासून सतत शर्थीचे प्रयत्न करणारे मध्यस्थ दिएगो कोर्डोवेझशी अफगाण सरकारच्या वतीनं वाटाघाटी केल्या होत्या, त्या यशस्वी होऊन आज तो करार झाला होता.

पण त्याच्या आनंदावर मिठाचा खडा टाकला तो करीमुल्लांनी. ते मुजाहिदीनांच्या पेशावरस्थित विजनवासातील सौदी अरेबिया, कुवैत आणि इराण वगळता कुणा देशाची मान्यता नसलेल्या, खुद्द पाकिस्तानचीही मान्यता नसलेल्या हंगामी सरकारच्या वतीने केवळ निरीक्षक म्हणून जिनिव्हाला या अंतिम फेरीच्या वाटाघाटींच्या वेळी आले होते. तेही पाकिस्तानचे परराष्ट्र व्यवहारमंत्री झैन नूरानीच्या आग्रहास्तव. बाकी मुळातच मुजाहिदीनांच्या हंगामी सरकारनं या जिनिव्हा वाटाघाटीवर बहिष्कारच टाकला होता. आणि 'या होणाऱ्या कराराचं पालन करण्यास आम्ही बांधील असणार नाही,' असंही जाहीर केलं होतं. तरीही नूरानीसोबत करीमुल्ला निरीक्षक म्हणून आले होते आणि मुद्दामहून अन्वरच्या बाजूला बसले होते.

दोन दिवसांपूर्वी याच ऑरिएंट हॉलमध्ये त्याची व करीमुल्लांची गाठ पडली होती. तेव्हा त्याला त्यांच्या मुलाची, हाफिजुल्लाची याद आली होती.

१९८० साली करीमुल्लांचं कळवळणारं पितृहृदय पाहून अन्वरनं आपल्या मंत्रिपदाचा प्रभाव वापरून त्यांचं काम केलं होतं. चक्र हलवून पीटर उस्तिनोव्ह मार्फत हाफीजला मॉस्को सोडायला मजबूर केलं होतं. मग तो इराणच्या राजधानी तेहरानमध्ये शिक्षणाला गेला होता.

पण तेथे आयातोल्ला खोमेनीच्या इस्लामी वातावरणात राहून हाफिजच्या मनावरचे कम्युनिस्ट काफिर संस्कार पुसून जातील व तो धर्मनिष्ठ होईल, ही करीमुल्लांची आशा फोल ठरली. कारण तिथे इस्लामिक राजवटीच्या कटू अनुभवानं पुन्हा एकवार शहाणपण आलेल्या आणि गुप्तपणे चळवळ सुरू केलेल्या डाव्या पक्षाच्या संपर्कात हाफिज आला होता आणि चार वर्षांनी शिक्षण आटोपून पदवीधर होऊन काबूलला परतला तो पक्का कम्युनिस्ट होऊन. त्यानं आल्या आल्या पी.डी.पी.ए. पक्षात प्रवेश केला आणि नजिबनं तो मुजाहिदीनांचे मार्गदर्शक धर्मगुरू करीमुल्लांचा मुलगा आहे, हे पाहून हाफीजला चक्क पक्षाच्या विद्यार्थी शाखेच्या काबूल शहराचा सचिव करून टाकलं होतं.

आणि या वेळी तो अन्वर, परराष्ट्र व्यवहारमंत्री अब्दुल वकिलांसोबतच्या अफगाण शिष्टमंडळात जिनिव्हाला आला होता. सळसळतं देखणं तारुण्य आणि असामान्य प्रभावी वक्तृत्वानं तो अन्वरला तरुण चॅरिस्मॅटिक बबराक करमालची

याद करून देत होता. चार दिवसांपूर्वी एका टी.व्ही. चॅनेलवर त्याची मुलाखत चित्रित झाली होती. त्या वेळी त्याच्या नजिब, पी.डी.पी.ए. आणि सौर क्रांतीचं समर्थन प्रभावीपणे करणाऱ्या अस्खलित वाणीनं आणि तर्कशुद्ध प्रतिपादनानं अन्वर प्रभावित झाला होता.

त्याच्या संदर्भात एकदा नजिब म्हणाला होता, ''अन्वरसाब, हाफिजला मुद्दामहून मी बढावा देत आहे, असं तुम्हाला कदाचित वाटेल. पण तशी बाब नाही. या आठ-दहा वर्षांत आपण रशियाच्या मदतीनं त्यांच्याशी केलेल्या सांस्कृतिक करारामुळे जवळपास पन्नास हजार युवक-युवतींना विविध रशियन शहरं व विद्यापीठांत शिक्षणाला पाठवून कम्युनिझम व समाजवाद मानणारी, किमानपक्षी पुरोगामी व मूलतत्त्ववादविरोधी एक पिढी तयार केली आहे. आणि या नव्या डाव्या विचारांच्या तरुण पिढीला राजकारण व समाजकारणात महत्त्वाची पदं व सूत्रं दिली पाहिजेत, हे माझं धोरण मी खूप विचारांती निश्चित केलं आहे. त्यामुळे आपलं सरकार व पक्ष बळकट होईल व या पिढीमुळे त्यांची कुटुंबं आपणाकडे झुकतील, मुजाहिदीनांना विरोध करू लागतील. किमानपक्षी तटस्थ तरी राहतील. याचा चांगला अनुकूल परिणाम दिसून येईल आगामी काळात. या संदर्भात हाफिजची यूथविंगच्या काबूल चिटणीसपदी नियुक्ती पाहावी. त्यामुळे तो बापाविरुद्ध उभा ठाकतो आहे, हे दृश्य दिसणार आहे. त्याला माझा नाइलाज आहे. पण एक साध्य त्यामुळे निश्चित होणार आहे. धर्मनिष्ठ व फॅनॅटिक मुस्लिमांची मुलंच त्यांच्याविरुद्ध कम्युनिस्ट होतात, म्हणजे त्यांच्या विचारधारेत काहीतरी खोट आहे. त्यात तरुणांना आकृष्ट करण्याचं सामर्थ्य नाही, हे सिद्ध होणार आहे. त्यामुळे मधल्या काळात जिहादी जुनूननं भारावलेली तरुण पिढीची परंपरा खंडित वा कमी होऊ शकते...''

'खाद' गुप्तचर यंत्रणेचा प्रमुख असताना आपणाला कधी नजिबमध्ये समर्थ नेत्याची चुणूक जाणवली नव्हती. पण नेतृत्व मिळताच तो कसा समर्थ नेता व मुत्सद्दी, दूरदर्शी बनला आहे, याचं हे द्योतक होतं! अन्वरनं त्याला मानलं. चर्चेनंतर स्पष्ट कबुली देत म्हटलं होतं, ''सर, मी तुम्हाला सॅल्यूट करतो. यू आर नाऊ अवर लीडर!''

नजिब हाफिजला आपल्या कामासाठी प्यादं म्हणून वापरत होता. त्यामुळे करीमुल्लांवर घाव बसत होता! ते जितके कोसळून पडतील, तेवढं मुजाहिदीनांचं तथाकथित सरकार दुबळं व प्रभावहीन होईल, या नजिबच्या अंदाजाशी अन्वर सहमत होता.

तरीही जेव्हा त्याची करीमुल्लांशी गाठ पडली, त्याला क्षणभर अपराधीपणा

वाटला. एका पित्याच्या भावना व धर्मनिष्ठांशी नजिबमार्फत चालवत असलेल्या खेळात आपण सहभागी आहोत, याचा विशाद वाटला.

कारण तोही या प्रकारच्या भावनेच्या तुफानातून गेला होता. शाहीदसाठी किती काळ तरी तोही अस्वस्थ होता. कारण तो आजकाल चक्क रब्बानीच्या गटात दाखल झाला होता. नजिब हाफिजबद्दल आज जी खेळी खेळत होता, तीच खेळी रब्बानीनं यापूर्वींच खेळली होती. त्यानं शाहीदला आपला खासगी सचिव केलं होतं. इलियाससारख्या पुरोगामी नेत्याच्या मुलाला धार्मिक गटात खेचल्याचं ते समाधान होतं!

या प्रकरणात अन्वर स्वत:ला दोषी मानत होता!

आपण इलियासचे पुत्र नसून आपला जन्मदाता हा अन्वर आहे, याचं रहस्य शाहीदला अवचितपणे कळलं होतं!

मुख्य म्हणजे त्यामुळे त्याचा स्वत:वरचा, आई-बाप आणि त्याहून जादा पुरोगामी आधुनिक विचार, जीवनशैलीवरचा विश्वास उडाला. सैरभर झालेल्या मनाला शांत करण्यासाठी त्यानं इस्लाममध्ये आसरा शोधला होता. एक वर्षाचा अल्पमुदतीचा धर्माभ्यास तो अल्-अझरला करून आला आणि चक्क विद्यापीठात मुस्लिम कट्टरवादी गटात सामील झाला. नंतर तर त्याचं नेतृत्वही त्याच्याकडे चालून आलं. मग तो पेशावरला गेला आणि रब्बानीचा खासगी सचिव म्हणून काम करू लागला.

त्या दिवशी शाहीद पंचविसाव्या वर्षात पदार्पण करीत होता, म्हणून सलमा-इलियासनं एका जंगी पार्टीचं आयोजन केलं होतं.

"हॅपी बर्थ डे टू यू", असं टाळ्यांच्या गजरात सर्व उपस्थितांनी शाहीदचं अभीष्टचिंतन केलं. सलमानं त्याला केक भरवला, मग इलियासनं. ते पाहताना अन्वरचं मन भरून आलं होतं.

"शाहीद, अरे तुझ्या दीदीला, जमीलला आपल्या हातांनी केक नाही का खिलवणार?" असं सलमानं म्हणताच शाहीद केक घेऊन तिच्या जवळ गेला व तिच्या तोंडात तो कोंबीत म्हणाला, "टू माय ब्रेव्ह सिस्टर."

तिच्याजवळच झैनब व अन्वर उभे होते.

शाहीदच्या हातून केक घेताना अन्वरला राहवलं नाही. त्याच्या हातचा केक तोंडात घेताना शाहीदला घट्ट मिठीत घेत तो 'मेरी सारी दुवाएं नजर करता हूँ' असं पुटपुटला. काही क्षण त्यानं भान हरपून त्याला मिठीतून सोडलं नाही. 'मेरे बेटे' - 'मेरे बेटे' असं अस्फुट पुटपुटत पुन्हा पुन्हा त्याला दुवा देत राहिला.

स्तीमित होऊन सलमा तो नजारा पाहत होती.

इलियासही अवाक होऊन पाहत होता.

शाहीदनं त्याच्या मिठीतून कशीबशी स्वत:ची सुटका करून घेतली आणि दूर होत त्याच्याकडे विचित्र नजरेनं पाहिलं.

त्याची ती नजर आणि चेहरा इलियासनं पाहिला आणि त्याच्या काळजाचा ठोका चुकला. काहीतरी भयंकर घडण्याची ती नांदी होती.

पार्टीचा सारा नूरच पालटला. कारण काही तरी सबब सांगून शाहीदनं मित्रांच्या कोंडाळ्यातून स्वत:ची सुटका करून घेतली व तो आपल्या खोलीत निघून गेला.

यजमान असलेल्या इलियास-सलमाला पार्टीनंतर काय पुढ्यात वाढून ठेवलं आहे, याची चाहूल लागली होती. पण पार्टी संपेपर्यंत हास्याचा व सहजतेचा मुखवटा चेहऱ्यावर लावून वावरणं भाग होतं.

इकडे पार्टी संपली. एक एक मेहमान मित्रांना सलमा - इलियासनं निरोप दिले आणि तो दिवाणखाना एकदम रिकामा - सुनासुना वाटू लागला. दिवसभर पार्टीसाठी खपणारी सलमा देहानं तर थकून चूर झाली होतीच. पण मनानं त्याहून जादा कोलमडली होती. ''प्लीज इलियास, आत जाऊन पाहा रे, काय करतोय शाहीद?''

''मी एकट्यानं त्याला फेस करू शकणार नाही सलमा. आपण दोघं मिळून जाऊ आणि जमेल तसा, सुचेल तसा सामना करू.'' इलियास तिला हातानं धरून उठवीत म्हणाला, ''एकच सांगतो, काही झालं तरी आपल्यात अंतर येणार नाही. एकदा ॲसिड दुर्घटनेनंतर तुला अंतरलो होतो, तेव्हा जाणवलं होतं, तेरे बिना जीना मुश्किल है. आता मी त्या चुकीची पुनरावृत्ती करणार नाही. मुझपे यकीन करो और शाहीद का सामना करो. उसे हमें हर हाल में संभालना पडेगा!''

शाहीद आधी दार उघडायला तयार नव्हता. सलमानं कसमा घातल्यानंतर नाइलाजानं त्यानं दार उघडलं. त्याचा चेहरा रडून रडून लाल झालेला दिसत होता. सलमाचं मन भरून आलं. त्याच्याजवळ जात त्याच्या केसांतून हात फिरवत सलमा म्हणाली, ''शांत हो, बेटा, शांत हो...''

तिला झिडकारीत शाहीद दूर होत म्हणाला, ''कसा शांत होऊ अम्मी, कसा होऊ?'' आणि इलियासकडे म्हणाला, ''पपा, तुम्हीच मला साफ साफ सांगा, मी तुमचाच बेटा ना?''

शाहीद एवढ्या सरळपणे थेट प्रश्न विचारील, असं इलियासला वाटलं नव्हतं. त्यामुळे तो काहीसा गडबडला. "हे काय विचारणं झालं? अरे, मी तुला अंगाखांद्यावर वाढवलं, तुझ्या दुखण्यात रात्री जागवल्या... ते काय दर्शवतं?"

"माझ्या प्रश्नाचं हे उत्तर नाही पपा." शाहीद म्हणाला, "काही झालं तरी तुमचा माझ्यावरील अधिकार कायम राहणार आहे. मी तुमचंच नाव लावणार आहे, तरीही या प्रश्नाचं खरंखुरं उत्तर मला हवं आहे."

"तुझी शंका खरी आहे. मी तुला फक्त जन्म दिलेला नाहीये बेटा. पण पित्याच्या प्रेमानं वाढवलं आहे. तू त्या नात्यानं माझा बेटाच आहेस, बेटाच राहशील!"

क्षणभर अविश्वासाच्या नजरेनं शाहीद इलियासकडे पाहत राहिला. मनोमन कुठे तरी त्याला दिलासा देणारं उत्तर हवं होतं. खोटं का होईना उत्तर हवं होतं! पण त्याऐवजी जी शंका अनेक वर्षांपासून मन पोखरत होती, ती सत्य असल्याची इलियासनं स्वच्छपणे कबुली दिली होती. तीसुद्धा अम्मीसमोर...

"अम्मी", तो सलमाकडे वळला. आणखी एक शंका फेडून घ्यायची होती. त्यासाठी एक घाव की दोन तुकडे, याप्रमाणे त्यानं कठोर होत विचारलं, "मी जन्मलो, तेव्हा तुझ्या व अन्वरचाचाचा निकाह झालेला होता की..."

सलमाची मान खाली झुकलेली होती. पोटच्या मुलापुढे असा कबुलीजबाब देण्याची पाळी येईल, हे कधी तिनं स्वप्नातही कल्पिलं नव्हतं.

"बेटा, तुझ्या प्रश्नाचं उत्तर देण्यापूर्वी मला तुला तेव्हा काय व कसं घडलं, हे सांगितलं पाहिजे."

"अम्मी, मला त्यात रस नाही. आणि मुख्य म्हणजे अनैतिकतेचं समर्थन ऐकायचं नाहीय." शाहीद ताडकन म्हणाला, "मला फक्त हो किंवा नाही, असंच उत्तर हवं आहे."

"पण शाहीद, मम्मीचं ऐकून तरी घे." इलियास.

"नाही पपा, तिनं आता माझ्या या साध्या - छोट्या प्रश्नाचंही उत्तर द्यायची गरज नाही." शाहीद म्हणाला, "मला माझ्या प्रश्नाचं उत्तर मिळालं आहे. ते असं आहे की, मी बास्टर्ड आहे. अनौरस आहे. अनीतीचं फळ आहे, व्यभिचाराची निर्मिती आहे."

"बस, बेटा बस." सलमा इलियासच्या मिठीत कोसळली. आपला हुंदका कसाबसा आवरीत म्हणाली, "खुदा के वास्ते ऐसा मत कहो. तुला अजून स्त्री-पुरुष संबंधातील गुंतागुंतीची जाण नाही. मी एवढंच म्हणेन की, तू असशील तर

समर्पणाचा अंकुर आहेस, कृतज्ञतेची खूण आहेस. मी व्यभिचारी नाही आणि तुझे अन्वरचाचाही. ते तर औरत जातीचे मसीहा आहेत!''

''बहोत हो गया अम्मी, बहोत हो गया!'' शाहीदचा स्वर टिपेला पोचला. ''व्यभिचाराचं, अनैतिक संबंधांचं तू तर उघडपणे समर्थन करते आहेस आणि पपा, हे सारं तुम्हाला माहीत होतं? तुम्हीपण ते सहन केलंत, चालवून घेतलंत? बडी ताज्जुब की बात है! उससे भी जादा शर्मनाक बात है...''

आसुडाचे फटके पाठीवर बसावेत, तसे शाहीदचे शब्द अंगावर येत होते. इलियासची मान खाली झाली होती.

''आणि माझी अम्मी त्या त्या अन्वरचं, त्याला आता मी कधी चाचा म्हणणार नाही, कौतुक करते. म्हणे औरत जातीचा मसीहा, तीन-तीन बायकांशी संबंध ठेवणारा... पपा, हेच मम्मीच्या समाजवादी जीवनातलं पुरोगामित्व असेल आणि तुमच्या उदार लोकशाहीवादी विचारातलं आधुनिकत्व असेल तर, तर... आपला इस्लाम परवडला असं म्हटलं पाहिजे. तिथं आधुनिक जगाच्या दृष्टीनं अनेक उणिवा असतील, पण व्यभिचाराचं समर्थन तरी इस्लाम करीत नाही. जन्मदात्रीचा व्यभिचार आणि त्याचं निर्लज्ज समर्थन मुलानं ऐकावं. हे पुरोगामित्व व स्त्री-पुरुष संबंधातला मोकळेपणा - तथाकथित समता - मला एक मुलगा म्हणून मंजूर नाही. मुलाला त्याची आई ही पवित्रच हवी असते. मी या तुमच्या नव्या विचारांचा धिक्कार करतो...''

शाहीद आपल्या जन्मरहस्याच्या गौप्यस्फोटानं हादरला होता, त्याची विचारशक्ती काम करेनाशी झाली होती, हे इलियास समजू शकत होता. पण त्याचा समाजवादी आणि पुरोगामी विचारांशी संबंध जोडणं, हे मात्र खूप झालं, असं इलियासला वाटलं. पण या क्षणी त्याच्याशी चर्चा करणं अशक्य होतं.

''थँक्यू पपा, थँक्यू अम्मी.'' शाहीदच्या शब्दाशब्दात विखार होता. ''आज माझ्या वाढदिवशी माझ्या खऱ्या बापाची - त्याला मी बाप मानणार नाही हे नक्की - ओळखवजा भेट दिली, म्हणून आभारी आहे. आणखी एका गोष्टीसाठी आभार. मला एक नवं नाव दिलं म्हणून. बास्टर्ड!''

आणि त्यानं स्वतःला पलंगावर झोकून दिलं आणि उशीत तोंड खुपसून विकलपणे स्फुंदू लागला. ''तुम्ही चालते व्हा. मुझे बस जी भरके रोने दो, अकेले रोने दो...''

त्यानंतर पंधरा दिवसांनी भेट झाली, तेव्हा हा प्रसंग अन्वरला सांगताना

सलमाच्या डोळ्यांतून अविरत अश्रुधारा वाहत होत्या. ''अन्वर... रात्रभर तो रडत होता. बंद दाराआड. आणि तिथं बाहेर दाराशीच बसकण मारून मी बसले होते. कानांनी त्याचे विकल हुंदके ऐकत होते. आणि तोंडात दुपट्ट्याचा पदर कोंबून आवाज न करता मीही रडत होते. सोबतीला इलियास होता. मला दिलासा देत होता, पाठीवरून - केसांवरून हात फिरवीत; पण ज्याला जन्म दिला, तो कायमचा पारखा तर नाही ना झाला या शंकेनं, या भीतीनं मन आक्रंदत होतं! कुठल्याही मातेला अशा प्रसंगाला सामोरं जावं लागू नये... त्याच्या नजरेतून घसरलं जावं लागू नये... मैं क्या करूँ अन्वर? कुछ समझ में नहीं आता.''

''सलमा, मी तुझा अपराधी आहे. जे घडलं, त्यात माझा कसूर होता...''

''नाही अन्वर, या क्षणीही मी तसं म्हणणार नाही...''

''मला तुम्ही साऱ्या बायका औरत जात का मसीहा का म्हणता, कळत नाही. मी तसा नाहीय. साऱ्यांना माझ्याकडून तकलीफच झाली आहे.''

काही वेळानं अन्वरपुढे जेवढं मन मोकळं करायचं होतं, तेवढं झाल्यावर सलमा डोळे कोरडे करीत उठली आणि म्हणाली, ''या प्रसंगातून एकच चांगली गोष्ट घडली आहे. एवढं सारं समजूनही इलियास माझ्या बाजूनं आहे. माझ्या सोबत आहे. तो आता माझा खराखुरा सखा झाला आहे. पण तरीही पुत्राचं दुरावणं फार जीवघेणं आहे रे.''

''मी नाही समजलो. शाहीदनं घर-बिर तर सोडलं नाही ना?''

''अद्याप तरी नाही. पण स्वतःचं अस्वस्थ मन शांत करायचा त्यानं जो परंपरागत मार्ग शोधला आहे, तो मला अधिकच क्लेशदायी वाटतो आहे.'' सलमा म्हणाली, ''तो सांजसकाळी कुराण वाचत आहे. पाच वेळा नमाज पढतो आहे. या विकलांग क्षणीसुद्धा मला त्याचा हा मार्ग अयोग्य वाटतो. त्याची समाजवादी लोकशाही तत्त्वज्ञानावरील श्रद्धा उडाली आहे, हे क्लेशदायी वाटतं. मला, आम्हा दोघांना समतेच्या, खास करून स्त्री-पुरुष समतेच्या मार्गावर आमच्यापुढे दोन पावलं पुढे जाणारा पुत्र हवा होता. तसा मी घडवायचा प्रयत्न केला... पण-''

''प्लीज सलमा, स्वतःला सावर. अगं, काही दिवसांनी तो शांत झाला म्हणजे भानावर येईल. तुमचे पुरोगामी संस्कार पुन्हा जागृत होतील. यकीनन ऐसाही होगा. मेरा दिल कहता है.''

''नाही अन्वर, शाहीदची नस नस मी जाणते. तो आज ज्या मनःस्थितीतून जात आहे व त्याच्या विचारांनी जी कलाटणी घेतली आहे, ती पाहता मला अशक्य वाटतं... खैर, आता जाताना मी एकच सांगते. ही तुझ्यापेक्षा माझ्यासाठी जास्त मोठी

शिक्षा आहे.''

अन्वरच्या काळजाचा ठोका चुकला.

''यापुढे आपण कधीच भेटायचं नाही. शाहीदसाठी काय शिक्षा स्वत:ला करू
- कोणतं प्रायश्चित्त घेऊ? असा प्रश्न मला पडला होता. त्याचं हे उत्तर. तुझ्याशी
संबंध तोडणं, तुला कधी न भेटणं. हा निव्वळ खुळेपणा आहे. पण मी त्याकडे
शाहीदसाठी स्वत:ला शिक्षा म्हणून पाहते आहे. मी तुझा आज कायमचा निरोप घेते
आहे...''

तो सलमाकडे निर्जीव नजरेनं पाहत होता.

''अगदी उद्या माझ्या इंतकालची खबर आली, तरी माझ्या प्रेताच्या दर्शनाला
यायचं नाही की माझ्या कबरीवर फुलं व चादर चढवायला फिरकायचं नाही - माझी
कसम आहे तुला!''

''ठीक आहे सलमा, मला तुझी ही कसम, तुझी ही सजा मंजूर आहे.''

आणि स्वत:ची विकलता तिच्या नजरेस पडू नये, म्हणून त्यानं तिच्याकडे
पाठ केली. काही क्षण त्या पाठमोऱ्या मसीहाकडे ती पाहत राहिली. डोळे भरून
नजरेत व मनात त्याला उर्वरित आयुष्यासाठी आठवत राहावं म्हणून भरून घेतलं
आणि पायाचाही आवाज न करता ती तेथून चालती झाली.

त्यानं वळून पाहिलं, तो गुलखाना सुनसान होता.

ऑर्नेट हॉलमध्ये दोन दिवसांपूर्वी जिनिव्हा वार्ताच्या अशाच एका फेरीनंतर
अन्वरची करीमुल्लांशी गाठ पडली, तेव्हा त्यांनी कळवळून म्हटलं होतं, ''अन्वरमियाँ,
तुम्ही काफिर कम्युनिस्ट माझा कोणत्या जन्माचा सूड उगवत आहात? आज माझा
बेटा इथं तुमच्या बाजूनं माझ्याविरुद्ध प्रचार करतो आहे. तुमच्या पक्षाचा युवा प्रवक्ता
म्हणून...''

''सर, आम्हाला का दोष देता? हाफिज जर इराणमध्ये शिकूनही आज कट्टर
कम्युनिस्ट झाला असेल, तर ते त्याचं वैचारिक आणि भावनिक परिवर्तन म्हटलं
पाहिजे.'' अन्वर म्हणाला, ''आणि त्यात नवल नाही. मीही एका धर्मनिष्ठ मौलवींचाच
मुलगा होतो. पण झालोच ना कम्युनिस्ट. तुम्ही विचार का नाही करीत की, हे का
होतं? का तरुण मन कम्युनिस्ट डाव्या राजवटीकडे झुकलं जातं? त्यात काही
सामर्थ्य असलंच पाहिजे. तुमची मनं धर्मसंस्कार व परंपरेनं गढूळली आहेत. तुम्हाला
ते पटत नाही. पण जिथे विषमता आहे, दारिद्र्य आहे, तेथे कम्युनिझम वाढतो. आणि
तरुण हा जात्याच बंडखोर असतो, त्याला त्याचं आकर्षण वाटतं. ते जेवढं भावनिक

असतं, त्यापेक्षा जास्त ते वैचारिक असतं. तुमच्या हाफिजचं तसंच झालं आहे. त्याचा मला, नजिबसाहबला का दोष देता?''

हाफिजच्या वर्तनानं दुखावलेले म्हणून काही क्षण भावनावश झालेले करीमुल्ल शांत झाले व म्हणाले, ''तुम ठीक कहते हो अन्वरमियाँ, लेकिन फिर भी दिल ये बर्दाश्त नहीं करता कि, मजहब जिसके रगरग में बसा है, उसका बेटा काफिर निकले... शायद अल्लाताला मेरा इम्तिहान और जादा लेना चाहता है... खैर, उसकी मर्जी!''

''सर, आपने भी तो वही चाल चली है! हमारे अजीज दोस्त इलियास साहब का शहजादा शाहीद, जो कल परसों तक प्रोग्रेसिव्ह माइंडेड था, कुछ वजह से नमाजी बन गया, तो आपने उसे रब्बानी का पोलिटिकल सेक्रेटरी बना दिया...?''

आज जिनिव्हा करारावर स्वाक्षरी सोहळ्याच्या वेळी करीमुल्ला अन्वरच्या बाजूला जाणीवपूर्वक बसले होते. त्यांना त्याच्याशी झालेलं संभाषणही आठवत होतं.

अन्वरनं अफगाणिस्तान सरकारच्या वतीनं विशेष राजनैतिक प्रतिनिधी म्हणून जिनिव्हा वार्तांची जबाबदारी स्वीकारल्यानंतर गेल्या दोन वर्षांत चर्चा, वाटाघाटी आणि काबूल - मॉस्को - वॉशिंग्टन - जिनिव्हा आणि गुप्तपणे पेशावर अशा सततच्या फेऱ्या केल्या होत्या. आणि त्या अथक परिश्रमाचं फळ म्हणजे आज अफगाणिस्तान, पाकिस्तान, सोव्हिएत युनियन आणि अमेरिकेनं मघाशी स्वाक्षरी केलेला शांतिकरार - जिनिव्हा शांतिकरार. तो सही होताना पाहून अन्वरचं मन भरून आलं होतं. त्याच्या बाजूला करीमुल्ला बसले होते.

आपलं भरून आलेलं मन प्रयत्नपूर्वक आवरीत अन्वर करीमुल्लांचे हात हाती घेत मनापासून म्हणाला, ''तुम्हाला ती कहावत माहीत असेल सर. 'ईस्ट इज ईस्ट अँड वेस्ट इज वेस्ट. द ट्वाईन शॉल नेव्हर मीट.' तुम्ही मुजाहिदीन आणि आम्ही कम्युनिस्ट - पण आज या करारानं जवळ आलो आहोत, असं नाही वाटत?''

''नाही अन्वरमियाँ, सच्चा मुस्लिमासाठी कम्युनिस्ट हा सदैव काफिरच असतो आणि म्हणून दूरचा, कधी जवळ न येणारा.'' करीमुल्ला शांतपणे म्हणाले, ''पण या करारामुळे एक साध्य होण्याचं समाधान जरूर मिळतंय. परकं रूसी सैन्य माघारी जाईल आता वर्षभरात. गुलामीची जीतीजागती, चालतीबोलती निशाणी मादरे वतनवरून पुसून जाईल... त्यासाठी तू जे केलंस, त्याबद्दल मी व्यक्तिशः तुझा शुक्रिया अदा करू इच्छितो. पण आमचा जिहाद संपलेला नाही. कारण अजूनही सत्तेवर नजिब आहे. तो कम्युनिस्ट पक्षाचा प्रमुख म्हणून राज्य करतो आहे. तो आहे,

तोवर आमचा जिहाद संपणार नाही!''

त्यांच्या प्रतिसादानं अन्वर खट्टू झाला आणि अवघडलाही. त्याला स्वत:चा राग आला होता. आपण एवढे भावनाविवश कसे? पन्नाशी गाठायच्या टप्प्यात असताना स्वप्नाळूपणा अजूनही सोडून कसा गेला नाही? या राजकारण आणि इन्किलाबच्या धकाधकीत आपण प्रसंगी भारून कसे येतो?

पण आजचा हा प्रसंग तसा खचितच आहे. करमालनं सौक्रांती वाचवण्यासाठी जी अपरिहार्य तडजोड केली होती, त्याचे घाव आता भरून येतील. नजिबनं फार मोठं धैर्य दाखवलं आहे, या कराराच्या मसुद्याला संमती दर्शवताना. त्याच्या व गोर्बाचेव्हच्या मॉस्को येथील शिखर परिषदेच्या वेळी त्याच्या सोबत अन्वर होता. तेव्हा नजिब म्हणाला होता, 'गेल्या दोन वर्षांत आम्ही राष्ट्रीय पुनर्निर्माण (नॅशनल रिकन्सिलिएशन) साठी जे प्रयत्न केले आहेत व सरकारमध्ये पार्टीविरहित विरोधी मतांच्याही नामवंत व्यक्ती मंत्री म्हणून घेतल्या आहेत आणि देश-परिस्थितीप्रमाणे अवामला पचेल, रुचेल एवढाच सुधारणांचा वेग आणि समाजवादी सिद्धांतांची अंमलबजावणी ठेवली आहे, त्यानं देशाचं वातावरण हळूहळू का होईना निश्चित बदललं आहे. त्यामुळे मला विश्वास आहे की, रूसी सैन्याच्या माघारीनंतरही सौक्रांती व राजवट टिकून राहील. म्हणून आमची जिनिव्हा कराराच्या मसुद्याला संमती आहे.'

गेल्या दोन वर्षांतला नजिबचा कारभार व जिहादचा प्रभाव कमी व्हावा म्हणून हाती घेतलेला राष्ट्रीय पुनर्निर्माणाचा कार्यक्रम त्याची मुत्सद्देगिरी व राजकारणपटुत्व सिद्ध करीत होता. अनेक जागतिक नेते नजिबच्या असाधारण लवचिकतेनं प्रभावित झाले होते! त्याच्या सत्तेवर एवढ्या विपरित परिस्थितीमध्ये सुद्धा टिकून राहण्याच्या कौशल्याने चकित होत होते! आज गोर्बाचेव्हही नजिबच्या आत्मविश्वासानं आणि प्रतिसादानं थक्क झाले होते! सोव्हिएत युनियनच्या महासत्तेचा आब कायम ठेवायचा असेल, तर एकीकडे युरोपात शस्त्रकपात करून शांतिदूताची भूमिका बजावताना अफगाणिस्तानमधून सपशेल माघार घेणं त्यांच्या प्रतिष्ठेला धक्कादायक ठरलं असतं! नजिबला सत्तेवर कायम ठेवायचं किंवा फार तर हा प्रश्न अफगाण जनतेवर भविष्यकाळासाठी सोडून द्यायचा, या तडजोडीवर जिनिव्हा वार्ता सफल होणं आणि त्याद्वारे रशियन सैन्यमाघारीचा मार्ग प्रशस्त होणं जरुरी होतं. त्यासाठी करमालच्या जागी दोन वर्षापूर्वी आलेला नजिब कसा रिॲक्ट होतो, हे महत्त्वाचं होतं! नजिबचा आत्मविश्वास त्याच्या उत्तरात पुरेपूर झळकत होता! त्यानं गोर्बाचेव्ह प्रभावित झाले.

काबूल परतीच्या वाटेवर विमानात नजिब अन्वरला म्हणाला होता, ''हा एक

प्रकारे मी माझ्या आयुष्यातला सर्वात मोठा जुगार खेळतोय. गोर्बाचेव्हनी जेव्हा ब्रेझनेव्ह सिद्धांतांची अन् त्यावर आधारित अफगाण नीतीची समीक्षा सुरू केली, तेव्हा हे उघड दिसत होतं की त्यांचा आपल्यातला रस संपला आहे. मग उगाच सैन्य ठेवण्याचा आग्रह धरणं अनुचित ठरलं असतं. मुख्य म्हणजे मला एवढं झुकता आलं नसतं आणि वो अपने वतन के गरूर के खिलाफ भी था! म्हणून सैन्य माघारीबाबत मी संमती दिली. अर्थत आपल्याला शस्त्र, धान्य आणि आर्थिक मदत पुढेही सतत करण्याचं त्यांनी मान्य केलं आहे.''

''पण सर -''

''मुझे पता है, आप क्या बयाँ करना चाहते हैं अन्वरसाब! जनाब करमालना वाटणारी भीती माझ्या मनात नाही, असं नाही. पण केव्हातरी ही वेळ येणारच होती आणि आपल्याला स्वतःच्या हिमतीवर मुकाबला हा केलाच पाहिजे! त्यात यशस्वी झालो तर इतिहासात अमर होऊ व शहाबाबाचे सच्चे वारसदार ठरू. अन्यथा मरून जाऊ, निदान जन्नत तरी नक्कीच मिळेल. वुई हॅव नो थर्ड चॉइस. एक अस्सल पठाण म्हणून मला मरणं-मारणं दोन्ही जमतं!''

त्याच्या त्या बेडर बोलण्यानं अन्वर थक्क झाला होता! बिकट प्रसंगी जो उसळून वर येतो, तोच खरा नेता असतो.

''सर, आज मैं खुशी खुशी सच्चे दिल से तुम्हें अपना लीडर मानता हूँ. हे पण कबूल करतो की, तुम्ही प्रथम पंतप्रधान आणि मग राष्ट्राध्यक्ष बनलात, त्यापूर्वी मी मंत्री होतो व तुम्ही साधे पोलिस अधिकारी... म्हणून तुम्हाला नेता मानणं जमत नक्तं. पण आज तुम्ही दाखवून दिलं आहे की, यू आर अ टू लीडर.. आय सॅल्यूट यू सर!''

त्याचा हात दाबीत मनापासून नजिब म्हणाला, ''ते मलाही जाणवायचं अन्वरसाब. आणि कधीकधी मलाही अवघडल्यासारखं व्हायचं. पण आज तुम्ही मला नेता मानलं, मेरा बोझ हलका हो गया. तुमचा हा नितळ पारदर्शीपणा मी कधीच विसरणार नाही आणि तुम्हाला मी सदैव सन्मान व आदर देईन. प्रत्येक महत्त्वाच्या बाबीत तुमची सलाह मी अवश्य घेईन आणि तुमची टीका कधीच नाजायज मानणार नाही. आजसे हम वतन के लिये मिलजुलकर काम करेंगे - अब्दुल वकील हे परराष्ट्र व्यवहारमंत्री म्हणून जिनिव्हा वार्तांमध्ये सामील असले, तरी सारं काही तुम्हाला ठरवायचं आहे. सारे अधिकार मी तुम्हाला देत आहे...''

या भेटीनंतर सोव्हिएत युनियनच्या सैन्य माघारीच्या प्रस्तावित कराराला वेग

आला होता. वेळापत्रक ठरू लागलं. त्यासंदर्भात नजिब म्हणाला होता, ''जिनिव्हा वार्ता सफल होऊन निम्मं सैन्य प्रत्यक्षात जाणं यासाठी सहा महिने तरी लागतील. या अवधीत आपण आपली संरक्षण व्यवस्था मजबूत केली पाहिजे. मात्र, आपल्याला वगळून मुजाहिदीनांना म्हणजेच पाकला मान्य असलेलं सरकार स्थापण्यासाठी गोर्बाचेव यांनी मुळीच मान्यता देता कामा नये, हे आपण बघायला हवं. त्याबाबत त्यांनी बिलकूल तडजोड करू नये वा आपल्यावर दबाव आणू नये. पुढील दोन वर्ष मुजाहिदीनांना मी झुंजवू शकतो. आणि एकदा रूसी सैन्य परत गेलं की, आपोआप अमेरिकन शस्त्रांची त्यांना होणारी मदत कमीकमी होत जाईल. त्या स्थितीत मुजाहिदीनांनी कितीही जोर मारला तरी त्यांना काबूल जिंकता येणार नाही. आणि अवामला हे जाणवलं की, ते भ्रमनिरास होऊन त्यांच्यापासून दूर जातील. त्यांच्या आझादीच्या जंगला काही पायाच उरणार नाही. मुख्य म्हणजे आपल्या राष्ट्रीय पुनर्रचनेच्या कार्यक्रमामुळे वातावरण बदलतं आहे, आपल्याला अनुकूल होतं आहे, ती प्रक्रिया अधिक गतिमान होईल!''

नजिबच्या शब्दाशब्दामध्ये जसा आत्मविश्वास झळकत होता, तसेच त्यामध्ये परिस्थितीचं नेमकं भान व भविष्याचा वेध घेण्याची दूरदृष्टीही जाणवत होती!

''हां सर, मला वाटतं, असंच होईल!''

''यकीनन होईल अन्वरसाब, हम कामयाब होंगे एक दिन!''

गोर्बाचेव्हच्या उक्ती आणि कृतीमुळे वादळी वेगानं परिस्थितीची चक्रं फिरू लागली होती. आजवर एकमतानं अफगाण नीती चालवणारे पाकिस्तान व अमेरिका यांच्यामध्ये भविष्यकालीन अफगाणिस्तानबाबत काय धोरण अवलंबावं, यात अंतर पडायला सुरुवात झाली. त्यातला कळीचा मुद्दा होता, रशियन सैन्य माघारीनंतर काबूलला नजिबचं सरकार राहाणार की मुजाहिदीनांचं हंगामी सरकार स्थापन होणार!

मागील काही वर्षांत 'आपलं सरकार ठरवण्याचा अफगाण जनतेला स्वेच्छाधिकार हवा,' अशी पाकची भूमिका होती.

पाकिस्तानची खात्री होती की, रशियन सैन्य गेल्यानंतर एक दिवससही सौरक्रांतीचं सरकार टिकू शकणार नाही; पण करमालनंतर आलेल्या नजिबनं कमालीचं राजकीय चातुर्य दाखवीत सत्तेवरील आपली पकड मजबूत केली होती. आणि त्याहीपेक्षा महत्त्वाचं म्हणजे ज्या अतिरेकी सुधारणांमुळे जनता त्रस्त व नाराज होती, त्यांत बदल घडवून आणत कट्टर मुजाहिदीन वगळता इतर विचारांच्या नेत्यांना सत्तेत सहभागी करून घेण्याच्या प्रयत्नामुळे वातावरण निवळत होतं आणि त्यामुळे जशाजशा जिनिव्हा वार्ता सफलतेच्या टप्प्यात येऊ लागल्या, तशी पाक

सरकारला ही जाणीव होऊ लागली की, रशियन सैन्य गेल्यानंतरही नजिबचं सरकार कोसळण्याची शक्यता कमी आहे. उलट त्याला गोर्बाचेव्हनी पूर्वीप्रमाणेच सामरिक व आर्थिक मदतीचा ओघ चालू ठेवण्याचं कबूल केलं आहे. सैन्य माघारीसोबत मॉस्कोनं नजिब सरकारला होणारा शस्त्रपुरवठा थांबवला पाहिजे, हा अमेरिकेचा प्रस्ताव क्रेमलिननं अमान्य केला होता. कारण अमेरिका त्याच्या बदल्यात मुजाहिदीनांचा शस्त्रपुरवठा आणि इतर मदत थांबवायला तयार नव्हती. सिनेटनं एका ठरावाद्वारे इशारा दिला होता की, 'युनायटेड स्टेट्स शुड नॉट सीझ, सस्पेंड, डिमिनिश ऑर अदरवाइज रिस्ट्रिक्ट असिस्टन्स टू द अफगाण रेझिस्टन्स, अंटिल इट इज ॲबसोल्यूटली क्लीअर दॅट द सोव्हिएत हॅव टर्मिनेटेड देअर मिलिटरी ऑक्युपेशन.'

हा ठराव वरकरणी पाकिस्तान व मुजाहिदीनांना सुखावणारा असला, तरी त्यामध्ये सैन्य-माघारीनंतरच्या संक्रमणकाळात राजकीय व्यवस्था काय असावी, याचा उल्लेख नव्हता आणि मेख तिथंच होती. अमेरिकेनं जवळपास मॉस्कोच्या या प्रस्तावावर शिक्कामोर्तब केलं होतं की, अफगाणिस्तानचं भवितव्य हे तिथल्या जनतेवर सोपवून द्यावं. तेच ठरवतील, त्यांना कोणत्या विचाराचं सरकार हवं ते.

या भूमिकेतल्या धोक्याची जाणीव पाकला व मुजाहिदीनांना झाली, तशी त्यांची अस्वस्थता वाढत गेली. आजवर एकमतानं चालवलेल्या अफगाण नीतीला तडे जायला सुरुवात झाली. पाकची भूमिका अशी की, सैन्यमाघारीनंतर संक्रमणकाळात एक हंगामी सरकार, अफगाण अवामच्या इच्छेचं प्रतिनिधित्व करणारं असावं. अमेरिकेनं ती बाजूस सारत म्हणायला सुरुवात केली होती, अफगाणिस्तानचं भविष्यातलं सरकार कोणाचं व कोणत्या स्वरूपाचं असावं, हे ठरवण्याचा अफगाणी जनतेला मूलभूत अधिकार आहे.

रब्बानीनं पेशावरहून विजनवासातील सातपक्षीय हंगामी सरकारच्या वतीनं अमेरिकेचा निषेध करीत म्हटलं की, अमेरिका गोर्बाचेव्हला खूष करण्यासाठी अफगाणहिताचा सरळसरळ सौदा करीत आहे. हा मुजाहिदीनांचा विश्वासघात आहे. त्यांचा जिहाद व स्वातंत्र्यलढा हा निर्णायक टप्प्यात आला असताना...

पाक सरकारनंही आपले राजनैतिक प्रयत्न तेज केले होते. त्यांना संक्रमणकाळातील हंगामी व्यवस्था स्वहितासाठी अनुकूल हवी होती आणि जिनिव्हा वार्तांची सांगड त्याच्याशी घालण्याची त्यांची धडपड होती. कारण या कालखंडात खर्‍या अर्थानं पाक हे अफगाणिस्तानमध्ये गुंतलेलं होतं. एक तर तीस लाख अफगाण निर्वासितांचा प्रश्न होता. त्यापेक्षा अफगाणिस्तानमध्ये कम्युनिस्ट सरकार रुजणं हा पाकच्या इस्लामी राजवटीला खतरा होता. कारण झिया राज हे लष्कर व इस्लाम या दोन

पायांवर तर उभं होतं!

पण नजिबच्या सैन्य-माघारीला अनुकूल प्रतिसादामुळे त्याचं व पर्यायानं जागतिक समाजवादी बांधिलकीचं हित जपण्यासाठी मॉस्को कटिबद्ध होतं! मुख्य म्हणजे प्राप्त परिस्थितीत संक्रमणकाळात अफगाण देशात यादवी युद्धासारखी परिस्थिती होऊ घ्यायची नसेल, तर नजिबला पर्याय नव्हता. कारण सात पक्षांची मोट आवळून विजनवासात बनवलेल्या सरकारमधील नेत्यांची तोंडं भिन्न भिन्न दिशांना होती. पुन्हा अंतर्भागातले भिन्न भिन्न प्रांतांतले मसूदसारखे नेते व त्यांचे हितसंबंध अलग होते व मुजाहिदीन नेत्यांशी मिळतेजुळते कमीच होते. म्हणून सैन्यमाघारीची नजिबविना हंगामी सरकारशी सांगड घालणं मॉस्कोला साफ अमान्य होतं. त्यांच्या ठाम भूमिकेमुळे याबाबत अमेरिकेला माघार घेत पाक व मुजाहिदीन नेत्यांची इच्छ धुडकावून लावावी लागली होती!

करीमुल्ला त्यामुळे चांगलेच निराश झाले होते. ऐनवेळी अमेरिकेनं या महत्त्वाच्या शर्तीवर अदूरदर्शीपणा दाखवत तडजोड केली. ही मॉस्कोची त्यांच्यावर करारी मात आहे, असं ते म्हणू लागले.

बहुतेक मुजाहिदीन नेते मंडळींची याहून वेगळी प्रतिक्रिया नव्हती. तसेच अफगाणिस्तानमध्ये लढे देणारे स्थानिक नेतेही अमेरिकेच्या या धोरणावर आणि पाकिस्तानवर सख्त नाराज होते. या दहा वर्षांत सततच्या युद्धानं त्यांचीही शारीरिक व मानसिक दमछाक झाली होती. गाठ सोव्हिएत युनियनच्या शिस्तबद्ध सैनिकी शक्तीशी होती. त्यांच्याही आशांवर पाणी पडलं होतं! त्यामुळे त्यांनी ताठर भूमिका स्वीकारीत जिनिव्हा वार्तांवर बहिष्कार टाकीत 'या कराराशी मुजाहिदीन बांधील नाहीत,' अशी स्पष्ट भूमिका जाहीर केली होती. पुन्हा एकवार उमेद जागवत तेवढाच तीव्र संघर्ष ठरण्यासाठी कंबर कसावी लागणार होती.

गुल वरकरणी अमेरिका-पाक सरकारचा निषेध करीत असला, तरी हा जिनिव्हा समझोता आपल्या पथ्यावर पडणारा आहे, असं त्याचं मत होतं. कारण या वेळी मुजाहिदीनांच्या तथाकथित हंगामी सरकारमध्ये जरी त्याला स्थान मिळालं असलं, तरी त्याच्याकडे खचितच नेतेपद येणार नव्हतं. कारण सध्या विजनवासातील हंगामी सरकारचं नेतृत्व सईफकडे होतं व त्यानंतर मुजादादी व रब्बानीचा क्रम होता. त्यामुळे साहजिकच या तिघांपैकी एकाचं नाव हंगामी सरकारच्या प्रमुखपदी मुक्रर होणार होतं किंवा काफिर पी.डी.पी.ए.चाही सहभाग जर त्यात राहणार असेल, तर त्यांच्याशीही सत्ता शेअर करावी लागली असती. सत्तेबाबत अशी तडजोड गुलला

साफ नामंजूर होती! कारण त्याचा पूर्ण विश्वास होता की, मुजाहिदीनांचा तो एकमेव खराखुरा नेता आहे, बाकी सारे शोभेच्या बाहुल्या.

त्यामुळे आज तरी संक्रमणकालीन हंगामी सरकार बनत नव्हतं, ही त्याच्या पथ्यावर पडणारी बाब होती!

सोव्हिएत युनियनच्या सैन्य माघारीनंतर नजिब फार काळ सत्तेवर राहू शकणार नाही, याबाबत गुल पूर्ण नि:शंक होता. फार तर दोन वर्ष त्याला गुल देत होता. या दोन वर्षांत आपल्या गटाची शक्ती आणि वरचढपणा दाखवून देण्याचं गुलनं नियोजन केलं होतं आणि त्यासाठी त्यानं जालीम शस्त्र वापरायचं ठरवलं होतं- दहशतवाद. अंदाधुंद हिंसाचार करीत इतर मुजाहिदीन टोळ्यांना खत्म करायचं आणि अफूच्या शेतीवर व व्यापारावर आपलं पूर्ण नियंत्रण प्रस्थापित करण्याचं. पाकिस्तान व आय.एस.आय. ला असेच नेते पसंत असतात, हे त्यानं हेरलं होतं. गुलनं हेरात व हेल्मंडच्या सुपीक खोऱ्यांत प्रचंड प्रमाणावर अफूची लागवड वाढवून दरवर्षी अफूचा व्यापार चढत्या श्रेणीत वाढवला होता. त्यातून मिळणाऱ्या पैशातून शस्त्रास्त्रांची खरेदी करीत गुलनं आपलं सामर्थ्य कितीतरी पटींनी वाढवलं होतं. त्यामुळे आय.एस.आय.ला तो महत्त्वपूर्ण वाटत होता. ते त्याला भावी अफगाण राष्ट्राध्यक्ष म्हणून पाहत होते.

पण राजनैतिक पातळीवर अमेरिकेचा 'नार्को-टेररिझम'ला असणारा विरोध आणि गुलची कट्टर मूलतत्त्ववादी म्हणून असलेली प्रतिमा अमेरिकन जनमानसाला पसंत नसल्यामुळे अमेरिकाही रब्बानी आणि मुजादादीकडे झुकलेली होती.

आता पुढील काळात गुलनं आपली पुढील वाटचाल पूर्ण विचारांती ठरवली होती. अमली दहशतवाद आणि जिहादच्या नावाखाली स्वैर, निघृण हिंसाचार या दोन शस्त्रांनी इतर साऱ्यांना नेस्तनाबूत करीत मुजाहिदींचा एकमेव नेता आणि जिहादचा विजयी शिल्पकार म्हणून येत्या दोन वर्षांत आपलं एकमेवाद्वितीय स्थान पक्कं करायचं. आपलं हे नियोजन सफल होणार, यात त्याला तिळमात्रही शंका वाटत नव्हती!

आय.एस.आय.च्या 'थिंक टँक'मधला अफगाण नीतीची सूत्रं चालवणारा तरुण अधिकारी सर्फराज गुलबुदिनच्या या योजनेशी सहमत होता. त्याला रब्बानी व मुजादादी हे नेमस्त मवाळपंथी वाटायचे. त्यामुळे गुलची आय.एस.आय.च्या वतीनं तो पाठराखण करीत होता!

जिनिव्हामध्ये जानेवारी ते मार्चदरम्यान वाटाघाटीच्या फेऱ्या चालू असताना पत्रकार मार्टिननं पेशावरला तळ ठोकला होता आणि तो साऱ्या मुजाहिदीन नेत्यांना

भेटत होता. त्यांचा जिनिव्हा वार्तांवरील बहिष्कार आणि त्या कराराशी बांधील नसल्याच्या नि:संदिग्ध घोषणेच्या पार्श्वभूमीवर त्यांना बोलतं करीत त्यांच्या भूमिका व भविष्यातलं धोरण त्यानं जाणून घेतलं होतं आणि जिनिव्हाला झालेल्या भेटीमध्ये अन्वरला त्याची माहिती देत सविस्तर विश्लेषणही केलं होतं!

"मी गुलसाबला चांगला ओळखतो मार्टिन. ही इज ए रूथलेस लीडर. बिलीव्ह्ज् इन टेररिझम ॲज ॲन इन्स्टुमेंट ऑफ जिहाद. आणि आय.एस.आय.चा त्याला आजही तेवढाच पाठिंबा असेल, तर बडी अफसोस की बात है!"

"पण अमेरिकेच्या वाढत्या दबावामुळे पाक सरकार आता रब्बानी गटाला झुकतं माप देत आहे. त्यामुळे आय.एस.आय.ची कितीही इच्छा असली, तरी गुलला पूर्वीसारखं महत्त्व मिळणार नाही."

"नाही मियाँ, पाकमध्ये आय.एस.आय आणि लष्कर हे सरकारच्या वरचं सरकार आहे आणि ते कुणाला आन्सरेबल नाही. त्यांची अफगाण नीतीही सरकारपेक्षा पाक लष्कराची, अधिक नेमकं सांगायचं तर आय.एस.आय.ची नीती आहे. आणि त्यांचं मुख्य सूत्र आहे, जिहाद इज ए स्टेट पॉलिसी. त्यांची दोन उद्दिष्टं आहेत. एक म्हणजे उद्याचा अफगाणिस्तान त्यांच्या प्रभावात आणि कट्टर इस्लामी देश बनून राहावा. दुसरं, भारताचा काश्मीर प्रांत त्यांच्या 'टू नेशन थिअरी'अंतर्गत तेथील स्थानिक मुस्लिमांना जिहादची दीक्षा देऊन आपल्यात सामील करून घ्यावा. तसंच पख्तुनिस्तानबाबत म्हणता येईल. एक तर आजची ड्युरांड रेषा अफगाणिस्तानं मान्य करून हा प्रश्न मिटल्याचं मान्य करावं किंवा भविष्यात कधीकाळी बादशहाखानाच्या स्वप्नातला पख्तुनिस्तान साकार झालाच, तर तो अफगाणिस्तानऐवजी पाकिस्तानचा भाग व्हावा, ही त्यांची मनीषा आहे." आपलं चिकित्सक बुद्धीनं पारखून बनवलेलं मत अन्वरनं मार्टिनला सांगत पुढे म्हटलं, "म्हणूनच मलाही वाटतं की, आय.एस.आय. गुलसाहबना शेवटपर्यंत साथ देईल. अँड दॅट इज सर्टनली ए बॅड न्यूज फॉर वुई पीपल, स्पेशली अवर प्रेसिडेंट डॉ. नजिब!"

करीमुल्लांच्या उत्तरानं उद्विग्न झालेला अन्वर ऑर्नेट हॉलमध्ये असा बराच वेळ डोळे मिटून बसला होता. हळूहळू त्याचं मन शांत होत गेलं आणि अध्र्या तासानं तो बाहेर आला!

टेलिफोनची रिंग वाजली म्हणून त्यानं रिसिव्हर उचलला. पलीकडे हॉटेलची रिसेप्शनिस्ट होती. "सर, मिस्टर इलियास इज वेटिंग फॉर यू इन लाउंज... कॅन आय डायरेक्ट हिम टू युवर सूट? ही वाँट्स् टू सी यू राइट नाऊ."

इलियास आपल्या भेटीला आला आहे? कशासाठी? सलमाचं काही कमी-जास्त? किंवा शाहीदबाबत काही सांगायचं - विचारायचं नसेल ना?

त्या हादशानंतर सलमानं त्याच्याशी सारे बंध तोडून टाकले होते. इलियासही त्याला कधी त्यानंतर भेटला नाही. एकदोनदा न राहवून अन्वरनंच फोन केला होता... शहीद रब्बानीचा खासगी सचिव बनल्याची वार्ता कानी आल्यानंतर आवेगानं, पण त्या वेळी 'साहब घर में नहीं है,' असंच उत्तर पुन्हापुन्हा मिळालं होतं. सलमा व इलियास अलग नव्हतेच मुळी. त्यामुळे न बोलता शांतपणे तोही अन्वरशी संबंध - मैत्री ठेवू इच्छित नव्हता.

आणि आज इथे आपणहून त्याचं भेटीला येणं? अन्वर चकित झाला होता.

"प्लीज," एवढंच तो रिसेप्शनिस्टला म्हणाला आणि बाथरूममध्ये जाऊन त्यानं थंड पाण्याचे सपकारे आपल्या चेहऱ्यावर मारले. टर्किश टॉवेलनं चेहरा खसाखसा पुसला. विस्कटलेल्या तेलविरहित कोरड्या केसांना पाणी लावून कंगवा केला. तरीही चेहऱ्यावरची उदासीनता लपत नव्हती!

"आइए, इलियासभाई, तशरीफ रखिये." इलियासचं स्वागत करीत अन्वर समोरच्या सोफ्याकडे अंगुलिनिर्देश करीत म्हणाला.

"क्यों? गले नहीं मिलोगे? इतने तो हम पराये नहीं हो चुके हैं अबतक अन्वर मियाँ!" इलियासनं हात फैलावीत काहीसं हसत म्हटलं, तसं पुढे होत अन्वरनं त्याला कडकडून मिठी मारली. मित्रप्रेमानं आणि इलियासच्या पूर्वीप्रमाणेच सहज वर्तनानं त्याचं हृदय भरून आलं होतं.

"अन्वर," आणि इलियासच्या ओठांतून त्याच्या नकळत एक अस्पष्टसा हुंदका निसटला. इतका वेळ ओढून आणलेल्या चंद्रबळानं त्यानं चेहरा हसरा ठेवला होता, पण तो औपचारिक मुखवटा होता. अन्वरच्या आश्वस्त मिठीनं तोही भरून आला होता आणि मनातलं आक्रंदन त्या अस्पष्ट हुंदक्यानं प्रकटलं होतं!

"काय झालं इलियास? सलमा ठीक आहे ना?" अन्वरनं विचारलं.

"नाही मित्रा, मी त्याबाबत बिल्कुल भ्रमात नाही." त्या अकस्मात उद्रेकानंतर स्वतःला प्रयत्नपूर्वक सावरत इलियास पापण्या कोरड्या करीत म्हणाला. "लास्ट स्टेजचा ल्युकेमिया आहे. नो होप्स! बस्, मौत का इंतजार है, कब किस वक्त आयेगी पता नहीं. डॉक्टरांनी तीन महिने ते वर्ष असा वेळ दिला आहे. त्यातले दोन महिने झाले आहेत. पलपल नजर के सामने रोज उसे थोडी थोडी मरते देखनाही मेरी फितरत है... बडा मुश्किल है सामना करना अन्वर..."

"अशा परिस्थितीत प्रवासाची दगदग करून का आलात जिनिव्हाला?"

"सलमा बडी बहादुर औरत है, ये तुझे बताने की शायद जरुरी नहीं है." इलियासचा स्वर भावुक तसाच अभिमानानं संपृक्त झाला होता. "ती तेवढीच कमिटेड आहे देशाविषयी. रूसी सैन्य परत जाणं तिलाही अहम वाटतं होतं, म्हणून इथं आम्ही तिच्या आग्रहानंच आलो आहोत. आजचा जिनिव्हा करार संपन्न होताना पाहून लवकरच देशाला गुलाम बनविणारं रूसी सैन्य परत जाईल, याचं समाधान आहे तिला."

"तिच्या नजरेसमोर देशातून यकीनन रूसी सैन्य जाईल इलियास." अन्वर हळव्या स्वरात त्याचा हात हाती घेत म्हणाला, "निदान हे समाधान तिला मिळण्यास माझा थोडाफार हातभार लागतोय, हे माझ्या अपराधाचं अंशमात्र का होईना परिमार्जन आहे, असं मी समजतो."

"अन्वर, शाहीद प्रकरणात मी तुला दोष देत नाही." शांतपणे इलियास म्हणाला, "मातृहृदय वेडं असतं म्हणूनही तुला नव्हे, स्वत:ला शिक्षा करून घेतेय सलमा. पण तिनं तुला कधी शब्दानंही बोल लावला नाही... खैर, वो जाने दो."

"ठीक आहे. मित्राला कशासाठी भेटायला आलास, हे विचारायची गरज भासू नये. पण इतक्या काळानंतर भेटत आहोत, म्हणून विचारणं भाग आहे. आज का आलास मला भेटायला?"

काही क्षण इलियास न बोलता अन्वरकडे पाहत राहिला. पाहता पाहता त्याचा चेहरा फिकुटला गेला होता. अवघी काया आतून गदगदत होती.

"मला राहवत नाही म्हणून आलो आहे आणि जी भयंकर वार्ता समजली आहे, ती मी सलमाशी शेअर नाही करू शकत. पण ती मनातही ठेवणं जमत नाही, म्हणून तुझ्याजवळ आलो आहे अन्वर. सलमाची कसम ती माझी कसम समजून मधल्या काळात तिच्याप्रमाणेच तुझ्याशी संबंध तोडून टाकलेला मी आज तिचा भंग करून आलो आहे." आणि त्यानं आपल्या ओंजळीत चेहरा झाकून घेतला. देहाचं थरथरणं वाढलं होतं.

अन्वर त्याच्याजवळ गेला. त्याच्या केसांतून हळुवारपणे हात फिरवला व सहजपणे पाठीवर थोपटलं. तसा इलियास मोकळा होत रडू लागला. काही न बोलता अन्वर त्याच्या पाठीवरून हात फिरवीत दिलासा द्यायचा प्रयत्न करीत होता.

"अन्वर, आय ॲम सॉरी. पण..." थोड्या वेळानं घसा साफ करीत इलियास म्हणाला. काही क्षण पुन्हा थांबला. जणू तो शब्दांची जुळवाजुळव करीत होता. "मित्रा, तुला शाहीदबद्दल काय खबर आहे?"

"तो वर्षपूर्वी पेशावरला प्रोफेसर रब्बानीला सामील झाला, तेव्हापासून त्याचा तो खासगी सचिव म्हणून काम करीत आहे.'' अन्वर म्हणाला, ''पण त्यांच्या जमाते इस्लामीच्या वतीनं तो काबूल - पगमान भागात प्रत्यक्ष जिहादमध्ये सामील होण्यासाठी दोन-तीन महिन्यांपूर्वी दाखल झाल्याची असल्याची आमच्या 'खाद'ची खबर आहे.''

''बिल्कुल सही. तो सध्या रब्बानीच्या पंजशिर व्हॅलीच्या शेर मसूदसोबत काम करतोय. त्याच्याकडे काबूल - पगमान भागात जिहाद जिवंत ठेवण्याचं काम सोपवलं आहे.'' इलियास म्हणाला,

''मागच्या आठवड्यात मॉस्कोहून आलेली नवी शस्त्रं आणि दारूगोळा बग्राम विमानतळावरून मिलिटरी ट्रक्समधून करघा कॅम्प आणि काबूल शहरात नेणं चालू होतं. ही शस्त्रास्त्रं व दारूगोळा लुटण्यासाठी शाहीदच्या गटानं जोरदार हल्ले चढवले. चार-पाच ट्रक्स उडवले. त्यांची जीप एका पुलावरून करघा कॅम्पकडे जात असताना पेरलेल्या सुरुंगाचा स्फोट झाला आणि ती हवेत उडाली. सोबत असणारा ड्रायव्हर न् एक शिपाई ऑन द स्पॉट गेले. शाहीदचा डावा पायही गुडघ्यापासून उखडला गेल्याची खबर मिळाली आहे. पण खबर देणाऱ्या माणसाला पुढलं काही माहीत नाही... शाहीद आज कोणत्या हालतमध्ये असेल, कल्पनासुद्धा करवत नाही...''

''इलियास,'' आता गळा पाडून रडण्याची अन्वरची पाळी होती. ''तूने ये ठीक किया, सलमा को नहीं बताया. जहाँ तू बर्दाश्त नहीं कर पा रहा है, मैं भी न कर सकता हूँ, वो भला सलमा कैसे करेगी?''

''म्हणून तर तुझ्याजवळ आलो मित्रा. आता पुढे काय करायचं हे विचारण्यासाठी.'' इलियास म्हणाला, ''पगमान भागात चांगला दवाखाना नाही आणि काबूलला तो येऊ शकत नाही. त्याच्या कॅम्पवर काहीतरी गावठी उपाय होत असतील... वो - वो अपाहिज हो गया है - ये - ये सहा नहीं जाता... कुछ करना पडेगा...''

अन्वरनं विद्युतवेगानं फोनवरूनच चक्रं फिरवली. थेट पगमानला घरी फोन लावून सईदभाईशी संपर्क साधला. तेव्हा त्यानं खबर दिली की, त्यांच्याच घरात शाहीद जखमी अवस्थेत आसऱ्याला आहे. त्या वेळीही सईदनं अन्वरला डिवचत म्हणालं, ''इसे कहते हैं जिहादी जुनून! एक पाँव कट गया है, बस मरहम लगाके पट्टी बांधके बहादुरी से तकलीफ सह रहा है...''

''सईदभाई, त्याचा इलाज काय करीत आहात?''

''तू तो जानता है. यहाँ पगमान में कोई अस्पताल नहीं है! आपके आर्मी

पोलिस का सख्त पहरा तोडकर उसे काबूलभी भेजा नहीं जा सकता.. बस, फिलहाल तो हम उसे रोजाना अफीम देकर सुला रहे हैं, ताकि वो तकलीफें सह सके...''

''मैं उसके लिये कुछ करना चाहता हूँ. वो रूस तो नहीं जायेगा इलाज के लिए. शायद इंडिया जाने को ना नहीं कहेगा...'' अन्वर म्हणाला, ''मैं रहीमभाई से कहकर इंतजाम करूँगा...''

''पण हे सारं करायची तुला काय गरज? शाहीद असा कोण लागून गेला आहे तुझा?'' सईदनं विचारलं, ''ही तुमची नवी चाल आहे आमचे 'हाइडआउट' शोधण्याची?''

प्राप्त विपरित परिस्थितीत ती शंका रास्त होती. त्याचं समाधान करायचं झालं तर खरं सांगणं भाग होतं!

क्षणभर अन्वरनं विचार केला व रिसिव्हरवर हात ठेवून इलियासला उद्देशून म्हटलं, ''मुझे माफ करना इलियास,'' आणि त्याच्या प्रतिक्रियेची वाट न पाहता पुन्हा रिसिव्हरमधून सईदभाईशी तो बोलला, ''भाईसाब, हे गुपित मला कुणाला सांगायचं नव्हतं आणि तुम्हाला कसम आहे, तुम्ही कुणाला सांगू नका. आप शायद यकीन न करे, शाहीद मेरा बेटा है, सलमा से पैदा हुआ... मॉस्को में. इसलिये मैं उसके लिये तरस रहा हूँ.''

पलीकडून काही क्षण काहीच आवाज आला नाही. सईदलापण धक्का बसला असणार, हे उघड होतं! ''ठीक है, मैं शाहीद को फोन देता हूं... बात करना...''

''हॅलो हॅलो...! बाले-बाले...'' अन्वर काहीसा ओरडून म्हणाला, पण सईदभाईनं रिसिव्हर बाजूला ठेवला होता. बहुधा शाहीदला खबर द्यायला गेला असणार. त्याला सईदला सांगायचं होतं की, 'मी नाही, इलियास बोलणार आहे म्हणून सांगा. कदाचित शाहीद फोनवर येणारही नाही, माझ्याशी बोलण्यासाठी!'

काही क्षण बैचेन प्रतीक्षेत गुजरले आणि कानावर आवाज आला, ''हॅलो डॅडी, हाऊ आर यू?''

आणि अन्वरनं सुटकेचा नि:श्वास सोडला. त्याला सईदभाईनं ''तुझा बाप बोलणार आहे,'' असंच मोघम सांगितलं असणार.

अन्वर रिसिव्हर इलियासच्या हाती देत म्हणाला, ''तुझ्याशी बोलतोय.''

इलियासनं रिसिव्हर घेत म्हटलं, ''कसा आहेस बेटा?'' पुन्हा त्याला हुंदका फुटला.

''मैं ठीक हूँ, जिंदा हूँ ना!'' शाहीदचा स्वर. ''जिहाद में कुर्बानी भी देना मुझे

मंजूर है, ये तो बस छोटा जख्म है! पैरही तो कट गया है..''

''बेटा, तेरा इलाज जरुरी है- मैं तेरा लंडन जाने का इंतजाम करता हूँ.'' इलियास म्हणाला.

''वो कैसे डॅडी? काफिर फौजें हमें थोडाही रास्ता बक्शेगी?''

''बेटा, तेरा दूसरा बाप अन्वर मेरे साथ है... वो ये सब करेगा... प्लीज मान जा!''

''हरगिज नहीं डॅडी... मैं उनसे नफरत करता हूँ! उनकी मदत लेने से मर जाना बेहतर समझता हूँ!'' शाहीदच्या शब्दाशब्दात तिटकारा भरला होता. ''आणि आता मी पाश्चात्त्य संस्कार व सभ्यतेचा किती द्वेष करतोय सांगू... माझा बास्टर्ड जन्म हा त्या मोकळ्या, सो कॉल्ड आधुनिक सभ्यतेचं फळ आहे.''

''शाहीद बेटा, प्लीज ट्राय टू अंडरस्टँड,'' इलियास आर्जवी स्वरात म्हणत होता, ''अरे, आपला मतलब उपचाराशी आहे. आज ते देश...''

''नो डॅडी, मला ते मंजूर नाही!''

शाहीदनं फोन ठेवून दिला.

इलियास रिसिव्हरमध्ये किती वेळ 'बाले-बाले' करीत होता. पलीकडून फोन बंद झाल्याची जाणीव झाली, तसा सुन्नपणे तो अन्वरकडे पाहत राहिला. त्याच्या हातातून रिसिव्हर गळून पडला.

अन्वरनं तातडीनं त्याचा मित्र बनलेला भारतीय पत्रकार आनंदला बोलावून घेतलं आणि त्याला सारा प्रकार कथन केला. ''मी पुन्हा सईद भाईला फोन करतो. तू शाहीदशी बोल. तुला तो चांगला ओळखतो. त्याला अनघा भाभीसोबत इंडियात पाठव. तुमचा प्रसिद्ध जयपूर फूट त्याला बसवता येईल. तुमचा एक हिंदी सिनेमा पाहिल्याचं आठवतं. त्यात एक डान्सर अपघातात पाय गमावून बसल्यावरही जयपूर फूट बसवून पूर्वीप्रमाणेच क्लासिकल डान्स करते... तसा शाहीद हिंडेल... फिरेल...''

आनंदनं फोनवर शाहीदशी बोलताना म्हटलं, ''तू अनघा चाचीला मागे एकदा वाढदिवसाची भेट म्हणून इंडियात घेऊन चालण्याचा हट्ट धरला होतास. आता तिच्या वतानं मी हट्ट धरतो. माझ्यासोबत चल, मी येत्या शनिवारी पेशावरला येतो. तिथं तुला तुमचा गट पोचवेल. मी अन् अनघा तुला घेऊन जातो. जयपूर फूट बसल्यावर पुन्हा तुला हिंडता - फिरता येईल. अगदी जिहादमध्येही भाग घेता येईल.

''सच कहते हो अंकल? ऐसा हो सकता है?'' शाहीदनं नवलानं पुसलं. तसं आनंदनं भारतामधील दक्षिणात्य शास्त्रीय नर्तिका सुधा चंद्रनची हकिकत सांगून त्याला आश्वस्त केलं. शाहीद उपचारासाठी भारतात यायला कबूल झाला!

दुसऱ्या दिवशीच्या अनघानं तयार केलेल्या अहवाल - प्रकाशनाच्या कार्यक्रमास अन्वर उपस्थित होता. त्यानं सरकारच्या वतीनं सांगितलं, ''प्रिन्स आगाखानांच्या नेतृत्वाखाली युनोच्या 'अँटीमाइन्स' प्रोग्रॅमला आम्ही पूर्ण सहकार्य देऊ. यापुढे आम्ही नव्यानं सुरुंग निकामी करण्यासाठी मदत करू, असं मी जाहीर करतो.

''अफगाण सरकारच्या बदललेल्या भूमिकेचं कारण?'' एका पत्रकारानं विचारलं, तेव्हा गंभीर होत अन्वर म्हणाला, ''या अहवालाची एक प्रत मला आजच्या रिलीजपूर्वींच मिळाली होती. तिचा अभ्यास करून आम्ही ही भूमिका जाहीर केली आहे. कालच्या जिनिव्हा कराराच्या पार्श्वभूमीवर तणाव व विध्वंस कमी करण्यासाठी आम्ही उचललेलं हे दुसरं सकारात्मक पाऊल आहे. आमच्या विरोधक मुजाहिदीनांनी ते राइट स्पिरिटमध्ये घ्यावं. तो आमचा दुबळेपणा समजू नये.

पत्रकार परिषदेमध्ये त्यानं शेवटी जाहीर केलं, ''मी स्वत: या सिव्हिल वॉरमध्ये अनाथ झालेला एक मुलगा दत्तक घेऊन मुलाप्रमाणे सांभाळणार आहे. तो एका मुजाहिदीनचा बेटा आहे. अनघा मॅडमच्या मदत केंद्रात काबूलला उपचार घेतोय. तो दोन्ही पाय सुरुंग स्फोटात गमावून बसलेला अपाहिज आहे. मी त्याला वाढवणार आहे. माझं नाव देणार आहे. तो उद्याच्या खुशहाल, शांती व समृद्धी असलेल्या अफगाणिस्तानचं प्रतीक असणार, म्हणून त्याचं नाव मी 'अमन' ठेवणार आहे. अमन म्हणजे शांती...''

अनघानं आणलेलं त्या अनाथ मुलाचे फोटो पत्रकारांना देण्यात आले. पत्रकार परिषदेनंतर मार्टिन त्याला म्हणाला, ''धिस इज रिअली ए ग्रेट ह्यूमन इंटरेस्ट स्टोरी. उद्या तुला 'न्यूयॉर्क टाइम्स' मध्ये तुझ्या व त्याच्या फोटोसहित वाचायला मिळेल! पण या घोषणेनं नजिब सरकारला तू जो मानवी चेहरा दिलास, त्या धूर्त राजकीय खेळीला तोड नाही.''

''मार्टिन'', अन्वर दुखावून म्हणाला, ''पंचवीस वर्षांपासून तू माझा मित्र आहेस. मी केलं ती राजकीय खेळी समजतोस? अफसोस की बात है! अरे, हे मी उमाळ्यानं केलं आहे. मला खरंच माझ्या देशात भविष्यात अमन-शांती - खुशहाली हवी आहे. यात तुला राजकारण दिसत असेल तर...''

जिनिव्हा ते न्यूयॉर्कच्या विमानप्रवासात डोळे मिटून अन्वर विचार करीत होता. ते विचार शाहीद- सलमाभोवती केंद्रित झाले होते, तसेच ते केवळ फोटोत पाहिलेल्या व नवीन नामकरण केलेल्या 'अमन'भोवतीही.

अमन दत्तक घेण्याचा त्याचा निर्णय उत्स्फूर्त होता, पण आता विचार

करताना जाणवत होतं की तो शाहीदच्या अपंग होण्याशी निगडित आहे. पण ज्या मानवाधिकाराचं उल्लंघन करणाऱ्या भूमिगत सुरुंगांच्या पेरणीचं शाहीदचं अपंगत्व हे विषारी फळ आहे, त्याचंच अमनही दुसरं उमलण्यापूर्वीचं विषानं काळं पडलेलं फळ आहे. ते मला दुरुस्त नाही, पण किमानपक्षी जतन तरी करता येईल.

पत्रकार आणि राजकीय निरीक्षकांपेक्षा अन्वरला खुद्द नजिबची प्रतिक्रिया अधिक समजदारीची वाटली.

''अन्वरमियाँ, तुम दिल से काम करनेवाले इन्सान हो. तुमने ये कदम इन्सानी जस्बे में आकर उठाया होगा... पण त्याचा आपल्या सरकारला किती फायदा होणार आहे, याची तू कल्पना करू शकणार नाहीस. एनी वे, थँक्स ए लॉट मेरे भाई, जिनिक्या वार्ता सफल झाल्या, त्याचं बरंच श्रेय तुला आहे.''

''नाही सर, तुमच्या नेतृत्वाखाली व निर्देशाप्रमाणे काम करणारा मी एक छोटा नुमाइंदा आहे बस.'' अन्वर नम्रतेनं म्हणाला, ''हमें रेड आर्मी के वापसी के बाद कमजोर महसूस करके कहीं मुजाहिदीन जोर न पकडे, हमले तेज न करे. मुझे इसका डर है...''

''इन शॉर्ट टर्म, धिस इज क्वाइट पॉसिबल.'' नजिब म्हणाला, ''त्यासाठी मी तयार आहे व पुढील तीन महिन्यांत जमेल तेवढी तयारी करणार आहे. पण वर्ष सहा महिन्यांत मुजाहिदीन कमजोर पडतील, असा माझा होरा आहे. कारण त्यांचा शस्त्रपुरवठा कमी कमी होत जाईल. एकदा का रूसी सैन्य माघारी गेलं की, अमेरिकेचा या भागातला रस बऱ्याच अंशी कमी होईल. कारण त्यांना आपल्याविरुद्ध लढायचं नव्हतं, तर सोव्हिएत युनियनशी, मुजाहिदीनांचं प्यादं वापरीत आणि त्यांच्या मक्सदमध्ये ते कामयाब झाले आहेत. रेड आर्मी पराभूत होऊन परत जात आहे. आपल्या प्रतिस्पर्धी असणाऱ्या, तोडीस तोड असणाऱ्या महासत्तेला नमवून अमेरिकेला आपल्या व्हिएतनामच्या मानहानीची थोडीफार भरपाई करता आली, कमी झालेली प्रतिष्ठा व आबरू पुन्हा मिळवता आली, या समाधानात ते मुजाहिदीनांचा पाठिंबा व मदत कमी करतील. नाहीतरी आता त्यांना पाक-इराण-अफगाण या गोल्डन क्रीसेंटमधून निर्यात होणाऱ्या 'नार्कोटेररिझम'चे चटके बसायला सुरुवात झाली आहे, ती यापुढे ते दुर्लक्षित करू शकणार नाहीत. म्हणून एका वर्षानंतर मुजाहिदीन शस्त्रं व अर्थमदतीविना दुबळे होत जातील. त्याप्रमाणात आपली पकड देशात मजबूत होऊन आपला पक्ष बळकट होईल!''

''पण सर पाकिस्तान चूप बसेल? त्यांच्या भूमीवर लाखो अफगाण निर्वासित आहेत, तोवर त्यांचा इथला रस कमी होणं शक्य नाही. त्यांच्या देशकारणाचा पायाच

मुळी इस्लाम आहे. आपल्या देशात कम्युनिस्ट विचारधारा मजबूत होणं त्यांना परवडणारं नाही. त्या भीतीपोटी झिया जिहादी भूत जिवंत ठेवायचा प्रयत्न करणारच. तसंच सौदी अरेबिया, गल्फ आणि कट्टर इस्लामी असणाऱ्या खोमेनीचा इराणही मुजाहिदीनांना मदत करीत राहणार. रूसी सेनेविना आपण त्यांचा मुकाबला करू शकू?''

"त्याचं ब्लॅक अँड व्हाइट असं साफ उत्तर आजच्या घडीला माझ्याजवळ नाहीय.'' स्वच्छ कबुली देत नजिब म्हणाला होता, ''पण प्रत्येक अनुकूल संधीचा लाभ उठवीत आपली सौरक्रांती मजबूत करणं व मुजाहिदीनांचा तात्त्विक पाया किती पोकळ आहे, हे अवामला पटवून देणं या दुहेरी नीतीनं काम केलं पाहिजे. त्याच वेळी युद्धभूमीवर मुजाहिदीनांना परास्त केलं पाहिजे... पुढील वर्ष सहा महिने निर्णायक आहेत. अन्वर, आपण दोन वर्षं टिकाव धरू शकलो तर जिंकलो. फक्त हा काळ कठीण परीक्षेचा आहे.''

"त्यात तुम्ही जरूर उत्तीर्ण व्हाल सर.'' अन्वर मनापासून म्हणाला होता, ''वीर पुरुषाला नेहमी यश मिळतं.''

❑

कम्युनिस्ट राजवटीची अखेर!

''मेरे अजीज दोस्तों, आजच्या पॉलिट ब्यूरोच्या मीटिंगचा अजेंडा मुद्दामहून यापूर्वी बैठकीचं सूचनापत्र देताना सर्क्युलेट केला नाही, कारण तो लीक व्हायचा संभव होता आणि मला आपली राय जाणून घेतल्याखेरीज त्याची बातमी होणं मंजूर नव्हतं!''

प्रदीर्घ कालावधीनंतर राष्ट्राध्यक्ष नजिबुल्लाहनं विस्तारित पॉलिट ब्यूरोची बैठक आपल्या 'खल्क पॅलेस' येथील निवासस्थानी बोलावली होती.

इतरांना नाही तरी अन्वरला आजच्या बैठकीचा विषय ज्ञात होता आणि आजच्या परिस्थितीत तो जर चर्चेला आला तर नक्कीच संमत होणार, असे आसार नजर येत होते. तारुण्याच्या उंबरठ्यावर असल्यापासून बुद्धी व भावनेनं स्वीकारलेल्या मार्क्सवादाची ही प्रतारणा ठरणार आहे, अशी त्याचं मन त्याला ग्वाही देत होतं. पण थंड डोक्यानं विचार करता त्याची अपरिहार्यता आणि प्रतीकात्मक महत्त्वही समजत होतं. १९७८ पासून ते बहुसंख्य अवामसाठी 'काफिर' होते, 'अल्ला' न मानणारे 'कूमनिस्ट' होते. ती मनोधारणा बदलणं व आपली राजवट जनतेनं स्वीकारणं हा नजिबचा एककलमी कार्यक्रम होता. त्याचीच ही तार्किक परिणती होती!

आजच्या ठरावाला तो सोडला तर कुणी विरोध करणार नाही, अशी परिस्थिती होती. कारण या पॉलिट ब्यूरोमध्ये जनरल शहानवाज तनाई नव्हते की सय्यद मोहंमद गुलाबजाई नव्हते. त्यांची जनरल तनाईच्या फसलेल्या बंडखोरीनंतर हकालपट्टी करण्यात आली होती!

बैठकीत नजिबच्या समोर डाव्या बाजूला बसलेला अन्वर स्वत:शीच विमनस्कपणे हसला. त्याच्या उतरलेल्या चर्येकडे व खोल गेलेल्या व जाग्रणानं लाल जर्द डोळ्यांकडे जमिलाचं सूक्ष्म लक्ष होतं. तिला त्याच्या मनोद्वंद्वाची पूर्ण कल्पना होती! कारण आजचा ठराव मांडण्याची व त्याचं विश्लेषण करण्याची पूर्ण जबाबदारी

तिचीच होती. नजिबनं मंत्रिमंडळात तीन महिलांना तिच्यासकट स्थान देऊन आपलं पुरोगामित्व व स्त्रीबाबतचा उदार दृष्टिकोन दाखवून दिला होता. अलीकडेच राजकारणात आलेल्या मासुमा वर्डक आमि सालेहा इटेमाडी यांना बाल व समाजकल्याण खात्याची जबाबदारी दिली होती, तर जमीलाला तिच्या आवडीचं सांस्कृतिक खातं व स्त्री शिक्षण विभाग. मूळच्या सात सदस्यीय पॉलिट ब्युरोमध्ये ती नव्हती, परंतु अलीकडेच त्याचा विस्तार करून तिला नजिबनं त्यात स्थान दिलं होतं.

शेवटचा रशियन सैनिक फेब्रुवारी १९८९ मध्ये काबूल सोडून मायदेशी परतला तेव्हा जमीलानं एक पत्रक काढून आपला स्वातंत्र्यलढा यशस्वी झाल्याचं नमूद करून रशियन गुलामगिरीविरुद्ध लढणाऱ्या मुजाहिदीनांना आवाहन केलं, 'डिसेंबर १९७९ मध्ये महासत्ता असणाऱ्या सोव्हिएत युनियननं एक लाखाच्या वर रेड आर्मी आपल्या पितृदेशात पाठवून हा शूरवीरांचा देश गुलाम केला होता. त्याविरुद्ध लढणं हे सर्व अफगाणवासीयांचं आद्य कर्तव्य होतं. आम्हास कोणत्या विचाराचं सरकार हवं आहे, हे ठरवण्याचा अधिकार अवामला आहे, की सोव्हिएत युनियन, अमेरिका वा अन्य देशांना? त्यामुळे मी विचारानं मार्क्सवादी असूनही रशियन गुलामगिरीविरुद्ध आणि रेड आर्मीच्या अमानुष अत्याचाराविरुद्ध वैचारिक मतभेद बाजूस ठेवून मुजाहिदीनांसोबत लढत गेले. मुजाहिदीन म्हणजे धर्मयोद्धे! स्वातंत्र्यलढा हा राष्ट्रधर्म आहे, त्या अर्थानं जे जे गुलामगिरीविरुद्ध लढत होते, ते सारे माझ्या मते मुजाहिदीन होते. मीही स्त्री असून स्वतःला मुजाहिदीन समजून माझ्या परीनं लढत होते...

'पण जनाब प्रेसिडेंट नजिबुल्लाहनी रशियन सैन्य परत पाठवण्याचं वचन निभावलं आहे. त्यांच्या सत्तेला असणारा धोका पत्करूनही आज शेवटची रशियन बटालियन मॉस्कोला रवाना झाली आहे. आजचा दिवस हा आपला तिसरा स्वातंत्र्यदिन आहे...

'पहिला स्वातंत्र्यदिन म्हणजे ज्या दिवशी राजा अमानुल्लानं तिसऱ्या अँग्लो-अफगाण युद्धामध्ये ब्रिटिश आर्मीविरुद्ध जय मिळवला तो दिवस. दुसऱ्या स्वातंत्र्यदिन मी सौरक्रांतीचा दिवस समजते, ज्या दिवशी जनाब नूर महंमद तराकींनी राष्ट्राची सूत्रं हाती घेऊन देशात शोषितांचं, दीनदुबळ्यांचं राज्य आल्याची द्वाही फिरवली होती आणि आजचा हा तिसरा स्वातंत्र्यदिवस, ज्या दिवशी शूर अफगाणिस्ताननं महासत्ता सोव्हिएत युनियनला नमवलं व सर्व सैन्य माघारी घेण्यास मजबूर केलं आहे... आपला नऊ वर्षांचा घनघोर संघर्ष यशस्वी झाला आहे!...

'आज मी 'इस्लामी सत्तेच्या स्थापनेसाठी' लढणारे आणि कम्युनिस्टांना

'काफिर' समजून त्यांचा द्वेष करणारे मुजाहिदीन व त्यांच्या तथाकथित जिहादपासून अलग होत आहे. कारण आजवर जरी आमचा शत्रू समान होता, तरी या आजादीच्या जंगमध्ये सामील झालेली बहुसंख्य अवाम ही कधीच फॅनॅटिक इस्लामी नव्हती. अंतर्गत स्वायत्तता असणाऱ्या पुश्तुनवाली जीवनशैलीत धर्म म्हणून इस्लाम महत्त्वपूर्ण आहे. पण त्याचबरोबर उदार सूफी संप्रदाय आमच्या जगण्याचा तेवढाच अभिन्न असा भाग आहे. आणि १९५६ पासून सोव्हिएत युनियनशी करार केल्याच्या कालखंडापासून प्रथम जनरल दाऊदखान व मग तराकी ते नजिब या पुरोगामी नेत्यांमुळे आधुनिक प्रगतिवादी जीवनमूल्यं आम्ही स्वीकारली आहेत. आम्हां स्त्रियांचा पडदा दूर होऊन जीवनाचा प्रकाश आम्ही पाहिला आहे. त्यात पुन्हा बुरख्याच्या रूपानं अंधार आणण्याची मानसिकता असलेल्या जिहादी मुजाहिदीनांच्या विचारांशी या काळात त्यांच्या सोबत आजादी की जंग लढताना कधीही आम्ही सहमत नव्हतो. पण समान शत्रूविरुद्ध लढण्यासाठी आपसातील मतभेदामुळे शक्तिपात होऊ नये, म्हणून एक झालो होतो...

'पण आता पुन्हा आमचे रस्ते अलग झाले आहेत. कारण या अफगाण देशाच्या आबोहवामध्ये कट्टर धार्मिकता कधीच नव्हती. इतिहासाच्या प्रदीर्घ वाटचालीत विकसित झालेली अफगाण संस्कृती ही इस्लामचे प्राणतत्त्व घेऊन जरूर वाढली आहे, पण त्याच बरोबर एतद्देशीय टोळी जीवनातल्या लोया जिरगाच्या रूपानं अंतर्गत लोकशाही व समूहजीवनाचे संस्कार, अरेबिया कालखंडाचे काही गुण आणि सूफी संप्रदायामुळे विशाल उदार दृष्टी हेही आमच्या जगण्याचं वैशिष्ट्य आहे. त्यात बहुवंशवाद, बहुभाषावाद यांना मोलाचं स्थान आहे. त्याला आजच्या आधुनिक भाषेत कदाचित 'उपराष्ट्रवाद' म्हणता येईल. पुश्तून, उज्बेकी, हाजरा, ताजिक, नूरीस्थानी आदी वंश टोळ्या अंतर्गत स्वायत्त आहेत. त्यांना एकत्र बांधणारा धागा हा एक देश व एका धर्माचा जरूर आहे. पण त्यात अतिरेकवादाला आणि कुराणप्रणीत इस्लामिक राज्याला फारसं स्थान नाही. किंबहुना कुराणाला 'इस्लामी राज्य' असं काही अभिप्रेत नाही. त्यामुळे या पंधरा-वीस वर्षांतली, पॅन इस्लामिक चळवळीमुळे आयात होऊन पेट्रोडॉलरच्या मदतीनं फोफावलेली, इस्लामशी फारशी सुसंगत नसलेली जिहादी चळवळ बहुसंख्य अवामला मंजूर नाही. झपाट्यानं जग बदलत असताना त्याच्या गतीशी गती जुळवून घेत देशाची प्रगती साधायची असेल, तर आधुनिक विचार अर्थात त्यातला भोगवाद व स्वच्छंदता टाळून आपण स्वीकारला पाहिजे. हे तथाकथित जिहादी मार्क्स व त्याचा मार्क्सवाद, कम्युनिझम देव मानत नव्हता म्हणून परका, काफिर मानतात. पण त्या मार्क्सनं गरीब शोषितांच्या भाकरीचा

विचार केला. लोकसंख्येचा अर्धा भाग जो आम्हा स्त्रियांचा आहे, त्यांच्या समतेचा विचार केला आणि कोणतं तत्त्व धर्मपंथाच्या नावानं मूठभरांना श्रीमंत करीत बहुसंख्यांना कंगाल करतं, दारिद्ध्यात खितपत ठेवतं, याचं विश्लेषण केलं आहे. त्यामुळे त्याचे काही विचार देशाच्या भवितव्याचा विचार करून स्वीकारून त्यांना देशी वळण देऊन त्याआधारे देश चालवला पाहिजे. आता स्वातंत्र्यप्राप्तीनंतर त्याचाच विचार व्हावा, ही अपेक्षा आहे...

'म्हणून माझं सर्व मुजाहिदीन बांधवांना आवाहन आहे की त्यांनी जिहादी जुनूनची मानसिकता त्यागून आधुनिक पुरोगामी विचारांची साथ द्यावी व जगाच्या बरोबर राहावं! या विचारातून मी पुन्हा पी.डी.पी.ए.मध्ये सामील व्हायचा निर्णय घेतला आहे.'

जमीलाचं पी.डी.पी.ए. मध्ये परतणं ही अन्वरसाठी समाधानाची बाब होती. तिला शिक्षणासाठी काबूलला आणल्यापासून तिच्या व्यक्तिमत्त्व विकासाकडे त्यानं काळजीपूर्वक लक्ष दिलं होतं.

आणि या मधल्या आठ वर्षांच्या काळात तिचं त्याच्यापासून दूर जाणं आणि वरकरणी चमत्कारिक विसंगत वाटणारं तिचं मुजाहिदीनांशी सहकार्य करून रशियन गुलामगिरीविरुद्ध लढणं त्याला पटत नसलं तरी तिच्या विचारात एक प्रकारची स्पष्टता व सत्याची दुसरी बाजू आहे, हे कबूल होतं! त्यामुळे तिच्याबद्दल त्याची नेहमीच ममत्वाची व विशुद्ध कौतुकाची भावना राहत आली होती.

आता तर ती पक्षाप्रमाणे घरीही परतली होती!

"बेटी जमीला, अशी एकटी किती दिवस राहाणार आहेस?" भोजनोत्तर गप्पांच्या वेळी अन्वर, झैनब व जमीला चहाचा स्वाद घेत बोलत असताना अचानक झैनबनं तिला विचारलं!

"एकटी कुठं आहे मी? हा अमन माझा भाऊ आहे ना माझ्या सोबतीला." अमनच्या केसांतून हात फिरवत खेळकरपणे जमीला म्हणाली, "रोज रात्री त्याला मी कहाण्या सांगत असते अरेबियन नाइट्‌सच्या आणि माझ्या कविताही ऐकवत असते. हल्ली मी त्याच्यासाठी म्हणून बालगीतं रचली आहेत. अमन भैय्या, अम्मीला माझी पाठ केलेली कविता म्हणून दाखवशील?

आणि अमननं क्षणाचाही अवधी न दवडता आपल्या सुरेल बाल आवाजात म्हणायला सुरुवात केली. उपजतच त्याला गोड गळा लाभला होता आणि तो

एकपाठी असल्यामुळे रेडिओ, टी.व्ही. वरील गाणी एकदा ऐकलं की मुखोद्गत करीत असे. हिंदी चित्रपटातील गाणीही अमन हौसेनं म्हणून दाखवायचाय.

पण आज तो जमीलानं रचलेली मुलांची कविता म्हणत होता. बोली पुरतू भाषेतली अंतर्गत गेयता घेऊन आलेली शब्दकळा व अमनचा सुरेल बाल आवाज कानाला गोड वाटत होता, पण त्या कवितेचे भाव अन्वरला अस्वस्थ करून गेले.

'आता युद्ध संपलयं म्हणे!
बंद पडलेली माझी शाला पुन्हा
कधी सुरू होईल का?
रूसी ज्ञान घेतात म्हणून,
डार्विनचा सिध्दांन्त पाटीवर लिहिताना की,
'माणसाचा पूर्वज माकड होता'
त्यांनी आमची बोटं छाटली-!
आणि जयघोष केला.. 'अल्ला हो अकबर'
ती छाटलेली आमची बोट
पाटीवर पेन्सिलनं लिहिण्यासाठी
आणि खडू धरण्यासाठी
पुन्हा फुटतील का?
पुस्तकांची - शब्दांची - अक्षरांची
अद्भूत ज्ञानसंपन्न दुनिया
आमच्यापासून कायमची का दूर राहणार आहे?
आम्ही केवळ हेच म्हणायचं?
'जिहाद हमारा नारा है -
जंग हमे प्यारी है!''
अल्ला हो अकबर अल्ला हो अकबर!
या जयघोषात तो दबलेला स्वर कुणाचा आहे?
'हमे इल्म दो- हमें इल्म दो!'
तो -तो माझाच आवाज आहे.
तसाच तो आहे,
तुमच्या मुलाचा - मुलीचा - छोट्या बालकांचा.
तो तुम्हाला ऐकू येतोय ना?
तो तुम्ही ऐकणार ना? ऐकणार ना?'

ते रूढार्थानं बालगीत नव्हतं, पण आजच्या भीषण दाहक बालजीवनाचं वास्तव त्यात रेखाटलं होतं!

आणि त्याला निमित्त झालं होतं. काबूलच्या अमनच्या शाळेवर मुजाहिदीनांनी केलेला रॉकेट हल्ला. त्यात शाळा तीन चतुर्थांश उद्ध्वस्त झाली होती. अमनचं नशीब बलवत्तर म्हणून तो त्यातून आश्चर्यकारक रितीनं वाचला, पण चार जणांचा त्या हल्ल्यामुळे कोसळलेल्या भिंतीखाली गाडले जाऊन मृत्यू झाला होता. तेव्हापासून शाळा बंद होती.

शाळेची गोडी असणाऱ्या अमनला एक विद्यार्थी म्हणून काय वाटत असेल? त्याच्या नजरेतून विचार करून जमीलानं ही बालकविता रचली होती. पण त्याचा आशय प्रौढ होता व तो मोठ्यांसाठी होता.

त्याला या आठ-दहा वर्षांतले अनेक पदर होते!

सौर क्रांतीनंतर शिक्षणामध्ये मन व विचार बदलण्यांत सामर्थ्य असतं म्हणून तराकी करमालनं पाठ्यपुस्तकांकडे विशेष लक्ष दिलं होतं. त्यात डार्विनचा सिध्दांत होता. मात्र, मुल्लामौलवींना माणसाचा पूर्वज माकड आहे, हे अनइस्लमिक वाटायचं. मार्क्सचं चरित्र शिकवणं 'काफिराना' भासायचं! आणि मुला-मुलींचं सह-शिक्षण त्यांना साफ नापसंत होत. मशिदीमशिदींमधून सौरक्रांतीनंतरच्या काळात वेळोवेळी फतवे काढले गेले. सरकारी शाळेत मुलांनी आधुनिक शिक्षण घेणं गैर इस्लामी आहे. त्यांनी मदरशांमध्ये जावं. मुलींनी घरीच कुराण वाचन करता येईल एवढंच शिक्षण, तेही वयोवृद्ध मौलवीकडून घ्यावं. याचं उल्लंघन करण्याची सजा म्हणून सरकारी शाळा गावठी बॉम्बनं उडवून देणं, शिक्षकांवर हल्ले करून त्यांना भयभयीत करीत शिक्षण देण्यापासून परावृत्त करणं अशा कारवाया ग्रामीण भागात सुरू झाल्या होत्या. काही शाळांत तर मुलींनी भयभयीत होऊन शिक्षण सोडावं म्हणून मुलांची पाची बोटं क्रूरपणे छाटली गेली होती. त्या पार्श्वभूमीवर ह गीत तिनं लिहिलं होतं.

"बेटी तुला मानलं. तुझ्या लेखणीला व शब्दकळेला माझा लाल सलाम!" तिला जवळ घेत अन्वर म्हणाला.

"थँक्यू चाचा, पण 'लाल सलाम!' हा शब्दप्रयोग कशासाठी?" फटकन जमीला म्हणाली, "अवाम अशा रूसी प्रतीकामुळे बिचकते, आपल्यापासून दूर जाते...!"

"माझ्या डाव्या विचारांच्या बांधिलकीचं ते प्रतीक आहे बेटी. त्यात काय आक्षेपार्ह आहे?"

"व्यक्तिशः मला त्याचा परहेज नाही. पण डावा पुरोगामी विचार न सोडताही

आपण कम्युनिस्टांपासून अलग आहोत, हे दाखवल्याविना व ते पटवून दिल्याविना अवाम आपल्याला स्वीकारणार नाही. हे मी आझादीच्या जंगमधून शिकले आहे.

इतका वेळ दोघांचं संभाषण शांतपणे ऐकणारी झैनब म्हणाली, ''बिचारा अमन बेटा कंटाळून खेळायला निघून गेला. त्यानं एवढं छान आवाजात जमीलाची कविता म्हटली. त्याचं साधं कौतुकही करायचं तुम्हांला भान राहिलं नव्हतं!

''माफ करना बेगम, सियासती खयालात मन एवढं गुंतून जातं की, थोडी संधी मिळाली तरी चर्चेत वाहवत जातं. पण खरंच, अमन बेटे का आवाज बडा सुरीला है.. त्याला बोलावतेस?

''आता राहू दे. नंतर त्याचे लाड करा.'' झैनब म्हणाली, ''मलापण काही बोलायचं आहे. घरगुती नाही. तुमचं सियासतींच आहे.''

क्षणभर अवाक होऊन झैनबकडे पाहत राहिला. काहीशा उपरोधिक स्वरात ती म्हणाली, ''तुम्हाला आश्चर्य वाटलं ना..! मला अपेक्षितच होतं! आज जमीला समोर आहे, म्हणून काही सांगावंसं वाटतं.''

आणि ती जमीलाला उद्देशून मन मोकळं करीत बोलू लागली, ''बेटी, मला पहिल्यापासून घरगुती गोष्टीतच रस होता. आम अफगाण औरतप्रमाणे. क्योंकि मेरी परवरिश उसी तरह से हुई. जो कुछ सीखना, हुनर हासिल करना, उससे मर्द खुश हो अपने काबू में रहे... मी कॉलेजची पढाई पण दोन वर्ष केली आहे. ती केवळ अन्वरमियाँना बरं वाटावं म्हणून. ते जे सियासिती काम करतात, ते समजावं म्हणून.'' त्यामुळे मी अभ्यास म्हणून मार्क्सवाद -कम्युनिझम समजून घ्यायचा प्रयत्न केला. त्यासाठी मला झरीनानं बरीच मदत केली होती. लेकिन मियाँ मास्को से वापस आये तो साथ में तरानादीदी उनकी बीबी बनके आयी थी! माझं आयुष्याचं भंगलेलं स्वप्न सहन करता येत नव्हतं, म्हणून आत्महत्येचा प्रयत्न केला. लेकिन बदनसीबी से बच गयी.. और जिंदगी खाली खाली वीरान महसूस होने लगी.. वक्त जैसे काटने को दौड रहा था. मै परेशान थी-कैसे इतनी बडी जिंदगी जियी जाये? किसके सहारे?...''

झैनबला एवढं प्रदीर्घ बोलण्याची सवय नव्हती. त्यामुळे ती थांबत थांबत कापऱ्या स्वरात बोलत होती. आतून उचंबळून आल्यामुळे तिचा देह कंप पावत होता. नाकपुड्या थरथरत होत्या. अन्वरची अवस्था अवघडल्यासारखी झाली होती, तर जमीला स्तीमित झाली होती!

''मग मी परंपरागत रस्ता हुडकला. कुराणे शरीफमध्ये मी स्वत:च्या जगण्याचं प्रयोजन शोधू लागले. वाटत होतं, आपल्याला जे प्रश्न पडतात, त्यांचं उत्तर धर्मग्रंथात सापडेल. पण खरं सांगते. माझं मन या दोन दशकांच्या एकाकी जीवनात

अखंड धर्माचरण करूनही कधी निवळं नाही. मी तडफडत होते. अन्वरसाठी झुरत होते. खरं तर त्यानं माझी दारुण प्रतारणा केली होती. पण मोहब्बत शहाणी, समंजस, विचारी थोडीच असते?''

''झैनब, मी मला...'' अन्वर शरमिंदा झाला होता, पण तिला दिलासा देणारं बोलण्यासारखं त्याच्याकडे काही नव्हतंच. म्हणून तो अडखळत होता.

''नको अन्वरमियाँ, तुमच्याकडून मला कसलीही सफाई नको आहे.'' आपले डोळे पुशीत झैनब समंजसपणे म्हणाली, ''मी बोलले आहे ते तुम्हें नीचा दिखाने के लिये यकीनन नहीं.. बस मैं अपना सुनाना चाहती थी कभी तो. जमीला औरत आहे. ती मला समजू शकेल, हा यकीन आहे, म्हणून आज बोलावंसं वाटतंय. मेहरबानी करके मुझे कहने की इजाजत दो.. दिल का बोझ कुछ हलका हो जाये..''

''चाची'', झैनबचा हात आपल्या हाती घेत जमीला म्हणाली, ''मैं चाचू को औरत जात का मसीहा मानती हूं.. वो वैसे सचमुच. पण प्रेषिताचे पायसुध्दा मातीचे असतात, अशी इंग्रजीमध्ये कहावत आहे. त्या न्यायानं त्यानं तुझ्यावर खरंच अन्याय केला किंवा त्याच्याकडून झाला.. असं म्हटलं पाहिजे. तू बोल चाची. आम अफगाण औरतला मनातलंही बोलायची कधी संधी मिळत नाही. इथं सुदैवानं तसं नाही.''

जमीला, वय वाढतं होतं. मी अन्वरची वेडी आशा केव्हाच सोडून दिली होती आणि अचानक त्यानं मला मागणी घातली. त्यावेळी तराना दीदी गुप्तहेर असण्याचं मला माहीत नव्हतं. तेव्हा अन्वरमियाँ मनस्वी घायाळ वाटत होते आणि मी अशी वेडी-खुळी की मला 'नाही' म्हणता आलं नाही. आणि त्यानंतर पुन्ही मी मियांच्या कार्यात सहभागी नाही तरी त्याची कल्पना असावी, म्हणून पुन्हा थोडं वाचन करू लागले. आणि मग मनात इस्लाम-इन्किलाब-जिहाद-सौऱक्रांती आणि तू नेहमी म्हणतेस ती आझादी की जंग याबाबत अनेक प्रश्न एक सामान्य औरत म्हणून उठत गेले. त्याचा मी अन्वयार्थ लावताना स्वत:ची जिंदगी तपासत गेले. वाढत्या वयात अपघातानं गर्भपात झाल्यानंतर पुन्हा आई होण्याची शक्यता संपली, पण अमनच्या रूपानं समाधान गवसलं. आणि आज तुमचं संभाषण ऐकताना मनातले सवाल पुन्हा वर उसळी मारून आले. मला त्यांचं उत्तर मिळेल का? आज मी तुम्हां दोघांनाविचारतेय.''

''जरूर चाची. मी तुझ्याकडे अफगाण अवामच्या औरत प्रतिनिधीच्या रूपात जी आज मूक आहे- पाहत आहे. मी नव्या मार्गाचा शोध घेत आहे, त्यासाठी तुझे हे सवाल मला महत्त्वाचे ठरतील. कारण माझा नवा रस्ता हा आम आदमीसाठीच आहे.''

काही क्षण झैनब चूप होती. जणू ती मनात शब्दांची जुळवाजुळव करीत होती. मग अन्वरकडे एक कटाक्ष टाकून ती जमीलाला म्हणाली, ''बेटी, माझ्या

जिंदगानीमध्ये एकच मर्द आला तो म्हणजे अन्वरमियाँ. जेव्हा तो पगमानहून शिक्षणासाठी काबूलला आला व आमच्या घरी राहू लागला, तेव्हापासून माझ्या जीवनाचा तो केंद्रबिंदू होता. मला कळत नव्हतं, तरी त्याचा एक एक शब्द मी टीपकागदाप्रमाणे टिपून घेत होते. त्यातूनच मी मार्क्सवाद व कम्युनिझम जाणला. समजून घेतला आणि इस्लाम तर आपल्या घराण्यात पूर्वापार आहे. तोही मी आपल्या घरातील पुरुषांच्या आचरणातून जाणला आहे. मी हे दोन्ही विचार पुस्तकांतून नाही तर जिंदगीतून शिकले आहे.''

''खुली आँखो से जिंदगी की किताब जो मै पढ पाती हूँ.. जमीला! इस्लाम मजहब म्हणून आपल्या जिंदगीचा अतूट हिस्सा आहे, पण स्त्रीला बांधणारी, गुलाम करणारी मुजाहिदीनांची इस्लामी राजवट कुणाही अफगाणी औरतला पसंत असणार नाहीय. आणि कम्युनिझम स्वीकारण्याची मानसिकतापण नाही. इतके मोठे बदल नाही पेलवत सामान्य माणसांना. या दोन विचारांना सोडून किंवा त्यातले काही भाग घेऊन व नवीन काही घेऊन इन्सानियत जपणारा, अमन प्रस्थापित करणारा तरक्की पसंद विचार, ज्यात औरतची इज्जत जपली जाईल व तिचा बुरखा जाईल, असा नाहीच का? त्या मार्गानं का नाही तुम्ही सियासती लोक विचार करीत?''

जमीलाचे डोळे झैनबचे ते विचार ऐकताना लकाकत होते. आपलं जे अवामबद्दलचं आकलन आहे आणि नजिबच्या प्रेरणेनं जे चिंतन करीत आहोत, ते ती याच्याशी मनोमन ताडून पाहत होती.

''चाची..'' थक्क झालेली जमीला तिच्या गळी पडत म्हणाली, ''आज अवचितपणे माझी वाट माझ्यापुढे लख्खपणे उलगडली गेलीय, असं वाटतयं.

''मैं सबसे पहले प्रेसिडेंट साहबका तहे दिलसे शुक्रिया अदा करना चाहूँगी कि, हा ठराव पॉलिट ब्यूरोमध्ये पेश करायची मला संधी देऊन त्यांनी केवळ माझा नाही तर समस्त अफगाण औरत जातीचा गौरव वाढवला आहे. आपलं सरकार हे सचमुच स्त्री-पुरुष समानतेवर विश्वास ठेवतं व त्याप्रमाणे त्याची नीयत व काम आहे हे आम्हा तिघींना मंत्रिमंडळात महत्त्वाचं स्थान देऊन जनाब नजिब साहेबांनी दाखवून दिलं आहे. आपल्या देशाच्या इतिहासात प्रथमच एक औरत एक महत्त्वाचा, कदाचित भावी इतिहासाला कलाटणी देणारा ठराव मांडते आहे. ती संधी मला प्राप्त झाली आहे. त्याबद्दल मी स्वत:ला धन्य समजते.''

पॉलिट ब्यूरोच्या बैठकीची सुरुवात करून देऊन नजिबनं जमीलाला ठराव मांडण्याची सूचना केली. तशी उठून उभी राहात अदबीनं त्याला व सर्व उपस्थित सदस्यांना आदाब करून ती बोलू लागली.

तिचा तो शांत पण आत्मविश्वासयुक्त आवाज ऐकताना अन्वरला अतीव समाधान महसूस होत होतं. जमीलनं मंत्री झाल्यापासून अवघ्या सहा महिन्यांतच किती झपाट्यानं स्त्री-शिक्षणाच्या क्षेत्रात मूलभूत अशा स्वरूपाचं काम सुरू केलं होतं. काबूल, कंदाहार व हेरात या तीन शहरांत मुलींची नवी वसतिगृहं व मुलींच्या शंभर शाळांना मंजुरी, समतेचा संदेश सजवणारा नवा अभ्यासक्रम तयार करणं व त्याची पाठ्यपुस्तकं तयार करणं, तसच सांस्कृतिक कार्य विभागामार्फत साहित्य, संगीत व चित्रपट कलेला उत्तेजन देण्यासाठी काही नव्या योजना तिनं आखून त्यांना नजिब व मंत्रिमंडळाची मंजुरी मिळवून घेणं... धडाकेबाज कामाचा आदर्श नमुनाच तिनं पेश केला होता.

मे १९९० मध्ये सुलतान अली केश्तमंडला बदलून नजिबनं पक्षाच्या बाहेरचे जनरल फजल हक् खलियार यांना पंतप्रधान म्हणून नियुक्त केलं होतं. मुख्य म्हणजे हा वरिष्ठ अधिकाऱ्यांतील एकमेव सेनाधिकारी होता, ज्यानं सोविएत युनियनमध्ये कधीच लष्करी प्रशिक्षण घेतलेलं नव्हतं की तो पी. डी. पी. ए. मध्ये कधी सामीलही झाला नव्हता. दोन महिन्यांपूर्वी म्हणजे मार्च १९९० मध्ये जनरल तनाईचा मुजाहिदीन नेता गुलबुदिन हिकमतियारशी हातमिळवणी करून नजिबला सत्ताभ्रष्ट करायचा डाव नजिबनं मोठ्या कौशल्यानं उधळून लावला होता. त्या पार्श्वभूमीवर सैन्यावर आपली पूर्ण निष्ठा व विश्वास आहे हे दाखवण्यासाठी नजिबनं हे पाऊल उचललं होतं. आणि सैन्यातल्या तनई प्रकरणात त्याला साथ देणाऱ्या काही कार्यक्षम सेनाधिकाऱ्यांविरुद्ध केलेल्या कारवाईमुळे उफाळलेला असंतोष संपुष्टात आणला होता. फजल हकही सेनेला बरोबर घेऊन काम करीत नजिबला जशी साथ देत होता, तसाच तो मुजाहिदीनांशी लढताना असाधारण धैर्य आणि कौशल्यपूर्ण प्रभावी लष्करी डावपेच लढवीत त्यांना परास्त करीत होता. त्याच्या जोडीनं नागरी व मुलकी प्रशासनातील आपल्या क्षमतेचीही त्यानं नजरेत भरावी इतपत चुणूक दोन महिन्यांत दाखवून दिली होती.

आजही पॉलिट ब्यूरोमध्ये १९६५ पासून कार्यरत असणारे व मार्क्सवाद - कम्युनिझम जीवननिष्ठा मांडणारे बहुसंख्य होते. त्यांच्यासाठी आजचा जमीला मांडणार असलेला ठराव बॉम्बगोळा साबित होणार, यात अन्वरला काही शंका नव्हती. खुद्द त्याला दोन दिवसांपूर्वी जमीलनं याची सूचना दिली, तेव्हा त्यालाही धक्का बसला होता. तेव्हापासून त्याच्या मनात द्वंद्व चाललं होतं. या ठरावामागची अपरिहार्यता व त्याचं प्रतीकात्मक महत्त्व त्याला मान्य होतं. तरीही पूर्ण तारुण्य ज्या विचारधारेनं झपाटलं जाऊन त्यासाठी खर्ची केलं होतं, त्याच्याशी हा द्रोह आहे, असंच त्याचं

व्याकूळ मन सांगत होतं. आताही तो अस्वस्थ होता.

त्यामुळेच नजिबच्या हुशारीचं त्याला कौतुक वाटत होतं. तसा रागही येत होता. जमीला ही मुळातच शायरा आहे व सुरेल वाणी आणि भावनोत्कट तरीही विचारसंपन्न वक्तृत्वाची तिला देन आहे. त्यामुळे कमिटेड कम्युनिस्टांच्या गळी ही शर्करावगुंठित कडू ठरावाची गोळी ती यशस्वीपणे उतरवू शकेल, हा नजिबचा होरा चुकणार नाही, याची अन्वरला खात्री होती!

"माझ्या बुजुर्ग पक्षनेते असणाऱ्या सहकारी मित्रांनो, मी जो ठराव आज आपणापुढे विचारार्थ ठेवणार आहे, त्याकडे येण्यापूर्वी मी थोडं इतिहासात डोकावून काही तथ्य आपणापुढे प्रस्तुत करते. १९६५ साली गुप्तपणे मरहूम जनाब नूर महंमद तराकींनी पी. डी. पी. ए. ची स्थापना केली व १९७८ साली सौरक्रांती झाली. आपल्या पक्षाचं तेव्हापासून राज्य चालू आहे. पण तराकी साब ते नजिब साहबपर्यंत कुणी कधीही आमचा कम्युनिस्ट पक्ष आहे व समाजवाद आमचं अंतिम ध्येय आहे, असं जाहीरपणे म्हटल्याचं तुम्हाला आठवतं आहे का?- जनाब तराकी तर स्वत:ला राष्ट्रवादी म्हणवून घ्यायचे. हां - हे खरं आहे की, आपण सारे ग्रेट ऑक्टोबर क्रांतीनं प्रेरित झालेले होतो व गरिबी-श्रीमंतीची दरी मिटवणारा मार्ग म्हणून समाजवाद आणि समता हे तत्त्व आपण स्वीकारलं होतं. पण कधीही शंभर टक्के कमिटेड या अर्थानं आपणापैकी कुणीही मार्क्सवादी वा कम्युनिस्ट नव्हता. आपण त्यांचे नैसर्गिक मित्र व सहप्रवासी होतो. तरीही वेस्टर्न व फॅनॅटिक मुस्लिमांच्या प्रोपोगंडामुळे आपणावर, आपल्या पक्षावर कम्युनिझमचा शिक्का बसला आणि जनाब करमालच्या विनंतीवरून रूसी सैन्य मदतीला आल्यापासून त्यास एक प्रकारची अधिकृतता आली. पण आपण ऑडॉप्ट केलेली घटना, प्रथम तराकीची, मग अमीनची व आज प्रचलित असलेली पाहा - तिच्यामध्ये कुठे कम्युनिझम वा मार्क्सवादाचा उल्लेख आहे?"

जमीलानं नेमकी नस पकडली होती. क्षणभर अन्वरलाही थक्क व्हायला झालं. जमीला चुकीचं, असत्य काहीच सांगत नव्हती. केवळ आजच्या प्रस्तावाला अनुकूल पार्श्वभूमी तयार व्हावी, म्हणून सोईचं तेवढं सांगत होती. जाहीरपणे तराकीनं वेळोवेळी आपण कम्युनिस्ट असल्याचा केलेला इन्कार आणि राज्यघटनेत त्याचा स्पष्ट टाळलेला उल्लेख याचा जमीला हवाला देत आपला पक्ष कधीच कम्युनिस्ट नव्हता, हे सांगायचा प्रयत्न करीत होती. नजिब आपल्याला व पक्षाला कम्युनिझमपासून व सोव्हिएत युनियनपासून अलग करायचा, अंतर ठेवायचा प्रयत्न करीत होता. स्वत:ला सच्चा मुस्लिम, राष्ट्रहितासाठी तडजोडीस तयार असणारा राष्ट्रवादी व लोकशाहीवादी अशा रूपात अवामपुढे आणण्याचा प्रयत्न करीत करमालसोबत

जुन्या कम्युनिस्ट अंकित पी. डी. पी. ए. संपला व आताचा पक्ष हा वेगळा राष्ट्रवादी अफगाणी पक्ष आहे, हेही त्यांच्या मनावर बिंबवायचा प्रयत्न करीत होता. सफल जिनिव्हा वार्ता घडवून आणणं व मुजाहिदीनांचा शस्त्रसज्ज व पाक - अमेरिका - सौदी अरेबिया समर्थित कडवा प्रतिकार असतानाही पूर्ण रशियन सैन्य माघारी पाठवण्याच्या पार्श्वभूमीवर नजिबची ही प्रतिमा अवामला हळूहळू मान्य होऊ लागला होती.

याचं दुसरं कारण होतं, त्यांचा मुजाहिदीनांबाबत होत असलेला भ्रमनिरास. पेशावर येथील सात मुजाहिदीन गटांचं 'अफगाण इंटरिम गव्हर्नमेंट - ए. आय. जी.' सरकार स्थापन होऊनही ते एक होऊन काम करीत नव्हते. त्यांनी अंतरिम सरकारमध्ये अफगाणिस्तानमध्ये विविध प्रांतांत लढणाऱ्या युद्धनेत्यांचा समावेश करण्याची दूरदृष्टीही त्यांनी दाखवली नव्हती. गुलनं तर या वर्षभरात रब्बानी व मुजादादी गटाच्या काही कॅम्पवर हल्ला करून त्यांचे काही प्रमुख अधिकारी ठार मारले होते. इतरांना मवाळ - बुजगावणं समजत आपणच एकमेव खरेखुरे मुजाहिदीन नेते आहोत, ही त्याची भूमिका ए. आय. जी. दुबळं करीत होती. त्यामुळे या सरकारला केवळ सौदी अरेबिया, कुवेतनं मान्यता दिली होती. खुद्द पाकिस्ताननं अद्याप त्याबाबत विचारही केला नव्हता, तर अमेरिका हे अंतरिम सरकार विस्तृत व्हावं असं सांगत होती. त्यामुळे रशियन सैन्य माघारी गेल्यानंतर त्यांच्या हल्ल्याला धार येईल व ते नजिब सरकार सामरिक दृष्टीनं पराभूत करून काबूल काबीज करतील, ही आशाही जवळपास संपुष्टात आली होती.

त्या पार्श्वभूमीवर 'खाद'मुळे पूर्वी काळी प्रतिमा असणारा नजिब जनतेला अधिक विश्वासार्ह वाटू लागला होता. त्याचा पुढील टप्पा होता - स्वत:वरचा कम्युनिझमचा शिक्का पुसून टाकून जनतेपुढे नव्या नावानं येण्याचा. त्याच्या या खेळीला गोर्बाचेव्हचा पूर्ण पाठिंबा होता. कारण खुद्द तेच कम्युनिझमच्या विचारधारेपासून अलग होत होते. नजिबनं पी.डी.पी.ए.चं नाव बदलण्याचा व त्याद्वारे अवामला अधिक स्वीकारार्ह होण्याचा घाट घातला होता. त्याला जमीलाची साथ होती, नव्हे तिची रशियन सैन्याच्या माघारीनंतर 'आझादी की जंग' संपुष्टात आणल्यानंतरची भूमिका हीच होती. कम्युनिझम व इस्लाम यांतील सर्वसामान्यांना ग्राह्य वाटतील, अशी तत्त्वं घ्यायची आणि त्यांना लोकशाही समाजवादाची जोड द्यायची भूमिका जमीलानं बऱ्याच विचारांती स्वीकारली होती. ती नजिबच्या व्यवहारी मनाला पटली होती. त्याचं प्राथमिक उद्दिष्ट जरी आपली सत्ता टिकवणं असलं, तरी त्याला आधुनिक समर्थ अफगाणिस्तानही घडवायचा होता. पण तो सैद्धांतिक अभ्यास असणारा विचारवंत कधीच नव्हता. प्रथम करमाल, मग अन्वर व आता जमीलाकडे

ध्येयधोरण ठरवण्याचं काम परिस्थितीनुरूप तो देत होता. त्याच्या धूर्त, व्यवहारी व बदलत्या परिस्थितीची नेमकी जाण असणाऱ्या सजग मनानं जमीलचं बौद्धिक व वैचारिक सामर्थ्य हेरून तिला ठराव पेश करायची जबाबदारी दिली होती!

''मेरे अजीजों! आपण कितीही अफगाण जीवनात आधुनिक ईहवादी मूल्य रुजवायचा प्रयत्न करीत असलो तरी हा देश मूलत: इस्लामी देश आहे व अवामला इस्लाम सोडून कोणतीही प्रगती फारशी पसंद नाही. हे कटू सत्य आपण समजून घेतलं पाहिजे. इथले लोक कमालीचे सश्रद्ध व परंपरावादी आहेत आणि इतर कुठल्याही धर्मापेक्षा आपला धर्म अधिक कडवा व बंदिस्त आहे, हेही मोकळेपणानं मान्य केलं पाहिजे. त्या पार्श्वभूमीवर आपल्याला व पी. डी. पी. ए. ला अवामनं का स्वीकारलं नाही, हे लक्षात घ्या. कम्युनिस्टांचं पर्शियन भ्रष्ट रूप म्हणजे 'कूमनिस्ट'. मग सवाल पडतो ज्यांच्यासाठी आपल्याला सारं काही करायचं आहे, त्यांच्यापासून अलग होऊन कसं करता येईल? ते जर आपणास काफिर मानीत असतील, तर मग त्यांच्यासाठी काही करता येणार नाही, कारण चांगली बाबही ते आपण काफिर 'कूमनिस्ट' म्हणून आपल्याकडून स्वीकारणार नाहीत. याचा गंभीर विचार करण्याची निश्चितपणे वेळ आली आहे, हे जाणून घ्या.''

तिचं हे विवेचन उपस्थित पॉलिट ब्यूरो सदस्यांच्या मनाला एकदम भिडलं होतं. काफिर म्हणून अवाम आपल्याला झिडकारते, ही खंत त्यांचीही होती!

अन्वरलाही ते मान्य होतं. पण त्यासाठी कम्युनिझम विचारधारेचा त्याग करणं पटत नव्हतं. कम्युनिस्ट ही शिवी आहे, त्याज्य शब्द आहे व त्याचा अडथळा होतो, हे मनाला रुचत नव्हतं. याबबत तो 'अतार्किकतेच्या सीमारेषेपर्यंत आंधळा भावनाप्रधान आहे,' असं जमीला म्हणायची. तेही त्याला पटायचं, पण दिल मानायचं नाही!

''आपल्या पक्षाची अधिकृत जाहीर भूमिका जरी कधी कम्युनिस्ट मार्क्सवादी नसली, तरी आपल्यातले बहुसंख्य ती विचारधारा जीवननिष्ठा मानतात. पण काय गंमत आहे पाहा, अवामवर झापडबंद पोथीनिष्ठ मुस्लिम म्हणून आपण टीका करतो. पण आपले काही नेते अन् कार्यकर्तेसुद्धा मार्क्सवाद प्रमाण मानून तीच 'हर मर्ज की दवा' समजतात व इतर विचार झिडकारतात. अनेक पाश्चात्त्य विचारवंत म्हणतात की, इस्लाम व कम्युनिझम या दोन्ही पोथीनिष्ठ झापडबंद विचारधारा आहेत, धर्म आहेत, ते स्वानुभवानं किती सत्य आहे, हे मी अनुभवलं आहे. कम्युनिस्टांबद्दल काही बोलायची गरज नाही. पण रेड आर्मीविरुद्ध 'आझादी की जंग' लढताना आम्ही मुजाहिदीनांशी समान शत्रूमुळे मैत्री करून मिळून लढत असताना इस्लाम धर्माची

आंधळी, शब्दप्रामाण्यवादी पोथीनिष्ठा पाहिली आहे, ती अन्वनित अत्याचारसुद्धा करायला प्रवृत्त करते. ती निश्चितच त्याज्य आहे. जोवर इस्लाममध्ये 'दीने कामिल'ची भूमिका श्रद्धा म्हणून मान्य आहे, तोवर त्याच्या झापडबंदीविरुद्ध आवाज उठवलाच पाहिजे. पण त्याचबरोबर आपली पोथीनिष्ठा ही या नाण्याची दुसरी बाजू आहे, हे आपण तपासून पाहणार आहोत की नाही? मार्क्सवाद व कम्युनिझम हीही जर पोथीनिष्ठा असेल, तर ती कशी शंभर टक्के आंधळेपणानं स्वीकाराई ठरते?

नाही दोस्त हो, मी काही लंबं चवडं बौद्धिक घेणार नाही. काळ व देशानुरूप मार्क्सवादाला वळण दिलं पाहिजे, हा मूळ मुद्दा आहे. ज्या जनतेसाठी आपण काही करू इच्छितो, तिच्यात मिसळायचं असेल तर त्यांना आपण काफर वाटता कामा नये. म्हणून आपण कम्युनिझमचा अंगरखा उतरून घ्यायची वेळ आली आहे. जनाब प्रेसिडेंट साहेबांनी या साऱ्याचा साधकबाधक विचार करून आपल्या पी. डी. पी. ए. चं विसर्जन करून 'हिज्ब-ए वतन' नावाची नवीन पार्टी काढायचा निर्णय घेतला आहे. तो अशा टप्प्यावर घेतलेला ऐतिहासिक निर्णय यकीनन ठरणार आहे. उद्याच्या 'तवारीख-ए- अफगाण'मध्ये की, ज्या वेळी अवाम मुजाहिदीनच्या भांडणामुळे व त्यांच्या अकर्तृत्वामुळे निराश होऊन त्यांच्यापासून दूरदूर जात आहे. या नव्या बदलामुळे अवाम आपल्या अधिक जवळ येऊन जनाब नजिबसाबचे हात व स्थान बळकट होणार आहे. त्या परिस्थितीत जनाब तराकी व करमाल साबनी जे नव्या आधुनिक अफगाणिस्तानचं स्वप्न पाहिलं होतं व ज्या मार्गवर आपला पक्ष गेली दहा वर्षं वाटचाल करीत आहे, ते साकार होईल. म्हणून मी पॉलिट ब्यूरोमध्ये असा प्रस्ताव मांडत आहे की, पी. डी. पी. ए. विसर्जित करून 'हिज्ब-ए-वतन' (वतन पार्टी) नामक नवा पक्ष स्थापन करण्यात यावा. त्यात कट्टर मूलतत्त्ववादी तथाकथित मुजाहिदीन सोडून इतर सर्व विचारधारांच्या व्यक्ती व संस्था-संघटना यांना आग्रहानं पाचारण करून स्थान द्यावं... आपण चर्चा करून एकमतानं ठराव मंजूर करावा, अशी माझी सर्व सदस्यांना कळकळीची अर्जी आहे - अपील आहे.''

जमीला आपलं काहीसं प्रदीर्घ भाषण संपवून खाली बसली तेव्हा त्या हॉलमध्ये बोचक सुन्न शांतता पसरली होती. अन्वर समोरच्या खिडकीतून दूर शून्यात कुठेतरी पाहत होता.

आणि काही क्षणांनी पक्षसदस्यांत चुळबुळ सुरू झाली. अन्वरपेक्षाही मोठं स्थान असलेला गुलाबजाई म्हणाला, ''पण जनाब, नाव बदलल्यानं पक्षाचं चाल-चलन थोडंच बदलणार आहे? अवामला असंच नाही का वाटणार की नव्या बाटलीत जुनीच दारू आहे.''

"त्यासाठी पक्षात नॉन - पी. डी. पी. ए. ला ठळक स्थान देण्याचा मानस आहे माझ्या ज्येष्ठ मित्रा." नजिब हसत म्हणाला "आजच फजल हक साहेब आपले पी. एम. आहेत, यामुळे पक्षाचा चेहरा किती वेगळा झाला आहे!"

आणि मग एकाएक जण आपल्या शंका उपस्थित करू लागला. त्यांचं समाधानकारक उत्तर देण्याचं काम नजिबनं जमीलाला दिलं. साथीला फजल हकही होते. ते दोघे नव्या बदलाची अपरिहार्यता परोपरीनं पटवून देत होते. हळूहळू जमीलाच्या बिनतोड युक्तिवादानं बहुतेक लोक वास्तवाची व अपरिहार्यतेची गोळी निमूटपणे गिळायला तयार झाले!

"अन्वर साब, आप कुछ क्यों नहीं कहते?" त्या साऱ्या दीड दोन तासांच्या चर्चेत एकही शब्द न बोलता उदास नजरेनं शांत बसलेल्या अन्वरला नजिबनं विचारलं, तशा साऱ्यांच्या नजरा एका कोपऱ्यात हनुवटी हातात रुतवून बसलेल्या अन्वरकडे गेलं.

तो शांतपणे खोल गेलेल्या स्वरात म्हणाला, "आप रिझोल्यूशन पास करवाइयेगा. मैं ना नहीं करूंगा."

"लेकिन आपकी 'हां' भी नहीं है चाचा." जमीला म्हणाली, "सच ना?"

"हां बेटी. पण त्यानं काय फर्क पडतो?" काहीसं उसळून अन्वर म्हणाला, "सारे तुझ्या तर्कवादानं प्रभावित होऊन हा बदल स्वीकारायला तयार झाले आहेत, तेव्हा माझ्या एकाकी विरोधी स्वरानं काय होणार आहे? ठराव त्याही परिस्थितीत मंजूर होईलच की!"

"फिर भी अन्वरभाई,"

"नो सर - नो प्लीज. मला काही बोलायला भाग पाडू नका." निर्वाणीच्या स्वरात व्याकूळ होत अन्वर म्हणाला.

त्याच्या त्या स्पष्टोक्तीनं नजिब कमालीचा नाराज झाला होता. त्याला एकमतानं ठराव संमत करून हवा होता. आणि अन्वरचीपण साथ हवी होती. तसंच त्याच्या मानी स्वभावाला नकार सहन होत नसल्यामुळे एक घट्ट पीळ बसला. त्याचं त्यालाही भयचकित करून सोडणाऱ्या अढीत रूपांतर होत गेलं.

"ठीक है आपकी मर्जी! लेकिन आपसे ये उम्मीद नहीं थी. आपसे तो जमीला..." आणि नजिबनं खांदे उडवीत ते वाक्य अर्धवट सोडलं.

"मैं अपने दिल के आगे मजबूर हूँ!"

"अशा परिस्थितीत नव्या पक्षाच्या पॉलिट ब्यूरोत - आय मीन 'सेंट्रल ॲडव्हायझरी कमिटी't - सी. आय. सी. मध्ये आपण कसे राहू शकाल?"

"सर, मी तशा परिस्थितीत एक सदस्यीय पी. डी. पी. ए. मध्ये राहीन." अन्वर म्हणाला, "आणि तुम्हाला-तुमच्या प्रत्येक चांगल्या कामाला यशाशक्ती मदत करीत राहीन!"

"आमीन." नजिबही त्याच्या निर्मळ पारदर्शी प्रामाणिकतेनं भारावून अंतर्यामी हेलावून जात म्हणाला.

"अच्छा, मैं इजाजत चाहूँगा." उठत अन्वर म्हणाला, "जमीला बेटी, सर, नाम बहोत अच्छा है पार्टी का नया. वतन पार्टी - हिब्ज-ए-वतन. मेरी सारी दुवायें आपके नये पार्टी के साथ रहेगी. खुदा करे - जिस सोचसे आप नाम बदल रहे हैं, वो मक्सद पूरा हो... खुदा हाफिज!"

"चाचा, चाय."

अन्वर आपल्या पुश्तैनी आर्मचेअरवर डोळे मिटून मंदपणे झुलत विचार करीत होता. मघाशी जमीलानं डॉ. नजिबुल्लाहचा निरोप आणला होता. सायंकाळी पाच वाजता अर्ग पॅलेसवर प्रेस कॉन्फरन्स होती. त्या वेळी अन्वरनं हजर असावं, अशी त्यांची इच्छा होती. तत्पूर्वी ते त्याच्याशी काही बोलणार होते. त्यासाठी अन्वरनं एक तास आधी यावं. यावर किंचित हसत अन्वर म्हणाला होता, "उं - त्यात विशेष काय? हल्ली प्रेसिडेंट महिन्या - दोन महिन्याला अशा प्रेस कॉन्फरन्सेस घेऊन तोच शांतिप्रस्ताव नव्या लेबलांसह काही नवं वेळापत्रक देत मांडत असतात. देशातील यादवी युद्ध परिस्थिती संपुष्टात यावी म्हणून मुजाहिदीनांचा समावेश असलेलं हंगामी सरकार स्थापायला ते तयार आहेत - मग स्वायत्त संस्थांच्या निवडणूक घेतल्या जातील व जनतेच्या आशा आकांक्षांचं प्रतिनिधित्व करणारं खरं कायदेशीर सरकार प्रस्थापित होईल. त्यासाठी कधी एकतर्फी गोळीबार बंदी, तर कधी यूनोच्या निरीक्षणाखाली स्वायत्त निवडणूक मंडळ स्थापणं, तर कधी संरक्षण वगळता अंतर्गत सुरक्षेसह सर्व खाती नॉन वतनपार्टीवाल्यांना देणं... हा त्यांचा मासिक उपचार झाला आहे. आज तरी नवीन काय असणार आहे? आणि मला कशाला बोलवलं, कळत नाही."

"चाचा," जमीला गंभीर झाली. "गेल्या आठपंधरा दिवसांपासून सर बेचैन आहेत. त्यांचं मन:स्वास्थ्य ढळलेलं आजवर मी कधी पाहिलं नव्हतं. १९८६ पासून एकापेक्षा एक अशा गंभीर प्रसंगांना त्यांनी शांतपणे धैर्यानं तोंड दिलं आहे. पण या पंधरा दिवसांत त्यांचा हा शांतपणा कमी झाला आहे. वारंवार ते क्षुल्लक बाबींवरूनही सहकाऱ्यांवर चिडत असतात. खुदके खयालों में खोये खोये से रहते हैं. लगता है कोई बडा बोझ उनके दिलपर है. म्हणून वाटतं, आजची प्रेस कॉन्फरन्स अलग

असावी. काही नवा, वेगळा निर्णय ते जाहीर करतील.''

"त्यामुळे तू एवढी का परेशान होते आहेस बेटी?'' अन्वर तिचं मस्तक थोपटीत म्हणाला, "राष्ट्रप्रमुखाला सदैव अनेक प्रश्नांना सामोरं जावं लागतं, त्यामुळे होतं असं कधीकधी. आखिर वो भी तो इन्सान है - फरिश्ते नहीं...''

"ये मैं भी जानती हूँ.'' एक दीर्घ श्वास सोडीत विमनस्क स्वरात ती म्हणाली, "लेकिन ऐसा महसूस होता है, त्यांचा स्वत:वरचा विश्वास कमी झाला आहे. सहकारी, अनुयायी, मंत्रिमंडळातील साथीदार व लष्करी अधिकाऱ्यांवरचा भरवसा उठत चालला आहे. खास करून त्यांनी ज्याच्यावर पूरा भरोसा टाकला होता, त्या त्यांच्या चुलतभावाच्या, ब्रिगेडिअर जनरल मोहंमद गुलच्या डिफेक्शननं ते हादरले आहेत. मनोमन त्याचं हिकमतियारशी हातमिळवणी करणं त्यांना फार अस्वस्थ करून गेलं आहे.''

"हां, जेव्हा मला ही खबर मिळाली, तेव्हा मलाही धक्का बसला होता.'' अन्वर म्हणाला, "पण गुलबदिनची ही जुनी पद्धत आहे - माणसं फोडायची. त्यासाठी त्याच्याकडे जसा पैसा आहे, तसा जिहादचा नारा आहे, मुजाहिदीनचं वलय आहे. अंत:स्थ हेतू काही जरी असला तरी बाजू बदलणाऱ्यांना 'कम्युनिस्टांचे काफिराना अंदाज लक्षात आल्यामुळे मूळची इस्लमियत जागी झाली आणि देश-धर्म-परंपरेच्या जतनासाठी मुजाहिदीनना सामील झाले,' असं पटणारं स्पष्टीकरण प्रश्नकर्त्यांच्या तोंडावर फेकता येतं... यात गुलबदीन माहीर आहे. आणि अफगाण मातीचा गुण की काय, आपण निष्ठांबाबत कधीही मशहूर नव्हतो. साप नवा ऋतू आला की कात टाकतो, तसे आम्ही निष्ठांचे रंग बदलत असतो..''

"आप सही फर्माते हैं चाचा - गेल्या चार-सहा वर्षांतली डिफेक्शन्स आठवतात.'' जमीला म्हणाली, "त्यात ही ताजी घटना गुल महंमदची... वास्तविक तो कधी नमाजही पढत नाही. तरीही एकाएकी त्याला जिहाद-मुजाहिदीन याबाबत ममत्व वाटावं?''

"इसमें ताज्जुब की बात क्या है बेटी? इट इज ए स्ट्रेट पॉवर अँड सर्व्हायवल गेम.'' अन्वरनं उत्तर दिलं, "सैन्यात मोठ्या हुद्द्यावर असलेल्या गुल महंमदचं मुजाहिदीनांमध्ये सामील होणं हे बदलत्या वाऱ्याचा संकेत तर देत नाही ना? असं म्हणतात की, भूकंपाची चाहूल मुक्या प्राण्यांना सर्वप्रथम लागते. तसंच राजकीय प्राणी असलेल्यांनाही सत्तांतराची लागते... त्या दृष्टीनं ही बाब नक्कीच चिंतेची आहे.''

थोड्या वेळानं जमीलानं चहा अन् नाष्टा आणला.

टीपॉयवर नाष्टा लावीत ती म्हणाली, "रात्री तुम्ही जेवला नाहीत, असं चाची म्हणत होती आणि मध्यरात्रीपर्यंत स्टडीरूममध्ये जागे होता. क्या बात है चाचू?"

"चार दिन पहले हाफीज मेरे घर उसकी माँ को यानी मरूफभाभी को ले के आया था... ये तुम्हें मालूम है?" अन्वर जणू या प्रश्नाची वाटच पाहत होता. मनातलं त्याला जमीलापुढे मोकळं करायचं होतं.

"अच्छा, ते दोघे कशासाठी तुझ्याकडे आले होते चाचा?"

"करीमुल्ला मरूफभाभीला तलाक देऊ इच्छितात..."

"क - क - काय? तलाक?" जमीला जवळजवळ ओरडलीच होती. "जहाँ तक मैं जानती हूँ, करीमुल्ला साहब बडे नेक दिल, सही मायने में अच्छे पाक नमाजी मुसलमान हैं. वो हमेशा जबानी तलाक के खिलाफ कहते आये हैं.... तेसुद्धा पेशावरला राहून इतर तथाकथित मुजाहिदीन नेत्यांच्या संगतीत अमेरिका - सौदी अरेबियाच्या पैशानं रंगरलिया करीत पथभ्रष्ट झालेत? बडे अफसोस की बात है..."

"नाही बेटी - तसा प्रकार नाही. उलट त्यांची प्रखर इस्लामियत त्यांना मरूफ भाभीला तलाक देण्यास मजबूर करीत आहे... हीच तर मोठी शोकांतिका आहे..."

अन्वरला हाफिजुल्लाबद्दलही आजकाल पितृतुल्य ममत्व वाटू लागलं होतं. हाफिज काबूल शहराचा पी. डी. पी. ए. च्या युवा शाखेचा अध्यक्ष झाल्यापासून त्यानं तरुणांसाठी अभ्यासवर्ग सुरू केले होते. तिथे प्रबोधन करण्यासाठी अन्वरला बोलावलं की तो आनंदानं जायचा. त्यामुळे त्यांच्या भेटीगाठी वाढल्या होत्या. हाफिजुल्ला हा शाहीदच्याच वयाचा होता. त्याचं सळसळतं तारुण्य, उत्साह व कम्युनिस्ट विचारांवर निष्ठा पाहून शाहीदमुळे हरवलेलं श्रेयस त्याला पुन्हा सापडलं होतं! जशी जवळीक वाढत गेली, तसं त्याला हाफिज 'चाचा' संबोधू लागला.

मागच्याच आठवड्यात त्याला हाफिजचा फोन आला होता. "सर, जरा खासगी नाजूक प्रश्न आहे. माझी अम्मी इथं आठ दिवसांपूर्वी पेशावरहून आली आहे. ती आपल्याला भेटू-बोलू इच्छिते." त्याच्या प्राध्यापकी जमान्यात दोन-चार वेळा तो मरूफला भेटला होता एवढंच. पण तिच्याशी कधी निकटच्या गप्पा झाल्या नव्हत्या. पुन्हा ती करीमुल्लांच्या इस्लामी कायदे कानूनच्या नियमांनुसार पर्दा पाळायची. मात्र, त्यांच्या मित्रापुढे ती कधी बेनकाब व्हायची. बस. तिचं आपल्याकडे काय काम असावं, हे त्याला कळेना.

"आपको यदि आज शाम फुरसत है तो हम आपकी कोठी पे आये?" हाफिजनं विचारलं, "उसे फिर अगले हफ्ते पेशावर वापस जाना है."

"ठीक है बेटा. आप आ जाओ." अन्वर म्हणाला, "रात को खाने पे भी

रुक जाना.''

''नहीं सर, खाना फिर कभी. आज सिर्फ निजी बातें करनी हैं.''

सायंकाळी साडेपाचच्या सुमाराला पोर्चमध्ये एक टांगा उभा राहिला. त्यातून प्रथम हाफिज उतरला आणि त्याचा हात धरून काळा बुरखा घातलेली एक स्त्री.

तो शांतपणे तिच्याकडे व हाफिजकडे पाहत होता. मरूफचे ओठ थरथरत होते, पण जणू शब्द फुटत नव्हते. कदाचित त्या मानिनीला आपलं गृहछिद्र कसं उघडं करून दाखवावं, असा प्रश्न पडला.

काही वेळानं गुलखान्यातील क्षुब्ध शांततेचा भंग करीत हाफिज म्हणाला, ''सर, मीच सुरुवात करतो. पेशावरला असताना अम्मीला मागील दोन महिन्यांत दोन वेळा रब्बानीच्या व दुसऱ्या एकाच्या साक्षीनं अब्बाजाननी तलाक दिला आहे. येत्या पंधरा दिवसांत तिसरा महिना उजाडेल, तेव्हा ते तिसऱ्यांदा तलाक देतील, जो अंतिम व अपरिवर्तनीय असेल! इस्लामी कायद्यानुसार अब्बाजान हे करीत आहेत... ते अम्मीला नको आहे. तिला अब्बाजानला सोडायचं नाहीय, तर पुन्हा त्यांच्याशी संसार करायचाय.''

हा अन्वरसाठी अनपेक्षित धक्का होता.

''तलाक आणि करीमुल्ला देत आहेत? कारण तरी काय?''

''ते कारण मी आहे सर!''

अन्वरनं त्याच्याकडे चकित होऊन पाहिलं.

''अब्बाजानना इस्लामसाठी गाझी बेटा हवा होता. माझ्याकडून त्यांची ती मनस्वी अपेक्षा होती. पण तुमच्या बाबतीत जसं घडलं, तसंच पण सर 'इब्नेसिना' शाळेत माझ्याही बाबत घडलं. हे आपणाला माहीत असेलच. शबनम मॅडम - होय जमीला दीदीची टीचर आजही शिकवते आहे. त्यांच्यामुळे आणि इतर शिक्षकांमुळे मीही मार्क्सवादाकडे आकृष्ट झालो. आणि अब्बाजानच्या विरोधाला न जुमानता मॉस्कोला शिष्यवृत्ती मिळवून गेलो. तिथून मला हाकलण्यात आलं, म्हणून इराणला तेहरान विद्यापीठात जाऊन शिकलो. पण तिथंही कम्युनिस्टांशी संबंध आला आणि मी पुरता कम्युनिस्ट झालो. शिक्षण संपवून काबूलला परत आलो. त्यानंतरचा इतिहास तुम्हाला माहीत आहे.''

''होय, तुला पक्षात प्रवेश देताना डॉ. नजिबुल्लाहशी बातचीत झाली होती. त्या वेळी सरांनी सवाल केला होता, एका धर्मनिष्ठ मुसलमानाचा बेटा विरुद्ध विचारसरणीचा कसा होतो?''

''एकच कारण चाचा. माझा चिकित्सक स्वभाव आणि जन्मजात बंडखोरी.

यामुळे हे घडलं असावं.''

"भाईजान,'' आता मरूफ धीर गोळा करून बोलत होती, 'मी मूळची अल्पशिक्षित, पण आम अफगाण औरतच्या मानानं बऱ्यापैकी शिकलेली. लग्नानंतर मियाँनी मला धर्मशिक्षण दिलं आणि जिंदगीमध्ये एक हादसा घडला असतानाही त्यांनी मला सोडलं नाही. त्यामुळे मी त्यांची जन्माची कायल झाले. एवढी की, आजही त्यांच्याविना मी जगू शकत नाही... त्यांनी तिसरा तलाक दिला, तर भाईजान मी मरून जाईन उरीपोटी तडफडत...''

"शांत व्हा भाभी, मला जरा नीट सांगा ना!''

"गेल्या पंचवीस-तीस वर्षांत मी मियाँच्या जोडीनं इस्लामसाठी वाहून घेतलं होतं. अफगाण औरतमध्ये मी धर्मप्रसार व जागृतीचं काम करीत होते. हाफिज तेहरानला गेल्यापासून मी पेशावरला मियाँसोबत आहे. हाफिज कम्युनिस्ट झाला तेव्हा मियाँनी त्याच्याशी संबंध तोडून टाकले. तो 'परचम'चा युवा अध्यक्ष झाला, तेव्हा 'आजसे वो मेरे लिए जिंदा नहीं और मैं ये नहीं चाहूंगा की, मेरी बीबी भी उसके साथ ताल्लुकात रखे. उसका मुँह कभी देखे'' असं म्हटलं. माझ्यातली आई कळवळली. ज्याला नऊ महिने पोटात वागवलं, त्याला जिंदा नाही म्हणत आयुष्यभर त्याचं तोंड पाहायचं नाही, ही फार मोठी शिक्षा होती. मी मियाँचे पाय धरले, विनवणी केली - एकवार मी काबूलला जाते अन् त्याचं मतपरिवर्तन करायचा, त्याला परत आणायचा प्रयत्न करते, असं म्हणाले. त्यांनी परवानगी दिली तेव्हा इथं आले, सहा महिन्यांपूर्वी. मनात एकच उद्देश होता, त्याचं मतपरिवर्तन करावं... पण,''

"चाचा, घडलं ते अजीबच.'' हाफिज म्हणाला, "आली होती माझं मतपरिवर्तन करून पेशावरला घेऊन जाण्यासाठी, पण तीच बदलली.''

"हां भाईजान. जब मैंने यहां आकर दिल की मन्शा बताई और माँ के दूध का वास्ता दिया, उसने कहा...''

ती क्षणभर थांबली, तसं हाफिज बोलून गेला, "मी म्हटलं, अम्मी... तुझी प्रत्येक बात सर आँखोंपर मी मानतो. पण माझं ऐकून घे... आणि चाचा, खरंच मला तिचा अभिमान वाटतो. अब्बाजानसारख्या कर्मठ, बंदिस्त मनाच्या पुरुषासोबत अख्खी जिंदगी बसर करूनही मोकळ्या मनानं तिनं माझी बाजू ऐकून घेतली, मला समजून घेण्याचा प्रयत्न केला! मी पंधरा दिवस अखंड सांजसकाळी तिच्याशी बोलत होतो, सारं सारं सांगत होतो. ग्रेट ऑक्टोबर क्रांती, आपली सौरक्रांती, जनाब तराकींचे विचार व त्यांच्या स्वप्नातला औरत जातीला इज्जत बक्षणारा अफगाणिस्तान, पी.डी.पी.ए. नं केलेल्या सुधारणा, स्त्री-शिक्षण, जमीनवाटप इ. इ...''

"प्रथम माझा गोंधळ उडाला. त्याचं बोलणं, विचार धक्कादायक व अनाकलनीय वाटत होते,'' मरूफ म्हणाली, ''कारण माझं मन बंदिस्त झालेलं होतं. धर्म-परंपरेच्या संस्कारांनी. पण एक माँ म्हणून मी ठाम निश्चय केला होता. माझा बेटा मला समजला पाहिजे. त्याच्या बदलाची, काफिर होण्याची कारणं मला जाणली पाहिजेत. त्यासाठी मोकळ्या मनानं त्याचं ऐकत गेले. माझी आजवरची जिंदगी व अनुभवाशी तपासून पाहू लागले. धीरे धीरे महसूस होने लगा कि, मेरा बेटा काफिर नहीं है - वो मियाँसे अलग सोच रखता है बस. लेकिन उसमें बहोत सारी सच्चाई है. पहली बार लगा, इस्लाम से हटकर भी दुनिया में और कुछ है, वतन अवाम के लिये. हाफिज अलग है, लेकिन अपने ढंगसे सही है..''

"नाण्याची दुसरी बाजू समजून घेताना अम्मीच्या मनाची केवढी फरफट झाली होती, हे मी पाहिलं आहे चाचा. तिची कोंडी झाली होती. 'दिमाग मानता है, दिल नहीं. नजरिया बदल रहा है, लेकिन खुदको बदलना मुश्किल है...' असं म्हणत होती.

''अब माँ मेरी तरफ हो गयी है.''

''नाही बेटा, एवढ्या घाईनं पटदिशी निष्कर्ष काढू नकोस.'' मरूफ म्हणाली, ''मी तू आणि तुझ्या अब्बाजानच्या मधोमध उभी आहे. अशा मध्यबिंदूवर की, विचारानं पूर्णपणे तुझ्यापासून दूर होत परत त्यांच्याकडे जाता येत नाही आणि मनोमन तुझ्या विचारातली सच्चाई पटली असली तरी त्यांच्याशी बांधली असल्यामुळे व त्याहून जादा मला त्यांनी बीबी म्हणून जी इज्जत व सहजीवन दिलं आहे त्यामुळे तुझ्या बिंदूकडे येता येत नाही.''

''लेकिन तुझे आखिर चुनाव तो करना पडेगाही अम्मी.''

''त्यांच्याजवळ इस्लाम आहे, तर हाफिजजवळ त्याचा माक्र्सवाद आहे. त्या दोघांनाही कदाचित माझी गरज फारशी नाहीय. पण मला मात्र दोघेही हवे आहेत. पर मुश्किल ये है अब कि, मुझे एकही मिल सकता है; क्यों कि दोनों ऐसे मकामपर जमके खडे हैं कि, वहांसे कदमभर भी हिल नहीं सकते...'' मरूफ म्हणाली, ''मी पेशावरला गेल्यावर मियाँशी बोलले... तेव्हा मला समजून न घेता त्यांनी मीही हाफिजप्रमाणे 'काफिर' झाल्याचा निष्कर्ष काढला. माझं काही ऐकूनच घेतलं नाही. त्यांना हे सहन होत नव्हतं की, त्यांनी जिला कुराण-हादिसचे पाठ शिकवले, ती त्यांची हक्काची बीबी त्यापलीकडचं, त्यांच्या मते गैरमुस्लिम असलेलं काही समजून घेऊ इच्छिते आणि त्यातली सत्यता समजून घेते. त्या संतापाच्या भरात त्यांनी दोन महिन्यांत मला दोनदा तलाक दिला. आता मला त्यांची आज्ञा आहे की मी पुन्हा

पेशावरला आठ दिवसांत परत यावं. त्यांना विवाहविच्छेद करणारा तिसरा अंतिम तलाक द्यायचा आहे, ठरलेल्या दिवशी.'' मरूफचा स्वर नकळत उपहासात्मक बनला होता, ''मोठे धर्मनिष्ठ आहेत ना! तलाकची सोय इस्लामच्या पुरोगामित्वाची खूण आहे, असं मियाँ सांगतात. जगात इस्लाम धर्मानं प्रथम स्त्रीला जायदादीमध्ये हक्क दिला, विवाह हा दैवी प्रकार न मानता प्रसंगी मोडता येणारा करार मानला आणि तरीही तलाक हा सर्वांत शेवटचा, निरुपाय म्हणून पर्याय मानला. हे मीही औरतना धर्मशिक्षा देताना सांगत आले. पण एकट्यानं जगण्यासाठी मुस्लिम स्त्रीजवळ काय आहे? शिक्षण? नोकरी? व्यवसाय? काही नाही. पुन्हा वर्चस्वाची, स्त्रीला दीन समजून बुरख्यात ठेवण्याची, जायदाद समजण्याची, पुरुषी वर्चस्वाची परंपरा... काय उपयोग आहे स्त्रीला धर्मानं दिलेल्या त्या हक्काचा? म्हणून मला हाफिजनं सांगितलेली, तुमच्या कम्युनिझमची, स्त्री-पुरुष समतेची, समाजवादाची तत्त्वं पटतात. कोणत्याही जुलमाची शिकार बनलेल्या स्त्रीला पटावीत...''

मरूफ किती स्पष्ट व धीटपणे मनातलं बोलत होती! अन्वरला वाटलं, मरूफ या काळात फार मोठ्या वैचारिक द्वंद्वातून गेली असणार.

''भाईजान, मियाँ हे झटपट जबानी त्रिवार 'तलाक' म्हणून घटस्फोट देण्याच्या रिवाजाच्या सक्त खिलाफ आहेत. त्यांनी मला सांगितलं, 'हाफिजचे विचार तुला पूर्णपणे नापसंत आहेत, हे कबूल करून त्याच्याशी कायमचे संबंध तोडून टाकावे लागतील. अन्यथा तलाक देईन. कारण मी काफिराना अंदाजाकडे झुकलेली बीबी सहन करू शकत नाही.' मी त्यांना एवढंच म्हणाले, वो आखिर मेरा बेटा है, वो मेरे लिये मर चुका है ऐसे मैं कैसे कह सकती हूँ? तत्क्षणी त्यांनी मला पहिल्यांदा तलाक दिला. दोन साक्षीदारांसमक्ष. एक मासिक पाळी झाल्यावर पुन्हा मला तेच विचारलं. मी काही बोलले नाही. माझं मौन म्हणजे त्यांच्या मताशी असहमती समजून दुसऱ्यांदा तलाक दिला. तेव्हा मी त्यांची परवानगी घेऊन पुन्हा इथं आले. हाफिजचं मन वळवून त्याला पेशावरला घेऊन जावं व तिसरा तलाक टाळावा, या विचारानं! पण मी मुलाला समजून घेता घेता बदलत गेले... आणि खरं सांगते, मला त्याला आता काफिर म्हणावंसं वाटत नाही हो. कारण तो पथभ्रष्ट झाला नाही. कदाचित तो सही नसेलही, पण वाईट खचितच नाही. आधी आले तेव्हा मी गोंधळलेली होते. आता पुन्हा त्याच्याशी बोलले, जमिला बेटीशीही बोलले. केवळ माझा तलाक टळावा, म्हणून हा वेडा पेशावरला यायला तयार झाला होता, पण त्याचा हा निर्णय विचारांचा - दिमागचा नव्हता, तर दिलाचा होता. आईसाठी तडफडणाऱ्या मुलाचा होता. पण तिथं तो क्षणभरही समाधानी स्वस्थ राहू शकला नसता, हे मी जाणलं

आणि त्याला म्हटलं, नाही बेटा, अम्मीसाठी एवढी मोठी किंमत द्यायची गरज नाही. बदलायला हवं असेल तर मियाँनी - तू नाही, असा मी त्याला माझा निर्णय ऐकवला.''

"तरीही चाचा, अम्मीचा हा त्याग मला पसंद नाही. तिनं अब्बाजानपुढे मला खुशाल काफिर म्हणावं. वो मेरे लिये मर चुका है, असं म्हणत संबंध तोडावेत. मला काही वाटणार नाही. तिचा हा फैसला मी बिनातक्रार मंजूर करीन, पण तिनं अब्बाजानला सोडू नये. तिच्यावर त्यांनी तिसरा व अंतिम तलाक देण्याची पाळी आणू नये. ते बदलणार नाहीत, हे नक्की. तिनं बदलावं वा माझं नाइलाजानं, मनाविरुद्ध का होईना बदलणं मान्य करावं...''

"नाही बेटा, हा तुझा तिसरा तू बदलण्याचा पर्याय मला मान्य नाही.'' मरूफ म्हणाली, "आणि तुला काफिर म्हणून संबंध तोडण्याची भाषा मियाँसमोर माझ्या जबानमधून मेले तरी निघणार नाही. झूठमुटके लिये भी मैं तुझे काफिर और मेरे लिये मर गया बोल नहीं सकती...''

अशीपण कौटुंबिक समस्या एखाद्या घरात उद्भवू शकते, हे अन्वरसाठी कल्पनेपलीकडचं होतं. इथं संघर्ष होता विचारधारेचा आणि स्वत:शी प्रामाणिक असण्याचा व त्यासाठी किंमत मोजण्याचा. मरूफची समस्या प्रातिनिधिक नसली तरी विचारी व सुशिक्षित मुस्लिम स्त्रीची, अफगाण मुस्लिम स्त्रीची आजच्या घडीची जरूर होती. क्षणभर तो उत्तेजित झाला. अफगाण स्त्री व एकूणच अफगाण मानस बदलत आहे. हळूहळू, कणाकणानं. हा बदल देशासाठी, देशाच्या भवितव्यासाठी व आधुनिकतेसाठी स्वागताई आहे. पण या संक्रमणकाळात मरूफप्रमाणे कितीतरी स्त्री-पुरुषांना बळी जावं लागणार आहे, खूप काही सोसावं लागणार आहे.

"चाचा, म्हणून आम्ही दोघेही तुमच्याकडे मोठ्या आशेनं आलो आहोत!'' हाफिज म्हणाला, "तुम्हाला अब्बाजान अजूनही मानतात. तुम्ही त्यांच्याशी संपर्क साधा, बोला आणि अम्मीला तलाक देऊ नका असं सांगा...''

क्षणभर अन्वर काही बोलला नाही. आपल्या आर्म चेअरवर तो मागे रेलला होता. डोळे मिटून हात मस्तकाच्या मागे ठेवून विचार करीत होता. तो चांगल्याच पेचात सापडला होता.

सरळ सरळ शत्रुपक्षात सामील असणाऱ्या करीमुल्लांशी संपर्क साधणं म्हणजे स्वत:बद्दल शक निर्माण होऊ देणं. त्यासाठी नजिबशी बोलून परवानगी घेणं भाग होतं. अंतर्बाह्य शिपाईगडी असणाऱ्या नजिबला अंतर्मनाचं हे वैचारिक द्वंद्व कितपत समजेल, ही शंका होती. त्याहीपेक्षा प्रश्न होता करीमुल्लांचा. ते त्याच्याशी

फोनवर तरी बोलतील की नाही, ही शंका होती. पुन्हा या आठ-दहा वर्षांत ते बदलत बरेच कट्टर आणि कडवटही झाले होते. जिनिव्हा वार्तांच्या वेळी त्यांची आजवरची झालेली शेवटची भेट त्यांच्या चांगलीच स्मरणात होती.

पण हाफिजसाठी व त्याहून जास्त एका नेक व बदललेल्या सामोऱ्या जाणाऱ्या अफगाण औरतसाठी त्याला एकवार प्रयत्न करायलाच हवा होता. त्याचा मनोमन निश्चय झाला.

''भाभी, हाफिज, मी जरूर बोलेन प्रोफेसर करीमुल्लांशी. मला समेटाचा प्रयत्न केलाच पाहिजे. एक इन्सान म्हणून आणि कुराणाचा संदेश म्हणूनही. कारण सुरा वकरमध्ये म्हटलं आहे, 'अत्तलाकू सर्तानि फ इस्साकुम् विमऽसफिन औ तस् रोहुम दि इह्सान.' तलाक दोनदाच म्हणावा. त्यानंतर समेट घडवून सुखकर वैवाहिक आयुष्य जगावं अथवा समेट असंभव असेल तर सन्मानानं सोडून द्यावं. हीच आयत सांगून मी करीमुल्लांशी बोलेन... पण भाभी, तुझा प्रश्न मोठा पेचीदा आहे. तुला दोघे हवेत, पण दोघे आपापल्या भूमिकांवर ठाम आहेत. आणि तुलाही ते बदललेलं चालणार नाही. कारण ते बदलणं म्हणजे त्यांचा पराभव आहे, असंच तुला वाटतंय. म्हणूनच हल बडा मुश्किल है...''

''ठीक है चाचा, अभी कुछ दिन अम्मी यहां है. आप हमें बात होतेही बताये.'' हाफिज उठत म्हणाला, ''हमें अब इजाजत दो.''

हा सारा प्रसंग अन्वरला आठवला. त्याचा संदर्भ देत तो म्हणाला, ''त्यानंतर मी दोनदा करीमुल्लांशी फोनवर बोललो. ते बोलायला तयार नव्हते, म्हणून मी माझा एक मित्र सफराजला मध्ये घातलं. तेव्हा कुठे फोनवर आले...''

अन्वरनं सुरा वकारमधील आयतीचा दाखला देत मरूफ व त्यांच्यात समेट घडवून यावा, अशी इच्छा प्रकट केली, तेव्हा ते किती विकट व जहरी हसले होते.

''वा अन्वरमियाँ, सैतानाच्या मुखी बायबल ही अंग्रेजी कहावत याद आली. इथं मी बायबलऐवजी 'कुराणे शरीफ' चुकूनही म्हणणार नाही. कारण...'' आणि पुन्हा ते तसंच जहरी हसले होते.

''खैर, मी इस्लाम निष्ठा अहम मानत माझ्या काफिर बेट्याचं नाव टाकलं आहे. सचमुच वो मेरे लिये मर गया है... पहले पहले बहुत तकलीफ हुई - खुदपे नाराज हुआ. लेकिन ये मेरे लिये इम्तहान की घडी थी! मुझे चुनाव करना था -इस्लाम या काफिर बच्चे की तरफ झुकी बीबी.. मेरा फैसला फिर सुनाने की जरूरत नहीं...''

करीमुल्लांचा स्वर ठाम आणि कडवा होता. ऐकताना अन्वर भयचकित झाला.

''उसे कहना - अगले जुम्मे रात तक पेशावर आये. जुम्मे को तीसरा महिना

है... उस दिन मुझे उसे तीसरी बाद इस्लाम के कानून के मुताबिक तलाक देना है...''
करीमुल्ला पुढे म्हणाले, ''पहिल्या दोन वेळचे साक्षीदार त्या दिवशी उपलब्ध आहेत.
जनाब रब्बानी आणि त्यांचा राजकीय सचिव - शाहिद इलियास...''

पुढे बोलणंच खुंटलं.

''जमीला बेटी, काल रात्रीपासून मला त्यामुळे झोप नाही. सकाळपासून
दोनदा हाफिजचा फोन आला होता, पण मी तो घेतला नाही. आज मरूफ भाभी
पेशावर जानेवाली थी, लेकिन खराब मौसम की वजह से हवाई जहाज कल जायेगा...
मुझे उनसे बात करनीही चाहिये... लेकिन हिंमत नहीं होती...''

''चाचा,'' जमीला म्हणाली, ''तू प्रयत्न केलास हे का कमी आहे? मला
माहीत होतं, काही निष्पन्न होणार नाही म्हणून.''

''मला मरूफ चाचीबद्दल वाईट वाटतं. कारण आता तिचा संसार संपला.
पण ज्या पद्धतीनं ती परिवर्तन समजून घेतेय, नवे विचार जाणून घेते आहे, ती
आशेची खूण आहे. आपल्या अपेक्षित सामाजिक बदलाचे ते शुभसंकेत आहेत. या
सामाजिक परिवर्तनाच्या लढ्यात काही बळी अपरिहार्य आहे व मरूफ त्यांतली एक
आहे. शहीद होणारी.. येणाऱ्या पिढीसाठी आदर्शवत वाटणारी...''

''बिलकुल सही फर्माती है तू बेटी.''

''आता तुम्हाला सरांकडे जायचं आहे. रात्री आल्यावर हाफिज भैय्या व
मरूफ चाचीशी बोला..'' जमीला म्हणाली.

''डॅडी, आय वॉर्न यू फॉर द लास्ट टाइम. इट इज यूवर रेस्ट टाइम.''
नजिबला बळे बळे झोपवत त्याच्या अंगावर रजई घालत शबानानं दटावलं, तसा
हसत तो म्हणाला, ''तू मेरी बेटी है या दीदी, जो मुझे बच्चों जैसे डाट रही हो...
प्रेसिडेंट हूँ वतन का.''

''ते या घराबाहेर. इथं तुम्ही माझे ग्रेट डॅडी आहात. पण मुलीचं न
ऐकणारे.'' त्याच्या उशाशी बसत शबाना म्हणाली, ''तुम्ही खूप बहादूर आहात.
अन्नातून एवढा जीवघेणा विषप्रयोग होऊनही तुम्ही वाचलात आणि आज तिसऱ्याच
दिवशी काम करू पाहता? नाही डॅडी, अजून तुमचा अशक्तपणा गेलेला नाही.

''पण आज सायंकाळी पाच वाजता इंटरनॅशनल प्रेस कॉन्फरस मुकर्रर आहे.
ती कॅन्सल नाही करता येणार.''

''हा डॅडी, आज ऐनवेळी ते योग्य होणार नाही. मी कालच सलाह दिली
होती. कॅन्सल करा म्हणून ...''

‘‘नाही बेटी, काल माझा ठाम निर्णय झाला.’’ नजिब म्हणाला, ‘‘विषप्रयोग करून मला मारण्याचा बेत माझ्या सावधनतेनं असफल झाला खरा, पण त्यामुळेच मनातलं द्वंद्व संपलं आणि ठरवलं, इनफ इज इनफ. कितीही प्रयत्न केला, तरी अफगाण अवाम मला स्वीकारणार नाही, याची या प्रसंगानं खात्री झाली. आणि ठरवलं की, यूनोच्या फॉर्म्युल्याप्रमाणे पंधरा सदस्यांचं एक कौन्सिल स्थापण्याच्या प्रस्तावाला मान्यता द्यायची. त्यात मुजाहिदीनांसोबत आपल्या वतन पार्टीचे सदस्यपण असतील. पण मी त्यात असणार नाही. टुडे आय विल अनाउन्स दॅट आय ॲम ऑफरिंग मायसेल्फ टू स्टेपडाऊन...!’’

‘‘डॅडी, हे असं ऐकताना कसंतरीच वाटतंय. माझे पिता एक फायटर आहेत. त्यांनी असा निराशेनं पराभव स्वीकारावा?’’

‘‘नाही बेटी, ही प्रखर सत्याची जाणीव झाल्याचा प्रकार आहे. फॅनॅटिक मुजाहिदीनांशी झुंज देत राहणं मला अवघड नाही. ते मला, माझ्या सैन्याला कधीच आमने सामने मैदानी युद्धात पराभूत करू शकणार नाहीत, हे नक्की. पण बहुसंख्य अवाम त्यांच्या बाजूनं नसली तरी माझ्या बाजूनंपण नाही, हे मान्य केलंच पाहिजे. कम्युनिझम बरखास्त करून वतन पार्टी स्थापून अवामपुढे इस्लामिक लोकशाही ठेवायचा मी प्रयत्न केला.

पण कपाळावरचा कम्युनिस्टाचा ‘परचम’ चा आणि ‘खाद’ चा चीफ असल्याचा शिक्का काही पुसट होत नाही. ज्यांच्यासाठी हे सारं करायचं, त्यांना ते केवळ सत्तेवर मी आहे म्हणून नको असेल तर कशाला सत्तेवर राहायचं?’’

नजिब शबानाशी मित्रत्वाच्या नात्यानं बोलायचा. याबाबत त्याच्यापुढे अमीन व झरीना बापबेटीच्या नात्याचा आदर्श होता. शबानाही बुद्धिमान व सखोल वृत्तीची होती! त्यानं तिला जमीलाच्या हाती सोपवलं होतं, राजकीय शिक्षणासाठी. त्यातून तिला घडताना, प्रगती करताना पाहून समाधान वाटायचं!

‘‘यू आर राइट डॅडी! जनता सार्वभौम असते. तिच्या मनाविरुद्ध तिच्यावर काही थोपवता येण शक्य नसतं. हाच धडा सोव्हिएत युनियनच्या डिसेंबर १९९१ च्या विघटनानं आणि नव्यानं १५ राष्ट्रं अस्तित्वात आल्यानं सिद्ध झालं आहे. बेरिस येल्स्तिन तर चक्क कम्युनिझम व मार्क्सवाद नाकारत आहेत. कारण सोव्हिएत युनियनमध्ये ७० वर्षे राहूनही व कम्युनिझम जीवनशैली स्वीकारूनही अझरबैझान, तुर्कमेनिस्तानसारख्या देशांना इस्लामियतेचं कार्ड वापरावसं वाटतं.’’ शबानाचा आवाज भावनावेगानं तापला होता.

‘‘मग आपल्या देशाचं काय विचारायचं? आधीच इस्लाम धर्म बंदिस्त व

कडवा आहे. टोळीजीवन जगणाऱ्या देशात निरक्षरतेमुळे मुल्लामौलवींचा जबर पगडा आहे. त्यांना कम्युनिझम कधीच मान्य होणार नाही. असं वाटतं डॅडी, तुम्ही काय, जनाब तराकी, अमीन व करमाल काय, सारे जण एका मृगजळाचा पाठलाग करीत होता.''

''हे कटू सत्य जाणवूनही आजवर पचनी पडलं नव्हतं, पण आता माझे डोळे उघडले आहेत आणि तुला माझा बेत मान्य आहे, याची खुषी आहे.'' नजीब म्हणाला.

''आणि डॅडी, आपण यानंतर हिंदुस्तानमध्ये राजकीय आश्रय घेऊ. तिथं मुक्त लोकशाहीवादी वातावरणात समाधानाने जगता तरी येईल.''

''जैसी तेरी मर्जी बेटी!''

''आता थोडा आराम करा. अन्वरसाब येईपर्यंत झोपा.''

''ओ.के. शबाना!''

बेडरूममध्ये अंधार करून दारखिडक्या बंद करून शबाना गेली. पण नजिबला झोप येत नव्हती. काहीसा अशक्तपणा जाणवत असला, तरी पुरेशा विश्रांतीनं थकवा भरून आला होता. मुख्य म्हणजे दिवसा विश्रांती घेण्याची त्याला सवय नव्हती.

पण अन्वर चार वाजता येणार होता. तोवर विश्रांती घेणं भाग होतं. खूप दिवसांनी असा एकटेपणा नजिबला लाभला होता. त्याचा उपयोग करून तो आपल्या कारकिर्दीचा ताळेबंद मनोमन मांडत होता. आणि आज सायंकाळच्या प्रेस कॉन्फरन्समध्ये यूनोच्या फॉर्म्युल्यानुसार पदत्यागाची तयारी असल्याचं घोषित करून खुशीखुशी सत्ता सोडणार होता...

केव्हापासून सत्तेत राहण्याची व्यर्थता जाणवू लागली होती?

परवाच्या विषप्रयोगापासून की आपला चुलतभाऊ जनरल महंमद गुल एक शिष्टमंडळ घेऊन दिल्लीला गेला, तो परत न येता सरळ पेशावरला जाऊन गुलबदिनशी मिळाल्यापासून?

येस! तोच क्षण होता आत्मपरीक्षणाचा. पण तो आपण वाया घालवला. तेव्हाच हे जाणवलं होत की, आपण मृगजळाचा पाठलाग करीत आहोत. जी मार्क्सवादी विचारधारा जीवनध्येय मानून साकारण्यासाठी शर्थ केली, ती बहुसंख्य अवामला पसंत नाही. आणि आपण ज्यांना आपल्या पार्टीचे म्हणत होतो, तेही कितपत सच्चे व विचाराचे पक्के आहेत, हे माहीत नाही. अधूनमधून कुणीकुणी पक्ष व सरकार सोडून जातं. बरं, ते सरळ यू टर्न करीत चक्क मुजाहिदीनांना कसे सामिल

होतात? म्हणजेच मुळातच त्यांची समाजवादावरची निष्ठा कमजोर, विसविशीत होती म्हणायची. ते आपलं इस्लामियत्व विसरू शकत नव्हते. एक वेळ इस्लामप्रेम समजता येतं. पण हा जिहादच्या नावाखाली चाललेला अनिर्बंध दहशतवाद व हत्यासत्र, विज्ञान, प्रगती, नवविचार नाकारणं कळत नाही. या दहा-बारा वर्षांत देशातली अशी एकही प्राथमिक शाळा राहिली नसेल जिचा या जिहाद्यांनी विध्वंस केला नाही. मुलांनी आधुनिक विज्ञान शिकू नये, पाटीवर लिहू नये, म्हणून किती मुला-मुलींची दोन्ही हातांची पाचही बोटं त्यांनी छाटली असतील. अशा फॅनॅटिक इस्लामी मुजाहिदीनांच्या खोट्या जिहादचं त्यांना आकर्षण वाटतं, हे समजण्यापलीकडचं आहे.

अवाम एक कोडं वाटतंय. तिला काय हवंय, कळत नाही. या सहा वर्षांत आपण हर संभव प्रयत्न केले, स्वत:ला बदलून पाहिलं. त्यांच्यापुढे इस्लामिक लोकशाहीचा पर्याय ठेवला. तरीही जिहादी जुनून कमी होत नाही आणि सोव्हिएत युनियनचं विघटन झालं तरी अमेरिका - पाक - सौदी अरेबियाचं मुजाहिदीनांना शस्त्र व पैसा देणं थांबत नाही.

या चौदा वर्षांत एके काळचा हा खुशहाल, सुंदर देश जहन्नुम से बदतर बन गया है! इस्लाम विरुद्ध कम्युनिझमच्या टकरावमध्ये अख्खा देश व समाज भरडून निघतोय. आताशी तर केवळ निरुद्देश युद्ध व हिंसा चालू आहे. कुणी एक पराभूत झाल्याखेरीज, हार मानल्याखेरीज त्यात खंड पडणार नाही.

आणि हार - पराभव हा आपल्यालाच पत्करायला हवा. कारण सोव्हिएत युनियनच्या विघटनानंतर आपल्यामागे एकही देश ठामपणे उभा नाही आणि तत्पूर्वी रीगन - गोर्बाचेव्ह समेटाप्रमाणे दोन्ही देशांना शस्त्रपुरवठा थांबावायचं मान्य केलंय. त्यामुळे नवा शस्त्र दारूगोळा मिळणार नाही आणि सतत होणारं डिफेक्शन? जनरल तनाई, मग आपला भाऊ महंमद गुल आणि कितीतरी. पक्षाचा पाया झपाट्यानं आकुंचन पावत आहे. नवं रक्त येत नाहीये, आपला तरुण युवक - युवती मॉस्कोला पाठवून त्यांना शिक्षण द्यायचा व त्याद्वारे आपला पक्ष बळकट करायचा प्रयत्न विफल होतोय. कारण अफगाणिस्तानची तरुण पिढीही झपाट्यानं वेड्यासारखी इस्लाम धर्माकडे ओढली जातेय.

अन्वर आला, तेव्हा मनातले स्वैर विचार नजिबच्या ओठी आले. तोच एक असा मित्र साथीदार होता, जो आपल्याला नीट समजून घेईल. कारण तो सच्चा पक्ष कार्यकर्ता, नेता आणि भरोसेमंद इन्सान आहे. नजिब राष्ट्राध्यक्षपदाचा मुखवटा बाजूस सारून उचबळून येत बोलत सुटला.

"सर, तुम्ही साऱ्यांनी पी.डी.पी.ए. बरखास्त करून वतन पार्टी स्थापली, ते

पराभवाच्या मार्गावरचं पहिलं पाऊल होतं,'' अन्वर म्हणाला, ''त्यानं गलत संदेश गेला मुजाहिदीनांना. ते हरायच्या मार्गावर होते. त्यांना या कृतीनं बळ मिळालं, स्फुरण चढलं.. आता रशियन मदतीविना व अवामच्या सहकार्याविना फार काळ आपण राज्य नाही करू शकणार. तुमचा निर्णय सही आहे, पण दिल मानत नाही. कारण आदर्शाचा, ध्येयाचा व स्वप्नांचा मृत्यू पाहवत नाही. पण काही पर्याय नाही. युनोच्या फॉर्म्युल्याप्रमाणे पंधरा जणांच्या कौन्सिलमध्ये मुजाहिदीनांप्रमाणे वतनपार्टीवाल्यांनाही स्थान मिळणार आहे.

कदाचित सत्तेत राहून एकत्र वावरताना व राज्यकारभार करताना हे मुजाहिदीन निवळतील, आपले प्रतिनिधी त्यांना आधुनिकतेचे, प्रगतीचे काही धडे देतील. त्यातून कदाचित कल्याणकारी इस्लामिक डेमॉक्रसी साकारही होईल! ती अर्थातच सर्वहारा वर्गाला पूर्ण न्याय देऊ शकणार नाही. पण, आपण पराभूत होत आहोत, हेच अंतिम सच आहे. कारण बारा वर्षांच्या अथक प्रयत्नांनंतरही अवामला आपण व आपली विचारधारा, जी त्यांच्यासाठी हितकारी आहे, आपली वाटत नाही... सर, तुमचा निर्णय मला मंजूर आहे...''

नजिब व अन्वर बाहेर आले तेव्हा तिथं मंत्रिमंडळातले अनेक मंत्री उपस्थित होते. स्थानिक युद्ध नेता वॉर लॉर्ड जनरल अब्दुल रशीद दोस्तमही हजर होता. त्याचं पाठबळ आजवर नजिबचं शक्तिस्रोत राहिलं होतं! वतनपार्टीच्या वतीनं तीन प्रतिनिधींमध्ये त्याचं नाव नजिबनं नक्की केलं होतं.

प्रेस कॉन्फरसमध्ये नजिबनं आपला बेत जाहीर केला. देशाहितासाठी व यादवी युद्ध थांबावं, म्हणून हंगामी सरकारमध्ये आपण असणार नाही, हेही सांगितलं!

''ही आपली सरळ सरळ शरणागती समजायची का?'' या एका वार्ताहराच्या थेट प्रश्नाला उत्तर देताना नजिबला सायास पडत होते. ''अहं, निवडणुकीत वतन पार्टीतर्फे मी उभा राहणार आहे आणि मला खात्री आहे, अवाम मला जरूर निवडून देईल.'' अन्वर ते ऐकताना स्वत:शीच विमनस्क हसत होता.

त्या रात्री जनरल अब्दुल रशीद दोस्तम वायरलेसवरून पंजाशिर व्हॅलीचा शेर जनरल मसूदशी बोलला, ''आपल्या प्रस्तावावर मी बराच गौर केला आहे व तो स्वीकारायचं ठरवलं आहे. अब आप बतायें, आगे क्या करना है?''

''बहोत खूब. आप हमारे साथ हो, तो पलभर भी नजिब काबूल में नहीं रह पायेगा.'' मसूद संतोषानं म्हणाला, ''यूनो फॉर्म्युला लागू होण्यापूर्वी हे नजिब सरकार

कोसळणार व आपलं मुजाहिदीनांचं इस्लामी सरकार येणार. आपको मैं अभी से बधाई देता हूँ!''

दुसरं वायरलेस संभाषण झालं. ते मसूद व गुलचं. ''दोस्तमला नजिबपासून अलग करून तुम्ही फार मोठं काम केलं आहे, मसूद साब. पण लक्षात ठेवा, त्याला सरकारमध्ये घ्यायचं नाही आपल्या. तो भरोसेमंद नाही व तुमचा तो थेट प्रतिस्पर्धी आहे. ये कभी मत भूलो!''

किती वेळतरी हाफिजचा फोन लागत नव्हता. जेव्हा तो लागला तेव्हा काळजीनं अन्वर म्हणाला, ''क्या बात है बेटे?''

''चाचा, देर कर दी आपने बहोत. अम्मीने आज दोपहर खुदकुशी कर ली है! एक चिट्ठी छोड गयी है. पढके सुनाता हूँ. 'होशो हवास में यह खत लिख रही हूँ. मेरी खुदकुशी के लिये किसी को इल्जाम मत लगाइयेगा. क्योंकि मैं किसी एक को चुन नहीं सकती थी. मुझे दोनों चाहिये थे. दोनों अपने जगा सही थे. मुझे दोनों की सोच में कुछ सच्चा, कुछ अच्छा लगता है! लेकिन इनका मेल मुमकिन नहीं... मैं कट गयी हूँ... ऐसी जिंदगी जीना मुमकिन नहीं, इसलिये मैं खुदकुशी कर रही हूँ. सबको अलविदा!''

◻

'हा देश एक कब्रस्तान झाला आहे!'

''हा काय तमाशा चालल* आहे गुल? तुम्ही साऱ्या नेत्यांनी देशाची तबाही करण्याचा पण केला आहे का?''

पंतप्रधान गुलबदिन हिकमतियारच्या चरासयाब या काबूलपासून पंधरा किलोमीटर अंतरावरील गावी त्यानं स्थापन केलेल्या तात्पुरत्या कार्यलियात त्याच्या समोर बसलेले प्रा. करीमुल्ला भावनावेगानं थरथरत कापत पण उत्तेजित स्वरात म्हणत होते, ''चौदा वर्ष काफर कम्युनिस्टांशी लढाई केली, त्यांना पराभूत करून आपलं इस्लामी राज्य स्थापलं. पण तुमची आपसातली लढाई... मैं उसे सिर्फ बेवजह पागलपन के सिवा और कुछ नाम नहीं दूंगा. तुम सबने जिहाद को अच्छा खासा मजाक, तमाशा बनाके रख्खा है, अलम दुनियाके सामने... ये मैं बर्दाश्त नहीं कर सकता. मैंने भी कुछ कम कुर्बानी नहीं दी है गुल! इस्लामके लिए मैंने अपनी बीबी-बच्चेको भी नहीं बक्शा, उन्हें छोड दिया. अब मैं फकिर बन चुका हूँ... बस्...जेवढं आयुष्य आता आहे ते जिहाद कामयाब करीत घालवायचं आहे... आणि त्यासाठीच मी इथं आलो आहे...''

''या रब्बानी साब ने भेजा है?'' गुलनं आपल्या दाढीवरून हात फिरवीत मंद पण विखारी हसत उपहासानं विचारलं. मुळातच त्याला करीमुल्लांचा चढा सूर रुचला नव्हता. ते आपले उस्ताद असले, तरी आज आपण देशाचे पंतप्रधान आहोत, हे विसरून पूर्वीसारखंच वडीलकीच्या नात्यानं बोलत आहेत, हे खटकत होतं.

करीमुल्ला त्याच्याकडे घायाळ नजरेनं वेड्यासारखं पाहत राहिले. हा एकेकाळी आपला प्रत्येक शब्द आज्ञा मानून पाळणारा विद्यार्थिनेता राहिला नाही, तर ७ मार्च १९९३ च्या इस्लामाबाद करारप्रमाणे नुकतीच १७ जूनला शपथ घेतलेला पंतप्रधान आपल्याशी बोलत आहे. त्याला त्याच्या उस्तादची प्रामाणिक आंतरिक कळकळ

जाणवत नाहीय. तो आपल्याला रब्बानीचा दूत समजतो आहे. आज आपण स्वतःहून, त्यानं टाळायचा प्रयत्न करूनही अट्टाहासानं त्याच्या भेटीला आलो आहोत. यामागे आपल्या प्रेरणा शुद्ध आहेत, भावना देश व अवाम हिताच्या आहेत, हे त्याला जाणवत नाही? की आपण रब्बानीच्या अध्यक्षपदाचं समर्थन करीत असल्यामुळे तो आता आपणास शत्रू मानतो आहे?

"तुझ्या या सवालानं मी मनस्वी दुखावला गेलोय गुल." काही क्षणांनी स्वतःला सावरत करीमुल्ला म्हणाले, "तू तुझ्या उस्तादाला ओळखलंच नाहीस. रब्बानी राष्ट्राध्यक्ष झाला असला, तरी या त्याच्या उस्तादला खरेदी करण्याइतका तो मोठा झाला नाही. मीही सत्तेच्या तुकड्यासाठी हपापलो नाहीय. तो काय आजचं एखादं सत्तेचं पद देईल, तूही देशील. पण मला सत्ता नकोय आणि मी कधीही कुठल्या गटाचा - पक्षाचा नव्हतो, हे तुला माहीत आहे. तुमच्यात असूनही एकाचा कधीच झालो नाही. मी त्या इस्लामी राजवटीचा आहे-जी मला साकार करायची आहे आपल्या अफगाणिस्तानमध्ये. यकीन कर, मी त्यासाठीच तुझ्याकडे आपणहून आलोय."

"माफ करना उस्ताद, मैंने कुछ गलत कहा तो..." विद्यापीठातल्या जुन्या आठवणीनं किंचित ओशाळत होत गुल म्हणाला, "मी तुमची नेहमीच इज्जत करीत आलोय, करीत राहीन. पण तुम्ही सदैव रब्बानीसाबला झुकतं माप दिलं... पहिल्या हंगामी मुजाहिदीन सरकारचं नेतृत्व कुणी करावं, या फैसल्याच्या वेळी तुम्ही प्रथम मुजादादी व नंतर रब्बानीच्या पारड्यात आपलं वजन टाकलं... सर्वाधिक प्रखर लढा मी दिला असतानाही..."

"त्याला परिस्थिती कारणीभूत होती गुल. त्या वेळीही मी माझं मत स्पष्ट केलं होतं व आजही करतो." करीमुल्ला म्हणाले, "कारणही सांगतो. तुझा नार्कोटिक्सचा व्यापार मला कधीही पसंत नव्हता आणि तू तर जिहादला नार्को-टेररिझमची जोड दिली होतीस. मी त्याच्या सख्त खिलाफ होतो. आजही आहे. नाही गुल, हे इस्लामला मंजूर नाही म्हणून मलाही मंजूर नाही."

त्या स्पष्टोक्तीनं काही क्षणांपूर्वी ओशाळलेला गुल ताठरला. त्यानं सुनावलं, "आप शायद ये भूल रहे हैं कि, आप वतनके प्राइम मिनिस्टर के सामने बात कर रहे हैं. आप मेरे उस्ताद हैं. मैं आपकी इज्जत करता हूँ. लेकिन..."

आपल्याला कोणी मुजाहिदीन नेता त्याच्या पदाचं स्मरण देत आपलं स्थान दाखवेल, असं करीमुल्लांना कधी स्वप्नातही वाटलं नव्हतं. राष्ट्राध्यक्ष बनलेल्या रब्बानी वा संरक्षणमंत्री अहमदशहा मसूदनंही कधी त्यांच्या परखड बोलण्याला

आक्षेप घेतला नव्हता. पेशावरच्या सात-आठ वर्षांच्या वास्तव्यात त्यांचं स्थान हे मार्गदर्शक धर्मगुरू व सर्व गटांना एकत्र बांधणारं सूत्र असंच राहिलं होतं. आजही ते त्याच अधिकारात गुलशी बोलत होते.

''मैं शायद - ठीक है - आपने मुझे याद दिलाया कि, मैं कुछ भी नहीं हूँ! बहोत शुक्रिया वजीरे आझम. अब मैं इजाजत चाहूँगा, क्यों कि कुछ लम्हें में जुहर नमाज का वक्त होने जा रहा है. आज जुम्मा है...''

गुलच्या प्रतिक्रियेची वाट न पाहता ते उठले आणि त्याच्या कार्यालयाबाहेर पडले. आपल्या महेमानखान्यात परतले.

त्यांनी घड्याळात पाहिलं. दोन प्रहराच्या जुहर नमाजाला आणखी वीस मिनिटं होती. त्यांनी अस्वस्थपणे शक्तिविहीन अवस्थेत स्वत:ला पलंगावर झोकून दिलं. आणि डोळे मिटून स्वस्थ पडून राहिले. ओठावर अल्लाचं पवित्र नाव होतं.

गेल्या वर्षभरातल्या घडामोडीनं ते कमालीचे निराश व विदीर्ण झाले होते. मार्च ९३ मधील इस्लामाबाद करारानं तरी गुलबदिन हिकमतियार शांत होऊन त्याच्या 'हिज्ब-ए इस्लामी' गटाचा हिंसाचार थांबवेल आणि काबूलवासीयांना दररोजच्या मरणभयापासून मुक्ती देईल, असं वाटलं होतं. त्यासाठी करीमुल्लंनी पाकिस्तान व सौदी अरेबियाच्या कित्येक वाऱ्या केल्या होत्या आणि इतर सर्व गटांना मनवीत गुलबदिनला देशाचं पंतप्रधान करायला राजी केलं होतं. हेतू हाच की, यशस्वी जिहादाचं रूपांतर आता अवामला खुशहाली देणाऱ्या पवित्र धार्मिक इस्लामी राजवटीत, 'मुस्तफा-ए-निजाम' राजवटीत व्हावं आणि या पृथ्वीतलावर अल्लाचं खरंखुरं धार्मिक पाक राज्य निर्माण व्हावं, जिथे सारी प्रजा सुखी व समाधानी असेल. 'इस्लाम' या नावात असलेली शांती पुन्हा प्रस्थापित होत हा देश समाधानानं जगू लागावा. पण काफिर राजवटीत जेवढी हिंसा होत नव्हती, जेवढे बळी जात नव्हते, तेवढे बळी या एका वर्षात आपसातील लढायांनी घेतले होते. एकट्या काबूल शहरात तीन हजारांवर बळी गेले होते. सात लक्ष अफगाणींचा काफिला काबूल शहर सोडून निर्वासिताप्रमाणे ग्रामीण भागात स्थलांतरित झाला होता, तो दररोज शहरावर होणाऱ्या बंदुकी, रॉकेट लाँचर आणि हवाई हल्ल्यामुळे. याला सर्वाधिक जबाबदार होता गुल. करीमुल्लंचा एके काळचा प्रिय शिष्य व जिहादी लढ्यातला बिनीचा शिलेदार. सर्वाधिक महत्त्वाचा सेनानी.

नजिब राजवट कोसळल्यानंतर पेशावरला झालेल्या समझोत्यानुसार प्रथम दोन महिन्यांसाठी सबघतुल्ला मुजादादी व नंतर चार महिन्यांसाठी बहरुद्दीन रब्बानीची

हंगामी मुजाहिदीन सरकारचे राष्ट्राध्यक्ष म्हणून निवड झाली. त्या वेळी करीमुल्लांनी निर्णायक भूमिका बजावीत गुलला त्या पदापासून वंचित ठेवलं, असा त्याचा आक्षेप होता! तेव्हापासून आजपर्यंत त्यांं करीमुल्लांना टाळत, त्यांना न भेटता आपली नाराजी व रोष व्यक्त केला होता. त्याचा हा आक्षेप करीमुल्लांना मान्य होता. पण त्यामागचं कारण स्वत:च्या सत्ताकांक्षेनं व सर्वोच्च पदाच्या अभिलाषेनं अंध झालेल्या गुलला कळू शकत नव्हतं. कारण पहिल्यापासून तो स्वत:ला इतर मुजाहिदीन नेत्यापेक्षा अलग समजायचा. सर्वाधिक पाक इस्लामी जिहादी मानायचा. पाक राजवटीच्या, खास करून आय. एस. आय. च्या पाठिंब्यानं व शस्त्र-पैशांच्या मदतीनं प्रबळ बनलेल्या गुलला आपलं स्थान सर्व नेत्यांत अग्रणी आहे, असं वाटायचं. 'पॅन इस्लामिक' चळवळीत स्वत:ची प्रतिमा कट्टर इस्लामी अशी त्यानं प्रयत्नपूर्वक घडवली होती. त्या प्रतिमेच्या तो एवढ्या प्रेमात पडलेला दिसत होता की, त्याला जिहाद यशस्वी झाल्यानंतर देशाचं सर्वोच्च पद, राष्ट्राध्यक्षपदही आपणाकडेच आपसूक चालून येईल, असं वाटलं होतं. पण ते रब्बानी - मसूदनं कौशल्यपूर्ण राजकीय खेळी खेळीत उधळून लावलं होतं आणि त्यांना करीमुल्लांची पूर्ण साथ होती.

मार्च १९९२ मध्ये प्रेस कॉन्फरन्स घेऊन यूनोच्या शांतिप्रस्तावाला मान्यता दर्शवीत नजिबुल्लाहनं आपण सत्ता सोडायला तयार आहोत, अशी घोषणा केली आणि 'नव्या मुजाहिदीन व वतन पार्टीच्या संयुक्त हंगामी सरकारमध्ये आपण असणार नाही,' असंही जाहीर केलं होतं.

सप्टेंबर १९९१ मध्ये मॉस्को-वॉशिंग्टनमध्ये समझोता होऊन एक जानेवारीपासून रशिया व अमेरिकेनं अनुक्रमे नजिबुल्लाच्या राजवटीला व मुजाहिदीन गटाला शस्त्रपुरवठा पूर्णपणे थांबवण्याचं ठरवलं होतं. ही पाकिस्तानसाठी राजनैतिक पीछेहाट होती. कारण अमेरिकेची सारी शस्त्रास्त्रांची मदत पाकमार्फत मुजाहिदीन गटांना वाटली जायची. त्यावर नियंत्रण व निवड पाक सरकारचं - खास करून आय. एस. आय. चं. असायचं. त्यांनी त्यांच्या विश्वासातल्या गुलबुदिन हिकमतियारला सर्वाधिक मदत देत आपलं वजन त्याच्या पारड्यात टाकलं होतं. पण रशियन सैन्य माघारीनंतरसुद्धा नजिबला युद्धात हरवून नमवणं त्याला शक्य झालं नव्हतं. १९९१ मध्ये मार्गदर्शन करीत आपलं बळ त्याच्या पाठीशी उभं करीत मुजाहिदीनांमार्फत आय. एस. आय. नं जलालाबाद व गार्देजवर हल्ले चढवले होते. पण दोन्ही ठिकाणी त्यांना साफ पराभव पत्करावा लागला होता. त्यामुळे यूनोच्या शांतिप्रस्तावाला पाठिंबा देण्याखेरीज पर्याय उरला नव्हता. आणि मुख्य म्हणजे गुलनं त्यांची निराशा केली होती. त्यांच्या

मते तो कागदी वाघ ठरला होता!

तरीही तो त्यांच्यासाठी उपयुक्त होता. कारण इतर कुठल्याही नेत्यांपेक्षा तो पाक सरकारशी एकनिष्ठ होता. सैन्याच्या इस्लामीकरणानं पाकच्या सैन्यदलावर जिहादचा प्रभाव होता. इस्लाम आणि जिहादचं राजकारण व सामरिक उद्दिष्ट यासाठी आय. एस. आय. ला गुल भरोसेमंद दोस्त वाटत होता.

यूनोच्या शांतिप्रस्तावाप्रमाणे हंगामी सरकार स्थापनेच्या वाटाघाटी पेशावरलाच होणार होत्या. कारण सातही मुजाहिदीन गटांचे नेते व सरदार तिथंच तळ ठेवून होते. ते सारे पाक सरकारच्या निगराणीत व काही प्रमाणात नियंत्रणातही होते. त्यामुळे हंगामी सरकारची रचना व नेतानिवड आपल्या मनाप्रमाणे होईल, हा त्यांचा विश्वास होता. त्यांची निवड अर्थातच गुलबदिन असणार होती!

याची चाहूल रब्बानी व मसूदला लगताच ते सावध झाले. उज्बेकी सेनानी जनरल अब्दुल रशीद दोस्तमशी हातमिळवणी करीत त्यांनी त्याला नजिबपासून फोडून आपल्या गटात ओढलं आणि हंगामी सरकारची रचना व नेतृत्व सिद्ध होण्यापूर्वीच नजिब सरकार कोसळलं. मसूदनं विद्युतवेगानं हालचाली करीत काबूल शहराचा ताबा घेतला आणि पेशावर वाटाघाटी सुरू होण्यापूर्वी आपल्या बाजूनं अनुकूल वातावरण निर्माण केलं. त्याचा त्याला व रब्बानीला अपेक्षेप्रमाणे फायदा झाला.

पेशावर समझोत्याप्रमाणे हंगामी सरकारचे पहिले राष्ट्राध्यक्ष म्हणून सबघतुल्ला मुजादादीची दोन महिन्यांसाठी निवड करण्यात आली आणि गुलला एका फटक्यात निष्प्रभ केलं गेलं.

पण कळत असूनही आपल्या इस्लामी ध्येयपूर्तीसाठी करिमुल्लांना अपरिहार्यपणे मसूद-रब्बानीच्या त्या राजकीय खेळीत सामील व्हावं लागलं होतं!

त्या दोघांनी त्यांच्या इस्लमियतबद्दलच्या निष्ठेला आवाहन करीत त्या वेळी आपल्याकडे ओढलं होतं.

"जरा सोचो सर, गुलसाब राष्ट्राध्यक्ष म्हणून निवडले गेले तर त्यांच्या अतिरेकी पुश्तुनी धोरणामुळे आम्हा ताजिक व इतर अल्पसंख्याक गटांना व या वंशाच्या अवामना त्यांच्याबद्दल कधीच विश्वास वाटणार नाही. ते नुसते पाकिस्तान सरकारच्या तालावर नाचणारे नामधारी नेते साबित होतील! आपण रूसी तालावर नाचणाऱ्या काफर कम्युनिस्टांना मनस्वी वतनपरस्तीमुळे नाकारलं. गुलसाबचाही त्यामुळेच अवामला भरोसा वाटणार नाही..." मसूदनं तर्कशुद्ध प्रतिपादन करीत आपलं मत थेट उघड केलं.

त्याला पुष्टी देत रब्बानीनं करीमुल्लांच्या नेमक्या दुखऱ्या नसांवर अचूक बोट ठेवीत काळजाला हात घालीत म्हटलं, "सर, गुलसाबनी त्यांच्या नियंत्रणातील हेलमंड, कंदहार, निरंगर या प्रांतांत शेतकऱ्यांना सक्तीनं अफूची शेती करायला लावून त्याच्या विक्रीतून प्रचंड पैसा उभारला आहे. त्या जोरावर ते स्वतःला सर्वांत प्रबळ मुजाहिदीन नेते समजतात. आज त्यांच्या या नार्कोट्रेडमुळे जवळपास पंधरा ते वीस टक्के निर्वासित अफगाणी-अगदी छोटी मुलं आणि औरतजातही व्यसनग्रस्त झाली आहे. हे आरोग्याला व देशाच्या सुदृढतेला घातक तर आहेच, पण ते गैरइस्लामीही आहे. हे मी तुम्हाला सांगणं म्हणजे सूरज को दिया दिखाने जैसा है..."

करीमुल्ला चांगलेच गंभीर झाले होते. रब्बानीनं आज कदाचित प्रथमच एवढ्या स्पष्टपणे त्यांच्यासमोर गुल व इतर काही स्थानिक युद्ध सेनानींच्या गैरइस्लामी नशेच्या पैदाइशीबद्दल मत मांडलं होतं. त्यामागे त्याचं आणि मसूदचं राजकारण जरूर होतं. तरीही त्यातलं विदारक सत्य नजरेआड करता येत नव्हतं. त्याची डोळ्यातील अंजनाप्रमाणे चुरचुरती जाणीव शमसूमुळे त्यांना वर्षापूर्वींच अवचित झाली होती!

बऱ्याच दिवसांत भेट झाली नाही, म्हणून पेशावर मुक्कामी शमसुद्दिनच्या आलिशान कोठीवर सायंकाळी अचानक करीमुल्ला भेटायला गेले असता कोठीच्या दारासमोरच कानी आलेल्या आतील संभाषणानं थबकले. ते ऐकताना प्रचंड धक्का बसून मनाला बधिरता आल्याची जाणीव होत होती!

"रसूली, मैं तुझसे सख्त नाराज हूँ. तूने दिया काम ठीक से किया नहीं, यही मतलब हुआ ना." कठोर स्वरात शमसू म्हणत होता, "या दक्षिण अफगाणच्या आठ-दहा प्रांतांत आपली व गुलसाबची पूर्ण सत्ता असूनही काही गावचे शेतकरी इस्लामविरोधी म्हणून अफूची शेती करायला नकार देताहेत. यंदा दहा टक्के घट आली आहे. एवढे आपले नशेबाज पठाण इस्लामी केव्हापासून झाले? त्यांना तू वठणीवर का आणलं नाहीस? नहीं रसूली, तुला चांगलीच चरबी चढली आहे. मला काय, गुलसाबला काय, अशी सुस्तावलेली माणसं आवडत नाहीत!"

"गलती हो गयी हुजूर", रसूलीचा दीनवाणा स्वर. "मैंने बहोत कोशिश की... लेकिन वो मानते नहीं थे..."

"त्यांना पकडून आपल्या जेलमध्ये का नाही डांबलं?"

करीमुल्लांना आता राहवलं नाही, ते पडदा सारून आत गेले आणि सरळ शमसूपुढे जाऊन त्याचे खांदे गदागदा हालवीत म्हणाले, "ये मैं क्या सुन रहा हूँ?

'हा देश एक कब्रस्तान झाला आहे !' / ५०५

मेरा पाक पंचनमाजी शमसू ये सब करता है? ताज्जुब कीही नहीं, शर्म की बात है!''

शमसूची मान झुकली गेली. तो काही बोलला नाही.

करीमुल्लांनी वळून पाहिलं. तिथं दिवाणखान्यात गुल आणि सईदभाई बसले होते.

आणि मग त्यांनी आपल्या मनातली चीड व्यक्त करीत म्हटलं, ''आजपर्यंत काही बाही कानी यायचं, पण मी फारसं मनावर घेतलं नाही. आपल्या वतनमध्ये अफूची शेती व नशेचा व्यापार वाढतो आहे, यातून पैसा उभारला जातोय, त्याचा काही भाग जिहादसाठी व मदरशा तालीमसाठी उपयोगात आणला जातोय. हे मी परदेशी पेपर्समधून वाचायचो, चर्चेत ऐकायचो. पण त्यात तुम्ही सामील असाल, मुजाहिदीनांचे नेते सामील असतील, असं वाटलं नव्हतं. लेकिन आज राज खुल गया है, मैं खुदको अल्ला का कुसुरवार समझने लगा हूँ.''

''सर'', गुल शांतपणे पण पश्चात्ताप, शर्मिंदगी वा अपराधीपणाचा लवलेशही नसलेल्या आवाजात म्हणाला, ''ये अच्छा हुआ. आप के सामने राज का भेद हो गया. हे सारं आम्ही करतो, पण आपद्‍धर्म म्हणून. जिहादी लढ्यासाठी केवळ जुनुनी जस्बा आणि इस्लामनिष्ठा पुरेशी नाही, तर त्यासाठी रोकडा पैसा आणि शस्त्रं व दारूगोळा - बारूद लागतो. रूसच्या शस्त्रांशी मुकाबला करण्यासाठी आपल्याला अमेरिका व इतरांची मदत मिळते, पण ती पुरेशी नाहीये सर. त्यासाठी स्वत:चे मार्ग व साधनं हवीत. दुर्दैवानं आपल्या गरीब व या बारा-तेरा वर्षांतील जंगनं उद्‍ध्वस्त झालेल्या देशात अफूच्या शेतीखेरीज दुसरं अमाप पैका देणारं साधन नाही, ही वस्तुस्थिती आहे. सर, आपले अफगाणी गांजा ओढतात, त्याची नशा करतात. ते आम्ही अजिबात पिकवत नाही, तर अफू पिकवतो. आणि त्याचा पाश्चात्त्य देशांत व्यापार करतो. ते व्यापक अर्थानं गैरइस्लामी नाही. थोडा फार इस्लाम मीही जाणतो. आपण शांत मनानं हे समजून घ्यावं. जिहाद यशस्वी झाल्यावर हे सारं आपण बंद करणार तर आहोतच, हे नक्की. ही तात्पुरती तडजोड आहे, पण ती इस्लामच्या जिहादसाठी.''

''और एक बात पे गौर कीजिएगा जनाब,'' आपल्या अघळपघळ स्वरात सईदभाई म्हणाले, ''इस्लामचा जगात लढा आहे तो ख्रिश्चनांशी. अमेरिका घ्या वा युरोप, ते सारे ख्रिस्ती धर्मीय आहेत. त्यांनी मागे इतिहास काळात मुसलमानांचा जो पराभव केला, त्याचा सूड अजून घ्यावयाचा आहे इस्लामला.''

''त्याचा काय संबंध गर्दशी?''

''आहे, फार जवळचा आहे जनाब. आज साऱ्या नशा, सारी व्यसनं

अमेरिकेतून सुरू होतात! त्यांना पराभूत, नेस्तनाबूद करायचं असेल, तर त्यांना गर्दच्या नादी लावून खच्ची केलं पाहिजे. आज जगातील गर्दच्या उत्पादनाचा पंचवीस टक्के वाटा आपल्या देशाचा आहे. हे सारं गर्द - हेरॉईन जातं कुठं? एकतर ख्रिस्ती असलेल्या पाश्चात्त्य देशांत किंवा आपल्याला गुलाम करणाऱ्या रूसमध्ये - त्यांच्या सैन्यामध्ये आणि अनेक अल्ला मानणाऱ्या काफिर हिंदोस्तानमध्ये! यामुळे इस्लामचाच फायदा होणार आहे. त्यांना नशेबाज करून खच्ची करताना या उद्दिष्टासोबत एकतर आपल्याला रोकडा पैसा मिळतो, शिवाय जिहादही पेटता राहतो...''

गुल आणि सईदभाईच्या या तर्कदुष्ट विचारांचा व उघड समर्थनाचा कसा प्रतिकार करावा, हेच करीमुल्लांना कळेनासं झालं. ''पण तुम्ही हे विसरता की, आपल्या अफगाणिस्तानमध्येही हे व्यसन मोठ्या प्रमाणात पसरलं आहे. त्याचं काय?''

''जनाब, ते तुम्ही म्हणता तेवढं नक्कीच नाही. ते फार अल्प आहे. चिंतेचं काही कारण नाही.''

ते त्या प्रसंगापासून शमसूपासून मनानं अलग, कोरडे होत गेले आणि गुलविषयीचं ममत्व ज्या प्रमाणात कमी झालं, त्या प्रमाणात गर्दचा तिटकारा करणारा रब्बानी व पंजशिर व्हॅलीत इस्लामी चौकटीत आधुनिक पद्धतीनं अवामला समाधान देणारी राजवट निर्माण करण्यात यशस्वी झालेला मसूद त्यांना जवळचा वाटू लागला.

हे सारं रब्बानीनं गुलच्या 'नार्कोट्रेड'चा उल्लेख करताच करीमुल्लांना आठवलं आणि एक दीर्घ सुस्कारा सोडीत ते म्हणाले, ''तू सही फर्माता है बहरुद्दीन...!''

मग ते तिथं त्यांच्या सोबत आलेल्या अख्तरमियाँ मैवांडवाल व त्याच्यासोबत आलेल्या, अकाली वृद्धत्वानं ज्याच्या चेहरा व शरीरावर आपली छाप सोडली आहे, अशा एका आधुनिक पाश्चात्त्य पोषाखातल्या माणसाकडे वळत म्हणाले, ''अख्तरमियाँ, तुम्हारी क्या राय है? आणि त्याआधी मला यांचा परिचय तरी करू दे. मैं भूल गया बहस में... माफ करना!''

''सर, आपने नहीं पहचाना?'' काहीशा आश्चर्यानं हसत अख्तर म्हणाला, ''आप जनाब इलियास जलालाबादी को नहीं जानते? आप दोनों शहाबाबा के जमाने में वोलेसा जिरगा के मेंबर जो थे... और अपने शाहीद के अब्बाजान जो ठहरे.''

''या अल्ला! मैंने सचमुच आपको नहीं पहचाना इलियास साब.'' करीमुल्लांना सखेद नवल वाटत होतं. पण न ओळखू येण्याइतपत इलियासमध्ये फरक पडला

होता, हे निश्चित. किती अकाली वृद्धत्वानं त्याला गाठलं होतं.

१९८८ साली जिनिव्हा वार्ता सफल झाल्या, तेव्हा त्यांची व इलियासची भेट झाली होती. त्यानंतर काही महिन्यांतच सलमाच्या मृत्यूची खबर कानी आली होती. तेव्हा त्यांनी लंडनच्या पत्त्यावर त्याला सांत्वनपर पत्रपण लिहिलं होतं.

सलमाच्या मृत्यूनं खचलेल्या इलियासच्या विचारात अनाकलनीय असं परिवर्तन झालं होतं. तो इस्लामी लोकशाहीचं समर्थन करू लागला होता आणि पाश्चात्त्यांचा उदारमतवाद नाकारत म्हणत होता, ''कल्याणकारी लोकशाही राजवट ही पाश्चात्त्यांची जगाला नि:संशय देण आहे. पण उदारमतवाद, आधुनिकता व मोकळेपणाच्या नावाखाली पाश्चात्त्यांची घसरती नैतिकता, विवाहबाह्य सेक्सचं वाढतं चलन आणि अतिरेकी व्यक्तिवाद हा पौर्वात्त्यांसाठी योग्य नाही. ती त्यांची परंपरा नाही. म्हणून आधुनिक लोकशाहीला इस्लमियतची जोड दिली पाहिजे.''

त्याच्या परिवर्तनामागचं कारण शाहीदचं जन्मरहस्य उघड झाल्यामुळे त्याची झालेली सैरभैर अवस्था, त्याचं इस्लाममध्ये मन:शांती हुडकणं आणि जिहादमध्ये सामील होत रब्बानीचा राजकीय सचिव होणं... याचा आणि त्यानं सलमाला माता म्हणून नाकारल्यामुळं तिच्यावर झालेला प्रचंड आघात आणि त्यातच तिचं आजारी पडणं, कॅन्सर असल्याचं निदान होणं... आणि अखेरीस झिजत होणारा मृत्यू... हे सारं इलियासच्या बदलामागचं रहस्य होतं. ते करीमुल्लांना अर्थातच ज्ञात नव्हतं. त्यामुळे त्याचं वैचारिक परिवर्तन त्यांना कोडं वाटत होतं.

आज चार वर्षांनी त्यांची गाठ पडली होती आणि या चार वर्षांत सलमाच्या वियोगानं तो किती खचला आहे, हे प्रकर्षानं जाणवलं.

''तुम्ही फार थकला आहात जनाब, स्वत:ची काळजी घ्या!''

''सर, पत्नीचा चिरवियोग आणि शाहीदचं दूर जाणं पचवायला फार कठीण जातंय - आजही.'' उदास स्वरात इलियास म्हणाला.

''मी नाही मरूफच्या आत्महत्येचं दु:ख सहन केलं? आणि पोराचं - हाफिजचं काफिर होणं... आजही त्याचं त्या सैतान की अवलाद नजिबच्या सोबत असणं?''

''तुमची प्रखर इस्लामनिष्ठा तुम्हाला धीर देते, मार्ग दाखवते.'' इलियास म्हणाला, ''माझं तसं नाही सर. अलीकडे पोराला ज्यानं कट्टर इस्लामी केलं, त्यात असं काय तत्त्व आहे हे मी अभ्यासू लागलो... आणि काही प्रमाणात मन धर्मकडे झुकत गेलं. पण अजूनही जीवनाची सर्व अंगं - ऐहिक, सामाजिक आणि पारलौकिक अंगं व्यापणारा इस्लाम मनाला पूर्णत: पटत नाही. अनेक प्रश्न, अनेक शंका निर्माण

होतात... मन शांत होत नाही... त्यामुळे असेल कदाचित. शरीरावर परिणाम झाला असावा. जाने दो सर, बस मैं अख्तर मियाँ के साथ हूँ आजकल - शायद मेरा बच्चा मुझे ये देख-जानकर अपनाये, इसीलिये कुछ हद तक आज लोगोंके साथ - जिहाद के साथ हूँ...''

''इस्लाम धर्माची दीने कामिलची भूमिका, तो परिपूर्ण व अल्लाचा शेवटचा शुद्ध स्वरूपातला संदेश असल्यामुळे त्यातली अपरिवर्तनीयतेची भूमिका, एकदा सश्रद्ध मनानं स्वीकारली की, जनाब आपल्याला आज जे प्रश्न संत्रस्त करतात, त्यांतल्या काही बाबी पाश्चात्त्य शिक्षण, विचार व आचरणानं खटकतात, त्या नाही तशा वाटणार,'' करीमुल्ला पाहता पाहता धर्मवेत्त्याच्या भूमिकेत शिरले. ''तुम्ही आता इथं पेशावरला आहात तर माझ्याकडे येत जा. मी तुम्हाला दिव्य कुराण उलगडून दाखवतो.''

''बहोत खूब सर, हे फार छान होईल.'' अख्तर म्हणाला, ''चाचांना मी जरूर आपणाकडे पाठवत जाईन, ते सध्या माझ्या कोठीवरच आहेत. त्यांना मीच कधी आपणाकडे खुषीखुषी घेऊन येईन.''

''मलाही आपल्या मुखातून इस्लाम जाणून घ्यायला आवडेल!''

''ये मजहबी बातें फिर कभी सर. आज सियासी बातें करनी हैं और वक्त बहोत कम है.'' अहमशहा मसूदनं विषय पालटत म्हणालं, ''इलियास साहब हे इतिहासाचे जाणकार अभ्यासक आहेत. त्यांनी लंडनच्या ओरिएंटल कॉलेजमध्येही हा विषय शिकवला आहे. त्यामुळे त्यांचं आपल्या समोरील प्रश्नाचं वेगळं आकलन आहे. ते मला जाणवलं, म्हणून आज त्यांना घेऊन येण्यासाठी मीच अख्तरला सुचवलं होतं.''

करीमुल्ला भानावर आले. त्यांना जाणवलं की, रब्बानी व मसूदनं काहीतरी राजनैतिक बेत शिजवला आहे व त्याला वैचारिक मार्गदर्शन इलियासनं केलं आहे. अन्यथा या उच्चस्तरीय चर्चेत अख्तरसारख्या दुय्यम फळीतील कार्यकर्त्याला त्यांनी इलियास नसताना सामील करून घेतलंच नसतं.

''सर'', खाकरत आपला घसा साफ करीत इलियास म्हणाला, ''प्रथम मी थोडं स्वत:बद्दल बोलतो. जिनिव्हा वार्ता १९८८ साली झाल्यानंतर या चार वर्षांत देशात जे काही घडतं आहे, त्याचा मी बराच विचार केला आणि या निष्कर्षाप्रत आलो आहे की, तुम्ही ज्याला जिहाद म्हणता, त्यात रशियन सैन्य असल्यामुळे धार्मिक नसलेले पण आझादीपसंद लोकपण मोठ्या संख्येने तिच्यात आझादी की जंग

म्हणून सामील झाले होते. त्यात अख्तरमियाँसारखे अनेक जण होते. त्याची व्यापकता सार्वत्रिक होती. त्यामुळे कम्युनिझमची छाप असलेली नजिबची राजवट अवामच्या आम समर्थनाविना कमकुवत व लोकशाहीच्या अंगानं गैरकानूनी व अप्रस्तुत बनली आहे. मी स्वतःला कट्टर लोकशाहीवादी मानतो. त्या नात्यानं अवामच्या भावनेचा आदर करणं माझं आद्य कर्तव्य ठरतं. तिला जर जिहाद हवा असेल, देशाच्या कारभारात इस्लाम अग्रस्थानी पाहिजे असेल, तर ते नाकारणारा मी कोण? वैचारिक दृष्टीनं व मनापासून पटत नसलं, तरी मी लोकेच्छ प्रमाण मानतो. एकदा ही बैठक पक्की झाली की, माझ्यासारखा अभ्यासक मग ती मान्य करून तिला आधुनिक इष्ट वळण लावण्यासाठी काय करता येईल, याचा विचार करू लागतो. मी तसा बराच केला आहे आणि खुषी या बाबीची आहे की, रब्बानी व मसूदसाब ती ऐकून घेतात, त्यावर गौर करतात...''

''सर, मी जातिवंत शिपाई गडी आहे.'' मसूद म्हणाला, ''आणि आपल्या देशाचा इस्लाम सूफी आणि आदिवासी - भटक्या टोळी जीवनातून विकसित झालेल्या जीवनवादी धर्म आहे... गुलसाबच्या विचारातील कट्टरता अवामला रुचणारी नाही, असं माझं लोकांत वावरताना झालेलं आकलन सांगते.''

''धिस गट फीलिंग अँड ग्राउंड अंडरस्टँडिंग अॅट्रॅक्टेड मी टुवर्ड पंजशिर व्हॅली लायन अँड वॉर हीरो, मसूदसाब.'' इलियास कौतुकानं मसूदकडे पाहत म्हणाला, ''सर, मी त्यांच्या महेमाननवाजीमुळे तिथं महिनाभर राहून आलो आहे. त्यांची राजवट एका अर्थानं लोकशाहीवादी आहे. मुख्य म्हणजे अवामच्या इच्छेप्रमाणे इस्लामी कायदेकानूनच्या चौकटीत त्यांचा राज्यकारभार चालतो आहे. त्यांच्या निर्णय-प्रक्रियेत 'लोया जिरगा' आणि 'शुरा' या अफगाणी परंपरागत अंतर्गत लोकशाहीची जननी म्हणता येईल अशा पद्धती अवलंबल्या जातात. आय रिअली सॅल्यूट यू मसूदसाब!''

''शुक्रिया जनाब...''

करीमुल्ला पुन्हा एकवार अस्वस्थ झाले. मसूदच्या नियंत्रणाखाली असणाऱ्या ईशान्य प्रांतात त्यानं जी राज्यकारभाराची घडी बसवून अवामला स्थिर, आक्रमण विरहित खुशहाली बहाल करणारी जिंदगी दिली होती, त्याबद्दल त्यांनी ऐकलं होतं. तरीही दिव्य कुराणप्रणीत इस्लामी राजवट आणि सूफी व अफगाणी आदिवासी परंपरेनं वेगळं वळण घेतलेली खास एतद्देशीय अफगाणी इस्लामी राजवट या दोन पर्यायांपैकी त्यांचा कल पहिल्याकडे होता. त्यासाठी आजवर त्यांना गुलचा कडवट इस्लाम जास्त जवळचा होता. पण त्याचा अफूचा पैसे व शस्त्रांसाठी वापर करणं,

तेही जिहादच्या व इस्लामच्या नावानं, त्यांना गुल-शमसूपासून दूर नेत होतं. रब्बानी त्यांच्याप्रमाणे अल्-अझरला इस्लामी शिक्षण घेऊन आलेला होता, पण तो प्रथम अट्टल राजकारणी होता व त्याची राष्ट्राध्यक्षपदाची महत्त्वाकांक्षा काही करिमुल्लांपासून लपून राहिली नव्हती. त्यामुळे तो धार्मिक असूनही मवाळ, काहीसा उदार किंवा इस्लामबाबत सत्तेच्या खेळीसाठी तडजोड करणारा असा होता. तो आणि गुलमध्ये निवड करायची आज ना उद्या पाळी येणार होती. त्या वेळी करिमुल्लांची निवड अर्थातच रब्बानी असणार होती.

आपल्या मनाच्या या नि:संदिग्ध कौलानं क्षणभर करिमुल्ला दचकले आणि काहीसे उदास व्याकूळही झाले. त्यांची व्याकुळता या जाणिवेनं होती की, उद्या इस्लामी राजवट आली, तरी तिला पाश्चात्त्य लोकशाही व सूफी-आदिवासी अफगाणी परंपरेतून विकसित झालेल्या व अवाममध्ये रुजलेल्या परंपरा या इस्लामीच आहेत, अशा भावनेतून त्याआधारे कारभार होईल. त्याची चुणूक आज मसूदच्या नियंत्रणातील प्रांतात दिसून येते आहे. ती काफिर कम्युनिस्टांच्या राजवटीपेक्षा कितीतरी स्वीकाराह आहे, तरीही ती खऱ्याखुऱ्या इस्लामी राजवटीपासून जरूर ढळलेली असणार आहे.

पुन्हा इस्लामचा विचार अधिक प्रखरतेनं मांडला पाहिजे; आपलं सर्वस्व पणाला लावून नवीन राजवट आपल्या कल्पनाश्रद्धेप्रमाणे खरीखुरी इस्लामी केली पाहिजे. शियापंथीय इराणमध्ये धर्मगुरू खोमेनींनी स्थापलेल्या राजवटीपेक्षाही अधिक सच्ची इस्लामी राजवट, जी जगाला इस्लामचं खरं क्रांतदर्शी रूप व आजच्या जगातही ती किती पुरोगामी व प्रस्तुत आहे, हे दाखवेल. त्यासाठी मला रब्बानी उपयुक्त ठरणार आहेत. तो आजही आपल्याकडे उस्ताद म्हणून पाहतो व मार्गदर्शन घेतो. तोही अल्-अझरच्या केंद्रातून इस्लामचे पाठ गिरवून आलेला आहे. त्यामुळे आपलं जीवितस्वप्न असलेल्या खऱ्याखुऱ्या इस्लामी राजवटीसाठी तो मदतगार साबित होईल निश्चित.

"नजिबच्या सत्ता सोडण्याच्या आणि नव्व मुजाहिदीनांचं बहुसंख्यत्व असलेलं हंगामी सरकार स्थापन होण्याच्या शक्यतेनं जिहाद साकार होण्याचे आसार आहेत." इलियास म्हणाला, "नव्या सरकारला या चौदा वर्षांच्या युद्धानं बर्बाद झालेल्या अफगाणिस्तानच्या पुनर्निर्माणाचं काम प्राधान्यानं केलं पाहिजे. त्यासाठी अमेरिकेसह सर्व जगाची मदत घ्यावी लागेल. सर, अशा परिस्थितीत अमेरिका व युरोप आदींना भरवसा वाटेल असा नेता राष्ट्राध्यक्ष असणं योग्य होईल."

"मैं कुछ हदतक समझ रहा हूँ इलियास, लेकिन जरा खुलके साफसाफ लब्जों में क्यों नहीं कहते?"

इलियास म्हणाला, "आपला उद्याचा राष्ट्राध्यक्ष ठरवण्याचा अधिकार आपला असला, तरी देशाच्या पुनर्रचनेसाठी व विकासासाठी भरीव मदत लागणार आहे. या चौदा वर्षांतली देशाची ह्यूमन ट्रॅजेडी पाहाता मदत करायला अनेक देश पुढे येतील. पण त्यासाठी देशाच्या सर्वोच्च पदी मवाळ व उदार इस्लामी नेता हवा. तो कोण असावा, हे आपण ठरवावं. पण त्यात गुलसाब बसत नाहीत. पुन्हा इराक-कुवैत युद्धात त्यांनी सद्दाम हुसेनना समर्थन देऊन सौदी अरेबिया व अनेक इस्लामी देशांनाही नाराज केलं आहे, ही बाबही विसरून चालणार नाही.''

"म्हणून माझी पेशकश आहे. पेशावरच्या वाटाघाटी राष्ट्राध्यक्षांच्या निवडीमध्ये आपण रब्बानी साहबना समर्थन द्यावं..." मसूदनं अखेरीस आजच्या खास मसलतीची मन्शा जाहीर केली.

रब्बानीच्या त्या गर्द हिरव्या व फिकट पोपटी रंगानं रंगवलेल्या आमनेसामनेच्या भिंती व इस्लामी कलेनं सजवलेल्या दिवाणखान्यात शांतता पसरली. सारे जण करीमुल्लांकडे पाहत होते. ते डोळे मिटून विचार करीत होते.

"दोस्तों, मुझे ये मंजूर है." करीमुल्ला डोळे उघडीत शांतपणे म्हणाले, "एकतर रब्बानी सियासी नेता असूनही अल्-अझरला शिक्षण घेतलेला धर्मपंडित आहे. इलियास साबनी जे तर्क पेश केले, वो सही मायने में दम रखते हैं. आणि मुख्य म्हणजे नार्कोट्रेडमुळे मी गुलबद्दल साफ निराश झालो आहे.''

"उद्या सचमुच रब्बानी साब राष्ट्राध्यक्ष बनले,'' इलियास प्रसन्नपणे म्हणाला, "तर ती एक ऐतिहासिक क्रांती होणार आहे. शहाबाबांनी हा देश निर्माण केल्यापासून दुर्राणी वंशाच्या रूपानं पठाणांची देशावर सत्ता होती. चारही कम्युनिस्ट नेते पठाणच होते. त्यामुळे सत्तेची स्थानं ताजिक, उज्बेकी, हाजरा यांना कधी मिळालीच नाहीत. त्यांचीही, सर्व मिळून अर्धी लोकसंख्या आहे. त्यांनाही सत्तेत रास्त भागीदारी मिळावी, अशी त्यांची असणारी मन्शा पूर्ण होईल.''

"नहीं इलियास साब, मी त्या अंगानं विचार करीत नाही. रब्बानी हे सर्व नेत्यांमध्ये अवामला सर्वाधिक स्वीकारणीय आहेत, म्हणून मी त्यांना समर्थन देतो. ते ताजिक आहेत की पठाण, हा भाग महत्त्वाचा नाही. या जिहादमध्ये सारे अफगाणी - पठाण, हाजरा, उज्बेकी, ताजिक व नूरीस्थानी - सारे सारे सामील होते. ते वतनपरस्ती व जिहादी जुनूननं एकरूप झाले होते. हा देशप्रेम व इस्लाम धर्माचा धागा त्यांचे वांशिक भेद मिटवून गेला. किमानपक्षी, कमी करून गेला. हा धागा अधिक बळकट करीत देश खऱ्या अर्थानं एकसंध केला पाहिजे. त्यासाठी रब्बानीच्या पारड्यात वजन टाकायचं मी ठरवलं आहे.''

''आमीन.'' इलियास म्हणाला. ''आमीन'' म्हणत साऱ्यांनी त्याला साथ दिली.

''सर...'' करीमुल्लांसमोर झुकत त्यांना सलाम करणाऱ्या रब्बानीला मिठीत घेत त्याची पाठ थोपटीत ते म्हणाले, ''नहीं बहरुद्दिन! मी तुला समर्थन देतोय, यात मेहरबानीचा प्रश्न नाही. तू सर्वांत लायक नेता आहेस, म्हणून माझा पाठिंबा आहे.''

''आप जैसे नेक दिल सच्चे इस्लामी की सरपरस्ती यकीनन रंग लायेगी.'' मसूद रब्बानीला सॉल्यूट ठोकीत म्हणाला, ''कलके वतन के मुन्शी ओ मोमीन - सदर ए रियासत को मेरा आदाब!''

रब्बानींनंही त्याला मिठी मारली. ''मसूदसाब. सचमुच ये जीत तो तुम्हारी और तुम जैसे जंगबहादुरों की है. आम्ही तर पेशावरला बसून राजकीय खेळी खेळत होतो.''

''हा रब्बानी साब. माझंही हेच मत आहे. मसूदसाब हेच खरेखुरे जिहादचे हीरो आहेत व उद्याच्या अफगाणिस्तानचे रक्षणकर्ते! संरक्षणमंत्रिपदासाठी दुसरा पर्याय नाही...'' इलियास पुन्हा उत्स्फूर्तपणे बोलला आणि मसूद अविश्वासानं इलियासकडे पाहत राहिला.

''इलियाससाब ने मेरी मुँह की बात छीन ली.'' रब्बानी म्हणाला, ''उद्या मी राष्ट्राध्यक्ष झालो, तर मसूदसाब मेरे डिफेन्स मिनिस्टर और आर्मी चीफ रहेंगे.''

''चीअर्स.''

अख्तरनं आपल्या डाळिंबाच्या लाल भडक रसानं भरलेला ग्लास इलियासच्या पोर्टवाइनच्या नाजूक चषकाला हलकेच भिडवीत म्हटलं.

''चीअर्स'', मद्याचा घुटका घेत इलियास म्हणाला, ''एकेकाळी मी खूप कंट्रोलमध्ये होतो बेटा. पण अलीकडे रोज सायंकाळी प्यायल्याविना राहवत नाही. इथं पेशावरला आल्यापासून या चार दिवसांत एक थेंबही मिळाला नाही. बरोबर आहे, ही धर्मपंडिताची कोठी आहे ना...''

''तसं नाही चाचा, मला तुमचा हा प्रॉब्लेम लक्षातच आला नाही.'' अख्तर मोकळेपणानं म्हणाला, ''मीच कधी घेत नाही... पण तुम्ही आता स्वत:ला जपलं पाहिजे, तबीयत सांभाळली पाहिजे. डॉक्टरांनी पिणं कमी करण्याची सलाह दिली आहे, ती विसरू नका.''

''कशासाठी बेटा, कशासाठी?'' इलियासचा कंठ रुद्ध झाला. ''अगदी कंगाल झालो आहे मी. काय आहे माझ्याजवळ आता? तुझी सलमा चाची गेली. तिथं

लंडनला माँ - अब्बू... दोन वर्षांत मी माझ्या साऱ्यांना गमावून बसलो... आणि शाहिद त्यापूर्वीच दुरावलेला. जीऊँ तो किस के सहरे जीऊँ?'

"चाचा, तुम्ही केवळ संसारी गृहस्थ नाहीत. माझ्या पित्याच्या माघारी 'मुस्सवत'चे नेते आहात.''

"ज्यात बेटा तूसुद्धा नाहीस. जसा देशाला कम्युनिझम नकोय, तशीच आमची उदार लोकशाही - सेक्युलर विचारसरणीही.'' एक दीर्घ सुस्कारा सोडीत तो पुढे म्हणाला, ''पण मुळातच आमचा पक्ष छोटा होता. तुझे पिताजी बेवक्त चल बसे. मुझे शक है, उस जलील दाऊदने उन्हें जेल में मार डाला. त्यांच्या एवढा मी मोठा कधीच नव्हतो. पक्ष सांभाळला, जिवंत ठेवला, पण फारसा वाढला नाही. कारण सारी अवाम तराकी ते नजिबचे डावे समाजवादी गट किंवा गुल - रब्बानीच्या इस्लामी पुनरुज्जीवनवादामध्ये बांटली गेली होती. या दोन्ही विचारधारांतला अतिरेक टाळून मध्यममार्ग आचरणारा आमचा 'मुस्सवत' पक्ष त्यांच्या संघर्षात अप्रस्तुत होत गेला. नो बेटा, आय लॉस्ट ऑन पोलिटिकल फ्रंट ऑल्सो...!''

''नाही चाचा, 'मुस्सवत'चं मी कधी काम केलं नसलं, तरी पपांचे संस्कार मनावर कोरले गेले आहेत. आमची आझादी की जंग ही आम्ही धार्मिक कधी मानली नाही. पण शक्ती बांटली जाऊ नये, म्हणून त्यांच्या सोबत आहोत व त्यांना बदलण्याचा प्रयत्न करीत आहोत. म्हणून मी युनुससाहेबांचा गट सोडून १९८७ पासून रब्बानी सरांसोबत आहे. ते इस्लामच्या चौकटीतही उदार व मवाळ वाटतात. तसेच जनाब करीमुल्लाही. कालच्या मसलतीमध्ये रब्बानींना नेता करण्याचा निर्णय तुम्ही पुरस्कारलात, ते 'इस्लामी लोकशाही'च्या दिशेनं पहिलं पाऊल आहे...''

''हां अख्तर, हंगामी सरकारचे नेते रब्बानी झाले तर तुझ्या, झाकिरसारख्या नौजवान नेत्यांमुळे राज्यकारभारात धर्माचा प्रभाव कमी झाला तर फारच चांगलं.''

''एक विचारू चाचा? तुम्ही रब्बानीच्या वर्तुळात याल, असं कधी वाटलं नव्हतं. एवढा बदल कसा झाला तुमच्यात?''

''व्हेरी सिंपल. नाण्याची दुसरी बाजूही खरी असते. हे सार्वकालीन सत्य आहे अख्तर. खरा लोकशाहीवादी माणूस इतर विचारांमध्येही सत्यांश पाहायचा व आपल्या विचाराशी सुसंगत असेल, तर तो मान्य करण्याचा प्रयत्न करीत असतो...'' इलियास चिंतनशील प्राध्यापकाप्रमाणे बोलू लागला.'' दमनचक्र व शुद्धीकरणासारख्या धोरणामुळे डावी राजवट यशस्वी होणार नव्हतीच. नजिब कदाचित यशस्वी ठरू शकला असता. पण अवामचा जिहादी जुनून आणि त्याची 'खाद'ची प्रतिमा आड आली... आता येणाऱ्या हंगामी सरकारनं तरी अशा टोकाच्या भूमिका टाळल्या

पाहिजेत.'' मागील घटनांचं विस्तृत विश्लेषण करून पुढे तो म्हणाला. ''आम आदमी हा नेहमी मध्यममार्गीच असतो. अफगाणींना करीमुल्लांच्या विचारातला इस्लाम पचणार नाही, अफगाणींचा इस्लाम भौगोलिक परिस्थितीत स्थानिक पुश्तुनवाली कोडप्रमाणे जीवन जगणाऱ्या पठाणांच्या ऐहिक जीवनशैलीमुळे बराच उदार व लोकशाहीवादी बनलेला आहे. 'शुरा', 'लोया जिरगा' या परंपरा हेच सांगतात. म्हणूनच सध्याच्या स्थितीत 'इस्लामी लोकशाही' मला योग्य वाटते... नव्या सरकारला त्या पद्धतीचं वळण लागावं, म्हणून मी तुमच्या सोबत आहे.''

''मी या दृष्टीनं विचार करीन, चाचा.'' अख्तर म्हणाला, ''पण मघाशी झाकिर मियाँचा उल्लेख केला. तोही 'इस्लामी लोकशाही'चा पुरस्कार करायचा. तो आता गुलसाबसोबत आहे. एके काळी जो मसूदचा कमांडर होता, तो आता तुम्ही म्हणता तसा 'फॅनॅटिक मुस्लिम' झाला आहे.''

''हेच ते...'' इलियास म्हणाला. ''सहजतेनं निष्ठा व गट बदलणं, वारा येईल त्या दिशेनं लगेच झुकणं हे आपल्याकडे सगळीकडेच आहे. आजकाल तर वाटतं की, आपल्या अफगाण मातीत निष्ठा नावाची चीजच नाही.''

''तुझी ही भावना व तळमळ खऱ्या जिहादी धर्मवीराला साजेशी आहे आणि ती यकीनन तारीफे काबील आहे मसूदभाई! पण...''

तासभर चालू असलेल्या मसलतीमध्ये करीमुल्लांनी चकार शब्दही काढला नव्हता. रब्बानी, मसूद, अख्तरसोबत नॅशनल लिबरेशन फ्रंटचे सबघतुल्लाह मुजादादी आणि अबदुर रब रसूल सय्यफ हे पेशावरचे दोन मुजाहिदीन नेते त्या मसलतीमध्ये होते आणि साऱ्यांचं एकमत झालं. ते पाहून अखेरीस करीमुल्ला म्हणाले, ''काफिर नजिबच्या वतन पार्टी सदस्यांच्या भागीदारीत मुजाहिदीनांचं हंगामी सरकार स्थापणं मलाही फारसं पसंत नाही, पण जागतिक मताविरुद्ध व यूनोच्या शांतिप्रक्रियेविरुद्ध जाणंही योग्य नाही. म्हणून प्राप्त परिस्थितीत हा पर्याय आपण मान्य केला आहे. तुझी या तडजोडीपेक्षा काबूलवर निर्णायक विजय मिळवण्याची तळमळ समजते. पण त्यासाठी अमेरिका, युरोप आदींची नाराजी ओढवून घेणं कितपत योग्य राहील?''

''जनाब...'' अब्दुर सय्यफ म्हणाला, ''त्याची चिंता नको, कारण या कृतीमुळे सौदी अरेबिया व पाकिस्तान यकीनन आपल्याविरुद्ध जाण्याची शक्यता नाही. त्यांनाही निर्णायक जिहादी विजयच अधिक पसंत पडेल. त्यांच्या मार्फत अमेरिकेला मनवणं काही कठीण नाही.''

"हेपण मान्य केलं, सय्यफ साहब." करीमुल्ला म्हणाले, "पण त्या काफिर नजिबचा हमसफर नापाक अब्दुल रशिद दोस्ताशी समझोता करणं पटत नाही. परिणाम लक्षात घ्या. तो आपल्याला डोईजड होईल..."

"पण हंगामी सरकारच्या रचनेतही वतन पार्टीच्या वतीनं तीन सदस्यांत तो येऊ शकतो सर." अख्तर म्हणाला, "मला कळलंय, वतन पार्टीच्या वतीनं आताचे प्राइम मिनिस्टर फजल हक साहेब, जमिला पगमानी आणि जनरल दोस्तम यांची नावं नजिबनी मुकर्रर केली आहेत. त्यामुळे तो तसाही डोईजड होऊ शकतोच."

"सही फर्माया अख्तरने सर." रब्बानी म्हणाला, "वतन पार्टीचा प्रतिनिधी या नात्यानं तो आपल्या कह्यात राहणार नाही. हा धोका अधिक आहे. त्यापेक्षा आज तो बाजू बदलून आपल्यात सामील झाला, तर आपल्या नियंत्रणात राहील..."

"दूसरी बात मैं तो क्या, बहुत सारे मुजाहिदीन लिडरा एक औरत के साथ सियासती काम करना हरगिज पसंद नहीं करते." अब्दुर सय्यफ जमीलाचं नाव न घेता म्हणाला.

"दोस्तों..." आपला घसा साफ करित करीमुल्ला म्हणाले, "रब्बानीच्या बोलण्यात दम आहे. दोस्तम त्याचं शस्त्रसज्ज सैन्य आणि त्याला असलेला उज्बेकी अवामचा पाठिंबा यामुळे तसा डोईजड राहाणार आहेच. पण त्याला आपल्या गटात ओढला, तर तो कह्यात राहील. ये सही चाल साबित हो सकती है. लेकिन फिर भी फजल हक साहब अच्छे तजुर्बेकार ऑडमिनिस्ट्रेटर साबित हुए हैं. वे इस जिहाद के दौरान कभी भी काफिरों के साथ नहीं थे. नयी सरकार चलाने में मदतगार साबित हो सकते हैं. और जमीला बेटी हमारे साथ लड़ी थी, जिनिव्हा अमन बातचीत तक. उसे भी हम साथ लेंगे, तो ठीक रहेगा..."

त्यांच्या अप्रिय वाटणाऱ्या मतानं ते सारे अवाक झाले. कुणालाही तो सल्ला पटलेला नव्हता. क्षणभर बोचक शांतता पसरली. मग मसूद म्हणाला, "सर, वो बाद में भी तय कर सकते हैं! आज सवाल दोस्तम का है. माना कि वो भरोसेमंद नहीं. कभी भी अपने फायदे के लिये किसीके भी साथ जा सकता है. जैसा आज हमारे पास आने को तैयार है."

"त्यामुळेच तर मला हा बेत योग्य वाटत नाही मसूदभाई."

"सर..." मसूदऐवजी अख्तर करीमुल्लांना मुखातिब होत म्हणाला, "आपने वो कहावत तो सुनी होगी - पॉलिटिक्स इज द आर्ट ऑफ पॉसिबल्स. दोस्तम अपने साथ होने से हम गुलसाब को कंट्रोल में रख सकते हैं, इस बात पर गौर करो..."

काही वेळ करीमुल्ला शांत राहिले. डोळे मिटून त्यांच्या नित्याच्या सवयीनं

विचार करू लागले.

नवं मुजाहिदिनांचं सरकार रब्बानीच्या नेतृत्वाखाली आणण्याच्या बेताला करीमुल्लांचा पाठिंबा होता आणि मसूदनं देशाचा संरक्षणमंत्री व सैन्यदलप्रमुख असणं हे क्रमप्राप्त होतं. तो त्याचा रास्त हक्कही होता. अशा परिस्थितीत गुलबदिन हिकमतियारचं नव्या सरकारातलं स्थान काय असेल, हा प्रश्न होता.

गुल स्वत:ला सर्वांपिक्षा वेगळा व श्रेष्ठ नेता समजतो. आपली राष्ट्राध्यक्षपदाची महत्त्वाकांक्षा त्यानं कधीही लपवायचा प्रयत्न केला नाही; पण तो राष्ट्राध्यक्ष होणं आजच्या परिस्थितीत शक्य नव्हतं व ईष्टही.

मुख्य म्हणजे त्याचं सरळ पाकिस्तानचा हस्तक म्हणून वावरणं आणि आय.एस.आय.च्या ताटाखालचं मांजर होणं त्यांना खटकायचं. पाक, खासकरून जनरल झिया उल्-हकच्या इस्लामी धोरणानं त्यांना मित्रराष्ट्र वाटायचं. गेली बारा वर्षं ते लाखो निर्वासित अफगाणींना त्यांच्या भूमीवर सांभाळीत आहेत, याबद्दल ते पाकबाबत कृतज्ञही होते. तरीही हिकमतियारच्या पारड्यात वजन टाकून त्याच्या हाती सत्तेची सूत्रं जावीत, यासाठी पाकिस्तान लढवीत असलेले डावपेच त्यांना पसंत नव्हते. मित्रराष्ट्र म्हणून पाकिस्तान आत्मीय होता, पण अफगाणिस्तानला कह्यात ठेवण्याचे त्याचे प्रयत्न नापसंत होते.

तरीही नव्या सरकारात गुलचं स्थान महत्त्वाचं असणारच. करीमुल्ला त्याच्यात देशाचा भावी पंतप्रधान पाहत होते. पण तो राष्ट्राध्यक्षांनंतर क्रमांक दोनच्या पदावर कितपत समाधान मानेल, हा सवाल होता. त्याचा कडवा व अतिरेकी स्वभाव आणि विचारसरणीमुळे तो सर्व मुजाहिदीन गटांना सांभाळून राज्यकारभार करील, हे कठीण होतं. त्याचा राष्ट्राध्यक्षपदासाठी दावा कुणालाही मान्य झाला नसता. पण त्याचं सामर्थ्य आणि टोकाला जाऊन विध्वंस करण्याची ताकद नजरेआड करता येणार नाही. अर्थात, आज पेशावरला राहून लढताना जसा तो बऱ्याचशा अविचारानं वागत होता, तसा सत्तेत आल्यावर वागू शकणार नव्हता. तरीही त्याला राष्ट्राध्यक्षपद मिळालं नाही, तर तो कसा वागेल?

त्याला नियंत्रणात ठेवण्यासाठी एकटा मसूद पुरेसा नव्हता. गुल त्याला युद्धात नक्कीच हरवू शकत नव्हता, पण मसूदलाही त्याचा संपूर्ण सफाया करणं शक्य नव्हतं! कारण दोघांच्या सामरिक शक्तीत 'उन्नीस-बीस'चाच काय तो फरक. यासंदर्भात मसूद व दोस्तम एक झाले तर त्यांचं एकत्रित बळ गुलला निष्प्रभ करायला पुरेसं होतं.

तरीही मनोमन करीमुल्लांना हे राजकारण त्यांच्या प्रखर इस्लामियतमुळे

नापसंत होतं आणि आजवरचं दोस्तमचं कर्तृत्वही काफिराना अंदाजाचंच होतं.

दोस्तमबद्दल करीमुल्लंना जेवढी माहिती होती, त्यावरून त्यांचं मत गढूळलेलं होतं.

खरं तर स्वत:ला जनरल म्हणवून घेणारा अब्दुल रशीद दोस्तम हा काही प्रशिक्षित सैनिक नव्हता. कापड गिरणीत काम करणारा एक सीधासाधा मजदूर. तराकी - अमीनच्या दमनचक्रात त्याचे काही नातेवाईक मारले गेले. तेव्हा त्यानं सूडानं पेटून प्रतिकारासाठी आपल्या पुश्तैनी टोळीच्या सरदाराच्या आश्रयाला जाऊन व यथावकाश त्याला बाजूस सारून स्वत: सरदार होत शस्त्रं जमवीत आपल्या उज्बेकी टोळीचं छोट्या सैनिकी दलात रूपांतर केलं. आधीच अवाम हुकूमतीच्या विरुद्ध झाली होती व दूर दराजचा भूभाग अनियंत्रित झाला होता. त्याचा फायदा उठवीत दोस्तमनं गावंच्या गावं आणि सुभ्यामागून सुभे आपल्या नियंत्रणात आणायला प्रारंभ केला. त्याचा प्रभाव जसा वाढत गेला, तसे त्याच्या सैन्यात अनेक जण खुशीखुशी येत गेले. त्यातून त्याचं आजचं पाऊण लाखाचं सैन्यदल उभं राहिलं होतं.

पण त्याला अधिक मोठं व सामर्थ्यवान केलं ते नजिबनं. लाच घ्या व शांतता विकत घ्या, या धोरणानुसार देशभर जिहादच्या नावाखाली ठिकठिकाणी टोळ्यांचे सरदार आपापल्या जागी स्वयंभू नेते बनले होते, त्यांना पैसा व शस्त्रांच्या आमिषानं आपलंसं करण्याचा नजिबनं धडाका लावला होता. त्यामुळे त्याची केंद्रीय सत्ता कायम राहत होती व अशा सरदारांमुळे ते ते भूभाग शांत व नियंत्रणाखाली राहत होते. नाही तरी त्या भूभागावर सरकारची नाममात्रच सत्ता होती, दोन्ही बाजूंसाठी लाभदायक सौदा! सरदार काही जिहादी जुनून लढत नव्हते, तर त्या अस्थिर वातावरणाचा फायदा घेऊन सरकारवर हल्ले करीत, रस्त्यानं जाणाऱ्या व्यापारी प्रवाशांवर सुरक्षित जाऊ देण्यासाठी कररूपानं खंडणी घेत ते आपापल्या सुभ्यात, आपली सत्ता प्रस्थापित करीत होते. त्यांनी नजिबच्या धोरणाला प्रतिसाद दिला. त्यात दोस्तमही सामील होता.

सर्व सरदारांमध्ये तो त्याच्या राजकीय कौशल्यामुळे सर्वाधिक प्रबळ बनला होता आणि नजिबच्या सामर्थ्याचा प्रमुख भाग बनला होता. रशियन सैन्य माघारी गेल्यानंतर १९८९ पासून ही चार वर्ष नजिबचं सरकार टिकून होतं. त्यात दोस्तमच्या पाठिंब्याचा मोठा भाग होता!

तो अब्दुल रशीद दोस्तम आज बदलत्या वाऱ्याचा अंदाज घेत पुन्हा तेवढ्याच सहजतेनं निष्ठा बदलीत मुजाहिदीनांना सामील होण्यास तयार होता. आजची मसलत त्याबाबत निर्णय घेण्यासाठी होती.

त्याला फितवण्यात मसूदचं गैरपठाणी धोरण कामी आलं. मसूद व रब्बानीनं दोस्तमपुढे 'ग्रॅंड नॉनपुश्तुन ॲलायन्स'चं महाजाल पसरवलं. त्यात तो सामील होत होता.

मसूद, रब्बानी व दोस्तम एक झाले तर पठाणांनंतर देशात सर्वांत मोठे असलेले दोन वंश - ताजिक व उज्बेकी प्रबळ होऊन पठाणांच्या वर्चस्वाला शह देऊ शकत होते. इतर सहा गटांचे नेते पठाण असल्यामुळे त्यांच्यापेक्षा दोस्तमला ताजिक वंशाचा रब्बानी जवळचा होता. मसूदही समानधर्मा होता.

नजिब हे एक बुडतं जहाज होतं. दोस्तमसह वतन पार्टीच्या वतीनं तीन प्रतिनिधी हंगामी सरकारमध्ये सामील होणार असले, तरी भविष्यात मुजाहिदीन त्यांच्यावर 'काफिरपणा'चा आरोप करीत त्यांना कधीही बरखास्त करू शकत होते. हा धोका त्याला जाणवत होता. त्यापेक्षा आजच इस्लामनिष्ठा जाहीर करून व नजिबवर काही तरी देशद्रोहाचे सनसनाटी आरोप करून प्रथम त्याच्यापासून अलग होणं आणि मग मुजाहिदीनांना सामील होणं दूरदृष्टीचं होतं. बुडतं जहाज सोडण्याचं निमित्त मसूदनं पुरवलं. मसूद त्याचा प्रतिस्पर्धी. पण तूर्त त्याच्याशी समझौता करणं फायदेशीर होतं. मग जम बसल्यावर नवीन सरकारात आपलं महत्त्व वाढवता येणं शक्य होतं.

त्यानं मसूदची 'ऑफर' मान्य केली. आज मसूद, रब्बानी, मुजादीदी व अब्दुर सय्यफ आदींना त्याबाबत निर्णय करायचा होता!

दोस्तम हा आपला सर्वांत प्रबळ शत्रू व प्रतिस्पर्धी भविष्यात राहणार आहे, हा अंदाज मसूदला होता. तरीही पठाणांचं वर्चस्व मोडून रब्बानीच्या रूपानं राष्ट्राध्यक्षपद आपल्या ताजिक वंशाकडे आणण्याच्या ध्यासानं तो भारावला होता व स्वत:ला देशाचा संरक्षणमंत्री व सेनाप्रमुखाच्या रूपात पाहत होता. गुल व दोस्तम या दोन मोठ्या सेना असणाऱ्यांमध्ये एकाची निवड करायची पाळी आली, तर आपण आपल्या ताजिक वंशाप्रमाणेच पठाणांच्या वर्चस्व व अन्यायाला बळी पडणाऱ्या उज्बेकी वंशाच्या दोस्तमची निवड करू, पण त्याला सत्तेपासून अलग ठेवू. त्यासाठी गुलशी अंतस्थ संबंध तो राखून होता. दोस्तम व गुल परस्परांना काटशह देत राहतील, असा प्रयत्न करण्याचा त्यानं विचार करून ठेवला होता. त्यामुळे दोघेही त्याच्यापेक्षा प्रबळ कधीच होणार नाहीत, हा त्याचा विश्वास होता!

पण लहरी व क्रूर गुलशी खेळणं म्हणजे आगीशी खेळण्यासारखं होतं. विध्वंस करणं गुलच्या हातचा मळ होता. त्याची किंमत मसूदनं दोन-तीनदा मोजली होती. पेशावरला विजनवासातल्या हंगामी सरकारमध्ये अध्यक्षपद हुकल्यामुळे चवताळून

गुलने मसूदचे दहा धाडसी सेनाधिकारी अचानक रात्री हल्ला करून कापून काढले होते. इतर मुजाहिदीन गटांचे अनेक शक्तिशाली नेतेही त्यानं ठार मारले होते किंवा त्यांना लाच देऊन आपलंसं केलं होतं. गुलशी मुकाबला करण्यासाठी दोस्तमच उपयुक्त होता.

गुल व दोस्तम दोघांनाही एकदम हाताळणं धोक्याचं होतं. पण जातिवंत लढवय्या मसूदनं ते आव्हान मर्द सेनानी म्हणून स्वीकारलं होतं.

करीमुल्ला सर्व कोनांतून या संभाव्य युतीचा विचार करीत होते. अखेरीस आपले डोळे उघडीत व शांतता तोडीत ते म्हणाले, "आप सबने अच्छाखासा सोचके ये सब तय किया है, तो मैं अलग राय रखना दुरुस्त नहीं समझता. पण एक सलाह जरूर देईन. दोस्तमला सत्तेपासून सुरक्षित अंतरावर ठेवा. मसूदभाई, एक बात याद रखो. जिस गुल को कंट्रोल करने के वास्ते दोस्तम का मोहरा बनाके इस्तेमाल करना चाहते हो, वो चाल गुल भी खेल सकता है. अगर कल परसो वे दोनों एक हुए तो?"

"त्याचा मी विचार केला आहे सर. शक्यता नाकारता येत नाही, पण तो खतरा मोल घेतला पाहिजे. तो मी जाणीवपूर्वक घेत आहे. पण सावधपणे. मैं उन दोनों को संभल लूँगा, मुझे यकीन है."

"तर मग मी एवढंच म्हणेन, आमीन! आगे बढो!"

टेलिफोन बूथमधून शाहीद बाहेर आला. ओठावर अल्लाचं नाव. 'ला इलाह इल्ला...' मादरे वतनमधला जिहाद सफल होऊन रब्बानी राष्ट्राध्यक्ष बनणार, या खबरीनं तो उल्हसित झाला होता. तसंच आणखी एक कारण होतं.

मघाशी घेतलेल्या 'टाइम्स ऑफ इंडिया'त पहिल्या पानावर मोठी हेडलाइन होती- 'डेअरडेव्हिल ॲटॅक बाय जिहादी मिलिटंट ऑन आर्मी पोस्ट-किलड फाइव्ह जवान्स्' 'नीडल ऑफ सस्पिशन ऑन अफगाण मर्सिनरीज सेंट बाय आय. एस. आय.'

काश्मीर मुक्तीसाठी पुकारलेल्या जिहादी लढ्यात शाहीदनं काल हिज्बुल मुजाहिदीनच्या स्थानिक कमांडरसोबत त्या धाडसी हल्ल्यात भाग घेतला होता.

तो बेधडकपणे बारामुल्ला या काश्मिरी घाटीमधील जिल्ह्याच्या छोट्या छोट्या खेड्यांतून हिंडत होता. खिशात चोरून आणलेलं इंडियन रेडक्रॉस सोसायटीचं ओळखपत्र. त्यावरचा फोटो व नाव बदलणं फारसं कठीण नव्हतं. हा त्याच्या उघड हिंडण्यासाठी परवानाच होता.

एका ठेल्यावर थांबून चहाचे घुटके घेत तो वृत्तपत्र वाचू लागला. दुसऱ्या एका बातमीनं त्याचं लक्ष वेधलं.

'डॉ. नजिब लाइकली टू टेक पोलिटिकल ॲसायलम इन इंडिया.'

'नव्या हंगामी सरकारकडे सत्ता सोपवल्यानंतर अफगाणिस्तानचे राष्ट्राध्यक्ष डॉ. नजिबुल्लाह हे कुटुंबीयांसह भारतात राजकीय आश्रय घेणार, असं नाव न सांगण्याच्या अटीवर दिल्लीच्या अफगाण दूतावासात काम करणाऱ्या एका उच्चपदस्थ अफगाणी अधिकाऱ्यांनी सांगितलं असून त्यांची पत्नी व मुलं यांना घेऊन एक खास विमान नुकतंच भारतात आलं आहे. त्यासोबत नजिबचे ज्येष्ठ सहकारी व विश्वासू मित्र अन्वर पगमानी आहेत, अशीही अंतस्थ खबर आहे...'

शाहीदच्या हातातला पेपर गळून पडला. महत्प्रयासानं त्यानं आपल्या स्मृतींमधून अन्वरचं नाव काढून टाकलं होतं, बातमीत त्याचं नाव वाचताच जाणवलं, तो भ्रम आहे. ते नाव क्रूसच्या खिळ्याप्रमाणे त्याच्या अंतर्मनावर घट्ट ठोकलं गेलं आहे.

त्याचबरोबर इलियास-सलमाची आठवणही ज्वालामुखीप्रमाणे उफाळून आली. तिच्या मृत्यूची खबर मिळाली, तेव्हा एकांतात एकटाच किती वेळ तो रडत होता, ''मैं माँसे जितनी नफरत करता हूँ, उतनाही प्यार क्यों आता है? आय हेट हर - बट आय कांट स्टॉप लव्हिंग हर...''

पण खरा राग अन्वरचा. त्याच्यामुळेच तर आपण 'बास्टर्ड' ठरलो...

येस - येस्... आय विल किल हिम!

शाहीद थरारला. अकस्मात उमटलेली सूडाची भावना क्षणार्धात त्याच्या अवघ्या अस्तित्वाला वेढून गेली. अशक्य नाही... हाती कधी शस्त्रही न धरलेल्या अन्वरला खत्म करणं फारसं कठीण नाही.

आता त्याचं ध्येय बदललं होतं. 'मिशन काश्मीर'ऐवजी 'चलो दिल्ली'!

गुलबदिनच्या वागण्यानं प्रक्षुब्ध झालेले करीमुल्ला नमाज अदा केल्यानंतर बरेच शांत झाले. गुलनं महेमान नवाजीत कसूर केला नव्हता. दुपारच्या भोजनानं पोट तृप्तावलं. क्षोभही थंडावला.

तरीही करीमुल्लांना गुलचं वागणं कमालीचं अपमानास्पद वाटत होतं. सायंकाळीच काबूलला निघावं, असं त्यांनी ठरवलं होतं. गुलची भेट न घेताच.

एकापेक्षा एक अट्टल सियासती नेत्यांच्या सहवासात राहूनही, आपण सियासी जुनून किती प्रबळ व निर्घृण असतो, रिश्ते नाते जाणत नाही, हे मात्र शिकलो नाही. आज गुलच्या वर्तनानं त्यांची विदारक जाणीव झाली होती.

पण हा सियासी जुनून व मुजाहिदीन नेत्यांची आपसातली सत्तास्पर्धा देशाचा केवढा भयानक विध्वंस करते आहे, याची मरणाची नशा चढलेल्यांना खबरही नाही? ही किती अफसोस की बात आहे...

नजिबच्या पतनानंतरच्या गेल्या वर्षभरातील घटनांच्या पार्श्वभूमीवर गुलच्या वर्तनाची ते चिकित्सा करू लागले.

ज्या दिवशी मजारेशरीफ येथे जनरल दोस्तमनं पत्रकार परिषदेत डॉ. नजिबुल्लाचे यूनोच्या शांतिप्रस्तावाला खीळ घालण्याचे इरादे कळल्यामुळे त्याची साथ सोडून मसूदशी हातमिळवणी करीत असल्याचे जाहीर केले, त्याच रात्री मसूदनं वेगानं हालचाली करीत काबूलवर जोरदार हल्ला चढवला. दोस्तमच्या विश्वासघातानं केवळ नजिबच सुन्न नव्हता, तर त्याचं सैन्यही मनानं खचलं होतं. ते मसूदच्या हल्ल्यानं एवढं गांगरून गेलं की, प्रतिहल्ला बोलायच्याही मन:स्थितीत नव्हतं. नजिबचा संरक्षणमंत्री मोहंमद अस्लम वतनजारनं तातडीनं सेनाधिकाऱ्यांना आदेश दिले व प्रतिकार सुरू केला. पण मसूदचा हल्ला एवढा जबर होता की, काही तासांतच सैन्याला निर्णायक पराभवाची जाणीव झाली. मसूदच्या सेनाधिकाऱ्यांनी लाउडस्पीकरवरून 'पांढरा परचम दाखवीत शरण याल, तर जान बक्षली जाईल व पूर्वेतिहास पाहून काबील जवानांना नव्या सेनेत घेतलं जाईल', असं सांगायला सुरुवात करताच नव्यानं सैन्यात सामील झालेले व सौरक्रांतीची पार्श्वभूमी नसलेले तरुण सैनिक व अधिकारी यांनी सरळ पांढरा परचम उभारला.

तरीही नजिब व वतनजारच्या काही एकनिष्ठ सैन्यामुळे दीड दिवस काबूल हाती आलं नाही.

मधल्या काळात नजिबनं भवितव्य ओळखून आपला कुटुंबकबिला भारतात पाठवायचा निर्णय घेतला. त्यानं अन्वरला बोलावून घेतलं व विनंती केली, ''अन्वरभाई, तुम्ही तुमच्या कुटुंबासह बीबीजान व शबानासह विमानानं दिल्लीला जा ...एकदा का मसूदच्या ताब्यात आपण सापडलो, तर काही खैर नाही.''

''मैं मौत से डरता नहीं सर'' अन्वर आवेगानं म्हणाला, ''पण अफसोस इस बातका है कि, यूनो प्लॅन फॉर इंटरिम गव्हर्नमेंट इन्होंने जान बूझके नाकाम किया है.''

नजिब म्हणाला, ''आज आपण पराभूत झालो आहोत हे खरं आणि त्यांची घड्याळाचे काटे उलटे फिरवणारी दकियानुसी राजवट येणार, ही वस्तुस्थिती आहे... त्या राजवटीत बदसे बदतर जिंदगी अवामच्या वाट्याला येणार. त्या वेळी आपण जिवंत असलं पाहिजे. तू काय मी काय, आपण अजून पुरती पन्नाशीपण ओलांडलेली

नाहीये. आणि अवामच्या मनावरील जिहादी जुनूनचं भूत उतरल्यावर त्यांचा नव्या पर्यायाचा शोध सुरू होईल. त्या दिवसासाठी आपण जिवंत राहिलं पाहिजे. त्यासाठी आज मरायची नाही तर जगायची गरज आहे. भविष्यावर नजर ठेवून. आणि म्हणूनच मी आपणा सर्वांसाठी पडोसी हिंदोस्तानमध्ये राजकीय आश्रय मागितला आहे व तो त्यांनी कबूल केला आहे. एका तासात पहिलं विमान निघणार आहे नवी दिल्लीसाठी. त्यात माझी शबाना बेटी, बीबीजान सोबत तू, जमीला बेटी आणि तुझ्या इतर कुटुंबीयांसह जावंस...''

''पण सर...''

''नो - नो अन्वर भाई...'' नजिब त्याला बोलू न देता त्याचे हात हातात घेत म्हणाला, ''अब सोचने का बिल्कुल वक्त नहीं है. ये चाहे तो मेरा आखरी हुकूम समझो... मुझे तुम जिंदा सलामत चाहिये.''

अन्वरनं त्याची ही सलाह मानून झैनब, अम्मी व सज्जादसह दिल्लीला प्रयाण केलं, पण जमीलाविना. कारण तिनं देशत्यागाला साफ नकार दिला होता.

''चाचा, आपका जाना ठीक है. क्यों कि वो आपको जिंदा नहीं छोडेंगे... वहाँ हिंदोस्तान में रह कर आप आगे कुछ कर सकते हैं, इंटरनॅशनल ओपिनियन भी जुटा सकते हैं. मला एक औरत म्हणून इथं तूर्त तरी धोका वाटत नाही. अवामचा जिहादी जुनून कमी झाला की, त्यांना नवा पर्याय मार्क्सवादाचा नाही, इस्लामी लोकशाहीचा असेल. त्यासाठी मी इथं राहूनच प्रयत्न करीन...''

नजिबनं एकूण तीन विमानांतून आपले मंत्री, नातेवाईक व मित्र यांना सपरिवार हिंदुस्तान व रशियामध्ये पाठवलं. शेवटच्या विमानातून तो स्वत: नवी दिल्लीला जाणार होता!

पण तोवर मसूदच्या सैन्यानं बग्राम विमानतळ आपल्या ताब्यात घेतला होता व त्याचं विमान अडकवून ठेवलं! केवळ अध्र्या तासाचा फरक पडला. नाहीतर नवी दिल्लीकडे नजिबचं ते शेवटचं विमान उडालं असतं. त्यानं मग समयसूचकता दाखवत सरळ आपली कार काबूलमधील यूनोच्या कार्यालयात नेली व तिथं राजनैतिक आश्रय घेतला.

दोस्तम नजिबला सोडून मसूदला मिळाल्याची खबर कळताच गुलबुदिन हिकमतियार सावध झाला. या घटनेचा अर्थ त्याच्या लगेच ध्यानी आला. वतन पार्टीसोबत हंगामी सरकारमध्ये सामील होण्याऐवजी जिहाद सफल करणारा काबूलवरचा निर्णायक विजय गुलहीही हवा होता. त्यासाठी मसूदशी समझोता करीत त्याला

रब्बानीपासून अलग पाडायचं होतं. पाक सरकारही त्यासाठी प्रयत्नशील होतं. गुलच्या हिशोबात दोस्तमनं नजिबपासून अलग होणं बसत होतं, पण त्यानं उघडपणे मसूदला साथ देणं व तसं जाहीर करणं यामुळे त्यात गडबड झाली होती. अलगपणे गुलनंही जनरल तनाईमार्फत दोस्तमशी संपर्क प्रस्थापित केला होता. पण दोस्तमचा प्रतिसाद हा हातचा राखून होता. त्याचं इंगित त्याच्या-मसूदच्या हातमिळवणीत होतं, हे आता कळून आलं होतं!

गुलचा निर्णय झाला होता. बामियान तळावर असलेला मसूद काबूलला पोचण्यापूर्वी आपलं सैन्य काबूलवर चालून गेलं पाहिजे व ते ताब्यात घेतलं पाहिजे!

पण कंदाहार व पगमानमध्ये विखुरलेल्या आपल्या आर्मी कमांडर्सना संदेश देऊन एकत्र करणं व स्वत: पेशावरहून कूच करून त्यांना मैदानात नेतृत्व देण्यासाठी चरायसाबला पोचणं यात जो वेळ गेला तोवर मसूदनं काबूल गाठून निर्णायक ताबाही मिळवला होता. गुलला उशीर झाला होता. त्याला चरायसाबपलीकडे मुसंडी मारता आली नाही. पण पेशावर-कंदाहारपासून काबूलला जाणारा राजमार्ग मात्र त्यानं आपल्या नियंत्रणाखाली आणला. त्याद्वारे काबूल शहराला होणारा धान्य, भाजीपाला, फळ व इंधनचा पुरवठा रोखून नाकेबंदी करणं सहज शक्य होतं.

नजिब सरकार कोसळताच पाकिस्तानच्या पुढाकारानं पेशावरला सर्व सात मुजाहिदीन गटांच्या नेत्यांची बैठक झाली. तिथं मसूदनं गुलवर मुत्सद्देगिरीत सरळ सरळ मात केली आणि पहिल्या चार महिन्यांसाठी त्याचं अध्यक्षपद हुकलं.

त्या बैठकीत राष्ट्राध्यक्षपदासाठी प्रबळ दावेदार होते अर्थातच गुल व रब्बानी. संघर्ष टाळण्यासाठी त्या सात गटांतील सर्वांत कमी प्रभाव असलेला, मवाळ आणि दोन्ही गटांना डोईजड न वाटणारा सबघतुल्ला मुजादादीची पहिल्या दोन महिन्यांसाठी हंगामी सरकारचे राष्ट्राध्यक्ष म्हणून निवड झाली. गुलनं ही तडजोड नाखुषीनंच मान्य केली, तेव्हा मसूदनं प्रस्ताव मांडला की, सात गटनेते आहेत म्हणून राष्ट्राध्यक्षपद पाळीपाळीनं दर महिन्यानं फिरतं ठेवावं. गुलला हा प्रस्ताव आकर्षक वाटला. आपला यानंतर क्रम आला की ते पद आपणापासून कुणालाही हिसकावून घेता येणार नाही, हे नक्की. या विचारानं त्यानं मसूदच्या या प्रस्तावाचं स्वागत व समर्थन केलं आणि तो प्रस्ताव एकमतानं मंजूर झाला.

ही एक धूर्त राजकीय खेळी होती, हे गुलच्या लक्षात जेव्हा आलं, तेव्हा उशीर झाला होता. मसूदनं पुढे असा प्रस्ताव ठेवला, "दोस्तों... आपण आताच पुढील राष्ट्राध्यक्षाची निवड करू या. कारण राष्ट्रीय पुनर्रचनेचं व घडी बसविण्याचं काम एवढं प्रचंड आहे की, पुन्हा साऱ्यांनी पेशावरला जमा होऊन बैठक घेणं दोन

महिन्यांत कदाचित जमणार नाही.''

मुजादादी वगळता हा प्रस्तावही बाकी साऱ्यांना मान्य होता. मात्र, मुजादादीला पुढल्या दोन महिन्यांनंतरच्या राष्ट्राध्यक्षपदाचं नाव आज जाहीर होणं त्याच्या अधिकाराला मर्यादित करणारं वाटत होतं. त्यामुळे त्याचा राष्ट्राध्यक्षपदी एकमतानं निवड झाल्याचा आनंद औटघटकेचा ठरला होता आणि दोन महिन्यांत काहीतरी करून पुढेही राष्ट्राध्यक्षपद आपल्याकडे ठेवण्याचा त्याचा मनसुबा कापराप्रमाणे हवेत विरघळला.

''आपला देश हा विविध वंशांचा आहे. आजवर देशाच्या इतिहासात राजेशाही व काफीर कम्युनिस्टांच्या काळखंडात सत्तेच्या सर्वोच्च स्थानी केवळ पठाणच राहिले आहेत. आणि एकमतानं आपण पहिले मुजाहिदीनांचे राष्ट्राध्यक्ष म्हणून प्रो. सबघतुल्ला यांची निवड करुन संख्येत सर्वांत जादा असणाऱ्या पठाण वंशाच्या जिहादमधील योगदान आणि बलिदानाचा उचित सन्मान केला आहे.'' मसूदची ही प्रस्तावना ऐकताना गुल ताठरला. मसूदनं रब्बानीसोबत आधीच काही ठरवून आज हा प्रस्ताव मांडलेला दिसतोय. आणि त्याचा रोख आपल्याविरुद्ध आहे.

''या जिहादमध्ये पठाणांइतकाच लढा इतर वंशांनी - उज्बेकी, ताजिक, हाजरा, नूरीस्थानी आदी वंशांच्या लोकांनीही दिला आहे. त्यामुळे दुसऱ्या टर्मसाठी राष्ट्राध्यक्षपद हे पठाणेतरांना जावं, अशी माझी पेशकश आहे. त्यासाठी मी जनाब प्रो. बहरुद्दिन रब्बानीचं नाव सुचवतो.''

एखादा बॉम्बगोळा अचानक फुटावा, तसा सन्नाटा पसरला. बहुसंख्य ताजिक असलेला रब्बानीचा जमाते इस्लामी व अहमद शहा अहमदजाईचा हाजरा वंशीयांचा हिब्ज-ए-वहदते इस्लामी वगळता बाकी सारे नेते पठाण होते आणि त्यांच्यापैकी अनेकांचा जनरल दाऊदपूर्वी अहमदशहा दुर्राणीनं आधुनिक अफगानिस्तान स्थापन केल्यापासून १९७३ पर्यंत पठाणी वंशाच्या राजघराण्याशी संबंध होता. त्यातून पठाणांची मानसिकता राज्यकर्त्यांची व पर्यायानं इतर वंशीयांना कमी लेखण्याची तयार झालेली होती. म्हणूनच मसूदचा प्रस्ताव बॉम्बस्फोटाप्रमाणे त्यांना हादरवून गेला होता.

''मसूदभाईंचा प्रस्ताव रास्त आहे.'' हाजरा नेते अहमदजाईनं नि:संदिग्ध पाठिंबा देत म्हटलं, ''आपल्या जिहादमध्ये अनगिनत कुर्बानी सर्वच वंशांनी दिली आहे आणि खुशीकी बात है कि प्रो. मुजादादी जैसेही प्रो. रब्बानी अल अझरसे इस्लामी इल्म हासिल करके आये हुए उस्ताद हैं. हमारा इस्लामी स्टेट का ख्वाब यकीनन इन दो उस्तादों की हुकूमत में पूरा हो सकता है..''

गुल भयंकर संतापला होता. आजच्या पेशावरला बोलावलेल्या बैठकीपूर्वी

त्यानं स्वतंत्रपणे हरकते इन्कलाबी इस्लामी गटाचे नेते मोहंमद नबी मोहमदी व महज-ए-मिली-ए-इस्लामीचे पीर सय्यद अहमद जिलानींना आपलं नाव राष्ट्राध्यक्षपदासाठी सुचवण्यासाठी तयार केलं होतं. गुल विरुद्ध रब्बानी अशा पेचात या दोन नेत्यांनी गुळमुळीतपणे गुलच्या नावाला पाठिंबा दिला. पण इतर सर्व गटनेत्यांना मसूदनं आधीच आपल्या बाजूनं वळवलं होतं. त्यामुळे तडजोड म्हणून मुजादादीचं नाव मुक्रर करण्यात आलं. त्यानंतर रब्बानीच्या नावाची पेशकश मसूद करतो व त्याला हाजरा नेते पाठिंबा देतात, याचाच अर्थ रब्बानी-मसूद गटांनी फार धूर्तपणे आधीपासून हा बेत शिजवत आणला असणार...

मसूद सोडला तर सारे नेते गुलला थोडेबहुत भ्यायचे. त्याच्या क्रोधाची झळ साऱ्याच गटांना केव्हाना केव्हा पोचली होती. पेशावर छावणीत कितीतरी छोटे-मोठे नेते व युद्ध कमांडर्स रात्रीच्या हल्ल्यातून मारले गेले होते आणि प्रत्येक वेळी गुलवर साऱ्यांचा वहम होता. त्याचं सामर्थ्य, पाक सरकार व आय. एस. आय. चा भक्कम पाठिंबा आणि त्याच्यामार्फत होणारं शस्त्र व मदतीचं वाटप यामुळे तो सर्वांत अधिक सामर्थ्यवान नेता बनला होता. इतर नेते मवाळ असल्यामुळे त्यांना त्याच्या निर्घृणतेशी बरोबरी करणं शक्य नव्हतं!

मसूद हा जेवढा कुशल सेनानी, तेवढाच प्रतिभावान राजकारणी होता. कुठलाही गट गुलला चाहत नाही व तो राष्ट्राध्यक्ष होणं म्हणजे आपली कंबख्ती, ही भीती सर्वांना वाटायची. त्यामुळे गुलच्या तुलनेत रब्बानीचं हे नेतृत्व सर्वमान्य नसलं, तरी बहुमान्य नक्कीच होईल. गुलच्या भीतीनं ते पठाणी पीळ विसरून ताजिक नेत्यास स्वीकारतील आणि आपण नवं पर्व देशात सुरू करू, त्यात पठाणांइतकंच ताजिक व उज्बेकी या दोन प्रमुख वंशांना स्थान राहील. मसूदची खंत एवढीच होती की, त्यासाठी हलकी कामं करणाऱ्या हाजरा वंशीयांना समान स्थान द्यावं लागणार होतं. एकेकाळी पठाणांनी त्यांना गुलामीत ठेवलं होतं. तीच त्यांना हलकं लेखणारी भावना ताजिकांतही होती, पण इराणचा भक्कम पाठिंबा असल्यामुळे शिया पंथीय हाजरा प्रबळ होते. इराणला लागून असलेल्या हेरात प्रांतावर त्यांची निरंकुश सत्ता होती व तेही मसूदप्रमाणे उत्तम स्थानिक प्रशासन देत होते. म्हणून त्यांना बरोबरीचं स्थान देणं भाग होतं. त्यामुळे पठाणांना शह देता येत होता. आपला ताजिक वंशाचा एक नेता जो सर्वस्वी आपल्यावर लष्करी सामर्थ्यामुळे विसंबून आहे, त्याला राष्ट्राध्यक्ष करताना किंगमेकरची भावना मसूदला समाधान देत होती!

अहमदजाई इस्लामीप्रमाणे पीर जिलानी व मोहमद खालिस यांनीही माना डोलवीत देशात 'मुस्तफा ए निझाम'चं राज्य आणण्यासाठी इस्लामची उंची इल्म

धारण केलेले रब्बानी मददगार होतील, अशा शब्दांत त्यांना पाठिंबा दिला.

"आणि आपल्यात सामील झालेल्या जनरल दोस्तमसाबचा या दोन्ही नावांना पाठिंबा आहे." रब्बानींच्या नावावर पाठिंब्याची व पर्यायानं निवडीची मोहर मारली गेली.

गुलनं तिथून परतताच पत्रकार परिषद घेऊन या पेशावर समझोत्याला आपला विरोध दर्शवीत जाहीर केलं की, "जे सरकार कालपर्यंत काफिर असलेल्या व आजही तुर्कमेनिस्तान, अझरबैजान, उज्बेकिस्तानशी संबंध ठेवून असणाऱ्या दोस्तमच्या पाठिंब्यांं येत आहे, ते जिहादी तत्त्वांचं इस्लामी सरकार असूच शकत नाही. म्हणून त्यात आपण सामील होणार नाही..."

तेव्हापासून गुलनं वर्ष सव्वा वर्षात जो रक्तरंजित संघर्ष छेडला होता, तो करीमुल्लांना त्याचा शुद्ध वेडेपणा वाटत होता! काबूल शहरात जेवढी माणसं तराकी ते नजिब कालखंडात म्हणजे १९७८ ते १९९२ दरम्यान मारली गेली नव्हती, तेवढी माणसं गुलच्या नित्याच्या रॉकेट लाँचर्सनी व हवाई हल्ल्यांनी मारली गेली होती. आणि सारं शहर उजाड, पडक्या वाड्याप्रमाणे भकास व मरणकळेचं रूप धारण करीत कुरूप, भेसूर बनलं होतं. त्याच्या जोडीला नजिबच्या कालखंडात शहराभोवती तीन परिघांत पेरून ठेवलेले भूमिगत सुरुंग अजूनही रोज कुठे-कुठे फुटायचे आणि बळी घेऊन जायचे. काबूल शहराकडे पेशावर-कंदाहारहून येणाऱ्या राजरस्त्याची कोंडी करून काबूलला होणारा जीवनावश्यक वस्तूंचा पुरवठा त्यानं बंद केला होता. त्यामुळे काबूलवासीयांना भूक व उपासमारीला तोंड द्यावं लागत होतं. 'काबूल जिंकेन वा बेचिराख करीन,' असं कुठंतरी गुलनं म्हटल्याचं वृत्तपत्रांत छापून आलं होतं, ते वाऱ्याच्या वेगानं आम आदमीपर्यंत पोचलं होतं!

"मसूद के होते हुए गुलसाब काबूल कभी जीत पायेंगे ये मुमकिन नहीं लगता, बस्... वो शहर को बर्बाद जरूर कर सकते हैं...!"

करीमुल्ला अख्तरला एकदा चिंताक्रांत होत म्हणाले होते, "अख्तर मियाँ, कधी भीतीचा स्पर्शही न झालेल्या अफगाणी मर्द पुरुषांना प्रथम त्याची जाणीव दिली ती हाफिजुल्ला अमीनच्या दमनचक्रानं व नजिबच्या 'खाद' या भयंकर गुप्तचर पोलिस यंत्रणेनं. जिहाद आपण सफल केला व आपलं इस्लामी राज्य आलं, असं आपण म्हणतो. पण अवामला या वर्षात काय मिळालं? तेच भयाचं, मरण्याच्या छायेखाली जगण्याचं बदतर जीवन...! शेती उजाड झाली, फळबागा सुकल्या... धरणं, कालवे उद्ध्वस्त झाले... आणि गुलच्या नाकेबंदीनं बाहेरून येणारा धान्य, फळ, भाज्यांचा पुरवठाही अनियमित झाला. परिणामी भूक व उपासमारी...! केवळ

अल्लाचं नाव घेत अवाम किती काळ हा क्रूर विकृत वेडेपणा आणि सत्तासंघर्ष सहन करणार?''

''हां सर, पण गुलसाबला मसूदभाई काही निर्णायक हरवू शकत नाहीत. तसंच त्यांना आपण चांदीच्या थाळीत देशाचं सर्वोच्चपदही देऊ नाही शकत! मोठी विचित्रशी कोंडी झाली आहे.''

''आणि आता दोस्तमचं गुलला मिळणं, उत्तरेकडून हल्ला करीत सलांग पास बंद करणं, भूक उपासमारीनं आणखी लोक मरतील... माझा सल्ला त्या वेळी त्यांनी मानून वतन पार्टीसह सरकार स्थापलं असतं तर - तर...''

''अब वो सोचने से क्या फायदा सर? किसी तरह गुल को मनवाना पडेगा...''

''त्याला पंतप्रधानपद देऊ केलं, मसूदला मनवून संरक्षणमंत्रिपदाचा राजीनामाही द्यायला भाग पाडलं... तरीही त्याचं वर्तन बुद्धिबळातल्या तिरक्या चालीच्या उंटाप्रमाणे दर दिवशी नवं, माझ्या मते शुद्ध वेडेपणाचं वळण घेतंय.'' हताश स्वरात करीमुल्ला म्हणाले, ''एकदा त्याला भेटलंच पाहिजे, स्पष्ट शब्दांत समज दिली पाहिजे. अल्ला मुझे उसे मनवाने की ताकद दे!''

''आमीन!''

पण अख्तरची दुवा विफल ठरली. करीमुल्लांचा पुरता भ्रमनिरास झाला. आपण दोन दशकं ज्याची शिक्षकाच्या ममतेनं पाठराखण केली, तो गुल त्याला पात्र नव्हता, की त्याचं खरं दहशतवादी व निर्घृण स्वरूप पूर्णपणे आपल्याला कळलं नव्हतं. त्यानं शमसूलाही गर्दच्या व्यापारात गुंतवलं आणि आज तो त्याच्या आहारी गेला. त्याच्या केवळ ओठांवर जिहाद व इस्लाम आहे, तर मनात 'नार्कोट्रेड'. सय्यदभाईची अवस्था काही वेगळी नाही. आज पाश्चात्त्य जग त्यांच्या जिहादी जुनूनला 'नार्कोटेररिझम' म्हणतं, त्याचं सारं अपश्रेय गुलकडे जातं. ज्या देशात गव्हाप्रमाणे अफूची शेती आम आहे, प्रसंगी ती बंदुकीच्या धाकावर शेतकऱ्यांना पिकवायला भाग पाडलं जातं, त्याची वेगळी पहेचान दुनियेला काय होणार? झटपट पैसा मिळतो खरा, पण त्याचा उपयोग केवळ शस्त्रं व दारूगोळ्यासाठी होत नाही, तर माणसाची मानसिकता या पैशांमुळे बदलते, त्यात वेगळाच हिंस्र जुनून पैदा होतो. गुल तो हिंसा हे आपल्या आकांक्षापूर्तीचं हत्यार समजतो आणि त्याचा बेछूट वापर करू लागतो...

''या अल्ला!'' हे विदारक सत्य समग्र नग्नतेसह करीमुल्लांच्या मनःचक्षूंसमोर साकारलं, तसे ते विदीर्ण होत बधिर, सुन्न झाले होते.

''आपल्या अवामच्या जिहादमध्ये पेरल्या गेलेल्या या विषाला मीही थोडाफार

कारणीभूत आहे. कारण त्यात माझा चुलतभाऊ शमसू सामील आहे. त्या 'नार्कोट्रेड अँड टेररिझम'चा खरा सूत्रधार गुल आहे. त्याला आपण विद्यार्थी म्हणून प्रथम पाठिंबा दिला व एक तेजतर्रार मुजाहिदीन नेता म्हणून नैतिक बळही त्याच्या मागे उभं केलं... त्याच्या या गैरइस्लामी अपकृत्यांकडे आपण बुद्ध्याच दुर्लक्ष केलं. मेरे मालिक, मेरे परवरदिगार, मैं तेरा सचमुच गुनाहगार हूँ. लेकिन तू जानता है. ये कभी मैंने चाहा नहीं, सोचा नहीं. मुझपे रहेम कर. मुझे रोशनी दिखा. मैं क्या करूँ?''

करीमुल्लांच्या डोळ्यांतून अविरतपणे अश्रुधारा झरत होत्या, त्याचं त्यांना भान नव्हतं. ते दोन्ही हातांनी पुन्हा पुन्हा दुवा मागीत त्या रहेमदिल अल्लाच्या निगेहबानीची भीक मागीत होते!

''मेरे खुदा... मी इस्लामपुढे बाकी सारं तुच्छ मानलं आणि आमचा जिहादचा लढाही तू सांगितलेल्या तत्त्वाप्रमाणे दुनियेतलं खरंखुरं इस्लामी राज्य यावं, यासाठी होता. त्यासाठी मी माझं सर्वस्व पणाला लावलं आणि गैरइस्लामी वर्तन केलं म्हणून बीबी - बच्चालाही माफ नाही केलं!''

मरूफ... अचानक करीमुल्लांना आठवण झाली. तिची आत्महत्या... तिनं त्यांना तलाक देण्याची चूक सुधारण्याची संधीही दिली नव्हती आणि मुख्य म्हणजे इस्लाम धर्माला व हजरत पैगंबर साहेबांना मान्य नसणारं आत्महत्येसारखं भ्याड कृत्य तिनं केलं होतं!

आपल्या असंख्य धार्मिक प्रवचनांत करीमुल्ला नेहमी हजरत साहेबांनी म्हटलेलं व अबू हुर्रानं सांगितलेलं वचन सांगायचे, ''जो माणूस ज्या साधनानं आपलं जीवन आत्महत्येनं संपवतो, त्याला नरकात त्याच कारणानं दु:ख-वेदना सहन कराव्या लागतात...''

हे त्यांनी मरूफलाही शिकवलं होतं. तिनंच ही आत्महत्येची गैरइस्लामी कृती करावी? आपल्याला पुत्राच्या नजरेत अपराधी व कठोर बनवावं?

त्या वेळी ते किती खोल दुखावले होते! तिच्या जाण्यानं ते जेवढे व्याकूळ होते, त्याहीपेक्षा जास्त तिच्या या धर्मसंमत नसलेल्या आत्महत्येनं दुखावले होते.

''नहीं बेटे, उसे दफनाने मैं नहीं आऊंगा. उसने खुदकुशी करके अपने इस्लामी जिंदगानी पे कालीख लगायी है. मी तिला तिसऱ्यांदा तलाक देणार नव्हतो. पण तिनं घाई केली आणि अधर्मवर्तन केलं... मैं उसे हरगिज माफ नहीं कर सकता!''

''अब्बू - अब्बू...'' फोनवरून हफिजचा स्वर आतड्यातून पिळवटल्याप्रमाणे कानी पडत होता. ''तुम्ही धर्मपंडित असाल, पण जराही इन्सानी जस्बा नसणारे

संगदिल आदमी आहात, हे आज समजलं अब्बू! आज माझ्या लेखी माझी माता किती तरी महान ठरली आहे. मातृप्रेमानं तिनं माझ्यातला वैचारिक बदल सहृदयतेनं समजून घेण्याचा प्रयत्न केला. त्यासाठी तुमची तलाक देण्याची शिक्षाही कबूल करण्याच्या मनोवस्थेत ती आली होती... कारण तुम्ही तिचे शौहर होतात आणि तुमच्या इस्लामनिष्ठेला – तिला आता मी कोरडी, पुस्तकी व माणुसकीला पारखी करणारी आंधळी श्रद्धा म्हणेन, तुमची पत्नी म्हणून तडा जाऊ नये, यासाठी ती दक्ष होती. तरीही त्या मानी स्त्रीला तलाकशुदा जिंदगी आत्महत्येच्या पातकापेक्षा बदतर वाटली, म्हणून आपलं जीवन तिनं संपवलं. पण मला दुवा देत आणि तुमच्यासाठी तुमच्या अल्लाकडे लंबी उमरची प्रार्थना करीत. अजूनही तुमचा तोच फैसल आहे?''

''हां बेटे, माझा फैसला हा इस्लामसंमत असतो आणि तो कायम असतो. न बदलणारा.'' करीमुल्लांचं मन त्यांच्या विवेकी दटावणीला न जुमानता हळुवार झालं होतं, मरूफसाठी; पण फैसला ठाम होता. ''माझ्या लेखी ती तिच्या गैर-मुस्लिम बर्तावामुळे कुणी राहिली नाही, अजनबी झाली आहे. तिचं दफन मी करण्याचा प्रश्नच उद्भवत नाही.''

''ठीक है अब्बाजान!'' आता हाफिजचाही स्वर कठोर झाला होता. ''तिचा मुलगा अंत्यविधीसाठी जिंदा आहे. पण माझाही फैसला ऐका, यानंतर पुन्हा तुमच्याशी मी बोलणार नाही की तुम्हाला भेटणार नाही... तुम्हीही माझ्यासाठी आत्ता या क्षणापासून अजनबी झाला आहात! तुम्ही गेल्यावर तुमचं दफन मी करणार नाही की चिल्ला - चाळीसवा शोकदिनही पाळणार नाही आणि तुमच्या जीतेजी मी मेलो, तर तुम्हाला त्याची खबर न देण्याची व्यवस्था करीन. खबर मिळाली तरी तुम्ही बेवारशाप्रमाणे मला दफनायला कुणाही अजनबीला सांगा. तुम्ही दफन केलं तर मी जहन्नुममध्ये जाईन...''

''काफिर को जन्नत कहाँ हासिल होती है हाफिज बेटे?'' करीमुल्ला संतप्त होत म्हणाले, ''मेरा बेटा मेरे नक्शे कदम पे चलता तो और बात थी. तू यकीनन् काफिर अमीन और तराकी की तरह जहन्नुम मेंही जायेगा, और मैं काफिर को कभी नहीं दफनाऊंगा. तेरा ये वादा मैं जरूर निभाऊंगा...''

आपले पिताजी एवढे कठोर बोलतील, असं हाफिजला वाटलं नव्हतं. त्यांच्या विखारी वाक्ताडनानं आपण खरंच पोरके झालो, असं वाटून तो क्षणभर मूक झाला. मग स्वतःला सावरीत शुष्क स्वरात म्हणाला, ''आता मी खरंच अनाथ झालोय जनाब करीमुल्ला. मेरी माँ बहोत भोली थी. ती मरताना म्हणाली होती, 'मी जाते म्हणून स्वतःला पोरका समजू नकोस. तुझे पिताजी आहेत...!' ते किती खोटं

होतं. तिच्यासाठी मी तुमच्याकडे यायला तयार झालो होतो. माझ्या विचारांना बदलण्यास तयार होत होतो. पण - चलो, अच्छा हुआ. आपने मुझपर बडा एहसान किया है जनाब. या संभ्रमित बालकाला कट्टर कम्युनिस्ट केलंत. शुक्रिया!''

त्या दिवसापासून, नव्हे त्या क्षणापासून अधिक सख्त काफिर बनलेला हाफिज ज्या हिरिरीनं नजिबची बाजू मीडियात मांडत होता, त्याला तोड नव्हती.

आपण त्या वेळी कधीच गुलचा हा प्रकार गंभीरतेनं घेतला नाही. नाहीतर तेव्हाच आज झालेला साक्षात्कार झाला असता; पण त्या वेळी तरी आपण गुलच्या या गैर-इस्लामी कृत्याला कसा पायबंद घातला असता? त्यानं थोडंच आपल्याला जुमानलं असतं? त्या वेळी तर आपण हाफिजला दोष देत जिहादचं ऊर्जस्वल रूप दाखवायचा प्रयत्न करीत होतो!

''मेरे खुदा! कितने, कितने और इम्तेहान तू लेना चाहता है? बीबी के साथ बेटे की भी मैंने मजहब के लिये कुर्बानी दी है और कभी गिला या शिकवा नहीं किया है कि, उफ् तक नहीं भरी है!''

मसूदनं काबूलवर जो हल्ला चढवला होता तो नजिबच्या सैन्यानं संरक्षणमंत्री वतनजारच्या नेतृत्वाखाली दीड दिवस काबूल राखीत लढवला होता. त्या लढ्यात हाफिजही सामील होता.

अखेरीस एकामागून एक सैनिक धारातीर्थी पडत प्रतिकार थंडावत गेला, तेव्हा वतनजारनं परचम दाखवीत शरणागती पत्करली व त्याला जेरबद्ध करून मसूदच्या सैन्यानं अर्ग पॉलेस ताब्यात घेतला.

तिथं काही शेकड्यांनी मेलेले सैनिक होते. त्यांत हाफिजही होता. मसूदच्या सरदारनं त्याला ओळखून त्याबाबतची खबर दिली, ती मसूदनं करीमुल्लांना स्वत: येऊन जड अंत:करणानं सुनावली. तेव्हा त्याला पाठमोरे होत ते काही क्षण शांत राहिले. स्वत:ला कितीही निष्ठून बजवायचा त्यांनी प्रयत्न केला, तरी मन भरून आलं होतं. ते मसूदला त्यांच्या गदगदणाऱ्या देहाकृतीवरून जाणवत होतं.

''मसूदभाई, वो मेरा बेटा नहीं था. काफिर कम्युनिस्ट था. उस शैतान नजिब का हमसफर था. उसे मैं दफनाने का सवालही पैदा नहीं होता. बाकी मुर्दों की तरह उसे भी दफनाने का बंदोबस्त करो.''

मसूद त्यांच्याकडे थक्क होऊन पाहत राहिला. मग एवढंच म्हणाला, ''आता माझी - आमची या देशावर खरंखुरं इस्लामी राज्य आणण्याची, जिम्मेदारी शतपटीनं वाढली आहे. आप यकीन करो, आपकी निगाहबानी में मैं जिहाद कामयाब बनाऊंगा!''

तो जिहाद आज विषारी झाला आहे. हिंसा, भूकमारी आणि गर्दच्या फळानं... यासाठीच का बारा वर्ष रक्त आणि प्राणांचं मोल देत आणि 'अल्ला हो अकबर'चा नारा देत संघर्ष केला? एका वर्षात आपल्याच माणसांनी त्यात विष पेरावं?

रब्बानी-मसूद प्रामाणिक आहेत, पण ते तरी फाटलेल्या आभाळाला कुठे कुठे ठिगळ लावणार?

काबूलच्या परतीच्या रस्त्यावर आणि घरी रात्रभर करीमुल्ला टक्क जागे होते. मुअज्जीनची अजान कानी पडली, तसं त्यांनी वजू करून श्रद्धापूर्वक फज्र नमाज घरीच अदा केला!

नमाज संपता संपता दारावरची कॉलबेल वाजली.

"हुजूर, मुल्ला ओमर साबने आपको ये खत दिया है..."

उत्सुकतेनं करीमुल्लांनी ओमरचं ते पत्र उघडून वाचायला सुरुवात केली आणि पत्र वाचून पूर्ण होताच ते पुटपुटले, "मेरे परवर दिगार, तू सचमुच दीनोकरम है. मैं जिस रोशनी के लिये बेबस होके दुवा मांग रहा था, वो तूने इस खत के जरिये दिखायी है. माझी निबिड अंधारी वाट प्रकाशमान झाली आहे...! तेरी मर्जी समझ में आयी है... मैं वैसाही करूंगा, जैसा तू करवाना चाहता है... ला इलाह इल्लला..."

भारतातून काबूलला येणारा अन्वरला घेण्यासाठी इलियास विमानतळावर आला होता. किती तरी दिवसांनी अन्वरची भेट होती. परस्परांची कडकडून गळा भेट झाली, ख्याली खुशाली विचारली गेली आणि कारमध्ये बसून घरी जाताना बातचीत सुरू झाली. इलियास भाई आपल्या तर्कशुद्ध शैलीत मधल्या काळातली देशाची स्थिती चालू असलेल्या संघर्षाबाबत अन्वरला सांगू लागला.

"हा दोन गटांतला संघर्ष 'फाइट टू फिनिश' अशा जुनूननं लढला जातोय. त्यांच्यात समझोता मला तरी अशक्य दिसतोय." इलियास अन्वरला म्हणाला, "आजवर कितीतरी प्रयत्न झाले. यूनोचे प्रतिनिधी जनाब मेस्त्री तर दर दोन-तीन महिन्यांनी इथं येतात, साऱ्या नेत्यांना भेटतात आणि नवा शांतिप्रस्ताव समोर ठेवतात. पण गुलसाबचं एकच म्हणणं आहे. रब्बानीनं अध्यक्षपदाचा राजीनामा द्यावा आणि नव्या हंगामी सरकारचं गठण करावं. कारण 'इस्लामाबाद करारा'नुसार जून ९४ अखेर रब्बानीचा कालावधी संपलाय. आता त्याचं सत्तेवर राहणं करारभंग आहे. गुलला ते बिल्कुल मान्य नाही."

"रब्बानी काय म्हणतात?"

''सत्तात्यागाला तयार नाहीत. सर्वसंमत सरकारकडे सत्ता सोपवू असं म्हणतात, पण त्यासाठी सारे मुजाहिदीन गट व देशांतर्गत जिहाद लढलेल्या युद्धनेत्यांचा सहभाग असलेल्या प्रतिनिधींचं मंडळ निवडलं जावं, त्याचा नेता निश्चित व्हावा, म्हणजे मग त्याकडे सत्ता सोपवता येईल, अशीही भूमिका ते मांडत असतात. निर्नायकी अवस्थेत सत्ता सोडली तर देशात बंडाळी माजेल.'' असं म्हणतात.

''रब्बानी सरांची भूमिका रास्त नाही वाटत?''

''हां, पण त्यामध्ये सत्ता आपल्याच हाती कायम ठेवण्याची मन्शाही आहे...'' इलियास म्हणाला, ''पण सर्वसमावेशक प्रतिनिधिमंडळ आणि त्यांचा नेता निवडणं ही शर्त १९९२ साली नजिब सरकार कोसळ्यानंतर झालेल्या निवडीपेक्षाही अधिक कठीण, अशक्य बाब आहे. साऱ्याच गटांना आणि नेत्यांना सत्तेत स्थान हवं आहे आणि गुलसाबसारखेच जिलानी, मुजादादी, सयफसारखे नेते राष्ट्राध्यक्षपदासाठी बाशिंग बांधून तयार आहेत. त्यामुळे काम अवघड झालं आहे. गुलसाबला तर आपल्याशिवाय दुसरा नेताच मान्य नाही. स्वत:ला स्वीकारावं म्हणून सतत युद्धाचं वातावरण ते पेटत ठेवतात. गेल्या दोन वर्षापासून त्यांच्या बेतहाशा रॉकेट माऱ्यामुळे अन् हवाई हल्ल्यांमुळे दहा हजारांहून अधिक लोक काबूल शहरात मारले गेले आहेत. अशा परिस्थितीत रब्बानीचा निर्नायकी अवस्थेत सत्ता न सोडण्याचा निर्णय योग्य वाटतो.''

''सध्यातरी रब्बानीपेक्षा बेहतर सर्वमान्य नेता नाही. पण त्यालाही खूप मर्यादा आहेत. दोन वर्ष मिळूनही त्याला परिस्थितीवर नियंत्रण मिळवता आलेलं नाही. जो भाग ताब्यात आहे, तिथंही तो अवामला नीट प्रशासन देऊ शकलेला नाही.'' इलियास म्हणाला, ''त्या तुलनेनं गवार प्रतिमा असलेल्या जनरल दोस्तमनं मजारे शरीफ प्रांतात सेक्युलर म्हणता येईल, इतपत चांगला कारभार चालवला आहे. आज देशात शाळा, कॉलेज व युनिव्हर्सिटी फक्त तिथेच चालू आहेत, बाकी सर्वत्र शिक्षण ठप्प झालं आहे. तसंच मसूदनंही त्याच्या पंजशिल व्हॅलीच्या भागात 'सुप्रीम नॅशनल कौन्सिल'तर्फे असंच समाधानकारक प्रशासन चालवलं आहे.''

''नेता म्हणून त्या दोघांतून एकालाच निवडलं तर!''

इलियास म्हणाला, ''तेही मला शक्य वाटत नाही. कारण पठाण नेत्यांचा वंशवाद. गेल्या दोन वर्षात रब्बानी-मसूदमुळे देशाच्या इतिहासात प्रथमच ताजिक वंशीयांचं, दारी बोलणाऱ्यांचं राज्य आलं आहे, हे त्यांना सहन होत नाही म्हणून पठाणेतर नेता निवडला जाण्याची शक्यता कमी. बाकी कितीही मतभेद असले तरी मुजाहिदीन नेते पठाणच असल्यामुळे याबाबत एकमताचे आहेत. मसूद हाही ताजिक.

म्हणून रब्बानीनंतर लगेच त्याला संधी नाही. तर दोस्तमचे नजिबसमवेत पूर्वीचे संबंध, त्याची आजची सेक्युलर भूमिका आणि उज्बेकिस्तानशी वाढते संबंध पठाण नेत्यांना मान्य होणार नाहीत!''

अन्वर म्हणाला, ''आम्ही सौरक्रांतीनंतर देश एकसंध करण्याचा, केंद्रीय सत्ता रुजविण्याचा प्रयत्न केला. जिहादच्या नावाखाली प्रखर विरोध असतानाही देशाच्या कानाकोपऱ्यात आमचं नियंत्रण होतं. पण नजिब गेल्यावर लढणारे सर्व नेते, 'वॉरलॉर्ड्स' हे आपापल्या जागी बलवान झाले, स्वत:ला स्वतंत्र समजून मनमानी कारभार करू लागले. त्यातून ही आजची यादवी युद्धाची अवस्था आलीय. आज सारं जग आपल्याकडे उपहासानं पाहतंय. आमचे लोक का, कुणासाठी व कशासाठी लढत आहेत, हेच कोणाला कळत नाही. देश खरोखरच निर्नायकी बनला आहे. शेती, व्यापार, उद्योगधंदे ठप्प पडले आहेत. शाळा-दवाखाने कसेबसे चालू आहेत. वीज - पाण्यासारख्या मूलभूत सेवा वारंवार खंडित होताहेत. भूक - उपासमारीनं थैमान घातलंय, तशातच पुन्हा दोन वर्षांपासून दुष्काळाचं सावट. बच्चे, बूढे, औरतें दो वक्त की रोटी के लिए दर दर भटक रही हैं और शायद हर दो-तीन दिन बाद एक दिन भूखे-प्यासेही सोने जा रहे हैं... इंटरनॅशनल कमिटी ऑफ द रेडक्रॉसच्या आशियाई प्रतिनिधी मिसेस नकवीनं नुकतीच जाहीर माहिती दिली, ती धक्कादायक आहे. मागील सहा महिन्यांत निम्मं काबूल खाली झालं आहे. पंधरा लाख लोकसंख्येच्या काबूल शहरात आता जेमतेम सात-आठ लाख लोक आहेत. बाकीचे देशात, देशाबाहेर कुठे कुठे विखुरले आहेत. सारं कार्यालयीन प्रशासन ठप्प झालं आहे.''

अचानक करकचून ब्रेक लागल्यामुळे गाडी थांबली. समोर मोठ्ठा खड्डा होता म्हणून ड्रायव्हरला ब्रेक जोरानं लावावा लागला.

त्याच वेळी हातगाडीवर भाजीपाला व फळं घेऊन कपड्यांची लक्तरं झालेला एक म्हातारा कारच्या खिडकीशी येऊन म्हणू लागला, ''ताजी भाजी, फळं आहेत. आजच पगमानहून आलीत.''

अन्वरनं काच खाली करीत बाहेर डोकावून पाहिलं. त्या हातगाडीवर रसरशीत डाळिंबं, कणसं आणि हिरवागार भाजीपाला होता. ''एक डझन अनार देना...''

''जी जनाब.'' त्या वृद्धानं डझनभर डाळिंबं मोजून दिली. पैसे घेत म्हणाला, ''खुदा हाफिज.''

आवाज अन्वरला अचानक परिचित वाटला. तो त्या सुरकुत्यांच्या जाळ्यातला

चेहरा एकटक पाहू लागला. तो फेरीवाला वयानं वृद्ध वाटत नव्हता, तर त्याला अकाली प्रौढत्वानं ग्रासलेलं वाटत होतं! त्याच्या डाव्या गालावरचा चामखीळ पांढऱ्या दाढीतून अन्वरच्या नजरेनं टिपला आणि झटकन आठवलं.

"माफ करना - आप कहीं जनाब प्रो. अहमद नूरानी तो नहीं? काबूल युनिव्हर्सिटी के पोलिटिक्स के प्रोफेसर?"

अन्वरनं दिलेले पैसे मोजून घेत ते खिशात ठेवता ठेवता तो गर्रकन वळला व म्हणाला, "आप कौन?"

"मैं अन्वर पगमानी...!"

"अन्वर...!" तो भेसूरपणे चिरकत हसला. "मेरे दोस्त अन्वरभाई, आपने ठीक पहचाना... मैं ही वो बदनसीब प्रोफेसर हूँ, जो दो सालसे बेकार है और पेट काटने के लिए तरकारी बेच रहा है..."

अन्वर सुन्न झाला होता. तो कारमधून बाहेर आला आणि पुढे झाला, तसा नूरानी मागे सरकला. संकोचानं. पण अन्वरनं त्याचे हात हाती घेतले आणि उचंबळून येत त्याला मिठी मारली, "हे मी काय पाहतो आहे सर? आपली ही अवस्था? मैंने कभी सोचा तक नहीं..."

"जाऊ दे अन्वरमियां, आता सवय झालीय." पुन्हा नूरानी करुण हसला. अन्वरच्या डोळ्यांत पाणी तरारलं. "नहीं सर, आप मेरे साथ चलिये.. मैं आपकी कुछ मदत जरूर कर सकता हूँ!"

"शुक्रिया अन्वर, तू ओळख दाखवलीस आणि स्नेहानं मिठी मारून मैत्रीची ऊब दिलीस, हेच फार आहे." नूरानी म्हणाला, "तू एकटा किती जणांना पुरा पडणार आहेस? गेली दोन वर्ष इस्लामी सरकार आल्यापासून विद्यापीठ बंदच आहे. शेवटचा पगार होऊन दीड वर्ष झालं. आता भाजी व फळं विकून कसंबसं माझं अन् कुटुंबाचं पोट भरतोय."

त्याला आदाब करित हातगाडी ढकलत प्रो. नूरानी निघून गेला. त्याच सुन्न, बधिर अवस्थेत अन्वर कारमध्ये बसला.

"अन्वर, तू दोन वर्ष इथं नाहीस. तुला हे पाहून धक्का बसणं साहजिकच आहे." इलियास कारमध्ये बसूनच अन्वर व नूरानीची भेट पाहत होता. पुन्हा कारमध्ये अन्वर आला, तेव्हा इलियास म्हणाला, "मूठभर बडे जमिनदार, गालिचे, सुक्यामेव्याचे व्यापारी आणि मंत्री, सेनाधिकारी व मुजाहिदीन सैनिक सोडले तर बाकी कुणाला कामच उरलं नाही. शेती, कारखाने, उद्योग व व्यापार... युद्धानं पार कोलमडलं आहे सगळं. त्यात पुन्हा भीषण दुष्काळ. तुझ्या राज्यात किमान रूसकडून

धान्यपुरवठा व्हायचा. आताही यूनो, रेडक्रॉस काही प्रमाणात धान्य अन् औषधं पुरवते. पण त्यांचे धान्यानं भरून येणारे ट्रक्स गावं आणि शहरांत पोचण्यापूर्वीच टोळ्या रस्त्यावर हल्ला चढवून लुटतात. ज्यांच्या हातांत शस्त्रं, ते धान्य हिसकावून घेतात. गाव- शहरांतील बायका, मुलं व वृद्धांची उपासमार होते. एक नान दिवसाला मिळाली तरी मेजवानी झाली, असं आजचं वातावरण आहे. हे सतत पाहून बधिरता आली आहे. आपण काय करू शकतो? हे एकमेकांच्या जिवांवर उठलेले नेते एकमेकांना संपवल्याखेरीज शांत होणार नाहीत. सवाल एवढाच आहे की हे केव्हा संपतील? त्यांना अलग सारून कोणी नवा मसीहा या देशाला मिळणार आहे का?''

"माझ्या व तुझ्या पपांच्या तरुणपणातला अफगाण देश व त्याचं खूबसूरत दिल असलेलं काबूल शहर किती खुशहाल होतं! आम्ही मात्र या पिढीला बर्बादी, खूनखराबा, मृत्यूचं भय आणि भूक दिली. आम्ही साऱ्यांनी अफगाणिस्तानचं कब्रस्तान केलंय! मैं खुद को भी कसूरवार मानता हूँ!'' अन्वर खिन्नपणे म्हणाला.

"नाही अन्वर, मैं अब भी इन्किलाब, सौर रिव्होल्यूशन भूल या हादसा मानने को तयार नही हूँ!'' इलियास म्हणाला, "चांगली जनहिताची असूनही अवामची मानसिकता ती स्वीकारायला तयार नव्हती आणि तुमचं दडपशाहीचं स्टालिन तंत्र बूमरँग होत उलटलं एवढंच. आज जिहाद कामयाब झाला आहे, पण मुजाहिदीन नेत्यांचं विजयानं नम्र आणि राष्ट्रीय पुनर्रचनेच्या कामाच्या जाणिवेनं गंभीर न होता उन्मत्त होणं, सत्तेसाठी एकमेकांच्या नरडीचा घोट घ्यायला प्रवृत्त होणं... आय थिंक, वुई अफगाण्स आर नॉट फिट फॉर पीसफुल कोएक्झिस्टन्स अँड फिलॉसॉफी ऑफ लिव्ह अँड लेट लिव्ह! आम्ही आजही मध्ययुगीन रानटी टोळीचे संस्कार घेऊन 'बळी तो कान पिळी' या जंगलराजच्या कायदे कानूननं जगणारे व जगासाठी उपहास व कुचेष्टेचा विषय झालेले बर्बर व गंवार लोक आहोत. मी फार फ्रस्टेट झालो आहे अन्वर!''

आता कार नवं काबूल शहर ओलांडून जुन्या काबूल शहरात, गल्ली- बोळांच्या व बसक्या मातीविटांच्या घरांच्या भागातून जात होती. दोन-तीन ठिकाणी तर कारच थांबली. बाकी सारा वेळ सेकंड गिअरवरच संथ गतीनं ती चालवणं भाग होतं.

भान नसलेले, अडखळत डुलत-झुलत जाणारे तरणेताठे नौजवान अफगाणी हॉर्न वाजवूनही बाजूला सरत नव्हते. नव्हे, त्यांना त्यांच्या नशेत त्याचं भान उरलं नव्हतं! त्यामुळे कार वेगानं चालवणं संभव नव्हतं!

"हा काय प्रकार आहे?'' शाहीदनं विचारलं.

"हे सारे अफू, चरस आणि गांजाच्या, झालंच तर हेरॉईन व एल.एस.डी. च्या नशेत आपली भूक विसरत जात आहेत..." एक दीर्घ सुस्कारा सोडीत इलियास म्हणाला, "हॉरिबल, इट इज सिंपली हॉरिबल.."

पुढल्या चौकात पुन्हा कार थांबली. "हड्डियाँ ले लो और नान दे दो; नान दे दो और हड्डियाँ ले लो..."

समोर चहा-नानचं एक दुकान होतं आणि तिथं चड्डीतल्या आठ-दहा वर्षाच्या मुलांचा घोळका होता. प्रत्येकाच्या खांद्यावर मळलेल्या झोळ्या होत्या आणि ते ओरडत होते, "हमारी हड्डियाँ ले लो, हमारा नंबर पहला है, हमें नान दो..."

"खामोश, कोई चिल्लायेगा नहीं!" तो धष्टपुष्ट दुकानदार मोठ्यानं ओरडला. "सब लाईन में आना... मैं आज एक किलो हड्डी के बदले सिर्फ एक नान दूंगा.."

"कालपर्यंत तर आपण दोन नान द्यायचात जनाब..." एक कोवळा आर्त स्वर. ती एक बुरखा पांघरलेली, आठ-दहा वर्षांची बालिका होती, "इस हिसाब से मुझे सिर्फ तीनही नान मिलेंगी. घरमे पांच आदमी हैं, कैसे भूख मिटेगी?"

"नानचा भाव किती वाढला आहे माहितय?" तो दुकानदार काहीशा नरमीनं समजुतीच्या स्वरात म्हणाला, "पन्नास किलो आट्याच्या बोरीला सत्तर हजार अफगाणी पडतात आज काल. पता है?"

सत्तर हजार अफगाणी रुपये म्हणजे पस्तीस अमेरिकन डॉलर. "या अल्ला... याच्या जेमतेम चार पाच पटच अफगाणींचं सरासरी वार्षिक उत्पन्न आमदनी आहे. या आभाळाला भिडणाऱ्या महागाईनं दोन वेळा पोटभर जेवणंपण शक्य नाही आम गरीब आदमीला..."

"ती मुलं काय म्हणत आहेत. हड्डियाँ ले लो और नान दे दो..."

"जाने दो ना! आजही तू वतन आया है, तुझे परेशान और उदास नहीं करना चाहता." इलियास म्हणाला, "चलो, कार तेज चलाओ..."

"नहीं, मुझे आपको बतानाही पडेगा."

"तुझी जिद असेल तर ऐक." इलियास गंभीर स्वरात म्हणाला, "शहरातून धान्य, फळं, गायब आहेत. औषधं मिळत नाहीत. धट्टेकट्टे जिहादी लढ्यात कॅम्पमध्ये. घरी जखमी, लाचार पुरुष आणि बायका. आमदनी नाही. मग ही मुलं काय करणार? पोटातली भूक कशी मिटवणार? आधी त्यांनी भूक भागवण्यासाठी मारून खालेल्या जनावरांची हाडं गोळा करून सौदागरांना विकायला सुरुवात केली. तेल अन् साबणासाठी आणि कोंबडीच्या खाण्यासाठी हाडांच्या व्यापाऱ्यांकडून भरपूर मागणी असते. जेव्हा जनावरांची हाडं संपली, मिळेनाशी झाली, तेव्हा या मुलांना त्या

हरामखोर हाडांच्या व्यापाऱ्यांनी नवा मार्ग दाखवला. वीस वर्षांत दहा लाखांवर अफगाणी मारले गेले आहेत. त्यामुळे साऱ्यांच्याच नशिबी चांगली बांधलेली कबर नसते. कसंतरी खड्डा खणून पुरायचं व माती लोटायची. अशा कबरी खोदून त्यातून अद्याप माती न झालेली हाडं हुडकून काढायची आणि गोळा करून विकायची. त्या बदल्यात नान वा पैसे मिळवायचे. आता पाहिलेला दुकानदार काबूलचा मशहूर हाडाचा व्यापारी आहे. त्याची पेशावरला तेलाची फॅक्टरी आहे म्हणे. तो हाडं घेऊन नान देतो.''

'हां इलियास भाई, आपला अफगाण देश आता कब्रस्तानमध्ये तबदिल झाला आहे... आणि आपण नामर्दाप्रमाणे चुपचाप हा नजारा पाहत आहोत— पता नही, और हमे जिंदगीमें क्या क्या देखना नसीब होगा... विचार केला नुसता भविष्याचा तरी जीव कावरा बावरा होतो...'

❑

तालिबानचा अफगाणिस्तानवर कब्जा!

"सर, अभी अभी खबर आयी है कि, हम काबूल जीत गये हैं. आज सही मायने में हमारा जिहाद कामयाब हुआ है. वो तालिबान ने किया है..."

आपली तक्तपोशी सोडून मुल्ला मोहंमद उमर पुढे आला होता. त्यानं गुडघ्यांवर बसून आकाशात हात फैलावीत 'ला इलाह इल्ललाह...' म्हणायला सुरुवात केली. त्याच्या डोळ्यांतून आनंदाश्रू वाहत होते. आपला नेहमीचा धीरगंभीरपणा बाजूस सारून आपला आनंद तो वाहणाऱ्या अश्रूंच्या रूपानं व्यक्त करीत होता.

क्षणभर करीमुल्लांना उमर काय म्हणतोय, याचा अर्थबोध झाला नाही. आज अचानक त्यानं आपल्याला कंदाहारमधील आपल्या वडिलांच्या स्मरणार्थ सुरू केलेल्या मदरशामधील आपल्या दोन खोल्यांच्या निवासस्थानी इतक्या दीर्घ कालावधीनंतर का बोलावलं, हे कळत नव्हतं. जेव्हा 'अमीर - उल - मोमीनीन' म्हणजेच सर्वोच्च धार्मिक नेत्याकडून हा निरोप आला, तेव्हा जायचं टाळावं, असं करीमुल्लांना क्षणभर वाटलं होतं.

त्याचं पत्र आल्यावर ते कंदाहारला १९९४ मध्ये आल्यापासून या दोन वर्षांत पुलाखालून बरंच पाणी वाहून गेलं होतं. देशासाठी तोच आता आशेचा किरण आहे, अनिर्बंध हिंसाचार व जीवघेण्या यादवी युद्धाला तोच केवळ पायबंद घालून शुद्ध इस्लामी राज्य आणू शकतो, हा विश्वास करीमुल्लासाठी अंतराय पडला तरी कायम होता. तो 'अमीर-उल-मोमीनीन' झाला, तरी आपला धर्माबाबतचा सल्ला घेतो आणि अधूनमधून शुक्रवारी दुपारी नमाजानंतर आपल्या धर्मचिंतनाचा लाभ घेऊ इच्छितो, हेही करीमुल्लांसाठी काही कमी नव्हतं. म्हणून ते कंदाहारला राहात होते. उमरचा निरोप येताच ते त्याच्या मदरशामधील निवासस्थानी आले होते. तेथे ते येण्यापूर्वी नुरुद्दीन तुराबी आणि मुल्लाह वकील या आपल्या दोन विश्वासू सहकाऱ्यांसोबत

तो चर्चेत मग्न होता.

करीमुल्लांचं उमरनं बसल्याजागीच किंचित मान हलवीत स्वागत केलं. मात्र, नुरुद्दीन व वकील अदबीनं उभे राहिले. त्यांचं अभिवादन स्वीकारीत करीमुल्ला स्थानापन्न झाले!

आज त्यांना उमरचं वर्तन खटकलं नव्हतं. कारण तो मुस्लिमांचा सर्वोच्च नेता-उलेमांचा उलेमा बनल्यापासून ही चौथी वेळ होती, त्याच्या मदरशात जाण्याची. खलिफाप्रमाणे उमरचं देशात व मुस्लिम जगतात सर्वोच्च स्थान आहे, असं त्याचा शिष्यपरिवार आजकाल आंधळ्या भक्तीनं म्हणायचा. तेव्हा करीमुल्लांना अस्वस्थ व्हायचं. उमरसाठी इस्लाम जीवनसर्वस्व होतं, यात शंका नव्हती. हेरत तालिबाननं काबीज केल्यानंतर आणि काबूलवर प्रहार करण्याची तयारी चालू असताना नियंत्रणात असलेल्या कंदाहार, निमरोज, हेलमंड आदी पाकिस्तान सीमेला लागून असलेल्या प्रांतांतील विविध स्तरांवरील मुत्तवली, काजी व उलेमांच्या खास आयोजित सभेत मुल्ला मोहंमद उमरला मुख्य उलेमा अर्थात 'अमीर उल्-मोमीनीन' घोषित करणं करीमुल्लांना अर्थपूर्ण आणि युग परिवर्तनाचं द्योतक वाटलं होतं. त्या कृतीचं समर्थन करित एका आंतरराष्ट्रीय टी.व्ही. चॅनेलला मुलाखत देताना करीमुल्लांनी म्हणलं होतं,

"हे धार्मिक अवडंबर नव्हे आणि व्यक्तिपूजा तर नाहीच नाही. इस्लाममध्ये व्यक्तिपूजेला स्थान नाही. पण मुल्ला मोहंमद उमर हे शुद्ध इस्लामी राजवट या देशामध्ये आणण्यासाठी आपलं सर्वस्व देणारे महान धर्मरक्षक आहेत. काफिर कम्युनिस्टांना पराभूत केल्यानंतर आमचा जिहाद काही नेत्यांच्या सत्ताकांक्षांमुळे भरकटला होता. ज्या 'निजाम-ए-मुस्तफा'साठी अवामनं जिहाद पुकारला होता, ते स्वप्न भंग पावताना दिसलं, तेव्हा त्यांच्या मदतीसाठी आणि धर्मरक्षण करीत इस्लामी कायद्याचं राज्य प्रस्थापित करण्यासाठी एखाद्या देवदूताप्रमाणे मुल्ला उमर हे अवामपुढे आले आणि 'तेहरिके इस्लामी - इ - तालिबान'ने म्हणजेच तालिबानची स्थापना करून अल्पावधीतच अर्धा देश त्यांनी नियंत्रणाखाली आणला. अमन व सुव्यवस्था पैदा केली... वो नापाक सौर इन्किलाब के बाद पंधरा सालों में शायद पहली बार सुखचैन अवाम महसूस कर रही है. मुल्ला उमर हे आमचे खरोखरच धर्मरक्षक व म्हणूनच 'अमीर उल्-मोमीनीन' आहेत!"

त्या वेळी उमरनं टी. व्ही. कॅमेऱ्यापुढे यायला नकार दिला होता. टी. व्ही. व सिनेमा ही माध्यमं गैर इस्लामी आहेत, त्यातून व्यक्तिपूजेला वाव मिळतो म्हणून त्यांच्या तो सख्त खिलाफ होता. त्यानं कटाक्षानं आजवर आपला फोटो काढू दिला

नव्हता. मुख्य म्हणजे तो आंतरराष्ट्रीयच काय पण स्थानिक व देशी पत्रकारांनासुद्धा भेटत नसे. तो आपल्या मदरशामधून काम करायचा आणि प्रामुख्यानं मुल्लाह वकील ए मुत्तवकील मार्फत निरोप, आज्ञा व संदेशानं संपर्क ठेवायचा. त्याची ही प्रसिद्धीबाबतची उदासीनता करीमुल्लांना विशेष वाटायची. म्हणूनच कदाचित त्यांनी हिरिरीनं त्याच्या सर्वोच्च धर्मरक्षक वा प्रमुख उलेमापदी निवड झाल्याचं समर्थन पाश्चात्त्य पत्रकारांपुढे केलं होतं. त्यानं जारी केलेल्या स्त्रीविषयक आज्ञा पटत नसल्या, तरी त्याची बाजू घेतली होती.

बी. बी. सी. चा पत्रकार विल्यमनं त्या पत्रकार परिषदेनंतर करीमुल्लांना स्वतंत्रपणे भेटायची इच्छा व्यक्त केली होती, तेव्हा त्यांनी वेळ नसल्याचा बहाणा करून त्याला टाळलं होतं.

या मुलाखतीच्या दुसऱ्या दिवशी उमर त्यांना म्हणाला होता, "टी. व्ही. पाहिला नाही, कारण मी तो कधीच पाहत नाही. पण अखबार वाचला. मैं तहेदिल से तुम्हारा शुक्रिया अदा करना चाहूंगा सर. आपके मजहबी इल्म के सामने मेरी क्या हस्ती है? फिरभी आपने जो इस्लाम की रोशनी दी है, उस रास्ते पे चल रहा हूं."

"नहीं अमीरजादे, आता आपण मुख्य उलेमा आहात आणि या देशात खरंखुरं इस्लामी राज्य आणू पाहता. अल्ला की सरपरस्ती तो हमेशाही नेक बंदे पे होती है. आप सबसे बडे नेकदिल पाक बंदे हैं..." त्याचा हात हाती घेत करीमुल्ला मनापासून म्हणाले, "इल्म रखना एक बात है. वो मेरे पास है. पण या पन्नास वर्षांच्या जिंदगीत मी काय करू शकलो धर्मासाठी? याउलट आपण मादरेवतनमध्ये मुस्तफा-ए-निजाम राजवट आणत आहात. सचमुच हमारा वतन नूरे वतन साबित होगा मजहब की रोशनी में... मैं उम्र से बडा होकर भी आपको आज खुले दिल से आदाब करता हूं...!

त्या वेळी उमरनं त्यांचे हात स्नेहानं घट्ट दाबून आपल्या मस्तकावर ठेवीत त्यांची सरपरस्ती घेत त्यांना उस्तादचा सन्मान दिला होता.

करीमुल्लांना कृतार्थ वाटत होतं. 'आपल्याला गुरू मानणारा एक सच्चा इस्लामी तालीब - विद्यार्थी आज खरोखर त्या महान जीवितस्वप्नासाठी काम करीत आहे व यश मिळवीत आहे...'

"लेकिन सिर्फ एक बात मुझे खलती है..."

"मुझे मालूम है उस्तादजी. उसके बारे में फिर कभी..." उमरनं तो विषय टाळला होता.

त्यानंतर त्यांच्यात ते गुरू-शिष्याचं नातं राहिलं नाही. करीमुल्लांना त्याची

त्यांच्या पुढील भेटीत जाणीव झाली. उमरनं बसल्या जागीच नजरेनं अभिवादन केलं...! त्याक्षणी त्यांना ते खटकलं. मग रात्रभर ते त्याचा विचार करीत आणि स्वत:ची समजूत काढीत बसले. 'आता उमर हा मुख्य उलेमा झाला आहे आणि तुझी काय हस्ती आहे त्याच्यापुढे? तरीही नैराश्य आणि वैफल्याची झालर असलेली उदासीनता करीमुल्ला महसूस करीत होते!

उमर आता अशा स्थानी होता की, जिथं तो सर्वोच्च धर्मनेता होता आणि बाकी सारे त्याचे अनुयायी होते...

करीमुल्लांना ते स्वीकारणं जड जात होतं. स्वत:ला ते उमरचे अनुयायी म्हणून क्षणभरही पाहू शकत नव्हते. पण ती वस्तुस्थिती आहे, हे त्यांचं परखड मन त्यांना बजावायचं, तेव्हा हताशा जाणवायची.

आपल्या नानाविध पीळ असलेल्या गुंतागुंतीच्या मनोव्यापाराचं त्यांना नवल वाटायचं आणि कधी कधी घृणा वाटायची. आपण जिहादला केवळ बौद्धिक व धार्मिक नेतृत्वच दिलं, प्रत्यक्ष रणभूमीत उतरलो नाही की रक्त सांडलं नाही आणि मुख्य म्हणजे या जिहादी लढ्याला याबाबत काही निर्णायक वळणही लावू शकलो नाही. गुल, रब्बानी आदी नेत्यांना वेळोवेळी सल्ला दिला, मार्गदर्शन केलं. त्यांनी जरुरीपुरता मतलबाचा सल्ला तेवढा स्वीकारला. पण त्यांना आपण पुरेसे प्रभावित करू शकलो नाही. तालिबानच्या निर्मितीमध्ये आपला थोडाफार हातभार आहे... पण हे तरी खरं का? आपण उमरकडे त्या वेळी गेलो नसतो, तर तालिबानची निर्मिती थांबली असती?

करीमुल्लांना आपल्या बौद्धिक प्रामाणिकपणाचा अभिमान होता. या प्रश्नाचं तेवढंच प्रामाणिक उत्तर मिळालं, छट! ती तर होणार होतीच... आपल्यामुळे फार तर तिच्या उद्देशाची स्पष्टता ठसठशीत झाली आणि तिला इस्लामी चौकटीतला व्यापक आशय प्राप्त झाला...

हे पण का कमी आहे आपल्यासारख्या प्राध्यापकी पेशातल्या बुद्धिजीवी माणसाला? त्यांना ते मान्य होतं, तरीही शाही उस्तादची, किंगमेकरची भूमिका अदा करण्याची सुप्त मनीषा भंग पावल्याचा हा चडफडाट आणि निराशा होती...

आपल्या या क्षुद्र मानवी भावनेच्या जाणिवेनं करीमुल्ला विस्मयचकित होते आणि त्यांना ग्लानी येत होती. आपण आयुष्यभर धर्माचरण केलं, चिंतन-मनन केलं. तरीही हे मानवी लोभ, आशा, अपेक्षा सुटत नाहीत? आपलेही पाय तेवढेच मातीचे आहेत? या स्वत:च्या मनदर्पणातील निराशेच्या कोषात किती दिवस तरी त्यांनी स्वत:ला आकुंचित करून घेतलं होतं - कासवाप्रमाणे!

पण हळूहळू करीमुल्ला शांत होत गेले. त्यांनी आपलं विवेकी मन जागृत करून स्वत:शी परखडपणे आत्मपरीक्षण करीत स्वत:ला सावरायचा प्रयत्न केला. उमरच्या तीन-चार भेटींत अधिक नेमकेपणानं वस्तुस्थिती सामोरी आली, त्यामुळे मनानं तिचा एक क्रमप्राप्त बाब म्हणून स्वीकार केला!

"माझ्या लायक काही सेवा अमीरजादे? आज कशी याद केली?"

करीमुल्लांनी इस्लामी रीतीरिवाजाप्रमाणे मुख्य उलेमा म्हणून त्याला अभिवादन केलं. भेटीस येणारे बाकी सारे उमरची कदमबोसी (पावलांचं चुंबन) करीत, पण अजूनही करीमुल्ला मागचं सारं विसरून त्या तटस्थ नात्यापर्यंत आले नव्हते. उमरलाही त्याची जाण होती, म्हणून त्यांनीही ती अपेक्षा केली नव्हती!

"गेले तीन दिवस काबूलवर आपल्या तालिबानी फौजा अंगाराप्रमाणे बरसत आहेत. मुल्ला मुहंमद रब्बानींच्या नेतृत्वाखाली आमचे नौजवां तालिब जान की बाजी लगाके लड रहे हैं..." उमर किंचित स्मित करीत म्हणाला, "मघाशीच वकीलनं चांगली खबर दिली आहे उस्ताद. नापाक ताजिक मसूदच्या एका तुकडीनं आपला झंझावात सहन न होऊन पांढरा परचम फडकावत शरणागती पत्करली आहे आणि आपल्या सैन्यानं शहरात प्रवेश केला आहे. आता कोणत्याही वेळी काबूल फतेहची खबर येण्याची शक्यता आहे. अफगाणिस्तानच्या इतिहासामध्ये लिहून ठेवण्याजोगा हा क्षण मला तुमच्या संगतीनं अनुभवायचा आहे, म्हणून बोलवून घेतलं!"

करीमुल्ला त्या वार्तेनं उचंबळून आले आणि हात फैलावत म्हणाले, "या अल्लाह! तेरा लाख लाख शुक्र है! आज हमें ये दिन जीते जी देखने मिल रहा है..."

क्षणभर स्वत:च्या भावना सावरीत ते उमरला म्हणाले, "अमीरजादे, मुझे पूरा यकीन है ये तवारिख का फिरसे आया हुवा पल, जो कभी कभार ही दोहरा जाता है, आपको कामयाबी का सेहरा बांधेगा. कम्युनिस्टांच्या पतनानंतर जिहाद कामयाब झाल्याचा क्षण आमच्या नेत्यांनी आपल्या निकम्मेपणानं व भांडणानं बर्बाद केला आणि खरंखुरं इस्लामी राज्य काही ते साकारू शकले नाहीत की अवामला अमन व इज्जत की रोटी देऊ शकले नाहीत. म्हणून तुम्ही पुन्हा नवा जिहाद छेडलात आणि आज विजयाच्या नजीक आहात. यकीनन आपण कामयाब होणार. तवारिखनं दुसऱ्यांदा जो मौका दिला आहे, तो आपल्या नेक हातांनी सुफल होणार!"

"आमीन..." मुल्लाह नुरुद्दीन तुराबी व वकील त्यांच्या भावनेशी सहमत होत उस्फूर्तपणे पुटपुटले!

"जा वकील, पुन्हा कंट्रोलरूममध्ये जा आणि पाहा, काही नवी खबर मिळते

का...!'' उमर म्हणाला, ''आता पक्की अंतिम खबर घेऊन ये फतेहची, कामयाबीची...''

वकील बाजूच्या कंट्रोलरूममध्ये गेला, जिथं वायरलेस यंत्रणा बसवण्यात आली होती!

आणि त्या छोट्याशा चैन-आरामाच्या कोणत्याही वस्तू नसलेल्या उमरच्या खोलीमध्ये शांतता पसरली. उमरच्या हातात छोटी माळ होती आणि तो अल्लाचे गुण दर्शवणारी नव्व्याण्णव विशेषणं मनोमन उच्चारण्यात डोळे मिटून मग्न झाला होता. त्याच्या ओठांच्या हालचालींवरून करीमुल्ला उमर कोणतं नाव उच्चारीत आहे, याचा सहज चाळा म्हणून अभावितपणे अंदाज घेत होते. अल्लाचे गुण दर्शविणारी नव्व्याण्णव विशेषणं कुराणात दिली आहेत - खालिक (विश्वनिर्माता), समर (अनंत) रहीम, हाफिज, गफूर, अझिझ, वली, हादी, हाकिम, मलिक इ...

पाहता पाहता करीमुल्लाही दुनियेतील बंद्यांचा पालनकर्ता असलेल्या अल्लाच्या नामस्मरणात हरवून गेले!

'जिहादनंतर स्वतःची राजवट इस्लामी आहे' असं अभिमानानं सांगणाऱ्या रब्बानी - गुलच्या राजवटीत मानवी अधिकारांचं हनन तर होत होतंच, पण त्याहीपेक्षा निर्णायकी अवस्थेमुळे आणि बंदुकीच्या बळाचा माज चढल्यामुळे मुजाहिदीन सैनिक व स्थानिक युद्धनेते पशूप्रमाणे मोकाट सुटले होते. त्यामुळे अवाम यापेक्षा काफिर कम्युनिस्ट राजवट परवडली, असं म्हणू लागली होती. नजिबुल्लाह आणि त्याची आम आदमीसाठी सुरक्षित असलेली राजवट आठवत रब्बानी व गुलला शिव्या मोजीत होती आणि त्यांच्या तथाकथित इस्लामी राजवटीचे वाभाडे काढीत होती. करीमुल्लांना त्यामुळे अस्वस्थ वाटत होतं!

त्यातच आगीत तेल पडून भडका उडावा तसं झालं ते नफिसानं ॲम्नेस्टी इंटरनॅशनलच्या १९९४-९५ च्या आशियाई प्रतिनिधी म्हणून प्रसिद्ध केलेल्या अहवालानं. ती रेडक्रॉससोबत हेही काम पाहायची. त्या वेळी आयोजित केलेल्या पत्रकार परिषदेची वार्ता वाचताना आणि नफिसानं पाठवलेला समग्र अहवाल अवलोकताना करीमुल्ला कमालीचे प्रक्षुब्ध झाले होते.

'आज अफगाणिस्तानमध्ये मानवी अधिकारांच्या उल्लंघनाची परिसीमा गाठली गेली आहे आणि सारं जग या मानवी इतिहासातील सर्वांत भीषण काळ्याकुट्ट मानवी शोकांतिकेकडे दुर्लक्ष करीत आहे, ही मोठी शोकांतिका आहे...

'आज मुस्लिम देश बोस्निया, चेचेन्यासारख्या देशांतील मुस्लिम समाजावर होणाऱ्या अन्यायांबाबत निषेध नोंदवतात आणि मानवी अधिकाराच्या उल्लंघनाबद्दल

अत्याचारी राजवटींवर टीकेचे आसूड ओढतात. पण त्याच वेळी मुस्लिम जगतातील आपलं बंधुराष्ट्र - अफगाणिस्तानमध्ये धर्माच्या नावानं राज्य चालत असतानाही स्त्रीवर होणारे निर्घृण बलात्कार, छळ आणि हत्या-खून... याबाबत का मूग गिळून बसतात? त्यांना आपल्या दिव्याखाली अंधार आहे हे कळत नाही? बांगलादेश युद्धानंतर मुस्लिम जगतामध्ये प्रथमच आपल्याच माता-भगिनींवर एवढे अत्याचार व अमानुष बलात्कार या देशात होत आहेत. मुस्लिम बंडखोर, ज्यांना तुम्ही सारे गौरवानं व आदरानं मुजाहिदीन म्हणता, ते आज सत्तेत आल्यावर काय करीत आहेत? आपल्या अमानुष व विकृत वासनातृप्तीसाठी तरुण व छोट्या मुलींवर जसे बलात्कार करीत आहेत, तसेच त्यांच्या विकृतीपासून कोवळे तरुणही सुटले नाहीत...'

नफिसा, अनघा आनंद आणि सविता नकवी या तीन महिला पत्रकार परिषदेत जे पुराव्यानिशी सांगत होत्या, ते एवढं भीषण, गंभीर आणि अमानुष होतं की, ऐकताना मन सुन्न होत होतं!

करीमुल्लाही सुन्न बधिर झाले होते. यावर एकच उपाय होता. गुल व रब्बानीचा संघर्ष संपुष्टात आणणं. करीमुल्ला रब्बानीच्या इशाऱ्याकडे दुर्लक्ष करूनही गुलला भेटायला चरायसाबला गेले, पण परतले आत्यंतिक निराश होऊन.

''या अल्ला मैं क्या करूँ? मुझे राह दिखा. मुझे रोशनी दे...''

तो रस्ता, तो प्रकाश त्यांना गवसला तो इस्माइलनं उमरच्या कंदाहारहून आणलेल्या पत्रानं! त्यांनी क्षणाचाही वेळ न घालवता कंदाहारला प्रयाण केलं!

मुल्ला मोहंमद उमर आणि त्याच्या साथीदारांनी करीमुल्लांचं सहर्ष स्वागत केलं, तेव्हा आपण इथं येण्याचा उत्स्फूर्तपणे घेतलेला निर्णय चुकीचा ठरणार नाही, असं त्यांना वाटलं आणि प्रसन्नपणे हसून त्यांनी त्यांच्या अभिवादनाचा स्वीकार केला.

उमरसोबत त्याचे चार साथीदार उपस्थित होते, त्यांचा परिचय करून देताना तो म्हणाला, ''सर, हे मुल्लाह मोहमद रब्बानी, जणू आपली प्रतिकृती शोभावेत असे धर्मज्ञानी आणि उदारमतवादी आहेत, तेवढा मी खचितच नाही. अत्यंत साधं, कर्मठ व पवित्र कुराणप्रणीत जीवन जगणारे माझे मित्र आहेत.''

करीमुल्लांनी पाहिलं, उमर ज्याच्याकडे अंगुलिनिर्देश करीत परिचय करून देत होता, तो तिशीतला एक तरुण होता. उंच पण सडपातळ. अफगाणी पठाणाची सारी वैशिष्ट्यं असलेला. पण शांत आणि नम्र. उमरनं करून दिलेल्या परिचयानं तो काहीसा संकोचल्यासारखा करीमुल्लांना वाटला.

उमरनं मग बाकीच्या साथीदारांचाही परिचय करून दिला. करीमुल्ला शांतपणे पण एकचित्तानं ऐकत त्यांच्याकडे पाहत मनाशी अंदाज बांधत होते. आपण तेथून जे योजून इथं आलो आहोत, त्यासाठी उमर व त्याचे साथीदार किती उपयुक्त आहेत, याचा विचार मनात चालू होता.

उमरचा दुसरा विश्वासू मित्र होता, मुल्लाह नुरुद्दीन तुराबी. "याचा सतत आग्रह व अट्टहास असतो - इस्लामी कायद्याच्या कुराणाला अभिप्रेत असलेल्या स्पष्टीकरणाचा व त्यानुरूप अंमलबजावणी करण्याचा. त्याच्या मते पापी व गुन्हेगारांना कठोर शिक्षा व्हायला हवी. ज्यामुळे सर्वसामान्य बंदे भीतीनं गुन्हे करण्यापासून परावृत्त होतील..." करीमुल्लांनी पाहिलं, तुराबीचा चेहरा निश्चल व निर्मम होता.

"हा मुल्लाह वकील - माझा मित्र, सखा, बंधू - सारं काही. तो माझा जसा वाहनचालक आहे, तसाच माझा संरक्षककही. तो उत्तम इंग्रजी जाणतो, म्हणून मी त्याच्यामार्फत इतर देशांतील राजकारणी व पत्रकारांशी संपर्क साधतो..." करीमुल्लांनी वकीलला यापूर्वी एकदोनदा पाहिलं होतं, टी. व्ही. वर मुलाखत देताना. त्याच्या अस्खलित वाणी आणि तर्कशुद्ध प्रतिपादनानं ते प्रभावित झाले होते.

"आणि हे मौलवी कुद्रतुल्लाह जमाल साब. हे इस्लामी संस्कृती व परंपरेचे जाणकार आहेत सर. आणि माझे बौद्धिक सल्लागारही." उमरनं सर्वांत शेवटी ज्याचा परिचय करून दिला, तो जमाल हाही उमरच्याच वयाचा शालीन व्यक्तिमत्त्वाचा तरुण वाटला.

"आप सबको मिलकर बडी खुशी हुई मुझे दोस्तों!" करीमुल्ला आपल्या मधूनमधून पांढरे केस दिसणाऱ्या दाढीवरून हात फिरवीत म्हणाले, "उमर, तुझं पत्र मिळालं आणि क्षणाचाही अवधी न लावता इथं तातडीनं येण्याचा निर्णय घेतला. तो सार्थ होता, हे तुम्हा पाच जणांना भेटल्यावर जाणवलं. पत्रात तू जे विचार व्यक्त केले आहेस व ज्या मार्गानं जाण्याचं ठरवलं आहेस, तो खराखुरा रोशनीचा रस्ता आहे. तो तुला त्या दीनोकरम अल्लातालानं दाखवला असणार, अशी माझी भावना आहे. मैं आपके साथ आज से हूँ. आपके साथ मिलकर काम करना चाहता हूं. आज हमारे नादान भटके हुए लीडरान ने जो गैर इस्लामी काम शुरू किया है, वो खत्म करके शरीयत के नक्शेकदम तले चलनेवाला अमल लाना है, तो नया, लीक से हटकर रास्ता चुनना पडेगा... आपली ही मन्शा मला एकदम पसंद आहे मित्रांनो! कारण आमचे आपसात भांडणारे भरकटलेले भ्रष्ट मुजाहिदीन नेते एक होऊन ज्याच्यासाठी जिहाद लढले व कुर्बानी दिली, ते पवित्र इस्लामी राज्य साकार करून अवामला खुशहाली देऊ शकणार नाहीत, याची मला खात्री पटली आहे... नवी संघटना

स्थापून कार्य करण्याचा तुमचा हा विचार एकदम स्तुत्य आहे. तुम्ही सारे अजूनही स्वत:ला विद्यार्थी - तालिब-म्हणवून घेता धर्मशिक्षणाचे... म्हणून तुमची, नव्हे, आपली संघटना यापुढे 'तालिबान' म्हणून ओळखली जाईल. मी तुमच्या मानानं बुड्ढा असलो, तरी स्वत:ला अखंड विद्यार्थी समजतो. सतत अभ्यास चालू आहे. म्हणून म्हातारा का होईना तुम्ही मला 'तालिब' समजून तुमच्यात सामील करून घ्या...''

''तौबा - तौबा उस्ताद!'' उमर काहीसा गडबडून म्हणाला, ''आप हमारे साथ हैं, इससे बडी खुशी की बात क्या हो सकती है?''

''आणि सर, आपण आपल्या नव्या संघटनेला जे 'तालिबान' नाव सुचवलं आहे, ते फार समर्पक आहे.'' मुल्ला रब्बानी म्हणाला, ''कारण आपल्याला जे करायचं आहे, ते केवळ नौजवान तरुण विद्यार्थीच करू शकतात. जग बदलण्याचं सामर्थ्य तरुण विद्यार्थ्यांतच असतं!''

''अगदी बरोबर बोललास मित्रा!'' करीमुल्ला म्हणाले, ''तुलना तशी अप्रस्तुत वाटेल तुम्हाला, पण ती ढोबळमानानं घ्या. अगदी काफिरांची सौरक्रांतीही तराकी - अमीननं काबूल विद्यापीठाच्या तरुण विद्यार्थ्यांत मार्क्सवाद पेरूनच साकार केली होती...''

''पण ती टिकाऊ नव्हती, असणं शक्यही नव्हतं.'' जमाल म्हणाला, ''कारण ती इस्लामविरोधी व आयात केलेली विचारधारा होती. ती चूक आम्ही अर्थातच करणार नाही. आपली तालिबान संघटना केवळ मदरसा शिक्षित पाक मुस्लिम तरुणांची असणार आहे. आम्ही एक एक माणूस पारखून घेऊ. एक एक तालिब दहा जणांची ताकद असलेला आणि त्याहीपेक्षा इस्लामी राज्य व कायदेकानून मादरे वतनमध्ये प्रत्यक्षात आणण्याचं ध्येय बाळगणारा कडवट, कर्मठ असेल. अभेद्य, पोलादी व इस्लामसाठी सर्वस्व देणाऱ्या जानबाज व कुर्बानीस तयार असणाऱ्यांची ही संघटना असेल. सर, आपकी सरपरस्ती रहे और नेक राय मिलती रहे, तो हम यकीनन एक-दो साल में ये सच करके दिखायेंगे.''

''बिल्कुल सही जमाल साब.'' वकील म्हणाला, ''मुल्ला मोहमद उमर या आमच्या नेत्याच्या नेतृत्वाखाली आणि उस्ताद आपल्या मार्गदर्शनाच्या आधारे जमाल साब जे म्हणाले, ते आम्ही सच करून दाखवू.''

''आमीन!'' करीमुल्लांनी म्हटलं, तसं साऱ्यांनी 'आमीन'चा पुनरुच्चार करीत दुजोरा दिला.

रात्र झपाट्यानं सरत होती तरी चर्चा संपत नव्हती. त्यात करीमुल्ला त्यांच्याइतकेच मनापासून समरसून भाग घेत होते. त्यातून एक नवी संघटना - तालिबान – साकार

होत होती. तिची रचना, उद्देश व ध्येयधोरण ठरलं जात होतं!

मध्यरात्री नमाज अदा करताना करीमुल्लांच्या मनात हाच विचार होता. 'या अल्ला, मेरे परवरदिगार! आम्ही जे करायला जात आहोत, त्याला यश दे. कारण आम्हाला तुझं, इस्लामचं आणि शरियाचं खरंखुरं राज्य या तुझ्या निगेबानी व दीनोकरम असलेल्या अफगाणिस्तानमध्ये आणायचं आहे. हमें ताकद दे और निगेबानी बक्श.'

"बीबीजान, काय कामाची ती स्त्रीमुक्ती आणि आझादी, जी आम्हाला इज्जतीनं जगू देत नाही...?"

"असुरक्षित स्वातंत्र्यापेक्षा सुरक्षित बंदिस्तपणा केव्हाही आम्हा अफगाण औरतना पसंद आहे..."

"मला असं काही मोठ्या मोठ्या शब्दांत बोलता येणार नाही. कारण मी गंवार औरत आहे, पण एक कळतं. गेली दोन वर्ष जनावर होऊन मर्द लोकांनी आम्हा बायकांच्या इज्जतीशी जो खिलवाड आरंभला होता, तो तालिबानं थांबवला आहे. त्यासाठी गोषा व घरी बसवण्याची सक्ती परवडली."

जमीलाभोवती पंधरा-वीस बुरखाधारी स्त्रियांचा घोळका जमला होता. ती त्यांच्या बी. बी. सी. टी. व्ही. साठी प्रतिक्रिया टिपत होती. आणि विल्यम जेव्हा प्रखर दिवा लावीत होता, तेव्हा त्यांच्या बुरख्याचा काळा करडा रंग अधिकच रखरखीत वाटत होता. अपवाद त्यांच्या नाजूक गोऱ्यापान पावलांचा. एखाद्या सुंदर चित्रावर काळ्या रंगात ब्रश बुडवून त्यांचे फर्राटे मन चाहेल तसे ओढून ते विद्रूप करावं, तसं त्या कंदाहारच्या अभिजात सौंदर्यासाठी मशहूर असलेल्या अफगाणी स्त्रियांचे केवळ डोळे व नाक जाळीनं थोडेसे उघडं ठेवीत बाकीचं डोईपासून पावलांपर्यंतचं सर्वांग काळ्या करड्या बुरख्यानं झाकून त्यांना कुरूप केलं आहे, असा विषण्ण भाव जमीलाच्या मनात तरळून गेला.

नजिबचं सरकार कोसळल्यानंतर व चाचा अन्वर, झैनब आणि नजिबची पत्नी फातिमा व त्यांच्या तीन मुलींना घेऊन खास विमानानं नवी दिल्लीला गेल्यानंतर तिला मुजाहिदीन सरकारनं घरीच स्थानबद्ध करून ठेवलं होतं. कारण ती नजिबच्या मंत्रिमंडळात मंत्री होती व लढाऊ कार्यकर्ती म्हणून मुजाहिदीनांनाही ज्ञात होती.

प्रदीर्घ काळानंतर मिळालेल्या सक्तीच्या विश्रांतीचा फायदा घेऊन मधल्या काळात बराचसा विसर पडलेल्या डॉक्टरी ज्ञानाला उजाळा देण्यासाठी तिनं आपल्या मेडिकलच्या पुस्तकांवरची धूळ झटकली व त्यांचा अभ्यास झपाटल्याप्रमाणे करून

आपलं वैद्यकीय ज्ञान पुन्हा तरोताजा केलं.

आणि फावल्या वेळात कितीतरी कविता लिहून झाल्या होत्या. त्या साऱ्या एका विशिष्ट निराश व पराभूत मूडच्या होत्या. नवथर तारुण्य आणि सौरक्रांतीच्या रोमांचक वातावरणात 'नये जमाने के नग्मे' लिहून बराच काळ झाला होता. त्यानंतर प्रत्यक्ष क्रांती व नंतर आझादी की जंग लढताना तिच्यातली शायरा जणू हरवली होती. ती या सक्तीच्या एकांतवासात पुन्हा सापडली. कारण इन्किलाबच्या पराभवानं व जिहादच्या विजयानं सारी स्वप्नं विफल झाल्याची भावना मनात घर करून राहिली होती. नेमका याच वेळी विल्यमही ब्रिटिश दूतावासात जवळपास तिच्या सारखाच स्थानबद्ध होता. नव्या मुजाहिदीन सरकारनं सर्व परदेशी नागरिकांनी काबूलची स्थिती पूर्वपदावर येईपर्यंत आपापल्या देशाच्या दूतावासात राहावं, असं फर्मान काढलं होतं. त्यामुळे एकटेपणाची उदासीनतेत भर पडली होती. मनाच्या अशा उत्कट भावविभोर उदासीनतेचं विरेचन करायचा एकच मार्ग होता. या महिन्याभरात कितीतरी कविता लिहून झाल्या.

अख्खी वही भरली गेली. जमीलानं त्या कविता पुन्हा एकवार सलग वाचल्या. वाचता वाचता मनावर गडद मळभ दाटून आलं होतं. आणि पहिल्या पानावर मोठ्या अक्षरात त्या क्षणी काव्यसंग्रहाचं सुचलेलं नाव तिनं लिहिलं 'खाक ख्वाब के नग्मे...'

विल्यमवरचे निर्बंध उठल्यावर त्यांची भेट झाली, तेव्हा त्यानं – एव्हाना तो पुश्तू भाषेत चांगलाच पारंगत झाला होता - तिच्या कविता वाचल्या आणि आवेगानं कळकळून म्हणाला, "जमीला, तुझी भावना, तुझी वेदना काळजाला चरे पाडते गं. पण तुमची सौरक्रांती विफल होणं हे अटळ होतं. कारण ती आम आदमीनं मनापासून कधी स्वीकारलीच नव्हती. तुझ्यासारखाच शायर असलेल्या नूर महंमद तराकीचं ते रोमॅंटिक पोएटिक स्वप्न होतं, असंच म्हणावं लागेल, कधीच साकार न होणारं!''

"विल, ते केवळ स्वप्नच असतं, तर इन्किलाब झालाच नसता आणि बारा वर्ष आमचं राज्य राहिलं नसतं. आमची क्रांती विफल झाली नाही. ती शीतयुद्धाच्या संघर्षाच्या मानसिकतेतून अमेरिकेनं पाकिस्तान व सौदी अरेबियाच्या मदतीनं धर्मभावना चेतवून अवामला गुमराह करून आधी बदनाम केली आणि मग पराभूत केली...'' जमीला आवेशानं त्याचं म्हणणं खोडून काढीत म्हणाली, तसा विल्यम किंचित हसला.

"जमीला, तू नाही, तुझ्या रक्तात भिनलेली सौरक्रांती आणि मार्क्सवादी विचारधारा बोलते आहे. जरा शांतपणे विचार कर. अमेरिकेनं तू म्हणतेस, ते सारं

केलं आहे. त्यात शंकाच नाही. पण अफगाणी माणूस गुमराह का झाला? का तो मुजाहिदीनांच्या बहकाव्यात आला? कारण तो मुळातच कट्टर मुस्लिम होता. तसेच बंडखोर लढाकू स्वतंत्र बाण्याचा आहे. त्याला ही तुमची विचारधारा परकी, गुलामीची निशाणी वाटली आणि रूसनं सैन्य पाठवून सौरक्रांतीच्या रक्षणाचा जो जिम्मा स्वीकारला, त्यामुळे अफगाणी अधिकच विरुद्ध दिशेनं झुकत गेला. त्याला मग राष्ट्रवादाचं व स्वातंत्र्यलढ्याचं परिमाण मिळालं.''

''हां विल, तू म्हणतोस ते खरं आहे. पण अजूनही मन पराभव स्वीकार करायला तयार नाही.''

''जमीला, तुला तुझ्या या उदासीनतेच्या कोषातून बाहेर यायला हवं. स्वत:साठी आणि माझ्यासाठी. तू पुन्हा डॉक्टरी का नाही सुरू करत?'' त्यानं विचारलं, तशी ती दचकून भानावर आली. ''आज काबूलच्या सर्वच दवाखान्यांत स्त्री डॉक्टरांची कमतरता आहे.''

''तसं करता येईल? खरंच?''

''मी त्याचा विचार केला आहे.'' विल्यम म्हणाला, ''केवळ विचारच केला नाही, तर तशी व्यवस्थापण केली आहे. रेडक्रॉस संघटनेचं व ऑम्नेस्टी इंटरनॅशनलचं काम पाहणाऱ्या इराकी डॉक्टर नफिसाशी मी बोललो आहे व ती जनाब करीमुल्लंमार्फत तुझ्यावरचे निर्बंध उठवून तुला दवाखान्यात काम करण्याची परवानगी मिळवत आहे...''

''नव्हे, ती मिळवून मी आले आहे.''

जमीला व विल्यमनं दाराकडे पाहिलं. तिथं एक एप्रन व स्केथॉस्कोपसह पस्तिशीतली तरुणी उभी होती.

''आओ नफिसा बहन, तुम्हें मिलकर बडी खुशी हुई!''

''त्याहीपेक्षा मला जादा खुषी आहे जमीला. कारण जमुरियात हॉस्पिटलला सध्या मी एकटीच लेडी डॉक्टर आहे. तिथं रुग्ण व स्त्री-मुलांची एवढी प्रचंड संख्या आहे की, चोवीस घंटे काम केलं तरी पुरं होत नाही मला. चल, उद्यापासून तू मेरा हाथ बटाने आजा...''

त्या रात्री नफिसा त्यांच्याकडेच थांबली. पहिल्या भेटीतच जमीलला एक जिवाभावाची मैत्रीण भेटली होती! कारण एक तर वागायला-बोलायला ती मोकळी होती. जमीलानं 'रात्र झाली आहे. राहा इथंच,' असं नुसतं सुचवलं, तस तिनं ते मान्य करित म्हटलं, ''मेरा क्या है? घर ना ठिकाना. मी रात्री एक तर हॉस्पिटलमध्येच राहते वा आमच्या इराकी एम्बसीच्या गेस्ट हाउसमध्ये.''

करीमुल्लांमुळे जमीलावरचे निर्बंध उठले गेले आणि मानधनावर का होईना, तिला नफिसासोबत जमुरियत हॉस्पिटलमध्ये आवडीचं वैद्यकीय सेवेचं काम करायला मिळालं. त्यामुळे सौरक्रांती विफल होण्याचं दुःख तिला अहोरात्र स्वतःला रुग्ण स्त्री व मुलांच्या सेवेत झोकून देऊन कमी करता येत होतं. व्यक्तिगत पातळीवर एक डॉक्टर म्हणून सेवेचं समाधान मिळत होतं. तिला करीमुल्लांना भेटून त्यांचे आभार मानायचे होते. पण दोन वेळा भेटीची इच्छा व्यक्त करूनही त्यांनी सबबी सांगत भेटायचं नाकारलं. तेव्हा एक उदास सुस्कारा सोडीत ती नफिसाला म्हणाली, "त्यांना मला भेटायचं नाहीये, हेच खरं."

"मुझे भी ऐसाही कुछ लगता है." नफिसाही विचारमग्न होत म्हणाली, "तसे ते कट्टर इस्लामी जरूर आहेत, पण त्यांच्यात एक समंजस मोकळेपणा व उदारमतवादही आहे. तसं नसतं तर माझी जुम्मा रोजी जहुर नमाजानंतर अवामला रक्तदान करण्याची सूचना त्यांनी मान्य केली नसती…"

"हां नफिसा, माझ्या 'नये जमाने के नग्मे' या काव्यसंग्रहाच्या प्रकाशनाला पण ते आले होते व त्यांच्या नजरेतून धर्मबाह्य असलेल्या स्त्रीवादी विचारांचं एका मर्यादेत स्वागतही केलं होतं." जमीला म्हणाली, "पण त्यांचा बेटा हाफिजचं कम्युनिस्ट होणं आणि बीबी मरूफची आत्महत्या त्यांना अधिक कठोर व निर्मम बनवून गेली आहे, असं वाटतं. अलीकडे ते अधिक कट्टर मुस्लिम झाले आहेत."

पण त्याच वेळी अ‍ॅम्नेस्टी इंटरनॅशनलचा मानवी हक्काच्या अफगाणिस्तानबाबतचा अहवाल पत्रकार परिषदेत जाहीर करताना नफिसानं केलेल्या कडक टीकेची आणि आक्षेपाची गांभीर्यानं दखल घेऊन रब्बानी सरकारनं तिला चोवीस तासांच्या आत देश सोडायचा हुकूम दिला आणि ही बाब तिथंच थांबली.

जमुरियत हॉस्पिटलचं काम चालू असताना विल्यममुळे बी. बी. सी. टी. व्ही. साठी फ्रीलान्सिंगचं काम जमीलाला सांगून आलं. बी. बी. सी. ची कर्मचारी हे लेबल जमीलाला सुरक्षा प्रदान करणारं वाटलं. तसंच त्यामुळे तिला देशात सर्वत्र हिंडायचा मुक्त परवानाही मिळणार होता. तिनं आनंदानं हे काम स्वीकारलं होतं!

विल्यमच्या जोडीनं तिनं जनरल अहमदशहा मसूदवर अर्ध्या तासाची बनवलेली टी. व्ही. फिल्म जगभर गाजली. ती मसूदलाही पसंद पडली होती. त्यामुळे मुजाहिदीनांसाठी ती आता शत्रू राहिली नव्हती.

अमेरिकेच्या 'वॉल स्ट्रीट जर्नल'ची पत्रकार नॅन्सी अमेरिकन वार्ताहर मार्टिनची

सहचरी म्हणून थोडीबहुत परिचित होती. तिच्या मदतीनं तिनं तालिबान संघटनेच्या काही कमांडर्सची मुलाखत घेतली. नॉन्सीनं लेख लिहिला. आजच्या भ्रष्ट, स्वार्थी व भरकटलेल्या नेत्यांच्या तावडीतून अफगाणी अवामची सुटका करण्यासाठी तालिबानची स्थापना झाली असल्याचा तिनं निष्कर्ष काढला होता. जमीलला तो साफ नामंजूर होता. कारण पेशावर व क्वेट्टा येथे मौलाना फझलूर रहेमानच्या मदरशात केवळ धार्मिक कुराणाचं शिक्षण व पाकिस्तानच्या फ्रंटियर कॉन्स्टिब्युलरी या पॅरामिलिटरी संघटनेकडून सैनिकी प्रशिक्षण घेतलेल्यांची तालिबान संघटना असल्यामुळे ते सध्याचे राज्यकर्ते रब्बानी-मसूदपेक्षाही अधिक प्रतिगामी आहेत, असं तिचं मत झालं होतं. याउलट मसूद व दोस्तम हे अफगाण परंपरेतून विकसित झालेले बरेचसे उदारमतवादी व पुरोगामी नेते आहेत, याचा तिनं अनुभव घेतला होता! त्या पार्श्वभूमीवर तालिबानची विचारधारा मुलाखतीच्या निमित्तानं जी जाणवली, त्यानं ती काहीशी चिंतित झाली होती!

तिचा संशय या दीड-पावणेदोन वर्षात खरा होत असल्याचा दुर्दैवानं अनुभव येत होता.

आज सप्टेंबर १९९६च्या सुरुवातीला सारा दक्षिण अफगाणिस्तान तसेच इराणच्या सीमेला लागून असलेला शिया पंथीयांचा हेरात आणि पाक सीमेलगतचा जलालाबाद शहरासह तो भाग जिंकून काबूल सीमेपर्यंत तालिबान सैन्य येऊन धडकलं होतं.

कंदाहार-हेरात-जलालाबाद या त्रिकोणी दक्षिण क्षेत्रात तालिबानने कठोर इस्लामी कायदेकानून लागू केले होते. त्याची सर्वाधिक झळ महिलांना बसत होती.

तालिबानचे सर्वोच्च धर्मनेते 'अमीर-उल-मोमीनीन' मुल्ला मोहंमद उमरच्या आदेशानं सार्वजनिक ठिकाणी काम करणाऱ्या महिलांना सक्तीनं घरी बसवून त्यांचं काम बंद केलं, मुलींच्या शाळा बंद केल्या. घराबाहेर एकट्या स्त्रीनं पडायचं नाही, सोबत घरातला एक पुरुष नातेवाईक घेऊन अत्यावश्यक कामासाठी, तेही पूर्ण शरीर झाकणाऱ्या, डोईपासून पावलापर्यंत शरीराच्या कोणत्याही भागाचं इंचभरही दर्शन न घडवणारा काळा बुरखा पांघरून पडायचं, असा त्यांनी फतवा काढला होता. थोडक्यात, स्त्रीला त्यांनी घरच्या चौकटीत बंदिस्तच करून ठेवलं होतं.

याखेरीज वर्ष-दीड वर्षात तालिबाननी रस्त्यावर एकट्या हिंडणाऱ्या स्त्रियांना पकडून सार्वजनिकरीत्या चाबकाचे फटके मारले होते. लिपस्टिक व इतर सौंदर्यप्रसाधनं वापरल्याबद्दल जेलमध्ये पाठवलं होतं.

तालिबाननं फतवा काढून पुरुषांना दाढी राखण्याची व पाच वेळा कटाक्षानं

नमाज पढण्याची सक्ती केली होती. चोरी व दरोडे घालणाऱ्या गुन्हेगारांना शरियानं नमूद केलेली हातपाय तोडण्याची शिक्षा जाहीरपणे द्यायला सुरुवात केली होती. त्यांची एवढी जरब व दहशत जनमानसावर बसली की, मुजाहिदीनांचं राज्य आल्यावर गेल्या दोन वर्षांत देशभर चोरी, लुटालूट आदी गुन्ह्यांना जो ऊत आला होता, त्याला पायबंद बसला गेला. तसंच तालिबाननं जिंकलेल्या प्रदेशात सर्व लोकांकडून शस्त्रं जप्त करून त्यांना शस्त्रविहीन केलं. तालिबान सैन्याखेरीज कुणालाही शस्त्र बाळगायला आणि वापरायला बंदी घातली. या दोन बाबींमुळे तालिबानच्या नियंत्रणातील भूभागात दहशतयुक्त शांतता व सुव्यवस्था प्रस्थापित झाली. त्यामुळे अवामनं तालिबानी राजवटीचं स्वागत केलं.

मुख्य म्हणजे त्यांनी इमरोज, हेल्मंड, कंदाहार आदी प्रांतांत शेकडो एकर अफूची शेती जाळून टाकून गर्दीविरुद्ध जिहादचं ऐलान केलं होतं. त्याला आंतरराष्ट्रीय प्रसारमाध्यमांत चांगलीच प्रसिद्धी मिळाली.

नॉन्सीच्या लेखात यावर भर होता. पण जमीलाला एक स्त्री म्हणून अवघ्या अफगाण स्त्रीवर धर्माच्या नावानं जाचक निर्बंध लादत घरी बसवल्याबद्दल राग होता. कारण अफगाण स्त्रीनं गेली तीस-चाळीस वर्ष मर्यादित स्वरूपात का होईना ऐच्छिक पद्धतीचं स्वातंत्र्य उपभोगलं होतं. प्रथम जनरल दाऊदखानचा काळखंड, मग पी. डी. पी. ए. ची बारा वर्षांची डावी राजवट, या काळखंडात निदान शहरी स्त्रीवर तरी फारसे निर्बंध नव्हते. म्हणजेच दोन-तीन पिढ्या अफगाण स्त्रीनं जे स्वातंत्र्य उपभोगलं, ते आता संपुष्टात आलं होतं. कारण तालिबाननं एका फटक्यात स्त्रियांना बंदिस्त करीत बुरखारूपी अधोगतीच्या अंधारात ढकललं होतं. नजिबच्या राजवटीत तिच्याकडे स्त्री-शिक्षणाचा विभाग मंत्री म्हणून त्यानं सोपवला होता. त्या काळात मुलींसाठी शहराशहरात हॉस्टेल्स उभारणं, मुलींना शिक्षण मोफत करणं आणि त्यांना तांत्रिक क्षेत्रात अग्रक्रमानं प्रवेश देणं यासाठी धोरणं आखीत केलेली आर्थिक गुंतवणूक आता निरर्थक ठरली होती. एक अफगाण स्त्री म्हणून जमीलाची ही व्यथा होतील; पण परिस्थितीच अशी होती की, तिला काही करता येत नव्हतं. सारे खल्की व परचमी एकतर मारले गेले होते, तुरुंगात बद्ध होते वा त्यांनी परदेशात निर्वासिताचं जीणं पत्करलं होतं. अन्वर चाचासारखे अनेक जण भारतात बेनाम निर्वासित जिंदगी बसर करीत होते. जे देशातच नाइलाज म्हणून राहिले होते, ते दबलेल्या अवस्थेत जीव मुठीत धरून गुमसुम पराधीन जिंदगी गुजारत होते.

आशेचे दोनच किरण जमीलाला दिसत होते. पंजशिर व्हॅलीत 'शुरा'मार्फत स्त्रीला मोकळीत देत आधुनिक प्रशासन देणारा अहमदशहा मसूद आणि मजारे

शरीफ ते अमुदरिया भागात राज्य करणारा व प्रसंगी स्वत:ला सेक्युलर म्हणवून घेणारा जनरल अब्दुल रशीद दोस्तम... तो तालिबानला विरोध करताना एकदा हसत म्हणाला होता, "त्यांच्याशी समझोता कसा शक्य आहे, ज्यांना शराब आणि संगीत हराम आहे...?"

पण ते दोघेही कमालीचे सत्ताकांक्षी होते. निष्ठा बदलणं त्यांना मामुली बात होती. त्यामुळे जमीलला भरवसा वाटत नव्हता. आणि आज तालिबानचं संकट काबूल सीमेवर आलेलं असतानाही दोस्तम व मसूद एकमेकांशी दुश्मनाप्रमाणे वागताहेत... दोघं एक झाले तर समर्थपणे तालिबानला परतवून लावू शकतात. पण...

कंदाहारला जाताना मन उदासून टाकणारे हे विचार जमीलाच्या मनात होते. बी. बी. सी.नं विल्यमला एक नवी असाइनमेंट दिली होती. तालिबान राजवटीत आजची स्थिती कशी आहे, यासंबंधी त्याला मुलाखतीसह वृत्तफीत तयार करायची होती.

त्यासाठी विल्यम एकटाच त्यासाठी जाणार होता. पण जमीलानं त्याला म्हटलं, "अरे, कंदाहारच्या बुरख्यातल्या बंदिस्त स्त्रियांशी तू कसा संपर्क साधणार? मीही येते... तालिबानचे कमांडर मागच्या टी. व्ही. इंटरव्ह्यूपासून मला ओळखतात..."

कंदाहार शहरात हिंडताना जमीलला पदोपदी फरक जाणवत होता. शहरभर सर्वत्र दाढीवाले पायघोळ चोळणा घातलेले पागोटेधारी पुरुष व एके-४७ सह वावरणारे तालिबानी सैनिक दिसत होते. अधूनमधून पुरुषांमागून चालणाऱ्या नखशिखांत बुरख्यातील एकट्या दुकट्या स्त्रिया. काही स्त्रियांचे पाय व पादत्राणंही झाकली जावीत, एवढी बुरख्याची लांबी होती. त्यामुळे बुरख्याचा तो भाग रस्त्यावर लोळत धूळ उडवत होता...

जमीलानं खूण केली, तसा विल्यमनं टी. व्ही. कॅमेरा बुरखाधारी स्त्रियांच्या पायांवर फोकस केला. काही न सांगता त्यातून प्रेक्षकांना अफगाण स्त्रीची अवस्था प्रत्ययास येणार होती.

आणि आता तिच्याभोवती त्या वस्तीतल्या दहा-पंधरा बुरखाधारी स्त्रियांचा घोळका होता आणि त्यांच्या प्रतिक्रिया ती भिजल्या मनानं ऐकत होती.

"गेली काही वर्षं अफगाण मर्दांनी जनावर होत आम्हा औरतजातीच्या इज्जतीशी जो खिलवाड आरंभला होता, तो तालिबाननं थांबवला आहे. त्यासाठी आम्हाला शाळा - कार्यालयं बंद करून घरी गोषात बसवणं परवडतं..."

"आणि त्यात मी म्हणते, काय वाईट आहे? मर्द कमावून आणून आम्हाला घर बसल्या रोटी देतो ना...! तशी तालिबानची आज्ञाच आहे मुळी!"

अथक संघर्षाचं व सतत स्थलांतराचं टोळीजीवन आणि पुश्तुनवाली जीवनपद्धती यामुळे पाक सीमेलगतच्या प्रदेशात आधीच पठाण मागासलेले होते व त्याहून जादा त्यांच्या स्त्रिया. त्यांच्या गावावरून दाऊदखान ते नजिबच्या चाळीस वर्षांतल्या स्त्री-मुक्तीच्या व समतेच्या सुधारणा गेल्याच नव्हत्या. त्यामुळे इज्जतीची रक्षा करणारं व घरबसल्या सुखानं रोटी देणारं बंदिस्त जीवन त्यांना आक्षेपाई वाटत नव्हतं. त्यात स्त्रीत्वाचा काही अपमान आहे, याचं त्यांना भानही नव्हतं.

"पण सख्यांनो, तुमच्यात ज्या शिकल्यासवरल्या आहेत व बाहेर ऑफिसात काम करीत आहेत, त्यांनाही सरकारनं फतवा काढून घरी बसवलं. ते पटतं तुम्हाला?"

जमीलाच्या या नेमकी दुखरी नस पकडणाऱ्या प्रश्नांनी त्या स्त्रिया गडबडून गेल्या होत्या. काय उत्तर द्यावं हे न कळून चूप होत्या.

"तुमची तर आजवरची जिंदगी अशीच गंवार, विनालिखाई पढाईची गेली. तुमच्या मुलीच्याही वाट्याला तशीच जिंदगी यावी, असं वाटतं तुम्हाला?"

हा प्रश्न मातृहृदयी स्त्रियांना अंतर्मुख करून गेला असावा. काही स्तब्ध, हतबुद्ध क्षणानंतर त्यांच्यातून प्रतिक्रिया येऊ लागल्या...

"बीबीजान, गुलामीचीपण सवय जडली की, त्यातही गोडी वाटते. दहलीजच्या आत चूल व मूल करीत जगण्याचंही मग काही वाटेनासं होतं!"

"पण नशिबानं मला शिक्षण व मग शहरवालीमध्ये नोकरी मिळाली. बाहेरचं जग पाहता आलं आणि काही प्रमाणात आर्थिक स्वातंत्र्य मिळालं. ही आठवण आता पुन्हा गोषात वावरताना संत्रस्त करते. मी आजवर कधी बुरखा घेतला नव्हता. तो या नव्या सरकारच्या हुकमानं ज्या दिवशी घालून बाहेर पडले, तब जो दिलही दिल में महसूस हुआ, बयां करने को मेरे पास लब्ज नहीं है. गुलामी बदगुमानी और लाचारी क्या है बुरखेसे..."

"मी तर या दोन वर्षांत फक्त तीन वेळा बाहेर पडले. कारण बुरखा घालून बाहेर पडणं सक्तीचं होतं. ते नको म्हणून मी बाहेर जाणंच बंद केलं आणि शौहरखेरीज घरातील इतर मर्दांपुढे बेपर्दा जाता येत नाही, म्हणून त्यांच्या पुढेही गेले नाही... माझ्या खोलीत बिनपर्दा वावरून थोडीबहुत राहत महसूस करते बस्...!"

"मला चष्मा आहे व दम्याचा विकार आहे", एक हुंदका आवरीत स्वर उमटला. बुरखा पांघरल्यावर मोठा नंबर असल्यामुळे नीट दिसत नाही आणि गुदमरल्यासारखं होऊन जीव दम्यानं घाबराघुबरा होतो... त्यामुळे मी बाहेरच पडत नाही..."

दुसऱ्या दिवशी सकाळी करीमुल्लांची मुलाखत विल्यमनं ठरवली होती व

काहीशा अनिच्छेनं का होईना, त्यांनी तिलाही भेटायला परवानगी दिली होती.

"आमच्या लोकांनी कालच्या तुमच्या टी.व्ही. व शूटिंगचा वृत्तांत मला दिला आहे व त्या वार्तापत्रात सरकारची बाजूपण यावी म्हणून मी विल्यमला हो म्हटलं बेटी." जमीलानं त्यांच्या घरच्या दिवाणखान्यात प्रवेश करताच आदबीनं आदाब अर्ज केला, तसे क्षणभर ते जुन्या आठवणीनं हळुवार झाले होते.

"कशी आहेस बेटी?"

"मी ठीक आहे." जमीला म्हणाली, "पण तुमच्या राज्यात आमची अफगाण औरत ठीक नाहीये, त्याचं दु:ख आहे सर!"

"हा पाहण्याचा भिन्न नजरिया असू शकतो. तुझा चष्मा लावून त्या आज समाधानी असणाऱ्या बायकांनी दु:खी असल्याचं व त्यांची कुचंबणा होत असल्याचं का म्हणायचं? तुला अनेकींनी हेच सांगितलं ना.."

"पण काही स्त्रियांनी पडदा पद्धतच नकोशी, काचणारी वाटते, म्हणून घराबाहेर पडणं बंद केल्याचंही सांगितलंच की!" जमीला म्हणाली, "तुम्हीच सांगा सर, तुम्ही त्या जमान्यात अनाहिता मॅडमचं स्टुडंट सिनेटचं अध्यक्ष होणं गैरइस्लामी नसल्याचं ठासून सांगितलं होतं. माझ्या काव्यसंग्रहाच्या प्रकाशनाच्या वेळीही कुराणाचा हवाला देत औरत आणि मर्द बराबरीचे आहेत, असं प्रतिपादलं होतं. औरतलाही इल्म हासिल करण्याचा पूरा अधिकार आहे, असंच तुमचं मत होतं. आज तुम्ही किती बदललात सर."

"नाही जमीला, तालिबानचा मी समर्थक असलो, तरी त्यांच्या प्रत्येक आदेशाचं, फतव्याचं मी समर्थन करीत नाही. कारण मी काही सरकारी मुलाजिम नाही." करीमुल्लांच्या स्वर काहीसा अपराधी वाटत होता. "स्त्रीला घरी बसवलं ते आजचा युद्धजन्य माहौल पाहून. त्यांना मागील काळात जो त्रास झाला, त्यांची मानहानी झाली, इज्जत लुटली गेली, त्या पार्श्वभूमीवर कायदा व सुव्यवस्था प्रस्थापित होईतो घेतलेला आपत्कालीन निर्णय आहे. मी त्यांना त्यांचा पुनर्विचार करायला सांगीन."

"आज एवढं आश्वासनही मला दिलासा देणारं वाटतंय सर. खुदा करे, आप जैसा सोचते हैं वैसा हो. वो उपरवाला आपको ये कामयाबी दे.."

करीमुल्लांची मान खाली झुकली गेली होती. काही क्षणांनी त्यांनी वर पाहिलं, तेव्हा जमीला निघून गेली होती!

"या अल्ला, अमीरजादे को रोशनी दिखा. और मुझे उनको मनवाने की ताकद दे..!"

पण त्यांचं मन त्यांचं सांगत होतं, मुल्ला मोहंमद उमर व त्याचे मदरसा प्रशिक्षित सहकारी त्यांचं याबाबत काही एक ऐकणार नाहीत. कारण त्यांचा इस्लाम हा अरब कालखंडातला आहे.

'मैं क्या करूँ? किधर जाऊँ?'

पेशावरला जाताना जमाल आणि अब्बास हे करीमुल्लांशी दिलखुलासपणे गप्पा गोष्टी करीत होते. परतीच्या प्रवासात मात्र पाकिस्तानची सीमारेषा ओलांडून त्यांची वातानुकूलित कार अफगाणिस्तानच्या हद्दीत आली, तरी ते दोघे चूप होते. करीमुल्लांच्या ते ध्यानातही आलं नव्हतं. कारण ते आपल्याच विचारात मग्न होते. समीऊल हकचे शब्द त्यांच्या मनात पुन्हा पुन्हा घुमत होते.

'ये आखरी जिहाद है जनाब! इस बार भी हमारी फतेह जरूर होगी और इन्शाअल्ला, अफगाणिस्तान के सरजमीं पर मुस्तफा-ए-निजाम का राज जरूर आयेगा..'

एका राजनैतिक कामासाठी मुल्ला उमरनं आपला विश्वासू सल्लागार म्हणून मदत करणारा मौलवी कुदरतुल्लाह जमाल आणि कंदाहार प्रांत काबीज केल्यानंतर तालिबान राजवटीचा पहिला गर्व्हनर म्हणून नियुक्त केलेल्या मौलवी अब्बास यांना पाकिस्तानला पाठवायचं ठरवलं होतं आणि त्यांच्या समवेत करीमुल्लांनीही जावं, असं त्यांना सांगण्यात आलं, तेव्हा त्यांना नवल वाटलं. कारण अलीकडे आपण तालिबानचा सर्वोच्च नेता उमर व त्याच्या अंतस्थ वर्तुळापासून अलग पाडले जात आहोत, पद्धतशीरपणे आपलं महत्त्व कमी केलं जात आहे आणि केवळ जुना दबदबा व धर्मगुरू असल्यामुळे उघडपणे डिच्चू दिला जात नाही, एवढंच, अशी त्यांची धारणा बनली होती; पण त्यांचीही मजबुरी होती. कंदाहारहून रब्बानी-मसूदच्या काबूलमध्ये ते तूर्तास जाऊ शकत नव्हते. त्यांच्याशी असलेले बंध तोडून ते इथं आले होते व तालिबानची निर्मिती व आजवरची वाटचाल यात त्यांचंही लक्षणीय योगदान होतं. अशा परिस्थितीत काबूलला जाणंही धोक्याचंही होतं. पन्नाशी ओलांडताना अचानक वय वाढून अकाली वृद्धत्वाची झालेली जाणीव आणि एकटेपणामुळे कंदाहारचे दिवस त्यांना हल्ली जड, नकोसे आणि शून्यवत वाटत होते!

त्यामुळे पेशावरला जाताना त्यांचा मूड प्रसन्न होता, कारण अजूनही उमरकडे आपलं महत्त्व आहे, ही जाणीव पुन्हा एकदा पेशावरला आपल्याला पाठवण्याच्या त्याच्या निर्णयामुळे झाली होती आणि जमाल व अब्बासही मनमोकळेपणानं बोलत होते. कंदाहारला उमरच्या समोर असतानाचा औपचारिकपणाचा मुखवटा गळून

पडला होता.

"बरं मला सांगा मित्रांनो, मला तुम्ही सोबत का घेतलं आहे?" करीमुल्लांनी पेशावर दिसू लागलं, तसं शेवटी न राहवून विचारलं. "माझी काही अमीरजादेशी भेट झाली नाही निघताना आणि मुल्लाह वकिल यांनंही काही सांगितलं नाही.."

"सर, मुजाहिदीनांनी छेडलेल्या जिहादाच्या वेळी आपण पेशावरला विविध गटांच्या नेत्यांसोबत होतात. आपणाला पाकिस्तानी आर्मी व नेते जाने पहेचाने आहेत. त्यामुळे तुम्हाला सोबत ठेवलं आहे." जमाल बोलावं की न बोलावं, या संभ्रमात होता. पण करीमुल्लांना टाळणंही शक्य नव्हतं. त्यामुळे काहीसं मोघम सांगत तो पुढं म्हणाला, "आपल्याला भेटायची कर्नल सर्फराजसाहेबांची तीव्र मनीषा आहे आणि खास म्हणजे जनाब मौलवी फझलूर रहेमान साहेबांनी नॉर्थ वेस्ट फ्रंटियर प्रोव्हिन्समधील त्यांच्या मुख्य मदरशाला भेट देण्याचाही आपणास न्योता दिला आहे."

"मलाही रहेमान साहेबांना भेटायचं आहे अब्बास." करीमुल्ला संतोषानं म्हणाले. "बडी खुशी की बात है. आणि सर्फराज कर्नल झाला? बहोत अच्छा. बडा होनहार आर्मी अफसर है और जुनून के हदतक मजहबी है..."

जमाल व अब्बासनं सुटकेचा नि:श्वास टाकला. कारण पाहता पाहता करीमुल्ला सर्फराज व रहेमान साहेबांच्या आठवणीत रममाण झाले होते. त्यांचा हा बालसदृश नितळपणा त्यांना एरवी हास्यास्पद वाटला असता; पण करीमुल्लांची विद्वत्ता व धर्मज्ञान ते जाणून होते. त्यांना सियासत मुळीच कळत नाही, हे पुन्हा एकवार अधोरेखित झालं होतं!

"वो सुव्वर की औलाद मन्सूर भाग निकला? और कंदाहार का कमीना गव्हर्नर गुल आगाभी पाकिस्तान चुपचाप चला गया? मुझे ये बिलकुल पसंद नहीं. मला ते जिवंत पकडलेल्या अवस्थेत पाहिजेत. खास करून मन्सूर व त्याचा साथीदार अमीर लालाई. त्यांनी आपल्या अफगाण औरतची इज्जत लुटून पठाणी वंशाला काळोखी फासली, त्यासाठी मला त्यांना शरीयाप्रमाणे सजा द्यायची होती."

मुल्ला मोहंमद उमर अंगाराप्रमाणे बरसत होता आणि त्याचे साथीदार जमाल, अब्बास, मुल्ला मोहमद रब्बानी, इस्मतुल्लाह आणि हाजी मुवावैन मान खाली घालून चूपचाप ऐकत होते.

१९९२ साली नजिब सरकारला पराभूत करून देशात मुजाहिदीनांचं सरकार आल्यानंतर आपली शस्त्रं म्यान करीत उमर नॉर्थ वेस्ट फ्रंटियर प्रोव्हिन्समधील

मौलाना फजलूर रहेमानच्या मुख्य मदरशामध्ये अर्धवट राहिलेलं धर्मशिक्षण घेण्यासाठी कंदाहार सोडून क्वेट्टाला गेला होता. त्याच्यासोबत वकिल व जमाल होते. बाकीचे त्याचे सहकारी व मित्र आपापल्या गावी जिहाद सफल झाल्यामुळे आता आपल्या शेतीवाडी व प्रपंचाकडे लक्ष द्यावं व खंडित झालेलं संसारी जीवन पुन्हा सुरू करावं, या इराद्यानं परत गेले होते.

पण अवघ्या दीड वर्षातच उमर कंदाहारला परतला, तो अस्वस्थ बैचेन मननं. जेव्हा त्याच्यासमोर त्यांच्या टोळीच्या सरदाराची लेक शगुप्ता नात्यानं त्याची दूधबहीण, आली तेव्हा शरमेनं त्याची मान झुकलेली होती!

"भाईजान..." कसंबसं थरथरत शगुप्ता पुटपुटली आणि तिला हुंदका आवरणं कठीण झालं. गुलखान्यातील नक्षीदार छत पेलण्यासाठी उभारलेल्या खांबावर आपलं डोकं आपटून घेत ती म्हणत होती, "मुझे मर जाना चाहिये. औरत को उसका अनमोल खजाना इज्जत खो देने के बाद जीने की कोई वजह नहीं रहती... मैं भी मर जाऊंगी..."

उमर पेटून ज्वालामुखीसारखा धगधगता झाला.

हे का मुजाहिदीनांचं इस्लामी राज्य आहे?

जिहाद लढलेले व कामयाब केलेले रब्बानी, गुल, मसूदसारखे नेते व सेनापती आज सत्तेवर आहेत व 'इस्लामिक रिपब्लिक ऑफ अफगाणिस्तान' असं देशाचं नवं अधिकृत नाव आहे. कुराण व शरियाप्रमाणे पाक प्रशासन देण्यासाठी नेते वचनबद्ध आहेत!

पण या दोन वर्षांत काय अवस्था झालीय देशाची? एकाच वेळी वंश व टोळीसंघर्ष तीव्रतेनं उफाळून आलेले. राष्ट्राध्यक्ष रब्बानीच्या सरकारमध्ये पंतप्रधानपद स्वीकारण्याचा गुलबुदिन हिकमतियारनं समजूतदारपणा वरकरणी का होईना दाखवला आहे, पण त्याचं कार्यालिय राजधानी काबूलमध्ये नाही, तर चरायसाबला आहे. यामुळे अवामला कोणता संदेश जातो?

त्या दोघांच्या संघर्षात देशावरचं नियंत्रण संपलं आहे. प्रत्येक भागात जिहाद लढलेले स्थानिक सेनापती व युद्धनेते आपापली स्वतंत्र टोळी उभारून जमेल तेवढ्या भागात लूटमार व खंडणी वसूल करीत जंगलराज करीत आहेत. जिहाद लढताना काफिर कम्युनिस्टांचा नायनाट करण्यासाठी छापा घालणं, लूट करणं आणि त्यांच्या मनोबलाच्या खच्चीकरणासाठी प्रसंगी त्यांच्या बायका-मुलींची इज्जत लुटणं आता इस्लामी राज्यातही चालू राहावं, यापेक्षा शर्मनाक बात कोणती असेल? उमर ऐकत होता, माहिती घेत होता. समजणारं सत्य केवढं विदारक, भयानक होतं!

''यापेक्षा काफिर नजिबची सल्तनत परवडली, असं म्हणावंसं वाटतं.'' एका वृद्ध पठाणाचे कटू बोल उमरला कमालीचे अस्वस्थ करून गेले होते. ''त्याच्या वेळी कायदा व सुव्यवस्था तरी होती. अशी लुटालूट, अत्याचार आणि औरत जातीच्या इज्जतीशी होणारा निर्लज्ज व खुलेआम खिलवाड तरी नव्हता.. आणि तराकी - करमाल सोडा, पण नजिबनं पुन्हा इस्लामचा उच्चार करीत अफगाणींना धर्म आचरण्याची मुभा दिली होती. अवामला भरोसा वाटावा, म्हणून जुम्मे रोज जाहीरपणे अधूनमधून तो नमाजही पडायचा. उसे हमने जेल डाला! अब हमारा इस्लामी राज है तो ऐसा! क्या इसीलिये जिहाद किया था?''

उमरकडे त्याच्या प्रश्नाचं उत्तर नव्हतं. कारण त्याचीही तीच अगतिकता होती!

गावोगावीचे, प्रांतोप्रांतीचे मुजाहिदीन नेते व सेनापती खुलेआम सारा विधिनिषेध गुंडाळून अवामला लुबाडत होते. त्यांच्या घामाचं पिकवलेलं धान्य पाळलेल्या सैन्यांना पोसण्यासाठी लुटत होते. रस्त्यांनी व्यापारासाठी हिंडणाऱ्या व्यापाऱ्यांच्या गाड्या व ट्रक्स अडवून सुरक्षित जाऊ देण्यासाठी जबरीनं टोल वसूल करीत होते आणि वासनातृप्तीसाठी मन चाहेल तेव्हा कुठल्याही घरात घुसून तेथील तरुण अफगाण युवती वा शादीशुदा औरत उचलून नेत होते, बलात्कार करीत होते.

शगुफ्ताच्या वाट्याला असाच एक अमानुष बलात्कार जिहादमध्ये एकेकाळी लढलेल्या व आता स्वतंत्रपणे पंचवीस गावांत बेमुर्तपणे राज्य करणाऱ्या मन्सूरकडून आला होता! त्याच्यासोबत त्या नीच कृत्यात अमीर लालाईपण सामील होता.

बलात्काराच्या तपशिलात व तो करणाऱ्या माणसात फरक जरूर होता, पण गेल्या दोन वर्षांत मुजाहिदीनच्या इस्लामी राज्यात अफगाण औरत जातीच्या वाट्याला आलेल्या भोगाचीच ही नवी आवृत्ती होती.

''मैं उसे यकीनन खत्म करूंगा. उस सुव्वर की औलाद मन्सूर को जिंदा दफनाऊंगा, मेरी बहन.''

उमरच्या त्या प्रतिज्ञावजा गंभीर आणि निश्चित अभिवचनानं शगुफ्ताला त्या जीवघेण्या प्रसंगानंतर प्रथमच असा दिलासा मिळत होता. तिचा भाईजान उमर हा पराक्रमी योद्धा होता आणि बोलेल तसं करून दाखवेल, हा विश्वास होता. म्हणून तिला थोडंसं समाधान वाटलं!

''उस वक्त, यानी तेरी इज्जत लूटी जा रही थी, तू क्या कर रही थी? पुश्तुनवाली कानून के तहद जहर क्यों नहीं खाया? उसे खत्म करने की क्यों नहीं कोशिश की?''

उमरसोबत इस्मतुल्ला होता. तो तर नात्यानं शगुफ्ताचा सख्खा चुलतभाऊ होता. तो मध्येच बोलून गेला, ''बोलो शगुफ्ता बहन, चूप क्यों हों? उस वक्त जहर क्यों नहीं खाया तुमने ये सब बर्दाश्त करने के बजाय? हमारे खानदान में पुश्तुनवाली कोडतहद बेइज्जत औरत की कोई जगह नहीं है, ये क्या तू नहीं जानती थी?''

शगुफ्ता पुन्हा एक वार मनोमन कोसळली होती. तिची इज्जत लुटल्या गेल्या क्षणापासून सारे मर्द तिला हाच सवाल पुसत होते.

लहानपणापासून ती टोळी जीवनात वाढली. स्त्री हा मालकीचा, इज्जतीचा आणि अभिमानाचा विषय. त्यात तिची कुणी छेड काढली, इज्जत लुटली, तर त्याला क्षमा नव्हती. त्या अत्याचारी पुरुषाला मारून संपवणं हा एकच मार्ग त्यांना माहीत होता. पण कलंकित स्त्रीलाही पठाण पुरुषासाठी काही स्थान नव्हतं. बहुसंख्य स्त्रिया बलात्कारित जीवन जगण्यापेक्षा जहर खाऊन आत्महत्या करीत. त्याला समाजपुरुषाची अलिखित मान्यता होती. नव्हे, त्यासाठी सक्ती केली जायची. तडा गेलेल्या काचेप्रमाणे इज्जत लुटली गेलेली स्त्री फेकून द्यायची चीज होती.

शगुफ्ता ही मॅट्रिकपर्यंत शिकलेली. तिला प्रश्न पडायचा, यात स्त्रीचा काय दोष? तिनं का मरण पत्करायचं? यामुळे का इज्जत भरून येते? बलात्कारामुळे पुरुषाची इज्जत खरं तर जायला हवी. कारण त्यानं धर्मबाह्य, नीतीला सोडून वासनांध होत बर्बर वर्तन केलं आहे.

पण तिचे वडील व टोळीचे सरदार आणि घरातले इतर वडीलधारे हाच सवाल तिला करीत होते. आज उमर भाईजानसोबत इस्मतुल्ला भाईपण तोच सवाल विचारतील, असं मात्र तिला वाटलं नव्हतं.

बलात्काराच्या आघातापेक्षा हा आघात तिला अधिक जीवघेणा वाटला. ती हताशपणे म्हणाली, ''तब नहीं खाया. अब जरूर खाऊंगी!''

काही क्षण ती शांत थांबली. ती अधोमुख असली तरी तिची नजर उमरकडे होती. त्याच्याकडून दिलाशाची व तिनं असं काही करू नये व झाल्या प्रकारात तिचा काही दोष नाही, अशा सांत्वनाची खुळी अपेक्षा तिला होती. पण उमर निश्चल व निर्विकार होता.

शगुफ्ता काय समजायचं, ते समजून चुकली. स्वत:ला आवरत ठाम स्वरात ती उमर व इस्मतुल्लाला म्हणाली, ''मैं इस हादसे के बाद भी जीना चाहती थी, क्यों कि मैं खुद को कुसुरवार नहीं मानती. आजही मानत नाही. पण एक अफगाण औरत म्हणून पैदा झाल्याबद्दल आणि पुश्तुनवाली कोड-कानून मानणाऱ्या पठाण वंशात जन्माला आल्याबद्दल मी आता स्वत:ला निश्चितच कुसुरवार मानते भाईजान!

त्यामुळे मला तेच केलं पाहिजे. पण तुम्ही सांगता म्हणून नाही, तर आता जगणंच बेमतलबी वाटू लागलं म्हणून...''

त्या रात्रीच तिनं जहर खाऊन आत्महत्या केली.

''बहोत हुआ इस्मतुल्ला. आता आपण काही कृती करण्याची वेळ आली आहे.'' उमर म्हणाला, ''आता स्वस्थ बसणं केवळ अशक्य आहे. हे अन्यायी - अत्याचारी राज्य संपलं पाहिजे, त्यासाठी आपणच पुन्हा एकवार खरा शुद्ध जिहाद छेडला पाहिजे. साऱ्या मित्रांना निरोप दे व इथं बोलवून घे. माझ्या डोक्यात एक कल्पना घोळते आहे. त्याबाबत तुम्हा साऱ्या सहकाऱ्यांशी बोलून तिला निश्चित आकार द्यायचा आहे. चला, आपण या क्षणापासून कामाला लागू या... आता वेळ गमावून चालणार नाही... मला शरीयाप्रमाणे चालणारं खरंखुरं राज्य साकार करायचं आहे, जिथं औरतची इज्जत कुणी नादान लुटू शकणार नाही.''

उमरच्या आवाजाला धार आली होती.

''जी, जी आपने जो कहां, उसकी तामिली होगी. कल जुम्मे के दिन शाम सब को इकट्ठा करूंगा!''

''मित्रा, उद्याची बैठक ही आम बैठक असणार नाही. लक्षात ठेव, ती इतिहासाला कलाटणी देणारी बैठक ठरेल. आपण त्यानंतर नवा देश घडवणार आहोत. निजाम-ए-मुस्तफा राज्य साकार करणार आहोत. इस्लामी जगतात खराखुरा धर्मपालन करणारा देश मी घडविणार आहे - तू पाहत राहा...''

सूर्यास्त होता होता उमरचं घर शंभर-एक लोकांनी भरून गेलं होतं. सारे शांत व नि:शब्द होते.

''मुल्ला उमरसाब, आपणासोबत मगरीब नमाज अदा करून मग गुफ्तगू करणार आहेत,'' या इस्मतुल्लाहच्या संदेशानं सारे जण नमाजाची वेळ होण्याची व उमरच्या तिथं येण्याची वाट पाहत होते.

आणि मगरीब नमाजच्या एक मिनिट आधी घराच्या आतील भागातून भारदस्तपणे उमर दमदार पावलं संथपणे टाकीत त्या खोलीत प्रवेश करता झाला आणि आपल्या जागी गुडघ्यांवर बसला.

''अल्ला हुम्मफ्तह ली अब्बाबा रहमतिका!'' (अल्लाह! माझ्यासाठी तुझ्या कृपेचं दार उघड!)

उमर व सारे जण काबामुख होत उभे राहिले. धीरगंभीर स्वरात उमरनं दोन्ही हात उदरावर, डावा हात खाली व उजवा वर असे बांधीत उद्घोष केला.

''अल्लाहु अकबर!''

आणि क्रमानं नमाज अदा करताना सना, फातिहा व तास्मिया या कुराणातील भागांचं पठण झालं!

उमरनं इशारा केला, तसे सारे नमाजी अंमळ विसावले व मांडी घालून बसले. तो मात्र गुडघ्यांत पाय मोडून नमाजी स्थितीतच बसून होता.

आपले विशाल नेत्र उघडत धीरगंभीर आवाजात उमर म्हणाला, ''मेरे दोस्तों, मेरे साथियों, मैं आपका शुक्रगुजार हूं कि, आप सब यहां मेरे बुलावे से इकट्ठा हुए. आपसे एक जरुरी गुफ्तगू करनी है. जिहाद कामयाब होईपर्यंत आठ-दहा वर्षं तुम्ही मला साथ दिलीत, जान की बाजी लावून मादरे वतन आणि इस्लामच्या प्रतिष्ठेसाठी आपण मिळून लढलो. आज पुन्हा एक नवा जिहाद लढायची वेळ आली आहे. त्यासाठी मी तुम्हाला बोलवलं आहे. मुझे पूरापूरा भरोसा है कि, आप मेरा साथ देंगे...''

आणि त्यांनं सविस्तरपणे आज देशात इस्लामी राज्याच्या नावानं जे चाललं आहे, त्याचं वर्णन करीत रब्बानी, हिकमतीयार, मसूद आणि दोस्तमच्या कारभारावर कडक टीका केली. '' हे सर्व आमचे जिहादच्या लढ्याचे मुजाहिदीन होते, नेते होते. पण सत्ता मिळताच ते आपलं निजाम-ए-मुस्तफा स्थापण्याचं परमकर्तव्य, खरंखुरं इस्लामी राज्य अफगाणिस्तानमध्ये साकार करीत अवामला खुशहाल अमनची जिंदगी बहाल करण्याचं ध्येय विसरून अक्षरश:भरकटले आहेत आणि गैरइस्लामी बर्ताव करीत आहेत. पूरे दो साल होने को आये हैं. कबतलक हम सब ये जुर्म, ये काफिराना अंदाज और बर्ताव सहते रहेंगे? त्यांना आवरलं नाही, रोखलं नाही, तर आपसात लढून खत्म होतील आणि देशही बर्बाद करतील... मी हे पाहू शकत नाही, देशाची बर्बादी सहन नाही करू शकत! दोस्तों! आपकी राय भी अलग नहीं होगी...''

उमरच्या या मनापासून केलेल्या उत्कट निवेदनानं आणि त्यातून प्रतीत होणाऱ्या देशप्रेम व सामाजिक आस्थेनं तिथं जमलेले सारे भारावून गेले.

आज सकाळपासून इस्मतुल्लानं जो माहौल बांधला होता, त्यामुळे उमरचं मोठेपण आणि सच्च्या इस्लामियताला अद्भुतशी झळाळी आली होती. त्यामुळे त्याच सीधंसाधं निवेदनही भारावून सोडणारं वाटत होतं!

''बिल्कुल सही फर्माया आपने मुल्ला साब! आप सच मुच अवाम के मसीहा हैं, जो उनके दुखदर्द को अपना दर्द मानकर दूर करने वापस आये हैं.'' ही भावना बोलणाऱ्या उमरचा गावातला शेतकरी अनपढ मित्र इंजमामचीच केवळ नव्हती, तर ती साऱ्या उपस्थितांची होती.

''आप बस राह दिखाये. और बताये कि हम क्या करें? हम सब तयार हैं...''

आणि उमरनं त्यानंतर जवळपास अर्धा तास अफगाणिस्तानच्या निर्णायकी स्थितीवर, जिहादच्या नावाखाली अत्याचार करणाऱ्या तथाकथित मुजाहिदीनांवर जी टिपणी केली, ती साऱ्यांना पेटवून गेली. या दोन वर्षांत जेवढं अवामनं सहन केलं, तेवढं आजवर इतिहासात कधीही सोसलं नाही. रब्बानी व हिकमतियारच्या सत्तासंघर्षात जन्नत का नजारा असलेलं काबूल स्मशानवत झालं आहे.

"त्यामुळे मित्रांनो! आपण आजपासून एक नवी संघटना स्थापन केल्याचा ऐलान करू या ...! आपण सारे तरुण आहोत, विद्यार्थी आहोत. कालपरवापर्यंत निर्वासितांचं जीणं जगताना पाकिस्तानमध्ये विविध मदरशांमध्ये शिकणारे विद्यार्थी होतो. म्हणून आपली संघटना 'तालिबान' म्हणून ओळखली जाईल. ती देशात अमन व शांती आणेल आणि इस्लामच्या नावानं सत्तेवर येऊन गैरइस्लामी बर्ताव करीत अवामला संत्रस्त करणाऱ्या मुजाहिदीन नेत्यांना सत्ताभ्रष्ट करून खरंखुरं इस्लामी राज्य आणेल. इन्शा अल्ला, हम इस मक्सद में जरूर कामयाब होंगे. क्यों कि मुझे खुद ख्वाब में हजरत साहब ने संदेशा दिया है. जाओ, तलवार उठाओ और इस्लाम का सितारा बुलंद करो...''

"अल्ला हो अकबर..." इस्मतुल्लाहनं युद्धभूमीवर अंगात रक्त सळसळावं आणि जिहादी जुनून संचारावा, म्हणून म्हटली जाणारी घोषणा उत्स्फूर्तपणे दिली आणि तिला सहस्त्रपट असा प्रतिसाद त्याच प्रतिघोषणेनं लाभला.

मुल्ला रब्बानीनं उठून उभं राहत म्हटलं, "आप हमारे पहले से नेता हैं. आम्ही सारे उपस्थित तालिबान संघटनेत या क्षणापासून आपल्या नेतृत्वाखाली लढण्यासाठी आणि आपणास स्वप्नात येऊन हजरत साहेबांनी दिलेला संदेश प्रत्यक्षात आणण्यासाठी सामील होत आहोत. आणि आमच्यापैकी प्रत्येक जण शंभर, पाचशे, हजार जमेल तेवढे तरुण नौजवान तालीब - विद्यार्थी सोबत आणून आपली संघटना अल्पावधीत बलवान व प्रभावी करेल... हम अपनी सिर्फ जान ही नहीं, इमान भी आपके कदमों तले न्योछावर करते हैं.''

उमरचा गाववाला मित्र इंजमाम पुढे आला आणि कमरेला लटकलेल्या म्यानातून तलवार काढीत तिच्यावरून उजव्या हाताची पाच बोटं त्यानं सरकन फिरवली. रक्ताच्या धारेनं उमरचं मस्तक प्रथम माखलं, मग रब्बानीचं आणि बुलंद आवाजात म्हणाला, "ये नाचीज आपके साथ आपका हमसाया बनके हरदम साथ रहेगा...''

त्याला आवेगानं मिठीत घेत उमर रब्बानीला म्हणाला, "ये मेरा पहला तालिबान सिपह सालागर है दोस्त... तालिबान की कल लिखी जानेवाली तवारिख

में इंजमाम का नाम बेशक होगा. आज यहां जो जो मौजूद है, हर एक का नाम सुनहरे लब्जों में लिखा जायेगा.''

उमर आणि रब्बानी वगळता इतर साऱ्यांना अपरिचित असणारे करीमुल्ला एका कोपऱ्यात शांतपणे बसून भरल्या मनानं व डोळ्यानं तो अद्भुत ऐतिहासिक क्षण मनात साठवून घेत होते.

अब्बास उमरजवळ येत त्याच्या कानात काहीतरी पुटपुटला, तसा त्यानं त्याला इशारा केला. अब्बास उठून बाहेर गेला आणि एका व्यक्तीला घेऊन आत आला.

तो सर्फराज होता. पाकिस्तानच्या लष्करी वेषात. पण आत येताना पवित्र वास्तूत प्रवेश करतानाच्या संकेताप्रमाणे बूट काढून आला होता. करीमुल्लांनी ते नेमकेपणानं टिपलं. त्याचं करीमुल्लाकडे लक्ष जाताच त्यांना अत्यंत अदबीनं आदाब करीत तो उमरजवळ स्थानापन्न झाला. हलक्या आवाजात त्या दोघांचं बोलणं सुरू झालं. त्या खोलीत उपस्थित पण शांत असलेले सारे जण त्यांच्याकडे कुतूहलानं पाहत होते!

''दोस्तों, ये पाकिस्तान के बडे फौजी अफसर हैं - कॅप्टन सर्फराज. ते गृहमंत्री जनरल नसीरुल्लाह बाबरचा संदेश घेऊन आले आहेत, तो आपण सारे ऐकू या.''

''आप सब मजहबी मुसलमान भाइयों को मेरा सलाम.'' सर्फराज कमावलेल्या भारदस्त आवाजात म्हणाला, ''आपल्या देशाच्या जिहादी लढ्यात आम्ही काय व किती मदत केली, हे सांगायची गरज नाही. पण आज मुजाहिदीनांची सत्ता असताना आम्ही कंदाहार व हेरातमार्गे ताश्कंदला तीस ट्रक्स भरून धान्य व औषधी तीन दिवसांपूर्वी रवाना केल्या. त्या पाठवण्यापूर्वी कंदाहार - हेरात रस्त्यावर नियंत्रण ठेवणाऱ्या मन्सूर, अमीर लालाई व उस्ताद हलीमला हे ट्रक्स सुखरूप जाऊ द्यावेत, म्हणून टोलही दिला होता. आणि त्यांनी त्याबदली जबानही दिली होती. पण ती मोडून त्यांनी लुटारू वृत्ती दाखवीत हे ट्रक्स ताब्यात घेतले आहेत. ते सोडविण्याचं काम माझ्यावर फ्रंटियर कॉन्स्टेब्युलरीनं सोपवलं आहे. त्यासाठी मी मुआयना करण्यासाठी कंदाहारला आलो आणि कळलं की जनाब प्रो. करीमुल्लांच्या उपस्थितीत जनाब मुल्ला मुहंमद उमर हे एक बैठक घेत आहेत. म्हणून सहज भेटीला आलो. आणि त्यांच्या अनुमतीनं ही हकिकत बयां केली. आपही बतायें, हम क्या करें? आपके मुल्क में फौज लेकर आयें और हमारे ट्रक्स छुडायें? या फिर...''

''नहीं कॅप्टनसाब. आपको ये सब करने की जरूरत नहीं. आज पैदा हुआ

हमारा तालिबान इस काम से नया जिहाद छेडेगा. और इन्शाअल्ला हम कुछ दिनों में कंदाहार कब्जा करेंगे...''

उमरच्या त्या प्रेरणादायी आदेशानं व कंदाहार जिंकण्याच्या मन्सुब्यां नव्यानं दीक्षा घेतलेल्या तालिबानींच्या अंगात एक नवा अपूर्व उत्साह संचारून आला आणि पुन्हा एकवार जयघोष झाला - 'अल्ला हो अकबर!'

त्या रात्रीतून अभूतपूर्व पराक्रम दाखवीत विद्युतवेगानं मन्सूर, अमीर व हलिमच्या अड्ड्यांवर हल्ला चढवीत तालिबानंं त्यांना पराभूत केलं आणि पाकिस्तानचे ताश्कंदला जाणारे ट्रक्स मुक्त केले. त्या वेळी असेच ताब्यात घेतलेले व्यापाऱ्यांचे पाच पन्नास ट्रक्सही त्यांना आढळून आले. दोन ट्रक्सवर यूनोचा फलक दिसून आला. त्यात दूध पावडरीची पाकिटं आणि औषधं होती. त्या साऱ्यांची त्यांनी मुक्तता केली. या हल्ल्याचं नेतृत्व रब्बानीनं केलं, पण अब्बास, जमाल आणि इंजमामं पराक्रमाचे जे जौहर दाखवले, ते पाहून तोही थक्क झाला होता. पण मन्सूर पलायन करण्यात सफल झाला होता. तिथं त्यांच्या समवेत भोजनासाठी म्हणून आलेला कंदाहारचा मुजाहिदीन सरकारनं नियुक्त केलेला गव्हर्नर गुल आगाही निसटला होता.

"वो सुव्वर की औलाद मन्सूर भाग निकला? और गव्हर्नर गुल आगा भी? मुझे उनको शरीया के मुताबिक सजा देनी थी!''

उमरचा स्वर तप्त होता. आणि नजरेत बलात्कारित शगुफ्ताचा दीनवाणा चेहरा तरळत होता! मन्सूर व गुल आगाला देहदंड देऊन तिच्या अत्याचाराचा बदला घ्यायचा होता!

"ठीक है. कल कंदाहार पर हमला बोलना और शामतक शहर के साथ पूरा सूबा हमारे कब्जेमें होना चाहिये. और हो सके, तो मन्सूर लालाई को ढूंढ कर गिरफ्तार करो.''

दुसऱ्या दिवशीच्या रात्री नऊच्या बातमीत बी. बी. सी., पाक टी. व्ही आणि अमेरिकन टी. व्ही. नी दिलेल्या वृत्तानं अफगाणिस्तानबद्दल ज्यांना ज्यांना कुतूहल होतं, मागील दोन वर्षांतील देशाची स्थिती ज्यांना माहीत होती, त्यांना आश्चर्याचा धक्का बसला.

'मदरसा प्रशिक्षित धार्मिक विद्यार्थ्यांच्या नवजात तालिबानचा झंझावात! अवघ्या दोन दिवसांत कंदाहार जिंकला!'

त्या रात्री इशा नमाजानंतर करीमुल्लांनी त्यांना धर्मदर्शन करीत समाधानानं म्हटलं, "आप सचमुच अल्लारखां है दोस्तों! आपण ज्या धर्मभावनेनं पराक्रमाची

शर्थ केली, त्यामुळे मी केवळ प्रभावित नाही तर थक्क झालो आहे... मी तुम्हाला बधाई देतो.''

उमरनं त्यांच्या कौतुकाचा संकोचानं पण नि:शब्द स्वीकार केला.

''उमर, तुमची ही मेवांड गावची सरजमीन वतनपरस्तीसाठी मशहूर आहे. वो बहादुर औरत मलालाई मुझे याद आ रही है, जिसने इंग्लिश हुकूमत से टक्कर ली थी. अपने खूनसे रंगा परचम फैराया था...!''

आणि उमरचा चेहरा आक्रसला गेला. तो ताडकन म्हणाला, ''सर, उसका नाम मत लेना! जिहाद मर्दों का काम है - औरत की जगह दहलीज के अंदर चार दिवारी में और बुर्के में है. तो जमाना अमीर अमानुल्लाचा होता, तो काफिर तराकीसारखाच गैरइस्लामी काम करीत होता. त्यामुळे बायकांचं फावलं होतं! पण आमच्या बहाद्दर बच्चा साकानं त्याला परदेशी पिटाळून लावलं...''

करीमुल्ला अवाक होऊन त्याच्याकडे पाहत राहिले. क्षणभर आपल्या कानांनी जे ऐकलं, त्यावर त्यांचा विश्वास बसत नव्हता; पण ते खरं होतं. इतिहासाची मोडतोड करीत चुकीचे पाठ त्यानं गिरवलेले दिसत होते.

दहा वर्षांपूर्वी रणगाडा जिंकून आणला, त्या वेळीदेखील त्यानं व पैगंबरवासी अब्बासनं त्यांच्या परिसरात स्त्री-शिक्षणाला मनाई केली होती. युरोपियन तोकडे कपडे घालणाऱ्या व बाहेर काम करणाऱ्या सुशिक्षित अफगाण स्त्रियांच्या उघड्या पायांवर जरब बसावी, म्हणून तेजाब टाकलं होतं. तेव्हाही अभिमानानं ते सांगत होते, उमरनं मलालाईच्या संदर्भात केलेलं बयान ऐकताना करीमुल्लांना त्याची आठवण झाली.

काही दिवसांपूर्वी उमरचं एक विधान त्यांच्या कानी आलं होतं. ''आजच्या जमान्यात मर्दशी बरोबरी करीत सार्वजनिक जीवनात बायका वावरत आहेत, हेच सामाजिक असंतोष व उद्रेकाचं मूळ कारण आहे. तथाकथित आधुनिक सभ्यतेच्या भ्रामक तत्त्वज्ञानानं भारावून जात, जिचं स्थान घरात व गोषात बंदिस्त आहे, ती औरत बाहेर बेपर्दा वावरू लागते तेव्हा अनाचार माजतो. मर्द वासनांध होत कुकर्म करू लागतात. हे इस्लामच्या विरुद्ध आहे, म्हणून मलाही नापसंद आहे.''

''उमर, तुझ्या विचारात काही तरी बुनियादी स्वरूपाची खोट दिसते.'' करीमुल्ला न राहावून परखडपणे म्हणाले, ''इस्लामचा मीही अल्-अझरला जाऊन अभ्यास केला आहे आणि आयुष्यभर कुराण, शरिया व हादिसचं अध्ययन व अध्यापन याखेरीज दुसरं काही केलं नाही. त्या अधिकारानं मी सांगतो, इस्लामनं औरतला मर्दच्या बरोबरीनं स्थान दिलं आहे व तिलाही समाजात वागायची परवानगी

दिली आहे.''

''नाही सर, मी जो इस्लाम शिकलो आहे व ज्याचे पाठ मी मौलवी फजलूर रहेमान व समिउल हककडून घेतले अहेत, तो मला हे सांगतो की, औरत चार दिवारी में रहे तो अच्छी है... तिचं स्थान घरात आहे, समाजात नाही.''

''पण उमर...''

''नहीं जनाब, मैं आपकी इज्जत करता हूँ. इसलिये कुछ मत कहिये इसके आगे.'' उमर त्यांना तोडून टाकीत करडेपणानं म्हणाला, ''मला माझ्या पद्धतीनं मादरेवतनमध्ये इस्लामी राज्य आणायचं आहे. तुमच्या विचारांशी मी सहमत होऊ शकत नाही.''

''ये ठीक नहीं उमर. मैं तुझे कैसे समझाऊँ? चाहे तो मैं कुरान लेके बहस के लिए तैयार हूँ. तू समझने की कोशिश कर!''

त्यांच्या त्या परखड तसंच विनवणीवजा बोलण्याचा उमरच्या मनावर काही परिणाम झाला नाही. पण मघापासून हा कोण अपरिचित बुड्ढा मौलवी उमरला टोकतो आहे, याचा संताप आता आवरणं इंजमामला कठीण जात होतं. तो क्रुद्ध स्वरात म्हणाला, ''मेरे आका! ये कौन बदतमीज आपसे उंची जबान में बात कर रहा है? उसे यहां से निकाल देना चाहिये.''

''नहीं इंजमाम, ते आपले मेहमान आहेत, बुजुर्ग आहेत. फक्त त्यांचे विचार वेगळे आहेत...''

''सिर्फ अलगही नहीं, गलत भी!''

अनपढ इंजमामच्या त्या ठाम विधानानं करीमुल्ला कमालीचे हतबुद्ध झाले. आणि त्यात कहर म्हणजे उमर त्याच्याकडे पाहून प्रसन्नपणे स्मित करीत होता.

करीमुल्लांच्या पायांतलं बळ सरलं होतं. आपण उगीचच भारावून जाऊन भाबडेपणानं हा फैसला तर केला नाही ना?

उमर अब्बासला म्हणाला, ''आम्ही तुला कंदाहारचा तालिबानचा पहिला गव्हर्नर म्हणून नियुक्त करीत आहोत. उद्यापासून सूत्रं हाती घेऊन तालिबानच्या ध्येयधोरणाप्रमाणे खराखुरा इस्लामी कारभार सुरू कर.''

''जी मेरे आका!''

''सर्व मुजाहिदीन सैनिकांची व अवामची पण शस्त्रं जप्त कर. आपल्या तालिबान सैनिकाविना कुणीही शस्त्रं बाळगायची नाहीत, असा हुकूम जारी कर आणि पुढील सात दिवसांत साऱ्यांना नि:शस्त्र कर. त्याविना अमन चैन वापस येणार नाही आणि दंगेधोपे, लुटालूट बंद होणार नाही.''

करीमुल्लांना त्याचा हा निर्णय एकदम पसंद पडला होता.

"कंदाहार प्रांतातील सर्व अफूची शेतं जाळून टाका...!"

"जी हां अमीरजादे, हुक्म की तालीम होगी!"

करीमुल्लांना आता राहावलं नाही, "माफ करना उमर, मैं बीच में बोल रहा हूँ. तेरे ये दो हुक्म काबीले तारीफ है!"

मघाशी वाटणारी बैचेनी व उद्विग्नता काही प्रमाणात कमी झाली होती. त्यामुळे करीमुल्लांनी मोकळेपणानं या दोन निर्णयांचं स्वागत केलं. उमर काही क्षण काही न बोलता त्यांच्याकडे पाहत राहिला. त्या नजरेतला अर्थ करीमुल्लांना अगम्य वाटला.

अब्बासकडे वळून उमरनं पुढील हुकूम सोडला.

"कलसे कामकाजी औरतों का बाहरका, दफ्तर, कारखाने का काम बंद किया जाय. लडकियों की स्कूल की पढाई भी बंद होगी. स्त्रियांनी घराबाहेर सरेआम न जाता केवळ जरुरी कामासाठी, तेही बुरख्यात, सोबत एक मर्द नातेवाईक घेऊन बाहेर पडायचं, बुरखा हमारे औरत जात के इस्लामियत की निशानी है. किसी भी सूरत में ये फॅशन्स, जिस्म दिखानेवाले कपडे आज के बाद नहीं चलेंगे. आजच्या साऱ्या समस्येचं मूळ म्हणजे स्त्रीचं आणि पर्यायानं मर्दंचं बहकणं आणि चालचलन आहे."

आज कंदाहार प्रांतात उमर सर्वोच्च होता.

शहरवासीयांनी 'मसीहा' मानत त्याचं स्वागत केलं होतं. जादूची कांडी फिरावी, त्याप्रमाणे लुटालूट व गोळीबारी थांबली होती. नान, रोटी व धान्याचे भाव कमी झाले होते. त्यांचं जीणं हराम करणारे मन्सूर, हालिफ व गव्हर्नर गुल आगा परागंदा झाले होते व तालिबानचं पवित्र इस्लामी राज्य आलं होतं.

नव्या राजवटीचं स्त्रियांनी बुरखा पसंद करीत स्वागत करताना म्हटलं होतं, "इज्जत के लिये बुरखा पहनना पडा तो कोई गम नहीं..."

आपल्या विचारातच काही खोट आहे की अवामला काही समजत नाही? असा करीमुल्लांना प्रश्न पडला होता. आणि उमरनं त्यांना ज्या सफाईनं तोडून टाकलं होतं, त्यामुळे ते निराश व उदास झाले होते.

पण त्यांना उभारी व दिलासा दिला तो मुल्ला रब्बानीनं, जो त्यांना सफराजसह भेटायला आला होता!

"सर, आपण निराश होऊ नये. मुल्ला उमर साहेबांचे औरत जातीबद्दलचे हे आदेश तात्पुरते आहेत. प्राप्त परिस्थितीत कायदा व सुव्यवस्था बहाल होईपर्यंत ते अपरिहार्य आहेत. आपण त्या दृष्टीनं विचार करावा. बाकी आपल्या विचाराप्रमाणे

अफूची शेती जाळून टाकायला आम्ही सुरुवात केली आहे, ती आमच्या सच्च्या इस्लामियतची निशाणी मानाल की नाही? औरतजातीबद्दल इस्लामी परंपरेत अनेक प्रवाह आहेत. आप गलत हैं ये कहने की मैं जुर्रत नहीं करूंगा, लेकिन उमर साबने जो रास्ता इस बारेमें अपनाया है, वो कई मुल्कों में आज अमल में है... इस पर भी आप गौर करें!''

क्षणभर करीमुल्ला स्तब्ध झाले. रब्बानी म्हणत होता, ते खरंच होतं. आज इराक व काही प्रमाणात पाकिस्तान - बांगलादेश हे देश सोडले तर इतर इस्लामी देशांत स्त्रीला मोठ्या प्रमाणात बुरख्यात बंदिस्त केलं आहे, हे का त्यांना माहीत नव्हतं? पण मलेशिया, इंडोनेशिया यांनी स्थानिक परंपरेशी मिळवून घेत इस्लाम जपत आधुनिक मूल्यं स्वीकारली आहेत. तेथील स्त्रीही स्वातंत्र्य मिळूनही काही पाश्चात्य स्त्रीप्रमाणे उघडी व भोगवादी झालेली नाहीय. नुकत्याच स्वतंत्र झालेल्या अझरबैझान, उज्बेकिस्तान आदी सोव्हिएत युनियनचा भाग असलेल्या राष्ट्रांत आपल्या अल्-अझरच्या शिक्षणानंतर झालेल्या सत्तरच्या दशकातील दौऱ्याच्या वेळी तेथील मुख्य मुफ्तीचे उद्गार 'आम्ही मुस्लिम कम्युनिस्ट आहोत' आजही त्यांच्या स्मरणात आहेत. तेथील स्त्रीही स्वतंत्र तरीही मर्यादशील होती, आजही असेल... आणि खुद्द आपल्या देशातही कम्युनिस्ट राजवटीत दिलेल्या स्वातंत्र्यामुळे काही स्त्री बिघडलेली नाही. शिक्षण व अर्थकारण यांची राजवटीत स्त्री-सहभागानं उल्लेखनीय प्रगती झाली, हे मान्य केलं पाहिजे. अन्यथा या दोन वर्षांत जी अनार्की चालू आहे, त्यानं अर्थव्यवस्था ठप्प झाली असतानाही हा देश कोसळला नाही, त्याचं हे मर्म आहे, हे कधीतरी मोकळेपणानं मान्य केलं पाहिजे. इस्लामची चौकट सांभाळत स्त्रीला मुक्तता दिली पाहिजे, या त्यांच्या दृढ बनलेल्या विचारांना उमरच्या आदेशानं तडे जात होते.

''आपलं हे मौन मला भयभीत करतंय सर. तुम्ही कृपया दुसरा विचार करू नका. आम्हाला तुमचं मार्गदर्शन आणि सरपरस्ती हवी आहे.'' रब्बानीचा स्वर केवळ आर्जवी नव्हता, मनापासून तो बोलत होता. ''मी पुन्हा उमरसाबशी बोलेन. आणि ही कायम अवस्था असणार नाही. निव्वळ तात्पुरती, परिस्थिती निवळेपर्यंतची असेल. आपण माझ्यावर विश्वास ठेवावा...''

करीमुल्ला एक दीर्घ सुस्कारा सोडीत म्हणाले, ''ठीक है रब्बानी, मैं तुम्हारी बातपे यकीन करता हूँ.'' थोडं थांबून ते पुढं म्हणाले, ''हे मला कबूल केलं पाहिजे की, मैं यहां से जाने की सोच रहा था. लेकिन सवाल बडा पेचीदा है, जायें तो जायें कहां? काबूल? किंवा ज्याचा मला आजही भरोसा नाही, त्या दोस्तमच्या मजारे

शरीफमध्ये? शक्य नाही... मैं अब आपसे जुडा हूँ, बंधा गया हूँ. बस, आपके साथ अच्छे बुरे दोनों वक्त रहना है, रहना पडेगा.''

त्या दिवशी 'डॉन' या पाकिस्तानी वृत्तपत्रात एक लेख प्रसिद्ध झाला होता. माजी आय. एस. आय. प्रमुख हमीद गुलचा. त्यात त्यांनं अफगाणिस्तानच्या ताज्या घडामोडींवर टिपणी करताना म्हटलं होतं, ''आता येत्या काही दिवसांत काबूलवर तालिबान फौजा विजय मिळवतील, यात शंका नाही. या देशात तालिबानच्या रूपानं सुन्नी मुस्लिमांना हवंसं वाटणारं 'निजाम-ए-मुस्तफा'चं राज्य येणार आहे, याचं एक मुसलमान म्हणून मी स्वागत करतो... पाकिस्ताननं १९८० पासून सोव्हिएत युनियनविरुद्ध अफगाणी अवामनं पुकारलेल्या जिहादला नैतिक व इतर सर्व तऱ्हेचा पाठिंबा देऊन अफगाणिस्तानचा सर्वांत जवळचा मित्र असण्याचा हक्क कमावला आहे. याचा सरळ अर्थ म्हणजे अफगाणिस्तान हा पुढील काळात पाकिस्तानच्या प्रभावक्षेत्राचा भाग राहावा व काबूलला पाकिस्तानशी मैत्रीपूर्ण संबंध ठेवणारं व त्यांचं दक्षिण आशियाई क्षेत्रातील हिताची रक्षा करण्यास मददगार होणारं सरकार असावं. हा आमचा रास्त हक्क आहे...''

हमीदनं पाकिस्तानचे इरादे स्पष्ट केले होते. हमीदचं एकेकाळचं आय. एस. आय. मधील सर्वोच्च स्थान आणि त्याच्या काळात जनरल झियांनी आखलेली व तशीच चालू असणारी अफगाण नीती यामुळे या लेखाचं महत्त्व होतं! आणि तालिबान काबूल जिंकायच्या बेतात असताना हा लेख प्रसिद्ध होणं यालाही राजनैतिक महत्त्व होतं.

करीमुल्लांनी तो लेख काळजीपूर्वक वाचला होता.

पाकिस्तानची सारी आंतरराष्ट्रीय नीती ही हिंदुस्थान, विशेष करून काश्मीरकेंद्रित होती. त्यांच्या मते बांगलादेश निर्मितीमुळे झालेल्या पाकिस्तानच्या विभाजनाचा बदला म्हणून काश्मीर घेऊन फाळणीचं शिल्लक राहिलेलं काम पूर्ण करायचं होतं. त्यासाठी अफगाणिस्तानच्या रूपानं त्यांना 'स्ट्रॅटेजिक डेप्थ' हवी होती.

दुसरा हेतू पख्तून प्रश्न कायमचा गाडला जाऊन ड्यूरांड रेषा अफगाणिस्ताननं मान्य करावी. भूसीमित मध्य आशियाई राष्ट्रांना जवळचा समुद्री मार्ग कराची बंदरातून देऊन पाक अर्थव्यवस्था बळकट करणं, हाही दूरचा विचार होता.

''जमाल मिया,'' करीमुल्लांनी जमाल व अब्बासना त्या लेखाचा विषय काढून थोडक्यात त्याचा आशय व मागचे धागेदोरे समजावून सांगताना म्हटलं, ''तुम्ही लोकांनी पाकिस्तानपासून सावध राहिलं पाहिजे, हा इशारा या लेखानं

मिळाला आहे. आपण आझाद वृत्तीचे आहोत. म्हणून प्रथम सोव्हिएत युनियनचं प्रभावक्षेत्र होण्याचं नाकारलं आणि करमालनं त्यांचं सैन्य बोलावलं, ही गुलामीची निशाणी मानून जिहाद पुकारला. आणि आपल्या पराक्रमानं त्यांचाच देश खंडित झाला, समाजवादी साम्राज्य लयास गेलं. आता पुन्हा आपण पाकिस्तानचा उपग्रह व्हायचं? मुस्लिम बंधुराष्ट्र असलं तरी आझादीपसंद अफगाण अवाम हे कधीच मानणार नाही...''

''पण सर, पाकिस्तान आता आपला नैसर्गिक मित्र झाला आहे.''

''त्यांची नीती व धोरण मैत्रीपलीकडचं आहे. मुख्य म्हणजे त्यांना पख्तुनिस्तानचा प्रश्न कायमचा गाडून टाकायचा आहे. त्याचा विचार तुम्ही कधी केला आहे?''

''आजची स्थिती काय वाईट आहे सर?'' अब्बास बोलून गेला. ''दोन्ही बाजूंचे पठाण हजारो वर्ष जा-ये करीत असतात. अशीच पोरस बॉर्डर राहिली तर काय फरक पडतो?''

करीमुल्ला त्याच्याकडे क्षणभर अवाक होऊन पाहत राहिले. गेल्या शतक-दीड शतकाचं ज्या बाबीवर राष्ट्रीय मतैक्य होतं, ड्युरांड रेषा सीमा म्हणून मान्य करायची नाही, असं जे धोरण होतं, ते तालिबानला मुळीच महत्त्वाचं वाटत नव्हतं.

आणि त्यांना एका पाश्चात्त्य राजकीय विश्लेषकाच्या एका लेखातला निष्कर्ष आठवला. त्यानं म्हटलं होतं, 'तालिबान ही चळवळ केवळ सुन्नी पठाणांची राहावी, याची पाकिस्ताननं पुरेपूर दक्षता घेतली आहे. कारण त्यांची ड्युरांड रेषेपार नजर आहे. राष्ट्रवादाचा प्रभाव कमी करीत सुन्नी पठाणांची व समान टोळीजीवनाची अस्मिस्ता फुलवण्याचं पाकिस्तानचं धोरण दूरदर्शीपणाचं आहे. त्याला तालिबान आज तरी काही प्रमाणात भुलले आहेत.'

बादशहाखानंनी आयुष्यभर अखंड पख्तुनिस्तानचं स्वप्न जपलं. ते त्यांच्या पश्चात अवघ्या काही वर्षांत अफगाणींनी सोडून द्यावं, याचा करीमुल्लांना विषाद वाटत होता.

ते अधिकच अस्वस्थ झाले ते सर्फराजशी झालेल्या संभाषणानं. तो त्यांना निरोप देण्यासाठी क्वेट्टाला फजलुर रहेमानच्या मदरशात आला होता.

''सर, आज ना उद्या काही वर्षांत आम्ही अणुबॉम्बची विद्या व तंत्र यकीनन आत्मसात करू. या अणुबॉम्बकडे आम्ही 'इस्लामी बॉम्ब' म्हणून पाहतो. १९७४ साली आमचा दुश्मन हिंदुस्थानंनं पोखरणमध्ये अणुस्फोट केला तेव्हा भुट्टोसाब म्हणाले होते, दुनियेत ख्रिश्चन मजहबकडे अमेरिका, ब्रिटन व फ्रान्सच्या रूपानं अणुबॉम्ब आहे, बौद्ध असलेल्या चीनकडे आहे व आता काफिर हिंदूंकडेपण आला

आहे. तो केवळ इस्लामकडेच नाही म्हणून तो पाकिस्तान मिळवणार.. हा केवळ आमचा बॉम्ब असणार नाही. तो 'इस्लामिक बॉम्ब' असेल. समस्त मुस्लिम देशांच्या रक्षणासाठी. कारण सारे मुस्लिम देश आमचे बांधव आहेत, हे आम्हाला पॅन इस्लमिक चळवळीनं शिकवलं आहे.''

''ते ठीक आहे सर्फराज. पण आपला विषय वेगळा चालला होता.''

''नाही सर, त्याच्याशी निगडित ही बाब आहे, म्हणून तिचा उल्लेख केला. हा इस्लामी बॉम्ब करण्यामागे व अद्ययावत सैन्य उभारण्यामागे इस्लाम-रक्षणाचं आणि इस्लामी जगाचं नेतृत्व करण्याचं आमचं ध्येय, स्वप्न आणि वाटचाल आहे. तुम्हीच सांगा सर, इराण व इराकच्या प्रदीर्घ संघर्षानंतर दोन्ही देश इस्लामी जगाचं नेतृत्व करण्याच्या स्थितीत आज नाहीत. पेट्रोडॉलर्समुळे अरेबिक जग समृद्ध आहे, पण त्याचा लष्करी पाया कमकुवत आहे. आज पाकिस्तान ही एक शक्ती झाली व शिस्तबद्ध अशी मिलिटरी पॉवर आहे. त्याला अणुबॉम्ब आणि मिसाइलची जोड मिळेल, तेव्हा पाकिस्तान अलम दुनियेतील इस्लामचं रक्षण करण्यास समर्थ होईल. त्यामुळे मुस्लिम जगाचं नेतृत्व आज केवळ पाकिस्तानच करू शकतो आणि काश्मीर मिळवण्यासाठी हिंदुस्थानविरुद्ध आम्हाला लष्करी दृष्टीनं स्ट्रॅटेजिक डेप्थ हवी आहे. त्या अर्थानं गुलसाबच्या लेखाचं विधान आपण ध्यानात घ्यावं. तुमच्यासाठी गेली पंधरा-सोळा वर्षं आम्ही काय नाही केलं? तीस लाख निर्वासितांचा बोझा आनंदानं सहन करीत आहोत. अफगाणिस्तान हा आमच्या प्रभावक्षेत्राचा भाग आहे, असावा... हा लेखातला विचार त्यासंदर्भात घ्यावा...''

करीमुल्ला आवेगानं म्हणाले, ''तुम पाकिस्तानी बडी भूल कर रहे हो. अरे, ब्रिटिशांना व कालपरवापर्यंत महासत्ता असणाऱ्या सोव्हिएत युनियनला जे जमलं नाही ते तुम्हाला जमेल? हा तुमचा भ्रम आहे भ्रम! अफगाणिस्तान हा परकं राज्यच काय, परका प्रभावही सहन करत नाही. आता मला नीटपणे लक्षात आलं आहे, तुमच्या देशाचं व रब्बानी सरकारचं का जमलं नाही ते. पण लक्षात ठेवा! तालिबानही उद्या हीच भूमिका घेईल. कारण प्रामुख्यानं ते आझादीपसंद पठाण आहेत, हे तुम्ही विसरू नका.''

सर्फराज स्तब्ध होता. आपण हे असं पाकच्या परराष्ट्रनीतीवर उघड बोलायला नको होतं, असं त्याला काही क्षणांपूर्वी वाटून गेलं होतं! पण एका परीनं बरं झालं. करीमुल्लांच्या रूपानं व विचारानं अफगाण मानसही समजून आलं. जिहादी लढ्यापर्यंत पाक सरकारचा प्रत्येक शब्द आझा म्हणून पाळणाऱ्या अफगाणिस्तानचा आजचा राष्ट्राध्यक्ष बहरुद्दीन रब्बानी अलीकडे पाकबद्दल कटू परखड का बोलतो आहे?

त्यांना आपलं प्रभावक्षेत्र मानून पाकिस्तान तेथील राजकारणात हस्तक्षेप करीत आहे, त्याविरुद्धची ही प्रतिक्रिया असावी. ज्याच्या पारड्यात आपण वजन टाकलं, तो गुलबुदिन हिकमतियार एकमेव मुजाहिदीन नेता बनू शकला नाही, सत्ताही संपादू शकला नाही. त्यामुळे तर तालिबान निर्माण करावं लागलं. या अल्ला! हे तरी आपल्याला इस्लामी जगताचं नेतृत्व करण्यात साथ देतील की नाही?

पण या वेळी कामयाबीचे आसार अधिक आहेत. कारण तालिबान केवळ सुन्नी पठाणांचा पक्ष आहे आणि त्यांनी जवळपास इतर सर्वच वंशांच्या प्रमुख नेत्यांना प्रभावहीन करीत आणलं आहे. उद्या काबूलचा पाडाव झाला की, ताजिक नेते रब्बानी व मसूद आणि उज्बेकी नेता जनरल दोस्तमची सद्दी संपणार. हाजरा बोलून चालून गुलाम, नूरिस्थानी संख्येनं अत्यल्प. एकदा का रब्बानी, मसूद व दोस्तम आणि पठाण असला तरी हिकमतियार हे खच्ची झाले की, पठाणांखेरीज इतरांमधून नजीकच्या दहा-वीस वर्षांत प्रभावी नेतृत्व करू शकेल, असा एकही नवा नेता राजकीय क्षितिजावर दिसून येत नाही. आणि तालिबानचे नेते बाह्य जगाच्या संपर्कात न आलेले, मदरसा प्रशिक्षित म्हणून मर्यादित विचारांचे, स्थानिक पातळीचाच खयाल असणारे अनाम नेते आहेत. ते आपल्या नियंत्रणात राहू शकतात.

पण करीमुल्लांनी तो भ्रम दूर केला आहे. अफगाणींची जन्मजात बंडखोरी व परकीयांबद्दलची साशंकवृत्ती यामुळे त्यांना पाकिस्तानी तरी किती जवळचे वाटतील? काय करावं, याचा विचार केला पाहिजे!

"सर्फराज, इस्लाम राजकीय सीमारेषा मानत नसला, तरी मादरे वतनचं महत्त्व त्यानं अधोरेखित केलेलं आहेच. राष्ट्रवाद ही आज जगात रुजलेली प्रवृत्ती आहे, त्याला इस्लामी राष्ट्रंही अपवाद नाहीत. त्यामुळे साऱ्या इस्लामी जगाचं नेतृत्व करण्याची तुमची मनीषा कुणालाही मान्य होणार नाही. आम्हाला तर नाहीच नाही, हे लक्षात ठेव माझ्या मित्रा! तुमचा देश आत्ता कुठे पैदा होऊन त्याला फक्त पन्नास वर्ष झाली आहेत. आमचा देश त्यामानानं किती प्राचीन आहे, त्याला केवढा देदीप्यमान इतिहास आहे. ब्रिटिश व सोव्हिएत युनियनशी यशस्वी टक्कर देऊन विजयी झालेला आमचा महान देश आहे. त्यापुढे तुमची काय हैसियत आहे? माफ कर, मी कटू बोलतो असं वाटेल. पण तुमचा भ्रम दूर करण्यासाठी बोलणं भाग आहे. तुम्ही हिंदुस्थानबरोबर एकही युद्ध जिंकू शकला नाहीत, पूर्व पाकिस्तान गमावलात. याउलट आम्ही जो प्रखर जिहाद केला, त्याचा नतीजा दुनियेसमोर आहे. बलाढ्य सोव्हिएत युनियन पराभूत होऊन माघारी गेलं आणि चार वर्षांतच खंडित झालं... हा आमचा देदीप्यमान इतिहास तुम्ही विसरू नका..."

करीमुल्लांच्या परखड बोलण्यानं सर्फराज केवळ स्तंभित नव्हे तर त्यातील हेटाळणीनं अपमानित व लज्जितही झाला. जमाल व अब्बासही दिङ्मूढ झाले. त्यांना करीमुल्लांचे बोल पसंत असले, तरी आज त्यांनी पाकिस्तानच्या सरजमीवर त्यांच्या एका अंमलदारापुढे बोलायला नको होतं, असं वाटलं.

त्याला तसं कारणही होतं!

तालिबानी फौजेला अल्लाची मर्जी बहाल असल्यामुळे त्यांच्या अंगी अद्भुत सामर्थ्य आहे व त्यांच्यापुढे कुणी टिकाव धरू शकत नाही, हा भ्रम दोनदा काबूल सीमेवरून पराभूत होऊन तालिबानला परतावं लागल्यामुळे कमी झाला होता. रब्बानी व मसूदच्या फौजा त्यांना भारी पडत होत्या आणि काबूल लवकर जिंकणं तालिबानसाठी जरुरी झालं होतं. पाकिस्तानचीपण हीच मन्शा होती आणि ते त्यासाठी लष्करी डावपेच, मार्गदर्शन आणि शस्त्र-अस्त्रांसह सैनिकी मदतीसाठी तयार होते. जमाल व अब्बास इथं आले होते, ते येत्या पंधरा दिवसांत काबूल कसं फतेह करायचं याची आखणी करण्यासाठीच.

त्या पार्श्वभूमीवर करीमुल्लांचं ते पाकिस्तानचा उपमर्द करणारं परखड विवेचन त्या दोघांना अवेळी व अस्थानी वाटलं होतं!

या पाकिस्तान-यात्रेनंतर करीमुल्ला तालिबानसाठी अधिकच अडचणीचे झाले, त्यांना पूर्णपणे झिडकारताही येत नव्हतं आणि त्यांचे परखड विचार सहनही करता येत नव्हते. त्यामुळे त्यांना टाळण्याचे, ते तालिबानला नकोसे झाले आहेत, हे दाखवून देण्याचे पद्धतशीरपणे प्रयत्न होऊ लागले.

खरं तर तालिबानच्या कृतीमागे काही विचार वा योजना असते, हे आता सुज्ञ राजकीय विश्लेषकांनी गृहीत धरणं सोडून दिलं होतं. एवढं त्यांचं वागणं लहरी व परस्परविरोधी होतं. त्यामुळे त्यांनी करीमुल्लांच्या मुसक्या बांधून तुरुंगात टाकलं असतं, तरी कुणाला नवल वाटलं नसतं. खुद्द तेही त्यासाठी मनाची तयारी करून बसले होते.

पण कदाचित उमरच्याच मनात त्यांच्याबद्दल अजूनही ममत्व शिल्लक असावं. त्यामुळे तो त्यांना टाळत असला, तरी कधी तरी त्यांना बोलवून त्यांच्या समवेत नमाज करायचा व त्यांचं प्रवचन ऐकायचा. त्यामुळे तेही कंदाहारला एक एक दिवस उदास, अस्वस्थ मनानं काढीत होते.

किती वेळ उमर माळेचे मणी ओढत होता. मुल्ला वकील अजूनही आला नव्हता. त्या खोलीत कमालीची शांतता होती.

बऱ्याच वेळानं वकील धावत आला. ''अमीरजादे, जिसकी चाह थी, वो खबर लाया हूं. मुल्ला रब्बानी माझ्याशी आत्ताच वॉकी टॉकीवर बोलले. आपण काबूल जिंकलं आहे.''

उमर आनंदानं बेफाम झाला. त्याच्या डोळ्यांतून नि:संकोचपणे आनंदाश्रू वाहत होते. तो करीमुल्लांना म्हणाला, ''उस रोज एक आंख गंवाके रूसी टँक जीत लाया था. आज काबूल जीत कर तुम्हारे साथ उसी तरह नमाज अदा करके उपरवाले का शुक्रिया अदा करना चाहूँगा. आज मला माझ्या मरहूम अब्बासभाईची, माझ्या मित्राची याद येते आहे. त्याच्या स्मरणार्थ मला नमाज अदा करायची आहे. आप आगाज करे...''

करीमुल्लाही मनातले उलटसुलट विचार विसरले होते. त्यांनी श्रद्धेनं नमाज पढला व मनोमन दुवा मागितली, 'मेरे परवरदिगार, उमर को सही राह दिखा. उसे रोशनी दे, ताकि मादरे वतन खुशहाल हो और मर्द-औरत दोनों खुश रहे...'

पण नंतर काही दिवसांतच उमरचा दरवाजा करीमुल्लासाठी बंद करण्यात आला. तेही त्याचा अर्थ ओळखून शांतपणे पण निराश मनानं काबुलला परतले व हाफिजची बेवा बहू भेटली व तिच्या व नातवासोबत ते राहू लागले.

''बेटी, माझ्या मनात धर्मसंकल्पनांबाबत तालिबानच्या राजवटीच्या वर्तनानं काही प्रश्न उपस्थित झाले आहेत. त्याबाबत सतत वैचारिक द्वंद्व चालू आहे. मी पुन्हा पुन्हा माझी धर्मश्रद्धा इस्लामच्या तत्त्वज्ञानाशी तपासून पाहतो आहे. मी सही की झूठ हे कळत नाही. कुणा मुल्लामौलवींशी चर्चा करू शकत नाही. झापडबंदांशी काय बोलायचं? माझे दोस्त अन्वर पगमानी वा मुस्सवतचे नेते इलियास जलालाबादी यांना भेटणं आजच्या काळात राजद्रोह मानला जाईल. त्या दोघांना त्याचा हकनाक त्रास होईल. माझी कोंडी झाली आहे. ती मला आज फोडायची आहे. विश्वास आहे की, आजच्या पिढीची जग पाहिलेली व नर्सिंगसारख्या मानवतावादी क्षेत्रात काम केलेली तू मला समजून घेशील...'' करीमुल्ला बहूपुढे आपलं मन मोकळं करीत होते.

''अब्बाजान, माझं धर्मज्ञान आम अफगाण औरतइतकंच आहे. पण नर्सिंगच्या व्यवसायामुळे खूप जग पाहिलं आहे. तेव्हाच मला हाफिजमियाँ भेटले होते आणि नजिबसाबसोबत असलेले हाफिजमिया मला भेटले व आमचा निकाह झाला. आणि खैर... ते जाऊ दे. मी सांगत होते. रेडक्रॉसच्या माध्यमातून यूनो कार्यालयात बंदी असलेले डॉ. नजिबुल्लाह यांच्या शुश्रूषेसाठी जात होते. त्यांनीही मला बेटी मानलं

होतं. ते माझ्याशी खूप बोलायचे. त्यांची मी अनेक रूपं पाहिली आहेत. त्यांचं प्रकट चिंतन ऐकलं आहे. या साऱ्या अनुभवाच्या आधारे मी तुमचं मानसिक द्वंद्व जरूर समजून घेईन.''

बेनझीरचं ते काहीसं प्रदीर्घ उत्तर ऐकून हसत करीमुल्ला म्हणाले, ''तू आता माझी बहू चांगली शोभतेस बेटी. माझ्यासारखं लंबेचौडे बोलते आहेस.''

''काही तरीच काय अब्बाजान...'' किंचित कृतककोपानं ती म्हणाली. करीमुल्लांचं मन भरून आलं. आयुष्यभर इस्लामच्या ध्येयानं व त्याच्या सेवेत काळ घालवल्यामुळे संसारी जीवनाला ते पारखे झाले होते. आता जीवनाच्या सरत्या सायंकाळी गमावून बसलेल्या हाफिजची बेवा बहू व पोता नबी यांनी कर्मठ जीवनात एक ऊबदार स्निग्धता आणली.

''बेटी, अल्-अझरला जे पाठ मी गिरवले, त्यामुळे मनावर 'मन्सुख' तत्त्वज्ञानाचा मोठा प्रभाव आहे. इस्लामी धर्मशास्त्राची उभारणी 'मन्सुख'वर म्हणजे, नंतरच्या मार्गदर्शनानं आधीच मार्गदर्शन रद्द होतं, या तत्त्वावर झाली आहे. कुराणातील मक्केच्या आयतीमध्ये अनेक उदार वचनं आहेत, तर नंतरच्या मदिनेच्या आयतीमधून मूर्तिपूजेविरुद्ध तशीच ज्यू-ख्रिश्चनांविरुद्ध कठोर टीकात्मक वचनं आहेत. जगात इस्लामच्या स्थापनेसाठी 'जिहाद' केला पाहिजे, असंही मदिनेच्या आयतीमध्ये म्हटलं आहे. त्यामुळे शफी या धर्मशास्त्र्यानं मक्केच्या आयतीमधून प्रकट झालेलं आधीचं औदार्ययुक्त मार्गदर्शन रद्द झाल्याचं प्रतिपादन केलं व तेच सर्वमान्य झालं आहे. तालिबानचा इस्लाम हा त्या परंपरेतून कट्टरतेकडे झुकलेल्या विचाराचं फळ आहे...

''बेटी, आज जगभर मानवाची समता, शांततामय सहअस्तित्व, स्त्रीपुरुष समानता, राष्ट्रीय स्वातंत्र्य आणि धर्मातीत शासन इत्यादी आधुनिक तत्त्वांचा प्रभाव असताना आम्हा मुस्लिमांच्या मनावर बिंबल्या गेलेल्या अपरिवर्तनीय धर्मकल्पना आणि आधुनिक जगातील वस्तुस्थिती यांतील वाढत जाणारी तफावतीमुळे माझीच काय समस्त मुस्लिमांची कोंडी झाली आहे. ती कोंडी फोडण्याचे प्रयत्न गेले शतकभर चालू आहेत. त्याची सुरुवात तुर्की नेता अतातुर्क केमाल पाशानं केली. आपल्या राजा अमीर अमानुल्लगनंही काही पावलं उचलली. आज अनेक मुस्लिम देशांत अनेक प्रागतिक कायदे मंजूर झाले आहेत. पण विसाव्या शतकातील इस्लमिक पुनरुज्जीवनवादी चळवळींनं वैचारिक बंडखोरी म्हणजे काफिरी वर्तन असं काहीसं विकृत वळण घेतल्यामुळे ज्याप्रमाणे सातव्या शतकात अरबस्थानात खिलाफतीच्या संघर्षात कादिरी पंथाच्या उदारमतवादी तत्त्ववेत्त्यांनी 'मुलाझिला' पंथ स्थापून त्याद्वारे जे विचार मांडले, ते सत्तेपुढे शहाणपण नसतं या उक्तीनुसार पराभूत झाले, तसंच आजही

होतंय. पुन्हा पुन्हा मुलाझिला विचारांना पराभव पत्करावा लागतोय, ही मुस्लिम जगताची शोकांतिका आहे...''

"अब्बाजान, मला एवढं समजतं की, बदल हा जीवनाचा स्थायीभाव आहे. जगात अपरिवर्तनीय काही नसतं. त्याला आपला इस्लाम अपवाद कसा असेल? किंवा का असावा?''

"हेच ते पाखंडी - काफिराना सवाल मलाही पडतात आणि माझ्या आजवरच्या अस्तित्वाचा पाया असलेल्या इस्लामबद्दल सवालिया निशान लावतात!'' करीमुल्लांच्या मनातली वैचारिक भीती बेनझीरला स्पष्ट जाणवत होती.

"अल्ला मीही मानते. पण त्याला संपूर्ण शरणागती हे मला खरंच समजून घेता येत नाही.'' बेनझीर ही आत्मपरीक्षणाच्या मूडमध्ये गेली होती. "तुमच्या मते कदाचित डॉ. नजिबुल्लह काफिर असतील. पण विद्यार्थिदशेत ते पंचनमाजी होते. मधला काळ वगळता पुन्हा आस्तिक झाले होते. त्यांच्याशी माझं अनेकदा धर्माबाबत बोलणं झालं आहे. त्यामुळे वाटतं की, इस्लामचं मूळ तत्त्वज्ञान कायम ठेवून त्यात आजच्या काळाशी सुसंगत आचरण करायला, त्यासाठी बदलायला काय हरकत आहे? नाही तरी हादिसची निर्मिती हजरत साहेबांच्या निधनानंतर सुन्नी धर्मशास्त्र्यांनीच केली ना... ते काही देव वा देवदूत नव्हते, इन्सान होते. फार तर त्या काळातले श्रेष्ठ इन्सान. त्या काळासाठी आदर्श असा धर्मव्यवहार त्यांनी समाजाला दिला. मग आज हजार-बाराशे वर्षांनी त्यात कालमानाप्रमाणे बदल केला, तर ती धर्मच्युती कशी काय होते?''

"खरंय बेटी, मुलाझिला पंथाच्या विचारांचा हाच तर गाभा आहे. मानवी जीवनात परमेश्वरी मार्गदर्शनाइतकच तर्क व सारासार विवेकबुद्धी यांना महत्त्व आहे आणि जिथे कुराण, हादिस व श्रेष्ठ कायदेतज्ज्ञ यांच्यात एखाद्या विशिष्ट बाबींच्या संदर्भात एकवाक्यता होत नाही, तिथे स्वतंत्रपणे विवेकनिष्ठ सारासारबुद्धीनं निर्णय घेण्याचा म्हणजे इस्तेहादचा त्यांनी पुरस्कार केला आहे. हा विचार व हे तत्त्वज्ञान आज पुन्हा प्रस्थापित करण्याची गरज आहे, असं अलीकडे मला प्रकर्षानं वाटू लागलं आहे.''

"आप बिलकुल सही फर्माते हैं अब्बाजान!'' बेनझीर म्हणाली, "हे जर धर्मशास्त्रात आहे, तर मग बंडखोरी, वेगळा विचार हा काफिराना कसा होईल? आणि याच तर्कानं तालिबानला विरोध हा धर्मविरोध होणार नाही. कारण धर्माच्या नावाखाली ते दिव्य कुराणाच्या तत्त्वज्ञानाशी विसंगत वागत आहेत. खास करून आम्हा औरतच्या संदर्भात, आमचं शिक्षण व कामकाजाचा अधिकार काढून घेऊन

बुरख्याची सक्ती करून...''

''गेली आठ वर्षं मी नर्स म्हणून काम करीत होते. तो माझा अधिकार का छिनावला गेला? केवळ औरत म्हणून? कुराणमध्ये का औरत जातीनं काम करू नये, असं लिहिलं आहे?''

''नाही बेटी. मी नेहमीच सांगतो, जगात प्रथमच क्रांतिकारी इस्लामनं स्त्रीला मिळवण्याचा व संपत्तीचा अधिकार दिला आहे. स्त्रीला शिक्षणाचा समान अधिकार आहे व ज्ञान मिळवण्यासाठी प्रसंगी चीनलापण जायला हरकत नाही, असं वचन आहे.''

''तर मग तालिबानचा इस्लाम मग वेगळा का आहे?''

''नाही बेटा, खोट त्यांच्या प्रशिक्षणात आहे, धर्माच्या समजुतीमध्ये आहे. त्यांचा सामाजिक मागासलेपणा यामागे आहे.''

''याचा अर्थ मी तरी असा लावते की, पुन्हा एकदा मूळ तत्त्वज्ञान कायम ठेवून इस्लामची नव्यानं मांडणी करण्याची गरज आहे. पुन्हा एकवार इज्तेहाद प्रतिष्ठित होणं आवश्यक आहे. मुलझिला पंथाचं तत्त्वज्ञान स्वीकारलं जाणं काळाची गरज आहे. त्याशिवाय मुस्लिम स्त्रिया मुक्त होणार नाहीत. हे होईल? अपने जीतेजी कमसे कम इसके बारे में सोचना, लिखना, बहस करना शुरू होगा? अब्बाजान, हे तुम्हीच करू शकता. तुमचा तेवढा धार्मिक अधिकार आहे.''

करीमुल्ला चूप झाले होते. त्यांना बेनझीरच्या नजरेत अवघ्या मुस्लिम स्त्रियांची मुक्तीची स्वप्नं दिसत होती. तिनं त्यांच्याकडून फार मोठी अपेक्षा व्यक्त केली होती..

एकाएकी त्यांना हताश भावना स्पर्शून गेली. ती स्वरातूनही परावर्तित झाली. ''बेटी, इस ढळती उम्र में और बीमारी की हालत में तू मुझे एक तरहका जिहाद छेडने को कहती है?''

''हा जिहाद विचारांचा आहे आणि तो नास्तिक काफिर वा धर्मज्ञान कमी असलेला छेडू शकत नाही अब्बाजान!'' बेनझीर ठामपणे म्हणाली, ''त्यासाठी तुमच्यासारखा गेली तीन-चार दशकं धर्मशास्त्री म्हणून मशहूर असलेला इस्लामी बंदाच हवा. अर्थात तुम्हाला ते मनापासून पटत असेल तरच...''

''का नाही, का नाही बेटी? जिथं मी सहजपणे उमरला सुनावू शकतो, तिथं मला पटण्या न पटण्याचा सवालच कुठे येतो?'' किंचित आवाज चढवीत करीमुल्ला म्हणाले, ''पण या वयात देहदंडाला, जेलमधील छळाला मी भितो बेटी... मन कणखर आहे, पण देह नाही. ही फार मोठी मजबुरी असं लढण्यापासून मागे

तालिबानचा अफगाणिस्तानवर कब्जा ! / ५७९

खेचतेय.''

"ठीक आहे अब्बाजान, हा फैसला तुम्हाला स्वत:ला करावा लागेल! तुम्ही इस्लामचे खरे बंदे आहात, तर गैरइस्लामी गोष्टींचा सफाया करण्यासाठी लढायचं की नाही, ये आपको ही सोचना होगा... सर्वस्व गमावल्यामुळे मला आता कशाचीही भीती वाटत नाही. आपने अगर ऐसा कुछ फैसला किया, तो मैं तुम्हारे साथ रहूंगी, तुम्हारे जिहाद में शरीक रहूंगी..''

"बेटी, मी या क्षणी एवढंच म्हणेन, 'आमीन'... मी तुला याबाबत निराश नाही करणार. पण मला थोडा वक्त लागेल. अल्ला मुझे जरूर ताकद और रोशनी देगा...''

रसोईखान्यात रात्रीच्या भोजनाची तयारी करताना बेनझीरच्या मनात करीमुल्लांसोबत झालेली चर्चा स्मरत होती. अजूनही त्यांची बंडखोरीची मानसिक तयारी दिसत नव्हती.

आज त्यांनी तिची निराशा केली होती. 'अल्ला आम्हा स्त्रियांच्या बाजूनं कधी नव्हताच,' हे आपलं विधान चर्चेच्या ओघात त्यांना पाखंडीपणाचं वाटलं असावं. केलेलं निदान आणि जणू त्याचंच पापक्षालन करण्यासाठी त्यांनी जपमाळ ओढायला सुरू केली होती.

तिनं नि:श्वास टाकला आणि आजोबा व नातवासाठी बनवलेला स्वयंपाक व्यवस्थित लावून ती बाहेर दिवाणखान्यात आली, त्यांना भोजनाला बोलावण्यासाठी.

करीमुल्ला आपल्या मांडीवर पाच वर्षांच्या नबीला घेऊन रेडिओ शरियावर बातम्या ऐकत होते. कोपऱ्यातला टी.व्ही. सेट वापरात नसल्यामुळे धूळखात पडला होता. तालिबान राजवटीनं सत्तेवर आल्या आल्या टी.व्ही. हे माध्यम गैरइस्लामी असल्यामुळे बंद केलं आणि रेडिओवरील संगीत व रंजनाचे कार्यक्रम बंद करून केवळ बातम्या व धर्मज्ञानाचे कार्यक्रम सुरू केले. सर्व स्त्री-निवेदक कमी करून फक्त पुरुषच ठेवले होते.

"दादाजी पुरे ना. बोअर करतो हा रेडिओ.'' चुळबुळत नबी करीमुल्लांना म्हणाला, "मागे कशी गाणी लागायची. टी.व्ही. वर हिंदुस्थानी सिनेमा दाखवायचे. ते बंद का झालं दादाजी?''

त्याच्या प्रश्नाला त्यांच्याकडे उत्तर नव्हतं. "बेटा, तुझी ही उमर पढाई-लिखाईची आहे. त्यासाठी वेळ हवा म्हणून सियासतीनं टी.व्ही. बंद ठेवला आहे.''

"मी तर तुम्ही देता तेवढा अभ्यास करतो. मगच खेळायला जातो.'' नबी

बालसुलभ अभिमानानं म्हणाला. ''पण टी.व्ही. नाही म्हणजे बोअर होतंय. तुम्ही सांगा ना.''

बेनझीरनंच त्यांची सुटका केली. ''नबी बेटे, जेवायला चल. आपभी चले अब्बाजान... दोनों मिलकर खाना खाये.''

''खूब बेटी.'' सुटकेचा नि:श्वास टाकीत आपल्या खुर्चीवरून करीमुल्ला उठले व नातवाचा हात धरून रसोईखान्यात आले.

''दादाजी, आज बागेत मी खूप खेळलो. पळापळीमध्ये गुलामभाईना मी हरवलं बरं का अम्मी...'' जेवताना नबी सांगत होता. त्याच्या चापल्यापुढे साठीकडे झुकलेल्या गुलामचा काय पाड लागणार? बेनझीरला त्या दोघांच्या पळापळीचं दृश्य कल्पनेनं नजरेसमोर आणताच खुदकन हसू फुटलं.

''बहोत खूब, अजून काय मजा केली?''

''मजा नाही, पण जमीला आंटी आणि विली अंकल बागेत भेटले.'' नबी सांगत होता. ''आंटी माझ्याशी खूप वेळ खेळली. मला तिनं गाणी म्हणून दाखवली आणि मम्मी, तिनं तुझी व दादाजीची याद केली, तुम्हाला सलाम सांगितला...''

डॉक्टर असलेली जमीला रेडक्रॉसच्या कामातही सहभागी होती. त्या निमित्तानं तिची व बेनझीरची ओळख होऊन दोघी घट्ट मैत्रिणी झाल्या होत्या.

''दादाजी, ही गंमत नाही. पण मला नाही आवडलं ते पोलिसांचं वागणं. त्यांनी आंटी व अंकलला पकडून नेलं. मला समजलं नाही दादाजी. उन्हें पुलिस क्यों पकड ले गयी?''

काहीतरी उत्तर देऊन करीमुल्लांनी वेळ मारून नेली. पण ते गंभीर झाले. बेनझीर काळजीत पडली.

धार्मिक पोलिसांचं हे काम असणार. सार्वजनिक ठिकाणी पती-पत्नींनही जवळजवळ बसणं यावर त्यांनी बंदी घातली होती.

बेनझीरनं रात्री दोन-तीनदा जमीलाच्या घरी फोन केला होता. पण तो कोणी उचलला नाही. करीमुल्लांनी अन्वरला फोन लावला.

त्यांचा आवाज ओळखत उपरोधिक स्वरात अन्वर म्हणाला, ''शुक्र है. आपको हम याद हैं और जिंदाभी हैं इसकी कुछ तो खबर है. फर्माइये, कैसे याद किया?''

करीमुल्लांनी कसलीही सफाई न देता घडलेला प्रसंग कथन केला. ''बहू काळजीत आहे. जमीला बेटी उसकी सहेली जो ठहरी...''

''आपण चुकीच्या जागी फोन केला सर.'' अन्वरचा तो उपरोधिक स्वर

कायम होता. ''राज आपका है. आप शहर के पोलिस डेप्युटी चीप झाकिर मियाँ को पूछ सकते हैं...''

''अन्वर, प्लीज. वो क्या मुझे मालूम नहीं?''

''जमीला आणि विल्यमच्या जवळ बसण्याची सजा एक वा दोन दिवस जेल आणि चार दिवस चाबकाचे फटकारे... तालिबाननं एवढीच मुक्रर केली आहे ना? तो फिर डर किस बातका? वो दोनों मर तो नहीं जायेंगे? वापस जिंदा जरूर आयेंगे...''

त्यांनं फोन ठेवून दिला. करीमुल्ला सुन्न झाले.

बेनझीरला अन्वरची नाराजी बयां केली, तशी ती म्हणाली, ''जमीला बहननं मला एक-दोनदा सांगितलं आहे. हिंदोस्तामध्ये दिल लागत नव्हतं. म्हणून परत इथं आले खरे, पण ते हल्ली फार निराश झाले आहेत. रात्रं-दिवस स्वत:ला नशेमध्ये डुबवून घेतात. घराबाहेर महिना महिना पडत नाहीत. त्यांच्यावर तालिबानच्या विजयाचा गहरा असर झाला आहे. खास करून डॉ. नजिबचा शेवट ज्या रीतीनं झाला त्याचा...''

''हां बहू. मैं उसे बखुबी जानता हूं. तो ध्येयवादी इन्सान आहे. आयुष्यभर त्यानं सौर इन्किलाबच्या कामयाबीसाठी धडपड केली. ती विफल झाल्यामुळे, पराभूत झाल्यामुळे निराश होणं साहजिक आहे आणि नजिब त्याचा हमसफर, दोस्त होता.''

''अब्बाजान, मीही नजिबचा शेवट विसरू शकत नाही.'' बेनझीर नकळत आठवणींच्या प्रदेशात जात म्हणाली, ''मी त्यांची जवळपास रेग्युलर नर्स होते. दर आठवड्याला त्यांचा बी.पी. तपासायला व महिन्याकाठी शुगर टेस्ट करायला रेडक्रॉसच्या वतीनं जायची. ते यूनोच्या कार्यालियात बंदिवान होते. मला पाहून त्यांना त्यांच्या शबाना बेटीची याद यायची. वात्सल्यानं बेटीप्रमाणे वागावायचे. इसलिये शायद मैं वो सदमा आजभी बर्दाश्त नहीं कर पाती हूँ. शायद उसीलिये मैं तालिबान के इतने खिलाफ हूँ...''

''बेटी, त्याच वेळी तू मला एरियाना चौकात शोकदिङ्मूढ अवस्थेत भेटलीस. समोरच ते भयंकर दृश्य होतं. मुझे वो सारा नजारा याद है. उसे भूलना शायद मेरे लिये भी मुमकिन नहीं है..'' करीमुल्ला म्हणाले, ''काबूल जिंकल्याची बातमी येताच कंदाहारहून आल्यावर इथं यायचा विचार करीत होतो. औरत जातीच्या आझादीच्या संदर्भात मी व उमर अलग अलग राय ठेवीत असल्यामुळे त्याची इतराजी होऊन त्याचा दरबार मला बंद झाला. मग तिथं थांबण्यात काही मतलबच राहिला नाही. इथं आलो व तू भेटलीस आणि इथला अमन चैन पाहून बरं वाटलं! एका आनंदात की

आता मुजाहिदीनांच्या भांडणातून देशाला गेली चार वर्ष बरबाद करणारे यादवी युद्ध संपून शांती बहाल होईल.''

"तसं नक्कीच झालं आहे अब्बाजान. तालिबान राजवटीमध्ये कायदा व सुव्यवस्था आहे, शांती अमन आहे. पण ती स्मशानशांतता आहे. आजची शांतता व सुव्यवस्था भीतीपोटी आलेली आहे. या शहरात तालिबानी वृत्तीचे मर्द सोडले तर अवाममधील एकही मर्द वा औरत खूष नाही की समाधानी नाही. स्वातंत्र्य नाही आणि रोजीरोटीही नाही. मग त्या जगण्याला आणि इस्लामी राजवटीला काय अर्थ आहे?'' पाहता पाहता बेनझीरच्या पोटातला प्रक्षोभ उफाळून आला.

"आपने कई बार पूछा होगा. लेकिन मैं बताने के होशोहवास में नही थी. आज बयां करते, त्या रात्रीची कहाणी. नजिबच्या शेवटाची दास्तां मी माझ्या डोळ्यांनी पाहिलेली...''

आणि भावनोत्कटतेनं सांद्र झालेल्या आवाजात आवेगानं बेनझीर सांगत होती. विस्फारल्या नेत्रांनी करीमुल्ला ऐकत होते!

काबूलमधलं संयुक्त राष्ट्रसंघटनेचं कार्यालय, विश्रामगृह आणि अधिकारी व कर्मचाऱ्यांच्या निवासस्थानाचा तो संरक्षक भिंतींनी वेढलेला प्रशस्त परिसर २७ सप्टेंबर १९९६ च्या मध्यरात्री शांततेत व अंधारात विसावला होता. अपवाद होता फक्त मुख्य प्रवेशद्वारी जागत्या पहारेकऱ्यांचा.

काबूल शहरात विजयी तालिबान सेनेनं प्रवेश केला होता आणि सर्व महत्त्वाच्या इमारती व जागा ताब्यात घेऊन पहारे बसवण्याचं काम चाललं होतं. मसूदच्या सेनेनं फारसा प्रतिकार न करता शरणागती पत्करली होती. तो रब्बानी व हिकमतियारसह पंजशीर व्हॅलीमध्ये केव्हाच सुखरूप पोचला होता व तेथून लढा देण्याचा त्यांनी निर्धार प्रकट केला होता. पण काबूल जवळजवळ लढाईविनाच तालिबानच्या झोळीत पडलं होतं. कारण सुरक्षा व पैशांच्या आमिषानं सैन्यानं बाजू बदलली होती. आपली निष्ठा बदलताना सैनिकांना सांगण्यासाठी इस्लाम निष्ठेचा तात्त्विक मुलामा होता. तालिबानसाठी काबूल विजय अनपेक्षित सुखद धक्का ठरला होता.

तरीही मसूदचं एकनिष्ठ सैन्य कुठेकुठे प्रतिकार करीत लढत होतंच. रणगाड्यांचे कर्कश आवाज, आसमंत दणाणून सोडणाऱ्या बंदुकींच्या फैरींच्या आणि दारूगोळ्याच्या स्फोटानं क्षणार्धात प्रकाशमान होणारा आसमंत... सारे काबूलवासीय आपापल्या घरात जीव मुठीत धरून अस्वस्थपणे जागे होते. हा नवा कूदेत्ते (सत्तांतर) होता.

तालिबान काबूल सर करणार, यात कुणाच्याही मनात शंका नव्हती. 'मुल्ला

मोहंमद उमरके पीछे अल्ला जो है निगेबानी रखे हैं' ही आता केवळ अफवा राहिली नव्हती. अवामनं तिचा सत्य म्हणून स्वीकार केला होता. अन्यथा अवघ्या दोन वर्षांत कंदाहारपासून काबूलपर्यंत विद्युतवेगानं तालिबानी सेनेनं विजय मिळवले नसते! पण गेली दोन वर्षं ताब्यात असलेल्या कंदाहारहून ज्या बातम्या येत होत्या, त्यामुळे काबूलवासी अस्वस्थ होते.

यूनो कार्यालय परिसरातील गेस्ट हाउसमध्ये मात्र बेनझीर सायंकाळी नजिबनं दिलेली तराकीची 'पोवेंडा' कादंबरी वाचीत पडली होती.

"बेटी, कदाचित दोन्ही उपन्यासांच्या या शेवटच्या शिल्लक प्रती असतील. तू नीट जपून ठेव. काही वर्षांनी त्यांना ऐतिहासिक महत्त्व प्राप्त होईल. आधुनिक वास्तववादी साहित्याचा इतिहास लिहिला जाईल, तेव्हा त्यात यांचा उल्लेख अपरिहार्य ठरेल. त्यांच्या झेरॉक्स प्रती काढून लंडन, वॉशिंग्टन, तेहरानच्या लायब्ररीत पाठव. तिथं त्या सुरक्षित राहतील. नाहीतर तराकी हा एक महत्त्वाचा लेखक व त्याचं साहित्य तवारिख विसरून जाईल.''

नजिबच्या शब्दांत काळाचा वेध घेणारा 'सिक्थसेन्स' तिला जाणवला. तिनं तराकीच्या 'पोवेंडा' आणि 'झन, झर और जमीन' या कादंबऱ्यांच्या जीर्ण, पिवळ्या पडलेल्या प्रती घेत म्हटलं, "मी जरूर जपून ठेवीन!''

"शुक्रिया बेटी.''

"आपण आराम करा. आता बी. पी. कंट्रोलमध्ये आहे. तुम्ही उगीच विचार करून मनावर ताण घेऊ नका!''

"तुझ्यातली नर्स बोलतेय, ते ठीक आहे बेनझीर.'' नजिब दिवाणखान्यात येरझारा घालीत अस्वस्थपणे म्हणाला, "मघाशी रिचर्ड साब येऊन खबर देऊन गेले, तेव्हा तू माझा बी. पी. पाहत होतीस. ते काय म्हणाले ते ऐकलंस ना. तालिबानची सेना शहरात शिरली आहे आणि मसूदशहानं पंजशिर व्हॅलीत स्थलांतर केलं आहे.''

"हां सर, त्यांनी सांगितलं म्हणून रात्री गेस्ट हाउसमध्येच आहे. बरं झालं, येताना सोबत नबीला घेऊन आले. नाहीतर मला या गडबडीमुळे बाहेर पडणं शक्य झालं नसतं.''

"त्याच विमानानं मी दिल्लीला गेलो असतो तर... वो होनी को मंजूर नहीं था. चार वर्षं या एक बेडरूमच्या अपार्टमेंटमध्ये एकांतवासाचं जीणं जगतोय. सोबतीला अहमदभाई आहे. तोही माझ्यासारखा एकटा - बीबी बच्चे से दूर... दिनबदिन ये अकेलापन बर्दाश्त करना कठीन जा रहा है बेटी... तू येतेस, तुला

पाहिलं की शबानाची आठवण येते आणि काही क्षण प्रफुल्लित होऊन उठतात.''

नजिबचं हे हळुवार कोमल व कौटुंबिक रूप तिला परिचित होतं. सक्तीचा एकांतवास आणि सौरक्रांती पराभूत झाल्याची मन पोखरणारी भावना यामुळे त्याला अनेक रोग जडले होते. आधी उच्च रक्तदाब आणि मग उद्भवलेला मधुमेह - पाहता पाहता त्याची भक्कम जाडजूड पठाणी देहाकृती पोखरली गेली. त्यामुळे मनही कमकुवत व अस्थिर झालं होतं!

कधी काळी सुटका होईल, ही आशा आताशी मावळत चालली होती. यूनोच्या अधिकाऱ्यांमार्फत त्यानं वारंवार निवेदनं पाठवली होती. पण रब्बानी सरकारनं काही दखल घेतली नव्हती. सत्तात्यागाच्या वेळी त्याचं नवी दिल्लीला जाणारं विमान काबूल जिंकलेल्या मसूदच्या सेनेनं रोखून धरलं, तेव्हा जीव वाचविण्यासाठी त्यानं यूनोच्या कचेरीत शरणागती घेतली होती. तेव्हापासून तो नजरकैदेतच होता आणि त्यानंतर जणू त्याला सरकार विसरून गेलं. अंतहीन असा प्रतीक्षेचा कालखंड दिवसेंदिवस सहन करणं नजिबला कठीण जात होतं.

मागील महिन्यात आशेची द्वारं काहीशी किलकिली झाली होती. लवकरच त्याच्या सुटकेचा निर्णय घेण्याचं रब्बानीनं रिचर्डला आश्वासन दिलं होतं. पण तोच स्वत: हिकमतियार व मसूदसह पंजशिर व्हॅलीत पळाला होता.

तालिबानचा या दोन वर्षातिला इतिहास पाहता नजिबला सुटकेची कल्पनाही करणं कठीण होतं. या आठ दिवसांत काबूल सीमारेषेवर तालिबानचं सैन्य आल्यापासून नजिब एका अनाम तणावात वावरत होता. त्याचा परिणाम रक्तदाब अचानक वाढण्यात झाला.

डॉक्टरांनी दिलेल्या औषध व इंजेक्शनांनी रक्तदाब नियंत्रणात आल्यावर नजिबला हुशारी वाटू लागली. त्यानं अहमदजाईला बोलवून घेतलं.

''भाईसाब, अब तबियत कैसी है?'' त्यानं आल्या आल्या विचारलं, तसा किंचित हसत नजिब म्हणाला, ''ठीक है. बेनझीर बेटी की जादू है. ठीक लगता है. लेकिन जी घबरा रहा है, इसलिये बातें करने को बुलाया है - बस.''

भावांच्या संभाषणात व्यत्यय नको म्हणून बेनझीर उठून जाऊ लागली, तसा नजिब म्हणाला, ''नहीं बेनझीर, तू थांब ना. नबी गोऱ्या सोजिऱ्यांसोबत खेळण्यात रमला आहे. आपण तिघं जरा गप्पागोष्टी करू. इथंच जेवण करू. मग तू आराम कर.''

त्यांचा निरोप घेऊन नबीला कुशीत घेऊन थोपटीत निजवल्यावर तिनं 'पोवेंडा' वाचायला सुरुवात केली. त्यात ती एवढी रमली की, तिला वेळेचं भान

राहिलं नाही. केव्हातरी कानी पडलेल्या विचित्र आवाजानं ती दचकली. रात्रीचा एक वाजून गेला होता. आवाजाची तीव्रता वाढत गेली, तशी ती खिडकीशी आली. पडदा सारून आवाजाच्या दिशेनं फिकट प्रकाशात पाहू लागली.

त्याच वेळी ते यूनो कचेरीचं मुख्य प्रवेशद्वार धक्के मारून उघडलं गेलं. पाच पन्नास जवान बुटांचे खाट खाट आवाज करीत आत शिरले. त्यांच्यापैकी काहींच्या हातांत तालिबानींचा पांढरा ध्वज होता.

इथं यूनो कचेरीच्या परिसरात ते कशाला आले आहेत? त्यांचं लक्ष्य नजिब तर नाही?

होय, नजिबच असणार... तालिबानसाठी सर्वांत मोठा दुश्मन नजिब आहे. ते इथं कसे घुसले? खरं तर यूनोच्या आश्रयाला असणाऱ्यांना कुण्या देशाच्या सैन्यानं हात लावायचा नाही, असा संकेत आहे. पण...

काही क्षणात नजिब व अहमदला त्यांच्या झोपण्याच्या पोषाखात काही सैनिक फरफटत घेऊन येताना दिसले. आणि बेनझीर किंचाळली, "सर, अहमद भाई..."

पण तिचा तो भीतियुक्त स्वर तालिबानी सैनिकांच्या उन्मादी आरड्याओरड्यात दबला गेला.

नजिबनं तिला सायंकाळी जे बोलून दाखवलं होतं, त्याप्रमाणे तो व त्याचा भाऊ वागत होते. शांतपणे ते उभे होते आणि त्यांच्या भोवती फेर धरून रुमाल उडवीत तालिबानी सैनिक उन्मत्त नृत्य करीत आपला विजय साजरा करीत होते. मधूनच त्या दोघांना बंदुकीच्या दस्त्यानं मारत होते, ठोसत होते. काही वेळानं नृत्य संपताच नजिब व अहमदला कंपाउंडच्या बाहेर नेण्यात आलं.

बेनझीर खिडकीच्या गजांभोवती घट्ट हात धरून विस्फारल्या नेत्रांनी आपल्या नेत्याच्या घोर अपमानाचा नजारा पाहत होती. मग राहवलं नाही.

आणि ती तशीच मागचापुढचा विचार न करता पळत बाहेर आली.

दोन्ही हातांना दोरी बांधून नजिबला एका जीपमागे उभं केलं गेलं. दोरीचं दुसरं टोक जीपच्या मागच्या दाराला बांधलं गेलं.

एका अंमलदारानं हवेत बंदुकीची फैरी झाडीत हुकूम सोडला, "चलो, भागो." आणि ती जीप सुरू झाली. एका झटक्यात नजिब जमिनीवर आडवा झाला. आपसूक त्याच्या ओठांतून उद्गार बाहेर पडले, 'या अल्ला!'

"साला सुव्वर का बच्चा! अब अल्ला का नाम लेता है. अरे, उस मार्क्स या लेनिन का ले! काफिर कम्युनिस्ट - अपने नामसे 'अल्लाह' निकालकर इस्लाम की तौहीन करता है - मर साले!" त्या अंमलदाराचा तो विखारी स्वर तप्त

शिशाप्रमाणे बेनझीरच्या कानी पडला आणि नजिबच्या भवितव्याच्या कल्पनेनं ती भयानं डवरून आली.

जीपच्या पाठोपाठ दोरीनं बांधलेला नजिब रस्त्यावरून उलटा सुलटा होत जमिनीवरून फरफटला जाऊ लागला. ती जीप त्या एरियाना स्क्वेअरच्या प्रशस्त परिसरात उलटी सुलटी मन मानेल तशी नजिबची सालटी सोलली जातील, अशा पद्धतीनं ड्रायव्हर चालवत होता. आणि एकदा 'या अल्ला!' म्हटल्यानंतर ओठ घट्ट बंद करून प्राणांतिक वेदना सहन करीत हूं की चूं न करता नजिब फरफटला जात होता.

जवळपास अर्धा तास नजिबला सर्वांगाची सालटी सोलवत फरफटल्यानंतर जीप थांबली!

दोन सैनिकांनी त्याला हातांनी उचलत जीपच्या आधारानं उभं केलं. नजिबचा चेहरा व अवघं शरीर रक्तबंबाळ झालं होतं. त्याचे पाय लटपटत होते. तो पडू नये म्हणून दोन सैनिकांनी बंदुकीच्या दस्त्यानं त्याला दोन बाजूंनी तोललं होतं!

तो तालिबानचा अंमलदार त्याच्या समोर आला व आपली एके-४७ त्याच्यावर रोखीत खदखदा हसत म्हणाला, ''अब पता चला सुव्वर की औलाद को जहन्नुम में क्या मिलता है? ये उसकी यहां की झलक है...''

दोन सैनिकांच्या बंदुकीच्या दस्त्यांनी दोन्हीकडून त्याला आधार देत तोललं असलं तरी लटपटत्या पायांवर उभं राहणं नजिबला कठीण जात होतं. पण त्या अंमलदाराच्या विखारी शब्दांनी जणू त्याचा अभिमान फुलून आला व दोन्ही बोटांनी विजयाची निशाणी दर्शवीत अवघी ताकद आवाजात आणीत तो खणखणीत स्वरात म्हणाला, ''इन्किलाब जिंदाबाद. सौरक्रांती जिंदाबाद!''

बेनझीर थक्क होऊन नजिबचा झिंदाबाद ऐकत होती. क्षणभर तिचा विश्वास बसला नाही आपल्या कानांवर, पण ते खरं होतं. त्याची जाणीव होताच ती उचंबळून आली. आणि स्वत:शीच पुटपुटली, 'इन्किलाब झिंदाबाद!'

नजिबच्या बेडर झिंदाबादनं तालिबानी सैनिक क्षणभर अवाक झाले, मग पिसाळून उठले. अंमलदारानं अनावार संतापानं ट्रिगर दाबला व नेम धरून नजिबच्या डोक्यात गोळी मारली...

पत्त्याप्रमाणे नजिब खाली कोसळला!

त्यानंतर अहमद व नजिबच्या दोन साथीदारांनाही चवताळून उठलेल्या तालिबानच्या सैनिकांनी गोळ्या घातल्या!

बेनझीरनं डोळे घट्ट मिटून घेतले होते. ती मनोमन नजिबला निरोप देत होती, 'जा - सर... तुम्ही शहीद झालात! तुम्हाला यकीनन जन्नत मिळेल व तुमच्या

मारेकऱ्यांना बदसे बदतर जहन्नुम... या एरियाना चौकामध्ये जेव्हा पुन्हा आपलं राज्य येईल, तेव्हा शहिदी स्मारक आम्ही उभारू. तिथं प्रतिवर्षी याच दिनी मोठा जुलूस भरेल... खुदा हाफीज सर!'

तिनं डोळे उघडले, तेव्हा काही सैनिकांनी नजिबच्या मृत शरीराला उभं करीत गळ्याभोवती फास घातला होता व दोरीचं दुसरं टोक एका लॅम्पपोस्टवरून गिरकीच्या - पुलीच्या साह्यानं आठ-दहा सैनिक ओढण्याच्या तयारीत होते!

पुन्हा एकदा अंमलदारानं हवेत बंदुकीची फैर झाडली, तसे ते सैनिक दोरी ओढू लागले आणि नजिबचा देह लटकत वर जाऊ लागला. त्याचं डोकं लॅम्पपोस्टच्या दिव्याला थडकलं तेव्हाच ते सैनिक थांबले आणि त्यांनी दोरी खांबाला घट्ट बांधली!

नजिबचा मृतदेह लॅम्पपोस्टला हेलकावे घेत लटकत होता.

एरियाना चौकात हजारो अफगाणी स्त्री-पुरुष जमा झाले होते. त्यांचा आपल्या डोळ्यांवर विश्वास बसत नव्हता. अलीकडच्या काळात यादवी युद्धानं मृत्यूच्या छायेत वावरणाऱ्या काबूलवासीयांना नजिबचा शांततामय व समृद्धीचा कालखंड आठवत होता. त्याचा हा भयानक क्रूर विटंबनेसह झालेला शेवट पाहून उद्यापासून नव्या राजवटीत आपल्या नशिबात काय वाढून ठेवलं आहे, याची चाहूल लागून ते सुन्न झाले होते.

नजिब, अहमदजाई व त्याच्या दोन साथीदारांना ज्या पद्धतीनं मारून लॅम्प पोस्टवर लटकवण्यात आलं, त्यामुळे जनमानसावर भीतीची धारदार सुरी फिरली गेली होती. जणू त्यांचा आवाजच बंद करण्यात आला होता. एक सुन्न जीवघेणा सन्नाटा पसरला होता!

"अल्ला न मानणाऱ्या कूमनिस्ट काफिरचा शेवट पहा आणि बोध घ्या. आता तालिबानचं शुद्ध इस्लामी राज्य काबूलवर सुरू झालं आहे. उद्यापासून काफिराना अंदाज दखलपात्र गुन्हे ठरतील. आज इथं बहुसंख्य जनाना बेपर्दा आल्या आहेत. इस्लामच्या तत्त्वाप्रमाणे त्यांनी सार्वजनिक ठिकाणी वावरताना बुरखा घातला पाहिजे. आणि सोबत एक घरचा नातेवाईक मर्द असला पाहिजे. उद्यापासून स्त्रियांनी शाळा-कॉलेज व कार्यालय-कारखान्यात कामावर पुढील आदेशापर्यंत यायचं नाही!"

अंमलदाराचा तो हुकूमनामा ऐकताना उपस्थित काबूलवासीय सुन्न झाले होते.

"उद्यापासून साऱ्यांनी आपली शस्त्रं आमच्याकडे जमा करावीत. केवळ तालिबान सैन्यालाच शस्त्र वापरायचा यापुढे अधिकार असेल. दुसरा हुकूम पुरुषांनी डोईवर टोपी किंवा पागोटं वापरणं सक्तीचं आहे. ज्यांनी दाढी राखली नसेल, त्यांनी दाढी वाढवायला सुरुवात करावी. पंधरा दिवसांनी जो अफगाण विनादाढीचा दिसेल,

त्याला जाहिरपणे दहा चाबकाचे फटके मारून दाढी वाढेपर्यंत तुरुंगात डांबलं जाईल...''

कंदाहारला दोन वर्षांपूर्वी तालिबाननं जो सख्त इस्लामी कानून लागू केला होता, तो उद्यापासून काबूलमध्येही सुरू होणार होता. गेली चाळीस वर्ष सरदार दाऊदखानच्या जमान्यापासून आझादी, प्रगती व मोकळेपणा उपभोगणाऱ्या शहर वासियांसाठी हे कायदेकानू व त्यांच्या सख्त अंमलबजावणीची नुसती कल्पनाही अंगावर भीतीचा शहारा आणीत होती.

''प्रत्येक मुसलमानानं पाच वेळा नमाज पढणं इस्लामियत्वासाठी नुसतं महत्त्वाचं नाही, तर ते त्याचं आद्य कर्तव्य आहे. उद्यापासून नमाजच्या वेळी शहरभर सायरन वाजवला जाईल. प्रत्येक मुसलमान पुरुषानं घरी, रस्त्यावर, कार्यालयात जिथे कुठे ते असतील तिथे थांबून नमाज अदा करावी. या वेळी जो नमाज पढणार नाही, तो काफिर व इस्लामचा दुश्मन समजला जाईल...!''

एरियाना चौकात एक रणगाडा व आठ-दहा सैनिक पहाऱ्यासाठी ठेवून त्यांना कामाचे आदेश देऊन नजिबला गोळी घालणारा अंमलदार व बाकीचे सारे सैनिक परत जाऊ लागेल.

पण अजूनही अंमलदाराच्या मनातला राग शांत झाला नसावा. त्यामुळेच की काय त्याच्या मनात एक विकृत विचार आला. त्यानं इशारा करून एका साथीदाराला जवळ बोलवलं. आणि कानात हलकेच काही सांगितलं. तसा तो रणगाड्यावर चढला आणि रणगाडा नजिबचं प्रेत लटकत होतं, त्या लॅम्प पोस्टजवळ आणला, तो सैनिक रणगाड्यावर उभा राहिला. त्यानं खिशातून दोन सिगारेटी काढल्या व नजिबच्या मृत देहाच्या हातात ठेवल्या.

सारा जनसमुदाय स्तब्धपणे त्या सैनिकाची कृती पाहत होता.

त्या सैनिकानं मग काही डॉलर्सच्या नोटा काढल्या. त्या नजिबच्या तोंडात कोंबल्या आणि मग रणगाडा दूर नेला.

अंमलदार खदखदून डोळ्यांत पाणी येईपर्यंत किंचाळल्यासारखा हसत सुटला. त्याला तालिबानी सैनिक तसंच खदाखदा हसत साथ देऊ लागले. पण जमलेले स्त्री-पुरुष सुन्न स्तब्ध होते. ते अंमलदाराच्या लक्षात येताच तो तारस्वरात ओरडत म्हणाला,

''ये खुशी का मौका है. एक काफिर - इस्लाम का दुश्मन जहन्नुम में भेजा गया है. आप चुप क्यों हो? हंसो, नाचो, खुशिया मनाओ!''

तरीही जनसमुदायाची स्तब्धता अभंग होती.

''ये नये सरकार का हुक्म है. नहीं तो तौहीन मानकर...''

आणि अंमलदारानं वाक्य अर्धवट तोडीत आपली एके-४७ उचलली व हवेत पाच पन्नास फैऱ्या झाडल्या.

त्याची ती कृती एवढी परिणामकारक होती की, उपस्थित लोक उसनं अवसान आणीत हसू लागले. पण त्यात जल्लोश नव्हता. ते जुलमाचं हसणं होतं. रडण्यापेक्षाही भयंकर केविलवाणं व जीवघेणं.

बेनझीरला हे असह्य झालं. मागचा-पुढचा विचार न करता ती आवेगानं पुढे येत म्हणाली, "मैं नहीं हसूंगी. तुम्हारा वो दुश्मन था. उसे मार दिया. ठीक है. लेकिन अवाम को क्यों मजबूर करते हो हंसने के लिए? मैं नहीं हसूंगी - मुझे रोना आ रहा है..."

आणि ती छाती बडवून घेत मघापासून मनात दाबून धरलेला आक्रोश व शोकाला वाट देत रडू लागली...

विमानानं काही मिनिटांपूर्वी काबूलला आलेले करीमुल्ला तिथं आले होते. त्यांनी बेनझीरला ओळखलं होतं. तिचा तो बेभान उद्रेक पाहून ते थक्क व भयचकित झाले होते.

"ये कौन काफिर लौंडिया है?" त्या अंमलदारानं तुच्छतेनं सवाल केला. "एक तो बेपर्दा भरी भीड में आयी है और मेरे हुकूम के बावजूद काफिर की मौत पर आंसू बहा रही है?"

करीमुल्ला पुढे येत म्हणाले, "ये मेरे दोस्त की बेटी है. मैं उसे समझाऊंगा."

"उस्ताद आप?" अंमलदार करीमुल्लांचं महत्त्व जाणून होता. तो किंचित मागे सरत म्हणाला, "ठीक है सर." आणि तो निघून गेला.

बेनझीर प्रचंड आक्रोश करीत करीमुल्लांना बिलगली. "सर - सर... ये, ये क्या हुआ?"

तिला शांत करून ते आपल्या घरी चल म्हणाले, तशी ती म्हणाली, "माझा बेटा गेस्ट हाउसमध्ये झोपला आहे. आपण माझ्यासोबत चला..."

करीमुल्लांनी नबीला पाहिलं, तेव्हा त्यांचा आपल्या डोळ्यांवर विश्वास बसला नाही - हा - हा तर हाफिजच आहे बालपणीचा... हे - हे कसं शक्य आहे?

"अब्बाजान, मैं - मैं आपकी बहू हूँ... और नबी आपका पोता है."

करीमुल्लांनी नबीला मिठीत घेऊन त्याचे आवेगानं पापे घेतले. त्यांच्या वात्सल्याला प्रपाती भरतं आलं होतं. त्यांच्या त्या प्रेमानं नबी बावरून गेला होता. "मुझे छोडो... आपकी दाढी चुभती है."

त्या बालसुलभ तक्रारीनं करीमुल्ला गडगडहाटी हसत म्हणाले, "बेटे, मैं

तेरा दादा हूँ, समझे? तुझे तो रोज दाढी चुभेगी मेरी बोसा लेते वक्त...''

बेनझीरची हकिकत कथन करून संपली, तसे करीमुल्ला उभे राहिले व नि:शब्दपणे येरझाऱ्या घालू लागले. ती अधोमुख तशीच बसून होती.

''बेटी, आता माझा निश्चय झाला आहे. मी आजपासून तालिबानशी नातं तोडून टाकत आहे. त्यांच्या इस्लाम संमत नसलेल्या कृत्यांबाबत आवाज उठवेन. त्यासाठी लेखणी चालवेन...! तुझी हीच अपेक्षा होती ना...? ही हरणारी लढाई आहे. पण ती लढली पाहिजे. कधीतरी भविष्यात यश मिळेल या आशेवर..''

बेनझीर म्हणाली, ''अब्बाजान, केवळ मी म्हणते व माझा काम करण्याचा अधिकार काढून घेतला म्हणून मनाविरुद्ध तुम्ही हा निर्णय घेत नाहीत ना?''

''नाही बेटी, तू प्रतीक होतीस खोट्या इस्लामी कानूनला बळी पडलेल्या असंख्य स्त्रियांची. तालिबानच्या या धोरणांमुळे जगात इस्लामची प्रतिष्ठा कमी होत आहे, त्यासाठी पूर्ण विचारांती मी वैचारिक लढा देण्याचं ठरवलं आहे. त्यासाठी मी एक मासिक सुरू करीन 'इस्लाम' नावाचं. एके काळी झाकिर मियांनी ते चालवलं होतं. ते मी नव्यानं सुरू करेन, एका नव्या जिहादसाठी...''

''आमीन!''

❑

प्रकरण : शेवटचे

'मैं शहिद होना चाहती हूँ!'

झैनबनं दिवाणखान्याचं दार उघडलं. समोर श्वास लागल्यामुळे धपापणाऱ्या उरानिशी एक पूर्ण बुरखा पहेनलेली स्त्री उभी होती.

ती कोण असावी याचा अंदाज करित असतानाच 'चाची - मैं जमीला.', असं म्हणत तिनं बुरखा वर केला. दिवाणखान्यात प्रवेश करित एक सुटकेचा सुस्कारा सोडीत म्हणाली, ''अब ठीक लगता है! चाची, या बुरख्याची मला मुळीच सवय नाही गं...! श्वास तर कोंडला जातो, पण दिलदिमागही काचला जातो. ये - ये मेरे बर्दाश्त के बाहर है!''

''शांत हो बेटी. काय झालं?'' आता आपली जमीला घरी सुरक्षित आहे, यामुळे झैनब निश्चिंत झाली होती. ''किती वेळा सांगितलं की, अशी एकटी घराबाहेर पडत जाऊ नकोस. आज विल्यम साथ नाही का?''

''तो मजारे शरीफ भागात गेला आहे युद्धाची ताजी परिस्थिती टिपायला...'' जमीला म्हणाली, ''त्याचं ते काम आहे आणि खरं सांगू, त्याच्या दामनला स्वत:ला बांधून घेत जगण्याचं मला जमत नाही. मुळात तसा खयालही येत नाही, त्यामुळे...''

''लेकिन मत भूलो बेटी कि, अब काबूल और अफगानिस्तान के सरजमींपर तालिबान का हुक्म चल रहा है.'' झैनब म्हणाली, ''आणि त्यांच्या कायदे कानूननुसार औरतनं एकटं फिजूल कामासाठी बाहेर पडायचं नसतं!''

''हां चाची, तुम्हाला भेटायला येणंही त्यांच्यासाठी फिजूल ठरतं आहे.'' जमीला म्हणाली आणि आपला चष्म्यांवर डोईवर सारीत म्हणाली, ''प्लीज चाची. कडक कोरा चहा दे गं. डोकं भारी दुखतंय. एक तर नवा चष्मा अजून अॅडजस्ट होत नाहीय, त्यावर पुन्हा काळा करडा बुरखा. भर दुपारी उन्हातही अंधेरल्यासारखं वाटत होतं. भारी डोकं दुखतंय.''

झैनब आत गेली आणि दोन्ही हात वर करून जमीलानं शरीराला आळोखे

पिळोखे दिले व समोरच्या टीपॉयवर पाय ताणून ती अंमळशी विसावली! या क्षणी तालिबानचे धार्मिक पोलिस चाचाच्या घरात आले व त्यांनी दिवाणखान्यात आपणाला असं इतस्तत: ताणून दिलेलं पाहिलं तर कोणती सजा सुनावतील?

तिला खुदकन हसू फुटलं. मग पाहता पाहता ती गंभीर झाली. झाकिरसारखे नीतिसंवर्धन आणि अनीतिनिर्मूलन पोलिस दलाचे काबूलचे प्रमुख अंमलदार त्यासाठीही मुल्ला-मुफ्तीशी सल्लामसलत करून त्यासाठीचीपण शिक्षा शोधून काढतील.

मघाशी त्यानं नाही का म्हटलं, ''बिना मतलब के रिश्तेदारों को मिलने के बहाने बाहर घूमना फिरना भी हमारे कायदे कानून के खिलाफ है. मी शाही मस्जिद व आमच्या धार्मिक पोलिस विभागाचे सल्लागार इमाम परवेज साहबशी याबाबत चर्चा करून सलाह घेईन...''

किती दिवसांनी झाकिर नजरेस पडला होता आणि कशा स्वरूपात! अमेरिकेतील वास्तुशास्त्राच्या कॉलेजचा गोल्ड मेडॅलिस्ट आर्किटेक्ट, चाचाच्या खुनानंतर 'इस्लाम' व 'गाहिज' चालवणारा उदारमतवादी संपादक आणि इस्लामच्या प्रेरणा मानूनही मोकळा असलेला झाकिर तो हाच का? असा तिला प्रश्न पडला. त्याचं तालिबानी परिवर्तन तिला धक्कादायक होतं!

पण ती वस्तुस्थिती होती. त्यानं आपली जीप थांबवीत 'ठहरो' असा हुकूम सोडला. तशी अन्वरचाचाच्या भेटीस निघालेली जमीला स्तब्ध उभी राहिली. त्यानं हातातील छडी तिच्या हनुवटीवर ठेवीत किंचित बुरखा उघडा करीत कटील्या व कुत्सित स्वरात म्हटलं, ''कहाँ जा रही हो? वो भी अकेली? घरमें कोई मर्द नहीं था क्या साथ आने? ऐसी क्या जरुरी बात थी की अकेलीही घर से निकल पडी?''

त्याच्या बंदुकीच्या फैरीप्रमाणे सुटणाच्या प्रश्नांनी क्षणभर ती बावरली. दुसरा कोणी अज्ञात तालिबान अंमलदार असता तर तिची कदाचित बोबडी वळली असती, उत्तरं भयानं सुचली नसती. पण समोर झाकिर होता. एकेकाळचा वाग्दत्त वर. पण तो असा कट्टर तालिबानी होईल, असं तिला कोणी सांगितलं असतं, तर खरं वाटलं नसतं! पण अवघ्या अफगाणिस्तानचा हा बदल जगासाठीही अतक्र्य होता. खुद्द तिलाही त्याची पुरेशी समाधानकारक कारणमीमांसा करता येत नव्हती. आज समोर आलेल्या तालिबानी झाकिरचं नवं रूप तिला क्षणभर धक्कादायक वाटलं.

ती शुष्क स्वरात म्हणाली, ''मी शादीशुदा आहे, अंमलदार साहेब. माझे शौहर कामासाठी परगावी गेले आहेत आणि मी माझ्या सग्या चाचाकडे, त्याची तबियत नासाज असल्यामुळे पाहायला चालले आहे..''

त्या स्पष्ट व ठाम उत्तरानं झाकिर चकित झाला होता. त्याला हा नवा अनुभव होता. कारण सत्तेवर आल्यानंतर तातडीनं तालिबान सरकारनं 'प्रमोशन ऑफ व्हर्च्यूज अँड सप्रेशन ऑफ व्हाइसेस' विभाग सुरू करून अवामंं इस्लामप्रणीत आचरण करावं, असा हुकूमनामा काढला होता. त्याच्या देखरेखीसाठी स्वतंत्र धार्मिक पोलिस विभाग सुरू केला होता आणि काबूल शहरासाठी झाकिरची उपपोलिस प्रमुख म्हणून मुल्ला मोहमद रब्बानीनं नियुक्ती केली होती. त्यानं योग्य वेळी प्रा. बहरुद्दीन रब्बानी - मसूदची साथ सोडून तालिबानला आपल्या फौजेसह मिळत त्यांना काबूलमध्ये शिरण्यासाठी रस्ता मोकळा करून दिला होता, त्याची ही बक्षिसी होती.

खरं तर त्यासाठी त्याला विशेष प्रयत्न करावे लागले नव्हते. कारण चाचा गाझीजच्या रक्ताचा इस्लामी वारसा होता. पण त्या वेळी अमेरिकन संस्कार ताजे होते. त्यामुळे काफिर कम्युनिस्ट असूनही जमिला आवडली होती.

तोही अस्सल पठाणच होता. म्हणूनच मिळणारं उत्तर त्याला त्याच्या नागासारख्या जिवंत असणाऱ्या पौरुषाचा पराभव वाटायचं.

त्यानं नूरिस्तानला जिहादात सामील होण्यासाठी जाताना तिला निर्वाणीचा इशारा दिला तो फोल ठरला होता. आपल्या प्रेमात आकंठ बुडालेली जमिला धावत आपल्यामागे येईल, असं वाटलं होतं. ते प्रत्यक्षात घडलंच नाही. ती त्याच्याकडे आली नाही की तिनं साधी चिठ्ठीही पाठवली नाही.

हा त्याच्या पौरुषत्वाचा अपमान होता. त्याच्या बदलाची, कर्मठ इस्लामी होण्याची ही सुरुवात होती.

तिचं कवितेचं 'नये जमाने के नग्मे' पुस्तक छापलं आणि तिच्या आझादी की जंग मध्ये तिला साथ दिली. यामुळे ती स्वत:ला आपल्या बरोबरीची समजू लागली आणि विचारांचा टकराव होण्याचा प्रसंग आला, तेव्हा तिनं माघार न घेता मी पुरुष-मर्द असूनही माघार घेऊन तिचे विचार प्रमाण मानावेत, असं चाहलं. ते आपणाला सहन होणं शक्य नव्हतं.

या व अशाच पिसाट विचारांनी झाकिर झपाटून गेला होता. त्या काळात जिहाद लढणारे मुल्ला - मौलवी औरत जातीबद्दल जे सांगायचे, ते सारं आता त्याला खरं वाटू लागलं होतं. स्त्रीची जागा दहलीजच्या आत आहे; स्त्री पुरुषाच्या खांद्याला खांदा लावून समाजजीवनात नोकरी व राजकारण - समाज कारणात वावरू लागते तेव्हा समाजाची घसरण सुरू होते, त्यासाठी तिला मर्द जातीपासून अलग ठेवलं पाहिजे आणि तालिबान आज तेच करित आहेत.

झाकिरला मुल्ला रब्बानीनं काबूल शहराच्या धार्मिक पोलिस दलाचं उपप्रमुख

केलं तेव्हा त्यानं ते काम खुशीखुशी स्वीकारलं. आणि त्यांनाही अपेक्षा नसेल एवढ्या कसोशीनं डोळ्यांत तेल घालून, तो आज आपलं कर्तव्य बजावीत होता.

पाहता पाहता पूर्ण काबूल शहरात झाकिरची भीती बसली गेली होती. त्याचं नाव जरी काढलं तरी अवामच्या अंगावर काटा यायचा. त्याची जीप रस्त्यावरून जाऊ लागली की पुरुष मंडळी जवळच्या गल्लीबोळात पसार व्हायची. आपली दाढी पुरेशी वाढलेली आहे ना, ती ट्रिम केल्यासारखी दिसत नाही ना आणि मुख्य म्हणजे कपाळावर पंचनमाजीची खूण दिसते ना... हे ते पुन्हा पुन्हा तपासून पाहायचे.

पकडलेल्यांना झाकिर प्रश्नांमागून प्रश्न विचारायचा.

"तुमचं वय पाहता तुमचे केस फारच काळे दिसतात. कृत्रिम वाटतात. तुम्ही हिना तर लावत नाही ना केसाला? किंवा युरोपातून चोर बाजारात येणारा डाय?"

"प्रत्येक अफगाणी मुस्लिमानं पाच वेळा नमाज ही पढलीच पाहिजे. हा तालिबानचा हुकूम तुम्हाला माहीत आहे ना? मग तुमच्या कपाळावर पंचनमाजीची खूण कशी दिसत नाही? तुम्ही नमाज चुकवत तर नाही ना?"

स्पष्ट उत्तर आलं नाही की झाकिरला आनंद व्हायचा. तो अधिक खोलात जाऊन त्यांना छेडायचा आणि नाही नाही त्या अपराधाचा कबुलीजबाब मिळवायचा. आणि त्याला दिलेल्या अधिकाराप्रमाणे धार्मिक शिक्षा सुनवायचा.

'इस कंबख्त को जेल में डालो. जब तक उसकी दाढी नहीं बढती उसे नहीं छोडना! और रोज पाँच कोडे मारना.'

'याच्या कारमध्ये कॅसेट प्लेअर आणि हिंदी गाण्यांची कॅसेट सापडली. संगीतबंदीचा आदेश मोडला म्हणून त्याला वीस फटके मारा आणि तो कॅसेट प्लेअर मोडून टाका!'

'त्याला जेलमध्ये ठेवा. जोवर त्याच्या कपाळी पंचनमाजीची खूण दिसणार नाही, तोवर त्याला तिथं सडवा!'

चोरी-लूटमारीच्या प्रकरणांतील आरोपी हाती आले की झाकिरच्या अंगात वेगळाच जोश संचारायचा. आपल्या नजरेसमोर आरोपींना दिलेल्या हातपाय तोडण्याच्या शिक्षेची अंमलबजावणी तो करून घ्यायचा. आरोपीच्या नजरेतली भीती व वेदना पाहून त्याला अधिक चेव यायचा. त्याच्या जिहादी जुनूनच्या पिल्लाला नव्यानं गाठ बसायची.

कठोर अंमलबजावणीमुळे अवामवर अपेक्षित परिणाम दिसून यायचा. दिवसेंदिवस भीतीपोटी तालिबाननं जारी केलेल्या हुकुमाच्या पालनात अलीकडे त्याला शिक्षा करण्याजोगे मर्द सापडत नव्हते. त्यामुळे तो चिडायचा. साथीदारांना म्हणायचा, 'गये

कुछ दिन बेकार गये. एक पण शिकार मिळाली नाही शिक्षेला...' ते हसून त्याला साथ देत.

औरत जातीबद्दल त्याच्या मनात आता पुरेपूर घृणा भरली होती. अनेक स्त्रिया बुरख्याआड रंगीबेरंगी कपडे घालतात व त्यात युरोपियन कपडेही असतात, असं झाकिरला आढळून आलं. त्यामुळे आता तो संशयावरून स्त्रियांचा चेहऱ्यावरचा बुरखा छडीनं सारून त्यांचा वेध घ्यायचा.

आजही त्यानं जमीलला हटकलं. पण ती शांतपणे न घाबरता त्याच्यासमोर उभी होती. त्याला तिची अद्याप ओळख पटायची होती.

त्याला नवल वाटत होतं. कारण अलीकडे त्याचं नाव काढताच लोकांना धडकी भरायची.

मग स्वतःला सावरीत त्यानं छद्मीपणानं विचारलं, "केवळ तबियतच नासाज होती, मरायला तर टेकले नव्हते ना तुझे चाचा? मग शौहरची वाट पाहून त्याच्यासह जायचं भेटीला! असं एकटंदुकटं बिना ठोस वजह घूमना गैर इस्लामी आहे, ये भी बताना पडेगा?"

आधीच झाकिरचं ते तालिबानी रूप पाहून तिचं मन विषण्ण आणि उद्वेगानं भरून आलं होतं! त्यातच हा छद्मी प्रश्न तिला चांगलाच झोंबला. ती मग न राहवून म्हणाली, "मरे मेरे चाचा के दुश्मन! मैं उन्हें दुरुस्त करने जा रही हूँ."

"तू क्या डॉक्टर है?"

"होय, मी डॉक्टर आहे झाकिर मियाँ. पण तुमच्या राजवटीत कामावरून घरी बसवलेली! निदान मुजाहिदीन राजवटीत मला स्त्री-वॉर्डात का होईना काम करायला परवानगी दिली होती. तीही तुम्ही हिरावून घेतली. माझं तर नुकसान जरूर आहे, पण मी ज्या स्त्री-मुलांवर उपचार करू शकले असते त्यांचं काय? त्यांच्यातील मेलेल्यांचं पाप तुमच्या माथी जरूर बसणार आहे."

"तुम मुझे पहचानती हो?" त्यानं चकित होत विचारलं.

"हां झाकिर मियाँ, अगदी चांगली ओळखते तुम्हाला!" आणि आवेशानं तिनं आपला बुरखा क्षणभर बाजूस सारला. "पण तू नाही ना ओळख विसरलास?"

तो तिच्याकडे खुळ्याप्रमाणे पाहत राहिला. मग ती पुन्हा बुरखा ओढून घेत आणखी एक फटकार देत म्हणाली, "संभलना, कहीं ऐसा न हो, खुद तालिबानी इस्लाम के कानून का रखवाला बहक न जाये और उसे भी सजा देने की नौबत आ जाये.."

"पुरे जमीला. पण बुरख्यात बंदिस्त होऊनही तुझे तेजतर्रार खयाल अद्यापही

कायम आहेत? ताज्जुबकी बात!''

"तुम्ही धार्मिक पोलिस शरीरांवर हुकूमत जरूर गाजवत आहात, औरत मर्दच्या. पण त्यांच्या मनांवर कसं राज्य कराल? ये दिल किसी हुक्म का मोताज कहाँ होता है?'' जमीला म्हणाली.

"हे-हे तू तालिबानच्या धार्मिक उपपोलिस प्रमुखापुढे बोलते आहेस?''

"हो, असं बोलल्याबद्दल मला फार तर जेलमध्ये पाठवाल ना..! आज तरी आम्ही कुठे आझाद आहोत? अवघा देश तुम्ही तुरुंग करून टाकला आहे.''

"सौरक्रांतीनंतर पी.डी.पी.ए.नं तरी काय केलं होतं? संशयावरून कुणालाही पकडणं व जेलमध्ये टाकणं, मी स्वत: ते भोगलं आहे आणि ते तू विसरली नसशील..''

"ते मला तेव्हाही मान्य नव्हतं, पण किमानपक्षी उदात्त ध्येयापोटी 'नाही रे' वर्गाची, कष्टकरी गरिबांची राजवट आणण्यासाठी बूझर्वा आणि स्थितिवादी लोकांविरुद्धचं ते दमनचक्र होतं. अंतिम हेतू शुद्ध जनकल्याणकारी होता!''

"असंच आम्हीही म्हणू शकतो आज जमीला. आम्हाला शुद्ध इस्लामी राज्य आणायचं आहे..''

"त्यासाठी स्त्रियांना बुरख्यात बंदिस्त करणं, तिचा शिक्षण व कामाचा हक्क काढून केवळ घराच्या चार भिंतींआड चूल व मुलापुरतंच स्थान देणं हे का इस्लामी राज्य झालं?'' कितीतरी दिवस मनात खदखदणारं तालिबानी अधिकाऱ्यांना सुनवावं असं तिला वाटत होतं. आज समोर एकेकाळी तिच्या जीवनाचा भाग असणारा झाकिर होता. किमान तो ऐकून घेईल आणि कदाचित समजूनही घेईल, असा मनात कुठेतरी अंधूकसा विश्वास होता.

"यानं खरंखुरं इस्लामी राज्य येईल, असं वाटत असेल, तर तो तुमचा भ्रम आहे. तुम्हाला खऱ्या अर्थानं इस्लाम व पैगंबर साहेबांची शिकवण समजलीच नाही...''

"वा, हे तर सैतानाच्या तोंडी बायबल झालं!''

"तुम्हाला समजून घ्यायचं नसलं की असं विधान करून मोकळं व्हायचं!'' जमीला म्हणाली, "मी सध्या हिंदुस्थानचे जानेमाने इस्लामी विचारवंत असगर अली इंजिनिअर यांचं 'दि राइट्स ऑफ वुमेन इन इस्लाम' हे पुस्तक वाचते आहे. ते तू जरूर वाच आणि विचार कर, खरा इस्लाम कोणता तो. त्यांच्या मते तुम्हा तालिबानचा इस्लाम हा अरेबियाच्या जाहिलिया कालखंडातला कर्मठ पुरुषी परंपरा असलेला इस्लाम आहे. त्यात कुराणे शरिफची क्रांतिकारी चैतन्यमय तत्त्वं नाहीत. हजरत साहेबांनी स्त्री-पुरुषांना समान अधिकार शिक्षण व मिळकतीच्या संदर्भात दिले होते.

'मैं शहिद होना चाहती हूँ!' / ५९७

मर्यादा पाळावी म्हणून डोईवर चादर ओढावी, असं म्हटलं होतं. पण तुम्ही काय केलं? स्त्रीचं शिक्षण व काम बंद केलं आणि तिला बुरख्याचा काळोख दिला...''

''बस-बस! बहोत हो चुका जमीला. मैंने काफी कुछ सुन लिया.'' झाकिरला तिचे प्रहार सहन होत नव्हते. तो इस्लामी कानून तोडणाऱ्यांवर प्रसंगी स्वत: हाती चामड्याचा चाबूक घेऊन कोरडे ओढायचा आणि मार खाणाऱ्यांच्या जखमा, उडणारी रक्ताची चिळकांडी आणि विव्हळण्यानं बेभान व्हायचा. पण ती वेदना किती जीवघेणी असते, हे कल्पनेनं का होईना आज तिच्या शब्दांच्या आसूडानं त्याला जाणवलं. तेवढंही त्याच्या सहनशक्तीपलीकडचं होतं.

त्याचा पुरुषी अहंकार, स्त्रीबाबतचा तिटकारा आणि त्याला तिनं नाकारण्याच्या वेदनेचा ज्वालामुखी एकाच वेळी उफाळून आला होता. काही क्षण तिचं बोलणं त्यानं जुन्या आठवणीनं काहीसं हळुवार होत ऐकून घेतलं. पण लगेच त्याच्या अहंकाराचा फणा उभारून आला. तो उपहासानं कुत्सित हसत म्हणाला, ''मघाशी मी जे म्हणालो ना - सैतानाच्या हाती बायबल, तुमने वास्ता दिया तो काफिर बोहरा दाऊदी सेक्ट के असगर अली का - जिसको हम सच्चे मुसलमान इस्लामी मानतेही नहीं...''

''पण त्यांचा कुराणाचा अभ्यास किती गाढ आहे आणि त्याआधारे ते जी मांडणी करतात ती तुम्ही का समजून घेत नाही?''

''काफिर के बातों पर गौर करना इस्लाम को कभी गवारा महसूस नहीं हुआ है.'' झाकिर म्हणाला, ''अच्छा, अब जा सकती हो तुम जमीला...''

''शुक्रिया...!'' जमीला जाण्यासाठी पाऊल उचलणार तोच झाकिरचा प्रश्न आला, ''चाचा यानी अन्वर साब बीमार हैं?''

''हां, झाकिर मिया, चाची का फोन आया था. वो बाहर अस्पताल नहीं जाना चाहते, इसलिये मुझे बुलाया है.'' जमीला म्हणाली, ''वो अपने घरके, अब्बू के समान है! उनका इलाज मैंने औरत होके करना तुम्हारे कानून के खिलाफ तो नहीं?''

''ओ कर्मॉन जमीला! हे - हे अति होतंय पण काय बीमारी आहे?''

क्षणभर सांगावं की नाही या संभ्रमात ती होती. मग हलकेच म्हणाली, 'वो बेवजह दिल्लीसे यहां आये. तिथं निर्वासित असले तरी ठीकठाक होते. इथलं वातावरण त्यांना खायला उठतं आहे. आयुष्यभराचं स्वप्न, ध्येय भंगलं आणि ज्याचा विरोध केला तेच साकार झालेलं पाहणं किती वेदना देतं. ते मानसिकदृष्ट्या पार कोलमडून गेले आहेत. त्यामुळे त्यांनी शराब जवळ केली आहे. त्यांची लिव्हर खराब झाली आहे. ऐकत नाहीत. लवकर मरण यावं म्हणतात. उनकी हालत देखी नहीं जाती...''

झाकिरच्या नजरेसमोर तरुण अन्वरचा चेहरा आला आणि आता वृद्ध, नशेत चूर असलेला भग्न हृदयाचा अन्वर... त्यानं एक दीर्घ नि:श्वास सोडला.

"सॉरी, मला हे सांगायचं नव्हतं. नशा गैरइस्लामी म्हणून तुमच्या कानूनच्या खिलाफ. प्लीज, त्यांच्या घरी घुसून त्यांना या वयात जेल पाहायला लावू नकोस. वाटलं तर मला टाक जेलमध्ये. त्यांच्या ऐवजी पण, प्लीज..."

"जमीला, मी एवढा वाईट, सूडबुद्धीचा नाही." झाकिर काहीसा नरम झाला होता. "इस्लाम शराबच्या खिलाफ आहे. पण - आणि मला त्याबाबत बोलायचा काय अधिकार? जिथं मी खुद्द..." आणि दचकून त्यानं ओठ चावले.

जमीलानं अर्थ नेमका जाणला होता. आता तिनं न राहवून विखारी स्वरात म्हटलं, "हे दोहरे मापदंड तुमच्या कानूनमध्ये बसतात? तुम्ही सत्तेवर आल्या आल्या कंदाहार आणि हेलमंड प्रांतातली अफूची शेती जाळून टाकली, तेव्हा मीही त्याचं तहे दिलसे स्वागत केलं होतं, पण आज पुन्हा पहिले पाढे पंचावन्न. तुम्हालाही पैशांचा व नशेचा मोह सुटत नाही. तरीही तुम्ही तुमची राजवट शुद्ध इस्लामी म्हणवून घेता? हा दुटप्पीपणा कधीच तुमच्या सदसद्विवेकबुद्धीला छळत नाही?'

त्याच्याकडे उत्तर नव्हतं, म्हणून कडकपणे तो म्हणाला, "ये जगह नहीं है बहस की. वैसेभी हम तालिबानी मर्द औरत से सियासती बातें करना मुनासिब नहीं समझते!"

"बरोबर बोललास झाकिर. आता तुझं खरं पुरुषी रूप दिसतंय." जमीला म्हणाली, "तुझ्यासारख्या दोन वर्षांत तीन बायका करणाऱ्या पुरुषाकडून दुसरं काय अपेक्षित असणार?"

"इस्लामनं पुरुषाला चार विवाह करण्याची इजाजत दिली आहे. माझं वर्तन धर्मसंमतच आहे. तुझं काय? तू तर त्या ब्रिटनच्या वार्ताहरासोबत बिनशादीची राहातेस?"

"नहीं, हमने भी बाकायदा शादी की है!"

"गैरमुस्लिमाशी शादी?"

"आम्ही लंडनला सिव्हिल कोर्ट मॅरेज केलं आहे, माझ्या घरी मॅरेज सर्टिफिकेट आहे. पाहायचं असेल तर ये."

"जरूर, मी ते तपासायला येईन एक दिवस." झाकिरच्या स्वरात विखार होता. "पण हे शरिया कायद्याचं राज्य आहे. इथं सिव्हिल कोर्ट मॅरेज अलाउड नाही, हे तुला माहीत नाही?"

"जरूर माहीत होतं. विल्यम एवढा उदारहृदयी आहे की मला त्रास नको

म्हणून इस्लाम धर्म स्वीकारायला तो तयार होता, पण मीच त्याला परावृत्त केलं. कारण आम्ही एकमेकांचा धर्म विसरून दोन माणसं म्हणून एकमेकांवर प्रेम केलं. हे कुणाही इस्लामी पुरुषाला शक्य झालं नसतं.''

तो आपादमस्तक सुन्न झाला. तिचा हा घाव मागे तिनं नाकारल्याच्या घावापेक्षा अधिक खोल जखम करणारा होता.

त्यानं वर मान करून पाहिलं, तेव्हा जमीला निघून गेली होती.

तो जीपमध्ये बसला आणि ड्रायव्हरला हुकूम सोडला, ''चलो, तोराबस खान मार्केट! तिथं युरोप - अमेरिकेतून स्त्रीचं शरीर कमी झाकलं जाऊन अधिकाधिक अंग कसं उघडं राहील हे दाखवणारे स्कर्ट्स, नाईट गाऊन्स वगैरे कपडे स्मगल्ड होऊन आले आहेत, व्यापाऱ्यांच्या गोडाउनवर छापा मारू या..''

झैनबच्या हातचे स्वादिष्ट गरमागरम नान, फक्कडसा चहा आणि तिचं गोड बोलणं यामुळे जमीलाला तरोताजा वाटत होतं.

''चाची, माझी उदासीनता दूर करण्याची तू म्हणजे जालीम दवा आहेस. माझ्या मनासाठी डॉक्टरसुद्धा!''

''वा बेटी, तारीफ करना तो कोई तुमसे सीखे.'' हसून झैनब म्हणाली, ''आता जरा गुलखान्यात जा आणि चाचाशी बोल, त्यांची तब्येत पहा. काही नुस्खा लिहून दे आणि समजावून सांग.''

पाहता पाहता तिचा चेहरा झाकाळून आला होता. ''बेटी, कैसे बताऊँ? बहोत डर लगता है! त्यांची जणू जगण्याची इच्छाच राहिली नाही. विचार करीत रात्र रात्र जागतात किंवा नशेमध्ये स्वत:ला बुडवून घेतात. मी काही त्यांना रोखू शकत नाही. मी त्यांना बौद्धिक साहचर्य नाही ना देऊ शकत! त्यामुळे असेल कदाचित, उनके लिये मैं कुछ मायने रखती नही हूं.''

''चाची, मी आहे ना तुझ्यासोबत चाचाकडे पाहायला. तू काळजी करू नकोस.'' जमीला उठत म्हणाली, ''मी त्याच्याकडे जाते.''

''त्यांच्या सोबत इलियास भाई आहेत. तेही तसेच वागताहेत. दोनों की शायद दौड लगी है बर्बाद होने में...!''

जमीला गंभीर झाली. एकेकाळचे आपले दोन आदर्श आज नशा व बर्बादीच्या सीमारेषेवर उभे आहोत. आत्मघात करून घेण्याच्या मन:स्थितीत आहेत. तिच्या अंगावर भयाचा काटा सरसरून आला.

अन्वरचं लिक्वरचं दुखणं गतवर्षीपासून उफाळून आलं होतं. महिनाभर तो

दवाखान्यात होता. पण जमीलला उपचार करता आला नव्हता. स्त्री-डॉक्टरानं स्त्रिया व मुलांनाच तपासायचं बंधन होतं. चाचा असला तरी धर्मप्रमाणे गैर मर्द. बस... ती रोज विल्यमला घेऊन बुरखा पांघरून त्याला भेटून यायची. डॉक्टरांनी चालवलेले उपचार व औषध बरोबर आहेत ना, हे तपासून पाहायची.

घरी परतल्यावर तिनं त्याला पुन्हा शराबला न शिवण्याची कसम घातली, तेव्हा भावनावश होत अन्वर म्हणाला होता, ''प्लीज बेटी, मुझे कसम मत दिला. शायद मैं निभा नहीं पाऊंगा. आणि कसम तोडली तर जिची खाल्ली, तिचं आयुष्य कमी होतं. मला हे मंजूर नाही. आता आम्ही निकम्मे, नाकामयाब झालो आहोत. काही करायचं, देश सावरायचं ते तुझ्यासारख्या नव्या पिढीनं. अब बस, एक दिन हमें अल्ला को प्यारे होने की चाह है..''

''चाचा, असं जीवघेणं नको रे बोलूस. ऐकवत नाही.''

''दुसरं काय करू शकतो मी? मी पार खचलोय बेटी. माझ्या देशाची अशी बदतर हालत जीते जी पहायचं नशिबी येईल, असं वाटलं नव्हतं! पूरा टूट चुका हूं...''

''पण चाचा, समाजासाठी काही करता येत नाही तर निदान आता शांतपणे घरी झैनबचाचीसोबत घरगृहस्थीची जिंदगी तरी जग.. तिला सुख दे, स्वत: शांत होत जगायला शीक!''

''कसं सांगू तुला जमीला? आयुष्यभर देशकारण केलं, कौटुंबिक जीवनात कधी फारसा गुंतून पडलो नाही. तुझी राय सही असली, तरी मला जमेल असं वाटत नाही.''

''मग काय शराब पीत नशेत स्वत:ला विसरायचा प्रयत्न करणार?'' जमीला काहीसा आवाज चढवीत म्हणाली, ''नाही चाचा, त्यापेक्षा बाहेर पडून तालिबानशी मुकाबला तरी कर. असं नशेनं स्वत:ची तब्येत खराब करून घेत झिजत मरण्यापेक्षा त्यांच्याशी मुकाबला करीत मिटलेलं बरं! शराबीपेक्षा शहीदी मौत केव्हाही श्रेयस्कर आणि अभिमानाची राहील.''

''जमीला, मुंहजली कहीं की.'' झैनब आपल्या पतीच्या मृत्यूच्या नुसत्या कल्पनेनं शहारून उठत दातओठ खात जमीलावर किंचाळली, ''काय बोलतेस, माझ्या शौहरच्या मरणाचं असं उघड बोलतेस?''

''मला तसं म्हणायचं नव्हतं चाची. माफ कर!'' ती खजील होत म्हणाली. तशी स्वत:ला सावरत पण विदीर्ण स्वरात झैनब म्हणाली, ''बेटी, आधीच तर ढळत्या उम्रमध्ये तुझ्या चाचाशी निकाह कबूल हुआ. अभी क्या जिया है मैंने घर

संसार में? म्हणून मला मौतची नुसती भनकही असह्य झाली..''

आणि तोंडात ओढणीच्या पदराचा बोळा करून कोंबीत आपले हुंदके आवरीत झैनब तिथून निघून गेली होती.

''बेटी, मी फार नालायक माणूस आहे.'' ती गेलेल्या दिशेनं पाहत जमीलला उद्देशून खोल खर्जातल्या स्वरात अन्वर म्हणाला, ''पण आता मला झैनबला तरी गमावून चालणार नाही. अशा हताश पराभूत अवस्थेत तिच्या साथीविना जगताही येणार नाही. मी तुला कसम देत नाही, पण प्रयत्न करीन. शराबला न शिवण्याचा..''

अन्वरला शब्द पाळता आला नाही. मधूनमधून त्याचं लिव्हरचं दुखणं पुन्हा उफाळून यायचं. पुन्हा तेच उपचार, तीच धावपळ आणि मनस्ताप. तो आपल्या पराभवाच्या कोशातून बाहेर पडायलाच तयार नव्हता.

यूनो कार्यालय परिसरातलं परदेशी पाहुण्यांचं विश्रामगृह स्त्रियांनी भरून गेलं होतं. रिचर्ड स्वत: जातीनं महिला पाहुण्यांची व्यवस्था पाहत होता. चहा व कॉफीचे ट्रे ठराबीक अंतरानं पाठवीत होता.

काल रात्रीपासूनच विश्रामगृह गजबजलं होतं. सारी रात्र त्या महिला जाग्या होत्या. मध्यरात्री बरोबर बाराच्या ठोक्याला आठ मार्च सुरू झाला, म्हणून १९९८ चा आंतरराष्ट्रीय महिला दिवस केक कापून अफगाण स्त्रीची प्रतिनिधी म्हणून बेनझीरला खिलवत साजरा केला गेला.

आंतरराष्ट्रीय मदत करणाऱ्या संघटनेची युरोपियन कमिशनर इमानं हातातला कोऱ्या चहाचा कप उंचावीत म्हटलं, ''माझ्या मैत्रिणींनो! आजचा आंतरराष्ट्रीय महिला दिवस हा जगभर अफगाण महिलांच्या हक्कासाठी पाळण्याचं ठरवण्यात आलं आहे. तसा ठरावही युरोपियन पार्लमेंटनं केला आहे. आमच्या प्रयत्नांना यश आलं आणि आज इथं आपण तालिबान सरकारला भेटून जगातील स्त्रियांच्या वतीनं आमच्या अफगाण भगिनींवर इस्लामच्या नावानं जे निर्बंध घातले आहेत, ते उठवण्याबाबत एक निवेदन देणार आहोत. त्यासाठी आम्ही जगभर 'एक फूल अफगाण स्त्रीसाठी' ही मोहीम गेली सहा महिने राबवली आहे. पण आशियाई व खास करून इस्लामी देशांकडून फारसा प्रतिसाद मिळाला नाही, हे खेदानं नमूद करावंसं वाटतं. तरीही तुम्ही साऱ्या जणी इथं आलात. तुमचं मी स्वागत करते!''

त्या विश्रामगृहात जवळपास बावीस देशांच्या महिला कार्यकर्त्या जमा झाल्या होत्या. त्यांपैकी बहुतेक विविध आंतरराष्ट्रीय संघटनांत काम करणाऱ्या होत्या. त्या व काबूलच्या काही स्त्रिया सकाळी एरियाना चौकात जमणार होत्या. तेथून मूक मोर्च

काढायचा होता. धार्मिक विभाग सांभाळणारे तालिबानचे मंत्री जमालमियांना निवेदन देऊन अफगाण स्त्रीच्या दु:खांना वाचा फोडायची होती.

"तुम्हाला माहीत आहेच की, युनिव्हर्सल डिक्लरेशन ऑफ ह्यूमन राइट्सचं यंदाचं सुवर्णमहोत्सवी वर्ष आहे. मानवी हक्कांत स्त्री-हक्काचाही समावेश होतो. म्हणून आजचं हे छोटंसं पण अर्थपूर्ण असं प्रतीकात्मक पाऊल आपण उचलणार आहोत."

"पण मॅडम, आमचे अफगाणी मर्द आम्हा औरतना इन्सान थोडेच मानतात?" बेनझीर म्हणाली.

"दुर्दैवानं ते खरं आहे बहन." इमा म्हणाली, "म्हणून तर त्यांना त्यांची जाणीव करून द्यायची आहे."

"पण आम्हा अफगाणी स्त्रियांची पुढारी जमीला आली नाही. तिच्या घरी पण कोणी फोन उचलत नाही, त्यामुळे काळजी वाटते..." बेनझीर जमीला न आल्यामुळे साशंक व अस्वस्थ होती.

"आता आली नाही तरी ती उद्या सकाळी एरियाना चौकात नक्की येईल. तिनं मला तसं प्रॉमिस केलं आहे." इमा म्हणाली, "काल सकाळीच तिच्या घरी आमची सविस्तर बातचीत झाली आहे. तू उगीच परेशान होऊ नकोस बेनझीर. जमीला कणखर औरत आहे."

"वो ठीक है मॅडम. पण उद्या किती अफगाण स्त्रिया येतील, याची मला शंका वाटते." बेनझीरनं आपल्या मनातली शंका बोलून दाखवली, तशी लंडनहून आलेली 'इंडिपेडंट'ची पत्रकार कॅरोलिन म्हणाली, "मी अन् इमा गेले चार दिवस शहरभर हिंडत आहोत. किमान तीन-साडेतीनशे स्त्रियांशी आम्ही व इतरांनी मिळून संपर्क साधला आहे. त्यांच्या व्यथावेदना टेपमध्ये आवाजबद्ध केल्या आहेत, टी.व्ही. कॅमेऱ्यांनं टिपल्या आहेत. त्यामुळे मला खात्री आहे, उद्या एरियाना चौकात निदान शंभर तरी अफगाण स्त्रिया जमा होतील. त्यांनी बुरख्यात याव, हवं तर साथीदार म्हणून समविचारी नातलग मर्द शौहर वा भाऊ सोबत आणावा, असं त्यांना आम्ही सांगितलं आहे. अफगाण मर्दांनीही आमचं म्हणणं ऐकावं व विचार करावा, अशी अपेक्षा आहे..."

यूनोच्या कचेरीत काम करणारी व रिचर्डच्या मार्गदर्शनाखाली विविध देशांतून आलेल्या स्त्रियांची आवभगत करणारी मारिया आपल्या पर्समधून एक पत्रक काढीत डोळ्यांवर चष्मा चढवीत म्हणाली, "एक पत्रक नुकतंच तालिबानच्या धार्मिक पोलिसांनी इथं काम करणाऱ्या सर्व आंतरराष्ट्रीय संघटना व दूतावासांना पाठवलं आहे, ते मी वाचून दाखवते. ते एवढं बोलकं आहे की, अधिक काही भाष्य करायची

गरज नाही.'' आणि ती ते पत्रक वाचू लागली.

'इस्लामी अफगाणिस्ताननं धर्माला अनुसरून स्त्रियांवर काम न करण्याचे निर्बंध घातले आहेत. अपवाद म्हणून फक्त काही क्षेत्रांत त्यांना कामाची परवानगी दिली जाते, याची सर्व आंतरराष्ट्रीय संस्था व दूतावासांनी गंभीरपणे नोंद घेऊन त्याचं पालन करावं. इस्लामी कानूनप्रमाणे अत्यावश्यक कामाखेरीज मुस्लिम स्त्रियांनी घराबाहेर पडायचं नसल्यामुळे त्यांना वैद्यकीय क्षेत्राखेरीज इतरत्र काम करता येणार नाही. आंतरराष्ट्रीय संघटनांनी अफगाण किंवा इतर स्त्रियांना कामावर ठेवण्यापूर्वी आमच्या विभागाची परवानगी घेणे आवश्यक आहे.

'वैद्यकीय क्षेत्रात काम करणाऱ्या अफगाणी स्त्रीनं परदेशी संस्थांकडून चालवल्या जाणाऱ्या दवाखान्यात वरिष्ठ पद घेता कामा नये. ॲम्ब्युलन्स वा इतर वाहनातून जाताना तिनं ड्रायव्हरच्या बाजूच्या सीटवर बसू नये. तसेच ज्या वाहनातून परदेशी माणसं जातात, त्यातही बसून तिनं प्रवास करू नये.

'अफगाण स्त्रियांवर असेही निर्बंध घालण्यात आले आहेत की, त्यांनी त्यांच्या आजारी व रुग्ण पुरुष नातेवाईकांना दवाखान्यात जनरल वॉर्डमध्ये, जिथं अपरिचित व गैरमर्द शरीक झाले आहेत, भेटीस जाऊ नये. तसेच आधुनिक आकर्षक कपडे घालून त्यांनी दवाखान्यात जाऊ नये. स्त्रियांनी या आज्ञा पाळीत भारदस्तपणे वागलं पाहिजे, पायांतील बुटांचा आवाज होणार नाही, असं हळुवारपणे चाललं पाहिजे...'

''ओ माय गॉड!'' थक्क होत कॅरोलिन म्हणाली, ''सिंपली डिसगस्टिंग!''

मारिया तिच्या भावनेशी सहमती दर्शवीत म्हणाली, ''अगदी खरं आहे कॅरोलिन. अफगाण स्त्रीची हालत पाहिली की, आपण चुकून दुसऱ्या विश्वात तर आलो नाही ना, असं वाटावं, इतपत जमीन-अस्मानाचा फरक जाणवतो! आजच्या काळात त्यांच्या वाट्याला अशी भयानक जिंदगी यावी, याचा विशाद वाटतो. या दोन वर्षांतले त्यांचे अनुभव म्हणजे समस्त स्त्री जातीसाठी कमीपणा आणणारी बाब आहे.''

''आप सही फर्माती हैं मारिया बहन'' बेनझीरला आता बोलल्याखेरीज राहवत नव्हतं. ''मी तुम्हाला एक-दोन अलीकडच्या घटना सांगते. त्या प्रातिनिधिक स्वरूपाच्या म्हणायला हव्यात. कारण हे व असंच सर्वत्र देशभर घडत आहे.''

''आमच्या शेजारी एक स्त्री गुप्तपणे काही मैत्रिणींसह आसपासच्या मुलांना इंग्रजी शिकवते, खास करून मुलींना. कारण त्यांच्यासाठी शाळा बंद आहेत व मुलांना केवळ धार्मिक मदरसा टाइप शिक्षण दिलं जातं. ही स्त्री पंधरा वर्षं इब्नेसिना शाळेत इंग्रजीची शिक्षिका होती. तिच्याबाबत तालिबानला पत्ता लागला. मग त्यांच्या घरात धार्मिक पोलिस घुसले. तिला व तिच्या समवेतच्या दोन शिक्षिकांना घराबाहेर

फरफटत आणलं. भर रस्त्यावर सर्वांसमक्ष त्या बेशुद्ध पडेपर्यंत मारहाण केली. काठी आणि चामड्याचा चाबूक वापरून. ही त्यांची पद्धत आहे बहेन. इतर नागरिकांना धडा मिळावा व त्यांनी असं काही करू नये म्हणून. तरीही ही माझी शेजारीण, लतिफा तिचं नाव आहे, ती हिंमत हरली नाहीय. तिनं पुन्हा आपला शिक्षणाचा क्रम जारी ठेवला आहे. ती म्हणते, 'मला माहीत आहे, केवढा धोका मी पत्करते आहे. पण जेव्हापासून तालिबान सरकार आलं आहे, आमच्या मुलांचं, विशेषत्वानं मुलींचं शिक्षण बंद झालं आहे. आयुष्य म्हणजे नरक झालं आहे. असं जगण्यापेक्षा त्यांना प्रतिकार करून मरण पत्करलेलं काय वाईट?' उद्या ती आपल्या समवेत आहे..."

"मैं उसे जरूर मिलना चाहूँगी." कॅरोलिन अस्खलित पुश्तूमध्ये म्हणाली.

"आणखी एक घटना सांगते सख्यांनो! रस्त्यानं चाललेल्या एका महिलेला तालिबानच्या धार्मिक पोलिसांनी थांबवलं आणि तिचे पाय रक्तबंबाळ होईपर्यंत त्यावर काठीनं वार केले. कारण काय, तर तिनं पायांत पांढरे बूट घातले होते. तालिबानच्या ध्वजाचा रंग सफेत आहे ना. त्याची त्यामुळे तौहीन होते, म्हणून पांढऱ्या बुटांस बंदी आहे."

बेनझीर सांगत असताना त्या हॉलमध्ये सन्नाटा पसरला होता. असं काही घडू शकतं, यावर त्या पाश्चात्त्य स्त्रियांचा विश्वास बसत नव्हता.

"अलीकडे एक नवाच प्रकार सुरू झाला आहे. विवाह-निकाहनामा ही वैयक्तिक, फार तर कौटुंबिक बाब. त्यातही तालिबानचा हस्तक्षेप सुरू झाला आहे. देशातील उपवर वधूंची लग्नं लावण्याचाही त्यांनी अधिकार आपल्याकडे घेतला आहे. ते परस्पर लग्न ठरवतात. आणि मुलींनं नकार दिला तर तिच्यावर बळजबरी केली जाते. यामुळे तरुण मुलींमध्ये आत्महत्येचे प्रकार वाढत चालले आहेत..."

"म्हणून तर आजच्या आंतरराष्ट्रीय महिला दिनाच्या निमित्तानं जगातली समस्त स्त्री दुर्दैवी अफगाणी स्त्रीच्या मागे ठामपणे उभी आहे, हा संदेश जगभर जाण्यासाठी, खास करून तालिबान सरकारला जाणीव होण्यासाठी या मोर्चाची आखणी केली आहे. साऱ्या जागतिक इलेक्ट्रॉनिक मीडियाला व वार्ताहरांना एरियाना चौकात बोलवलं आहे. मला खात्री आहे, हा कदाचित अफगाण स्त्रीच्या मुक्ततेच्या वाटचालीचा प्रारंभबिंदू ठरेल..."

"आमीन!" बेनझीर पुटपुटली. पण तिच्या मनात राहून राहून एकच विचार येत होता. आजच्या बैठकीला कबूल करूनही जमीला का आली नाही?

"मैं तुझे फिरसे पूछता हूँ जमीला. जरा सोचो, समझो." झाकिर तिच्यासमोर

टेबलाच्या कडेला अर्धवट उभा, अर्धवट बसलेल्या अवस्थेत तिची हनुवटी हातातली पोलिसी छडी रुतवून वर करीत तिच्या डोळ्यांत आसक्त नजरेनं पाहत म्हणत होता, "का स्वतःला अट्टहासानं बर्बाद करून घेते आहेस? माझं ऐक. मुझसे निकाह कबूल कर. सब ठीक हो जायेगा, मैं सब संभाल लूंगा...!"

"क्षणभर तुझं ऐकलं, तरी तुझ्याशी निकाह कसा शक्य आहे?" त्याच्या आसक्त नजरेची शिसारी येत असली, तरी त्याला नजर देत शांतपणे स्वरात जमीला म्हणाली, "गेल्या महिन्यातच तू चवथी शादी केलीस ना एका उज्बेकी मुलीशी? पेपरमध्ये खबर वाचलीय मी..!"

"अच्छा? ही अडचण वाटते तुला? तो अभी मैं वो दूर कर सकता हूं." झाकिर लघटपणे म्हणाला, "घर जातेही चारों में से एकको जबानी तलाक दूंगा. फिर कल हम निकाह कर सकते हैं..."

जमीला त्याच्याकडे हतबुद्ध होऊन पाहत राहिली. झाकिरची एवढी घसरण तिला शिसारी आणत होती. तो आज एक आदर्श तालिबानी नेता होता...

"कसल्या विचारात पडलीस जमीला तू? माझ्या चार शादींच्या?" तिचं शांत असणं ही जणू मूक संमती आहे, असं समजून तो रंगात आला होता. तिच्या पाठीमागे उभा राहत तिच्या खांद्यावर मालकी हक्कानं आपले बळकट पंजे ठेवीत म्हणाला, "जमीला, त्यांपैकी एकीलाही तुझी सर नाही. पहिला निकाह एका पठाण मुलीशी केला, पण ती कमजोर, अशक्त निघाली. म्हणून दुसरा निकाह घरी काम करणाऱ्या हाजरा मोलकरणीशी केला. ती देखणी व उफाड्याची होती. मुख्य म्हणजे गर्भार होती. आणि तिच्या साऱ्या बहिणींनी मुलीपेक्षा जादा मुलं पैदा केली असल्यामुळे तिच्या वंशात बच्चे पैदा करने का हुनर था, और मुझेभी वो बेटा देगी, इस सोचसे ब्याह किया. जमीला, तिनं मला खरंच तीन वर्षांत ओळीनं तीन बेटेच दिले बरं. मग तिचीही बाळंतपणानं तब्येत खराब झाली, तेव्हा तिसरा निकाह ताजिक वंशाच्या मुलीशी तर मागील महिन्यात चवथा उज्बेकी मुलीशी केला. मी खराखुरा अस्सल अफगाणी आहे. कारण देशात जे प्रमुख चार वंश आहेत. पठाण, हाजरा, ताजिक व उज्बेकी, त्या वंशांतील चार मुली माझ्या बायका आहेत. हां. हां... हां..."

आणि त्याला काय झालं, ते कळलंच नाही. त्याचे पंजे तिनं हिसडून टाकले व त्याच्यासमोर उभी राहात दात-ओठ खात आपलं सारं बळ एकवटून त्याच्या गालफडात एक थप्पड मारली आणि खास मुस्लिम शिवी हासडली. "सुव्वर कहीं का!"

झाकिर संतापानं पिसाळून गेला. एका औरतनं अफगाणिस्तानमध्ये पोलिस कार्यालयात त्याला थप्पड मारली होती. वर मुस्लिम मानस संतप्त करणारी शिवी.

अंतर्बाह्य तालिबानी विचारानं भारलेल्या झाकिरसाठी तिचं हे वर्तन अक्षम्य होतं. तिचे केस धरून तिला लाथाबुक्क्यांनं मारीत शिवीगाळ करीत तो ओरडला, ''साली कुत्ती! एक लौंडी, जिसकी सिर्फ मर्दका बिस्तर सजाना फितरत है, मुझे गाली देती है और चाटा मारती है? जमीला, आता तू म्हणालीस तरी मी तुझ्याशी निकाह करणार नाही. तू उस मेरी हाजरा बीबीसे भी बद्तर है...''

''थँक्स - थँक्स ए लॉट... तुझ्याशी निकाह करणं माझ्यासाठीही जहन्नुम से कम बदतर नहीं है...'' कडवटपणे जमीला म्हणाली तसा झाकिर विकृत हसत, तिच्या अंगावर हातातला काजीच्या निर्णयाचा कागद फेकीत म्हणाला, ''पढ साली काजीसाहब का हुकूमनामा! फिर मैं देखता हूँ. तू इसी तरह हंसती है या फिर रोकर गिडगिडाती मेरे पांव छूती है?''

त्याच्या पाशवी व असंस्कृत वर्तनानं आणि अमानुष मारझोडीनं जमीलाला कमालीचं अपमानास्पद वाटत होतं आणि मन त्याच्या या क्रूर-विकृत वागण्याची संगती लावण्याचा प्रयत्न करीत होतं!

झाकिर तिच्या व विल्यमच्या विवाहाचा पुरावा पाहाण्यासाठी तिच्या घरी आला होता. तेव्हा विल्यम कामासाठी पेशावरला गेला होता. किंबहुना झाकिर तो नसताना मुद्दामच आला होता.

''हम ये कागज का टुकडा मान नहीं सकते जमीला. आम्ही इस्लामी सिव्हिल मॅरेज जाणत नाही. त्यामुळे तुमचा विवाह बेकायदेशीर आहे आणि तुमच्या एकत्र राहण्याचं स्टेटस हे अनैतिक आहे.''

''मला त्याची पर्वा नाही झाकिर मियाँ.'' शांतपणे जमीला म्हणाली, ''विवाह हा दोन आत्मा - दोन मनांचं मिलन आहे, असं मी मानते.''

''ये तो यहां के टी.व्ही. और थिएटर में पहले दिखाते हुए हिंदुस्थानी फिल्मों का डायलॉग हो गया..'' छद्मी हसत झाकिर म्हणाला, ''आता हा इस्लामी अफगाणिस्तान आहे व इथं शरियाचं राज्य आणि कायदे कानून चालतात. त्यानुसार तुम्ही दोघे अनैतिक रीतीनं एकत्र राहाता, असं मानलं जाईल...''

''ठीक आहे. त्यासाठी फार तर आम्हाला तुमचं सरकार शिक्षाच करेल ना? ती आम्ही भोगू...''

''पागल तर नाहीस जमीला? शरियाप्रमाणे व्यभिचाराला देहदंडाची सजा आहे समजलं?'' झाकिर आता मवाळ सुरात विनवणी करीत म्हणाला, ''तेव्हा आपला निकाह झाला नाही. त्यात जसं माझं थोडंफार चुकलं, तसंच तुझंही. ते आपण विसरू या. आता मी पुन्हा तुझा विल्यमशी झालेला तथाकथित विवाह विसरून

तुझ्याशी निकाह लावायला तयार आहे. मला तू हवी आहेस...''

जमीला नि:शब्द त्याच्याकडे थंड नजरेनं पाहत होती.

''ऐकते आहेस ना? मला तू हवी आहेस. अॅट एनी कॉस्ट...''

''झाकिर...'' तिची नजर जशी थंड होती, तसाच तिचा आवाजही. ''आता आपले रास्ते अलग झाले आहेत व मी माझ्या संसारात सुखी आहे. मघाशी छब्बीपणानं का होईना, तू हिंदुस्थानी सिनेमांचा उल्लेख केलास. अरे, आपलं प्रेमही त्या माध्यमातून फुललं होतं. असो. एका फिल्मी गाण्याचा वापर करून तुझा अवमान न करता सांगते. चलो, एक बार फिरसे अजनबी बन जायें हम दोनों. आपण यापुढे चांगले मित्र म्हणून राहू. भेटत जाऊ. पण पाहा, तुझ्या तालिबानी नियमांत विवाहित स्त्रीशी मैत्री बसते का?''

तो तिला पाठमोरा होता, त्यामुळे त्याची प्रतिक्रिया तिला बोलताना कळत नव्हती. पण वाटत होतं. तो तिची प्रांजळ भावना समजून घेईल आणि तिचा किमानपक्षी नाद सोडेल...

एकेकाळी तिच्या कोवळ्या भावविश्वात त्यानं गुलजार रंग भरले होते. तिच्या कवित्वाला प्रोत्साहित केलं होतं, तेव्हाच्या उदारमतवादी व स्त्रीकडे निकोप आदरानं पाहणाऱ्या झाकिरचं आजचं परिवर्तन तिला सहन होत नव्हतं.

तो काही क्षणांत तिच्याकडे वळला, तेव्हा त्याचा चेहरा केवढा विकृत व अमानुष दिसत होता. तो हिंस्त्र व भेदक स्वरात म्हणाला, ''जमीला, हा माझा अपमान मी बर्दाश्त करू शकत नाही. माहीत आहे मी आज कोण आहे ते? तालिबानचा एक महत्त्वाचा, अपरिमित सत्ता असणारा अधिकारी, शहराचा पोलिस उपप्रमुख आहे. मनात आणलं तर रोज एका स्त्रीची शिकार करू शकतो... तुझ्याशी मी मवाळ वागतोय, त्याचा गैरसमज करून घेऊ नकोस...''

आणि बोलताना तिच्यावर नजर रोखीत तिच्या दिशेनं तो पुढेपुढे येत होता. जमीला मनोमन आक्रसली. मागे येत भिंतीला टेकल्यानंतर देह त्याच्यापासून कसा चोरावा? मन बलात्काराच्या भयानं थरकापून उठलं.

''झाकिर, प्लीज विसरू नकोस. हे तुझं ऑफिस आहे. प्रमोशन ऑफ व्हर्च्यूज अँड प्रिव्हेन्शन अँड सप्रेशन ऑफ व्हाइसेस... स्वत:ला सावर...''

आणि तो भानावर आला. हे आपलं कार्यालय आहे आणि 'अमीर अल मोमीनीन' याबाबत फार संवेदनाक्षम व काटेकोर आहेत. मुल्ला मोहमद उमरची नुसती यादही त्याला भानावर आणायला पुरेशी होती.

''ओ शिट...!'' अमेरिकन पद्धतीनं आपली हताशा प्रकट करीत झाकिर

म्हणाला, "जमीला, ठीक आहे. आज तू वाचलीस. पण लक्षात ठेव... मैं कुछ भी कर सकता हूँ.. सोच ले..."

"क्या करोगे तुम झाकिर मियाँ... मैं भी तो जानूँ?" आता आपण या क्षणी तरी सुखरूप आहोत, या भावनेनं काहीशी निश्चिंत होत जमीला विचारती झाली!

"यदि मेरी बात नहीं मानी, मैं फिरसे पूछता हूँ.. मुझसे उस फिरंगी को छोडके निकाह कबूल कर - नहीं तो... नहीं तो..." झाकिर काहीसा विचारमग्न झाला आणि क्षणभर थांबून विखारी स्वरात म्हणाला, "तुझ्यावर मी झिनाचा आरोप लावून काझीकडून शिक्षा करू शकतो, समजलं?"

तिला अर्थबोध झाला नाही. ती त्याच्याकडे गोंधळलेल्या मुद्रेनं पाहू लागली.

"तू काफिर कम्युनिस्ट ना. तुला कसे माहीत असणार इस्लामी कायदे कानून...?" छद्बीपणानं झाकिर म्हणाला, कुराण आणि सुनाहमध्ये विविध गुन्ह्यांसाठी शिक्षा सांगितल्या आहेत. त्यातला झिना हा गुन्हा भयंकर व अनैतिक समजला जातो. झिना म्हणजे विवाहित स्त्री आणि अविवाहित पुरुषाचे अनैतिक लैंगिक संबंध. त्यासाठी शंभर चाबकाचे फटके व देहदंड अशी शिक्षा आहे. हा आरोप तुझ्यावर लावून मी तुला बर्बाद करू शकतो. समजलं?"

आता हसण्याची पाळी होती जमीलाची. "झाकिर, असा गुन्हा मी केला नाही, फक्त विल्यमशी कोर्ट मॅरेज केलं आहे. तो गुन्हा मला कबूल आहे व त्याची जी काही शिक्षा असेल व काझी फर्मावतील, ती मला या देशाची नागरिक म्हणून, मान्य असो वा नसो, भोगलीच पाहिजे. मी अशा वेळी अशी भूमिका घेईन की, विल्यम धर्मांतर करून मुसलमान व्हायला तयार आहे, त्यामुळे पुन्हा आमचा विधिवत निकाह लावावा. त्याला त्याची कधीही तयारी आहे."

"हस, आज जेवढं हसायचं आहे, तेवढं हसून घे. नंतर काझीचा हुकूमनामा हाती पडेल, तेव्हा फक्त रडायचं बाकी राहील..."

आज त्यानं तिच्या हातात काझीचा अंतिम फैसला ठेवला होता!

त्या वेळी तिनं त्याची धमकी हसण्यावारी नेली होती. पण त्यानं तिच्यावर व विल्यमवर 'झिना'चा आरोप करताना अशी लेखी तक्रार केली होती की, झाकिरशी तिचा निकाह झाला असून ती एक विवाहित स्त्री आहे. त्याला सोडून उघड उघड विल्यमसोबत राहाते आहे, त्यासाठी परदेशातील सिव्हिल कोर्ट मॅरेजचा हवाला घेते आहे. हा इस्लामच्या दृष्टीनं झिनाचा गुन्हा आहे.

ती त्या आरोपानं हादरून गेली होती. त्यानं पुरावा म्हणून त्यांच्या वाङ्निश्चयाची

व शकराना विधी (साखरपुड्याची) छायाचित्रं आणि एक खोटाच तयार केलेला निकाहनामा सादर केला होता. साक्षीदारही पेश करून त्याची सत्यता सिद्ध केली होती.

जमीलानं ही तद्दन खोटी व विकृत शक्यता लक्षातच घेतली नव्हती. तिनं आपल्या परीनं बचाव केला, विल्यमची साक्ष काढली. अन्वरचीही जबानी नोंदवली.

पण केस चालू असताना जसजसे दिवस जात होते तसतशी ती हताश व निराश झाली होती. आज तो काझीचा हुकूमनामा हातात होता आणि मन विकल झालं होतं. डोळे भरून आले. पण झाकिरसारख्या पुरुषापुढे अश्रू ढाळणं म्हणजे त्याच्या स्त्रीजात कमजोर व दुबळी असते, या भ्रमावर शिक्कामोर्तब करण्यासारखं होईल. एक स्त्री म्हणून, आधुनिक समता व स्वातंत्र्याची मूल्यं मानणारी अफगाण औरत म्हणून माझ्या व समस्त अफगाण स्त्रीचा तो अपमान ठरेल, तौहीन होईल. नाही, मी असं होऊ देणार नाही. या तालिबानी नरकवासापेक्षा जी काही शिक्षा असेल, ती धैर्यानं, हूं की चूं न करता भोगली पाहिजे...

डोळे कोरडे करीत ती हुकूमनामा वाचू लागली.

'तमाम सबूतों और गवाहों का गौर करने के बाद मैं इस नतीजे पर पहुंचा हूँ कि, जमीला वल्द रहिम पगमानीका झिना गुनाह साबित हो गया है. इस्लामी कानून सुनाह के तहत विल्यम जोन्स रहनेवाला लंडन, ब्रिटन को खुले आम सौ कोडे मारकर एक साल के लिए वतन के बाहर किया जाय और जमीला पगमानी को सबके सामने इसी तरह सौ कोडे पहले मार के उसे जमा हुई भीडसे पत्थर फेककर मार दिया जाय. तबतक पत्थर फेकें जाये, जबतक उसे मौत न आये..!'

तिनं त्या हुकमाच्या कागदानं चेहरा झाकून घेतला.

"आता का हसत नाहीस जमीला?" त्याच्या त्या विकृतीच्या सीमेवरील छद्मी हास्यानं जमीला भानावर आली आणि थरथरत्या स्वरात म्हणाली, "मैं भी इन्सान हूं. झाकिर मियाँ, और इस देसमें जन्मी, पली, मजबूर औरत हूं और उसपर ये सजा. कैसे मुस्कुराऊ? और कोई हसने को कहे, ये भी किसी सजासे कम नहीं है..."

कितीही चंद्रबळ ओढून आणलं, तरी न राहवून जमीलाच्या ओठांतून हुंदका निसटला. डोळ्यांनी दगा दिला. आंसवं झरू लागली. ओठातून असह्य पण दबलेलं रुदन...

क्षणभर झाकिरला तिची मजबुरीची अवस्था पाहून करुणा, ममत्व स्पर्शून गेलं. स्वतःची लाजही वाटली. विकृत लालसा व उद्दाम क्रूरत्वानं तिच्याविरुद्ध खोटी केस करून अघोरी सजा काझीकडून सुनावून घेतली खरी, पण त्यातून काय मिळणार आहे? जमीला? छट! तिला आपण आजही का म्हणून चाहतो आहोत?

तेव्हा आपला पुरुषी अहंकार आडवा आला व आता सत्तेचा अहंकार, जिचा मी वापर करून मनचाही स्त्री हवी तेव्हा मिळवू शकतो. तो अहंकार जमिलानं ठेचायचा प्रयत्न केला. त्यामुळे... त्यामुळे...

ही तीच जमिला आहे, जिच्यावर अमेरिकेतून आल्यावर मी मनापासून खरं प्रेम केलं. तेव्हा आपण तिच्या आझाद, काफिराना खयालांचे कायल होतो.

पण 'इस्लाम' व 'गाहिज' चालवताना करीमुल्लांच्या प्रभावानं अधिकाधिक धार्मिक कसे होत गेलो, कळलंच नाही. मग जिहादच्या निमित्तानं मनात व विचारांत कट्टरतेची कर्मठ तत्त्वं कशी मिसळली गेली, कुछ पता नहीं चला. हा बदल आपल्यात अंतराळ निर्माण करून गेला.

आणि आज ही दूरी कितीतरी पटींनी वाढली आहे. तरी आपला तिच्या प्राप्तीचा अट्टहास का?

झाकिरच्या मनात गोंधळ झाला होता. पण हा प्रश्न पुन्हा मनोभूमीवर उमटला, तशी जीवघेणी कळ डंख मारून गेली. संताप, पुरुषी न्यूनगंडत्व आणि अपमानाची भावना संतप्त करून गेली...

तिच्यात आपल्याला शरीरभोगाच्या दृष्टीनं काही रस नाही. तिच्यापेक्षा कितीतरी अधिक देखण्या स्त्रिया भोगून झाल्या आहेत. पण पौरुषाचा डंख मारून तिला घायाळ करणं, नमवणं आणि तिच्या स्त्रीत्वाचा व स्वतंत्र व्यक्तिमत्त्वाचा फडा ठेचणं यासाठी हा अट्टहास आहे. त्यात आपण कामयाब झालो आहोत. एक तर तिनं अजूनही शरण येऊन आपल्या पुढ्यात यावं वा शिक्षेला सामोरं जावं. त्या वेळी चाबकाचे फटकारे झेलताना व दगडांनी ठेचून मरताना तरी ती निश्चितच कोलमडेल. तो आपल्या अपमानाच्या सूडाचा क्षण असेल. विजयी क्षण असेल...

"जमिला, नुसता हुकूमनामा वाचून बोलती बंद झाली तर प्रत्यक्ष शिक्षा भोगताना काय अवस्था होईल?" झाकिर म्हणाला, "अजूनही वेळ गेली नाहीय. माझं ऐक आणि माझी बीबी हो. मी पाहून घेईन आणि हा हुकूमनामा निघालाच नाही किंवा ही केस चाललीच नाही, असं मी काहीतरी करीन. नाही तर उद्याच शिक्षेची अंमलबजावणी होईल. फैसला तुला करायचा आहे आणि तो आत्ता, या क्षणी..."

जमिलानं डोळे मिटून घेतले. मघाशी हुकूमनामा वाचताना भय व अघोरी शिक्षेच्या कल्पनेनं पांढराफेक पडलेला चेहरा आता बराच सावरला होता. ती विचार करीत होती.

आपल्या सोबत निरपराध विल्यमलाही चाबकाच्या शंभर फटक्यांची शिक्षा भोगावी लागणार आहे. तो ही सहन करू शकेल? त्याची कमकुवत भीरू वृत्ती

पाहताही फार जबर शिक्षा आहे. तो ती कशी सहन करील? पण ते भाग आहे. कारण त्याचं नशीब माझ्याशी विवाहानं, भले तालिबान कायदा ते मान्य न करो, बांधलं गेलं आहे.

सवाल खरा माझा आहे. अन्यायी, खोटी शिक्षा का म्हणून सहन करायची? युद्धात शहीद होणं वा एखाद्या तत्त्वासाठी जिवाची बाजी लावणं केव्हाही चांगलंच. पण इथं मला मरावं लागणार आहे ते खोट्या 'झिना'च्या आरोपासाठी आणि अफगाणंच काय जगातला समस्त पुरुष वर्ग स्त्रीच्या खऱ्या-खोट्या वा तथाकथित लैंगिक गुन्ह्याला माफ करत नाही. आपली नोंद इतिहासात लैंगिक गुन्हेगार म्हणून होईल..

ओ-नो-.. ये-ये मुझे हरगिज बर्दाश्त नहीं होगा..

मग दुसरा पर्याय काय? विल्यमला सोडून झाकिरची पाचवी बीबी बनणं आणि त्याचे लैंगिक अत्याचार हररोज सहन करणं? अशक्यच... त्यापेक्षा ही भयंकर शिक्षा बरी...

झाकिरच्या कार्यालयातील घड्याळात रात्रीच्या आठचे ठोके नीरव शांततेचा भंग करीत वाजू लागले. जमीलाला आठवण झाली. आज आंतरराष्ट्रीय महिला संघटनांच्या प्रतिनिधींच्या बैठकीत आपल्याला, बेनझीर व इतर काही निवडक अफगाण महिला कार्यकर्त्यांना बोलावलं आहे व आठ वाजता बैठक सुरू होणार आहे. त्यासाठी जायचं होतं. पण—

उद्या आंतरराष्ट्रीय महिला दिवस.

आणि मी जर आता झाकिरचा निकाहचा प्रस्ताव ठोकरला तर उद्याच मला सरे आम झिनाच्या आरोपाखाली गुन्हेगार म्हणून शंभर चाबकाच्या फटक्यांसोबत दगडांनी ठेचून मारण्याची शिक्षा दिली जाईल..

त्या योगायोगानं घडून येणाऱ्या विडंबनाचं जमीलाला जीवघेणं हसू फुटलं. मग तिनं स्वतःला सावरलं.

काही क्षण घड्याळाच्या ठोक्याचे प्रतिध्वनी विरल्यानंतर शांततेत गेले. आपल्या छडीशी चाळा करीत अस्वस्थपणे झाकिर तिच्या उत्तराच्या प्रतीक्षेत होता.

''झाकिरमियाँ—'' तिचा शांत व प्रयत्नपूर्वक सहजता दर्शवणारा आवाज कानी पडला. त्यानं तिच्याकडे मान वर करून पाहिलं.

तिचा चेहरा कमालीचा निश्चयी वाटत होता. त्यावर एक प्रकारची अपूर्व प्रभा तरळत एक अननुभूत वातावरण तिच्याभोवती निर्माण करीत होती.

"झाकिरमियाँ, मी काझी साहेबांची सजा भोगायला तयार आहे आणि तू पाहशील. मी मंद का होईना हसत राहीन. मुळीच रडणार नाही. वेदनेनं ओरडणार पण नाही."

हा त्याच्यावर तिनं केलेला जोरदार शेवटचा आघात होता. तो तोल जाऊन किंचाळला, "मर-मर साली. तेरी यही फितरत है, तो मैं क्या करूँ?"

"मी 'आमीन' म्हणू तुझ्या या इच्छपूर्तीसाठी?" जमीलानं तेवढ्याच सहज शांतपणे आणखी एक वार जाणीवपूर्वक केला आणि म्हटलं, "आमीन!"

मध्यरात्र उलटल्यानंतर केव्हातरी साऱ्या जणी झोपी गेल्या होता. बेनझीरनं करीमुल्लांना फोन करून आपण रात्री यूनो कचेरीच्या विश्रामगृहावर इमा, कॅरोलिनसोबत थांबत असल्याचं सांगितलं आणि विनंती केली की, सकाळी निवेदन देण्याच्या वेळी त्यांनीही हजर राहावं. "शायद हमने जो सोचा था, उसका ये आगाज हो सकता है..."

"ठीक है बेटी, मैं जरूर आऊंगा! लेकिन खुद का खयाल रखना!"

बेनझीरला रात्रभर झोप लागली नव्हती. ती वारंवार कूस बदलत होती. तिला जमीला बैठकीला का आली नसावी, हा प्रश्न सतावत होता आणि मनात नाना शंका-कुशंका येत होत्या.

पहाटे केव्हातरी तिचा डोळा लागला. पण बरोबर साडेसहा वाजता इमानं तिला हाक मारून उठवलं आणि हाती चहाचा पेला देत म्हटलं, "गुड मॉर्निंग बेनझीर!"

इमाला सातच्या बी.बी.सी.च्या पर्शियन बातम्या ऐकायच्या होत्या.

बी.बी.सी. बातम्यांमध्ये विल्यमनं पाठवलेल्या डिस्पॅचच्या आधारे प्रमुख बातमी म्हणून आजच्या महिलांच्या मूकमोर्चाला स्थान दिलं होतं!

"गुड, व्हेरी गुड." संतोषानं इमा उद्गारली. "मला वाटतं बेनझीर, या बातमीमुळे आम्ही ज्या ज्या अफगाण स्त्रियांशी संपर्क साधला, त्या मोर्चासाठी एरियाना स्क्वेअरला नक्की येतील."

"इन्शा अल्ला, ऐसाही हो!" बेनझीरही काहीशी उत्तेजित होत म्हणाली, "अब हम 'रेडिओ शरिया' सुनेंगे... पाहू या, त्यांनी याबाबत कशी बातमी दिली आहे ते..."

तालिबान सरकारनं रेडिओ काबूलचं 'रेडिओ शरिया' असं नामांतर केलं होतं. त्यांच्या बातमीत म्हटलं होतं, 'हा मोर्चा म्हणजे तालिबान सरकारला बदनाम

'मैं शहिद होना चाहती हूँ!' / ६१३

करण्याचा पाश्चिमात्य जगाचा आंतरराष्ट्रीय स्वरूपाचा कट आहे. तरीही आमचं सरकार खुल्या मनानं त्यांचं म्हणणं ऐकण्यासाठी तयार आहे. त्यासाठी एरियाना चौकात जनाब जमाल साहेबांचे प्रतिनिधी जातीनं उपस्थित राहून निवेदन स्वीकारतील आणि त्यातील मागणीवर इस्लामी कायदेकानूनच्या चौकटीत विचार केला जाईल. जमाल साहेबांनी मोर्चाला खुद्द भेटावं, हे इस्लामच्या चौकटीत बसत नाही. कारण तिथं परदेशी स्त्रिया पर्दाविना उपस्थित असतील...''

निराश होत इमा म्हणाली, ''आम्हाला जमाल साहेबांना खुद्द भेटून काही सवाल विचारता आले असते तर बरं झालं असतं. खैर...''

बातम्यांच्या शेवटी खास ऐलान करण्यात आलं. ''अब एक खास खबर सुनिये..'' झिना जुर्म के साबित होनेका अहम फैसला देते हुए काझी बद्रुद्दीन साब मोती मज्जिदने काफिर कम्युनिस्ट राज में मंत्री रह चुकी जमीला पगमानी को मौत की सजा सुनाई है. इस्लामी कानून के मुताबिक एरियाना स्क्वेअर में खुले आम उसे सौ कोडे मारे जायेंगे और पत्थर से मरते दम तक मारा जायेगा. काबूलवासियों को चेतावनी दी जाती है कि जो जुर्म करेगा, उसे कानून तहत सजा यकीनन मिलेगी!'

''या अल्लाह! मैं क्या सुन रही हूँ? यकीन नहीं आता.'' सुन्न होत बेनझीर म्हणाली. तिचा चेहरा पांढरा फक झाला. सर्वांग सुन्न होत ताठरलं होतं!

इमानं कॅरोलिनला बोलवून घेतलं आणि बातमी सांगितली, तशी संतापानं तप्त होत ती उद्गारली, ''आमच्या मूक मोर्चाच्या कृतीला हे त्यांचं रानटी क्रूर उत्तर आहे. हे थांबलं पाहिजे - जमीला वाचली पाहिजे...''

''वो - वो कैसे मुमकिन है? जिन्होंने दुनिया को ठुकराके जहाँ डॉ. नजिब साबको मार के लॅम्प पोस्ट पे लटकाया वो क्या हमारे कहने से या मेमोरंडम से मानेंगे?'' बेनझीर म्हणाली.

''इमा - कॅरोलिन, हा फैसला एकदम झूठा आहे. जमीला शादीशुदा आहे. विल्यमशी तिनं लंडनला सिव्हिल कोर्ट मॅरेज केलं आहे, हे मी जाणते. तिचा कधीही झाकिरशी निकाह झाला नव्हता. मैं ये काझी का फैसला सच मानने को हरगिज तयार नहीं...''

तिचा थरथरता देह थोपटीत कॅरोलिन तिचं सांत्वन करीत होती. पण बेनझीरची सुन्नावस्था कायम होती!

एरियाना चौकातच आंतरराष्ट्रीय महिला संघटनेच्या ठरलेल्या वेळेपूर्वी एक तास म्हणजे दहा वाजता जमीला व विल्यमला धार्मिक अदालतीच्या काझी बद्रुद्दीनच्या

आदेशाप्रमाणे खुले आम शरीयाप्रणीत शिक्षा दिली जाणार होती. त्यासाठी धार्मिक पोलिस दलानं खास व्यवस्था रातोरात केली होती. एक उंच चौथरा तात्पुरता एका कोपऱ्यात उभारण्यात आला होता. तेथे आरोपी गुन्हेगारांना कडेकोट बंदोबस्तात ठीक दहा वाजता आणलं जाणार होतं. या रेडिओवरील बातमीनं स्त्रियांचा मोर्चा काढून निवेदन देण्यात काही मतलबच उरला नव्हता. त्यासाठीच ही शिक्षा त्या जागी देण्याचं ठरवलं असणार..

दहाच्या आसपास तो एरियाना चौक बुरखाधारी स्त्रिया व पुरुषांनी भरून गेला. यापूर्वी एका खून प्रकरणात कंदाहारला एका अफगाणी पुरुषाला जाहीरपणे अशीच दगड मारून मृत्यूची शिक्षा दिल्याची खबर काबूलवासी ऐकून होते. तसंच चोरी, दरवडा या शिक्षेसाठी काही आरोपींचे हातपाय तोडण्यात आले होते. पण आज शहरात आबालवृद्धांना माहीत असणाऱ्या आणि १९९० ते ९२ दरम्यान शिक्षणमंत्री म्हणून नजिब सरकारात काम केलेल्या जमीला पगमानीला झिनाच्या आरोपावरून मृत्युदंडाची शिक्षा होणार होती. ही बातमी सकाळी रेडिओवर ऐकल्यापासून सारं शहर हादरून गेलं होतं. जमीला ही गेल्या दोन दशकांपासून शहरवासीयांना परिचित होती. तिनं असं काही केलं असेल, यावर कुणाचाही विश्वास बसत नव्हता. एक वांझोटा संताप व हताशता त्यांना जाणवत होती. चौक संपूर्ण भरून गेला असला तरी तिथे स्मशानवत शांतता होती. गिधाडांनाही भेदरून सोडणारी मरणकळा पसरली होती.

बरोबर दहा वाजता एका सरकारी जीपमधून हात बांधलेल्या जमीला व विल्यमला आणलं गेलं. सोबतच्या जीपमध्ये झाकिर व काझी बद्रुद्दीन होते! जमीला व विल्यमला खास उभारण्यात आलेल्या चौथऱ्यावर बांधलेल्या अवस्थेत उभं करण्यात आलं.

जमीला शांत व धीरगंभीर होती आणि निर्भयपणे सभोवती पाहत होती. झाकिरशी जेव्हा जेव्हा नजरानजर व्हायची, ती मंद स्मित करीत जणू त्याला डिवचायची. 'पाहा, पाहा, मी मरणाच्या छायेतपण अचल आहे व स्मित करते आहे. तुला मी सूडाचं समाधान मिळू देणार नाही.' भय सरलं होतं. मन व विचार शांत व स्थिर झाले होते!

सकाळी धार्मिक पोलिसांनी विल्यमला पकडून आणलं व तिच्याच कोठडीत स्थानबद्ध केलं. पहाटे पहाटे तो हेरातचा दौरा करून आला होता. त्याला पोलिसांनी शिक्षेचं सांगितलं, तेव्हा तो मुळासकट हादरून गेला.

"जमीला... हा काय प्रसंग आपणावर आला?" ती तुरुंगात दृष्टीस पडताच थरथरल्या स्वरात त्यानं विचारलं, "मी तुला किती वेळा म्हटलं होतं. इथं आपण

'मैं शहिद होना चाहती हूँ!' / ६१५

राहणं काही खरं नाही. त्यापेक्षा लंडनला स्थायिक होऊन सुखानं राहू. पण...''

''विल्यम, मला आता याक्षणी मृत्यूला सामोरं जातानाही माझ्या निर्णयाचा पश्चात्ताप होत नाही.'' जमीला म्हणाली, ''आखिर ये मेरा मादरे वतन है. मुझे यही जीना है, मरना है...''

''मी मात्र तुझ्याशी बांधला गेल्यानं हकनाक अडकलो गेलो.'' त्याच्या हताश स्वरात त्याच्या मनातली खदखद उमटली. जमीलाला त्याचा भित्रेपणा माहीत असल्यामुळे धक्का बसला नाही, तरी आपल्या सहचराबाबतचा अंदाज खरा ठरल्याची वेदना खोल डंख मारून गेली. ती म्हणाली, ''विल, अरे पुरुषासारखा पुरुष ना तू! एवढं घाबरतोस? तुला केवळ कोडे मारण्याची शिक्षा भोगायची आहे. मला मात्र दगडांनी ठेचलं जात मरणाला कवटाळायचं आहे... माझ्यावर प्रेम केलंस ना? अशा प्रसंगी भीतीनं काळापांढरा होतोस! मुझे ताज्जुब है और शर्मभी आती है कि, कायर के साथ मोहब्बत की...''

तिच्या निर्भर्त्सनेनंही विल्यमला काही वाटलं नाही. कारण त्याच्या अंतरंगावर भीतीचा एवढा पगडा बसला होता की, तो विचार करण्याच्या मन:स्थितीत नव्हता. आपल्याला भर सभेत पोलिस चामड्याच्या चाबकाचे शंभर फटके मारणार, या कल्पनेनंच त्याची बोबडी वळली होती!

आपल्या भीतीनं तो एवढा भेदरला होता की, जमीलाला त्या शिक्षेसोबत दगडांनी ठेचून मारलं जाणार आहे, याचा विचारही त्यांच्या मनात येत नव्हता.

''होय - मी कायर, भित्रा आहे. कारण मी सुसंस्कृत जगात वाढलो आहे, जिथं मारहाण, जीव घेणं असे प्रकार ज्ञात नाहीत. किती क्रूर व रानटी कायदे कानून हे! किती भयानक शिक्षा...! आय जस्ट कांट इमॅजिन. आय ऑम टेरिबली अफ्रेड... आय कांट बेअर इट...''

जमीला त्याच्याकडे अवाक् होऊन पाहत होती. भीतीमुळे तो एवढा अर्धमेला झाला होता की, जमीलाच्या शिक्षेतील क्रौर्य व भयानकता त्याच्या मेंदूपर्यंत पोचतच नसावी. पाहता पाहता क्षणार्धात जमीलाचं मन कडवटलं. हा आपला जीवनसाथीदेखील कमअस्सल निघावा. कायर... जो तिची वेदनाही वाटून घेऊ शकत नाही...

तिला तुच्छ कडवटतेनं त्याच्या तोंडावर पचकन थुंकावंसं वाटलं. पण स्वत:ला सावरत ती म्हणाली, ''बरं झालं, जाताना का होईना तुझं खरं रूप कळलं मला. आता कोणातही भ्रम घेऊन मरणार नाही. खैर, तू माझ्या सुखात जरूर सामील झालास, पण आणीबाणीच्या पहिल्याच प्रसंगी तू मनानं माझ्यापासून अलग झालास. या क्षणी एकाच कोठडीत आपण बंदिस्त आहोत, पण वाटतं, दोन ध्रुवांवर आपण

अलग दूर दूर आहोत...''

त्याची मान झुकली. आणि तिच्या पुढे बोलायला शब्द नव्हते आणि हिंमतही.

आताही चौथऱ्यावर उभ्या उभ्या त्याचे पाय भयानं लटपटत होते. तिच्याकडे तो हताश नजरेनं पाहत तिच्याकडून दिलासा मिळावा, असा वृथा प्रयत्न करीत होता. पण ती कटाक्षानं त्याची नजर टाळीत होती.

त्या गर्दीमध्ये जमीलानं बेनझीरला टिपलं. त्यांची नजरानजर होताच बेनझीर अस्वस्थ होऊन इमाच्या खांद्यावर डोकं टेकून आसू ढाळू लागली.

वेडी पोर... आपल्याला 'दीदी' म्हणत बहिणीसारखी माया लावली होती. तिनं नुकतंच करीमुल्लंचं झालेलं वैचारिक परिवर्तन सांगितलं होतं, तेव्हा जमीला म्हणाली होती... 'आपल्याला खरंच पुन्हा एक वार याविरुद्ध जिहाद पुकारता येईल. करीमुल्लांची साथ मिळाली तर धर्मप्रेमी अवाम आपलं म्हणणं अधिक गांभीर्यानं ऐकेल, असं वाटतं. मी त्यांना भेटायला येते. तू त्यांना विचारून पाहा...'

आता ती भेट कधीच होणार नव्हती. पण आज या गर्दीत करीमुल्ला दिसत आहेत. त्यांच्या नजरेत ममत्व व तिच्या परिस्थितीबाबत विषाद दाटलेला आहे. तिनं नजरेनंच त्यांना आदाब करीत मनोमन म्हटलं, 'सर, तुम्ही इस्लामी धर्मशास्त्री असूनही पोथीनिष्ठ कधीच नव्हतात. म्हणून तुम्हाला आज वैचारिक जिहाद पुकारावासा वाटतो, पण त्यासाठी मी असणार नाही. पण तुमची बहू बेनझीर ही होनहार आहे. तुम्ही, चाचा अन्वर व इलियास एकत्र झालात तर ती नव्या इन्किलाबची सुरुवात ठरेल... मी तुम्हाला मनोमन दुवा देते...'

गर्दीमध्ये चाचा, चाची असू नयेत, असं तिला वाटत होतं. त्यांचा आपण सामना करू शकणार नाही. आणि घरी सैन्यातून निवृत्त झाल्यावर पक्षाघातानं अंथरुणाला खिळलेले अब्बाजान रहीम व अम्मी रुकिया... कसा हा आघात सहन करतील? अल्ला त्यांना सामर्थ्य देवो... दुसरी काय दुवा मागायची त्या अल्लाकडे?

काझी बद्रुद्दीन माइक हाती घेत खणखणीत स्वरात बोलू लागला, "आज झिना जुर्म के गुन्हेगार जमीला वल्द रहिम पगमानी और विल्यम जोन्स को आपके सामने इस्लामी कानून तहत सजा दी जायेगी...''

तो प्रथम विल्यमजवळ जात म्हणाला, "सजा के पहले तुम्हें कुछ कहना है तो कह सकते हो...''

"मी निर्दोष आहे. असा गुन्हा मी केला नाही, पण तुमच्या धर्मप्रमाणे तो गुन्हा असेल, तर मी माफी मागतो. मला सोडून द्या. मी तुमच्या देशात पुन्हा कधी येणार नाही...''

त्याची ही शरणागती तिथं जमा झालेल्या विदेशी महिलांना खास करून लंडनच्या कॅरोलिनला अपमानास्पद वाटली.

"माफी का सवाल नहीं पैदा होता..." काझी म्हणाला, "चलो, सजा दी जाय..."

एक तगडा धार्मिक पोलिस तेलपाणी दिल्यामुळे चमकणाऱ्या जाडजूड चामड्याचा चाबूक हवेत फिरवीत पुढे आला. काझीला त्यानं अभिवादन केलं आणि चाबूक हवेत फडकवीत विल्यमच्या शर्टविना उघड्या पाठीवर त्यानं जोरानं फटकारला.

"ओ माय गॉड... आय कांट - आय कांट - बेअर - प-प-पेन्स..." विल्यम मर्मांतक ओरडत म्हणाला. त्या चाबकाच्या फटक्यानं रक्ताची चिळकांडी उडाली होती.

चारपाच फटक्यांतच विल्यम बेशुद्ध पडला व खाली कोसळला. तरी मोजून दहा फटके मारण्यात आले. त्याचं ओरडणं थांबलं, तेव्हा त्या तगड्या पोलिसानं विचारलं, "हुजूर, आगे कोडे मारें?"

काझीनं क्षणभर विचार केला. "नहीं, इतनी सजा काफी है. सौ कोडों में वो मर जायेगा. उसे ब्रिटन एम्बसी में भेज दो जीप से... और कल-परसो उसे दफा कर दो लंडन के लिये..."

झाकिरनं हसत काझीच्या मताला संमती दिली.

आता शिक्षेची पाळी जमीलाची होती!

"बोलो, तुम्हें कुछ कहना है?"

"अगर आप इजाजत दें तो कहना चाहूँगी!" जमीला नम्र स्वरात म्हणाली. त्याचा काझीवर काहीसा अनुकूल परिणाम झाला. इथं आल्यापासून तिच्या शांत व धीरोदात्त वर्तनानं त्याचं मन मवाळलं होतं. संदेह वाटू लागला होता. खरंच या निष्पाप वाटणाऱ्या युवतीनं झिनासारखा गुन्हा केला असेल? झाकिरमियाँसारखा बडा होद्देदार खोटी तक्रार कशाला गुदरेल? आणि त्यानं निकाहनामा पेश करून शादी झाल्याचं साथीदारामार्फत सिद्धही केलं आहे. पण हिचा निर्मल चेहरा पाहता ती अनैतिक वर्तनाची उच्छृंखल औरत वाटत नाही. कुठे काही पाणी तर मुरत नाही ना? पण आता उशीर झाला आहे. काझीनं हे मनात विचार आल्यामुळे मवाळपणे म्हटलं, "हां बेटी, तुझे पूरी इजाजत है."

सारा जनसमुदाय कानांत प्राण गोळा करून जमीला काय सांगणार, या प्रतीक्षेत शांत व स्तब्ध होता.

"आपने जो सजा फर्मायी है वो मुझे मंजूर है. क्योंकि आज वतनपर जो सियासत हुकूम कर रही है, उसके बनाये कायदे-कानून को मानना हर अफगाणी

का फर्ज बनता है. मैं इसी कारण सजा मंजूर करती हूँ, लेकिन...''

क्षणभर ती थांबली व शांतपणे तिचा एकएक शब्द ऐकणाऱ्या जनसमुदायावरून मुद्दाम नजर फिरवून ती म्हणाली, ''पण मी स्वतःला गुन्हेगार समजत नाही. झिनासारखा अनैतिक गुन्हा मी मुळीच केलेला नाही. झाकिरमियाँनी खोटा पुरावा व साक्षी आपणापुढे पेश करून त्यांनी साक्षात काजी महाशय, आपली, अल्लाच्या नेक बंद्याची फसवणूक केली आहे. झाकिरमियाँना आपल्या साक्षीनं एवढंच सांगेन की, वो पूरी दुनिया से बच सकते हैं, लेकिन अपने दिलसे और उससे बढकर अपने अल्ला से कैसे बच पायेंगे? वहाँ उन्हें ये यकीनन कुबूल करना पडेगा कि, उन्होंने झूठा काम किया है...''

''काझीसाब, ये बकवास करती है. उसे चुप करो...'' क्रुद्ध होत झाकिर काझीपुढे जात किंचाळला.

''पहले तुम चुप रहो. ये कानूनी मामला है और मैंने जमीला को आखरी बयां करने की इजाजत दी है...''

''शुक्रिया काझीसाब...'' जमीला पुढे म्हणाली, ''मला हा गुन्हा कबूल नाही, तशीच ही शिक्षाही मान्य नाही. काझीसाब, मध्ययुगीन काळातल्या या शिक्षा, देहदंड सरेआम देणं, हात-पाय तोडणं आज जगातील कोणत्याच मुस्लिम देशात लागू नाहीत. तिथे नागरी कानून तयार करण्यात आले आहेत व आपल्याही देशात कालपरवापर्यंत ते होते. राज्य इस्लामी पद्धतीचं असण्यास हरकत नाही, कारण इथली अवाम त्या धर्माची अनुयायी आहे. पण कालमानाप्रमाणे इतर मुस्लिम देश बदलत आहेत. आज कुठेही गुलामीची प्रथा नाही. अनेक देशांत निकाह व तलाकचे नागरी कायदे बनले आहेत. इस्लामला निषिद्ध असलं तरी व्याजावर चालणारी बॉंकिंग पद्धत सर्वच इस्लांमी देशात चालू आहे. सिनेमा, टी.व्ही. आदी कलामाध्यमांतून संगीत प्रचलित आहे. तरीही त्या देशांची इस्लमियत धोक्यात येत नाही. त्यापासून आपण काही शिकणार आहोत की काटे मागे फिरवीत मध्ययुगीन काळाचे कायदे व शिक्षा आजच्या नव्या दुनियेत पुन्हा लागू करून आपला देश आणखी पाच-दहा शतकं मागे नेणार आहोत? नाही काझीसाब, हे मला देशावर प्रेम करणारी एक इन्सान म्हणून मान्य नाही. म्हणून तुमच्या या तथाकथित इस्लामी कायदे-कानूनचा मी सरेआम निषेध करते. ते बदलून आधुनिक नागरी कायदे आणावेत, अशी इल्तिजा करते. तरीही त्याचं पालन करून मी देहदंडाला सामोरी जाणार आहे. लेकिन खुदा करे, मैं इस कानून तहत इस तरह मरनेवाली आखरी इन्सान ठहरूँ. फिर कभी किसीपर ये नौबत न आये...''

'मैं शहिद होना चाहती हूँ!' / ६१९

तिची ही देशवासीयांबाबतची कळकळीची भावना उपस्थितांच्या मनाला स्पर्शून गेली. करीमुल्लांच्या धर्मश्रद्धांवर हा सखोल आघात होता, तरीही त्यांना त्याचा खेद वाटत नव्हता. आपले डोळे व विचार आज कधी नव्हे ते लख्ख जाणिवेनं प्रकाशमान झाले आहेत, असं वाटत होतं.

त्या गर्दीत इलियास व झैनबसोबत आलेल्या अन्वरचे डोळे अविरत पाझरत होते. तो सद्गदित होत म्हणाला, ‘‘इलियास भाई, आता आपल्याला हताश होऊन स्वत:ला मद्याच्या नशेत बुडवून घेण्याचा अधिकार उरलेला नाही. ती ज्यासाठी मरणाला सामोरं जातेय, त्या तत्त्वांसाठी थकल्या भागल्या देहात नवा जोम आणून कामाला कामाला लागलं पाहिजे.’’

जमीलाच्या बेडर स्पष्टोक्तीनं काझी अवाक झाला होता. त्याची नजर खाली गेली होती. पण तिचा आवाज कानांतून खोल हृदयात उतरत होता.

‘‘मी पुन्हा खरं खरं सांगते की, मी झिनासारखा अनैतिक गुन्हा केला नाही. पण या निमित्तानं मला एक सवाल करायचा आहे की, सारी नैतिकता स्त्रीच्या पदरीच का? पुरुषांसाठी ती लागू नाही? चार विवाह करणं, जबानी तलाक देणं यांचा मुस्लिम मर्द ऐयाशीसाठी, रंगरलिया करण्यासाठी वापर करतो, तेव्हा नैतिकता कुठे जाते? एकूणच काझीसाहेब, तुमच्या सियासतीचे कायदे स्त्रीवर बंधनं घालणार आहेत. आम्हा स्त्रियांचं तुमच्या इस्लामी कानूननं शिक्षण बंद केलं, आमचा कामाचा अधिकार काढून घेतला आणि बुरख्याचे, बाहेर पडण्याचे निर्बंध घालून इन्सान जमातीचा अर्धा भाग तुम्ही सामाजिक जीवनातून हद्दपार केला, त्यानं देश पुढे जाणार आहे की मागे? आपल्या महान इस्लाम धर्मानं स्त्रीला हे सर्व अधिकार दिले आहेत, हे अनेक धर्मज्ञानी सांगतात. इथं भीडमध्ये प्रो. करीमुल्ला आहेत, जे अल् अझरला धर्मज्ञान घेऊन आलेले नामवंत इस्लामी विचारवंत आहेत. तेही झूठे आहेत? काझीसाहेब, मी तर आज मरणार आहे आणि मेलेलं बोकड आगीला भीत नाही, या तत्त्वानं मी साफसाफ बोलते आहे. तुम्ही आम्हा स्त्रियांना या चार-दोन वर्षांत जी जहन्नुमसे बद्तर जिंदगी दिली आहे, तिची तुम्हा मर्दांना व सियासतदारांना अंशमात्र का होईना कल्पना आहे? मैं पूरे हया के साथ बया करती हूँ कि, आप हम औरत जात के साथ नाइन्साफी कर रहे हो. कोई दुश्मन नहीं करेगा, ऐसा बदसलूक कर रहे हो, जिनमें तुम्हारी मां, बहन, बेटी और बीबीभी शामिल है...

‘‘शेवटी मी इथं जमलेल्या माझ्या भावाबहिणींना सांगू इच्छिते की, घाबरून, चूप बसून काही होणार नाही. आम्ही त्या वेळी प्राणाची बाजी लावून सौरक्रांती आणली, इन्किलाब आणला. लाल सेनेच्या आक्रमणानंतर तुम्ही शौर्याची कमाल

दाखवीत आझादी की जंग आणि जिहाद लढलात व कामयाब झालात. मग आज चूप, सहमे सहमे क्यों? जे पटत नाही, चुकीचं व अन्यायाचं वाटतं, त्याविरुद्ध लढणं हा प्रत्येकाचा जन्मसिद्ध अधिकार आहे. तुम्हाला आजची राजवट अन्यायी व अवामविरोधी वाटत असेल तर प्रतिकाराचा तुम्हाला अधिकार आहे. तो वापरावा. माझ्या या अघोरी शिक्षेनं तुमचे डोळे उघडावेत नि तुम्ही विचार व कृतीला सिद्ध व्हावं, एवढीच माझी अखेरची इल्तिजा आहे. अखेरचं आणखी एक सांगते. आधुनिक तालमीत तयार झालेली माझ्यासारखी स्त्री मृत्यूला किती बेडरपणे सामोरी जाते, हे इथे शेवटपर्यंत पाहा... इथे माझे बुजुर्ग आहेत, ज्यांच्या तालमीत व संस्कारांत मी तयार झाले आहे... त्यांनाही शेवटची मागणी आहे... तुम्हीही पत्थर मारा... ते पत्थर माझ्या विचारांना लागणार नसून या अत्याचारी सियासतीला लागणार आहेत... पाहा, ही तुमची बेटी कशी हसत हसत मरणाला कवटाळते... हे मरण नव्हे, हे शहीद होणं आहे... तुमचे पत्थर मला वेदना सहन करण्यासाठी आशीर्वादासारखे असतील...''

"उफ... बेटी तुम किस मिट्टीकी बनी हो...'' अन्वर आवेगानं स्फुंदत पुटपुटला. "हां बेटी... मैं भी मारूंगा एक पत्थर...''

"बस्स... इतनाही कहना था...'' जमीलाच्या चेहऱ्यावर अवर्णनीय अशी दिव्य प्रभा फाकली होती. मघा स्मशानशांतता वाटत होती, तेथे त्या वातावरणात सर्वांच्या हृदयाला स्पर्श करणारी, उन्नयन करणारी अनुभूती जाणवत होती. "आप मुझे वाकिफ रखते हो तो कहो-इन्किलाब झिंदाबाद!''

तिच्या या बेडर घोषणेला आंतरराष्ट्रीय महिला संघटनेच्या प्रतिनिधी महिला व बेनझीरसारख्या मोजक्याच अफगाणींचा प्रतिसाद मिळाला. त्यातला एक आवाज तिच्या चाचा अन्वरचा असावा, याचं तिला समाधान होतं.

"ठीक आहे. आपण अजूनही भयाखाली, दडपणाखाली आहात. लेकिन आप यही ठहरिये, मेरी मौत का तमाशा देखिये. ये भी देखो कि, मैं किस तरह मौत को गले लगाती हूं, शायद मेरे यहाँ गिरे हुए खुनसे और मौतसे आप सोचने पे मजबूर हो जाये. मैं अपने लिए फिरसे दोहराती हूं - इन्किलाब झिंदाबाद...''

आता पूर्वीपेक्षा बरा प्रतिसाद मिळाला. जमीलाला समाधान वाटलं. आपला मृत्यू पाहून तो अधिक बुलंद होईल, हा विश्वास होता.

"काझीसाब, अब आज मुझे सजा दे सकते हैं. मैं सौ कोडे पूरे सहूंगी... बस, एकही गुजारिश है. होशोहवास में मैं पत्थर सहकर मौत को गले लगाना चाहती हूं.''

आणि त्या हजारोंच्या जनसमुदायानं पुढील काही मिनिटांत पाहिलं की,

फुलासारखी कोमल वाटणारी जमीला ओठ घट्ट मिटून जराही न विव्हळता चामड्याच्या चाबकाचे फटके शांतपणे सहन करीत होती. काही फटक्यांनंतर प्रत्येक वारानिशी तिच्या शरीरातलं रक्त चाबकाला लागून येत होतं व इतस्तत: उडत होतं! तिचा पोषाख व पांढरा रेशमी बुरखा रक्तबंबाळ होत लालेलाल झाला होता.

काझी बद्रुद्दिननी अचानक आवाज देऊन फटके थांबविले.

अन्वरनं पाहिलं, क्षुब्ध करीमुल्ला गर्दीतून वाट काढीत काझीकडे जात होते. अन्वरही तिकडे झेप घेत किंचाळला. ''खुदा के वास्ते बंद करो... ये इल्जाम झूठा है...''

करीमुल्ला सांगत होते, ''काझी साब, मैं अल्ला का आप जैसा नेक बंदा हूँ. ही मुलगी असं कृत्य करूच शकत नाही... इल्जाम झूठ आहे...''

''काझीसाब, माझ्याकडे झाकिरची व हिची मंगनी मोडल्याचं पत्र आहे, पुरावा आहे. ये शादी कभी हुई नहीं थी...'' अन्वर धापा टाकीत तिथे पोचला होता.

काझीनं झाकिरकडे पाहिलं. तो अधोमुख वाचा बसल्यासारखा गप्प होता.

एवढे फटके खाऊन रक्तबंबाळ झालेली व दोरानं वर हात बांधलेली जमीला तशा स्थितीतही पुटपुटली, ''नहीं काझीसाब, सजा पूरी करो... मैं शहीद होना चाहती हूं...

अन्वरचाचा... तूही एक पत्थर फेक... वही मेरी बिदाई... सरपरस्ती होगी..''

अवघं आयुष्य अल्लाच्या सेवेत घालविलेले काझी बद्रुद्दिन संभ्रमित उभे होते. त्यांचंही मन व्याकूळ झालं होतं. तिथेच त्यांनी गुडघ्यावर बसकण मारून आकाशाच्या दिशेनं हात करीत वेदनामय थरथरत्या स्वरात करुणा भाकली.

''या अल्लाह... मैं क्या करूँ...? मुझे राह दिखा... माझ्या हातून काही चूक तर होत नाही ना...? ऐ परवरदिगार...''

तेवढ्यात तिथं एक सरकारी जीप आली व त्यातून एक पोलिस अधिकारी उतरला. त्यानं काझीच्या कानांत काहीतरी सांगितलं आणि तो पुन्हा जीपमध्ये बसून निघून गेला. काझीला आता कंठ फुटला, पण त्याचाही स्वर थरथरत होता. ''अब जमीला वल्द रहिम पगमानी को झिना के जुर्म में मौतकी सजा दी जाती है। मैं हुकूम देता हूं. सब लोक एक एक पत्थर मारके इसे मौत के घाट पहुंचा दे...''

सर्वांत पहिला छोटासा पत्थर अन्वरनं हलकेच मारला. ''माफ करना बेटी, तुझे चोट तो नहीं आई?'' स्वत:शीच तो विमनस्कपणे पुटपुटला आणि त्याचा तोल गेला. इलियासनं पुन्हा पुढे होत त्याला आधार दिला. अन्वर बेहोष झाला होता.

तालिबानसमर्थक लोकांनी काझीच्या आझ्रेप्रमाणे दगड फेकून जमीलाला

मारायला सुरुवात केली. एकामागून एक दगड तिच्यावर येत होते. डोकं, कपाळ, छाती, पाठ, पाय... आधीच चाबकाच्या फटकाऱ्यांनी रक्तस्राव झाला होता. असंख्य जीवघेण्या वेदनांनी आकांत मांडला होता. जमीलाचं भान हरपत चाललं होतं. पण ती स्वत:च्या मनाला बजावत होती. 'तुला वेदना सहन केल्या पाहिजेत. हूं की चूं न करता. तू धैर्यानं मृत्यूला सामोरी जाशील. उपस्थितांपैकी काहींना तरी प्रेरणा मिळेल. उद्या भविष्यात लढण्याची. नवा जिहाद लढण्याची. त्यासाठी आज तुला शहीद व्हायचं आहे...'

आणि काही वेळानंतर जमीला शुद्ध हरपून खाली कोसळली. तोंडातून वेदनेचा हुंकारही उमटला नाही. जणू मन:शक्तीनं तिनं आपले ओठ शिवून घेतले होते. काझीनं इशारा केला, तसा तिच्या दिशेनं होणारा दगडांचा वर्षाव थांबला.

"यहां कोई डॉक्टर है? है तो यहां आये और देखे, वो अभी जिंदा है या म...म...मरी है...?"

जनसमुदायातून एकही पुढे आला नाही. तसा काझी झाकिरला म्हणाला, "तुम को एक डॉक्टर का बंदोबस्त करना था."

झाकिर अधोमुख होता. तोंडातून शब्द फुटत नव्हता.

जमीला ज्या धैर्यानं मृत्यूला सामोरं गेली, त्यामुळे तो शर्मिंदगी व भयंकर अपराधीपणा महसूस करीत होता. आपण हे सारं करून काय मिळवलं? तो सपशेल पराभूत झाला होता. तिचं आझादी की जंगच्या काळखंडापासूनचं शहीद होण्याचं स्वप्न आज त्याच्याच करणीनं साकार झालं होतं.

जनसमुदायात कोणी डॉक्टर उपस्थित नव्हता. तेव्हा बेनझीर ताड्कन उठली व काझीजवळ जात म्हणाली, "मी डॉक्टर नाही. पण प्रशिक्षित नर्स आहे. मी नाडी पाहू शकते. अगर आप इजाजत दें तो..."

काझीनं परवानगी देताच ती चौथऱ्यावर चढली आणि जमीलाजवळ बसली. तिचा हात हाती घेऊन नाडी पाहिली, तिच्या छातीला कान लावले, आणि उभी राहत रुद्ध कंठानं म्हणाली, "आपकी सजा पूरी अमल हो चुकी है. वो शहीद हो चुकी है!"

आणि पुन्हा बेनझीर तिथं खाली बसली. हळुवारपणे मृत जमीलाचं रक्तबंबाळ मस्तक तिनं आपल्या मांडीवर घेतलं आणि चेहऱ्यावरून हात फिरवला. "जमीला. मेरी बहन जमीला..." आणि अनावर होत ती रडू लागली!

अन्वरच्या वतीनं इलियासनं काझीला विचारलं, "क्या हम उसे दफनाने ले जा सकते हैं?"

काझीनं मान हलवून संमती दिली. तो व दगड बनलेला झाकिर तिथून

जीपमध्ये बसून निघून गेले.

तो सारा जनसमुदाय पावलांचा आवाज न करता विमनस्क असा विखरू लागला. प्रत्येकाच्या डोळ्यांसमोर ती बोलत असतानाची दीप्तिमय प्रभा होती... आणि तिचं शूर मरण... रक्तबंबाळ शरीर... कित्येकांना त्यांचे हात जड जड वाटत होते... काही स्त्री-पुरुष पुन्हा पुन्हा आपल्या दगड मारलेल्या हातांकडे बघत होते आणि कानांत तिचे शब्द गुंजत होते.

जमीलाच्या देहाजवळ बेनझीर होती. इमा व कॅरोलिन तिच्या साथीला होत्या. अन्वर, इलियास व करीमुल्ला थरथरत नतमस्तक होते...

"अन्वर, अब वक्त आ गया है... हमें कुछ करना चाहिये... जमीला के शहीदी मौत का यही संदेश है..." करीमुल्ला निश्चयी स्वरात पुटपुटले. "त्यासाठी नव्यानं लढायला तयार झालं पाहिजे... तरच मादरे वतनमें चैन अमन येईल... जमीला बेटीच्या हौतात्म्याचा हाच संदेश आहे..."

"आमीन..." अन्वर व इलियास सद्गदित स्वरांत पुटपुटले.

"मी - मी एक आजची आधुनिक अफगाण औरत म्हणून तुमच्यात सामील होते." आपले अश्रू पुसत बेनझीर म्हणाली.

ते तिघे, बेनझीर, इमा व कॅरोलिन जमीलाच्या मृतदेहाभोवती उभे होते.

बेनझीर पुन्हा पुटपुटत होती,

"शहीदों की चिताओं पर लगेंगे हर बरस मेले

वतन पे मरनेवालों का बाकी यही निशां होगा।"

उपसंहार
आठ मार्च ते तेवीस मार्च २०१५
आंतरराष्ट्रीय महिलादिन पंधरवडा

भल्या पहाटेच अवचितपणे बेनझीरला जाग आली होती. तिनं डोळे उघडले तेव्हा तिच्या बेडरूममध्ये पूर्ण काळोख दाटलेला होता. तिला झोपताना सर्व दिवे मालवून पूर्ण अंधार करून झोपायची सवय होती. त्यामुळे तिला डोळे उघडताच सभोवतालचा अंधार परिचित असला तरी काहीसा उदासवाणा वाटला. कारण आता नवा दिवस सुरू झाला होता.

आज ८ मार्च २०१५. आंतरराष्ट्रीय महिला दिवस. सोळा वर्षांपूर्वी आजच्या दिवशी जमिला दीदीला एरियाना चौकात सरेआम दगडांनी ठेचून तालिबान्यांनी 'झिना'च्या आरोपाखाली मारलं होतं. त्या चौकात दरवर्षी अफगाण वुमन्स कौन्सिलतर्फे आणि रावा - रिव्होल्युशनरी अफगाण वुमन्स असोसिएशनच्या वतीने बेनझीरने पुढाकार घेत त्या शूर आधुनिक अफगाण स्त्रीच्या स्मृतीला वंदन करण्यासाठी महिला व समविचारी पुरुषांनी जमायचं असा प्रघात तिनं पाडला होता. दरवर्षी तेथे फुले वाहताना ती म्हणायची, 'शायद अगले आठ मार्च को हम अफगाण औरते सही मायनेसे आझाद हो...'

आजचा २०१५ चा आठ मार्च या अफगाण महिलांच्या अपेक्षांचा वाटेकडे किमान एक पाऊल तरी पुढं टाकणारा असेल का? होय... नक्कीच बेनझीरचं मन तिला भरोसा देत होतं.

त्याचं कारण होता नबी. तिचा तरणाबांड मुलगा. काबुल विद्यापीठात शिकणारा, अफगाण पीस व्हॉलिंटिअरचा धडाडीचा विद्यार्थी नेता. त्यानं काल रात्री भोजनानंतर दादाजी करिमुल्ला झोपायला त्यांच्या खोलीत गेल्यानंतर तिला एक विनंती केली होती, 'अम्मी, मला तुला एक काळा बुरखा पाहिजे उद्यासाठी. तो मला प्रेस करून ठेवायचा आहे, ती आश्चर्याने त्याच्याकडे पाहत राहिली. 'नबी बेटे, ये क्या मजाक है?'

'नही अम्मी. आम्ही काबूल विद्यापीठाच्या स्टुडंट युनियननं अफगाण पीस क्वॉलिंटिअर्सच्या मदतीनं उद्या एक प्रोटेस्ट मार्च आयोजित केला आहे... त्यासाठी...

आणि त्यानं जे सांगितलं ते ऐकल्यावर बेनझीरला रहावलं नाही. तिनं आवेगानं त्याला कुशीत घेत त्याच्या मस्तकाला आपल्या झरणाऱ्या डोळ्यांतील आसवांनी भिजवीत गदगद होत म्हणाली, 'आज जहाँ भी कही जमिला दीदीको दफनाया होगा, उसे यकिनन खुशी महसूस होगी आणि तुझ्या शूर पित्याला हाफीजुल्लांनाही नक्कीच अभिमान वाटेल...'

'होय अम्मी, नबी म्हणाला, 'आज देशावर अश्रफा धनी साहेबांची हुकूमत आहे आणि त्यांची बीवी- फर्स्ट लेडी ऑफ अफगाणिस्तान ही लेबनिज खिश्चन आहे. पन्नासच्या दशकातील जनरल दाऊदखान किंवा नव्वदीच्या दशकातील तुझे आदर्श जनाब नजीबुल्लाप्रमाणे प्रेसिडेंट साहब त्यांच्या बीवीस सार्वजनिक ठिकाणी व कार्यक्रमात बेपर्दा नेतात... त्यांना अवामनं स्वीकारलं आहे, ही बदलत्या काळाची खूण म्हटली पाहिजे.'

'पण अजून खूप वाटचाल करायची आहे बेटा. औरत जातीला सन्मान मिळवण्यासाठी - मुख्य म्हणजे मर्द जातीनं मनापासून स्वीकारण्यासाठी.'

'त्याचसाठी तर आमचा हा प्रोटेस्ट मार्च आहे अम्मी.' नबी म्हणाला. 'तुम्ही दरवर्षी आठ मार्चला जिथं जमता त्या एरियाना चौकात आम्ही प्रोटेस्ट मार्च घेऊन येणार आहोत व तेथेच तुमच्या साथीनं मोर्चाची समाप्ती करणार आहोत.'

'काश, आज यहाँ हमारी नेता मलालाई जोया बीबी होती... बडी निडर औरत है वो... पूर्ण जगात ती महशूर आहे आणि अफगाण औरतला प्रेरणा देते आहे. शी डेअर्ड टू रेज हर व्हॉईस...' मै उसे सलाम करता हूँ।'

'मै भी. पण तिला २००९ साली पार्लमेंट- लोया जिरगातून भारी मतानं निवडून येऊनही तिनं हुकूमतीमध्ये सामील असलेल्या नॉर्दन अलायन्सचे नेते तालिबानी वृत्तीचे आहेत अशी टीका केली म्हणून बरखास्त केलं.' बेनझीर म्हणाली. 'गेली चौदा वर्षं देशात जमुरियत आहे, पण आजही अवाम एक तर तालिबान्यांच्या प्रभावाखाली आहे किंवा त्यांच्या भीतीखाली... आजही जमिला दीदीप्रमाणे अनेक स्त्रियांना तसंच ठेचून सरेआम मारलं जातंय... ते बंद होण्यासाठी एक नाही हजारो मलालाई जोया देशात हव्यात.

'आणि माझ्या अम्मीसारख्या बहादूर स्त्रियापण...'

हे बेडवर पडल्या पडल्याच स्मरताचं बेनझीरला बेडरूममधील अंधारातही काहीसं प्रकाशल्यासारखं वाटलं. ती उठली आणि तिनं दिवे लावले. कपाटातून

जमिलांची तसबीर काढली. ती स्वच्छ रुमालानं साफ केली आणि टेबलावर ठेवीत तिला सलाम केला. 'दीदी, मेरे जीते जी मैं तुम्हें भूल नही सकती. आजवर मी जे काही काम करीत आले आहे, ती तुझीच प्रेरणा आहे...'

करीमुल्लांना कोरा चहा देताना त्यांनीच आठवण दिली, 'बेटी, आज तुला एरियाना चौकात जायचं असेल ना? जमिला बेटीच्या स्मृतीला सलाम करायला...' 'हां अब्बूजी'. 'आज आम्ही तिघे मी, इलियासभाई आणि अन्वरभाईपण तिथं येणार आहोत. इलियासभाई कार पाठवणार आहेत...'

ती काही न बोलता स्तीमित नजरेनं करीमुल्लांकडे पाहत होती.

'उस दिन जब अन्वरभाई की ऑटोबायोग्राफी रिलीज हुई, उसके बाद मैं अन्वर के साथ इलियासभाई के घर गया था... तभी हमने ये तय किया है...' 'बडी अच्छी बात है...।' त्यांचा चहा प्यालेला रिकामा कप उचलत जाताना म्हणाली. 'बस्स एक अर्जी है, आपण नबीवर आज गुस्सा करायचा नाही...' 'का पुन्हा त्यांनं काही बागी काम केलंय किंवा करायच्या बेतात आहे?' बेनझीर उत्तर न देता अधोमुख स्तब्ध उभी राहिली होती.

'ठीक है बहु. तुम जावो. नबी आखीर हाफिजका बेटा है... उस में भी वो इन्किलाबी तेवर है... लेकिन वो ये सब इस्लाम के दायरें में करता है ये मुझे भाता हैं। मैं उससे गुस्सा करने का या खफा होने का सवालही पैदा नही होता. ज्यांना मी आपलं मानलं, मार्गदर्शन केलं... साथ दिली, त्या मुजाहिदिन व तालिबान्यांनी जगापुढे शांतीचं दुसरं नाव असलेल्या इस्लाम धर्माला क्रूर कायदेकानून करून व दहशतवादी कृत्ये करून बदनाम केलं आहे. त्यामुळे नबीचे विचार जी तुझीच सीख असणार - एका मर्यादिपर्यंत सही वाटतात... जा, तू तुझ्या कामाला लाग!'

बेनझीरनं दिलेला नास्ता घाईघाईनं खाऊन नबी एका बॅगमध्ये तिचा रात्री मागून घेतलेला व इस्त्री केलेला काळा बुरखा आठवणीनं ठेवून घेत बाहेर पडला. खिडकीतून तिनं सुसाट वेगानं बाईकवरून जाणाऱ्या नबीला टाटा केलं व मनोमन दुवाँ दिली. 'बेटा, आज माझी कूस धन्य झाली. तू केवळ आईचा नाही समस्त औरत जातीचा सन्मान करतो आहेस... तुझ्यासारखे सर्व अफगाण मर्द देशात झाले, तर किती बरं होईल!'

मग काही वेळात ती तयार झाली. ड्रोईव्हर ह्या म्हणून पदर घेतला आणि बंगल्याचं दार लावीत ती रस्त्यावर आली आणि डाव्या हाताला बांधलेल्या घड्याळात पाहिलं. साडेआठला एक मिनीट कमी होता. तिनं मग उजव्या बाजूला लांबलचक पसरलेल्या रस्त्याकडे पाहिलं. एक कार येताना दिसली.

कारचा चमकता पिवळा रंग दिसताच बेनझीरनं स्वत:शीच म्हटलं, 'ही सारा वेळेबाबत फार काटेकोर आहे.'

आणि काही सेकंदांतच टोयाटो कार कम टॅक्सी बेनझीरसमोर येऊन थांबली. कारच्या दाराची काच खाली करीत त्यातून बाहेर एक प्रौढ स्त्रीचा चेहरा डोकांवला. 'दीदी, वेळेवर आले ना...!

'होय सारा. तू पक्की इंग्रज आहेस वेळेच्या बाबतीत.' बेनझीर कारमध्ये बसत म्हणाली. 'काबूल नदी ओलांडली की येणारा दुसऱ्या चौकात प्रथम जायचं आहे... तिथून मग एरियाना पार्कमध्ये...' 'ठीक आहे दीदी.'

आणि सारानं सफाईनं कार सुरू केली. यापूर्वी साराच्या टॅक्सीनं अनेकदा प्रवास करूनही प्रत्येक वेळी जशी ती साराच्या ड्रायव्हिंगकडे नवलाईनं पाहायची, तशीच आजही प्रथमच तिचं ड्रायव्हिंग पाहत आहे अशा पद्धतीनं कौतुकानं पाहत राहिली.

'सारा तू खरी धीट व शूर औरत आहेस. काबूलची पहिली औरत टॅक्सी ड्रायव्हर... आज आठ मार्चला मला तुझीच टॅक्सी पाहिजे होती!'

'मला परिस्थितीनं घडवलं दीदी. जगण्यासाठी धीट व्हावं लागलं. मरणाची भीती झुगारून द्यावी लागली. भुकेनं मरायचं की अब्बाचा टॅक्सी व्यवसाय त्यांच्या मौतनंतर जगण्यासाठी करायचा हा प्रश्न समोर उभा ठाकला. तेव्हाच फैसला केला. भुकेनं मरण्यापेक्षा तालिबानच्या बंदुकीनं मेलेलं काय वाईट? मग हिंमत धरून टॅक्सी चालवायला सुरुवात केली. आजही माझ्या टॅक्सीवर अधूनमधून दगडफेक होते. एकदा वर्मी घावपण बसला होता. लेकिन मैं बची गयी. ये बस्स अल्लाताला का शुकर था... पण मी नाही पर्वा करीत अशा भ्याड हल्ल्याची... इज्जत की रोटी कार चलाके कमाती हूँ। कोई बुरा काम तो नही करती... इस्लामनं आम्हा बायकांनापण बरोबरीचा दर्जा दिलाय, त्यामुळे काम करणं इस्लामविरोधी नाही, हे तुमच्यासारख्या मोठ्या औरतकडून शिकलेय दीदी...'

सारा चांगलीच बोलकी होती आणि बेनझीरलाही तिच्याशी बोलणं आवडायचं. पूर्ण काबूल शहरात ती टॅक्सी चालवताना हिंडायची म्हणून तिच्याकडे शहरात काय चाललंय, काय घडलंय याची इत्थंभूत बातमी असायची!

'दीदी, काबूलजवळच राहून हुकूमतीविरुद्ध लढणारा हिब्ज-ए-इस्लामच्या गुलबुदिन हेकमतीयारचा जोर वाढतोय शहराच्या जुन्या भागात... तशातच त्याच्या ताब्यात असलेल्या ग्रामीण भागात झरमानला दगडांनी ठेचून मारल्यापासून काबूल शहरातल्या बायकाही भयभीत झाल्या आहेत...'

साराचं ऐकताना बेनझीर पुन:पुन्हा बैचेन होत होती. मनात पुन:पुन्हा तोच सवाल उठत होता. नवे प्रेसिडेंट घनीसाहेब व्यक्तिगतरीत्या पुरोगामी व स्त्रीची इज्जत करणारे आहेत, पण तालिबानी वृत्तीला ते कशी आवर घालणार? आजचा नबीचा निषेध मोर्चा व त्यामागची भावना त्यांच्या मनापर्यंत जाईल का? फर्स्टलेडी साहिबा तरी त्यांना काही सलाह देतील का? आणि ते ती सलाह ऐकतील का?

काबूल नदी मागे पडली होती, पण आपल्याच विचारात हरवलेल्या बेनझीरला दुसऱ्या चौकात सारानं टॅक्सीकार थांबवून विचारलं की, 'आता पुढे कुठं जायचं दीदी?' तेव्हा ती दचकून भानावर आली.

'जरा इथं थांबायचं आहे सारा' कारच्या काचा खाली करत डोईवरच्या दुपट्टा सावरीत बेनझीरनं बाहेर चेहरा काढीत पाहिलं. तिथं पंधरा-वीस तरुण जमा झाले होते, त्यात तिचा नबीपण होता. तो तिची कार पाहून जवळ आला व म्हणाला, 'अम्मी तू इथं?'

'होय बेटा. आजचा हा तुम्हा तरुणांचा ऐतिहासिक निषेध मोर्चा पाहायची संधी मला गमवायची नाही.' बेनझीर हसून म्हणाली. 'तुमच्यासोबत भाग घेता येत नाही, म्हणून कारनं तुमच्या पाठोपाठ मी येतेय आणि सारा हा माझा साहेबजादा -नबी. आज तो व त्याचे मित्र बुरखा घालून त्याच्या औरत जातीवर होणाऱ्या सक्तीच्या खिलाफ पैदल मोर्चा काढून आवाज उठवणार आहेत. तू व मी या तवारिख में लिखे जानेवाले मार्च को अपनी आँखो से देखेंगे...'

सारा संतोषानं म्हणाली, 'बेटे, तू तो औरत जात का मसिहा लगता हैं... मेरी दुवाँए तेरे साथ हैं ।'

'पण अम्मी', नबीचा स्वर काहीसा नाराज होता. 'आम्ही भरपूर प्रयत्न केले, पण जेमतेम २५-३० तरुणच गोळा झाले आहेत. माझी अपेक्षा किमान शंभर तरुणांच्या सहभागाची होती. लेकिन...'

'बेटा, दिल छोटा नही करते।' बेनझीर म्हणाली. 'अरे, मर्द जातीवरपण तेच जुने पुराणे संस्कार आहेत. पुन्हा बुरखा घालून मोर्चा काढीत काही मैल चालत जायचं... त्यांची मर्दानगी त्यांना मागे ओढीत असणार. पण जे आलेत मूठभर नौजवान, ते सच्चे औरत जातीचे हमदर्द आहेत. संख्या किती हे महत्त्वाची नाही बेटा, त्यामागचा उद्देश महत्त्वाचा आहे. असा मोर्चा आजवर कोणी काढला नव्हता... हे विसरू नकोस?'

नबीच्या मनातली किंचितशी वाटणारी निराशा बेनझीरच्या शब्दांनी नाहीशी झाली. 'शुक्रिया अम्मी. आता वाट पाहण्यात काही मतलब नाही. आम्ही मोर्चा सुरू

करतो... 'आणि मी कारनं तुमच्या मागे येते...' 'बहुत खूब!'

नबीनं पिशवीतून काळा बुरखा काढला व तिच्यासमोर घातला व तोंडावर ओढून घेतला. आता त्याचे डोळे आणि जाळीतून ओठ व त्यावरची काळी मिशी दिसत होती. ते पाहून बेनझीरला खुदकन हसू फुटलं आणि नबीला खोकल्याची उबळ आली. तसं तिनं काळजीनं म्हटलं, 'बेटा, काय झालं?'

'नजर के सामने मानो पुरा अंधेरा छा गया और साँस लेने में कुछ परेशानी हुई. शायद इसलिए...'

'एका क्षणात तुला बुरखा किती त्रासदायक आहे हे जाणवलं बेटा. जरा विचार कर. आम्ही अफगाण मुस्लिम स्त्रिया आयुष्यभर कशा त्या घालून जगत असू?'

'त्याचा आम्हाला एहसास व्हावा आणि हुकुमतीचे डोळे उघडावेत हाच तर हेतू आहे आमच्या आजच्या मोर्चाचा' नबी म्हणाला, 'यकिनन मैं मेरे बीबी को शादी के बाद बुरखा पहनने नही दूँगा!

ती हसली. 'अभी उमर नही हुई बेटा तेरे शादी की... फिर भी ऐसे खयाल...?' तो शरमून मंद हसत तिला टाटा करीत मित्रांना सामील झाला. तीसेक तरुणांचा काळे बुरखे घातलेल्या तरुण अफगाणी पुरुषांचा मोर्चा आस्ते कदम निघाला. त्यांच्या हातात फलक होते, त्यावर लिहिलं होतं- 'समता- इक्वॅलिटी' पुरुषांनो, महिलांनी काय घालावं हे सांगू नका. तुम्ही तुमची नजर सांभाळा!'

अर्थात रस्त्यावर ये-जा करणारा बहुसंख्य पुरुषांना व बुरखाधारी स्त्रियांना हा स्टंट वाटत होता. ते निषेधाच्या घोषणा देत होते. त्याला प्रत्युत्तर म्हणून नबी व त्याचे मित्रही स्त्री-पुरुष समानतेच्या घोषणा देत होते. बेनझीरच्या सूचनेप्रमाणे मंद वेगाने सारा कार मोर्चाच्या मागे मागे नेत होती.

एरियाना पार्क परिसर काही शेकडा अफगाणी स्त्रियांनी भरून गेला होता. मोजकेच पुरुषही उपस्थित होते. दुसऱ्या बाजूनी अफगाण वुमन कौन्सिल व रावाच्या सदस्य असलेल्या कार्यकर्त्या व नेत्या स्त्रिया घोळक्यांनं येत होत्या. मोर्चाच्या पुढे गाडी ती एरियन चौकात सारानं बेनझीरच्या टॅक्सीकार सूचनेप्रमाणे थांबवली. आणि बेनझीर कारबाहेर आली. तिचं उपस्थित स्त्रियांनी अभिवादन करीत स्वागत केलं.

'सर्व तयारी झालीय. साऱ्या अपेक्षित स्त्री नेत्या व कार्यकर्त्या आल्या आहेत दीदी' एकीनं ही माहिती देत विचारलं, 'अभिवादनाचा कार्यक्रम सुरू करायचा?' 'थोड थांब ताहेरा..'

ताहेरानं प्रश्नार्थक नजरेनं बेनझीरकडे पाहिलं. तेव्हा तिनं हसून मागे बोट दाखवलं. काळे बुरखे घातलेल्या मूठभर तरुणांचा मोर्चा येत होता. ताहेरा व इतर

स्त्रिया चकित होऊन तो अनोखा नजारा पाहतच राहिल्या.

इकडे बेनझीर तेथे आलेल्या इलियास व अन्वरला आदबीनं सलाम करीत करीमुल्लाकडे वळून म्हटलं, 'तुम्ही शांत रहा अब्बू. हा तरुण नौजवानांचा बुरखासक्तीच्या विरोधात मोर्चा आहे. त्यात नबीपण सामील आहे. तुम्हाला तो नागवार वाटेल, पण एक औरत म्हणून मला तो मोलाचा वाटतो. जोवर मर्द बुरखाधारी औरतचं दर्द समजणार नाहीत तोवर सक्ती कमी नाही होणार...!'

करीमुल्लांच्या धर्मश्रद्धेला हा आघात वाटत होता. तो शांतपणे सहन करणं कठीण होतं. पण मनोमन कुठे तरी तालिबान्यांच्या गैरइस्लामिक पाशवी दहशतवादाची खोल पडलेली अढी होती. त्यामुळे हा तरुणांचा बुरखा घालून काढलेला मोर्चा त्यांना फारसा चुकीचा वाटला नाही. त्यांनी इलियास व अन्वरकडे पाहिलं. दोघेही उत्तेजित झाले होते. तेव्हा त्यांनी नजर फिरवली व एक सुस्कारा सोडला... या अल्लाह!

अभिवादनाचा कार्यक्रम संपला आणि करीमुल्ला कारमध्ये मागे बसले. त्यांच्या बाजूला बुरखा घातलेला नबी येऊन बसला. 'शैतान कही का' असं म्हणत करीमुल्लांनी त्याच्या गालावर चापट मारली. नबी ते भयंकर नाराज होऊन रागावतील या अपेक्षेत होता. त्यामुळे त्यांच्या या सौम्य व नाराजी नसलेल्या प्रतिक्रियेनं तो प्रथम चकित झाला, मग हसून म्हणाला, 'वा दादाजी! मानलं तुम्हाला. तुम्ही किती उमेदपणानं काळासोबत बदलला आहात...' 'पता नही नबी बेटे... लेकिन तालिबानी जो इस्लाम मानता है, वो सही नही है... त्यांच्या अत्याचारापेक्षा तुमची ही बंडखोरी परवडली...'

खिडकीतून बाहेर पाहत नबी काही बायकांशी बोलत असलेल्या बेनझीरला म्हणाला, 'चलो, दादाजी बैठ गये है कार में.' मग सगळ्यांचा निरोप घेऊन बेनझीर कारमध्ये बसत म्हणाली, 'सारा चलो...'

करीमुल्लांच्या विस्तीर्ण कपाळावर आठ्यांचं जाळं पसरलं. सारा ही महिला ड्रायव्हर साऱ्या शहरात मशहूर होती आणि करीमुल्लांनाही ते माहीत होतं. पण तरी ते चूप राहिले व बाहेर दूरवर कुठे तरी शून्यात पाहू लागले.

पळत पळत धापा टाकीत सारा कारजवळ आली व बेनझीरला ओरडून सांगू लागली, 'जवळच एक हादसा झाला आहे. एका औरतला समूहानं लाथाबुक्क्यांनी मारून अर्धमेलं केलं, मग पेट्रोल टाकून जाळलं व तिचं प्रेत नदीत फेकलं. भयंकर आहे हे सारं दीदी!'

बेनझीर हे ऐकून सुन्न झाली. पुन्हा आठ मार्चलाच जमिलाप्रमाणे आज आणखी एक औरतला धर्मांधांनी जंगल न्याय करीत मारून टाकलं होतं सरेआम! 'चलो, हम वहा जायेंगे...'

त्या संध्याकाळी जेव्हा बेनझीर घरी पोचली तेव्हा फार मरगळून गेली होती. साराने बातमी देताच तिनं नबीसह करीमुल्लांना घरी पाठवून दिलं आणि ती जिथं त्या स्त्रीचं प्रेत जाळून व मारून फेकून दिलं होतं, त्या नदीकाठी पोचली. एव्हाना तिथे पोलिस व अफगाण वुमन कौन्सिलच्या आणि रावाच्या स्त्री कार्यकर्त्या पोचल्या होत्या. दगड बांधून त्या स्त्रीचं प्रेत नदीपात्रात फेकलं असल्यामुळे फायरब्रिगेडला ते बाहेर काढायला बराच वेळ लागला. नंतर तो मृतदेह ॲब्युलन्समधून तिच्या घरी पाठवण्यात आला.

बेनझीर कारमधून ॲब्युलन्सपाठोपाठ जात होती. या वेळी तिनं बोलावून काबूल शहराच्या पोलिस दलात काम करणाऱ्या राणा सईदा या डेअरिंगबाज महिला इन्स्पेक्टरला घेतलं होतं. कारण घडलेला प्रकार तिला जाणून घ्यायचा होता.

'बीबीजी...' सईदा सांगू लागली. 'त्या दुर्दैवी मृत झालेल्या स्त्रीचं नाव आहे फरखुंदा. ती प्राथमिक शिक्षिका होती व धार्मिकवृत्तीची असल्यामुळे एका मदरशामध्ये धर्मशिक्षण घेत होती. मूळची ती गणिताची शिक्षिका- विज्ञाननिष्ठ. त्यामुळे ती मौलवी साहेबांना प्रश्न विचारायची. पण ते त्यांना आवडायचं नाही...'

'इथपर्यंत ठीक आहे सईदा बहन. पण आज असं काय घडलं की, तिला चार-पाचशे अफगाणी पुरुषांच्या जमावानं लाथाबुक्क्या व काठ्यांनी मारून प्रथम अर्धमेलं करावं, मग पेट्रोल टाकून जाळून मारावं आणि दगड बांधून नदीत फेकून द्यावं?'

'प्रसंग तसा साधाच होता बीबीजी.' सईदाचा स्वर गंभीर झाला होता. 'पण त्यावरून पुन: पुन्हा जाणवतं की, तालिबान्यांनी अवघी दोन-तीन वर्षे हुकूमत केली ती १९९९ ते २००१ दरम्यान, पण त्यांचा प्रभाव खास करून मर्द जातीत आजही फार आहे. विषासारखा भिनला आहे. त्यांच्या विचारात इस्लाम, त्यांचे जुने काळाचे कायदेकानून याचा पगडा अजून कायम आहे- दहा वर्षे लोकशाही व मोकळी राजवट असूनही' क्षणभर थांबून ती पुढे म्हणाली...

'त्या मदरशांच्या मौलवीच्या –ज्यांच्याकडे फरखुंदा धर्म शिक्षणासाठी जात होती, त्यांचा तावीज विकण्याचा पण धंदा आहे. दुःख संकटातून बाहेर पडण्यासाठी मंतरलेला तावीज पुरुषांनी हातात बांधला व स्त्रियांनी गळ्यात घातला की त्यांचं दुःखहरण होतं ही श्रद्धाळू अवामची समजूत. त्यामुळे मौलवी साहेबांचा धंदा जोरात चालायचा. बीबीजी, फरखुंदा ही अविवाहित होती. मौलवींनी तिला सल्ला दिला की, तू मी देतो तो तावीज गळ्यात घाल. तुझी दोन महिन्यांत शादी होईल. चिकित्सक फरखुंदानं त्यांच्यावर एकामागून एक प्रश्नांची तावीजच्या मंत्रशक्तीबाबत बौछार

केली. तेव्हा मौलवी संतप्त झाले. ते तिच्यावर धावून गेले व गालीगलोच करू लागले. तेव्हा बचावासाठी ती पळू लागली आणि दगड लागून खाली पडली. तिच्या पिशवीत कुराणे शरीफची प्रत होती. त्याला काही झालं नव्हतं. पण मौलवींनी संतापानं आंधळं व आसुरी होत कांगावा केला की, तिनं पवित्र धर्मग्रंथ पायदळी तुडवला. मग ही वार्ता वाऱ्याच्या वेगानं सर्वत्र पसरू लागली आणि जसं राईचा पर्वत व्हावा तसं, बातमीचं रूपांतर फरखुंदानं कुराणाची पानं जाळली यात झालं आणि धार्मिक पुरूषांची माथी भडकली. आज सकाळी या साऱ्यापासून अंजान असलेली फरखुंदा पुन्हा मदरशाकडे रोजच्या प्रमाणे आली तेव्हा तिथं जमलेल्या जमावाची माथी तिला पाहताच अधिक तप्त झाली. आणि 'ब्लासफेमी' म्हणजे धर्मद्रोहासाठी तालिबान्यांनी व पाकिस्तानमधील झिया राजवटींनी कायदेशीर केलेली शिक्षा म्हणजे मृत्युदंड... तो त्या जमावानं फरखुंदाला कसलीही शहानिशा न करता दिला...'

बेनझीरला ते ऐकत असताना घणाचे घाव पडावेत तसं वाटत होतं. त्यामुळे आपलं ठणकणारं मस्तकं दोन्ही हातांनी तिनं गच्च दाबून धरलं. सारानं काळजीनं विचारलं, 'आप ठीक तो है ना बीबीजी?'

'मै क्या कोई भी औरत इस मुल्क मे तालिबान के कायदे कानून के खौपके कारण कैसे ठीक रह सकती है?' बेनझीर एक दीर्घ सुस्कारा सोडत म्हणाली. 'तुम तो पी.डी.पी.ए. के जमानेसे मास्को मे ट्रेनिंग पाई हुई पोलिस की आला अफसर हो. तुम बीस साल पहले का जमिला की मौत का वाकया जानती हो। फिर तुमने ही झरमाना के गुनहगारों को पकडा, उसकी भी ऐसीही पत्थर मारकर की गयी सरेआम कत्ल खूब जातनी हो। और आज फिर हमारी एक और बहन तालिबानी कानून के कारण दोषी न होते हुए भी मारी गयी... केव्हा आम्ही बायका आपल्याच देशात स्वत:ला महफूज महसूस करू शकू? कळत नाही.'

सईदा आपल्या पोलिसी काठीशी अस्वस्थपणे चाळा करीत असाह्य शांतपणे बेनझीरच्या मुखातून प्रगट होणारी समस्त अफगाण औरत जातीची वेदना ऐकत होती!

'अब बहुत हो चुका सईदा बहन। अब कुछ करने का समय आ गया है।' बेनझीर निर्धारानं स्वत:ला सावरत म्हणाली. 'आज मेरे बेटे ने औरत का बुरखा पहनकर प्रोटेस्ट मार्च निकालकर तालिबानी सोच को ललकारा है । अब फरखुंदा के शहादत को लेकर हम औरतों को कुछ करने का समय आ गया हैं...।'

आणि राणा सईदाला त्याचा प्रत्यय दुसऱ्याच दिवशी आला, जेव्हा बेनझिरनं पुढाकार घेत व सर्व कार्यकर्त्यांना संघटित करीत फरखुंदाच्या वडील आणि दोन्ही

भावांच्या परवानग्या घेऊन फरखुंदाची शवयात्रा काढली तेव्हा! जवळपास तीन हजार स्त्री-पुरुषांचा जमाव त्या प्रेतयात्रेत सामील झाला होता. अनेक स्त्रियांचे चेहरे लाल रंगात रंगले होते. फरखुंदाच्या खुनाचं व एकूणच अफगाणी महिलांच्या गळचेपी व अत्याचाराचं प्रतीक बनून.

'सर', वॉकीटॉकीवरून सईदा काबूलच्या पोलिसप्रमुखांना खबर देताना म्हणत होती, 'ऐसा पहले शायद कभी नही हुआ होगा। किसी के दफन में औरतें इस्लामी ट्रॅडिशन के मुताबिक कभी शरीक नही होती। पण आज अजूबा घडला आहे. कमीतकमी दोन ते अडीच हजार स्त्रिया व हजार-पाचशे पुरुष दफनासाठी एकत्र आले आहेत. सारे शोकसंतप्त आहेत व त्यांची मांग आहे की, फरखुंदा बीबीला इन्साफ मिळाला पाहिजे व तिच्या खुनाला जबाबदार असणाऱ्यांना मृत्युदंड!'

सईदाला वाटलं, सहसा आपण कधी भावनाविवश होत उचंबळून येत नाही. पोलिसी कामामुळे आपला स्वभाव सख्त झालाय, पण आज आपण आतून कुठे तरी हललो आहोत व आब्बाजानचे मित्र असलेल्या पोलिस प्रमुखांना प्रेतयात्रेत बंदोबस्त ठेवीत चालत असताना खबर देताना आपलं अलिप्ततेचं कवच गळून पडलंय असं वाटत होतं!

'सर, आप के निगेबानी में पी.डी.पी.ए. के जमाने से मैं पोलिस में काम कर रही हूँ, तब कूदेत्ते हुवा, जिसे उन्होने इन्किलाब कहाँ - सौर रिव्हॉल्युशन कहाँ। मला ते त्या वेळी फारसं पटलं नव्हतं. पण आज फरखुंदाची शवपेटिका स्त्रिया आपले खांदे देत काबूल शहरातून मिरवणुकीनं दफनभूमीकडे जाताना आणि त्यांच्या बेडर - बेझिझक घोषणा ऐकताना सचमुच वाटतंय की, शायद ये एक नये इन्किलाब की शुरूआत हैं... जिसके सामने शायद नही, यकिनन तालिबान के जिहाद को झुकना पडेगा - नेस्तनाबूद होना पडेगा...।

फरखुंदाच्या दफनविधीनंतर झालेल्या शोकसभेत बेनझीरनं भाषण केलं.

'मेरी औरत बहनो और जमा हुए भाईयों, आज आम्ही स्त्रियांनी काही परंपरा मोडल्या आहेत. मरहूम फरखुंदा बीबीच्या शवपेटीकेस आम्ही जनानांनी खांदा दिला व फ्यूनरल मार्चमध्ये सामील झालो. आम्हीच खड्डा खणून तिचं दफन केलं. ये अफगाणिस्तान के तवारिख में शायद पहिला बार हुआ है. और वो हमने सोच समझ के किया है. आम्ही हजारो वर्षाची रूढी-परंपरा मोडली. उसका हमे कतई अफसोस नही है. खरा शांतीमय इस्लाम सोडून जगात इस्लामला बदनाम करणाऱ्या तालिबानच्या कट्टर मूलतत्त्ववादी कायदे कानूनला मी अफगाण औरतजातीच्या वतीने आज खणखणीत इशारा देते की, आता बसं झालं. तुम्हारी इस्लाम का नाम लेकर

चलनेवाली ज्यादती हम अब बर्दाश्त नही करेंगे। हजरत साहेबांनी कुराणाद्वारे दिलेला इस्लाम तालिबान्यांनो तुम्हाला कळलेला नाही, जिथे औरत और मर्द दोघांना बरोबरीचा हक आहे. इल्म हासील करने का, जायजाद में और मस्जिद जाकर नमाज अदा करने का भी... पण तुम्ही तो नाकारला व मूठभर मौलवींचं विश्लेषण मान्य करून क्रांतिप्रवण सुधारणावादी इस्लामला तुम्ही काही शतके मागे ढकलून बदनाम केलं! तुमचे कायदे कानून इस्लामशी विसंगत आहेत, पण त्याची सक्ती करून तुम्ही तुमच्या राजवटीत पूर्ण देशाचं एका भल्या मोठ्या तुरुंगात रूपांतर केलं. पण तुम्हाला त्याची अल्लातालाने शिक्षा दिलीय. होय, हे मीच तुम्हाला साफ साफ सांगते. कारण अल्-अझरला ज्यांनी इस्लाम धर्म शिकवला त्या सर्वमान्य अशा अल्ला के निहायत नेक बंदे जनाब करीमुल्लाची मी बहू आहे. त्यामुळे त्यांच्याकडून मला जो इस्लाम समजला, त्याआधारे सांगते की, तुम्ही तालिबान धर्माचे विद्यार्थी नावाप्रमाणे मुळीच नाही आहात. तसेच तुम्ही दहशतवाद, खूनखराबा व अत्याचार करीत स्वत:ला इस्लामविरोधी सिद्ध करत आहात. म्हणून पुन्हा सांगते, तुमची मनमानी व औरतजातीच्या प्रतीचा अनुदार दृष्टिकोन आम्ही यापुढे सहन करणार नाही.

तसंच मी जनाब प्रेसिडेंट साहेबांना गुजारिश करणार आहे की, तुम्ही अमेरिकन सैन्य परत माघारी गेल्यावर शांतता नांदावी म्हणून तालिबान्यांशी कतई समझौता करू नका. त्यांना हुकूमतमध्ये घेऊन सरकारला स्थैर्य व देशाला शांतता कदापि मिळणार नाही. कारण तालिबानी नेते हे एक तर लोकशाहीविरोधी आहेतच आहेत पण ते त्याहून जास्त खुंखार दहशतवादी आहेत. ते सत्तेवर आले तर पुन्हा आम्ही बायका बुरख्याआड व चार दिवारींच्या आत कोंडले जाऊ... आणि देश पुन्हा त्यांच्या क्रूर कायदेकानूनची शिकार होईल. पुन:पुन्हा नव्या नव्या जमिला, झरमाना व फरखुंदा दगडांनी ठेचून मारल्या जातील...

ये अब नही चलेगा. हम औरतो ने आज यह फ्युनरल मार्च निकाल के डंके को चोटपर तालिबान को ललकारते हुए कहाँ है। काल आठ मार्चला अफगाण पुरुषांनी बुरखा घालून प्रोस्टेट मार्च काढला होता. त्यामुळे आमचे अफगाण बंधूपण बदलत आहेत, स्त्रियांप्रती उदार होत आहेत. हा बदलाचा व परिवर्तनाचा इन्किलाब आपण पूर्णत्वास नेत दृढमूल व चिरस्थायी केला पाहिजे.

ती जेव्हा घरी परतली तेव्हा करीमुल्लांनी तिला आशीर्वाद देत म्हटलं. 'मुझे तुम पर नाज है बहू'! नबीनं तर गळ्यात पडत म्हटलं, 'यू आर ग्रेट मम्मी! फिरसे यकिनन इन्किलाब आयेगा.'

फोनवर अन्वरनं तिला बधाई देत भावनावश होत म्हटलं, 'मुझे मेरी जमिला

शायद फिर मिल गयी है। जेव्हा जेव्हा तिची याद येईल, तुझ्याशी बोलेन, भेटेन...’

बेनझीरनं कपाटातून जमिलाची फ्रेम केलेला फोटो काढला व फोटोतल्या हसऱ्या जमिलाकडे पाहत म्हणाली, ‘मुझे तुम्हारी हिंमत चाहिये जमिला दीदी! उद्या प्रसंग आला तर मलाही तुझ्यासारखं हसतमुखानं मरणाला सामोरं जाण्यासाठी प्रेरणा दे. यकिनन मी त्यांचा औरत जातीचा गळचेपी करणारा आणि यातना देणारा जिहाद सफल होऊ देणार नाही. स्त्री-पुरुष समतेचा -मॉडरेट उदारमतवादी आणि शांततेचं प्रतीक असलेला इस्लाम साकार करण्यासाठी आम्ही नवा इन्किलाब आणू! तू नक्कीच ‘आमीन’ म्हणत आम्हाला दुवा देशील... सलाम!’

***

लेखक परिचय

लक्ष्मीकांत वसंत देशमुख

शिक्षण : एम.एस्सी., एम.ए. (मराठी साहित्य), एम.बी.ए., आयआयएम बेंगलोर

प्रशासकीय कारकीर्द : १९८३ उपजिल्हाधिकारी, २००२ मध्ये भारतीय प्रशासन सेवेमध्ये पदोन्नती, २००९ ते २०१२ जिल्हाधिकारी, कोल्हापूर; जून; २०१२ पासून व्यवस्थापकीय संचालक– महाराष्ट्र चित्रपट, रंगभूमी आणि सांस्कृतिक विकास महामंडळ

पुरस्कार : महाराष्ट्र साहित्य परिषद, पुणे; आपटे वाचन मंदिर, इचलकरंजी; अच्युत बन पुरस्कार, नांदेड; वाङ्मय चर्चा, बेळगाव; नगर वाचनालय कादंबरी पुरस्कार, अहमदनगर; राज्य शासनाचा सर्वोत्कृष्ट कादंबरीचा पुरस्कार

महत्त्वाचे पुरस्कार : 'नॅसकॉम सोशल ऑनर पुरस्कार' (२०१०), मंथन २०११ दक्षिण आशियाई पुरस्कार

प्रकाशित पुस्तके :

कादंबरी : सलोमी, अंधेरनगरी, ऑक्टोपस, होते कुरूप वेडे, इन्किलाब विरुद्ध जिहाद

कथासंग्रह : कथांजली, अंतरीच्या गूढगर्भी, पाणी! पाणी!!, नंबर वन, अग्निपथ, सावित्रीच्या गर्भात मारलेल्या लेकी (राज्य शासनाचा सर्वोत्कृष्ट कथासंग्रहाचा पुरस्कार)

संकीर्ण : दूरदर्शन हाजीर हो! (बालनाट्य), मराठवाडा मुक्तिसंग्राम (संपादित), बखर भारतीय प्रशासनाची– प्रशासननामा (वैचारिक)

इंग्रजी साहित्य : The Real Hero & other stories

सामाजिक कार्य : अखिल भारतीय साहित्य संमेलनाचे कार्याध्यक्ष (१९९५), 'अक्षर प्रतिष्ठा'– परभणी या साहित्यविचार व्यासपीठाची स्थापना, कोल्हापूर येथे शाहू स्मारकाचे पुनरुज्जीवन व विस्तार, व्याख्यानमाला, साहित्यिक गोष्टी व जिल्हा संमेलनाचे आयोजन, 'अक्षर अयान' या नावाचा दिवाळी अंकाचे संपादन (२०१३), मराठवाडा साहित्य संमेलनाचे नियोजित अध्यक्ष म्हणून निवड.